D1772120

ஒரு வளர்பிறையின் வரலாறு

திப்பு சுல்தான்

ஒரு வளர்பிறையின் வரலாறு

திப்பு சுல்தான்

மொஹிபுல் ஹசன்

தமிழில்: எஸ். அர்ஷியா

எதிர்
வெளியீடு

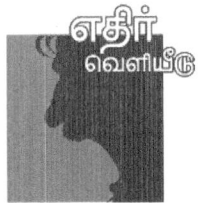

திப்பு சுல்தான்
ஒரு வளர்பிறையின் வரலாறு
ஆங்கில மூலம்: மொஹிபுல் ஹசன்
தமிழில்: எஸ். அர்ஷியா

முதல் பதிப்பு: டிசம்பர் 2014
இரண்டாம் பதிப்பு: ஜனவரி 2020

எதிர் வெளியீடு,
96, நியூ ஸ்கீம் ரோடு, பொள்ளாச்சி – 642 002
தொலைபேசி: 04259 226012, 99425 11302

மெய்ப்பு திருத்தம்: மே.கா.கிட்டு

விலை: ரூ. 650

History of Tipu Sultan
Author: Mohibbul Hasan
Translated by S. Arshiya
Copyright © Mohibbul Hasan

First Edition: December 2014
Second Edition: January 2020

Published by
Ethir Veliyeedu, 96, New Scheme Road, Pollachi - 2
email: ethirveliyedu@gmail.com
www.ethirveliyeedu.com

ISBN: 978-93-84646-12-7
Cover Design: Vijayan
Layout: Ravindran
Printed at Jothy Enterprises, Chennai.

All rights reserved. No part of this book may be reprinted or reproduced or utilised in any form or by any electronic, mechanical or other means, now known or hereafter invented, including photocopying and recording, or in any information storage or retrieval system, without permission in writing from the Publisher.

உள்ளடக்கம்:

எதுவும் சாத்தியமென நிரூபித்தத் திப்பு 09

வழிமரபு, இளம்பருவம் மற்றும் உரிமை அடைதல் 13

ஆங்கிலேயருடன் போர் (தொடர்ச்சி) 42

பிரஞ்சு மற்றும் ஆங்கிலேய மைசூர் போர் 63

மங்களூர் உடன்படிக்கையும் அதன் எதிர்வினைகளும் 77

சதிகளும் கலகங்களும் 99

மராத்தியர் மற்றும் நிஜாமுடன் போர் 106

திப்புவும் பிரஞ்சும் 1784–89 140

கான்ஸ்டான்டிநோபிளை நோக்கி 157

கூர்க்கில் கிளர்ச்சி... மலபாரில் கலகம் 169

திப்புவும் ஆங்கிலேயர்களும் 1784–88 176

திருவாங்கூர் ராஜாவுடன் போர் 186

திப்புவுக்கு எதிரான அணி திரட்டல் 203

போர்: முதல் கட்டம் 219

போர்: இரண்டாம் கட்டம் 231

போர்: கடைசி கட்டம் 258

ஸ்ரீரங்கப்பட்டிணம் உடன்படிக்கையும் அதன் விளைவுகளும்:
திப்புவின் தோல்விக்கானக் காரணங்கள் 290

போருக்குப் பின்பு 317

திப்புவும் வெல்லெஸ்லியும் 334

ஆங்கிலேயருடன் கடைசிப் போர்: ஸ்ரீரங்கப்பட்டிணத்தின் வீழ்ச்சி	357
திப்புவின் நிர்வாகமும் பொருளாதாரமும்	384
அரசு மற்றும் மதம்	409
மீள் நோக்கு மற்றும் இறுதிச் சுருக்கம்	421
இணைப்பு அ திப்புவும் போர்த்துக்கீசியர்களும்	447
இணைப்பு ஆ திப்புவும் ஆங்கிலேயச் சிறைக்கைதிகளும்	451
இணைப்பு இ நாணயங்கள்	456
இணைப்பு ஈ நாட்காட்டி	460

எஸ். அர்ஷியா

சையத் உசேன் பாஷா (1959), மகள் பெயரில் எழுதும் தந்தை. தோட்டக்கலை சார் தொழிலை உணவுக்கும் சிறு கதைகள், நாவல்கள், கட்டுரைகளை உயர்வுக்கும் செய்பவர். நான்கு நாவல்களும், ஒரு கட்டுரைத் தொகுதியும், ஒரு சிறுகதைத் தொகுப்பும், மொழிபெயர்ப்புக் கட்டுரை நூல்கள் இரண்டும் வெளியாகியுள்ளன.

தமிழ்நாடு அரசின் சிறந்த நாவலுக்கானப் பரிசையும் தமிழ் நாடு கலை இலக்கியப் பெருமன்றத்தின் அழகிய நாயகி அம்மாள் விருதையும் பெற்றவர்.

999 487 3456
s.arshiya12@gmail.com

எதுவும் சாத்தியமென நிரூபித்தத் திப்பு

நாற்பத்தொன்பது ஆண்டுகளே உயிர்த்திருந்தத் திப்புவின் வாழ்நாளில், பெரும்பொழுதுகள் போர்க்களங்களிலேயே கழிந்துபோயின. போர்முறைகளைத் தெரிந்துகொள்வதற்காக, தந்தை ஹைதர் அலி, பதினைந்து வயது மகனை களத்துக்கு அழைத்துச் சென்றிருந்தபோது, துணிச்சலாகக் களமிறங்கி அசத்தத்துவங்கிய திப்புவின் இறுதிமூச்சும், களத்தில்தான் கலந்தது. இதுவரையில் சொல்லப்பட்ட திப்புவின் கதை, முழு அளவிலானதாகவோ அல்லது அவரது வாழ்க்கையின் நேர்த்தியையோ, பதிவு செய்தவையாக இல்லையென்பது பெருங்குறை. ஆங்கிலேய எழுத்தாளர்களும் சரி, அவர்களைப் பின்னொற்றிய இந்திய எழுத்தாளர்களும் சரி, முழு உண்மையையும் புரிந்துகொண்டு எழுதவில்லையென்பதை மறுக்க முடியாது. அவை, திப்புவைச் சுற்றிப் பெரும்பாலும் புனைக்கதைகளை மட்டுமே உலவ விட்டிருக்கின்றன.

ஹைதர் அலியின் எதிர்பாராத மரணம், அதையொட்டிய தவிர்க்கவியலாத சூழல், திப்புவைப் போர்க்களங்களிலேயே களமாடவிட்டுவிட்டது. இந்த நூல் திப்புவின் களங்களையும், அதற்கான வியூகங்களையும், போருக்கானத் தயாரிப்பு முறைகளில் அவர் காட்டிய ஈடுபாடுகளையும், வெற்றி, தோல்விகளையும் பேசுகிறது. அதேவேளையில் இத்தனைப்

பெரும்பாடுகளுக்கிடையிலும் வாழ்வின் மற்ற அம்சங்களையும் அவர், விட்டுச் சென்றவராக இருந்துவிடவில்லை. தேசத்தின் மீதான அக்கறை, நல்லிணக்கம், தயை, மாற்று மதத்தினரிடம் காட்டிய வாஞ்சை, வேறெந்த ஆட்சியாளரும் இதுவரைக் கடைப்பிடிக்காதது. பிடிபட்ட எதிரிப்படையின் போர்க்கைதிகளிடம் அவர் காட்டிய கருணையும், அதேவேளையில் தனக்குத் துரோகம் செய்தவர்களை தண்டித்த விதமும் மனித மனத்தின், இரு வேறு பக்கங்கள்.

திப்புவின் செயல்பாடுகளில் நினைவில் நிற்கக்கூடியவையாகயிருப்பது, அவர் வர்த்தகத்தில் காட்டியப் பேரார்வமும், தனது சாம்ராஜ்ஜியத்தில் வணிகமும், தொழிற்சாலைகளும் பெருக வேண்டுமென்று எடுத்துக்கொண்ட முனைப்புகளுமே ஆகும். அவைதான், ஒரு தேசத்தை பலப்படுத்தும் என்னும் தூரநோக்குச் சிந்தனை அவருக்கிருந்தது. அதனாலேயே அந்நியத் தொழில் நுட்பத்தில் மைசூர் சாம்ராஜ்ஜியத்திலும், பிறதேசங்களிலும் தொழில்களைத் தொடங்கினார். அது, இந்தியாவில் ஆங்கிலேய வல்லாண்மையை நிலைநிறுத்த விரும்பிய கார்ன்வாலிஸுக்கு பெருத்த அபாயத்தைத் தரவிருப்பதாகத் தோன்றியது. திப்புவை அவன், ‘அசாதாரணமானத் திறமைகளைக் கொண்ட இளவரசன் என்றும், எல்லைகளைக் கடந்த லட்சியங்களைக் கொண்டவன் என்றும், எல்லைப் பரப்பை, வளத்தை விரித்துக்கொண்டு செல்வதில், அடங்காத தாகம் கொண்டவன் என்றும், கர்நாட்டிக்கிலிருந்தக் கம்பெனியின் உடமைகளுக்கு மிரட்டலானச் சக்தியாய் இருப்பவன் என்றும், மற்றவர்களுக்கு அபாயகரமானவன் என்றும் மதிப்பிட்டிருந்தான்.’ இந்திய வளங்களைக் கைப்பற்றினால்தான், பதிமூன்று வட அமெரிக்கக் காலனிகளை இழந்ததில் ஏற்பட்ட சரிவை, தன் தாய் தேசத்தால் ஓரளவு சமப்படுத்த முடியுமென்று, எங்கோ இழந்ததை வேறெங்கோ மீட்க, இந்திய மண்ணில் அவனும் வெல்லெஸ்லியும் செய்த சூதுகள், தனது குடிகளை, உடமைகளைப் பாதுகாக்க, யாருக்கும் அடிமையாகயில்லாமல், சுதந்திரமாக உலவ நினைத்தத் திப்புவை, களத்திலேயே நிற்கவைத்துவிட்டது.

எனினும் திப்புவின் தகுதி, திறமை, பேராவல் எல்லாமே ஆங்கிலேயர்களுக்கு ஆச்சரியம் கலந்த அதிர்ச்சியாகவே இருந்திருக்கிறது. அதை அவர், தனது செயல்பாடுகளில் வெளிப்படுத்தியிருக்கிறார். அவரது குணாதிசயம் மிகக் கடுமையானதாகவும், சமரசமற்றதுமாக இருந்திருக்கிறது. அதனாலேயே, இந்திய அதிகாரங்களில் மிகப் பெருமை வாய்ந்த சாம்ராஜ்ஜிய அதிபதியாகயிருந்தும், சாதாரணப் போர்வீரனைப்போல, தன் மண்ணையும், மக்களையும் காக்க, வாளுடன் களத்தில் இறங்கியிருக்கிறார். அதுவே, அவரது மரணத்துக்கு இட்டுச்சென்றிருக்கிறது.

சில எழுத்தாளர்கள் திப்புவை, முதலாவது இந்திய தேசியவாதியென்றும், இந்திய சுதந்திரத்துக்காக முதலில் உயிர்நீத்த தியாகி என்றும் வர்ணனைக்கு உள்ளாக்குகின்றனர். அது, கடந்த காலத்துக்குள் நிகழ்காலத்தைப் பொருத்தும் சூட்சுமமாகவே இருக்கிறது. திப்பு வாழ்ந்த (1750—1799) காலகட்டத்தில், இந்தியாவில் தேசிய உணர்வெழுச்சியோ அல்லது இந்திய மக்களிடையே, ‘நாமெல்லாம் அடிமைகள்’ என்ற கசந்த விழிப்புணர்வோ வந்திருக்கவில்லை. அதனால், இந்திய

சுதந்திரத்துக்காக, திப்பு ஆங்கிலேயர்களுடன் போர் நடத்தினார் என்று சொல்வது கொஞ்சம் அதிகமாகவேபடுகிறது. உண்மையில் தனது அதிகாரத்தையும், தனித்தன்மையையும் பாதுகாக்கவே தனிமனிதனாக, ஆங்கிலேயர்களுடன் போராடியிருக்கின்றார். மற்றெந்த இந்திய அதிகாரங்களான மராத்தியர்கள், நிஜாம் ஆகியோரைக் காட்டிலும், இந்தியா மீது பிரிட்டிஷ் கொண்டிருந்த அழிப்புத் திட்டங்களை, அதிகம் உணர்ந்தவராகவும் இருந்திருக்கிறார். அதனாலேயே, மராத்தியர்களையும் நிஜாமையும் அபாயத்துக்கு எதிராக எச்சரிக்கை விடுத்து, ஆங்கிலேய ஆட்சிக்கு எதிரான, இந்திய ஆட்சியாளர்கள் கூட்டணியை அமைக்க முயற்சி செய்திருக்கிறார். அதுவே, அவரது பலமும், பலவீனமுமாக இருந்துவிட்டது.

அதேவேளையில், திப்புவின் அரசாங்கமும், அதை அவர் நடத்திய விதமும், அவரது இராணுவமும், அவர் செய்த சீர்திருத்தங்களும், மதக் கொள்கைகளும், தொழிற்துறைக்கு அவர் முன்னெடுத்த முயற்சிகளும், சமூக சமத்துவமும், அவரது குணாதிசயமும் இன்றைய நிலையிலிருந்து பல படிகள் முன்னிற்கின்றன.

இந்திய வரலாற்றின் முதல் பக்கத்தில், முதல் பத்தியில், முதல்வரியின் முதல் வார்த்தையாக எழுதப்பட்டிருக்க வேண்டியப் பெயர், திப்புவுடையது. கிரேக்கப் புராணங்களில் வரும் பெருங்காப்பிய வீரன் அச்சீலஸைப் போன்ற திப்புவை, மறந்துவிட்ட / மறக்கடிக்கப்பட்ட அவரது வரலாற்றுப் பக்கங்களை மீட்டெடுக்கும் வாய்ப்பு, இந்நூல் மூலம் ஓரளவு சாத்தியப் பட்டிருக்கின்றது.

பல்வேறு ஆய்வுகளின் மூலம், திப்புவின் வாழ்க்கை வரலாற்றில் ஒரு பகுதியை, சமூகத்திற்கு தனது பங்களிப்பாக இந்நூல் மூலம் தந்திருக்கும் மொஹிபுல் ஹசன், கல்கத்தா பல்கலைக் கழகத்தின் வரலாற்றுத் துறைப் பேராசிரியர். முதுபெரும் வரலாற்றாசிரியர். அலிகார் பல்கலைக் கழகத்திலும், காஷ்மீர் பல்கலைக் கழகத்திலும் தனது பணியைத் தொடர்ந்தவர். புதுடெல்லியின் ஜாமியா மில்லியா இஸ்லாமியப் பல்கலைக் கழகத்தில் வரலாற்றுத் துறையை நிறுவியவரும், அதன் முதல் பேராசிரியரும் ஆவார்.

1
வழிமரபு, இளம்பருவம் மற்றும் உரிமை அடைதல்

திப்பு சுல்தான் குடும்ப வரலாறு, அவரது தாத்தா ஃபாத் முஹம்மத் முக்கியத்துவம் பெறுவதற்கு முன்பு வரைக்கும் தெளிவற்றதாகவே இருந்து வந்துள்ளது. அதே வேளையில், திப்பு மெக்காவின் குறைஷி இனத்தைச் சேர்ந்தவரென்றும், முஹம்மத் நபி வம்சாவளியில்[1] தோன்றியவரென்றும் பல்வேறு குறிப்புகள் காணக்கிடைக்கின்றன. அநேகமாக, பதினாறாம் நூற்றாண்டின் இறுதியில் அவரது மூதாதையர்கள், வடமேற்கு நிலப்பரப்பைத் தவிர்த்து கடல்மார்க்கமாக[2] இந்தியாவுக்கு வந்திருக்கலாம் என்று வரையறை செய்யப்படுகிறது. இதைத்தவிர, இந்தியாவுக்கு இடம்பெயர்வதற்கு முன்பு அவர்களைப் பற்றியத் தரவுகள் வேறெதுவும் அறியப்படவில்லை[3].

குடும்பப் பாரம்பரியத்தின் அடிப்படையில் திப்புவின் மூதாதையரில் முதல் நபராக அறியப்படும் பெருமையை ஷேக் வலி முஹம்மத் தக்கவைத்துக் கொள்கிறார். கிர்மானியின் கூற்றுப் படி, அவர் தனது மகன் முஹம்மத் அலியுடன் தில்லியிலிருந்து குல்பர்காவுக்கு பிஜப்பூர் சுல்தான் முஹம்மத் ஆதில் ஷா (கி.பி.1626—56) காலத்தில் வந்து சேருகிறார்[4].

அவர் ஒரு பக்திமான். தன்னை, கிசு தராஜ் என்றழைக்கப்

படும் *சதர்—உத்—தீன் ஹுசைனி தரிஹா*[5]வில் இணைத்துக் கொள்கிறார். வாழ்க்கையை நடத்தும் செலவுக்காக அங்கே அவருக்கு மாதாந்திர உபகாரச்சம்பளம் வழங்கப்படுகிறது. தன் மகன் முஹம்மத் அலிக்கு *தரிஹா*வில் பணிபுரியும் ஒரு பணியாளரின் மகளை மணமுடித்து வைக்கிறார். வலி முஹம்மத் இறந்ததும், மகன் முஹம்மத் அலி பிஜப்பூருக்குச் சென்று, இரண்டாம் அலி ஆதில் ஷாவின் படையில் பணியாற்றும் தனது மனைவியின் ஏழு சகோதரர்களின் ஆதரவில் வசிக்கிறார்[6]. அவர் அங்கு சென்ற சில நாட்களிலேயே, மொகலாயர்களுக்கும் பிஜப்பூரிகளுக்கும் போர் மூள்கிறது. அந்தப் போரில் துரதிர்ஷ்டவசமாக முஹம்மத் அலி மனைவியின் ஏழு சகோதரர்களும் கொல்லப்படுகின்றனர். அந்தத் துயரத்துடன் முஹம்மத் அலி, தன் குடும்பத்துடன் பிஜப்பூரிலிருந்து வெளியேறி கோலாருக்கு ஏகுகிறார். அங்கே, கோலாரின் தலைவராக ஷா முஹம்மத் என்பவர் இருக்கிறார். முன்னமே இருவருக்கும் நல்ல அறிமுகம் இருந்தது. அதனால் அவர், முஹம்மத் அலியை இருகரம் விரித்துத்தழுவி வரவேற்கிறார். அத்துடன், தனது சொத்துகளை பாதுகாக்கும் பொறுப்பையும் அவருக்குத் தருகிறார். ஷா முஹம்மதின் முகவராகச் செயல்பட்டுக்கொண்டே முஹம்மத் அலி சில பண்ணைகளையும், குத்தகைக்கு சில நிலங்களையும், தோட்டங்களையும் எடுத்துப் பராமரிப்பு தொழிலைச் செய்கிறார்.

பாத் முஹம்மத்

முஹம்மத் இலியாஸ், ஷேக் முஹம்மத், முஹம்மத் இமாம், ஃபாத் முஹம்மத் என்று நான்கு மகன்கள் முஹம்மத் அலிக்குப் பிறக்கிறார்கள். அவர்கள் வளர்ந்து வரும்போது, தந்தை முஹம்மத் அலி மகன்களிடம், 'தாத்தாவைப்போல இறைநேசராக ஆகுங்கள்' என்று கேட்டுக் கொள்கிறார். ஆனால் பிள்ளைகள், தந்தையின் விருப்பத்துக்கு ஆட்படாமல் மாறாக ஆயுதத் தொழிலை தேர்வு செய்கிறார்கள். 1697 ஆம் ஆண்டு, முஹம்மத் அலி இறந்து போகிறார். அவரது நான்கு மகன்களில் ஒருவரான ஃபாத் முஹம்மத் கோலாரிலிருந்து புறப்பட்டு ஆற்காடு வந்து சேருகிறார். அங்கு சாதுல்லாஹ்கானிடம் பணியில் சேரும் வாய்ப்பு உருவாகிறது. *ஜமேதார்* பதவியைப்பெறும் அவருக்கு, 200 காலாட்படை வீரர்களும், 50 குதிரைப்படை வீரர்களும் அடங்கிய ஒரு பிரிவை நிர்வகிக்கும் அதிகாரமும் கிடைக்கிறது. சில நாட்களிலேயே ஜமேதார் ஃபாத் முஹம்மத், தஞ்சாவூரின் பீர்ஜாதாவான சயீத் புர்கான்—உத்—தீனிடம் பணிக்கு அனுப்பி வைக்கப்படுகிறார்.

ஃபாத் முஹம்மதின் நுட்பமானச் செயல்பாடுகளில் மனம் கனிந்த சயீத் புர்கான்—உத்—தீன், தன்னிடம் உண்மையுடன் பணிபுரிந்த ஃபாத் முஹம்மதுக்கு தன் மகளை மணம் செய்துதந்து, 600 காலாட்படை வீரர்களையும், 500 குதிரைப்படை வீரர்களையும், 50 பீரங்கிப்படை வீரர்களையும் வழங்கி, பதவியுயர்வு செய்து கௌரவப்படுத்துகிறார். இருந்தும், ஃபாத் முஹம்மத் ஆற்காட்டிலிருந்து இடம்பெயர்ந்தது குறித்து வலுவானத் தரவுகள் ஏதுமில்லை[7]. அடுத்து, மைசூர் ராஜாவிடம் பணிபுரியும் தனது நெருங்கிய உறவினர் ஷேக்

இலியாஸ் மகன் ஹைதர் சாகிப் பரிந்துரையின் மூலம், புதிய இடத்தில் பணியில் சேருகிறார். ஆனால் ஃபாத் முஹம்மத் அதிக நாட்கள் மைசூரில் தங்கவில்லை. இத்தனைக்கும் அங்கே அவருக்கு *நாயக்* பட்டம் வழங்கப்படுகிறது. இருந்தபோதும், மைசூர் ராஜாவிடம் பணிபுரியும் படைத்தலைவர்களிடையே நிலவிய கருத்து வேறுபாடுகளில் மனம்நொந்த ஃபாத் முஹம்மத் அங்கிருந்து வெளியேறி விடுகிறார். பின்னர், சிரா[8] நகரத்தின் நவாப் தர்ஹா குலி கானிடம் பணியில் சேருகிறார். அங்கே அவருக்கு 400 காலாட்படை வீரர்களும், 200 குதிரைப்படை வீரர்களும் வழங்கப்படுவதுடன் தோத்பல்லா பூர் கோட்டை[9]யின் பொறுப்பாளராகவும் நியமிக்கப்படுகிறார். அப்போது, அவருக்கு அங்கே 1721 ஆம் ஆண்டில் ஒரு ஆண் குழந்தை பிறக்கிறது. அக்குழந்தைக்கு ஹைதர் அலி என்று பெயரிடுகிறார். அதற்கு மூன்றாண்டுகளுக்கு முன்னமே, அவருக்கு முதல் குழந்தை பிறந்து, அதற்கு ஷாபாஜ் என்று பெயரிட்டிருக்கிறார்.

ஹைதர் அலி

சில ஆண்டுகளில் தர்ஹா குலி கான் மரணமடைந்ததும், அவரது மகன் அப்துல் ரசூல் கான் நவாப் ஆகிறான். இச்சந்தர்ப்பத்தில் சாதுல்லாஹ் கானின் ஆதரவு பெற்ற தாஹிர் கான் என்பவன், சிராவின் *சுபேதாரி* பொறுப்பை கைப்பற்றிக் கொள்கிறான். ஆனால் ஃபாத் முஹம்மதின் படைபலத்துடன் இருக்கும் அப்துல் ரசூல் கான் அவனுக்கு, சிராவை விட்டுத்தர மறுக்கிறான். இது, அவர்களுக்குள் மோதலை உருவாக்கி விடுகிறது. ஆயுதங்கள் கையாளப்பெற்ற அந்த மோதலில் அப்துல் ரசூல் கானும், ஃபாத் முஹம்மதும் கொல்லப்படுகின்றனர். தாஹிர் கான் சிராவின் *சுபேதார்* ஆகிவிடுகிறான். ஃபாத் முஹம்மத் பொறுப்பு வகித்துவந்த தோத் பல்லாபூரின் சொத்துகள், அப்துல் ரசூல் கானின் மகன் அப்பாஸ் குலி கானுக்கு[10] தந்தையின் ஜாகிர்களாகக் கிடைக்கின்றன. மோதலில் மரணமடைந்த ஃபாத் முஹம்மதுக்கு கடன்கள் இருந்தன. பொறுப்புக்கு வந்துவிட்ட அப்பாஸ் குலி கான், கோட்டைக்குள் தங்கியிருந்த ஃபாத் முஹம்மதின் குடும்பத்தாரிடம், குறிப்பாக அவரது வாரிசுகளிடம் பட்ட கடனை அடைக்கச்சொல்லி, துன்புறுத்தத் தொடங்கினான்[11]. அப்போது ஹைதர் அலிக்கு வயது ஐந்துதான் ஆகியிருந்தது. ஹைதர் அலிக்கு மூத்தவனான ஷாபாஜ், எட்டு வயது சிறுவன். அந்தவகையில் அப்பாஸ் குலி கான், ஃபாத் முஹம்மதின் குடும்பத்தினர் வைத்திருந்த சொத்துகள் அனைத்தையும் பறிமுதல் செய்து, நட்டாற்றில் விட்டுவிடுகிறான். மட்டுமல்லாமல், சிறுவர்களாக இருக்கும் இருவரையும் மிரட்டலாய் நடத்துகிறான். ஃபாத் முஹம்மதின் விதவை மனைவி, அப்பாஸ் குலி கானின் நடவடிக்கைகள் குறித்தும், பிள்ளைகளும் தானும் அனுபவித்து வரும் துன்பங்கள் குறித்தும் மைசூர் அரசில் பணிபுரியும் கணவரின் நெருங்கிய உறவினரான ஹைதர் சாகிப்பிடம் தெரிவிக்கிறார். உடனடியாக அவர், மைசூர் ராஜாவின் *தளவாய்* தேவராஜின் கவனத்துக்குக் கொண்டு சென்று ஆதரவற்றிருக்கும் குடும்பத்துக்கு உதவுமாறு முறையிடுகிறார். சிரா நகரத்தின் சுபேதாருக்குக் கடிதம் எழுதும் தேவராஜ், அப்பாஸ் குலி கானின் அடாவடித்தன நடவடிக்கைகளைக் கண்டித்தும் ஃபாத்

முஹம்மதின் குடும்பத்தை உடனடியாக விடுவிக்கவும் உத்தரவிடுகிறார்[12]. அப்பாஸ் குலி கானின் பிடியிலிருந்து விடுவிக்கப்பட்டதும், ஃபாத் முஹம்மதின் விதவை மனைவி, தனது பிள்ளைகளுடன் பெங்களூருவுக்கு இடம்பெயர்கிறார். பின்னர் அங்கிருந்து, ஸ்ரீரங்கப்பட்டிணம் செல்கிறார்[13]. இவ்வாறாக ஹைதர் சாகிப்பின் பாதுகாப்பில் அவர்களின் வாழ்க்கை நகரத் துவங்குகிறது. ஹைதர் சாகிப், ஹைதர் அலியையும் ஷாபாஜையும் தனது சொந்தக்குழந்தைகளாக நடத்தி, அவர்களுக்கு ஆயுதங்களைக் கையாளும் முறையையும் குதிரையேற்றப் பயிற்சியையும் கற்றுக் கொடுக்கிறார். ஆனால் வளர்ந்து ஆளான அவர்கள் இருவரும், அவரை விட்டுப்பிரிந்து, சித்தூர் ஜாகிர்தாரான கர்நாடிக் நவாப் முஹம்மத் அலியின் இளைய சகோதரர் அப்துல் வஹாப் கானிடம் பணியமர்கின்றனர். இதனிடையே, ஹைதர் சாகிப் பொருளாதார வளர்ச்சியும், மைசூர் அரசில் செல்வாக்கும் ஒருசேரப்பெற்றுத் திகழ்கிறார். அவர், தளவாய் தேவராஜின் இளைய சகோதரரான நஞ்சராஜிடம் ஹைதர் அலி, ஷாபாஜ் இரண்டு பேரையும் ஒப்படைத்து, அவர்களின் வளர்ச்சிக்கு உறுதுணை செய்யச் சொல்கிறார். நஞ்சராஜ் இரு சகோதரர்களுக்கும் 300 காலாட்படை வீரர்களையும், 50 குதிரைப்படை வீரர்களையும் வழங்கி, பணியமர்த்திக் கொள்கிறார். ஹைதர் சாகிப்பின் மரணத்தைத் தொடர்ந்து, ஷாபாஜுக்கு அவரது படைப்பிரிவின் பொறுப்பும் கிடைக்கிறது[14]. இந்தவகையில் ஹைதர் அலி சுதந்திரமாகச் செயல்படும்படி படைப்பொறுப்புகள் ஏதும் முதலில் வழங்கப்படவில்லை. தனது மூத்த சகோதரருடன் இணைந்து செயல்படும் அளவிலேயே அவர் இருந்து வருகிறார். அதனால், தன்னை நிரூபிப்பதற்கான வாய்ப்புக்காகக் காத்திருக்க வேண்டியிருந்தது. அப்படியொரு வாய்ப்பு தேவன ஹள்ளி[15] (1749) முற்றுகையின்போது, அவருக்கு வாய்க்கிறது. அவர் செய்த சாகசங்களால் நாராயன் கவுடா தலைமையில் சென்றபடை, எளிதாக தேவனஹள்ளியைக் கைப்பற்றுகிறது. நாராயன் கவுடாவை வெகுவாகக் கவர்ந்த ஹைதர் அலியின் சாகசங்கள் அவருக்கு *கான்* பட்டத்தைப் பெற்றுத்தருகிறது. கூடவே, 200 காலாட்படை வீரர்களையும், 50 குதிரைப்படை வீரர்களையும் கொண்ட தனிப்படை அவர் பொறுப்புக்கு வருகிறது[16]. இந்தத்துவக்கமே அவரது வளர்ச்சிக்கு ஆதார வேராக அமைகிறது. அந்த வகையில் அவரது இளமைப்பருவத்தில் சூழ்ந்திருந்தத் தெளிவற்றநிலை மாறி, வரலாற்றின் வெளிச்சம் நிறைந்தப் பக்கங்களில் அவர் உலவத் தொடங்குகிறார்.

அவரது வளர்ச்சிப்பாதையின் மற்றொரு கதவு, 1749 ஆம் ஆண்டு திறந்து கொடுக்கிறது. மைசூர் ராணுவத்தில் நஞ்சராஜ் தலைமையிலான ஒரு படைப் பிரிவைச் சேர்ந்த ஹைதர் அலி, அதிகாரத்தைக் கைப்பற்றும் போட்டியிலிருந்த ஆசிப் ஜா நிஜாம்—உல்—முக்கின் மகனான நசீர் ஜங்க்கு உதவியாகக் களமிறக்கப்படுகிறார். நசீர் ஜங்குக்கும் அவனது ஒன்றுவிட்ட சகோதரன் முஸாபர் ஜங்குக்குமிடையில் பதவிப்போட்டி இருந்து கொண்டே இருந்தது. ஹைதர் அலியின் பலத்துடன் இருந்த நசீர் ஜங், தனது எதிரியை சரணடையச் செய்திருந்தான். ஆனால் 1750, டிசம்பர் 16ஆம் நாளன்று இரவு, கடப்பாவின் *நவாப்* பத்தான் என்பவன் செய்த துரோகத்தால் நயவஞ்சகமாக நசீர் ஜங் கொல்லப்படுகிறான். இதையடுத்து, அந்தப்பகுதியில் குழப்பம் உருவாகிறது. இந்தச் சந்தர்ப்பத்தைத் தொடர்ந்து நசீர் ஜங்கின் கஜானா, பிரஞ்சுக்காரர்களின்

கைக்குப் போய்ச்சேர்கிறது. அதேவேளையில் கஜானாவின் ஒருபகுதியை ஹைதர் அலி வேட்டைக்கார உதவியாளர்[17]களின்மூலம் கைப்பற்றிக்கொள்கிறார். புதையலாய்க் கிடைத்த செல்வத்துடன் மைசூருக்குத் திரும்பிய ஹைதர் அலி அச்செல்வத்தைக் கொண்டு, படையைப் பெருக்குகிறார். பிரஞ்சுப் படையிலிருந்து தப்பியோடியவர்களை அழைத்துவந்து கடும்பயிற்சி அளிக்கிறார்[18].

இதனிடையே கர்நாடிக்கின் நவாப் பதவிக்கான போட்டி, முஹம்மத் அலிக்கும் சந்தா சாகிபுக்குமிடையில் நிலவி வந்தது. முஹம்மத் அலி தனது எதிரியான சந்தா சாகிப்பால் கடுமையான பாதிப்புக்கு உள்ளாகியிருந்தார். அவருக்கு பிரஞ்சுப் படையின் ஆதரவும் இருந்தது. அந்த நிலையில் முஹம்மத் அலி, நஞ்சராஜின் ஆதரவைக் கோருகிறார். கோரிக்கைக்குப் பிரதியாக, மைசூருக்குத் திருச்சிராப்பள்ளியையும் அதைச்சார்ந்த இடங்களையும் கைமாறு அளிப்பதாக உறுதி தருகிறார்[19]. புதிய பகுதியைப் பெறுவதற்கான வாய்ப்புக்குறித்து நஞ்சராஜுக்குக் குழப்பமேற்படுகிறது. முதலில் தயங்குகிறார். பிறகு மனந்தெளிந்து முஹம்மத் அலிக்கு உதவுவதற்காக, திருச்சிராப்பள்ளிக்குப் புறப்பட்டுச் செல்கிறார்[20]. 1752 ஆம் ஆண்டு பிப்ரவரி முதல் டிசம்பர் வரை மைசூர் படை ஆங்கிலேயர்களின் துணையுடன் சந்தா சாகிபையும் பிரஞ்சுப் படையையும் எதிர்த்துப் போரிடுகிறது. மே மாத வாக்கில், சந்தா சாகிப் கொல்லப்பட்டுவிட்ட போதிலும் வாக்குக்கொடுத்தது போல முஹம்மத் அலி திருச்சிராப்பள்ளியை மைசூருக்கு தாரைவார்க்கவில்லை. ஸ்ரீரங்கம் தீவை மட்டும் கையளிப்பு செய்கிறார். ஆத்திரமடைந்த நஞ்சராஜ், முஹம்மத் அலி மற்றும் ஆங்கிலேயரிடமிருந்து திருச்சிராப்பள்ளியைக் கைப்பற்றிவிடும் நோக்கத்தில், இப்போது பிரஞ்சுப்படையுடன் இணைந்து போரைத் தொடர்கிறான். அதில் அவன் வெற்றியடைய முடியவில்லை. அதனால் மைசூருக்கு ஏமாற்றத்துடன் திரும்ப வேண்டியிருந்தது. திருச்சிராப்பள்ளி போர் நஞ்சராஜுக்கு அவலத்தைத் தந்திருந்தாலும், போர்க்காலம் முழுவதும் மைசூர் படையுடன் இணைந்து போரில் ஈடுபட்ட ஹைதர் அலிக்கு அது, மறைமுக ஆசிர்வாதமாக ஆகியிருந்தது. ஐரோப்பியர்களின் போர்முறை குறித்து, பரந்துபட்டப் பேரறிவை ஹைதர் அலி பெற்றிருந்தார். களத்தில் அவர் காட்டிய மனோபலமும், விடாமுயற்சியும் நஞ்சராஜை மிகவும் கவர்ந்திருந்தது. மைசூருக்கு உட்பட்ட திண்டுக்கல்லில் எதற்கும் கட்டுப்படாத பாளையக்காரர்களின் தொல்லை பெருகிக்கிடந்தது. அவர்களைக் கட்டுப்படுத்த ஹைதர் அலி தான் சரியான ஆள் என்று கருதிய நஞ்சராஜ், திருச்சிராப்பள்ளியிலிருந்து 1755 ஆம் ஆண்டு மைசூருக்குத் திரும்பிய ஹைதர் அலியை, திண்டுக்கல்லின் பௌஸ்தார் ஆக நியமனம் செய்தான். அங்கே சென்றதும் ஹைதர் அலி பாளையக்காரர்களின் கலகத்தை அடக்கி, சட்டம் ஒழுங்கை நிலைநிறுத்தினார். திண்டுக்கல்லில் அவர் இருந்த காலகட்டத்தில் பணிகளுக்கிடையே தனது படைபலத்தை எண்ணிக்கையிலும், போர்த்திறமையிலும் வலுப்படுத்திக் கொண்டார். பிரஞ்சுப் பொறியாளர்களின் மேற்பார்வையில் பீரங்கிகளைத் திட்டமிட்டு வடிவமைத்து அதன் நுணுக்கங்களை தானும் கற்று, படையினருக்கும் போதிக்கச் செய்தார். படை வலுவானதாக உருவாகியிருந்தது[21].

இதனிடையே, தலைநகர் குழப்பமான சூழ்நிலையில் திரிந்து கிடந்தது. மைசூர்

அரசரை பொம்மை அரசராக நஞ்சராஜ்—தேவராஜ் சகோதரர்கள் ஆக்கிவிட்டார்கள் என்று அரசரின் உறவினர்கள் எதிர்ப்புகாட்டத் தொடங்கினார்கள். பரஸ்பரம் குற்றம்சாற்றிக் கொண்டார்கள். சகோதரர்களுக்கிடையிலும் கொள்கையளவில் அபிப்ராயப்பேதமும், கடும்போக்கும் உருவாகியிருந்தது[22]. எல்லாவற்றுக்கும் மேலாக, திருச்சிராப்பள்ளியைக் கைப்பற்ற எடுத்துக்கொண்ட வீண் செலவு, போர்ச்செலவு, நிஜாமுக்கும் மராத்தியர்களுக்கும் கட்டியக்கப்பம் என்று ஆறாய்ப்பெருகி வழிந்தோடிய மைசூர் அரசின் நிதி, கஜானாவை வழித்தெடுத்து ஓட்டாண்டியாக்கியிருந்தது. இதன் விளைவாக படைவீரர்களுக்கு பல மாதங்களாகச் சம்பளம் வழங்கப்படாமல் நிலுவையாகிவிட்டது. அதனால் அதிருப்தியடைந்த படைவீரர்கள் குறைகளைக் களையச்சொல்லி நஞ்சராஜ் வீட்டுக்குத் தண்ணீர், மற்றபொருட்கள் எதையும் அனுமதிக்காமல் தடைவிதித்து, தர்ணாவில் ஈடுபட்டனர்.

ஸ்ரீரங்கப்பட்டிணத்தின் நிலைமை சரியில்லை என்று கேள்விப்பட்டதும், சூழலை இயல்பு நிலைக்குக் கொண்டுவரக்கூடியத் தகுதி, ஹைதர் அலிக்கு மட்டுமே இருப்பதாகக் கருத்து நிலவியது. அவர் உடனடியாக அங்கே பயண மானார். தேவராஜையும் நஞ்சராஜையும் பேச வைத்து, ஒருவருடன் ஒருவர் ஒத்துப்போகச் செய்தார். அரசரின் பாதுகாப்புக்கு உத்தரவாதம் அளித்தார். படைவீரர்களுக்கு வழங்கப்பட வேண்டிய நிலுவைத் தொகையை உடனடியாக வழங்குவதற்கு ஏற்பாடுகள் செய்தார். இந்த நடவடிக்கைகள் அவர் மீதான மரியாதையை பன்மடங்கு வலுப்படுத்தின. அதனால் 1758 ஆம் ஆண்டு, மராத்தியர்கள் மைசூரைக் கைப்பற்ற முனைந்த போது, ஹைதர் அலி தளபதியாக நியமிக்கப்பட்டார். நம்பிக்கையுடன் தனக்களிக்கப்பட்டப் பொறுப்பை உணர்ந்து, எதிராளிகளைத் துரத்தியடித்தார்[23]. சமயோசிதமாக நேரத்திற்குத் தகுந்தாற்போல நடந்து, எதிராளிகளுக்கு எதிராக படைநடத்தி வெற்றிகண்ட ஹைதர் அலி, அங்கே அமைதி நிலவ உத்தரவாதம் செய்தார். வெற்றிக்களிப்புடன் ஸ்ரீரங்கப்பட்டிணம் திரும்பிய அவரை, அரசர் முன்னின்று வரவேற்றார். மக்கள், மைசூரைக் காக்க வந்தவர் என்று போற்றினர். ஆனாலும் அரசின் நிதிநிலைமை சீரமைக்கப்படாததால் நிர்வாகத்தில் பெரும்தேக்கம் ஏற்பட்டது. படைவீரர்கள் மறுபடியும் நிலுவை சம்பளத்தொகை கேட்கவேண்டியநிலை உருவாகியிருந்தது. ஒரு கட்டத்தில் அவர்கள் மீண்டும் தர்ணா என்று உட்கார்ந்துவிட்டார்கள். நஞ்சராஜ் பிரச்சனைகளை எதிர்கொள்ள முடியாமல் திக்குமுக்காடினான். அடுத்தடுத்துத் தொடர் தோல்விகளால் அவரது மரியாதையும் செல்வாக்கும் சரிந்துபோயிருந்தது. அரசியலிலிருந்து அவன் ஓய்வுபெற விரும்பினான். இப்படியொரு சந்தர்ப்பம் உருவாகும் என்று கணித்திருந்த ஹைதர் அலி, சாதுர்யமாக நடந்துகொண்டார். அந்த இடத்தில் தன்னை நுட்பமாகப் பொறுத்திக்கொண்டார். ஆனால் அவருக்கு எதிராளிகள் மிக அருகிலேயே இருந்தனர். திவான் காந்தாராவ் அந்த இடத்துக்கு தான் வரவிரும்பி, ஹைதர் அலிக்கு எதிராகப் பல்வேறு சதித்திட்டங்களைத் தீட்டினான். அரசரும் அதிகாரமாற்றத்தால் தனக்கு ஏதும் ஏற்றமிருக்காது என்று கவலை கொள்ள ஆரம்பித்தார். ஆனால் ஹைதர் அலி, தனது விசாலமான அறிவாற்றலாலும், நுணுக்கமான ஈடுபாட்டாலும், மன தைரியத்தாலும் எதிராளிகளின் சதித்திட்டங்களை முறியடித்து தன்னை

நிலைநிறுத்திக் கொண்டார். 1761 ஆம் ஆண்டு மைசூரின் நிகரற்ற ஆட்சியாளராக ஆனார். வெற்றிமீது வெற்றிகளைப் பெற்று வந்தபோதிலும், 1764 முதல் 1772 ஆம் ஆண்டு வரை மூன்றுமுறை மைசூரில் நடந்த மராத்தியப் போர், ஹைதர் அலிக்கு பின்னடைவை உருவாக்கியது. அதேவேளையில் 1778 ஆம் ஆண்டுக்குப் பின் விரிந்துபரந்த சாம்ராஜ்ஜியம் அமைய, அவர் தன்னைச் செதுக்கிக்கொண்டார்.

திப்புவின் பிறப்பு

ஹைதர் அலியின் முதல் மனைவி சிராவின் *பிர்ஜாதா* ஷா மியான் சாகிப் என்று அழைக்கப்பட்ட சயீத் ஷாபாஜின் மகளாவார். அந்தப் பெண் மூலமாக, ஹைதர் அலிக்கு பெண் குழந்தை பிறந்தது. ஆனால் பிரசவத்தின் போது நீர்க்கோர்வை நோய் தாக்கி, அந்தப் பெண் நீண்ட காலம் வரை கைகால்கள் செயல்பாடின்றி உயிர் வாழ்ந்தார். பின்னர் ஹைதர் அலி கடப்பா கோட்டையின் ஆளுநராக சில காலம் இருந்த மீர் முயின்—உத்—தீனின் மகள் பாத்திமா என்ற பக்கிர்—உன்—நிஷாவை திருமணம் செய்துகொள்கிறார்[24]. அந்தப் பெண் கருவுற்றிருந்தபோது, தனது கணவருடன் ஆற்காட்டிலுள்ள திப்பு மஸ்தான் அவுலியா தர்ஹாவுக்கு பயணம் மேற்கொள்கிறாள். தனக்கு சுகப்பிரசவம் நடக்க வேண்டுமென்றும், அதில் ஆண் மகவு பிறக்க வேண்டுமென்றும் அங்கே வேண்டிக்கொள்கிறாள். அவள் கோரிக்கை செவிசாய்க்கப்படுகிறது. ஹிஜ்ரி 1163 ஆம் ஆண்டு, (நவம்பர் 20, 1750) ஜில்ஹிஜ்ஜா மாதம் 20 ஆம் நாள், வெள்ளிக்கிழமையன்று அவளுக்கு தேவனஹள்ளியில் ஒரு மகன் பிறக்கிறான். மைசூர்படை வீரர்களால் 1749 ஆம் ஆண்டு தேவனஹள்ளி கைப்பற்றப்பட்டதிலிருந்து அவள் அங்கே வசித்து வந்தாள். பிறந்த குழந்தைக்கு, கோரிக்கைக்குச் செவிசாய்த்த மகான் திப்பு சுல்தான் பெயரைச் சூட்டுகிறாள். திப்பு, பலநேரங்களில் தாத்தாவின் பெயரான ஃபாத் முஹம்மதின் நினைவாக ஃபாத் அலி என்றும் அழைக்கப்பட்டான்.

சில எழுத்தாளர்கள், திப்பு தனது தந்தைக்குப்பின் பதவியேற்கும் போது, சுல்தான் பட்டத்தைச் சூட்டிக்கொண்டதாகக் குறிப்பிடுகின்றனர். ஆனால் சுல்தான் என்பது பெயர்தான். பட்டமல்ல என்று சமகாலக் குறிப்புகள் சுட்டுகின்றன[25]. ஆங்கிலேய மற்றும் பிரஞ்சுக் குறிப்புகளில் திப்பு இளவரசனாக இருந்தபோது, *திப்பு சாகிப்* என்றும் அவரது தந்தையின் இறப்பையடுத்து உடனடியாக *திப்பு சுல்தான்* என்றும் குறிக்கப்படுகிறார். சில வேளைகளில் *நவாப் திப்பு சுல்தான்* என்றும் அழைக்கப்பட்டிருக்கிறார். ஐரோப்பியர்கள், அந்தக் காலத்தில் மற்றவர்களின் பெயர்களை வாய்க்குவந்தது போலவும், துல்லியமற்றும் அழைத்து வந்திருப்பதையும் கவனத்தில் கொள்ளவேண்டும். இதற்கிடையில், பதவியேற்பின் போது திப்பு, சுல்தான் பட்டத்தையோ நவாப் பட்டத்தையோ சூட்டிக்கொண்டார் என்பதற்கான ஆதாரங்கள் எங்கும் காணப்படவில்லை. 1787 ஆம் ஆண்டு மராட்டியர்களுடனானப் போர் முடிவுக்கு வந்ததும், *பாதுஷா* பட்டத்தைச் சூட்டிக் கொண்டார்.

திப்புவின் இளமைப்பருவம் தொடர்பானத் தகவல்கள் மிகச்சிலவே

காணப்படுகின்றன. அதுவும்கூட அங்கொன்றும் இங்கொன்றுமாகவே சிதறிக்கிடக்கின்றன. திவான் காந்தாராவ் ஹைதர் அலியை அழித்தொழிப்பதற்கானச் சதித்திட்டங்களைச் செயல்படுத்தியபோது, திப்பு தனது தந்தையுடன் ஸ்ரீரங்கப்பட்டிணத்தில் இருக்கிறார். அப்போது அவருக்கு வயது பத்துதான் ஆகியிருந்தது. ஹைதர் அலி, தன் வாழ்க்கையை ஆபத்து சூழ்ந்துவிட்டதாக உணர்கிறார். தன்னைப் பாதுகாத்துக் கொள்வது கடினம் என்று நம்பிக்கை இழக்கிறார். அதையடுத்து 1760 ஆம் ஆண்டு, ஆகஸ்ட் 12 ஆம் தேதி நள்ளிரவில், திப்புவையும் குடும்பத்தையும் விட்டுவிட்டு தலைநகரிலிருந்து தப்பிவிடுகிறார். திவான் காந்தாராவ் ஹைதர் அலியின் குடும்பத்தை ஸ்ரீரங்கப்பட்டிணம் கோட்டைக்குள்ளிருக்கும் மசூதியின் அருகிலுள்ள வீட்டில் ஏறத்தாழ சிறை வைக்கிறான். வீட்டுக்கு வெளியே காவல் போடுகிறான். மற்றபடி அவர்களை நேர்மையுடன் நடத்தினான். ஸ்ரீரங்கப்பட்டிணத்தை மீண்டும் கைப்பற்றிய ஹைதர் அலி, தலைநகரைக் காட்டிலும் பெங்களூர் தனது குடும்பத்துக்குப் பாதுகாப்பானது என்று கருதி, அங்கே குடியேற்றினார்[26]. பிறகு, 1763 ஆம் ஆண்டு பெத்னூரை வென்றதும் திப்பு அங்கே அனுப்பப்பட்டார்.

கல்வி

தனக்குக் கல்விப் பின்புலம் ஏதுமற்ற நிலையிலும் தகுதியான ஆசிரியர்களைக் கொண்டு திப்புவைக் கல்வி கற்கச்செய்கிறார். குறிப்பாக, முஸ்லீம் இளவரசனுக்குரிய மார்க்கக் கல்வியையும் பயிற்றுவிக்கிறார். குதிரையேற்றம், துப்பாக்கி சுடுதல், பாதுகாப்புக் கலைகள் உள்ளிட்ட போர்முறைகளுக்கான அடிப்படைகளை, ஐரோப்பியர்களைக் கொண்டு பயிற்சிபெறச் செய்கிறார். போர்க்கலைகளையும் ஒழுக்க அறிவையும் இராணுவ மதிப்பீடுகளையும் தன்னுடன் கூடவே வைத்திருந்து, 'அவையத்து முந்தியிருப்பக் கற்றுக்கொள்ளச் செய்கிறார். திப்புவின் இராணுவ ஆசானாக, ஹைதர் அலியின் அதிகாரிகளில் மிகச்சிறந்தவரான காஜிகான் இருந்து வந்தார். அதேவேளையில் திப்புவுக்கு உருது, பெர்ஷியன், அராபிக், கன்னடம், குரான், பிஃக், மற்றும் பிறபாடங்களைக் கற்றுத்தந்த ஆசிரியர்களின் பெயர்கள் அறியப்படவில்லை.

மலபாரைக் கைப்பற்ற ஹைதர் அலி 1766 ஆம் ஆண்டு படையெடுத்துச் சென்றபோது, திப்புவுக்கு வயது பதினைந்துதான் ஆகியிருந்தது. உண்மையானப் போரின் அனுபவத்தைப் பெறவைப்பதற்காக மகனை தன்னுடன் வரச்சொல்லி உத்தரவிட்டார் தந்தை. அனுபவம் பெறுவதற்காகச் சென்ற திப்பு, ஒருகட்டத்தில் களம்புகுந்து சாகசத்தை நிகழ்த்திவிட்டார். அப்போது திப்புவின் போர்க்குணமும், தைரியமும் வெளிப்பட்டது. பெத்னூரின் தெற்குப்பகுதியிலுள்ள மலைநகரமான பாலம் எனுமிடத்தில் ஹைதர் அலி, தனது தாக்குதலைத் துவக்கினார். அது ஒரு பாளையம். அந்தப் பாளையக்காரனை ஹைதர் அலி வென்றுவிட்டார். என்றபோதும் தோற்றோடிய பாளையக்காரன் சரணடைய மறுத்துவிட்டான். அந்தவேளையில் திப்பு தன்னுடன் இரண்டு அல்லது மூன்றாயிரம் துருப்புகளை அழைத்துக்கொண்டு அடர்ந்தக் காட்டுப்பகுதிக்குள் ஊடுருவி, பாளையக்காரனும்

அவனைச் சார்ந்தவர்களும் மறைந்திருந்த இருண்ட பகுதியைச் சுற்றிவளைத்து, தாக்குதல் நடத்தி, அவர்களைப் பணயக்கைதிகளாகப் பிடித்துவிட்டார். பெரும் எண்ணிக்கையிலான மற்றவர்களையும் ஒரு துப்பறிவாளனைப் போல திறமை யாகப் பின்தொடர்ந்துசென்று கைது செய்தார். இந்த நடவடிக்கைகள் பாளையக்காரனை மிரளச் செய்து, விரைந்தோடிவந்து சரணடைய வைத்தது. ஹைதர் அலியை ராஜாதிராஜாவாக ஏற்க மறுத்தவர்களை, மற்ற மலபார் அதிகாரிகள், திப்புவின் பாணியை முன்னுதாரணமாகக் கொண்டு பணியவைத்தனர். மகன் திப்புவின் 'என்னோற்றான் கொல் எனும் சொல்' பெருமையில் தந்தை ஹைதர் அலி, 200 குதிரைப்படை வீரர்களை வழங்கி, தனக்குப் பாதுகாவலனாக நியமனம் செய்துகொண்டார். விரைவிலேயே படைவீரர்களின் எண்ணிக்கையை உயர்த்தி 500 ஆக்கி, மால்வல்லி, கோனானூர், தர்மபுரி, பென்னாகரம், மற்றும் தேன்க(னி)ரைக்கோட்டை ஆகிய மாவட்டங்களையும் வழங்கி அவரை ஜாகிராக உயர்த்தினார்.

முதலாம் ஆங்கிலேயர் - மைசூர் போர்

முதலாம் ஆங்கிலேயர்—மைசூர் போர் 1767 முதல் 1769 ஆம் ஆண்டு வரை இரண்டாண்டுகள் நீடித்தது. இப்போரில் ஆங்கிலேயருக்கு ஆதரவாக நிஜாமும், மராத்தியர்களும் களத்தில் இருந்தனர். ஆனால் ஹைதர் அலி அந்தக் கூட்டணியை உடைத்து, ஆங்கிலேயரைத் தனிமைப்படுத்தி வெற்றி கண்டார். முதலில் மராத்தியர்களுடன் பேச்சுவார்த்தை நடத்தி, அந்தக் கூட்டணியிலிருந்து அவர்களை விலகச் செய்தார். பின்பு, பெங்களூருக்கு 37 மைல் தொலைவிலுள்ள சென்னப்பட்டிணத்தில் முகாமிட்டிருந்த நிஜாமை வெற்றிகொள்ள முற்பட்டார். 1767 ஆம் ஆண்டு, ஜூன் 11 ஆம் தேதியன்று ஐந்து யானைகள், பத்து அழகியக் குதிரைகள், பணம் மற்றும் நகைகளை பரிசுப்பொருட்களாக எடுத்துக்கொண்டு திப்பு புறப்பட்டார். அவருடன் மாபூஸ்கான், மீர் அலி ரஜா ஆகியோரும் சென்றனர். நிஜாம், திப்புவை மிக இணக்கமாக வரவேற்றான். மேலும் 'தேசத்தின் எதிர்காலம்' என்று பொருள்பட, *'நசீப்—உத்—தௌலா'* என்று அழைத்தான். ஏராளமானப் பொருட்களையும் நகைகளையும் பரிசளித்த நிஜாம், திப்புவுக்கு 'பாத் அலி கான் பகதூர்' என்று பட்டம் சூட்டினான். இளவரசர் திப்பு, நிஜாமுடன் பேச்சுவார்த்தை நடத்தி, உடன்படவைத்து, அவர்களை ஹைதர் அலியுடன் சேர்ந்து ஆங்கிலேயருக்கு எதிராகப் போரிட வைத்தார்.

ஜூன் 19 ஆம் தேதி ஸ்ரீரங்கப்பட்டிணம் திரும்பிய திப்புவுக்கு, அவரது இராணுவ ஆசான் காஜிகான் தலைமையிலேயே முதன்முதலாகப் போருக்குச் செல்லும் உத்தரவு வழங்கப்பட்டது. அவர் மெட்ராஸ் நோக்கிக் கிளம்பினார். மீர் அலி ரஜா, மக்தூம் சாகிப், முஹம்மத் அலி ஆகியோர் அவருடன் சென்றனர். மைசூர் குதிரைகள் மெட்ராஸுக்குள் புகுந்து, சாந்தோம் பகுதியை சூறையாடின. மெட்ராஸ் ஆட்சிமன்றக் குழுவினரின் வீடுகளைச் சேதப்படுத்தினர். நகரத்தில் குடியிருந்தவர்களை துரத்தியடித்தனர். திப்புவின் தலைமையிலானக் குதிரைப்படையினரால் மெட்ராஸ் பீதிக்குள்ளாகியிருந்தது. அப்போது அவருக்கு

ஒரு கடிதம், ஹைதர் அலியிடமிருந்து வருகிறது. திருவண்ணாமலையில் ஆங்கிலேயப் படைத்தலைவன் ஸ்மித்திடம் தான் தோல்வியடைந்ததாகத் தகவலைக் கொண்டிருந்த அந்தக்கடிதம், உடனடியாகத் திரும்பும்படி உத்தரவு தாங்கியிருந்தது. அதனால் திப்பு, வந்தவழியாகவே திரும்பிச்செல்ல நேர்ந்தது. திப்புவை வழியிலேயே மறித்துவிட, மேஜர் பிட்ஸ்ஜெரால்ட் மற்றும் கலோனல் தோட் ஆகியோர் முயன்றனர். ஆனால் திப்பு, அவர்களிடம் சிக்காமல் சாகசமாகச் செயல்பட்டு, வாணியம்பாடியிலிருந்து பத்துமைல் தொலைவில் முகாமிட்டிருந்த பிரதான இராணுவத்துடன் சேர்ந்துகொண்டார். திப்புவை ஒரு இளம் கதாநாயக அந்தஸ்தில், தந்தை ஹைதர் அலி வரவேற்றார். களத்தில் மகனின் செயல்பாடுகள், அவருக்குத் தோல்விகளுக்கு இடையில் ஆறுதல் தருவனவாக இருந்தன. அப்போது திப்புவுக்கு வயது பதினேழு மட்டும்தான்.

திருவண்ணாமலை தோல்வியால் ஹைதர் அலி மனம் தளரவில்லை. அதற்கேற்பப் பருவகாலமும் துவங்கியது. அதை நல்ல அறிகுறியாகக் கொண்டு, அடுத்தப் போருக்கானத் தயாரிப்புப் பணிகளை அவர் தொடங்கினார். நவம்பர் மாதத் துவக்கத்தில் திருப்பத்தூரையும் வாணியம்பாடியையும் தாக்குவதற்கு காவேரிப்பட்டிணத்திலிருந்து படைகளுடன் கிளம்பினார். திப்பு அவருடனிருந்து இரண்டு கோட்டைகளையும் கைப்பற்றுவதற்கு உதவினார். இதையடுத்து, உடனடியாக ஆம்பூரை முற்றுகையிடும்போதும் திப்பு கூடவேயிருந்தார். இந்த முற்றுகையை ஹைதர் அலி நான்கு வாரகாலத்துக்கு நீட்டித்தார். கேப்டன் கால்வெர்ட்டின் கம்பீரமான எதிர்ப்பால் அதைக் கைப்பற்ற முடியவில்லை. மறுபக்கமாக ஆங்கிலேயப் படையை வலுப்படுத்து வதற்கு, கலோனல் ஸ்மித் தலைமையில் பெரும்படையொன்று வந்துகொண்டிருந்தது. அதை முன்கூட்டியறிந்த ஹைதர் அலி, தனது படையுடன் வாணியம்பாடிக்குத் திரும்பிவிட்டார். டிசம்பர் 6 ஆம் தேதி ஸ்மித் ஆம்பூர் வந்தடைகிறான். அடுத்தநாள் காலை, ஹைதர் அலியை வாணியம்பாடியிலிருந்து விரட்டியடிக்க படைநடத்திச் செல்கிறான். ஆச்சரியமூட்டும் வகையில் ஹைதர் அலியை எதிர்கொண்டு, அந்த இடத்திலிருந்து விரட்டியடித்து வெற்றி காண்கிறான். திப்புவுக்கு அந்தச்சமயத்தில் தன்னை நிரூபிப்பதற்கான அற்புத வாய்ப்பு கிடைக்கிறது. மைசூர் குதிரைப்படையை வழிநடத்திச்சென்று, ஆங்கிலேயப் படைகள் முன்னேறிவிடாமல் தடுத்து நிறுத்தி, பிரதான இராணுவம் சேதமேதுமின்றி காவேரிப்பட்டிணம் சென்றடைவதற்கு வழி செய்கிறார்[27].

1767 ஆம் ஆண்டு டிசம்பர் 14ஆம் தேதி திப்பு மறுபடியும் காஜிகானுடன் சேர்ந்து சிறுபடையுடன் மலபார் கடற்கரைக்குச் செல்கிறார். அங்கே, லுப்த் அலி பேக் ஆங்கிலேயப் படைகளுக்கு எதிரானப் போரை நடத்திக் கொண்டிருந்தான். லுப்த் அலி பேக்கின் படையை வலுப்படுத்த நினைத்துச் சென்ற திப்புவுக்கு, அவர் பெத்னூரைக் கடக்கும்போதே மேஜர் கார்வின் மற்றும் கேப்டன் வாட்ஸன் தலைமையிலான ஆங்கிலேயப் படை மங்களூரைக் கைப்பற்றிவிட்டத் தகவல் 1768 ஆம் ஆண்டு மார்ச் 1 ஆம் தேதியன்று வந்து சேருகிறது. உடனடியாக திப்பு, 1000 குதிரைப்படை வீரர்கள் 3000 காலாட்படை வீரர்களுடன் கிளம்புகிறார். 7 ஆம் தேதியன்று சிறிய அளவில் போரை நடத்தி, பெரும்போரைத் தவிர்த்ததுடன்

பின்வாங்கி விடுகிறார். 15 மற்றும் 16 ஆம் தேதிகளில் ஆங்கிலேயப் படைகளின் மீது, கடும் தாக்குதல் தொடுக்கிறார். ஆனாலும் அவர் முதலில் கொஞ்சம் பின்வாங்க வேண்டியிருந்தது. மே 2 ஆம் தேதியன்று மங்களூர் நகரத்தின் முக்கிய கடைவீதியைக் கைப்பற்றிவிடுகிறார். ஆனால் கோட்டையை முற்றுகையிடும் முயற்சியில் அவர் தோற்கிறார். என்றபோதும் ஆங்கிலேயர்களால் நீண்டநாட்கள் அங்கு நிலைத்துநிற்க முடியவில்லை. இதைக்கேள்விப்பட்டதும் திப்பு, தனது இராணுவத்தை 4000 காலாட்படை வீரர்களாலும், 2000 குதிரைப்படை வீரர்களாலும் வலுவூட்டி கடும்பயிற்சி அளிக்கிறார். பயிற்சி பெற்றப் பீரங்கிப்படையும் அவருடனிருந்தது. இதனிடையே, ஹைதர் அலி கடலோரப் பகுதிக்கு வந்து சேருகிறார். இருவருமாகச் சேர்ந்து கோட்டையைத் துவம்சம் செய்ய முடிவெடுக்கிறார்கள். அங்கே பெரும்பீதி நிலவியது. 80க்கும் அதிகமான ஐரோப்பியர்களும் 180க்கும் அதிகமானச் சிப்பாய்களும் உடல்நலக்குறைவாலும், படுகாயங்களாலும் அவதிப்பட்டனர். பம்பாய் இராணுவத்தின் வரலாறு எழுதிய கேடல், ‘சிப்பாய்கள் குழப்பத்தில் ஆழ்ந்தனர். சகபடையினர் மீதே துப்பாக்கிச் சண்டை நடத்தினர்’ என்று குறிப்பிடுகிறான்[28]. இதையடுத்துத் திப்பு, மங்களூரைக் கைப்பற்றினார். ஹைதர் அலியின் கடலோர வருகையால் மலபார் பகுதியில் மீதியிருந்த இடங்களிலிருந்து ஆங்கிலேயர் துரத்தப்பட்டனர். ஆங்கிலேயர்களுடன் பேச்சுவார்த்தைக்கு 1769 ஆம் ஆண்டு, மார்ச் மாதத்தில் ஹைதர் அலி இறங்கிவரும் வரை, திப்பு தனது தந்தையுடன் சேர்ந்து அடுத்தடுத்து போர்களில் ஈடுபட்டார்.

மராத்திய – மைசூர் போர் (1769–1772)

1769ஆம் ஆண்டு, நவம்பர் மாதத்தில் மராத்தியர்கள் மைசூருக்குள் ஊடுருவி விட்டனர். ஹைதர் அலி அவர்களுடன் சிறுபோர் நடத்துவதைத் தவிர்க்க விரும்பினார்; எதிராளிக்குத் தொல்லைகள் கொடுத்து, தனது சாம்ராஜ்ஜியத்திலிருந்து அவர்களை விலகிச் செல்லுமளவுக்கு கட்டாயப்படுத்துவதை ஒரு வழிமுறையாக அவர் கையாண்டு வந்தார். அந்த வகையில் எதிரிப் படை வீரர்களுக்கான உணவுப் பொருட்களையும், குதிரைப்படைகளுக்கானத் தீவனத்தையும் அழித்தொழித்தார். குடிநீர் கிணறுகளிலும் குளங்களிலும் விஷம் கலக்கச் செய்தார். கிராமங்களிலுள்ள மக்களை வீடுகளைக் காலிசெய்துவிட்டு அருகிருக்கும் கோட்டைகளில் தங்கிக் கொள்ளச் சம்மதிக்க வைத்தார். அதன்பிறகு, பூனாவிலிருந்து வரும் எதிரிப்படையை எதிர் கொள்ள பெத்னூரின் எல்லைப்புறத்தில் அவர் காத்திருந்தார். திப்பு நம்பிக்கையுடன் செயல்பட்ட காரியங்களில் பல, சொல்லிக்கொள்ளுமளவுக்கு வெற்றியைத் தந்திருந்தன. 1770ஆம் ஆண்டு, பிப்ரவரி மாதத்தில் மராத்தியப் படைகளை முன்கூட்டியே தடுப்பதற்காக, அவரது தந்தையால் திரும்ப அழைக்கப்பட்டார். திப்பு, தனது தளபதிகளின் கள அறிவுரைக்கு மாறாக, தந்தையின் அழைப்புக்குக் கீழ்படிந்து 1771 ஆம் ஆண்டு மார்ச் மாதம் 5 ஆம் தேதி இரவில் மேலுகோட்[29]டிலிருந்து ஸ்ரீரங்கப்பட்டிணத்துக்குத் திரும்பினார். கிர்மானி, ‘எதிரிப்படைகளை பயமுறுத்த அல்லது தம் மக்களைக் காக்க ஹைதர் அலி எச்சரிக்கையுடன் நடந்து கொண்டார். அவருக்கு வழங்கப்பட்ட உணவையும்

தண்ணீரையும் பருகினார். பின்னர் வீறுகொண்டு புறப்பட்டார். அவர் சென்ற திசையில் படைகள் கம்பீரமாக அணிவகுத்தன' என்கிறான். ஆச்சரியம் ஏதுமின்றி பின்வாங்குதல் முறியடிக்கப்பட்டது. திப்பு, அந்தப்படையில் ஒரு பகுதிக்குப் பொறுப்பேற்று அணியின் கடைசிப் பகுதியில் இருந்தார். திப்புவை முன்பகுதிக்கு வரச்சொல்லி பலமுறை ஹைதர் அலி தகவல் அனுப்பினார். ஆனால் அங்கே பெருங்குழப்பம் ஒன்று நடந்ததால் அழைப்புக்குறித்தத் தகவல் அடுத்தநாள் காலை வரை, திப்புவை வந்தடையவில்லை. வில்க்ஸ், 'காலையில் வந்த திப்புவை தன்னருகில் வரச்சொன்ன ஹைதர் அலி, வெறுக்கத்தக்கத் தாழ்ந்தகுரலில் சதிசெய்துவிட்டதாகத் திட்டி, தாங்கொணா துயர்கொண்ட பெருங்குடிகாரன் போல நடந்துகொண்டு, தனது உதவியாளனின் கையிலிருந்த தடியைப் பறித்து, தனது வாரிசை கண்மூடித்தனமாகத் தாக்கினார்' என்று குறிப்பிடுகிறான். தந்தையின் நியாயமற்ற செயல்பாட்டால் ஆத்திரமாகிப்போன திப்பு, உடனடியாகத் தந்தையின் கண்முன்னிருந்து அந்த இடத்திலிருந்து விலகிப்போய், தனது தலைப்பாகையையும் வாளையும் தரையில் விட்டெறிந்தார். இனி அவற்றை அணிவதில்லை என்று சபதமேற்ற அவர், அன்று முழுவதும் அவ்விரண்டையும் தொடவில்லை. தன்வாக்கில் உறுதியாக இருந்தார்[30].

இதனிடையே நீடித்தப் பெருங்குழப்பத்தில், ஹைதர் அலியின் முக்கியத் தளபதிகளில் பலர் கொல்லப்பட்டனர். சிலர் தப்பியோடிவிட்டனர். இன்னும் சிலர் கைதிகளாகப் பிடிபட்டனர். திப்பு பிச்சைக்காரன் வேடத்தில் சயீத் முஹம்மதுடன் சேர்ந்து தப்பித்து, ஸ்ரீரங்கப்பட்டிணம் வந்து தன் தந்தையுடன் இணைந்து கொண்டார். 'மகனிடம் கொஞ்சம் அதிகமாக நடந்துகொண்டு விட்டோமோ' என்று பெரிதும் வருத்தப்பட்ட ஹைதர் அலி, அவரது அருகின்மையை எண்ணி, கோட்டையின் வடகிழக்குப் புறத்திலிருந்த சூபி ஞானி காதிர் வலியின் கல்லறையில் பிரார்த்தனை செய்தார்.

மராத்தியர்கள் ஹைதர் அலியைத் தோற்கடித்த போதிலும், அவர்களால் வெற்றிக்கனியை ருசிக்க முடியவில்லை. ஸ்ரீரங்கப்பட்டிணத்துக்குள் நுழைந்து, கொள்ளையிட்டு, ஆக்கிரமிப்பு நடத்தி பத்து நாட்களாகியும் அவர்கள் திக்குத்தெரியாமல் அல்லாடினர். இதனிடையே ஹைதர் அலி, தலைநகரின் பாதுகாப்புக்குத் தேவையான அனைத்தையும் செய்து முடித்திருந்தார். ஸ்ரீரங்கப்பட்டிணத்தை மராத்தியப் படை முற்றுகையிடத் துவங்கியதுமே, அதன் பாதுகாப்பில் திப்பு முக்கியமான விளையாட்டைத் தொடங்கிவிட்டார். மராத்திய அணிகளுக்கிடையில் குழப்பத்தை உருவாக்கி, அவர்களைத் திசை திருப்பினார். ஸ்ரீரங்கப்பட்டிணத்தைத் தொடர்ச்சியாக 33 நாட்கள் முற்றுகையிட்டிருந்த திரும்பக்ராவ் தலைமையிலான மராத்தியப் படை பின்வாங்கி, அக்டோபர் மாதத்தின் துவக்கத்தில் தஞ்சாவூரை நோக்கி அணிவகுத்தது. அங்கே திரும்பக்ராவ் பாரா மஹாலையும் கோயமுத்தூரையும் கொள்ளையடித்தான். இருந்தபோதிலும் திப்பு, திரும்பக்ராவுக்கு தொடர்ந்து தொல்லைகளைக் கொடுத்து, நடவடிக்கைகளில் சினங்கொள்ளச் செய்தார். அதேவேளையில் வெறுமனே 6,000 குதிரைப்படை வீரர்களை மட்டும் வைத்துக்கொண்டு மராத்தியப் பெரும்படைக்கு முன்னே தாக்குப்பிடிப்பதில் வெற்றியடைய முடியவில்லை. அதனால் அவர் தலைநகருக்குத்

திரும்ப முடிவெடுத்தார். ஆனாலும் திரும்பும் வழியில் மராத்தியப் பெரும்படையின் ஒருபிரிவை முறியடித்து பொருள்களுடன் திரும்பினார்.

போரின் துவக்க நிலையில், மராத்தியப் படைகளின் தொடர்பை சீர்குலைக்கும் நோக்கில், திப்பு பெத்னூரின் எல்லைப்புறத்தில் முகாமிட்டிருந்தார். அது அவருக்கு பெரும்வெற்றியைத் தேடித்தந்திருந்தது. எல்லைப்புறத்திலிருந்து அவர் திரும்ப அழைக்கப்பட்டதும், மராத்தியப் படைகளுக்கு பூனாவிலிருந்து அனுப்பப்பட்டப் பொருட்கள் தடையேதுமின்றி வந்துசேரத் துவங்கின. இதையடுத்து ஹைதர் அலி, மீண்டும் பெத்னூர் எல்லைப்பகுதிக்கு திப்புவை 4,000 குதிரைப்படை வீரர்களுடன் அனுப்பி வைத்தார். அவருடன் ஸ்ரீனிவாஸ் பராக்கியையும் அனுப்பி வைத்தார். ஹைதர் அலியின் திட்டம் வெற்றியடைந்தது. இளவரசன் திப்பு பூனாவிலிருந்து மராத்தியப் படைகளுக்கு பாதுகாப்புடன் அனுப்பி வைக்கப்பட்ட பொருட்களைக் கைப்பற்றினார்[31]. 'ஒட்டுமொத்தப் போரில் திப்புவின் பங்களிப்பு இருந்ததால் மட்டுமே ஹைதர் அலியால் வெற்றியடைய முடிந்தது' என்கிறான் கிராண்ட் டஃப்[32]. 1772 ஆம் ஆண்டு, ஜுலை மாதத்தில் ஹைதர் அலி மராத்தியர்களுடன் அமைதி ஒப்பந்தத்துக்கு உடன்பட்டார்.

1772 ஆம் ஆண்டு, நவம்பர் மாதத்தில் பேஷ்வா மாதவ் ராவ் மரணமடைந்தான். இதை யடுத்து, பூனாவில் திடீர் குழப்பம் உருவாவதற்கான சூழல் அரும்பியது. திறமையான ஓர் அரசியல்வாதியாகக் காட்டிக்கொள்ள ஹைதர் அலிக்கு இது நல்லதொரு சந்தர்ப்பமாக வாய்த்தது. இதை நூலளவும் அவர் தவறவிடவில்லை. மராத்தியர்கள் தன்னிடமிருந்து கைப்பற்றியப் பகுதிகளையெல்லாம் மீண்டும் ஆக்கிரமிப்பு செய்ய திப்புவை அனுப்பி வைத்தார். முதலில் திப்பு சிராவை முற்றுகையிட்டார். மூன்றுமாத முற்றுகைக்குப் பிறகு, அது கைக்கு வந்தது. பின்னர் மத்தகிரி[33]யின் மீது தாக்குதல் தொடுத்து நான்கு நாட்களிலேயே கைகளில் விழ வைத்தார். அதன் பின்னர் குர்ரம்கொண்டாவையும் சென்னராயதுர்காவை[34]யும் கைப்பற்றினார். மேலும் ஹோஸ் கோட்டை[35]க் கைப்பற்ற ஹைதர் அலிக்கு பக்கபலமாக இருந்தார். 1775 ஆம் ஆண்டு பசாலத் ஜங்கின் சார்பு நிலையிலிருந்த பெல்லாரியைக் கைப்பற்ற ஹைதர் அலி முயன்றபோது, திப்பு அவருக்கு உறுதுணைபுரிந்தார். 1778 ஆம் ஆண்டு 10,000 குதிரைப்படை வீரர்களைத் தேர்வு செய்து தார்வாரின்மீது தாக்குதல் நடத்தினார். 3,000 பேர்கொண்ட ஒருபடை அந்தக்கோட்டையைக் காவல்காத்தது. நகரத்தையும் கஜானாவையும் கைப்பற்றிய திப்பு, கோட்டையைக் கைப்பற்றுவதில் தோல்வியடைந்து, பின்வாங்கும் நிலைக்குத் தள்ளப்பட்டார். அதேவேளையில் தனது பிரதான இராணுவ முகாமுக்குத் திரும்பும் வழியில், ஹுப்ளியைக் கைப்பற்றுவதில் வெற்றி கண்டார். 1779 ஆம் ஆண்டு, பிப்ரவரி மாதத்தில் சித்திரதுர்க் மீது ஹைதர் அலி தாக்குதல் நடத்திக் கோட்டையைக் கைப்பற்றியதில், திப்புவின் பங்களிப்பும் இருந்தது. 1774 முதல் 1778 ஆம் ஆண்டு வரையில், ஹைதர் அலி வெற்றி கண்ட போர்கள் அத்தனையிலும் திப்புவின் உதவி நிறைந்திருந்தது. இதனால் ஹைதர் அலியிடமிருந்து முந்தையப் போர்களில் மராத்தியர்கள் கைப்பற்றியப் பகுதிகளைத் திரும்ப மீட்பதில் மட்டுமன்றி, துங்கபத்ரா நதிக்கரையிலிருந்து கிருஷ்ணா நதிக்கரைவரை பரவியிருந்த சாம்ராஜ்ஜியத்தைக் கட்டியதில் திப்புவின் பங்களிப்பு அளப்பரியது.

இரண்டாவது ஆங்கிலேயர்–மைசூர் போர்

1780 ஆம் ஆண்டு ஜூலை மாதம் 20 ஆம் தேதி ஹைதர் அலி 90,000 வீரர்களுடன் கர்நாடிக்கிலுள்ள சங்கமா கணவாய் வழியாகப் படைநடத்திச் சென்றார். தனது இரண்டாவது மகன் அப்துல் கரீமை பரங்கிப்பேட்டையைக் கைப்பற்ற அனுப்பி வைத்த அவருக்கு, மூத்தமகன் திப்புவுடன் சேர்ந்து ஆற்காட்டை வெல்வதற்கானத் திட்டமிருந்தது.

ஹைதர் அலி பெரும்படையுடன் கிளம்பிவிட்டச் செய்தி மெட்ராஸை வந்தடைந்ததும், கவர்னரும் ஆட்சிமன்றக் குழுவினரும் கூடி, சர் ஹெக்டர் மன்றோ தலைமையில் கம்பெனியின் பிரதான இராணுவத்தை காஞ்சிவரம் அருகில் நிலைநிறுத்தி, அணிவகுக்க முடிவெடுத்தனர். குண்டூரிலிருந்து வரும் பெய்லி தலைமையிலானப் படை மன்றோவுடன் இணைந்து, மைசூர் படைக்கு எதிரான நடவடிக்கைகளில் ஈடுபட வேண்டுமென்று தீர்மானிக்கப்பட்டது. ஆகஸ்ட் 25 ஆம் தேதி மெட்ராஸை விட்டுக் கிளம்பிய மன்றோ, நான்கு நாட்களுக்குப் பின் காஞ்சிவரம் வந்தடைந்து, பெய்லியின் வருகைக்காகக் காத்திருந்தான். ஆங்கிலேயப் படைகளின் அசைவைக் கேள்வியுற்ற ஹைதர் அலி சமயோசிதமாக, திப்பு தலைமையில் 10,000 துருப்புகளைக்கொண்ட ஒரு படையையும், துப்பாக்கி இயக்கும் குழுவில் 18 பேரையும் அனுப்பி, ஆங்கிலேயரின் பிரதானப் படையுடன் இணையவரும் பெய்லி படையை இணையவிடாமல் தடுத்து நிறுத்தத் திட்டமிட்டார். அத்துடன் ஆற்காட்டை முற்றுகையிடும் திட்டத்தைக் கை விட்டு, மன்றோவின் நடவடிக்கைகளைக் கண்காணிக்க காஞ் சிவரம் நோக்கி தனது படையைத் திருப்பினார்.

பெய்லியின் தோல்வி

107 ஐரோப்பியர்கள், 2,606 சிப்பாய்கள், 9 துப்பாக்கிகளுடன் கூடிய படையுடன் ஆகஸ்ட் மாதம் 25 ஆம் தேதியன்று கொசஸ்தலை ஆற்றங்கரைக்கு பெய்லி வந்தடைந்தான். அப்போது ஆறு வறண்டு கிடந்தது. எளிதில் அவன் கடந்து சென்றிருக்கலாம். அதைச்செய்யாமல் பெருந்தவறாக ஆற்றின் வடக்குக்கரையிலேயே படைகளுடன் தங்கினான். அன்றிரவு ஆற்றில் வெள்ளப் பெருக்கு ஏற்பட்டது. ஏறத்தாழ ஒரு வாரகாலம் ஆற்றில் வெள்ளம் கரைபுரண்டு ஓடியது. வெள்ளம் வடிந்த செப்டம்பர் மாதம் 3 ஆம் தேதியன்றுதான் பெய்லியால் ஆற்றைக் கடக்க முடிந்தது. ஒருவழியாக, 6 ஆம் தேதியன்று காஞ்சிவரத்திலிருந்து 15 மைல் தொலைவிலிருந்த பெரும்பாக்கத்துக்கு சிரமப்பட்டு வந்து சேர்ந்தான். ஆற்றைக்கடந்த தினத்திலிருந்து பெய்லிக்கு தொடர்ந்து தொல்லைகளைக் கொடுத்துவந்த திப்பு, அவனதுபடை பெரும்பாக்கம் வந்துசேர்ந்த அன்றே தாக்குதலைத் தொடுத்தார்.

ஆங்கிலேயப் படைகள் அனுகூலமான நிலையிலுள்ள இடத்திலிருந்தனர். அவர்களின் இடங்களுக்கு அருகில் இரண்டு நீர் நிறைந்தக் குளங்களும்

பெரிய சதுப்புநிலமும் இருந்தது. இருந்தபோதிலும், திப்பு தீவிரம் குறையாமல் தாக்குதலை நடத்தினார். அவரது காலாட்படை மேம்பட்ட தெளிநிலையில் இருந்தது. அதேவேளையில் மன்றோ தனக்கு உதவ வருவார் என்று பெய்லி நினைத்துக்கொண்டிருந்தான். ஆனால் திப்புவின் குதிரைப்படையிலிருந்து கிளம்பிய ராக்கெட்டுகளின் வெப்பம் ஆங்கிலேயர்களுக்கு தங்களின் தவறை விரைவிலேயே உணர்த்தியது. அதேநேரத்தில் ஆங்கிலேயப் படை தங்கள் பீரங்கியிலிருந்து ஒரே ஒரு குண்டை பொதுவாக வெடிக்கச்செய்தது. இதன் விளைவாக திப்புவின் காலாட்படை வளைந்துபோனது. ஆனாலும் திப்பு, விடாமல் தன் காலாட்படையால் திரும்பத் தாக்குதலை நடத்தினார். இந்நிலையில் வெள்ளப்பெருக்கு ஒன்று ஏற்பட்டு, ஆங்கிலேயப் படைகளை ஆபத்திலிருந்து காத்தது. அந்தநிலையிலும் மூன்று மணிநேரம் போர் நீடித்தது. தொடர்ந்த பீரங்கித் தாக்குதலால், திப்புவின் படையில் 900க்கும் அதிகமான படையினர் பாதிப்புக்கு உள்ளாகியிருந்தனர். அதனால் திப்பு பின்வாங்கிவிட்டார். உடனே தனது தந்தைக்கு, படையை வலுப்படுத்தாமல் பெய்லியை முறியடிக்கும் தனது குறிக்கோளை எட்டமுடியாது என்று அறிக்கை ஒன்றை அனுப்பினார். இதையடுத்து ஹைதர் அலி, முஹம்மத் அலியின் தலைமையின் கீழ் ஒருபடையை அனுப்பி வைத்தார். பெய்லி தரப்பில் 250க்கும் அதிகமானோர் உயிரிழந்தனர். பலர் படுகாயமுற்றனர். உடனே பெய்லி, 'இனி காஞ்சிவரத்தை நோக்கி தன்னால் படையை நடத்திச்செல்ல முடியாது. படைத்தளபதியான தாங்கள், பெரும்பாக்கத்தில் என்னுடன் வந்து சேர்ந்து வழிநடத்துவீர்கள் என நம்புகிறேன்' என்று மன்றோவுக்கு கடிதம் எழுதிவிட்டான். 9 ஆம் தேதி காலையில், படைப் பிரிவுத்தலைவர் ப்ளெட்சர் தலைமையில், மன்றோ அனுப்பிவைத்த 1,000 பேர்கொண்ட ஒரு படை வந்துசேருகிறது. அன்றிரவு பெய்லி பெரும்பாக்கத்திலிருந்து படையைக் கிளப்பிக் கொண்டு போகிறான். அரைமைல் தூரம்கூட கடந்திருக்கமாட்டான். திப்பு, அப்படையின் பின்புறம் வந்து துப்பாக்கிகளாலும் ராக்கெட்டுகளாலும் தாக்குதல் நடத்தினார். காஞ் சிவரத்துக்கு இன்னும் ஒன்பது மைல் தூரமே இருந்தது. படையை முன்னெடுத்துச் செல்லாமல், தனது அடுத்தநிலை அதிகாரி ப்ளெட்சர் சொல்வதையும் கேளாமல், மீதி இரவைக் கழிக்க வழியிலேயே தங்கினான். படைவீரர்கள் தொடர்ந்து செயல்பட்டு சோர்வினால் களைத்துப் போயிருப்பதாலும் காலையில் மன்றோ தன் உதவிக்கு வந்துவிடுவார் என்ற எதிர்பார்ப்பினாலேயும் அவன் இந்த முடிவுக்கு வந்தான். ஆனால் மன்றோ வரவில்லை. பெய்லியின் இரவுத்தங்கல் சாவுக்குரிய அபாயத்தையும், தேவையில்லாத நிலையையும் உருவாக்கியிருந்தது. திப்பு, இதை சாதகமாக்கிக்கொள்ளத் தவறவில்லை. அன்றிரவே தனது துப்பாக்கிப் படையினரை அனுகூலமான நிலைகளில் நிறுத்தி வைத்தார். அத்துடன் தனது தந்தையிடம் பிரதான இராணுவத்தின் உதவி கேட்டு ஒருகடிதமும் எழுதினார். ஹைதர் அலி, தனது ஒற்றர்கள் மூலம் மன்றோவின் இருப்புகுறித்து அறுதியாகத் தெரிந்துகொண்டார். மன்றோ தன் இருப்பிடத்தை விட்டு நகர வில்லை என்று அறிந்ததும் பெரும் எண்ணிக்கையிலானக் காலாட்படையையும் பீரங்கிப்படையையும் அனுப்பி, அன்று மாலைக்குள் திப்புவின் கரத்தை வலுப்படுத்தினார். அதிகாலை 4 மணியளவில் ஹைதர் அலியே முன்னின்று பெய்லியின் மீது தாக்குதல் நடத்தினார். மன்றோ மயக்கம் தெளியாமல்

மூழ்கிக்கிடந்தான். ஆனால் ஆங்கிலேயப் படை அடுத்தநாள் காலை 5 மணி வாக்கில் தனது அணிவகுப்பைத் தொடங்கியது. ஆனால் ஆறு மைல்கள்கூட அணிவகுப்பு முன்னேறியிருக்காது. ஆங்கிலேயப் படையின் பின்புறத்தில் திப்புவின் துப்பாக்கிப் படை குண்டுகளைக் கனமழையாய்ப் பொழிந்தது. அதேவேளையில் ஹைதர் அலியின் காலாட்படை ஆங்கிலேயப் படையின் பக்கவாட்டில் தாக்குதல் நடத்தியது. சமாளிக்க முடியாத போதிலும் பெய்லி படையை முன்னோக்கி நகர்த்தி, எதிரிப்படை மீது ஆக்ரோஷத் தாக்குதல் நடத்தினான். ஆனால் திப்புவின் துப்பாக்கிப்படைத் தாக்குதலை சமாளிக்க முடியாது என்று உணர்ந்து, பொல் லிலூர் என்ற கிராமத்தினருகில் படையை நிறுத்தி, தனது கைத்துப்பாக்கியுடன் களமிறங்கி எதிரிப்படைகளைச் சுட்டுத்தள்ளினான். அத்துடன் கேப்டன்கள் ரம்டிரி மற்றும் கௌடீ தலைமையில் பத்து கம்பெனி சிப்பாய்களை இறக்கி, திப்புவின் துப்பாக்கிப்படையை புயலாய் வீசித்தாக்கினான். மூன்று அல்லது நான்கு மணிநேரம் இந்தத்தாக்குதல் தொடர்ந்தது. ஆனால் முன்னேறிச் செல்லும்போது ஆங்கிலேயப் படையின் கட்டுப்பாடு குலைந்து, கிடைக்கவிருந்த பெரும்பரிசு கைவிட்டுப்போனது. களத்தில் குழப்பநிலை தொடர்ந்தபோது, மைசூர் இராணுவத்தின் பெரும் குதிரைப்படை களமிறங்கி, ஆங்கிலேயச் சிப்பாய்களைத் துண்டுதுண்டுகளாக வெட்டிவீழ்த்தியது. ஒருமணிநேரத்தில், ஹைதர் அலி படையை முன்னடத்திச் சென்று தாக்குதலைத் தொடர்ந்தார். முதலில் அவரது படை மன்றோவின் பிரிவின்மீது தாக்குதலை தொடுத்தது. அப்போது மன்றோ படையை வலுப்படுத்த புதிய துருப்புகள் வந்துகொண்டிருந்ததைக் கண்டதும் ஆங்கிலேயப் படையில் பெரும் சந்தோஷக் கூச்சல் ஒவ்வொருவரிடமிருந்தும் கிளம்பியது. ஆனால் வந்துசேர்ந்தது, மன்றோவுக்கானத் துருப்புகள் அல்ல. ஹைதர் அலிக்கானது. ஆங்கிலேயப் படையினரின் சந்தோஷக் கூச்சல் அச்சமூட்டும் பீதியாக மாறியது. கண்ணிமைக்கும் நேரத்தில் ஹைதர் அலியின் குதிரைப்படை ஆங்கிலேயப்படையைச் சுற்றிவளைத்தது. பீரங்கிகள் குண்டு மழையைப் பொழிந்தன. என்றபோதும் ஆங்கிலேயப் படை ஒருதிட்டத்துடன் அடர்சதுரமாக அணிவகுத்து, மைசூர் படையின் தாக்குதலை தைரியத்துடன் சமாளித்தது. ஒரு நீர்நிலைக்கருகில் ஆங்கிலேயப்படை வெடிபொருட்களைப் பதுக்கிவைத்திருப்பது விரைவிலேயே கண்டுபிடிக்கப்பட்டு மைசூர் படையின் பீரங்கிப்படை அழித்தொழித்தது. வெடிபொருட்கள் நிரம்பிய மூன்று தள்ளுவண்டிகளையும் கண்டுபிடித்துத் தகர்த்தது. இந்தத்தகவல் பரவியதும் ஆங்கிலேயப்படை சொல்லொண்ணாக் கலக்கமும் பீதியும் அடைந்தது. இதை அனுகூலமாக்கிக்கொண்ட மைசூர் குதிரைப்படை புதியதொரு தாக்குதலை நிகழ்த்தியது. படையில் அணிவகுத்திருந்த இந்தியச் சிப்பாய்கள் முற்றிலும் நம்பிக்கையை இழந்துவிட்டனர். அதனால் அவர்கள் தப்பியோடினர் அல்லது கொல்லப்பட்டனர். ஆனபோதிலும் பெய்லி, குழப்பத்தில் ஆழ்ந்து கிடந்த ஐரோப்பியப் படைவீரர்களைத் திரட்டினான். ஆனால், எதிர்ப்பு நடவடிக்கை பயன்தராது என்பதை விரைவிலேயே கண்டுணர்ந்து சரணடைந்தான்[36]. 50 அதிகாரிகள் உட்பட சரணடைந்த 200 ஐரோப்பியர்களில் ஏறத்தாழ அத்தனைபேருமே காயமுற்றிருந்தனர். அவர்கள் கைதிகளாகப் பிடிக்கப்பட்டனர். பெய்லியின் தலைமையின்கீழ் இயங்கிய 3,853 பேரில் இவர்கள்தான் மிஞ்சினர். மைசூர் படையின் இழப்பு, ஏறத்தாழ

இரண்டாயிரத்திலிருந்து மூவாயிரத்தைத் தொட்டது. ஆங்கிலேயக் கைதிகளை ஹைதர் அலியின் முன் கொண்டுவந்து நிறுத்தியபோது, அவர்களைப் பார்த்துப் பரிதாபப்பட்டவர், எல்லோருக்கும் ஆடைகளும் பணமும் வழங்கினார். அவர்கள் ஸ்ரீரங்கப்பட்டிணத்துக்கு அனுப்பிவைக்கப்பட்டனர். வில்க்ஸ் தனது குறிப்பில், 'ஆங்கிலேயர்கள் பெருவாரியாக உயிரிழந்த பின்னரும் படை ஒரு கட்டுமானத்துடன் காணப்பட்டது' என்கிறான்[37]. பெய்லி படை அடைந்தக் கடுமையானப் பேரிடரைப் பற்றி சர் தாமஸ் மன்றோ, 'இந்தியாவில் வேறெங்கும் இதுபோன்ற அடியை ஆங்கிலேயப்படை பெற்றதில்லை' என்கிறான்[38]. இதற்கான முக்கியப்பொறுப்பு மன்றோவுக்குத்தான். தளவாடப் பொருட்களையும் துப்பாக்கிகளையும் பாதுகாக்கும் பொருட்டு, காஞ்சிவரம் முகாமிலிருந்து வெளியில் கிளம்ப மறுத்ததே ஆகும். ஒரு வழியாக அன்று காலையில் புறப்பட்ட அவனதுபடை இலக்கின்றியும், சோர்வாகவும் நடை போட்டது. அதனால் பெய்லியைப் பாதுகாப்பதில் தாமதமேற்பட்டது. வழியில் ஆங்கிலேயப் படையினரின் பரிதாப நிலையைக் கேட்டறிந்ததும் மன்றோ காஞ்சிவரத்துக்குத் திரும்பிவிட்டான். தோல்வியால் சோர்வுற்ற பெய்லி, தன்னிடம் படைக்கான உணவுப்பொருட்கள் எதுவுமில்லை என்பதைக் கண்டறிந்தான். ஒருநாளைக்கு மட்டுமே போதுமானதாக இருந்ததால், மெட்ராஸுக்குத் திரும்ப முடிவெடுத்து, மீதமிருந்த ஆயுதங்கள், உணவுப்பொருட்கள் எதையும் திரும்பக் கொண்டுவரவில்லை. வழியிலிருந்த மிகப்பெரிய ஏரியொன்றில் அவற்றைத் தூக்கி வீசிவிட்டு, செப்டம்பர் மாதம் 11 ஆம் தேதியன்று காலையில் திரும்பும் பயணத்தைத் தொடங்கினான்.

பெய்லி பின்வாங்கியதும் ஹைதர் அலி தனது முழுபலத்தையும் மன்றோவின் மீது திருப்பினார். மன்றோவின் படையை மட்டும் அவர் அழித்தொழிக்கவில்லை. மெட்ராஸ் நுழைவாயில் வரையிருந்த அத்தனை எதிர்ப்புகளையும் கடும் உழைப்புடன் நொறுக்கினார். 'எனக்கு நம்பிக்கை இருந்தது' என்று எழுதும் சர் ஐர் கூட், 'மெட்ராஸ் நுழைவாயிலைத் தொடும்நேரம் வரை ஹைதர் அலி தொடர்வெற்றிகளைப் பெற்றுவந்தார். முக்கியமானக் கோட்டைகள் எல்லாமே அவர் வசமாயின' என்கிறான். அதேவேளையில் ஹைதர் அலி, பல அரிய சந்தர்ப்பங்களைத் தவறவிட்டுவிட்டார். மன்றோவைப் பின்தொடர்ந்து செல்ல அவர் முழுபடையையும் அனுப்பாமல், திப்பு தலைமையில் மிகக்குறைந்த அளவிலேயே குதிரைப்படையை அனுப்பி வைத்தார். திப்பு, செங்கல்பட்டுவரையிலும் ஆங்கிலேயப் படைகளுக்கு பல்வேறு தொல்லைகளைக் கொடுத்து சிரமப்படுத்தியதுடனில்லாமல், அவர்களின் பயண உடமைகளான மூட்டை முடிச்சுகளைக்கூட கைப்பற்றிக்கொண்டார். அதில் 500க்கும் மேற்பட்டவர்கள் கொல்லப்பட்டனர் மற்றும் காயமடைந்தனர். திப்புவின் தொல்லைகளையெல்லாம் கடந்து ஒருவழியாக செப்டம்பர் மாதம் 12 ஆம் தேதியன்று காலை, மன்றோ செங்கல்பட்டுக்கு வந்து சேர்ந்தான். தென்பகுதியிலிருந்து கலோனல் கோஸ்பி தலைமையில் வந்துசேர்ந்த படைகளுடன் தன்னை பலப்படுத்திக்கொண்டு, அடுத்தநாள் பயணத்தைத் தொடங்கி, 15 ஆம் தேதியன்று மெட்ராஸுக்குத் தெற்கே 4 மைல் தொலைவிலுள்ள மர்மலாங்[39]குக்கு பத்திரமாக வந்துசேர்ந்தான்.

19 ஆம் தேதியன்று ஹைதர் அலி காஞ்சிவரத்திலிருந்து படையுடன் ஆற்காட்டை

நோக்கிப் புறப்பட்டார். மன்றோவின் அணுகுமுறையால் ஆற்காட்டை முற்றுகையிடுவது, தள்ளிப்போய்க் கொண்டே இருந்தது. அந்த இடம் ஐரோப்பியப் பொறியாளர்களின் மேற்பார்வையில் பலப்படுத்தப்பட்டிருந்தது. ஆனால் ஆறு வாரங்களிலேயே இரண்டு இடங்களில் உடைப்பு ஏற்பட்டுவிட்டது. அக்டோபர் மாதம் 31 ஆம் தேதி திப்புவும் மஹா மிர்ஜா கானும் ஒன்றுசேர்ந்து தாக்குதல் நடத்த, ஹைதர் அலியிடமிருந்து உத்தரவு வந்தது. திப்பு அந்த முயற்சியில் தோல்வி கண்டார். ஆனால் மஹா மிர்ஜா கான் உடைப்பினூடே நுழைந்து வெற்றி கண்டான். அதன்பிறகு, திப்பு தனது படைவீரர்களை ஒன்றுதிரட்டி, புதியதாக்குதலை நடத்தினார். இந்தமுறை அவருக்கு வெற்றிகிட்டியது. எளிதாக நகரத்தைக் கைப்பற்றிவிட்டார். நகரம் மைசூர்படையால் கைப்பற்றப்பட்டதில் அங்கே காவல் பணியிலிருந்தவர்கள் மனமுடைந்துபோய் சரணடைந்தார்கள். அவர்களையே காவல் பணியில் நியமித்த ஹைதர் அலி, கண்டிப்பாகப் பின்பற்றவேண்டிய விஷயங்களை அவர்களுக்கு உத்தரவிட்டார்.

ஆற்காட்டைக் கைப்பற்றியதும் திப்புவுக்கு புதிய உத்தரவுகள் வந்துசேர்ந்தன. சத்கூர், ஆம்பூர், மற்றும் தியாகர் ஆகிய இடங்களைக் கைப்பற்ற அவர் படை நடத்திக்கொண்டு போனார். சத்கூர் பலம் வாய்ந்தக் கோட்டையாக இருந்தது. இரண்டாயிரத்துக்கும் அதிகமானோர் காவல் காத்தனர். நீண்ட முற்றுகையைத் தாங்கக்கூடிய அளவில் உணவுப்பொருட்களும் ஆயுதங்களும் கோட்டையில் இருந்தன. ஆனால் திப்பு, கோட்டையை சுற்றி வளைத்ததும் அதன் தளபதியாக இருந்த வாலி முஹம்மத் கான், மைசூர் படையின் பலத்தைக் கண்டு மனம் நொடித்துப் போனான். 1781 ஆம் ஆண்டு, ஜனவரி மாதம் 13 ஆம் தேதியன்று திப்புவிடம் அடிபணிந்து நின்றான்.

சத்கூரிலிருந்து ஆம்பூர் கோட்டையைப் பிடிக்க திப்புவின் படை கிளம்பியது. அந்தக்கோட்டையை ஆங்கிலேயப் படைத்தலைவன் கீட்டிங் தலைமையிலான வலிமை வாய்ந்தக் காவல் படை பாதுகாத்தது. ஒருமாதகால முற்றுகையைத் தாண்டியும் கீட்டிங் பணிய மறுத்துவிட்டான். வலிமையாக சமர் புரிந்தான். கோட்டைச் சுவற்றை படை உடைத்ததும், உணவுப்பொருளும் ஆயுதங்களும் தீர்ந்ததும் வேறுவழியில்லாமல் கீட்டிங் 15 ஆம் தேதி அடிபணிந்தான்.

இதேகாலகட்டத்தில் தியாகர் திப்புவால் கைப்பற்றப்பட்டது. நான்கு வாரகாலம் நடந்த தொடர் பீரங்கித்தாக்குதலுக்குப் பின்பு, அதன் சுவர்கள் உடைக்கப்பட்டு, திப்பு தாக்குதல் தொடுக்கத் தயாராக இருந்த நிலையில், கோட்டைக்குள் தண்ணீர் பற்றாக்குறை உருவானது. இதையடுத்து அக்கோட்டையைப் பாதுகாத்து வந்த ராபர்ட்ஸ் சரணடையச் சம்மதித்தான். உடனே திப்பு தாக்குதலை நிறுத்தச்சொல்லி, தனது படைக்கு உத்தரவிட்டார். அன்றிரவு கனத்தமழை பொழிந்தது. திப்புவின் காவல்படையினர் தற்காலிகமாக விலகியிருந்தனர். இந்நிலையில் தனக்கு உதவ சர் ஐர் கூட் தலைமையில் ஒருபடை வந்து கொண்டிருப்பதை ராபர்ட்ஸ் கேள்விப்பட்டான். இதையடுத்து, திப்புவிடம் ஒத்துக் கொண்டதுபோல அடிபணிவதற்கு மாறாக, கோட்டைக்குள்ளிருந்து துப்பாக்கிப் படையை இயக்கி, சுட்டுத்தள்ளத் துவங்கினான். மறுபடியும் ஆரம்பத்திலிருந்து

போர் தொடங்கியது. திப்புவின் படையால் மிகவிரைவிலேயே ராபர்ட்ஸின் காவல்படை தடுமாறித் தள்ளாடியது. உதவுவதற்கு வந்த சர் ஐர் கூட்டால், எந்த உதவியையும் வழங்க முடியவில்லை. இராணுவத் தளவாடங்களின் பற்றாக்குறையால் மெலிந்துபோயிருந்த ஆங்கிலேயப் படை, ஒற்றை வரிசையில் நடைபோட்டது. ராபர்ட்ஸ் அடிபணிந்துகொள்வதாக மறுபடியும் முன்வந்தான். ஆனால் இந்தமுறை திப்பு, அவன் சொல்வதை ஏற்க மறுத்துவிட்டார். நில்லாமல் கோட்டையைத் தாக்குவதற்கு உத்தரவிட்டார். கடுமையாகத் தாக்கி, ஜுன் மாதம் 7 ஆம் தேதியன்று அதைக் கைப்பற்றினார். ராபர்ட்ஸும் மற்ற அதிகாரிகளும் கைதிகளாகப் பிடிக்கப்பட்டனர். அதைத்தொடர்ந்து, திப்பு சுற்றுவட்டாரத்திலுள்ள மற்ற கோட்டைகளை கடினமேதுமின்றி சுலபமாகப் பிடித்தார். அதன்பின்னர், ஆற்காட்டில் பிரதானப்படையுடன் தங்கியிருந்த ஹைதர் அலியைச் சந்திக்கச்சென்ற திப்புவுக்கு, ஒரு தந்தையாக பரிசுகள் வழங்கி கௌரவம் செய்தார்.

விரைவிலேயே திப்புவுக்கு வந்தவாசியை முற்றுகையிடச்சொல்லி ஹைதர் அலியிடமிருந்து உத்தரவு வந்தது. 1781 ஆம்ஆண்டு ஜனவரி மாதத்தில் சர் ஐர் கூட் அங்கே இருந்ததால் பாதியிலேயே கைவிடப்பட்டிருந்தது, வந்தவாசி முற்றுகை. ஜுன் மாதம் 22 ஆம் தேதி பயிற்சி பெற்ற வீரர்கள் இயக்கத் தயாரான நிலையில் 13 பீரங்கிகளுடனும், போதுமான வீரர்களுடனும் சென்ற திப்பு, முதலில் வந்தவாசியின் புறக்கோட்டையைக் கைப்பற்றினார். பின்னர் கோட்டையை முற்றுகையிடுவதற்கானத் தயாரிப்புகளில் ஈடுபட்டு, அதனைச் சுற்றிவளைப்பதில் வெற்றிகண்டார். அதற்காகக் கோட்டைச் சுவர்களில் பீரங்கிகளால் தாக்கி, உடைப்பு ஏற்படுத்த முயலுகையில் ஹைதர் அலியிடமிருந்து ஒரு தகவல் வருகிறது. 'கோட்டையை உடைக்காமல் மேலேறிக் கைப்பற்றவும்' என்றிருந்தச் செய்தியுடன், 'வங்காளத்திலிருந்து தரைமார்க்கமாக வரும் ஆங்கிலேயப்படையை வழியிலேயே மறித்துநிறுத்தவும்' என்று உத்தரவிடப்பட்டிருந்தது. அதனால் திப்பு, தாக்குதல் நடத்திக் கைப்பற்ற நினைத்திருந்த தன் சொந்தத்திட்டத்தைக் கைவிட்டு, 16ஆம் தேதி இரவு, கோட்டை மதில்மீது கயிறுகட்டி மேலேறும் முயற்சியில் ஈடுபட்டார். பாதுகாப்பிலிருந்த கமாண்டர் ஃப்ளிண்ட், கோட்டை எந்நேரமும் தாக்கப்படலாம் என்று தனது படைகளை எச்சரித்திருந்ததால், தயார் நிலையிலிருந்த ஆங்கிலேயப் படையினரின் விழிப்பால் திப்புவின் முயற்சி பாதியிலேயே முறியடிக்கப்பட்டது. அதேவேளையில் பரங்கிப் பேட்டையில் ஹைதர் அலியை கூட் தோற்கடித்துவிட்டான் என்ற செய்தி வந்தடைந்ததும், தாக்குதலில் ஈடுபட்டிருந்த மைசூர் படையின் வேகம் பிசுபிசுத்துப்போனது[40]. ஹைதர் அலியின் தோல்வியையடுத்து, கூட் வந்தவாசியை மீட்கப்புறப்பட்டு, கருங்குழியை வந்தடைந்துவிட்டத் தகவல் திப்புவுக்குக் கிடைத்தது. உடனே திப்பு முற்றுகையைப் பலப்படுத்தி, வங்காளத்திலிருந்து கலோனல் ஃப்யர்ஸின் தலைமையில் வந்துகொண்டிருந்த ஆங்கிலப்படையை வழி மறிக்க ஆயத்தமானார். மெட்ராஸிலிருந்து நெல்லூருக்குச் செல்லும் வழியிலுள்ள கும்மிடிப்பூண்டியில் படைகளை அணிவகுக்கச் செய்தார். ஆங்கிலேயப்படை அந்த வழியாகத்தான் வரும் என்று எதிர்பார்த்துக் காத்திருந்தார். ஆனால் ஃப்யர்ஸ் மோசமானதொரு குறுக்குவழியில் புகுந்து, புலிகாட் ஏரிக்கும் கடற்கரைக்கும் இடையிலுள்ள ஒருபாதை வழியாகக் கடந்துவிட்டான். ஆகஸ்ட் மாதம் 2 ஆம் தேதி ஃப்யர்ஸ்,

கூட்டுடன் வெற்றிகரமாகக் கூட்டாகிவிட்டான். அதனால் ஆங்கிலேயப் படையை வழியிலேயே மடக்க நினைத்த திப்பு, அது முடியாததால் ஆற்காட்டில் தங்கியிருந்த தந்தையிடம் ஆகஸ்ட் மாதம் முதல்வாரத்தில் திரும்பிவிட்டார்.

பிரெய்த்வெய்ட்டின் தோல்வி

1782 ஆம் ஆண்டு, பிப்ரவரி மாதம் 18 ஆம் தேதி, பாடுறுத்தப்பட்டத் தோல்வியை ஆங்கிலேயப் படை கலோனல் பிரெய்த்வெய்ட்டுக்கு வழங்க, திப்புவை ஆற்காட்டிலிருந்து தஞ்சாவூருக்கு ஹைதர் அலி அனுப்பி வைத்தார். தஞ்சாவூரில் பிரெய்த்வெய்ட்டின் தலைமையிலான ஆங்கிலேயப் படையில், 100 ஐரோப்பியர்கள், 1,500 இந்தியத் துருப்புகள், 300 குதிரைப்படை வீரர்கள் இருந்தனர். கொள்ளிடம் ஆற்றங்கரையிலுள்ள கும்பகோணம் கிராமத்தில் பிரெய்த்வெய்ட் தலைமையிலான அப்படை தங்கியிருந்தது. அந்த இடம் பெரியதொரு வெட்ட வெளி. நீண்டபெரிய ஆறுகள் பாதுகாப்பாக இருந்தன. பிரெய்த்வெய்ட் நேர்த்தியானப் பாதுகாப்புடனும் எந்தவொரு தாக்குதலும் யாராலும் நடத்தமுடியாததொரு இடத்திலிருப்பதாக நினைத்திருந்தான். திப்பு 10,000 குதிரைப்படை வீரர்களுடனும், அதற்கிணையானக் காலாட்படை வீரர்களுடனும், 20 பீரங்கிகள், 400 ஐரோப்பியர்கள் என்று பெரும் அணிவகுப்புடன் கிளம்பி ஆங்கிலேயர்களைத் தாக்கி பல இடங்களைக் கைப்பற்றியிருந்தார். நடவடிக்கைகளில் துரிதமாகச் செயல்பட்டு, பிரெய்த்வெய்ட்டை முற்றிலும் ஆச்சரியப்படுத்தினார். இதை எதிர்பார்த்திராத பிரெய்த்வெய்ட் தஞ்சாவூருக்குத் திரும்ப முயற்சித்தான். எல்லாத்திசைகளிலும் எதிரிப் படை சூழ்ந்து நின்றிருந்ததால், அது முடியாத காரியம் என்பதை உணர்ந்தான். அதனால் அவன், புதியதொரு யுக்தியாக மீதமிருந்தக் காலாட்படையினரைக்கொண்டு வெற்றுச்சதுரம் அமைத்தான். அவர்களுக்கு வெளிப்புறமாக பீரங்கிப்படையினரை நிறுத்தினான். உட்புறமாகக் குதிரைப் படையினரை அணிவகுக்கச் செய்தான். இந்த அமைப்பால் தாக்குப்பிடிக்கமுடியுமென்று அவன் கருதினான். ஆனால் மைசூர் படையினரின் இடைவிடாத துப்பாக்கிக்குண்டுகளின் பொழிவும் குதிரைப்படையின் வீச்சும் ஆங்கிலேயப்படையின் மீது, விதி சுமத்தப்பட்டத் தண்டனையை வழங்கியது. ஆனால் பிரெய்த்வெய்ட், எப்படியோ இருபத்தாறு மணிநேரம் தாக்குப்பிடித்து களத்தில் நின்றிருந்தான். இறுதியில் 400 ஐரோப்பியர்களைக் கொண்ட மைசூரின் வெளியாட்கள் படையின் தாக்குதலுக்கு ஈடுகொடுக்க முடியாமல் தடுமாறினான். ஐரோப்பியப் பிரிவுக்கு மைசூர் படையின் குதிரைப்படைப் பிரிவு ஆதரவாக நின்றது. ஆங்கிலேயப்படையிடம் கடும்பீதி நிலவியது. பிரெய்த்வெய்ட் தனக்குப் பாதுகாப்பு வேண்டுமென்றான். உடனடியாக வழங்கப்பட்டது. வெளியாட்களின் மத்தியஸ்தத்துக்குப்பிறகு ஆங்கிலேயத் துருப்புகள் படுகொலை செய்யப்பட்டன என்று தவறாகச் சித்திரிக்கப்படுகிறது. உண்மையிலேயே, பிரெய்த்வெய்ட் சமாதானக் கொடி அனுப்பியதும் ஒருவர்கூட கொல்லப்படவில்லை. அவனது படையினர் கைதிகளாக்கப்பட்டனர்[41]. கைதிகளில் ஒருவர் சொன்ன சாட்சியம், 'ஹைதர் அலி, ஒவ்வொருவருக்கும் தனித்தனி கவனம் செலுத்த வைத்தார். அவர் கைதிகளுக்கு

ஆடைகளும் பணமும் மட்டும் கொடுக்கவில்லை. தனது பணியாளர்களிடம் எங்களை முறையாக நடத்த வேண்டுமென்றும் தேவையானதைச் செய்துகொடுக்க வேண்டுமென்றும் கட்டளையிட்டார்[42]" என்கிறார்.

திப்புவிடம் பிரெய்த்வெய்ட் தோல்வியடைந்தது, கூட்டின் மொத்தத் திட்டத்தையே தலைகீழாகப் புரட்டிப்போட்டுவிட்டது. மேலும் தஞ்சாவூரின் பெரும்பகுதியை மைசூர்படை எளிதில் கைப்பற்றவும் வழிசெய்துவிட்டது. 1782 ஆம் ஆண்டு, பிப்ரவரி மாதம் 25 ஆம் தேதி பரங்கிப் பேட்டைக்கு வந்து சேர்ந்திருக்கும் டச்சுமின் தலைமையிலானப் பிரஞ்சுப்படையுடன் சேரச் சொல்லி ஹைதர் அலியிடமிருந்து உத்தரவு வரும்வரை தொடர்ச்சியாகத் திப்பு தென்பகுதியில் தனது செயல்பாட்டைக் கைக்கொண்டிருந்தார். உத்தரவிற்கேற்பப் புறப்பட்டு பரங்கிப்பேட்டைக்குச் சென்று பிரஞ்சுப் படையுடன் இணைந்து கொண்டார். மார்ச் மாத இறுதியில் கடலூரரை நோக்கிப் பயணம் தொடர்ந்து, ஏப்ரல் மாதம் 2 ஆம் தேதியன்று போய்ச்சேர்ந்தார். கடலூர் கோட்டையில் பலவீனமான அளவிலேயே பாதுகாப்பு இருந்தது. அடுத்தநாள் மாலையில் கோட்டை வீழ்ந்தது. தரைமார்க்கமாகவும், கடல்மார்க்கமாகவும் பயணம் செய்ய பிரஞ்சுப்படைக்கு ஏதுவானதொரு தளமாக அது அமைந்தது. கடலூரிலிருந்து பிரஞ்சுப்படையுடன் புறப்பட்ட திப்பு, மே மாதம் 1 ஆம் தேதியன்று ஹைதர் அலியுடன் முக்கியமானதொரு சந்திப்புக்கு ஏற்பாடு செய்தார். மைசூர் படையுடன் பிரஞ்சுப்படையும் சேர்ந்து ஒன்றுபட்ட இராணுவமாக, புதுச்சேரியின் வடமேற்கே 20 மைல் தொலைவில் அமைந்துள்ள மலைக்கோட்டையான பெருமுக்கல் நோக்கி நடைபோட்டது. மே மாதம் 11 ஆம் தேதியன்று இலக்குக்குப் போய்ச்சேர்ந்தாகிவிட்டது. பிறகுதான் கூட்டுக்கு இந்தத்தகவல் கிடைத்தது. அவன் பெருமுக்கலை மீட்க படையுடன் புறப்பட்டான். ஆனால் வழியில் கடுமையான புயல், மழையுடன் சேர்ந்து இயற்கை தாக்குதல் நடத்தி, அவனது முன்னேற்றத்துக்கு முட்டுக்கட்டை போட்டது. அவன் கருங்குழியை வந்தடைந்த 16 ஆம் தேதியன்று, பெருமுக்கல் மைசூர்படையிடம் அடிபணிந்துவிட்டத் தகவல் கிடைத்தது. பெருமுக்கலைக் கைப்பற்றி நான்கு நாட்கள்கூட ஆகாத நிலையில், வந்தவாசியை நோக்கி ஆங்கிலேயப் படை சென்றுகொண்டிருக்கும் தகவல் ஹைதர் அலிக்கு வந்தடைய, புதுச்சேரிக்குச் செல்லும் திட்டத்தைக் கைவிட்டு, ஒருங்கிணைந்தப் படை வந்தவாசியைநோக்கித் திரும்பியது. கூட் பெருத்த ஆர்வத்துடன் ஹைதர் அலியுடன் போரிடுவதற்குப் பின்தொடர்ந்து வந்தான். ஹைதர் அலி புதுச்சேரியிலிருந்து பதினான்குமைல் தொலைவிலுள்ள கிளியனூர் அருகே தன்னை பலமாக நிலைப்படுத்திக்கொண்டு, பின்தொடர்ந்த கூட்டுக்காகக் காத்திருந்தார். ஆங்கிலேயத் தளபதி எதிராளி தேர்வு செய்திருக்கும் அந்தக்களத்தில் போரிடுவது ஆபத்து என்றுணர்ந்து, 30 ஆம் தேதிவாக்கில் மைசூர்படையின் தளவாட மையம் அமைந்துள்ள ஆரணியை நோக்கி நகர்ந்துவிட்டான். ஆரணியைக் குறிவைத்தால் மைசூர்படையின் வலு, கிளியனூரில் குறைந்து விடும் என்று கணக்கிட்டான். அவனது கணிப்பு சரியாகிப்போனது. அதைக்கேள்விப்பட்டதும் அன்று மாலையே ஆரணிக்குச் சென்று படையை வலுப்படுத்தத் திப்புவுக்கு உத்தரவிட்டார், ஹைதர் அலி. அடுத்தநாள் காலையில் அவரும் புறப்பட்டார். அவருடன் இணைந்துகொள்ள பிரஞ்சுப்படை மறுத்துவிட்டது. திப்பு தன்னுடன் வந்த

அந்நியப்படை வீரர்களுடன் விரைந்து, ஜுன் மாதம் 2 ஆம் தேதி பொறுப்பைக் கைப்பற்றினார். 8 மணிவாக்கில் மைசூர்படையின் முன்னணி வீரர்கள் கோட்டைக்கு அருகிலிருந்த மைதானத்தை அடைந்தபோது, கூட் அங்கே முகாமிட உத்தேசித்துக்கொண்டிருந்தான். ஹைதர் அலி சுறுசுறுப்பாகத் தன் பணியைத் தொடங்கினார். படையின் பின்புறத்திலிருந்த பீரங்கிகளிலிருந்து தொடர்ச்சியாய்க் குண்டுமழை பொழியத்துவங்கியது. அதேநேரத்தில் திப்பு, படையின் முன்புறமிருந்து தனது கடும்தாக்குதலைத் தொடுத்தார். ஆங்கிலேயப்படைக்கு சங்கடமான தருணமிது. சொல்லிக்கொள்ளுமளவு எண்ணிக்கையில் அங்கே படைவீரர்கள் இருக்கவில்லை. எனினும் பத்துமணிவாக்கில் கூட் நிலைமையை மீட்டெடுத்தான். ஹைதர் அலியைத் தாக்கி பின்வாங்க வைத்தான். ஆரணி ஆற்றில், ஒரு துப்பாக்கியையும் ஐந்து தள்ளுவண்டி நிறைய ஆயுதங்களையும் ஆற்றுப்படுகையில் சிக்கிக்கொண்ட இரண்டு வண்டிநிறைய வெடிமருந்துகளையும் விட்டுவிட்டு ஹைதர் அலி தப்பியோடினார். இது, அநேகமாக ஒரு தந்திர[43] நடவடிக்கையாகும். ஏனென்றால் ஜுன் மாதம் 4 ஆம் தேதியன்று கூட் ஆரணியை மீட்டெடுக்கத் திரும்ப வந்தபோது, அவன் நம்பிக்கையற்றுப் போனான். ஹைதர் அலி ஆரணிக்குப் பக்கத்திலேயே தங்கியிருந்தார். திப்பு, காவல்படையை மட்டும் உயிர்ப்பித்திருக்கவில்லை. ஆரணியிலிருந்து அத்தனைச்செல்வங்களையும் இடம் மாற்றியிருந்தார். இந்தச் சூழ்நிலையில் அங்கே கூட்டுக்கு வேலையேதும் இருக்கவில்லை; மெட்ராஸுக்குத் திரும்புவதைத் தவிர. அதன்பிறகு திப்பு, தஞ்சாவூர் பகுதியிலேயே முகாமிட்டிருந்தார். மேற்குக்கரையில் தங்களுக்குப் பாத்தியப்பட்ட மலபார் பிரதேசத்தில் ஆங்கிலேயப் படையின் அச்சுறுத்தலைக் கட்டுப்படுத்த அங்கே பயணப்படுமாறு திப்புவுக்கு ஹைதர் அலி உத்தரவிட்டார்.

திப்புவின் மலபார் பயணம்

1782 ஆம் ஆண்டு, பிப்ரவரி மாதம் 8 தேதியன்று, தலைச்சேரியின் பாதுகாப்பிலிருந்த சர்தார் கானை, மேஜர் அபிங்க்டன் தோற்கடித்தான். அனைத்து இராணுவத்தளவாடங்களையும் இழந்து, 1,200 பேருடன் அவன் கைதியாகிப் போயிருந்தான். தனது தோல்வி குறித்து அவமானப்பட்டுப் போனவன், விரைவிலேயே தற்கொலை செய்துகொண்டான்[44]. ஆங்கிலேயப்படையின் வெற்றி தொடர்ந்து கொண்டிருந்தது. மறுநாள் பிரஞ்சுக்கோட்டையான மாஹீயைப் பிடித்தது. 13 ஆம் தேதி கள்ளிக்கோட்டையைக் கைப்பற்றியது.

தொடர் இழப்புகளைக் கேள்விப்பட்டதும் மக்தூம் அலியை மலபார் கரைக்கு ஹைதர் அலி அனுப்பினார். ஆனால் மக்தூம் அலியால் அங்கே எந்தவொரு முன்னேற்றத்தையும் கொண்டு வரமுடியவில்லை. ஏப்ரல் மாதம் 7 ஆம் தேதியன்று, கள்ளிக்கோட்டையிலிருந்து பதினாறு மைல் தொலைவிலுள்ள திரிக்களூர் என்ற இடத்தில், பம்பாய் அரசால் ஹைதர் அலியின் மலபார் சாம்ராஜ்ஜியத்துக்கு எதிராகச் செயல்பட, மேஜர் அபிங்க்டனுக்கு உதவ அனுப்பப்பட்ட கலோனல் ஹம்பர்ஸ்டோன், மக்தூம் அலியைத் தோற்கடித்துக் கொலை செய்தான். இந்த வெற்றியையடுத்து ஹம்பர்ஸ்டோன் கள்ளிக்கோட்டைக்கு மே மாதம்

திரும்பிவிட்டான். அவனை அப்போது பெய்தத் தொடர் கனமழை திரும்பவைத்தது. இரண்டாவதாக, மைசூர் படை அவனை பாலக்காட்டுக்குப் போகவிடாமல், பலதடைகளை உருவாக்கித் திருப்பியது. ஆனால் மே மாதம் மூன்றாவது வாரத்தில் மறுபடியும் கள்ளிக்கோட்டையிலிருந்து அவன் புறப்பட்டான். வழியிலிருந்த ராமகிரிக்கோட்டையை அக்டோபர் மாதம் 21 ஆம் தேதி கைப்பற்றியவன், பாலக்காட்டுக்கு நடைபோட்டான். அதைக்கைப்பற்ற அவன் திரும்பத்திரும்ப தன்னை நிரூபிக்க வேண்டியிருந்தது. இறுதியில், விவேகத்துடன் அதிரடித்தாக்குதலை மைசூர் படை நடத்தியது. அந்தத் தாக்குதலில் ஆங்கிலேயப்படை கிட்டத்தட்ட அனைத்து உடமைகளையும் ஆயுதங்களையும் இழந்தது. வேறு வழியில்லாமல் ஹம்பர்ஸ்டோன் மிகவிரைவிலேயே பின்வாங்கினான். திரும்பிச் செல்லும்போது, மைசூர்படை தொடர்ந்து தொல்லைக் கொடுத்தது. நவம்பர் மாதம் 18 ஆம் தேதி, அவன் ராமகிரிக்கோட்டையை அடைந்தபோது, திப்புவின் பெரும்படை அந்நியப்படையுடன் சேர்ந்து முற்றுகையிட்டிருக்கும் தகவல் வந்து சேர்ந்தது.

மக்தூம் அலி தோல்வியடைந்ததைப் பேரழிவாகக் கருதிய ஹைதர் அலி, அமைதியின்றி கலங்கிப்போனார். உடனடியாகத் திப்புவை அழைத்த அவர், மேற்குக்கரையின் நிலைமையைச் சீர்படுத்த உத்தரவிட்டார். விரைவிலேயே அங்கே நிலைமை சீரடைய, கரூரின் அருகிலிருந்த திப்பு பாலக்காட்டை மீட்பதற்கு, நவம்பர் மாதம் 16 ஆம் தேதியன்று அங்குபோய்ச் சேர்ந்தார். ஆனால் ஹம்பர்ஸ்டோன் அங்கிருந்து புறப்பட்டுவிட்டிருந்தான். திப்பு, அவனைப் பின்தொடர்ந்தார். 19 ஆம் தேதி காலையில், திப்புவின் அணிவகுப்பு ராமகிரிக்கோட்டைக்கு சிலமைல்களே இருக்கும்போது ஆங்கிலேயப்படையை முந்தியது. ஹம்பர்ஸ்டோன் வேகமாகப் பின்வாங்கினான். ஆனால் திப்பு, அவனை விடாமல் பின்தொடர்ந்து தொடர் தொல்லைகளைக் கொடுத்ததுடனில்லாமல் பொன்னானி ஆறு வரை பீரங்கித்தாக்குதலையும் தொடுத்தார். திப்புவின் பின்தொடரும் பயணம் விரைவாகவும் திறமையுடனும் இருந்தது. ஆனால் இப்போது ஆங்கிலேயப் படைகளின் நடவடிக்கைகளை திப்பு கவனிக்கத் தவறினார். ஆறு, கடக்கமுடியாத அளவுக்கு இருந்ததால், ஆங்கிலேயப் படைக்கு திப்புவின் கருணை கிடைத்தது. அவர்கள் சிறை பிடிக்கப்பட்டார்கள். திப்புவின் இந்தக் கவனக்குறைவை சாதகமாக எடுத்துக்கொண்ட ஆங்கிலேயப்படை இரவின் இருட்டைப் பயன்படுத்தி, சாதாரண ஆட்களைப்போல ஆற்றைக்கடக்க முற்பட்டனர். திப்புவுக்கு இதுகுறித்தத் தகவல் கிடைத்ததும், இரவிலேயே அவர்களைப் பின்தொடர்ந்து சென்றார். திப்புவின் அதிவேகச் செயல்பாடுகளைத் தாண்டியவர்களாக அவர்கள் இருந்தனர். ஆயுதங்கள் எல்லாவற்றையும் பின்னுக்குப்போட்டுவிட்டு, அவர்கள் பொன்னானி நகரத்தை அடைந்துவிட்டனர்.

பொன்னானியை வந்தடைந்த திப்பு, அந்நியப்படையின் உதவியுடன் நடவடிக்கைகளில் இறங்கினார். நவம்பர் மாதம் 29 ஆம் தேதி நான்கு புறத்திலும் வலுவானத் தாக்குதலுக்குத் திட்டமிட்டு செயல்படுத்தினார். ஹம்பர்ஸ்டோனின் கையை வலுப்படுத்தக் கள்ளிக்கோட்டையிலிருந்து முந்தைய மாலைப்பொழுதில் வந்திறங்கிய கலோனல் மெக்லாய்ட், திப்புவின் குறியாக இருந்தான். ஆனால் திப்புவால் எதையும் செய்ய முடியவில்லை. மெக்லாய்டின்

இருப்பு வலுவானதாக இருந்தது. ஒருபுறம் கடல் அலையடித்தது. மறுபுறம் ஆறு ஓடியது. முன்புறம் அடர்ந்த மரங்களும் சதுப்புநிலமுமாகப் பாதுகாப்பு இருந்தது. எனினும் திப்பு, அந்த நகரத்தை முற்றுகையிட முனைந்தார். தந்தை இறந்தசெய்தி வந்துசேர்ந்திருக்காவிட்டால் அதுவும் ஹைதர் அலியின் சாம்ராஜ்ஜியப் பட்டியலில் ஓர் ஊராக இணைக்கப்பட்டிருக்கும். செய்தி கிடைத்ததும் அந்த இடத்திலிருந்து விலக வேண்டியக் கட்டாயம் ஏற்பட்டது.

ஹைதர் அலியின் மரணமும் அவர் எழுதிய உயிலும்

1782 ஆம் ஆண்டு, நவம்பர் மாதம் முதலே ஹைதர் அலி நுரையீரல் தொற்றால் அவதிப்பட்டு வந்தார். ஆனால் ஆரம்பத்தில் அவரது மருத்துவரால், அதுவொரு சாதாரணக் கட்டி என்று புறந்தள்ளப்பட்டது. விரைவில், எப்படியோ நோயின் உண்மைத்தன்மை வெளிப்பட, இந்து, முஸ்லீம், பிரஞ்சு மருத்துவர்கள் அதைக் குணப்படுத்த அவரவர் அளவில் சிறப்பான சிகிச்சைக் கொடுக்க முனைந்தனர். ஆனால் எல்லாமே முக்கியத்துவமற்று வீணாகப்போனது. அவரது உடல்நிலை தொடர்ந்து சீர்கெட்டு, சித்தூர் அருகே நரசிங்கராயன்பேட்டில் 1782 ஆம் ஆண்டு, டிசம்பர் மாதம் 7 ஆம் தேதி, 60 ஆம் வயதில் மரணமடைந்தார்.

ஹைதர் அலியின் மரணத்தையடுத்து, அவர் திப்புவுக்குக் கூறிய அறிவுரைகளாக பல்வேறு வதந்திகள் உலவவிடப்பட்டன. அவையெல்லாமே ஆங்கிலேயர் தரப்பிலிருந்து கிளப்பிவிடப்பட்டவை. மரணமடைய சிலநாட்கள் இருக்கும்போது, திப்புவுக்கு அவர் எழுதியக் கடிதத்தில், 'ஆங்கிலேயருடனானப் போராட்டம் வீண். அவர்கள் அதிக பலமுள்ளவர்களாக இருப்பதால், எப்படியும் அழித்துவிடுவார்கள். அதனால் அவர்களுடன் சமாதானமாகப் போய் விடு. பிரஞ்சுப்படையை நீண்டநாட்களுக்கு நம்பமுடியாது' என்றிருந்ததாகக் கூறப்படுகிறது. மற்றொரு ஆங்கிலேயத் தரவு, 'ஹைதர் அலியின் இறுதிச்சடங்கின் போது, அவரது தலைப்பாகையில் ஒரு துண்டு காகிதம் இருப்பதை, திப்பு கண்டெடுத்தாராம். அதில், ஆங்கிலேயருடன் சமரசமாகப் போய்விடு' என்று அறிவுரை கூறப்பட்டிருந்ததாகப் பேசுகிறது. மிச்சவுட் கூற்றுப் படி, 'பிரஞ்சுப்படையுடன் இணைந்து போரிட்டால்தான் இந்தியாவில் வலுவாகவுள்ள ஆங்கிலேயப்படையை விரட்டியடிக்க முடியும்' என்று அறிவுரை வழங்கப்பட்டிருந்ததாகவும் பேசப்படுகிறது.

இந்தத்தகவல்கள் யாவுமே நம்பகத்தன்மை அற்றதாகவும், சமகாலச் சான்றுகள் எதுவுடனும் ஒத்துப்போகாதவையாகவும் இருக்கின்றன. ஆங்கிலத்தரப்பிலிருந்து பரப்பப்பட்டத் தரவுகள் அத்தனையிலும், போரை விரைவில் முடிவுக்குக் கொண்டுவருவதே மெட்ராஸ் அரசின் ஆர்வமாக இருந்ததால், அவர்களின் கருணை நிறைந்த எண்ணமாக இது வெளிப்படுகிறது. எல்லாவற்றுக்கும் மேலாக, 'ஹைதர் அலி போன்ற வல்லமைப்படைத்தவர்கள்கூட இறுதியில் வெல்லமுடியாத ஆங்கிலேய சக்தியுடன் உடன்பட்டுப் போனார்கள் என்று உலகத்துக்கு காட்டும் உள்நோக்கமும்' அதில் மிகுந்திருந்தது. உண்மையில் உயிர்ப்பிரிவதற்கு முன்பு, தன் செயலாளரை அழைத்த ஹைதர் அலி, 'மலபார்பகுதியில் போதுமானப்

பாதுகாப்பு ஏற்பாடுகள் செய்து விட்டு உடனடியாகத் திரும்பச்சொல்லி' திப்புவுக்கு கடிதம் எழுத உத்தரவிடுகிறார். மேலும் தனது சாம்ராஜ்ஜியத்தின் உயர் அதிகாரிகளான பூரணையா, கிருஷ்ணா ராவ், சாமையா, அபு முஹம்மத், மீர் சாதிக், முஹம்மத் அலி, பத்ர்—உஜ்—ஜமான் கான், காஜி கான், மஹா மிர்ஜா கான் ஆகியோரை அழைத்து, 'தான் மரணித்தபிறகு, தன்னிடம் உண்மையாகயிருந்து சேவையாற்றியதுபோல, திப்புவுக்கும் அவர்கள் பணியாற்றவேண்டும்' என்று கேட்டுக்கொண்டார்.

ஹைதர் அலி இறந்தவுடன் அவரது உயரதிகாரிகள் அத்தனைபேரும் ஒன்றுகூடி, மரணத் தகவல் வெளியில் கசிந்துவிடாமல், திப்பு திரும்பி வரும்வரை பாதுகாத்தனர். ஏதேனும் கலகம் ஏற்பட்டுவிடக்கூடாதென்ற பயம் அவர்களுக்கிருந்தது. மருத்துவர்கள் தினமும் இரண்டுமுறை, ஹைதர் அலியின் முகாமுக்குள் சென்று பார்த்து வந்தார்கள். மூத்த அதிகாரிகள் வழக்கம்போல உள்ளே சென்று வந்தனர். அதேவேளையில் ஒருவேளை கலகம் எதுவும் உருவானால், அதை நசுக்க இராணுவம் அன்று மாலையே தயார்நிலையில் இருந்தது. கடிதப்போக்குவரத்து, மக்கள் நடமாட்டம், மிகக்கவனமாக கண்காணிக்கப்பட்டது. அதேவேளையில் இளவரசருக்கு ஹைதர் அலி இறந்துவிட்டச் செய்திசொல்ல, மஹா மிர்ஜா கான் அனுப்பப்பட்டான். டிசம்பர் மாதம் 9 ஆம் தேதி இரவு, ஹைதர் அலியின் உடலை பெரிய பேழையொன்றில் வைத்து, பலத்த பாதுகாப்புடன் மதிப்புமிகுந்தச் செல்வத்தைக் கொண்டுசெல்வதுபோல ஸ்ரீரங்கப்பட்டிணத்துக்குக் கொண்டு சென்றார்கள். வழியில் கோலாரிலிருந்த ஃபாத் முஹம்மதின் கல்லறையில் அந்தப் பேழையை இருத்திவைத்தார்கள். அதன்பிறகு ஸ்ரீரங்கப்பட்டிணத்துக்கு எடுத்துச்செல்லப்பட்டு, திப்பு கட்டிய மிகப்பெரிய நினைவாலயத்தில் அடக்கம் செய்யப்பட்டது.

ஹைதர் அலியின் மரணம் குறித்தத் தகவல், அத்தனை மூடாக்குக்கு இடையிலும் கசிந்துபோனது. ஒருசில அதிருப்தியாளர்கள் நிலைமையைச் சீர்குலைக்க முயன்றனர். ஹைதர் அலியின் ஒன்றுவிட்ட சகோதரன் முஹம்மத் அமீன் 4,000 குதிரைப்படை வீரர்களைக் கொண்டவன். ஷம்ஸ்—உத்—தீன் என்ற மற்றொரு உறவினருடன் சேர்ந்து, தற்காலிக அரசைத் தூக்கியெறிந்துவிட்டு, ஹைதர் அலியின் இரண்டாவது மகன் அப்துல் கரீமை ஆட்சியாளராகப் பிரகடனப்படுத்தும் எண்ணத்துடன் சதித்திட்டம் தீட்டினான். அவர்கள் அவனை ஆட்சியாளராகத் தேர்ந்தெடுக்கக் காரணம், அப்துல் கரீம் விவேகம் குறைந்தவனாக இருந்தான். அவன் பெயரில் தாங்களே ஆட்சிசெய்யலாம் என்பது அவர்களின் எண்ணமாக இருந்தது. ஆனால் சதித்திட்டம் கண்டறியப்பட்டது. சதியில் ஈடுபட்டிருந்தவர்களில் ஒருவனான பௌத்தேநாட்[45] என்ற பிரஞ்சு அதிகாரி, தனது பாதுகாப்புக்கு உத்தரவாதம் பெற்றுக்கொண்டு அனைத்தையும் ஒப்புவித்துவிட்டான். வேறுவழியில்லாமல் முஹம்மத் அமீனும், ஷம்ஸ்—உத்—தீனும் தங்கள் தவறை ஒத்துக் கொண்டார்கள். அவர்களை இரும்புக் கூண்டிலடைத்து ஸ்ரீரங்கப்பட்டிணத்துக்கு கொண்டு சென்றார்கள். பௌத்தேநாட்டும் சிறைக்கைதியாக ஒரு கோட்டைக்குள் அடைக்கப்பட்டான். இல்லாது போனால் அவன் மெட்ராஸுக்கு கடிதமெழுதிவிடும் அபாயம் அல்லது திப்புவின் அதிகாரிகளுக்கு எதிராகக் கிளர்ச்சியில்

ஈடுபடுவான் என்று கருத்து நிலவியது. இதுபோல சிறு குறும்புத்தனங்களுடன் தலைதூக்கியவர்களைத் திப்புவிடம் விசுவாசமாகத் திகழ்ந்த டி'ஆஸ்டிரேஸியா பிரிவின் இரண்டாம்நிலைத் தளபதியாக இருந்த பௌலட் அடக்கி ஒடுக்கினான். இங்குமங்குமான ஓரிரண்டு சிறுசிறு சச்சரவுகளைத் தாண்டி, கடுமையான எழுச்சி எதுவும் ஏற்பட்டுவிடவில்லை. அரசுப்பணிகள் எவ்வித இடர்பாடுமின்றி வழக்கம்போல நடந்தன. இராணுவம் திப்பு வுக்கு விசுவாசமாக இருந்தது. 'பொதுவாகவே திப்புவின் மனிதாபிமானம் மீது நல்லதொரு அபிப்ராயம் எல்லோருக்கும் இருந்தது. அவரது படைநடத்தும் திறமையைப் பாதுகாப்பாக உணர்ந்தார்கள். படைநடத்திச்சென்றால் வெற்றிகிட்டும் என்ற நம்பிக்கை அவர்களுக்கிருந்தது. திப்புவின் சகோதரன் அப்துல் கரீமிடம் எந்தவொரு அனுபவமும் இல்லை. நல்ல உணர்வுகளையும் அவன் கொண்டிருக்கவில்லை.

டிசம்பர், 21 ஆம் தேதியன்று நரசிங்கராயன்பேட்டிலிருந்து இராணுவம் புறப்பட்டு, அடுத்த நாள் சக்மலூரில் திப்புவின் வருகைக்காகக் காத்திருந்தது. அணிவகுப்பு மிகநேர்த்தியாக இருந்தது. ஹைதர் அலியின் பல்லக்கு, அவர் இருந்தால் எப்படிச் சுமந்து செல்லப்படுமோ அது போலவே அத்தனை கௌரவத்துடன் கொண்டுசெல்லப்பட்டது.

தந்தை ஹைதர் அலி, மகன் திப்புவுக்கு எழுதியக்கடிதம் 1782 ஆம் ஆண்டு, டிசம்பர் மாதம் 11 ஆம் தேதியன்று கிடைக்கப்பெற்றார். மறுநாள் காலையில் மிகவிரைவாக சித்தூரை நோக்கிப் பறந்தோடினார். கோயமுத்தூரை அடைந்ததும், ஸ்ரீரங்கப்பட்டிணத்தின் தளபதியாக இருந்த முஹம்மத் சிதாப்புக்கு பதிலாக, சயீத் முஹம்மத் மாஹ்தவியை நியமித்தார். ஹைதர் அலியால் பாலக்காட்டிற்கு நியமிக்கப்பட்ட அர்ஷத் பேக் கானை மலபார் அரசுக்குப் பொறுப்பேற்கச்சொல்லி உத்தரவிட்டார். மிக நீண்ட பயணத்தை திப்பு முதன்முதலாக மேற்கொண்டிருந்தும் அவரது துருப்புகள் அதைப் பொறுத்துக்கொண்டனர். ஆனால் அவர்களுக்கு போதுமானத் தகவல்கள் வந்தடையவில்லை. படையும், படைத்தலைவர்களும் அவருக்கு மிகவும் விசுவாசமாக இருந்தனர். பிரதான இராணுவமுகாமிலிருந்து இரண்டு மைல் தொலைவில் அமைக்கப்பட்டிருந்த புது முகாமுக்கு டிசம்பர் மாதம், 28 ஆம் தேதியன்று வந்து சேர்ந்தார். அவர் எந்தவொரு ஆடம்பர வரவேற்பையும் ஏற்க மறுத்துவிட்டார். மிக எளியமுறையில் சூரிய அஸ்தமனத்துக்குப் பிறகு முகாமுக்குள் நுழைந்தார். அவர் முதன்மை அதிகாரிகளைச் சந்தித்த போது, ஆடம்பரமற்ற விரிப்பொன்றில் தந்தையின் மரணம் குறித்த வருத்தத்துடன் அமர்ந்திருந்தார். மறுநாள் காலையில் தனது சகோதரரையும் அதிகாரிகளையும் அழைத்து, தான் இல்லாத போது சட்டம்—ஒழுங்கை நன்றாகப் பாதுகாத்ததற்காக, அவர்களுடன் நீண்ட நேரம் பேசினார். இது முடிந்தபிறகு, அத்தனைப் படைத்தலைவர்களையும் சந்தித்தார். அவர்கள், தங்கள் வருத்தங்களையும் வாழ்த்துகளையும் பகிர்ந்துகொள்ள அனுமதிக்கப்பட்டனர். பிறகு, இரவு 9 மணியளவில், அவர் தனது தந்தையின் சிம்மாசனத்தில் அனைத்துவிதமான ஆடம்பரத்துடனும் கொண் டாட்டங்களுடனும் அமர்ந்து, நவாப் திப்பு சுல்தான் பகதூர் என்ற பட்டத்தைச் சூட்டிக்கொண்டார். அவரது இராணுவம் 121 குண்டுகள் முழங்க மரியாதை செலுத்தியது. பிரஞ்சுப்படை 21 குண்டுகள் முழங்கி,

மரியாதை செலுத்தி வாழ்த்தியது.

திப்பு மிகப்பெரிய சாம்ராஜ்ஜியத்தைக் கொண்டிருந்தார். அதன் எல்லை வடக்கே கிருஷ்ணா நதியைக் கொண்டிருந்தது. தெற்கே, அதன் எல்லையாக திருவிதாங்கூர் மாகாணமும் திருநெல்வேலி மாவட்டமுமாக இருந்தது. கிழக்கே, கிழக்குத்தொடர்ச்சி மலைகளையும் மேற்கே அரபிக்கடலையும் கொண்டிருந்தது. அவர் பொறுப்பேற்றுக்கொண்டபோது, ஸ்ரீரங்கப்பட்டிணம் கஜானாவில் மூன்று கோடிரூபாய் பணமும் அத்துடன் மிகப்பெரிய அளவில் நகைகளும் விலைமதிப்பற்றப் பொருட்களும் இருந்தன. பெத்னூர் கஜானாவிலும் பெரும்செல்வம் இருந்தது. ஆனால் ஹைதர் அலியின் மரணத்தைக் கேள்விப்பட்டதும் அயாஜ் மற்றும் மாத்யூ இருவருமாக கஜானாவை அபகரித்துவிட்டனர். மேலாக, அவரது தந்தை காவல்படை, மாகாணத் துருப்புகள் தவிர்த்து, 88,000 வீரர்களைக் கொண்ட படையை விட்டுச்சென்றிருந்தார். அது, அந்தக்கால இந்தியாவில் மிகப்பெரிய போர்ப்படையாகும்.

உடனடியாகத் தீர்க்கவேண்டி அழுத்திக் கொண்டிருந்தப் பிரச்சனையாக இருந்தது, போர்க்குற்ற வழக்குகள்தான். திப்பு, தனது கவனத்தை இராணுவ விஷயங்களில் செலுத்தினார். துருப்புகளுக்கு வழங்கப்பட வேண்டிய பாக்கித்தொகையை உடனடியாக வழங்க உத்தரவிட்டார். இனி மேல் முப்பது நாட்களுக்கு ஒருமுறை சம்பளம் வழங்கப்பட ஓர் ஒழுங்கை அறிவித்தார். பிரஞ்சு அதிகாரியொருவர் நியமிக்கப்பட்டு, முறைசாரா விஷயங்களை ஒழுங்குபடுத்தினார். பீரங்கிப் படையைச் சீரமைத்தார். உணவுப்பொருட்களையும் அத்தியாவசியமான பிறபொருட்களையும் இராணுவத்துக்கு முறையாக வழங்க ஏற்பாடுகள் செய்தார். வியாபாரிகளை ஈர்க்க, பொருட்கள் மீதான தன்னிச்சையான விலை நிர்ணயத்தை ஒழித்தார். திப்புவின் முகாமில் போதுமான அளவுக்கு விநியோகப்பொருட்கள் இருப்பதை, அதற்கானப் பணியாளர் ஒருவர் சோதனை செய்தார். அத்துடன் தனது அதிகாரிகளுக்கு, போர்க்கைதிகளைப் பெருந்தன்மையுடன் நடத்த வேண்டுமென்று நிரந்தர உத்தரவொன்றைப் பிறப்பித்தார். சீரமைப்புப் பணிகளில் அவர் ஈடுபட்டுக் கொண்டிருந்தபோது, ஜெனரல் ஸ்டூவர்ட் தலைமையிலான ஆங்கிலேயப்படை வந்தவாசியை நோக்கிப் போய்க்கொண்டிருக்கும் தகவல் திப்புவை எட்டியது.

---

1. கிர்மானி. பக்கம். 6 தாரிக்–இ–திப்பு, ஹைதர்–நாமா பக்கம். 80

2. சுல்தான்–உத்தவாரிக், தாரிக்–திப்பு, ஹைதர்நாமா, பக்கம் 81. கிர்மானி, திப்புவின் மூதாதையர்கள் 16 ஆம் நூற்றாண்டின் இறுதியில் தரைவழியாக வடமேற்குப் பகுதியிலிருந்து வந்தவர்கள் என்று வரையறை செய்கிறார்.

3. சில அநாமதேயத் தகவல்கள் கர்நாமா–இ–ஹைதரி (பக்கம். 687–94) எனும் நூலில் காணப்படுகின்றன. அதில், திப்புவின் குடும்பவேர் குறைஷி இனத்தைச் சேர்ந்த மெக்காவின் ஷெரீப் ஹாசன் பி. யாஹ்யா (ஹிஜ்ரி.874/கி.பி.1469) விலிருந்து துவங்குகிறது. அவரது பேரன் அஹமத் யேமனிலுள்ள சானா எனும் நகருக்கு இடம் பெயர்கிறார். அந்த ஊரின் தலைவர் மகளைத் திருமணம் செய்து கொள்கிறார். ஊர்த் தலைவரின் இறப்புக்குப் பின் அவர், அந்த நகரை ஆள்கிறார். ஆனால் சானா நகரின் முக்கியஸ்தர்கள் அவரை சதிசெய்து கொன்றுவிடுகிறார்கள். கொல்லப்பட்டவரின் பதிமூன்று வயது மகன் முஹம்மத் அங்கிருந்து தப்பி பாக்தாத் வந்தடைகிறான். அங்கு அவன் தொழில் செய்து

விரைவிலேயே மிகப்பெரிய வியாபாரியாகிறான். ஆனால் அவனிடம் பணி புரிந்தவர்களின் நேர்மையின்மையால் அனைத்தையும் இழந்து பராரி ஆகிப்போகிறான். இதையடுத்து ஹாசன் பி. யாஹ்யாவின் ஆறாவது தலைமுறையைச் சேர்ந்த ஹாசன் பி. இப்ராஹீம் (ஹிஜ்ரி.1075/கி.பி.1664) பிழைப்புத்தேடி இந்தியாவுக்கு இடம் பெயர்கிறார். அஜ்மீரிலுள்ள தர்ஹா காஜா முயினுத்தீன் சிஸ்டியின் முத்தவல்லி ஆதரவில் வாழ்ந்து, அவரது மகளைத் திருமணம் செய்துகொள்கிறார். ஹாசன் பி. இப்ராஹீமின் இறப்புக்குப் பின் அவருக்கு ஒரு மகன் பிறக்கிறான். அவனுக்கு வலி முஹம்மத் என்று பெயரிடுகிறார்கள். அவன் வளர்ந்து பெரியவனாகி திருமணம் செய்து, அவனும் அவனது பிள்ளைகளும் அஜ்மீரிலிருந்து ஷாஜஹானாபாத்துக்குக் கிளம்புகிறார்கள். பின்னர் அங்கிருந்து தில்லிக்கு இடம் பெயர்கிறார்கள். மீதமுள்ள குடும்பக் கதை கிர்மானி குறிப்பிடுவது போலவே இருக்கிறது. இது ஒருவேளை உண்மையாகவும் இருக்கலாம். அதேவேளையில், ஹைதர் மற்றும் திப்புவின் சாம்ராஜ்ஜியத்துக்கு கௌரவத்தை உருவாக்க இத்தரவுகளை வலுப்படுத்தியிருக்கலாம். ஹைதர் மற்றும் திப்புவின் சரித்திரத்தின் எந்தப் பகுதியிலும் இதுகுறித்து எதுவும் காணப்படவில்லை.

4. கிர்மானி தவறுதலாக முஹம்மத் ஆதில் ஷாவை, அலி ஆதில் ஷா என்று குறிப்பிடுகிறார்.

5. இனக்குழு.

6. சில குறிப்புகளில் முஹம்மத் அலி, பிஜப்பூர் அரசில் பணி புரிந்ததாக இருக்கிறது.

7. கிர்மானியின் கூற்றுப்படி, நவாப்பின் மரணத்துக்குப்பின் நிலவிய குழப்பத்தையடுத்து பாத் முஹம்மத் ஆற்காட்டிலிருந்து கிளம்பியதாகக் கருதப்படுகிறது. ஆனால் நவாப் 1732 வரையில் உயிருடன் இருக்கிறார். இந்தக்காலகட்டத்தில் பாத் முஹம்மதின் காலவெளியில் குழப்பம் நீடிக்கிறது.

8. சிரா தும்கூர் மாவட்டத்திலுள்ள ஒரு நகரம்.

9. பெங்களூருக்கு வடமேற்கே 27 மைல் தொலைவிலுள்ள அர்காவதி நதியின் வலது கரையில் அமைந்துள்ளது

10. ஐபித் பக்கம். 268. கிர்மானி அப்பாஸ் குலி கானை தர்ஹா குலி கானின் மகன் என்று தவறாகக் குறிப்பிடுகிறார்.

11. ஹைதர்நாமா பக்கம். 81; தாரிக்–இ–திப்பு அடிக்குறிப்பு 62 அ; சிராவின் நவாபால் பாத் முஹம்மதின் குடும்பம் துன்புறுத்தப்பட்டது என்று தவறாகச் சித்திரிக்கப்படுகிறது என்கிறது வில்க்ஸ்சின் அடிக்குறிப்பு பக்கம்.493. 22 ஆண்டுகளுக்குப் பின்னர் ஹைதர் அலி தோத்பல்லாபூரைக் கைப்பற்றியதும் அப்பாஸ் குலி கான் மெட்ராஸ்க்கு தப்பி ஓடுகிறான். 1767ல் ஹைதர் அலி கர்னாடிக்கை கைப்பற்றிய பின் அப்பாஸ் குலி கான் கர்நாட்டிக்கிலிருந்து அவர் திரும்பிச் செல்லும்வரை சொந்த மண்ணில் கால் பதிக்கவேயில்லை.

12. ஐபித். : ஹைதர்நாமா, பக்கம். 81; தாரிக்–இ–திப்பு, அடிக்குறிப்பு 62 அ. இரண்டு நூல்களிலுமே பாத் முஹம்மத் வைத்துச்சென்ற கடன் தளவாயால் அடைக்கப்பட்டது என்றும் பின்னர் அரசரிடம் பணியில் சேர்ந்த ஹைதரும் ஷாபாஜும் வேலை செய்து அதைத் திருப்பிச் செலுத்தினர் என்றும் சுட்டப்படுகிறது. ஆனால் இருவரும் வேலைசெய்து பொருள் ஈட்டும் வயதை எட்டாத மிகவும் சிறுவயதினர் என்பதை கவனத்தில் கொள்ளவேண்டும்.

13. சுல்தான்உத்தவாரிக், அடிக்குறிப்பு.83; கிர்மானி பக்கம். 16.

14. ஹைதர்நாமா, பக்கம். 81. கிர்மானி, பக்கம். 17.

15. பெங்களூருக்கு வடக்கே 23 மைல் தொலைவிலுள்ள நகரம்.

16. ஹைதர்நாமா, பக்கம். 81; தாரிக்–இ–திப்பு, அடிக்குறிப்பு. 63ஆ64ஆ.

17. கிர்மானி பக்கம். 2021.

18. ஐபித், பக்கம். 311.

19. கிர்மானி, பக்கம். 23. வில்க்ஸ் பக்கம். 310.

20. கிர்மானி, பக்கம். 2223. வில்க்ஸ் பக்கம். 319. ஸ்ரீரங்கம் திருச்சிராப்பள்ளிக்கு வடக்கே இரண்டு மைல் தொலைவிலுள்ள தீவு நகரம்.

21. சின்ஹா, ஹைதர் அலி. பக்கம். 147.

22. வில்க்ஸ் பக்கம். 397. 1757பிப்ரவரியில் தேவராஜ் அரசியல் வாழ்க்கையிலிருந்து ஓய்வு.

23. கிர்மானி, பக்கம். 30.

24. மைல்ஸின் நிஷான்இஹைதரி நூலின் மொழி பெயர்ப்பில் பக்கம் 26ல் ஹைதர் அலி, ரஜா அலி கானின் அண்ணி முறையிலுள்ள பெண்ணை திருமணம் செய்துகொண்டதாக தவறான தகவல் தரப்பட்டுள்ளது. (பார்க்க. கிர்மானி)

25. கிர்மானி, பிறந்த குழந்தைக்கு திப்பு சுல்தான் என்றே பெயரிடப்பட்டது என்கிறார். தாரிக்–இ–திப்பு நூல் இளவரசனாக இருந்தபோதும் ஆட்சி செய்யும்போதும் திப்பு சுல்தான் என்றே குறிப்பிடுகிறது.

26. புங்கன்னூரி, பக்கம். 33.

27. கிர்மானி, பக்கம். 13334. கிர்மானியின் கூற்றுப்படி வாணியம்பாடியில் வைத்து ஸ்மித்தை ஹைதர் அலி தோற்கடிக்கிறார்.

28. கேடல், பம்பாய் இராணுவ வரலாறு, பக்கம். 83.

29. ஸ்ரீரங்கப்பட்டிணம் தாலுகாவிலுள்ள ஒரு புனிதநகரம்.

30. வில்க்ஸ், பக்கம். 6956. வில்க்ஸின் இந்தக்கூற்று சமகாலத்தில் வேறு எந்த இடத்திலும் யாராலும் ஆதாரமாகக் காட்டப்படவில்லை.

31. கிர்மானியின் கூற்றுப்படி, பக்கம். 118, 30 யானைகள், 100 ஒட்டகங்கள், 50 கோவேறுக் கழுதைகள் மேல் ஏற்றிவரப்பட்ட ராணுவத் தளவாடங்கள் மற்றும் உணவுப்பொருட்கள் கைப்பற்றப்பட்டன.

32. டப், பக்கம். 569.

33. தும்கூர் மாவட்டத்திலுள்ள ஒரு தாலுகா.

34. தும்கூர் மாவட்டத்திலுள்ள மலைக்கோட்டை.

35. கிர்மானி பக்கம். 123. ஹைதர்நாமா பக்கம். 94. பெங்களூர் மாவட்டத்திலுள்ள ஒரு நகரம்.

36. போர்டஸ்க்யூ, பக்கம். 44647. பிஸ்ஸர்லென்கர், ஆன்டிகுல்ஹாஸ், பக்கம். 24344. கிர்மானி, பக்கம். 198

37. வில்க்ஸ், பக்கம். 22. பிரஞ்ச் குறிப்புகளும் ஹமீத்கானும் அட்டூழியங்கள் குறித்து குறிப்பிடவில்லை. இன்னஸ் மன்றோவும்கூட அதுகுறித்து எதுவும் பேசவில்லை. பிரஞ்ச் குதிரைப்படையினரால் 16 ஆங்கில அதிகாரிகள் பாதுகாக்கப்பட்டது பேசப்படவில்லை.

38. கிலெய்க், மன்றோ பக்கம். 25.

39. தற்போதைய மறைமலையடிகள் பாலம்.

40. வில்க்ஸ் பக்கம். 64. திப்பு வட ஆற்காடு மற்றும் தென் ஆற்காடு பகுதிகளில் செயல்பட்டுக் கொண்டிருந்தபோது ஹைதர் அலி தஞ்சாவூரில் போரில் ஈடுபட்டிருந்தார். ஜுன் 16 1781 கூட் மைசூர் படையினரை கடலூரிலிருந்து விரட்டியடிப்பதற்காகவும் திருச்சிராப்பள்ளியைக் கைப்பற்றத் திட்டமிட்டிருக்கும் ஹைதர் அலியை தடுப்பதற்காகவும் முயன்றார். ஹைதர் அலியோ ஆங்கிலேயப் படையை முன்கூட்டியே தடுக்கத் திட்டமிட்டிருந்தார். முடிவில் ஹைதர் அலியை கூட் தோற்கடித்தார். பரங்கிப்பேட்டைப் போரில் பலத்த உயிர்சேதம் இருதரப்பிலும் ஏற்பட்டது.

41. N.A., Sec. Pro., March 11, 1782, p.983. 'Colonel Braithwaite, sometime after the engagement began, sent a flag of truce the enemy, after which no person was killed, but the remainder of the garrison was taken prisoner.' (Ibid).

42. லாரன்ஸ், 'கேப்டிவ்ஸ் ஆஃப் திப்பு சுல்தான் பக்கம். 126. மில்ஸ் தனது குறிப்பில், "அதை திப்பு ஒரு நீதியாகச் செய்தார். கைதிகளை மரியாதையாக நடத்தினார். குறிப்பாக அதிகாரிகளிடமும் காயம்பட்டவர்களிடமும் உண்மையான கவனத்துடனும் மனிதாபிமானத்துடனும் நடந்து கொண்டார்" மில்ஸ் பக்கம். 173.

43. ஹைதர்நாமா பக்கம். 97. ஆரணியைப்பிடிக்கும் போரில் ஹைதர் அலிக்கு இழப்பு மிகவும் குறைவுதான். கூட்டின் தகவல்படி '30 அல்லது 40 குதிரைகளைப் பிடித்திருப்போம். ஆங்கிலேயத் தரப்பில் 74 பேர் உயிரிழந்தார்கள். 7 குதிரைகள் மாண்டன' என்கிறார்.

44. ஹைதர்நாமா பக்கம். 97. கேடல் ஹிஸ்டரி ஆஃப் பாம்பே ஆர்மி பக்கம். 100.

45. பௌத்தேநாட் ஒரு பிரஞ்சு அதிகாரி. வில்க்ஸ் குறிப்பிடுவதுபோல அவன் பெயர் பௌடேலாட் அல்ல.

2

ஆங்கிலேயருடன் போர் (தொடர்ச்சி)

ஸ்டுவேர்டின் தோல்வி

ஹைதர் அலியின் மரணம் குறித்தத் தகவல் கிடைத்ததும் மெட்ராஸ் ஆங்கிலேய நிர்வாகம் மனநிறைவு பெற்றது. ஆளுநர், 'இந்த அனுகூலமானச் சூழ்நிலையைப் பயன்படுத்தி நாம் நிறைய பெறவேண்டும்' என்று குறிப்பட்டான். கூட், 'ஹைதர் அலியின் மரணம் நமக்கு மிகமுக்கியமான வாய்ப்பாகும். இந்தியாவின் பொதுநலன்கருதி, பலன்தரக்கூடிய முயற்சிகளில் ஈடுபடவேண்டும். நம் தாய்நாட்டுக்கு செல்வங்களைக் கொண்டுசென்று சேர்ப்பதற்கான நிரந்தரப் பாதுகாப்பு வாசலை மரணம் திறந்துவிட்டிருக்கிறது. கீழ்திசை நாடுகளின் அரசாட்சியை, இனி பயமின்றி தக்கவைத்துக் கொள்ளலாம்' என்று குறிப்பெழுதியுள்ளான். நவாப் முஹம்மத் அலிகூட மிகுந்த உற்சாகத்துடன் நடந்துகொண்டான். மெட்ராஸ் கவர்னருக்கு அழைப்புவிடுத்த அவன், 'எல்லாம் கடவுளின் ஆசி' என்று குறிப்பிட்டு, 'முக்கியமான இந்த நேரத்தில் அனைத்துவகையான உழைப்பையும் பயன்படுத்தவேண்டும்' எனக் கேட்டுக்கொள்கிறான்.

எனினும் ஆங்கிலேயர்கள் ஹைதர் அலியின் மரணத்தை அனுகூலமாக்கிக் கொள்வதில் தவறிவிட்டனர்.

அதற்குக் காரணமாகக் கருதப்படுவது திப்பு, மைசூர் சாம்ராஜ்ஜியத்தின் அரியணையில் ஏறிய சம்பவம் மிகவும் அமைதியாக நடந்தேறியது. திப்புவுக்கும் சகோதரன் கரீமுக்குமிடையில் பதவிப்போர் இல்லாமல் சுமுகமாகிப்போனது. முக்கியத்தளகர்த்தர்களால் கலகம் ஏற்படும் என்று ஆங்கிலேயர்கள் எதிர்பார்த்ததுபோல, எதுவுமே நடைபெறாமல் போனதுமாகும். ஹைதர் அலியின் மரணச்செய்தி கிடைத்தவுடன் கூட்டின் இடத்தில் பொறுப்புத்தலைமைக் கமாண்டராக செயல்பட்டுவந்த ஸ்டூவர்ட், ஒருவேளை மலபார் கடற்கரைப் பகுதியில் மைசூர் படையின்மீது தாக்குதல் தொடுத்திருந்தால், அப்போது அங்கிருந்த திப்புக்கு சங்கடமான அல்லது தடுமாற்றம் தரும் நெருக்கடியானச் சூழலை உருவாக்கியிருக்கலாம். உண்மையில் மெட்ராஸ் கவர்னர், 'அருமையான இந்தச் சந்தர்ப்பத்தை பயன்படுத்தி அதிரடித் தாக்குதல் நடத்தச்சொல்லி' ஸ்டூவர்டுக்கு அறிவுரையும் சொல்கிறான். ஆனால் அவன் மெத்தனமாக நடந்து கொண்டான். முதலில் அவன், ஹைதர் அலி மரணமடைந்த செய்தியை நம்பமறுத்துவிட்டான். அதை அவன் நம்பத்தொடங்கியபோது, படைநடத்திச்செல்லும் நிலை அங்கில்லை. ஏனென்றால் அவனது படையின் நிலைமை பரிதாபகரமாக இருந்தது. படைவீரர்களுக்கு உண்ண உணவிருக்கவில்லை. நாள்தோறும் நூற்றுக்கணக்கான வீரர்கள் இறந்து கொண்டிருந்தனர். பாதிக்கும் மேலான படையினர், நோயில் அல்லாடிக்கொண்டிருந்தனர். போக்குவரத்து ஏற்பாடுகள் திருப்தியற்ற நிலையில் இருந்தது. உணவும் தீவனங்களும் இல்லாததால் வண்டிகளை இயக்குவதற்கு ஓட்டுநர்களோ, மாடுகளோ இருக்கவில்லை. எல்லாவற்றுக்கும் மேலாக பருவமழை பொழிந்து, நாடுமுழுவதும் தண்ணீர் நிரம்பிக் கிடந்தது. மழை, வெயிலிலிருந்துத் தங்களைக் காத்துக்கொள்ள துருப்புகளுக்கு கூடாரங்கள்கூட இருக்கவில்லை.

படைகள் தயார் நிலையில் இல்லை என்று ஸ்டூவர்ட் வாதிட்டான். அதுதான் உண்மையும் கூட. அதற்கு அவனே பொறுப்பு. ஒரு மாதத்திற்கு முன்புதான், தனதுபடை எந்தவித அவசர சூழ்நிலையையும் எதிர்கொள்ளத் தயாராக இருப்பதாக அறிவித்திருந்தான். ஆனால் செயலில் இறங்கவேண்டிய நேரத்தில் தயாரற்றிருந்தான். படைகளைப் போருக்குத் தயார்படுத்தும் பணியை விட்டுவிட்டு, இராணுவ, கடற்படை அதிகாரிகள் முதல் கவர்னர்—கடற்படை தளபதி ஹூக்ஸ் வரை அத்தனை பேரிடமும் அற்ப சச்சரவுகளிலும், வீண்சண்டைகளிலும் ஈடுபட்டுக் காலத்தைக் கழித்தான். அதனால் 1783 ஆம் ஆண்டு, பிப்ரவரி மாதம் 5 ஆம் தேதிவரை அவன் செயல்பாடின்றி இருந்தான். பின்னர் திருப்பாச்சூரிலிருந்து கிளம்பி, திப்பு மீது தாக்குதல் நடத்தும் நோக்கத்துடன் வந்தவாசிக்குப் போனான். இதற்கிடையில் திப்பு, மைசூர் இராஜ்ஜியத்தை நன்கு பலப்படுத்தியிருந்தார். அதுபோல, ஆங்கிலேயப் படையின் நடமாட்டத்தைக் கண்காணித்துக் கொண்டும் இருந்தார். உடனடியாக, பிரஞ்சுத் துருப்புகளை கோஸிக்னியின் தலைமையின்கீழ் திரட்டி, வந்தவாசிக்கு அருகிலேயே முகாமிட்டார். 13 ஆம் தேதி மைசூர் படையையும் ஆங்கிலேயப் படையையும் பாலாரின் உப்நதி ஒன்று பிரித்தது. இருபடைகளும் போருக்கு ஆயத்தநிலையில் இருந்தன. அன்றையநாள் முழுவதும் இருதரப்பிலும் ஒழுங்கற்ற அல்லது நிலையில்லாதத் தாக்குதல் தொடர்ந்து நடத்தப்பட்டது. மறுநாள் அதிகாலை, ஆங்கிலேயப் படை வந்தவாசியை நோக்கிப் பின்வாங்கியது. அதேவேளையில் மைசூர் படை மிகநெருக்கத்தில்

அதைத் தொடர்ந்தது. இதனிடையே ஆங்கிலேயப் படையில் 200 பேர் வரை காயமடைந்தனர்; உயிரிழந்தனர். 'சுல்தான் படையின் ஒழுங்கு முறையும் பிரஞ்சுப்படையின் பயமுறுத்தும் தோற்றமும் கண்டு கலங்கிப் போனதால்' ஸ்டூவர்ட் பின்வாங்க முடிவெடுத்தான். உண்மையிலேயே திப்புவைக் கண்டு பயந்துதான், அவன் வந்தவாசி மற்றும் கருங்குழியிலிருந்து காவல் படையை விலக்கிக்கொண்டான். எப்படியும் அது, மைசூர் படையின் கைக்குப்போய்விடும் என்று உணர்ந்து, கோட்டைகளை வெடிவைத்துத் தகர்த்தான். ஸ்டூவர்டின் தவறுகளையும், பயத்தையும் அனுகூலமாகக் கொண்டு திப்பு அவனைப் பின்தொடரவில்லை. கர்நாட்டிக்கிலிருந்து புறப்பட்டு மலபார் இராஜ்ஜியத்தைப் பாதுகாப்பதற்குக் கிளம்பினார். அங்கே மாத்யூ தலைமையில் ஒருபடை ஊடுருவியிருந்தது.

மாத்யூவின் பிடியில் பெத்னூர்

கர்நாடிக்கிலிருந்த ஹைதர் அலியின் கவனத்தை முழுதாகவோ அல்லது பகுதியாகவோ திருப்ப, மலபார் இராஜ்ஜியத்தின்மீது தாக்குதல் நடத்த வேண்டுமென்று பம்பாய் அரசாங்கம் நீண்டநாட்களாய் முயன்று கொண்டிருந்தது. மெட்ராஸ் அரசாங்கத்துக்கும் அதே எண்ணம் இருந்தது. இதைத்தவிர, வேறெந்த முறையில் போர்நடத்தினாலும் அது பயனற்றது. நேரமிழப்பு என்ற கருத்து நிலவியது. அப்படியொரு திசைதிருப்பலை உருவாக்க ஹம்பர்ஸ்டோனை அனுப்பி வைத்தனர். ஆனால் திப்புவால் பொன்னானியில் முற்றுகையிடப்பட்ட அவன், அந்த முயற்சியில் தோல்வியடைந்தான். இதைக்கேள்விப்பட்ட உடனேயே பம்பாய் அரசாங்கம் ஹம்பர் ஸ்டோனைவிடுவிக்க, பிராந்தியத் தளபதி ஜெனரல் மாத்யூவை அனுப்பி வைத்தது. ஆனால் மாத்யூ, பொன்னானி சென்றடைவதற்கு முன்பே திப்பு, மேற்குகரையிலிருந்து புறப்பட்டுவிட்டதாகச் செய்தியறிந்தான். அதையடுத்து, அவன் பொன்னானிக்குப் போகவில்லை. ஆங்கிலேயப் படைகளுக்கு ஆபத்து ஏதும் தற்போது இருக்கவில்லை. அதனால் கோவாவிலிருந்து எட்டு மைல் தொலைவிலிருந்த ராஜமுந்துர்க்கில் முகாம் அமைத்தான். ஜனவரி முதல்வாரத்தில் தாக்குதலும் நடத்தினான். அதற்குத் தெற்கே பதினைந்துமைல் தொலைவிலிருந்த ஒனூரும் அதன் சார்—நிலைகளும் கையில் விழுந்தன. பொன்னானியிலிருந்து மெக்லாய்ட் வந்ததும் படை பலமடைந்தது. பெத்னூரைக் கைப்பற்றும் முதல் அடியாய் அருகிருந்த மீர்ஜான் மீது தாக்குதலை நடத்தினான். பம்பாய் அரசாங்கம் மாத்யூவுக்கு அனுப்பியச் செய்தியில், 'நுண்ணறிவுத்துறை அனுப்பிய ஹைதர் அலி இறந்தசெய்தி உறுதியானது என்றால், கடலோரப்பகுதியின் அனைத்துச் செயல்பாட்டையும் கைவிட்டுவிட்டு, உடனடியாக பெத்னூரைக் கைப்பற்றும் காரியத்தில் இறங்க' உத்தரவிட்டிருந்தது. பம்பாய் அரசாங்கம் இந்தக் காரியத்தைத் திட்டமாகக் கையில் எடுக்கக்காரணம், பெத்னூர் வளமான, செல்வச்செழிப்பு நிறைந்த நிலப்பகுதி. கம்பெனி இராணுவத்துக்குத் தேவையான உணவுப்பொருட்களை அங்கிருந்து பெறலாம். கடற்கரையிலிருந்து தூரமும் அதிகமில்லை. ஆங்கிலேயப் படைகளின் நடவடிக்கைக்கு எளிதாக இருக்கும்.

எல்லாவற்றுக்கும் மேலாக, பெத்னூர் ஹைதர் அலியின் சாம்ராஜ்ஜியத்தில் மிக முக்கியமான மாகாணம் ஆகும். அதைக் கைப்பற்றுவதன் மூலம் அமைதி உடன்படிக்கைக்கு ஹைதர் அலியைக் கட்டாயப்படுத்த முடியுமென்று எதிர்பார்த்தது.

ஆனால் மாத்யூ இந்தத் திட்டத்தை, ஒப்புக்கொள்ளவில்லை. பெத்னூருக்குள் ஊடுருவுவதற்குமுன்பு, படையின் இறுதிப்பகுதிவரையில் பாதுகாப்பும், தடையில்லாச் செய்தித்தொடர்புக்கும் உத்தரவாதப்படுத்திக்கொள்ள விரும்பினான். எனினும், தனது மேலதிகாரிகளின் உத்தரவுக்கிணங்க, தனது பழைய திட்டங்களைக் கைவிட்டுவிட்டு, தனது நிலைப்பாட்டையும் மாற்றிக் கொண்டு, பெத்னூருக்கு அருகிலுள்ள கடல்பகுதியான குந்தாபூரில் கிடைபோட்டான். அதைக் கைப்பற்ற கணிசமான எதிர்ப்பைச் சந்திக்க வேண்டியிருந்தது. மலபார் பகுதியின் பாதுகாப்புக்காக ஹைதர் அலியால் அனுப்பப்பட்டிருந்தப் படையின் ஒருபகுதியாக, 500 குதிரைப்படை வீரர்களும் 2,500 காலாட்படை வீரர்களும் மற்றும் சில காவல்படையினரும் அங்கிருந்தனர்.

குந்தாபூரிலிருந்து ஆங்கிலேயப்படை மலையடிவாரத்தில் அமைந்திருந்த சிறுகோட்டையான ஹோசங்காடியை நோக்கி நடைபோட்டு, அதே பெயரைக் கொண்ட கணவாயையும் கடந்து, பெத்னூரை நெருங்கியது. படைநடத்திச்சென்ற வழியெங்கும் தொடர் தொல்லைகளைச் சந்திக்க வேண்டியிருந்தது. அதைத்தாண்டிக் கோட்டையைக் கைப்பற்றும் முயற்சியில் அதன்மீது தாக்குதல் தொடுக்கத் தயார்நிலைக்கு வந்தபோது, அது கைவிடப்பட்ட கோட்டையென்று தெரியவந்தது. மிகநேர்த்தியாக வடிவமைக்கப்பட்ட அந்தக் கோட்டையில், அற்புதமான 15 பீரங்கிகள் இருந்தன. ஜனவரி மாதம், 25 ஆம் தேதி ஆங்கிலேயப்படை கணவாய்க்குள் நுழைந்தது. ஏழுமைல் நீளத்துக்கு சுற்றுச்சாலையைக் கொண்டிருந்த ஏறும் வழியில் எண்ணற்ற புறஅரண்கள், பீரங்கிகளுடன் அமைக்கப்பட்டிருந்தன. ஒன்றன்பின் ஒன்றாக, அத்தனைப் புறஅரண்களையும் கைப்பற்றிய ஆங்கிலேயப்படை ஹைதர்கார்க்கை வந்தடைவதில் வெற்றிகண்டது. மலைத்தொடர்களின் உச்சியில் வலுவாக அமைக்கப்பட்டிருந்த அந்தக்கோட்டையின் பாதுகாப்புக்கு, 1,700 காவல் படையினர் இருந்தனர். 25 பீரங்கிகளும் இருந்தன. மற்ற இடங்களைக் கைப்பற்றும் போதிருந்த கொஞ்ச நஞ்சக் கஷ்டமும் இதைக் கைப்பற்றும்போது இருக்கவில்லை.

ஹைதர்கார்க்கிலிருந்து மாத்யூ, பெத்னூர் நகரத்தையும் கோட்டையையும் நோக்கி நடை போட்டான். இன்னும் பதினான்கு மைல்தூரம் இருந்தது. ஒவ்வொருவருக்கும் ஆறு சுற்றுக்கு வருமளவிலேயே வெடிப்பொருட்கள் கைவசமிருந்தன. வழியில் வலுவான எதிர்ப்பேதும் உருவானால், அவனது நிலை நிச்சயமற்றதாகிவிடும் அபாயமுமிருந்தது. ஆனால் பற்றாக்குறையான அந்த வெடிப்பொருட்களுக்கும் வேலையில்லாமல் போய்விட்டது. பெத்னூர் மாகாணத்தின் கவர்னராக இருந்த அயாஜ்[46], டொனால்ட் கேம்பெல் என்ற ஆங்கிலேயக் கைதியொருவனை அனுப்பி, ‘தனக்கு இப்போதிருப்பது போலவே கவர்னர் பதவி கொடுத்தால், பெத்னூர் நகரமும் கோட்டையும் மட்டுமல்ல, ஒட்டுமொத்த மாகாணத்தையையே ஒப்படைத்துச் சரணடைவதாக‘ தாக்கல்

சொன்னான். மாத்யூ இதற்கு ஒத்துக்கொண்டான். ஜனவரி மாதம், 28ஆம்தேதி அயாஜ் பெத்னூரில் சரணடைந்தான். மாகாணத் தலைநகர் வீழ்ந்ததும் மேலும் பல இடங்கள் சமர்ப்பணம் ஆயின. அளவிடமுடியாத செல்வம், உணவுப்பொருட்கள், மதிப்பிடவியலாத வளங்கள் பெத்னூர் கோட்டையிலிருந்து அள்ளப்பட்டன. அந்தச் செல்வங்கள் யாவையுமே, அதிகாரிகள் தங்களது உடமைகள் ஆக்கிக்கொண்டனர்.

பெத்னூர் படையெடுப்பைக் கேள்விப்பட்டதுமே, லுப்த் அலி பேக்கை அனுப்பி அதைப் பாதுகாக்க உத்தரவிட்டார், திப்பு. அதையேற்று லுப்த் அலி ஷிமோகா வந்தடைந்தபோது, மாகாணத்தின் பெரும்பகுதி ஆங்கிலேயர் வசமாகியிருந்தது. மேலும் அயாஜுடன் செய்து கொண்டிருக்கும் ஒப்பந்தத்தின்படி அனந்தபூரை ஆக்கிரமிக்கப் படைபோய்க் கொண்டிருந்தது. உடனே, நம்பகம் மிக்க அதிகாரி ஒருவர் தலைமையில், சித்தல்துர்க்கைச் சேர்ந்த 300 பணியாளர்களை அனுப்பிய லுப்த் அலி பேக், அயாஜுடன் ஆங்கிலேயப்படை செய்துகொண்டிருக்கும் ஒப்பந்தத்தின்படி அங்கிருந்த படைத்தலைவரிடம் பேசி, அனந்தபூர் கோட்டையை ஆங்கிலேயர்கள் பெற்றுக்கொள்ளும் முன்பு பெற்றுவிட்டான். திட்டத்தில் வெற்றி பெற்ற லுப்த் அலி பேக்கின் அதிகாரி, ஆங்கிலேயப்படை அதை ஆக்கிரமிக்க வந்தபோது, அதை விட்டுத்தர மறுத்துவிட்டான். ஆங்கிலேயப்படை தொடர்ந்து அதைக் கைப்பற்ற முனைந்த போது, முற்றுகையை விலக்கிக்கொள்ளச் சொல்லி பலமுறை லுப்த் அலி பேக் சைகைகளை அனுப்பினான். அவன் அனுப்பிவைத்த சமாதானக்கொடியை ஆங்கிலேயப்படை தீயிட்டுக் கொளுத்தியது. இவ்வாறாக தொடர்முற்றுகையிட்டு 1783 ஆம் ஆண்டு, பிப்ரவரி மாதம் 14 ஆம் தேதி கோட்டையை பிடித்துக் கொண்டார்கள். லுப்த் அலி பேக் விடாமுயற்சியுடன் அதை மீண்டும் கைப்பற்ற முனைந்து, திப்புவின் உத்தரவின் அடிப்படையில் மங்களூரிலிருந்து வந்துகொண்டிருக்கும் படைக்காகக் காத்துக்கொண்டிருந்தார். ஆனால் அந்தப்படை வந்துசேருமுன்பே வழியில், மார்ச் மாதம் 9 ஆம் தேதியன்று சரணடைந்து விட்டதாக செய்திதான் வந்து சேர்ந்தது. 3 போர்வீரர்களையும் 50 முதல் 60 துப்பாக்கிகளையும், பல்வேறு ஆயுதங்களையும் எதிரிப்படையினர் அழித்துவிட்டனர்.

அனந்தபூர் மற்றும் ஓனூரைக் கைப்பற்றும் முயற்சியின்போது, ஆங்கிலேயப் படை பல்வேறு விதமான குற்றநடவடிக்கைகளில் ஈடுபட்டனர். அதைப்பற்றி எழுதும்போது, மில்ஸ் சமாதானப்படுத்துவதுபோல, குறைத்து எழுதுகிறான். அதேவேளையில் காரணங்களை அவனால் மறுக்க முடியவில்லை. அதை ஒத்துக்கொண்டு, ‘ஆயுதங்களை கையிலெடுத்திருக்கும் எதிரிப் படையைச் சேர்ந்த ஒவ்வொருவரையும் இரத்தம் சிந்தவைக்க வேண்டும் என்று உத்தரவு பிறப்பிக்கப்பட்டது. சில அதிகாரிகள் அந்த உத்தரவை ஏற்கமறுத்தார்கள். அந்த உத்தரவு கண்டிப்பான முறையில் செயல்படுத்தப்படவில்லை’ என்று மழுப்புகிறான். அனந்தபூரைக் கைப்பற்றும்போது, மனிதகுலத்துக்கு எதிரான அத்தனை வன்முறைகளையும் அப்பாவி மக்கள் மீது கட்டவிழ்த்து, விளையாட்டுத்தனம்போல நடந்துகொண்டு மனிதாபிமானமற்று கொன்று குவித்தார்கள். இறந்த உடல்களைக் கோட்டைக்குள்ளிருந்த நீர்நிலைகளில் தூக்கி வீசினார்கள். பெண்களையும் அவர்கள் விட்டுவைக்கவில்லை. ‘நானூறுக்கும் அதிகமான அழகிய பெண்கள்

ஈட்டி, துப்பாக்கி முனைகளால் கிழிக்கப்பட்டு இரத்தம் சொட்டச்சொட்ட அலறினார்கள். பலர் இறந்து கிடந்தனர். சிலர் இறந்துகொண்டிருந்தனர். அவர்கள் அணிந்திருந்த நகைகளைப் பறித்துக்கொண்டனர். உயிருள்ளப் பெண்களின் உடல்களில் உணர்ச்சிகளை திடுக்கிடச்செய்யும் கொடூரச் செயல்களைச் செய்தனர். பல பெண்களை அவர்களின் உறவினர்களிடமிருந்து பிரித்தனர். பெரிய ஏரிகளில் தூக்கிவீசி மூழ்கடித்தனர்[47]'. முன்னாள் படைத்தலைவன் அயாஜ் உறுதியளித்தபடி அனந்தபூர் கோட்டை கைக்கு வராததால் ஆத்திரமுற்று இந்த அட்டூழியச்சம்பவம் நடத்தப்பட்டது. ஆங்கிலேயப்படைகளை விலகிப்போச்சொல்லி லுப்த் அலி கான் திரும்பத்திரும்ப சைகை செய்ததால் கொடி எரிக்கப்பட்டது. வில்க்ஸ், 'கொடி எரிக்கப்படவில்லை' என்கிறான். ஸ்கர்ரி, 'இரண்டுமுறை கொடிகள் அனுப்பப்பட்டன. இரண்டுமே ஏற்கப்படவில்லை. அதேவேளையில் தவறுக்கு ஏற்ப தண்டனையில்லாமல், காவல்படைமீதும் அப்பாவிகள்மீதும் கொடூரம் எல்லையற்று பாடுறுத்தப்பட்டது' என்கிறான்.

திப்புவின் பிடியில் மீண்டும் பெத்னூர் மற்றும் மங்களூர் முற்றுகை

மாத்யூவின் பெத்னூர் வெற்றி, எரிநட்சத்திரக் கல்போல உதிர்ந்து விட்டது. வெற்றியை அவனால் சில நாட்கள்கூட ருசிக்க முடியவில்லை. திப்புவின் கடும்தாக்குதல் அவனை வீழ்த்தி விட்டது. ஏப்ரல் துவக்கத்தில் பிரஞ்சுப் படைப்பிரிவுடன் இணைந்த மிகப்பெரிய படையுடன் பெத்னூரின் அனைத்து எல்லைகளையும் திப்பு சுற்றி வளைத்தார். 12,000 படைவீரர்களுடன் எளிதாக ஹைதர்கார்க்கையும் காவலிதுர்காவையும் கைப்பற்றினார். ஒரு படையை அனுப்பி, மலைத்தொடர் பகுதிகளைக் கையகப்படுத்தி, ஆங்கிலேயர்களுக்கு கடற்பகுதியிலிருந்துவரும் தகவல் தொடர்பைத் துண்டித்தார். இன்னொரு படையை அனுப்பி அனந்தபூரை மேகம்போல போர்த்தினார். மீதமுள்ளப் படைகளுடன் பெத்னூரைக் கைப்பற்றினார். பெத்னூர் நகரத்தை சாதாரணத் தாக்குதல் நடத்தி முதலில் கைப்பற்றிய அவர், அதன்பின்பு மேலேறி கோட்டையை முற்றுகையிட்டார். பெரும் இழப்புகளுடன் மாத்யூ பின்வாங்க ஒத்துக்கொண்டான். கோட்டைக் கட்டிடங்களை 13 பீரங்கிகளைக்கொண்டு தொடர்தாக்குதல் நடத்திச் சேதப்படுத்த திப்பு உத்தரவிட்டதில், தினமும் காவல்படையைச் சேர்ந்தவர்கள் செத்து விழுந்துகொண்டே இருந்தார்கள். பலர் காயப்பட்டார்கள். ஆயினும் கோட்டையின் பாதுகாப்புப் பணியில் இருந்தவர்கள் வெற்றி பெற்றவர்கள் மீது திரும்பத் தாக்கவும் செய்தனர். ஆனாலும் அவர்கள் கணிசமான இழப்புடன் தோல்வியைத் தழுவினர். இதனிடையே, மைசூர் படையின் ஒருபிரிவு மலைத்தொடர்களைக் கைப்பற்றி, மங்களூரிலிருந்து முற்றிலுமாக பெத்னூரைத் துண்டித்தது. இத்துண்டிப்பால் காவல்படையினர் மிகவிரைவில் சோர்வுநிலைக்கு உள்ளாகினர். அவர்களுக்கு உணவு, வெடிப் பொருட்கள், தண்ணீர்ப் பற்றாக்குறை உருவானது. எல்லாவற்றுக்கும் மேலாக கோட்டைப் பகுதியில் நிலவிய அசுத்தத்தால் காய்ச்சல் பரவியது. நோயாளிகளும் காயம்பட்டவர்களுமாக 350 பேர்களுக்கும் அதிகமானோர் வெயிலில் காய்ந்து கிடந்தனர். திப்புவின்

படை, கோட்டை முழுவதிலுமிருந்த தங்குமிடங்களை அழித்தொழிந்திருந்தது. இந்த நிலையையடுத்துதான் மாத்யூ சரணடையச் சம்மதித்தான். பதினெட்டு நாட்கள்வரை இப்படியாக அவன் தாக்குப்பிடித்தான்[48].

திப்புவுக்கு சமாதானக்கொடியை அனுப்பி, சரணடைவதாக அறிவித்த மாத்யூ, சில விதிமுறைகளைக் கடைப்பிடிக்கக் கோரினான். ஆங்கிலேயப்படை கோட்டையிலிருந்து அணிவகுத்துச் செல்லும்போது, போர்முறையிலான மரியாதையைச் செய்யவேண்டும். சுல்தானுக்குச் சொந்தமான ஆயுதங்கள், அரண்சார் பொருட்கள் உள்ளிட்ட அத்தனையும் கோட்டையின் பின்புறம் குவித்து வைக்கப்படும். காவலிதுர்கா, அனந்தபூர் காவல்படையுடன் சேர்ந்தபின், தங்களது தனிப்பட்டச் சொத்துகளுடன் சதாசிவகார்க்குக்கும், அங்கிருந்து பம்பாய் செல்லும்வரை எந்தவொரு தொந்தரவும் தராமல் அணிவகுப்புக்கு அனுமதி தரவேண்டும். நிர்ணயிக்கப்பட்ட ஒரு காலம்வரை சுல்தானுடன் ஆங்கிலேயப்படை போரில் ஈடுபடாது. அணிவகுப்பின்போது, சுல்தானின் பாதுகாப்புப்படை மாத்யூவின் உத்தரவுகளுக்கு இணங்கிச் செயல்படவேண்டும். அத்துடன், பெத்னூர் காவல்படையைச் சேர்ந்த ஒருநூறு சிப்பாய்கள், அவர்களின் பொருட்களுடனும் முப்பத்தாறு சுற்றுக்கான வெடிப்பொருட்களுடனும் மாத்யூவின் பாதுகாப்புக்காக அவனது பாதுகாவல் படையாக சதாசிவகார்க் செல்லும்வரை செயல்பட அனுமதிக்கவேண்டும். அத்துடன் ஆங்கியேலப் படைகளுக்குத் தேவையான, போதுமான உணவுப்பொருட்களையும் நோயாளிகளுக்கு முறையானப் போக்குவரத்து உதவியும் அளிக்கவேண்டும். இந்தச் சரணாகதிக்கான விதிமுறைகளை ஏற்றுக்கொண்டதன் அடையாளமாக, இரண்டு பிணைக்கைதிகளை கோட்டையின் காவல்படையின் முன்பு விடுவித்து, அணிவகுக்கச் செய்யவேண்டும்.

மாத்யூ வைத்தக் கோரிக்கைகளில் சிற்சில மாற்றங்களைச்செய்து ஏற்றுக்கொள்ளத் திப்பு தயாரானார். பம்பாய் புறப்படுவதற்கு முன்பு, ஆங்கிலேயப்படை முதலில் அணிவகுப்பை இங்கேயே நடத்தவேண்டும். அவர்களின் ஆயுதங்களை மாத்யூ குறிப்பிட்டதுபோல கோட்டையின் பின்புறம் குவிப்பதற்குப் பதிலாக, மைசூர் படையின் முன்பு குவிக்கவேண்டும். ஆங்கிலேயப்படை இந்த விதிமுறைகளை அவமானகரமாகக் கருதியது. அதைப்பின்பற்ற மறுத்தது. மறுநாள் அதிகாலை ஆங்கிலேயப்படை இருபிரிவாகப் பிரிந்து, சுல்தானின் பெரும்படையுடன் புயல்போல மோதியது. சில பிரஞ்சுவீரர்கள் உள்ளிட்ட, உதிரிப்படையினர் 100 பேர் வரை அதில் உயிரிழந்தனர். ஆனால் திப்புவின் பிரதானப்படை உடனடியாகச் சூழ்ந்து, துரிதமாக ஆங்கிலேயப்படையை பின்வாங்க வைத்து, கோட்டைக்குள் தள்ளியது[49]. ஆங்கிலேயப்படையின் ஆலோசனைக் குழுவொன்று பின்பு ஆலோசித்து, திப்பு செய்துள்ள மாற்றங்களுடனான விதிமுறைகளை ஏற்க முடிவுசெய்தது.

ஆனால் கோட்டையிலிருந்து புறப்படும் முன்பு மாத்யூ, ‘அனைத்து அதிகாரிகளும் பணம் வழங்கும் அதிகாரியிடமிருந்து தாங்கள் விரும்பும் அளவிலானப் பணத்தை பெற்றுக்கொள்ளலாம்’ என்று உத்தரவுபோட்டான். அவனது உத்தரவையொட்டி, ‘அதிகாரிகளும் போர்வீரர்களும் இதுதான் வாய்ப்பென்று முடிந்த அளவுக்குக்

கறந்துவிட்டார்கள். சில அதிகாரிகள் இரண்டாயிரம் பகோடாக்கள் வரையிலும், மற்றவர்கள் குறைந்தது ஆயிரம் பகோடாக்கள் வரையிலும் பெற்றுக் கொண்டார்கள். இது, சரணடையும் விதிகளைப் புறந்தள்ளிய மிகமுக்கிய பகிரங்க மீறல் செயல் பாடாகும், இந்தச்செயலுக்கு ஷீன், 'இந்தப்பணம் முழுவதும் சிர்கார் கைப்பற்றப்பட்டபோது கிடைத்த சொத்து ஆகும். உடன்பாட்டின்படி அது வெற்றிபெற்றவர்களுக்குக் கிடைத்தது. ஒரே மனிதனிடம் அப்பெருஞ்செல்வம் குவிந்துகிடக்க வேண்டாமேயென்று படைவீரர்களுக்குப் பகிர்ந்தளிக்க மாத்யூ உத்தரவிட்டார்' என்று சான்றளிக்கிறான்.

1783 ஆம் ஆண்டு, ஏப்ரல் மாதம் 28 ஆம் தேதியன்று மதியம், மாத்யூ வெளியேறியதும் கோட்டைக்கு வந்த திப்பு, அங்கே சல்லிக்காசுகூட மிச்சம் வைக்கப்படாமல் சுரண்டிச் செல்லப்பட்டிருந்ததைக் கண்டார். அனைத்துச் செல்வத்தையும் ஆங்கிலேயர்கள் தங்களதாக ஆக்கிக்கொண்டிருந்தனர். விதிமீறிய ஆங்கிலேயர்களின் இச்செய்கை, திப்புவுக்கு இயல்பானக் கோபத்தை ஏற்படுத்தியது. அவர்களைக் கடுமையாக நடத்தவேண்டுமென்று தீர்மானித்தார். அணிவகுத்துப் போய்க்கொண்டிருக்கும் அவர்களுக்குக் கடுமையான பாதுகாப்புப்போட உத்தரவிட்டார். அவர்களின் நடவடிக்கைகளைக் கண்காணிக்க ஒற்றர்களை நியமித்தார். மே மாதம் 1 தேதியன்று காலை, அவர்களைச் சோதனைபோட வைத்தார். சோதனையின் முடிவில், 'ஒவ்வொருவர் பையிலும் தங்கக்காசுகள் கண்டெடுக்கப்பட்டன. சோதனை நடந்து கொண்டிருக்கும்போது, அதைப் பதுக்கும் நோக்கத்துடன் நாயின் வாயில் தங்கக்காசைத் திணித்தனர். காட்டுக்கோழிகளும் பறவைகளும் மதிப்புமிக்கத் தீனியைத்தின்றன. திப்புவின் அதிகாரிகள், ஆங்கிலேயப் படையால் சுரண்டிச்செல்லப்பட்ட செல்வத்தின் ஒருபகுதியை மீட்டார்கள். அதிலும் அதிகாரிகளிடமிருந்து மட்டும் 40,000 பகோடாகளுக்கு அதிகமாக மீட்டார்கள்[50].'

பெத்னூர் கருவூலத்தில் மக்கள் தேவைக்காகச் சேர்த்து வைக்கப்பட்டிருந்தச் செல்வத்தை சரணாகதி வரைமுறை விதிகளை ஆங்கிலேயர்கள் மீறியது மட்டுமல்லாமல், பொதுச்சொத்துக்களையும் கொள்ளையடித்திருந்தனர். போர்க்கைதிகளாக இருந்த மைசூர் படையினருக்கு அதில் எந்தப்பங்கும் கொடுத்திருக்கவில்லை. மேலும், பதிவேடுகளைத் தீயிட்டுக் கொளுத்தியிருந்தனர். அவர்களைச் சிறைப்பிடித்தத் திப்பு, சித்தல்துர்க்குக்குக் கொண்டுசெல்ல உத்தரவிட்டார்.

இந்தச்செய்தியை வில்க்ஸ் மிக அழகாக, 'சரணாகதி வரைமுறைகளைப்பற்றி, திப்பு தனது எண்ணத்தில் சில பாசாங்குகளை வைத்திருந்தார். கைதிகளைச் சோதனையிடும்போது பணமிருப்பது கண்டுபிடிக்கப்பட்டது. அவர்களின் தேவைக்காக வைத்திருந்தப் பணத்தை தனது கற்பனையான எண்ணங்களோடு சேர்த்துப்பார்த்து, இந்த முடிவுக்கு வந்தார்' என்று திரித்து எழுதுகிறான். அவனது இந்தக்கருத்தை நிரூபிப்பதற்கு எந்த ஆதாரமும் இல்லை. மாத்யூவைத் தண்டிப்பதற்கு இந்த வாய்ப்பை திப்பு சந்தோஷமாகப் பயன்படுத்தினார் என்று வேண்டுமானால் எடுத்துக்கொள்ளலாம். ஓனூர் மற்றும் அனந்தபூர் கோட்டைகளின் பாதுகாப்பில்

ஈடுபட்டிருந்த காவல்படையினரை மாத்யூ கொடூரமாகக் கொன்று குவித்ததும், துரோகி அயாஜுடன் செய்து கொண்ட பரிவர்த்தனைகளும் திப்புவின் மனதில் பசுமையான நினைவுகளாய் இருந்தன. ஆனால் பழிவாங்குவதற்கான முன்கூட்டியத் திட்டங்கள் எதுவும் அவரிடம் காணப்படவில்லை. ஒருவேளை மாத்யூ சரணாகதிக்கான விதிமுறைகளை ஒத்துக்கொண்டிருந்தாலும், அவனது குற்றச்செயல்களுக்காக திப்புவால் அவனை சிறையில் அடைத்திருக்கமுடியும்.

தெற்கு கனரா பகுதியில் முதன்மைக் கடற்கரைத் துறைமுகமான மங்களூரிலிருந்துதான் ஹைதர் அலி வெளியுலகத் தொடர்புகளை வளர்த்துக் கொண்டிருந்தார். பெத்னூரைக் கைப்பற்றிய பின்பு, ஏப்ரல் மாதமுடிவில் 4,000 படைவீரர்களை திப்பு, ஹுசைன் அலி கான் தலைமையில் மங்களூருக்கு அனுப்பி வைத்தார். மே மாதம் 7 ஆம் தேதியன்று மங்களூரைப் பிடிக்க 12 மைல்தூரம் இருக்கும்போது, கேம்பெல் மிகப்பெரிய அதிர்ச்சியைக் கொடுக்கும் வகையில் அங்கேயிருந்தான். குழப்பத்தில் பின்வாங்கிய ஹுசைன் அலி கானுக்கு இழப்பு 200 படைவீரர்கள். எனினும் திப்புவின் அணுகுமுறையால் கேம்பெல்லுக்கு நெருக்கடி தந்து, கோட்டைக்குள் பின்வாங்க வைத்தார். தோல்வியால் மனக்காயமுற்றிருந்த ஹுசைன் அலி கான் மங்களூரை மீட்டெடுக்கும் முயற்சியில் தன்னை வேறுபடுத்திக்காட்டி, கௌரவத்தைத் தக்கவைத்துக் கொண்டான்.

1783 ஆம் ஆண்டு, மே மாதம் 2ஆம் தேதிக்கு முன்பே திப்பு மங்களூர் வந்தடைந்தார். கோட்டையிலிருந்து ஒருமைல் தூரத்துக்குமுன்பே, நகரத்தின் முதன்மைத்தொடர்பு சாலையில் ஆங்கிலேயப்படையின் ஆதிக்கம் ஓங்கியிருந்தது. மைசூர்படை நகரத்துக்குள் நுழைந்ததும், சிப்பாய்கள் பின்வாங்க முடியாது பீதிக்குள்ளானார்கள். 23 ஆம் தேதி தாக்குதல் தொடங்கு முன்னமே மலையிலிருந்து சீர்குலைந்து கீழே ஓடிவந்துவிட்டனர். படைமுழுவதும் இந்தநிலை நீடித்தது. பீதியில் மட்டுமே ஆங்கிலேயப் படையில் 4 அதிகாரிகள், 10 ஐரோப்பியர்கள், 3 அதிகாரிகள் உட்பட 200 இந்திய வீரர்கள் உயிரிழந்தனர். இரண்டு கம்பெனி எண்ணிக்கையிலானச் சிப்பாய்கள் பின்வாங்கி முற்றிலுமாகத் துண்டிக்கப் பட்டனர். இந்தத் தோல்வியையடுத்து, ஆங்கிலேயப் படை விலகிக்கொண்டது. கோட்டையிலிருந்த அத்தனைப் பொறுப்புகளையும் சுருட்டி மூடியது. திப்பு அதன்பின்னே முற்றுகைக்குத் தயாரானார்.

மே மாதம் 27 ஆம் தேதிவாக்கில், பீரங்கிகள் சுட ஏதுவாக, மதிலில் 11 புழைகளைத் திப்பு உருவாக்கியிருந்தார். வடக்கே, கிழக்கே மற்றும் தெற்கே நிறுத்தியிருந்த நிலைப்படைகளிலிருந்து தொடர் தாக்குதலை நிகழ்த்தினார். 150 பவுண்டு எடையுள்ளப் பெருங்கற்கள் கோட்டைக்குள் வீசப்பட்டன. மனித உயிரிழப்பு அதிகமாக இருந்தது. கட்டிடங்களுக்குப் பெருத்த சேதம் ஏற்பட்டது. ஜுன் மாதம் 4 ஆம் தேதியன்று, வலுவாகயிருந்தக் கோட்டையின் வடக்குப் பகுதி முற்றிலுமாக நிர்மூலமாக்கப்பட்டது. பிறகு மீண்டும் 6 ஆம் தேதி, கோட்டைமீது தாக்குதலுக்கான முயற்சிகள் நடத்தப்பட்டன. ஆனால் வெற்றி கிடைக்கவில்லை. இதனிடையே கனத்த மழைபெய்து, முற்றுகை நடவடிக்கைக்குப் பெரும் இடையூறாக இருந்தது. இத்தனைக்கும், தினந்தோறும் மைசூர் படையினர்

கோட்டைக்குள் நுழைவதற்கான முயற்சியைத் தொடர்ந்து செய்தே வந்தனர். இவ்வாறாக ஜுலை மாத இறுதியில் தாக்குதலுக்கானத் தயாரிப்புகள் முழுமைப் பெற்றிருந்தன. மூன்று பக்கங்களிலிருந்தும் கோட்டையின் வலுவானப் பகுதிகள் முற்றிலுமாக அழித்தொழிக்கப்பட்டன. கோட்டையை அணுகும் பாதைகள் அத்தனையும் ஒரு சாக்கடையில் வந்து சேர்ந்தன. அதைத் தென்னை மரங்களாலும் கோட்டையை இடித்த மண்ணாலும் நிரப்பும்பணியைத் தொடங்கினர். அதன்பின்பு கோட்டையைப் பிடிக்க சிலநாட்களே போதுமானவையாக இருந்தன. இதனிடையே பிரஞ்சுப் படைக்கும், ஆங்கிலேயப் படைக்குமிடையிலானப் போர்நிறுத்தம் குறித்தச் செய்தி மங்களூர் வந்தடைந்தது. அந்த உத்தரவைப் பெற்ற கோஸிக்னி ஜுலை மாதம் 22 ஆம் தேதியன்று போரை விலக்கிக்கொண்டான். திப்புவின் திட்டங்களை அது சீர்குலைத்துவிட்டது. அதேவேளையில் ஆங்கிலேயர்களின் சோர்வு விலகி, அவர்கள் புத்துணர்வு பெற்றுத் தெம்பாயினர். நோயினால் ஏற்பட்ட அழிவு, பிரஞ்சுப் படையின் கைவிரிப்பால் உருவான பலவீனம், உணவுப்பற்றாக்குறை ஏற்படுத்திய விளைவுகள், காவல்படையால் நீண்ட நாட்களுக்குத் தாக்குப்பிடிக்க முடியாத நிலை ஏற்பட்டிருந்தாலும் பிரஞ்சுப் படையின் கைவிரிப்பு மைசூர் படைக்குப் பிரகாசமான வாய்ப்பைத் தந்திருந்தது. புதிய தாக்குதலுக்கு அவர்கள் தங்களைப் புத்துயிர்த்துக்கொள்ள முடிந்தது. விரைவில் போர் நிறுத்தத்துக்கானப் பேச்சு வார்த்தை தொடங்கியது. தற்காலிகப் போர் நிறுத்தம் தொடர்பாக, திப்பு சில கோரிக்கைகளை வலியுறுத்தினார். கேம்பெல் மங்களூரிலிருந்து வெளியேற வேண்டும். அனைத்துவிதப் போர் நெறிகளுடன் மரியாதையுடனும் தனிப்பட்டப் பாதுகாப்புடனும் காவல்படை தலைமையில் தலைச்சேரி செல்ல அனுமதிக்கவேண்டும். கேம்பெல் இதற்கு மறுத்துவிட்டான். எனினும் டி மோர்லெட் முயற்சியால் தற்காலிகப் போர் நிறுத்தத்துக்கான உடன்பாடு 1783 ஆம் ஆண்டு, ஆகஸ்ட் மாதம் 2 ஆம் தேதியன்று கையெழுத்தானது.

கையெழுத்தான தற்காலிகப் போர் நிறுத்தம்

தற்காலிகப் போர்நிறுத்த விதிகளின்படி, மங்களூர் கோட்டை கேம்பெல் பொறுப்புக்கு வந்து சேர்ந்தது. அவன் உள்ளே இருந்துகொண்டான். கோட்டையைச் சுற்றியிருந்த அரண்கள், பதுங்குக்குழிகள் திப்புவின் வசமாயின. படைகளைக் கோட்டையின் எதிரே குவித்திருந்தார். எவருக்கும் எந்தவொரு நீட்டிப்பும் வழங்கப்படவில்லை. ஒப்பந்த நாளன்று எந்தெந்த இடத்தை யார் யார் ஆக்கிரமித்திருந்தார்களோ அந்தநிலையை இருதரப்பிலும் கடைப்பிடித்தார்கள். வெளியிலிருந்தாலும் திப்பு எந்தவொரு படையையும் புதிதாக நிர்மாணிக்கவில்லை. அதுபோலவே ஆங்கிலேயப் படை உடைப்புகளைச் சரிசெய்யவும் இல்லை. வெளியிலிருந்து எந்தவகை உதவியையும் பெறவில்லை. ஆனால் திப்பு பதுங்குக் குழிகள், அரண்களைப் பாதுகாப்பதற்கென்றே தன்னுடன் வழக்கமானப் பாதுகாப்பு வீரர்களாக 3,000 பேரை வைத்திருந்தார். அவர்களில் 100 பேரை கோட்டையின் உள்ளே பல பகுதிகளுக்கு அனுப்பி, போர்நிறுத்த விதிகளுக்கு எதிராக, ஏதாவது பணிகள் நடத்தப்பட்டிருக்கின்றனவா என்று கண்காணித்தார். அதுபோலவே

கேம்பெல் ஆங்கிலேயப் படையில் 1,000 பேரை அனுப்பி, பதுங்குக்குழிகள், அரண்களில் ஏதாவது புதிய பணிகள் செய்யப்பட்டுள்ளனவா எனப் பார்வையிட வைத்தான். கடல்வழியாக வழக்கம்போல இருவழி வாணிகம் தொடர்ந்து கொண்டிருந்தது. ஆனால் கோட்டைக்குள் எதுவும் நடக்கவில்லை. கடல்வழிப் போக்குவரத்துக்கானத் தடை பின்னர் விலக்கி கொள்ளப்பட்டது. கோட்டைக்கு அருகில் ஒரு சந்தையை அமைக்க வேண்டியத் தேவை திப்புவுக்கு உருவானது. காவல் படையினருக்குத் தேவையானப் பொருட்களை மைசூர் மக்களுக்குக் கிடைக்கும் விலை யிலேயே வழங்க ஏற்பாடுகள் செய்தார். ஆனால் கேம்பெல் ஒருமுறை கூட பொருட்களை உள்ளே எடுத்துச்செல்லவில்லை. பத்துப்பன்னிரண்டு நாட்களுக்குத் தேவையானப் பொருட்கள் அவனிடம் இருந்தன. இருந்தபோதும் அந்தச்சந்தையில் உப்பிட்ட இறைச்சி (உப்புக் கண்டம்), உப்பு, மதுபானம் கிடைக்கவில்லை. இதை அவனால் வேறு இடங்களிலிருந்து இறக்குமதி செய்திருக்க முடியும். ஆனால் எங்கும் ஒரு மாதகால அளவிற்கானதைத்தாண்டி பொருட்கள் இருக்கவில்லை. மேஜர் கேம்பெல், இரண்டு ஆங்கில அதிகாரிகளைப் பிணையாக திப்புவிடம் அனுப்பி வைத்தான். அதுபோல திப்புவும் இரண்டுபேரை அனுப்பி வைத்தார். இந்த விதிமுறைகள் ஓனூர் மற்றும் கார்வார் கோட்டையிலும் பொருத்தப்பட்டன. அரண்களிலும் கோட்டைக்குள்ளும் இருக்கும் நபர்களின் எண்ணிக்கையில் மட்டும் வேறுபாடு இருந்தது. திப்பு 900 பேரை வைத்துக்கொண்டு 30 பேரை கோட்டைக்குள் அனுப்பினார். ஆங்கிலேயர்களும் 30 பேரை அனுப்பி, திப்புவால் எதுவும் புதிதாகக் கட்டப்படவில்லை என்பதைக் கண்காணித்தனர்.

மலபார் கடற்கரைப் பகுதியில் திப்பு நடவடிக்கைகளில் முனைப்புடன் இருந்தபோது, மெட்ராஸ் அரசாங்கம் அவரது கவனத்தை திசைதிருப்ப, மே மாத மத்தியில் கேப்டன் எட்மண்ட் தலைமையில் ஒரு படையை சாம்ராஜ்ஜியத்தின் வடகிழக்குப்பகுதிக்கு அனுப்பியது. துணிச்சலானக் காரியத்தைச் செய்பவனான சயீத் முஹம்மத்தை அடமானமாக எடுத்து, 'குர்பாவின் நவாப்' என்று பட்டம் சூட்டிக் களமிறக்கியது. ஆங்கிலேயர்களுக்கு எதிராக மறைந்த மீர் சாகிப்பின் மகன் மீர் கமர்—உத்—தீனை திப்பு களமிறக்கி கடப்பாவுக்கு அனுப்பினார். கமர்—உத்—தீன் முதலில் சயீத் முஹம்மதைத் தோற்கடித்துவிட்டான். அதன்பிறகு, ஜூலை மாதம் 28 ஆம் தேதியன்று மாண்டகோமரி தலைமையில் வந்தப்படை, சாகசக்காரனுக்கு ஆதரவாக இறங்கியது. மெட்ராஸ் அரசாங்கத்தின் இந்தத் திசைதிருப்பல் வடகிழக்குப்பகுதியில் ஆங்கிலேயப்படைக்கு சாதகமாகவே இருந்து, பெத்னூர் மாகாணத்தைத் துண்டித்து, படுதோல்வியை வழங்கியது.

தெற்கிலிருந்து மைசூர் படையெடுப்பு

தெற்குத்திசையிலிருந்து மைசூர் ராஜ்ஜியத்தைக் கைப்பற்றும் ஆங்கிலேயரின் முயற்சி எதிர்பார்த்த பலனை உருவாக்கித் தரவில்லை. கம்பெனியின் அலுவலராக தஞ்சாவூரில் பணி புரிந்த ஜான் சுல்லிவன், ஹைதர் அலியின் மரணத்துக்குக் கொஞ்சகாலத்துக்கு முன்பாக அருமையானத் திட்டம் ஒன்றை வடிவமைத்துக் கம்பெனியிடம் சமர்ப்பித்தான். அத்திட்டத்தின் படி, கலோனல் லாங்க்

தலைமையிலானத் தெற்கத்திப்படை, திப்புவின் சாம்ராஜ்ஜியத்தின் ஒரு பகுதிக்குள் ஊடுருவ வேண்டியது. அதேவேளையில் பொன்னானியில் முகாமிட்டிருக்கும் கலோனல் ஹம்பர்ஸ்டோன் தலைமையிலானப் படை, மற்றொரு பக்கத்திலிருந்து ஊடுருவ வேண்டியது. இரண்டு படைப் பிரிவுகளும் கோயமுத்தூரில் ஒருங்கிணைந்து, மற்றபணிகளில் ஒருசேர முனைவது. மெட்ராஸ் அரசாங்கம் ஜான் சுல்லிவனின் திட்டத்துக்கு ஒப்புதல் கொடுத்திருந்தபோதிலும், அதைச் செயல்படுத்தாமல் கைவிட்டுவிட்டது ஆங்கிலேயக் கம்பெனி. ஏற்கனவே களத்தில், மைசூர் படையின் தாக்குதலைக் கண்கூடாகக் கண்டிருந்த சர் ஐர் கூட்டும், பம்பாய் அரசாங்கமும் அதிர்ந்துபோய் எதிர்ப்பு தெரிவித்தனர். மைசூர் படையின் எதிர்ப்பைச் சமாளிக்கப் போதுமான பலம் இல்லை என்று கைவிரித்தனர்.

எனினும் சுல்லிவன், மைசூர் மீது படையெடுப்பு நடத்த, மற்றொரு திட்டத்தை முன்வைத்தான். மைசூர் அரசி மகாராணி லட்சுமி அம்மணியின் முகவராகச் செயல்பட்ட பிராமணர் திருமலா ராவிடம், சுல்லிவன் பேச்சுவார்த்தையில் ஈடுபட்டான். சிறையில் அடைக்கப்பட்டிருக்கும் அரசருக்கு மீண்டும் சிம்மாசனம் பெற்றுத்தருவதாகப் பேசி, ஒரு ஒப்பந்தத்தை முடிவு செய்தான். செயலில் இறங்கி வெற்றிபெற்றால், மீட்கப்படும் மாவட்டங்களின் வருவாயில் பத்து சதவீதம் திருமலா ராவுக்கு வெகுமதியாகவும் *பிரதான்* அல்லது முதல்வர் அலுவல் பணியும் குடும்ப வாரிசுரிமை அடிப்படையில் வழங்குவதாகவும் ஒத்துக்கொள்ள வைத்தான். இதற்கான உடன்படிக்கை 1782 ஆம் ஆண்டு, அக்டோபர் 28 ஆம் தேதியில் கையெழுத்தானது. அதைக் கவர்னரும் ஆட்சிமன்றக் குழுவும் உறுதிசெய்து கையெழுத்திட்டது[51]. அதன்படி கலோனல் லாங்க், திருமலா ராவுடன் சேர்ந்து தெற்கிலிருந்து மைசூரைப் பிடிக்கக் கிளம்பினான். இருவருமாய், 1783 ஆம் ஆண்டு, ஏப்ரல் மாதம் 2 ஆம் தேதியில் கரூர் கோட்டையைக் கைப்பற்றினர். 16 ஆம் தேதி அரவாக்குறிச்சி மீது தாக்குதல் தொடுக்கப்பட்டது. மே மாதம் 4 ஆம் தேதியன்று திண்டுக்கல் வீழ்ந்தது. இந்நிலையில், லாங்க் பதவி விலகினான். அவன் இடத்துக்கு புல்லர்டன் கொண்டுவரப்பட்டான். அவன் திண்டுக்கல்லிலிருந்து மே மாதம் 25 ஆம் தேதி புறப்பட்டு, ஜூன் மாதம் 2 ஆம் தேதி தாராபுரத்தை ஆக்கிரமித்தான். அங்கே மதிப்புமிகுந்த வெடிபொருட்களும், தானியங்களும், கால்நடைகளும் இருந்தன. அவற்றை அபகரித்தான்[52]. இந்த வெற்றிகள் கிடைத்த போதிலும் அதை அவன் அனுபவித்து உய்த்துக்கொள்ளும் நிலையில் இல்லை. ஆவலின்றிச் செயல்பட்டான். அவனது கண்காணிப்பின் கணிப்புப்படி, ‘தெக்கத்திப்படை ஸ்ரீரங்கப்பட்டிணத்தை நோக்கிச்செல்லும் அளவுக்கு பலம்வாய்ந்ததாக இல்லை. அல்லது திப்புவின் படையை எதிர் கொள்ளுமளவுக்கு முழுபலமும் நம்மிடமில்லை’ என்றான். உண்மையிலேயே ஆங்கிலேயப் படை பலவீனமாக இருந்தது. அதனாலேயே, தாராபுரம் கோட்டையைக் கைப்பற்றியப் பின்பும் அதற்கு காவல்போடாமல் அழித்துவிட்டு வந்திருந்தான். இந்தச் சூழ்நிலையில் அவனது இலக்கின் மீதான நடவடிக்கைகளை வரையறுத்துக் கொண்டான். பெத்னூர் மகாகாணத்தில் ஆங்கிலேயர்களின் அழுத்தமும் அதிகமாக இருந்தது. பலவீனமானப் படையை வைத்துக்கொண்டு, அவனால் வெற்றியை ஈட்டமுடியாது என்று நம்பினான். கோயமுத்தூர் பகுதியில் ஆங்கிலேயப் படையை எதிர்க்க, வலுவாக மைசூர்படை தயார் நிலையில் இருந்தது.

இதனிடையே மார்ச் மாதம் 31 ஆம் தேதியன்று, அவசரமாகப் புறப்பட்டு, கடலூருக்கு வரச்சொல்லி ஜெனரல் ஸ்டூவர்டிடமிருந்து புல்லர்டன் ஓர் உத்தரவைப் பெற்றான். இதையடுத்து, தனது போர்ப்பரணியைக் கைவிட்டு, ஸ்டூவர்டை சந்திக்கக் கிளம்பினான். மூன்று படைப்பிரிவுகளுடன் ஸ்டூவர்டின் முகாமுக்குள் நுழைந்தபோது, ஆங்கிலப்படைக்கும் பிரஞ்சுப்படைக்குமிடையில் போர்நிறுத்த ஒப்பந்தம் ஆகியிருப்பதை நுண்ணறிவுத்துறை மூலமாக அறிந்து கொண்டான். இதையடுத்து, ஸ்டூவர்டுக்கு இருந்த ஆபத்து நீங்கியது. அதனால் கடலூரிலிருந்து விடுவிக்கப்பட்டப் படைவீரர்களையும் சேர்த்து, பலத்தை இரட்டிப்பாக்கிக்கொண்டு, தெற்கு நோக்கித் திரும்பினான். திப்புவுக்கும் கம்பெனிக்குமிடையில் தற்காலிகப் போர்நிறுத்த ஒப்பந்தம் கையெழுத்தாகியிருக்கும் தகவல் கிடைத்ததும் மைசூர் மீது புதியதொரு தாக்குதலைத் தொடுக்கத் தன்னை தயார்படுத்தினான். இதனிடையே தின்னவேலி (திருநெல்வேலி), மதுரா (மதுரை) ஆகிய பகுதியில் கலகம் செய்து, எதற்கும் வளைந்து கொடுக்காதப் பாளையக்காரர்களை ஒடுக்கு வதில் ஈடுபட்டான். அதனால் அவனது முக்கியப்பணிகள் ஓரம்கட்டப்பட்டன. ஆனால் புல்லர்டன் போருக்குத் தயாராகும் பணியை நிறுத்தவில்லை. திருவாங்கூர், கள்ளிக்கோட்டை அரசர்களுடனும் மலபார் பகுதியின் தலைவர்களுடனும் சேர்ந்து திப்புவுக்கு எதிராகக் கபடச்செயல்களில் ஈடுபட்டான். ஸ்ரீரங்கப்பட்டிணம்வரை படைநடத்திச்சென்று அதைக் கைப்பற்றிவிடும் கனவுகளை வளர்த்திருந்தான். பாளையக்காரர்களை வென்று அடக்கி, அவர்களை அடிபணிய வைத்த அவன், தாராபுரம் நோக்கித் திரும்பினான். தற்காலிகப் போர்நிறுத்த ஒப்பந்த விதிகளை திப்பு மீறினால், அதைத்தடுக்கத் தயார் நிலையில் எல்லைகளைப் பாதுகாக்கச்சொல்லி, ஆகஸ்ட் மாதம், 18 ஆம் தேதியன்று ஓர் உத்தரவு அவனுக்கு மெட்ராஸ் அரசாங்கத்திடமிருந்து, வந்திருந்தது.

போர்விதிகளை மீறிய ஆங்கிலேயர்கள்

இதனிடையே, புல்லர்டன் ஆங்கிலேயப் படையின் நிலைமை மிகவும் கடினமாக இருப்பதை உணர்ந்தான். அவனது படைபெருத்து 13,500க்கும் அதிகமான வீரர்களைக் கொண்டிருந்தாலும் உணவு இல்லாமல் திண்டாடினர். பன்னிரண்டு மாதச் சம்பள பாக்கியிருந்தது. செப்டம்பர் மாத இறுதியில் படைகளைச் சமாளிப்பதே, பெருங்கஷ்டமாக இருந்தது. எதிரியின் தேசத்துக்குள் இருந்தாலும் எல்லைக்கோடுகளைத் தாண்டி படைவீரர்களுக்கான உணவுப்பொருட்களை மெட்ராஸ் அரசாங்கத்திடமிருந்து வேண்டிக்கேட்டுப் பெறவேண்டிய இக்கட்டில், அவனிருந்தான். போரின் விளைவுகளால் கம்பெனியின் தென்மாகாணப் பகுதியிலிருந்து போதுமான ஆதரவு அவனுக்குக் கிடைக்கவில்லை. அக்டோபர் மாதம் 16 ஆம் தேதியன்று படைகளுக்கான உணவுப்பொருட்கள் முற்றிலுமாகத் தீர்ந்துபோனது. அதேவேளையில் மங்களூரில் திப்பு போர் நடத்தத் தயாராகிவிட்டதாகத் தகவல், தலைச்சேரியிலிருந்து வந்தடைந்தது. நிலைமைகளால் துயரமுற்றிருந்த புல்லர்டன் பிரச்சனைகளிலிருந்து விடுபட நினைத்து, செய்தியின் உண்மைத் தன்மையைச் சரி பார்க்காமலும், அல்லது மெட்ராஸ் அரசாங்கத்தின்

உத்தரவுக்குக் காத்திராமலும் தாக்குதல் நடத்த முடிவு செய்தான். அக்டோபர் மாதம் 22 ஆம் தேதி, பழனியிலிருந்து புறப்பட்டு பாலக்காட்டுக்குப் பயணத்தைத் தொடங்கினான்.

மைசூர் ராஜ்ஜியத்தின் மீதான இந்தப் படையெடுப்பு, மங்களூர் போர்நிறுத்த ஒப்பந்தத்தை ஆங்கிலேயப் படை தெளிவாக மீறியதொரு செயலாகும். அந்தப் பகுதியிலிருந்தத் திப்புவின் தளபதிகளில் ஒருவனான ரோஷன் கான் ஆங்கிலேயப் படையைக் கடுமையாக எதிர்த்தான். ஆனால் புல்லர்டன் அந்த எதிர்ப்பை முற்றிலுமாக அலட்சியப்படுத்தியதுடன், தனது பயணத்தையும் தொடர்ந்தான். வழியிலிருந்த சிறிய, இடைநிலை அளவிலான இடங்களைப் பிடித்தான். கடினத்தையும் களைப்பையும் தந்தப் பணயத்தை அடர் தேக்குமரக் காடுகளின் வழியே மேற்கொண்டு நவம்பர் மாதம் 5 ஆம் தேதியன்று பாலக்காடு வந்து சேர்ந்தான். நவம்பர் மாதம் 15ஆம் தேதியன்று ரோஷன் கான், 'தவறானச் செய்கைகளில் ஈடுபட்ட அத்தனை நிலைகளிலிருந்தும் விலகிச் செல்லுமாறு' மெட்ராஸ் கவர்னர் உத்தரவிட்டிருந்தக் கடிதத்தை புல்லர்டனுக்கு அனுப்பி, 16 ஆம் தேதிக்குள் கைப்பற்றப்பட்டப் பகுதிகளை விட்டுவிட்டு விலகிச்சென்று விடவேண்டுமென்று குறிப்பிடப்பட்டிருந்ததையும் அறிவுறுத்தியிருந்தான். ஆனால் புல்லர்டன், அதற்கு பதிலேதும் சொல்லவில்லை. இரண்டு சிப்பாய்கள் பாதுகாப்புடன் செய்திகொண்டு வந்திருந்தத் தூதனை வெறுமனே திருப்பியனுப்பிவிட்டான். அதேநாளில் பாலக்காட்டை சூறையாடினான். கோட்டையிலிருந்து 50,000 பகோடாக்களையும், எண்ணிறந்தத் துப்பாக்கிகளையும் பெருமளவில் உணவு தானியங்களையும், இராணுவத் தளவாடங்களையும் அபகரித்துக்கொண்டான். இந்தியதேசத்தின் பலம்வாய்ந்தக் கோட்டையென்று அது கருதப்பட்டபோதிலும் எந்தவொரு கஷ்டமுமில்லாமல் எளிதில் கைப்பற்றிவிட்டான். போர்நிறுத்தம் செயல்பாட்டிலிருந்ததால் கோட்டையின் பாதுகாப்பில் ஈடுபட்டிருந்தப் படைத்தலைவன் போதுமான அளவில் கவனம் செலுத்தவில்லை என்பது முக்கியக்காரணமாக ஆகிவிட்டது. பாலக்காட்டிலிருந்து புல்லர்டன் கோயமுத்தூருக்கு நவம்பர் மாதம் 26 ஆம் தேதி வந்துவிட்டான். 28 ஆம் தேதி எந்தவொரு முனைப்புமின்றி கோயமுத்தூரும் கைக்கு வந்து சேர்ந்தது. அதேநாளில் 'விரோதமானச் செயல்பாடான போர்நிறுத்த மீறலை, உடனடியாகக் கைவிடுமாறு உத்தரவிட்டிருந்த' ஆணையரின் மற்றொரு கடிதத்தை ரோஷன் கான் புல்லர்டனுக்கு அனுப்பிவைத்தான். அந்தக் கடிதத்தையும் திறந்துகூட பார்க்காமல் திருப்பியனுப்பினான். அப்படியே செய்திகொண்டு வந்தத் தூதனை, 'இனியொருமுறை இந்தப்பக்கம் பார்த்தால் தொலைத்துவிடுவேன்' என்று மிரட்டியனுப்பினான்.

புல்லர்டன் தொடர்ந்து பலமுறை ஆணையரின் உத்தரவையும் மெட்ராஸ் ஆளுநரின் உத்தரவையும் கண்டுகொள்ளாதபோதும், அதற்காக ஆங்கிலேயக் கம்பெனி அவனை ஒருமுறைக்கூட கண்டிக்கவில்லை என்பது, ஆச்சரியமில்லைதான். ஏனென்றால் அவன் மைசூர் படையெடுப்புக்கு மேலதிகாரிகளின் மௌன சம்மதத்தை பெற்றிருந்தான். உண்மையிலேயே புல்லர்டனுக்கு மெக்கார்ட்னி முரண்பாடான இரண்டு உத்தரவுகளை அனுப்பினான். அவையிரண்டுமே

திப்புவின் அதிகாரிகள் மூலம் அனுப்பப்பட்டவை. அதில், 'பகைமையிலிருந்து புல்லர்டனை விலகியிரு'க்கச் சொல்லியது ஒருகடிதம். அவனுக்கு நேரடியாக அனுப்பப்பட்ட மற்றொரு கடிதம், ஆக்கிரமிப்பை வலியுறுத்தியது மட்டுமல்லாமல், அதை ஊக்கப்படுத்தியது. 1783 ஆம் ஆண்டு, டிசம்பர் மாதம் 13 ஆம் தேதியன்று புல்லர்டனுக்கு மெக்கார்ட்னி எழுதியக் கடிதத்தில், 'எங்களிடமிருந்து உனக்குச் செய்திவரும்வரை பிடிக்கப்பட்ட இடங்களை நீ திருப்பித்தந்து விடமாட்டாய் என்று கருதுகிறோம்.... பாலக்காட்சேரியின் உரிமை, மங்களூர் காவலுக்கு பாதுகாப்பாக இருக்கும். மங்களூரைக் கைப்பற்ற திப்பு அத்துமீறினாலோ அல்லது துரோகமிழைத்தாலோ திருப்பித்தாக்குவதற்கு அதையோர் வழியாகப் பயன்படுத்தலாம்' என்று குறிப்பிடுகிறான்[53]. இந்தப் புதிய வெற்றிகளை முதலீடாகக் கொண்டு, திப்புவுடனான அமைதிப் பேச்சுவார்த்தையில் கம்பெனியின் பேரம் பேசும் திறனை அதிகரிக்க முடியும் என்று மெக்கார்ட்னி விரும்பினான். ஆனால் முடிவில், புல்லர்டனின் நடவடிக்கைகள் அமைதிப்பேச்சுக்கு பெருந்தடையாக ஆகிப்போயின. அது திப்புவுடன் பெரும் விரிசலை உருவாக்கியது. 1783 ஆம் ஆண்டு, ஜூலை மாதம் 26 ஆம் தேதிக்குள் ஆக்கிரமிக்கப்பட்டப் பகுதியின் எல்லையிலிருந்து ஆங்கிலேயப் படை ஓடிவிடவேண்டும் என்று திப்பு உத்தரவிட்டார். அதன்படி டிசம்பர் மாதம் 28 ஆம் தேதி அவர்கள் வெளியேறத் தொடங்கினர். அதற்குமுன்பு அவர்கள் திப்புவின் உடமைகளில் எதையும் சேதப்படுத்தாமல் பதவிசுடன் நடந்துகொண்டிருந்தனர். ஆனால் கோயமுத்தூரைத் தாண்டியதும், அவர்களின் குசும்பு நாய்வாலாய் ஆடியது. சுற்று வட்ட மாவட்டங்களைச் சூறையாடினர். அங்கிருந்த இராணுவத் தளவாடங்களையும் கணிசமான அளவில் உணவுப்பொருட்களையும், வெடிபொருட்களையும் அபகரித்துக் கொண்டனர். பாலக்காடு நகரத்தை அழித்து, அங்கிருந்து 60,000 பகோடாக்களும், அருகிலுள்ள பால கோட்டா விலிருந்து 40,000 பகோடாக்களுமாக ஒரு லட்சம் பகோடாக்களை திருடிக்கொண்டனர். மைசூர் அதிகாரிகளுக்கு வழங்குவதற்காக வரவழைக்கப்பட்டப் பெருமளவு தானியங்கள், இராணுவப் பொருட்கள், துப்பாக்கிகளை அரசருக்குக் கொடுத்துவிட்டுப் போனார்கள்[54].

போர்நிறுத்த ஒப்பந்தம் கையெழுத்தான பிறகு, ஆகஸ்ட் மாதம் 13 ஆம் தேதியன்று, கேம்பெல் திப்புவைச் சந்திக்க வந்தான். கோட்டைக்குள் உணவுப் பற்றாக்குறை இருப்பதாகத் தெரிவித்தான். திப்பு அவனைத் தக்க மரியாதையுடன் வரவேற்றார். கிலாத் என்ற ஆடையையும் ஒரு குதிரையையும் பரிசளித்தார். கோட்டைக்கருகில் காவல்படையினருக்காக ஒரு சந்தையை உருவாக்கச்சொல்லி உத்தரவிட்டார். அதுபோல, ஆகஸ்ட் மாதம் 20 ஆம் தேதியன்று மலபார் மற்றும் கனரா பகுதிகளுக்கான கம்பெனிப்படைகளின் தளபதி ஜெனரல் மெக்லாய்ட், கோட்டையைச் சீரமைக்கும் எண்ணத்துடன் ஹானோவேரியன் படைகளுடன் மங்களூர் வந்து சேர்ந்தான். போர்நிறுத்த ஒப்பந்தத்தின் ஐந்தாவது விதியின்படி இது, பகிரங்க விதிமீறலாகும். அதனால் கேம்பெல்லுக்கு எதையும் கடல்மார்க்கமாகவோ அல்லது தரைமார்க்கமாகவோ பெறுவதற்கு எந்த உரிமையும் இருக்கவில்லை. ஆனால் திப்பு, மெக்லாய்டுக்கு மங்களூரில் இறங்க அனுமதியளித்ததுடன், நகரத்தில் தங்குவதற்கு ஏற்பாடுகள் செய்துதருமாறு உத்தரவுமிட்டார். கோட்டையைப் பார்வையிட அனுமதியும் அளித்தார். கோட்டையைப் பார்வையிட மெக்லாய்ட்

வந்தபோது, திப்பு அவனை மனமுவந்து வரவேற்றார். அவனுக்கு பல்லக்கு ஒன்றை வழங்கினார். அழகிய குதிரையொன்றையும் ஆடைகளையும் பரிசளித்தார். திப்புவின் வரவேற்பு மற்றும் அவரது காவல் படை பாதுகாப்பில் மகிழ்ந்திருந்த மெக்லாய்ட் திருப்தியுடன் ஆகஸ்ட் மாதம் 23 தேதியன்று திரும்பினான். அடுத்தடுத்த மாதங்களிலும் கோட்டைக்கு அருகிருந்த அந்தச் சந்தையில் காவல் படையினருக்கானப் பொருட்கள் விநியோகிக்கப்பட்டன.

எனினும் ஆங்கிலேயக் கம்பெனி இந்த ஏற்பாடுகளில் திருப்திப்பட்டுக் கொள்ளவில்லை. அது கோட்டையைச் சீரமைப்பதில்தான் ஆர்வமாக இருந்தது. அதற்குப் போதுமான ஆட்களும் பொருட்களும் தேவைப்பட்டன. ஒருவேளை பேச்சுவார்த்தை தோல்வியடைந்தாலோ அல்லது போர்நிறுத்த ஒப்பந்தம் முறிந்தாலோ, நீண்ட முற்றுகைக்காக அக்கோட்டைக்கு சீரமைப்புத் தேவையென்பதை உள்நோக்கமாகக் கொண்டிருந்தது. அதனால் மெக்லாய்ட் மங்களூர் நகரத்துக்கு அக்டோபர் மாதத் துவக்கத்திலும், மீண்டும் அம்மாத இறுதியிலுமே வந்தான். கோட்டைக்குள் உணவுப்பொருட்களையும் மற்ற பொருட்களையும் கொண்டுசெல்ல திப்புவிடம் அனுமதிகேட்டான். ஆனால் திப்பு, போர்நிறுத்த ஒப்பந்தத்தின்படி விதிகளுக்குட்பட்டு நிர்ணயிக்கப்பட்ட அளவை அனுப்பியாகிவிட்டது என்று மறுத்துவிட்டார். ஆனால் பம்பாய் அரசாங்கம் மங்களூரை மிகவும் முக்கியமான, விரும்பத்தக்க உடமையாக வைத்துக்கொள்ள ஆர்வம் காட்டியது. அதனால் காவல்படைக்கு வழங்குவதற்கானப் பொருட்களை, வலுக்கட்டாயமாக உள்ளே கொண்டு செல்ல உத்தரவிட்டது. அதற்கேற்ப நவம்பர் மாதம் 22 ஆம் தேதியன்று ஜெனரல் மெக்லாய்ட் மங்களூர் வந்து சேர்ந்தான். அவனுடன் கடற்படை உள்ளிட்ட அனைத்து விதப்படைகளுடன் பெரும் ராணுவம் வந்திறங்கியது. கோட்டையினுள்ளே 4,000 மூட்டை அரிசியைக் கொண்டு செல்ல முயற்சித்தனர். போர்நிறுத்த ஒப்பந்தத்தின்படி நிர்ணயிக்கப்பட்ட அளவைக்காட்டிலும் இது அதிகமென்று திப்பு மீண்டும் அனுமதிக்க மறுத்தார். இதனிடையே, கோயமுத்தூர் மாகாணத்தை புல்லர்டன் ஆக்கிரமித்துவிட்டிருந்ததாலும் விதிகளை மீறி மெக்லாய்ட் துடுக்குத்தனமாகவும் மிரட்டும் தொனியிலும் நடந்துகொண்டு படையுடன் காத்திருந்தான். அதனால் திப்புவின் நடவடிக்கைகளில் ஒரு விறைப்பு உருவாகியது. இதையடுத்து, திப்புவுக்கும் ஆங்கிலேயர்களுக்குமிடையிலான நிறுத்தி வைக்கப்பட்டிருந்தப் போர் மீண்டும் தொடங்குவது தவிர்க்க இயலாததாகிவிட்டது. அமைதியைப் பேணுவதற்காக பிவெரன் டி மோர்லட் எடுத்த முயற்சிகள் அத்தனையும் தவிடுபொடியாயின. இருதரப்பினரும் ஏற்றுக்கொள்ளும்படியானச் சமாதானத்துக்கு அவனொரு திட்டத்தை மறுபடியும் முன்வைத்தான். 4,000 மூட்டை அரிசியை உள்ளே கொண்டு செல்லும் மெக்லாய்டின் திட்டத்தைக் கைவிட்டு, முதல்கட்டமாக அவசரத்தேவையையொட்டி 1,000 மூட்டை அரிசியைக் கொண்டு செல்வது, அது தீர்ந்ததும் அடுத்து 1,000 மூட்டைகளைக் கொண்டு செல்வது என்று முடிவுசெய்யப்பட்டது. இவற்றுடன் ஒரு மாதத்துக்கான உப்பு, இறைச்சி மற்றும் மதுபானங்களும் அனுமதிக்கப்பட்டன. ஓனூர் கோட்டைக்குள் 200 மூட்டை அரிசியும், ஒரு மாதத்துக்கானப் பண்டங்களும் அனுமதிக்கப்பட்டன. இந்த ஒப்பந்தம் காவல்படையினருக்கு ரொம்பவே அனுகூலமாக இருந்தது.

அதேவேளையில் ஒப்பந்தத்தின் மூன்றாவது விதியின்படி பத்து அல்லது பன்னிரண்டு நாட்களுக்கு அதிகமில்லாதத் தேவைகளை கோட்டைக்குள் கொண்டு செல்ல அனுமதிக்கப்பட்டது.

உடன்படிக்கை இருந்தபோதிலும், மெக்லாய்ட் தனது கபடத்தனத்தையும் ஆக்கிரமிக்கும் எண்ணத்தையும் கைவிடவில்லை. அத்துடன் கேம்பெல்லிடம், 'காவல்படைக்கு வழங்கப்படும் அரிசியையும் ரொட்டியையும் பாதியளவாக வழங்கிவிட்டு, மீதிக்கானதைப் பணமாகக் கொடுக்கச் சொன்னான். மேலும் இரண்டு மாதத்திற்குத் தேவையானக் கையிருப்பை சாத்தியப்படுத்திக் கொள்ளும் வகையில், உணவுசேகரிக்கும் அதிகாரிக்கு முடிந்தவரை சேகரிக்கச்சொல்லி உத்தர விடவும்' கோரினான். மேலும் கேம்பெல்லிடம் அவன், 'கடற்படைத் தளபதி இங்கே வந்துசேரும் போது, ஆற்றுவழியே எந்த இடத்திலிருந்து தாக்குதல் தொடுக்கலாம் எனும் இடங்களை நமக்கு அறிவுறுத்துவார் என்று நம்புவதாகவும், அதன்பின்பு உனது சமிக்கைகளைப் பெற்றதும் தொடர்புகளை ஏற்படுத்திக்கொள்வதாக' ஆலோசனை சொல்லியிருக்கிறான்[55].

டிசம்பர் மாதம் 2 ஆம் தேதியன்று கடல்வழியாகப் புறப்பட்டுப் போனவன், காவல்படையினருக்கான உணவுப்பொருட்களை உள்ளே கொண்டுசெல்ல அனுமதி பெறுவதற்காக 27 ஆம் தேதியன்று திரும்பி வந்தான். மெக்லாய்டின் அடுத்தநிலைத் தளபதியான கலோனல் கோர்டன் தலைமையில், இரண்டு கப்பல் நிறைய உணவுப்பொருட்கள் 1784 ஆம் ஆண்டு, ஜனவரி இறுதியில் மங்களூர் துறைமுகம் வந்தடைந்தன. அது மிகவும் தாமதமான ஒன்று. ஏனென்றால் கேம்பெல் ஜனவரி மாதம் 26 ஆம் தேதியன்று சரணடைய முடிவுசெய்து, கோட்டையைத் திப்புவிடம் ஒப்படைக்கத் திட்டமிட்டிருந்தான். கேம்பெல் அதைத் தனது வார்த்தைகளில், 'காவல் படையினருக்கு மிகவும் பயன்தரத்தக்க வகையில் அவர் நடந்துகொண்டதும், எங்களிடம் கண்ணியமிக்கவராக நடந்துகொண்டதும், விதிகளை முறையாகக் கடைப்பிடிப்பவராகவும் இருந்தார். இதைக் காவல்படையினர் பேசிக்கொள்வதையும் நான் கேட்டிருக்கிறேன்[56]' என்கிறான். அமைதி உடன்படிக்கை விதிகளில் ஒன்றாக, திப்புவின் கர்நாடிக் பிரதேசத்திலுள்ள எந்தவொரு கோட்டைக்கும் இதைப் பிரதியாக மாற்றிக்கொள்ளலாம் என்றும் இருந்தது. போர் விதிமுறைகளின் அனைத்துவித கௌரவத்துடன் காவல்படையினர் அணிவகுப்பு நடத்த அனுமதிக்கப்பட்டனர். அவர்கள் திப்புவால் வழங்கப்பட்ட படகுகளில், நீண்டதூரப் பயணத்துக்குத் தேவையான அளவிலான உணவுப்பொருட்களுடன் பயணத்தைத் துவங்கினர். நீர்வழிப் பயணம் தவிர்த்து, திப்புவின் சாம்ராஜ்ஜியத்துக்குள் தரைவழி மார்க்கமாகச் செல்ல விரும்பியவர்களுக்கும் அதேவகையில் ஏற்பாடுகள் செய்து தரப்பட்டன. கம்பெனியைச் சேர்ந்த பொருட்கள் அத்தனையையும் எடுத்துச் செல்ல காவல்படையினருக்கு உரிமையளிக்கப்பட்டது. திப்புவுக்குச் சொந்தமானப் பொருட்கள் அங்கேயே விட்டுச்செல்லப்பட்டன.

மனோபலத்துடனும் விடாமுயற்சியுடனும் போராடி கேம்பெல் எட்டுமாதங்கள் அங்கே தங்கியிருந்தான். அவனும், அவனது படைகளும் பொறுமையின்

எல்லையைக் கடந்து விட்டிருந்தனர். அதனால் அவனால் அங்கே நீடிக்க முடியவில்லை. ஐரோப்பியர்கள் கீழ்படியமறுத்து கலகத்தின் விளிம்புக்குச் சென்றனர். கணிசமான அளவிலான இந்தியச்சிப்பாய்கள் தினந்தோறும் எதிரிப்படையிடம் போய்ச்சேர்ந்து கொண்டிருந்தனர். ஒவ்வொரு நாளும் பத்து முதல் பதினைந்து பேர் செத்துமடிந்து கொண்டிருந்தனர். ஸ்கர்வி எனும் சொறிநோய் கடுமையாகத் தாக்கியிருந்தது. மருத்துவமனைகள் மூன்றில் இரண்டு பங்கு நோயாளிக் காவல்படையினரால் நிரம்பி வழிந்தது. மற்றவர்கள் பலமிழந்து ஆயுதங்களைத் தூக்கமுடியாமல் பரிதாபமாகக் காணப்பட்டனர். கேம்பெல் கூட எதையும் உண்ணமுடியாத நிலையில்தான் இருந்தான்.

காவல்படையின் துன்பங்களுக்கும், வேதனைகளுக்கும், பாடுகளுக்கும் திப்புதான் காரணம் என்று தவறாகக் குற்றம்சாட்டப்படுகிறது. பருப்புக்கும், நெய்க்கும் பற்றாக்குறை ஒருகட்டத்தில் உருவானபோதிலும் அவர்கள் சரணடையும் வரையில் அரிசிக்கு அங்கே பற்றாக்குறை ஏற்படவில்லை. ஆங்கிலேயர்கள் கோட்டைக்கு அருகிலிருந்தச் சந்தையில் பொருட்களை வாங்கிக் கொண்டனர். 1783 ஆம் ஆண்டு, டிசம்பர் மாதம் 19 ஆம் தேதி, கவர்னருக்கும் ஆட்சிமன்றக் குழுவுக்கும் எழுதியக் கடிதத்தில், ‘மங்களூர் கோட்டைக்குள்ளும் ஓனூர் கோட்டைக்குள்ளும் உணவுப்பொருட்களைக் கொண்டுசெல்ல திப்பு தடையேதும் சொல்லவில்லை’ என்றே எழுதுகிறான்[57]. போர்நிறுத்த ஒப்பந்த விதிகளுக்கு முரணாக, அதிகப்படியான உணவுப்பொருட்களைக் கொண்டுசெல்லத்தான் திப்பு அனுமதி மறுத்தார், என்பதுதான் உண்மை. பற்றாக்குறையாகவும் தரமற்றப் பொருட்களை ஆங்கிலேயப்படை வெளியிலிருந்து கொண்டுவந்ததும் காவல்படையினருக்கு மிகப்பெரிய வறுமையைக் கொடுத்தது. அதற்கு, பம்பாய் அரசாங்கம்தான் முழுக் காரணம். ஓனூர் கோட்டையின் தளபதி சொல்லும் ஓர் உதாரணமே போதுமானது. ‘அந்தக்கால கட்டத்தில் உணவுப்பொருட்களின் தேவை அதிகமாக இருக்கவில்லை. எங்களிடமே போதுமான அளவில் கையிருப்பு இருந்தது. கொண்டுவரப்பட்ட உணவுப்பொருட்கள் எங்கள் தேவையைப் பூர்த்திசெய்பவனாக இருக்கவில்லை’. 1783 ஆம் ஆண்டு, நவம்பர் மாதம் 22 ஆம் தேதியன்று, மெக்லாய்டால் மங்களூருக்கு வரவழைக்கப்பட்ட உணவுப்பொருட்கள், சேதமடைந்த நிலையில் கடற்படை முகவரால் வாங்கிவரப்பட்டவையாக இருந்தன. இறைச்சி, பன்றிக்கறியில் ஒன்றைக் கூட உண்ணமுடியாத அளவிலேயே வாங்கியிருந்தனர். அதை நாய்க்கூட முகரமறுத்தது[58]. டிசம்பர் மாதம் 31 ஆம் தேதி வரவழைக்கப்பட்டப் பொருட்களும் மிகக்குறைந்த தரத்துடனே இருந்தன. அதில் மிகக்குறைந்த அளவிலானப் பகுதியே உண்பதற்கு ஏற்றதாக இருந்தது. ஈரட்டி, மாச்சில் (பிரெட், பிஸ்கட்) போன்றவையில் விலங்குகளின் உடலில் அலையும் பேன்கள் போலான பூச்சிகள் நிறைந்திருந்தன. முன்னதாக வரவழைக்கப்பட்டப் பொருட்கள், இதே அளவில் இருந்தாலும் அதிகாரிகளுக்கான சிற்றுண்டிகள் வரவழைக்கப்படவில்லை. மங்களூர் கோட்டையைக் காட்டிலும் முக்கியத்துவம் வாய்ந்தக் கோட்டையைக் கைப்பற்றும் எண்ணம் மெக்லாய்டுக்கு இருந்ததால், காவல்படையினர் அவனுக்கு ஒத்துழைப்பு தராததற்கும் ஒரு காரணம் என்று கருத இடமுண்டு.

மெக்லாய்டின் திட்டங்கள் அனைத்தும் தகர்ந்ததால், அவனது கவனம் கண்ணனூர் பகுதியிலுள்ள மாப்ளா குடியேற்றப் பகுதியில் 1783 ஆம் ஆண்டு, டிசம்பர் மாதவாக்கில் திரும்பியது. அந்த ஆக்கிரமிப்பிற்கு அவனொரு புது நியாயத்தைக் கற்பித்தான். நவம்பர் மாதத்துவக்கத்தில் அவனைச்சேர்ந்த 300 பேர், கார்வாரிலிருந்து புறப்பட்டு தலைச்சேரியில் சேர்ந்துகொள்ள வந்து கொண்டிருந்தனர். அவர்கள் கண்ணனூர் பீபியாலும், திப்புவாலும் சிறையில் அடைக்கப்பட்டிருந்தவர்கள். சூபர்ப் என்ற படகு அவர்களைச் சுமந்து வந்தது. வழியில் புயலில் சிக்கி, அந்தப் படகு அழிந்துபோனது. அதில் பயணம் செய்தவர்களில் இரண்டு அதிகாரிகள், இருநூறுக்கும் அதிகமானப் படைவீரர்கள் மங்களூர் அருகே கடலில் மூழ்கினர். அவர்களைத் திப்பு சிறைப்பிடித்தார். உடைந்த படகிலிருந்து கண்ணனூர் அருகில் கரையொதுங்கிய நூற்றுக்கும் அதிகமானோரை பீபீ சிறையில் அடைத்திருந்தாள். அவர்களைத் திப்புவும் பீபியும் விடுவிக்க மறுத்திருந்தனர். அதனால் கண்ணனூர் மீது மெக்லாய்ட் தாக்குதல் நடத்தினான்.

உண்மையில் மெக்லாய்டின் ஆக்கிரமிப்புக்குக் காரணம், முற்றிலும் வேடிக்கையானது. சென்னை கவர்னருக்கு அவனெழுதியக் கடிதத்தில் இவ்வாறு குறிப்பிடுகிறான். 'எனது படைகள் ஓய்வாக இருக்கும் காரணத்தால் தலைச்சேரியின் நெடுநாள் பிரச்சனையாக மாறிவிட்ட மாப்ளா குடியேற்றத்தைக் கட்டுப்படுத்த இதையொரு வாய்ப்பாக முற்றுகையிடுகிறேன். இந்தியாவின் சிறந்த குடியேற்றங்களில் அதுவும் ஒன்று. அதைக் கைப்பற்றினால் பம்பாய் அரசாங்கத்துக்கு மிகப்பெரிய அளவில் செல்வம் சேர்க்கமுடியும்[59]'. மற்றொரு கடிதத்தில், 'நமது சொந்தத் தலைநகரத்தைத் தாண்டி, இந்தியாவில் நான் கண்ட கோட்டைகளில் மிகவும் வலுவானது, இது. மங்களூர் கோட்டையைக் காட்டிலும் இது நமக்கு மதிப்பு மிக்கது. கடலுக்கும் கோட்டைக்குமிடையில் எந்தவொரு எதிரியாலும் அடியெடுத்து வைக்கமுடியாது'. அந்தப்பகுதியின் உரிமை, தீவிர மிளகு சாகுபடி இருந்ததால் ஏற்கனவே கையகப்படுத்தப்பட்டிருந்தது. தலைச்சேரி மந்தமாகவும் அத்தனை எதிர்காலம் கொண்டதாகவும் இருக்கவில்லை. அதுவேறில்லாமல், மெக்லாய்ட் தலைமையிலானப் படை வாழ்தலுக்கானப் போராட்டத்தில் இருந்தது. உணவு வாங்குவதற்காகப் பணப்புழக்கத்தைத் தாராளப்படுத்தியிருந்தாலும் அது நல்ல பலனைத் தராததால், கண்ணனூர் மீதானத் தாக்குதலை தீவிரப்படுத்த வேண்டியிருந்தது[60].

கண்ணனூருக்கு எதிரானப் படையெடுப்பு மிகக்குறைந்த காலத்தில் அதாவது டிசம்பர் மாதம் 9 முதல் 14 ஆம் தேதி வரையில் வெறுமனே ஆறுநாட்களில் முடிந்துபோய்விட்டது. மாப்ளாக்கள் மனவலிமையுடன் ஆங்கிலேயப்படையை எதிர்த்துப்போரிட்டாலும் இறுதியில் தோல்வியைச் சந்தித்தனர். ஆங்கிலேயப் படையில் 279 படைவீரர்களும் அதிகாரிகளும் மரணமடைந்தனர். பீபீக்கு இழப்பு மிக அதிகமாக இருந்தது. கண்ணனூரும் அதைச் சார்ந்திருந்த 42 கோட்டைகளும் ஆக்கிரமிப்புக்குள்ளாயின. அங்கிருந்து நான்கு லட்சம் பகோடாக்களும் பெருமளவு உணவுப்பொருட்களும் அபகரிக்கப்பட்டன. பீபியும் அவளது குடும்பத்தாரும் சிறையிலடைக்கப்பட்டனர். மெக்லாய்டின் உத்தரவுப்படி எழுதப்பட்ட

உடன்படிக்கையில் கையெழுத்திட்ட பின்பே அவர்கள் விடுவிக்கப்பட்டனர். அந்த உடன்படிக்கையின்படி, அவளது உடமைகள் திருப்பி வழங்கப்பட்டன. ஆனால் ஆண்டுதோறும் கம்பெனிக்கு மூன்று லட்சம் பகோடாக்கள் அவள் கப்பம் கட்டவேண்டும். அவளது கோட்டைகளை கம்பெனி பராதீனமாக எடுத்துக்கொண்டது. நகரத்தில் மற்றும் கோட்டைக்குள் நடக்கும் வணிகம், மற்ற சொத்துகள் அத்தனையையும் சட்ட பூர்வமான விலையில் இராணுவத்துக்கே விற்கவேண்டும். குடியேற்றப்பகுதியில் விளையும் அத்தனை மிளகையும் கம்பெனி, ஏகபோக உரிமையாக எடுத்துக்கொள்ளும்.

மெக்லாய்டின் அடாவடி நடவடிக்கைகளுக்கு மெட்ராஸ் அரசாங்கம் அங்கீகாரம் வழங்கியது. அதேவேளையில் பம்பாய் அரசாங்கம் ஒதுங்கிக்கொண்டது. அத்துடன் கம்பெனியின் அறிவுறுத்தலில்லாமல் எந்தவொரு செய்கையிலும் ஈடுபட, மெக்லாய்டுக்கு உரிமையில்லை என்று அவனுடனான உடன்படிக்கையை இரத்து செய்துவிட்டது. இதனிடையே, திப்புவின் ஆதரவு பீபீக்கு இருப்பதால், அமைதிக்கான வேலையைத் தடுக்கவோ, தாமதப்படுத்தவோ கம்பெனி விரும்ப வில்லை. அதன்படி, கண்ணனூரை பீபீக்கு வழங்கும் உத்தரவைத் தயாரித்தனர். ஆனாலும் 1784 ஆம் ஆண்டு, ஏப்ரல் மாதத்துக்குப் பின்பே, மங்களூர் உடன்படிக்கைக் கையெழுத்தானது. அதன்பின்பே ஆங்கிலேயர்கள் அங்கிருந்துக் கூடாரத்தைக் காலிசெய்தனர்.

---

46. 1766ல் ஹைதர் அலி மலபாரில் நடத்தியப் போரின்போது அவரால் சிறை பிடிக்கப்பட்ட சிராக்காலைச் சேர்ந்த நாயர் அயாஜ். பின்பு அவன் முஸ்லீமாக மதம் மாறினான். அவனது திறமையும் அழகானத் தோற்றமும் ஹைதர் அலியைக் கவர்ந்தது. நம்பிக்கையை ஏற்படுத்திக்கொண்ட அவனுக்கு தனது ஆசாத்இலாஹி படையில் இடமளித்தார். 1779ல் சித்தல்துர்க்கின் ஆளுநராக நியமித்தார். 1782ன் துவக்கத்தில் முக்கிய மாகாணமான பெத்னூரின் பொறுப்பை அவனுக்கு வழங்கினார். (Cal. Per. Cor., vii, No.953; Wilks, I, pp. 741-2). ஆரம்பத்திலேயே ஆங்கிலேயப் படை அயாஜை வளைக்கத் திட்டமிட்டது. அவன் மறுத்துவிட்டான். ஹைதர் அலியின மரணத்துக்குப் பின்பு மாத்யூவுடன் ஓர் உடன்பாட்டுக்கு வந்து மொத்த பெத்னூர் மாகாணத்தையே கையகப்படுத்தித் தர உடன்பட்டான். (See. Pro., May 12, 1783).

மில்ஸ் தனது நிஷான்இஹைதரி நூலில், அயாஜ் குறித்து, 'அயாஜ் கான் இறந்துபோன நவாபின் தத்துப் புத்திரன்' என்கிறார். அதேநூலின் பம்பாய் பிரதியில், 'அயாஜ் அல்லது அயாஜ் கான் நவாபின் அடிமை' என்று குறிப்பிடப்படுகிறது. (R.A.S.B.MS.No.200)

வில்க்சின் கூற்றுபடி, 'அயாஜ் மீது திப்பு பொறாமைக் கொண்டிருந்தார். ஹைதர் அலியின் பிரியத்திற்குரியவனாக இருந்ததால் கண்ணியமற்ற முறையில் அவனை நடத்தினார்' என்று வருகிறது. ஆனால் இதுகுறித்து பொருத்தமான ஆதாரங்கள் ஏதுமில்லை.

47. Authentic Memories of Tippoo Sultan, p. 34.

48. கிர்மானி பக்கம். 266. முற்றுகையின் காலம் குறித்து பலர் பல்வேறு தகவல்களை பதிவிட்டிருக்கிறார்கள். Tarikh-i-Khudadadi, p. 8, and Sultan-ut-Tawarikh f. 18. ஆகிய நூல்களில் பத்துநாட்கள் எனக் குறிக்கப்படுகிறது. ஒக்ஸ் பதினேழு நாட்களென்றும், ஷீன் பீரங்கித் தாக்குதல் 20 நாட்கள் தொடர்ந்ததென்றும் கூறுகிறார்கள். மாத்யூவின் துருப்பு எண்ணிக்கை குறித்தும் பல தகவல்கள் இருக்கின்றன. வில்க்ஸ் 1,200 சிப்பாய்களும் 400 ஐரோப்பியர்களும் என்கிறார். ஷீன், பெத்னூரைக் கைப்பற்றும்போது மாத்யூவிடம் 1,200 படைவீரர்கள் இருந்ததாகக் குறிப்பிடுகிறார். ஆனால் பெல்கிளிப் மெக்கார்ட்னிக்கு எழுதியக் கடிதத்தில் காவல் படை யினர் 2,500 பேர் இருந்ததாகக் காட்டுகிறார். (N.A., Sec. Pro., June 23, 1783)

49. ஒக்ஸ் இந்த நடவடிக்கையை குறிப்பிடவில்லை. எனினும் அதன் நம்பகத் தனமையை மறுக்க முடியாது. படைகளைப் பிரிக்கும்போது ஷீன் காயப்பட்டது குறிப்பில் இருக்கிறது. அநேகமாக இந்த நடவடிக்கையில் கடலோரப் பகுதிபடையில்

மாத்யூவின் உதவியாகயிருந்த கலோனல் பிரைஸ் ஈடுபட்டான். Memoirs of a Field Officer, p. 101.

50. ஷீன் எழுதியக் கடிதம் பக்கம். 88. Tarikh-i-Khudadadi, p. 12. நகையையும் பணத்தையும் காவல் படையினர் வெள்ளாடுகளின் வாய்க்குள் திணித்தும், ரொட்டிக்கு இடையில் ஒளித்தும், தங்கள் அந்தரங்க உறுப்புகளில் பதுக்கியும் வைத்திருந்தனர்.

51. Aitchison, Treaties, ix, pp. 200-206.

52. M.R., Sundry Book, 1785, vol.66, pp. 35-37.

53. Ibid., pp. 383, Macartney to Fullarton, Dec. 13, 1783. மெக்கார்ட்னி புல்லர்டனுக்கு 1784 ஜனவரி 24ல் எழுதியக் கடிதத்தில் 'என்ன நடந்தாலும் பாலக்காட்சேரியின் உரிமையைத் தக்க வைத்துக்கொள். அதை ஒருபோதும் விட்டுவிடக்கூடாது' (Ibid., 1785, vol. 66, p.129).

54. Ibid., 1784, திப்பு அப்பா சாகிப்புக்கும் ஸ்ரீனிவாஸ ராவுக்கும் எழுதியக் கடிதம். Jan. 26, 1784, vol. 61, p.712.

55. M.R., Mly. Cons., jan. 6, 1784, Macleod to Campbell, vol. 96A, pp. 35-36.

56. M.R., Mly. Cons., Feb.20, 1784, Campbell to Madras, Feb. 6, vol. 97A. p. 531.

57. N.A., Sec. Pro., May 13, 1784, Macleod to Hasting, Dec. 29, 1783.

58. Memoir of John Campbell, p. 51. Mills, iv, p. 222.

59. M.R., Mly. Sundry Book, Macleod to Macartney, Jan. 17, 1784, vol. 61, pp.766-67.1

60. Innes Munro, p. 349.

3

பிரஞ்சு மற்றும் ஆங்கிலேய மைசூர் போர்

ஹைதர் அலியின் மரணத்துக்குப்பின், கர்நாடிக்கில் ஆங்கிலேயர்களுடன் போரைத் தொடர்ந்து கொண்டிருந்தது, முக்கியமாகப் பிரஞ்சுப்படையினர்தான். அதை விவரிப்பதற்கு முன்னால், இரண்டாவது ஆங்கிலேய—மைசூர் போர்வரையில், பிரஞ்சுப்படைகளின் பயனுள்ள பங்களிப்பைக் குறிப்பிட்டாகவேண்டும். போருக்கு முன்னால், இந்தியாவிலுள்ள பிரஞ்சுப்படை ஆங்கிலேயர்களுக்கு எதிராகப் போராடும் ஹைதர் அலிக்கு உதவுவதாக வாக்களித்திருந்தது. ஆனால் ஹைதர் அலி கர்நாடிக்கை 1780 ஆம் ஆண்டு, ஜூலை மாதத்தில் கைப்பற்றியதும், இராணுவக் கூடாரங்களை அமைத்துக் கொடுத்ததற்கு அப்பால், வேறெந்த உதவியையும் பிரஞ்சு நிர்வாகம் செய்யவில்லை. 1778 ஆம் ஆண்டு முதல், பிரஞ்சுப்படை ஆங்கிலேயப் படைகளுடன் போரில் ஈடுபட்டிருந்ததுடன் படையை பலப்படுத்தவதற்கு பிரான்ஸிலிருந்து எந்தவொரு உதவியும் வராததும் ஒரு காரணமாகும்[61]. இங்கிலாந்துக்கும் பிரான்ஸூக்குமிடையில் அமைதியில் விரிசல் ஏற்பட்டு நான்காண்டுகளுக்குப் பின்பு, ஒண்ணரை ஆண்டுகளாய் ஆங்கிலேய—மைசூர் படைகளுக்கிடையே போர் நடந்து முடிந்துவிட்ட நிலையில், 2,500 படைவீரர்களைக் கொண்ட ஒரு சிறு படை டச்சுமின் தலைமையில்,

இந்திய மண்ணிற்கு வந்து சேர்ந்தது. அதுவும்கூட பெய்லி டி ஷப்ரனால் பரங்கிப் பேட்டைக்குத்தான் 1782 ஆம் ஆண்டு, பிப்ரவரி மாதம் 25 ஆம் தேதி அழைத்து வரப்பட்டது. படை வந்ததன் நோக்கம், இந்தியாவிலுள்ள பிரஞ்சு உரிமைகளை மீட்டெடுப்பதற்காகவும், தேசத்திலிருந்து பிரிட்டிஷாரை விரட்டியடிக்க இந்திய ஆட்சியாளர்கள் கூட்டமைப்பின் முக்கிய நீரோட்டமாக இருக்கும் ஹைதர் அலிக்கு உதவுவதற்காகவும் என்று அறியப்படுகிறது. டச்சுமினின் நியமனம் தற்காலிகமானது. அவனிடத்துக்கு தென்னிந்திய விவகாரங்களில் நீண்ட அனுபவத்தைக் கொண்ட மார்கஸ் டி புஸ்ஸி அறிவிக்கப்பட்டு, மிகப் பெரிய இராணுவத்துடன் இந்தியாவுக்கு வந்து சேர்ந்தான்.

அப்படியொரு படைவருவதைக் கேள்விப்பட்ட ஹைதர் அலி, மகிழ்ச்சியின் உச்சத்துக்குப்போனார். ஏனென்றால் பிரஞ்சுப்படையின் உதவியுடன் ஆங்கிலேயர்களை நசுக்கிவிட முடியுமென்று அவர் நம்பிக்கைக் கொண்டிருந்தார். வெகுவிரைவில் அவரது நம்பிக்கைதான் நசுங்கிப்போனது. வெறுத்துப்போனார். டச்சுமின், அவரது சொற்களுக்கு செவிமடுக்க மறுத்தான். முன்முயற்சி எடுப்பதற்கும், சாகசங்கள் செய்வதற்கும் தயங்கினான். நாகப்பட்டிணம்மீது உடனடித் தாக்குதல் நடத்தத் தயாராகும்படி ஹைதர் அலி அவனிடம் சொன்னார். அவன் ஷப்ரனைக் கை காட்டினான். நாகப்பட்டிணம் துறைமுகத்தில் பாதுகாப்பு குறைவு. எளிதில் கைப்பற்றிவிடலாம். தஞ்சாவூர் மாகாணத்தின் வளம் கொண்ட பிரதானப்பகுதி. படைகளுக்குத் தேவையான உணவுப் பொருட்களை பிரஞ்சு நிர்வாகத்தால் பெறமுடியும் என்று வலியுறுத்தினார். ஆனால் அவன், அசைந்து கொடுக்கவுமில்லை. நாகப்பட்டிணம் நோக்கி நகரவுமில்லை. படைகளைக் களமிறக்க மறுத்த அவன், பிரஞ்சுப்படையுடன் ஹைதர் அலி ஓர் ஒப்பந்தம் செய்துகொள்ள வேண்டுமென்று வலியுறுத்தினான். அதனால், பிவெரன் டி மார்லட்டுடன், எம்எம் டி மொய்சாக் மற்றும் கேனேபில் ஆகிய இரண்டு அதிகாரிகளையும் தனது திட்டமொழிதலுடன் அனுப்பி வைத்தான். ஹைதர் அலி அந்த உடன்பாட்டுத் திட்டத்தைத் தட்டிக்கழித்தார். அதேவேளையில் வந்திருந்த பிரஞ்சு முகவர்களுக்கு உத்தரவாதம் கொடுத்தார். பிரஞ்சுப்படைகளுக்குத் தேவையான அத்தனையையும் பார்த்துக்கொள்வதாக உறுதியளித்த அவர், தனது பொக்கிஷதாரரிடம் உடனடியாக ஒரு லட்சம் ரூபாயை பரங்கிப்பேட்டைக்கு அனுப்பி வைக்குமாறு உத்தரவிட்டார்.

இந்தபதிலால் ஓரளவு திருப்தியடைந்த டச்சுமின், தனது படைகளைக் களமிறங்குமாறு உத்தரவிட்டான். மார்ச் மாத இறுதியில் திப்புவின் தலைமையில் பலப்படுத்தப்பட்ட மைசூர் படை பரங்கிப்பேட்டையிலிருந்து கிளம்பியது. ஹைதர் அலியின் உத்தரவுப்படி அவரது அதிகாரிகள் உணவுப்பொருட்களை தாராளமாக விநியோகித்தனர். வாகன வசதிகளை அதிகப்படுத்தினர். உண்மையிலேயே, ரொட்டியைத்தவிர அங்கே எல்லாமே தாராளமாகக் கிடைத்தது[62]. எனினும் ஹைதர் அலி விரும்பிய நாகப்பட்டிணம் நோக்கிச் செல்வதற்குப் பதிலாக, டச்சுமின் கடலூரை சென்றடைந்தான். ஏப்ரல் மாதம் 3 ஆம் தேதியன்று காலை, கடலூரைக் கைப்பற்றினான். அதன்பிறகு ஒரு மாதகாலம் வரை செயல்பாடின்றி படுத்துக்கொண்டான். தனது செயல்பாடின்மைக்கு நிதிப்பற்றாக் குறையைக்

காரணமாகச் சொன்னான். உடல்நலக் குறைவாலும் நோயாலும் தினம்தினம் இறந்து கொண்டிருக்கும் படைவீரர்களால் எண்ணிக்கைக் குறைவதை உதாரணம் காட்டினான். பிரான்ஸின் கௌரவத்துக்கு ஏதும் நேர்ந்துவிடக் கூடாதென்று, புஸ்ஸி வந்துசேரும்வரை படைநடத்துவது குறித்து, எந்தவொரு செயல்பாட்டிலும் அவன் இறங்க வில்லை.

பல்வேறுவிதமானத் தவிர்த்தலும், தாமதப்படுத்தலுமான நொண்டிச்சாக்கு நுட்பங்களைக் கையாண்ட டச்சுமின், ஒருவழியாக 1782 ஆம் ஆண்டு, மே மாதம் 1 ஆம் தேதியன்று, திப்புவுடன் சேர்ந்து படைநடத்தி, பெருமுக்கலை முற்றுகையிடப் போய்க்கொண்டிருந்த ஹைதர் அலியுடன் இணைந்துகொண்டான். ஒருங்கிணைந்த பிரஞ்சுப்படையும் ஹைதர் அலிப்படையும் மே மாதம் 11 ஆம் தேதி அங்கே நிலைகொண்டது. பெருமுக்கலை 16 ஆம் தேதி கைப்பற்றியப் பின்பு, அங்கிருந்து வந்தவாசியை நோக்கிக் கிளம்பியது. அதேவேளையில் ஆங்கிலேயப்படையின் தளபதி கூட், அந்த இடத்தைப் பாதுகாக்க மிகுந்த ஆர்வத்துடன் புறப்பட்டான். ஹைதர் அலி டச்சுமினிடம் ஆங்கிலேயப்படையுடன் போரிடச் சொல்லிக் கேட்டுக்கொண்டார். புஸ்ஸி மற்றும் பிரஞ்சு உடைமைகளுக்கானக் கிழக்குப்பகுதியின் கவர்னர் ஜெனரல் விகோம்டே டி சூயிலாக் உத்தரவிட்டால்தான் போரிடமுடியும் என்று அவன் மறுத்துவிட்டான். பிரான்ஸிலிருந்து போதுமானப் படைகள் வந்து பலப்படுத்தினால் மட்டுமே களமிறங்க முடியுமென்று கோரிக்கையை நிராகரித்த அவன், தோல்வி பிரான்ஸ் தேசத்தின் கௌரவத்தை விட்டுக் கொடுத்துவிடும் என்று கருதினான். ஆனால் டச்சுமின் அரிய சந்தர்ப்பத்தைப் பயன்படுத்த மறுத்தது, அவனது மடத்தனத்தை வெளிப்படுத்தியது. ஏனென்றால் பிரஞ்சு மற்றும் ஹைதர் அலியின் ஒருங்கிணைந்தப் படை எண்ணிக்கையிலும் ஆயுதங்களிலும், ஆங்கிலேயப்படையைக் காட்டிலும் வலுவானதாக இருந்தது. மிக எளிதாக கூட்டைத் தோற்கடித்திருக்க முடியும்[63]. அதனால் பிரஞ்சுப்படைத் தளபதியின் மீது, ஹைதர் அலி வெறுப்படைந்தார். ஆங்கிலேயருடன் தனியாக உடன்பாடு செய்துகொள்வதாக மிரட்டினார். அவனுக்கு நிதியையோ, பணத்தையோ வழங்க மறுத்துவிட்டார்[64]. ஒழுங்கிழந்துவிட்ட பிரஞ்சுப்படையினரை அலட்சியம் செய்தார். பிரஞ்சு அதிகாரிகள் தங்களுக்குள் சச்சரவுகளை வளர்த்துக்கொண்டு பொறாமையில் அலைந்தனர். வெட்கக்கேடான முறையில் அதிகாரத்துக்கும் கௌரவத்துக்குமாக ஒருவர் காலை ஒருவர் வாரி விட்டுக்கொண்டிருந்தனர். வாக்குறுதியை நிறைவேற்றாமல், தங்களுக்கானப் பணியைச் செய்யாமல், ஓர் ஒழுங்கின்றி இயங்கும் அவர்களால் பிரஞ்சுதேசத்தின் மீது ஹைதர் அலிக்கு அருவருப்புக்கூட உண்டாகிவிட்டது. ‘சின்னத்தன’மாக நடந்து கொள்வதாக வருத்தப்பட்டார்.

இந்தியாவில் பிரஞ்சுப்படைகளுக்கானத் தளபதியாக டச்சுமின் நியமிக்கப்பட்டது, உண்மையிலேயே பிரஞ்சு அரசாங்கம் செய்ததொரு மாபெரும் தவறாகும். மாலிசன், ‘டச்சுமின் ஒரு மாலுமி. படைவீரருக்கான நேர்த்தி அவருக்குக் கிடை யாது. அவருக்கு நிலத்தைக் காட்டிலும் நீரின் நுட்பங்கள்தான் தெரியும். அவர் மனதளவிலும் உடலளவிலும் பலவீனமானவர். அரசியலமைப்பின் மீதான அவரது பயங்கரப்பொறுப்பு, சிறியதிரிபைக்கூட தாங்கவியலாமல் செய்து விட்டது[65]’ என்று

எழுதுகிறான்.

டச்சுமின் 1782 ஆம் ஆண்டு, ஆகஸ்ட் மாதம் 12 ஆம் தேதியன்று மரணமடைந்தான். அதையடுத்து தற்காலிகமாக, கம்தே டி ஹோப்லிஜ் பொறுப்பேற்றுக் கொண்டான். நற்பண்புகளுக்கும் நேர்மைக்கும் பெயர் பெற்றவனாக அவன் இருந்தான். எனினும், ஹைதர் அலிக்கும் பிரஞ்சு அரசாங்கத்துக்குமான உறவு மேம்படவில்லை. முந்தையத் தளபதியின் செயல்பாடுகள் புதிய தளபதியின் நிலையை, சூழ்நிலைக் கைதியாக்கியிருந்தன. நிலையை மேம்படுத்த எந்தவொரு முயற்சியையும் எடுப்பதற்குக் கடினமாக இருந்தது. டி லாவ்னே, 'டச்சுமின் இறந்துவிட்டான். அதனால் தேசத்துக்கு ஏதும் நட்டமில்லை. எம். லே. கம்தே டி ஹோப்லிஜ் பொறுப்பேற்றுக்கொண்டதில் தேசத்துக்கு எந்தவொரு லாபமும் இருக்கப்போவதில்லை. தனிப்பட்ட முறையில் அவன் மிகநல்லவன். ஆனால் அவனுக்கு ஒதுக்கப்பட்டிருக்கும் பணியைச் செய்வதற்கான யோக்கியதையற்றவன்[66]' என்று எழுதுகிறான். டி லாவ்னேயும், ஷப்ரனும் ஹைதர் அலியிடம் புஸ்ஸியின் தலைமையில் பிரான்ஸிலிருந்து ஒருபடை வந்து கொண்டிருக்கிறது என்று தொடர்ந்து பொய் சொல்லிக்கொண்டிருந்தனர். இவையெல்லாம் ஒன்று சேர்ந்து ஹைதர் அலியை வெறுப்படைய வைத்தது. இதன் காரணமாக, பிரான்ஸுடனான உறவை முற்றிலுமாகத் துண்டித்துக்கொள்ள நினைத்தார். தக்காணத்தில் புஸ்ஸியின் செயல்பாடுகள் ஹைதர் அலியின் நினைவில் பசுமையாக இருந்ததால், பிரஞ்சுடனான நட்பைத் தொடரவேண்டியிருந்தது. புஸ்ஸியின் வருகையால் பலம்பெற்று ஆங்கிலேயரைத் தோற்கடித்துவிட முடியுமென்று அவர் நம்பினார். ஆனால் ஹைதர் அலி 1782 ஆம் ஆண்டு, டிசம்பர் மாதம் 7 ஆம் தேதியன்று காலமானார். அதையடுத்த மூன்று மாதங்களுக்குப் பிறகே புஸ்ஸி இந்தியா வந்துசேர்ந்தான்.

இதுவரையில் செயல்படாமல் மெத்தனமாக இருந்த ஹோப்லிஜ், ஹைதர் அலியின் மரணச்செய்தியைக் கேள்விப்பட்டதும் ஆடிப்போனான். பிவோரன் டி மார்லட்டின் அழைப்பின் பேரில் மைசூர்படையுடன் சேர்ந்துகொள்ள முடிவு செய்தான். ஆனால் படையின் அதிகாரிகளுக்கு, 'திப்புவுக்கு அவன் விசுவாசமாக இருப்பானா?' என்பதில் ஓர் உறுதி இருக்கவில்லை. அதனால் கடலூரிலிருந்து அவன் புறப்படுவதற்கு எதிர்ப்பு காட்டினர். ஹோப்லிஜ் விசுவாசமாக இருப்பான் என்றும், அவனது இருப்பு விசுவாசமற்றவர்களின் செயல்பாடுகளுக்குத் தடையாக இருக்குமென்றும் டி மார்லட் உறுதியளித்தான். ஆனாலும் திப்புவின் அமைச்சர்கள் அசைந்து கொடுக்கவில்லை. நீண்ட தயக்கத்துக்குப் பின்பு, திப்பு வரும்வரை ஹோப்லிஜ் செஞ்சியில் இருப்பதற்கு ஒத்துக்கொண்டனர்[67]. கர்நாடிக்கிற்கு திப்பு வருவதைக் கேள்விப்பட்டதும் ஹோப்லிஜ் செஞ்சியிலிருந்து புறப்பட்டு 1783 ஆம் ஆண்டு, ஜனவரி மாதம் 10 ஆம் தேதியன்று சுக்மளூரில் அவருடன் இணைந்து கொண்டான். இருவருமாக ஸ்டூவர்டுக்கு எதிராக அணி வகுத்து, வந்தவாசிக்கு அருகே முகாமிட்டார்கள். ஸ்டூவர்டை பின்வாங்க வைத்த பின்பு, ஹோப்லிஜை தன்னுடன் பெத்னூர் மாகாணத்துக்கு வரச்சொல்லி திப்பு அழைப்பு விடுத்தார். அவரது அழைப்பை ஏற்கமறுத்த ஹோப்லிஜ், புஸ்ஸியின் வருகைக்காக தான் காத்திருப்பதாகச் சொல்லி, கர்நாடிக்கிலிருந்து புறப்படவில்லை. உண்மையிலேயே அவனும் லாவ்னேயும் மேற்குக்கரைக்கு

திப்புவைப் போகவிடாமல் மனதைக்கலைத்து, புஸ்ஸி வரும்வரை காத்திருக்கச் செய்ய முயற்சித்தார்கள். சூசகமான இந்த யோசனையை திப்பு நிராகரித்துவிட்டார். அவரது மலபார் உடமைகள் வளம் கொண்டவையும் முக்கியமானவையுமாக இருந்தன. அதனால் அவற்றைப் பாதுகாக்கவேண்டியது அவசியமாக இருந்தது. இந்த விஷயத்தில் ஷப்ரனின் உதவியை அவர் விரும்பினார். ஆனால் ஷப்ரன், 'இது காற்றுக்காலம். நடவடிக்கைகளுக்கு உகந்தக் காலமல்ல' என்று குறிப்பிட்டான். அல்லாமல், அவன் புஸ்ஸியை சந்திக்க திரிகோணமலைக்குச் செல்லவேண்டியும் இருந்தது. பிரஞ்சுப்படைக்கு மாதந்தோறும் 40,000 பகோடாக்களைச் செலுத்தியும் அவர்கள் மறுத்ததால் திப்பு கோபமாகிப்போனார். இதையடுத்து, ஹோப்லிஜ் 600 பிரஞ்சு வீரர்களை கோஸிக்னியின் தலைமையில் நடத்திச்செல்ல அனுமதித்தான். ஆனால் அவன் கர்நாடிக்கிலேயே புஸ்ஸிக்காகக் காத்திருந்தான்.

கேடிஜ்ஜிலிருந்து 1782 ஆம் ஆண்டு, ஜனவரி மாதம் 4 ஆம் தேதியில் புறப்பட்ட புஸ்ஸி, மே மாதம் 31ஆம் தேதியன்று ஐலே ஆஃப் பிரான்சுக்கு வந்து சேர்ந்தான். அங்கே நீண்டகாலம் நோயால் அவதிப்பட்டான். அவனது படையில் பெரும்பகுதியினரும் கரப்பான், சொறிபோன்ற நோய்களால் துன்புற்றனர். ஆயினும் ஷப்ரன், அவனை இந்தியாவுக்கு வரச்சொல்லி அழுத்தம் கொடுத்துக் கொண்டேயிருந்தான். அவனும், அவனது படையினரும் நோயிலிருந்து மீளவில்லை. ஆனாலும் டிசம்பர் மாதம் 18 ஆம் தேதியன்று 2,200 வீரர்களுடன் புறப்பட்டனர். காரைக்காலுக்கும் நாகப்பட்டிணத்துக்குமிடையில் தரையிறங்க புஸ்ஸி விரும்பினான். நாகப்பட்டிணம் இராணுவ நடவடிக்கைகளுக்கு ஏற்றதளம் என்பதால் அதைக் கைப்பற்ற எண்ணினான். பிரஞ்சுப் படையின் தாக்குதலுக்கு வாய்ப்பு இருப்பதை அறிந்திருந்த ஆங்கிலேயர்கள் அதை வலுப்படுத்தியிருந்தனர். அதனால் 1783 ஆம் ஆண்டு, மார்ச் மாதம் 16 க்கும் 17 ஆம் தேதிக்கும் இடையிலான நள்ளிரவில் அவன் பரங்கிப்பேட்டையை வந்தடைந்தான்.

தற்காலிக ஏற்பாடாக இந்தியாவுக்கு அனுப்பப்பட்ட டச்சுமினுக்கு பதிலாக, புஸ்ஸியை மாற்றினார்கள். தக்காணத்தில் கடந்த காலத்தில் அவனது செயல்பாடு தாய்நாட்டுக்கு உபயோகமாக இருந்தது ஒருகாரணம். அவனுக்கு இந்திய அனுபவம் இருந்தது மற்றொரு காரணம். தேசத்தின் அதிகாரத்திலிருக்கும் ஆங்கிலேயர்களை நசுக்க, இந்திய இளவரசர்களை ஒருங்கிணைக்கும் பணியில் சிறப்பாகச் செயல்படுவான் என்று பிரஞ்சு அரசாங்கம் நம்பியதும் வேறொரு காரணம். உண்மையிலேயே டச்சுமினை நியமித்தத் தவறு போலத்தான் புஸ்ஸியை நியமித்ததும். இருபதாண்டுகளுக்கு முன்பிருந்த புஸ்ஸியைப் போல செயல்பாடுடையவனாக அவன் இப்போதில்லை. அவனது சுறுசுறுப்பான மூளையும் உடலும் தற்போது அறுபத்திரண்டு வயதில் பலவீனப்பட்டுப் போயிருந்தது. தன்னம்பிக்கை, முயற்சி, நிர்வாகம் உள்ளிட்ட சக்திகளை அவன் இழந்திருந்தான்.

இந்தியாவுக்கு வந்ததிலிருந்தே புஸ்ஸி, தனது திறமையற்ற நிலையில் திப்புவிடமிருந்து வேறுபட்டான். அவனது செயல்பாடுகள் தேசத்துக்கு எதிரானவையாகவும் அறிவொளியற்றதாகவுமாயிருந்தன. படைகளுக்குப் போதுமான உணவு வழங்கவில்லை; இந்தியாவுக்கு தான் வருமுன்பே

கர்நாடிக்கிலிருந்து புறப்பட்டுப்போனது தவறு; திப்புவின் கர்நாடிக் அதிகாரி மீர் முயின்—உத்—தீன் என்ற சயீத் சாகிப் பரங்கிப்பேட்டையில் தன்னிடம் முறையாக நடந்துகொள்ளவில்லை என்று அநியாயத்துக்கும் பல்வேறு குற்றங்களைச் சுமத்தினான். தன் எண்ணப்படி எதுவும் நடக்காததால், ஏமாற்ற உணர்வுக்கு உள்ளான புஸ்ஸி கடுஞ்சொற்களால் திப்புவைத் திட்டினான். டச்சுமினின் ஆதிக்கத்துக்கு ஹைதர் அலி எதிர்ப்பு தெரிவித்திருந்ததால், அவரையும் அவன் விட்டுவைக்கவில்லை. தந்தையையும் மகனையும் 'கொள்ளைக்காரர்கள், கொடுங்கோலர்கள்' என்று தரக்குறைவாக விமர்சித்தான். நம்பிக்கையைத் தகர்த்த இந்தவார்த்தைகள் ஹைதர் அலியுடனோ அல்லது திப்புவுடனோ பிரான்ஸ் நம்பகமான உறவை வலுப்படுத்திக் கொண்டதில்லை என்பதையே காட்டுகிறது. மாறாக, மராத்தியர்களுடனும் குறிப்பாக நிஜாம்களுடனும் கூட்டணி வைத்துக்கொள்ள முடிவெடுத்து, அதற்கானத் திட்டங்களில் இறங்கியது. என்றபோதும் உடன்பாடு தொடர்பானப் பேச்சுவார்த்தை தோல்வியில் முடிந்தது. எதிர்காலத்தில் கூட்டு உருவாகும் வாய்ப்பும் இருப்பதாகத் தெரியவில்லை. ஒருவேளை திப்பு ஆங்கிலேயர்களுடன் புதுநட்பை உருவாக்கிக்கொண்டால் பிரான்ஸின் பாடு, பெரும்சங்கடத்துக்கு உள்ளாகி விடும் என்று புஸ்ஸி உணர்ந்தான். உடனே மறுபடியும் திப்புவிடம் நட்பு பாராட்டினான். பிரான்ஸிலிருந்து டி சௌலாங்க்ஸ் தலைமையிலானப் புதுப்படை இந்தியா வந்துசேர்ந்ததும் தன்னால் திறமையாகச் செயல்படமுடியும் என்று நம்பினான். உண்மையான நோக்கங்களை அறிவிக்கமுடியும் என்று கருதினான். சட்டரீதியான ஆட்சி நடத்தமுடியும் என இறுமாந்தான்.

ஹைதர் அலி மீதும், திப்பு மீதும் புஸ்ஸி சுமத்தியப்பழிகள் முற்றிலும் நேர்மை யற்றவை. உண்மையில் பிரான்ஸ்தான் கொடுத்த வாக்குறுதியை நிறைவேற்றாது, போக்குக் காட்டியது. வெற்று வாக்குறுதிகளைத் திரும்பத்திரும்பக் கொடுத்துக் கொண்டிருந்ததே தவிர, மைசூர்படைக்கு உபயோககரமான உதவியெதையும் செய்யவில்லை. இரண்டாவது ஆங்கிலேய—மைசூர் போர் தொடங்கி மூன்று ஆண்டுகளுக்கு அப்புறமே அறிவிக்கப்பட்ட எண்ணிக்கையைக் காட்டிலும் மிகக்குறைவான வீரர்களுடன், புஸ்ஸி வந்துசேர்ந்தான். ஹைதர் அலி அவனுக்காக வீணாகக் காத்திருந்தார். மலபார் கடற்கரைப் பயணத்தை திப்பு அவனுக்காகத் தாமதப்படுத்தினார். மலபார் உடமைகளைக் கைப்பற்றுவதற்கு ஆங்கிலேயர்கள் முயற்சித்துக் கொண்டிருந்தார்கள். அதைப் பாதுகாக்கவேண்டியப் பொறுப்பு இருந்ததால் கர்நாடிக்கில் திப்புவால் நீண்ட நாட்களுக்குத் தங்கவியலாத நிலையிருந்தது. எனினும் அவர் மேற்குக்கரைக்குப் புறப்படும் போது, சயீத் சாகிப் தலைமையில் மிகப்பெரிய படையை விட்டுவிட்டுச் சென்றிருந்தார். மேலும், பிரஞ்சுப்படைக்கு உதவச்சொல்லி வழிமுறைகளைக் கூறியிருந்தார். இந்தியாவுக்கு வரும் புஸ்ஸிக்கு எல்லாவிதமான உதவிகளையும் செய்யச்சொல்லி உத்தரவிட்டிருந்தார்[68]. பரங்கிப் பேட்டையில் வந்திறங்கிய புஸ்ஸிக்கு அனைத்துவிதமான வசதிகளும் சயீத் சாகிபால் செய்து தரப்பட்டது[69]. பிரஞ்சுப்படை வந்திறங்கியபோது, சயீத் சாகிப் அங்கே இருக்கவில்லை. கரூர் கோட்டையைத் தாக்குதல் நடத்தி, அதன் ஒருபுறத்தை உடைக்க முயற்சித்துக் கொண்டிருந்தான். பிரச்சனையில் சிக்கியிருந்தக் கரூர் கோட்டையைப் பாதுகாக்க உதவுமாறு மூன்றுமுறை அதன் படைத்தளபதி

அழைத்திருந்ததால் சயீத் சாகிப் அங்கே போயிருந்தான்.

ஒருவழியாகப் பரங்கிப்பேட்டையிலிருந்து புஸ்ஸி கடலூர் நோக்கிக் கிளம்பினான். அவனது படையில் ஹோப்லிஜ் தலைமையிலானப் படைவீரர்களுடன் சேர்த்து 3,500 ஐரோப்பியர்கள், 300 முதல் 400 வரை காபிர்கள், மற்றும் 4,000 சிப்பாய்கள் இடம் பெற்றிருந்தனர். இத்துடன், திப்பு கர்நாட்டிக்கில் விட்டுவிட்டுச்சென்ற மைசூர்படையையும் இணைத்துக் கொண்டான். கடலூரை நோக்கிக் கிளம்பிவிட்டானேயொழிய இத்தனைப் படைகள் இருந்தும், புஸ்ஸி செயல்பாடற்றவனாகவே நடந்துகொண்டான். போருக்குத் தலைமையேற்று செயல்படுவதற்குப் பதிலாகத் தொல்லையின்றியும் சுகமாகவும் நேரத்தைப் போக்கினான். தனது ஆர்வலர்களுடன் கூடிக் கும்மாளமடித்தான். மலபார் கடற்கரைப்பகுதியில் திப்பு தொடர்வெற்றிகளைக் குவித்துக் கொண்டிருக்கும் தகவல்கள் கிடைத்தும் அவன் அசையமறுத்துவிட்டான். அனுபவம் வாய்ந்த அவனது அதிகாரிகள், முக்கியத்துவம் நிரம்பியப் பெருமுக்கல் மீது அதிரடித்தாக்குதல் நடத்தி, அதைக் கைப்பற்றுமாறு அறிவுறுத்தினர். ஜெனரல் ஸ்டூவர்ட் பெருமுக்கலைக் கைப்பற்ற சென்று கொண்டிருக்கிறான் என்பதையும் எடுத்துச் சொன்னார்கள். தன்னிடம் பீரங்கிப்படை யில்லையென்றுசொல்லி, கடலூரை விட்டுக் கிளம்ப மறுத்துவிட்டான். மட்டுமின்றி, ஆங்கிலப் படைகளின் நடமாட்டத்தைக் கண்காணிக்க ஹோப்லிஜ்ஜால் நியமிக்கப்பட்ட ஹூடிலட், பெருமுக்கல் நோக்கிச்செல்லும் ஸ்டூவர்டின் ஆங்கிலேயப்படையைத் தடுக்கமுயன்றதையும் புஸ்ஸி அனுமதிக்க மறுத்துவிட்டான். புஸ்ஸியின் மெத்தன நடவடிக்கையால், ஸ்டூவர்டுக்கு சாதகமான முடிவுகிடைத்தது. 1783 ஆம்ஆண்டு, மே மாதம் 9 ஆம் தேதியன்று பெருமுக்கலை அவன் கைப்பற்றிவிட்டு, கடலூரை நோக்கி முன்னேறினான்.

கடலூர் கோட்டைக்கு ஆபத்து இருப்பதைத் தாமதமாக உணர்ந்த புஸ்ஸி, தூக்கம் கலைந்தான். சயீத் சாகிப்புக்கு, 'விரைந்து ஓடிவந்து உதவு' என்று கடிதமெழுதினான். அவனது கோரிக்கைக்கு இணங்கி ஓடிவந்த சயீத் சாகிப், தனது படையிலிருந்து 10,000க்கும் அதிகமானவர்களைக் களமிறக்கி, புஸ்ஸியை வலுப்படுத்தினான். ஆனால் புஸ்ஸி படைகளைக்கொண்டு அதிரடித்தாக்குதல் நடத்தி, கைப்பற்றுவதற்குப் பதிலாகக் கடலூரின் பாதுகாப்பைப் பலப்படுத்துவதை தனது பணியாகச் செய்தான். மைசூர் பீரங்கிப்படையால் பலம்பெற்று, ஆங்கிலேயப் படைக்கு எதிராக அணிவகுக்க ஆர்வத்துடன் தயாரான ஹூடிலட்டுக்கு மறுபடியும் அனுமதி மறுத்தான். ஆங்கிலேயப்படையின் நடமாட்டத்தை வெறுமனே கண்காணித்தால் போதுமென்று அவனை முடக்கிவைத்தான். தன்னைத்தானே பாதுகாத்துக்கொள்ளும் புஸ்ஸியின் முடக்குத் தந்திர நடவடிக்கைகளால் எந்தவொரு எதிர்ப்புமின்றி பெருமுக்கலைக் கைப்பற்றிய ஸ்டூவர்ட், பென்னாறு ஆற்றங்கரைக்கு ஜூன் மாதம் 5 ஆம் தேதி அதிகாலையில் வந்துசேர்ந்தான். ஆனால், கடலூருக்கு அருகே ஆற்றின் எதிர்க்கரையில் பிரஞ்சுப்படை வலுவாக முகாமிட்டிருந்தது. அதைக்கடப்பது கடினம் என்று ஸ்டூவர்ட் உணர்ந்தான். அதனால் ஆற்றின் மேற்குக் கரையோரமாகவே படையை நடத்திச்சென்றான். புஸ்ஸியும் அதுபோலவே செய்தான். ஆனால் கடலூரிலிருந்து

வெகுதூரத்துக்குச் சென்றுவிடக்கூடாது என்று ஓரிடத்தில் நின்றுவிட்டான்[70]. தொடர்ந்து மேற்குப்பக்கமாகவே பயணித்த ஸ்டூவர்டுக்கு, மறுநாள் காலையில் எந்த எதிர்ப்புமின்றி ஆற்றைக் கடக்கும் வாய்ப்பு உருவானது. அதன்பின்பு அவன், வெற்றிகரமானப் பயணத்தை கடலூரின் தெற்குப்பகுதியில் தொடர்ந்து, ஜூன் மாதம் 7 ஆம்தேதி கடலூரை அடைந்தான். கோட்டைக்கு இரண்டு மைல் தெற்கே முகாமிட்டவன், கோட்டையை முற்றுகையிடுவதற்கானப் பணியில் தன்னை ஈடுபடுத்திக்கொண்டான். 13 ஆம் தேதி முற்றுகைப்பணியை சர் எட்வர்ட் ஹூயூக்ஸ் தலைமையிலானக் கடற்படையின் உதவியுடன் ஆரம்பித்தான்.

ஜூன் மாதம் 13 ஆம் தேதியன்று நடவடிக்கைகள் துவங்கின. அதிகாலை கலோனல் கெல்லி மைசூர்படையின் பாதுகாப்பில் மிக உயரத்தில் அமைந்திருந்த நிலையொன்றைத் தாக்கினான். எதிர்பாராத இவ்வதிரடியால், பிரஞ்சுப்படை எந்தவொரு எதிர்ப்பையும் காட்ட முடியவில்லை. நிலையை விட்டுவிட்டுச் சிதறியோடியது. அதைக்கைப்பற்றியதும், அதற்கு இடதுபுறத்திலிருந்த இரண்டாவது நிலைமீதும் தாக்குதல் தொடுக்கப்பட்டது. கலோனல் ஃபிளிந்த் கடுமையான எதிர்நடவடிக்கையில் ஈடுபட்டும், அதை ஆங்கிலேயர்கள் கைப்பற்றிவிட்டனர். அன்று காலை எட்டரை மணிவாக்கில் பிரஞ்சுப்படையின் முக்கியநிலை மீது, ஆங்கிலேயப்படை தாக்குதலை நடத்தியது. ஆனால் ஹோப்லிஜ்ஜின் மனோ பலத்தாலும், திறமையாலும் எதிர்தாக்குதல் தொடுக்கப்பட்டது. என்றபோதும் பலத்தசேதம் ஏற்பட்டது. மேலும் இரண்டு தாக்குதல்கள் நிகழ்த்தப்பட்டபோதும் அந்தநிலையே நீடித்தது. இந்த நிலையைத்தொடர்ந்து, பிரஞ்சுப்படை தங்கள் மறைவிடங்களிலிருந்து வெளிப்பட்டு, ஆங்கிலேயப்படையை கணிசமான இடைவெளியில் தொடர்ந்து சென்று பெரும்பாதிப்பை ஏற்படுத்தியது. அதேவேளையில் ஆங்கிலேயப்படையின் நிலைகளில் ஒன்றை சாதுர்யமாக பிரஞ்சுப்படை கைப்பற்றியதும், பீதியில் பின்வாங்கியது கெல்லியின் படை. இதையடுத்து கடலூர் காப்பாற்றப்பட்டது. சயீத் சாகிப் மாட்டுவண்டிகளில் அனுப்பிய நிறைய ஆயுதங்களும், வேறுபல தளவாடங்களும் பிரஞ்சுப்படை தன்னைப் பாதுகாத்துக்கொள்ள மிகவும் உதவிகரமாக இருந்தது. நகருக்கு வெளியே மைசூரின் இலகுப் படை மிகப்பயனுள்ள நடவடிக்கைகளில் ஈடுபட்டு சிறப்பித்தது. பிரஞ்சுப்படையும் வீரத்துடன் போரிட்டது. புஸ்ஸி வெற்றிகளால் ஊக்கமடைந்தான். ஹோப்லிஜ்ஜையும் போய்ஸியக்ஸையும் கட்டிக்கொண்டு ஆனந்தக்கண்ணீர் வடித்தான். 'நண்பர்களே... இந்தவெற்றி உங்களுடையது. உங்களது வீரமிகுப்படையால்தான் இதை ஈட்ட முடிந்தது. இன்றுநான் மகிழ்ச்சியாக இருக்கிறேன்' என்று கூத்தாடிக்கத்தினான். அன்றைய தினம் ஆங்கிலேயப்படையில் உயிரிழந்தவர்களின் எண்ணிக்கை 1,116. அதேவேளையில் பிரஞ்சுப்படையில் உயிரிழப்பு 450 ஆக மட்டுமே இருந்தது. பிரஞ்சுப்படையில் 3,000 ஐரோப்பியர்கள், 2,000 சிப்பாய்கள், அவர்களுடன் 10,000 மைசூர் படைவீரர்களும் இருந்தனர். ஆங்கிலேயத்தரப்பில் 11,000 வீரர்களும் 1,660 ஐரோப்பியர்களும் 8,340 சிப்பாய்களும் 1,000 பீரங்கிப்படை வீரர்களும் இடம்பெற்றிருந்தனர்.

பிரஞ்சு அதிகாரிகள் இந்தவெற்றியைத் தொடரச்சொல்லி புஸ்ஸியிடம் வலியுறுத்தினர். நள்ளிரவில் ஆங்கிலேயப்படை களைத்துப்போயிருக்கும்;

குலைந்துபோய்க்கிடப்பார்கள்; ஆயுதங்களும் பற்றாக்குறையில் இருக்கும்; இப்போது தாக்குதல் நடத்தினால், மீண்டும் ஒரு வெற்றி உறுதி என்று எடுத்துச்சொன்னார்கள். ஆனால், 'புஸ்ஸியின் உத்வேகம் குளிர்ந்து போய்விட்டது. அவன் பிணியால் அலமாந்து கிடந்தான். ஆங்கிலேயப்படையை வெற்றிகொள்ளமுடியும் என்று திட்டவட்டமாக நம்பிய அதிகாரிகளின் கட்டுக்கடங்காத ஆவலை புஸ்ஸி கண்டு கொள்ளவில்லை. மட்டுப்படுத்திவிட்டான்' என்று மில்ஸ் கூறுகிறான். கடலூருக்கு வெளியே நிலைக்கொண்டிருந்த அவனது படைகளை அந்த இரவிலேயே திரும்பப்பெறும் முடிவுக்கு வந்திருந்தான். நகரத்துக்குள் தன்னை சுருட்டிக்கொண்டு கிடந்தான். அவனது செயல்பாடுகள் படைக்குள் பெரும் பீதியைக் கிளப்பியிருந்தது. அதிகாரிகள் கடும்சீற்றத்துடன் இருந்தார்கள். வீரர்களோ அதற்கும்மேலே சாபமிட்டார்கள். புஸ்ஸி இல்லாதபோதும் படை வெற்றிபெற்றிருக்க முடியும் என்றும் ஓர் அரிய சந்தர்ப்பத்தை இழந்துவிட்டோம் என்றும் வருந்தினார்கள். புஸ்ஸியின் தவறுகளை அனுகூலமாக்கிக்கொண்ட ஆங்கிலேயப்படை, தோல்வியிலிருந்து தன்னைக் காத்துக்கொண்டு மீண்டும் கடலூரில் நிலைப்படுத்திக்கொண்டது. அதற்குப்பிறகுதான் ஷப்ரனிடம் உதவிக்கேட்டு அவசரஅவசரமாகக் கடிதமெழுதினான். ஷப்ரன் கடலூருக்குத் திரும்ப ஜுன் மாதம் 15 ஆம் தேதியானது. அப்போது தாக்குதலுக்குத் தயாராக ஹுயூக்ஸ் காத்திருந்தான். ஆங்கிலேயக் கடற்படைத் தளபதியின் சூழ்ச்சிகளை உடைத்து, கடலூர் உள்ளிட்டப் பகுதிகளை ஹுயூக்ஸ் மீட்டெடுத்தான். அந்த நடவடிக்கைகள் முடிந்ததும், புஸ்ஸி 600 ஐரோப்பியர்களையும் 600 சிப்பாய்களையும் களமிறக்கி 20 ஆம் தேதியன்று ஆங்கிலக்குழுக்களைக் காலிசெய்தான். அன்று முழுவதும் அந்தப்போர் நீடித்தது. ஆங்கிலேயக் கடற்படைத்தளபதி, பிரஞ்சுப்படை இன்னும் கொஞ்சம் நெருங்கிவரட்டும் என்று விரும்பினான். அதேவேளையில் பிரஞ்சுக் கடற்படைத் தளபதி மூன்று மணிநேரம் தொடர் பீரங்கித்தாக்குதல் நடத்தி, 532 உயிர்களைக் கொன்றொழித்தான். ஆங்கிலேயரின் கடற்படைக் கப்பல்கள் பலத்த சேதத்துக்கு உள்ளாகின. ஹுயூக்ஸ் மறுநாள் காலையில் அவற்றைச் சீர்செய்ய மெட்ராஸுக்குக் கொண்டுசென்றான். ஸ்டூவர்ட்டை பிரஞ்சுப்படையின் கருணை காக்கட்டும் என்று விட்டுவிட்டுப் போனான். ஷப்ரன் அந்தச்சூழலை உடனடியாகச் சீர்குலைத்தான். தன்னிடமிருந்த 1,200 வீரர்களுடன் கடற்படையிலிருந்து வந்த 1,100 வீரர்களையும் சேர்த்து புஸ்ஸியுடன் இணைந்து, ஆங்கிலேயர் மீது தாக்குதல் நடத்தத் திட்டமிட்டான். ஆனால் புஸ்ஸி தாக்குதல் தொடுக்கவில்லை. மீண்டும் ஓர் அரிய சந்தர்ப்பத்தை நழுவவிட்டான். ஹுயூக்ஸின் அதிர்ச்சித் தோல்விக்குப்பிறகு இந்தச் சம்பவமே ஸ்டூவர்ட்டை மீட்டெடுத்தது. புஸ்ஸி வேறுவழியில்லாமல் அதிரடி நடவடிக்கைக்குத் தயாராக முடிவுசெய்தான்.

ஜுன் மாதம் 25 ஆம் தேதி அதிகாலை மூன்று மணிக்கு தகுதியற்ற அதிகாரியான செவாலியர் டி டூமாஸை, ஆங்கிலேயர்களுக்கு எதிராகப் போரிட புஸ்ஸி அனுப்பிவைத்தான். 800 ஐரோப்பியர்களும் 500 சிப்பாய்களையும் கொண்ட படையது. தோற்கடிக்கப்பட்டவர்கள் வெற்றிகொண்டவர்களை வன்மத்துடன் திருப்பித்தாக்குதல் நடத்தும் வாய்ப்பு அது. ஆனால் அதுவும்கூட தவறான முறையில் வழிநடத்தப்பட்டது. பெருஞ்சேதத்தைச் சந்தித்த டூமாஸ் தோற்கடிக்கப்பட்டு, ஆங்கிலேயர்களால் சிறையில் தள்ளப்பட்டான். ஆனால்

ஸ்டுவர்ட் பிரஞ்சுப் படையின் பின்னடைவை தனக்கான அனுகூலமாக ஆக்கிக்கொள்ள முடியவில்லை. அவனது படையின் நிலைமை பரிதாபகரமானதாக ஆகிக்கொண்டிருந்தது. நோயாலும் காயங்களாலும் வீரர்கள் உருக்குலைந்து கொண்டிருந்தனர். உணவுப் பற்றாக்குறை பெரும்பிரச்சனையாக வளர்ந்திருந்தது. நிவாரண உதவிகள் கடற்படையிடமிருந்தோ அல்லது மெட்ராஸிலிருந்தோ கிடைக்கவில்லை. இந்தவேளையில் திடமானதொரு எதிர்தாக்குதலை பிரஞ்சுப்படை தொடுத்திருந்தால், நிச்சயமாக ஆங்கிலேயப்படை முற்றிலுமாக அழிந்து போயிருக்கும். ஆனால் வழக்கம்போல புஸ்ஸி, தனது தின்மையின்மையையும் நிர்வாகக் குளறுபடிகளையும் வெளிப்படுத்தினான். திருப்பித் தாக்குதல் நடத்தும் முயற்சி நல்லபலனைத் தராததால், 'ஆங்கிலேயர்கள் இன்னும் வலுவாகத்தான் இருக்கிறார்கள். அதனால்தான் முன்வரிசை வீரர்கள் கடும் தாக்குதலைத் தொடுக்கிறார்கள்' என்று தவறாகக் கணக்குப்போட்டுக் கொண்டான். அதனால் அவர்கள் பலம் குறையட்டும் அதன்பின்பு தாக்குதல் நடத்தலாம் என்று காத்திருந்தான். ஆனால் அப்படியொரு சந்தர்ப்பம் வரவேயில்லை. சிலநாட்களில் போர் நிறுத்தத்துக்கு அவன் உடன்பட வேண்டியிருந்தது. இங்கிலாந்துக்கும் பிரான்ஸுக்கும் இடையில் 1783 ஆம் ஆண்டு, பிப்ரவரி மாதம் 9 ஆம் தேதியன்று அமைதிக்கான முன்வரைவு கையெழுத்தான செய்தி, ஜூன் மாதம் 23 ஆம் தேதியன்று மெட்ராஸ் வந்தடைந்தது. இந்தச்செய்தி உடனடியாக புஸ்ஸிக்கு சொல்லப்பட்டது. பிரான்ஸின் ஜெனரல் அதுகுறித்து எழுதுகிறான். 'மாறுபட்ட நிலைமையின் கீழ், மெட்ராஸ் அரசாங்கம் எதுவும் மறைக்காமல், தங்களுக்குக் கிடைத்தச் செய்தியை நம்மிடம் பகிர்ந்துள்ளனர்'. அழிவை நோக்கியிருக்கும் ஆங்கிலேயப்படையை கடலூரிலிருந்து காத்துக்கொள்ள வேண்டிய அவசியம் அதற்கிருந்தது. அதனால் அது ஸ்டாண்டன், சாட்லியர் ஆகிய இரண்டு ஆணையர்களை புஸ்ஸியிடமும் ஷப்ரனிடமும் அனுப்பிவைத்தது. கடிதந்தாங்கிகளாக வந்த ஆணையர்கள் இருவரும் ஐரோப்பாவில் இங்கிலாந்துக்கும் பிரான்ஸுக்கும் இடையில் அமைதி ஏற்பட்டு விட்டதால், இந்தியாவிலுள்ள இருநாட்டுப்படைகளுக்கும் அந்தப்போர் நிறுத்த ஒப்பந்தம் பொருந்தும் என்று அறிவுறுத்தினர். ஜூன் மாதம் 30 தேதியன்று கடற்படைக் கப்பல் ஒன்றில் சமாதானக்கொடியுடன் வந்த ஆணையாளர்கள் மூன்று நாட்களுக்குப் பின்பு, தற்காலிகப் போர் நிறுத்த விதிகள் சரிசெய்யப்பட்டு, ஜூலை மாதம் 2 ஆம் தேதியன்று போரை நிறுத்திக்கொண்டனர்.

இந்திய அதிகாரமையங்களுக்கு நீண்டகாலமாக நம்பிக்கையை ஊட்டி, புஸ்ஸி தலைமையிலானப் பெரும்படை, ஆங்கிலேயர்களுக்கு எதிராய் கூலிப்போரை நடத்தும் என்று வாக்குறுதி தந்திருந்தவேளையில், இருநாடுகளுக்கிடையேயான அமைதி குறித்தச்செய்தி பெருத்த ஆச்சரியத்தைத் தருவதாக இருந்தது. 'இந்த அமைதி நடவடிக்கை எங்களைப் பாதுகாத்துக்கொள்ளக் கொஞ்சம் அனுகூலமாக இருந்தது. அதேவேளையில் தேசத்தின் நற்பெயரையும் புகழையும் மீட்பது கடினமான ஒன்றுதான்' என்கிறான் புஸ்ஸி.

தற்காலிகப் போர்நிறுத்த ஒப்பந்தத்தையடுத்து, மைசூர்படைகளுடன் இணைந்து மங்களூரை முற்றுகையிட்டுக் கொண்டிருந்த பிரஞ்சுப்படைக்கு போரை நிறுத்திவிடுங்கள் என்று புஸ்ஸி உத்தரவு பிறப்பித்தான். உத்தரவு

கிடைக்கப்பெற்றதும், கோஸிக்னி போரைத்தொடர மறுத்துவிட்டான். திப்புவின் படையில் சேர்ந்து பணியாற்றிய லாலி (அந்நியப்) படையினரும் பௌத்தேலாட்டும்கூட விலகிக்கொண்டனர். பிரஞ்சுப்படை பின்வாங்கினால் மங்களூர் கோட்டை வீழ்ந்து விடும் என்பது வெட்டவெளிச்சமாக இருந்தது. தன்னிடம் கலந்துபேசாமலும் தனது விருப்பத்துக்கு மாறாக இருநாடுகளும் செய்துகொண்ட ஒப்பந்தம், திப்புவுக்குள் பெருங்கோபத்தை உற்பத்தி செய்திருந்தது. பிரான்ஸின் இந்த நடவடிக்கையை, முதுகில் குத்தியதாக திப்பு எண்ணினார். அவர்களைக் கட்டாயப்படுத்திப் போரிடவைக்க முயற்சிசெய்தார். ஆனால் அவர்கள் மறுத்துவிட்டனர். ஒருவேளை திப்பு தங்கள்மீது தாக்குதல் தொடுக்கக்கூடும் என்று எண்ணி, தங்களைப் பாதுகாத்துக்கொள்ளத் தயாராகினர்.

ஆனால் திப்பு, ஒவ்வொருவருக்கும் 50 பகோடாக்கள் கொடுத்து ஆட்களைத் திரட்டினார். அந்த வகையில், 64 பேர் அவருடன் சேர்ந்தனர். சிலநாட்களுக்குப்பின், முகாமிலிருந்து புறப்பட்ட கோஸிக்னி, ஜெஸூட் செமினாரி ஆஃப் மௌண்ட் மரியானில் கொஞ்சநேரம் தங்கியிருந்தான். பின்னர், புஸ்ஸியின் வழிகாட்டுதலுக்குக் காத்திராமல், மலபார் கடற்கரையில் ஆங்கிலேயரின் உடமையாகயிருந்த தலைச்சேரிக்குப் போய்விட்டான். அங்கிருந்து புதுச்சேரிக்குப் போனான்.

சிதிலமடைந்த அவனது படைகள் மாஹேக்கும் அங்கிருந்து ஐலே ஆஃப் பிரான்ஸூக்கும் போய்ச்சேர்ந்தன. அந்நியப்படைகளைத் திரட்டிய லாலியும், பௌத்தேலாட்டும் மங்களூரிலேயே தங்கியிருந்தனர். இராணுவ நடவடிக்கைகளில் ஈடுபடமுடியாமல் அவர்கள் தனித்துப் போயிருந்தனர்[71].

அதேநாளில் மங்களூரிலிருந்தப் பிரஞ்சுப்படைகளுக்கு உடனடியாகப் போரைநிறுத்தச் சொல்லி புஸ்ஸி உத்தரவை அனுப்பினான். கூடவே திப்புவுக்கு ஒருகடிதமெழுதி, 'ஆங்கிலேயர்களுடன் சமாதானம் செய்து கொள்ளுங்கள். எனது அதிகாரத்துக்கு உட்பட்டு இந்த விஷயத்தில் எந்த உதவியை வேண்டுமானாலும் செய்கிறேன்' என்று குறிப்பிட்டிருந்தான். இரண்டு மூன்று நாட்களுக்குப்பின்பு கிஷன் ராவ் என்ற பிராமணனை, பிரஞ்சுக்கொள்கைகளையும் அதன் நோக்கங்களையும் விளக்கிச்சொல்ல அனுப்பி வைத்தான். பிரஞ்சு முகவர் பிவோரன் டி மார்லட் மற்றும் மங்களூரிலிருந்த மற்ற பிரஞ்சு அதிகாரிகள் போர்நடவடிக்கைகளைக் கைவிடச் சொல்லி திப்புவிடம் கேட்டுக்கொண்டனர்.

திப்புவுக்கும் ஆங்கிலேயர்களுக்குமிடையில் அமைதியை உருவாக்க புஸ்ஸி பெரும் ஆவல் கொண்டிருந்தான். வெர்செய்ல்ஸ் உடன்படிக்கையின் பதினாறாவது ஷரத்து, பிரஞ்சு மற்றும் ஆங்கிலேயர்கள் இருவரும் தங்கள் கூட்டாளிகளை பொதுநீரோட்டத்தில் பங்குகொள்ளச் செய்வதில், சமாதானப்படுத்த வேண்டுமென்பதை முதலிடத்தில் வைத்திருந்தது. உடன்படிக்கையின் ஒருவிதியாக மைசூர்படை கர்நாட்டிக்கிலிருந்து வெளியேற வேண்டுமென்பதை இரண்டாவது இடத்தில் வைத்திருந்தது. மெட்ராஸ் அரசாங்கம் புஸ்ஸிக்கு எழுதியக் கடிதத்தில், 'திப்பு தனது படைகளை கர்நாட்டிக்கிலிருந்து திரும்பப்பெறாதபோது, பிரஞ்சு தனது நிலைகளிலிருந்து திரும்பக்கூடாது' என்று எழுதியிருந்தது. எல்லாவற்றுக்கும் மேலாக போர்நீடித்தால், ஆங்கில—மராத்திய—நிஜாம் கூட்டணியை அல்லது

சதியை வங்காள அரசாங்கம் உடனடியாகவோ அல்லது பிற்காலத்திலோ உருவாக்கும். அப்போது திப்புவை இணங்கவைக்கும் கட்டாயம் நேரிடும். திப்பு தோல்வியடைவதை புஸ்ஸி விரும்பவில்லை. திப்புவின் தோல்வி இந்தியாவில் ஆங்கிலேயர்களின் ஆதிக்கத்தை வலுப்படுத்திவிடும் என்று கருதினான்.

ஆரம்பத்தில் திப்பு, புஸ்ஸியின் ஆலோசனையை ஏற்கத் தயங்கினார். எனினும் இறுதியில் சிலரின் ஆலோசனைகளைக் கேட்கவேண்டியதாயிற்று. கூட்டாளியான பிரஞ்சு கைகழுவி விட்ட நிலை; நெடியப்போரினால் ஏற்பட்டிருந்தக் களைப்பு; ஆங்கிலேயப் படையுடன் சேர்ந்த மராத்தியர்களின் கூட்டணி உருவாக்கியிருக்கும் மிரட்டல்; போர்நிறுத்த ஒப்பந்தத்தை ஏற்கச் செய்தது. 1783 ஆம் ஆண்டு, ஆகஸ்ட் மாதம் 2 ஆம் தேதி மங்களூரில் இதற்கானக் கையெழுத்து போடப்பட்டது.

தற்காலிகப் போர்நிறுத்த ஒப்பந்தம் கையெழுத்தானதும், அமைதி உடன்படிக்கைக்கான முயற்சியில் புஸ்ஸி ஈடுபட்டான். ஆனால் திப்பு மற்றும் ஆங்கிலேய அரசாங்கம் இருவராலுமே அவன் புறக்கணிக்கப்பட்டான். மெட்ராஸ் அரசாங்கம் திப்புவிடமிருக்கும் வெளிப்படாத ஆயுதங்களைக் கைப்பற்ற, புஸ்ஸியின் உதவியை நாடியிருந்தது. இப்போது போரும் நிறுத்தப்பட்டுவிட்டது. அதனால் அவனது தலையீடு ஆங்கிலேய அரசுக்குத் தேவையாகயிருக்கவில்லை. அவனது தலையீட்டால் பிரஞ்சின் கௌரவம் இந்தியாவில் நிலைத்துவிடும் என்று ஆங்கிலேயர்கள் கருதினார்கள். ஆரம்பத்தில் திப்பு கூட, அமைதிப்பேச்சுக்கு உதவ பிரஞ்சு முகவர் ஒருவரை அனுப்புமாறு புஸ்ஸியிடம் கேட்டுக்கொண்டார். பின்னர் அவரே, பிரஞ்சின் இடையீடு வேண்டாம் என்று முடிவெடுத்துவிட்டார். இங்கிலாந்துடன் பிரான்ஸ் உடன்பட்டுப் போன அதிர்ச்சியிலிருந்து அவர் மீளாதது ஒரு காரணமென்றால்... பிரஞ்சு முகவர் தன் விருப்பத்திற்கு செயல்படமாட்டான் என்று கருதியது மறுகாரணம். காஸ்ட்ரீஸ், புஸ்ஸிக்கு எழுதியக் கடிதமொன்றில், '1776க்கு முன் ஹைதரால் ஆக்கிரமிக்கப்பட்ட அனைத்துப் பகுதிகளையும் ஆங்கிலேயப் படையும் அதன்கூட்டணியும் திரும்ப மீட்கவேண்டும்' என்று வலியுறுத்தியிருந்தான். இந்த விஷயத்தை திப்பு கேள்விப்பட்டதும் ஆத்திரமாகிப்போனார். புஸ்ஸியுடனான தனது முகவர் முஹம்மத் உஸ்மானைத் திரும்ப அழைத்துக்கொண்டார். சயீத் சாகிப் மைசூரைச் சேர்ந்த இரண்டு பிரதிநிதிகளான அப்பாஜி ராமையும் ஸ்ரீனிவாச ராவையும் புஸ்ஸிக்குத் தகவல் ஏதும் தெரிவிக்காமலேயே செப்டம்பர் மாதம் மெட்ராஸுக்கு அனுப்பி வைத்தான். இத்தனைக்கும் புஸ்ஸி, அவர்களை பிரஞ்சு முகவருடன் அனுப்பிவையுங்கள் என்று கேட்டுக் கொண்டிருந்தான். அமைதிப் பேச்சுவார்த்தையில் பிரஞ்சின் இடையீடு தேவையில்லையென்று திப்பு நினைத்ததையே இது, காட்டுகிறது. எனினும் புஸ்ஸி தன் இருப்பை விட்டுக்கொடுக்கவில்லை. கிஷன் ராவுடன் பால்மார்டினையும் அனுப்பி, பேச்சுவார்த்தையில் பங்குகொள்ளச்செய்து, கண்காணித்ததுடன், பிரான்ஸுக்கு அதில் அக்கறையிருப்பதாகக் காட்டிக்கொண்டான். திப்புவின் பிரதிநிதிகளால் மார்டினும் கிஷன்ராவும் புறக்கணிக்கப்பட்டனர். அவர்களின் சந்திப்புக்கூட நடக்கவில்லை[72]. கிஷன்ராவ் சில நாட்களில் விலகநேர்ந்தது. அதுபோல டி மார்லட் மீது, திப்புவின் பிரதிநிதிகளுக்கோ அல்லது மெட்ராஸ் அரசாங்கத்துக்கோ

நம்பிக்கை இருக்கவில்லை. எனினும் டி மார்லட் நவம்பர் மாத இறுதிவரை பயனில்லாதபோதும், மங்களூர் உடன்படிக்கை கையெழுத்தாகும்வரை அங்கேயே இருந்தான். பிரஞ்சின் இடையீடில்லாமல் ஆங்கிலேய ஆணையர்களுடன் திப்பு நேரடியானப் பேச்சுவார்த்தையில் ஈடுபட்டுக்கொண்டபோதும், போர் நிறுத்தப் பேச்சுவார்த்தையின்போது, அவன் தன்னை பயனுள்ளவனாக நிரூபிக்க நேர்ந்தது. அமைதிப் பேச்சு இறுதியானதும் அவன் புதுச்சேரிக்குப் போய்விட்டான்.

---

61. இங்கிலாந்துக்கு எதிராக 16ஆம் லூயி 1778ல் போர் பிரகடனத்தை வெளியிட்டதும் இந்தியாவிலும் பிரஞ்சுஆங்கிலேயப் படைகளுக்கு இடையில் போர் மூண்டது. பல ஆண்டுகளாக இந்தியாவிலிருந்து ஆங்கிலேயப் படையை வெளியேற்றத் திட்டங்கள் போடப்பட்டிருந்த போதிலும் போர் மூண்டுவிட்ட நிலையில் பிரஞ்ச் தயார் நிலையில் இருக்கவில்லை. ஒரே வருடத்தில் இந்தியாவிலிருந்த அனைத்து குடியேற்றங்களையும் பிரஞ்சு ஆங்கிலேயப் படையிடம் இழந்துவிட்டது. (Journal de Bussy, pp. 152 seq.)

62. Ibid., p. 107; see also Memoirs de Chevalier de Mautort, pp. 203-04. ரொட்டிப் பற்றாக்குறைக்குக் காரணம் கர்நாடிக் பகுதியில் கோதுமை விளைச்சல் மிகவும் குறைவு. அதுபோல அங்குள்ள மக்களின் பெரும் உணவுப்பொருளும் அதுவல்ல.

63. Malleson, Final French Struggles in India, p. 31.

64. Journal de Bussy, p.200; see also Memoirs du Chevaler de Mautart, p. 218. ஹைதர் அலி மாதந்தோறும் ஒருலட்ச ரூபாய் வீதம் ஐந்து மாதங்களுக்குத் தருவதாக பிரஞ்சுப் படையிடம் உறுதியளித்திருந்தார். டச்சுமினிடம் பணம் கொடுத்து பிரஞ்சுப்படைக்கான வீரர்களை அதிகரிக்கும்படிக் கேட்டுக்கொண்டார். ஆனால் டச்சுமின் எதையும் செய்யாமல் ஹைதர் அலியை அதிருப்தியுறச் செய்ததால், நிதியுதவியை நிறுத்திவிட்டார்.

65. Malleson, Final French Struggles in India, p.19.

66. A.N., C2 155, f. 286 a.

67. A.N., C2 155, Morlat to Minister of Marine, Feb. 6, 1783, f. 213 b. ஹோப்லிஜ் சென்னைக்கு அனுப்பியக் கடிதங்கள் பிரஞ்சுப்படையின் மைசூர் முகவரான பண்டிட் வெண்ணாஜியால் வழி மறிக்கப்பட்டன. இத்தனைக்கும் அந்தக் கடிதங்கள் மோர்லட்டால் தனிப்பட்டவை என்று குறிப்பிடப்பட்டும் மெட்ராஸிலிருக்கும் தனது உறவினருக்கானது என்று முகவரியிடப்பட்டிருந்தது. குறிப்பாக பௌத்தோநாட்டின் சூழ்ச்சிகளுக்குப் பிறகு இந்த சம்பவம் நடைபெற்றது. (See. Ibid., ff. 213a-212a)

68. P.A. MS. No. 495. சயீத் சாகிப் தலைமையில் கர்நாடிக்கில் 35000 படைவீரர்களை விட்டுவிட்டுச் சென்றார். ஆனால் 12 முதல் 14000 ஆயிரம் வீரர்களை மட்டுமே புஸ்ஸி பயன்படுத்தினான்.

69. P.A. MS. No. 586. See also journal de Bussy, p.350, and A.N., C2 233, Bussy to de Castries, March 21, 1783, No. 13; March 31, 1783, No. 14; and Sept. 9, 1783, No. 16, அதிக அளவில் புஸ்ஸி உணவுப்பொருட்களை எதிர்பார்த்தான். கர்நாட்டிக்கில் அப்போது போரின் காரணமாகப் பேரழிவு ஏற்பட்டிருந்தது. வறுமை தாண்டவமாடியது. அந்தநிலையிலும் பெருமளவு வழங்கியும் இப்படிக் குற்றம் சாட்டினான்.

70. ஆங்கிலேயப் படை ஆற்றைக் கடந்துவிடாதவண்ணம் ஹோப்லிஜ் சில பீரங்கிகளுடன் ஆங்கிலேயப் படைக்கு இணையாக எதிர்க்கரையில் படை நடத்தினான். ஆனால் புஸ்ஸி அனுமதிக்கவில்லை என்கிறான், மோடார்ட். (Memoirs du Chevalier de Mautort, pp. 281-82).

71. Ibid., Martineau, Bussy et l' inde Francaise, p. 385-86. கோஸிக்னி பற்றாக்குறை உணவுப்பொருட்களையும் திப்பு மரியாதையாக நடத்தவில்லை என்றும் குற்றம் சாட்டினான். ஆனால் திப்பு குற்றச்சாட்டுகளை மறுத்தார். கர்நாட்டிக்கிற்கு கோஸிக்னி 650 படைவீரர்களுடன் வந்தான். அவர்களுக்கு மாதத்துக்கு ரூ 26 ஆயிரமும் நாளொன்றுக்கு 900 சேர் அரிசியும், 105 சேர் நெய்யும், 20 ஆடுகளும், 14 மாடுகளும் தந்தார். ஆனால் கோஸிக்னி, தனது படைவீரர்களுக்கு மாதத்துக்கு 5 ரூபாயும் 2 பணமும் கொடுத்தான். உணவுப் பொருட்களாக நாளொன்றுக்கு 11/3 சேர் அரிசி மட்டுமே கொடுத்தான். மீத அரிசி, ஆடுகள், மாடுகளை சந்தையில் விற்று காசாக்கிக் கொண்டான். அதனால் அவனது படைவீரர்கள் அதிருப்திக்கு உள்ளாகினர். 80 பேர் அவனிடமிருந்து விலகிக் கொண்டனர். அதனால் திப்பு டி மோர்லட்டிடம் இதுகுறித்து விசாரிக்கச் சொன்னார். அவனும் பணம் மற்றும் உணவுப்பொருள் விநியோகத்தின்போது ஆய்வாளர் ஒருவரை நியமித்து கண்காணிக்கச் செய்தான். இந்த நடவடிக்கைக்கு கோஸிக்னி எதிர்ப்பு தெரிவித்தான். (See A.B., C2 155 Tippu to Sayyid sahib, received Oct. 2, 1783, ff. 372a-b; Ibid., tipu to Appaji Rao, Sept 5, 1783, f. 373a; also Ibid., Cossigny toBussy, Aug. 5, 1783, f. 374a.

72. Ibid., Nos. 678, 713. கிஷன் ராவ் திப்புவின் பிரதிநிதிகளை மெட்ராஸில் சந்திக்க விரும்பினான். ஆனால் அவர்கள் சந்திப்பிற்கு மெக்கார்டினியின் அனுமதி வேண்டும் என்று கூறிவிட்டார்கள். உண்மையிலேயே திப்புவோ ஆங்கிலேய அரசாங்கமோ பிரஞ்சின் இடையீட்டை விரும்பவில்லை. (See. C2 233, Bussy to de Castries, Sept. 28, 1783, No. 19, and Ibid., Martin to Bussy, Oct. 6 & 9, 1783, No.3).

4

மங்களூர் உடன்படிக்கையும் அதன் எதிர்வினைகளும்

ஹைதர் அலிக்கும் கூட்டுக்கும் இடையிலான அமைதிப் பேச்சு

1782 ஆம் ஆண்டு, பிப்ரவரி மாதத் துவக்கத்தில் ஹைதர் அலிக்கும் ஆங்கிலேயர்களுக்கும் இடையில் ஒப்பந்தம் செய்யும் நோக்குடன் கூடியக் கலந்துரையாடல் துவங்கியது. மெட்ராஸில் ஹைதர் அலியின் பிரதிநிதியாக பல ஆண்டுகளாகச் செயல்பட்டு வரும் அன்னாஜி பண்டிட், சர் ஐர் கூட்டின் பணியாளருக்கு, 'தன் எஜமானர் ஆங்கிலேயர்களுடன் இணைந்து செயல்படுவதற்கு விரும்புகிறார். ஆனால் ஆங்கிலேயர்கள்தான் அதற்கு முதலடி எடுத்துவைக்க வேண்டும்' என்று கடிதம் எழுதுகிறான். அதற்கு, பதிலாக கூட எழுதிய கடிதமொன்று வருகிறது. அதில், 'முதலாவதாகக் கைதிகள் பரிமாற்றம் அல்லது பொதுவிடுவிப்பு நடக்கவேண்டும். அதன்பிறகு ஹைதருடனான நட்புக்கு வங்காள அரசாங்கத்துக்கு எழுதி, சம்மதிக்க வைக்கிறேன்' என்று இருந்தது. ஹைதர் அலியுடனான நேரடிப்பேச்சுவார்த்தைக்கு சால்பாய்[73] உடன்படிக்கை தடையாக இருக்குமே என்று வங்காள அரசாங்கம் முதலில் தயக்கம்காட்டியது. எனினும் அதை ஒருபுறம் ஒதுக்கிவைத்துவிட்டு, சந்தர்ப்பத்தை அனுகூலமாக்கிக்கொள்ள பேச்சுவார்த்தைக்கானக்

கதவுகளைத் திறந்துவைத்தது. அதேவேளையில், 'ஹைதர் அலி, பிரஞ்சுக்காரர்களின் தொடர்பிலிருந்து தன்னைத் துண்டித்துக்கொள்ள வேண்டும். உதவிக்குப் பெறப்பட்ட பிரஞ்சுப்படைகளை விலக்கிவிடவேண்டும் என்று பேச்சுவார்த்தைக்கான நிபந்தனையையும் விதித்தது. போர்களின் போது ஆங்கிலேயர்களுக்கு ஏற்பட்ட இழப்புகள் குறித்த நஷ்டஈடு எதுவும் திரும்பப்பெறத் துல்லியமாகக் குறிக்கப்படவில்லை.'

ஆங்கிலேயர்களின் உத்தேச முன்மொழிதல்கள் திருப்திகரமாக இல்லையென்று ஹைதர் அலி கருதினார். அதனால் பேச்சுவார்த்தை முறிந்துபோனது. ஆனால் ஜூன் மாதம் 19 ஆம் தேதியன்று, ஆங்கிலேய அரசாங்கம் புத்தாக்கம் பெற்றது. அன்று ஆங்கிலேயர்களின் முகாமுக்கு வந்த ஹைதர் அலியின் தூதுவன் முஹம்மத் உஸ்மான், 'தனது எஜமான் ஆங்கிலேயர்களுடன் நட்புபாராட்ட ஆர்வம் கொண்டிருக்கிறார். அமைதி நடவடிக்கைக்கு என்ன மாதிரியான நிபந்தனைகள் உருவாக்கியிருக்கிறீர்கள் என்பதைத் தெரிந்துகொள்ள விரும்புகிறார்' என்று கூட்டிடமே தகவல் தெரிவித்து, பதிலை எதிர்பார்த்து நின்றான். கூட் அவனிடம், 'பேச்சுவார்த்தைக்கு அடிப்படையாக சால்பாய் உடன்படிக்கையை எடுத்துக்கொள்வோம்' என்றும் ஹைதர் அலி மேலும் இரண்டு விஷயங்களை உறுதிபடுத்தவேண்டும் என்றும் கூறினான். ஒன்று: உடனடியாக கர்நாட்டிக்கிலிருந்து விலகிக்கொள்ளவேண்டும். இரண்டு: பிரஞ்சுடனான அனைத்துத் தொடர்புகளையும் அறுத்துக்கொள்ளவேண்டும். உஸ்மான் உடனடியாக பதிலிறுத்தான். 'அவரது கோரிக்கையான திருச்சிராப்பள்ளியை அங்கீகரித்தால், நவாப் இந்த நிபந்தனைகளை ஏற்றுக்கொள்வார்'. ஹைதர் அலியின் கோரிக்கையை ஏற்றுக்கொள்ள கூட் தயாராக இருந்தான். மேலும் திருச்சிராப்பள்ளியை ஒப்புவிக்கச்சொல்லி பரிந்துரைத்து, வங்காள அரசாங்கத்துக்குக் கடிதம் எழுதினான். ஆனால் கவர்னரும் ஆட்சிமன்றக்குழு உறுப்பினர்களும் இந்தச்சலுகையை வழங்குவதற்குத் தயாராக இருக்கவில்லை. ஏனென்றால், 'திருச்சிராப்பள்ளியை விட்டுக்கொடுத்தால், அதன் விளைவாக கர்நாடிக்கின் தெற்குப்பகுதியிலுள்ள இடங்களை ஹைதர் அலியால் எளிதில் பெற்றுவிடமுடியும். அதன்மூலம் ஊக்கமும் போரைத் தொடர்ந்து நடத்தும் சந்தர்ப்பமும் உருவாகி, அவருக்கு அனுகூலமாகிப் போய்விடும்' எனப் பம்மினார்கள். எதிர்காலக் கவலைகள், பின்வாங்குதல் போன்ற பிரச்சனைகளால் மீண்டும் ஒருமுறை பேச்சுவார்த்தை உடைந்துபோனது.

எனினும், மிகவிரைவில் ஹைதர் அலியும் கூட்டும் ஒருவரையொருவர் தொடர்புகொண்டனர். இதையடுத்து, மெட்ராஸ் அரசாங்கம் சால்பாய் உடன்படிக்கையின் அடிப்படையில் ஹைதர் அலியுடன் அமைதிப்பேச்சுவார்த்தை நடத்த அனுமதிக்கேட்டு எழுதியது. உண்மையிலேயே, கல்கத்தாவிலிருந்து பதில் கிடைக்கப் பெறுமுன்னமே, தஞ்சாவூரில் திப்புவால் சிறை பிடிக்கப்பட்ட கலோனல் பிரெய்த்வெய்ட் மூலமாக அனுகப்பட்டது. ஆனால் வங்காள அரசாங்கம், பூனாவிலிருந்து இராணுவ உதவி கிடைக்கும் என்ற தீராத நம்பிக்கையில், ஹைதர் அலிக்கு சாதகத்தைத் தரவல்ல அவரது கோரிக்கைகளை ஏற்கமறுத்துவிட்டது. 'பேச்சுவார்த்தையின் ஒவ்வொரு நடவடிக்கையும் ஹைதர் அலிக்கு அனுகூலமாக இருப்பதால், அமைதிப் பேச்சுவார்த்தையை அவர்

ஏற்றுக்கொள்ளக் கட்டாயப்படுத்த வேண்டும். அல்லது அவரது விவகாரங்களில் சிலமாற்றங்களைச் செய்யவேண்டும்' என்பதே சால்பாய் உடன்படிக்கையின் கீழ் அமைதிப்பேச்சுவார்த்தை நடத்த விரும்பாததற்குக் காரணங்களாக இருந்தன[74].

மெக்கார்ட்னி துவக்கிய அமைதிப் பேச்சுவார்த்தை

1782 ஆம் ஆண்டு, டிசம்பர் மாதத்தில் ஹைதர் அலி இறந்ததும், அவருக்குப்பின் பதவி யேற்ற திப்புவை அதிரடித் தாக்குதல்நடத்தி, எளிதில் அப்புறப்படுத்திவிடலாம் என்றே ஆங்கிலேயர்கள் முதலில் நம்பினார்கள். அதனாலேயே அமைதி நடவடிக்கைத் திட்டத்தை ஏற்க அவர்கள் முன்வரவில்லை. ஆனால் இலக்கில் அவர்களால் வெற்றிபெற முடியவில்லை. அதன்பின்பே மெட்ராஸ் அரசாங்கம், போரை முடிவுக்குக் கொண்டுவரும் திட்டத்தின்மீது கவனத்தைப் பதித்தது. 1783 ஆம் ஆண்டு பிப்ரவரி மாதத்தில், தஞ்சாவூர் அரசரின் முகவரான சாம்பாஜி, ஆன்மிகப் பயணியாக காஞ்சிவரத்துக்குப் பயணப்பட்டபோது, மெட்ராஸ் கவர்னரான மெக்கார்ட்னியைச் சந்திக்கிறான். அப்போது மெக்கார்ட்னி, 'அமைதிப்பேச்சு குறித்த திப்புவின் மனவோட்டத்தைக் கண்டறியச் சொல்கிறான். போரில் கைது செய்யப்பட்ட ஆங்கிலேயக் கைதிகளின் துயரைப்போக்கும் வழிகளை உருவாக்கவும் பிரஞ்சுப் படைகளுடனான திப்புவின் தோழமையைப் பிரிக்கச்செய்யும் உத்திகளையும்' ஆராயச்சொல்கிறான்[75]. திப்புவின் நம்பிக்கைக்குரிய இரண்டு பேரை சாம்பாஜி, காஞ்சிவரத்தில் சந்திக்கிறான். அவர்கள், தங்கள் எஜமானர் என்ன விரும்புகிறார் என்பதை அவனுக்கு விளக்குகிறார்கள். மெட்ராஸுக்குத் திரும்பும்போது சாம்பாஜி, தன்னுடன் மெட்ராஸ் அரசாங்கத்துடன் பேச்சுவார்த்தை நடத்துவதற்காக திப்புவால் நியமிக்கப்பட்ட ஸ்ரீனிவாஸ ராவையும் அழைத்துக்கொண்டு வருகிறான். மெக்கார்ட்னி முதலில் சாம்பாஜியைத் தனியாக அழைத்துப் பேசுகிறான். பின்னர் ஸ்ரீனிவாஸ ராவை. இருவருமே, 'சமாதானத்தை முன்னெடுக்க சுல்தான் தயாராக இருப்பதாக'த் தெரிவிக்கிறார்கள். சுல்தான் கர்நாட்டிக்கிலிருந்து வெளியேற, புதுக்கோட்டை மற்றும் பாலிபாடி மாவட்டங்களையும் திப்புவின் சாம்ராஜ்ஜியத்தில் கர்நாட்டிக்கையொட்டியுள்ள மற்ற சிறுநிலைகளை வழங்க வேண்டும் என்றும் ஆங்கிலேயச் சிறைக்கைதிகளை விசாரிக்க திப்பு உடன்படுவார் என்றும் தெரிவிக்கிறார்கள். இந்தியாவுக்குத் தாமதமாக வந்து, ஆனால் ஏற்கனவே கைகோர்த்திருக்கும் பிரஞ்சுப் படையுடனானத் தொடர்பைத் துண்டிப்பது குறித்து, 'அவரது நேர்மை அவரை அப்படிச்செய்ய அனுமதிக்காது. துருப்புகளை விடுவிப்பதோ அல்லது பிரிப்பதோ ஆங்கிலேயர்களுக்கு வாய்ப்பாகப் போய்விடும்' என்று கருதுகிறார். ஏனென்றால் அவரது தந்தையைப் போலவே அவரும், அவர்களைக் காப்பதாக உறுதி தந்திருக்கிறார்[76] என்கிறார்கள். இதற்குப் பதிலளித்த மெக்கார்ட்னி, 'பிரஞ்சுநாட்டினரை ஆங்கிலேயர்களிடம் ஒப்படைப்பதற்குப் பதிலாக அவர்களுடைய சொந்த தேசத்துக்கு அனுப்பிவைத்து, திப்பு தனது வார்த்தைகளைக் காப்பாற்றட்டும்' என்கிறான் குயுக்தியுடன். அதன்பின்பு ஸ்ரீனிவாஸ ராவ், 'திப்புவுடன் பேச்சுவார்த்தை நடத்தவும், சந்தேகங்களுக்கு

விளக்கங்களைப் பெறவும் கம்பெனியால் அங்கீகரிக்கப்பட்ட நபரை அனுப்புங்கள்' என்று பரிந்துரைத்தான்.

திப்புவின் வரைவுத்திட்டங்களை மெக்கார்ட்னி தேர்வுக்குழுவுக்குத் தெரிவித்தான். அதை அந்தக்குழு அனுகூலமாகப் பெற்றுக்கொண்டது. பின்னர் கவர்னருக்கும், ஆட்சிமன்றக் குழுவுக்கும், திப்புவுடனான அமைதிப் பேச்சு வார்த்தைக்கு சால்பாய் உடன்படிக்கையின்கீழ் நடத்த அனுமதிகேட்டு எழுதினான். மேலும், சாம்ராஜ்ஜியத்தின் எல்லைகளை நிர்ணயிக்கவும் வசதிக்காகவும் மதிப்புக் குறைந்த சிறுநிலைகளையும் புதுக்கோட்டை, பாலிபாடி ஆகிய மாவட்டங்களையும் வைத்துக்கொள்ள திப்புவுக்கு அனுமதி வழங்கலாம் என்றும் பரிந்துரைத்தான்.

மெக்கார்ட்னி இந்தச்சலுகைகளை வழங்குவதற்கு, வேறு பல காரணங்கள் இருந்தன. இனிமேல் போரின் சுமையையும், வலியையும், இழப்பையும் கம்பெனியால் தாங்கமுடியாது என்று அவன் உணர்ந்திருந்தான். மெட்ராஸ் அரசாங்கத்தால் இராணுவவீரர்களுக்கு வழங்கப்பட வேண்டியச் சம்பளபாக்கி பலமாதங்களாக நிலுவையில் இருந்தது. உணவுப்பற்றாக்குறை ஒருபுறம் பெரும் நெருக்கடியைத் தந்திருந்தது. மற்றொருபுறம் கோரமண்டல் கடல்பகுதியிலிருந்து வந்து சேரவேண்டிய ஆங்கிலேயப்படைக் கப்பல்கள் வந்துசேரவில்லை. வங்காளத்திலிருந்து அனுப்பி வைக்கப்பட்ட பணமும், பொருட்களும் பிரஞ்சுப்படையினரால் தடுத்து நிறுத்தப்பட்டுவிட்டன. எல்லாவற்றுக்கும் மேலாக, மெட்ராஸ் உள்நாட்டு நிர்வாகிகளுக்கும் இராணுவ நிர்வாகிகளுக்குமிடையில் அபிப்ராயபேதம் உருவாகி, பயனற்றச் செயல்களால் போர்நடத்துவது கடினமாகிவிட்டது. ஆங்கிலேய நீதிமன்ற இயக்குநர்கள் மெட்ராஸ் அரசாங்கத்துக்கு, 'அனைத்து இந்திய அதிகார மையங்களுடனும் பாதுகாப்பாகவும், விரைவாகவும் அமைதிப்பேச்சு நடத்தி தீர்வு உருவாக்குவதை நமது முதல் கருதுகோளாகக் கொள்ளவேண்டும். இதை ஒருபோதும் மறந்து விடக்கூடாது. ஒருவேளை அதுதொடர்பாக அடியெடுத்து வைக்கப்பட்டிருந்தால், அது நாம் விரும்பத்தக்கதாக, சாதகமான நேரடி முடிவைத்தருவதாக இருக்க வேண்டும்' என்று வழிகாட்டுதல் செய்திருந்தனர்.

ஆனால் கவர்னர் ஜெனரல் வாரன் ஹேஸ்டிங்குக்கு, மெக்கார்ட்னியின் செயல்பாடுகள் விருப்பமற்றவையாக இருந்தன. அவனது செயல்பாடுகள் அவமானகரமாகவும், கண்ணியக் குறைவையும் உண்டாக்கிவிட்டதாகக் கோபமாகிப்போனான். பதவியிலிருந்து மெக்கார்ட்னியை நீக்கம் செய்ய முடிவெடுத்தான். முப்பது லட்சம் ஸ்டெர்லிங்குகள் வழங்கப்பட்டுவிட்டபோதில், 'அமைதிக்கு என்ன அவசரத்தேவை இருக்கிறது?' என்று விவாதித்தான். திப்புவுடன் பேச்சுவார்த்தை நடத்த மெட்ராஸ் அரசாங்கத்துக்கு தனி அதிகாரம் வழங்கமறுத்தான். அது சால்பாய் உடன்படிக்கையை முறித்துவிடும் என்று அஞ்சினான். 'போர்நடத்துவதற்கானச் சக்தியை அழியாமல் பேணுவதில்' கறாராக இருந்தான். மிதமான வெற்றி தொடரவேண்டும் என்று எதிர்பார்த்தான். எதிர்காலத்துக்காகப் பாதகமான ஒவ்வொரு அம்சத்தையும் சாதகமாக்கிக் கொள்வதில் உறுதியாக இருக்கவேண்டும் எனக்கருதினான். அதேவேளையில் மற்றவர்களுக்குக் கீழ்ப்படிதலை பாதுகாப்பாகத் தவிர்த்துவிட வேண்டும் என்பதில்

கவனமாக இருந்தான். அத்துடன் வேண்டிக்கொள்ளுதலும் பேச்சுவார்த்தையும் அமைதியாக, இடையூறுகளின்றி நடக்கவேண்டும் என்று வலியுறுத்தினான். போரில் பிடிவாதத்தை ஊக்குவித்து, எதிரிகளின் விடாமுயற்சியைக் கணக்கில் கொள்ளவேண்டும் என்றும் ஒவ்வொரு நிலையிலும், எதிரி தன் நிபந்தனைகளைச் சொல்வதற்கு வாய்ப்பளிக்கவேண்டும்' எனும் கம்பெனியின் கொள்கைகளைப் பேணினான்[77]. சிறுநிலைகளையும் மாவட்டங்களையும் விட்டுக்கொடுத்தல் தொடர்பாக, ஹேஸ்டிங்கின் பார்வை வேறாக இருந்தது. எதிர்காலத்தில், கர்நாட்டிக்கில் ஊடுருவ எதிரிகளுக்கு இடமளித்துவிடும் என்று நம்பினான். கோரிக்கையின் அடிப்படையில் விட்டுக் கொடுத்தால், மைசூர் சாம்ராஜ்ஜிய எல்லைகள் வலுப்பெற்றுவிடும். பிறகு இதையொரு வலுவான ஆயுதமாகப் பயன்படுத்தி, சிறிய மாவட்டங்களை விட்டுக்கொடுக்க எதிரிகள் வலியுறுத்த இடமளித்தது போலாகிவிடும். அதுவே முடிவின்றி தொடர்கதையாகிவிடும் என அச்சப்பட்டான்[78].

இவ்வாறாக அந்த முயற்சி, வங்காள அரசாங்கத்தின் சமரசத்துக்கு இணங்காத மனோ பாவத்தால் முடிந்து, ஸ்ரீனிவாஸ ராவுக்கும் மெக்கார்ட்னிக்கும் இடையில் நடந்தப் பேச்சு வார்த்தையை முறித்துப்போட்டது. ஸ்ரீனிவாஸ ராவ் மெட்ராஸிலிருந்து புறப்பட்டுப் போய்விட்டான். 1783 ஆம் ஆண்டு, ஆகஸ்ட் மாதம் 2 ஆம் தேதியன்று, தற்காலிகப் போர்நிறுத்த ஒப்பந்தம் கையெழுத் தானதற்குப் பிறகு, அவர்கள் மீண்டும் அமைதிப்பேச்சுவார்த்தைக்குப் புத்துயிர் கொடுத்தார்கள். திப்புவின் முகவர்களான அப்பாஜி ராம், ஸ்ரீனிவாஸ ராவ் இருவரும் செப்டம்பர் மாதத்தில் மெட்ராஸுக்கு வந்தார்கள். பொறுப்பு வகிப்பவர்களின் கண்ணியத்துக்கு ஊறுவராத வகையில், விதிகளின் அடிப்படையில் அமைதிப்பேச்சுக்கு அவர்கள் இசைவு தெரிவித்தார்கள். பேச்சுவார்த்தையில் சங்கடம் மற்றும் சந்தேகங்கள் உண்டானபோது, கர்நாட்டிக்கிலிருந்த மைசூர் தளபதி மீர் முயின்—உத்—தீனின் ஆலோசனையைக் கேட்டுக் கொண்டார்கள். இந்தச்சொற்கூறுகள் பேச்சுவார்த்தையை முன்னகர்த்தி, கைப்பற்றியவர்கள் பரஸ்பரம் உரிமையாளர்களிடம் ஒப்படைக்க வகைசெய்யப்பட்டது. அதனால் திப்பு தியாகர், வேலூர், கர்நாட்டிக்கிலுள்ள சில இடங்களை ஜாகிர் ஆகத் தர நேர்ந்தது. தலைச்சேரியில் அடைக்கப்பட்டிருந்த ஆங்கிலேயச் சிறைக்கைதிகளையும், இராணுவத்திலிருந்து தப்பியோடி அகப்பட்ட பிறரையும், கலகக்காரர்களையும், பரஸ்பர அடிப்படையில் விடுவிக்கவேண்டி வந்தது. திருவாங்கூர் அரசரிடம் கைதியாக இருப்பவர்கள் திப்புவிடம் ஒப்படைக்கப்பட்டார்கள். எதிர்காலத்தில் ஏற்படும் கலகத்துக்கு கம்பெனியால் பாதுகாப்பு வழங்கப்படாது என்றும் முடிவுசெய்யப்பட்டது. இறுதியாக, திப்புவுக்கும் ஆங்கிலேயர்களுக்குமிடையில் தாக்குதல் மற்றும் தற்காப்புக் கூட்டணி உருவானது.

இந்தத் திட்ட வரைவுகளையடுத்து மெட்ராஸ் அரசாங்கம் திப்புவுக்கு மறுமொழியொன்றை அளித்தது. அதில், நான்கு மாதங்களுக்குள் திப்பு போர்நிறுத்த ஒப்பந்தத்தின் அடிப்படையில், தஞ்சாவூர் மற்றும் திருவாங்கூர் அரசர்களின் உடமைகள் அனைத்தையும் விட்டு விட்டு கர்நாட்டிக்கிலிருந்து முழுமையாக வெளியேறிவிட வேண்டும். கம்பெனி, சுல்தானுக்கு எந்தவொரு

ஜாகிரையும் வழங்காது. போரின்போது கைதான மைசூர் கைதிகளை திரும்ப ஒப்படைப்பதில் கம்பெனி விருப்பம் கொண்டுள்ளது. ஆனால் அயாஜைப் பொறுத்தவரை, அது வேறுவகையானது. அவன் கைதியாகப் பிடிபடவில்லை. அவன் கம்பெனியின் பாதுகாப்பிலும் இல்லை. அவன் எங்கிருக்கிறான் என்றும் தெரியவில்லை. மேலாக, அவனுடையப் படைகளைப் பாதுகாப்பதற்கு கம்பெனி அவனுடன் ஓர் ஒப்பந்தம் செய்துகொண்டது. அவ்வளவுதான். அதனால் அவனை சரணடைய வைக்கமுடியாது. அதுபோல, தலைச்சேரியில் அகதிகளாகப் பிடிபட்டவர்களையும் திருப்பியனுப்பமுடியாது. தப்பியோடியவர்கள் பணியிலிருக்க விருப்பம் இல்லாதவர்களாக ஆனதால், அவர்களை கம்பெனி திரும்ப அழைக்காது. தாக்குதல் மற்றும் தற்காப்புக்கான இந்தக் கூட்டணி குறித்து, மெட்ராஸ் அரசாங்கம் குறிப்பிட்டிருக்கும் ஒன்று மிக முக்கியமானது. இதற்கு ஒத்துழைக்காவிட்டால், விதிமுறைகளை நிறைவேற்றவில்லை என்று ஹைதருடன் நடத்தியதுபோல திப்புவுடனும் போர்தொடுக்க முடியும் என்று வரையறுக்கிறது. எனினும், 'ஒருவேளை இந்திய ஆட்சியாளர்கள் அல்லது இந்தியாவிலுள்ள ஐரோப்பிய ஆட்சியாளர்களுடன் கம்பெனி போரில் ஈடுபட்டால் அல்லது திப்பு, கம்பெனியின் உடனடி பாதுகாப்பிலுள்ள தஞ்சாவூர், திருவாங்கூர் அரசர்கள் மற்றும் ஆற்காடு நவாப் தவிர, ஏனைய அதிகாரங்களுடன் போரில் ஈடுபட்டால், நேரடியாகவோ அல்லது மறைமுகமாகவோ கம்பெனியோ அல்லது திப்புவோ சம்பந்தப்பட்டவர்களின் எதிரிகளுக்கு எந்தவகையிலும் உதவக்கூடாது என்று அரசாங்கம் நிர்ணயிக்க விரும்பியது.'

ஸ்ரீனிவாஸ ராவ் மற்றும் அப்பாஜி ராமின் திட்டவரைவுகளுக்கு மாற்றாக, இந்த நடு நிலைக்கூடுகையில், மெட்ராஸ் அரசாங்கம் வேறுதிட்டம் ஏதும் பரிந்துரைத்திருக்குமோ என்று திப்புவை யோசிக்க வைத்தது. இடங்களையும், கைதிகளையும் திரும்பப்பெற்றுக்கொண்டு, கர்நாட்டிக்கிலிருந்து நாம் வெளியேறியபின்பு நமது சாம்ராஜ்ஜியத்தை அழிக்க, மராத்தியர்களுக்கும் நிஜாமுக்கும் உதவுவதற்கான எண்ணத்தை ஆங்கிலேய அரசாங்கம் கொண்டிருக்குமோ என்றும் எண்ணினார். எனினும் வங்காள அரசாங்கம், இந்தப்பிரிவு ஒதுங்கியிருக்கும் மராத்தியர்கள் மீதும் மற்றும் மற்ற மாநிலங்கள் மீதும் தாக்குதல் குறித்து சற்று அச்சம்கொண்டிருந்தது. மேலும் அதற்குமாறாக, ஆங்கிலேயர்களிடமிருந்தும் அவர்களின் கூட்டாளிகளான ஆற்காடு நவாபான நிஜாம்—உல்—முல்க், தஞ்சாவூர் மற்றும் திருவாங்கூர் அரசர்கள் ஆகியோரிடமிருந்தும் திப்புவை போர் நிறுத்தத்திலிருந்து விலக்கிவைக்கும். உண்மையில், இந்தப்பிரிவு ஆங்கில அரசாங்கத்துக்கானப் பாதிப்பைக் காட்டிலும் மராத்தியர்களுக்குத்தான் கூடுதலான பாதிப்பைக் கொடுப்பதாக இருந்தது. அதிலும் குறிப்பாக, நிஜாமை கம்பெனியின் நண்பன் என்றே குறிப்பிட்டிருந்தது.

கம்பெனி, எதிர்த்திட்டவரைவுகளை முன்வைத்ததும் திப்புவின் பிரதிநிதிகள் அதை ஏற்க மறுத்துவிட்டனர். அத்துடன் மெட்ராஸை விட்டுக் கிளம்பிவிட்டனர். திப்புவுடன் பேச்சுவார்த்தை நடத்த மெட்ராஸ் அரசாங்கத்துக்கு வாரன்ஹேஸ்டிங் அனுமதி மறுத்ததால், சமாதானத்திற்கு ஒப்பாதப் பேச்சுவார்த்தையாக, அது தோல்வியில் முடிந்தது. மராத்தியர்களுடன் ஏற்கனவே முடிவுசெய்துவிட்டதை

ஆங்கிலேயர்களின் ஒவ்வொரு நடவடிக்கையிலும் புரிந்து கொள்ளமுடிந்தது. எல்லாவற்றுக்கும் மேலாக ஹேஸ்டிங், சால்பாய் உடன்படிக்கையின்படி, மராத்தியர்கள் திப்புவை அடங்கி நடக்க வைப்பார்கள் என்று திடமாக நம்பினான்.

எனினும், மூன்று காரணங்கள் அவனை திப்புவுடன் தனியாகப் பேச்சுவார்த்தை நடத்த ஒத்துக்கொள்ளச் செய்தன. முதலாவதாக, நீதித்துறை இயக்குநர்கள், 'விரைவில் அமைதிப் பேச்சுவார்த்தை நடத்தச்சொல்லி' வெளியிட்ட உத்தரவு. இரண்டாவதாக, வங்காள அரசாங்கத்தின் நிதிநிலைமை. வட இந்தியா முழுவதிலுமாக உருவானப் பஞ்சம். அதையடுத்து, மாகாணத்திலிருந்து எங்கும் உணவு தானியங்களை ஏற்றுமதி செய்ய முடியாதுபோனக் கட்டாயம். கவர்னர் ஜெனரலுக்கும் ஆட்சிமன்றக்குழு உறுப்பினர்களுக்கும் போர்நிறுத்தத்தை புதுப்பித்துக் கொள்வது குறித்து எந்தவொரு திட்டவட்டமும் இல்லாமலிருந்தது. மூன்றாவதாக, மஹத்ஜி சிந்தியாவுக்கான கம்பெனி முகவரான ஆண்டர்சன், 'திப்புவுடனான தனியானப் பேச்சுவார்த்தைக்கு எதிர்ப்பு தெரிவிப்பது வீண்' என்று ஆலோசனை சொல்லி, அவனை சரிகட்டினான். ஆரம்பம் முதற்கொண்டே மராத்தியர்கள், மைசூருக்கு எதிராகக் கணிசமானக் கோரிக்கைகளை வைத்திருந்தார்கள். அந்தக் கோரிக்கைகளை திப்புவுக்கும் கம்பெனிக்குமிடையில் உடன்பாடு ஏற்படுமுன்பு சீரமைத்து தீர்த்துவிடவேண்டுமென்று விரும்பினார்கள். மத்தியஸ்தம் செய்வது கம்பெனிக்கு பயனற்றது மட்டுமல்ல, உண்மையிலேயே பேச்சுவார்த்தையை சிக்கலாக ஆக்குவதுடன் பேச்சுவார்த்தையைத் தாமதப்படுத்தியது. மஹத்ஜி சிந்தியாவும், நானா பத்னவிஸ் ஆகியோர் ஆங்கிலேயருக்கு உதவுவதாக வாக்களித்திருந்தபோதும், மராத்தியர்களின் உதவியை ஆண்டர்சனால் நிச்சயப்படுத்த முடியவில்லை. சிந்தியா, இந்துஸ்தானத்தில் ஓய்வில்லாமல் பணிசெய்து கொண்டிருந்ததால், தென்பகுதிக்கு வருவதற்கான உத்தரவாதம் கிடைக்கவில்லை. பேஷ்வா படையிலிருந்த ஹரிபந்த், ஹோல்கர் ஆகியோர் சிந்தியாவை எதிர்த்தனர். அதேவேளையில் நானாவின் ஆசியைப் பெற்றவர்களா என்றும் அறுதியிட்டுச் சொல்லமுடியவில்லை. சால்பாய் உடன்படிக்கையின் அடிப்படையிலானப் பேச்சுவார்த்தைக்கு திப்பு கடும் அதிருப்தி தெரிவித்தார். ஆண்டர்சனிடம் அவர் குறிப்பிடும்போது, 'பேச்சு வார்த்தையைத் தொடர்ந்து கொண்டிருப்பதில் தனக்கு எந்தவொரு உத்தரவாதமுமில்லை. உடன்படிக்கை வாசகங்களின்படி தொடர்ந்தால் தனக்கும் பேஷ்வாவுக்குமிடையில் முறிவுதான்வரும்' என்கிறார். தீர்க்கப்படாதக் கோரிக்கைகளை நீண்டகாலமாக மராத்தியர்கள் தீர்க்கச்சொல்லி வலியுறுத்துவதால், அவர் நேரடிப்பேச்சு வார்த்தையையே விரும்பினார். ஏனென்றால், மராத்தியர்கள் மூலம் தனக்கு எப்போதும் ஆபத்துதான் என்று கருதிவந்தார்.

மங்களூருக்குக் கிளம்பிய ஆங்கிலேய ஆணையர்கள்

மேற்சொன்ன சூழல்கள், திப்புவுடன் தனி உடன்படிக்கை உருவாக்க, மெட்ராஸ் அரசாங்கத்துக்கு அனுமதி வழங்கவேண்டியக் கட்டாயத்துக்கு வாரன்ஹேஸ்டிங்கைத் தூண்டியது. எனினும், இந்த முடிவை எடுப்பதற்கு

முன்னமே, மெக்கார்ட்னியும் அவனது குழுவும் அப்பாஜி ராமின் யோசனையின் பேரில் 1783ஆம் ஆண்டு, அக்டோபர் மாதம் 31 ஆம் தேதியன்று, இராஜதானி ஆலோசனைக்குழுவில் இரண்டாவது நிலையிலிருக்கும் அந்தோணி சாட்லியரையும் மெக்கார்ட்னியின் தனிச்செயலாளரான ஜார்ஜ் லியோனார்ட் ஸ்டாண்டனையும் மங்களூருக்கு அனுப்பி, ஆங்கிலேயப் போர்க்கைதிகளைப் பெற்றுக்கொள்ள ஏற்பாடு செய்திருந்தனர். மேலும், ஐரோப்பாவில் முடிவு செய்யப்பட்ட அமைதி ஒப்பந்த அடிப்படை விதிகளின்படியும், முக்கியமாக நீதிமன்ற இயக்குநர்களின் வழிகாட்டுதல்படியும் உடன்படிக்கை செய்துவிட்டுவர வழிகாட்டியிருந்தனர். 1783ஆம் ஆண்டு, டிசம்பர் மாதம் 2 ஆம் தேதி முடிவடையும் போர்நிறுத்த ஒப்பந்தத்தின் காலத்தை, பொருத்தமான வேறு வசதியானதொரு தேதிக்கு நீட்டித்துக்கொள்ளவும் அவர்களுக்கு அனுமதி வழங்கியிருந்தனர். திப்புவுடனான அமைதிப் பேச்சுவார்த்தை நடத்த மங்களூருக்கு ஆங்கிலேய ஆணையர்களை உச்ச அரசாங்கத்தின் முன்கூட்டிய அனுமதியில்லாமல் அனுப்பிவைத்ததற்கான, தங்களின் நிலைப்பாட்டு நடவடிக்கைக்கு கவர்னரும் தேர்வுக்குழுவினரும் நியாயப்படுத்தும் காரணங்களையும் கொண்டிருந்தனர். அதற்கு அவர்கள் வைத்த வாதங்கள் நியாயம் கற்பித்தன. 'எங்களின் கஜானா வெறுமையாகிப் போய்விட்டது. நன்மதிப்பும், புகழும் கடனுடன் சேர்ந்து காலாவதியாகிவிட்டது. வங்காள அரசாங்கத்திடமிருந்து பண வரவு இல்லை. அத்துடன் வங்காளத்தில் எங்கும் வறுமையும் வறட்சியும் கைகோர்த்துக் கிடக்கிறது. அந்தப்பகுதியிலிருந்துதான் பெருமளவு அரிசியும் உணவுப்பொருட்களும் விநியோகிக்கப்பட்டது. இப்போது அனைத்து தானியங்களுக்கும் ஏற்றுமதி தடை விதிக்கப் பட்டுவிட்டதால், எங்களின் விநியோக நிலைகள் கிட்டத்தட்ட வறண்டுகிடக்கின்றன[79].'

திப்புவின் பிரதிநிதிகளும் ஆங்கிலேய ஆணையாளர்களுமாக நவம்பர் மாதம் 9 ஆம் தேதியன்று, மெட்ராஸிலிருந்து புறப்பட்டு, 11 அன்று காஞ்சிவரத்துக்கு வந்து சேர்ந்தனர். அங்கிருந்து, ஆங்கிலேயர்களுடன் பேச்சுவார்த்தை நடத்துவதற்கு திப்புவால் அதிகாரம் வழங்கப்பட்ட சயீத் சாகிப்பை சந்திக்க, ஆரணிக்குக் கிளம்பினர். வழியில் மோசமான பருவநிலை நிலவியது. பெருமழையால் ஆறுகளில் தண்ணீர் சுழன்றோடியது. ஆணையர்களின் பயணம் தடைபட்டது. தண்ணீர்வடிந்து, பயணத்தைத்தொடர்ந்து, ஆரணி சென்றடைய அவர்களுக்கு ஒன்பது நாட்கள் பிடித்தன. அங்கே சயீத் சாகிபுடன் பல சுற்றுப்பேச்சுகள் தொடர்ந்தன. அதில் கர்நாட்டிக்கிலிருந்து மைசூர்படையும் அதைச்சார்ந்தவர்களும் முற்றிலுமாக வெளியேறவேண்டும் என்பதே பிரதானப்பேச்சாக இருந்தது. அந்த நடவடிக்கை நடந்தேறியபின்னால், ஆங்கிலேய அதிகாரிகளுக்கு உத்தரவுதந்து, போர் துவங்கிய காலத்திலிருந்து திப்புவின் சாம்ராஜ்ஜியத்துக்குள் அவர்கள் ஆக்கிரமித்தப் பகுதிகளிலிருந்து வெளியேறுவார்கள் என்றும் மொழியப்பட்டது. ஆனால் மங்களூர் மற்றும் மலபார் பகுதிகளிலுள்ள சுல்தானின் உடமைகள், அனைத்துக் கைதிகளையும் விடுவித்தப்பின்பே திரும்ப அளிக்கப்படும் என்றும் சட்டமாகப் பேசினார்கள்.

சயீத் சாகிப் இந்த முன்மொழிதல்களைப் புறந்தள்ளினான். பரஸ்பர ஒப்பந்தத்தின்படி மட்டுமே எதையும் செய்துகொள்ளமுடியும் என்றும் அதற்கு

தான் தயாராகயிருப்பதாகவும் தெரிவித்தான். மேலும் போரில் வென்ற இடங்களை உரியவர்களுக்குத் திரும்பக்கொடுக்கும்படியான உடன்பாடு, மெட்ராஸில் நடந்த ஆணையாளர்கள் சந்திப்பில் முடிவுசெய்யப்பட்டதையும் நினைவூட்டினான். கர்நாட்டிக்கிலிருந்து வெளியேறத் தயாராக இருந்த அவன், கம்பெனியால் ஆக்கிரமிக்கப்பட்டப் பகுதிகளிலிருந்து விலகிக்கொள்ள வலியுறுத்தும் செய்தியைக்கொண்ட கடிதங்கள் தயாரித்து, அவற்றை தெற்கு, வடக்கு மற்றும் மேற்குப் பகுதிகளிலிருந்த மைசூர் நிலை அதிகாரிகள் மூலமாக, ஆங்கிலேய அதிகாரிகளிடம் வழங்க, அவர்களின் முகவரியிட்டு கையில் வைத்திருந்தான். மங்களூர் அதிகாரிக்கும் அதிலொரு கடிதம் இருந்தது. மேலும் மங்களூரிலிருந்து ஆங்கிலேயர்கள் வெளியேறிய உடனேயே, போரில்பிடிபட்ட ஆங்கிலேயக் கைதிகளை விடுவிக்கத் தயாராகவும் இருந்தான்.

எதிர்முன்மொழிதல்களை ஆங்கிலேய ஆணையாளர்களால் ஏற்றுக் கொள்ளமுடியவில்லை. அப்பாஜி ராம் இருவருக்குமான ஒரு சமாதான யோசனையைப் பரிந்துரைத்தான். அதன்படி, கர்நாட்டிக்கிலிருந்து மைசூர்படையும் அதைச்சார்ந்தவர்களும் முதலில் வெளியேறி, அதனைக் கம்பெனியின் பிரதிநிதிகளிடம் ஒப்படைத்துவிடுவது. அதேவேளையில் கைதிகளை, மலபார் கடற்கரை உள்ளிட்ட திப்புவுக்குச் சொந்தமானப் பகுதிகளிலிருந்து ஆங்கிலேயர்கள் வெளியேறியபின்பு விடுவிப்பது. இந்த சமாதானம் சாட்லியரால் ஏற்றுக்கொள்ளப்பட்டது. ஆனால் ஸ்டாண்டன் அதை ஏற்கமறுத்தான். ‘திப்புவின் உடமைகளான மலபார் கரையிலுள்ளக் கோட்டைகளை கைதிகளும் மற்றவர்களும் வெளியேறியபின்புதான் திரும்பக் கொடுக்கவேண்டும் என்பதில் பிடியாய் நின்றான். திப்புவின் பிரதிநிதிகள், உடன்படிக்கையின் விதிகளை சுல்தான் பின்பற்றுவார். அனைத்துக் கைதிகளும் விடுவிக்கப்படுவார்கள். அதுவரையில், பிணையீடாக நாங்கள் இருக்கிறோம் என்று தயாரானார்கள். திப்புவின் பிரதிநிதிகள் கொடுத்த இந்த உறுதிமொழியை போதுமானப் பாதுகாப்பு என்று கருதி, மங்களூரைக் காலிசெய்து தருவதற்கு சாட்லியர் ஒத்துக்கொண்டான். ஆனால் ஸ்டாண்டன், பிரதிநிதிகளின் உறுதிமொழியிருந்தும் ஒத்துக்கொள்ள மறுத்துவிட்டான். மங்களூரை ஒப்படைப்பதற்கு முன்னால், கைதிகள் அத்தனை பேரையும் விடுவிக்கவேண்டும் என்று அவன் விரும்பினான்[80]. பிரதிநிதிகள் பலநிலைகளில் விட்டுக்கொடுத்தவர்களாக இருந்தும், இதற்கு ஒப்புக்கொடுக்கவில்லை. திப்புவின் உடமைகளிலிருந்து ஆங்கிலேயர்கள் வெளியேறுமுன்னமே, கர்நாட்டிக்கிலிருந்து மைசூர்படை வெளியேற ஒத்துக்கொண்டவர்கள், கைதிகள் விடுவிப்புத் தொடர்பாக ஆங்கிலேயர்கள் விரும்பிய வகையில் பல்வேறு உத்தரவாதங்களை வழங்கினார்கள். மங்களூர் என்று வரும்போது, அவர்கள் சமாதானத்திற்கு மறுத்ததற்குக் காரணம் இருக்கவே செய்தது. அவர்கள் விரும்புவதுபோல அனைத்துக் கைதிகளையும் விடுவித்தபின்பு, ஆங்கிலேயர்கள் ஒருவேளை திப்புவின் உடமைகளைத் திரும்பித் தரமாட்டார்களோ என்றொரு சந்தேகம் அவர்களுக்குள் இழையோடியிருந்தது. குறிப்பாக மங்களூர். பம்பாய் அரசாங்கம் அதனைத் திருப்பித்தராமல் வைத்துக்கொள்ள உச்சபட்ச விருப்பம் கொண்டிருந்தது. அதனால் மங்களூரிலிருந்து அவர்கள் வெளியேறும்வரை சில இடங்களைக் கையில் வைத் திருக்க வேண்டும் என்று நினைத்தார்கள்.

ஒருவழியாக அவர்களுக்குள் ஒரு உடன்பாடுவந்து, அதன்படி கம்பம் மற்றும் சேத்துப்பட்டுவை அதன் பழைய ஆட்சியாளர்களுக்கே வழங்கிவிடுவது என்று முடிவானது. இதையடுத்து, மேஜர் லிஸாக்த்துக்கு ஆணையாளர்கள் ஒருகடிதம் எழுதி, கம்பத்தை கமர்—உத்—தீன் கானிடம் ஒப்படைக்கும்படி உத்தரவிட்டார்கள். அதுபோல, சேத்துப்பட்டுவை ஆங்கிலேயர்களிடம் ஒப்படைக்கும்படி திப்புவின் பிரதிநிதிகள் உத்தரவை வெளியிட்டார்கள். ஆனால் முக்கியப் பிரச்சனை முடிவெடுக்கப்படாமல் அப்படியேதான் இருந்தது. திப்புவிடம் அதுகுறித்துப்பேசிக் கொள்ளலாம் என்று ஆங்கிலேய ஆணையாளர்கள் மங்களூரிலிருந்து கிளம்பினார்கள்.

நவம்பர் மாதம் 25 ஆம் தேதியன்று ஆரணியிலிருந்து புறப்பட்டவர்கள், டிசம்பர் மாதம் 24 ஆம் தேதியன்று மால்வல்லி வந்தடைந்தார்கள். அங்கிருந்து ஸ்ரீரங்கப்பட்டிணம் சென்று அங்கே அடைபட்டிருக்கும் ஆங்கிலேயக் கைதிகளை முதலில் பார்க்கவிரும்பி, பயணவழியை மாற்றினார்கள். அவர்களுடன் அந்த வழியில் பயணிக்க பிரதிநிதிகள் மறுத்துவிட்டார்கள். சுல்தான் முடிவுசெய்ததுபோல, மத்தூர் வழியாக மங்களூர் செல்லுங்கள் என்றும் ஸ்ரீரங்கப்பட்டிணத்துக்கு நேரடியாகச் சென்றால், கோட்டைக்குள் நுழையவோ கைதிகளைச் சந்தித்துப்பேசவோ அனுமதிக்க மாட்டார்கள் என்றும் அறிவுறுத்தினார்கள்.

பிரதிநிதிகளின் இந்த அறிவுரைக்கு எதிர்ப்பாக, ஆணையாளர்கள் கண்டனம் தெரிவித்தனர். இது மெட்ராஸ் உடன்பாட்டுவிதிகளை மீறுவதாகவும் பெங்களூர் மற்றும் ஸ்ரீரங்கப்பட்டிணத்துக்குச்சென்று பார்வையிடத் தங்களுக்கு உரிமையிருப்பதாகவும் வாதிட்டார்கள். அதே வேளையில் திப்புவின் பிரதிநி—திகள், குறைபடாத உறுதியுடன் தங்கள் செயல் இருப்பதாகக் குறிப்பிட்டு, 'சயீத் சாகிப்புடனான ஆங்கிலேய ஆணையாளர்களின் பேச்சுவார்த்தை வெற்றிகரமாக முடிந்தால், ஆணையாளர்கள் ஸ்ரீரங்கப்பட்டிணம்சென்று திப்புவுடன் இறுதி உடன்படிக்கையைச் செய்யவும் அப்படியே ஆங்கிலேயச் சிறைக்கைதிகளைப் பார்த்துப்பேசவும் ஒரேநேரத்தில் அனுமதிக்கலாம்' என்றிருப்பதைச் சுட்டிக்காட்டினார்கள். ஏனென்றால் ஆரணிப் பேச்சுவார்த்தைத் தோல்வியில் முடிந்துவிட்டது. அதனால் ஸ்ரீரங்கப்பட்டிணம் செல்வதற்கான உரிமை அந்தக் காரணத்தைக்கொண்டு ஆணையாளர்களுக்குத் தரப்படுவதற்கில்லை. மேலும் அவர்களை வரவேற்பதற்கு திப்பு அங்கு இல்லை என்று எடுத்துரைத்தார்கள். ஆனால் இந்த விவாதங்கள் பலனளிக்கவில்லை. ஆணையாளர்கள் தங்கள் வழியில் செல்வதில் உறுதியாகயிருந்தனர். மேலும் அவர்கள் தங்கள் பயணத்துக்குத் தேவையாக 25,000 மணங்கு அரிசியை சேகரிக்கும் திட்டத்தைக் கொண்டிருந்து, அதை செயல்படுத்தவும் தொடங்கியிருந்தனர். அந்தத் திட்டம் வெளியே கசியத் துவங்கியதும், ஆணையாளர்களின் அத்தியாவசியத் தேவைக்கு அதிகமான அரிசியை அவர்களுக்கு வழங்க, பிரதிநிதிகள் மறுத்துவிட்டனர். மேலும் அவர்களுக்கு அரிசியை விற்கக்கூடாது என்று வியாபாரிகளுக்குத் தடையும் போட்டுவிட்டனர். அதையறிந்து கத்திக்கூச்சலிட்டுத் தேய்ந்துபோனவர்கள், ஒருகட்டத்தில் அவர்களின் தேவையான 25,000 மணங்கு அரிசியைக் கொடுக்காவிட்டால், மெட்ராஸுக்குத் திரும்பிவிடுவோம் என்று மிரட்டவும்

செய்தார்கள்[81]. இறுதியில், பிரதிநிதிகள் இந்தப்பூச்சாண்டிகளுக்கு மசியமாட்டார்கள் என்பதை உணர்ந்தார்கள். ஸ்ரீரங்கப்பட்டிணத்துக்குச் செல்வதும் வீண் என்று முடிவுசெய்து, தங்களின் செயல்பாட்டை மாற்றிக்கொண்டார்கள். அதன்பின்பு மங்களூருக்கு நேரடியாகச்செல்லும் திட்டத்தை மேற்கொண்டார்கள்.

ஆங்கிலேய ஆணையாளர்கள் ஸ்ரீரங்கப்பட்டிணம் வருவதை, ஒருசில இராணுவக் காரணங்களுக்காக திப்பு விரும்பவில்லை என்பதே உண்மையாகும். போர்நிறுத்த ஒப்பந்தம் கையெழுத்தாகியிருந்தபோதும் ஆரணிப் பேச்சுவார்த்தை தோல்வியில் முடிந்திருந்ததால், சூழல் இன்னும் சந்தேகத்திற்கிடமாகவே இருந்தது. ஆங்கிலேயர்களுக்கும் மைசூர் படைக்குமிடையிலான உறவு தொங்கலிலேயே இருந்துவந்தது. அமைதி உடனபடிக்கைநோக்கிய நடவடிக்கைகள் பிரகாசமாக இருக்கவில்லை. இந்தச் சூழ்நிலையால்தான் ஆங்கிலேயச் சிறைக்கைதிகளை ஆணையாளர்கள் சந்தித்துப்பேச அனுமதியளிக்கப்படவில்லை. அனுமதிக்கும் பட்சத்தில் ஸ்ரீரங்கப்பட்டிணம்கோட்டைத் தொடர்பானத் தகவல்களும் மற்ற இராணுவ ரகசியங்களும் பெற வாய்ப்பு ஏற்பட்டுவிடும் என்பதும் அனுமதிக்காததற்கு ஒரு காரணமாகும். அதுபோலவே அவர்களின் பெங்களூர் வருகைக்கும் தடைபோடப்பட்டது. பெங்களூரிலும் ஸ்ரீரங்கப்பட்டிணத்திலும் அவர்கள் சிறைக்கைதிகளைச் சந்திக்க அனுமதி மறுக்கப்பட்டபோதிலும், கைதிகளுக்கு அவர்கள் விரும்பியப்பொருட்களை அனுப்ப, அனுமதிக்கப்பட்டனர். அவர்கள் கொடுத்தனுப்பியப் பொருட்கள் பாதுகாப்பாக, கைதிகளிடம் விநியோகிக்கப்பட்டன.

1784 ஆம் ஆண்டு, ஜனவரி மாதம் 1 ஆம் தேதியன்று மால்வல்லியிலிருந்து கிளம்பிய ஆங்கிலேய ஆணையாளர்கள் மங்களூருக்கு பிப்ரவரி 4 அன்று வந்து சேர்ந்தனர். இவ்வாறாக, மெட்ராஸிலிருந்து தங்களின் இலக்கை அடைய, அவர்களுக்கு கிட்டத்தட்ட மூன்று மாதங்கள் தேவையாக இருந்தது. வில்க்ஸ் வழக்கம்போல இந்த நீண்ட காலத்தாமதத்துக்கு, 'வேண்டுமென்றே அவர்களை மெதுவாக வழிநடத்திச் சென்றார்கள்' என்கிறான். ஆனால் இந்தக் குற்றச்சாட்டில் துளியளவும் உண்மையில்லை. நவம்பர் மாதம் 9 ஆம் தேதியன்று மெட்ராஸிலிருந்து கிளம்பிய ஆணையாளர்கள் மோசமான வானிலை, மழை, ஆறுகளில் வெள்ளம் காரணமாக ஒன்பது நாட்கள் கழித்தே ஆரணியை வந்தடைந்தனர். பின்பு மால்வல்லியில் திப்புவின் பிரதிநிதிகளிடம் பயனற்றப்பேச்சைத் தொடர்ந்து பதினைந்து நாட்களுக்கு நடத்தினர். பல நேரங்களில் முடிவுக்கு வரமுடியாமல் திணறி, மெட்ராஸிலிருந்து வழிகாட்டுதல்கள் பெறுவதற்காகக் காத்திருந்து பலநாட்களை வீணடித்தனர். எல்லாவற்றும் மேலாக, அவர்களின் பயணம் நிதானமான முறையில் மெதுநடை போட்டபடிதான் தொடர்ந்தனர். மங்களூர் சென்றடைவதற்கு அவர்களின் போக்கில் சடுதி இருக்கவில்லை. அவர்கள் சுற்றுப்பாதைகளிலும் கடினமானப் பாதைகளிலும் அழைத்துச் செல்லப்பட்டது உண்மைதான். அது அவர்களின் பயணப்போக்கை உள்நோக்கத்துடன் குறைப்பதற்காக அன்று. இராணுவ ரகசியங்களை கருத்தில்கொண்டு, அவ்வாறு அழைத்துச் செல்லப்பட்டார்கள்.

மங்களூரில் அமைதிப் பேச்சுவார்த்தை

பிப்ரவரி மாதம் 13 ஆம் தேதியன்று திப்புவிடம் குறிப்பாணை ஒன்றைக்கொடுத்த ஆங்கிலேய ஆணையாளர்கள், சால்பாய் உடன்படிக்கையின்படி, கர்நாட்டிக்கிலிருந்து வெளியேறி, ஆங்கிலேயச் சிறைக்கைதிகளை விடுவிக்கும்படியும் ஒன்பதாவது விதியை நிறைவேற்றும்படியும் கேட்டுக்கொண்டார்கள். தங்களின் கையிலிருக்கும் திப்புவின் உடமைகளையும் திருப்பிக்கொடுப்பதற்கு அவர்கள் தயாராகவே வந்திருந்தார்கள். ஆனால் அந்தத் திருப்பிக் கொடுத்தல், கர்நாட்டிக்கிலிருந்து வெளியேறுதலுக்கும் ஆங்கிலேயக் கைதிகளின் விடுவிடுப்புக்குமானப் பிரதியல்ல. ஏற்கனவே மராத்திய உடன்படிக்கையின்போது செய்துகொண்ட ஒரு முடிவாகும். எனினும் ஆணையாளர்கள் ஓனூர், கார்வார் மற்றும் வேறுசில பகுதிகளிலிருந்தும் வெளியேறவும் உடனடியாக நூறு ஆங்கிலேயக் கைதிகளை விடுவிக்கவும் உத்தரவிடக் கேட்டுக்கொண்டார்கள். நூறுபேரில் பாதிப்பேர் அதிகாரிகள் அல்லது மேட்டுக்குடியினர். அதுபோல திண்டுக்கல், கரூர் மற்றும் தாராபுரத்திலும் உள்ள உள்நாட்டு மற்றும் ஐரோப்பியக் கைதிகள் அத்தனைபேரும் விடுவிக்கப்படவேண்டும் என்றும் வலியுறுத்தினார்கள். இதனைக் குறிப்பிட்ட ஒரு மாதகாலத்துக்குள் செயல்படுத்த திப்பு மறுத்தால், அவர் போருக்கு ஒத்துக் கொண்டதாகப் பொருள்படுமென்றும், அப்போது ஆங்கிலேயர்களுடன் மராத்தியர்கள் இணைந்து செயல்படுவார்கள் என்றும், இருவரும் இணைந்து, 1783 ஆம் ஆண்டு, அக்டோபர் மாதம் 29 ஆம் தேதியன்று கம்பெனிக்கும் பேஷ்வாவுக்கும் இடையில் ஒப்பந்தமான சால்பாய் உடன்படிக்கையின் ஒன்பதாவது விதியின்படி, அனைத்தையும் சமர்ப்பிக்கக் கட்டாயப்படுத்துவார்கள் என்றும் அறிவிப்பாணையில் குறிப்பிட்டிருந்தனர்.

அந்தக்குறிப்பாணைக்குத் திப்பு, 'அமைதிப்பேச்சுவார்த்தை விரைவில் முடியுமானால், கர்நாட்டிக்கிலிருந்து தான் வெளியேறுவதுடன், நூறு கைதிகளை முதல் தவணையாக அல்ல, அத்தனைக் கைதிகளையும் ஒரே தவணையில் விடுவித்து, ஏதாவது ஆங்கிலேயக் கோட்டைக்கு அல்லது நடுநிலை இடத்துக்கு அனுப்புவதற்குப் பதிலாக, ஆணையாளர்களிடமே ஒப்படைக்கத் தயாராக இருப்பதாக' பதிலிறுத்தார். அத்துடன், சால்பாய் உடன்படிக்கை ஆங்கிலேயர்களுக்கும் மராத்தியர்களுக்குமிடையில் உருவானபோது, விதிகளை இறுதிசெய்வதற்கு எனது கடிதமோ அல்லது பிரதிநிதிகளையோ, ஆங்கிலேய நிர்வாகத்திடம் நான் அனுப்பவில்லை. அப்படியிருக்க என்னைக் கட்டுப்படுத்தாத ஒருவிஷயத்திற்கு எந்த அதிகாரத்தின் அடிப்படையில், கருத்தில் கொண்டு என்னைக் குறிப்பட்டிருக்கிறீர்கள் என்று பதிலிறுத்தார்.

மேலும் அவரது பிரதிநிதிகள், 'பிப்ரவரி மாதம் 14 ஆம் தேதியன்று நடந்தக் கூட்டத்தில் யார் யார் கலந்துகொண்டார்கள். சுல்தான் தன்னிச்சையான அதிகாரம் படைத்தவர். சால்பாய் உடன்படிக்கை அவரைக் கட்டுப்படுத்தாது. தற்போதையப் பேச்சுவார்த்தையை வேறெந்த மாகாணத்துடனும் தொடர்புபடுத்த முடியாது' என்ற தகவலைத் தெரிவித்தனர். ஆனால் ஆங்கிலேயர்கள், 'மராத்தியர்களுடன் சேர்ந்துகொண்டு மைசூர்மீது போர் தொடுப்போம்' என்று பிரதிநிதிகளை

மிரட்டிக்கொண்டிருந்தனர். அதற்குப் பிரதிநிதிகள், 'அப்படியொன்று நடந்தால், திப்பு அவரது கூட்டாளிகளால் நிச்சயம் தனிமைப்படுத்தப்படமாட்டார். பிரஞ்சுப்படை உடனடியாக அவருக்கு உதவ ஓடிவரும்' என்று பதிலடி கொடுத்தார்கள்.

அமைதி உடன்படிக்கைக்கு திப்பு தயாரித்திருந்த நிபந்தனைகளில் பெரும்பாலானவை, அவரது பிரதிநிதிகள் மெட்ராஸிலிருக்கும்போது தயாரித்திருந்த பல குறிப்புகளை ஒத்திருந்தது. அதில் அவர், கர்நாட்டிக்கில் சிலமாவட்டங்களை விட்டுத்தரும்படியும், அயாஜை ஒப்படைக்கவும், தற்காப்பு மற்றும் பாதுகாப்புக்கூட்டணி குறித்தும் கோரிக்கைகள் வைத்திருந்தார். மேலும், 'சிர்காரிடமிருந்து கைப்பற்றியபோது எந்த நிலையிருந்ததோ அதுபோல, மிகத்துல்லியமாக கர்நாட்டிக்கிலிருந்து வெளியேறிவிடுவோம். ஆணையாளர்களால் அனுப்பப்படும் நபர்களிடம் கைதிகள் எங்கே அடைபட்டிருக்கிறார்களோ அங்கேயே உடனடியாக ஒப்படைக்கப்படுவார்கள் என்றிருந்தது. எனினும் 1784 ஆம் ஆண்டு, பிப்ரவரி மாதம் 19 ஆம் தேதியிட்டு ஆணையாளர்களுக்கு அனுப்பப்பட்டக் குறிப்பாணையில், ஆணையாளர்களால் விரும்பப்படும் நான்கைந்து இடங்களில் அனைத்து கைதிகளும் விடுவிக்கப்படுவார்கள். அதற்குத் தயாராக தான் இருப்பதாக நிர்ணயம்செய்து, பிரதியாக ஆங்கிலேயர்கள் கண்ணனூர், ஓனூர், மற்றும் சதாசிவ்கார்க் ஆகிய இடங்களை ஒப்படைக்கவேண்டும் என்று குறிப்பிட்டிருந்தார். இவற்றுடன், ஆங்கிலேயர்கள் திண்டுக்கல் மற்றும் சில இடங்களை திருப்பியளிக்க வேண்டும் என்றும் பாலக்காட்டுக் கோட்டையிலிருந்து புல்லர்டன் எடுத்துச்சென்ற 55,000 பகோடாக்களைத் திருப்பியளிக்க வேண்டும். அப்போதுதான் கர்நாட்டிக்கிலிருந்து முற்றிலுமாக வெளியேற தான் உத்தரவிட முடியும் என்றும் குறிப்பிட்டிருந்தார்.

ஆங்கிலேயச் சிறைக்கைதிகளை விடுவிப்பதற்கும் கர்நாட்டிக்கிலிருந்து வெளியேறுவதற்கும் தொடர்பு இல்லை என்று ஆணையாளர்கள் இந்தக் கோரிக்கைகளைத் தள்ளுபடி செய்தனர். மேலும் 55,000 பகோடாக்களைத் திருப்பித்தர முடியாது என்றும் மறுத்து விட்டனர். கர்நாட்டிக் போரின்போது, மைசூர்படைகள் மிகப்பெரிய சேதத்தை ஏற்படுத்தியதற்கானக் காப்பீடாக அதைக் கொள்ள கம்பெனிக்கு உரிமையிருப்பதாக வாதிட்டனர். எனினும், திப்பு தனது சாம்ராஜ்ஜியத்தில் கம்பெனிக்கு வழங்கவிருக்கும் வருவாய்க்கான உரிமைகளை முன்னிருத்தி, காப்பீடு குறித்தக் கேள்வியை விட்டுக்கொடுத்தனர்.

பிப்ரவரி மாதம் 22 ஆம் தேதியன்று, ஆங்கிலேய ஆணையாளர்கள் திப்புவின் அமைச்சர்களிடம் இருபத்தொன்பது விதிகளடங்கிய உடன்படிக்கையைச் சமர்ப்பித்தனர். அந்த விதிகள் எல்லாமே ஆங்கிலேயர்களின் விரிவானக் கோரிக்கை களாக இதற்குமுன்பு வடிவமைக்கப்பட்டதைப் போலவே உள்ளடக்கியதாக இருந்தன. சால்பாய் உடன்படிக்கையின் அடிப்படையில் பேச்சுவார்த்தை அமையாது என்று அவர்கள் ஒத்துக்கொண்டிருந்தபோதிலும், ஆங்கிலேயச் சிறைக்கைதிகள் விடுவிப்பிலும கர்நாட்டிக்கிலிருந்து மைசூர்படைகள் வெளியேறுவதிலும் தங்களது நடவடிக்கைகளை மாற்றிக்கொள்ள மறுத்து விட்டனர். அதேவேளையில் கர்நாட்டிக் நவாப்பின் அத்தனைக் கோரிக்கைகளையும்

கட்டாயம் நிறைவேற்றவேண்டும் என்று விடாப்பிடியாக இருந்தனர். வேலூரிலிருந்து திரும்பும்போது பிடித்துச் சிறையிலடைப்பட்ட வெங்கடகிரி ராஜாவின் மக்கள் அனைவரையும் அமைதிப்பேச்சு முடிவுக்குவந்த ஒருமாதத்தில் திருப்பி அனுப்பப் படவேண்டும்; அந்த ராஜாவுக்கு கனிகிரி மாவட்டத்தை எளிமையான வருட வாடகைக்கு விட்டுக்கொடுக்க வேண்டும்; மொராரி ராவை விடுவித்து, அவருக்கு ஜாகிர் வழங்கவேண்டும்; கம்பெனி பிரதிநிதி ஒருவரை கம்பெனிச் சிப்பாய்கள் இருவருடன் தன் அமைச்சரவையில் இருப்பதற்கு திப்பு அனுமதிக்கவேண்டும்; சங்கமா கணவாய் வழியாக ஸ்ரீரங்கப்பட்டிணம்—தலைச்சேரி சாலையில் தபால் சாவடிகள் கட்டாயம் நிறுவவேண்டும்; போரின் துவக்கத்தில் சர்தார் கானால் கைப்பற்றப்பட்ட மௌண்ட் டெல்லி கோட்டையையும் மாவட்டத்தையும் தலைச்சேரிக்குத் திருப்பியளிக்க வேண்டும். ஆங்கிலேயர்களுக்கு ஆதரவாக இருந்ததால் துரத்தியடிக்கப்பட்ட கூர்க், சிரக்கால், கோட்டயம் மற்றும் கடத்தநாடு ராஜாக்கள் அவரவர் தேசத்துக்கு வந்து அதே பொறுப்பிலிருக்க ஏது செய்யவேண்டும்; மைசூருக்கு எதிர்ப்பாக ஆங்கிலேயருக்கு உதவியதால், அவர்களைத் துன்புறுத்தக்கூடாது; இறுதியாக, தனது சாம்ராஜ்ஜியத்தில் வர்த்தக உரிமைகளை ஆங்கிலேயர்களுக்கே வழங்கவேண்டுமெனும் கோரிக்கைகள் நீண்டிருந்தன.

வரைவு உடன்படிக்கையின் விதிகளை திப்பு புறந்தள்ளினார். பிப்ரவரி மாதம் 22 ஆம் தேதியன்று ஆங்கிலேய ஆணையாளர்களிடம் பேச்சுவார்த்தை தோல்வியடையந்துவிட்டதாக அறிவித்த திப்பு, அடுத்தநாள் காலை, தான் ஸ்ரீரங்கப்பட்டிணம் கிளம்பவிருப்பதாகத் தகவலையும் தெரிவித்துவிட்டார்[82]. கைதிகளை விடுவிப்பது தொடர்பான விதிகளை அவர் ஒப்புக்கொள்ளவில்லை. பிடிபட்டப் பகுதிகளை பரஸ்பரம் ஒப்படைக்கும் விதியையும் அவர் அங்கீகரிக்கவில்லை. மொராரி ராவ் விடுதலை தொடர்பானக் கோரிக்கையும் மலபார் அரசர்களை மறுபடியும் பதவியில் அமர்த்தும் கோரிக்கைகள் தனது உள்நாட்டு விவகாரங்களில் ஆங்கிலேய நிர்வாகம் தலையிடுவதாகக் கருதினார். தனது சாம்ராஜ்ஜியதில் தபால்சாவடிகள் அமைக்கத் தயாரில்லை என்றும் ஸ்ரீரங்கப்பட்டிணத்தில் கம்பெனியின் பிரதிநிதிக்கு அனுமதியில்லை என்பதிலும் உறுதியாக இருந்தார். அத்துடன் ஆங்கிலேயர்களுக்கு வர்த்தக உரிமை வழங்கும் விதியை முற்றிலுமாக அவர் புறந்தள்ளினார். உரிமை வழங்கும்பட்சத்தில் தனது சாம்ராஜ்ஜியத்தின் ஒட்டுமொத்தப் பொருளாதாரமும், ஆங்கிலேயர்களின் கட்டுக்குள் கொண்டுபோய்விடும் என்று கருதினார்.

திப்பு, ஆங்கிலேயர்களின் கோரிக்கைகளைப் புறந்தள்ளியதுடன் மறுநாள் காலையில் ஸ்ரீரங்கப்பட்டிணத்துக்குக் கிளம்பிவிடுவதாக அறிவித்தது, ஆணையாளர் களை அமைதியிழக்கச் செய்துவிட்டது. என்னசெய்வதென்றுத் தெரியாது குழம்பிப்போனார்கள். மறுபடியும் துவக்கத்திலிருந்து ஆரம்பிக்கவேண்டுமே என்று அலறினார்கள். அதனால் அவர்கள், தங்களின் சமாதானத்துக்கு ஒப்பாத நடவடிக்கைகளை மாற்றிக்கொண்டார்கள். திப்புவின் பிரதிநிதிகளுடன் பலகட்டப் பேச்சுவார்த்தைகளை நடத்தி, ஸ்ரீரங்கப்பட்டிணத்தில் கம்பெனியின் பிரதிநிதி தங்கிக்கொள்ள அனுமதி கேட்டதை முதலில் கைவிட்டார்கள். அதுபோல,

மைசூர் சாம்ராஜ்ஜியத்தில் தபால் சாவடிகள் அமைப்பதையும் கைவிட்டு விட்டார்கள். மொராரி ராவின் விடுவிப்பையும் கூர்க், சிரக்கால், கோட்டயம் மற்றும் கடத்தநாடு அரசர்களை அவரவர் தேசத்தில் மறுமுடி சூட்டும் கோரிக்கையையும் காற்றில் பறக்கவிட்டார்கள். மைசூர் சாம்ராஜ்ஜியத்தில் கம்பெனிக்கான வர்த்தக உரிமைக் கோரிய விதிகளையும் பெருமளவு மாற்றம் செய்து கொண்டுவந்தார்கள். திப்புவும் தன்பக்கத்தில், கர்நாட்டிக் மீதானக் கோரிக்கைகளில் சிலவற்றைத் துறந்து மாற்றங்களைச் செய்து கொண்டார். அயாஜை சரணடையச் செய்யும் கோரிக்கையை வலியுறுத்தவில்லை. பாலக்காடு கோட்டையிலிருந்து புல்லர்டன் அள்ளிச்சென்ற *55,000* பகோடாக்களைத் திரும்பக் கேட்டதையும் விட்டுவிட்டார். மேலும் ஆங்கிலேயக் கைதிகளை அருகிலிருக்கும் ஆங்கிலேயப் பாதுகாவல் மையங்களுக்கு அனுப்புவதாகவும் உறுதியளித்தார். அவர்களின் அணிவகுப்பின்போது, தேவையான உணவுப்பொருட்களுக்கு ஆகும் செலவினை கம்பெனி வழங்கும்பட்சத்தில், விநியோகிப்பதாக ஒத்துக்கொண்டார்.

எண்ணற்றக் கேள்விகளுக்குப் பிறகு, உடன்பாடு ஒருமுடிவை எட்டியது. ஆனாலும் இரண்டு விஷயங்கள் தீர்க்கப்படாமலேயே இருந்தன. அவற்றிற்கு திப்பு எந்தவொரு சலுகையையும் காட்ட மறுத்துவிட்டார். முதலாவது, கம்பெனியுடனானக் கூட்டணி தொடர்பானது. கம்பெனியுடனானத் தாக்குதல் மற்றும் தற்காப்புக் கூட்டணிக் கோரிக்கையை ஏற்க மறுத்துவிட்ட திப்பு, ஆங்கிலேய அரசாங்கமோ அல்லது தனது அரசாங்கமோ மற்றவர்களின் எதிரிகளுக்கு நேரடியாகவோ மறைமுகமாகவோ உதவுவது கூடாது எனும் விதியைச் சேர்க்கச்சொல்லி வலியுறுத்தினார். மராத்தியர்களால் ஆபத்து என்பதை அவர் உணர்ந்திருந்ததால், இந்தவிதியைச் சேர்ப்பதில் அவர் அதிக ஆர்வம் கொண்டிருந்தார். அது ஏற்றுக்கொள்ளப்படாவிட்டால், தான் ஸ்ரீரங்கப்பட்டிணம் புறப்பட ஆயத்தப்படுவதாக தெரிவித்திருந்தார். இந்த அறிவிப்பு ஆங்கிலேய ஆணை யாளர்களை மிகவும் சங்கடமானச் சூழலுக்கு இட்டுச்சென்றது. அவர்கள் அதற்கு மறுப்பு தெரிவித்தால், அது போருக்கு இட்டுச்சென்றுவிடும். ஒத்துக்கொண்டால், கவர்னர் ஜெனரலின் வழிகாட்டுதலுக்கு எதிர்ப்பானதாக ஆகிவிடும்.

எனினும் இறுதியில், திப்புவின் தீர்மானங்களை சிற்சில மாறுதல்களுடன் கவர்னர் ஜெனரலின் உத்தரவுகளுக்கு எதிராக, ஆணையாளர்கள் ஏற்றுக்கொண்டனர். அந்தமுடிவை நெருங்க இரண்டு யோசனைகள் அந்தத்தாக்கத்தை வழங்கின. முதலாவதாக, திப்புவின் கோரிக்கை ஏற்கப்படும்போது, கவர்னர் ஜெனரல் உருவாக்கிக்கொடுத்தத் திட்டத்தின்படி நிஜாம் கம்பெனியின் நண்பனாக இருந்தபோதும், மராத்தியர்களுக்கு பெரும்பாதிப்பு ஒன்றும் ஏற்படப் போவதில்லை. இரண்டாவதாக, ஆங்கிலேயர்களின் அத்தனை முக்கியக் கோரிக்கைகளையும் திப்பு ஏறக்குறைய ஒத்துக்கொண்டிருக்கிறார். ஏதேனும் ஒருவிஷயத்துக்காக அதில் முறிவு ஏற்பட்டால், அது போருக்கு இழுத்துக்கொண்டு போய்விடும்.

இரண்டாவது கேள்வியாக இருந்து கொண்டேயிருந்தது, 'ஆங்கிலேயர்கள் திப்புவின் பிரதேசங்களை மீண்டும் முறையாகத் திருப்பிக் கொடுப்பார்களா?' என்பது. அதில் அவர் சமரசமில்லாமல் இருந்தார். இந்தக் கேள்வியே

துவக்கத்திலிருந்து பேச்சுவார்த்தையின் வெற்றியைத் தடுத்து, தடுமாறவைத்துக் கொண்டிருந்தது. மெட்ராஸ் மற்றும் ஆரணியில் நடந்த ஆணையாளர்களுடனானப் பேச்சுவார்த்தையில் கர்நாட்டிக்கிலிருந்து முழுவதுமாக மைசூர்படை வெளியேற வேண்டும். ஆங்கிலேயச் சிறைக்கைதிகள் விடுவிக்கப்படும்வரை திப்புவின் சாம்ராஜ்ஜியத்துக்கான எந்தப்பகுதியும் ஒப்படைக்கப்படமாட்டாது என்று அறிவிக்கப்பட்டதைப் பார்த்தோம். எனினும் சுல்தான், கர்நாட்டிக்கிலிருந்து மைசூர்படை வெளியேறும் அதேதருணத்தில், மங்களூரில் பிப்ரவரி மாதத்தில் ஆணையாளர்கள் பிரதிநிதிகளிடம் கொடுத்தக் குறிப்பாணையின்படி, தனது பிரதேசத்திலிருந்தும் ஆங்கிலேயப்படைகள் வெளியேறிவிட வேண்டும் என்று வலியுறுத்தினார். குறிப்பாணையில் ஐம்பது அதிகாரிகள் அல்லது மேட்டுக்குடிமக்கள் உள்ளிட்ட நூறு பேரை விடுவித்ததும், ஓனூர் மற்றும் கார்வார் ஆகியப்பகுதிகள் ஒப்படைக்கப்படும் என்று இருந்தது. ஆனால் கரூர், தாராபுரம் மற்றும் அரவாக்குறிச்சி ஆகியக்கோட்டைகள், கர்நாட்டிக்கிலிருந்து முழுமையாக மைசூர்படை வெளியேறியதுடன் அனைத்து ஆங்கிலேயக் கைதிகளை விடுவித்தபின்பே திரும்ப வழங்கப்படும் என்று மாற்றியிருந்தனர். திப்பு இந்த விஷயத்தில் வழக்கம்போல பிடிவாதமாகயிருந்தார். அதன்பின்பு, ஆணையாளர்கள் புதியதொரு பரிந்துரைக்கு வந்தார்கள். கர்நாட்டிக்கிலிருந்து மைசூர்படைகள் வெளியேறும் அதேதருணத்தில் திப்புவின் அனைத்துப் பிரதேசங்களிலிருந்தும் ஆங்கிலேயப்படை வெளியேறிவிடும். ஆனால் திண்டுக்கல், கண்ணனூர் கோட்டைகளை கைதிகளின் பரிமாற்றத்திற்கான ஈடாக வைத்துக்கொள்ளும். இந்தத்திட்டவடிவையும் திப்பு எதிர்த்தார். இந்த விஷயத்தில் ஆங்கிலேயர்கள் தன்னை நம்பாத பட்சத்தில், அவர்களின் செயல்பாடுகளையும் தான் சந்தேகிப்பதாக அறிவித்தார். கைதிகளை விடுவித்த பின்னர், அவர்கள் திண்டுக்கல்லையும் கண்ணனூரையும் விட்டுவிட்டுப் போவார்கள் என்பதற்கு உத்தரவாதம் இல்லை என்று கருதினார். இதையடுத்து, ஐந்து நிபந்தனைகள் கொண்ட ஒருமுன்வடிவை உருவாக்கி, அதில் ஏதாவது ஒன்றை ஆணையாளர்கள் மேற்கொள்ள வேண்டும் என்று முன்வைத்தார். (1) திண்டுக்கல்லும் கண்ணனூரும் ஒப்படைக்கப்படும்வரை திப்புவுடன் ஆணையாளர்கள் இருக்கவேண்டும். மேலும் உடன்பாடு, மெட்ராஸ் அரசாங்கத்தால் முறையாகக் கையெழுத்தாகி தனக்கு வழங்கப்பட்ட பின்பே, அவர்கள் கிளம்ப வேண்டும். (2) திண்டுக்கல்லுக்கு பதிலாக, திப்புவுக்கு தியாகர் அல்லது நெல்லூரை காவல் படையாக அனுமதிக்கவேண்டும். அல்லது மேபூர் மற்றும் சத்கூர் கோட்டைகள். (3) மூன்றில் இரண்டு ஆணையாளர்கள் அல்லது மற்ற இருவராலும் அதிகாரமளிக்கப்பட்ட ஒருவர், கர்நாட்டிக்கிலிருந்து மைசூர்படை வெளியேற்றம் மற்றும் கைதிகள் விடுவிப்புக்குப்பின், திப்புவின் உடமைகள் அவருக்கு திருப்பியளிக்கப்படும்வரை அங்கேயே இருக்கவேண்டும். (4) திண்டுக்கல் அல்லது கண்ணனூரை திருப்பியளிக்க ஆணையாளர் உத்தரவிடவேண்டும். (5) திப்புவின் அதிகாரிகள் முன்னிலையில் கண்ணனூர் திருப்பியளிக்கப்படும் அதேநேரத்தில், ஓனூர் உள்ளிட்ட மற்ற இடங்களும் வழங்கப்பட்டுவிடவேண்டும்.

முதலில் அத்தனை முன்மொழிதல்களையும் ஆணையாளர்கள் நிராகரித்து விட்டார்கள். மார்ச் மாதம் 4 ஆம் தேதியன்று சுல்தானிடம் தங்கள் முடிவையும் சொல்லிவிட்டார்கள். உணர்ந்துபார்க்கும்போது, அவர் முரட்டுத்தனமானவராகத்

தெரியவில்லை. உளறுபவராகவும் இல்லை. அதனால் ஐந்து முன்வரைவுகளும் நிராகரிக்கப்படும்பட்சத்தில் அவர் ஸ்ரீரங்கப்பட்டிணம் சென்றுவிடக்கூடும். அதனால் அவர்கள் இரண்டாவது முன்மொழிதலை சிற்சில மாற்றங்களுடன் ஒத்துக்கொண்டு, நீண்டகாலமாக ஆங்கிலேயப் படைகள் திண்டுக்கல்லிலும் கண்ணனூரிலும் இருப்பதுபோல, ஆம்பூரிலும் சத்கூரிலுமுள்ளக் கோட்டைகளில் திப்புவின் படைகள் இருந்துகொள்ள அனுமதித்தனர். அங்கே இருந்து கொள்வதற் கான உத்தரவுகள் உடனடியாகவும், முறையாகவும் கைதிகளை விடுவித்தபின் ஒருவருக்கொருவர் வழங்கிக்கொண்டனர். அனைத்தும் ஒருபுள்ளிக்கு வந்து ஒப்பந்தம் 1784 ஆம் ஆண்டு மார்ச் மாதம் 11 ஆம் தேதியன்று கையெழுத்தானது.

அமைதி ஒப்பந்தத்தின் எதிர்வினைகளும் ஆணையாளர்களை திப்பு நடத்திய விதமும்

மங்களூர் உடன்படிக்கை, திப்புவுக்கு ராஜதந்திர வெற்றியை ஈட்டித்தந்திருந்தது. மொத்தத்தில் ஆங்கிலேய ஆணையாளர்களிடமிருந்து அவர் தனக்குச் சாதகமானக் கூறுகளையே பெற்றிருந்தார். குறிப்பாணைகளில் குறிப்பிடப்பட்டிருந்த கேவலம் நிறைந்த சால்பாய் உடன்படிக்கையை, பரஸ்பரம் மற்றவர்களின் எதிரிகளுக்கோ, நண்பர்களுக்கோ, நேரடியாகவோ, மறைமுகமாகவோ உதவக்கூடாது என்ற விதியை ஆணையாளர்களை ஏற்கவைத்து, புதைக்கச் செய்துவிட்டார். மைசூர் சாம்ராஜ்ஜியத்துக்குள் வர்த்தக உரிமைக்கோரிய ஆங்கிலேயர்களின் பேராசையை வெட்டிவீழ்த்தினார். இறுதியில், பரஸ்பரம் உடமைகளை மற்றவர்களுக்குத் திரும்பத்தரும் நிகழ்வை ஒரே தருணத்தில் நடத்தவேணடும் என்பதிலும் வெற்றிகண்டார். கர்நாட்டிக்கில் ஏதாவது ஒருமாவட்டத்தைப் பெறும் நோக்கத்தில் அவர் தோற்றுப்போயிருந்தாலும், போரில் ஆங்கிலேயர்கள் கைப்பற்றியிருந்த தனது சொந்த மாவட்டத்தை மீட்டிருந்தார்.

ஆங்கிலேயர்களுக்கும் இந்த ஒப்பந்தத்தில் நியாயத்திற்கு ஒவ்வியவகையில்தான் எல்லாமே நடந்தது. இத்தனைக்கும் ஆங்கிலேயப்படை போர்களின்போது பலத்த அடியைப் பெற்றுவந்திருந்தும், தன்னை ஓரளவு நிலைநிறுத்தியே இருந்துவந்தது. பேச்சுவார்த்தை நடந்து கொண்டிருந்தக் காலத்தில் பொருளாதாரத்திலும் இராணுவ நிலைகளிலும் ஆங்கிலேயர்கள் தங்களை பலப்படுத்திக்கொள்ள முயற்சித்தனர். மைசூர்படையினரால் கைப்பற்றப்பட்ட கர்நாட்டிக்கிலுள்ள பல இடங்களைத் திரும்பப் பெற்றுக்கொண்டனர். கைதிகள் விடுவிப்பையடுத்து, உறுதிமொழியின்படி திண்டுக்கல்லையும் கண்ணனூரையும் தொடர்ந்து வைத்துக்கொள்ள அனுமதிக்கப்பட்டனர். 1770 ஆம் ஆண்டில் கம்பெனிக்கும் ஹைதர் அலிக்கும் இடையிலான உடன்பாட்டின்படி அனைத்து வர்த்தக உரிமைகளையும் புதுப்பித்தும் உறுதியும் செய்துகொண்டனர். மேலும் மௌண்ட் டெல்லி, கள்ளிக்கோட்டை ஆகிய இடங்களின் உரிமையைப்பெற திப்புவின் உறுதிமொழியையும் பெற்றுக்கொண்டுள்ளனர். இவ்வாறாக, அவர்களின் நியாயமான கோரிக்கைகள் நிறைவேறின. முக்கியமற்ற பலகோரிக்கைகள்,

அல்லது திப்புவால் ஏற்கப்பட்டக் கோரிக்கைகளில் அவர்கள் சமாதானமாகிப் போனார்கள். டோட்வெல் சொல்கிறான். 'மிகக்குறுகிய வாசகங்களில் திப்பு பெற்றதைப்போல, மராத்தியர்களிடமிருந்து ஹேஸ்டிங் பெற்றான்.' எனினும் வாரன்ஹேஸ்டிங் தனது குறிப்பேட்டில், 'அவமானகரமான சமாதானம்' என்று குறிப்பிட்டிருக்கிறான். ஆங்கிலேய ஆட்சிமன்றக்குழு இந்த ஒப்பந்தத்தைப் பெருமளவு ஏற்றுக்கொள்ளவில்லை. அதை அவர்கள் இரத்துசெய்யும் நிலைக்குத் தயாரானார்கள். அதை அவர்கள் செய்யாமல் விட்டதற்குக் காரணம், 'கம்பெனியின் விவகாரங்களை குழப்பத்தில் தள்ளிவிடும்' என்று நினைத்ததுதான். அதுவேறில்லாமல், ஏற்கனவே தங்களுக்கானப் பகுதிகளை திரும்பப் பெற்றுக் கொண்டாகிவிட்டது. கைதிகளையும் பரிமாற்றம் செய்தாகிவிட்டது என்பதால், அவர்களால் எதையும் செய்யமுடியவில்லை.

வாரன்ஹேஸ்டிங உண்மையில், மெக்கார்ட்னி விரும்பியதுபோல விரைவான அமைதியை விரும்பவில்லை. அதனால் அவனிடம் எதையும் பகிர்ந்து கொள்ளவுமில்லை. அவனது எதிர்பார்ப்பு காலந்தாழ்த்தி, போரை நீட்டிக்கச் செய்வதாக இருந்தது. திப்புவுக்கும் ஆணையாளர்களுக்குமிடையிலான அமைதிப் பேச்சுவார்த்தை கடைசி நிலையை எட்டியிருந்தபோதிலும், ஒருபுறம் போரை புதுப்பிப்பதற்குத் தயாராக, மராத்தியர்களின் இராணுவ உதவியை எதிர்பார்த்திருந்தான். மறுபக்கத்தில் மெக்கார்ட்னி, மராத்தியர்களின் இராணுவ உதவி குறித்த உறுதியில்லாமலும் போர்நிறுத்தம் புதுப்பிப்பு நடந்துவிடும் என்ற நம்பிக்கையில்லாமலும் இருந்தான். மராத்தியர்களுக்குள் நிலவும் பிரச்சனையால் ஆங்கிலேயப்படைக்கு அவர்களால் உதவமுடியாது என்பதை மட்டும் அவன் அறிந்திருந்தான். திப்புவுடனான புதிய போருக்கு கம்பெனியால் எதையும் நியாயமாகச் சொல்லமுடியாது. கம்பெனியின் நிலையும் அப்படித்தான் இருந்தது. கம்பெனி பெரும் கடனில் மூழ்கிக்கொண்டிருந்தது. அதன் வர்த்தகமும் அடிபட்டுப்போயிருந்தது. இராணுவத்துக்கு ஒன்பதுமாதச் சம்பளபாக்கி. காவல்படைக்கு அதிலும் மேலாக பதினோரு மாத பாக்கி. வங்காள அரசாங்கம் கூட்டின் இறப்புக்குப்பின் எந்தவொரு நிதி உதவியையும் வழங்கவில்லை. முக்கியமாக, நாசமாக்கப்பட்ட கர்நாட்டிக்கே மெட்ராஸ் அரசாங்கத்துக்கான ஒரே நிதி ஆதாரமாக இருந்தது. இதனிடையே, எதிர்காலத்தில் திப்புவுடன் போர் ஏற்பட்டால், வங்காள அரசாங்கத்தால் எதையும் ஒதுக்கீடுசெய்யும் சந்தர்ப்பம் இல்லை என்பது தெளிவாகியது. சொந்த இராணுவத்துக்கு ஆறுமாத பாக்கியிருந்ததால், அவர்கள் கலகத்தில் ஈடுபட்டிருந்தார்கள். இராஜதானியில் பெரும்பஞ்சமும் தலைவிரித்தாடியது. இதையொட்டி வருவாய்த்தளங்களான மெட்ராஸ் அரசாங்கமும், கல்கத்தா அரசாங்கமும் பரஸ்பரம் அவநம்பிக்கையைக் கொண்டிருந்தன. இது குறித்து, மெக்கார்ட்னி எழுதுகிறான். 'அமைதி எங்களுக்குத் தேவையாக இருக்கிறது. இன்னும் சிலமாதங்களுக்குப் போர்நீடித்தால், தவிர்க்கமுடியாதச் செலவுகளால் குவிந்துகிடக்கும் சுமைக்குள் மூழ்கிவிடுவோம்'.

புல்லர்டன் தனது பணியின்போது பெருமளவு வெற்றிகளைச் சாதித்தான் என்பது உண்மை. அது அவனைப் பெருமைப்படுத்தியது. அவனது வெற்றிகளைச் சாத்தியப்படுத்தியது, அவனுக்கு சரியான முறையில் எதிர்ப்பு இல்லாமல்போனது,

அவனுக்குக்கிடைத்த அதிர்ஷ்டம். போர் நடவடிக்கைகளை நிறுத்திவைப்பது தொடர்பானநிலை நீடித்ததால், திப்புவின் பாலக்காடு, கோயமுத்தூர் தளபதிகள் பாதுகாப்பு அளவீட்டை சற்று தளர்த்தியிருந்தார்கள். புல்லர்டன் நடத்தியப் போர்களில் திப்புவையோ அவரது தீரமிக்கத் தளபதிகளையோ அவன் எதிர்கொண்டதில்லை. தொடர்ந்து, ஸ்ரீரங்கப்பட்டிணத்தை நோக்கி படைநடத்துவது அவனுக்கு சந்தேகத்துக்கிடமாகவே இருந்தது. இத்தனைக்கும், செயலாற்றும் வல்லமையுடைய படைத்தளபதிகளின் கீழ், எண்ணிக்கையிலும் வலுவிலும் பெரியதொருப் படையைக் கொண்டிருந்தான். அல்லாமல், ஸ்ரீரங்கப்பட்டிணத்துக்கு நூறு மைல்களே இருக்கும்போது, அவன் தேசத்தின் புவியியலைப் புறக்கணித்தான். அவனது படையினர் பன்னிரண்டுமாதச் சம்பள பாக்கியால் மனம் குமுறிப்போயிருந்தனர். தோல்வி பேரழிவைத் தந்துவிடும் என்பது நிருபணமாகிக் கொண்டிருந்தது. மேலும் மெட்ராஸ் அரசாங்கம், தனது படைப்பிரிவைத் திரும்பப் பெற்றுக்கொண்டது. மறுபக்கத்தில் திப்பு போர் நடத்துவதற்கானத் தயார் நிலையில் இருந்தார். அவரது இராணுவம் பழுதுபடாமல் நல்ல நிலையில் தரமாக இருந்தது. கஜானாவும் நிரம்பி வழிந்தது. போரினால் அவரது சாம்ராஜ்ஜியம் சிறிது சேதாரத்தையும் சந்தித்திருந்தது. அதேவேளையில் அவர் சாத்தியப்படுத்திய வெற்றிகள் அவருக்கு பெருமதிப்பைப் பெற்றுத்தந்திருந்தன. அவரது கூட்டாளியான பிரஞ்சுப்படை பிரிந்து போய்விட்டாலும், அவர் ஆங்கிலேயப்படை குறித்து அச்சப்படவேண்டிய தேவையில்லாத நிலையிருந்தது. இந்திய அதிகாரங்களின் உதவியேதுமின்றியே, அந்த அளவுக்கான வா(ள்)ட்கள் அவரிடம் நிறைந்திருந்தன. இருந்தும் அவர் அமைதி உடன்படிக்கைக்கு ஒத்துக்கொண்டதற்குக் காரணம், தனது அதிகாரத்தை ஒருமுகப்படுத்திக்கொள்ளும் பேரார்வம் அவருக்கு இருந்தது. போரை அனுகூலமாக்கிக்கொண்டு எதற்கும் வளைந்து கொடுக்காமல் பாடுபடுத்தியவர்களையும், தக்கநேரத்தில் தன்னைக் கைவிட்டவர்களையும் கசக்கவேண்டும் என்று கருதினார்.

ஆங்கிலேயர்களின் நிதிநெருக்கடிக்கு எதிராகவும் அவர்களின் இராணுவத்துக்கு எதிராகவும் அனுகூலங்களை அனுபவித்த திப்பு, உடன்படிக்கைக்கு எழுந்தக் கண்டனங்களையும் விமர்சனங்களையும் புறந்தள்ளினார். அதற்குக் காரணம், ‘அவர்களைத் தோல்வி கோபம்கொள்ளச் செய்கிறது என்றும் உடன்படிக்கை, நிகழ்ச்சித் தொகுப்பாளரின் கையில் அகப்பட்ட விளக்கவுரை போலவும் ஆகிவிட்டதாக’க் கருதினார். திப்பு தனது பிரதிநிதிகளை மிகமோசமாக, கௌரவக் குறைவாக நடத்தினார் என்றும் சொல்லப்பட்டது. அவர்களுக்கானத் தூக்குமேடையை முகாமுக்குள் நிர்மாணித்தார் என்றும், எப்போதுமே அவர்களை அச்சத்தின் பிடிக்குள் இருக்கச் செய்தார் என்றும் செய்திகள் பரப்பப்பட்டன. ஆனால் இந்தப்புனைவுகளுக்கு எந்தவொரு அடிப்படையும் இருக்கவில்லை. ‘உணர்ச்சிகொள்ளும் அளவிலானக் கற்பனைக்கு மூலமாக மெக்லாய்ட் இருந்தான்’ என்று டோட்வெல் கூறுகிறான். அவனே, ‘இந்தக் கற்பனைகள் பல்வேறு வடிவங்கள் எடுத்து, பம்பாய் வழியாக கல்கத்தாவுக்குக் கடத்தப்பட்டன. அதில் அசாதாரணமானக் கற்பனைகளாக, கைதிகளைக் கொடூரமாக நடத்த திப்பு இசைந்தார் என்று மெருகேற்றியிருந்தனர்’ என்கிறான். ‘மெமயர்ஸ் ஆஃப் ஜான் கேம்பல்’ நூலில், ‘சதித்திட்டம் தீட்டியவர்களில் எழுபது அல்லது எண்பதுபேரை

கிப்பெட் என்றழைக்கப்படும் தூண்களில் தொங்கவிட திப்பு உத்தரவிட்டார். அந்த கிப்பெட் தூண்கள், ஆங்கிலேய ஆணையாளர்கள் மங்களூர் சென்றடைந்தபோதும் அங்கேயே இருந்தன. தூக்குக்குறித்தக் கதைகளை ஆணையாளர்கள் காதுக்கும் எட்டும்படி உலவவிட்டு, அமைதிப்பேச்சு தங்களுக்கு சாதகமாக இருக்கவேண்டும் என்று திப்பு எதிர்பார்த்தார்' என்று எழுதியிருக்கிறான். மெக்கார்ட்னி தனது நூலில், 'கிப்பெட் என்றழைக்கப்படும் தொங்கவிடும் தூண்கள் கதவுகளின் முன்போ அல்லது முகாம்களிலோ நிர்மாணிக்கப்பட்டிருக்கவில்லை. ஆனால் மங்களூருக்கு அடுத்தாற்போல சில இடங்களில் கிப்பெட்டுகள் இருந்தன. திப்புவுக்கு எதிராக விலகிச்சென்று சதித்திட்டம் தீட்டியவர்கள், சமீபத்தில் தூக்கிலிடப்பட்டார்கள். உயரமான இடத்தில் அமைக்கப்பட்டிருந்த அந்த கிப்பெட்டுகள் மங்களூரைச் சுற்றிப் பல மைல்களுக்கு, கோட்டைகளுக்கும் திப்புவின் முகாமுக்கும் தெரியும்படியாக இருந்தன. திப்புவின் சாம்ராஜ்ஜியத்துக்குள் தங்கியிருந்த ஆங்கிலேய ஆணையாளர்கள் தங்கள் விருப்பத்துடன்தான் அந்த இடங்களைப் பார்வையிட்டனர்' என்று எழுதுகிறான். ஆணையாளர்கள் மீது அப்படியொரு அவமரியாதை சுமத்தப்பட்டிருந்தால், 'அது எங்கள் ஆணையாளர்களின் கவனத்துக்குவராமல் போயிருக்காது. அது கம்பெனியை பாதித்திருக்கும். அல்லது பேச்சு வார்த்தையை. மங்களூர் குறித்தத் தகவல்களை நடப்போடு விவாதம் செய்யும் அளவுக்கும் பிரச்சனைகளைப் பகிர்ந்து கொள்ளுமளவுக்கும் அங்கே இடமிருந்தது. கஷ்டம் என்று சொல்லப்பட்டதெல்லாமே அறிவற்றவர்களின் யூகம். அவை தரமற்ற அறிக்கைகளைக் கொடுக்கச் செய்தது. பொருளற்றவகையில் சந்தேகத்திற்கிடமானச் செய்திகளைத் தாண்டி, உடன்படிக்கைக் குறித்து முடிவெடுப்பதற்கு ஆணையாளர்களுக்கு சுதந்திரமிருந்தது. அவர்களும் தங்கள் முழு அறிவுத்திறனை பயன்படுத்திக் கொண்டார்கள். அதனாலேயே நடந்திருக்க முடியாதக் கட்டுக் கதைகளைத் தாண்டி, தங்களின் அறிவாண்மையை நிரூபிக்க முடிந்தது.'

அதுபோலவே, ஆங்கிலேய ஆணையாளர்கள் கண்ணியக்குறைவாக நடத்தப்பட்டார்கள் என்றும் மங்களூருக்குச் செல்லும் வழியில் அவர்களுக்கு வேண்டுமென்றே அசௌகரியங்களைத் தந்தார்கள் என்றும் சொல்லப்படுவதில் உண்மையில்லை. அவர்கள் மங்களூருக்குப் போவதை உள்நோக்கமாகக் கொண்டிருக்கிறார்கள் என்பது திப்புவுக்குத் தெரியவந்ததுமே, அவர்களின் தகுதிக்கேற்ப வரவேற்பு நல்கி, அவர்களின் நலத்தைப் பேணுங்கள் என்று தனது அதிகாரிகளுக்கு உத்தரவிட்டார். அதுபோலவே, அவர்கள் மைசூர் மண்ணில் காலடிவைத்த நிமிடத்திலிருந்து, கருத்தாகக் கவனிக்கப்பட்டதுடன் விருந்தோம்பலும் செய்யப்பட்டது. கால்வே தனது 1783 ஆம் ஆண்டு நவம்பர் மாதம் 14 ஆம் தேதியக் குறிப்பில், 'ஆணையாளர்களை திப்புவிடம் *அமில்தார்* பொறுப்பிலிருக்கும் ஒருவர் மிகநன்றாகக் கவனித்துக்கொண்டார்' என்று எழுதுகிறான். ஆரணியிலிருந்து ஆணையாளர்கள், 'மகிழ்ச்சிக் கொண்டாட்டத்துடனும் கீழ்த் திசைநாடுகளின் பணிவுடனும் நாகரீக பண்புடனும் பதிமூன்று குண்டுகள் முழங்க, அணிவகுப்பு மரியாதையுடன் வரவேற்கப்பட்டோம். மீர் முயின்—உத்—தீனின் முகாமிலிருந்து வந்த முதல்நிலை அதிகாரிகள் எங்களைச் சந்தித்தனர். உடனடியாகச் சிற்றுண்டி அனுப்பப்பட்டது. ஓய்வுக்குப் பின், கணிசமான அளவில் உணவு அளிக்கப்பட்டது'

என்று குறிப்பிட்டுள்ளனர். ஆரணி மாநாடு தோல்வியில் முடிந்தபின்புகூட, சுல்தானின் கோரிக்கைகளை ஏற்க மறுத்துவிட்ட பின்பும் அந்த இடத்திலிருந்து அவர்கள் கிளம்பும்போது, அவர்களுக்கும் அவர்களின் செயலாளர் ஜாக்ஸனுக்கும் சயீத் சாகிப் ஆடைகளைப் பரிசளித்தான். சால்வைகளையும், நகைகளையும் மோதிரங்களையும் பரிசாகக் கொடுத்தான். ஆளுக்கு 4,000 ரூபாயை ரொக்கமாகத் தந்து கௌரவித்தான். மால்வல்லியிலிருந்து மங்களூர் செல்லும் வரையில் அவர்கள் கடினமானச் சுற்றுப்பாதையில் அழைத்துச் செல்லப்பட்டனர் என்று சொல்லப்படுவதில், சந்தேகமில்லை. அது இராணுவக் காரணங்களுக்கானது என்று குறிப்பிடப்படுகிறது. எனினும் பயணத்தின்போது, ஆணையாளர்களுக்கு அனைத்து வசதிகளும் செய்து கொடுக்கப்பட்டன. அவர்கள் சுதந்திரமாக அனைத்து இடங்களுக்கும் சென்றுவந்தனர். பயணத்தில் நிதானமானப் போக்கைக் கடைப்பிடித்த அவர்கள், தினந்தோறும் குதிரை சவாரியிலும் வேட்டையாடு தலிலும் ஈடுபட்டனர். அவர்கள் மங்களூர் வந்தடைந்தபோது, குண்டுகள் முழங்க அணிவகுப்பு நடத்தப்பட்டு கௌரவிக்கப்பட்டார்கள்.

திப்புவாலும் அவரது அதிகாரிகளாலும் ஆணையாளர்கள் பெருந்தன்மையுடன் நடத்தப்பட்டது, அந்தநேரத்தில் யாருக்கும் தெரியவர வாய்ப்பில்லாமல் போனது. அதேவேளையில் மெக்லாய்டாலும் மற்றவர்களாலும், ‘ஆங்கிலேய ஆணையாளர்களும் சிறைக்கைதிகளும் துன்புறுத்தப்பட்டார்கள்’ என்ற உலவவிட்டப் பொய், இந்திய மற்றும் இங்கிலாந்து ஆங்கிலேயர்களால் உண்மையாக எடுத்துக்கொள்ளப்பட்டது. அமைதிப்பேச்சுவார்த்தை துவக்கத்தில் தோல்வியடைந்து, அதனால் கம்பெனிக்கு எந்தவொரு லாபமும் இல்லாமல்போனக் கசப்பில், ‘இது தற்காலிகப் போர்நிறுத்தம். இது நீண்டநாட்களுக்கு நீடிக்காது’ என்றெல்லாம் பேசினார்கள். இன்னஸ் மன்றோ, ‘கம்பெனி, திப்புவுடன் இறுதி செய்திருக்கும் ஒப்பந்தம் தற்காலிகமானதுதான் என்று நம்புகிறேன்’ என கம்பெனி அதிகாரிகளின் உணர்வுக் குரலாகத்தான் ஒலித்தான்.

---

72. Ibid., Nos. 678, 713. கிஷன் ராவ் திப்புவின் பிரதிநிதிகளை மெட்ராஸில் சந்திக்க விரும்பினான். ஆனால் அவர்கள் சந்திப்பிற்கு மெக்கார்ட்னியின் அனுமதி வேண்டும் என்று கூறிவிட்டார்கள். உண்மையிலேயே திப்புவோ ஆங்கிலேய அரசாங்கமோ பிரஞ்சின் இடையீட்டை விரும்பவில்லை. (See. C2 233, Bussy to de Castries, Sept. 28, 1783, No. 19, and Ibid., Martin to Bussy, Oct. 6 & 9, 1783, No.3).

73. இந்த உடன்படிக்கையின்படி பேஷ்வா ஹைதர் அலியிடம் ஆங்கிலேய சிறைக்கைதிகள விடுவிக்கச் சொல்லி வற்புறுத்தினான். அதுபோல ஆங்கிலேயர்களிடமிருந்தும் அதன் கூட்டணிகளிடமிருந்தும் கைப்பற்றப்பட்ட பகுதிகளை திருபி ஒப்படைக்கவேண்டும் என்றும் கட்டாயப்படுத்தப்பட்டது. (For more details see Aitchison, Treaties, vi. P. 40).

74. M.R., Mly. Cons., March 5, 1783, Bengal to Madras, vol. 86B, pp. 1022-24.

75. Ibid., feb. 11, 1783, President's Minute, vol. 86A, pp. 609-11; see also Select Committee's instructions to Sambhaji, pp. 635-36.

76. Ibid., March 9, 1783. President's Minute, vol. 87A, pp. 1064-65; Ibid., feb. 1783, President's Minute, vol. 86B, pp. 904-05.

77. N.A., Sec. Pro., April 1, 1783, Hasting to Select Committee, March 24.

78. Macartney Papers, Bodleian, MS. Eng. His. C. 77 ff.28b seq.

79. Cited inDas Gupta, Studies in the History of the British in India, pp. 146-47, and footnote 30.

80. Ibid., pp. 130 seq. மெட்ராஸ் அரசாங்கத்துக்கு இந்தத் தகவல் போனதும் ஸ்டாண்டனின் கருத்து உறுதி செய்யப்பட்டது. சாட்லியருக்கும் ஸ்டாண்டனுக்குமிடையில் பேதம் வலுத்துவிட்டதால் ஹட்டில்ஸ்டோன் என்ற மூனறாவது ஆணையாளர் பெரும்பான்மை அடிப்படையில் முடிவெடுக்க நியமிக்கப்பட்டார்.

81. Ibid., p. 504. அரிசி கையிருப்பில் இல்லாததால் கொடுக்க முடியவில்லை என்று ஆணையாளர்களிடம் சொன்ன திப்புவின் பிரதிநிதிகள் அரிசிக்கு பதிலாக நிறையவே குதிரைக் கொள்ளு வழங்க முடியும் என்று சிரித்துக்கொண்டே சொன்னார்களாம்.

82. வர்த்தக உரிமை குறித்த விவகாரங்கள் பம்பாய் அரசாங்கத்தின் அறிவுரைப்படி சேர்க்கப்பட்டவை. வர்த்தகத்தைப் பாதுகாத்துக் கொள்ள கேலாண்டார் மற்றும் ராவன்ஸ்கிரப்ட் எனபவர்களை ஆணையாளர்களாகவும் நியமித்து அவர்களை மங்களூருக்கும் அனுப்பி வைத்தது, பம்பாய் அரசாங்கம்.

5
சதிகளும் கலகங்களும்

தந்தைக்குப் பின்பு திப்புவின் பதவியேற்பு முற்றிலும் அமைதியாக நடந்து முடிந்தது. அவரது இளைய சகோதரன் அப்துல் கரீமை ஆட்சியிலமர்த்தும் வலிமை குன்றிய, முறையானத் திட்டமிடலில்லாத சம்பவத்தைத் தவிர்த்து, திப்புவுக்கு எதிராக வலிமையான சவால்கள் ஏதுமிருக்கவில்லை. ஆனால், அவர் ஆங்கிலேயர்களுக்கு எதிராக மலபார்க்கரையில் போரில் ஈடுபட்டிருந்த போது, ஸ்ரீரங்கப்பட்டிணத்தில் இந்து சாம்ராஜ்ஜியத்தை மீண்டும் நிறுவுவதற்கானத் திட்டமிடப்பட்ட பயங்கரச் சதியொன்று அரங்கேறியது. கோயமுத்தூர் மாகாணத்தில் தபால் மற்றும் காவல்துறைக்குத் தலைவராக இருந்த சிங்கையா, ஸ்ரீரங்கப்பட்டிணத்தில் தலைமை அதிகாரியாகயிருந்த ரங்கா அய்யங்கார், தலைநகரின் வேலைவாய்ப்பு, சம்பளம் மற்றும் நகரத் தலைமை அதிகாரி நரசிங்க ராவ், தேவராஜின் சந்ததியான சுபராஜா அர்ஸ் ஆகியோர் கூட்டுச் சதியின் தலைவர்களாக இருந்தனர். அவர்கள் ரங்கா அய்யங்காரின் சகோதரரான சாமா அய்யங்காருடன்—செல்லமாக, சாமையா—வலுவானத் தொடர்பில் இருந்தனர். மைசூரின் தபால் மற்றும் காவல்துறை அதிகாரியான அவர், திப்புவுடன் மங்களூரில் இருந்தார். அவர்கள் அத்தனை பேருமே திருமலா ராவ், மராத்தியர்கள் மற்றும்

ஆங்கிலேயர்களுடன் ரகசியத் தொடர்பு வைத்திருந்தனர்[83]. திருமலா ராவுடன் கோயமுத்தூரிலிருக்கும் சிங்கையா வழியாக பேச்சுவார்த்தைகள் தொடர்ந்தன. 1783 ஆம் ஆண்டு, ஜுலை மாதம் 24 ஆம் தேதியன்று, படை வீரர்களுக்கானச் சம்பளநாள். ஆயுதங்கள் ஏதுமின்றி படைவீரர்கள் கச்சேரியின் முன்பாக சிதறிக் கிடப்பார்கள். அந்தநாளில், தாக்குதல் நடத்தி, எளிதாக ஆட்சியைக் கைப்பற்றிவிடலாம் என்று கருதியிருந்தார்கள்[84].

இந்தச்சதியை மேலெடுத்துச் செய்யும் பொறுப்பு நரசிங்க ராவிடம் இருந்தது. ஸ்ரீரங்கப் பட்டிணத்தின் ஆளுநர் சயீத் முஹம்மத் மாஹ்தவி, கோட்டையின் தளபதி அசாத் கான், மற்றும் திப்புவின் நம்பிக்கைப் படையினரைக் கொன்றுவிட்டு, கோட்டையையும் கஜானாவையும் கைப்பற்றுவது அவர்களின் திட்டம். ஸ்ரீரங்கப்பட்டிணத்தில் சிறை வைக்கப்பட்டுள்ள ஆங்கிலேயக் கைதிகளிடம், 'அவர்களை ஒட்டுமொத்தமாக விடுவித்து, மாத்யூவிடம் ஒப்படைப்பதாக' நம்பிக்கையும் அளித்திருந்தனர். புல்லர்டன் முன்கூட்டியே ஸ்ரீரங்கப்பட்டிணத்துக்கு வந்து, பழைய சாம்ராஜ்ஜியத்தை மீண்டும் நிறுவுவதற்கு உதவுவதாகத் திட்டம் வைத்திருந்தான். ஆனால் அவர்களின் திட்டம், பிசகிப்போனது. ஜுலை மாதம் 23 ஆம் தேதியன்று இரவு அலுவலகத்திலிருந்து வீட்டுக்கு கவர்னர் சயீத் முஹம்மத் மாஹ்தவி திரும்பிக்கொண்டிருந்த போது, சதித்திட்டம் குறித்த ரகசியத்தகவல் சுபேதார் ஒருவனால் அவனிடம் தெரிவிக்கப்பட்டது. சயீத் முஹம்மத் மாஹ்தவி உடனடியாகச் செயல் நடவடிக்கையில் இறங்கினான். ஆங்கிலேயர்களுக்கு அனுப்பத் தயாராகயிருந்த படைப்பிரிவொன்றை வழிமாற்றி, ஸ்ரீரங்கப்பட்டிணத்துக்கு அழைத்துச்சென்றான். அங்கேயிருந்த முக்கியமானச் சதியாளர்கள் அத்தனை பேரையும் கைது செய்தான். சதியில் ஈடுபட்டு ஆட்சிமாற்றம் செய்வதற்காக கோயமுத்தூரிலிருந்து வந்திருந்த சிங்கையாவுக்கும் மற்றும் பலருக்கும் உடனடியாக மரண தண்டனை வழங்கப்பட்டது. திப்புவிடமிருந்து உத்தரவு வந்ததும் நரசிங்க ராவ் தூக்கிலிடப்பட்டான். சதிக்கு உடந்தையாக இருந்தது நிரூபணம் ஆனதும் சாமா அய்யங்கார், இரும்புக்கூண்டில் அடைக்கப்பட்டு ஸ்ரீரங்கப்பட்டிணம் அனுப்பப்பட்டான். அங்கே அவனும் அவனது சகோதரன் ரங்கா அய்யங்கார் இருவரும் தனித்தனிக் கூண்டுகளில் அடைக்கப்பட்டனர். திப்பு பதவியேற்பின்போது, ஸ்ரீரங்கப்பட்டிணத்தின் கவர்னராகயிருந்த முஹம்மத் சிதாப், சதிக்கு இணங்கியதாக நம்பப்பட்டு சிறையில் அடைக்கப்பட்டான். பின்னர் அவனுக்குத் தொடர்பில்லை என்று நிரூபணமானதும் விடுவிக்கப்பட்டான்[85].

இந்தச் சதித்திட்டம் முறியடிக்கபட்ட நான்காவது மாதம், 1783 ஆம் ஆண்டு நவம்பர் மாதம் மற்றொரு சதித்திட்டம் வெளிச்சத்துக்கு வந்தது. மைசூர் காலாட்படையின் முக்கியத் தலைவனாக இருந்த முஹம்மத் அலி அதற்குத் தலைமை வகித்தான். மனோதிடத்துக்காகவும், வெளிப்படையானப் பேச்சுக்காகவும், ஏழைகளிடம் காட்டிய எல்லையற்றப் பெருந்தன்மைக்காகவும் அவன், ஹைதர் அலிக்கு விருப்பமானவனாக இருந்தான். இருந்தபோதிலும், தனது எஜமானருக்கு எதிராக சர் ஐர் கூட்டுடன் சேர்ந்து சில்லறைத்தொகை 2,000 ஹன்களுக்காக சதித்திட்டத்தில் ஈடுபட்டான். கபடமாக, சதியாலோசனையில் ஈடுபட்டது கண்டுபிடிக்கப்பட்டதும், பொறுப்பு அவனிடமிருந்து பறிக்கப்பட்டது.

எனினும், பொல்லிலூர் போரில் அவன் திறமையைக் காட்டி, தனது பதவியைத் தக்கவைத்துக் கொண்டான். ஹைதர் அலியின் மரணத்துக்குப் பின்பு, திப்புவின் நம்பிக்கைக்கும் பாத்திரமாகி, அவரது பிரியமானவர்களில் ஒருவனாகவும் தொடர்ந்தான். இருந்தபோதிலும், ஆங்கிலேயர்களுடன் சேர்ந்துகொண்டு நடத்திய சதிவேலையைத் துண்டித்துக் கொள்ளவில்லை. மங்களூரில் மைசூர்படையினர் முகாமிடுவதற்கு முன்பு, முஹம்மத் அலி கடற்புரத்துக்குப் பொறுப்பாக இருந்தான். திப்புவின் அனுமதியில்லாமல் கடல்பகுதியிலிருந்து கோட்டைக்குள் யாரும் நுழைந்துவிடாமல் பாதுகாப்பது, அவனுக்குப் பணியாக வழங்கப்பட்டிருந்தது. ஆனால் அவன் மெக்லாய்டை கோட்டைக்குள் அனுமதித்ததும் அல்லாமல், கேம்பெல்லுடன் ஒத்துழைத்து, உதவிகள் குறித்தும், பாதுகாப்பு குறித்தும் தகவல்களைப் பரிமாறினான். மங்களூரில் காவல்படையை வலுப்படுத்துவதற்கும் திப்புவின் இராணுவத்தைத் தாக்குவதற்கும் உதவுவதாக, மெக்லாய்டுடன் ஓர் ஒப்பந்தம் செய்துகொண்டான். இந்தச்சேவைகளுக்காக, முஹம்மத் அலி இருபதாயிரம் ரூபாய் ரொக்கமாகவும், பதினைந்தாயிரம் ரூபாய்க்கு ஜாகிரும் பரிசாகப் பெற்றான். காஸிம் அலி என்ற ரூஸ்தும் அலி பேக், திப்புவின் முன்னாள் மங்களூர் படைத்தலைவனும் முஹம்மத் அலியின் பிரதான சீடனுமான அவன், மங்களூரை ஜாகிராகப் பெற்றான். திப்புவை கேம்பெல்லின் கையில் ஒப்படைப்பதாகச்சொன்ன முஹம்மத் அலி, கோட்டையிலிருந்து இருநூறு அல்லது முந்நூறுபேரை அனுப்பத் தயாராக வைத்திருக்குமாறு கேட்டுக் கொண்டான். கேம்பெல்லுக்கு, முஹம்மத் அலியின் நேர்மையிலும், வாய்மையிலும் சந்தேகம் இருந்தது. நிகழ்வில் ஏதேனும் ஓரிடத்தில் தவறு நேர்ந்தாலும் படைப்பிரிவுக்கு ஆபத்து ஏற்பட்டு, பெரும் அபாயத்தைச் சந்திக்க வேண்டியிருக்கும் என்று உணர்ந்தான். அதனால் திட்டத்தைக் கைவிட்டுவிட்டான். எனினும், ‘முஹம்மத் அலியின் நோக்கங்களை முழுமையாக அறியாமல் தவறவிட்டுவிட்டேன். துணிச்சலான அந்தமனிதனின் உண்மைக்குணத்தை நான் தெரிந்துகொள்ளாமல் போனேன்’ என்று கேம்பெல், பின்னர் வருந்தினான்.

திட்டத்தைச் செயல்படுத்துவதற்காக மெக்லாய்ட், தலைச்சேரியிலிருந்து படைகளைத் திரட்டிக்கொண்டு வந்தான். கடற்பகுதிக்கு வரும்போது, சதித்திட்டம் நடத்த குறிப்பிட்ட சிலநாட்களுக்கு முன்பு, முஹம்மத் அலியும் காஸிம் அலியும் சதித்திட்டம் வெளியாகி, கைது செய்யப்பட்டுவிட்டத் தகவலையறிந்தான். சதித்திட்டம் கண்டறியப்பட அங்கு நிலவிய சூழல்களில் சில: மங்களூர் கோட்டையை எந்தவித எதிர்ப்புமில்லாமல் ஆங்கிலேயர்களிடம் காஸிம் அலி விட்டுக் கொடுத்தது தொடர்பாக ஒருவிசாரணையும், அத்துடன் காஸிம் அலியின் நடத்தைக் குறித்தும் விசாரணை நடத்த திப்பு உத்தரவிட்டிருந்தார். விசாரணைக் குழு அவன் இராஜதுரோகம் செய்திருப்பதை உறுதிசெய்தது. அவனை, மைசூர்படைகளின் முன்னிலையில் தூக்கிலிட உத்தரவிட்ட திப்பு, ‘இந்தமரணம், விஷமம் நிறைந்த மற்றவர்களுக்கு எச்சரிக்கையாக இருக்கட்டும்‘ என்றார். ஆனால் மரணதண்டனை நிறைவேற்றப்படுவதற்கு முன்பு, தண்டனை நிறைவேற்றப்படும் இடத்துக்கு வந்த முஹம்மத் அலி, காஸிம் அலியின் கைவிலங்குகளை வெட்டியெறிந்து, அவனை யானைமீது ஏற்றிக்கொண்டு கோட்டை நோக்கிப்போனான். அவனது, ‘இந்த நடவடிக்கை சுல்தானுக்கு எதிரானது‘ என்று

இராணுவத் தலைமையதிகாரிகள் அவனுக்கு அறிவுரை சொன்னார்கள். ஆனால் அவன் செவிசாய்க்கவில்லை. தனது வாளை நாலாபக்கமும் வீசி, குழுமியிருக்கும் படையை தனக்குப்பின்னால் அணிவகுக்கச்சொல்லி உத்தரவிட்டான். பெரும் எண்ணிக்கையிலான வீரர்கள் அந்த உத்தரவுக்குக் கட்டுப்பட்டார்கள்.

நடக்கும் சங்கதிகளைக் கேள்விப்பட்ட திப்பு, சயீத் சாகிப், காஜி கான் மற்றும் சில படையினரையனுப்பி, கலகக்காரர்களைத் தொடரச் சொன்னார். அவர்களைக் கைது செய்து அழைத்து வந்தார்கள். சுல்தானின் இந்த நடவடிக்கையால், முஹம்மத் அலியின் ஆதரவாளர்களில் பலர் ஓடியொளிந்து கொண்டனர். பலர் அவர்களாகவே சரணடைந்தனர். மற்றவர்கள் கைது செய்யப்பட்டனர். காஸிம் அலியும் அவனுக்கு உடந்தையாக இருந்தவர்களும் தூக்கில் போடப்பட்டார்கள். முஹம்மத் அலி கைதியாக ஸ்ரீரங்கப்பட்டிணத்துக்கு அனுப்பப்பட்டான்[86].

ஆனால் பயணவழியில் அவன் வைரத்தூளை உட்கொண்டு தற்கொலை செய்துகொண்டான். அவனது பொருட்களுடன் ஒரு சிறியபெட்டி கண்டெடுக்கப் பட்டது. அதிலிருந்த ஒரு கடிதம், நெடுங்காலமாக அவன் ஹைதர் அலிக்கும் திப்பு வுக்கும் எதிராக ஆங்கிலேயர்களுடன் சதியில் ஈடுபட்டதை வெளிச்சப்படுத்தியது.

பாலத்தில் கலகம்

ஆங்கிலேயர்களுடன் அமைதியை ஏற்படுத்திக் கொண்டதும், திப்புவின் கவனம் மலபார் கிறிஸ்தவர்களின் மீது திரும்பியது. இரண்டாவது ஆங்கிலேய—மைசூரின் போரின்போது, போர்த்துக்கீசியர்களின் தூண்டுதலால் திப்புவுக்கு எதிராக, அவர்கள் சதிச்செயல்களில் ஈடுபட்டிருந்தனர். இந்துக்களையும் முஸ்லீம்களையும் கட்டாயப்படுத்தி, கிறிஸ்தவத்துக்கு மதம்மாறச் செய்தனர். அவர்களை அடக்கிவிட்டு, பாலத்தில் எழுந்தக்கலகத்தை ஒடுக்க திப்பு புறப்பட்டார்.

1762 ஆம் ஆண்டில் ஹைதர் அலி பாலத்தைக் கைப்பற்றினார்.[87] ஆனால் அதன் நிர்வாகத்தை 'ஆண்டுக்கு 5,000 பகோடா கப்பம் கட்டவேண்டும்' என்ற நிபந்தனையுடன் பாளையக்காரர்களிடமே விட்டிருந்தார். ஆனால் இரண்டாவது ஆங்கிலேய—மைசூர் போரின் போது பாலத்தின் பாளையக்காரனாக இருந்த கிருஷ்ணப்ப நாயக், மைசூர் அரசாங்கத்துக்கு எதிராகக் கலகம் செய்து ஆங்கிலேயர் களுடன் கூட்டு சேர்ந்து கொண்டான். அப்போது திப்பு மங்களூரில் இருந்தார். கிருஷ்ணப்ப நாயக் செலுத்த வேண்டியக் கப்பத்தை செலுத்த வைக்கவும், அவனது வளைந்து கொடுக்காதத் தன்மையை மாற்றவும் முயற்சித்தார். அது பலனில்லாமல் போய்விட்டது. அப்போது, ஆங்கிலேயர்களுடன் போரில்லாமல் இருந்த திப்பு, பாளையக்காரனைத் திருத்தும் நோக்கத்தோடு தண்டிக்க முடிவுசெய்தார். அவன் தலைநகரை பின்புறத்திலிருந்து தாக்க சயீத் ஹமீதுக்கு உத்தரவிட்டார். அவரே தலைநகரின் முன்பக்கத்தில் அணி வகுத்தார். இரண்டு படைகளும் தலைநகரை நெருங்கியபோது, கிருஷ்ணப்ப நாயக் தலை தெறிக்க ஓடியிருந்தது தெரியவந்தது. எனினும் அவனைத் திரும்ப அழைத்த திப்பு, விசுவாச உறுதியை

அவனிடமிருந்துப் பெற்றுக்கொண்டு, வழக்கம்போல் கப்பம் கட்டச்சொல்லி, அந்தப் பகுதிக்கு அவனை அரசனாக்கினார். மூன்றாம் ஆங்கிலேய—மைசூர் போரின்போது கிருஷ்ணப்ப நாயக் 1792 ஆம் ஆண்டு மறுபடியும் கலகத்தில் ஈடுபட்டு, ஸ்ரீரங்கப்பட்டிணம் நோக்கி வந்து கொண்டிருந்த பரசுராம் பாஹுவின் படையுடன் சேர்ந்து கொண்டான். ஆனால் போர்நிறுத்த ஒப்பந்தத்தின்படி தனது விசுவாசமின்மைக்கு திப்புவால் தண்டிக்கப்படுவோமோ என்று பயந்தவன் கூர்க்குக்கு ஓடிவிட்டான். எனினும் திப்புவால் திரும்ப அழைக்கப்பட்ட அவன், பாலத்தின் ஒரு பகுதிக்கு திப்புவால் மீண்டும் ராஜாவாக ஆக்கப்பட்டான். மீதிப்பகுதிகள் திப்புவின் ராஜ்ஜியத்துடன் இணைக்கப்பட்டன.

கூர்க்கில் கலகம்

மைசூர் அரசாங்கத்துக்கு எதிராகக் கலகத்தில் ஈடுபட்டிருந்தவர்களை ஒடுக்கிக் கசக்க, கூர்க் நோக்கி திப்புவின்படை புறப்பட்டது. 1773 ஆம் ஆண்டில் ஹலேரியை ஆட்சிசெய்த அப்பாஜி ராஜாவின் மருமகன் லிங்கராஜாவின் அழைப்பின்பேரில், கூர்க்கின் சிம்மாசனத் திலிருந்த ஹோராமலி தேவப்ப ராஜாவுக்கு எதிராக, ஹைதர் அலி களமிறங்கினார். கூர்க்கைக் கைப்பற்றிய ஹைதர் அலி, அதை அப்பாஜி ராஜாவிடம், ஆண்டுக்கு 24,000 ரூபாய் கப்பம் கட்டிக்கொண்டு ஆண்டுகொள்ள ஒப்படைத்துவிட்டார். 1776 ஆம் ஆண்டில் அப்பாஜி ராஜாவின் மரணத்துக்குப்பின், லிங்கராஜா பதவியேற்றுக் கொண்டான். ஆனால் அவனும், 1780 ஆம் ஆண்டில் மரணமடைந்துவிட்டான். அவனுக்கு இரண்டு புதல்வர்கள். ஒருவன் வீர ராஜேந்திர உடையார். மற்றவன், லிங்கராஜா. அவர்கள் இருவரும் சிறுவர்களாக இருந்ததால், பாதுகாவல் பொறுப்பை ஏற்றுக்கொண்ட ஹைதர் அலி, கூர்க்கின் முழுப்பகுதியையும் தனது மேற்பார்வையில் வைத்துக்கொண்டு அவர்களிருவரும் பெரியவர்களானதும் ராஜ்ஜியத்தை ஒப்படைக்க முடிவுசெய்து, கூர்க் ராஜாவின் முன்னாள் செயலாளராக இருந்த பிராமணன் சுப்பராசையாவை ஆட்சிசெய்ய நியமித்தார்.[88]

கூர்க் அரசாங்கத்துக்கு லிங்கராஜாவின் மகன்களில் ஒருவனை ஆட்சியாளனாக நியமிக்காமல், ஹைதர் அலி பிராமணன் ஒருவனை நியமித்தது, கூர்க் மக்களுக்கு ஆத்திரமூட்டி விட்டது. 1782 ஆம் ஆண்டு, ஜூன் மாதத்தில் அவர்கள் கலகம் செய்யத் துவங்கினர். ஆங்கிலேயர்களுடன் ஹைதர் அலி போரில் ஈடுபட்டிருந்ததால், அவர் இதில் கவனம்செலுத்த முடியவில்லை. இளவரசனை அவன் தங்கியிருந்த மெர்க்காராவிலிருந்து அப்புறப்படுத்தி, ஹாசன் மாவட்டத்திலுள்ள அர்கால்குடு தாலுகாவிலுள்ள கொருரூவுக்கு அனுப்பிவைக்கச் சொல்லி, சுப்பராசையாவுக்கு உத்தரவிட்டார். அதனால் கலகக்காரர்கள் அணிதிரள்வது மட்டுப்பட்டது. திப்பு, மைசூரின் ஆட்சியாளராக ஆனபின்புகூட ஆங்கிலேயர்களுடன் போரில் ஈடுபட்டிருந்ததால் கலகம் செய்த கூர்க்குகள் மீது, கடும் நடவடிக்கையேதும் மேற்கொள்ளவில்லை. ஆனால் கொருரூவில் நடந்த கலகங்களிலிருந்தும் இளவரசனை அப்புறப்படுத்தும்முகமாக பெரியபட்டணத்துக்கு அனுப்பிவைத்தார். அத்துடன் கூர்க்குகளை அடக்க, ஹைதர் அலி பேக்குடன் படையையும்

அனுப்பிவைத்தார். ஹைதர் அலி பேக் துரிதமாகச் செயல்படாததால், அவனுக்கு உதவச்சொல்லி ராஜா கங்கேரியை அனுப்பினார். ஆரம்பத்தில் இருவருமாகச் சேர்ந்து கொஞ்சம் சாதித்தார்கள். ஆனால் அனைத்துத் திசைகளிலிருந்தும் கூர்க்குகளின் தாக்குதல் அதிகமானதும் இறுதியில் அவர்கள் தோற்கடிக்கப் பட்டார்கள். ஹைதர் அலி பேக் ஓடிவிட்டான். ராஜா கங்கேரி களத்தில் சிறிது நின்று போராடினான். இறுதியில் அவனும் கொல்லப்பட்டான்.[89]

ஆங்கிலேயர்களுடன் அமைதி உடன்படிக்கை ஏற்பட்டதும், பாலத்தை அமைதிபடுத்த அதன்மீது திப்பு தன் பார்வையைத் திருப்பினார். 1785 ஆம் ஆண்டின் துவக்கத்தில் கூர்க்கை நோக்கிக் கிளம்பினார். கலகக்காரர்கள் கடும் தடையை ஏற்படுத்தினார்கள். அவர்களைத் திப்பு தோற்கடித்தார். தலைநகர் மெர்காராவைக் கைப்பற்றி, அதற்கு ஜாபராபாத் என்று பெயர் சூட்டினார். ஜெய்ன்—உல்—ஆபிதீன் மாஹ்தவி கூர்க்கின் *பௌஜ்தார்* ஆக நியமிக்கப்பட்டான். அங்கே சட்டம் ஒழுங்கு நிலைநாட்டப்பட்டது. ஸ்ரீரங்கப்பட்டிணம் திரும்பிய திப்பு சாம்ராஜ்ஜியத்தின் பாதுகாப்பு மற்றும் நிர்வாக விவகாரங்களில் தன்னை ஈடுபடுத்திக்கொண்டார். ஆனால் திப்பு திரும்பிய உடனேயே, கூர்க்கில் மீண்டும் கலகம் வெடித்தது. இந்தமுறை முன்மேதி நாயர், ரங்கா நாயர் ஆகியோர் தலைமையில் கலகம் நடந்தது. கிட்டத்தட்ட கூர்க் முழுவதையும் கைப் பற்றிவிட்ட அவர்கள், தலைநகர் மெர்க்காராவை முற்றுகையிடும் முயற்சியிலிருந்தனர். அப்போதிருந்த நிலையில் நாட்டைக் காக்கமுடியாது என்று உணர்ந்த பௌஜ்தார் உதவிகேட்டு திப்புவுக்குக் கடிதம் எழுதினான். இதையடுத்து, ஜெய்ன்—உல்—ஆபிதீன் சுஸ்தாரி மற்றும் சிலரை திப்பு அனுப்பி வைத்தார். சுஸ்தாரி, உலகுல்லி வழியாக கூர்க்குக்குள் நுழைந்தான். அவனை நாலாயிரம் முதல் ஐந்தாயிரம் கூர்க்குகள் வழிமறித்தனர். கடும்தடைகளை ஏற்படுத்தித் தடுத்தனர். அவன் அத்தனைத் தடைகளையும் உடைத்துக்கொண்டு மெர்க்காராவுக்குள் நுழைந்துவிட்டான். ஆனால் அவனால் அங்கு தாக்குப்பிடிக்க முடியவில்லை. பெட்டாதாபூருக்கு ஓடினான். அது மைசூர் மேற்கு எல்லையிலுள்ள வலுவான இடம். ஆனால் உலகுல்லியில் அவனது படைகளைப் பிடித்து, ஏராளமானவர்களைக் கொன்று குவித்தக் கலகக்காரர்கள், அவனை விடாமல் பின்தொடர்ந்தனர். இந்தத் தகவலைக் கேள்விப்பட்டதும் திப்பு, தானே கூர்க் செல்வதென்று முடிவெடுத்தார். 1785 ஆம் ஆண்டு, அக்டோபர் மாத இறுதிவாக்கில் ஸ்ரீரங்கப்பட்டிணத்திலிருந்து புறப்பட்ட திப்பு, கூர்க்கின் தலைநகர் மெர்க்காராவுக்கு அருகிலுள்ள உலகுல்லிக்குள் எந்தவொரு தடையுமின்றி நுழைந்து, மொஹரம் பண்டிகை கொண்டாடுவதற்கு அங்கே முகாமிட்டார். அதேவேளையில் மெர்க்காராவுக்கு துருப்புகளையும் உணவுப் பொருட்களையும் அனுப்பி, காவல்படையைப் பலப்படுத்தினார். மொஹரம் நிகழ்ச்சிகள் முடிந்ததும் மெர்க்காராவுக்குப் புறப்பட்டார். மேலும் அந்நியப்படைகளை லாலி தலைமையிலும் மைசூர்படையை ஹுசைன் அலி கான், மீர் மாமுத் மற்றும் இமாம் கான் ஆகியோர் தலைமையில் பல்வேறு திசைகளில் அனுப்பி, கூர்க்குகளை நசுக்கினார்[90]. கூர்க்குகள் மிகுந்த பலத்துடனும் மனோதிடத்துடனும் போரிட்டனர். ஆனால் தோல்வியைத் தழுவினர். பெரும் எண்ணிக்கையிலானக் கூர்க்குகள் கைது செய்யப்பட்டனர். எதிர்காலத்தில் கலகங்கள் உருவாகாமலிருக்க, கலகக்காரர்கள் மைசூருக்கு அனுப்பப்பட்டனர். அவர்களின் இருப்பிடத்துக்கு பெல்லாரி

மாவட்டத்தின் அத்வாணி பகுதியிலிருந்து புதியவர்களைக் குடியேற்றம் செய்தனர். அவர்களின் பிழைப்புக்கு விளைநிலங்களும் கடன்தொகையும் வழங்கப்பட்டது. கூர்க்கின் சீதோஷ்ண நிலை ஒத்துக்கொள்ளாமல் சிலர் மைசூருக்கே திரும்பி விட்டனர். மற்றவர்கள் அங்கேயே தங்கிவிட்டனர். சுப்பராசையாவின மருமகன் நாகப்பையா கூர்க்கின் பௌஜ்தாராக நியமிக்கப்பட்டான். ஆனால் இவற்றாலெல்லாம் கூர்க்குகளை ஒடுக்க முடியவில்லை. மைசூர் அரசுக்கு எதிரான பகிரங்கக் கலகங்களை அவர்கள் உடனடியாகத் தொடங்கினர்.

---

83. Lawrance, Captives of Tipu Sultan, p. 140-6; also Wilks, ii, p. 248.

84. Ibid., ii p. 248-9; Punganuri, p. 35.

85. Wilks, ii, pp. 249-50; Punganuri, p. 35. கிர்மானி தனது நூலில் 35 ஆம் பக்கத்தில் கொடுத்துள்ள சதித்திட்டம் குறித்தத் தகவல்கள் அத்தனையும் தவறாகச் சித்திரிக்கப்பட்டவை. சதித்திட்டத்தை ஒடுக்கியது, முஹம்மத் அலி என்று குறிப்பிடுகிறார். அதுபோல, சதித்திட்டத்தில் சாமையாவுடன் தளபதியும் தொடர்பு கொண்டிருந்தான் என்றும் குறிப்பிடுகிறார். சதி முறியடிக்கப்பட்டதும், சயீத முஹம்மத் தளபதியாக நியமிக்கப்பட்டான் என்றும் கூறுகிறார். ஆனால், சதித்திட்டம் தீட்டப்பெறும்போது அவன் தலைநகரின் பொறுப்பில் இருந்தான். அசாத் கான் சதிக்கு எந்தவகையிலும் தொடர்பில்லாதவன். அதுபோல, சாமையா அந்தநேரத்தில் கிர்மானி குறிப்பிடுவதுபோல ஸ்ரீரங்கப்பட்டிணத்தில் இல்லை. அவன் மங்களூரில் இருந்தான்.

86. Ibid., pp. 33-6.; Kirmani, pp. 269-70; and Pissurlencar, Antigualhas, fasc. Ii, Noo. 79. கிர்மானியின் கூற்றுப்படி, திப்பு தனிப்பட்ட முறையில் முஹம்மத் அலியிடம் காரணத்தை விசாரித்தார். அதற்காகவே காஸிம் அலியின் தூக்குத் தண்டனையை ஒருநாள் ஒத்திவைத்தார். ஆனால் முஹம்மத் அலி இறுதிவரை இறுக்கமாக இருந்து கொண்டான்.

87. ஹாசன் மாவட்டத்திலுள்ள பேலூர் தாலுகாவை இணைக்கும் பகுதிக்கு பாலம் என்று பெயர். தற்போது அது மஞ்சராபாத் என்றழைக்கப்படுகிறது. 1792 - க்குப் பின்பு, பாலத்தின் உயரமானப் பகுதியில் ஒரு கோட்டை கட்ட திப்பு உத்தரவிட்டார். கட்டிமுடித்ததும் அதை பார்வையிட வந்தபோது, அந்தப் பகுதி பனியால் சூழப்பட்டிருந்ததால், அதற்கு 'பனி வளமை' என்ற பொருள்பட மஞ்சராபாத் என்று பெயரிட்டார். Mys. Gaz., v. pp. 948, 950; see also Rice. Mysor and Coorg, ii, pp. 299, 326. Acccoding to the Persion accounts, after rebellion was suppressed, 'Bul' as the called Balam, was renamed Manzarabad signifying the date of conquest (Kirmani, p. 299; Tarikh-i-Khudadadi, I.O.MS., p. 48).

88. கூர்க் மேற்குத் தொடர்ச்சி மலைகளின் சரிவில் மைசூர் மாநிலத்தில் அமைந்துள்ளது. வடக்கிலும் கிழக்கிலுமாக ஹாசன் மற்றும் மைசூர் மாவட்டங்களும் தெற்கில் கேரளாவின் கண்ணனூர் மாவட்டத்தையும் எல்லைகளாகக் கொண்டது. வளமை நிறைந்த பசுமையான பகுதி.

89. கலகக்காரர்களின் தலைவன் என்று கூட்டி என்பவனை Tarikh-i-Khudadadi and Sultan-ut-Tawarikh குறிப்பிடுகிறது. ஆனால் tarikh-i-Coorg அப்படி எவரையும் குறிப்பிடவில்லை.

90. திப்பு அனுப்பிய படைவீரர்களின் எண்ணிக்கைக் குறித்து பலரும் பலவிதமாக எழுதியுள்ளனர். வில்க்ஸ் 70,000 என்கிறார். ரைஸ் 85,000 என்கிறார். ஆனால் அப்போதைய கூர்க்கின் ஒட்டுமொத்த மக்கள் தொகையே 65, 437 தான். (Imp. Gaz. (1885), iv, p. 33).

6

மராத்தியர் மற்றும் நிஜாமுடன் போர்

பேஷ்வா பாலாஜி பாஜி ராவ் காலத்திலிருந்தே, மராத்தியர்களின் கடும் தாக்குதலை மைசூர் சந்தித்து வந்தது. மராத்தியத்தின் விரிவாக்கமென்பது வடக்கு திசையை நோக்கியது மட்டுமன்று; அது, தெற்கிலும் விரியவேண்டுமென்று அவன் நம்பினான். அதற்கேற்ப 1753, 1754 மற்றும் 1757 ஆகிய ஆண்டுகளில் திரும்பத் திரும்ப மைசூர் மீது படையெடுத்தான். ஸ்ரீரங்கப்பட்டிணம் வரை ஏறிவந்தான். தலைநகரைக் காப்பாற்றிக் கொள்ளும் பொருட்டு, நஞ்சராஜ் முப்பத்தி இரண்டு லட்ச ரூபாய் கொடுப்பதாக ஒத்துக்கொண்டான். அதில் ஆறுலட்சத்தை ரொக்கமாகவும் கொடுத்து விட்டான். மீதிப்பணத்துக்கு பதிமூன்று தாலுகாக்களை பிணையாக எழுதிக் கொடுத்திருந்தான். திண்டுக்கல்லில் பௌஜ்தாராகப் பணியாற்றிவிட்டுத் திரும்பிய ஹைதர் அலி, ஒப்பந்தத்தை ரத்துசெய்து விட்டுக்கொடுக்கப்பட்ட மாவட்டங்களிலிருந்து மராத்திய முகவர்களை வெளியேற்றும்படி ஆலோசனை சொன்னார். இது, மராத்தியர்களை ஆத்திரப்படுத்தியது. 1758 ஆம் ஆண்டு இறுதியில் தங்களுக்குச் செலுத்த வேண்டியக் கப்பத்தைக் கட்டும்படி அரசருக்கு நெருக்கடி கொடுத்தனர். முப்பத்தாறு மணிநேரத்துக்குள் தங்கள் கோரிக்கையை ஏற்று கப்பம் வந்து சேராவிடில், படையெடுப்பு நிச்சயம்

என்று கெடுவைத்து மிரட்டினர். ஹைதர் அலி, இறுதி எச்சரிக்கையைப் புறந்தள்ளச்சொல்லி ஆலோசனை தந்தார். எதிர் நடவடிக்கைகளுக்குத் தயார்படுத்தினார். மராத்தியர்கள் மைசூர்மீது படையெடுத்து வந்தபோது, அவர்களுக்கு எதிராக வெற்றிகர மாகப் போரைத் தொடர்ந்தார். இறுதியில், அமைதி ஒப்பந்தத்தின்படி சாதகமான அம்சங்களுடன் போரை நிறுத்துவதற்கு ஒப்புக்கொண்டார்.

ஹைதர் அலிக்குக் கிடைத்த வெற்றி மராத்தியர்களுக்கு அவர் மீது முரண்பாட்டையும் பொறாமையையும் கொடுத்தது. போர்நிறுத்தம் தங்களின் விரிவாக்க நோக்கத்திற்குத் தடையாக இருப்பதாகவும், அதற்குக் காரணம் ஹைதர் அலிதான் என்றும் கருதினர். அதனால் ஹைதர் அலியை பதவியிலிருந்துத் தூக்கியெறிய காந்தா ராவ் 1760 ஆம் ஆண்டு சதிசெய்தபோது அவனுக்கு வலிந்து ஆதரவு கொடுத்தனர். ஆயினும், வட இந்தியாவில் அவர்கள் ஏற்கனவே ஆக்கிரமித்திருந்தப் பகுதிகளில் அதிக கவனம் செலுத்த வேண்டியிருந்ததால், அவர்களின் உதவி காந்தா ராவுக்கு பலன் கொடுக்கவில்லை. அதுவேறில்லாமல் ஹைதர் அலியிடமிருந்து ஐந்து லட்ச ரூபாயையும் பாரா மஹால் மாகாணத்தையும் வாங்கிக்கொண்டு மைசூர் விவகாரத்தை ஓரமாகப் போட்டுவிட்டனர்.

1761 ஆம் ஆண்டு ஜனவரி மாதத்தில் பானிபட்டில் அஹமத் ஷா அப்தாலியுடன் மோதிய மராத்தியப் படை சிதறி சின்னாபின்னமானது. பாலாஜி ராவின் மகன் மாதவ் ராஜ் 1761 ஆம் ஆண்டு செப்டம்பர் மாதத்தில் பேஷ்வா ஆனான். சில ஆண்டுகளை படைகளைச் செழுமைப்படுத்துவதில் அவன் செலவிட்டான். மராத்தியப் பகுதிக்குள் நிஜாம் செய்திருந்த ஆக்கிரமிப்புகளை மீட்பதில் கவனம் வைத்தான். அதனால் 1764 ஆம் ஆண்டு ஏப்ரல் மாதம் வரை அவனால் ஹைதர் அலியை எதிர்த்து, எதையும் செய்ய முடியவில்லை. இதனிடையே ஹைதர் அலி, மைசூரில் தன்னை நிலைநிறுத்திக்கொள்ளப் படைகளை வலுப்படுத்திக் கொண்டார். புதிய பகுதிகளையும் தனது ஆளுகைக்குள் இணைத்திருந்தார். தென்பகுதியில் வலுவான சாம்ராஜ்ஜியம் ஒன்று அமைவதை மாதவ் ராவால் தாங்கிக்கொள்ள முடியவில்லை. தனது உடமைகளுக்கு அது மிரட்டலாக மட்டுமல்லாமல், சாம்ராஜ்ஜிய விரிவாக்கத்திற்குத் தடையென்றும் கருதினான். அதனால் ஹைதர் அலி மீது, 1764 ஆம் ஆண்டு ஏப்ரல் மாதம் முதல் 1772 ஆம் ஆண்டு ஜூலை மாதம் வரையில் மூன்றுமுறை படையெடுப்பு நடத்தி, கடும்சேதத்தை விளைவித்து, தனது ஆத்திரத்தைத் தணித்துக் கொண்டான். ஹைதர் அலியின் வாழ்நாளில் அவை சோதனையானக் காலகட்டம். ஆனாலும் தனது இராஜதந்திரத்தாலும் சமயோசித நடத்தையாலும் கடும் ஈடுபாட்டுடனும் தன்னை நிலைநிறுத்திக் கொண்டிருந்தார். அதேவேளையில் 1772 ஆம் ஆண்டு நவம்பர் மாதம் 18 ஆம் தேதியன்று மாதவ ராவ் மரணமடைந்தது ஹைதர் அலிக்கு உகந்த நேரத்தை உருவாக்கிக் கொடுத்தது.

மாதவ ராவின் மரணம், பல்லாண்டுகளாக மராத்தியர்களால் ஆக்கிரமிப்புக்கு உள்ளாக்கப்பட்டிருந்த பூனாவில் எதிர்பாராதக் கிளர்ச்சியை உருவாக்கியது. மாதவ ராவுக்குப் பின், அவனது சகோதரன் நாராயன் ராவ் பதவிக்கு வந்தான்.

அவனது வாழ்நாள் ஒன்பது மாதத்தில் முடிந்தது. அடுத்ததாக, அவனது மாமன் ரகுநாத் ராவ் பேஷ்வா ஆனான். வெகுசீக்கிரமே அவனையும் நானா பத்னவிஸ் தலைமையிலானக் கலகக்காரர்கள் பந்தாடினர். அத்துடன் இறந்துபோன நாராயன் ராவின் மகனான மாதவ் ராவ் நாராயனை பேஷ்வா ஆக்கினர். அதனால் பதவியிழந்த ரகுநாத் ராவ், எதையாவது செய்து, பதவியைத் தக்கவைத்துக்கொள்ள வேண்டும் என்று பம்பாய் அரசாங்கத்துடன் கூட்டு சேர்ந்தான். அதற்காக சல்சட்டித் தீவை விட்டுக்கொடுத்தான். இப்படியாக பேஷ்வா பதவியைப் பிடிப்பதற்காக தங்களுக்குள் நடத்திய சச்சரவை, முதலாம் ஆங்கிலேய—மராத்தியப் போருடன் அவர்கள் ஐக்கியமாக்கினர்.

பூனாவில் நடப்பவற்றை மிக நெருக்கமாகக் கண்காணித்த ஹைதர் அலி, மராத்தியர்களின் துயரங்களை தனக்கு அனுகூலமாக்கிக் கொள்ளத் தாமதிக்கவில்லை. பதவியிழந்திருந்த ரகுநாத் ராவுடன் 1774 ஆம் ஆண்டில் ஹைதர் அலி, கல்யான்துர்க் உடன்படிக்கை செய்து கொண்டார். அதன்படி மூன்று போர்களிலும் மாதவ ராவ் ஆக்கிரமித்த மைசூர் சாம்ராஜ்ஜியத்தின் பகுதிகளை ஹைதர் அலியிடமே ஒப்படைக்கவேண்டும். அதற்குப் பிரதியாக ரகுநாத் ராவ் பேஷ்வா ஆகிக் கொள்வது. அவனுக்கு ஆண்டுதோறும் ஆறுலட்ச ரூபாயை செலவினங்களுக்காக ஹைதர் அலி கொடுப்பது என்றும் பேசிக்கொள்ளப்பட்டது. 1775 ஆம் ஆண்டில் கிருஷ்ணா நதியின் தென்கரை வரையிலுள்ள மராத்தியப் பகுதிகளை ஹைதர் அலி உடமையாக்கிக்கொள்ள ரகுநாத் ராவ் அனுமதியளித்தான். படைகளுடனான அந்த இசைவையடுத்து, 1774 ஆம் ஆண்டு முதல் 1778 ஆண்டுவரை நடந்த மூன்று போர்களிலும் மாதவ ராவிடம் இழந்தபகுதிகளை மீட்டெடுத்ததுடன் மட்டுமல்லாது, கிருஷ்ணா நதியின் தென்கரை வரையிலுள்ள மராத்தியப் பகுதிகளையும் ஹைதர் அலி இணைத்துக் கொண்டார். நானா பத்னவிஸ், முதலில் இந்த வெற்றிகளை அங்கீகரிக்க மறுத்தான். பின்னர், ரகுநாத ராவையும் ஆங்கிலேயர்களையும் ஒடுக்கும் விருப்பத்தால், ஹைதர் அலியுடனானக் கோபத்தைத் தளர்த்திக்கொண்டான். இது, ஹைதர் அலிக்கும் பேஷ்வாவுக்கும் இடையில் நெருக்கத்தை அதிகரிக்கக் காரணமாக இருந்தது. இதையடுத்து, 1780 ஆம் ஆண்டில் ஓர் ஒப்பந்தம் கையெழுத்தானது. கிருஷ்ணா நதிக்குத் தெற்கே விரிந்திருக்கும் மராத்தியத்தின் பகுதிகளை ஆட்சிசெய்யும் உரிமையை அனுபவித்துக்கொள்ள ஹைதர் அலிக்கு அனுமதி வழங்கி அங்கீகரித்த பேஷ்வாவுக்கு, ஆண்டுக்கு பன்னிரண்டு லட்சரூபாய் வழங்குவதாகவும் ஆங்கிலேயருக்கு எதிரானப்போரின்போது, உதவுவதாகவும் ஹைதர் அலி உறுதியளித்தார். அத்துடன் பரஸ்பரம் மற்றவர்களின் ஒப்புதல் இல்லாமல் ஆங்கிலேயர்களுடன் அமைதி உடன்படிக்கை செய்துகொள்வதில்லை என்று உறுதியெடுத்துக் கொண்டனர்.

ஆங்கிலேய—மராத்தியப் போர் நடந்து கொண்டிருந்தபோது, நானா பத்னவிஸ் ஹைதர் அலியுடனான நட்பை நன்கு பேணினான். 1782 ஆம் ஆண்டு மே மாதத்தில் சால்பாய் உடன்படிக்கை இறுதியை எட்டியதும் அவனது செயல்பாடுகளில் மாற்றம் தெரிந்தது. 1780 ஆம் ஆண்டில் போட்டுக்கொண்ட உடன்பாட்டை மீறினான். கிருஷ்ணா நதிக்குத் தென்கரைவரையுள்ள பகுதிகளை மீட்கவேண்டும்

என்று கோரிக்கை வைத்தான்.[91] சால்பாய் உடன்படிக்கையின் அடிப்படையில் தனது கோரிக்கைகள் நிறைவேற்றப்படவில்லையெனில், ஆங்கிலேயர்களுடனும் நிஜாமுடனும் சேர்ந்து தாக்குதல் நடத்துவேன் என்று ஹைதர் அலிக்கு மிரட்டல் விடுத்தான். அவை ஏற்றுக்கொள்ளப்பட்டால், இன்னும் ஒப்புதல் பெறப்படாத சால்பாய் உடன்படிக்கையைக் குப்பையில் வீசவும் ஆங்கிலேயருக்கு எதிரானப் போரையும் பரிந்துரைக்கத் தயாராக இருந்தான். ஹைதர் அலி ஆங்கிலேயருக்கு எதிரானப் போரில் தன்னை ஈடுபடுத்திக் கொண்டிருந்தார். பேச்சு வார்த்தை நீடிக்கட்டும் என்பது அவரது பதிலாக இருந்தது.

ஹைதர் அலியின் மரணத்துக்குப் பின், அவரது மகனும் ஆட்சியாளருமான திப்புவிடம் சால்பாய் உடன்படிக்கையைச் செயல்படுத்தும்படி நச்சரிக்கத் தொடங்கினான் நானா பத்னவிஸ். மராத்தியர்களின் நடவடிக்கைகளில் ஆத்திரமாகிப் போயிருந்தத் திப்பு, 1780 ஆம் ஆண்டில் ஏற்பட்ட மராத்திய—மைசூர் கூட்டணி வேண்டுமென்றே உருவாக்கப்பட்ட துரோகக் கூட்டணி என்று கருதினார். தனது பிரதிநிதி நூர் முஹம்மத் கான் மூலம் நானாவுக்கு, 'மராத்தியர்களுக்காக ஆங்கிலேயர்களுடன் ஈடுபட்ட போரில் ஏராளமானப் படைவீரர்களையும் பணத்தையும் இழந்துள்ளேன். அதனால் தன்னை கலந்தாலோசிக்காமல் ஆங்கிலேயர்களுடன் அமைதி உடன்படிக்கையை இறுதி செய்யக்கூடாது' என்று தகவலனுப்பினார். திப்புவின் இந்த பதிலில் நானா பத்னவிஸ் அதிருப்தியடைந்தான். ஆங்கிலேயர்கள் தொடர்ந்து அவனிடம் உதவி கேட்டு அழுத்திக் கொண்டிருந்ததை ஏற்று, படைகளை வைத்துத் தனது கோரிக்கைகளைச் சுமத்த முடிவு செய்தான். மழைக்காலம் முடிந்ததும் ஹோல்கரின் படையுடன் சேர்ந்து, திப்புவைத் தோற்கடிக்க ஆங்கிலேயருக்கு உதவப்போவதாக மஹத்ஜி சிந்தியாவுக்கு தகவல் தெரிவித்தான். இதனிடையே மராத்தியர்களுக்கும் ஆங்கிலேயர்களுக்குமிடையிலானத் தாக்குதல் கூட்டணிக்கானப் பேச்சுவார்த்தை வெற்றிகரமாக முடியவிருந்தது. 1783 ஆம் ஆண்டில் அக்டோபர் மாதம் 28 ஆம் தேதியன்று, பேஷ்வாவின் பிரதிநிதியாக மஹத்ஜி சிந்தியாவும் ஆங்கிலேயக் கம்பெனியின் பிரதிநிதியாக டேவிட் ஆண்டர்சனும் உடன்படிக்கையில் கையெழுத்திட்டனர். இந்த உடன்படிக்கையின்படி, 'உடனடியாக ஆங்கிலேயக் கைதிகளை விடுவித்து கர்நாட்டிக்கைத் திருப்பிக் கொடுத்துவிட வேண்டும். இல்லாவிட்டால் தான் ஆங்கிலேயருக்கு உதவி, ஒப்பந்தத்திலிருக்கும் உறுப்பினர்களின் பரஸ்பர அனுமதியில்லாமலேயே போரை உருவாக்க இருப்பதாக' திப்புவுக்கு பேஷ்வா சவால் விடுத்தான். 'மேலும், திப்புவிடமிருந்து வெல்லப்படும் பகுதிகளை ஒப்பந்தத்திலிருக்கும் உறுப்பினர்கள் சரிபங்காகப் பிரித்துக் கொள்வார்கள்' என்றும் அறிவித்திருந்தான்.

ஆனால் இந்த ஒப்பந்தம் எந்தவொரு பலனையும் கொடுக்கவில்லை. 'சிந்தியாவிடம் அதிகாரம் இருப்பதை எண்ணி நானா பொறாமை கொண்டான். அவனது எண்ணம் நிஜாம் அலியுடன் கூட்டணி வைக்க வேண்டும் என்பதாக இருந்தது. சிந்தியாவும் ஆங்கிலேயர்களும் பிரதான பாத்திரம் வகித்ததால் அதைத் தடுக்க வேண்டும் என்று கருதினான்' என்று டஃப் சொல்கிறான். இதனிடையில், நானா பத்னவிஸால் ஆங்கிலேயர்களுக்கு உதவ முடியவில்லை.

பேஷ்வாவின் படைகள் சிந்தியாவுக்கு எதிராகச் செயல்பட்ட ஹோல்கரை அடக்க அனுப்பி வைக்கப்பட்டிருந்தன. சிந்தியா, திப்புவின் சாம்ராஜ்ஜியத்தைக் கைப்பற்ற அளவிலா ஆசை கொண்டிருந்தானெனினும் அவன் வடஇந்தியாவில் செல்வாக்கைப் பெருக்கிக்கொள்ளும் நோக்கத்தில் பல்வேறு திட்டங்களால் ஆக்கிரமிக்கப்பட்டிருந்தான்.

இதனிடையே திப்பு மங்களூர் உடன்படிக்கையை இறுதி செய்திருந்தார். அது நானா பத்னவிஸைக் கோபத்திலும் விரக்தியிலும் ஆழ்த்திவிட்டது. மைசூரைக் கைப்பற்றுவதற்காக ஹரி பந்த் தலைமையிலான படையொன்றை அவன் வரவழைத்திருந்தான். அது, பூனாவிலிருந்து புறப்பட்டு பாதிவழியில் இருந்தது. திப்புவின் ஆளுமையைக் குறைத்து, கிருஷ்ணா நதியின் தென்பகுதியிலுள்ள மராத்திய உடமைகளை ஆங்கிலேயர்களின் உதவியுடன் மீட்கக் காத்திருந்தான். ஆனால் அதற்கான வாய்ப்பு கடந்து போயிருந்தது. திப்புவின் ரட்சகர்கள் மராத்தியர்கள் தான் என்றொரு நினைப்பு அவனிக்கிருந்தது. அதனால் பூனாவிலும் அதற்கு வெளியிலும் தனது கௌரவத்தை மேம்படுத்திக்கொள்ள, திப்புவுக்கும் ஆங்கிலேயர்களுக்கும் இடையில் அமைதி உடன்படிக்கைக்கு மத்தியஸ்தம் செய்ய பெருத்த ஆவல் கொண்டிருந்தான். ஆனால் திப்பு மராத்தியர்களை ஒருதரப்பாகக் கருதக்கூட மறுத்துவிட்டார். சால்பாய் உடன்படிக்கையை வெளிப்படையாக எதிர்த்தார். மராத்தியர்களின் இடையீடில்லாமல், ஆங்கிலேயர்களுடன் அமைதி உடன்பாட்டை முடித்துவிட்டார். ஆங்கிலேய—மைசூர் போர் அவருக்கு எந்தவொரு இழப்பையும், இழிவையும் தராமல் இறுதி நிலையை எட்டியது. அத்துடன், போர் நிலை அவரது கௌரவத்தைப் பெருக்கியிருப்பதும் வெளிப்பட்டது. அவரிடம் பெரியதொரு சாம்ராஜ்ஜியம் இருந்தது. அதில் நிறைந்த செல்வ வளமும், கட்டுப்பாடான இராணுவமும் இருந்தது. நானா பத்னவிஸ் வழக்கம்போல திப்புவின் ஆளுமையை மட்டுப்படுத்த பல்வேறு திட்டங்களைத் தீட்டினான். அதற்காக நிஜாமிடம் கூட்டணிக்கு நாடிச்சென்றான்.

ஹைதர் அலிக்கும் நிஜாமுக்குமிடையில் மனமார்ந்த உறவு ஏதும் இருந்ததில்லை. திப்பு மீது நிஜாம் பயவுணர்வும் பொறாமையுமாகக் காலத்தைத் தள்ளினான். அதனாலேயே ஆங்கிலேயர்களாலும் மராத்தியர்களாலும் ஹைதர் அலியை நிஜாமின் உதவியுடன் வெல்ல முடிந்தது. 1767 ஆம் ஆண்டில் ஆங்கிலேயருக்கு எதிராகப் போர்தொடுக்க நிஜாம், ஹைதர் அலியுடன் கூட்டு சேர்ந்ததெல்லாம் உண்மைதான். அவர்களின் நட்பு மிகக்கொஞ்ச காலமே உயிர்ப்புடன் இருந்தது. 1768 ஆம் ஆண்டு பிப்ரவரி மாதத்தில் நிஜாம் கூட்டணியிலிருந்து விலகியோடி ஆங்கிலேயர்களுடன் ஒட்டிக்கொண்டான். மீண்டும் 1780 ஆம் ஆண்டு பிப்ரவரி மாதத்தில் ஆங்கிலேயர்களுக்கு எதிராக ஹைதர் அலியுடனும் மராத்தியர்களுடனும் வந்து சேர்ந்தான். நம்பிக்கையை உருவாக்கப் பல்வேறு அறிவிக்கைகளை தாராளமாக அள்ளிக் கொடுத்தவன், வாய்ஜாலத்துடன் நிறுத்திக் கொண்டான். கூட்டணிக்கு எந்தவொரு துரும்பையும் கிள்ளிக் கொடுக்கவில்லை. காலப்போக்கில் கூட்டணியிலிருந்து தன்னை விலக்கிக் கொண்டான்.

மைசூரை நிஜாம் தனக்குக் கப்பமாகத் தரக்கேட்டு ஹைதர் அலி மறுத்ததுதான்,

இருவரும் விரோதம் கொள்ள முக்கியக் காரணமாக இருந்தது, மைசூரை ஹைதர் அலி தனது சுதந்திர பூமி என்று கருதியிருந்தார். மேலும் நிஜாமை, தனக்கு மேலான பிரபுவாக ஏற்றுக் கொள்ள அவர் விரும்பவில்லை. மறுத்தார். அதுமட்டுமல்லாமல், இதனிடையே ஹைதராபாத்துக்கு உட்பட்ட கர்னூல், கடப்பா, மற்றும் பலபகுதிகளை ஹைதர் அலி தன் கட்டுப்பாட்டுக்குள் கொண்டு வந்தார். அத்துடன், நிஜாமின் ஆளுகைக்குட்பட்ட வேறுசில பகுதிகளில் தனது ஆளுகையை விரிவுபடுத்தவும் விருப்பம் கொண்டு செயல்பட்டார். அவரது மரணத்துக்குப் பின் மகன் திப்புவின் செயல்பாடுகள், நிஜாமை மேலும் பயவுணர்வுக்கும் பொறாமைக்கும் ஆளாக்கின. அதனாலேயே மைசூர் மீது போர் தொடுக்கும் திட்டத்தை நானா பத்னவிஸ் கொண்டு வந்ததும் இழந்த பகுதிகளை மீட்டெடுக்கும் ஆவலுடனும், சாம்ராஜ்ஜியத்தின் பாதுகாப்பு மீதிருந்த மிரட்டலுக்கு நிரந்தரத் தீர்வும் கிடைக்குமென்றும் ஓடோடி வரவேற்பு கொடுத்தான்.

நான்கு ஆண்டுகளாகச் செலுத்தாமலிருந்த நிலுவைத் தொகையைக் கொடுக்கும்படி, திப்புவுக்கு எதிராக முதலடி எடுத்து வைத்து நானா பத்னவிஸ் வலியுறுத்தினான். அந்தக் கோரிக்கையில் நியாயமிருப்பதை திப்பு ஏற்றுக் கொண்டார். அதேவேளையில், ‘ஆங்கிலேயர்களுடன் போரில் ஈடுபட்டு பலத்த இழப்பு ஏற்பட்டுவிட்டதால், உடனடியாகச் செலுத்த முடியாத நிலையுள்ளது’ என்று தனது இயலாமையை மிகப்பணிவுடன் தெரிவித்தார். அத்துடன், தனது பிரதிநிதி நூர் முஹம்மத் கான் மூலமாக, நானா பத்னவிஸ்க்கு ‘அமைதிப்பேச்சு முடிந்தவுடன் நிலுவைத் தொகையைச் செலுத்தி விடுவதாகச் சொல்லியனுப்பினார். அதேநேரத்தில் நானா பத்னவிஸூம் தனது பிரதிநிதி கிருஷ்ணா ராவ் பல்லால் என்பவனை அனுப்பி புதுவிதக் கோரிக்கைகளை வைத்தான். நிலுவைத் தொகைக்குப் பதிலாக *சாவுக்* மற்றும் *சர்தேஷ்முகி* ஆகிய இடங்களின் நிலவரி, மேல்வரி ஆகியவற்றை நிஜாமுக்குக் கொடுக்கச்சொல்லிக் மேம்போக்காகக் கேட்டான். ஆனால் உள்ளுக்குள் திப்புவுக்கு எதிராகத் தாக்குதல் தொடுக்கும் எண்ணம் இருந்தது. நானா பத்னவிஸின் இந்த உத்தேச முன்மொழிதலை நிஜாம் தனக்கான அனுகூலம் என்று கருதினான். நானாவைச் சந்திக்க உடன்பட்டான். அந்தச்சந்திப்பில் தங்களுக்குள்ளிருந்த பேதமைகளைக் களைந்து, மைசூர் மீதானப் படையெடுப்புத் திட்டங்களுக்கு ஒத்துழைப்பு நல்கத் தயாரானான். அதற்காக அவர்களிருவரும் தங்கள் தலைநகரங்களிலிருந்து ஆடம்பரமும் வேடிக்கையுமாகக் கிளம்பினார்கள். அவர்களுடன் பெரும்படையும் போனது. பிமா நதியும் கிருஷ்ணா நதியும் ஒன்றிணையும் சங்கமத்தில் அமைந்துள்ள யாத்கிர் என்னும் இடத்தில் அவர்கள் ஒருவரையொருவர் *1784* ஆம் ஆண்டு ஜூன் மாதத்தில் ஆரத்தழுவிக் கொண்டார்கள். ஒப்பந்தத்தின் அடிப்படை நிபந்தனையாக பிஜப்பூர் மற்றும் அஹமத்நகரைத் திரும்பப்பெறும் கோரிக்கையை நிஜாம் முன்வைத்தான். இதுகுறித்து மிகநீண்ட விவாதம் தொடர்ந்தது. அந்த இடங்களை நிஜாமுக்கு விட்டுத்தர துவக்கத்திலிருந்தே நானா தயங்கினான். அதனால் பொதுவான ஒப்பந்தமொன்றை இருதரப்பும் போட்டுக்கொண்டது. அதில், ‘வரும் ஆண்டுகளில் மராத்தியர்களும் நிஜாமும் இணைந்து, திப்புவுக்கு எதிராகப் போரிடுவது. ஹைதர் அலி ஆக்கிரமிப்பு செய்ததில் அவரவர் இழந்த மாவட்டங்களை மீட்டுக்கொள்வது. மீதமுள்ள திப்புவின் சாம்ராஜ்ஜியத்தைக் கைப்பற்றி, அதை

இருதரப்பும் சரிசமமாகப் பங்கிட்டுக்கொள்வது' என்று ஒப்புக் கொண்டிருந்தனர். ஜூன் மாதம் 7 ஆம் தேதி துவங்கிய மாநாடு, 25 ஆம் தேதியில் முடிவுற்று, ஜூலை மாத முற்பகுதியில் அவரவர் தலைநகருக்குத் திரும்பினர்.

இதனிடையே, நிஜாம் கர்நாட்டிக் பாலக்காட் பகுதிக்கான *பேஷ்குஷ்ஷை* திரும்பத்தருமாறு திப்புவிடம் வலியுறுத்தத் தொடங்கினான். யாத்கிர் சந்திப்பில் எடுத்த முடிவுகளைத் திப்புவுக்குத் தெரிவித்தான். பிஜப்பூரின் *சுபேதாரியைக்* கேட்டு, சற்றே மலிந்தவார்த்தைகளால் வலியுறுத்தினான். இந்த வார்த்தைகளால் ஆத்திரமுறும் திப்பு, தன்மீது தாக்குதல் தொடுப்பாரோ என்றும் அஞ்சினான். அதனால் நானா பத்னவிஸிடம் உதவி கேட்டு ஒருகடிதம் எழுதினான். அதே வேளையில் திப்புவைச் சமாதானப்படுத்தவும் ஒரு தூதனை அனுப்பினான். நிஜாமின் நல்ல நேரம், அவன் மீது தாக்குதல் நடத்தும் எண்ணமெல்லாம் திப்புவிடம் இருக்கவில்லை. திப்பு தாக்குதல் தொடுக்கப் போகிறார் எனும் புரளியை போர்வெறியர்கள் கிளப்பிவிட்டதாக ஒரு தகவல்—. நானா பத்னவிஸாலும் படைகளை அனுப்பி உதவமுடியாத இக்கட்டு இருந்தது. நானா போருக்குத் தயார் நிலையில் இல்லை என்பது ஒருபுறம். மறுபுறம் மாதவ ராவ் நாராயனைக் கவிழ்த்துவிட்டு, அந்த இடத்தில் ரகுநாத ராவின் மகன் பாஜி ராவை பேஷ்வாக அமர்த்தும் சதியில், அவன் மிகத்தீவிரமாக இறங்கியிருந்தான். திப்புவுடன் சச்சரவில் ஈடுபட அவனுக்கு விருப்பமில்லை. நார்குந்த் விவகாரம் அவன்முன் படர்ந்து கிடந்தது.

நார்குந்த் மீது மைசூர்படைத் தாக்குதல்

பேஷ்வாவின் பாதுகாப்பிலிருந்த சிறிய மாநிலமான நார்குந்தை, ஹைதர் அலி 1778 ஆம் ஆண்டு கைப்பற்றினார். அதன் தலைமையை வரிவசூல்செய்யும் தேசாயான பிராமணர் வெங்கட் ராவ் பாவேயிடம் ஒப்படைத்தார். ஹைதர் அலியின் மேலாதிக்கத்தை அங்கீகரித்துக்கொண்ட பாவே ஆண்டுதோறும் கப்பம் கட்டுவதாகவும் ஒத்துக்கொண்டான். இந்த ஏற்பாட்டை நானா பத்னவிஸ் 1780 ஆம் ஆண்டில் ஒப்புக்கொண்டான். அப்போது அவன், ஹைதர் அலியுடன் கூட்டணி வைத்திருந்தான். கிருஷ்ணா நதியின் தெற்குப்பகுதி வரையிலான மராத்தியப் பகுதிகளுக்கு ஹைதர் அலியின் மேலாண்மையையும் அவன் ஏற்றுக்கொண்டிருந்தான்.

இருந்தபோதும், நார்குந்தின் அதிகாரத்தைக் கையில் வைத்திருந்த வெங்கட் ராவ் பாவேவும் அவனது அமைச்சர் கலோபந்த் பேதேயும் தங்களின் உண்மையான அதிபராக பேஷ்வாவைத்தான் எண்ணினார்கள். அத்துடன், பூனாவில் செல்வாக்குள்ள மனிதர்களை ரகசியமாகச் சந்தித்தும் வந்தார்கள். 1783 ஆம் ஆண்டு ஜனவரி மாதம் 8 ஆம் தேதியன்று கலோபந்த் பாராசாகிபுக்கு ஒரு கடிதம் எழுதினான். அக்கடிதத்தில், 'ஹைதரின் மரணத்தை நாம் அனுகூலமாக்கிக் கொள்ளவேண்டும். 1774 ஆம் ஆண்டு முதல் 1778 ஆம் ஆண்டு வரையில் ஹைதர் அலி கைப்பற்றிய மராத்தியப் பகுதிகளை நாம் மீட்க வேண்டும்'

என்று குறிப்பிட்டிருந்தான். ஆனால் அவர்கள் அத்தனைபேருமே ஆளுக்கொரு வேற்றுமையில் திளைத்துக் கிடந்தார்கள். அதனால் அரியதொரு சந்தர்ப்பத்தை பயன்படுத்திக் கொள்ளத் தவறி விட்டார்கள். பூனா அரசாங்கத்தால் விரக்திக்கு ஆளாகியிருந்த நார்குந்தின் தேசாய் ஆங்கிலேயர்களுடன் கூட்டணியமைக்கப் பெருமுயற்சியெடுத்தான். தன்னிடம் பணிபுரிந்த ஆங்கிலேயன் யூன் என்பவன் மூலமாக பம்பாய் அரசாங்கத்துக்கு விண்ணப்பம் ஒன்றைப் போட்டுவைத்தான். அதில், 'கொஞ்சம் படைகளைக் கொடுத்துதுதவினால், சுதந்திரமான இளவரசன் ஆகிவிடுவேன். மைசூர் படையெடுப்பின் போது கம்பெனியுடன் ஒத்துழைக்கத் தயாராகயிருப்பேன்' என்றும் குறிப்பிட்டிருந்தான். திப்புவுடன் அமைதி குறித்தப் பேச்சுவார்த்தையில் முன்னேற்றம் இருந்ததால் அவனது பிரஸ்தாபங்களை கம்பெனி புறந்தள்ளிவிட்டது.

இதனிடையே, வெங்கட் ராவ் மராத்தியர்களுடனும் ஆங்கிலேயர்களுடனும் ரகசிய சதியாலோசனையில் ஈடுபட்டான். அவன் வெளிப்படையாகவே சுல்தானின் அதிகாரத்தை எதிர்த்து நின்றான். அதற்காக, மதனபள்ளி பாளையக்காரனைத் தன்னுடன் சேர்த்துக் கொண்டான். சூதூம்கோட்டை மீது தாக்குதல் நடத்தினான். அதனைச் சுற்றியுள்ள நாட்டுப்புறத்தைக் கொள்ளையடித்தான். திப்புவுக்குக் கீழ்ப்படிந்தவர்களைக் கொன்றான். பேஷ்வாவுக்குத் திப்பு குறித்து அனைத்துத் தகவல்களையும் தந்து கொண்டிருந்தான். கப்பம் கட்டச்சொன்ன திப்புவின் கோரிக்கைகளைப் புறந்தள்ளிய அவன், அதிகாரம் மிக்க பிராமண பட்வர்த்தன் குடும்பத்தின் உறவினனானத் தனக்கு மராத்தியர்களின் ஆதரவு கிடைக்கும் என்று நம்பியிருந்தான்.

ஆங்கிலேயர்களுடனானப் போரில் நீண்ட காலமாக மூழ்கிப்போயிருந்ததால், தேசாய் விவகாரத்தைத் திப்பு கொஞ்சம் விட்டு வைத்திருந்தார். மங்களூர் உடன்படிக்கைக் கையெழுத்தானதும் அவர் கைகள் துறுதுறுத்தன. தலைவனைத் தண்டிக்க முடிவெடுத்தார். முதல் வேலையாக கடந்த இரண்டாண்டுகளாகச் செலுத்தாதக் கப்பத்தொகையைக் கொண்டு வந்து செலுத்துமாறு வெங்கட் ராவுக்கு உத்தரவிட்டார். அப்படியே தனது பிரதிநிதிகளான முஹம்மத் கியாஸ் கான் மற்றும் நூர் முஹம்மத் கான் ஆகிய இருவரையும் பூனாவிலிருந்த நானா பத்னவிஸை சந்தித்து, தேசாய் பக்கம் சேரவேண்டாமென்றும் அவனது நட்பைத் துண்டிக்கவும் சொன்னார். ஆனால் நானா, பட்வர்த்தன் குடும்பத்தைச் சேர்ந்த அவனைத் தனித்துவிடமுடியாது என்றும், பேஷ்வாவைப் பாதுகாக்கும் உரிமை தனக்கிருப்பதாகவும் சொல்லிவிட்டான். அத்துடன், மராத்தியர்களும் ஹைதர் அலியும் பரஸ்பரம் வழக்கமாகப் பரிமாறிக்கொண்டதைவிட, திப்புவின் கோரிக்கை அதிகமாக இருப்பதாகச் சொல்லித் தலையிட்டான். சாதாரணக் கப்பத்தொகையை அதிகரிக்கும் உரிமை திப்புவுக்கு இல்லை என்று அறைகூவல் விடுத்தான். 'ஜாகிர்தார்கள் மாவட்டத்துக்குள் இடமாற்றம் செய்யப்பட்டால், அவர்கள் கூடுதல் தொகை கட்டவேண்டியதில்லை என்றும், பன்னெடுங்காலமாக ஜாகிர்தாரர்களாக இருக்கும் பிராமண சுவதானிகளின் தனிபட்ட உரிமையை அரசாங்கத்துக்கு எதிரான ராஜதுரோகம் என்று கருதக்கூடாது. அவர்களும் மதிக்கப்பட வேண்டும்' என்றும் வரையறைகள் செய்தான். அதற்குத் திப்பு 'தனது எல்லைக்குட்பட்ட

இடத்தில் விருப்பம்போல வரிவசூல் செய்யும் உரிமை தனக்கிருப்பதாகவும், தனது உள்நாட்டு விவகாரங்களில் தலையிட பூனா அரசாங்கத்துக்கு உரிமையேதும் இல்லை' என்று பதிலிறுத்தார். மேலும், நார்குந்தின் தலைவன் உண்மையிலேயே இராஜதுரோகியான தால், சுவதானிகளின் உரிமையின்படி மதிப்பைப்பெறும் வரையறைக்குள் அவன் வரவில்லை என்றும் குறிப்பிட்டார். தனது பிரதிநிதி முஹம்மத் கியாஸ் கானுக்கு ஒரு கடிதத்தில், 'இது போன்ற சிறிய ஜமின்தார்களை நமது அரசாங்கம் கண்டுகொள்ள வேண்டியதில்லை. அவர்களைத் தண்டிக்க வேண்டாம். அமைதியாகப் பரிசீலியுங்கள்' என்று எழுதினார். அத்துடனில்லாமல் மைசூரில் வெங்கட் ராவ் விளைவித்த நாசத்தை மன்னிக்கத் தயாரான திப்பு, பழைய கப்பத்தொகையையும் தள்ளுபடி செய்ய முன்வந்தார். ஆனால் நானா இவற்றையெல்லாம் மறுதலித்தான்.

திப்புவின் பிரதிநிதிகளுக்கும் நானாவுக்குமிடையில் இந்தப்பேச்சுவார்த்தை நடந்து கொண்டிருந்த சமயத்தில், சயீத் கபார் என்பவனை நார்குந்துக்கு அனுப்பி, தேசாயின் நடவடிக்கைகள் குறித்து தகவல்களைத் திரட்டச் சொன்னார் திப்பு. தகவல்களைத் திரட்டிய சயீத் கபார், 'தேசாய் சுல்தான் மீது விரோதத்தில் இருப்பதாகவும் அவனது வளைந்துகொடுக்காதத் தன்மைக்கு பரசுராம் பாஹு என்ற அவனது நண்பனும் உறவினனுமான ஒருவன் தூண்டுதலாக இருக்கிறான்' என்று குறிப்பிட்டான். அதைக்கேட்டதும் தனது மச்சான் புர்கான்—உத்—தீன் தலைமையில் 5,000 குதிரைப்படையினரையும் 600 முதல் 1,500 வரையிலான எண்ணிக்கையைக் கொண்ட காலாட்படையான குஷன் பிரிவு மூன்றையும் திப்பு அனுப்பி வைத்தார். புர்கான் சித்தல்துர்க், சாவனூர் வழியாகச் சென்று தார்வார் பகுதியிலிருந்த சயீத் கபாருடன் இணைந்து கொண்டான். ஒருங்கிணைந்தப் படை 1785 ஆம் ஆண்டு ஜனவரி மாதத்தில் நார்குந்தை அடைந்தது. புர்கான், 'விரோதத்தைக் கைவிட்டுச் சரணடைந்தால் உன் உயிர் தப்பும். அனுபவித்து வரும் ஜாகிர்களைத் தொடர்ந்து அனுபவித்துக் கொள்ளலாம்' என்று செய்தியொன்றை அனுப்பினான். ஆனால், மராத்தியப்படையின் உதவியை எதிர்பார்த்துக் கொண்டிருந்த கலோபந்த், 2,000 காலாட்படை, 2,000 குதிரைப்படை மற்றும் சில துப்பாக்கிகளை வைத்துக்கொண்டு, நார்குந்தின் வெளிச்சுவர்களுக்கு அப்பால் புர்கானுடன் மோதலைச் சந்திக்கத் தயாரானான். ஆனால் தோற்றுப்போனான். அவனை நகரத்துக்குள் ஓடவிட்ட புர்கான், கவனத்தை நகரத்தின் மேல் செலுத்தினான். ஒருகட்டத்தில் கலோபந்த், எதிர்பாராத நேரத்தில் மைசூர்படைகளின் மீது அதிர்ச்சித் தாக்குதல் நடத்தி, இரண்டு படைப்பிரிவுகளை அழித்து பலரைக் கொன்றான். ஆனாலும் அந்த நிலையை அவனால் தக்கவைத்துக் கொள்ள முடியவில்லை. பிப்ரவரி மாதத் துவக்கத்தில் புர்கான், நகரத்தைத்தாக்கி தன்னை வலுப்படுத்திக் கொண்டான். சிலநாட்களில் மீண்டும் ஒரு தாக்குதல் நடத்தி முழுநகரத்தையும் கைப்பற்றினான். கலோபந்த் தீரத்துடன் போராடினான். ஆனால் இறுதியில் அகதியாக, முற்றுகையிடப்பட்டக் கோட்டைக்குள் கட்டாயமாக அடைக்கப்பட்டான்.

கலோபந்த் பூனா அரசாங்கத்தின் உதவியை கடைசிவரை எதிர்பார்த்திருந்தான். திப்புவை வெளிப்படையாக எதிர்ப்பதால், அந்த உதவி நிச்சயம் கிடைக்கும்

என்பது அவனது நம்பிக்கையாக இருந்தது. நார்குந்தின் மீது புர்கான் தாக்குதல் தொடங்கியதை பரசுராம் பாஹூ கேள்விப்பட்டதுமே நார்குந்தைப் பாதுகாக்க, படைகளை அனுப்புமாறு நானாவுக்கு கடிதம் எழுதினான். வெங்கட் ராவுக்கு உதவ நானாவும் பெருவிருப்பம் கொண்டிருந்தான். ஆனால் பூனா அரசாங்கத்துக்குள் நிலவிக்கொண்டிருந்த பெருங்குழப்பம் நானாவை தடுமாறச் செய்தது. தன்னிடமிருக்கும் படையால் திப்புவை எதிர்கொள்ளமுடியுமா என்றும் யோசித்தான். அதனால், நார்குந்த் விவகாரத்தை ஒருமுடிவுக்குக் கொண்டுவர, திப்புவின் பிரதிநிதிகளைச் சந்திக்க முயன்றான். அவர்கள் பூனாவிலேயே தங்கியிருந்தனர். அப்போது அவர்கள், நானாவிடம் ஆணித்தரமாகச் சொன்னார்கள்: 'எங்கள் எஜமானருக்கு நார்குந்தை ஆக்கிரமிக்கும் உள்நோக்கமெல்லாம் இல்லை. ஆனால் முற்றுகையை உயர்த்துவோம்'. அதேநேரத்தில் புர்கான், நார்குந்த் நகரத்தை முற்றுலுமாக முற்றுகையிட்டுவிட்ட சேதி நானாவை வந்தடைந்தது. உடனே, தனது தாமதப்படுத்தும் கொள்கையைக் கைவிட்டவன், செயல்படத் துவங்கினான். வெங்கட் ராவுக்கு உடனடியாக உதவுமாறு பரசுராம் பாஹூவுக்கு உத்தரவிட்ட நானா, கணேஷ் பந்த் பெஹ்ரேயின் தலைமையில் 5,000 குதிரைப்படை வீரர்களை அனுப்பி, முன்னவனுடன் இணைந்துகொள்ளச் செய்தான். நானாவின் கொள்கைகளை அப்படியே ஆற்றுப்படுத்தும் பரசுராம் பாஹூ, இந்த உத்தரவைப்பெறுவதில் மகிழ்ந்துபோனான். புர்கான்—உத்—தீன் கோட்டையை முற்றுகையிட்டால், போரை நிறுத்துவதைத் தவிர்க்கவேண்டும் என்று அவனுக்குள் ஓர் எண்ணம் ஓடிக்கொண்டிருந்தது. அதனால், உடனடியாக வீரர்களைச் சேகரித்தவன், அதை மூன்று பிரிவுகளாகப் பிரித்தான். 5,000 குதிரைப்படை வீரர்களைக்கொண்ட படையை ஜனோபா சுபேதாரின் தலைமையில் உருவாக்கி, மனோலி வழியாகவரும் தொடர்புகளைத் தடுக்கச்செய்தான். 10,000 குதிரைவீரர்களைக் கொண்ட படையை ரகுநாத் ராவ், குருந்துவார்க்கர் ஆகியோர் தலைமையில் உருவாக்கி, ராம்துர்க் வழியாக நார்குந்துக்கு அனுப்பி வைத்தான். தனது தலைமையிலான 7,000 படைவீரர்களுடன் முதோலில் தங்கி, முற்றுகையின்போது தனது உதவி தேவைப்படும்போது செல்வதற்கு தயார்நிலையில் இருந்தான்.

மராத்தியரின் தயாரிப்புப் பணிகளைக் கேள்வியுற்ற புர்கான், கோட்டையை முற்றுகையிடுவதை மெல்லக் குறைத்தான். மைசூரிலிருந்து புறப்பட்டப் படை வந்துசேரட்டும் என்று காத்திருந்தான். நார்குந்த் கோட்டை வலுமிக்கக் காவல்படையால் பாதுகாக்கப்பட்டு வந்தது. 2,000 காவல்படையினர் எப்போதுமே பணியிலிருந்தனர். ஆறுமாதங்களுக்குப் போதுமான வெடிப்பொருட்களுடன் உணவுப்பொருட்களும் அங்கிருந்தன. கோட்டையும் செங்குத்தான மலை மீது அமைந்திருந்தது. அதனால் பலம் பொருந்தியதாகவும் இருந்தது. காவல்படையினர் தங்கள் துப்பாக்கிகளை மிகநேர்த்தியாக உபயோகித்தனர். கீழிருந்துத் தாக்கியவர்களை நோக்கி பெரும் பாறைகளை உருட்டிவிட்டு எண்ணற்றவர்களைக் கொன்றனர். இந்த வெற்றியினால் தைரியம் பெற்றவர்கள், முற்றுகையிலிருந்து விரைவில் விடுபட்டுவிடமுடியும் என்ற நம்பிக்கையில் எதிர்தாக்குதல் நடத்தி, மைசூர் படைப்பிரிவைச்சேர்ந்த வீரர்களைக் கொன்றொழித்தனர். முற்றுகையைத் தொடர்ந்து கொண்டிருந்த புர்கான், மராத்தியப் படைகளின் நடவடிக்கைகளைக்

கண்டு, மோதலைத் தவிர்க்க விரும்பினான். அதனால் நார்குந்திலிருந்து பின்வாங்கினான். அவன் தனது படைவீரர்களையும் துப்பாக்கிப் படையினரையும் தார்வாருக்கு அனுப்பிவிட்டு, குறைந்த எண்ணிக்கியலானப் படைவீரர்களுடன் பென்னிஹலா ஓடைக்கு அருகில் முகாமிட்டான். கிராண்ட் டஃப் கூறுகிறான். ‘முற்றுகையைப் பலப்படுத்த வேண்டுமென்றால், தண்ணீர் வேண்டுமென்று திப்புவின் அதிகாரிகள் கட்டாயத்துக்கு உள்ளானார்கள். அதிலேதும் சந்தேகமேயில்லை. கொடும் வெப்பத்தால், மைசூர்படை தண்ணீருக்காக அவதிப்பட்டது. நார்குந்திலிருந்து வெளியேறிய பின்பு அவர்கள், ஓடையருகே முகாமிட்டது, அதனால்தான்.’ ஆனால் தண்ணீர்ப் பற்றாக்குறை முற்றுகையை விலக்கிக் கொள்ளுமளவுக்குக் கொடுமையானதாக இருக்கவில்லை. அதனாலேதும் புர்கான் முற்றுகையிலிருந்து பின்வாங்கவில்லை. தண்ணீர் ஒட்டகங்களின் முதுகுகளிலும், மாட்டுவண்டிகளிலும் முகாமிட்டிருக்கும் இடத்திற்கு அருகிலிருக்கும் ஆற்றிலிருந்து கொண்டுவரப்பட்டது. உண்மையிலேயே முற்றுகை விலக்கிக் கொள்ளப்பட்டது, திப்புவிடமிருந்து வந்த ஓர் உத்தரவையடுத்துதான். அவர் மராத்தியர்களுடன் நட்புப் பாராட்டத் தயாராகியிருந்தார். அதனால் திப்புவின் பிரதிநிதிகள் நானாவைப் படியவைக்க முயற்சிகள் எடுத்தனர். மறுபக்கத்தில், கோட்டையை முற்றுகையிட போதுமான பலம் இல்லாததால் புர்கான் நார்குந்திலிருந்து பின்வாங்கிவிட்டான் என்று நானா கருதிக்கொண்டான். அதேநேரத்தில் மராத்தியப்படை அவனுக்குப் பின்புறத்தில் முன்னேறிக் கொண்டிருந்ததும் உண்மைதான். எனினும் முற்றுகை விலக்கிக்கொள்ளப்பட்டதும், திப்புவுடனானப் பேச்சுவார்த்தை முன்னேற்றம் கண்டிருந்தது. பாஹுவுக்கு நானா எழுதியக் கடிதத்தில், ‘மழைக்காலம் முடியும்வரை மைசூர் படையிடம் விரோதத்தைத் தூண்ட வேண்டாம்’ என்று குறிப்பிட்டான். அத்துடன், ‘வெங்கட் ராவும் கலோபந்தும் அவரவர் குடும்பங்களுடன் கோட்டையிலிருந்து வெளியேறிய பின்பு, தகுதியான அதிகாரிகளின் தலைமையில் காவல்படையினர் விடப்பட்டிருந்தாலும், நீ ராம்துர்க்கிலேயே இரு’ என்றும் கூறியிருந்தான். ஆனால் கலோபந்த் அங்கிருந்து வெளியேறவில்லை. தான் வெளியேறிப்போனால் காவல்படையினர் குலைந்துபோய் விடுவார்கள் என்று அங்கேயே இருந்து கொண்டான். மழைக்காலம் முடியும்வரை அங்கேயே இருப்பதில் தீர்மானமாகவும் இருந்தான். இதனிடையே, திப்புவுடன் உடன்படிக்கை ஏற்பட்டால் கோட்டையிலிருந்து வெளியேற வேண்டிய அவசியமில்லையே என்ற கருத்தும் இருந்தது. பரசுராம் பாஹு, கலோபந்தின் எண்ணத்தோடு ஒத்துப்போனான். அதேவேளையில் நானாவை மறுத்தான். ஆனாலும் திப்புவின் மனப்போக்கை அறிந்துகொள்ள முடியாமல், பாஹுவும் கணேஷ் பந்த் பெஹ்ரேயும் தேசாய்க்கு உதவுவதில் ஆர்வம் கொண்டிருந்தனர். அப்படிச் செய்யும்பட்சத்தில், பூனாவில் தங்கள் செல்வாக்கையும் புகழையும் ஒருசேர நிலைநிறுத்திக் கொள்ள முடியும் என்று கருதினர். அதனால், நானாவின் உத்தரவைப் புறந்தள்ளினர். மைசூர்படையினர் மீது தாக்குதல் தொடுத்தனர். ஆனால், இருபது உயிர்களையும் ஒரு யானையையும் இழந்து துரத்தியடிக்கப்பட்டனர். இதைக்கேள்விப்பட்ட நானா, தனது பேச்சைக் கேட்காத பாஹுவுக்குக் கண்டனம் தெரிவித்தான். அதேநேரத்தில் மராத்தியப்படைக்கு நேர்ந்த அவமானத்தைத் துடைக்க பாஹுவுக்கு உதவியாக துஹோஜி ஹோல்கர் தலைமையில் பெரும்படையொன்றை அனுப்பினான்.

மேலும் போருக்கானத் தயாரிப்புகளில் ஈடுபட்டான்.

இதனிடையே, நானாவுக்கும் திப்புவின் பிரதிநிதிகளுக்குமிடையில் பேச்சுவார்த்தை தொடர்ந்து கொண்டுதானிருந்தது. தீர்மானங்கள், எதிர் தீர்மானங்கள் என்று முன்னேற்றம் தெரிந்தது. ஒருகட்டத்தில், திப்புவின் பிரதிநிதிகள் 'எந்தவொரு இடையூறுமில்லாமல் கோட்டையிலிருந்து வெளியேறிக்கொண்டால், திப்பு சுல்தான் இரண்டு ஆண்டுகளுக்கானக் கப்பத்தை உடனடியாக பேஷ்வாவுக்குச் செலுத்தத் தயாராகயிருக்கிறார்' என்றொரு முன்மொழிவை வைத்தனர். சூழ்நிலையைப் புரிந்துகொண்ட நானா இந்தத் தற்காலிக ஏற்பாட்டுக்கு உடனே சம்மதம் தெரிவித்தான். பணப்பட்டுவாடா தொடர்பான பதில் இருபத்தேழு நாட்களுக்குள் கிடைக்க வேண்டும் என்று அனுமதித்தான். ஆனால், இந்தப் பேச்சுவார்த்தை அரைகுறையாக, எந்தவொரு புரிதலையும் ஏற்படுத்தாமல் முடிந்து போனது. நானாவின் உண்மையானத் திட்டங்களை திப்பு அறிந்து கொண்டிருந்தார். அதனால், ஒப்பந்தத்தில் நானாவின் பங்கை அவர் விரும்பவில்லை. சில மாதங்களே நீடிக்கப்போகும் அந்த ஒப்பந்தத்துக்கு மராத்தியர்களின் பணப்பெட்டியை நிரப்ப வேண்டியதில்லையென்றும் அவர் கருதினார். திப்புவிடமிருந்து பணத்தைக் கறப்பது மட்டுமே நானாவின் திட்டமாகயிருந்தது. அதுபோல மழைக்காலம் முடியும் வரை நாட்களை நகர்த்திவிட்டு, சந்தர்ப்பம் கூடிவரும்போது போரைத் தொடங்கிவிட வேண்டுமென்றும் அவன் ஆயத்தமாகிக் கொண்டிருந்தான். கிருஷ்ணா நதிக்குத் தெற்கே ஹைதர் அலியால் வெற்றி கொள்ளப்பட்ட மராத்திய உடமைகளை திரும்பக் கைப்பற்ற வேண்டுமென்பதே அவனது நோக்கம். அதனால் திப்புவின் பிரதிநிதிகளிடம் அவன் குழைந்து கிடந்தான். கருணை மிக்கவனாய் நடந்து கொண்டான். அவர்களுக்கானதைச் செய்து கொடுத்தான். அமைதியை விரும்புபவனாக வெளியில் பாசாங்கு காட்டினாலும், உள்ளுக்குள் போருக்குத் தயாராகியிருந்தான். மராத்தியர்களுடன் நிஜாம் மற்றும் ஆங்கிலேயர்களைக் கொண்ட திப்புவுக்கு எதிரான சதிக்கூட்டத்தை ஒழுங்குபடுத்திக் கொண்டிருந்தான்.

மறுபக்கத்தில் திப்பு, மராத்தியர்களுடனான நட்பைப் பேண விரும்பினார். அதேவேளையில் தனது தந்தைக் கைப்பற்றியப் பகுதிகளை விட்டுக் கொடுக்க அவர் தயாராகவும் இல்லை. மேலும் நார்குந்தின் தேசாய் செய்துவரும் துடுக்குத் தனமானச் செயல்களுக்கும் எதற்கும் வளைந்து கொடுக்காதத் தெனாவட்டுக்கும் தண்டனையளிக்க விரும்பினார். வெங்கட்ராவின் விவகாரங்களில் மூக்கை நுழைத்து, தன்னைப் பிரதானப்படுத்திக் கொள்வதில் கோபமாகிப்போன திப்பு, அவன் தனது உள்விவகாரங்களில் தலையிடுவதாகக் கருதினார். அதனால் பூனா அரசாங்கத்துடனானப் பேச்சுவார்த்தையை அவர் முறித்துக் கொள்ளவில்லை. அதுபோலவே, நானாவுடன் தனது பிரதிநிதிகளைத் தொடர்ந்து பேசச்சொன்னார். ஏனென்றால், அவரும் நானாவைப் போலவே நேரத்துக்காகக் காத்துக் கொண்டிருந்தார். நானா, மழைக்காலம் முடிவதற்கு முன்பு நார்குந்த் விழுந்துவிடக்கூடாது என்பதில் முனைப்பாக இருந்தான். திப்புவோ, மராத்தியர்கள் வலுவாகி ஒன்றுதிரண்டு தன்னை எதிர்ப்பதற்குள் அதைக் கைப்பற்றிவிட வேண்டும் என்று முனைப்பாக இருந்தார். திப்புவுக்கு நார்குந்தைக் கைப்பற்றுவது, அதன் தலைமையை அடக்கி நாடற்றவனாக ஆக்கி, தனது வலிமையை நிலைநிறுத்துவது

மட்டுமல்ல, அவரது தேவை வேறு ஒன்றாகவும் இருந்தது. அந்தக்கோட்டை மிகவும் வலிமையானது. அவரது சாம்ராஜ்ஜியத்தின் வடக்கு எல்லையையொட்டி அமைந்துள்ளது. மராத்தியர்களுடன் பிரச்சனையேற்பட்டால் அவர்களைப் பணிய வைக்கும் முக்கியத்துவமான யுக்திகளைச் செய்வதற்கு ஏற்றயிடமாக அந்தக் கோட்டையைக் கருதினார்.

பரசுராம் பாஹூ, மைசூர் படையின் மீது சினமூட்டாதவகையில் ஒரு தாக்குதலை நடத்தினான். அதை நார்குந்த் மீது போர்தொடுப்பதற்கானப் பாசாங்காக திப்பு எடுத்துக் கொண்டார். மராத்தியப்படைகள் நெருங்கி விடாதிருக்க எடுக்கும் முயற்சியாக ஆக்கிகொண்டார். ஏப்ரல் மாதம் 12 ஆம் தேதியன்று, கமர்—உத்—தீன் தனது பெரும்படையுடன் கடப்பாவிலிருந்து திப்புவின் உத்தரவின் பேரில் புறப்பட்டு வந்து, புர்கானுடன் இணைந்து கொண்டான். இவ்வாறாக, வலுப்பெற்றப் படையின் ஒருபிரிவை நார்குந்தை நோக்கி அனுப்பினான். மற்றொரு பிரிவை மனோலி வழியாக அனுப்பி நார்குந்தைத் தனிமைப்படுத்தினான். மராத்தியப்படை அவர்கள் கிருஷ்ணா நதிக்கரையை எட்டும்வரை சிறிய அளவிலான எதிர்ப்பை மட்டுமே காட்டித் தொடர்ந்தது. அது, மைசூர் படைக்கு நல்லபலனைக் கொடுத்தது. மே மாதம் 5 ஆம் தேதியன்று ராம்துர்க் மைசூர்படை வசமானது. தொடர்ந்து மனோலியும் கைப்பற்றப்பட்டது. இதையடுத்து நார்குந்துடனானத் தொடர்புவழிகள் அத்தனையும் அடைபட்டுப்போய், உதவி பெறுவதற்கானச் சாத்தியங்கள் ஏதுமற்றுப்போனது. புர்கான் மே மாதத் துவக்கத்தில் அதைக் கைப்பற்றினான். முன்னதாக புர்கான்—உத்—தீனுக்கும், கமர்—உத்—தீனுக்குமிடையில் இடையறாத சச்சரவு ஏற்பட்டு, முற்றுகையிடுவதில் பெருந்தேக்கம் உருவானது. திப்பு, அவர்களிருவரிடமும் 'நல்ல நண்பர்களாக இருக்கச்சொல்லி' அறிவுரை கூறினார். மேலும், அனுபவமிக்க அதிகாரிகள் மூவரைக் கொண்டு அவர்களிருவருக்கும் இராணுவக் கலந்தாய்வை நடத்த வைத்தார். தேவைப்படின் அதிகாரிகளின் வழிகாட்டுதலின்படி நடக்கவும் பரிந்துரைத்தார். ஜூலை மாதத்தில், கலோபந்துக்கு பதாமி பகுதியின் தளபதியான ஹைதர் மூலமாக, புர்கான் ஒரு குறுஞ்செய்தி அனுப்பினான். அதில், 'உடனடியாக அடிபணிந்துவிட்டால் காவல்படையினரின் உயிருக்கும் உடமைகளுக்கும் உத்தரவாதம் அளிப்பதாகவும், அவர்கள் விரும்பும் இடத்துக்கு சென்று கொள்ளலாம்' என்று கூறியிருந்தான். ஆனால் கலோபந்த், இந்தச் சலுகையை மறுத்து விட்டான். மேலும், 'பூனாவுக்கு எழுதியிருப்பதாகவும் அங்கிருந்துவரும் ஆலோசனையின்படி நடக்கவிருப்பதாகவும்' சொல்லிவிட்டான். அவனது நோக்கமெல்லாம் மழைக்காலம் முடியும்வரை நாட்களை நகர்த்திவிட்டால், பேஷ்வாவின் இராணுவம் வந்து நிச்சயமாக தன்னைமாற்றி நிவாரணம் தரும் என்றும் நம்பியிருந்தான். அதனாலேயே தனது போராட்டத்தை மிகுந்த மனவலிமையுடன் நடத்தி வந்தான். ஆனால், இடையறாத பீரங்கித் தாக்குதலும் வெற்றிகரமான வழித்தடைகளும் கோட்டையைத் துண்டித்து விட்டதால், காவல்படையின் நிலை ஜூலை மாத இறுதிவாக்கில் பரிதாபத்துக்குள்ளாகிப் போனது. வெடிப்பொருட்களும் உணவுப்பொருட்களும் இருப்பிலிருந்து பனியாய்க் கரைந்தோடிவிட்டது. நீரின் நிலைமை நம்பிக்கைத் தருவதாக இருக்கவில்லை. காவல் படையினரில் பலர் நோயாளிகளாகிப் போனார்கள். கலோபந்த், 'இனியும்

தாக்குப்பிடிக்க முடியாது' என்பதை உணர்ந்தான். வேறுவழியில்லாமல் சரணடைய உடன்பட்டான். உத்தரவாதமளித்ததுபோல, உயிருடனும் உடமைகளுடனும் கோட்டையிலிருந்து வெளியேற அனுமதிக்கப்பட்டனர். ஜூலை மாதம் 29 ஆம் தேதியன்று 1,650 படைவீரர்கள் அணிவகுப்பு நடத்தினார்கள். சுல்தானிடமிருந்து உத்தரவுவரும்வரை அவர்களைக் கைதுசெய்து வைத்திருந்த புர்கான், திப்புவின் வழிகாட்டுதலின்படி படிப்படியாக பகுதிப்பகுதியாகப் பிரித்து வெளியேற்றினான். அது செப் டம்பர் மாத இறுதிவரைத் தொடர்ந்தது. கலோபந்தையும் வெங்கட் ராவையும் வெளியேற்றவில்லை. அவர்கள் சங்கிலிகளால் பிணைக்கப்பட்டு, கப்பல்துர்கா கோட்டைக்கு அவர்களின் குடும்பங்களுடன் அனுப்பி வைக்கப்பட்டனர். நிபந்தனையின் பேரில் சரணடைந்தும் அவர்கள் இருவரையும் விதிகளின்படி நடத்ததாதற்குக் காரணமாகச் சொல்லப்பட்டது என்னவென்றால் அவர்கள் இருவரும் திப்புவுக்கு பல்வேறு வகைகளில் கணிசமாகத் தொந்தரவு கொடுத்து வந்தார்கள். அவர்களைத் தண்டிக்காமல் விட திப்பு விரும்பவில்லை.[92] ஆனால் தவறானச் செய்தியாக வேறு ஒன்றும் பரப்பப்பட்டது. அது, 'தேசாயின் மகளை திப்புவின் அந்தப்புரத்துக்கு ஒதுக்கி வைத்தார்கள்' என்பது. இதுகுறித்து மராத்தியப் பதிவேடுகளில் தரவுகள் எதுவும் காணப்படவில்லை. அதுபோலவே, கலோபந்தின் மகள்களில் அழகியொருத்தியைப் பார்த்துத் தேர்வு செய்து, திப்புவின் அந்தப்புரத்துக்கு அனுப்பி வைக்க, புர்கான் அனுப்பி வைக்கப்பட்டான் என்றொரு கதையை, ஒரு செய்திக்குறிப்புக் கூறுகிறது. ஆனால் அவையெல்லாமே திரிக்கப்பட்ட கட்டுருவாக்கம். அது தொடர்பான எந்தவொரு ஆதாரமும் நிரூபிப்பதற்கானதாக இல்லை. செய்திக்குறிப்பை நம்பகமான ஆதாரமாகக் கொள்ள முடியவில்லை. ஏனென்றால் அதில் குறிப்பிடப்பட்டிருந்தச் செய்தி பொதுவாகக் காற்றுவாக்கில் பரவியது. அல்லது தெருமுனைப் பேச்சாக இருந்தது.

நார்குந்தைக் கைப்பற்றியப் பின்பு புர்கான்—உத்—தீன் கிட்டூரை நோக்கி நடைபோட்டான். கிட்டூரை ஆண்ட மல்லசாய்ஜா, சுல்தானுக்கு எதிராகக் குழப்பம் விளைவித்துக் கொண்டிருந்தான். புர்கான் அங்கே போனபோது, அவனை எதிர்ப்பது பலனளிக்காது என்று மல்லசாய்ஜா உடன்பட்டுப் போனான். ஆனால் அவனையும் அவன் குடும்பத்தார் மற்றும் அமைச்சர் குருபந்த் ஆகியோரை கப்ப நிலுவைத் தொகையைக் கட்டாததால், திப்புவால் நியமிக்கப்பட்ட வெங்கட் ரங்கையா சிறையில் அடைத்திருந்தான். மக்களையும் துன்புறுத்திக் கொண்டிருந்தான். இந்தச் செய்தி புர்கானின் காதுகளுக்கு வந்தபோது அவன் தலையிட்டான். அவன் மல்லசாய்ஜாவையும் அமைச்சர் குருபந்தையும் மீட்டுக் காப்பாற்றினான். வெங்கட் ரங்கையாவின் செயல்பாடுகளுக்கு எச்சரிக்கை விடுத்தான். புர்கானின் தலையீட்டை விரும்பாத வெங்கட் ரங்கையா கோபம் கொண்டு தார்வாருக்குக் கிளம்பிவிட்டான். கிட்டூரை தனது சாம்ராஜ்ஜியத்துடன் திப்பு இணைத்துக்கொண்டார். தனது ஆதரவுக்காக கிட்டூர் தலைவனிடமிருந்து ஒரு தொகையைப் பெற்றுக்கொண்டார்.

கிட்டூரிலிருந்து மைசூர் பார்வையிலிருந்த மராத்தியத்தின் மற்ற மாநிலங்களுக்கு புர்கானின் படை தொடர்ந்தது. நவம்பர், டிசம்பர் ஆகிய இரண்டு மாதங்களில் தோத்வாட், கானாபூர், சதா, ஹோஸ்கோட், பாத்ஷாபூர், மற்றும் ஜம்போதியைக்

கைப்பற்றியது. இந்த இடங்களின் ஆட்சியாளர்கள் நார்குந்த், கிட்டூர் ஆகிய ஆட்சியாளர்களைப் போலவே இராஜதுரோகக் குற்றச்சாட்டுக்கு உள்ளானவர்கள். அந்த மாநிலங்களும் மைசூருடன் இணைக்கப்பட்டன.

நானா திரட்டிய திப்பு எதிர்ப்புக் கூட்டணி

புர்கான்—உத்—தீனின் தொடர் வெற்றிகள் நானாவுக்குப் பெரும் சரிவாகிப் போனது. அது, அவனது கொள்கைகளின் தோல்வியை எடுத்தியம்பியது. நார்குந்தின் வீழ்ச்சியைத் தொடர்ந்து, திப்புவுக்கு எதிராகப் படைதிரட்ட வேண்டிய அவசியம் அவனுக்கு உருவாகியிருந்தது. ஆனால், பூனாவில் நிலவிய நிலையற்ற சூழல் அவனால் எதையும் செய்ய முடியாதபடிக்குத் தள்ளியிருந்தது. மேலாக, விசுவாசியான பரசுராம் பாஹு நானாவின் கொள்கைகளில் வெறுப்படைந்திருந்தான். காலம் தாழ்த்தும் நானாவின் சால்ஜாப்புப் பேச்சுகளால் அவன் கலக்கமுற்றிருந்தான். அதனால் தனது படைகளைக் கலைத்துவிட்டு தஸ்காவுனின் ஜாகிராகக் கிளம்பிவிட்டான். கணேஷ் பந்த் பெஹ்ரே தலைமையிலானப் படை கிருஷ்ணா நதிக்கரையிலேயே முகாமிட்டுக் கிடந்தது. தொடர் மழையால் படைகளால் எங்கும் நகர முடியவில்லை. மழைக்காலம் ஓயும்வரை வேறு எந்த முடிவும் எடுக்க முடியாததால் அதை அப்படியே விட்டுவிட்டு, அவன் இராஜதந்திர நடவடிக்கைகளிலும், இராணுவத் தயாரிப்புகளிலும் ஈடுபட்டான். திப்புவுக்கு எதிரானக் கூட்டணியில் ஆங்கிலேயர்களைச் சேர்த்துவிடும் முயற்சியில் இறங்கினான். மராத்தியத் தலைவர்களை பேஷ்வாவை முற்றுகையிடச் சொல்லி அறிவுறுத்தினான். மீண்டும் ஒரு முறை கிருஷ்ணா ராவ் பல்லாலை நிஜாமிடம் அனுப்பி, மைசூர் படையெடுப்புத் தொடர்பான விஷயங்களை ஆலோசிக்க வருமாறு அழைப்பு விடுத்தான். தனது ஆளுகைக்குட்பட்ட ஆட்சியாளர்களை தண்டித்ததைத் தவிர, எந்தவொரு ஆக்கிரமிப்பையும் திப்பு செய்யாத போதும் நானா அதைப் போருக்கு எதிரான நடவடிக்கையாகவே பார்த்தான். சுல்தானுக்கு எதிராகத் தனது செல்வாக்கை உயர்த்திக்கொள்ளவும் 1774—1778 ஆம் ஆண்டுகளில் ஹைதர் அலி கைப்பற்றிய மராத்தியப் பகுதிகளை மீட்பதிலும் தனது கௌரவம் உயரும் என்று கணக்கிட்டிருந்தான்.

மராத்தியத் தலைவர்களின் ஒத்துழைப்பு நானாவுக்குச் சாதகமாக இருந்தது. முதோஜி போன்ஸ்லே பூனாவுக்கு வந்து நானாவைச் சந்தித்து, திப்புவுக்கு எதிராக பேஷ்வாவை செயல்பட வைக்க தான் முயல்வதாக உறுதியளித்தான். ஆனால் அவனது உடல்நலக்குறைவால் செப்டம்பர் மாதவாக்கில்தான் நாக்பூருக்குக் கிளம்பினான். எனினும் தன் மகன் மான்யபா தலைமையில் 2,000 துருப்புகளை அனுப்பி வைத்தான். மேலும் துருப்புகளை அனுப்பி வைப்பதாக நானாவுக்கு உறுதியளித்தான். உடல்நலம்பெற்றதும் 10,000 வீரர்களுடன் அவனே கிளம்பிவிட்டான். ஹோல்கர் 20,000 துருப்புகள் 10,000 ஆர்வலர்கள் மற்றும் சில பீரங்கிப்படை வீரர்களுடன் தயாராகயிருந்தான். நார்குந்த் விவகாரத்தில் நானாவுடன் முரண்பட்டுப் போயிருந்த பாஹு பூனாவுக்குப்போக மறுத்துவிட்டான். ஆனாலும் போர் துவங்கியதும் அதில் கலந்து கொள்ளும்

எண்ணத்தைக் கொண்டிருந்தான்.

கிருஷ்ணா ராவ் பல்லாலுக்கு பதிலளித்த நிஜாம், கூட்டத்தில் கலந்து கொள்வதாகவும் போர்செலவுகளுக்கு இருபத்தைந்து லட்சரூபாய் வழங்குவதாகவும் உறுதிப்படுத்திவிட்டு, தனக்கு பிஜப்பூர் மாகாணத்தையும், அஹமத்நகர் கோட்டையையும் திருப்பித்தந்துவிட வேண்டும் என்று வலியுறுத்தினான். இந்த விஷயங்களாலேயே நிஜாம் தாமதப்படுத்துவதாக உணர்ந்த கிருஷ்ணா ராவ் பல்லால், நானா இதை ஏற்க மறுத்துவிடுவான் என்றே கருதினான். அதனால் அதற்கு தான் பொறுப்பு என்று உத்தரவாதம் கொடுத்து, யாத்கிரிக்குப் புறப்பட்டு வரச் சொல்லி வேண்டிக் கொண்டான். இந்த வார்த்தைகளால் திருப்தியடைந்த நிஜாம், 1785 ஆம் ஆண்டு நவம்பர் மாத இறுதியில் புறப்பட்டுப்போனான். நிஜாமின் படை வந்தடைந்ததும் தனது வலுவைக்காட்ட, ஹரிபந்தை யாத்கிரிக்கு 1785 ஆம் ஆண்டு டிசம்பர் மாதம் 1 தேதியன்று அனுப்பிவிட்டு நானா தானும் புறப்பட்டான். ஹரிபந்தை பந்தர்பூரில் டிசம்பர் மாதம் 12 ஆம் தேதியன்று முந்தியும் விட்டான். அங்கே பரசுராம் பாஹு, ரகுநாத் ராவ் குருந்துவார்கர் ஆகியோருடன் இணைந்து கொண்டவன், யாத்கிரியில் காத்திருக்கும் நிஜாமைச் சந்திக்க அவர்களுடன் படைநடத்தினான்.

நானாவுக்கும் நிஜாமுக்குமிடையிலானப் பேச்சுவார்த்தை ஒண்ணரை மாதத்துக்கும் மேலாக நடந்தது. நிஜாமின் அவைச் செய்தியாளன் எழுதுகிறான்: இருதரப்புக்குமிடையில் கருத்து வேறுபாடுகள் நிறைய இருந்தன. அவர்களின் அனைத்து நடவடிக்கைகளும் குழப்பம் தருவனவாகவே இருந்தன. ஒருநாள் தீர்மானித்த முடிவை மறுநாள் குழப்பமாக ஆக்கினார்கள். ஒருவழியாக அவர்கள் முடிவுக்கு வந்தபோது, 1784 ஆம் ஆண்டு ஜுன் மாதத்தில் எடுத்த முடிவிலிருந்து அது வேறுபட்டதாக இருக்கவில்லை. தாக்குதல் கூட்டணி இறுதி நிலையை எட்டியதும், உடனடியாக மைசூர் மீது படையெடுக்கப் புறப்பட்டார்கள். திப்புவிடமிருந்து கைப்பற்றப்படும் இடங்களில் முன்பு தாங்கள் இழந்ததில் தங்களுக்கானதை அவரவர் எடுத்துக் கொண்டு, வென்றதில் மீதியுள்ள இடங்களை நிஜாமும், மராத்தியர்களும் சரிசமமாகப் பிரித்துக் கொள்வதாக முடிவுசெய்து கொண்டனர். அந்த வகையில், முதலில் மராத்தியப் பகுதியில் துங்க பத்ரா—கிருஷ்ணா நதிக்கு இடைப்பட்டப் பகுதிகளை வெல்ல கூட்டணிப்படை முடிவெடுத்தது. ஆனால், பிஜப்பூர் மற்றும் அஹமத்நகரை நிஜாமுக்கு விட்டுக் கொடுக்கும் விவகாரத்தில் நானாவின் பதில் திருப்திகரமாக இருக்கவில்லை.

பேச்சுவார்த்தையெல்லாம் முடிந்த நிலையில் நானாவுக்கு உடல்நலமில்லாமல் போய் விட்டது. அதனால் பூனாவுக்குத் திரும்ப விருப்பப்பட்டான். அது ஒருபாதி உண்மையென்றாலும் அவனுக்குத் தலையாயக் கவலையாக இருந்தது, இளம் பேஷ்வாவை தனியாக அவ்வளவு தூரத்துக்கு அனுப்ப விருப்பப்படவில்லை என்பதுதான். நிஜாமையும் ஹரிபந்தையையும் போருக்குத் தலைமையேற்க வற்புறுத்தினான். இது, கூட்டணிக்குள் பலத்த சர்ச்சையை உருவாக்கியது. போரைப்பற்றியக் கவலையேதுமின்றி பூனாவுக்குத் திரும்பவதிலேயே அவன் குறியாக இருப்பது குறித்து எதிர்ப்பு தெரிவித்தனர். திப்புவுடன் தனக்கு நல்லவுறவு

இருந்துவரும் நிலையில், தான் மராத்தியர்களின் நட்பு வேண்டியே இந்தப் படையெடுப்பில் இணைந்ததாக நிஜாம் குறிப்பிட்டான். நானா படையுடன் தங்கியிருக்காவிட்டால் தானும் கிளம்பிவிடுவதாகக் கூறினான். அது போலவே, 1786 ஆம்ஆண்டு ஜனவரி மாதத்தில் வந்து சேர்ந்த முதோஜி போன்ஸ்லே பாஹு ஆகியோரும் கிளம்புவதற்கு ஆயத்தமாகினர். இந்தச் செயல்பாடுகளால் கூட்டணி உடைந்துவிடும் அபாயம் உருவாகியிருந்தது. நானா தனது புறப்பாட்டை ஒத்தி வைத்தான். நானாவும் ஹரிபந்த்தும் எவ்வளவோ பேசி, திசைதிருப்ப முயன்றும் நிஜாம் ஹைதராபாத்தை நோக்கி 1786 ஆம் ஆண்டு ஜனவரி மாதம் 25 ஆம் தேதியன்று புறப்பட்டுவிட்டான். மற்றவர்களின் தடுக்கும் முயற்சியும் அவனிடம் எடுபடவில்லை. போகும்போது, தஹவர் ஜங்க் தலைமையில் 25,000 துருப்புகளை விட்டிருந்தான்.' டஃப் கூறுகிறான். 'மழைக்காலப் போரில் பங்குகொள்ள நிஜாம் விரும்பவில்லை.' ஆனால் உண்மையில் பிஜப்பூரையும் அஹமத்நகரையும் விட்டுத் தருவதாக மராத்தியப் பிரதிநிதியான கிருஷ்ணா ராவ் பல்லால் உறுதியளித்திருந்தும், நானா மறுத்ததால் உருவான மனவருத்தமே அங்கிருந்து நிஜாமைக் கிளம்ப வைத்தது. மறுபக்கத்தில், இதுபோன்ற வாக்குறுதிகளைத் தருவதற்கு பிரதிநி—திகளுக்கு அதிகாரம் வழங்கப்படவில்லை என்று நானா அறிவித்ததும், அவனும் அவசரமாக ஹைதரபாத்துக்குக் கிளம்பி விட்டான். இத்தனைக்கும் அவன் அங்கே இருக்க வேண்டிய அவசியமிருந்தது.

மைசூர் படையெடுப்பு

ஹைதராபாத்துக்கு நிஜாம் கிளம்பிவிட்டபோதும், கூட்டணிப்படை 1786 ஆம் ஆண்டு மே மாதம் முதல் நாளன்று தனது சேவையைத் துவங்கி, பதாமியை நோக்கி நடைபோட்டது. மைசூர் சாம்ராஜ்ஜியத்தின் வடக்கெல்லையில் நன்கு வடிவமைத்துக் கட்டப்பட்ட ஒருகோட்டை நகரம் அது. 3,000 காவல்படையினர் பணியில் இருந்தனர். அழகிய சிறியக்கோட்டையைத் தொடர்ந்து பக்கத்துக்கு ஒன்றாக இரு சிறுமலைக்கோட்டைகளும் அங்கிருந்தன. கூட்டணிப் படையினர் அத்தனை பேருமாகச் சேர்ந்து, மூன்று வாரங்களுக்குமேலாக சுவற்றை உடைக்க முயற்சித்துக் கொண்டிருந்தனர். அதில் அவர்கள் வெற்றிபெற முடியவில்லை. அதனால் அதிரடித்தாக்குதல் நடத்திக் கைப்பற்ற முடிவெடுத்தனர். மே மாதம் 20 ஆம் தேதியன்று காலையில் 20,000 பேரைக்கொண்ட காலாட்படை, தாக்குதல் நடத்த அணிவகுத்தது. அந்தப்படை, வழிகளிலும் சாக்கடைகளிலும் ரகசியப் பாதைகளிலும் மைசூர் படையினர் புதைத்து வைத்திருந்த வெடிமருந்தை மிதித்ததும், நடப்பதையறியாமலேயே சாவைச் சந்தித்தது. பெருமளவு உயிர்ச்சேதம் ஏற்பட்டது. எனினும் அது, கூட்டணிப் படையின் வேகத்தை மட்டுப்படுத்தவில்லை. மேலும் மனோதைரியத்துடனும் ஈடுபாட்டுடனும் செயல்பட்டது. கோட்டைச்சுவற்றில் ஏணிகளை வைத்து ஏறியது. அப்படையைக் காவல்படை தடுத்தது. எனினும் காவல்படை தோற்கடிக்கப்பட்டது. கோட்டையைவிட்டு பதாமி காவல்படையினர் ஓடிவிட்டனர். அதனால் கூட்டணிப் படையினர் கோட்டைக்குள் புகமுயன்றனர். ஆனால் அவர்களால் வெற்றிபெற முடியவில்லை. கோட்டையின் உட்புறத்திலிருந்து

பெரும் கற்கள் உருண்டோடி வந்தன. கூட்டணிப் படையினர் மீது உள்ளுக்குள் இருந்தக் காவல்படையினர் துப்பாக்கியால் சுட்டனர். அதில் பெரும் அழிவு ஏற்பட்டது. 800 மராத்தியர்களும் அதற்கிணையான நிஜாம் படையினரும் உயிரிழந் திருந்தனர். மைசூர் படையில் 400 பேர் வரை உயிரிழந்திருந்தனர்.

அந்த நேரத்தில் கோட்டையைப் பாதுகாத்து விட்டாலும் அதன் தளபதி ஹைதர் பக்ஸ் நீண்ட நாட்களுக்குத் தாக்குப்பிடிக்க முடியாது என்பதை உணர்ந்திருந்தான். நகரத்தை எதிரிப்படையினர் ஆக்கிரமித்துவிட்டனர். கோட்டைக்கு வருவதற்கான அத்தனை வழிகளும் அடைபட்டு விட்டன. குறிப்பாகக் கோட்டைக்குத் தண்ணீர் தரும் ஏரி நகரத்துக்குள்தான் அமைந்திருக்கிறது. அதனால் அவன் சரணாகதிக்கான நட்புக்கரத்தை நீட்டினான். பெரும் உயிரிழப்பு ஏற்பட்டு அதில் அதிர்ந்து போயிருந்த நானா, முற்றுகையை நீடிக்க விரும்பி சரணாகதியை ஏற்க மறுத்தான். நிபந்தனையற்று சரணடைவது என்றால் அதுகுறித்துப் பரிசீலிக்கலாம் என்றான். முதலில் அதை ஏற்கமறுத்த தளபதி, கடும்தண்ணீர் பற்றாக்குறையையும், அதனால் ஏற்பட்டுவரும் உயிரிழப்பையும், முற்றுகையாளர்களின் தீவிரத்தையும் கண்டு காவல்படையினரின் உயிருக்கு உத்தரவாதம் வாங்கிக்கொண்டு, மே மாதம் 21 ஆம் தேதியன்று நிபந்தனையற்ற சரணாகதிக்கு உடன்பட்டான். நார்குந்த் விவகாரத்தில் துரோகமிழைத்த ஹைதர் பக்ஸையும் மற்றவர்களையும் சிறையிலடைக்க வேண்டும் என்று பரசுராம் பாஹு வற்புறுத்தினான். நானாவும் ஹரிபந்த்தும் அந்தக் கோரிக்கையை ஏற்க மறுத்துவிட்டனர். காவல்படையினருக்குக் கொடுத்த உத்தரவாதத்தை மீறிய செயலாகிவிடும் என்று நினைத்தனர்.

பதாமியைக் கைப்பற்றியப் பின்பு, நானா மே மாதம் 26 ஆம் தேதியன்று பூனாவுக்குக் கிளம்பிப் போனான். ஹரிபந்த் இராணுவத்துக்குப் பொறுப்பேற்றிருந்தான். முதோஜி போன்ஸ்லேயும் தனது இரண்டாவது மகன் கந்துஜி தலைமையில் பெரும் படையொன்றை விட்டுவிட்டு நாக்பூருக்குக் கிளம்பிப் போனான். அந்தப்படை ஹரிபந்த்துக்கு கீழ் இயங்கியது. தசரா முடிந்ததும் திரும்பி பெரும் படையுடன் வருவதாக உத்தரவாதமும் தந்திருந்தான். அதுபோல, பரசுராம் பாஹுவும் நானாவின் எதிர்ப்பை மீறிக் கிளம்பினான். மகனின் பூணூல் சடங்கு முடிந்ததும் திரும்பிவிட வேண்டுமென்ற உத்தரவாதம் அவனிடமிருந்து பெறப்பட்டது.

ஹரிபந்த் மட்டுமே இப்போது படைக்குப் பொறுப்பாளனாக இருந்தான். 1786 ஆம் ஆண்டு ஜுலை மாதத்தில் கஜேந்திரகார்க் நோக்கிப்படை நடத்திச் சென்றான். கஜேந்திரகார்க்கின் தளபதியாக இருந்த ரஜ்ஜப் கான், உதவிக்கு படைவரும் என்று எதிர்பார்த்திருந்து, சரணடைய மறுத்துவிட்டான். ஆனால் வந்தபடை பாதியிலேயே வழிமறிக்கப்பட்டுவிட்டதால், நேரத்தில் அவனுக்கு உதவி கிட்டவில்லை. வேறுவழியில்லாமல் ஜுன் மாதம் 19 ஆம் தேதியன்று (ஒருபக்கம் கையூட்டு வாங்கிக்கொண்டு மறுபக்கம்) காவல்படையினரின் உயிருக்கு உத்தரவாதமும் பெற்று சரணடைந்து விட்டான்.

இதனிடையே, மராத்தியப்படையினர் போரில் பல்வேறு நாடகங்களைப் போட்டுக்கொண்டிருந்தனர். புர்கான்—உத்—தீனின் தொடர் வெற்றி நானாவை பெரிதும் எச்சரிக்கை செய்தது. அதனால் கிட்டூர் பகுதியில் மைசூர் படையினரின்

நெருக்கடியைத் தாங்க முடியாமல் அல்லாடும் கணேஷ் பந்த் பெஹ்ரேக்கு உதவியாக, துகோஜி ஹோல்கரை பிப்ரவரி மாத இறுதியில் நானா அனுப்பி வைத்தான். துகோஜியின் வருகையை முன்கூட்டியே அறிந்து கொண்ட புர்கான், ஏற்கனவேயுள்ள மராத்தியப்படையுடன் இதுவும் சேர்ந்தால் பெரும் படையாகிவிடும் என்று உணர்ந்தான். அதனால் தாக்குதல் நடவடிக்கையில் இறங்கி, தன்னைப் பாதுகாத்துக் கொள்ள முடிவெடுத்தான். துப்பாக்கிப் படையினரையும் முகாம் வீரர்களையும் தார்வாருக்கும், மிஸ்ரிகோட்டுக்கும் அனுப்பி வைத்தான். கிட்டூரை 3,000 வீரர்களையும் சில துப்பாக்கிகளையும், சில துருப்புகளையும் கொண்டு மலைப்பகுதியில் நெருக்கமாகக் காவல் காக்க வைத்து, மராத்தியப்படையின் வருகைக்காகக் காத்திருந்தான். இந்நிலையில் ஹோல்கர், புர்கானுடன் தாக்குதல் நடத்துவது லாபகரமானது அல்ல என்று கருதினான். மாறாக, தனது கவனத்தை கிட்டூர் மாவட்டத்தின் மீது திருப்பினான். அதில் வெற்றியும் பெற்றான். கிட்டூர் கோட்டையைத் தவிர, மாவட்டத்தின் அத்தனை இடங்களையும் கைப்பற்றினான். கோட்டையைச்சுற்றி படைகள் இருந்ததால் அதைக் கைப்பற்றவில்லை. பின்பு கணேஷ் பந்த் பெஹ்ரேவுடன் இணைந்துகொண்ட ஹோல்கர், மைசூர் படைகளுக்கு எதிராக ஆதரவுகேட்ட நவாபுக்காக, சாவனூர் நோக்கி நடைபோட்டான்.

1776 ஆம் ஆண்டில் சாவனூரைக் கைப்பற்றிய ஹைதர் அலி, அதனை ஆட்சி செய்ய பத்தான் ஆட்சியாளன் அப்துல் ஹக்கீம்கானை நியமித்தார். ஆண்டுக்கு நான்கு லட்ச ரூபாய்ச் செலுத்த அவன் ஒப்புக்கொண்டான். துங்கபத்ரா — கிருஷ்ணா நதிகளுக்கிடையில் தான்வென்ற பகுதிகளைப் பலப்படுத்தவும் ஒருங்கிணைக்கவும் முடிவு செய்த ஹைதர் அலி, 1779 ஆம் ஆண்டு புதியதொரு கூட்டணிக்கு முயற்சி செய்தார். அதன்படி திருமண ஏற்பாடு ஒன்றைக் கையாண்ட ஹைதர் அலி, நவாபின் மூத்தமகன் அப்துல் கரீம் கானுக்கு தனது மகளைக் கொடுத்து, நவாபின் மகளை தனது மகன் கரீம் சாகிபுக்கு எடுத்துக்கொண்டார். இந்தத் தருணத்தில், தன்னிடமிருந்து மராத்தியர்கள் கைப்பற்றியதுபோக மீதமுள்ள இடத்தை அப்துல் ஹக்கீமுக்குக் கொடுத்தார். அத்துடன் கப்பத்தொகையை ஒன்றுக்குப் பாதியாகக் குறைத்தார். அதற்குப் பிரதியாக அப்துல் ஹக்கீம், ஹைதர் அலி தேர்வுசெய்துதரும் 2,000 பத்தான் குதிரைகளை தனது இரண்டு மகன்களின் தலைமையில் பராமரித்துத் தரவேண்டியது. முதலில் நவாப் அந்தப்பட்டாளத்தை மிகச்சரியாகப் பராமரித்தார். ஆனால் இரண்டாவது ஆங்கிலேய—மைசூர் போரின்போது, கொல்லப்பட்டுவிட்ட குதிரைகளுக்கு மாற்று வழங்கப்படவில்லை. மங்களூர் உடன்படிக்கைக்குப் பின்பு 2,000 ஆக இருந்த குதிரைகளின் எண்ணிக்கை 500 ஆகச் சரிந்திருப்பது தெரியவந்தது. இதையடுத்து திப்பு, தனது பிரதிநிதியை ஸ்ரீரங்கப்பட்டிணத்துக்கு அனுப்பி, போதுமான எண்ணிக்கையில் குதிரைகளைப் பராமரிக்காததால், கணக்குவழக்கைத் தீர்க்கச் சொல்லி உத்தரவு போட்டார். அத்துடன் பல ஆண்டுகளாகக் கண்டுகொள்ளப்படாமல் விட்டு விட்டக் கப்பத் தொகையைக் கட்டவேண்டும் என்றும் வலியுறுத்தினார். நவாபின் அமைச்சர் ஸ்ரீரங்கப்பட்டிணத்துக்கு வந்தபோது, அவர் முன்னால் கணக்கு எடுத்துப்போடப்பட்டது. அதில் கப்பத்தொகை நிலுவையும், குதிரைகளைப் பராமரித்துக் காப்பாற்றத் தவறியதற்கானச் செலவு என்று நவாப் கட்டவேண்டியத்

தொகையாக இருபத்தோரு லட்சரூபாய்க்கு கணக்கிருந்தது.

நவாப், அதில் பாதித்தொகையைக் கட்டிவிட்டான். மீதித்தொகைக்கு தனது இயலாமையைத் தெரிவித்தான். உண்மையிலேயே பாதித்தொகையைக் கட்டமுடியாதென்று தள்ளுபடி செய்யச் சொன்னதற்கு காரணம் இருக்கவே செய்தது. திப்பு கேட்கும் முழுத்தொகையைக் கொடுக்க வேண்டாம் என்று நவாபுக்கு மராத்தியர்கள் அறிவுறுத்தியிருந்தனர். மேலும் தொகைக்கு இணங்கி விட்டால் நட்பை விலக்கிக்கொள்வோம் என்று எச்சரிக்கையும் விடுத்திருந்தனர். மறுபக்கத்தில் தரமுடியாது எனும்போது, திப்பு தாக்குதல் ஏதும் தொடுத்தால் அப்போது உதவிக்கு வருவதாகவும் உறுதி கூறியிருந்தனர்.

மராத்தியர்களின் அறிவுரையைக் கேட்டு, மீதிக்கப்பத் தொகையை நவாப் செலுத்தவில்லை. இதையடுத்துத் திப்பு, தனது வங்கியாளர்களில் பிரதானமான ராகவேந்திர நாயக் என்பவனையும் அவனுக்குத் துணையாக சில துருப்புகளையும் வசூலுக்கு அனுப்பி வைத்தார். இதைக் கேள்விப்பட்டதும் ஹோல்கரும் பெஹ்ரேயும் சாவனூருக்குச்சென்று, ராகவேந்திராவை முற்றுகையிட அவசரமாக விரைந்தனர். ஆனால் விஷயமறிந்த நாயக், துங்கபத்ராவின் குறுக்கே விழுந்து தப்பியோடிவிட்டான். அவனுடன் வந்தவர்களில் இரண்டோ மூன்றோ நபர்கள் மட்டும் ஹோல்கரிடம் சிக்கினர். அவர்களிடம் இரண்டு லட்சரூபாயை வாங்கி கொண்டு அவன் விட்டுவிட்டான். ஹோல்கரின் செயல்பாடுகளைக் கண்காணித்த புர்கான்—உத்—தீன் அவனைப் பின்தொடர்ந்தான். சாவனூருக்கு அருகே மடக்கித் தாக்குதல் நடத்தினான். ஆனால், நவாப் மற்றும் மராத்தியப் படைகளின் கூட்டுத் தாக்குதலை சமாளிக்க முடியாமல், சாவனூரிலிருந்து தப்பியோடி முப்பதுமைல் தொலைவிலுள்ள வார்தாவின் ஜெரியன்வட்டி எனும் ஊருக்குச் சென்று விட்டான்.

இந்த வெற்றியைத் தொடர்ந்து தகோஜி ஹோல்கர் 15,000 துருப்புகளுடன் கிட்டூரை நோக்கிப் பயணமானான். கணேஷ் பந்த் தலைமையில் 15,000 பேரை பங்கர்பூருக்கு அனுப்பி சாவனூர் நவாபைப் பாதுகாக்கவும், லட்சுமனேஸ்வரில் திப்பு கைப்பற்றிய பட்வர்த்தன் குடும்பத்துக்குச் சொந்தமானப் பகுதிகளைக் கைப்பற்றவும் முடிவுசெய்தான். அதற்காக, தார்வார் பகுதியில் மராத்தியர்களின் பலத்தை நிலைப்படுத்த, பயஹாட்டியில் பாபு ஹோல்கர் தலைமையில் 15,000 பேரை தகோஜி ஹோல்கர் விட்டு வைத்திருந்தான். கணேஷ் பந்த் லட்சுமனேஸ்வர் பகுதியிலுள்ள பெரும்பாலான இடங்களைக் கைப்பற்றியிருந்தான். அதுபோலவே பாபு ஹோல்கரும் தார்வார் மாவட்டத்திலுள்ள சாவுன்சி, நவல்குந்த், காடக், சிர்ஹாட்டி மற்றும் புது ஹுப்ளி ஆகியவற்றைக் கைப்பற்றியிருந்தான். பின்னர் பழைய ஹுப்ளியை நோக்கிப் படைநடத்திச்சென்று, அதன் ஆட்சியாளன் கெச்சன் கவுடாவை சரணடையச் சொல்லி ஒத்துக்கொள்ள வைத்தான். ஆனால் தார்வார் பகுதியின் திப்புவின் தளபதி, துரோகம்செய்தால் பிணையத்திலிருக்கும் கவுடாவின் மகனைக் கொன்றுவிடுவதாக மிரட்டினான். அதனால் அவன் விட்டுக்கொடுக்க மறுத்துவிட்டான். இதையடுத்து பாபு ஹோல்கர், பழைய ஹுப்ளியில் முகாமிட்டான். ஆனால் புர்கான்—உத்—தீனின் நடவடிக்கைகளால் முற்றுகையைக்

கைவிட்டு பயஹாட்டிக்குத் திரும்பினான். கிட்டூரைக் கைப்பற்றமுடியாமல் திரும்பிய தஹோஜி ஹோல்கரும் அங்கிருந்தான். இரு மராத்தியப் படைத்தளபதிகளும் ஒன்றிணைந்து பழைய ஹுப்ளி மீது படையெடுத்து, ஜுன் மாத இறுதியில் அதைக் கைப்பற்றினர். புர்கான்—உத்—தீன் மிஷ்ரி கோட்டுக்குப் போய்விட்டதால், பழைய ஹுப்ளியைப் பாதுகாக்க அவனால் வரமுடியவில்லை.

தகோல்ஜி ஹோல்கர் மற்றும் கணேஷ் பந்த பெஹ்ரே ஆகியோர் தலைமையிலான மராத்தியப்படையிடம் மார்ச் முதல் ஜுன் மாத வரையில் புர்கான்—உத்—தீனின் தொடர் தோல்விக்குக் காரணம் போதுமானப்படை இல்லாததுமாகும். பெத்னூரிலிருந்து தன் மாமனார் பத்ர்—உஜ்—ஜமான் தலைமையிலானப் படை வந்து சேர்ந்தும், மராத்தியர்களின் படை எண்ணிக்கையில் விஞ்சியிருந்தது. தாக்குதல் நடவடிக்கைகளுக்குப் போதுமானதாக இல்லாததால், புர்கான் பாதுகாப்புத் தந்திரங்களில் ஈடுபட்டு, ஒவ்வொரு இடமாக நகர்ந்து, மராத்தியர்களால் முற்றுகையிடப்பட்ட காவல்படைகளை மீட்டுக்கொண்டான். ஹோல்கர் மற்றும் பெஹ்ரேயுடன் கை கோர்த்துக்கொண்ட தேசாய்களின் விசுவாசமற்ற நடவடிக்கைகளால் கிட்டூர், தார்வார் மற்றும் லட்சுமனேஸ்வர் ஆகிய மாவட்டங்களின் பகுதிகளை மராத்தியர்களிடமிருந்து அவனால் மீட்க முடியவில்லை. முக்கியமானக் கோட்டைகளான கிட்டூர் கோட்டையும் தார்வார் கோட்டையும் மட்டுமே மைசூர் சாம்ராஜ்ஜியத்தின் உடமைகளாக இருந்தன.

கூர்க்கிலிருந்த திப்பு சுல்தானிடம் பூனாவைச் சேர்ந்த அவரது பிரதி—நிதி நூர் முஹம்மத் கான், 'மராத்தியர்களும் நிஜாமும் கூட்டுசேர்ந்து மைசூர் மீது படையெடுக்கத் திட்டமிட்டிருக்கிறார்கள்' என்று தகவல் தெரிவித்தான். அதையடுத்து 1786 ஆம் ஆண்டு ஜனவரி மாதம் ஸ்ரீரங்கப்பட்டிணத்துக்குத் திரும்பிய திப்பு, எதிராளிகளின் கூட்டணியைக் கலைக்க அவரே களமிறங்கினார். ஒரு பிரதிநிதியை ஹைதராபாத்துக்கு அனுப்பிய திப்பு, நிஜாமைச் சந்தித்து கூட்டணியில் சேரவிடாமல் அவனை திசைதிரும்ப வைத்தார். ஒரு ரகசிய முகவர் மூலம் ஐந்து லட்ச ரூபாயை தபோல்ஜி ஹோல்கருக்கு அன்பளிப்புக் கொடுத்து, அவனது நட்பை தக்கவைத்துக்கொள்வதுடன் போரில் அவன், நடுநிலை வகிக்கக் கேட்டுக்கொள்ளப்பட்டான். பன்னிரண்டு யானைகள், மூன்று லட்சரூபாய் மதிப்புள்ள நகைகள் ஆகியவற்றை நானாவுக்குப் பரிசளித்து, போர் குறித்து வாய்த்திறக்கக் கூடாதென்று பேச முஹம்மத் கியாஸ் பூனாவுக்கு அனுப்பப்பட்டான். பூனாவிலிருந்த முஹம்மத் கியாஸும், நூர் முஹம்மத் கானும் லட்சுமன் ராவ் ராஸ்தேயின் உதவியுடன் நானாவைச் சந்தித்துப் பேசினர். திப்புவின் போர்நிறுத்தம் குறித்து நானா முஹம்மத் கியாஸிடம் கேட்டுத் தெரிந்துகொண்டான். 'ஆங்கிலேயர்களாலும் ரகுநாத ராவாலும் இளம்பேஷ்வா தூக்கியெறிப்பட்ட ஆபத்தானச் சூழ்நிலையில் அவனுக்கு ஆதரவாக ஹைதர் அலி துணை நின்றார். திப்பு அவரது தந்தையின் கொள்கைகளிலிருந்து விலகாமல் மராத்தியர்களுடன் நட்புபேணி வருகிறார். இருந்தபோதும், பேஷ்வாவுக்கும் திப்புவின் தந்தைக்குமிடையிலான 1780 ஆம் ஆண்டு ஒப்பந்தத்தை மீறி, மற்றவரைக் கலந்தாலோசிக்காமல் ஆங்கிலேயர்களுடன் மராத்தியர்கள் அமைதி ஒப்பந்தம் செய்து கொண்டனர். இரண்டாம் ஆங்கிலேய—மைசூர்

போரின்போது ஒப்பந்தப்படி உதவியேதும் செய்யாமல், அவரது சாம்ராஜ்ஜியத்தின் மீது படையெடுத்து வந்தனர்'. உடனே நானா, 'திப்பு பல ஆண்டுகளாகச் செலுத்த வேண்டியத் தொகையைச் செலுத்தாததால், போர்நிறுத்த ஒப்பந்தம் காலாவதியாகிப் போனது' என்றான். முஹம்மத் கியாஸ் மேலும் வலியுறுத்தி, 'முதலில் விரோதத்தை நானா கைவிட்டால், பணம் வந்துசேரும்' என்றான். நானா இதற்கு மறுத்துவிட்டான். இருந்தபோதும் திப்புவின் பிரதிநிதிகள் விடாமல் நானாவைப் பின்தொடர்ந்து பதாமிக்கு எட்டுமைல் தொலைவுக்கு வந்துவிட்டனர். அங்கேதான் கூட்டணிப்படையின் முகாம் இருந்தது. நானா பிடிவாதமாக இருந்ததால் பணமும் பரிமாறப்படவில்லை. அங்கிருப்பது அத்தனை உசிதமாக இல்லாததால் பிரதிநிதிகள் திரும்பி விட்டனர்.

போரைத் தவிர்ப்பதற்கு மேற்கொள்ளப்பட்டப் பேச்சுவார்த்தைகள் தோல்வியைத் தழுவியதால், 1786 ஆம் ஆண்டு மார்ச் மாதத்தில் சாம்ராஜ்ஜியத்தைப் பலப்படுத்தும் நோக்கோடு பெங்களூருக்குத் திரும்பினார். அங்கு வந்துசேர்ந்த பின்பும், பூனா அரசாங்கத்துக்கும் தனக்குமான வேறுபாடுகளைக் களைந்து, அமைதியை ஏற்படுத்திக் கொள்ள முனைந்து, முதோஜி போன்ஸ் லேக்கும் ஹரிபந்துக்கும் முகவர்களை அனுப்பினார். முன்னைப் போலவே இதுவும் எந்தவொரு பலனுமில்லாமல் தோல்வியில் போய் நின்றது. இதையடுத்து அவர் இருபது நாட்களாகத் தங்கியிருந்த பெங்களூரிலிருந்து புறப்பட்டார். அவருடன் 1,200 காலாட்படையினரும், 30,000 குதிரைகளும், 10,000 வழக்கமானத் தரைப்படையினரும் 22 துப்பாக்கிகளும் பாளையக்காரர்கள் மற்றும் கப்பம் செலுத்துபவர்கள் அனுப்பியப் படைகளும் புறப்பட்டன. சாம்ராஜ்ஜியத்தின் பல்வேறு பகுதிகளிலிருந்து வந்து கொண்டிருக்கும் படைகள் ஒன்றுசேர வேண்டி, முதலில் மெதுவாக அவர் நடைபோட்டார். துங்கபத்ராவில் வெள்ளம் புரண்டோடட்டும் என்றும் அதனால், மராத்தியர்கள் படைகளுக்கு அனுப்பும் உதவியெதுவும் ஆற்றுக்குத் தென்பகுதிக்கு வருவதை அது தடுத்துவிடும் என்று கருதிக் காத்திருந்தார்.

அதோனி மீது திப்புவின் தாக்குதல்

புர்கான்—உத்—தீனைக் காப்பாற்றுவதற்கு திப்பு பெங்களூரிலிருந்து புறப்பட்டு வருவார் என்று கூட்டணிப்படை எதிர்பார்த்திருந்தது. மாறாக, மராத்தியர்களால் முற்றுகையிடப்பட்டிருக்கும் கூட்டியை மீட்கப் போய்விட்டார். இதைக் கேள்விப்பட்டதும் மராத்தியர்கள் பதாமியிலிருந்து விலகிக் கொண்டனர். ஆனால் திப்பு, திடீரென நிஜாமின் மச்சினனும் பஸாலத் ஜங்கின் மகனுமான மஹாபத் ஜங் கைப்பற்றியிருக்கும் அதோனி முன்பு பிரசன்னமானார். மராத்தியர்களின் கடுமைக்கு உள்ளாகியிருக்கும் புர்கான்—உத்—தீனுக்கு சாதகமானச் சூழலை உருவாக்கவும் தனது சாம்ராஜ்ஜியத்துக்குள் எதிரிப் படையினர் ஊடுருவி விடாமலிருக்கவுமே அவர் அதோனி மீது கை வைத்தார். துங்கபத்ராவின் தெற்கிலிருக்கும் அது நிஜாமின் வலுநிறைந்த இடமாகும். இந்த இடத்தில்தான் அவனது குடும்பம், சகோதரன், மச்சினன் எல்லோரும் இருக்கின்றனர். அதனால்

அதனை அவன் புறக்கணிக்க மாட்டான் என்று திப்பு கணித்திருந்தார்.

திப்புவின் நடவடிக்கையால் அதிர்ச்சியும் ஆச்சரியமுமடைந்த மஹாபத் ஜங், பயந்தும் போய் நிஜாமிடமும் மராத்தியர்களிடமும் உதவி கேட்டு ஒரே நேரத்தில் கடிதம் எழுதினான். கௌரவமிக்க தனது குடும்பத்தைக் காக்க வாருங்கள் என்று அழைப்பு விடுத்தான். அல்லாது போனால், எதிரியின் கைகளில் சிக்கிவிடும் என்று பதறியிருந்தான். அதேவேளையில், தனது அமைச்சரான அசாத் அலி கானை அதோனி மீது தாக்குதல் நடத்திவிட வேண்டாமென்று அனுப்பி திப்புவை மனமாற்றம் செய்யவும் முயற்சித்தான். பெருந்தொகையைக் கொடுக்கவும் முன்வந்தான். துவக்கத்திலிருந்தே தன்னைச் சந்திக்க மறுத்த மஹாபத் ஜங்கின் பிரஸ்தாபங்களை திப்பு ஏற்க மறுத்துவிட்டார்.

கஜேந்திரகார்க்கை மிகவும் கஷ்டப்பட்டுக் கைப்பற்றிய ஹரிபந்துக்கு, அதோனி மீதான திப்புவின் தாக்குதல் செய்தி வந்தடைந்தது. அது, அவனுக்கு மிகுந்த ஆச்சரியத்தைக் கொடுத்திருந்தது. புர்கான்—உத்—தீனின் உதவிக்கு திப்பு போய்க் கொண்டிருக்கிறார் என்றுதான் மராத்திய ஒற்றர்கள் எல்லாருமே தகவல் சொல்லி யிருந்தார்கள். உடனே அவன், தனக்குக் கீழ்பணியாற்றிய நிஜாம் படைகளையும், அப்பா புல்வந்த் தலைமையில் 20,000 மராத்தியப்படைகளையும், ரகுநாத் ராவையும் அதோனியைப் பாதுகாக்க விரையுமாறு உத்தரவிட்டான். மஹாபத் ஜங்கின் கடிதம் கிடைத்ததும் நிஜாமும் தனது மச்சினனுக்கு உதவ, 25,000 வீரர்களைக் கொண்ட படையை இளைய சகோதரன் மொஹல் அலி கான் தலைமையில் அனுப்பினான். மேலும் ஹரிபந்துக்கும், தஹவர் ஜங்குக்கும் கடிதம் எழுதி அதோனிக்கு விரையச் சொன்னான். அறுபதாயிரம் வீரர்களைக் கொண்ட அந்தப்படை, புன்னூரில் ஒன்றிணைந்து துங்கபத்ராவைக் கஷ்டப்பட்டுக் கடந்து அதோனியை நோக்கிப் போனது.

அந்தப்படை வந்து சேருவதற்கு முன்னமே, அதோனியைக் கைப்பற்றிவிட திப்பு முனைந்தார். நகரத்தைக் கைப்பற்றியவர், ஜூன் மாதம் 24 ஆம்தேதி கோட்டையை முற்றுகையிட்டார். அதனுடைய சுவர்கள் பலம் வாய்ந்ததாக இருந்தன. வெடிப்பொருட்களால் பிளவை ஏற்படுத்த முடியவில்லை. அதனால் திப்பு இரண்டு முறை தாக்குதல் நடத்தினார். காவல் படையினரின் எதிர்ப்பு பலமாகயிருந்தது. சுவர்களில் ஏறுவதற்குத் தோதான ஏணிகள் இல்லாததும் ஒரு காரணமாக இருந்தது. அதனால் பெரும் இழப்புடன் பின்வாங்கினார். சுரங்கப் பாதைகளைத் தோண்டி அதன்மூலம் உள்ளே நுழைய முயன்றதும் பலன் தரவில்லை. மராத்திய, நிஜாம் கூட்டணிப் படைகள் நெருங்கி வந்ததும் முற்றுகையைக் கைவிட்டு, தாக்குதல் நிலைக்குத் தெற்கே சில மைல்தூரத்தில் முகாம் அமைத்துத் தங்கினார். ஜூன் மாதம் 22 ஆம் தேதியன்று ஹைதர் ஹூசைன் பக்ஸி, சுல்தானின் துருப்புகளில் 700 குதிரைகளைக் கொண்டு, மராத்தியப் பெரும் குதிரைப்படையின் மீது தளபதி காஜி கானின் அனுமதியில்லாமல் தாக்குதல் நடத்திவிட்டான். அவனை மராத்தியப்படை தோற்கடித்து புரட்டியெடுத்துவிட்டது. அதிலும் பெரும் இழப்பு ஏற்பட்டது. இதைக்கேள்விப்பட்டதும் திப்பு உதவிக்கு விரைந்தோடினார். பலமணிநேரம் நீடித்தப்போர் முடிவுக்கு வந்தபோது,

இருதரப்புமே தாங்கள் வென்றதாக உரிமைகோரிக் கொண்டனர். 50,000க்கும் அதிகமான மொகலாயத் துருப்புகள் அங்கே மந்தமானப் பார்வையாளர்களாக மட்டுமே இருந்து கொண்டன.

போரின் இறுதியில் திப்பு நடத்திய ஒருதாக்குதல் கூட்டணிப் படைகளுக்குள் குழப்பத்தை உருவாக்கியது. அவர்கள் வெற்றி பெற்றிருந்தாலும் அது அற்ப ஆயுள் கொண்டதாக இருந்தது. பூஜ்ய நிலைக்குப் போய்விட்ட உணவுப்பொருட்களின் விநியோகம், அதோனியில் நீண்ட நாட்களுக்கு தங்க முடியாது என்பதை உணர்ந்தனர். துங்கபத்ரா நதிக்குத் தெற்கே அவர்கள் விநியோக மையங்களை நிறுவவில்லை. துங்கபத்ரா நதிக்கும் கிருஷ்ணா நதிக்கும் இடைப்பட்ட நிலப் பகுதியில் பெரும்பகுதி திப்புவின் வசத்தில் இருந்ததால், அவர்கள் அப்பகுதியைச் சார்ந்திருக்க இயலவில்லை. இதனிடையே, அவர்களின் தகவல்தொடர்பும் சற்றே சிரமத்திற்குள்ளாகியிருந்தது. துங்கபத்ரா நதியில் பெருக்கெடுத்த வெள்ளம், பின்னர் கரைதாண்டி ஓடியது. வெள்ளத்தால் தனிமைப்படுத்தப்படும் முன்பு ஏதாவது செய்யவேண்டியிருந்தது. மஹாபத் ஜங்கையும் அவனது குடும்பத்தையும் ஆற்றுவெள்ளம் அபாயத்தை எட்டுமுன் வெளியேற்றி விடச்சொல்லி, அப்பா புல்வந்துக்கு ஹரிபந்த் கடிதம் எழுதினான். மொஹல் அலி கான் இந்தத் திட்டத்துக்கு ஆதரவளித்தான். அதையொட்டி, ஜுலை மாதம் 2 ஆம் தேதியன்று அதிகாலை அதோனியிலிருந்து கூட்டணிப்படைகள் வெளியேறின. அதைக் கேள்விப்பட்டதும் திப்பு அவர்களைப் பின்தொடர்ந்தார். ஆனால் அவர்கள், சுழன்றோடிய துங்கபத்ரா நதியைக் கடந்திருந்தார்கள். தனியாகவிடப்பட்ட சிலரையும் ஒருசில மூட்டை முடிச்சுகளையும் மட்டுமே திப்புவால் பிடிக்கமுடிந்தது. நதியை அவரால் கடக்கமுடியவில்லை. அந்தநேரத்தில் வெள்ளப்பெருக்கு அதிகரித்திருந்தது.

அதோனியிலிருந்து வெளியேறியதை பரசுராம் பாஹு ஏற்க மறுத்தான். பூனா அரசவையிலிருந்த ஆங்கிலேய முகவர் மாலேட், 'கூட்டணிப்படையின் கோழைத்தனம், இது. வலுவானதும் வியூகங்களுக்கு மிக முக்கியமானதுமான அந்த இடத்தைவிட்டு வெளியேறியது, திப்புவின் கருணைக்காகத்தான்' என்று சொன்னான். ஆனால் அவர்கள் வெளியேறியது, பற்றாக்குறை உணவுப்பொருட்களாலும், அரை குறைமனதுடன் போரில்ஈடுபட்ட நிஜாமின்படைகளாலும்தான். அதோனியிலிருந்து வெளியேறியது, கூட்டணிப்படையினரின் சரியான வியூகம்தான். பின்னர் நடந்தச் சம்பவங்களை வைத்துப் பார்க்கும்போது, துங்கபத்ரா நதிக்குத் தெற்கில் அவர்கள் இருந்திருந்தால், திப்புவின் படைகள் பெரும் அழிவை ஏற்படுத்தியிருக்கும்.

துங்கபத்ராவைக் கடந்த திப்பு

பின்வாங்கி, நல்லவேலையைச் செய்த அவர்களில் மஹாபத் ஜங் ராய்ச்சூருக்குப் போய்விட்டான். மொஹல் அலி கான் ஹைதராபாத்துக்குத் திரும்பிவிட்டான். மராத்தியப்படையும் மீதமிருந்த மொகலாயத் துருப்புகளும் தஹவர் ஜங்கின் கீழ், கஜேந்திரகார்க்கிலிருந்த ஹரிபந்துடன் சேர்ந்து கொண்டன. மறுபக்கத்தில், திப்பு அதோனிக்குத் திரும்பி கோட்டையை வசப்படுத்தினார். கூட்டணிப்

படையினர் அவசரத்தில் அழிக்காமல் விட்டுவிட்டுச் சென்ற துப்பாக்கிகளையும் வெடிப்பொருட்களையும் சேகரித்தார். கோட்டையை இடித்து, அங்கிருந்தத் துப்பாக்கிகளையும் பொருட்களையும் கூட்டிக்கும், பெல்லாரிக்கும் அனுப்பி வைத்தார். அதோனியின் பொறுப்பாளராக குதுப்—உத்—தீன் கானை நியமித்தார். அதன்பிறகு தனக்கு எதிராகக் கலகம் செய்து கொண்டிருந்த சில பாளையக்காரர்களின் கொட்டத்தை அடக்கக் கிளம்பினார். அவர்களை எளிதில் அடக்கிவிட்டு துங்கபத்ரா நதிக்கரையை நெருங்கினார். தனது தளபதிகளின் அறிவுரைகளுக்கு மாறாக, அதைக் கடக்க முடிவு செய்தார். ஆகஸ்ட் மாதம் 20 ஆம் தேதியன்று நள்ளிரவில் திப்புவின் முன்னணிப்படை குருக்நாத்திலுள்ள தரைப்பாலத்தை வெள்ளம் சுழன்றோடும் போது தங்களின் ஆயுதங்களுடன் சிறுபடகுகளிலும் தெப்பங்களிலுமாகக் கடந்தது. அவையெல்லாமே, ஹரிபந்தால் மராத்தியப்படைக்கு அனுப்பப்பட்டு பெத்னூரிலிருந்து கைப்பற்றப்பட்டவை. திப்பு, துங்கபத்ரா நதியும் வார்தா நதியும் வியூக நிலையில் சங்கமிக்கும் இடத்தில் முகாமிட்டார். முன்னதாக, வழியிலிருந்த சிறுகிராமத்தில் ஒரு கோட்டையையும் கைப்பற்றினார். துங்கபத்ரா அவருக்குப் பின்புறம் இருந்தது. வலா என்னும் சிற்றாறு, அவருக்கு முன்னால் ஓடியது. அதன் பக்கவாட்டில் படைகள் நிலைகொண்டிருந்தன.

வெள்ளம் சுழன்றோடும்போது, துணிந்து ஆபத்தானச் செயல்களில் திப்பு இறங்கமாட்டார் என்றே ஹரிபந்த் நிச்சயித்திருந்தான். தார்வார் மாவட்டத்திலுள்ள திப்புவின் அனைத்துப் பகுதிகளையும் கைப்பற்றிவிடும் பேராவலில், சாவனூர் நவாப் எச்சரித்ததையும் மீறி, தெற்குக்கரையிலேயே திப்புவின் பெரும்படையைச் சந்திக்க முடிவு செய்திருந்தான். அதிலேயே அவன் கவனம் சுழன்றது. கஜேந்திரகார்க்கைக் கைப்பற்றியதும் பலம்வாய்ந்தக் கோட்டையான பகதூர் பெண்டாவைக் கைப்பற்ற முன்னேறிக்கொண்டிருந்தான். அதைக்கைப்பற்றிவிடும் நிலையில் இருந்தபோது, துன்பம்தரும் செய்தியாக துங்கபத்ரா நதியை திப்புவின் படை கடந்துவிட்டது அவன் காதுக்கு வந்துசேர்ந்தது. உடனடியாக, ஆகஸ்ட் மாதம் 15 ஆம் தேதியன்று பெரும்படை யொன்றை அனுப்பி, மைசூர்படையை எதிர்க்கவும் பயமுறுத்தவும் செய்தான். ஆகஸ்ட் மாதம் 17 ஆம் தேதி பகதூர் பெண்டா கோட்டையைக் கைப்பற்றினான். உடனே அங்கிருந்து தன் முழுபடையுடனும் கிளம்பினான். முன்னதாக 20,000 வீரர்களைக் கொண்ட படையை பாஜிபந்த் அண்ணா தலைமையின் கீழ் அனுப்பியிருந்தான். ரகுநாத் ராவ் பட்வர்த்தன் தலைமையின் கீழ் 10,000 பேர்கொண்ட படையை, பகதூர் பெண்டாவிலிருந்து நான்குமைல் தூரத்திலிருந்த பலம் வாய்ந்தக் கோப்பல் கோட்டையை முற்றுகையிட அனுப்பி யிருந்தான். ஆனால் ஹரிபந்த் அனுப்பியப்படைகள் யாவுமே, துங்கபத்ரா நதியைக் கடந்த திப்புவின் படையைத் தடுக்கவில்லை. ஹரிபந்த் வந்தபோது, திப்புவின்படை முழுவதுமாகக் கடந்துபோயிருந்தது. நதியின் வடக்குப் பக்கத்தில் நிலைக்களனுக்கு ஏதுவான இடத்தில் முகாமும் அமைத்திருந்தது.

ஹரிபந்த் கல்கேரியில் முகாமிட்டான். அது திப்புவின் முகாமிலிருந்து எட்டுமைல் தொலைவில்தான் இருந்தது. சிலநாட்கள் இரண்டு இராணுவங்களுமே சிறுசிறு தாக்குதல்களை மட்டுமே நடத்தின. திடீரென ஹரிபந்தின் நடவடிக்கையில்

ஒருமாற்றம் தெரிந்தது. அவன் திப்புவைப் புகழ்ந்தான். அப்படிச்செய்து திப்புவை வெளியில் வரவழைத்து தாக்குதலைத் தொடுக்கலாம் என்பது அவன் எண்ணமாக இருந்தது. திப்பு வெளியேறவில்லை. தனது நிலையை பலப்படுத்திக் கொண்டிருந்தார். இறுதியில் ஆகஸ்ட் மாதம் 28 ஆம் தேதியன்று இரவில் சிறுபடையுடன் வெளியில் வந்த திப்பு, மராத்தியப்படைக்கு அதிர்ச்சித்தரும்வகையில் ஒரு தாக்குதலைத் தொடுத்தார். ஆனால் அவரது திட்டம் எதிரிப்படைகளுக்கு அறிவிக்கப்பட்டு, அவர்கள் விழித்துக் கொண்டார்கள். திப்பு முகாமுக்குத் திரும்பிவிட்டார். நான்கு நாட்களுக்குப்பின்பு, திப்பு எதிரிப் படைகளுக்கு ஓர் ஆச்சரியத்தைக் கொடுத்தார். ஆனால் அவரால் இலக்கைத்தொட முடியவில்லை.

இதனிடையே, ஹரிபந்தின் படை ஹுப்ளியிலிருந்து வந்துசேர்ந்த துகோஜி ஹோல்கர், கோப்பலிலிருந்து வந்துசேர்ந்த ரகுநாத் ராவ் பட்வர்த்தன் ஆகியோரால் ஒரு லட்சத்துக்கும் அதிகமான வீரர்களைக் கொண்டு பெருகியது. அதேவேளையில் ஈத்காவுக்கு அருகில் முகாமிட்டிருந்த அது, உணவுப்பற்றாக் குறையால் அல்லாடியது. முகாமில் பரவிய நோயால் சிக்குண்டது. அதனால் ஹரிபந்த், சாவனூரை நோக்கிக்கிளம்பினான். அவனை துங்கபத்ரா நதிக்கரையின் வழியே திப்புவும் பின்தொடர்ந்தார். சாவனூரை நெருங்கியதும் செப்டம்பர் மாதத் துவக்கத்தில் இருஇரவுகள் தாக்குதல் நடத்தினார். ஆனால், உறுதியான முடிவு எடுக்கமுடியவில்லை. செப்டம்பர் மாதம் 15 ஆம் தேதியன்று, சாவனூரிலிருந்து ஐந்துமைல் தொலைவில் ஏதுவான இடத்தில் முகாம் அமைத்தார். கல்காத்கியிலிருந்து திரும்பிய புர்கான்—உத்—தீனும், பெத்னூரிலிருந்துக் கிளம்பிய பத்ர்—உஜ்—ஜமானும் இணைந்துகொண்டனர்.

ஒவ்வொரு மதியவேளையிலும் கடும் தாக்குதலுக்கான ஒத்திகையைக் கொஞ் சநாட்கள் திப்பு மேற்கொண்டார். அது நடந்து முடிந்ததும் புறநிலையங்களிலிருந்து திரும்பி முகாமுக்கு வந்துவிடுவார். அக்டோபர் மாதம் 1 ஆம் தேதியன்றும் அதுபோலானதோர் ஒத்திகையில் ஈடுபட்டார். வழக்கம்போல ஒத்திகை செய்கிறார், கடும் தாக்குதலைத் தொடுக்கமாட்டார் என்று மராத்தியப் படைகள் நினைத்துக் கொள்ளும்படி தந்திரம் செய்தவர், அன்றிரவு ஓர் ஆச்சரியத்தை மராத்தியப் படைகளுக்குக் கொடுக்க நினைத்தார். தனது படைக்களனை நான்கு பிரிவாகப் பிரித்து, இடதுமத்திக்குத் தான் பொறுப்பேற்றுக் கொண்டார். வலது மத்தியை மிர்சா கான் தலைமையில் இறக்கினார். இடதை புர்கான்—உத்—தீன் தலைமையிலும் வலதை மீர் முயின்—உத்—தீன் கான் தலைமையிலும் நிறுத்திவைத்தார். முன்னேற்பாடாக பேசிக்கொண்டபடி, திப்பு 'தயார்' என்பதன் அடையாளமாகத் துப்பாக்கியால் ஒருமுறை சுட்டதும், மற்றப் படைத்தலைவர்களும் ஒருமுறை சுட்டு, தங்கள் தயார்நிலையைத் தெரிவித்து, உடனடியாகத் தாக்குதலைத் தொடுக்கவேண்டுமென்று திட்டமிடப்பட்டிருந்தது. மாலை உணவுக்குப்பின், படைகள் அந்தந்த நிலையை நோக்கி நகர்ந்தன. அப்போது, இரவின் கும்மிருட்டுடன் கனமழையும் சேர்ந்துகொண்டது. திப்புவின் படையைத் தவிர, மற்ற படைகளின் தலைவர்கள் வழியைத் தொலைத்தவர்கள் ஆகிவிட்டனர். அது தெரியாமல், எதிரிகளின் முகாமை நெருங்கிவிட்ட திப்பு, பேசிவைத்திருந்தபடி வானத்தை நோக்கிச்சுட பதிலாக எந்தச் சத்தமும் வரவில்லை. நீண்ட இடைவெளிக்குப்பின்,

திப்பு இரண்டாவது முறையாகச்சுட ஒரே ஒரு தளபதியிடமிருந்து மட்டும் பதில் வந்தது. விடிவதற்குக் கொஞ்ச நேரமேயிருந்தது. அப்போது அவருடன் 300 வீரர்கள் மட்டுமே இருந்தனர். எனினும், புலர் காலைப்பொழுதுக்குள் அத்தனை வீரர்களையும் திரட்டி ஒருங்கிணைத்து, மராத்திய முகாமுக்குள் திப்பு புகுந்து விட்டார். ஆனால் முகாம் வெறிச்சோடிக்கிடந்தது. மராத்திய ஒற்றர்கள், திப்புவின் படை அதிர்ச்சி தரும் வகையில் தாக்குதலைக் கொடுக்கும் என்று எச்சரித்திருந்ததால், அதனடிப்படையில் இடம்பெயர்ந்த மராத்தியப்படை பக்கத்தில் ஓர் உயரமான இடத்தில், தனது நிலைக்களனை அமைத்துக் கொண்டிருந்தது. வெறிச்சோடிய இடத்தில் நின்று வேடிக்கைப் பார்த்துக் கொண்டிருந்த மைசூர்படையின் மீது பீரங்கித் தாக்குதல் நடத்தியது. திப்பு தனது படைகளிடம் திருப்பிச்சுட வேண்டாம் என்று உத்தரவுபோட்டார். நீண்ட தூரம் சுடும் வகையிலானத் துப்பாக்கிகள் மைசூர் படையிடம் இல்லை என்று மராத்தியப்படை நினைத்து ஏமாறட்டும்; அந்த நேரத்தில் நாம் முன்னேறிவிடலாம் என்று கணித்திருந்தார். அவரது தந்திரக்கணிப்பு கை கொடுத்தது. எதிரிப்படையினர் வெகுவேகமாக முன்னேறி வந்தனர். அவர்கள் நெருங்கியதும், திப்பு பலத்தத் தாக்குதலை கிட்டதட்ட ஏழுமணிநேரம் நடத்தினார். இந்த அதிரடித் தாக்குதல் மராத்தியப் படைகளுக்குள் பெரும் குழப்பத்தை விளைவித்தது. அவர்களைப் பின்நிலைக்குத் தள்ளியது. பெரும் இழப்புடன் அப்படை சாவனூர் திரும்பியது. அடுத்தநாள், ஈத்—உஜ்—ஜுஹா. அப்பண்டிகையையொட்டி அன்று தாக்குதல் நடவடிக்கை எதிலும் திப்பு ஈடுபடவில்லை. ஆனால் மூன்றாம் நாள் தாக்குதல் நடத்தி, மராத்தியப்படைகளை வென்று, அதனை நிலைகளிலிருந்து ஓட வைத்தார். மைசூர்படையினரின் நீடித்தத்தாக்குதல்; அதனால் திரும்பத்திரும்ப ஏற்படும் பெரும் இழப்பு; தீவனமும் உணவுப்பொருட்களும் பெறமுடியாத அவலம்; ஹரிபந்தை சாவனூரி லிருந்து கிளம்பி, கிழக்குநோக்கி நகரவைத்தது. நவாபும், தனியாளாக நின்று சுல்தானை எதிர்க்கமுடியாது என்பதை உணர்ந்து, தலைநகரை அக்டோபர் மாதம் 2 ஆம் தேதியன்று காலி செய்தான். தனது குடும்பத்துடன் கூட்டணிப்படைகளுடன் சேர்ந்துகொண்டான். சாவனூரில் விடப்பட்டக் காவல் படையினரால் அதைப்பாதுகாக்க முடியவில்லை. திப்பு அங்குள்ள மக்களின் உதவியுடன் சாவனூருக்குள் நுழைந்தார்.[93]

முஹர்ரம் 1 வரையில் சாவனூரில் தங்கியிருந்தத் திப்பு, 1786 ஆம் ஆண்டு, அக்டோபர் மாதம் 24 ஆம் தேதியில் பண்டிகையைக் கொண்டாடப் பங்காபூருக்குச் சென்றார். அப்போது அவரை சமவெளிப் பகுதியிலேயே சுற்றிவளைக்க ஹரிபந்த் முற்பட்டான். வலுவான இடத்தில் பல்வேறு வியூகங்களுடன் இருந்ததால், திப்புவால் தாக்குப்பிடிக்க முடிந்தது. நவம்பர் மாதம் 14 ஆம் தேதியன்று ஹரிபந்த் வலுவான முற்றுகைத்தாக்குதல் நடத்தியும் திப்பு அந்த இடத்திலேயே இருந்தார். அதேவேளையில் சாவனூரிலிருந்து 20 மைல்தொலைவிலுள்ள சிர்ஹாட்டியை அடித்துத் துவம்சம்செய்தார். நவம்பர் மாதம் 30 ஆம் தேதியன்று, அவரது படைகளுக்குத் தேவையான உணவும் ஆயுதங்களும் பங்காபூரில் பெருமளவில் சேமிக்கப்பட்டன. பின்பு அந்த இடத்திலிருந்து புறப்பட்ட திப்பு, வார்தா நதியின் கரையோரமாகவே முன்னேறினார். ஈத்காவிலிருந்து 4 மைல் தொலைவிலிருந்த சிற்றாறு ஒன்றின் கரையில் முகாமிட்டார். அது, மராத்தியப்படையின்

முகாமுக்கு வெகுஅருகிலேயே இருந்தது. எதிரியின்படை மிக அருகிலிருப்பதை உணர்ந்த ஹரிபந்த், கல்கேரிக்குத் திரும்ப முடிவெடுத்தான். டிசம்பர் மாதம் 2 ஆம் தேதியன்று, தாக்குதலுக்குச் சாத்தியமான அத்தனை நிலவரங்களையும் அறிந்துவைத்திருந்த திப்பு, மராத்தியத் தளபதிகளில் ஒருவனான ஹோல்கர் கண்டும்காணாது இருந்துகொண்ட[94]நிலையில், இரவின் நடுப்பகுதியில், கல்கேரியை நோக்கிச் சென்றுகொண்டிருந்த மராத்திய—நிஜாம் கூட்டணிப்படைகளின் மீது கடும்தாக்குதலைத் தொடுத்தார். எதிர்பாராத இத்தாக்குதலைத் தொடர்ந்து கூட்டணிப்படை பெரும் அதிர்ச்சிக்கும் குழப்பத்துக்கும் உள்ளாகிப்போனது. மாலெட் எழுதுகிறான். 'மராத்தியர்களுக்கும் அவர்களின் மனோதிடத்துக்கும் கடும் அடி இது. அவ்வாறு தான் என்னால் கணிக்கமுடிகிறது. அதற்குள் பல்வேறு விளைவுகள் இருக்கின்றன'. எனினும் ஹரிபந்துக்கு இழப்பு மிகச்சொற்பமே; அதேவேளையில் தஹவர் ஜங் மற்றும் போன்ஸ்லே கடும்பாதிப்புக்கு உள்ளாகினர்; பெருமளவு உயிர்ச்சேதமும் ஏற்பட்டிருந்தது. அவர்களின் உடமைகள், இராணுவத்தளவாடங்கள் அத்தனையுமே தொலைந்திருந்தன. இரவுத்தாக்குதல் நேரக் கூடும் என்று சந்தேகமாய்க் கணித்திருந்த ஹரிபந்த், அவனது படைவீரர்களை முன்கூட்டியே வேறு இடத்துக்கு அனுப்பியிருந்தான். அதனால், அவனுக்கு இழப்பு சொற்பமாகயிருந்தது. ஹரிபந்தின் அறிவுரையை மீறி, தஹவர் ஜங்கின் படைகளும் போன்ஸ்லேயின் படைகளும் அதிக சுமைகளைச் சுமந்துதிரிந்தன. திப்பு அவர்களை சுற்றிவளைத்துப் பிடித்துவிட்டார். அவரிடம் சிக்கியவர்களில் பெரும் எண்ணிக்கையில் பெண்கள் இருந்தனர். 2,000 ஒட்டகங்கள், 2,000 குதிரைகளும் இருந்தன. சிறைப்பட்டிருந்த ஆண்கள், பெண்கள், உடந்தையாளர்கள் அத்தனைபேருக்கும் ஆளுக்கு இரண்டு ரூபாயும் துணியும் கொடுத்தார். மீதியுடமையை அவர் வைத்துக்கொண்டார்.

இந்த வெற்றிக்குப் பிறகு, திப்பு உடைந்த களத்தின்வழியே கடந்து, வார்தா மற்றும் துங்கபத்ரா நதிகளின் கரைவழியாகவே நடந்து, கோப்பல் மற்றும் பகதூர் பெண்டாவுக்கு இடையில் முகாமிட்டார். ஜனவரி மாதம் 3 ஆம் தேதியன்று பகதூர் பெண்டா மீது முற்றுகையைத் துவக்கினார். 8 ஆம் தேதிவரை மூன்றுமுறைத் தாக்குதல் நடத்தினார். பலனேதும் இல்லாமல் பெரும்இழப்புடன் திரும்பினார். சிலநாட்கள் போர்நிறுத்தம் இருந்தது. அதைத்தொடர்ந்து பேச்சு வார்த்தைத் துவங்கியது. பேச்சுவார்த்தை இடையில் சிதைய, மீண்டும் போர் தொடங்கியது. 13 ஆம் தேதியன்று கோட்டை மீது ஏறும் முயற்சியைமேற்கொண்டார். காவல்படையினர் கடும் எதிர்ப்பைக் கையாண்டனர். தீரத்துடன் இருந்தனர். திப்புவால் காவல்படைத்தலைவன் சுடப்பட்டதும் அப்படை தளர்ந்துபோனது. எந்த உதவியும் கிடைக்காததால் மனமுடைந்துவிட்டது. மராத்திய முகாமுக்கு உயிருடன்திரும்ப உத்தரவாதத்தைப் பெற்றுக்கொண்டு சரணடைந்தது. பகதூர் பெண்டா, திப்பு கைப்பற்றுவதற்கு முன்புவரை வலுவான, வல்லமைமிக்க, எதிரிகளால் எளிதில் நெருங்கமுடியாதக் கோட்டையாக இருந்துவந்தது குறிப்பிடத்தக்கது. மாலெட்டின் செய்தி முகவர் யூன் எழுதுகிறான். 'கோட்டை வீழ்ந்தது திகைப்பான ஒன்று. அதைக் கைப்பற்ற ஏழு அல்லது எட்டுநாட்கள் ஆயின. அப்போது மராத்தியப்படை நான்கு அல்லது ஐந்துமைல் தொலைவிலேயே இருந்தது.'

பகதூர் பெண்டாவைக் கைப்பற்றியப் பின்பு, கூட்டணிப்படை மீது அவ்வப்போது அதிர்ச்சித் தாக்குதல்களை திப்பு தொடுத்தார். பலத்தசேதத்தை ஏற்படுத்தினார். நிஜாமின்படைகள் முறைப்படுத்தப்படாமல், விழிப்பற்றிருந்தன. போகுமிடமெல்லாம் பொதிசுமந்துத் திரிந்தன. அதனால் மிகுந்த பாதிப்புக்குள்ளாகின. பிப்ரவரி மாதம் 10 ஆம் தேதியன்று போர்நிறுத்தப் பேச்சு வார்த்தைத் தொடங்கும்வரை இந்தத்தாக்குதல் நடந்தது.

கையெழுத்தானது அமைதி ஒப்பந்தம்

ஹைதர் அலி தங்களிடமிருந்துக் கைப்பற்றியப் பகுதிகளை மீட்டெடுக்கவும் திப்புவின் அதிகாரத்தை மட்டுப்படுத்தவுமே மராத்தியர்களும் நிஜாமும் சினங் கொண்டு அலைந்தனர். மறுபக்கத்தில் அவர்களுடன் சமாதானம் செய்துகொண்டு இணக்கமான வாழ்வுவாழவும், தனது தந்தை வாரிசுரிமையில் தனக்குவிட்டுச்சென்ற உடமைகளுடன் வாழும் தனது விவகாரங்களில் மராத்தியர்களின் தலையீடுகூடாது என்றுமட்டுமே திப்பு எண்ணினார். அதனாலேயே தனக்குக் கப்பம்கட்டும் நார்குந்தின் தலைவனுக்கு உதவவேண்டாம் என்று நானாவுக்கு நல்லமுறையில் அறிவுரையும் ஆளனுப்பிச் செய்தியும் சொன்னார். தனது ஆளுகைக்குட்பட்ட பதாமியின் மீது படையெடுக்க வேண்டாம் என்றும் கேட்டுக்கொண்டார். ஆனால் மராத்தியர்கள் திரும்பத் திரும்பக் குற்றம்சாட்டியும் திப்புவின் மனத்திண்மையைச் சோதித்தும் வந்தனர். வேறுவழியில்லாமல் அவர் தனது சாம்ராஜ்ஜியத்தைப் பாதுகாக்க, வாளை உருவவேண்டியதாகிப்போனது. எனினும், பூனாவிலிருந்த மாலெட்டின் கபடத்தனத்தால் எச்சரிக்கை பெற்றதாலும், கார்ன்வாலிஸ் பிரபுவின் தலைமையில் இராணுவம் தயார்படுத்தப்படுவதையும் அறிந்த திப்பு, 1786 ஆம் ஆண்டு, செப்டம்பர் மாதத்தில், ஹரிபந்துக்கு தனது பிரதிநிதி நூர் முஹம்மத் மூலமாக ஒருகடிதம் அனுப்பினார். அதில், 'நார்குந்த் விவகாரத்தில் பேஷ்வாவின் தலையீடே போருக்கானக் காரணமாக இருக்கிறது. ஆனாலும் அது மிகச்சாதாரண விஷயம். அதற்காக இருதரப்பும் போரில் இறங்கவேண்டியதில்லை' என்று எழுதியிருந்தார். இதையடுத்து, மராத்தியத் தலைவன் மராத்திய—மைசூர் அரசுகள் ஒற்றுமையாக இருக்க விருப்பங்கொண்டு, அமைதிப்பேச்சு வார்த்தையை உருவாக்க இரண்டு பிரதிநிதிகளை அனுப்பினான். இதேபோலான ஒருகடிதம் பூனாவுக்கும் அனுப்பப்பட்டது. மீண்டும் நவம்பர் மாதத்தில் ஒருமுறை, திப்பு முயற்சிகள் மேற்கொண்டார். இந்தமுறை கங்காதர் ராஸ்தேயும் துகோஜி ஹோல்கரும் இந்தப்பணியைச் செய்தனர். திப்புவால் இதுவரையில் மேற்கொள்ளப்பட்ட அத்தனைப் பணிகளையும் மறுதலித்த நானா, ஆங்கிலேயர்களின் இராணுவ உதவி நிச்சயம் கிடைக்குமென்று நம்பி வந்தான்.[95] அதுமட்டுமன்றி, மராத்தியர்களிடமிருந்து ஹைதர் அலி கைப்பற்றிய அத்தனைப் பகுதிகளையும் மீட்டே ஆக வேண்டுமென்பதில் குறியாக இருந்து, எந்தவிதமுடிவுக்கும் உட்படாதவனாக நடந்துகொண்டான். ஒருகட்டத்தில் கார்ன்வாலிஸ் பிரபு, பேஷ்வாவுக்கு உதவமுடியாத இயலாமையை வெளிப்படுத்தியப் பின்பே, திப்புவின் அமைதி முன்வரைவுகளை ஹரிபந்த் பெற்றுக்கொள்வதற்கு

அனுமதிக்க இசைந்தான். இதையடுத்து திப்பு, பத்ர்—உஜ்—ஜமான் மற்றும் அலி ரஜா கானை மராத்திய முகாமுக்கு அனுப்பிவைத்தார். ஹரிபந்த் அவர்களை வரவேற்று உபசரிக்க, துகோஜி ஹோல்கரையும் கங்காதர் ராவ் ராஸ்தேவையும் நியமித்தான்.

திப்புவின் முன்மொழிவுத் திட்டத்தில், ‘துங்கபத்ராவுக்கும் கிருஷ்ணா நதிக்கும் இடைப் பகுதியிலுள்ள அவரது சாம்ராஜ்ஜியத்தின் ஆட்சித்தலைமை உரிமையை மராத்தியர்கள் அங்கீகரிக்க வேண்டும். அந்த ஆளுகைக்குள் போரின்போது கைப்பற்றப்பட்டப் பகுதிகளைத் திரும்பக் கொடுக்கவேண்டும். அதற்குப்பிரதியாக, கப்ப நிலுவைத்தொகையாக உள்ள நாற்பத்தெட்டு லட்ச ரூபாயில் முப்பத்திரண்டு லட்சத்தை உடனடியாகவும், மீதி பதினாறு லட்சத்தை அடுத்த ஆறு மாதங்களில் செலுத்தி விடுவதாகவும் திப்பு உறுதியளித்திருந்தார். மேலும் எதிர்காலத்தில், 1780 ஆம் ஆண்டு உடன்படிக்கையின்படி ஆண்டுக்கு பனிரெண்டு லட்சரூபாயை அளிப்பதாகவும் உத்தரவாதப்படுத்தியிருந்தார். ஆனால் ஹரிபந்த், இந்தத்திட்ட முன்மொழிவுகளையெல்லாம் மறுதலித்துவிட்டான். மேலும் அவன் அளித்த பதிலில், ‘மஹாபத் ஜங்கிடமிருந்து கைப்பற்றிய அதோனியை திரும்ப அவனிடமே ஒப்படைக்கவேண்டும். பேஷ்வா மாதவ ராஜ் காலத்தில் இருந்தபடி மராத்தியர்களின் உடமைகளைத் திருப்பியளித்துவிட வேண்டும்‘ என்று வலியுறுத்தியிருந்தான். திப்பு, தனது தந்தை வெற்றிபெற்று கைப்பற்றியப் பகுதிகளை திரும்ப ஒப்படைக்கும் இந்தக்கோரிக்கையை ஏற்கவில்லை. அதை நிராகரித்தவர், தன் தந்தையின் வெற்றி பேஷ்வாவால் ஏற்றுக்கொள்ளப்பட்ட ஒன்று. இப்போது அதைத் திருப்பிக்கேட்பது நியாயமற்றது‘ என்றுவிட்டார். இதையடுத்து ஹரிபந்த், வேறு ஒரு திட்டத்தை முன்மொழிந்தான். அதன்படி, கலோபந்தை விடுவிக்கவேண்டும். அதோனி, கிட்டூர், நார்குந்த் மற்றும் சாவனூர் ஆகியப்பகுதிகளை அதனதன் ஆட்சியாளர்களிடம் தந்துவிடவேண்டும். பதாமியையும் கஜேந்திரகார்க்கையும் பேஷ்வாவுக்கு அளித்துவிடவேண்டும். பேஷ்வாவுக்குச் செலுத்தவேண்டியத் தொகையைச் செலுத்திவிடவேண்டும். மேலும் எதிர்காலத்தில் பேஷ்வாவுக்கு ஆண்டுதோறும் பனிரெண்டு லட்சரூபாய் தருவதுகுறித்து உறுதிமொழி தரவேண்டும் என்றிருந்தது. சிற்சில மாற்றங்களுடன் இதை ஏற்க திப்பு முன்வந்தார். கலோபந்தை விடுவிக்க, அவர் தயாராக இருந்தார். அதோனி, நார்குந்த், கிட்டூர் ஆகியவற்றை அதனதன் தலைவர்களிடம் விட்டுவிடவும் முன்வந்தார். ஆனால் சாவனூரரை அப்துல் ஹக்கீம் கானுக்கு திரும்பக்கொடுக்க மறுத்துவிட்டார். அவன் பெருந்தொகைக்குக் கடன்பட்டிருப்பதாகவும் அப்பெருந்தொகையை அவன் செலுத்தினால் மட்டுமே திருப்பிவழங்கமுடியும் என்றுவிட்டார். அதேவேளையில் பேஷ்வாவுக்கு பதாமியைத் திருப்பிக் கொடுத்தத் திப்பு, செலுத்தவேண்டிய அனைத்துத்தொகையையும் கொடுத்து, எதிர்வரும் காலத்தில் ஆண்டுக்கு பனிரெண்டு லட்சரூபாய் தருவதாகவும் உறுதியளித்தார். பிரதியாக, போரில் கைப்பற்றிய அத்தனை இடங்களையும் திரும்பக்கொடுத்த மராத்தியர்கள், கஜேந்திர கார்க்கையும் தார்வாரையும் திப்புவுக்கு வழங்கினார்கள். அவருடன் தாக்குதல் மற்றும் பாதுகாப்புக் கூட்டணியை உருவாக்கிக்கொண்டவர்கள், எதிர்காலத்தில் திப்புவை ‘பாதுஷா’ என்று அழைக்கவும் ஒத்துக்கொண்டார்கள்.

இதுவரையில் மராத்தியர்கள் நடத்தியப் போரில், அவர்களுக்கு மிகப்பெரிய தேய்வுதான் கிடைத்தது; ஆங்கிலேயர்கள் உதவ மறுத்துவிட்டார்கள்; அவர்களுக்குச் சாதகமாகத் திரும்பும் வாய்ப்பு கடைசிவரையில் போரின்போது ஏற்படவேயில்லை. அதனாலேயே ஹரிபந்த் ஒன்றைத்தவிர அத்தனைத் திட்டங்களையும் ஏற்றுக்கொண்டான். திப்பு அல்லது ஃபாத் அலி கான் என்று அழைப்பதைவிடுத்து, எதிர்காலத்தில் 'பாதுஷா' என்று அழைப்பதை ஏற்க மறுத்தான். எனினும் திகோஜி ஹோல்கர் தலையிட்டு, 'இது ஒரு அற்பவிஷயம். இதை ஏன் பெரிது படுத்துகிறாய்' என்று சமாதானப்படுத்தி முடிவுக்கு சம்மதிக்கவைத்தான். இதையடுத்து எதிர் காலத்தில் திப்புவை, *'நபோப் திப்பூ சுல்தான், பத்தே அல்லி கான்'* என்று அழைக்க ஹரிபந்த் ஒப்புக்கொண்டான். அத்தனை சர்ச்சைக்குரிய விஷயங்களுக்கும் தீர்வு எட்டப்பட்டதும் அமைதி உடன்படிக்கையில் திப்புவும் பேஷ்வாவும் 1787 ஆம் ஆண்டு,[96] ஏப்ரல் மாதத்தில் கையெழுத்திட்டனர். உடன்படிக்கையில் மஹாபத் ஜங்கின் பெயர் சேர்க்கப்பட்டிருந்தபோதிலும், நிஜாம் ஒருதரப்பு என்று சேர்க்கப்படவில்லை. போரின்போது முழுமனதுடன் ஒத்துழைக்காமல் மராத்தியர்களிடம் அதிருப்தியை சம்பாதித்துக்கொண்டதால் அவன்பெயர் தவிர்க்கப்பட்டது. மராத்திய அரசாங்கத்திடம் முறையிட்டதும் உடன்படிக்கையில் அவன் பெயர் பின்னர் சேர்க்கப்பட்டது. திப்புவும் மைசூர்படை கைப்பற்றிய எல்லைக்காவல் நிலையங்களை திரும்பித்தர ஒத்துக் கொண்டார்.

அமைதி உடன்படிக்கைக் குறித்து விமரிசனங்கள்

போரில் திப்பு வெற்றிபெற்றிருந்தாலும் அவர் அமைதியைத் தொலைத்திருந்தார். அவரது வெற்றியைப் பொறுத்தவரை இந்த உடன்படிக்கை இராஜதந்திரத்தில் தோல்வியாகத்தான் கருத முடியும். அதேவேளையில் போர்க்களத்தில் தோல்வியைச் சந்தித்த மராத்தியர்கள், பல்வேறு அனுகூலங்களைச் சாமர்த்தியமாக திப்புவிடமிருந்து சம்பாதித்துக்கொண்டனர். அதேவேளையில் திப்புவுக்கு புதுப்பிரதேச ஆட்சியுரிமை எதுவும் கிடைக்கவில்லை. அதற்கான உத்தரவாதமும் இருக்கவில்லை. மாறாக, நிஜாமுக்கு ராய்ச்சூரையும் அதோனியையும் திருப்பிக்கொடுத்தார். மராத்தியர்களுக்கு நிலுவையிலிருந்தப் பெருந்தொகையைக் கொடுத்தார். இவ்வளவும் கொடுத்து, அவர் மராத்தியர்களுடன் இணக்கமாகயிருப்பதாகக் காட்டிக்கொண்டதற்குக் காரணம் கார்ன்வாலிஸ் பிரபு, திப்புவுக்கு எதிராக இராணுவ ரீதியாகவும், ராஜாங்க ரீதியாகவும் பலம் திரட்டிக்கொண்டிருந்ததுதான். திப்பு, மராத்தியர்களுக்கு பெருமளவுவிட்டுக்கொடுத்தும் பேஷ்வா அமைதி உடன்படிக்கையை மீறி, ஆங்கிலேயர்களுடன் கூட்டுசேர்ந்து, திப்புவின் அதிகாரத்துக்கு வேட்டுவைக்கும் வேலையில் இறங்கினான்.

திப்புவின் வெற்றிக்கானக் காரணங்கள்

போரில் தனது இராணுவத் திறமையை, திப்பு கணிசமாக வெளிப்படுத்தினார்.

கரைபுரண்டோடிய துங்கபத்ராவை தேவையின் பொருட்டு அனாயாசமாகக் கடந்தார். சதியாளர்களுக்கு பாடுறுத்தப்பட்ட தண்டனையை வழங்கினார். இரவு நேரத்தாக்குதல்கள் எதிரிகளைத் தோல்வியுற வைத்து, அமைதிப்பேச்சுக்கு உடன்படவைத்தது. போர்த் தந்திரங்களையும், அதற்கானப் புது வியூகங்களையும் அடிக்கடி மாற்றினார். ஆற்றங்கரையோரங்களிலும் செங்குத்தானப் பாறைகளிலும் அவரது பயணம் சாகசத்துடன் தொடர்ந்தது. இதுபோன்ற கடும்முயற்சிகளும் செயல்பாடுகளும் மராத்தியப்படைகளுக்கு கஷ்டமாகயிருந்தது. போர்க்களங்களை தனது நேரடிப்பார்வை யில் அமைத்துக்கொண்டார். போரின்போது, ஒவ்வொரு முயற்சியையும் தனது கட்டுக்குள் வைத்திருந்தார். நதிக்கரைகளில் மைசூர்படை நடைபோட்டபோது, துங்கபத்ராவுக்குத் தெற்கில் தனது சாம்ராஜ்ஜியத்திலிருந்து உணவுப்பொருட்களை வரவழைத்து விநியோகம் செய்தார். மாறாக, மராத்தியர்கள் உணவுப்பொருட்களை வெகுதூரத்திலிருந்து வரவழைக்க வேண்டியிருந்தது. வெள்ளப்பெருக்கெடுத்தோடிய ஆறுகளின் வழியே அவற்றைக் கொண்டுவர சிரமப்பட்டனர். புத்திசாலித்தனமாக திப்புவின் குதிரைப்படை, மராத்தியர்களுக்கு உணவுவரும் வழியை இடைபுகுந்து மறித்து, தடை ஏற்படுத்தியது. அதனால் ஏற்பட்ட உணவுப்பற்றாக்குறை மராத்தியர்களின் தோல்விக்குப் பெரும் காரணமாக அமைந்தது.

எல்லாவற்றுக்கும் மேலாக, கூட்டுப்படையினர் திட்டமிட்டு ஒழுங்குபடுத்தப் படவில்லை. அவர்களின் செயல்பாடுகள் ஒழுங்கின்றி இருந்தன. சம்பளபாக்கி அவர்களை அதிருப்தியடைய வைத்திருந்தது. நிஜாமின் படைகள் போர் முழுவதும் விட்டேத்தியாகச் செயல்பட்டன. அதனால் முழுபலனை அவர்களால் அறுவடைசெய்ய முடியவில்லை. ஹோல்கர் திப்புவிடமிருந்து பணம் வாங்கிக்கொண்டு செயல்பட்டதாக பேச்சிருந்தது. அவனது படைகளிலிருந்தோர் பலதடவை மராத்திய இராணுவத்தின் உணவுப்பொருட்களை கொள்ளையடித்தனர். அதுபோல கூட்டணிப் படையிலிருந்த மற்றவர்கள், தங்களது சுயவிருப்பங்களை பூர்த்திசெய்து கொள்வதிலேயே ஆர்வமாகயிருந்தனர். போரை எப்படி முன்நடத்துவது என்பது குறித்த நினைப்பில்லாமல், அடுத்தவர் குறைகளைப் பேசியே காலத்தைத் தள்ளினர். மறுபக்கத்தில் அவர்களின் ஒற்றுமையின்மையை, திப்பு தனக்கான அனுகூலமாக்கிக்கொண்டார்.[97] நேரடியாக அவரே, போர்க்களத்தில் நின்று வழி நடத்தியதால், அவரது படைத்தளபதிகள் தங்களின் கோபதாபங்கள், பொறாமையை வெளிப்படுத்திக் கொள்ளவில்லை. அவரது படை, கட்டுப்பாட்டுடனும் மனவுறுதியுடனும் செயல்பட்டது. இத்தனைக்கும் திப்புவின் படை கூட்டுப்படையினரைவிட எண்ணிக்கையில் குறைவாகவேயிருந்தது. ஆனாலும் படையினரின் அந்த எண்ணத்தை திப்புவின் காலாட்படையும் பீரங்கிப் படையும் செயல்பாடுகளில் சமன்படுத்தின. அவரது குதிரைப்படையும் எண்ணிக்கையில் சிறியதுதான். ஆனாலும் காஜி கான், வலி முஹம்மத், மற்றும் இப்ராஹிம் கானின் தலைமையின் கீழ் இயங்கிய குதிரைப்படைகளின் தீரம் அளப்பரியது. எதிராளிகளுக்கு வரும் உணவுப் பொருட்களை தடுத்து நிறுத்தியது இந்தப்படைதான்.

ராயதுர்க் மற்றும் ஹர்பனஹள்ளி இணைப்பு

மராத்தியர்களுடன் அமைதி உடன்படிக்கை கையெழுத்தானதும் திப்புவின் பார்வை, அடங்க மறுத்துக் கலகம் செய்தப் பாளையக்காரர்களின் மீது திரும்பியது. ராயதுர்க்கின் பாளையக்காரன் வெங்கடபதியும், ஹர்பனஹள்ளியின் பாளையக்காரன் பஸப்ப நாயக்கும் மராத்திய—மைசூர் போரின்போது, ஏகமாய் வாலாட்டிக் குழப்பம் விளைவித்துக் கொண்டிருந்தனர். மராத்தியர்களுடனும் நிஜாமுடனும் இணைந்து கொண்டு குழப்பம் விளைவித்ததற்கு ஏறகனவே ஒருமுறை ஹைதர் அலியால் தண்டிக்கப்பட்டு, அவருக்கு உண்மையாக இருப்பதாக உறுதியளித்ததால் மன்னிப்பு அளித்திருந்தார். மராத்திய—மைசூர் படையின் போர் தொடங்கியதும் எதிரிகளுடன் சேர்ந்துகொண்டு, திப்புவின் நடமாட்டம் குறித்து மராத்தியப்படைகளுக்கு இவ்விருவரும் துப்பு கொடுத்துக் கொண்டிருந்தனர். திப்பு சாவனூரில் தங்கியிருந்தபோது, அவரைக் கொல்வதற்கு இரண்டு முஸ்லிம்களை நியமித்து பணமும் கொடுத்திருந்தனர். எனினும் அச்சதித்திட்டம் கண்டு பிடிக்கப்பட்டு தோற்கடிக்கப்பட்டது. போரில் தீவிரமாக ஈடுபட்டிருந்த திப்பு, அப்போது சதியாளர்களின்மீது கவனம் பதிக்கவில்லை. போர் நிறுத்தப்பட்டதும் அவர்களைத் தண்டிக்க முடிவெடுத்திருந்தார். இரண்டாயிரம்பேர் கொண்ட படையை அனுப்பி ராயதுர்க், ஹர்பனஹள்ளி கோட்டைகளை ஆச்சரியத்தில் ஆழ்த்தினார். அதேவேளையில் பாளையக்காரர்களையும் அவர்களுடன் இருந்த இரண்டு முஸ்லிம்களையும் சிறைப்படுத்தினார். அடுத்தநாள் சதியாளர்கள் நீதிமன்றத்தில் நிறுத்தப்பட்டனர். அவர்களுக்கு மரணதண்டனை விதிக்கப்பட்டது. இரண்டு முஸ்லிம்களுக்கும் உடனடியாகத் தண்டனை நிறைவேற்றப்பட்டது. ஆனால் பாளையக்காரர்களுக்கான மரண தண்டனை ஆயுள் தண்டனையாகக் குறைக்கப்பட்டது.

திப்புவுக்கு பாதுஷா மகுடம்

ராயதுர்க்கும் ஹர்பனஹள்ளியும் இணைக்கப்பட்டதும் திப்பு பெங்களூருக்குத் திரும்பினார். பதினைந்து நாட்கள்வரை அங்கே தங்கியிருந்தவர் பின்பு ஸ்ரீரங்கப்பட்டிணம் வந்து சேர்ந்தார். சில நாட்களில் அவர் பாதுஷா மகுடத்தைச் சூட்டிக்கொண்டார்.[98] அந்தக்கொண்டாட்ட நிகழ்வு ஒரு வெள்ளிக்கிழமையன்று நடத்தப்பட்டது. ஏழைகளுக்கு பல லட்சரூபாய் வாரிவழங்கப்பட்டது. திப்பு சுல்தான் பாதுஷாவின் பெயரால் *குத்பா* ஓதப்பட்டது. கொண்டாட்டத்தையொட்டி புதிய நாணயங்களை திப்பு வெளியிட்டார். அதற்கு *இமாமி* என்று பெயரிட்டார். ஹிஜ்ரி துவக்கத்துக்கு பதிமூன்று ஆண்டுக்கு முந்தியவகையில் முஹம்மதிய சகாப்தத்தை அறிமுகப்படுத்தினார். புலிபோன்ற அமைப்பில் விலையுயர்ந்த ஆபரணங்கள் பதித்த தங்க சிம்மாசனம் செய்ய உத்தரவிட்டார்.

91. ஹைதர் அலியுடன் நெருங்கிய நட்புடன் இருப்பதாக ஆங்கிலேயர்களிடம் காட்டிக்கொண்ட நானா பத்னவிஸ், கம்பெனியிடமிருந்து சல்சாட்டியையோ அல்லது ஹைதர் அலியிடமிருந்து மராத்தியப் பகுதியையோ தந்திரமாக மீட்க விரும்பினான். (Khare, vii, Intro. P. 3656; Duff, ii, p. 153).

92. Khare, Nos 2869, 2870. வெங்கட் ராவும் கலோபந்தும் முதலில் ஸ்ரீரங்கப்பட்டிணத்துக்கு அனுப்பப்பட்டனர். அங்கிருந்து கப்பல்துர்கா கோட்டைக்கு மாற்றப்பட்டனர். மராத்திய – மைசூர் போர் முடிவுக்கு வந்த 1787ல் அவர்கள் விடுவிக்கப்பட்டனர்.

93. Ibid., No. 3043; see also for a good description of the capture of Savanur, A.N., G2 172, Lallee to Cossigny, Oct. 9, 1786, ff. 71a-b. லாலியின் கூற்றுப்படி, நவாபும் அவனது மூத்தமகனும் தப்பிவிட்டனர். அவனது குடும்பம் அகப்பட்டுக் கொண்டது. அக்டோபர் 8 அன்று அக்குடும்பம் ஸ்ரீரங்கப்பட்டிணத்துக்கு அனுப்பப்பட்டது.

94. மாலெட் கூற்றுப்படி, ஹோல்கர் கண்டும் காணாதிருந்துகொண்டான் என்று கூறப்படுவது புரளி. அதே வேளையில் அவனது படைகள் பாதிப்புக்கு உள்ளாகவில்லை என்பது யதேச்சையாக நடந்ததாக இருக்க வேண்டும். நானாவுக்கு எதிராகச் செயல்பட்ட அவன், திப்பு தோல்வியுறுவதை விரும்பவில்லை. திப்புவின் தோல்வி, நானாவின் செல்வாக்கை அதிகரித்துவிடும் என்று கருதினான். (See P.R.C., ii, No. 41).

95. a. See infra, p. 146. According to Cossigny Muhammad Ali promised 30,000 troops to the Nizam oncondi-tionthathe was given ashar in the conquests (A.N., C2 179, ff. 301 seq).

96. ஹரிபந்த்,ராஸ்தே, ஹோல்கர் ஆகிய மூவருக்கும் தனித்தனியே ஒரு யானையும் ஆடைகளையும் திப்பு வழங்கினார். (Khare, viii, No. 3083.) ஆனால் ஹோல்கருக்கு 4 லட்சரூபாய் ரொக்கமாகவும் 2 லட்ச ரூபாய்க்கு நகைகளும் வழங்கினார். (Hadiqat, p. 373.)

97. Khare, viii, Nos. 3065, 3068. மீர் ஆலம் கான் கூற்றுப்படி ஹோல்கர் திப்புவிடமிருந்து கையூட்டுப் பெற்றிருந்தான். ஒருமுறை அவன் திப்புவிடம் ஹரிபந்த் படை மீது இரவு நேரத்தில் தாக்குதல் நடத்தச் சொல்லி வழிமுறையைச் சொன்னான். அமைதிப்பேச்சு வார்த்தைக்கு உடன்படச்சொல்லி திப்புவை வலியுறுத்தியதும் அவன்தான். (Hadiqat, p. 271.)

98. Tarikh-i-Tipu, f.5. Wilks ii, p. 294, திப்பு கூர்க்கிலிருந்து திரும்பியதும் இச்சம்பவம் நடந்ததாக வில்க்ஸ் தவறாகக் குறிப்பிடுகிறார்.

7

திப்புவும் பிரஞ்சும் 1784–89

இரண்டாவது ஆங்கிலேய—மைசூர் போரின் போது, பிரஞ்சு அதிகாரிகள் நடந்து கொண்டவிதம் திப்புவின் நம்பிக்கையைக் குலைத்துவிட்டது. அவர்களின் செயல்பாடுகள் திப்புவுக்குள் கசப்பை விதைத்தது. 'பிரஞ்சு அதிகாரிகளைத் தவறானவர்கள் என்றும் நம்பிக்கைத் துரோகிகள் என்றும்' திப்பு வசைபாடினார். நம்பிக்கையளித்தும், உறுதிமொழிக்கூறியும் பகட்டாக நடந்துகொண்ட அவர்கள், சொன்னதில் மிகச்சிறிய விகிதாச்சாரத்தில்கூட போரின்போது உதவியாக நடந்து கொள்ளவில்லை. இறுதியில் காட்டிக்கொடுத்து, முதுகில் குத்தியதுமல்லாமல், ஆங்கிலேயர்களுடன் அமைதி உடன்பாடும் செய்துகொண்டார்கள். இருந்தபோதும், அவர்களுடனான உறவை திப்பு முற்றிலுமாக அறுத்துக் கொள்ளவில்லை. நேசத்திற்குரிய நட்பாகவே மனதில் வைத்திருந்தார். எதிர்காலத்தில், ஆங்கிலேயர்களுக்கு எதிரானக் கூட்டணிக்கோ அல்லது இந்திய எதேச்சாதிகாரச் சக்திகளுக்கு எதிரானக் கூட்டணிக்கோ, அவர்கள் பயன்படுவார்கள் என்று நம்பினார்.

பிரஞ்சு அதிகாரிகளும் அதை உணர்ந்தேயிருந்தார்கள். அதற்குப் பரிகாரமாக, கடந்தகாலத்தில் செய்தத் தவறுகளை ஒத்துக்கொண்டார்கள். திப்புவைக் குஷிப்படுத்தவும்

முயற்சித்து, தவறுகளைத் திருத்திக்கொள்வதாகவும் வாக்களித்தார்கள். கிழக்குப் பகுதிகளுக்கான பிரஞ்சு கவர்னர் ஜெனரலாக இருந்த விகாம்தே டி சூயிலாக் ஒரு கடிதமெழுதி, திப்புவுக்கு அனுப்பியிருந்தான். அதில், 'கடந்த போரின்போது நடந்த சங்கடங்களை மறந்துவிடுங்கள். அடுத்தக் கட்டத்திற்கானத் திட்டத்துக்குத் தயாராகுங்கள். இந்தியாவிலிருந்து ஆங்கிலேயர்களை விரட்டியடிக்க பெரும் எண்ணிக்கையில் தரைப்படையினரையும் கடற்படையினரையும் பிரான்ஸ் அனுப்பிவைக்கும்' என்று குறிப்பிட்டிருந்தான். மேலும், தனது முகவரான ராமா ராவை திப்புவிடம் அனுப்பி, 'ஆங்கிலேயச்சக்திக்கு எதிராக பிரஞ்சின் கூட்டு மிகவும் தேவையானது. திப்புவின் உயிருக்குக்கூடப் பாதுகாப்பானது. பூனாவின் மராத்தியர்களுக்கும், ஹைதராபாத்தின் நிஜாம், மைசூர் படைகளுக்குமிடையில் ஆங்கிலேயர்களின் கபடத்தனம் அறிந்துசெயல்பட ஒரு நடுநிலை வேண்டியிருக்கிறது' என்று சொல்லவைத்தான். இவற்றையெல்லாம் சொல்ல வந்த ராமா ராவ், மேலும் சில ஆலோசனைகளாக, 'பிரஞ்சுப்படைகளைப் பெற்று தன்னுடன் வைத்துக்கொண்டு, பலத்தை அதிகரித்துக் கொள்ளுமாறும், எம். டி கூபர்வில்லி அனுப்பிய தகுதி வாய்ந்த சீயூர் மோரம்பாண்டை நியமித்துக் கொள்ளுமாறும் சொல்லிவைத்தான். மேலும், மலபார் கடற்பகுதியில் நிலைகளை பலப்படுத்தினால், கடல்வழியாக இராணுவ உதவியை எளிதில் பெறமுடியும் என்றும் மாஹே துறைமுகத்தைவிட அது வசதியாகயிருக்கும்' என்றும் வலியுறுத்தினான். தெளிவற்றிருந்த இந்த முன்மொழிவுகளைத் திப்பு தட்டிக்கழித்தார். இதே விஷயங்களை வலியுறுத்தி, ஆங்கிலேயர்களுக்கு எதிரானக் கூட்டணி அமைப்பது குறித்துப் பேச்சுவார்த்தையைத் திப்புவுடன் நடத்த, தன்னை டி சூயிலாக் நியமித்திருப்பதாக எழுதியிருந்த டி மோர்லட்டின் கோரிக்கையையும் அவர் அலட்சியப்படுத்தினார். பிரஞ்சு அதிகாரிகளின் அணுகுமுறையை திப்பு அலட்சியப்படுத்தியதற்குக் காரணங்கள் இருக்கவே செய்தன. இந்தியாவிலுள்ள பிரஞ்சு அதிகாரிகளால் எந்தவொரு லாபமும் இருக்கப்போவதில்லை என்று கருதினார். தனது இலக்குகளை வென்றடைய பதினாறாம் லூயியுடனும் அவரது அமைச்சர்களுடனும் பேசினால் மட்டுமே நடக்கும் என்று முடிவு செய்தார்.

நிஜாம் மற்றும் மராத்தியர்களுக்கு எதிராக, திப்புவுடன் நட்பை வளர்த்துக்கொள்ள வேண்டும் என்று டி சூயிலாக் நோக்கமாகக் கொண்டிருக்கவில்லை. மாறாக, இந்தியாவிலுள்ள அத்தனை அதிகார மையங்களுடனும் நட்பாக இருந்துகொள்ள விரும்பினான். அதனால் திப்புவைச் சந்திப்பதைத் தவிர்த்தான். சந்தித்தால், நிஜாமுக்கும் மராத்தியர்களுக்கும் தன்மீது சந்தேகம் எழலாம் என்று கருதினான். 'இந்திய அதிகாரமையங்கள் தங்களுக்குள் சண்டையிட்டுக் கொள்வதைத் தடுத்து, தனது தலைமையின் கீழ், அவர்களை ஆங்கிலேயர்களுக்கு எதிராக ஒன்றுபடுத்தி வைத்துக்கொள்ள வேண்டுமென்பதே' அந்த நேரத்து நோக்கமாக இருந்தது. காம்தே டி வெர்ஜீன்ஸ்க்கு புஸ்ஸி எழுதியக்கடிதம் ஒன்று இப்படிச் சொல்கிறது. 'மராத்தியர்களும் நிஜாமும் ஒன்றுகூடி கூட்டணியமைத்து, திப்புவை ஒழித்துக்கட்டத் திட்டமிட்டிருக்கிறார்கள். அது, ஆங்கிலேயர்களுக்கு அற்புதமான வாய்ப்பாகிப்போகும். நான் அந்தமுயற்சியை முறியடிக்க வேலை செய்தேன். இன்னும் செய்துகொண்டுதான் இருக்கிறேன். அதேவேளையில் நம்மை சமரசம் செய்து கொள்ளாமல், இந்த மூன்று இந்திய அதிகார மையங்களையும் நாம்

ஆங்கிலேயர்களுக்கு எதிராக ஒன்றிணைக்க வேண்டும்'. இந்தக் கொள்கையின் அடிப்படையில் டி சூயிலாக், நானாவுக்கும் நிஜாமுக்கும் திப்புவுக்குமே 'பேதங்களை மறந்து நட்புடன் இருங்கள்' என்று அறிவுரை கூறினான். புதுச்சேரியின் கவர்னராக இருந்த கோஸிக்னி, 'பேஷ்வாவும் நிஜாமும் திப்புவும் ஒன்றிணையாமல், குறுகிய சுயநல எண்ணத்துடன் நீடித்தால், ஆங்கிலேயர்கள் மூவரின் அதிகாரத்தையும் ஒடுக்கி, நிலைகுலையச் செய்துவிடுவார்கள்' என்று நானாவை எச்சரித்தான்.

ஆனாலும் போரைத்தடுப்பது குறித்த பிரஞ்சின் முயற்சி பலன்தரவில்லை. திப்புவுக்கும் மராத்தியர்களுக்குமிடையிலான போர் நிறுத்த ஒப்பந்தம் முறிந்துபோனது. இருவருமே நிஜாமுடன் கூட்டணியாக இருந்தவர்கள். இதையடுத்து பிரஞ்சு அதிகாரிகள், இருதரப்புக்குமிடையே அமைதிப்பேச்சுக்கான முயற்சியில் தீவிரமாக இறங்கினர். 'ஒரு முஸ்லிம் செய்யும் தியாகமாகவும் அதுபோல ஒரு இந்தியன் செய்யும் தியாகமாகவும் திப்புவுடன் சமாதானமாகப் போய்விடு' என்று நிஜாமிடம் வேண்டுகோள் வைத்த கோஸிக்னி, மேலும், 'ஆங்கிலேயர்களுக்கு சவால் விட்டு ஆட்சி நடத்தும் திறமை வாய்ந்த ஒரே முஸ்லிம் இளவரசன் அவன்' என்றும் திப்புவைப் பரிந்துரைத்துப்பேசினான். 'முஸ்லிம்கள் இழந்துவிட்டப் புகழை அவனால் மட்டுமே மீட்டுத்தர முடியும். அதை அவன் செய்வான்' என்று நிஜாமுக்கு கோஸிக்னி உத்தரவாதமும் தந்தான். நானாவை அழைத்துப்பேசிய அவன், 'ஆங்கிலேய ஆதிக்கத்திலிருந்து தேசத்தைக் காப்பாற்ற சில தியாகங்களைச் செய்தாக வேண்டும்' என்று வற்புறுத்தினான். போரை முடிவுக்குக் கொண்டுவர திப்புவை, தான் சம்மதிக்க வைப்பதாகவும் கூறினான். பூனாவிலிருந்த பிரஞ்சுப் பிரதிநிதி மாண்டிக்னியும், 'ஒருவேளை திப்பு சம்மதிக்க மறுத்தால் அவரை உடன்பாட்டுக்கு நிர்ப்பந்திக்க முடியும்' என்று உத்தரவாதப்படுத்தினான். ஆனால் நானாவின் பதில்கள் தெளிவற்றதாக இருந்தன. ஹைதராபாத்தையோ அல்லது பூனா அரசாங்கத்தையோ ஆற்றுப்படுத்தும் அளவுக்கு பிரஞ்சு அதிகாரிகள் அறிவார்ந்த திறன்மிக்கவர்களாகவும் இருக்கவில்லை.

1783 ஆம் ஆண்டில் ஆங்கிலேயப்படையும் பிரஞ்சுப்படையும் செய்துகொண்ட வெர்செய்ல்ஸ் உடன்படிக்கையின் பதினாறாம் விதியின்படி, இந்திய அதிகார மையங்களுக்கு இடையிலானப்போரில் ஆங்கிலேயப் படையோ பிரஞ்சுப் படையோ பங்குபெறுவதை அறுதியிட்டு மறுக்கிறது. அவ்விதியின்படி, திப்பு மீது மராத்தியர்கள் தாக்குதல் நடத்தியபோது, பிரஞ்சுப் படை எந்தவொரு உதவியையும் செய்யவில்லை. இருந்தபோதும், கோஸிக்னி திப்புவுக்கு ஒரு தகவலனுப்பி, 'ஒருவேளை மராத்தியர்களுடன் ஆங்கிலேயப்படை இணைந்துகொண்டு தாக்குதல் நடத்தினால், பிரஞ்சுப்படை உங்களுக்கு உதவ ஓடிவரும்' என்று சொல்லியிருந்தான். உண்மையிலேயே கோஸிக்னி திப்பு மீது நல்லெண்ணம் கொண்டவனாக இருந்தான். ஆங்கிலேயப்படை மராத்தியர்களுக்கு உதவினாலும் உதவாவிட்டாலும் கூட சலுகைகள் அளிக்க நினைத்தான். அதனாலேயே, திப்பு கேட்டவுடனேயே 8,000 துப்பாக்கிப் படையினரை தயார்படுத்தி, உதவிக்கு அனுப்பினான். ஆங்கிலேய அதிகாரத்தை இந்தியாவிலிருந்து விரட்டியடிக்க திப்புவின் உதவி தேவைப்படும் என்று கோஸிக்னி நட்பை விடாமல் வைத்துப் பேணிவந்தான். திப்பு அதிகார பலம் பொருந்தியவராகவும் மராத்திய—நிஜாம்

கூட்டணியை முறியடிப்பவராகவும் இருந்தார். ஆனால் துரதிர்ஷ்ட நிலையில் தோற்கடிக்கப்பட்டுவிட்டார்.

எனினும் டி சூயிலாக், கோஸிக்னியின் செயல்பாடுகளுடன் உடன்பட்டுப் போகவில்லை. 'திப்புவுடன் எந்தவொரு உடன்பாடும் செய்துகொள்ள வேண்டாம். அது மராத்தியர்களின் கோபத்தைத் தூண்டிவிடும்' என்று அறிவுறுத்தியிருந்தான். அதேவேளையில் திப்பு மீது மரியாதையைக் கொண்டிருந்தவன், திப்புவின் செயல்பாடுகளின் மீது மதிப்பீடுகளையும் கொண்டிருந்தான். 'வீணான, செருக்குநிறைந்த, யாரையும் சாராத திப்பு, யாரிடமாவது தோற்று அவமானப்பட்டு, பிரஞ்சின் உதவியை நாடிவர நேரிடவேண்டும்' என்றும் விரும்பினான்.[99] உள்ளுக்குள் மராத்தியர்களுடனான உறவைத்தான் அவன் விரும்பினான். திப்புவின் பலத்தை நிலையில்லாதது என்று கருதினான். ஆங்கிலேயக் கூட்டணியான மராத்திய, நிஜாம்படையினர் விரைவிலோ அல்லது ஒருகட்டத்திலோ திப்புவை வென்றுவிடும் சந்தர்ப்பமிருக்கிறது என்று விரும்பவும் செய்தான். பிரஞ்சுக் கடற்படை அமைச்சர் மாரிச்சல் டி காஸ்ட்ரிஸ்கூட, 1783 ஆம் ஆண்டு, நவம்பர் மாதம் 1 ஆம் தேதியன்று புஸ்ஸிக்கு எழுதியக் கடிதத்தில், 'மராத்தியர்களுடனான உறவு திப்புவுடனானக் கூட்டணியைவிட கம்பெனிக்கு நல்ல பலனைத் தரும். திப்பு அதிகாரத்துக்குப் புதியவர். அவர் தன்னை நிலைப்படுத்திக்கொள்ள காலம் பிடிக்கும். மறுபக்கத்தில், மராத்தியர்கள் திட நிலையுடன் மீட்சியாற்றல் மிக்கவர்களாக, இந்தியாவில் பெருமாற்றம் ஏற்படுவதற்கு புரட்சி செய்பவர்களாக இருப்பார்கள்' என்று எழுதினான். ஆனால் இந்தநிலை வேண்டுகோளுக்கு அணுக்கமாக மராத்தியர்கள் இருக்கவில்லை. பிரஞ்சுப்படையை திப்புவின் நட்புப்படையென்றே கருதினார்கள். அவர்களுக்குள் இரகசிய உறவிருப்பதாக நம்பினார்கள். பிரஞ்சு முகவர் மாண்டிக்னி, 'பிரஞ்சுக்கும் திப்புவுக்குமிடையில் உறவு ஏதுமில்லை' என்ற உத்தரவாதத்தை நானாவுக்குக் கொடுத்தான். மராத்தியர்களுக்கு எதிரானப்போரில் திப்புவுக்கு உதவமாட்டோம் என்று சூடம் கொளுத்தினான். வெர்செய்ல்ஸ் உடன்படிக்கையின் பதினாறாவது விதியை மீறி மராத்தியர்களுக்கு ஆங்கிலேயப்படை உதவியதால், நடுநிலைமையை விட்டுக்கொடுத்து திப்புவுடன் சேரவேண்டியதாக இருந்தது என்று சமாதானப்படுத்தினான். இத்தனை உத்தரவாதங்கள் கொடுத்தும் நானா பிரஞ்சுப்படையை புறக்கணித்தான். ஆங்கிலேயர்களுடனான நட்பையே விரும்பினான். ஆங்கிலேயர்களுடனான நட்பு பயன்திறன் மிக்கதாகவும், கூட்டணிப்படைகளுக்கு இணக்கமானதாகவும் இருக்கும் என்று கருதிக்கொண்டான். 1786 ஆம் ஆண்டு ஆகஸ்ட் மாதவாக்கில், புதுச்சேரியிலிருந்து குதார் என்ற பெயர்கொண்ட சிறப்பு முகவர் ஒருவன் பேஷ்வாவுடன் நட்பை உருவாக்கிக்கொள்ள பூனாவுக்கு வந்திருந்தான். ஆனால் இருதரப்பிலும் அந்த முயற்சி பலன் தருவதாக இருக்கவில்லை. அதுபோலவே நிஜாமுடன் பேச்சுநடத்த வந்த ஆமந்தும் தனது இயலாமையைத்தான் நிரூபித்தான். நிஜாமுக்கு கோஸிக்னி எழுதியக் கடிதமும் பயன்தரவில்லை.

மராத்தியர்களிடமும் நிஜாமிடமும் பேசி பிரஞ்சு அதிகாரிகளால் வெற்றிகொள்ள முடியாது போனதும், டி சூயிலாக்கின் போக்கில் பெரும்மாறுதல்கள் உண்டாயின. மராத்தியர்களுக்கு எதிரான திப்புவின் வெற்றிகளில் தன்னை மாற்றிக்கொள்ளும்

கருத்தோட்டத்துக்கு வந்தான். புதுச்சேரியின் கவர்னர் கோஸிக்னியின் விருப்பத்துடன் இணைந்து, திப்புவுடன் கூட்டணி வைக்க முடிவுசெய்தான். திப்புவின் உதவியால் மட்டுமே ஆங்கிலேயர்களை இந்தியாவிலிருந்துத் துரத்தமுடியும் என்று கருதியவன், மராத்தியர்களால் தீரத்துடன் ஆங்கிலேயர்களை எதிர்க்கவும் முடியாது என்று எண்ணினான். மராத்தியப்படையில் பாதி ஒற்றுமையுடன் இல்லாது பிளவுபட்டுக் கிடக்கிறது என்பதைப் புரிந்துகொண்டான். மீதிப்படையினர் அத்தனையுமே குதிரைப்படை வீரர்கள்.

மேலும் பிரஞ்சுடனான நட்புக்காக, இரண்டாவது ஆங்கிலேய—மைசூர் போரின்போது, ஹைதர் அலி கொடுத்திருந்த பதினேழு லட்ச ரூபாயைத் திருப்பிக் கொடுக்க முன்வந்ததை ஏற்க மறுத்தத் திப்புவின் பெருந்தன்மையை டி சூயிலாக் மனதார ஏற்றுக்கொண்டான். இந்த விளைபயன்களை ஆழமாக எண்ணிப் பார்த்தவன், பதினாறாம் லூயியின் அரசவைக்கு ஒரு தூதுக்குழுவையனுப்பி, நேரடியானக் கூட்டணிக் குறித்துப்பேசி, இராணுவப் பாதுகாப்பையும் எதிரிகளுக்கு எதிரான படை உதவியையும் பெறும் திப்புவின் திட்டத்தை வரவேற்றான். ஆனால் திப்பு, முதலில் தனியானதொரு குழுவை அனுப்பவில்லை. 1785 ஆம் ஆண்டில் ஒட்டமான் சுல்தானைச் சந்திக்க அனுப்பிய தூதர்களின் குழுவை கான்ஸ்டாண்டிநோபிளில் தங்கள் பணி முடிந்ததும் அப்படியே பாரிஸுக்குப் போகச்சொல்லி உத்தரவிட்டார். பிறகு அங்கிருந்து லண்டனுக்குப் போகச்சொல்லி கேட்டுக்கொள்ளப்பட்டார்கள்.

பதினாறாம் லூயியைச் சந்திக்கும்போது, இந்தியாவில் ஆங்கிலேயர்கள் எப்படி தங்களை நிலைநிறுத்திக் கொண்டார்கள் மற்றும் இந்துக்களுக்கும் முஸ்லிம்களுக்கும் பிரஞ்சுக்காரர்களுக்கும் எதிராக அவர்கள் செய்த அட்டூழியங்களைத் தெரிவிக்குமாறும் கேட்டுக்கொள்ளப்பட்டார்கள். அதுபோல, இரண்டாவது ஆங்கிலேய—மைசூர் போரின்போது, பிரஞ்சுப்படை நடந்துகொண்ட அவமதிப்பான, இழிவுக்குரியச் செயல்பாடுகளையும் மீள்காட்சிப்படுத்துமாறும் அறிவுறுத்தப்பட்டனர். ஆங்கிலேயர்களுக்கு எதிரானப்போரில் திப்பு முழுமையாக வெற்றியடைந்திருக்க முடியும். இத்தனைக்கும் ஹைதர் அலியும், திப்புவும் பிரஞ்சுப்படைகளுக்காக எத்தனையோ தியாகங்கள் செய்திருப்பதையும் மறந்து, அவர்கள் இடரார்ந்த நுண்ணியமான நேரத்தில் தங்களைப் பின் வாங்கிக்கொண்டதுடன் ஒப்பந்தத்துக்கு மாறாக திப்புவுடன் கலந்தாலோசிக்காமல் ஆங்கிலேயர்களுடன் தனியாக உடன்பாடும் செய்துகொண்டுவிட்ட அவலத்தையும் எடுத்துரைக்கச் சொல்லப்பட்டது.

பதினாறாம் லூயியிடம் இத்தனையையும் எடுத்துரைக்கும் தூதுக்குழு, அவருக்கும் தங்கள் எஜமானருக்கும் இடையில் நிரந்தரக்கூட்டணி ஒப்பந்தத்துக்கான முன்மொழிவுகளை சமர்ப்பிக்கவேண்டும். இதையடுத்து, பிரஞ்சு அரசர் 10,000 துருப்புகளை தகுதிவாய்ந்த தளபதிகளின்கீழ் செயல்பட அனுமதியளித்து அனுப்புவார். அவர்கள் திப்புவின் நேரடி உத்தரவுக்குக் கீழ்படிந்து நடக்கவேண்டும். ஒருவேளை ஏதேனும் குற்றச்செயல்களில் அப்படைவீரர்கள் ஈடுபட்டால், மைசூர் அரசின் சட்டதிட்டங்களின்படி அவர்கள் தண்டிக்கப்படலாம். இந்த

ஒப்பந்தத்தின்படி ஆங்கிலேயர்களுடன் போர் அமைதி உடன்படிக்கையை பத்து ஆண்டுகளுக்கு திப்புவோ அல்லது பிரஞ்சுப்படையோ செய்துகொள்ளமுடியாது என்றும் அறுதிசெய்யப்பட வேண்டும். இதனிடையே ஒருவேளை ஆங்கிலேயர்கள் அமைதி உடன்படிக்கைக்கு விரும்பினால், அவர்கள் தங்களின் அனைத்து உடமைகளையும் விலக்கும்வரை அதைச் செய்யமுடியாது என்றும் அதன்பின், அந்த உடமைகள் திப்புவுக்கும், பிரஞ்சு அதிகாரத்துக்கும் சரிசமமாகப் பகிர்ந்தளிக்கப்படும் என்றும் முடிவு செய்யப்படவேண்டும். பிறகு தூதர்கள், பதினாறாம் லூயியிடம் பிரஞ்சு நாட்டுக்கலைஞர்கள், கைவினைஞர்கள், பொறிஞர்கள், புதிது புனைபவர்கள், துப்பாக்கி, கடிகாரம் செய்பவர்கள், சீனக்களிமண்ணாலும் கண்ணாடியாலும் பொருட்கள் செய்யும் வல்லுநர்கள் ஆகியோரை மைசூருக்கு அனுப்பி உதவுமாறும் கேட்டுக்கொள்ள வேண்டும்.

ஆனாலும் தூதுக்குழு கான்ஸ்டாண்டிநோபிளைத் தாண்டி பயணத்தைத் தொடரவில்லை. அவர்களை திப்பு உடனடியாகத் திரும்பச்சொல்லி அழைத்துக்கொண்டார். இதனிடையே, ஆங்கிலேயர்கள் பூனாவில் கிளர்ச்சியில் ஈடுபட்டிருக்கும்செய்தி பரவியது. திப்பு வேறொரு தூதுக்குழுவை பிரான்ஸுக்கு அனுப்ப முடிவுசெய்திருந்தார். டி சூலியாக்கும், கோஸிக்னியும் திப்புவுக்கு உற்சாகமூட்டினர். தூதுக்குழுவை அனுப்ப முடிவெடுத்தத் திப்புவை எழுச்சியுறப் பண்ணினர். பிரஞ்சுடனான நல்லுறவை மெய்ப்பாட்டுணர்த்தும்படியாக, மைசூரிலிருந்து பாரிஸுக்குச் செல்லும் வரையிலான அனைத்துச் செலவையும் தூதரகம் ஏற்றுக்கொள்ளும் என்று முடிவு செய்திருப்பதாகக் கூறினர். அதுபோல திரும்பும் செலவை பிரஞ்சு அரசாங்கம் ஏற்றுக் கொள்ளும் என்றும் சொன்னான். துணைச்சேர்க்கையாக, ராய் லா அரோரா (Roi l' aurora - Roi the dawn) என்ற பெயரில் ஒருபடகு வாங்கி, அதில் அரசியல்பேரம் பேசவிருக்கும் தூதர்களை பிரான்ஸுக்கு அனுப்ப, திப்புவுக்குப் பரிசாகக் கொடுத்தான் டி சூயிலாக். இந்தியா மற்றும் ஐரோப்பாவின் தனித்த அடையாளத்தைப் பொறிக்கும் முகமாக, படகில் திப்புவின் கொடியைப் பறக்கச்செய்யவும் டி சூயிலாக் விரும்பினான்.[100] பிரான்ஸைப் பிறப்பிடமாகக் கொண்டிருந்தாலும் போர்ச்சுகல் அரசரின் பிரதிநிதியான பியர்ரே மொன்னீரன் என்பவன் படகுக்கான உண்மையானத் தலைமை அதிகாரியாக இருந்தான். ஆனால் இந்தியக் குழுவினருக்கானத் தலைமை அதிகாரியாக ஒரு முஸ்லிமை நியமித்தான் டி சூயிலாக். 1786 ஆம் ஆண்டின் மத்தியில் பிரஞ்சு அரசாங்கத்துக்காக வர்த்தக ஒப்பந்தம் பேசவந்த அவன், பிரான்ஸுக்கானத் தூதுக்குழுவை அழைத்துச்சென்று பத்திரமாக இந்தியாவுக்குத் திரும்ப அழைத்துவரும் பொறுப்பை ஏற்பதாக வாக்குத் தந்திருந்தான்.

ராய் லா அரோரா படகை மங்களூரிலிருந்து நேரடியாகப் புறப்பட வைக்கலாம் என்று டி சூயிலாக் திட்டமிட்டு, 1787 ஆம் ஆண்டு, ஜனவரி மாதம் 15 ஆம் தேதியன்று அங்கு அனுப்பி வைத்தான். அம்மாதத்தின் இறுதியிலோ அல்லது பிப்ரவரியின் துவக்கத்திலோ அங்கிருந்து தூதர்கள் பயணம் புறப்படுவதுபோல ஏற்பாடு செய்திருந்தான். ஆனால் ஜனவரி மாதத்தின் துவக்கம்வரை படகுத்தலைவன் மொன்னீரன் ஐலே ஆஃப் பிரான்ஸ் தீவிலிருந்து மங்களூருக்குப் புறப்பட முடியவில்லை. மார்ச் மாதம், 19 ஆம் தேதியன்று அவன் கொச்சி

வந்தடைந்த போது, ஜனவரி மாதயிறுதியில் தூதர்கள் அனைவரும் புதுச்சேரி வந்தடைந்து விட்டார்கள் என்று கோஸிக்னியிடமிருந்து தகவலைப் பெற்றான். திப்புவின் வேண்டுகோளின்படி கோஸிக்னி மங்களூரிலிருந்து தூதர்கள் புறப்படும் டி சூயிலாக்கின் திட்டத்தைப் புதுச்சேரிக்கு மாற்றியிருந்தான். எனினும் மொன்னீரன் மங்களூருக்கு தனது பயணத்தைத் தொடர்ந்தான். திப்பு வாங்கிவரச் சொல்லியிருந்த சில இராணுவத் தளவாடங்களை ஒப்படைத்துவிட்டு, நறுமணப் பொருட்களை படகில் நிரப்பிக்கொண்டு திரும்புவதற்காக மார்ச் மாதம், 28 ஆம் தேதியன்று வந்துசேர்ந்து, மீண்டும் ஏப்ரல் மாதம், 7 ஆம் தேதியன்று புறப்பட்டு மே மாதம், 5 ஆம் தேதி புதுச்சேரியைத் தொட்டான்.

தூதர்குழுவில் முஹம்மத் தாவேஸ் கான், அக்பர் அலி கான், உஸ்மான் கான் ஆகியோர் இடம்பெற்றிருந்தனர். அக்பர் அலி கான் மகனையும் உஸ்மான் அலி கான் மருமகனையும் தங்களுடன் அழைத்துக்கொண்டனர். வேலையாட்கள், உணவு பரிமாறுபவர்கள், சமையல்காரர்கள், பாதுகாவலர்கள் என்று தூதர்களின் பணியாட்கள் சேர்க்கப்பட்டனர். மொத்தமாக எண்பது பேர் வரையில் புறப்படத் தயாராகயிருந்தனர். ஆனால் மொன்னீரன் இந்த எண்ணிக்கை அதிகமானது என்று கருதினான். அதை நாற்பத்தைந்தாகக் குறைத்தான். அதேவேளையில் மோசமான சீதோஷ்ண நிலை, ரம்ஜான் மாதம், ஈத் பெருநாள் என்று நாட்கள் நகர்ந்து, ஜூலை மாதம், 22 ஆம் தேதியன்று புதுச்சேரியிலிருந்து பயணத்தைத் துவங்கினான்.

டி சூயிலாக்கின் வழிகாட்டுதல்படி, லா அரோரா படகை நன்னம்பிக்கை முனையைத் தொடும்வரை, வழியிலுள்ள ஐலே ஆஃப் பிரான்ஸ் தீவிலோ அல்லது ஐலே ஆஃப் போர்பான் தீவிலோ எங்கும் நிறுத்தாமல் நேர்ப்பயணம் மேற்கொள்ள வேண்டும் என்று வலியுறுத்தப்பட்டான். ஆனால் மொன்னீரன், உணவுப்பொருட்களைச் சேகரிக்க ஐலே ஆஃப் போர்பான் தீவில் படகை நிறுத்தினான். அங்கே படகுக்குள் கசிவு ஏற்படும் அபாயம் உருவாகிவிட்டது. அதை அங்கு சரிப்படுத்த முடியவில்லை. அதனால் படகு, ஐலே ஆஃப் பிரான்ஸுக்குப் பயணத்தைத் தொடர்ந்தது. இதனிடையே, படகைத் திசைதிருப்பும் கருவி சுக்கானும் பழுதடைந்துபோனது. படகைச்சரிபடுத்தும் பணி, முஹர்ரம் கொண்டாட்டம், தீவில் நிலவிய நல்ல சீதோஷ்ணம் டிசம்பர் மாதம், 4 ஆம் தேதிவரை கிடைபோடத் தோதாகிப்போனது. ஜனவரி மாதம், 3 ஆம் தேதியன்று படகு நன்னம்பிக்கை முனையை வந்தடைந்தது. ஆனால் அங்கே மோசமான சீதோஷ்ணநிலை நிலவியதாலும் காற்றின்போக்கு சாதகமாக இல்லாததாலும் மேலும் தாமதமானது. ஏறத்தாழ நாற்பது நாட்களுக்கு அப்புறமே, லா அரோரா அங்கிருந்துக் கிளம்பியது. பின்பு அது குடிநீருக்காக அசென்ஷன்ஸ் தீவில் கரையேறியது. நன்னம்பிக்கை முனையில் படகில் ஏற்றியிருந்த 200 கொள்கலன் குடிநீரையும் ஆடம்பரமாகச் செலவழித்த தூதர்களும் அவரது பணியாளர்களும் படகுத்தலைவன், 'சிக்கனமாகச் செலவழியுங்கள்' என்று கேட்டுக்கொண்டதைக் காதில்போட்டுக் கொள்ளவேயில்லை. படகு மீண்டும் கொரு தீவில் உணவுக்காகவும், குடிநீருக்காகவும் நிறுத்தப்பட்டது. ஏப்ரல் மாதம், 18 ஆம் தேதியன்று ஒருவழியாக படகு புறப்பட்டபோது, முஹம்மத் தர்வேஸ் கானுக்கு உடல்நலம் குன்றிவிட்டது.

உடல்நலம்தேறும்வரை மீண்டும் படகு நின்ற இடத்திலேயே கடலில் மிதந்தது. பத்து நாட்களுக்குப்பின் படகுநகர, பயணித்த மற்றவர்கள் ஊட்டச்சத்துக் குறை வாலும் சொறி, சிரங்கு நோயாலும் அவதிப்பட்டுப்போனார்கள். அதில் மூன்றுபேர் இறந்து போனார்கள். அதையடுத்துப் படகு மலாக்கா துறைமுகத்தில் ஒதுங்கியது. தேவையான உணவுப்பொருட்கள், காய்கறிகள், பண்டங்கள் மலாக்காவில் வாங்கப்பட்டன. மலாக்காவிலிருந்து பிரான்ஸ் வரையிலானப் பயணம் அத்தனைச் சுகமாக இருக்கவில்லை.

பிரான்ஸின் பெரும்கடற்படைக்காட்டி, தூதர்களின் மனதை ஈர்க்கும் வகையில் ப்ரெஸ்ட் துறைமுகத்தில் கரையிறங்குமாறு மொன்னீரனுக்கு, விகாம்தே டி சூயிலாக் உத்தரவிட்டிருந்தான். அதற்கேற்ப, தூதர்களை வரவேற்க அங்கே பெருமளவிலான ஏற்பாடுகள் செய்யப்பட்டிருந்தன. ஆனால் ப்ரெஸ்டில் நிலவிய அதிகளவிலான வெப்பம், தூதர்களின் உடல்நிலைக்கு ஏற்றதாகயிருக்கவில்லை. அதனால், லா அரோரா படகு தோவ்லான் துறைமுகத்துக்குச் செலுத்தப்பட்டது. புதுச்சேரியிலிருந்து புறப்பட்டு பத்து மாதங்கள், பதினேழு நாட்களுக்குப் பின்பு ஜுன் மாதம், 9 ஆம் தேதி தூதர்கள் பிரஞ்சுக் கரையில் தரையைப் பார்த்தார்கள்.[101]

பிரஞ்சு அரசாங்கத்தின் வழிகாட்டுதலின்படி, வாணவெடிகள் வெடித்து, தூதர்களுக்கு சிறப்பான வரவேற்பளிக்கப்பட்டது. அவர்கள் நாடக அரங்கங் களுக்கும் இராணுவ முகாம்களுக்கும் அழைத்துச் செல்லப்பட்டனர். பல்வேறு இடங்களை அவர்கள் கண்டுகளித்தனர். பின்பு ஜுன் மாதம், 21 ஆம் தேதியன்று தோவ்லானிலிருந்து புறப்பட்டு மூன்று வாரங்களுக்குப் பிறகு ஒரு மாலைப்பொழுதில் பாரீஸ் வந்தடைந்தனர். மார்செய்ல்ஸ், கிரேநோபிள், திஸோன், லியான்ஸ், லா பலிஸி, மௌலின்ஸ், நேவர்ஸ், மோன்டார்கிஸ் மற்றும் மவுண்டன்ப்ளு வழியாகக் கடந்த அவர்களுக்கு, இருபுறமும் திரண்டிருந்த மக்கள் வழியெங்கும் ஆர்வமும் உணர்ச்சிக் கனிவுமாக வரவேற்பு தந்தனர். பாரீஸிலும் அவர்களுக்கு சிறப்பான வரவேற்பளிக்கப்பட்டது. ஆறு குதிரைகள் பூட்டிய சாரட்டில் அமர்த்தப்பட்ட அவர்கள், குதிரைப்படையின் பாதுகாப்புடன் அழைத்துச் செல்லப்பட்டனர். தூரதேசத்திலிருந்து வந்திருக்கும் அன்னியர்களை மக்கள் ஆர்வத்துடன் பார்த்தனர் மற்றும் வாழ்த்தினர்.[102]

ரியூ பெர்ஜரில் முன்பு நெக்கர் வசித்த வீட்டில், தூதர்கள் தங்குவதற்கு வசதிகள் செய்துதரப்பட்டன. மறுஅலங்காரம் செய்யப்பட்ட அந்த வீட்டின் தோட்டங்களும் அழகுபடுத்தப்பட்டிருந்தன. தூதர்களின் வசதியைக் கருத்தில்கொண்டு ஒவ்வொரு விஷயத்திலும் ஆழ்ந்த கவனம் செலுத்தப்பட்டது. அவர்களின் விருப்ப உணவான அரிசி, பல்வேறு ரகங்களில் தோவ்லானிலிருந்து வரவழைக்கப்பட்டது. அதுபோல ஆடு, செம்மறி, வேட்டையாடப்பட்ட புள்ளினங்கள், கோழி உள்ளிட்ட வகைகள் ஹலால் முறையில் வழங்கப்பட்டன. தூதர்களுக்குத் தனித்தனியாக ஆறு குதிரைகள் பூட்டிய வாகனம் பயன்பாட்டுக்கு ஒதுக்கப்பட்டிருந்தது.

பதினாறாம் லூயியை தூதர்கள் சந்திக்க வரும்போது அணிந்து கொள்வதற்காக, தரமான ஆடைகளைத் தயாரித்து வழங்க பிரஞ்சு அரசாங்கம் ஏற்பாடு செய்திருந்தது. பணியாளர்களுக்கான ஆடைகள் ஐரோப்பியத்தரத்தில் இருந்தன. ஆனால் அவை,

அவர்களுக்கு ஏற்றதாகயிருக்கவில்லை. முதலாவதாக, தூதர்கள் தங்களுக்கு வழங்கப்பட்ட இடம்போதுமானதாக இல்லையென்றும் கவனத்துடன் தாங்கள் நடத்தப்படவில்லையென்றும் கருதினார்கள். ஒவ்வொருவருக்கும் தனித்தனியானக் கட்டிடம் வழங்கப்பட்டிருக்கலாம் என்று விரும்பினார்கள். 'பதினாறாம் லூயிக்கு எத்தனை அரண்மனைகள் இருக்கும். அதிலொன்றைத் தங்களுக்கு ஒதுக்கியிருக்கலாம்!' என்று ஆசைப்பட்டார்கள். கூடுதல் அறைகளுள்ளக் கட்டிடம் வழங்கப்பட்டிருந்தால், பெரியபெரியப் பெட்டிகளையும் மூட்டைகளையும் பாதுகாக்கலாம் என்று கருதிய அவர்கள், தங்களின் பொருட்களை விட்டுவிட்டுப் பிரியமறுத்தார்கள். அதுபோலவே தங்களது பணியாளர்கள் அடுத்தக்கட்டிடத்தில் அல்லது மேல்தளத்தில் தங்கியிருப்பதையும் விரும்பவில்லை. தங்களுக்கு அருகிலேயே அவர்கள் இருக்கவேண்டுமென்று ஆசைப்பட்டார்கள். அவர்களின் சேவைத் தேவைப்படும்போது உரக்கக்கத்திக் கூப்பிட வேண்டியிருப்பதாக வருந்தினார்கள். அவர்கள் அதிருப்தியைக் கேட்டுக்கொண்ட பிரஞ்சு நிர்வாகம் பெரும்பரப்பளவுகொண்ட அரசமாளிகைகளில் ஒன்றான, 'லா ஈகொல்' என்ற இடத்தைக் காட்டியது. ஆனால் இப்போது அவர்கள், தங்கி யிருந்த இடத்துக்கு ஏற்ப, தங்களைத் தகவமைத்துக் கொண்டுவிட்டதாகச் சொல்லி, இடம்பெயர மறுத்தார்கள்.

தங்களைச் சந்திக்க அதிகளவில் யாரும் வரவில்லை என்றும் தூதர்கள் புதிதாய் மற்று மொரு அதிருப்தியை வெளிப்படுத்தினார்கள். அத்துடன் பிரஞ்சு அமைச்சர்களைச் சந்திப்பது தாமதமாகிறது என்றும் இன்னும் பதினாறாம் லூயியை சந்திக்க முடியவில்லையென்றும் பொறுமையிழந்தார்கள். எனினும் ஜுலை மாதம், 31 ஆம் தேதியன்று கடற்படைத்துறை அமைச்சர் காம்தே டி லா லுஜ்ரீன், வெளிவிவகாரத்துறை செயலாளர் எம். மோண்டமாரினை சந்திப்பதற்கான ஏற்பாடுகளைச் செய்து, தூதர்களுக்கு ஒரு விருந்தளித்தான். அந்த விருந்தில் பிரஞ்சு அரசரை சந்திப்பதற்கான நாள் ஆகஸ்ட் மாதம் 10 ஆம்தேதி என்று குறிக்கப்பட்டது. தூதர்கள், தங்களைக்காண பெருங்கூட்டம் வந்திருப்பதைக்கண்டு அயரும் வண்ணம் ஏற்பாடுகள் செய்ய அரசரே விரும்பினார். அதற்கான அறிவிக்கை, *ஜர்னல் டி பாரிஸ்* இதழில் வெளியிடப்பட்டது. பிரான்ஸ் நாட்டின் மிகச்சிறந்த நிகழ்ச்சி நடத்துனரான எம். டி ப்ரெஜ் பாரிஸிலிருந்து வரவழைக்கப்பட்டு, வரவேற்பு நிகழ்ச்சிக்கான ஆலோசனைகள் அவரிடமிருந்து பெறப்பட்டன. தூதர்கள், அரசர் வந்தமரும் போது தலைவணங்கி வாழ்த்துகள் சொல்ல விரும்பினார்கள். ஆனால், அவர் முன்பு நின்றால்போதும் என்று அதிகாரிகளால் அறிவுறுத்தப்பட்டார்கள். மேலும், அரசருக்கு பரிசளிப்பதற்காகக் கொண்டுவரப்பட்டப் பொருட்கள் எல்லோருக்கும் தெரியும்படியாக எடுத்துவரப்பட்டால், அது மதிப்புக்குறைவாகி பிரஞ்சுதேசத்தில் அது கேலிக்குரியதாகப் பேசப்படும் என்றும், குறிப்பாக, ஆங்கிலேயப் பத்திரிகைகள் கிண்டலடிக்கும் என்றும் மறுத்து, மறைவாகக் கொண்டுவந்துத் தரும்படி பணிக்கப்பட்டனர்.[103] பார்வையாளர்களில் பொதுமக்களும் இருந்ததால், ஆங்கிலேயர்களுக்குத் தகவல் ஏதும் போய்விடாதபடிக்கு, அதிகாரப்பூர்வ மொழிபெயாப்பாளர் ரஃப்பினால் சிலமாற்றங்கள் செய்யப்பட்டன.

ஆகஸ்ட் மாதம், 10 ஆம் தேதியன்று அரசர் பதினாறாம் லூயியால்

தூதர்கள் பெரும் ஆடம்பரத்துடன் வரவேற்கப்பட்டனர். வெர்செய்ல்ஸ் அரண்மனையின் முதன்மைக் கட்டிடம் பார்வையாளர்களால் நிரம்பி வழிந்தது. பொதுமக்கள் ஆர்வத்துடன் கூட்டம்கூட்டமாகக் கலந்து கொண்டனர். தரவரிசையிலும் பாலின அடிப்படையிலும் சலோன் டி ஹெர்குலஸ் வரவேற்புக் கூடத்தில் அவர்கள் குழுமினர். பிரஞ்சு அரசரின் மூத்தமகன் டாஃபின் உடல்நலக்குறைவால் நிகழ்ச்சிக்கு வரவில்லை. ஆனால் ராணி மேரி ஆண்டாய்நெட், அரசரின் அரியாசனத்துக்கு பக்கவாட்டிலிருந்த தனிப்பெட்டியறைக்குள் அமர்ந்திருந்தாள். தூதர்கள், ராணியைப் பார்க்கவோ அல்லது வணக்கம் செய்யவோ கேட்டுக்கொள்ளப்பட்டார்கள். நார்மாண்டின் கோமான், அவன் மனைவி, மகள், காம்தேஸ் டி' ஆர்ட்ய்ஸ், அரசரின் சகோதரி மேடம் எலிசபெத் உள்ளிட்டோர் மறுபக்கத்திலிருந்தத் தனிப்பெட்டியறைக்குள் அமர்ந்திருந்தனர். மூன்று தூதர்களும் மிகுந்த கண்ணியத்துடன் அரசரை அணுகினர். தூதர்களின் தலைவர் முஹம்மத் தர்வேஸ் கான் அரசருக்கு சில தங்கத்துண்டுகளையும், வைரங்களையும், முத்துக்களையும் மஸ்லின் துணியையும் பரிசாக அளித்தான். அதனை அரசருக்காகப் பெற்றுக்கொண்ட டி லா லுஜ்ரீன் அரியா சனத்துக்கு அருகிலிருந்த மேஜைமீது வைத்தான். தொடர்ந்து தணிந்த குரலில் பேசிய தர்வேஸ் கானின் பேச்சை, ஆங்கிலத்தில் ரப்ஃபின் மொழிபெயர்த்தான். இந்தியர்களுக்கும் பிரஞ்சுக் குடிகளுக்கும் ஆங்கிலேய அரசு செய்துவரும் கொடுங்கோன்மை, வல்லாட்சி, அடக்குமுறை உள்ளிட்ட வரலாற்றை எடுத்துப்பேசினான். பின்னர், இந்தியாவிலிருக்கும் பிரஞ்சு அதிகாரிகள் செய்தத்தவறுகளைச் சுட்டிக்காட்டினான். குறிப்பாக டச்சுமின், புஸ்ஸி ஆகியோர் செய்தத் தவறுகளைப் பட்டியலிட்டான். ஆங்கிலேயர்களுக்கு எதிரானப் போரின்போது, கோஸிக்னி படையை வாபஸ் பெற்றுக்கொண்டதுடன் மைசூர் அரசாங்கத்துக்குத் தெரிவிக்காமல் போர்நிறுத்த ஒப்பந்தத்துக்குத் தயாரானது, நட்டாற்றில் விட்டக் கதை ஆகியவற்றை எடுத்துச்சொன்னான். இறுதியாக, பல்வேறுவகை பூக்கள், தாவரங்கள், தொழில் நுட்பக்கலைஞர்கள், பணியாளர்கள், மருத்துவர்கள் உள்ளிட்டோரை மைசூருக்கு அழைத்துச்செல்ல அனுமதிக்கும்படி கோரிக்கை விடுத்தான். மற்ற விஷயங்களைப் பின்னர் பேசிக்கொள்ளலாம் என்றும் பணிந்து சொன்னான். அவைப் பொதுவெளியில் பேசுவது உகந்ததல்ல என்றும் குறிப்பிட்டான்.

மக்கள் சந்திப்பு முடிந்தபின்பு, தூதர்கள் டி லா லுஜ்ரீனுடன் உணவருந்தி னார்கள். அடுத்த நாள்; முதன்மை அமைச்சர்களுடனும் 12 ஆம் தேதியன்று மோண்ட்மோரினுடனும் விருந்தளிப்பு நடந்தது. செப்டம்பர் மாதம் 2 ஆம் தேதியன்று டி லா லுஜ்ரீனுடன் இறுதிச் சந்திப்பு நடந்தது. அப்போது, தாக்குதல் மற்றும் பாதுகாப்புக் கூட்டணி தொடர்பான வரைவு தூதர்களிடம் அளிக்கப்பட்டது. அதிலிருந்த விதிகள்: ஆங்கிலேயர்களுக்கு எதிரானப்போரில் பத்து ஆண்டுகளுக்கு இந்த ஒப்பந்தம் செல்லுபடியாகும். பத்தாயிரம் பிரஞ்சுத் துருப்புகள் திப்புவுக்கு உதவி செய்யும். அவரது தலைமையின் கீழ் இயங்கும். அவர்களுக்காகும் செலவை திப்பு ஏற்கவேண்டும். கர்நாட்டிக்கை வெற்றிகொண்ட பின்பு, புதுச்சேரியை ஒட்டியுள்ளப் பகுதிகள் பிரஞ்சு அதிகாரத்துக்கு உட்பட்டதாக மாற்றித்தரவேண்டும். அப்படியே மெட்ராஸைச் சுற்றியுள்ளப் பகுதிகளையும் பிரஞ்சின் ஆளுகைக்கு உட்படுத்தவேண்டும். அத்துடன் வங்காளம், பீகார் மற்றும்

ஆங்கிலேயர்களின் உடமைகளை பிரஞ்சு அதிகாரத்திடம் ஒப்படைத்துவிட வேண்டும்.

தூதர்கள் இந்தியாவிலிருந்து புறப்பட்டபோது, பிரான்ஸின் கடற்படை அமைச்சராக இருந்தவன் மரீச்சல் டி காஸ்டிரீஸ். திப்பு கொடுத்தனுப்பியக் கடிதத்தில் அவனுக்கு விலாசமிடப்பட்டிருந்தது. ஆனால் தூதுவர்கள் பிரான்ஸுக்கு வந்து சேர்ந்தபோது, அவன் அப்பணியிலிருந்து விடுவிக்கப்பட்டு, காம்தே டி லா லுஜ்ரீன் அப்பொறுப்பிலிருந்தான். ஆங்கிலேயர்களுக்கு எதிராக, இந்திய இளவரசர்களுடன் மறைமுக உறவைத்தொடர வேண்டுமென்று காஸ்டிரீஸ் விரும்பினான். அப்படித்தான் இந்தியாவில் பிரஞ்சின் அதிகாரத்தை பலப்படுத்த முடியும் என்றும் கருதினான். ஆனால் டி லா லுஜ்ரீனின் கணிப்பு வேறாகயிருந்தது. ஆங்கிலேயர்களின் வளமையும் இராணுவ பலமும் இந்திய தேசத்தில் வலுவாக உள்ளது. பிரஞ்சின் பலத்தை அதற்கெதிராகக் கட்டமைக்கமுடியாது. அப்படிச் செய்யவும் காலம் பிடிக்கும். ஆங்கிலேயர்களுக்கு எதிராக இந்திய அதிகார மையங்களை அத்தனைச் சீக்கிரத்தில் ஒன்றிணைப்பது கடினமான ஒன்று. அதனால், இந்தியாவிலிருக்கும் பிரஞ்சுத் துருப்புகளை திரும்பப்பெற்று, ஐலே ஆஃப் பிரான்ஸ் தீவில் நிலைநிறுத்தி வளப்படுத்துவது, அப்படிச்செய்வதன் மூலம் கிழக்குப் பகுதியில் பிரஞ்சின் ஆதிக்கத்தை நிலைநிறுத்துவது என்று கருதினான்.

பிரஞ்சின் புதிய ஆற்றுப்படுத்தும் கொள்கையினால், பிரஞ்சு அரசாங்கம் திப்புவின் தூதர்களிடம் அதுகுறித்து எதுவும் பேசாதது, ஆங்கிலேயர்களின் விருப்பத்துக்கு உத்தரவாதம் கொடுத்தது போலாகியது. எல்லாவற்றுக்கும் மேலாக, இந்த நிகழ்வுகளின்போது, சமூகப்பொருளாதாரப் பிரச்சனைகள் பிரான்ஸில் வலுத்துக்கிடந்தன. அது, மிகவிரைவில் புரட்சிக்கு இட்டுச்செல்லவிருந்தது. அதனால் எந்தவொரு புதிய கொள்கைக்கும் பிரான்ஸ் தயாராக இருக்கவில்லை. அதனால் பதினாறாம்லூயி, 1783 ஆம் ஆண்டின் வெர்செய்ல்ஸ் உடன்படிக்கைக்குக் கடமைப்பட்டிருப்பதாகவும் அதனால் புதிய கூட்டணி முயற்சிக்கு ஆயத்தமாக இல்லையென்றும் தூதர்களிடம் அறிவுறுத்தப்பட்டது. எனினும், ஒருவேளை பிரஞ் சுப் படைக்கும் ஆங்கிலேயப் படைக்குமிடையில் போர் உருவாகும் பட்சத்தில், அதில் திப்பு பங்கேற்றால் திப்புவுக்கு உதவ பிரஞ்சுப் படை அனுப்பப்படும் என்றும் ஆற்றுப்படுத்தப்பட்டது. உதவிக்கு வரும் படைகள் திப்புவின் உத்தரவின்பேரில் செயல்படும். அவரது விருப்பமின்றி அமைதி உடன்படிக்கை செய்து கொள்ளப்பட மாட்டாது. இந்தியாவில் வெற்றிபெற்ற பகுதிகளில் எதையும் பிரஞ்சு அரசர் கோரமாட்டார். ஏனெனில், அவர் இந்தியாவில் தொழிற்சாலைகளையும் வர்த்தகத்தையுமே விரும்புகிறார்.

இரண்டாவது ஆங்கிலேய—மைசூர் போரின்போது, பிரஞ்சுக் கொள்கைகளை மீறி புஸ்ஸி நடந்து கொண்டதற்கு அரசர், 'மீளாத்தவறு பற்றிய விசாரத்துக்கு'த் துயரம் கொள்கிறார். கூட்டணியிலிருந்து புஸ்ஸி விலகிச்சென்றது தவறுதான் என்றும் அதற்காக வருத்தம் தெரிவிக்கிறார் என்று தூதுவர்களிடம் தெரிவிக்கப்பட்டது. மைசூர் சாம்ராஜ்ஜியத்தில் புதிய தொழிற்சாலைகள் அமைத்து, ஆயுத உற்பத்தியும் செய்ய கைவினைஞர்கள், தொழில்நுட்பக்காரர்களைத் தருவித்த

திப்புவின் கோரிக்கைக்கு, அப்படிப்பட்ட சிலரை அனுப்புவதாகத் தூதர்களிடம் சொல்லப்பட்டது. மற்றும் பலரை மங்களூர் அல்லாத வேறுவழியில் அனுப்புவதாகக் கூறப்பட்டது. ஆங்கிலேயர்களின் குற்றச்சாட்டுக்கு உள்ளாகக்கூடாது என்று பிரஞ்சு அரசாங்கம் நினைத்தது. விதைகளும் தாவரங்களும் தருவதாக ஒத்துக்கொண்ட பிரஞ்சு நிர்வாகம், வாசனைப்பொருட்களும் கற்பூர மரமும் இம்மண்ணில் விளைவதில்லை என்றும் அவற்றை மொலுக்கஸ் தீவிலிருந்து பெற்றுக் கொள்ள அனுமதி தந்தது.

தூதுக்குழுவின் பணித்திட்டம் முடிவடைந்தும், அவர்கள் அங்கிருந்து புறப்பட விருப்பமில்லாதவர்களாக இருந்தனர். அவர்களின் செலவுக்காகத் திப்பு கொடுத்தனுப்பிய பிரஞ்சுப்பணம் இரண்டரை லட்சம் லிவ்ரெஸ்களை பல்வேறுவிதமானப் பொருட்களை வாங்குவதில் செலவு செய்துவிட்டு, 49,414 லிவ்ரெஸ்கள் கடனில் அவர்கள் இருந்தனர். செலவை இழுத்துவிடும் மேதமை மிக்கவர்களின் செயல்பாடுகளால் பிரஞ்சு அதிகாரிகள் களைத்துப் போயிருந்தனர். அரசர் பதினாறாம் லூயியின் சார்பாக, டி லா லுஜ்ரீன் தூதர்களுக்கு ஒருகடிதம் எழுதினான். அதில், 'குளிர்காலம் வரவிருப்பதால் இங்கிருந்து புறப்படுவது நலம்' என்று வேண்டியிருந்தான்.[104] மேலும் அவன், 'அரசருக்கு திப்பு ஒரு கடிதமெழுதி அதில், தூதர்களை முடிந்தவரையில் விரைவில் திருப்பியனுப்புங்கள்' என்று கேட்டுக்கொண்டிருப்பதாகவும் தெரிவித்திருந்தான். முடிவாக, அவர்கள் அக்டோபர் மாதம் 9 ஆம் தேதியன்று பாரிஸிலிருந்து ப்ரெஸ்டுக்குப் புறப்பட்டனர். அவர்களுடன் தளபதி மக்னமாராவும் இணைந்து கொண்டான். பத்திரமாக அவர்களை இந்தியாவுக்கு அழைத்துக்கொண்டு வந்து சேர்ப்பவனாகவும் திப்பு சுல்தானை சந்தித்துப்பேச, பதினாறாம் லூயியின் தூதனாகவும் அவன் செயல்பட்டான். தூதர்களுக்கும் அவர்களின் எஜமான் திப்புவுக்கும் விலையுயர்ந்தப் பரிசுப்பொருட்கள் கொடுக்கப்பட்டிருந்தன. ப்ரெஸ்டுக்குச் செல்லும் வழியில் அவர்கள் ஆர்லியன்ஸ், டூர்ஸ், நான்டேஸ், லா ஓரியன்ட் ஆகிய இடங்களிலுள்ள தொழிற்சாலைகளைப் பார்வையிட்டார்கள். ப்ரெஸ்டில் போர்கலையையும் கடற்படை சாகசங்களையும் கண்டுகளித்தனர்.

1788 ஆம்ஆண்டு, நவம்பர் மாதம் 17 ஆம் தேதியன்று ப்ரெஸ்டிலிருந்து தூதர்கள் புறப்பட்டனர். தளபதி மக்னமாரா மாஹேயில் கரையிறங்க எண்ணினான். ஆனால் மோசமான சீதோஷ்ண நிலையால் கட்டுப்பாட்டை இழந்தப்படகு வழிமாறியது. ஒருவழியாக 1789 ஆம் ஆண்டு, மே மாதம் 11 ஆம் தேதியன்று அவர்கள் புதுச்சேரி வந்தடைந்தனர். தூதுவனாகவும் வந்திருக்கும் மக்னமாராவை கௌரவமாக வரவேற்க பலத்த ஏற்பாடுகளைச் செய்திருந்தார் திப்பு. ஜெயின் உல்—ஆபிதீன் தலைமையில் ஏராளமானக் குதிரைகளையும் யானைகளையும் எல்லைப்புறத்துக்கே அனுப்பினார். ஆனால் மக்னமாரா பிரஞ்சு அரசாங்கத்தின் புதியகொள்கை மாற்றத்தால், புதுச்சேரியிலிருந்து வெளியேறும் உத்தரவை செயல்படுத்துவதிலேயே முனைப்பாகயிருந்தான். அடுத்த நவம்பரில் மங்களூருக்கு வரும்போது திப்புவைச் சந்திப்பதாகச் சொல்லி அனுப்பினான். அத்துடன், அரசர் பதினாறாம் லூயி அனுப்பிவைத்தப் பரிசுப்பொருட்களை, அவை மிகவும்கனமாக இருப்பதால், தரைவழியாகத் தூதர்களிடம் கொடுத்தனுப்ப இயலாது என்றும் தெரிவித்திருந்தான்.

எனினும் தூதர்கள், ஆற்காடு நவாபிடம் அனுமதிபெற்று பதினைந்து நாட்களில் திப்பு முகாமிட்டிருந்த கோயமுத்தூருக்கு அவற்றில் சிலவற்றைக் கொண்டு சேர்த்தனர். கைவினைக் கலைஞர்களையும் தொழில்நுட்ப வல்லுநர்களையும் கையோடு அழைத்து வந்திருப்பது அறிந்து, திப்பு மகிழ்ந்து போனார். கீழ்த்திசை நாடுகளில் இல்லாதத் தொழிற்சாலைகளை மைசூர் சாம்ராஜ்ஜியத்துக்குள் உருவாக்க வந்திருக்கும் அவர்களால் மகிழ்ந்தாலும் பிரான்ஸுடன் தாக்குதல் மற்றும் தற்காப்பு உடன்பாட்டுக் கூட்டணி அமையவில்லை என்ற வருத்தமும் அவருக்கிருந்தது.

திப்புவிடம் வர்த்தக உடன்பாடு கோரிய பிரான்ஸ்

இதனிடையே, பல்வேறு காரணங்களால் பிரஞ்சு நிர்வாகத்துடனான நட்பில் திப்புவுக்கு மனவேறுபாடு உருவாகியிருந்தது. 1787 ஆம் ஆண்டு, செப்டம்பர் மாதத்தில் குரங்கோட் நாயரின் ஆளுகைக்குட்பட்டப் பகுதிகளை திப்பு கைப்பற்றினார். குரங்கோட் நாயர் திருவாங்கூர் ராஜாவுடனும் திப்புவின் எதிரிகளுடனும் சேர்ந்து செயல்பட்டுக் கொண்டிருந்தான். மேலும் அவனது ஆளுகை, முக்கியத்துவம் வாய்ந்த மாஹி நதிக்கரையில் இருந்தது. அதனால் அந்தப் பகுதியைவிட்டு வெளியேறி, குரங்கோட் நாயரிடம் அப்பகுதியை ஒப்படைக்கும்படி திப்புவுக்கு பிரஞ்சு நிர்வாகம் கோரிக்கை விடுத்து வந்தது. அக்கோரிக்கையை திப்பு முதலில் அங்கீகரிக்கவில்லை. கொலாஸ்திரியின் அரசனை இந்தப்பிரச்சனையில் நியாயம்பேச அவர் நியமனம் செய்திருந்தார். ஆனால் அவன் பிரஞ்சு நிர்வாகத்துக்கு ஆதரவாகப்பேசி, மலபார் கடற்கரையிலுள்ள அப்பகுதியைத் திரும்ப குரங்கோட் நாயரிடமே ஒப்படைக்கும்படி உத்தரவிட்டான். மிகு வருவாயைத்தந்த நறுமணப் பொருட்களின் வர்த்தகத்தால், அப்பகுதியை திப்புவின் அதிகாரிகள் திருப்ப ஒப்படைக்கவில்லை. மேலும் மாஹேயின் வழியாக, குரங்கோட் நாயரின் ஆளுகைக்குட்பட்டப் பகுதியில் நடக்கும் ஏற்றுமதி, இறக்குமதி வர்த்தகத்துக்கு வரிவசூலும் செய்தனர். திப்பு தனது அதிகாரிகளுக்கு ரகசிய உத்தரவு போட்டதால்தான் அவர்கள் அப்படி நடந்துகொண்டு, நியாயம்பேச வந்த கொலாஸ்திரி அரசனின் பேச்சைக்கேட்காமல் புறக்கணித்தனர் என்றொரு கருத்தும் இருக்கிறது. அப்பகுதியின் வர்த்தக முக்கியத்துவத்தால் திப்பு அப்படி செயல்பட்டார் என்பது ஒருபக்கமிருந்தாலும் மறுபக்கம் அப்பகுதி ஆளுகைக்கு மிகமுக்கிய வியூகமாகவும் இருந்தது. ஆனால் இவையெல்லாவற்றையும்விட, பலசமயங்களில் பிரான்ஸ் நடந்துகொண்ட நட்பில்லாத்தன்மை திப்புவின் செயல்பாடுகளுக்குக் காரணமாக அமைந்தது.

வடக்கு மலபாரின் நறுமணப்பொருட்களின் வர்த்தகத்தில் ஆதிக்கம் செலுத்த, பிரஞ்சு நிர்வாகம் பன்னெடுங்காலமாக முயற்சித்து வந்தது. 1774 ஆம் ஆண்டில் மாஹேயின் தளபதியாகயிருந்த டூப்ரத், கடத்தநாட்டின் மிளகு வர்த்தகத்தில் ஏகபோக உரிமையுடன் இருந்தான். ஹைதர் அலியின் அதிகாரிகளிடம், ‘மிளகு வாங்க விருப்பப்பட்டால், மாஹேயின் வழியாகத் தான் வாங்கவேண்டும். நேரடியாக கடத்தநாட்டிலிருந்து கொள்முதல் செய்யக்கூடாது’

என்று உத்தரவும் போட்டிருந்தான். 1773 ஆம் ஆண்டில் கள்ளிக்கோட்டையை மீண்டும் கைப்பற்றுவதற்கு ஜமோரினுக்கு அவன் உதவி செய்திருந்தான். கள்ளிக்கோட்டையைப் பிரஞ்சு அதிகாரத்தின் கீழ் கொண்டுவந்து, பிரஞ்சு நிர்வாகத்துக்கான ஒட்டுமொத்த வர்த்தக உரிமையை அவன் உருவாக்கியிருந்தான். இத்தனைக்கும் கள்ளிக்கோட்டை ஹைதர் அலியால் கைப்பற்றப்பட்ட ஒன்று. அமெரிக்கச் சுதந்திரப்போரின் போது, பிரஞ்சு அதிகாரிகள் மலபார் கடற்கரைப்பகுதியில் தங்கள் நடவடிக்கைகளை நிறுத்தி வைத்திருந்தனர். 1783 ஆம் ஆண்டு வெர்செய்ல்ஸ் உடன்படிக்கை ஏற்பட்டவுடன், மீண்டும் அவர்கள் நாய்வாலாகக் கொள்கை மறுபரிசீலனை எனும் பெயரில், மலபார் கடற்கரைப் பிரதேசத்தில் திப்புவுக்கு எதிரானவர்களுக்கு ஆயுதங்களையும் பாதுகாப்பையும் கொடுத்துத் தூண்டிவிட்டு, அவர்களிடமிருந்து வர்த்தகச்சலுகைகளைப் பெற்றுக்கொண்டனர். இவ்வாறாக, கடத்தநாட்டின் ஆட்சியாளருக்கும் உதவிசெய்து திப்புவுக்கு எதிராகக் கிளர்ச்சி செய்தனர். அதன்மூலம் கடத்தநாட்டு சாம்ராஜ்ஜியத்தின் ஒட்டுமொத்த நறுமணப்பொருட்களின் வர்த்தகம் அவர்கள் கட்டுப்பாட்டின்கீழ் போனது. மலபார் விவகாரத்தில் பிரஞ்சு நிர்வாகத்தின் தேவையற்றத் தலையீடுகளாலும் மற்றவர்களைத் தூண்டிவிடும் செயல் பாடுகளாலும் திப்பு சினம்கொண்டார். மலபார் கடற்கரைப்பகுதிகளின் தலைவர்களை தனக்குத் திறை செலுத்துபவர்களாகத்தான் திப்பு கருதினார். மேலும், மேற்குக்கடற்கரையின் வர்த்தகத்தை தானே நடத்தவேண்டும் என்றும் விரும்பினார். அதனால் திப்புவின் அதிகாரிகள் உச்சபட்ச நடவடிக்கைகளில் ஈடுபட்டனர். மாஹேயில் நடந்துவந்த வர்த்தகத்தை அவர்கள் தடுத்தனர். நாயர்களின் இடத்தைக் கைப்பற்ற நகருக்குள் புகுந்தனர். வீடுகளைக் கொள்ளையடித்தனர். வீடுகளிலிருந்தவர்களை அப்புறப்படுத்தினர். ஒரு சம்பவத்தில் பிரான்ஸின் கொடி கிழிக்கப்பட்டது.[105] இதுகுறித்து கான்வே தகவல் தெரிவித்ததும் பிரான்ஸின் கொடியைக் கிழித்தவர்களை கடுமையாகத் தண்டிக்க திப்பு உத்தரவிட்டார். மேலும் மாஹேயின் குடிகளைத் துன்புறுத்தக் கூடாது என்றும் எச்சரித்தார். தனது அமில்தாரைக் கண்டித்தார். ஆனாலும் நிலைமை சீரடைய வில்லை.

ஹைதராபாத், பூனா, குவாலியர், நாக்பூர் ஆகிய இடங்களில் ஆங்கிலேய முகவர்கள் தனக்கு எதிராகச் செயல்படுவதை தாமதமாக உணர்ந்த திப்பு, கவலையடைந்தார். இன்னமும் கூட பிரஞ்சு நிர்வாகத்தைத் தனது நட்பாகக் கருதியதால் 1788 ஆம் ஆண்டு, நவம்பர் 1 ஆம் தேதியன்று பிரஞ்சு அந்நியப்படையின் ஏற்பாட்டாளர் லாலியின் மூலம் ஒருவேண்டுகோள் வைத்தார். ‘ஆங்கிலேயர்கள் நிஜாமுடன் செய்து கொண்டிருக்கும் ஒப்பந்தத்தின் நோக்கம் என்ன? அது குறிப்பாக, தனக்கு எதிரானதாக இருக்கிறதே!’ என்று அதில் சந்தேகம் எழுப்பினார். அதேவேளையில் பிரஞ்சு நிர்வாகத்துடன் கூட்டணி அமைத்துக்கொள்ள முன்மொழிவு ஒன்றையும் வெளியிட்டார். ஆனால் புதுச்சேரியிலிருந்த பிரஞ்சு நிர்வாகம், திப்புவுடன் எந்தவொரு ஒப்பந்தமும் செய்து கொள்ளமுடியாத நிலையிலிருப்பதாகக் கைவிரித்துவிட்டது. அதுபோலவே, ‘நிஜாமுடன் ஏன் ஒப்பந்தம் செய்துகொண்டீர்கள்?’ என்று, அதில் குறிப்பிட்டுள்ள எந்தவிதியும் தங்களை பாதிக்காத வரையில் ஆங்கிலேயர்களைக் கேள்விகேட்கும் உரிமை தங்களுக்கு இல்லை என்றும் அறிவித்துவிட்டது.

தனது சாம்ராஜ்ஜியத்திலிருந்து சந்தனமரங்கள், மிளகு, ஏலக்காய், அரிசி ஆகியப் பொருட்களை ஏற்றுமதி செய்ய திப்பு தடைவிதிப்பதாக பிரஞ்சு நிர்வாகம் சிலவேளைகளில் குற்றம் சாட்டுவதுண்டு. மங்களூரிலிருந்து மாஹேக்கு ஏற்றுமதி செய்யப்படும் பொருட்கள், அங்கிருந்து ஆங்கிலேயர்களின் குடியேற்றப்பகுதியான தலைச்சேரிக்கு அனுப்பப்படுவதாகத் திப்பு சந்தேகப்பட்டார். அதனாலேயே ஏற்றுமதிக்குத் தடைவிதித்தார். நறுமணப் பொருட்கள் வர்த்தகத்தில், திப்பு மிகவும் விருப்பம் கொண்டிருந்தார். நறுமணப் பொருட்களின் வர்த்தகத்தில் தனது சாம்ராஜ்ஜியம் ஏகபோக உரிமை கொண்டிருக்க வேண்டும் என்றும் விரும்பினார். இருந்தபோதிலும், பிரஞ்சுக்குப் பெருமளவு சலுகைகளை வழங்குவதற்குத் தயாராகவும் இருந்தார். பதிலாக, தனது எதிரிகளுடன் போரிடும்போது, பிரஞ்சு நிர்வாகம் உதவவேண்டும் என்று எதிர்பார்த்தார்.

1786 ஆம் ஆண்டின் மத்தியில் புதுச்சேரி அரசாங்கம் மொன்னீரனை மைசூருக்கு அனுப்பி வைத்தது. அவன் தன்னுடன், பதினாறாம் லூயி திப்புவுக்குப் பரிசளித்த மூன்று பெரியக் கொள்களக்குண்டிகைகள் நிறையப் பீங்கான் பொருட்களும், 500 துப்பாக்கிகளையும் கொண்டு சென்றான். அவன் நாடிய கருத்துநோக்கம் முதலாவதாக, இரண்டாவது ஆங்கிலேய—மைசூர் போரின்போது, திப்பு பிரஞ்சு நிர்வாகத்திற்கு வழங்கிய முன்பணத்தொகை பத்தொன்பது லட்ச ரூபாயை எந்தவகையில் திருப்பிக்கொடுத்து தீர்வுசெய்வது; இரண்டாவதாக, ஏற்கனவே விலை கொடுத்து வாங்கப்பட்ட மூன்று அல்லது நான்கு லட்சரூபாய் மதிப்பிலானப் பொருட்களை மைசூரிலிருந்து ஏற்றுமதி செய்துகொள்வதற்கு அனுமதி பெறுவது; மூன்றாவது, மிளகு, சந்தன மரம், ஏலக்காய் ஆகியப்பொருட்களுக்கு தனி உரிமைத்தன்மையாக தாங்களே வாங்கிக்கொள்ளும் வர்த்தக உடன்பாட்டுக்கு உறுதி செய்வது என்று வந்திருந்தான். மொன்னீரனின் முதலாவது கருத்துநோக்கத்துக்கு திப்பு, ‘பணத்தைத் திரும்பப்பெற விருப்பமில்லை’ என்றுவிட்டார். அதை விட பிரான்ஸின் நட்பைப் பெரிதும் விரும்புவதாகக் கூறிவிட்டார். மொன்னீரனின் இரண்டாவது கோரிக்கைக்கு, ‘மைசூரிலிருந்து கர்நாட்டிக் வழியாகச் செய்யப்படும் ஏற்றுமதியால் ஆங்கிலேயர்கள் வர்த்தகலாபம் அடைகிறார்கள். அதனால் அதற்குத் தடைவிதிக்கப்பட்டிருப்பதாகச் சொல்லி விட்டார்.’ எனினும், கோஸிக்னியிடமிருந்து கடிதம் பெற்றுவரும் வியாபாரிகளுக்கு சில்லறை வியாபாரத்துக்கு விற்பனை செய்யும்படி, தனது *அமில்தார்*க்கு உத்தரவிடுவதாக விதியை நெகிழ்த்தினார். தனது பகுதியிலிருந்து ஓரளவு நறுமணப் பொருட்களை வாங்கிக் கொள்வதற்கு சுல்தான் அனுமதியும் வழங்கினார். ஆனால் அதுகுறித்து உடன்பாடு எதுவும் செய்து கொள்ளப்படவில்லை. வெறுமனே வாய்வழி உடன்பாட்டு உறுதிமொழிதான். இதன்மூலமாக மலபார் கடற்பகுதியின் வர்த்தகத்தில் போட்டியற்றத் தனியுரிமையுடனான ஏகபோகத்தைத் திப்பு வெளிப்படையாக விரும்பினார்.

1788 ஆம் ஆண்டு, அக்டோபர் மாதத்துவக்கத்தில், கீழ்க்கண்ட வர்த்தக உடன்பாட்டு முன் மொழிவுகளை பிரஞ்சு நிர்வாகம் திப்புவுக்கு அனுப்பி வைத்தது: திப்புவின் எதிரிகளுக்கு எந்த வகையிலும் உதவுவதில்லை என்று உறுதியளிக்கப்படுகிறது. அதுபோல, மலபார் கடற்பகுதியிலுள்ள ஆட்சியாளர்களுடன் எந்தவொரு

உறவும் திப்புவின் இசைவில்லாமல் உருவாக்கிக் கொள்வதில்லை. பிரஞ்சுக் கம்பெனியின் நீர்செல் போர்க்கப்பல்களும் அதுபோலான திப்புவின் களங்களும் உள்நாட்டுசக்திகளால் தாக்குதலுக்கு உள்ளாகும்போது, ஒருவருக்கொருவர் உதவிக் கொள்வது. திப்புவின் சாம்ராஜ்ஜியத்துக்குள் உற்பத்தியாகும் மிளகை, ஆண்டு முழுவதும் வாங்கிக் கொள்வதற்கான வசதியை பிரஞ்சு நிர்வாகத்துக்கு திப்பு வழங்கவேண்டும். மேலும், வரையறையை ஒப்புக்கொண்ட அளவில், சந்தன மரம், ஏலக்காய், பருத்தி நூல், கம்பளி, பருத்தி ஆடைகள், கோந்து, யானைத்தந்தம் மற்றுமுள்ள பொருட்களுக்கு அனுமதியளிக்க வேண்டும். பொருட்களின் விலை மற்றும் ஒப்பந்த விதிகளின் வரையறுக்கூறுகளை பொருட்களை வாங்கும்போது, பரஸ்பரமாக இருதரப்பும் அறுதிசெய்து கொள்ளலாம். இந்த ஏற்றுமதிப் பொருட்களுக்கு விலையாக பீரங்கிகள், துப்பாக்கிகள், வெடிபொருட்கள், படைவீரர்கள், பட்டு, கம்பளிப்பொருட்கள் மற்றும் திப்புவால் விரும்பப்படும் ஐரோப்பியப் பொருட்கள் பகிரப்படும். ஒருவேளை மீதத் தொகை வந்தால், அதை தங்கமாகவோ, வெள்ளியாகவோ பெற்றுக்கொள்ளலாம் என்று மொழியப்பட்டிருந்தது.

இந்த மொழிவுகளைத் திப்பு ஏற்றுக்கொள்ளத் தயாராக இல்லாதபட்சத்தில், மைசூரில் உற்பத்தியாகும் பொருட்களை போட்டியேதுமின்றி ஆண்டுக்கு ஒருமுறை திப்பு மற்றும் கம்பெனி முகவர், மேலும் சாம்ராஜ்ஜியத்தின் முக்கியமான நான்கு வியாபாரிகள் நிர்ணயிக்கும் விலையில் பிரஞ்சு நிர்வாகம் வாங்கிக்கொள்ள, மாற்றுவசதி செய்துதரவேண்டும் என்றும் கோரிக்கை விடுக்கப்பட்டிருந்தது. அத்துடன், கடற்கரைப் பகுதிகளில் அல்லது வர்த்தகத்துக்கு ஏதுவான இடங்களில் தொழிற்சாலைகளையும் கிட்டங்கிகளையும் கட்டிக்கொள்ள அனுமதிதர வேண்டி வலியுறுத்தியது. அதற்குத் தேவையான நிலத்தை திப்பு தரவேண்டும் எனக்கோரிய அக்கோரிக்கையில் கூடுதலாக, அதைச்சுற்றி சுவர்கள் எழுப்பிக்கொள்ள அனுமதிக்கும்படியும் கேட்டுக்கொண்டிருந்தது. கம்பெனியின் பொருட்கள் திப்புவின் சாம்ராஜ்ஜியத்தின் உள்ளே தரை மார்க்கமாகவோ அல்லது நீர்வழிமார்க்கமாகவோ தீர்வைகள் ஏதுமற்றுக் கொண்டுசெல்ல அனுமதிக்கவும் கேட்டுக்கொண்டது. ஐரோப்பியப் பொருட்களின் விற்பனைக்கும் இந்தியப் பொருட்களின் ஏற்றுமதிக்கும் ஆண்டுக்கு ஒருமுறைதான் வரிவிதிக்கவேண்டும். அதேவேளையில் விற்பனையாகாத ஐரோப்பியப் பொருட்களை ஏற்றுமதி செய்யும்போது, இரண்டாவது முறையாக வரிகட்டச் சொல்லிக் கோரக்கூடாது. ஆண்டுக்கு ஒருமுறை குறிப்பிட்ட அளவிலான அரிசியை மங்களூரிலிருந்து அல்லது மைசூர் சாம்ராஜ்ஜியத்தின் பிற துறைமுகங்களிலிருந்து ஏற்றுமதிசெய்ய அனுமதிக்கவேண்டும். அதற்கும் வரிவிதிக்கக் கூடாது. தங்கம் மற்றும் வெள்ளிக்கு கம்பெனி வரிகட்டாது. நிர்வாகத்தின் ஊழியர்களின் பயன்பாட்டுக்குக் கொண்டு வரும் தங்க, வெள்ளி ஆபரணங்களுக்கும் கம்பெனி வரி கட்டாது. கம்பெனியின் ஐரோப்பிய, இந்தியப் பணியாளர்கள் அனைவரும் கம்பெனியின் வரைமுறைத் திட்டத்திற்கு உட்பட்டவர்கள் என்று மாற்றுத் திட்டங்கள் வரையப்பட்டன.

பிரஞ்சுகம்பெனியின் இந்த முன்மொழிவுகளுக்கு ஒப்புதல் கொடுத்தால், மைசூர் சாம்ராஜ்ஜியத்தின் ஒட்டுமொத்த வர்த்தக, வருமானம் முழுவதும் ஏகபோகத் தனியுரிமை அதிகாரமாகப் போய்விடும் என்பதால், திப்புவால் இந்தக்கோரிக்கையை

ஏற்கமுடியவில்லை. உடனடியாக மறுத்துவிட்டார். பிரஞ்சுடனானத் தாக்குதல் மற்றும் பாதுகாப்பு உடன்பாட்டுக்குக் கொடுத்த முக்கியத்துவத்தை திப்பு வர்த்தக உடன்பாட்டுக்குக் கொடுக்க விரும்பவில்லை. அதே வேளையில், ஆங்கிலேயர்களின் போருக்கான அச்சுறுத்தலையும் திப்பு மறந்துவிடவில்லை. அதனால் பிரஞ் சுடனான நட்பைப்பேண மங்களூரிலிருந்து அரிசி, நறுமணப்பொருட்கள், சந்தன மரங்கள் ஏற்றுமதி செய்துகொள்ள அனுமதியளித்தார். எதிர்பார்த்த சலுகைகள் பெற முடியாததாலும், சந்தைவிலையைக் காட்டிலும் அதிகவிலை பொருட்களுக்கு நிர்ணயிக்கப்பட்டதாலும், இவையெல்லாம் பிரஞ்சு நிர்வாகத்தை சமாதானப் படுத்தவில்லை. எதிரிகளுக்கு எதிராக இராணுவ உதவியை அளிக்காதவரையில் எந்தவொரு சலுகையையும் வழங்கத் தயாராக திப்பு இருக்கவில்லை.

99. A.N., C2 169, from de Souillac, Sept. 15,1785, f. 22a; also C4 67, de Souillac to de Castries, Nov. 25, 1785, No. 51.

100. A.N., C2 179. De Souillac to Cossigny, Nov. 22, 1786, ff. 9a-b. படகு வாங்கி பரிசாகக் கொடுத்து கொடி கட்டிக்கொள்ள அனுமதி அளித்திருந்தாலும் திப்புவின் கொடி வழியெங்கும் பறந்தது. ஆனால் பிரஞ்சு எல்லையைத் தொட்டதும் படகிலிருந்து அக்கொடி இறக்கப்பட்டு பிரஞ்சு நாட்டுக் கொடி ஏற்றப்பட்டது. (C2 179, Cossigny's instructions to Monneron, July 21, 1787, ff. 43a seq.)

101. Tantet, L'ambassade de Tippoo, p9; P.A. MS., 996; Michaud, I, p. 138. மொன்னீரன் தானே முடிவெடுத்து ப்ரெஸ்ட் துறைமுகத்தில் நிறுத்தாமல் தோவ்லான் துறைமுகத்துக்கு அழைத்து வந்தான். தோவ்லான் மிகுந்த குளிர் நிலவும் பகுதி. (See A.N., C2 174, Monneron to de la Luzarne, April 28, 1788.)

102. Tantet, pp. 9-10,; also F.O. 27/28, Dorset to Carmathian, June 19 726, 1788, Nos. 43, 44; A.N., C2 174, Extract from the Register of the Controle de la Marine, Toulon, June 17, 18, 1788, ff. 141a seq., Marseille, June 26, 1788, ff. 179 a seq.

103. Ibid., Memoire, f. 52 a. மாலெட்டுக்குக் கிடைத்த புலனாய்வுத் துறையின் அறிக்கையின்படி, 3,00,000 பவுண்ட் ஸ்டெர்லிங்குகளும், ரூபாய் பத்தொன்பது லட்சத்துக்கான குறுக்குக் கோடிட்டு நீக்கம் செய்யப்பட்ட மைசூர் அரசுக்கு பிரான்ஸ் தேசம் வழங்கியிருந்த மூலமுதல் ஒப்பந்தப் பத்திரங்களும் இருந்தனவாம். (See P.R.C., iii, No. 9.)

104. A.N., C2 189, Launay to de la Luzrene, Sept. 21, 1788, f. 197a ; Ibid., de la Luzrene to Ruffin, Sept. 22, 1788, f. 199a. பாரிஸில் தூதுவர்கள் தங்கியிருந்தபோது பிரஞ்சு அரசாங்கத்துக்கு ஆன செலவு 2,63,122 லிவ்ரெஸ்கள். புதுச்சேரியிலிருந்து ஜனவரி 1787ல் புறப்பட்டு, மே 1789 ல் நாடு திரும்பும் வரையில் அவர்களுக்கு ஆன செலவு 8,19,284 லிவ்ரெஸ்கள். (C2 187, ff. 319a seq.). இதுதவிர திப்புவுக்கு பீங்கான் பொருட்களைப் பரிசளிக்கப்பட்ட விதத்தில் 24,000 லிவ்ரெஸ்கள். தூதுவர்களுக்கு வழங்கப்பட்ட பீங்கான் பரிசுப்பொருட்கள் 6,000 லிவ்ரெஸ்கள். ஒரு லிவ்ரெஸ் ஒரு பிரிட்டிஷ் பவுண்டுக்குச் சமம்.

105. A.N., C2 191 Canople to Conway, March 29, 1789, No. 16.

8

கான்ஸ்டான்டிநோபிளை நோக்கி...

ஒட்டமான் அரசாங்கத்துக்கு ஒரு தூதுக்குழுவை அனுப்பினால், 'அது நற்பயனைத் தருமா?' என்று அறிந்துவர, திப்பு 1784 ஆம் ஆண்டில் கான்ஸ்டான்டிநோபிளுக்கு உஸ்மான் கானை அனுப்பி வைத்தார். அங்கிருந்து நம்பிக்கையளிக்கின்ற பதில்வந்தது. அதையடுத்து, திப்புவின் பிரதிநிதியாக தனியதிகாரத்தோடு குலாம் அலி கான், நூருல்லா கான், லுப்த் அலி கான், ஜாபர் கான் ஆகியோரும் அவர்களின் செயலாளர்களாக சயீத் ஜாபர் மற்றும் காஜா அப்துல் காதிர் கான்ஸ்டான்டிநோபிளுக்குப் புறப்பட்டுச்சென்றனர். அங்கிருந்து, முதலில் பாரீஸுக்கும் அதன் பின்பு லண்டனுக்கும் பயணம் போகச்சொல்லிப் பணிக்கப்பட்டிருந்தனர். பிரஞ்சு அரசரையும் இங்கிலாந்து அரசரையும் சந்தித்து, மராத்திய—மைசூர் போரில் நிஜாமுக்கும் மராத்தியர்களுக்கும் அவர்கள் உதவுவதைத் தவிர்க்கக் கேட்டுக்கொள்ளும் பணி, தூதுக்குழுவுக்கு வழங்கப்பட்டிருந்தது. ஆனால், அவர்கள் கான்ஸ்டான்டிநோபிளிலிருந்து திரும்ப அழைக்கப்பட்டு விட்டனர். அதனால் தூதுக்குழு தங்கள் பணியை முழுமையாகச் செய்யமுடியவில்லை. இதனிடையே திப்பு, சிறப்புத் தூதுக்குழுவை வெர்செய்ல்ஸ் அரசவைக்கு அனுப்பிவைத்தார்.

மைசூர் அரச சிம்மாசனத்தில், முழுவுரிமையுடன் பதவியிலமரும் நிலைநாட்டு தலை ஒட்டமான் காலிஃ[106]பிடமிருந்து மரபாக உறுதிப்படுத்திக்கொள்ள, ஒருதூதுக்குழுவை திப்பு கான்ஸ்டான்டிநோபிளுக்கு அனுப்ப முடிவெடுத்தார். காலிஃபிடமிருந்து பதவியில் அமருவதற்கான உரிமையைப் பெறும் திட்டமெல்லாம் முதலில் திப்புவிடம் இருக்கவில்லை. முகலாயச் சக்கரவர்த்திகளில் பலர் தங்களையே காலிஃப்களாக எண்ணிக்கொண்டு, தங்கள் சாம்ராஜ்ஜியத்தில் தாங்களே உரிமையெடுத்துக் கொண்டிருந்தனர். அதேவேளையில் எண்ணற்ற இந்திய முஸ்லீம் ஆட்சியாளர்கள் அப்போது ஆட்சியிலிருந்தக் காலிஃப்களிடமிருந்து சிம்மாசன நிலைநாட்டுதலுக்கானப் பட்டத்தைப்பெற்று உறுதிபடுத்திக்கொண்டு வந்துள்ளனர். அந்த வகையில் காஜ்னாவின் இல்த்துத்மஸ் மற்றும் மஹ்மூத் ஆகிய ஆட்சியாளர்கள் முழுவுரிமையுடன் பதவியில் அமரும் மரபை பாக்தாதின் காலிஃபான அப்பாஸித்களிடமிருந்து பெற்றிருக்கின்றனர். இந்த அப்பாஸித்துகள், முஹம்மத் நபியின் மாமன்[107] வழியில் வந்தவர்கள் என்று அறியமுடிகிறது. முஹம்மது பின் துக்ளக், பெரோஸ் ஷா துக்ளக், மால்வாவின் மஹமூத் ஆகியோர் எகிப்தின் காலிஃபிடமிருந்து பெற்று அதைத் தொடர்ந்திருக்கின்றனர். தற்போது, உறுதிப்படுத்தும் அந்த உரிமை ஒட்டமான் சாம்ராஜ்ஜியக் காலிஃபிடம் இருந்தது. அந்த ஆட்சியாளர்களிடமிருந்து முழுவுரிமையுடன் பதவியிலமரும் உறுதிப்பட்டத்தைப்பெற திப்பு விரும்பினார். ஏனென்றால் அவரது பெயர் சமூகநிலையில் ஒழுங்கு மீறியதாகவும், பொதுநிலைக்கு மாறாகத் திரும்பியதாகவும், தாறுமாறாகச் சிதைந்தும், தெளிவற்றுமிருந்தது. நிஜாமும், கர்நாட்டிக் நவாபும், மராத்தியர்களும் தங்கள் ஆளுகையில் சட்டரீதியான உரிமைப்பட்டம் பெற்றவர்களாகயிருந்தனர். திப்புவின் தந்தை ஹைதர் அலியும் அப்படியான உரிமைப்பட்டத்தைப் பெற்றிருந்தார். மைசூர் ராஜா அவருக்கு தளவாய் பட்டத்தை அளித்திருந்தான். பஸாலத் ஜங்கிடம் நல்லதொரு அலுவல் பணியில் ஹைதர் இருந்திருக்கிறார். முகலாயச் சாம்ராஜ்ஜியத்தின் சிரா பகுதியின் அரசில் இருந்திருக்கிறார். திப்பு அப்படியானவர் இல்லை. அவர், தகாவழி அரசர் என்றும், அடாவழியில் உரிமையைக் கைப்பற்றுபவர் என்றும் பெயரிருந்தது. முகலாய சாம்ராஜ்ஜியத்துக்கு உட்பட்டு கப்பம் கட்டிக்கொண்டிருந்த மைசூரின் ராஜாவை அரசுக்கட்டிலிலிருந்து இறக்கியிருந்தார். அந்தச் சம்பவங்கள், மேற்சொன்ன யாரிடமிருந்தும் உறுதிபெறுவதற்கு அவருக்குச் சங்கடத்தைத் தந்தது. அதனால், முழுவுரிமையுடன் பதவியில் அமரும் உறுதிப்பட்டத்தைப் பெறவிரும்பிய திப்பு, காலிஃபிடமிருந்து அதைப்பெறுவதற்கு முடிவுசெய்திருந்தார்.[108]

உறுதி செய்யும் அந்தப்பட்டத்தை முகலாயச் சக்கரவர்த்தியிடமிருந்து பெற்று விடத்தான் திப்புவும் நினைத்திருந்தார். ஆனால் அதை அங்கிருந்து பெறமுடியாது என்பதையும் அவர் அறிந்தேயிருந்தார். 1783 ஆம் ஆண்டில் ஆற்காட்டின் கொடைப் பத்திரத்தை, தில்லியிலிருந்த தனது பிரதிநிதி முஹந்த ராவ் மூலமாகப்பெற முயற்சிசெய்தார். முகலாயச் சக்கரவர்த்திக்கு பெருந்தொகையையும் பேஷ்குஷ் திறையையும் தருவதற்குத் தயாராகவுமிருந்தார். தில்லியில் இருந்தப் பிரஞ்சுப் பிரதிநிதி மான்டிக்னியும், திப்புவுக்கு ஆதரவாகக் களமிறங்கினான். முஹம்மத் ஷபி கான் என்ற நவாப் அமீர்—உல்—உமாராவையும் மற்றும் சில உயர்குடிகளையும் திப்புவுக்காகப் பேச வைத்தான். ஆரம்பத்தில் சக்கரவர்த்தி ஷா ஆலம் பிரஞ்சுக்

கம்பெனியுடன் இணைந்து செயலாற்ற நாட்டம் கொண்டிருந்தான். அவர்களுடன் கூட்டணியமைக்கவும் விருப்பமாக இருந்தான். இந்தியாவிலிருந்து ஆங்கிலேயர்களை விரட்டியடிக்கும் நோக்கம் அவனுக்கு இருந்தது. ஆனால் தில்லியிலிருந்த ஆங்கிலக்கம்பெனியின் பிரதிநிதி மேஜர் பிரெளன், ஷா ஆலத்துக்குப் பிடித்தமான அமைச்சராகயிருந்த ஆங்கிலேயர்களின் பெருத்த ஆதரவாளன் மஜ்தூத்—உத்—தௌலா ஆகிய இருவரும் சேர்ந்து, திப்புவின் பிரதிநிதி மற்றும் மான்டிக்னியின் கொடைப்பத்திரத்தைப் பெற்றுத்தரும் திட்டத்துக்கு வேட்டு வைத்துவிட்டனர். முடிவாக, திப்புவால் ஆற்காட்டின் கொடைப்பத்திரம் மட்டுமல்ல, கௌரவம் அளிக்கும் சால்வையைக்கூட பெற முடியவில்லை.[109] தில்லியிலிருந்து தனது பிரதிநிதியால் வாங்கித்தர முடியாது பின்னடைவைச் சந்தித்திருந்தத் திப்பு, கான்ஸ்டான்டிநோபிளிலிருந்து அதைப்பெறுவதற்கு ஆர்வம்காட்டினார். முகலாயச் சக்கரவர்த்தியிடமிருந்து பெறுவதைக்காட்டிலும் ஒட்டமான் காலிஃபிடமிருந்து பெறுவது, மதிப்பு மிகுந்ததாகவும், பெரியதொரு அங்கீகாரமாகவும் கருதினார்.

தனது பதவியை உறுதிப்படுத்திக்கொள்ளும் வகைமையைத்தாண்டி, கடுமிடற்வாய்ந்த எதிரியாகவும் தன்னை அழித்தொழிக்க ஆர்வமும் பூண்டிருக்கும் ஆங்கிலேயர்களுக்கு எதிராக இராணுவ உதவியை காலிஃபிடமிருந்து பெறுவதும் திப்புவின்நோக்கமாக இருந்தது. திப்புவின் தந்தை ஹைதர் அலி, 1775 ஆம்ஆண்டில் பெர்ஷியா[110]வின் ஷிராஜிடமிருந்து 1,000 வீரர்களைக் கொண்ட படையைப் பெற்றிருந்தார். என்ன காரணமென்று தெரியவில்லை; ஏனோ அதுபோலானதொரு படையை துருக்கியிடமிருந்து அவர் பெறவில்லை. தனது தூதுக்குழு வெற்றியைக் கொய்துவரவும், தனது கோரிக்கைகள் விரைவில் பலனாகக் கைக்கு எட்டவும், குறிப்பிட்டப் பொருளுக்கு இன்றியமையாமைத் தருவதுபோல காலிஃபின் மதமனவுணர்வைத் தூண்டும் வண்ணம் ஆங்கிலேயர்களைப் பற்றியத் தகவல்களைச் சொல்லிவைத்தார். அவர்கள் வங்காளத்தை வளைத்தது; கர்நாட்டிக்கைக் கைப்பற்றியது; இந்தியாவிலிருந்த முகலாயர்களின் பகுதிகளைக் கைக்கொண்டது; முஸ்லிம்களை ஒடுக்கிக்கொடுமைப்படுத்துவது; கட்டாயப்படுத்தி கிறிஸ்தவ மதத்துக்கு மாற்றுவது; மசூதிகளை சர்ச்சுகளாக மாற்றுவது பற்றியும் சொல்லி வைத்தார்.

திப்புவின் செயல்பாடுகளில் நினைவில் நிற்கக்கூடியதாக இருப்பது, அவர் வர்த்தகத்தில் காட்டியப் பேரார்வமும், தனது சாம்ராஜ்ஜியத்தில் வணிகமும் தொழிற்சாலைகளும் பெருக வேண்டும் என்று எடுத்துக்கொண்ட முயற்சிகளுமே ஆகும். வர்த்தகத்திலும் தொழிற்துறையிலும் முஸ்லிம்கள் அன்னியப்பட்டு நிற்பதாலேயே, அவர்கள் அரசியலில் இறக்கம் கண்டிருப்பதாக அவருக்கு ஒருபார்வையிருந்தது. வணிகத்திலும் தொழிற்சாலைகளிலும் அதிக ஆர்வம் காட்டிய ஐரோப்பியர்கள்தான் முஸ்லிம் நாடுகளில் தங்கள் ஆதிக்கத்தைச் செலுத்துகிறார்கள் என்றும் நம்பினார். ஒட்டமான் அரசாங்கத்திடம் தூதுபோயிருந்தக்குழு, வர்த்தக உரிமைகளைப் பெற்றுவர அறிவுறுத்தப்பட்டிருந்தது. மேலும், மைசூர் சாம்ராஜ்ஜியத்தில் புதிய தொழில்களைத் தொடங்குவதற்கு தொழில்நுட்ப வல்லுநர்களை அழைத்துவரவும் உத்தரவிடப்பட்டிருந்தது. பஸ்ராவிலிருந்து ஆங்கிலேயரின் முகவர் ஒருவன் எழுதுகிறான்: துருக்கிக்

குடியரசுக்குள் தொழிற்சாலைகள் நிறுவுவதற்கு ஒட்டமான் அரசாங்கத்தின் மத்திய அமைப்பு *பிர்மாவுண்ட்*[111] வாங்கியதாகக் கருத இடமுண்டு. தூதுக்குழுவினர் மஸ்கட்டில் இறங்கி, ஓமன் நாட்டுடன் ஏற்கனவே இருக்கும் வர்த்தகத்தையும் நட்புறவையும் வலுப்படுத்திக்கொண்டு வரும்படியும், அதுபோல பெர்ஷியன் குடாவுக்குச் செல்லும் வழியில், புஸ்ரி சென்று பெர்ஷியாவின் ஷாவிடம் வர்த்தகச் சலுகைகளைப் பெற்று வரும்படியும் பணிக்கப்பட்டிருந்தனர். மேலும் பெர்ஷியா குடாவில், கடற்சார்துறையைக் பார்வையிட்டும் சமூக, அரசியல், பொருளாதார நிலைகளைப் பார்வையிட்டு அறிந்துவரும்படியும் உத்தரவிடப்பட்டிருந்தது. பயணத்தின்போது தாங்கள் கண்டறிந்த அனுபவத்தைப் பதிவுசெய்து வரும்படியும் கோரப்பட்டிருந்தனர்.[112]

தூதுக்குழுவின் தலைவரான குலாம் அலி கான், கீழ்கண்டக் குறிப்புகளை ஒட்டமான் அரசாங்கத்துடனான உடன்பாடுகளாக மாற்றிக்கொண்டு வரவேண்டு மென்று வழிகாட்டப்பட்டிருந்தான்: முதலாவதாக, மைசூர்—ஒட்டமான் அரசாங்கங் களுக்கிடையில் எப்போதும் நட்பு நிலவ வழிவகைசெய்ய வேண்டும். இரண்டாவதாக, ஒட்டமான் அரசாங்கம் பெரும் எண்ணிக்கையிலானப் படைவீரர்களை திப்புவின் அரசாங்கத்துக்கு அனுப்பிவைக்க வேண்டும். அவர்களுக்கானச் செலவைத் திப்பு ஏற்றுக்கொள்வார். அதுபோல காலிஃபிற்கு, அவர்கள் தேவைப்படும் போது அவர்கள் திப்புவின் செலவிலேயே திருப்பியனுப்பப்படுவார்கள். மூன்றாவதாக துப்பாக்கி, தோளில் தாங்கிக்கொண்டு சுடும் துப்பாக்கிகள், கண்ணாடிப்பொருட்கள், சீனக்களிமண் பொருட்கள் உள்ளிட்ட பிறபொருட்களைத் தயாரிக்கும் தகுதியானத் தொழிலாளர்களை திப்புவின் சாம்ராஜ்ஜியத்துக்கு அனுப்ப காலிஃபிடம் கேட்டுக்கொள்ளப்படவேண்டும். பிரதியாக, மைசூர் சாம்ராஜ்ஜியத்திலுள்ள இதேபோலானத் தொழிலாளர்களை ஒட்டமானுக்கு அனுப்பத் திப்பு தயாராகயிருந்தார். இறுதியாக, திப்புவுக்கு ஒட்டமானில் வர்த்தக உரிமை வழங்கப்படவேண்டும். மாற்றாக, ஒட்டமான் அரசாங்கத்துக்கு மைசூர் சாம்ராஜ்ஜியத்தில் வர்த்தகத்தில் முன்னுரிமை வழங்கப்படும். கூடுதலாய், பாஸ்ரா துறைமுகத்தின் உரிமையைத் திப்புவுக்குக் கொடுத்தால், மங்களூர் துறைமுகத்தை காலிஃபிற்கு பரிசாக வழங்கத் திப்பு தயாராக இருந்தார்.

1785 ஆம் ஆண்டு, நவம்பர் மாதம் 17 ஆம் தேதியன்று, தூதர்குழு ஸ்ரீரங்கப்பட்டிணத்திலிருந்து புறப்பட்டது. பின்னர் மலபார் கடற்கரையிலுள்ள சிறிய துறைமுகமான தாத்ரியிலிருந்து 1786 ஆம் ஆண்டு, மார்ச் மாதம் 9 ஆம் தேதி புதன்கிழமையன்று, *குரப்—இ—சுராதி, பக்ர்—உல்—மராகிப், பாத்—இ—ஷாஹி முவாஜி, நபி பக்ஷ்* ஆகியப்பெயர்களுடன் கூடியக் கப்பல்கள் கிளம்பிச்சென்றன. அக்கப்பல்களில் 900க்கும் அதிகமானப் பணியாளர்கள் இருந்தனர். செயலாளர்கள், மொழிபெயர்ப்பாளர்கள், உதவியாளர்கள், பெருக்குபவர்கள், சமையற்காரர்கள், இராணுவ வீரர்கள் அடங்கியிருந்தனர். அவர்களுடன் கணிசமான அளவில் துணிவகைகள், சந்தனமரப்பொருட்கள், நறுமணப்பொருட்கள், மைசூர் அரசின் தங்க, வெள்ளி நாணயங்கள், ஆடம்பர ஆடைகள், நகைகள் மற்றும் நான்கு யானைகள் கொண்டு செல்லப்பட்டன. திப்பு சாம்ராஜ்ஜியத்தின் உற்பத்திப்பொருட்கள் இவையென்று விளம்பரம் செய்துகொள்ளவும், வழியிலுள்ளத் துறைமுகங்களில்

விலைக்குக் கேட்பவர்களுக்கு பகரத்திற்கு விற்பனை செய்துகொள்ளவும் அவை எடுத்துச் செல்லப்பட்டன. மீதமுள்ளப் பொருட்களை ஓமன், பெர்ஷியா, துருக்கி ஆகிய நாடுகளின் ஆட்சியாளர்களுக்கும், உயரதிகாரிகளுக்கும், உயர்குடிகளுக்கும் பரிசளிக்கும் எண்ண முமிருந்தது. யானைகளைப் பொறுத்தவரை நான்கில் ஒன்றை, ஒட்டமான் சுல்தானுக்கும் பிறிதொன்றை விலைக்கு விற்று பயணச்செலவுகளை சரிகட்டவும் திட்டமிடப்பட்டிருந்தது. கான்ஸ்டான்டிநோபிளில் தங்களின் பணியை முடித்துக்கொண்டு தொடரும் பயணத்தில், மீதமுள்ள இரண்டு யானைகளில் ஒன்று, பிரஞ்சு மன்னருக்கும் பிறிதொன்றை இங்கிலாந்து மன்னருக்கும் வழங்குவதென்று முடிவுசெய்யப்பட்டிருந்தது.[113]

தாத்ரியிலிருந்துப் புறப்பட்டக் கப்பல்கள் நேரே அரேபியக்கரையிலுள்ள மஸ்கட்டை ஏப்ரல் மாதம், 8 ஆம் தேதியன்று சென்றடைந்தன. தூதுக்குழுவை மஸ்கட்டின் ஆளுனர் கல்பாஃன் பி. முஹம்மத் தனது இரண்டு மகன்களுடன் வரவேற்றான். பின்னர் கல்பாஃனை தூதுக்குழுவில் இடம்பெற்றிருந்த நூருல்லாஹ் சந்தித்துப் பேசினான். அப்போது கல்பாஃனிடம், இரண்டு கடிதங்களைக் கொடுத்தான். ஒன்று, அவனது முகவரிக்கே எழுதப்பட்டது. மற்றது, ஓமனின் இமாமுக்கு எழுதப்பட்டது. இமாம் தலைநகர் ருஷ்தக்கிலிருந்தார். அதனால் கடிதம் அங்கு அனுப்பப்பட்டது. 26 ஆம் தேதியன்று அவர் மஸ்கட்டுக்கு வந்துவிட்டார். இந்தியாவில் ஆங்கிலேயர்களின் நிலைப்பாடு குறித்துக் கேட்டுத்தெரிந்துகொண்டார். கூடுதல் விருப்பத்துடன் திப்புவுக்கு உதவும் படி கல்பாஃனுக்கு உத்தரவிட்டார்.

இதனிடையே, தூதுக்குழு தாங்கள் கொண்டுசென்ற பொருட்களில் சிலவற்றை விற்பனை செய்தது. பல்வேறு துணிவகைகள், சால்வைகள் ஆகியவற்றை மஸ்கட்டிலிருந்த இந்திய இடைத்தரகர் மாவோஜி சேத்துக்கு விற்றனர். ஒருகட்டு சந்தன மரக்கட்டை சேத் மூலமாக 57 ஹுன் ஹைதரிக்கு விற்கப்பட்டன. நாலரை மூட்டை ஏலக்காய் ராத்தல் 15 ஹுன் விலையில் விற்கப்பட்டது.

ஜுன் மாதம், 25 ஆம் தேதி மஸ்கட்டிலிருந்து புறப்பட்டத் தூதுக்குழு, வழியிலிருந்தத் துறைமுகங்களையும் தீவுகளையும் பார்வையிட்டபடி ஜுலை மாதம், 23 ஆம் தேதியன்று புஸ்ரி வந்தடைந்தது. புஸ்ரியின் ஆளுனர் ஷேக் நசிர், வேறு ஒருபோர்க்களத்தில் இருந்தார். அவரால் வரமுடியவில்லை. அதனால், தனது மகனிடம் வாழ்த்துச்செய்தி கொடுத்தனுப்பி வரவேற்றார். மங்களூரில் ஒருதொழிற்சாலை கட்டுவதற்கு திப்புவிடம் அனுமதிபெற ஒருகுழுவை மைசூருக்கு அனுப்புவதாகவும், அதற்குப்பிரதியாக, புஸ்ரியில் ஒரு தொழிற்சாலையை மைசூர் நிர்வாகம் கட்டிக்கொள்ள அனுமதிப்பதாகவும் தன்முடிவைக் கூறினார். தனது முன்மொழிவை சுல்தானிடம் பகர்ந்து, பரிந்துரைக்கவும் கேட்டுக்கொண்டார். தூதுக்குழு, தங்கள் எஜமானரின் முகவரியிட்டு, ஷேக் நசிரின் முன்மொழிவைப் பரிந்துரைத்து அவரது பிரதிநிதிக்குக் கடிதம் கொடுத்தனர். அதுபோல, பஸ்ராவை அடைந்த அவர்கள் பெர்ஷிய அரசர் ஜாபர் கானுக்கு கடிதம் அனுப்பி, 'பெர்ஷியாவுடன் வர்த்தகத் தொடர்பை மேம்படுத்திக்கொள்ள திப்பு ஆவலாக இருக்கிறார். அதுபோல பெர்ஷியா வியாபாரிகள், திப்புவின் துறைமுகங்களில்

வர்த்தகம் செய்துகொள்ளலாம்’ என்று கூறியிருந்தனர்.

புஸ்ரியிலிருந்து ஜுலை மாதம், 28 ஆம் தேதியன்று கிளம்பியத் தூதுக்குழு 30 ஆம் தேதி இரவன்று காரஹ்க் தீவு சென்றடைந்தது. ஒருவாரம் கழித்து அங்கிருந்து ஓர் இரவில் கிளம்பிய பாய்மரங்கள், *பாத்—இ—ஷாஹி* உள்ளிட்ட 17 கப்பல்கள் ஒன்றாக காரஹ்கிலிருந்து பயணம் மேற்கொண்டன. அந்தப்பகுதியில் காப் கடற்கொள்ளையரின் அட்டூழியம் இருந்தது. பஸ்ராவுக்குச் செல்லும்வழி அவர்களின் ஆதிக்கத்தில் இருந்தது. பின்னர் தூதுக்குழு காரஹக் தீவில் முகாமிட்டது. ஓரிரு நாட்கள் தங்கிவிட்டுப் புறப்பட்ட தூதுக்குழு திலும், பங்க், பாரகான் ஆகிய துறைமுகங்கள் வழியே பயணம் மேற்கொண்டு, கோர் மூஸா வந்தடைந்தது.

கப்பல்களின் பயண முன்னேற்றம் *ஷத்—உல்—அராப்* வரையில் மோசமான தட்பவெப்பத்தாலும் இராக், பெர்ஷியாக்குடாவுக்கு இடையிலான வடமேற்குப்பகுதியில் வீசியக் கடுங்காற்றாலும் மெதுவாகத்தான் செல்லமுடிந்தது. 17 ஆம் தேதி அதிகாலையில் தூதுக்குழு கோர் பஸ்ரா வந்தடைந்தது. அவர்களின் வருகையை முன்கூட்டியே ஒருதகவலாளர் மூலம் பஸ்ராவின் பொதுத்துறை நிர்வாக (முட்டேசல்லிம்) அதிகாரியான இப்ராஹிம் ஆக்ஹாவுக்கு சொல்லியனுப்பியிருந்தனர். *ஷத்—உல்—அராபின்* இருகரைகளிலுமிருந்த முஹம்மராஹ், தேர்பேந்த், மற்றும் சில கிராமங்களின் வழியாகச் சென்ற அவர்களை ஹாஜி முஹம்மத் எஃப்பண்டி தேப் தெர்தார், ஹாஜி ஜவாத், ஒட்டமான் அரசாங்கத்தின் கடற்படைத் தளபதி உள்ளிட்டோர் எட்டு படகுகளில் வந்து வரவேற்றனர். மேலும், காப் கடற்கொள்ளையரின் அடாவடியிலிருந்து அவர்களைப் பாதுகாக்க அவர்களுடனேயே பஸ்ரா வரையில் பயணமும் செய்தனர். துருக்கி அதிகாரிகள் தங்களில் இரண்டு அலுவலர்களின் தலைமையில் தோ சய்ப் வாள்வீச்சு வீரர்களைக் கொண்ட கப்பலைப் பாதுகாப்புக்கு விட்டுவிட்டுச் சென்றனர். அந்தப்படகுகளின் பின்னாலேயே மற்ற கப்பல்கள் பயணத்தைத் தொடர்ந்தன. இதனிடையே, ஆகஸ்ட் மாதம் 18 ஆம் தேதியன்றிரவு, நபி பக்ஷ கப்பல் தீப்பிடித்து எரிந்து, மூழ்கிவிட்டதாகச் செய்தி வந்துசேர்ந்தது. அதில் பெண்கள், குழந்தைகள் உட்பட 50க்கும் மேலானவர்கள் இறந்துபோனார்கள். மற்றவர்களைத் தூதுக்குழுவில் பயணித்த தூதர்களில் ஒருவனான ஜாபர் கான் தீரத்துடன் காப்பாற்றினான்.[114]

இதையடுத்து, *பாத்—இ—ஷாஹி, குரப்—இ—சுராதி* கப்பல்கள் வந்துசேர்ந்ததும் தோ சய்ப் படகும் நங்கூரமிடப்பட்டது. பிறகு எல்லாமுமாகச் சேர்ந்து ஆகஸ்ட் மாதம், 22 ஆம் தேதியன்று பஸ்ரா வந்தடைந்தனர். அங்கே அரசியல் நிர்வாகம் மற்றும் இராணுவ உயரதிகாரி(பாஷா)யாகயிருந்த சுலைமானுக்கு, ஒருகடிதம் எழுதிவிட்டு, அதற்கான பதிலுக்காகக் காத்திருந்தனர். அக்டோபர் மாதம் 3 ஆம் தேதியன்று சுலைமானின் அதிகாரத்தின் கீழ் ஆட்சி செய்யும் காஹ்யா (மாகாண முதல்வரான)வான அஹமத் ஆக்ஹாவிடமிருந்து பதில்கடிதம் வந்து சேர்ந்தது. அதில் அவர்களின் வருகைக்கு மகிழ்ச்சி தெரிவிக்கப்பட்டிருந்தது. மேலும் நிர்வாக அதிகாரியான முட்டேசல்லிமுக்கு, அவர்களை பாக்தாத் அழைத்துச்செல்ல சாமாவாவில் காத்திருக்கும் பாதுகாப்புப் படையிடம் அனுப்பி வைக்குமாறு

உத்தரவிடப்பட்டிருந்தது. அதைச் சொல்லும்போது, நிர்வாக அதிகாரி அக்டோபர் மாதம், 25 ஆம் தேதிக்குள் புறப்பட்டுவிடலாம் என்று உறுதி கூறியிருந்தான். ஆனால் பல்வேறு காரணங்களால் அவர்களின் புறப்பாடு, தள்ளிக்கொண்டே போனது. அவற்றில் முதலிடத்தில் அவர்கள் பயணம் செய்வதற்கானப் படகுகள் பஸ்ரா நிர்வாகத்தால் ஏற்பாடு செய்யப்படவேயில்லை. இரண்டாவதாக, மேற்கு ஆசியாவின் மிக முக்கிய நதியான யூப்ரடீஸ் பயணம் அத்தனைப் பாதுகாப்பாக இல்லை. மற்றும் காஜெய்ல்[115] பழங்குடியினரின் போராட்டம் அப்பகுதியில் வலுத்திருந்தது. தங்கள் பயணத்தில் பஸ்ரா அரசாங்கம் இடையூறு செய்வதாக அதிருப்தியும் கோபமும் அடைந்த தூதுக்குழு, கான்ஸ்டான்டிநோபிளுக்கு வேறுவழியில் போகச் சொல்லி மிரட்டுவதாக உணர்ந்தது. எனினும் அதிர்ஷ்டவசமாக வேறு ஒருதகவல் சுலைமான் பாஷாவிடமிருந்து வந்துசேர்ந்தது. அதில் யூப்ரடீஸ் பயணவழி, தற்போது சீரடைந்திருப்பதாகவும், பாதுகாப்பாக அந்த வழியில் தூதர்கள் பயணத்தை மேற் கொள்ளலாம் என்றும் கூறியிருந்தான். அதற்கேற்பத் தூதுக்குழு தங்கள் பயணத்தை 300 உதவியாளர்களுடன் 8 படகுகளில் டிசம்பர் மாதம் 8 ஆம் தேதியன்று தொடங்கினர். ஒரு வாரமாக ஆற்றுப்பயணம் மேற்கொண்டு அவர்கள் குர்னாவுக்கு வந்தடைந்தபோது, பஸ்ராவையொட்டியப் பகுதியைக் கைப்பற்றியிருந்த முன்டாபிக் பழங்குடியினத் தலைவன் ஷேக் சுவைனி, ‘உடனடியாக பஸ்ராவுக்குத் திரும்பிவிடுங்கள்’ என்று அறிவுறுத்தினான்.[116] ஷேக் சுவைனி, தூதர்கள் தங்களுடன் கொண்டு செல்லும் பொருட்களுக்கு உரிய வரியை எதிர்பார்த்திருந்தான் என்பதும் அதை அவர்களிடமிருந்து பெற்றுக்கொண்டு பயணத்தைத் தொடர அனுமதிப்பதற்காக அப்படி மிரட்டினான் என்பதும் தெரியவருகிறது. எல்லாவற்றுக்கும் மேலாக, அந்த நேரத்தில் ‘பாக்தாதின் கவர்னராக யார் இருக்கிறார்கள்?’ என்பதே குழப்பமாக இருந்தது. சுலைமான் பாஷா பதவியிலில்லை என்றொரு புரளி, புழுதியாய்ச் சுழன்றுகொண்டே இருந்தது. அவரைத் தள்ளிவிட்டு அந்த இடத்துக்கு உபைத்தின் தலைவரும் ஷவாய் குடும்பத்தின் மூத்தவருமான சுலைமான் அல்—ஷவாய் வந்துவிட்டார் என்ற பேச்சும் எழுந்தது. நிச்சயமற்றத்தன்மை நிலவியதால் நிர்வாக அதிகாரியான முட்டேசல்லிம், ஊர் திரும்ப முடிவெடுத்து மீண்டும் பஸ்ராவுக்கே டிசம்பர் மாதம், 24 ஆம்தேதி இரவில் அழைத்து வந்துவிட்டான். ‘மீண்டும் அவர்களை அழைத்துக்கொண்டு, குர்னாவில் தூதர் குழுவின் பாதுகாப்புக்காகக் காத்துக்கொண்டிருக்கும் 500 குதிரைப்படை வீரர்களின் உதவியுடன் பாக்தாதுக்கு அழைத்துச்செல்’ என்று முட்டேசல்லிமுக்கு சுலைமான் பாஷாவிடமிருந்து ஓர் உத்தரவு வரும்வரையில் இந்த நிச்சயமற்றத்தன்மையும் புரளியும் நீடிக்கவே செய்தது. இதனிடையே ஒட்டமான் சுல்தான், ‘திப்புவின் தூதர்களிடம் வர்த்தகம் குறித்துப்பேச வேண்டியிருக்கிறது. அவர்களை உடனே என்னிடம் அனுப்பிவை’ என்று கடிதம் எழுதிவிட்டார்.

பஸ்ராவில் தூதுக்குழு தங்கியிருந்த இந்த இடைக்காலத்தில், அவர்கள் அப்துல்லாஹ் யாஹுதி மூலமாகப் பல்வேறு பொருட்களை விற்பனை செய்து விட்டனர். மாவோஜி சேத்தின் இரண்டு முகவர்களான சேவா மற்றும் பிரேம் மைசூர் பொருட்களை விற்பனைசெய்ய தூதர்களுக்கு மிகவும் உதவிகரமாக இருந்தனர்.

பஸ்ராவுக்கு அவர்கள் திரும்பியதும், இப்ராஹிம் ஆக்ஹாவிடமிருநது, 'சுவைனி வந்து விடுவார். அதன் பின்பு புறப்படலாம். அதனால் சிலநாட்கள் தங்கியிருக்கச்சொல்லி' தகவல் வந்தது. நூருல்லாஹ் அதற்கு ஒத்துக்கொண்டான். ஆனால் துருக்கிய அதிகாரிகளின் ஒத்துழைப்பு இல்லை என்பதை அறிந்துகொண்ட அவன், 'புறப்பாட்டுக்கான ஏற்பாடு தாமதப்பட்டுப் போனால், சிறுபடகொன்றை வாடகைக்கு அமர்த்தி தானும் ஜாபர் கானும் பாக்தாதுக்குப் போய், அங்கிருந்து ஏற்பாடுகள் செய்து மற்றவர்களை அழைத்துக்கொள்வதாகச்' சொல்லிவிட்டான். நிர்வாக அதிகாரியான முட்டேசல்லிம், நூருல்லாஹ்வின் மனதை மாற்ற பல்வேறு செய்திகளைச் சொல்லித்தடுத்தான். சுவைனி, 'விரைவில் பஸ்ராவுக்கு வந்துவிடுவானென்றும் அதன்பின்பு இதுகுறித்துப் பேசலாம்' என்றும் கேட்டுக்கொண்டான். இதனிடையே, சுலைமான் பாஷா தனது அலுவலைத் தொடருகிறார் என்றும் தூதுக்குழு பாக்தாதுக்குச் செல்வதற்கு 500 குதிரைப்படைவீரர்கள் அவர்களுக்குப் பாதுகாப்பாக வருவார்கள் என்றும் பாக்தாதிலிருந்து அனுகூலமானச் செய்திகள் வந்தன. துருக்கியின் சுல்தான் ஒருபட்டய அறிக்கையை வெளியிட்டு, அதில் 'திப்புவின் பிரதிநி—திகள் மதிப்பிற்குரியவர்கள். நம்பிக்கைக்குரியவர்கள். மங்களூர் மற்றும் பஸ்ரா துறைமுகங்களை வர்த்தகத்துக்காக மாற்றிக்கொள்வது குறித்தக் கேள்விகளை விவாதிக்க வரவேண்டும்' என்று அழைத்திருந்தான். இது ஒருபுறமிருக்க, பஸ்ரா நிர்வாகத்தின் மீது நூருல்லாஹ் இன்னும் நம்பிக்கையற்றிருந்தான். இறுதியில் முட்டேசல்லிம் பலமான வாக்குறுதிகளையும் உறுதிப்பாடுகளையும் கொடுத்து, நூருல்லாஹ்வைச் சமாதானப்படுத்தினான். அதனால் பஸ்ரா அரசாங்கத்தின் உதவியில்லாமல் இயங்குவது குறித்தத் தனது எண்ணத்தை நூருல்லாஹ் கைவிட்டான். ஆனால், இப்போது பிரச்சனை வேறுவிதமாக வடிவெடுத்தது. தூதர்கள் அனைவருமே கூடுதலான எண்ணிக்கையில் உதவியாளர்களை வைத்திருந்தனர். மேலாக, தூதுக்குழுவின் தலைவன் குலாம் அலிகானுக்கும் நூருல்லாஹ் கானுக்கும் இடையில் பொறாமையும் போட்டியும் உருவாகியிருந்தது. இதன் விளைவாக, நூருல்லாஹ்வின் துணையுடன் பயணம்செய்ய மறுத்துவிட்ட குலாம் அலி கான், தனியான ஏற்பாடுகளைச் செய்யத் துவங்கினான். இந்தப் பிரச்சனைகள் எல்லாமே காலத்தை வீணாக்கின. இறுதியில், பிரச்சனைகளை மெய்யெனக்காட்டி நம்பவைத்ததில், குலாம் அலி கான் மனம்மாறி, மற்றத்தூதர்களுடன் சேர்ந்து பயணிக்க ஒத்துக்கொண்டான்.

ஐரோப்பிய முறையில் பயிற்சிபெற்ற 200 சிப்பாய்களுடன் 400 உதவியாளர்களுமாக 1787 ஆம் ஆண்டு, பிப்ரவரி மாதம் 10 ஆம் தேதியன்று டைகிரீஸ் நதி வழியாக தூதுக்குழு பஸ்ராவிலிருந்து புறப்பட்டது. மூன்று லட்சம் ரூபாயுடனும் மதிப்புமிகுந்தப் பரிசுப்பொருட்களுடனும் சென்றது பரபரப்பாகப் பேசப்பட்டது. 500 குதிரைப் படைவீரர்கள் புடைசூழ, பாக்தாத் வந்திறங்கிய தூதுக்குழுவினரை சுலைமான் பாஷா மிகவும் கௌரவம் அளித்து வரவேற்றார். பாக்தாதிலிருந்து அவர்கள், நஜப்புக்கும் கர்பலாவுக்கும் சென்று வழிபட்டு 20 நாட்களைச் செலவிட்டுவந்தனர். பின்னர் கான்ஸ்டான்டிநோபிளிலிருந்து சுல்தான் அனுப்பி வைத்த காபிஜி பாஷியின் தலைமையிலானப் பாதுகாப்பில், மே மாதம் 29 ஆம் தேதியன்று பாக்தாத் புறப்பட்டனர். அவர்கள் மோசூல், தியார்பெகௌர் ஆகிய

நகரங்களின் வழியே தரைவழி மார்க்கமாக ஸ்குட்டாரியை செப்டம்பர் மாதம், 1 ஆம் தேதியன்று வந்துசேர்ந்தனர். கான்ஸ்டான்டி நோபிளுக்குள் 25 ஆம் தேதியன்று காலடிவைத்த அவர்கள், நகரத்தின் முக்கிய அரண்மனையொன்றில் தங்கவைக்கப்பட்டனர். அக்டோபர் மாதம், 1 ஆம் தேதியன்று மூத்த அமைச்சர் பொதுமக்கள் சூழவந்து வரவேற்றான். ஆனால் ஆடம்பர வரவேற்பு எதுவும் அளிக்கப்படவில்லை. அமைச்சருக்கு விலையுயர்ந்த ஆடைகளையும், நகைகளையும், 70,000 வெனிஸியத் தங்கநாணயங்களையும் வழங்கினர். பிரதியாக, அவர்களுக்கு மத அங்கிகள் வழங்கப்பட்டன. பின்னர், மூத்த அமைச்சர் கேல்ஹானா கிராமத்தின் வழக்கப்படியானப் பெருவிருந்தொன்றை வழங்கினான். அங்கே முதலில், துருக்கியப் படைவீரர்கள் சாகசங்களைச் செய்துகாட்டிக் களிப்பூட்டினர். பின்னர் இந்தியச் சிப்பாய்கள், ஐரோப்பிய முறையிலான சாகசங்களை நேர்த்தியுடனும் விரைவாகவும் செய்துகாட்டினர். இந்தநிகழ்ச்சியில் அனைத்து உயரதிகாரிகளும் கலந்துகொண்டு சிறப்பித்தனர். சுல்தான் அப்துல் ஹமீத், மாறுவேடத்தில் வந்திருந்து நிகழ்ச்சியைப் பார்த்தார்.

நவம்பர் மாதம், 5 ஆம் தேதியன்று சுல்தான் தூதுக்குழுவினரை பெருமதிப்புடன் வரவேற்று அவர்களுக்கு சீரியின விலங்குவகைத் தோலிலாலான ஆடைகளையும், இரண்டு செயலாளர்களுக்கு சீரியின உயிர்வகை மயிர்ப்பட்டு ஆடைகளையும் வழங்கினார். இதனிடையே, கான்ஸ்டான்டிநோபிளை பிளேக்நோய் வளைத்துத் தாக்கியது. தூதுக்குழுவில் இடம்பெற்றுவந்த பலர் மரணமடைந்தனர். கடும்குளிரை மைசூர்காரர்களால் தாங்கமுடியவில்லை. குளிருக்குப் பலர் பலியாகிச் சுருண்டனர். அந்த எண்ணிக்கை உயர்ந்துகொண்டே இருந்தது. 1788 ஆம் ஆண்டு, ஜனவரி மாத இறுதியில் உதவியாளர்களாக வந்த 400 பேரில் 70 பேர் மட்டுமே உயிருடனிருந்தனர். குலாம் அலி கான் நோயின் கடும் அவதிக்கு உள்ளானான். தட்பவெப்ப மாறுதல் அவர்களை வேறு இடம்தேடி ஓடவைத்தது. ஆசியக்கரையிலுள்ள ஸ்குட்டாரிக்கு அவர்கள் இடம்பெயர்ந்தனர்.

தூதர் குழு கான்ஸ்டான்டிநோபிளிலிருந்து பிரான்ஸுக்கும் அங்கிருந்து இங்கிலாந்துக்கும் போகச்சொல்லி அறிவுறுத்தப்பட்டிருந்ததால், ஒட்டமான் தலைநகருக்கு வந்ததிலிருந்தே அவர்கள், பிரஞ்சுத்தூதரிடம் பிரஞ்சுப் பயணத்துக்கான ஏற்பாடுகளைச் செய்யச்சொல்லி வற்புறுத்திக் கொண்டேயிருந்தனர். இதனிடையே, திப்பு நேரடியாகவே பிரான்ஸுக்கு ஒருதூதர் குழுவை அனுப்பிவிட்டார். அந்தக்குழு ஐந்துமாதங்களாக அங்கே தங்கியிருக்கிறது. அதற்கானப் பெருஞ் செலவை அந்நாட்டின் வரிவருமான நிதி பாதுகாப்புத் துறை செய்துவருகிறது. இந்நிலையில் மற்றுமொரு தூதர்குழுவை வரவேற்கும் நிலையில் பிரஞ்சு அரசாங்கம் இருக்கவில்லை. குறிப்பாக அந்தநாடு பொருளாதார நிலைமையில் தடுமாறிக் கொண்டிருந்தது. மேலாக, இந்தியாவுக் கானக் கொள்கையை அந்தநாடு மாற்றிக்கொண்டிருந்தது. இரண்டாவதுகுழு வருவதால், எதுவும் நடந்துவிடப் போவதில்லை எனும் நிலையே அந்நாட்டிடம் இருந்தது. இதுபோலான அசாதாரண நிலைதான் இங்கிலாந்துக்கும். அதனால் எந்தவொரு உத்தரவாதமும் தரமுடியாத நிலையில்தான் இருந்தது. அதனால் காம்தே டி மான்ட்மோரின் கான்ஸ்டான்டிநோபிளிலிருந்த பிரஞ்சுத்தூதுவரிடம், திப்புவின் பயணக்குழுவின்

மனதை மாற்றி, பாரீஸுக்கு வருவதிலிருந்து திசைதிருப்பவும், அதையும் மீறிவருவதாக அவர்கள் வற்புறுத்தினால், அவர்கள் மற்ற வெளி நாட்டினரைப்போல சாதாரணமாக நடத்தப்படுவார்கள் என்பதை உறுதிபடக்கூறச் சொல்லிவிட்டான். இந்தப் பிரச்சனைகளால் தூதுக்குழு, பிரான்ஸுக்குப்போகும் திட்டத்தைக் கைவிட்டு விட்டு, இந்தியாவை நோக்கிப் பார்வைத்திருப்பியது. இதனிடையே திப்புவும், 'ஊருக்குத் திரும்பி வரச்சொல்லி' தகவல் அனுப்பிவிட்டார்.

மார்ச் மாதம், 4 ஆம் தேதி சுல்தான், அவர்களுக்குப் பிரியாவிடை கொடுத்தனுப்பினான். மாத இறுதியில் அலெக்ஸாண்டிரியா வந்த அவர்கள், நைல்நதி வழியாக கெய்ரோவுக்குச் சென்றனர். பிறகு சூயஸைக் கடந்தனர். சூயஸ் வழியாக ஜெத்தாவுக்கும் பின்பு மக்காவுக்கும் மதீனாவுக்கும் திப்பு சுல்தானின் அறிவுரைப்படி புனிதப்பயணம் மேற்கொண்டனர். பின்னர் தாயகம் திரும்ப, அவர்கள் மதீனாவிலிருந்து ஜெத்தா வழியாக கள்ளிக்கோட்டையை 1789 ஆம் ஆண்டு, டிசம்பர் மாதத்தில் வந்தடைந்தனர். திருவாங்கூரில் முகாமிட்டிருந்த்த் திப்புவை 1790 ஆம் ஆண்டு, ஜனவரி மாதத்தில் சந்தித்தனர்.

தூதுக்குழுவுக்கானச் செலவு மைசூர் அரசாங்கத்தின் நிதியில் பெரும்பகுதியை தின்றிருந்தது. அத்துடன், குழுவினர் எண்ணிறந்தத் துயரங்களை பயணத்தின்போது அனுபவித்தனர். பஸ்ராவுக்குப் போய்ச்சேருமுன்னே நான்கில் மூன்று படகுகள் முழுவதும் சேதமடைந்துவிட்டன. உதவியாளர்களில் பலர், கழிச்சல்நோயாலும் காய்ச்சல், குளிர் மற்றும் பிளேக்கால் உயிரிழந்துவிட்டனர். மலபார் கரையிலிருந்து 900 பேருடன் கிளம்பியக்குழு கைக்கு அடக்கமான எண்ணிக்கையில் நாடு திரும்பியது.

பெரும் பொருட்செலவும் உயிரிழப்புகளும் தந்தப் பயணம், ஒட்டமான் சுல்தானிடமிருந்து சுதந்திரமான அரசராகச் செயல்படுவதற்கானப் பட்டம் குறித்த உரிமைத்தொடர்புடையக் கடிதத்தையும், நாணயங்கள் அச்சிட்டுக்கொள்வதற்கான உரிமையையும் இஸ்லாமியப் பொதுநிகழ்ச்சிகளில் திப்புவின் பெயரில் குத்பா பிரசங்கம் செய்துகொள்ளும் வாய்ப்பையும் பெற்றுவந்திருந்தது. தூதுக்குழுவிடம் திப்புவுக்கு நட்புக் கடிதங்களையும், மத ஆடைகளையும், விலையுயர்ந்தக் கற்கள் பதிக்கப்பட்ட வாளும் கேடயமும் காலிஃபாவாலும் மூத்த அமைச்சர்களாலும் வழங்கப்பட்டிருந்தன. ஆனால் தூதுக்குழுவால் வர்த்தகச் சலுகைகளையோ, இராணுவ உதவியையோ பெற்றுதருவதில் தோல்வியேதான் கிடைத்திருந்தது.

பயணக்குழு துருக்கிக்குச் சென்றடைந்தக் காலகட்டத்தில் மிகவும் குழப்பமானச் சூழ்நிலையில் அந்தநாடு அவதிப்பட்டுக்கொண்டிருந்தது. ஒருபுறம் ரஷ்யப் பேரரசி காத்ரீன் II மிரட்டிக் கொண்டிருந்தாள். மறுபுறம் ஆஸ்திரியச் சக்கரவர்த்தி ஜோஸப். 1787 ஆம் ஆண்டின் உடன்பாட்டின்படி, ஒட்டமான் சாம்ராஜ்ஜியத்தின் ஐரோப்பிய மாகாணங்களைப் பிரித்து, தனது பேரன் கான்ஸ்டான்டினுக்கு அரியணைப் போட்டுத்தரும் செயலில் இறங்கியிருந்தாள். இத்தனை அபாயங்களைச் சந்தித்துக் கொண்டிருக்கும்போது, 1787 ஆம் ஆண்டு, ஆகஸ்ட் மாதம் 15 ஆம் தேதியன்று, ரஷ்யாவுக்கு எதிரானப்போரை துருக்கி பிரகடனப்படுத்தியிருந்தது. தனது மரபார்ந்தக் கூட்டு நாடான பிரான்ஸிடமிருந்து

துருக்கி எந்தவொரு உதவியையும் எதிர்ப்பாக்கவில்லை. மிகப் பெரிய சிக்கலில் இருக்கிறது என்பதால் பிரான்ஸை தர்மசங்கடப்படுத்த துருக்கி விரும்பவில்லை. 1788 ஆம் ஆண்டின் உடன்படிக்கையின்படி பிரஸ்யா மற்றும் ஹாலந்துடனானக் கூட்டணியை முன்வைத்து, துருக்கியால் ஆங்கிலேயர்களுடன் நட்பை உருவாக்கிக்கொண்டிருக்க முடியும். அதைக்கொண்டு துருக்கிக்குச் சாதகமாகத் தென்கிழக்குப் பிராந்தியத்தில் தன்னை சமப்படுத்திக் கொண்டிருக்கவும் முடியும். உண்மையிலேயே அப்போது, ஆங்கிலேயரான இளைய பிட் துருக்கியின் எதிரிநாடுகளான ஆஸ்திரியாவுடனும் ரஷ்யாவுடனும் மத்தியஸ்தம்செய்து போரைத்தடுக்கும் முயற்சியில் இருந்தான். சமகாலத்திய ஆதாரமூலங்கள் பிரிட்டனின் செயல்பாடுகளைக் கண்டுகொள்ளவில்லை இந்தச் சூழ்நிலையில், திப்புவுடன் கூட்டுச்சேர்ந்து பிரிட்டனைச் சீண்டிவிட்டு வேடிக்கைப் பார்க்க, ஒட்டமான் சுல்தான் விரும்பவில்லை. பஸ்ராவிலிருந்த ஆங்கிலேய முகவர் மானஸ்டி, 1786 ஆம் ஆண்டு, செப்டம்பர் மாதம் 5 ஆம்தேதி, நீதிமன்ற இயக்குநர்களுக்கு எழுதியக் கடிதத்தில், 'துருக்கிக் குடியரசுக்குள் மைசூர் சாம்ராஜ்ஜியத்தின் உற்பத்திப்பொருட்களை விற்பனை செய்வதற்குக் கையூட்டுப்பெற விரும்புகின்றனர். மதிப்புமிகு நீதிமன்ற இயக்குநர்கள் தலைச்சேரியிலிருக்கும் நமது பணியாளர்கள் எப்படி செயல்படுகின்றனர் என்பதைத் தெரிந்துகொண்டு, நமது தாய்தேசத்திற்கு மிளகுக் கப்பல்களை அனுப்ப முடிவுசெய்யுங்கள்' என்று எழுதியிருக்கிறான். மானஸ்டியின் இந்தக் கூற்றுப்படி, பிரிட்டிஷ் நிர்வாக அமைப்பு முழுமனதுடன் எந்தவொரு செயலிலும் கண்காணிப்புடன் இருக்கவில்லை என்பதும் தூதுக்குழுவின் திட்டமெதையும் அறிந்திருக்கவில்லை என்பதும் வெளிப்படை. மாறாக, தங்கள் செல்வாக்கை வைத்து பாக்தாதையும் கான்ஸ்டான்டிநோபிளையும் மிரட்டி, சினங்கொள்ள வைக்க மட்டுமே முடிந்தது.

---

106. காலிஃப் இஸ்லாமிய மத ஆட்சியாளர்கள்.

107. Merriam Webster. A member of a dynasty of caliphs (750-1258) ruling the Islamic empire especially from their capital Baghdad and claiming descent from Abbas <http://www.merriam-webster.com/dictionary/abbas> the uncle of Muhammad.

108. 1787ல் மராத்தியர்களுடன் நடந்தப் பேச்சு வார்த்தையின்போதே 'இனிவரும் காலங்களில் பேஷ்வா தன்னை பாதுஷா என்று அழைக்க வேண்டும்' என்று வலியுறுத்தியதிலிருந்தே திப்பு இந்த விஷயத்தில் பெருத்த ஆர்வத்துடன் இருந்துவந்தார் என்பது உண்மை. (See pp. 107-08, supra).

109. N.A., O.R. 91. சக்கரவர்த்தி அளித்ததாக திப்புவிடம் கொடுப்பதற்கு கிலாத் எனும் கௌரவ ஆடையை பிரதிநிதியின் சொந்தச் செலவில் தைத்து வழங்கச் சொல்லி அவனுக்கு அறிவுறுத்தப்பட்டது. ஆற்காட்டின் கொடைப் பத்திரம் தயாராகிக் கொண்டிருக்கிறது என்றும் திப்புவிடம் சொல்லப்பட்டது. பின்னர், இரண்டும் பொய் என்று அறிந்த திப்பு, பிரதிநிதியை பதவிநீக்கம் செய்துவிட்டார்.

110. Rice, Mysore and Coorg, I, p. 268. மேலதிகமானத் துருப்புகளைப் பெறுவதற்கு ஹைதர் அலி வேறொரு தூதுக் குழுவை அனுப்பி வைத்தார். ஆனால் அந்தக் குழு கட்ச் வளைகுடா பகுதியில் காணாமல் போய்விட்டது.

111. கையூட்டு

112. திப்புவின் வழிகாட்டுதல்படி Waqai-I Manazil Rum என்ற பெயரில் அது தொகுக்கப்பட்டது.

113. Hukm-namah, ff. 2b-3a, 4a. யானைகள் நான்கும் பஸ்ராவை அடையுமுன்னே செத்து விட்டன.

114. Ibid., pp. 40-1. மானஸ்டியின் கூற்றுப்படி 40 முதல் 50 பேர் வரை உயிரிழந்ததாகவும் 400 மூட்டை மிளகும் சிறிய அளவிலான சந்தனமரக் கட்டைகளும் வேறுசில பொருட்களும் அழிந்துபோயின. (I.O. Factory Records, Manesty to Court Directors, Sept. 5, 1786, f. 248b.)

115. பெரும் எண்ணிக்கையிலான காஜெய்ல் பழங்குடியினர் குபாவிலிருந்து சாமாவா வரை ஆக்ரமித்திருந்தனர். ஷாமியா பாலைவனமும் அவர்களின் ஆளுகைக்குள் வந்திருந்தது. துருக்கி அரசாங்கத்துக்கு பெரும் தொல்லையாக இருந்து வந்த அவர்கள் பஸ்ராவுக்கும் பாக்தாத்துக்கும் இடையிலான யூப்ரடீஸ் நதி வழியே நடக்கும் தொடர்பைச் சீர்குலைத்திருந்தனர்.

116. Waqai, pp. 116-17. சுவைனி அல்அப்துல்லா துருக்கி அரசாங்கத்தின் விசுவாசியாக இருந்து புரட்சிக்காரனாக மாறியவன். 1785ல் பஸ்ராவைக் கைப்பற்றினான். 1787 ஜுலையில் நீக்ரோ அடிமையால் குத்திக் கொள்ளப்பட்டான்.

9

கூர்க்கில் கிளர்ச்சி... மலபாரில் கலகம்...

1789ஆம் ஆண்டின் துவக்கத்தில், மைசூர் அரசாங்கத்துக்கு எதிராக, மீண்டும் கூர்க்குகள் கிளர்ச்சியில் ஈடுபட்டனர். பெரியபட்டிணம் கோட்டையில் நான்காண்டுகளாகச் சிறைக் கைதியாயிருந்த வீர் ராஜா 1788 ஆம் ஆண்டு, டிசம்பர் மாத மத்தியில் தனது குடும்பத்துடன் தப்பியோடி, கிக்கட்நாட்டின் குர்ச்சி எனுமிடத்தில் பதுங்கியிருந்தான். ஆனால் அவனை, மிகவிரைவில் கோட்டயம் ராஜா அடையாளம் கண்டு, சிறைப்பிடித்தான். வீர் ராஜாவிட மிருந்து கூர்க் மாவட்டத்தின் மதிப்பு நிறைந்த மூன்று மாவட்டங்களை 'தனக்களிக்கச்சொல்லி'க் கட்டாயப்படுத்தி வாங்கிக்கொண்ட கோட்டயம் ராஜா, அவனை விடுவித்து விட்டான். சுதந்திரத்தை விலைகொடுத்து வாங்கிய வீர் ராஜா, கூர்க்குக்குத் திரும்பி, தனது ஆதரவாளர் களைத் திரட்டிக்கொண்டு, தன்னிடமிருந்து பிடுங்கிய மாவட்டங்களைக் கைக்கொள்ள மலைக் கணவாய்வழியாக மேலேறிக் கொண்டிருந்தக் கோட்டயம் ராஜாவைச் சுற்றிவளைத்தான். அவனிடமிருந்து, தான் எழுதிக்கொடுத்த ஆவணங்களைக் கைப்பற்றியவன், அனைத்தையும் வயநாடு தேசத்துக்கு அளித்துவிட்டான்.

அதன்பிறகு, கூர்க்கை ஆக்கிரமிப்பு செய்த மைசூர் குடியேறிகள் மீது, வீர் ராஜா கவனத்தைத்திருப்பினான்.

மிகக்குறுங்காலத்திலேயே அவர்களை வெளியேற்றுவதில் வெற்றியடைந்தான். திப்புவின் உத்தரவால் குடியேறியப் புதுக்குடியிருப்பாளர்களையும், கூர்க்கிலிருந்து அவன் வெளித்தள்ளினான். அதன்பின்பு சித்தேஸ்வராவில் தனது முகாமைக் கட்டமைத்தவன், மைசூருக்குள் புகுந்து திடீர்த்தாக்குதல்களை நடத்தி, எண்ணிறந்தக் கால்நடைகளையும் கணிசமான அளவில் உணவுப்பொருட்களையும் அபகரித்துக் கொண்டான். திப்பு இதைக்கேள்விப்பட்டதும், குலாம் அலி, காஸி கான், மற்றும் தில் திலேர் கான் தலைமையின்கீழ், வீர் ராஜாவை ஒடுக்கிநசுக்க, பெரும் படையொன்றை அனுப்பினார். அவர்கள் சித்தேஸ்வரா வழியாக உட்புகுந்தனர். ஆனால் கூர்க்குகள், ஒவ்வொரு அங்குலத்திலும் நின்றுபோராடினர். எனினும் இறுதியில் தோற்றுப்போயினர். குலாம் அலி பெருமளவிலான உணவுப்பொருளை மீட்டெடுத்தான். பலரை சிறைப்பிடித்தான். ஆனால் அவனால் கூர்க்குகளை முற்றிலுமாக ஒடுக்கமுடியவில்லை. அதே நேரத்தில் மலபார் பகுதியில் கலகம் தொடங்கியது. திப்புவிடமிருந்துவந்த உத்தரவு அவனை அங்கே போகச்சொன்னது. இதையடுத்து மலபாருக்குப் பயணம் மேற்கொண்ட அவனை, கோடந்துரா கணவாயில் இடைமறித்தக் கூர்க்குகள், கடும்தாக்குதல் நடத்தினர். ஆனால் கூர்க்குகள் மீது எதிர்தாக்குதல் நடத்தி வெற்றிகண்ட குலாம் அலி கான், பயவூருக்கு பத்திரமாக வந்து சேர்ந்தான். கூர்க்கிலும் மேறகுக்கரையிலும் நிச்சயமற்ற நிலையிருந்ததால், முஹம்மத் ரஜா, ஆசம் அலி கான், பஜல் கான், ஜீன் காஸ்டோரெஜ் ஆகியோரை திப்பு, அங்கே அனுப்பி வைத்தார். அதிக வலுவூட்டலுக்கான அந்தப்படை ஹெக்காலகாட் வழியில் சென்றது. அந்தக்கணவாயின் நுழைவுப்பகுதியில் முகாமிட்டிருந்த வீர் ராஜா, மைசூர் படையின் மீது அதிர்ச்சியூட்டும் தாக்குதலைத் தொடுத்தான். அதனால் மைசூர்படை சிதறியது. அவர்களிடமிருந்த மூட்டை முடிச்சுகளுடன் ஏராளமான உணவுப்பொருட்களை வீர் ராஜா கைப்பற்றிக்கொண்டான். மைசூர் படையைச் சேர்ந்தவர்களைக் கொன்று குவித்தான். பலருக்குப் படுகாயத்தைப் பரிசளித்தான்.

இதனால் எச்சரிக்கையடைந்தத் திப்பு, தனது மச்சினன் புர்கான்—உத்—தீனை கூர்க்குக்கு அனுப்பினார். கூர்க்குகளை ஒடுக்கியடக்கக் கேட்டுக்கொள்ளப்பட்ட புர்கான்—உத்—தீனுக்கு குஷால் நகர் (ஃபிரேஸர்பேட்), மெர்க்காரா, பெப்புநாட், பாஹமண்டலா ஆகியக் கோட்டைகளை வலுப்படுத்தவும் அறிவுறுத்தப்பட்டது. ஆனால் மெர்காராவை நோக்கி அவன் போய்க்கொண்டிருக்கும் போது, வீர் ராஜா தொடுத்தத் திடீர் தாக்குதலில் அவன் காயமுற்றான். பெரும் இழப்பும் ஏற்பட்டது. உடனே அவன் ஸ்ரீரங்கப்பட்டிணம் திரும்பி, திப்புவிடம் கூர்க்கின் நிலைமையை விவரித்தான். அப்போதே மற்றொரு பெரும்படை கட்டமைக்கப்பட்டது. புர்கான் மீண்டும் உத்வேகத்துடன் கிளம்பினான். திப்புவும் தனது தலைநகரிலிருந்து 1789 ஆம் ஆண்டு செப்டம்பர் மாதம் வெளிக்கிளம்பினார். ஆனால் புர்கானால், வீர் ராஜாவை வெற்றிகொள்ள முடியவில்லை. அவன் மைசூரின் மூன்று கோட்டைகளைக் கைப்பற்றியிருந்தான். மெர்க்காரா மட்டுமே மைசூர் வசம் இருந்தது. தனித்திருந்த அதுவும்கூட, எந்நேரமும் வீர் ராஜாவின் கையில் விழுந்துவிடும் நிலையிலேயே இருந்தது. திப்புவால் கூர்க்மீது கவனம் செலுத்த முடியவில்லை. மலபாரில் கொழுந்து விட்டெரிந்தக் கிளர்ச்சியை ஒடுக்குவதில் கவனம்செலுத்தி, வெற்றிகண்டார். இதையடுத்து ஆங்கிலேயர்களுடனானப் போர்

வெடித்துவிட்டது. அதனால் கூர்க் பிரச்சனை அடங்காமல் எகிறிக்கிடந்தது.

மலபாரில் கலகம்

மலபாருடனான ஹைதர் அலியின் தொடர்பு, 1757 ஆம் ஆண்டில் கள்ளிக் கோட்டையின் ஜாமோரினுடன் போரில் ஈடுபட்டிருந்த பால்காட் ராஜாவுக்கு உதவ தனது மச்சினன் மக்தூம் அலியை சிலபடைகளுடன் அனுப்பியதிலிருந்து தொடங்குகிறது. கடல்பகுதியில் முன்னேறிய மக்தூம் அலி, ஜாமோரினை வளைத்துப்பிடித்து, பால்காட் ராஜாவின் உடைமைகளைத் திரும்பப் பெற்றுத் தந்ததோடு, இராணுவத்தின் பங்களிப்புக்காகப் பன்னிரண்டு லட்சரூபாயை சில தவணைகளில் செலுத்த வேண்டுமென்று இறுதி செய்தான். ஆனால் அந்தத் தவணைகள் 1766 ஆம் ஆண்டு வரையில் செலுத்தப்படவில்லை. இதையடுத்து ஹைதர் அலியின் சிந்தனை மலபாரின் மீது பதிந்தது.

மலபார், அந்தநேரத்தில் சிறுசிறுமாநிலங்களாக எண்ணிக்கையில் பரந்து கிடந்தது. ஒருவருடன் ஒருவர் நித்யசண்டையில் ஈடுபட்டிருந்தனர். வடக்கு மலபாரின் சித்ரக்கால், கடத்தநாட், கோட்டயம், குரங்கோட் ஆகியப்பகுதியில், நாயர் படிநிலைகள் முதன்மையாகிக் கிடந்தன. கண்ணனூரில் மாப்ளா படிநிலை உச்சத்திலிருந்தது. சித்ரக்காலில் பெயரளவு விசுவாசமே மாப்ளாவிடம் இருந்தது. தெற்குமலபார், கள்ளிக்கோட்டையின் ஜாமோரினுக்கும் கொச்சி ராஜாவுக்குமிடையில் சிக்குண்டு அலையாடியது. இருவருமே கொச்சி ராஜாவின் ஆக்கிரமிப்பால் பாதிப்புக்கு உள்ளானவர்கள்தான்.

1766 ஆம் ஆண்டு, ஜனவரி மாதத்தில் மலபாரின்மீது படையெடுத்த ஹைதர் அலி, ஏப்ரல் மாத மத்தியில் அதன் தலைவர்களை அடக்கி வெற்றிகண்டார். அந்த மகிழ்ச்சியில் கோயமுத்தூருக்குத் திரும்பி விட்டார். ஆனால் அவரை அங்கே தங்கியிருக்க விடவில்லை, மலபாரில் மீண்டெழுந்தது கலகம். மட்டற்ற வேகத்துடன் மீண்டும் மலபாருக்குள் புகுந்த ஹைதர் அலி, இரக்கமற்ற முறையில் கலகத்தை அடக்கி யொடுக்கினார். எனினும் நாயர்களை அடக்க முடியவில்லை. அவர்கள் மீண்டும் கலகம் எனும் பெயரில் ஒன்று திரண்டனர். இரண்டாவது ஆங்கிலேய—மைசூர் போரின்போது, மலபாரின் மிகப்பெரிய பரப்பு, மைசூர்படைக்கும் ஆங்கிலேயப்படைக்கும் விளையாட்டுக் களமாகிக் கிடந்தது. மலபாரின் பெரும்பகுதியை ஆங்கிலேயர்கள் கைப்பற்றிக் கொண்டனர். மங்களூர் உடனபடிக்கையின் இறுதிப்படி, திப்பு அந்தப்பகுதிகளைத் திரும்பப்பெற்றார். திப்பு, தனக்கு மலபார் பகுதியில் கிடைத்த எல்லைப் பரப்பில் நடந்து கொண்டிருந்த நறுமணப் பொருட்களின் வர்த்தகத்தால் அப்பகுதியை வலுப்படுத்த விரும்பினார். அத்துடன் இரண்டாவது ஆங்கிலேய—மைசூர் போர், அவருக்கு நிறையப்படிப் பினைகளைத் தந்திருந்தது. மைசூரின் பாதுகாப்புக்கு அது, மிக முக்கியமானக் கேந்திரமாக இருந்தது. ஆனால் திப்புவின் வருமான வரி அலுவலர்கள் நிர்ணயித்த அளவுக்கதிகமான வரிச்சுமை, கொடுமைசெய்து வசூல்செய்தவிதம், மேலோங்கியக் குடிமக்களின் சுதந்திர உணர்வு, ஆங்கிலேயர்களின் தூண்டுதலால் உணர்வுபெற்ற

ராஜாக்களின் பகைமை, திப்புவின் அதிகாரத்தை அசைத்து, அப்பகுதியில் கலகம் பிறக்கக் காரணமாக அமைந்தது. திப்புவின் அதிகாரிகளின் தவறான நிர்வாகத்தால், எரநாட் மற்றும் வளவநாட்டின் மாப்ளாக்களும் அதிருப்தியடைந்திருந்தனர். நாயர்கள் எல்லோரும் ஜாமோரின் குடும்பத்தைச் சேர்ந்த ரவிவர்மாவின் தலைமையில் ஒன்றிணைந்தனர். அதுபோல, மஞ்சேரியின் கூர்குல் தலைமையில் மாப்ளாக்கள் ஒன்றிணைந்தனர். மஞ்சேரி தெற்குக்கள்ளிக்கோட்டையின் எரநாட்டின் உட்பகுதியாகும். ரவிவர்மாவை ஆற்றுப்படுத்தும்விதமாக, 1784 ஆம் ஆண்டில் திப்பு அவனுக்கு ஜாகிர் வழங்கிச் சிறப்பித்தார். அதன்மூலம் அப்பகுதியில் நல்லாட்சி வழங்கமுடியும் என்று கருதி, இராணுவத்திலிருந்து நாட்டு நிர்வாகத்தைத் தனியாகப் பிரித்தார். ஹைதர் அலியின் மரணத்தையடுத்து, அர்ஷாத் பேக் மலபார் அரசாங்கத்தின் பொறுப்பாளனாக இருந்தான். அவனுக்கு இராணுவ அதிகாரம் மட்டுமே வழங்கப்பட்டிருந்தது. மீர் இப்ராஹிம் மற்றும் மீர் குலாம் ஹுசைன் ஆகியோரை முறையே முதலாம் திவான், இரண்டாம் திவான் என்று நியமித்து, அவர்களுக்கு உள்ளாட்சி நிர்வாகம் வழங்கப்பட்டது. சட்டம் ஒழுங்கை நிலைநாட்டி, மாகாணத்தின் மக்கள் நலனை மேம்படுத்த வேண்டுமென்று திப்புவால் புதிய அதிகாரிகள் அறிவுறுத்தப்பட்டனர்.

ஆனால் இந்தச் சீர்திருத்தங்கள் நிலைமையை மேம்படுத்தவில்லை. 1786 ஆம் ஆண்டில் மஞ்சேரியின் கூர்குல் தலைமையில் மாப்ளாக்கள் கலகத்தில் இறங்கினார்கள். மாகாணத்தில் நிலைமை சீரடையாமல் எங்கும் கலகங்கள் நடந்தன. கூடவே, திப்பு அப்பகுதிக்குள் பயணம் மேற்கொண்டார். 1788 ஆம்ஆண்டு, ஏப்ரல் மாத முற்பகுதியில் அவர் கள்ளிக்கோட்டை வந்தடைந்தார். தாமரஸ்ஸேரி கணவாய் வழியாகவந்த அவர், தன்னுடன் இராணுவத்தையோ அல்லது பயிற்சி பெற்றப்படைகளையோ அழைத்து வரவில்லை. வழக்கமாகத் தன்னுடனிருக்கும் மெய்க்காப்புப் படையுடன் மட்டுமே வந்துசேர்ந்தார். வந்த நிமிடத்திலேயே அர்ஷாத் பேக்கையும் இப்ராஹிமையும் பதவியிலிருந்துத் தூக்கி யெறிந்தார். அர்ஷாத் பேக், நாயர்களுடனும் மாப்ளாக்களுடனும் சேர்ந்துகொண்டு கபடத்தனம் செய்து கொண்டிருப்பதை அவர் அறிந்திருந்தார். இப்ராஹிம் விசுவாசமின்றியும் பேராசைக் கொண்டவனாகவும் இருப்பதைக் கண்டறிந்தார். அவர்களின் இடத்தில் ஹுசைன் அலி கான் இராணுவத் தளபதியாகவும் ஷேர் கான் முதல் திவானாகவும் நியமிக்கப்பட்டனர். அதன்பின்பு மே மாதம், 9 ஆம் தேதியன்று கள்ளிக்கோட்டையிலிருந்து புறப்பட்ட திப்பு, பேபூர் ஆற்றின் தெற்குக்கரை வழியாகப் பயணம் மேற்கொண்டார். அங்கே அவர், மலபாரின் புதிய தலைநகரத்துக்கு அடிக்கல் நாட்டினார். அதற்கு பாரூக்காபாத் அல்லது பாரூக்கியா என்று பெயரிட்டார். அங்கே அவர் ஒருகோட்டை கட்ட உத்தரவிட்டார். தலைநகருக்கு அத்தனைச் சாலைகளும் வந்துசேரும் வகையில் இருக்கவேண்டுமென்று ஆசைப்பட்டார். கடலோரத்தில் இருக்கும் மற்ற அனைத்துக் கோட்டைகளிலிருந்தும் அது சிறந்ததாக இருக்க வேண்டுமென்று எண்ணினார். கள்ளிக்கோட்டையிலிருந்து அங்கே குடியேற, பலர் வற்புறுத்தி அழைத்துவரப்பட்டனர். மூன்றாம் ஆங்கிலேய—மைசூர் போரைத்தொடர்ந்து, மலபார் ஆங்கிலேயர்களால் கைப்பற்றப்பட்டதும், விருப்பமின்றிக் குடியேறியவர்கள் மீண்டும் கள்ளிக்கோட்டைக்கே ஓடிவிட்டனர். விரைவிலேயே, புதிய தலைநகர்

அடையாளமற்று அழிந்துபோனது.

மழைக்காலத்தைத் தொடர்ந்து, திப்பு மே மாத இறுதியில் கோயமுத்தூருக்குத் திரும்பினார். அங்கிருந்து திண்டுக்கல்லுக்கு பயணம் மேற்கொண்டார். அங்கே அவரது உறவினன் சயீத் சாகிப் ஜாகிராக இருந்தான். அவன் முதல்தரமானக் கேளிக்கைகளில் திப்புவை ஈடுபடுத்தி, மகிழ்ச்சியாக வைத்துக்கொண்டான். இருவருமாகச்சேர்ந்து கோயமுத்தூர், திண்டுக்கல் மாவட்டங்களில் மைசூர் அரசாங்கத்துக்கு எதிராகச் செயல்பட்ட பாளையக்காரர்களைத் தண்டித்தார்கள். ஆகஸ்ட் மாதத்தில் திப்பு ஸ்ரீரங்கப்பட்டிணத்துக்கு கஜல்ஹாத்தி வழியாகத் திரும்பினார்.

மலபாரில் கிளர்ச்சி வெடித்துவிட்டச் சங்கதியைக் கேட்டதும் திப்பு தலைநகரில் தங்கி யிருக்கவில்லை. கிளர்ச்சிக்குத் தலைமையேற்றிருக்கும் ரவி வர்மா, இதுபோன்றச் செய்கைகளில் ஈடுபடாமல் அமைதியாக இருக்கவேண்டுமென்று திப்புவால் ஜாகிராக நியமிக்கப்பட்டவன். அவனுக்குப் பின்னால் நாயர்கள் அணிவகுத்ததும் மாப்ளாக்களும், கூர்க்குகளும் இணைந்துகொண்டனர். 1788 ஆம் ஆண்டு, ஜுலையிலிருந்து நவம்பர் மாதம்வரை தன்னைத் தானே பரந்தநாட்டின் ஆண்டையாக அறிவித்துக்கொண்டவன், அப்படியே கள்ளிக்கோட்டையைக் கைப்பற்றினான். இதனால் ஆத்திரமடைந்தத் திப்பு, அந்நியப்படைகளின் ஏற்பாட்டாளன் லாலி மற்றும் கமர்—உத்—தீன் தலைமையின்கீழ் 6,000 மைசூர் படைவீரர்களையும் 170 ஐரோப்பியர்களையும் 1788 ஆம் ஆண்டு, டிசம்பர் மாதத்தில் அனுப்பிவைத்தார். தலைச்சேரி உள்ளிட்ட பல்வேறு காரணிகளால், ரவிவர்மாவுக்கு பல ராஜாக்கள் பாதுகாப்பு வழங்கினர். இனி ரவிவர்மாவுக்கு பாதுகாப்பு எதையும் தொடரவேண்டாம் என்று, திப்பு அந்த ராஜாக்களுக்கு முறையான கோரிக்கையொன்றை பிப்ரவரி மாதம் 15 ஆம் தேதியன்று வெளியிட்டார். அதேநேரத்தில் லாலி, உமர் பேக், சயீத் சாகிப் மற்றும் பாகாஜி ராவ் தலைமையில் படைகளை பல்வேறு திசைகளுக்கும் அனுப்பி, கிளர்ச்சியை ஒடுக்க உத்தரவிட்டார். மைசூர் படைகளுக்கு கொச்சி ராஜா உதவ முன்வந்தான். முடிவில் கிளர்ச்சி முறியடிக்கப்பட்டது. பலர் சிறைபிடிக்கப்பட்டனர். பலர் காடுகளுக்குள் ஓடி ஒளிந்துகொண்டனர். 1789 ஆம் ஆண்டு ஜனவரி மாதத்தில் மீண்டும் திப்பு தாமரஸ்ஸேரி கணவாய் வழியாக மலபார் புகுந்தார். கள்ளிக்கோட்டையில் ஒருபடையை நிறுத்தி, நாயர்களை முற்றிலுமாக அடிமைப்படுத்தினார். பிப்ரவரி மாதஇறுதியில் தனது காலடியை வடக்குநோக்கித் திருப்பினார். அதைக்கேள்விப்பட்டதும் கோட்டயம், கடத்தநாட்டு ராஜாக்கள் ஊரையும் மக்களையும் விட்டுவிட்டு தலைச்சேரிக்கு விரைந்துவிட்டனர். திப்பு தொடர்ந்து வருவதைக் கேள்விப்பட்டு, அங்கிருந்து திருவாங்கூருக்குச் சென்றனர். ஆனால் சித்ரக்கால் ராஜா மட்டும் திப்புவை மரியாதையுடன் சந்தித்து வரவேற்றான். விலையுயர்ந்த பல்வேறு பரிசுகளைக்கொடுத்து மகிழ்வித்தான். அவன் சூழ்ச்சியுடன்வந்து சந்தித்தான் என்பது விரைவிலேயே தெரிந்துபோனது. எதிரிகள் திட்டமிட்டு அவனை அனுப்பியிருந்தது தெரியவந்ததும், திப்பு அந்தராஜாவைப் பிடித்துவரச் சொல்லி ஒருபடையை அனுப்பினார். அவன் குட்டிப்புரத்திலுள்ள பாதுகாக்கப்பட்ட அரண்மனையில் பதுங்கியிருந்தான். அவனைப் பிடித்துச்

செல்வதற்கு அவனது ஆட்கள் எதிர்ப்புக்காட்டினார்கள். அப்போது நடந்த சிறுசண்டையில் ராஜா கொல்லப்பட்டான். அதன்பிறகு அவனது உடமைகள் சுல்தான் சாம்ராஜ்ஜியத்துடன் இணைக்கப்பட்டன.

அதன்பின்பு பீபீயின் அழைப்பையேற்று திப்பு, கண்ணனூர் பயணத்தை மேற்கொண்டார். அவளுக்கு சித்ரக்காலின் ஒருபகுதியை வழங்கினார். பின்பு தனது மகன் அப்துல் காலிக்குக்கும் பீபீயின் மகளுக்கும் திருமணச்சடங்குகளை மேற்கொள்ள பூர்வாங்கச் செயல்பாடுகளைச் சிறப்பாகச் செய்தார். அதன்மூலமாக, தெற்குமலபாரின் மாப்ளாக்களை அமைதிப்படுத்த முடியுமென்று நம்பினார். அந்த நம்பிக்கையில் அவர் வெற்றியும் பெற்றார். ஏப்ரல் மாதம் 22 ஆம் தேதி வடக்கு மலபாருக்குச்சென்ற திப்பு, அங்கிருந்துக் கோயமுத்தூருக்குப் புறப்பட்டார்.

மாப்ளாக்களை அமைதிப்படுத்துவதில் வெற்றிபெற்றிருந்தபோதும், திப்புவின் நிழல் மறைந்ததும் காட்டுக்குள்ளும் மலைகளிலும் ஓடிஒளிந்திருந்த நாயர்கள் பேராரவாரமுடன் கிளர்ந்து எழுந்தனர். மாகாணத்தில் மைசூர் படையினர் தங்கியிருந்த நிலைகளைச் சூழ்ந்துகொண்டு, தொல்லைகொடுத்தனர். அவர்களின் உடமைகளைச் சூறையாடினர். 1789 ஆம் ஆண்டு ஏப்ரல் மாதம் 22 ஆம் தேதியன்று இர்வெர்நாட்டின் திப்புவின் அதிகாரியொருவனையும் அவனது படைகளையும் கொன்றனர்.

நாயர்களை ஒடுக்குவதில் திப்பு தோல்விடையக் காரணமாக இருந்தது, மலபார் அமைந்திருந்தப் பகுதி பெருமளவு மலைகளாகவும் அடர்காடுகளாகவும் விரவிக் கிடந்ததுதான். அங்கே செல்வதற்கு சாலைகள் இருக்கவில்லை. கடும்மழை ஜூனிலிருந்து செப்டம்பர் மாதம் வரையிலும் பின்னர் அக்டோபரிலிருந்து டிசம்பர் மாதம் வரையிலும் தொடர்ச்சியாகப் பெய்து கொண்டேயிருந்தது. படைநடத்திச்சென்ற காலஅளவு மிகவும் குறைவாக இருந்தது. இவையெல்லாமே மைசூர் படையின் செயலூட்டத்தை ஒடித்துவிட்டது. திப்பு வரும்போது கலகக்காரர்கள் ஓடி ஒளிந்துகொள்வதும் அவர் போனதும் திரும்பிவருவதும் அவர்களுக்கு சாத்தியத்தையும் வசதியையும் அந்தமலைகளும் காடுகளும் தந்தன. எல்லாவற்றுக்கும் மேலாக, அவர்களுக்கு ஆங்கிலேயர்கள் மற்றும் திருவாங்கூர் ராஜாவின் உதவிகள் தொடர்ந்து கிடைத்துவந்தன.

மலபாரில் அமைதியை நிலைநாட்டி, நல்லாட்சிதந்து மக்கள் மனதைக் கொள்ளைக் கொள்ளவேண்டுமென்று திப்பு நினைத்திருந்தார். நல்லசாலைகள் அமைத்து, குடிகளுக்கான வசதிகளைப்பெருக்க விருப்பப்பட்டார். இதன்மூலம், நாயர்களின் கிளர்ச்சியை ஒடுக்கிவிட முடியுமென்று நினைத்தார். எதிர் பாராதவிதமாக மூன்றாவது ஆங்கிலேய—மைசூர் போர் வெடித்ததும் திப்பு தனது அனைத்துச்சக்தியையும் அங்கே செலவிடவேண்டியதாகிப்போனது. இடையே, ஆங்கிலேயர்களுடன் முன்னர் தொடர்பிலிருந்த மலபார் தலைவர்கள் கம்பெனியிடம் கப்பம் கட்டுவதற்கு உடன்பாடு செய்துகொண்டு, தங்கள்பகுதியை மீட்டுக்கொண்டனர். ஆங்கிலேயர்களின் மலபார் படையெடுப்பு வெற்றிகரமாக அமைந்தது. உடன்பாட்டின்படி பல்வேறு சிறு தலைவர்கள் தங்கள் மாநிலங்களைத் திரும்பப் பெற்றுக்கொண்டனர். 1792 ஆம் ஆண்டில் கையெழுத்தான

ஸ்ரீரங்கப்பட்டிணம் உடன்படிக்கை, அவர்களுக்கான புதிய மரியாதையைப் பெற்றுத்தந்தது. அன்றிலிருந்து அவர்கள் ஆங்கிலேயர்களின் வேலைக்காரர்களாக ஆகிப்போனார்கள்.

10

திப்புவும் ஆங்கிலேயர்களும் 1784–88

மங்களூர் உடன்படிக்கையை வங்காள அரசாங்கமும் கம்பெனியின் இராணுவ அதிகாரிகளுமே அங்கீகரிக்க வில்லை. இந்த உடன்படிக்கையை வாரன் ஹேஸ்டிங், 'அவமானகரமானச் சமாதானம்' என்று குறிப்பிட்டான். இன்னஸ் மன்றோவோ, 'திப்பு சாகிபுடனான இந்தச் சமாதானத்தைக் கம்பெனி மிகத்தாமதமாகச் செய்து கொண்டிருக்கிறது. இது, தற்காலிகச் சமாதானம்தான்' என்று அவநம்பிக்கை தெரிவித்தான். இந்தச்செயல்பாடுகளின் விளைவாக, அதிகாரப்பூர்வமாக ஆங்கிலேயர்கள் திப்புவுடன் சமாதானமாக இருந்தனர். ஆனால், அவர்களின் உறவு வலிந்து திணிக்கப்பட்டதாகவே இருந்தது.

மங்களூர் உடன்படிக்கையின் ஒருவிதியாக, கண்ணனூரை திப்புவால் நியமிக்கப்படும் ஒரு அதிகாரியின் முன்னிலையில், அதன் உரிமையாளர் பீபியிடம் திரும்ப ஒப்படைக்க வேண்டும் என்று நிர்ணயிக்கப்பட்டது. மாறாக, திப்புவின் பிரதிநிதிவரும்வரை ஒப்படைக்கக் காத்திருக்காமல், அதற்குமுன்பாகவே ஆங்கிலேயர்கள் அந்த இடத்தைக் காலிசெய்துவிட்டுப் போய்விட்டனர். வெளியேறும்போது அந்தஇடத்தை மட்டுமன்றி, சுற்றிலுமுள்ள நிலங்களைத் தரிசாக்கிவிட்டுப் போனார்கள். குடியிருப்புகளில் புகுந்து கொள்ளையடித்தார்கள். கோட்டையைக் குண்டுகளால்

துளைத்துவிட்டு துப்பாக்கிகளைக் கடலில் வீசிவிட்டுச்சென்றார்கள். அவர்கள் இதேபோன்ற சூறையாடல்களை ஓனூரிலும், கார்வாரிலும், சதாசிவ்கார்க்கிலும் அரங்கேற்றியிருந்தார்கள். இதைக்கேள்விப்பட்ட மெக்கார்ட்னி, 'ஆங்கில அதிகாரிகளின் நடத்தை ஏற்றுக்கொள்ளத்தக்கதல்ல' என்று கடும் அதிருப்தியைத் தெரிவித்தான். இது, உடன்படிக்கையின் நான்காவது விதியை மீறியச்செயலாகும் என்று குறிப்பிட்டு, 'திப்பு குறிப்பிடும் அனைத்து வகையானக் கோரிக்கைகளையும் சீர்செய்வதுதான் முறையாகும்' என்றுசொல்லி, அவர்களைத் தயார்படுத்தினான்.

உடன்படிக்கையை ஆங்கிலேயர்கள் மீறுவது, இந்தவொரு விஷயத்தில்மட்டும் நடந்ததல்ல. திண்டுக்கல்லை முற்றிலுமாகக் கொள்ளையடித்தனர். உடன் படிக்கையின்படி, தங்களுக்கு அதிகாரம் இல்லாத மாவட்டங்களிலும் அவர்கள் வரிவசூல்செய்து குவித்தனர். திப்புவின் சாம்ராஜ்ஜியத்துக்குள் கிளர்ச்சிகளைத் தூண்டிவிட்டுக் குளிர்காய்ந்தனர். வளைந்துகொடுக்காமல் திப்புவுக்கு எதிராகச் செயல்படுபவர்களுக்கு இருகரம்விரித்து அடைக்கலம் கொடுத்தனர். தலைச்சேரிக்கு ஓடிய பெரும் எண்ணிக்கையிலான நாயர்கள் ஆங்கிலேயர்களின் பாதுகாப்பைப் பெற்றனர். அந்ததைரியத்தில் திப்புவின் எல்லைக்குள் புகுந்து கொள்ளைச்சம்பவங்களை நிகழ்த்தினர். திப்பு, இதுகுறித்துத் தலைச்சேரியின் தலைவனுக்குக் கடிதமெழுதியும், அவன் அதைக் காதில் போட்டுக்கொள்ளவில்லை. இதனால் திப்பு, கடும்சீற்றம்கொண்டார். 'இனி, இதுபோன்றத் தகவல்கள் என்காதில் விழக்கூடாது' என்று எச்சரித்தார். கள்ளிக்கோட்டையில் ஆங்கிலேயர்களின் தொழிற்சாலையைத் திரும்ப ஒப்படைத்தத் திப்பு, மௌண்ட் தெல்லியை அதன் உரிமையாளர்களிடம் திரும்பக்கொடுக்காமல் தள்ளிப்போட்டார். மேலும் மிளகு, ஏலக்காய் மற்றும் சந்தன மரக்கட்டைகள் விற்பனைக்கு அங்கே தடைவிதித்தார். தலைச்சேரியின் பிரதான நுழைவாயிலான தர்மாபட்டிணத்தைக் கைப்பற்றச்சொல்லி சித்ரக்கால் ராஜாவைத் தூண்டிவிட்டார்.

ஆங்கிலேயர்கள் மற்றும் மராத்திய-மைசூர் போர்

திப்புவுக்கும் பேஷ்வாவுக்குமிடையிலானப் போர் தவிர்க்கமுடியாததாகிப்போனது. தனது சபையிலிருக்கும் ஆங்கிலேய முகவரான ஆண்டர்சனுக்கு அப்பாஜி பண்டிட் மூலமாக, சிந்தியா ஒரு தகவலை அனுப்பினான். அந்தத்தகவலில், 'மராத்திய எல்லைக்கருகில் திப்பு படைகளைக் குவிக்கிறார். அதனால் சால்பாய் உடன்படிக்கையின்படி, ஆங்கிலேயக்கம்பெனி பூனா அரசாங்கத்துக்கு உதவவேண்டும். திப்புவுக்கு எதிராக பேஷ்வாவுக்கும், நிஜாமுக்கும் ஆதரவாகக் கம்பெனி தாக்குதல் மற்றும் பாதுகாப்பு நடவடிக்கையில் இறங்கவேண்டும்' என்று குறிப்பிட்டிருந்தான். உதவிக்கானக் கோரிக்கையையும் கூட்டணிக்கான முன்மொழிவையும் ஆண்டர்சன், கவர்னர் ஜெனரல் மக்பெர்சனுக்கு அனுப்பிவைத்தான். மக்பெர்சன் அனுப்பிய பதிலில், 'சால்பாய் உடன்படிக்கை, கம்பெனியின் நண்பர்களையும் எதிரிகளையும் நிர்ணயம் செய்யவில்லை. மராத்திய மாநிலம் உள்ளிட்ட எல்லாமே பரஸ்பரம்தான்' என்றிருந்தது. உடன்படிக்கையின் பத்தொன்பதாவது விதி, பேஷ்வாவுக்கு எதிரான எந்தநாட்டுக்கும் உதவக்கூடாது

என்று மட்டுமே இருந்தது. அதன்படி கம்பெனி திப்புவுக்கு உதவாது. அதேவேளையில், மங்களூர் உடன்படிக்கையின்படி, திப்புவின் எதிரிகளுக்கு ஆங்கிலேயப்படைகள் உதவிசெய்யமுடியாது. அந்தவகையில், அது மராத்தியர்களுக்கும் உதவிசெய்ய இயலாது என்று சொல்லியிருந்தான்.

ஆனாலும், மராத்தியர்களுக்கு எந்தவகையிலாவது உதவிவிடவேண்டும் என்பதில் மக்பெர்சன் பெருத்த ஆவல் கொண்டிருந்தான். மராத்தியர்களின் கோரிக்கைகள் 'நேர்மையானவை. நியாயமானவை' என்று பிதற்றினான். பிட்ஸ் இந்தியா சட்டப்படி, கவர்னர் ஜெனரல் மற்றும் ஆலோசனைக்குழு யாருடனாவது கூட்டணிவைத்தால், அது போருக்குச்சென்றுவிடும் அபாயத்தைக் கொண்டிருந்தால், அவனால் எதுவும்செய்ய முடியாதது ஒருபாதியென்றால், மறுபாதியாக வெர்செய்ல்ஸ் உடன்படிக்கையின் பதினாறாவது விதி மிரட்டிக்கொண்டிருந்தது. ஆனால் கம்பெனியின் தலையாயப் பிரச்சனையான நிதிநிலைமை, மிகமோசமாகவும் இராணுவம் பலவீனப்பட்டும் கிடந்தது. எனினும் மக்பெர்சன் தனது நடுநிலைக்கொள்கையை வெகு விரைவில் விட்டுக்கொடுத்தான். ஏற்கனவே தன்முடிவை அவன், 'அவர்களின் சொந்த விவகாரங்களில் தலையிட நமக்கு விருப்பமில்லையென்றால், நமது செல்வாக்கைக்கொண்டு என்ன முடிவெடுக்கின்றோமோ அதன்படி நமது உதவியைச் செய்வது. இந்த அமைதித் திட்டத்திற்கு அப்பால், நிரந்தரமாக அமைதி தொடர்ந்து விடக்கூடாது' என்பதே அவனுக்குள் விருப்பமாகயிருந்தது. திப்புவுக்கும் மராத்தியர்களுக்குமிடையில் போர்வெடித்தபோது, ஆங்கிலேயர்களிடம் உதவிகேட்டு நானா பத்னவிஸ் பெரும்அழுத்தம் கொடுத்தான். அதையடுத்து, ஐந்து பட்டாலியன் படையை அனுப்பி மக்பெர்சன் உதவினான். மேலும் அவன், நானாவிடம் தனது உத்தரவாதத்தை விரிவுபடுத்தி, 'மராத்தியர்களுக்கு உதவுவதற்காக பட்டாலியன்களைத் தயார் நிலையில் வைத்திருக்கிறேன். கர்நாட்டிக் பால்காட்டுக்கோ, லாகூருக்கோ அல்லது எங்கள் சேவை எங்கெல்லாம் தேவைப்படுகிறதோ அங்கு அனுப்பிவைக்கிறேன்' என்று சொன்னான். மங்களூர் உடன்படிக்கையை வெட்டவெளிச்சமாக மீறிய இந்தச்செயல்பாடு, திப்புவுக்கும் கம்பெனிக்குமிடையில் செய்துகொண்ட, 'நேரடியாகவோ மறைமுகமாகவோ பரஸ்பரம் மற்றவர்களின் எதிரிகளுக்கு உதவுவதில்லை' எனும் ஒப்பந்தத்தை கவர்னர் ஜெனரல் காற்றில் பறக்க விட்டான்.[117]

திப்புவுடனான உடன்படிக்கையை மீறிவிட்டு, மராத்தியர்களுக்கு அவன் உதவிக்கரம் நீட்டுவதற்கானக் காரணங்கள் இல்லாமலில்லை. முதலாவதாக, பூனாவில் அமர்ந்துகொண்டு பிரஞ்சு நிர்வாகம் செய்துவரும் உள்குத்து வேலைகளுக்கு எதிர்நடவடிக்கை எடுப்பதில் அவன் ஆர்வமாகயிருந்தான். பேஷ்வா, பிரஞ்சு நிர்வாகத்தின் செயல்பாடுகளில் ஈடுபாடுகாட்டி, அவர்களின் உதவியைப் பெற்றுவிடக்கூடாது என்பதில் மிகக்கவனமாகவும் இருந்தான். இரண்டாவதாக, மராத்தியர்கள் தனிபலம் பெற்றுவிடக்கூடாது என்பதில் அதிக அக்கறை கொண்டிருந்தான். அதன்மூலமே தேசத்தின் அதிகாரத்தை, சமன்நிலையில் வைக்கமுடியுமென்று நினைத்தான். ஒருவேளை மராத்திய அதிகாரத்திற்கு பின்னடைவு ஏற்பட்டால் திப்பு பலம்பெற்று, அது ஆங்கிலேயர்களுக்கு வினையாக முடியும் என்பதையும் அவன் அறிந்திருந்தான். மேலாக, மராத்தியர்களுக்கு

அவன் வலிந்து உதவிசெய்து, திப்புவுக்கு எதிராகப் போராட வைத்தது, அவர்கள் திப்புவுடன் அமைதி உடன்பாடு செய்துவிடக்கூடாது எனும் 'நல்லெண்ணத் தினால்'தான். காஸிக்னி, 'இந்திய அதிகாரபீடங்கள் ஒருவருக்கொருவர் அடித்துக் கொள்ள வேண்டுமென்பதில் ஆங்கில நிர்வாகம் அதிகஆர்வம் கொண்டிருந்தது. அதன்மூலமே அவர்களைப் பலவீனப்படுத்த முடியுமென்றும் நம்பியது' என்கிறான்.

நிஜாமுக்கும் மராத்தியர்களுக்கும் உதவுவதாக மக்பெர்சன் கொடுத்த உதவிக்கான வாக்குறுதியை, ஆங்கிலேய நிர்வாகம் விரும்பவில்லை என்பதுடன் அதனுடைய எண்ணமாக, திப்புவுக்கு எதிரானப்போரில் மராத்தியர்கள் தோல்விடைந்தாலும் அல்லது வெற்றிபெற்றாலும் கூட நடுநிலை வகிப்பதாகவே இருந்தது. ஒருவேளை பிரஞ்சின் தலையீடு ஏதாவது வந்தால் அல்லது ஆங்கிலேயப்பகுதியில் அச்சுறுத்தல் உருவானால் மட்டுமே, நிலைப்பாட்டை எடுக்கவேண்டும் என்று விரும்பியது. அதற்கேற்ப, கவர்னர் ஜெனரல் மராத்தியர்களிடம், 'திப்புவுக்கு பிரஞ்சுநிர்வாகம் உதவி செய்தால்மட்டுமே அதற்கெதிராக, கம்பெனி மராத்தியர்களுக்கு உதவமுடியும் என்று குறிப்பிட்டுச் சொல்லிவிட்டான். ஒருவேளை, மறுபக்கத்தில், மராத்தியர்கள் பிரஞ்சின் உதவி யைப்பெற்றுவிட்டால் திப்புவுக்கு உதவிசெய்வது கம்பெனியின் கடமையாகும்' என்றும் கருதியது. ஆனால் பிரஞ்சுநிர்வாகம், திப்புவுக்கு உதவுவதாக உத்தரவாதப்படுத்தாதபோதிலும், எந்தவொரு தேவையும் ஏற்படாத நிலையில் அதற்குமாறாக, மராத்தியர்களுக்கு உதவுவதாக ஆங்கிலேயக் கவர்னர் ஜெனரல் உறுதிமொழிதந்ததை, லண்டன் நிர்வாகம் ரசிக்கவில்லை. 'இந்தச்செயல்பாடுகள் முதலாவதாக, திப்புவை பிரஞ்சின் கரங்களில் கொண்டுசேர்த்துவிடும். இரண்டாவதாக, நம்முடன் விரோதம் பாராட்டவைத்துவிடும்' என்றுகருதியது.

மக்பெர்சனின் இடத்தில் கார்ன்வாலிஸை கவர்னல் ஜெனரலாக அமர்த்தியக் கம்பெனியின் கட்டுப்பாட்டுக்குழு, 'உலகளாவிய நமதுகொள்கையின்படி, அமைதியையும் பாதுகாப்பு முறையையும் கைக்கொண்டால்போதும். நம்மிடமிருக்கும் உடமைகளைப் பாதுகாப்பதற்கு முற்றிலும் திருப்தியான முறையில் இயங்கவேண்டும்' என்று அறிவுறுத்தியனுப்பியது. அதே வேளையில், 'போரின்போது பிரஞ்சு நிர்வாகம் ஒருபக்கத்தில்சேர்ந்தால், தானாக அதன் மறுபக்கத்தில் நாம் சேர்ந்துகொள்ளவேண்டும்' என்று வழிகாட்டியிருந்தது. அலுவல் பொறுப்பேற்றதும் நிர்வாகச்சீர்கேடுகளைக் கண்டறிந்த கார்ன்வாலிஸ், 'மராத்தியர்களுக்கு கம்பெனி நிர்வாகம் உதவியது, விகாரமான, முட்டாள்த்தனமான சுரண்டலாகும்; அதிலிருந்து கௌரவமாக நாம் எவ்வாறு மீண்டுவரப்போகிறோம், கடவுள்தான் அறிவார், இதைத்தாண்டி நாம் ஏதாவதைப் பெற்றாகவேண்டும். அதேவேளையில் படைகளை இனி கொடுக்கக்கூடாது' என்று உறுதியெடுத்தான். அதன்படி தனக்கு முன்னால் பொறுப்பிலிருந்த மக்பெர்சனின் நிகழ்த்திட்டங்களை அவன் நிராகரித்தான். நிஜாமுக்கும், பேஷ்வாவுக்கும் உதவுவதை நிறுத்தினான். 'ஒருவேளை பிரஞ்சு நிர்வாகம் திப்புவுக்கு உதவினால், கம்பெனி உடனடியாக உங்கள் உதவிக்குவரும்' என்று உத்தரவாதம் அளித்தான்.

கார்ன்வாலிஸ் இப்படியொரு முடிவுக்கு வரக்காரணம், அவன் அமைதிக் கொள்கையை விரும்பியதுமட்டுமல்ல, திப்புவின் நேர்மையான, நியாயமான

ஒப்பந்தங்களை நம்பினான். அதே வேளையில், உள்ளார்ந்து மராத்தியர்களுக்கு உதவவேண்டும் என்று விரும்பினான். ஆனாலும் சமயத்திற்கேற்றவாறு சமயோசிதமாகச் செயல்படஎண்ணி, நடுநிலையைக் கையாண்டான். மராத்தியர்களுக்கு உதவப்போய், அது திப்புவுடன் போரில் கொண்டுபோய்விடுமோ என்றும் அஞ்சினான். திப்புவுக்கும் பிரஞ்சு நிர்வாகத்துக்குமிடையிலான நெருக்கம் அவனுக்குக் கலக்கத்தைத் தந்திருந்தது. இந்தநேரத்தில் போருக்குத் தயாராகக் கம்பெனியில்லையென்பது ஒருபுறமிருக்க, இராணுவத்தின் நிலையும் சொல்லிக்கொள்ளுமளவில் இருக்கவில்லை. கம்பெனியின் நிதிநிலை, வங்காள அரசாங்கத்தைத்தவிர, மற்றெல்லா இடங்களிலும் ஆழமாய் அபாயக்குழிக்குள் கிடந்தது. இதனிடையே, ஆங்கிலேயர்களுக்கு எதிராகத் திப்புவுக்கு பலத்த ஆதரவை பிரஞ்சு நிர்வாகம் தந்துவந்தாலும், கார்ன்வாலிஸ் போரைத்தொடங்குவதற்கான விருப்பத்திலில்லை. இந்தநிலை, ஐரோப்பாவில் ராஜாங்கரீதியானச் சிக்கல்களை மட்டும் உருவாக்கும் என்பதில்லை. திப்புவைத் தோற்கடிப்பதை மிகக்கடினமான ஒன்றாக ஆக்கிவிடும். பிரஞ்சு நிர்வாகத்தின் உதவியைப் பெற்றுவிடக்கூடாது என்று மராத்தியர்களைத் தடுக்க, செய்த உதவி 'திப்புவின் அதிகார உயர்நிலையை மேலும் அதிகமாக்கவே செய்யும். அது பிரஞ்சுப் படையை வல்லமைமிக்கதாக ஆக்கிவிடும். ஆனாலும் இந்தநிலை நீண்டகாலத்துக்கு நீடிக்காது' என்றும் கருதினான். அதனால், நிஜாமுக்கோ மராத்தியர்களுக்கோ படையை அனுப்பி உதவும் தேவையிருக்கவில்லை. எனினும், இந்தியாவில் ஆங்கிலேய வல்லாண்மையை நிலைபெறச் செய்ய திப்புவுடன் உடனடியாகவோ அல்லது பின்னெப்போதோ போர் புரிந்தால்தான்முடியும் என்பதையும் அல்லது தேசத்தின் அதிகாரச் சமநிலை மைசூரின் பக்கம் சரிந்துவிடும் என்பதையும் கார்ன்வாலிஸ் நம்பினான். இந்திய மாநிலங்களில், மைசூர் சாம்ராஜ்ஜியம் பலம்வாய்ந்ததாகயிருந்தது. சிறப்பான ஆட்சி வளமையான தேசமாகவும் அது இருந்தது. நிஜாம் மற்றும் மராத்தியர்களின் ஒருங்கிணைந்தப்படை மைசூர் ஆட்சியாளர்களைத் தோற்கடித்திருந்தாலும், பிரஞ்சு அரசரிடமும், துருக்கி சுல்தானிடமும் நட்பை வளர்த்துக் கொள்ளவும் இராணுவ உதவி பெறவும் தூதுவர்க்குழுவை அனுப்பி திப்பு முயற்சி செய்து கொண்டிருப்பது, இந்தியாவில் ஆங்கிலேய வல்லாண்மையை நிலைநிறுத்த விரும்பிய கார்ன்வாலிஸுக்கு பெருத்த அபாயத்தைத் தரவிருப்பதாகத்தோன்றியது. திப்புவை அவன், 'அசாதாரணமானத் திறமைகளைக் கொண்ட இளவரசன் என்றும், எல்லைகளைக்கடந்த லட்சியங்களைக் கொண்டவன் என்றும் எல்லைப் பரப்பை, வளத்தை விரித்துக்கொண்டுசெல்வதில், அடங்காத தாகம்கொண்டவன் என்றும் கர்நாட்டிக்கிலிருந்தக் கம்பெனியின் உடமைகளுக்கு மிரட்டலானச் சக்தியாய் இருப்பவன் என்றும் மற்றவர்களுக்கு அபாயகரமானவன்' என்றும் மதிப்பிட்டிருந்தான்.[118] அதனாலேயே, திப்புவின் சக்தியை, பலத்தைக் குறைப்பது அவசியமென்று கார்ன்வாலிஸ் கருதினான். மேலாக, இந்தியாவில் ஆங்கிலேயக் கம்பெனியின் உடமைகளை விரிவாக்கிக்கொள்ள இதுதான் இரண்டாவது சந்தர்ப்பம். அதற்கானநேரம் அமைந்து வந்திருக்கிறது என்றும் கருதினான். அதனால் பேராசைக் கொண்ட அவன், தன் கண்களைத் திப்புவின் சாம்ராஜ்ஜியத்தின்மேல் பதித்தான். குறிப்பாக, வளமையான நறுமணப் பொருட்களும், சந்தன மரங்களும், பைன் மரங்களும் கள்ளிக்கோட்டை மற்றும் கண்ணணூர் கோட்டைகளையும்

உள்ளடக்கிய மலபார் பகுதியின்மேல் வைத்தான். அவற்றைக் கைப்பற்றினால், பதிமூன்று வட அமெரிக்கக் காலனிகளை இழந்ததில் ஏற்பட்ட சரிவை, ஓரளவு சமப்படுத்தமுடியுமென்று அவன் நம்பினான்.

கட்டுப்பாட்டுக்குழுவின் தலைவன் ஹென்றி டூன்டாஸ், எல்லைவிரிவாக்கக் கொள்கை யைச் செயல்படுத்தச்சொல்லி வலியுறுத்திக் கொண்டேயிருந்தான். பாம்பேயை விரிவுபடுத்தினால் மட்டுமே அது, சுயதேவைகளைப் பூர்த்திசெய்து கொள்ளுமளவுக்கு வளரமுடியுமென்று கருதினான். இந்திய மேற்குக்கரையோரத்தில், இராணுவ நிலைகளை சங்கிலித்தொடராய்ப் பலப்படுத்தி மேம்படுத்தினால் மட்டுமே, நமது இந்திய சாம்ராஜ்ஜியத்தைப் பாதுகாக்கமுடியும் என்பதும் அதைப்பேச்சுவார்த்தையின் மூலமோ அல்லது வேறு எப்படியாவதோ செய்யவேண்டுமென்ற எண்ணம் அவனுக்கிருந்தது. பின்னர், டூன்டாஸ் கட்டாயப்பேச்சுவார்த்தையின் மூலம் அதை நிறைவேற்ற விரும்பினான். கார்ன்வாலிஸிடம், 'அமைதியற்று அலைபாய்ந்து கொண்டிருக்கும் துரோகக் கொடுங்கோலனானத் திப்புவை அழித்து, பழைய ராஜாவை அவன் இடத்தில் அமர்த்தச்சொல்லி அறிவுரைதந்தான். மைசூரின் அதிகாரத்தை மட்டுப்படுத்தி, திருவாங்கூர், தஞ்சாவூர், அவுத்போல கைப்பொம்மையாக மாற்றச்சொன்னான். திப்புவைத் தூக்கிவீசினால், தேசத்திலிருக்கும் மற்ற அதிகாரங்கள் வருத்தமும் கலக்கமும் அடைந்துவிடும் என்பதையும் மராத்தியர்கள் பலம்கொண்டவர்களாக ஆகிவிடுவார்கள் என்பதையும் அவன் யோசிக்கவேயில்லை. ஆனால் அவர்களுக்குள் ஒற்றுமையில்லாததால், அப்படியொரு அபாயம் அங்கிருக்கவில்லை.

கார்ன்வாலிஸின் ஆக்கிரமிப்புத் திட்டங்கள்

தனது இலட்சியங்களைச் செயல்படுத்துமுகமாக, கார்ன்வாலிஸின் கவனம் கம்பெனியின் இராணுவத்தையும் நிதிஇலாகாவையும் சீரமைப்பதில் பிடிவாதமாக இருந்தது. இதைச்செயல்படுத்தும் ஆர்வத்தையும் ஊக்கத்தையும் 1787 ஆம் ஆண்டில், டிசம்பர் மாதம் மாலெட், 'கம்பெனியின் இராணுவம் அனைத்து மாகாணங்களிலும் தயாராகயிருக்கிறது' என்றுசொன்ன உத்தரவாதம்தான்.[119] எல்லாவகையிலும் ஆங்கிலேய நிர்வாகம் தயார்நிலையில் இருப்பதாகத் தீர்மானித்துக்கொண்டவன், திப்புவுக்கு எதிராக மராத்தியர்களுடனும் நிஜாமுடனும் கூட்டணிக்கானப் பேச்சுவார்த்தையைத் துவக்கினான். மேம்போக்காக, இந்தக்கூட்டணி பாதுகாப்பானதாகத் தெரிந்தாலும் உண்மையில் அது, எதிரிடையானத் தாக்குதல் கூட்டணியாகவே இருந்தது. நாக்பூரிலிருந்தக் கம்பெனி முகவர் போர்ஸ்டருக்கு 1787 ஆம் ஆண்டு, அக்டோபர் மாதம் 23 தேதியன்று கார்ன்வாலிஸ் எழுதியக்கடிதத்தில், 'நமது பொதுஎதிரியான திப்புவுக்கெதிராக, மராத்தியர்களுடன் கூட்டணியமைக்க நிர்வாகம் விரும்புகிறது' என்றெழுதுகிறான். மேலும், முதோஜி போன்ஸ்லேயிடம் வேண்டுகோள்வைத்து, 'பூனா அரசைத்தூண்டி, திப்புவுக்கு எதிரானப் போருக்குத் தயார்படுத்தவும், திப்புவுடன் போரிடுவதற்காக வங்காளத்திலிருந்துவரும் படைகளுக்கு, கட்டாக் வழியாகச்செல்ல தடையற்ற வழிசெய்துகொடுக்க ஏற்பாடு செய்யவும்' என்று

கேட்டுக் கொண்டிருந்தான். முதோஜி போன்ஸ்லேக்கு தனிப்பட்டமுறையில் கார்ன்வாலிஸ் எழுதியக் கடிதத்தில், 'ஹைதர் அலி மற்றும் திப்புவின் கைகளால் மராத்தியர்கள் பட்டஅடியையும், அதனால் ஏற்பட்டக்காயங்களையும் வலிகளையும் நினைவூட்டி, வலியைத்துடைத்துப் பழி தீர்த்துக்கொள்ள இதுதான்சமயம். அதனால், ஒன்றுசேருவோம்' என்று அழைப்புவிடுத்தான். அதற்கு இசைவு தெரிவித்த முதோஜி, 'பரஸ்பர இசைவு ஏதுமின்றி திப்புவுடன் அமைதியாகப் போவதில்லை. கிருஷ்ணாவுக்கும் துங்கபத்ராவுக்குமிடையில் மராத்தியர்கள் இழந்த உடமைகளை மீட்காமல் விடப்போவதுமில்லை' என்று வாக்குறுதிகொடுத்தான். இதேபோலானதொரு கடிதத்தை, குவாலியரிலிருந்த பால்மருக்கும் கார்ன்வாலிஸ் எழுதியனுப்பினான். 'சிந்தியா இதற்கு இணக்கம் தெரிவித்தால், பூனா அரசாங்கத்தில் அவனுடையச் செல்வாக்கை பயன் படுத்திக்கொள்வதோடு, திப்புவுக்கு எதிரானப்போரில் மராத்தியர்களின் கூட்டமைப்பை வழி நடத்திச்செல்லலாம். தனிப்பட்டக்கவனத்துடன் செயல்பட்டால், அதை நட்பின் அடையாளமாகக் கருதுவேன். சிறப்பானப் பணிக்கு நமது அரசாங்கத்திடமிருந்து வெகுமதியாகப் பலன்களைப் பெறலாம்' என்று கருணை பொழிந்திருந்தான். இந்தக்கடிதங்கள் எல்லாமே பூனா நிர்வாகத்துக்கும், மாலெட்டுக்கும், அங்கிருந்தக் கம்பெனி முகவருக்கும் அனுப்பப்பட்டன. கூட்டுக்கான முன்மொழிவுகள் நானாவிடமும் சமர்ப்பிக்கப்பட்டன.

திப்பு கர்நாட்டிக்கிற்குள் படையெடுக்கத் தயாராகயிருக்கிறார் என்று மராத்தியர்கள் எண்ணிக்கொள்ளுமளவிற்கு முன்கூட்டியே ஒருவிதப் பதற்றத்தை கார்ன்வாலிஸ் உருவாக்கிவிட்டிருந்தான். எனினும், உண்மையில் திப்பு கம்பெனி யுடன் கூலிப்போர் நடத்துவதற்குத் தயாராக இருக்கவில்லை. ஒருபாதி, அவர் தயார்நிலையில் இல்லையென்பது உண்மைதான். ஆங்கிலேயர்களுடன் அமைதி உடன்பாட்டை எட்டியிருக்கும் பிரஞ்சுப்படையின் உதவியை எதிர்பார்க்க முடியாது என்பது மறுபாதியாக இருந்தது. திப்பு, கர்நாட்டிக்கின்மீது படையெடுக்கப் போகிறார் என்ற புரளி, அப்போது உண்மையாகவே நிலவியிருந்தது. ஆனால் அதற்கான ஆதாரங்கள் ஏதுமிருக்கவில்லை. கர்நாட்டிக் நவாபும், திருவாங்கூர் ராஜாவுமே அந்தப்பொய்ப் புனைவில் கட்டமைந்து கிடந்தார்கள். மற்ற அனைவரும் திப்புவுடனானப் போரில் கம்பெனி ஆர்வமாகப்போய் சிக்கிக்கொள்ளப்போகிறது என்று சொன்னார்கள்.[120] உண்மையில், கார்ன்வாலிஸ் இந்தப் புரளியை நம்பவில்லை. மெட்ராஸ் அரசாங்கத்துக்கு, 'திப்பு நமக்கு எதிரான விரோதத்தை இப்போது கையில் எடுக்கமாட்டான்' என்றே எழுதுகிறான்.

எனினும், வெர்செய்ல்ஸ் உடன்படிக்கை, நீதிமன்ற இயக்குநர்களின் வழிகாட்டுதல், ஆங்கிலேய நிர்வாகம் சினம்கொள்ளும் வாய்ப்பு உருவாகும்படி திப்பு நடந்துகொள்ளாதது எல்லாமே சேர்ந்து கார்ன்வாலிஸால் ஒருதாக்குதல் கூட்டணியை உருவாக்க முடியாமல் செய்துவிட்டது. அதனால், 'திப்பு கர்நாட்டிக் கின்மேல் போர் தொடுத்தாலோ அல்லது கம்பெனியின் நட்புநிர்வாகங்கள் மீது தாக்குதல் நடத்தினாலோ, அது பிரஞ்சு உதவியுடனோ அல்லாமலோ எதுவாயினும், மராத்தியர்கள் உடனடியாக மைசூரின் வடக்கு எல்லையில் தாக்குதல் தொடுக்க வேண்டும். ஐரோப்பிய பட்டாலியன்கள், சிப்பாய்ப் படை,

கம்பெனியால் நன்குபயிற்சி தரப்பட்ட பீரங்கி முற்றுகைப் படை, மராத்தியர்களுக்கு உதவியாக நிற்கும். ஆனால் அதற்கானச் செலவை மராத்தியர்கள் தரவேண்டும். அதேவேளையில் மராத்தியப் படையை திப்புமட்டுமே தனியாகத் தாக்கினால், கம்பெனி நடுநிலைவகிக்கும். பிரஞ்சுப்படை உதவியுடன் திப்பு தாக்குதல் தொடுத்தால் மட்டுமே ஆங்கிலேயப்படை உதவிக்கு வரும்' என்று நானாவுக்கு தெள்ளத்தெளிவாகச் சொல்லிவிட்டான்.

இந்தமுன்மொழிவுகள் நானாவுக்கு ஏற்புடையதாகயில்லை. நிராகரித்துவிட்டான். அவன் ஆங்கிலேயர்கள் மீது பெரும்நம்பிக்கை வைத்திருந்தான். அவர்களிடமிருந்து அதிகமாக எதிர்பார்த்தான். ஈடுபாடுபற்றியக் கடப்பாட்டுநிலையில், இயக்கவகை ஒழுங்குநிலையற்றப் போக்கு, தாக்குதல் மற்றும் பாதுகாப்பு கூட்டணியில் நிலவுவதை எதிர்த்தான். கூடுதலாக, செயல்பாட்டில் சமத்துவமானப் பங்களிப்பு நட்பு அணியில் இருக்கவேண்டும் என்று விரும்பினான். மாலெட், *1783* ஆம் ஆண்டின் வெர்செய்ல்ஸ் உடன்படிக்கையின் சிக்கல்களையும் *1784* ஆம் ஆண்டின் நாடாளுமன்றச் சட்டத்தையும், இந்தவிதிகளின்படி, திப்பு தனியாகத்தாக்கினால், ஆங்கிலேயப் படையால் உதவமுடியாது என்பதையும், நானாவுக்கு தன்னால் முடிந்தவரையில் விவரித்துக் கூறினான். ஆனால் இந்த விளக்கமெல்லாம், நானாவைத் திருப்திப்படுத்தவில்லை. வீணில்முடிந்தது. ஐரோப்பிய அரசியலும் அதன் நாடாளுமன்றச் சட்டங்களும் 'பம்மாத்து' என்று முடிவெடுத்து, அதில் அவன் ஆர்வம்காட்டவில்லை. அதனால் பேச்சு வார்த்தை முறிந்துபோனது. இது, ஆங்கிலேயர்களுக்கு அதிர்ச்சியைத் தரவில்லை. இந்தப் பேச்சுவார்த்தை வெற்றியைத் தராது என்பதை துவக்கத்திலிருந்தே மாலெட் கணித்துவந்தான். 'கடந்த முறை திப்புவுடனானப் போரின்போது உதவமறுத்ததையும், அதனால் மராத்தியர்கள் ஆங்கிலேயர்களின் மீதான நம்பிக்கையை அவ்வளவாக ரசிக்கவில்லை' என்பதையும் கார்ன்வாலிஸிடம் தெரிவித்திருந்தான். 'நமக்கிடையில் செய்துகொண்ட ஒப்பந்தம், உங்கள் வசதிக்கேற்ப வரும்போது, செயலற்றதாகிவிடும். அதேபிரச்சனை உங்களுக்கு வரும்போது, நீங்கள் போட்டுக் கொண்ட ஒப்பந்தத்தை நீங்களே மதிப்பதில்லை. உங்களுக்குத் தேவைப்படும்போது எங்களைக் கூப்பிடுவீர்கள். உங்கள் படைக்கு, அதுவும் உங்களுக்காகப் போரிடும்போது, அதற்கானச் செலவீனங்களை நாங்கள் செலுத்தவேண்டும். பலன்களையும் பெயரையும் நீங்கள் தட்டிக்கொண்டு போய்விடுவீர்கள்' என்று மராத்தியர்கள் சொல்வதாக, கார்ன்வாலிஸிடம் மாலெட் முன்னமே கூறியிருந்தான்.

இந்தப்பேச்சுவார்த்தை முறிந்துபோயிருந்தாலும், ஆங்கிலேயர்களுக்கும் மராத்தியர்களுக்குமிடையிலான உறவில் விரிசல் ஏற்படவில்லை. கார்ன்வாலிஸ் தொடர்ந்து நானாவிடம் பேசி, அவன் மனநிலையை மாற்றினான். விரைவிலோ அல்லது பிற்பாடோ, திப்புவுடன் ஏற்படும் ஏதாவது ஒருபிரச்சனையில் சாக்குப்போக்குச்சொல்லி, தனது அதிகார எல்லைகளைத் தகர்த்துக் கொண்டு நானா வருவான் என்றும், அப்போது அவனை வரவேற்போம் என்றும் முன்னமே முடிவுசெய்திருந்தான். அதேவேளையில் மராத்தியர்களுடன் ஆங்கிலேயர்கள் நெருக்கமானப் பிணைப்பைக் கொண்டிருக்கவேண்டும் என்றும் இருநாடுகளின் மேன்மைக்காக, மெய்ப்பாட்டுணர்வின் தொடர்புகளை இருதரப்பிலும்

சுதந்திரமாகக் கொண்டிருக்கவும் கார்ன்வாலிஸ் விரும்பினான்.

திப்புவுக்கு எதிராக மராத்தியர்களைத் தூண்டிவிட்டதுபோல, கார்ன்வாலிஸ் நிஜாமின் மனதுக்குள் ஆழப்பதிந்திருந்த உணர்வுகளைக் கலக்கிவிட்டான். ஹைதர் அலியால் வலுக்கட்டாயமாகப் பறிக்கப்பட்ட உடமைகளை மீட்பது குறித்து, கண்முன்னே ஆடவிட்டான். அதை வைத்து ஆங்கிலேய நிர்வாகம், நிஜாமிடமிருந்து குண்டூர் சர்க்காரை கைமாறாகக் கேட்டது. ஹைதராபாத்தில் அதுகுறித்து கார்ன்வாலிஸ் நடத்தியக் கபடப்பேச்சு பலனேதும் தரவில்லை.[121] உண்மையில் குண்டூர் சர்ச்சை, நிஜாமுக்கும் ஆங்கிலேயர்களுக்குமிடையில் தொங்கலை உருவாக்கி, நிஜாம் திப்புவின் பக்கம் சேருவதற்கானச் சந்தர்ப்பத்தை உண்டாக்கியிருந்தது.

1768 ஆம் ஆண்டு உடன்படிக்கையின்படி, குண்டூர் சர்க்காரை ஆங்கிலேயக் கம்பெனிக்கு ஒப்படைக்கும் முடிவுக்குவந்த நிஜாம், அதே உடன்படிக்கையின் ஒருவிதியின்படி, ஹைதர் அலி கைப்பற்றிய தனது மூதாதையரின் உடமைகளை மீட்டுத் தருவதாகக் கம்பெனி ஒப்புக்கொண்டிருந்த உடன்பாட்டை நிறைவேற்றித்தரும்படி வலியுறுத்தினான். அதற்காக, தனது அமைச்சர்களில் ஒருவனான மீர் ஆலம் என்று அறியப்பட்ட மீர் அபுல் காஸிமை, ஆங்கிலேயர்களுடன் மீண்டும் புதிய ஒப்பந்தத்தைச் செய்துகொண்டுவர கல்கத்தாவுக்கு அனுப்பினான். ஆனால் கார்ன்வாலிஸ், நாடாளுமன்றச் சட்டங்களுக்கு எதிராக அப்படியெல்லாம் செய்துகொள்ள முடியாது. அப்படிச்செய்தால், மராத்தியர்கள் பொறாமைக்கு உள்ளாகி, அது நட்பு அணிக்குள் வேறுவிதமானச் சிக்கல்களைக் கொண்டுவந்து சேர்த்துவிடும் என்று தகவல் தெரிவித்தான். ஆனால் 1789 ஆம் ஆண்டு, ஜூலை மாதம் 7 ஆம் தேதியன்று நிஜாமுக்கு கார்ன்வாலிஸ் எழுதியக் கடிதத்தில், 1768 ஆம் ஆண்டின் உடன்படிக்கைக்குறித்த விதிகளைத் தெளிவுபடுத்தியவன், 'வழக்கம் போல ஆங்கிலேய நிர்வாகம் எல்லாத் தரப்பையும் ஒரேசீரான நிலையில்தான் கருதும்' என்று குறிப்பிட்டிருந்தான். அந்தக்கடிதம் மேலும்விரிவாக, உடன்படிக்கையின் ஆறாம்விதியை வரையறுத்துக் கூறியிருந்தது. அதன்படி, 'ஆங்கிலேயப்படைகள் கம்பெனி விவகாரங்கள் அனுமதியளிக்கும் நிலையில், நிஜாமுக்கு உதவியாக நிச்சயம் அனுப்பிவைக்கப்படும்'. அதன்பொருள்: 'ஆனால், கம்பெனியின் கூட்டிலுள்ளவர்களைத் தவிர்த்து வேறுயாருக்கும் எதிராகப் பயன்படுத்திக் கொள்ளலாம். பேஷ்வா, சிந்தியா, மற்ற மராத்தியத் தலைவர்கள், கர்நாட்டிக் மற்றும் அவுத்தின் நவாப்புகள், தஞ்சாவூர் மற்றும் திருவாங்கூர் ராஜாக்கள் ஆகியோர் கம்பெனியின் கூட்டில் இருப்பவர்கள் ஆவர்' என்று பேசியது. அந்தப்பட்டியலில் திப்புவின் பெயர் சேர்க்கப்பட்டிருக்கவில்லை. அதன்படி, கம்பெனியின் நட்புப்பட்டியலில் திப்புவின் பெயர் இல்லாததால், அவருக்கு எதிராகக் கம்பெனியின் படைகளை நிஜாம் அமர்த்திக்கொள்ளலாம் என்று சூசகமாகத் தெரிவிக்கப்பட்டிருந்தது. மேலும் அந்தக்கடிதம், 1768, ஆண்டு மே மாதத்தின் உடன்படிக்கை விதிகளைச் செயல்படுத்துவதைத் தடுத்தால் அல்லது அதற்கானச் சூழல் உருவானால், கம்பெனி தானாகவே, கர்நாட்டிக் பால்காட்டின் உரிமையைப் பெறும். மேலும், அப்படியொன்று நிகழ்ந்தால், மேற்சொன்ன விதிகளின்படி 'மேன்மைமிகுந்தவரின் உதவியுடன் கம்பெனி,

சம்பந்தப்பட்டப் பகுதியின் உரிமையைக் கைப்பற்றிக்கொள்ளும். இந்தவிஷயத்தில் மேன்மை மிகுந்தவருக்கும் மராத்தியர்களுக்கும் ஆதரவாகக் கம்பெனி கண்டிப்பான விதிகளைப் பின்பற்றும்' என்று வடிவம்கொண்டிருந்தது.

ஆங்கிலேயக் கம்பெனி 1768 ஆம் ஆண்டின் உடன்படிக்கையுடன் மேலும் இரண்டு உடன் படிக்கைகளை ஹைதர் அலியுடன் செய்துகொண்டிருந்தது. அத்துடன், 1784 ஆம் ஆண்டில் திப்புவுடனும் ஓர் உடன்படிக்கையைச் செய்திருந்தது. அதில், திப்புவின் உடமைப்பகுதிகளை அவர் ஆட்சிசெய்துகொள்ளும் இறையாண்மையை அங்கீகரித்திருந்தது. ஆனால் கவர்னர் ஜெனரல் கார்ன்வாலிஸ் இப்போது மராத்தியர்களுக்கும் நிஜாமுக்கும் எழுதியக்கடிதம் மங்களூர் உடன்படிக்கையை மீறுவதாக இருந்தது. அது, இந்தியச் சட்டத்தைமீறும் மெய்ப்பொருளாகக் காணப்பட்டது. தவறான உள்நோக்கத்துடன் எழுதப்பட்ட அக்கடிதம், பாதுகாப்பு ஏற்பாட்டு ஒப்பந்தத்தை யாவரும் ஒப்பியநிலையில், திப்புவுடனானப் போரை உருவாக்குவதுபோல கவனமாக வடிக்கப்பட்டிருந்தது. அந்தக்கடிதம் திப்புமீது கூலிப்போரை நடத்த கார்ன்வாலிஸ் முடிவு செய்திருப்பதை அப்பட்டமாக வெளிப்படுத்தியது. இவ்வாறாக, கார்ன்வாலிஸ் போருக்கான ஏதாவது ஒரு காரணத்தை உற்பத்திசெய்வதற்காகக் காத்துக்கொண்டிருந்தான்.

---

117. Khare, viii, No. 3004, சிந்தியா நானாவுக்கு எழுதியக் கடிதம். ஜுலை 26, 1786. மக்பெர்சன் பெர்ஷிய மொழியில் எழுதிய அக்கடிதத்தில் மேற்சொன்ன உறுதி கூறப்பட்டிருந்தது. அதன்பிறகு, மாலெட் அதைப் பல்வேறு வகைகளில் பிரதியெடுத்துப் பேசினான். பட்டாலியன் பேஷ்வாவின் எல்லைப்பகுதியில் பாதுகாப்பிலிருக்கிறது. அது, திப்புவின் பகுதிக்குள் ஊடுருவாது என்றான். மக்பெர்சன் தந்த உறுதிமொழிக்கும் உடன்பாட்டுக்கும் இது எதிரானது என்று நானா வலியுறுத்தியபோது, அதற்கானத் தேவை இப்போது எழவில்லை என்று கைவிரித்தான். உண்மையிலேயே மக்பெர்சன் உடன்பாட்டு விதிகளை மட்டும் மீறவில்லை. நானாவின் கூற்றுப்படி, அவன் இரட்டை வேடம் போட்டான்.

118. P.R.O., 30/11/152, Cornwallis to Grenville, April 24, 1791, f. 24a. See also Campbell's estimate of Tipu. 'செயலாக்கமிக்க, லட்சியங்கள் நிறைந்த, நிர்வாகத் திறமையுள்ள இளவரசன். ஆசியாவின் வேறெந்த மாநிலத்திலும் நாம் கொண்டிருக்கும் இராணுவத்தைக் காட்டிலும் வலுவான இராணுவத்தைக் கொண்டிருப்பவன்'. (Ibid., 30/11/118, Campbell to Cornwallis, May 1, 1787, f. 88b.)

119. N.A., Sec. Pro., Dec. 14, 1787, Cornwallis to Malet. இதுபோலானதொரு கடிதம் கேம்பெல் ஸ்டூவர்டுக்கு அனுப்புகிறான். 'திப்புவுக்கு எதிரானத் தயாரிப்புகளில் நாம் முன்னேற்றம் கொண்டிருக்கிறோம். இராணுவத்தினர் திப்புவை எதிர்கொள்ள பெருத்த ஆர்வத்துடன் இருக்கிறார்கள். இதை நாம் அனுகூலமாக ஆக்கிகொள்ள வேண்டும்.' (P.R.O., 30/11/134, Campbell to Stuart, Oct. 6 1787, f. 12a.)

120. Campbell's letters to Cornwallis. (P.R.O., 30/11/118, Oct, 9, 1787,f. 178 b.)

121. 1766ல் கம்பெனிக்கும் நிஜாமுக்கும் இடையிலான கூட்டணி முடிவு ஒப்பந்தத்தின்படி, குண்டூர் உள்ளிட்ட 5 சர்க்கார்களை நிஜாம் தருவதாக ஒத்துக்கொண்டான். அதைப் பாதுகாக்க மானியப் படை அளிக்கக் கம்பெனி ஒத்துக்கொண்டது. ஆனால் படையின் உதவி தேவைப்படாதபோதும் அதற்கு ஆண்டுக்கு 9 லட்ச ரூபாய் செலுத்தக் கட்டளையிட்டது. குண்டூர் சர்க்கார், நிஜாமின் சகோதரன் பஸாலத் ஜங்கின் ஜாகிராக இருந்ததால், அவன் இறக்கும்வரை அதை மீட்க முடியவில்லை. 1782ல் பஸாலத் ஜங் இறந்ததும், நிஜாம் அதை தனது பரப்புடன் சேர்த்துக்கொண்டான். (Aitchison, Treaties, ix, pp. 22-25). 1788ல் கம்பெனி தனது உடமைகளை மீளாய்வு செய்ததில், குண்டூர் சர்க்காரை மீட்பதில் ஆர்வம் காட்டியது. (Ibid., p. 3.)

11
திருவாங்கூர் ராஜாவுடன் போர்

திருவாங்கூர் சிறிய அளவிலான, பலமற்றதோர் மாநிலமாக பதினெட்டாம் நூற்றாண்டின் முப்பதுகள் வரையில் இருந்துவந்தது. ஆனால், மார்த்தாண்ட வர்மா தன் ஆட்சிக்காலத்தில் (1729—1758) மலபார் பகுதியின் அதிகாரமிக்க மாநிலமாக, அதை உருமாற்றுவதில் வெற்றி கண்டான். 1758 ஆம் ஆண்டில் மார்த்தாண்ட வர்மாவின் மறைவுக்குப்பின் பதவியேற்ற ராம வர்மா, தன் மாமாவின் பெருவிருப்பத்தை பேராவலுடன் நிறைவேற்றுவதில் முனைப்பாக இருந்தான். இந்தியாவில் டச்சு அதிகாரம் வீழ்ந்ததை, தனக்கான அனுகூலமாக எடுத்துக் கொண்ட அவன், மலபார் தலைவர்கள் தங்களுக்குள் அடித்துப்பிடித்து, ஒருவரையொருவர் அழித்தொழிப்பதைச் சாதகமாக்கிக்கொண்டு, கிராங்கனூரிலிருந்து கன்னியாகுமரி வரையிலான முழுதேசத்தையும் கொஞ்சம்கொஞ்சமாக வெற்றிகொள்ள ஆரம்பித்தான். சில இடங்களில் அவன் தந்திரத்தைக் கையாண்டான். சில இடங்களில் சட்டவிதிமுறைகளைப் புறந்தள்ளினான். மேலும் சில இடங்களில், ஆயுதமுனையில் கட்டாயப்படுத்தினான்.[122] அதன்விளைவாக, பல சிறு ராஜ்ஜியங்கள் துடைத்தொழிக்கப்பட்டன. கொச்சி ராஜா, ராஜ்ஜியத்தின் மிகச்சிறந்த பகுதியை ராம வர்மாவிடம்

இழந்து, தன்வாழ்நாளை அவனிடம் கைப்பொம்மையாகக் கழித்தான். ராம வர்மாவின் நோக்கம் வெறுமனே இடங்களைக் கைப்பற்றுவதுடன் நிறைவெய்தி விடுவதாக இருக்கவில்லை. யாவும் கடந்த, மறுவாய்ப்பற்றப் பருப்பொருளாக, ‘ஒருகொடியின்கீழ் மலபாரை ஒன்றிணைப்பதாக’ இருந்தது. எனினும், அவனது வெற்றிமுழக்கங்களை 1766 ஆம் ஆண்டு, ஜனவரி மாதத்தில் மலபார் மீது ஹைதர் அலி எடுத்தப் படையெடுப்பு, கட்டாய அழைப்புக் குரலாக மாறி, பீதியுறவைத்தது. அது, அவனது பெருவிருப்பத்தை நிறைவேற்றுகின்றத் திட்டத்துக்கு மிரட்டலாகவும், தனது சாம்ராஜ்ஜியத்தை விரிவுபடுத்தி ஒன்றிணைக்கும் திட்டத்துக்கு தடைக்கல்லாகவும் கருதினான்.

வேலைப்பாட்டிற்கு உட்படாமல் முரண்டுபிடிக்கும் தனது ஆட்சிக்குட்பட்ட பகுதிகளின் தலைவர்களை, தளபதிகளை அடக்கியொடுக்க, திருவாங்கூர் ராஜாவாக அப்போது இருந்த மார்த்தாண்ட வர்மா, திண்டுக்கல் பௌஜ்தாராக இருந்த ஹைதர் அலியின் உதவியை நாடினான். ஹைதர் அலியும், உதவியை நல்கத் தயாராகயிருந்தார். ஆனால் இடைப்பட்ட காலத்தில், முரண்டுபிடித்தவர்கள் ஒடுங்கிப்போனார்கள். அதனால் ராஜா, ‘தங்களது சேவை தேவைப் படவில்லை’ என்று ஹைதர் அலிக்கு தகவல் சொன்னான். அப்படியிருந்தாலும், தனக்கு ஈடாக்கம் செய்யவேண்டுமென்று, ஹைதர் அலி கோரினார். ஆனால் ராஜா மறுத்துவிட்டான். 1758 ஆம் ஆண்டில் மார்த்தாண்ட வர்மா இறந்ததும், அவனுக்குப் பின்னால் பதவியேற்ற ராம வர்மாவிடம் பழையக்கடனை ஹைதர் அலி தீர்க்கச்சொன்னார். மேலும் தனக்குத் திறை செலுத்தும் சிற்றரசனாகவும் இருக்கச்சொன்னார். ராம வர்மா, பணம் கொடுக்கத் தயாராகயிருந்தான். ஆனால் ஹைதர் அலியின் கைப்பாத்திரமாக இருக்கமறுத்து, தான் ஏற்கனவே கர்நாட்டிக்கின் முஹம்மத் அலியைச் சார்ந்து பிழைத்து வருவதாகத் தெரிவித்தான். இந்தபதில் ஹைதர் அலியைத் திருப்திப்படுத்தாது என்பதை அவனறிவான். அதனால் விரைவிலோ அல்லது தாமதமாகவோ ஹைதர் அலி தாக்குல் தொடுப்பார் என்று அஞ்சியவன், அதைத் தடுப்பதற்காக திருவாங்கூர் அரண் வரிசையைப் பலப்படுத்துவதற்கு, ஆங்கிலேயர்களுடனான நட்பை அதிகப்படுத்திக்கொள்ள முயற்சித்தான். மேலாக, ஹைதர் அலியின் நற்சூழல் இருப்பை, அதிகாரத்தை மலபார் பகுதியில் பலவீனப்படுத்தும் நோக்கில், அவருக்கு எதிராக, கலவரக்காரர்களைத் தூண்டிவிட்டு, அவர்களுக்கு திருவாங்கூரில் அடைக்கலமும் கொடுத்தான். ராம வர்மாவின் விரோதப்போக்கும், சினமூட்டும் திமிரானப் பேச்சும், நீண்டகாலமாகத் திறைசெலுத்தாதத் துடுக்குத்தனமும், மைசூருக்குக் கட்டுப்படாத நிலையுறுதியற்றத்தன்மையும் ஒன்றுசேர, ஹைதர் அலி திருவாங்கூர் மீது படையெடுக்கப் போதுமானதாகயிருந்தது. அதை முடிவும் செய்தார். ஆனால், மராத்தியர்களுடனும் ஆங்கிலேயர்களுடனும் தொடர்ந்து நடத்திவரும் போர்கள், அவரது இறுதி நாட்கள்வரை அதிலேயே கவனம்கொள்ளச் செய்துவிட்டன. அதனால், ராம வர்மா மீது பெரியளவில், முறையான இராணுவ நடவடிக்கையை அவரால் எடுக்கமுடியாமல் போயிற்று. அதேவேளையில், கலவரக்காரர்களை ஹைதர் அலியின் எல்லைக்குள் அனுப்பி, சூறையாடச் செய்வது; ஹைதர் அலியின் பாதுகாப்பிலிருந்த பிரஞ்சுக்கோட்டையான மாஹே மீது தாக்குதல் நடத்த ஆங்கிலேயப்படைகள் செல்வதற்கு, 1778 ஆம்

ஆண்டில் தனது நாட்டின் வழியாகத் தடையற்றப் பாதையைத் திறந்துவிட்டது; இரண்டாவது ஆங்கிலேய—மைசூர் போர் வெடித்தபோது, ஆங்கிலேயர்களுக்கு தனது இராணுவத்தைக் கொடுத்துதவியது என்று ராம வர்மா, ஹைதர் அலிக் கெதிரானக் கபடத்தனத்தையும் மறைசூழ்ச்சிகளையும் விரோதப்போக்கையும் அதிகரித்துக்கொண்டே வந்தான்.

தந்தை ஹைதர் அலியைப்போலவே, திப்புவும் பலஆண்டுகள் முக்கியமான விஷயங்களில் கவனம் செலுத்த வேண்டியவராகயிருந்தார். முதல்நிலையாக, ஆங்கிலேயர்களுடன் போராட வேண்டியிருந்தது. அடுத்ததாக, மங்களூர் உடன்படிக்கையின்படி தனது மலபார் உடமைகளைக் காப்பதிலும், கூர்க் பகுதியில் அமைதியை நிலைநாட்டுவதிலும் விடாமுயற்சியுடனும் மும்முரமாக இருக்கவேண்டியதாகிப்போனது. இதைத்தாண்டி, மராத்தியர்களின் அச்சுறுத்தல் முகத்துக்குநேரே இருந்தது. அதனால், தந்தைக்கும் தனக்கும் எதிராக இத்தனைக்காலமும் விரோதப் போக்கையும் கலவரக்காரர்களைத் தூண்டிவிட்டும், அடைக்கலம் கொடுத்தும், தொல்லை தரும் திருவாங்கூர் ராஜா, ராம வர்மாமீது, கவனம் செலுத்தமுடியாதிருந்தத் திப்பு, 1787 ஆம் ஆண்டின் மத்தியில் தன்னை, மற்ற பிணைகளிலிருந்து விடுவித்துக்கொண்டு, நேரத்தையொதுக்கி, அவன்மீது கவனம் பதித்தார். மேற்கண்ட செயல்களில் தொடர்ச்சியாய் ஈடுபட்டுவரும் ராம வர்மாவை, 'விரோத நடவடிக்கைகளிலிருந்து விலகிக்கொள்' என்று முதல் கட்டமாகத் திப்பு எச்சரிக்கை விடுத்தார். ஆனால், 'ஆங்கிலேயர்களின் ஆதரவு தனக்கு நிச்சயம்' எனும் அதீத நம்பிக்கையால், திப்புவின் எச்சரிக்கைகளைப் புறக்கணித்தான். ஆனாலும் 1788 ஆம் ஆண்டில், தனது ஆட்சிக்கு திப்புவால் அச்சுறுத்தல் இருக்கிறது என்று கம்பெனியின் இரண்டு பட்டாலியன்களை தனது எல்லைப்புறத்தில் சேவைசெய்ய தனது சொந்தச் செலவில் அழைத்து வந்து நிறுத்தினான். ஆங்கிலேய நிர்வாகம், எதிரியின் வியூகங்களுக்கு எதிராக மேலும் உதவி தேவைப்பட்டால், ஐரோப்பியப் படையையும் உள்நாட்டுப் படையையும் கம்பெனியின் செலவில் அனுப்புவதாக அவனுக்கு உறுதிகொடுத்தது. இவ்வாறான உத்தரவாதத்தால் தைரியமடைந்த ராம வர்மா, திப்புவின் எல்லைக்குட்பட்ட சிற்றரசனான கொலுட் நாயருக்குச் சொந்தமானப் பகுதிகளைத் திருப்பித்தர மறுத்துவிட்டான். இத்தனைக்கும் அவனும் கொலுட் நாயரும், ஒரே மூதாதையரின் வழிவந்த, நெருக்கமான நண்பனும் ஆவான். மேலாக, மெட்ராஸ் கவர்னரிடம், 'திப்புவின் ஆளுகையிலிருந்து தனது சாம்ராஜ்ஜியத்தை மீட்க, மலபார் தலைவர்களுக்கு உதவுங்கள்' என்றுகோரிக்கையும் வைத்திருந்தான். மைசூருக்குத் திறைசெலுத்தும் கொச்சி ராஜாவின் எல்லைக்குள், திப்புவின் பராமரிப்பிலிருக்கும் பகுதிக்குள் அவன் கட்டிக்கொண்ட திருவாங்கூர் அரண்களை இடிக்கமறுத்துவிட்டான். கூடுதலாக, திப்பு வாங்குவதற்கு விரும்பிய ஆயிகோட்டா மற்றும் கிராங்கனூரை டச்சு நிர்வாகத்திடமிருந்து ராம வர்மா வாங்கியிருந்தான்.

திருவாங்கூர் ராஜ்ஜியத்தின் எல்லைப்பரப்பு, இந்தியத் தீபகற்பத்தின் தென் எல்லைவரை பரந்துகிடந்தது. வடக்குக்கொச்சியின் இருபதுமைல் தொலைவில் சிம்மமங்கலம் ஆற்றின் வைபின் தீவில் துவங்கும் அது, கன்னியாகுமரிக்கு சற்றுக்கிழக்கே முடிகிறது. அதன் கிழக்கெல்லையாக மேற்குத்தொடர்ச்சி

மலைகளின் ஓங்கிய செங்குத்தான மலைச்சரிவுகள் குமரியின் தெற்கே முடிவுற்றன. அதன் மேற்கேயும் தெற்கேயும் கடல்சூழ்ந்திருந்தது. இவ்வாறாக, தரை வழித்தாக்குதலுக்கு ஏதுவற்றவகையில் அனைத்துப்பகுதிகளிலும் மலைத்தொடர்களால் பாதுகாப்பாகயிருந்த அது, வடக்கே கொச்சிப்பகுதியில் மட்டும் திறவையாகக் கிடந்தது. அந்தப்பகுதியில் இயற்கையானத் தடைகளையேற்படுத்த, டச்சுபடைகளின் தளபதி ஈஸ்டாச் சியோ டி லான்னோ[123]யின் அறிவுரைப்படி ராம வர்மா, திருவாங்கூர் அரண்களை பாதுகாப்புக்காகக் கட்ட 1764 ஆம் ஆண்டில் உத்தரவிட்டான். இதுதொடர்பான வரைவடிவளிப்பை கம்பெனியின் முகவராக ராஜாவுடனிருந்த பாவ்னி, மெட்ராஸ் அரசாங்கத்துக்கு எழுதியக்கடிதத்தில், 'மேற்கிலிருந்து கிழக்காக ஓடும் இந்தப்பாதுகாப்பு அரண், வைபின் தீவிலிருந்து தொடங்கி, சினாமுங்குளம் என்று அழைக்கப்படும் விரிந்த ஆறுதொடர்ந்து, மீண்டும் எதிர்புறத்தில் தொடங்கி, ஆனைமலைகளில் விரிந்து, நிலநடுக்கோடு அட்சரேகையில் படர்ந்து, தெற்கே தீபகற்பத்தில் அல்லது கன்னியாகுமரியில் முடிகிறது. இவையெல்லாமே கிழக்குப்பகுதியின் எல்லையாக இருந்து பாதுகாக்கின்றன. கடலிலிருந்து சினாமுங்குளம் ஆற்று அரண், நான்கு அல்லது ஐந்துமைல்வரும். எதிர் புறத்திலிருக்கும் மலைத்தொடரின் நீளம் இருபத்து நான்கு அல்லது இருபத்தைந்து மைல் நீளம்வரும். அவை பதினாறு அடிஅகலத்தில், இருபதடி ஆழத்தில் அடர்த்தியாக மூங்கில் குறுக்கு மரவேலியுடன், பக்கவாட்டில் அரண்களும் கொத்தளமுமாக, ஒருபுறத்திலிருந்து மறுபுறத்துக்குச் செல்லும் வகையில் அமைந்துள்ளது. அங்கே தாக்குதலுக்கு இடம்தருகிற வகையில் இருப்பது, வடக்குப்பக்கம் மட்டும்தான்' என்று கூறுகிறான்.

மராத்தியர்களுடன் உடன்பாடு செய்துகொண்டபின், தன்னைப் பிணைகளிலிருந்து விடுவித்துக் கொண்டு, ராம வர்மாவிடம், கொச்சி ராஜாவின் எல்லைக்குள் கட்டியிருந்த அரணை இடிக்கச்சொல்லி திப்பு கேட்டுக்கொண்டார். கொச்சி ராஜா, திப்புவுக்குக் கப்பம் கட்டும் சிற்றரசன். மட்டுமல்லாது, அந்த அரண் அவனது சாம்ராஜ்ஜியத்தின் தெற்கே, மூன்றில் இரண்டு பங்குப்பகுதியை அடைத்துவிட்டது. ஆனால் ராம வர்மா திப்புவின் கோரிக்கையைத் துச்சமாக்கினான். மேலும் அந்த இடம், 'கள்ளிக்கோட்டையின் ஜாமோரினுக்கு எதிராக உதவியதால், கொச்சின் ராஜாவிடமிருந்து சட்டரீதியாகப் பெறப்பட்டது. அந்த இடத்தில் இருபத்தைந்து ஆண்டுகளுக்கு முன்னால், கொச்சி ராஜா தங்களுக்கு கப்பம்கட்டும் சிற்றரசனாவதற்கு முன்பே அரண் கட்டப்பட்டுவிட்டது, அதை மேலும் நீட்டித்துக் கட்டப்போவதுமில்லை' என்று வலியுறுத்தினான்.

ராம வர்மாவின் இந்தக்கோரிக்கைகள், முற்றிலும் ஆதாரமற்றவை. பொய்யானவை. உறுதியற்றவை. அந்த அரண்கள் 1764 ஆம் ஆண்டில் டி லான்னோவின் மேற்பார்வையில் கட்டப்பட்டவை. அதன் இறுதிக்கட்டவேலையின் கைத்திறக் கூறுகள் நடந்துகொண்டிருந்த போது, 1777 ஆம் ஆண்டில் அவன் இறந்துவிட்டான். இந்த இடைப்பட்டக்காலத்தில், போர்த்திற நோக்கங்கொண்டு பலமுறை அரண் விரிவாக்கம் செய்யப்பட்டு வந்திருக்கிறது. இதற்கு சான்று தரும்செய்தியாக, 1766 ஆம் ஆண்டு, ஜூலை மாதத்தில் கிராங்கனூர் கோட்டைக்கு அருகேயும், கிராங்கனூர் ராஜாவின் எல்லைப்பரப்பிலும் விரிவாக்கங்களைச்

செய்திருக்கிறான். அதன்பேரில், ஹைதர் அலி ஒருவேளை தாக்குதல் நடத்தக்கூடும் என்று, டச்சு எதிர்ப்பு தெரிவித்தது. வைபின் தீவின் குறுக்கே சென்ற அரணில், 1,500 கஜ அகலம் 1775 ஆம் ஆண்டில் கட்டப்பட்டது. அந்த இடம் கொச்சி மற்றும் திருவாங்கூர் நிர்வாகங்களுக்குச் சொந்தமானது. பல இடங்களில் மற்றவற்றுக்கிடையே அந்த அரண் மாறிமாறிச் செல்கிறது. அது, கொச்சி தேசத்துக்குள் குறுக்காகவும் செல்கின்றது. மற்றவர் ஆட்சியெல்லைக்குள் அடாது ஆக்கிரமிப்புசெய்யும் ராம வர்மா கொச்சி ராஜாவின் இடத்தில் அரண் கட்டியிருப்பது, ஆச்சரியம் தரக்கூடியச் சம்பவமாக இல்லை. அதுபோல மலபார் விரிவாக்கத்திற்கு வலுக்கட்டாயமாகக் கையகப்படுத்தும் கொள்கையையும் அவன் கொண்டிருந்தான். கம்பெனியின் திருவாங்கூர் பிரிவுக்கானத் தளபதியான பானர்மேன், 'கொச்சி ராஜாவின் எல்லைக்குள் வைபின் தீவின்குறுக்கே பாதுகாப்பு அரண் கட்டியதால் திருவாங்கூர் ராஜா மிகவும் இக்கட்டானநிலைக்கு உள்ளானான்'[124] என்று ஒத்துக் கொண்டுள்ளான். ராம வர்மா, 'கொச்சி ராஜாவிடமிருந்து சட்டபூர்வமாகப் பெற்றது' என்று சொல்லி உண்டாக்கும் சச்சரவுகள், மலபார் பகுதியின் மற்ற இளவரசர்கள் சொல்லும் செய்திகளிலிருந்து ஒப்பிட்டுக்கொள்ள முடியும். 'கோரிக்கைகளை எப்போதுமே வைத்துக் கொண்டிருப்பான். அடிக்கடி பெரும்குழப்பங்களை ஏற்படுத்துவான். அடுத்தவர்களின் எல்லைக்குள் புகுந்து ஏதாவது செய்வான். இதுவே அவனுக்கு வேலையாக இருந்தது' என்கிறார்கள்.

அரண்களை இடிக்க மறுத்ததுடனில்லாமல் தொடர்ந்து, டச்சு நிர்வாகத்திடமிருந்து திப்பு வாங்குவதாக இருந்த தீவும் கோட்டையுமான ஆயிகோட்டாவையும் கிராங்கனூரையும் வாங்கி திப்புவுக்குச் சினமூட்டினான். இந்தச்செயல்பாடுகளால், நடைமுறையில் திப்பு சுல்தானுக்கு அவன் சவால்விட்டான்.

ஆயிகோட்டா, மலபார் கரையின் வைபின் தீவின் வடக்கெல்லையில் அமைந்திருந்தது. ஆயிகோட்டாவின் வடக்கு மற்றும் கிழக்கிலும் இரண்டரை மைல்தொலைவில் கிராங்கனூர் இருந்தது. நெருக்கமாகயிருந்த இவையிரண்டுமே தீவுகள். மராத்தியர்களுடன் அமைதி உடன்பாடு செய்துகொண்டதும், இந்தத் தீவுகளை வாங்குவதற்காக, திப்பு டச்சு நிர்வாகத்திடம் பேசிக் கொண்டிருந்தார். அதை அவர் வாங்க விரும்பியதற்கு முதல் காரணமாக இருந்தது, தனது தந்தையைப் போலவே அவரது வாரிசாக, மலபார் பகுதியை விரிவாக்கம் செய்யவேண்டுமென்பதை நோக்கமாக வைத்திருந்தார். அதனால் அதை வாங்க விரும்பினார். ஏற்கனவே சேத்வாய் மற்றும் பாபோனெட்டியை ஹைதர் அலி கைப்பற்றியிருந்தார். அதைத்தொடர்ந்து திப்பு இப்போது தனது சாம்ராஜ்ஜியத்தின் எல்லைகளை விரிவுபடுத்த எண்ணினார். இரண்டாவதாக, இரண்டாம் ஆங்கிலேய—மைசூர் போர் திப்புவுக்கு பலபாடங்களைக் கற்றுத்தந்திருந்தது. ஆங்கிலேயர்களுடன் மீண்டும் ஒருபிரச்சனை உருவாகுமானால், அவர்களின் தாக்குதலுக்கு பால்காட் முதல் இலக்காக அமையும். ஏனென்றால் மற்ற அனுகூலங்களைக் காட்டிலும் மலபார் மற்றும் கோரமண்டல் கரைப்பகுதியில் அமைந்துள்ள அது, தொடர்புகளுக்கும் போக்குவரத்துக்கும் எளிதாக அணுகக்கூடிய, செயல்மிக்க வசதியை நிறுவுவதாக இருந்தது. அதனால்

இந்தக் கணவாய்ப் பகுதியில் கிழக்கிலிருந்து மேற்காக, கவனமாகப் பாதுகாக்க வேண்டியிருந்தது. அதனால் கிராங்கனூரரை வாங்குவதில் திப்பு ஆர்வமாகயிருந்தார். இரண்டாவது ஆங்கிலேய—மைசூர் போரின்போது பாலக்காட்டுக்கு எதிராக முகாம் அமைத்திருந்த ஹம்பர்ஸ்டன் தளத்துக்கு பொன்னானியிலிருந்து இருபதுமைல் தொலைவிலேயே அந்த இடம் இருந்ததும் ஒரு காரணமாகும். உண்மையில், திப்புவுக்கு அந்தப்பகுதியில் நண்பர்கள் அல்லாதவர்களிடமிருந்து எந்தவொரு இடத்தையும் வாங்கும் எண்ணம் இருக்கவில்லை. அது, தனது சாம்ராஜ்ஜியத்தில் ஆங்கிலேயர் ஊடுருவதற்கு அனுமதிப்பதற்கானக் குதிப்புப் பலகையாக அமையும் என்றே கருதினார். அதேநேரத்தில் திருவாங்கூர்மீது படையெடுப்பதற்கு ஆயத்தத் தளமாக ஆயிகோட்டாவையும் கிராங்கனூரரையும் வாங்க விரும்பினார் என்று சொல்வதற்கில்லை. அப்படியோர் ஊடுருவல், போர் திறஞ்சார்ந்து திடமற்றதாகவே அமையும். ஏனென்றால் கிராங்கனூரிலிருந்து அரண்களைத்தாண்ட ஆறு பெரும்குறுக்கீடாக இருக்கும். அதைவிட கிழக்கில் இருபதுமைல் தொலைவிலிருந்து அதைத்தாக்குவது எளிதாக இருக்கும். அப்படியே இருந்தாலும் திப்புவிடம் முதலாவதாக திருவாங்கூரைத் தாக்கும் திட்டமெல்லாம் இருக்கவில்லை. உண்மையில், அரண்கள்மீது தாக்குதல்தொடுத்தால், எந்தவொரு தடையுமில்லாமல் கோட்டைகள் விழுந்து விடும் நிலையில்தான் இருந்தன.

1776 ஆம் ஆண்டில், கள்ளிக்கோட்டையில் ஹைதர் அலியின் கவர்னராகயிருந்த சர்தார் கான், கிராங்கனூர் கோட்டையை அதிரடியாகத் தாக்கினான். ஆனால் அது, வெற்றியைத் தர வில்லை. தோல்வியில் முடிந்தது. மராத்தியர்களுடன் திப்பு உடன்பாடு செய்துகொண்டபோது, கிராங்கனூர் கோட்டையையும் அருகிலுள்ள டச்சுத்தீவுகளையும் பகரமாகக் கேட்பார் என்று புரளி கிளப்பப்பட்டது. 1787 ஆம் ஆண்டு, செப்டம்பர் மாதத்தில் கிராங்கனூர் அருகே மைசூர் படைகள் திடீரென்று சூழ்ந்துநின்றன. ஆனால் அவை, விரைவில் விலக்கிக்கொள்ளப்பட்டன. இதனிடையே முன்பு ஜாமோரினுக்கு உடமையாக இருந்த கிராங்கனூரரையும் தீவுகளையும் விற்பதற்கானப் பேச்சுவார்த்தை ராம வர்மாவுடன் நடந்துகொண்டிருந்தன. 1788 ஆம் ஆண்டு, ஆகஸ்ட் மாதத்தில் சேத்வாயிலிருந்த திப்புவின் தளபதிக்கு இந்தச்செய்தி தெரியவருகிறது. உடனே, கொச்சியில் டச்சு நிர்வாகத்தின் தளபதியாகயிருந்த ஏஞ்செல்பீக்குக்கு ஒருகடிதம் எழுதி, ‘தீவுகளை விற்பதற்கானத் திட்டமிருந்தால், அதை திப்புவுக்கும் தெரிவிக்கவேண்டும்’ என்று வற்புறுத்தினான். அதைப் படித்ததும், ஏற்கனவே தீவுகளை ராஜாவிடம் கைமாற்றியிருந்த ஏஞ்செல்பீ கலவரத்துக்குள்ளானான். கிராங்கனூர் கோட்டையைக் கைமாற்றுவதற்கானப் பணிகள் நடந்துகொண்டிருந்தன. 1789 ஆம் ஆண்டு, மே மாதத்தில் மைசூர் படை கிராங்கனூரின் முன்புகுழுமி, கட்டாய நிலை அழைப்பை விடுத்தது. கோட்டைக்குள்ளிருந்து ஏற்புக்கு சம்மதம் கிடைக்காததால் அது தோல்வியில் வந்துநின்றது. மைசூர் படை பெரும் எண்ணிக்கையில் அழைத்துவரப் படாததால், அவர்கள் முற்றுகையிடவில்லை. 1789 ஆம் ஆண்டு, ஜூலையில் டச்சு மீது படையெடுக்க திப்பு முடிவுசெய்திருப்பதாகத் தகவல் வந்துசேர்ந்தது. பணப்பற்றாக்குறை, சிலோனிலுள்ள டச்சு நிர்வாகத்திடமோ அல்லது ஆங்கிலேயர்களிடமோ உதவிபெற வேண்டிய சூழ்நிலை ஏஞ்செல்பீக்கின் நம்பிக்கையைக் குலைத்துப்போட்டது. ஆனாலும் ராம வர்மா ஏஞ்செல்பீக்கு

உதவத்தயாராக இருந்தான். ஆங்கிலேயர்கள் போரில் ஈடுபாடுகாட்டாத வரையில் அது, விரும்பிய விளைவினை உண்டு பண்ணாததாக இருக்கும். ஆனால் அது துரதிர்ஷ்டமாக முடிந்தது. 1789 ஆம் ஆண்டு, மே மாதம் 14 தேதியன்று ராஜாவுடனிருந்த கம்பெனியின் முகவர் மெட்ராஸ் கவர்னருக்கு கிராங்கனூர் மீது திப்பு படையெடுக்க முடிவு செய்துவிட்டார். அந்த சமயத்தில் கடைப்பிடிக்கவேண்டிய வழிகாட்டுதல்களைத் தந்தால், ராம வர்மாவுக்கு அறிவுறுத்தலாம் என்று கோரிக்கை விடுத்திருந்தான். கேம்பெல்லுக்கு பதிலாகப் பொறுப்பேற்றிருந்த ஹாலந்த், 'ராஜாவின் சொந்தப்பகுதியில் மட்டுமே கம்பெனியின் துருப்புகளைப் பணியமர்த்த முடியும். தற்போதைய சூழ்நிலையில் அவனது நடவடிக்கைகள் மிக எச்சரிக்கையாக இருக்கட்டும் என்று சொல்லி வலியுறுத்தவும்' என்று பதில் அனுப்பியிருந்தான். 1789 ஆம் ஆண்டு, ஜூலை மாதத்தில் கிராங்கனூர் மீது திப்பு படையெடுப்பார் என்று எதிர்பார்க்கப்பட்டது. டச்சுக்கு உதவ ராஜா, மிகவும் ஆவலாக இருந்தான். அவனது இந்தச் செயல்பாட்டுக்கு ஹாலந்த் மீண்டும் எச்சரிக்கை விடுத்தான். மெட்ராஸ் அரசாங்கத்தின் கட்டுப்படுத்தும் இந்த மனப்பான்மையால், 'உதவ முடியவில்லை' என்ற தனது இயலாமையை, ராஜா டச்சுக்குத் தெரிவித்தான். பின்னர் அந்தக் கோட்டைகளைத் தங்களால் தனித்துப் பாதுகாக்க முடியாது என்பதை உணர்ந்து, டச்சு நிர்வாகம் ராஜாவுக்கு விற்றுவிட்டது. இப்போது அந்தக் கோட்டைகள் ராஜாவின் வசமிருப்பதால், அவற்றைப் பாதுகாக்க, ஆங்கிலேயப்படை உதவ முடியும். அந்தவகைமையில் கொச்சி மீதான திப்புவின் தாக்குதலைத் தடுக்க, ஆங்கிலேயர்கள் புதிய சூழ்ச்சிகளை யோசித்தனர். டச்சு நிர்வாகத்துக்கு இந்தியாவில் மீதமிருந்த ஒரே பகுதி கொச்சி மட்டும்தான். ஆங்கிலேயக் கம்பெனியின் பாதுகாப்புக்குள் அதைக் கொண்டுவருவதாக ராம வர்மாவுக்கு உறுதிகொடுத்தால், அந்தப் பகுதியில் படையெடுக்க திப்பு முன்வருவார் என்று கணித்தனர்.

ஆங்கிலேய அரசாங்கம் கொடுத்த அறிவுரைக்கு மாறாக, டச்சு நிர்வாகத்துக்கும் ராஜாவுக்குமிடையில் பரிவர்த்தனை நடந்து முடிந்தது. ஆரம்பத்தில், தளபதி பானர்மேன் மூலமாக, மெட்ராஸ் கவர்னர் ஆர்ச்சிபால்ட் கேம்பெல்லின் ஆலோசனையை, இந்தப் பரிவர்த்தனைத் தொடர்பாக ராஜா கேட்டிருந்தான். அதற்கு, 'எந்தவொரு பரிவர்த்தனையிலும் ஈடுபடவேண்டாம்' என்று, எதிர் பதில்தான் அறிவுரையாக கேம்பெல்லிடமிருந்து வந்தது. இருந்தாலும் தன்முனைப்புடன், ராஜா டச்சு நிர்வாகத்திடம் பேச்சுவார்த்தையைத் தொடர்ந்து, கோட்டைகளை வாங்கி விட்டான். இதைக் கேள்விப்பட்டதும், கேம்பெல்லுக்கு பதிலாக வந்த ஹாலந்த், கம்பெனியின் முகவர் பாவ்னிக்கு உடனடியாகத் தகவல்தந்து, 'திப்புவின் சிற்றரசனாக இருக்கும் கொச்சி ராஜாவுக்குச் சொந்தமானக் கோட்டைகளையும் தீவுகளையும் டச்சுவிடமிருந்து வாங்கவேண்டாம் என்று எடுத்துக்கூறி, ராஜாவின் மனதைக் கலைக்க'ச் சொன்னான். மேலும், 'மெட்ராஸ் அரசாங்கம் இனி எந்தவொரு பிரச்சனையிலும் அவனுக்கு உதவப்போவதில்லை. அவன் தனது எல்லைகளைத் தாண்டி செயல்படுகிறான்' என்று எழுதினான். ஆனால், 1789 ஆம் ஆண்டு, ஆகஸ்ட் மாதம் 17 ஆம் தேதியன்று அனுப்பப்பட்ட அந்தக்கடிதம், மிகத்தாமதமாக வந்துசேர்ந்து, பாவ்னியால், அதைச் செயல்படுத்த முடியாதபடிக்கு ஆகிவிட்டது. ஜூலை மாதம், 31 ஆம் தேதியே ராஜா, டச்சு

நிர்வாகத்திடமிருந்து கோட்டைகளை வாங்கிவிட்டான். ராஜாவுக்கும் டச்சு நிர்வாகத்துக்கும் பேச்சுவார்த்தைத் துவங்கிய நேரத்திலிருந்து கோட்டைகளை வாங்கிமுடிக்கும் வரை எல்லாமே பாவ்னிக்குத் தெரியும். உண்மையில் அவன், அந்தச்செயலில் இரகசியமாகப் பங்கெடுத்தவனும்கூட. இந்தவிஷயத்தில் ஹாலந்தின் மனப்போக்கு என்னவென்று முன்கூட்டியே தெரிந்திருந்தவன், அதை இரகசியம் காத்தான். பரிவர்த்தனைகள் முடிந்தபிறகு தான், அதைத் தனது மேலிடத்துக்குக் கொண்டு சென்றான். அதன்மூலம் அதைத் தடுப்பதைத் தாமதப்படுத்தினான்.

தனது அனுமதியைப் பெறாமல், கிராங்கனூரையும் ஆயிகோட்டாவையும் ராஜா வாங்கி விட்டச் செய்தியைக் கேள்விப்பட்டதும், ஹாலந்த் கோபமாகிப்போனான். உடனடியாக ராஜாவுக்குக் கடிதமெழுதி, 'ஒப்பந்தத்தை மீறி கம்பெனியின் பாதுகாப்புக்கு ஊறுவரும் வகையில் செயல்பட்டுவிட்டாய். உடனடியாகக் கோட்டைகளைத் திரும்ப டச்சு நிர்வாகத்திடம் ஒப்படைத்து விடு. முன்னர் எந்தெந்த இடத்தில் எந்தெந்த மாதிரி இருந்ததோ, அதேமாதிரி மீளுருவாக்கம் செய்துவிடு' என்று கடிந்துரைத்திருந்தான். கார்ன்வாலிஸ் பிரபுவுக்கும் ராஜாவின் நடவடிக்கைகளில் உடன்பாடில்லை. 'கோட்டைகளைத் திரும்ப ஒப்படைத்துவிட்டு, டச்சு நிர்வாகத்துடனானத் தொடர்புகளை மட்டுப்படுத்திக்கொள்ளச் சொல். அல்லாவிடில் அது திப்புவுக்கு எதிரானதாக ஆகிவிடும்' என்று ஹாலந்திடம் சொல்லிவைத்தான். திப்புவை சினமடையச் செய்து தாக்குதல் நடத்தினால், ராஜாவுக்கு ஆங்கிலேய நிர்வாகம் உதவாது என்று அறுதி செய்யப்பட்டது. ராஜா இடங்களை வாங்கப்போகும் செய்தி தெரிந்தும் அவனுக்கு உள்ளாளாகச் செயல்பட்ட பாவ்னியின் நடத்தையைக்கூட கார்ன்வாலிஸ் கண்டித்தான்.

ஆங்கிலேய நிர்வாகத்தின் அத்தனைபேரும் கடிந்துரைத்ததும் ராஜா நிலைகுலைந்து போனான். ஆங்கிலேயர்களின் ஆதரவை இழக்கநேரிடுமோ என்று அஞ்சினான். தனது செய்கைகளை நியாயப்படுத்த முயன்றான். கோட்டைகளை வாங்குவதற்கு முன்பு, மெட்ராஸ் கவர்னர் சர் ஆர்சிபால்ட் கேம்பெல்லின் நடைமுறை ஒப்புதலைப் பெற்றுவிட்டதாகக் கூறினான். அக்கோட்டைகள் தனது எல்லைக்கருகில் துப்பாக்கியால் சுடும் தூரத்துக்குள் இருப்பதால், அவை நாட்டின் பாதுகாப்புக்கு மிகவும் அவசியம் என்று நயந்தான். அந்தக்கோட்டைகளை கொச்சி ராஜாவுக்குக் கப்பமாகத் தரவில்லை. அவற்றை டச்சு நிர்வாகம் சுதந்திர சுவாதீனமாக எனக்கு விற்பனை செய்தது என்று அடுக்கினான்.

எனினும், ராஜாவின் இந்த வாதாட்டம், உண்மையின் அடிப்படையில் அமையவில்லை. ஆயிகோட்டாவையும் கிராங்கனூரையும் ஆர்சிபால்ட் கேம்பெல்லின் அனுமதியுடன் வாங்கினேன் என்று துணிபுரைத்தது, முற்றிலும் பொய்யானது. அந்தத்தகவலை பானர்மேன் மூலமாகச்சொல்லிக் கருத்துகேட்டபோது, கிராங்கனூர், ஆயிக்கோட்டாவை வாங்குவது குறித்து, இசைவுக்குறிப்பையோ அல்லது அறிவுரையையோ கேம்பெல் சொல்லவேயில்லை. நீதிமன்ற இயக்குநர்கள் இதுகுறித்து ஒருகுறிப்பில், 'சர் ஆர்சிபால்ட் கேம்பெல்லின் அறிவுரைப்படி ராஜாவின் உறவினர்கள் அந்த இடங்களை வாங்கியது குறித்து, அவன் கூறும் ஒப்புறுதி துணிபுரை மெட்ராஸ் ஆவணங்கள் எதிலும் காணப்படவில்லை'

என்று ஆணியடித்துக் கூறியுள்ளனர். அதுபோல கார்ன்வாலிஸூம் ராஜாவை நம்பவில்லை. மேலும், ராஜா இடங்கள் வாங்குவது குறித்து, 'கேம்பெல் எந்தவொரு தகவலையும் தன்னிடமோ அல்லது குழுவிடமோ சொல்லவில்லை' என்று கார்ன்வாலிஸ் அடித்துக்கூறுகிறான். ஆனால் மிகத்தாமதமாக, போர் மிகவும் நெருக்கத்தில் இருக்கும்போது, கேம்பெல்லுக்கும் பானர்மேனுக்கும் இடையில் நடந்தப் பேச்சுவார்த்தை டூன்டாஸ்க்குத் தெரியும். டச்சு நிர்வாகத்திடமிருந்து வாங்கிய கோட்டைகள் கேம்பெல்லின் இசைவுடன் மட்டுமல்ல, அவனது ஆலோசனையின் பேரில்தான் வாங்கப்பட்டன என்று துணிந்து கூறினான். அப்படி அவன் துணிந்துகூறக்காரணம் டூன்டாஸ் உடல்நலம் குன்றிப்போய், அவன் நினைவிலிருந்து இந்த முழுப்படலமும் தப்பிப்போயிருந்தது.

இரண்டாவதாக அவன் சொல்லியிருந்த வாக்குமூலம், குறையறிவு உடையவனின் கருத்தாகும். அவன் சொன்னதுபோல கிராங்கனூர் கோட்டை துப்பாக்கியால் சுடும்தூரத்துக்குள் இருக்கவில்லை. திருவாங்கூர் அரணிலிருந்து சில மைல்தூரத்தில், அது இருந்தது. அது வேறில்லாமல் அந்தக்கோட்டையால் திருவாங்கூருக்கு பாதுகாப்பு பலப்பட்டுவிடுமா என்றொரு கேள்வியுமிருந்தது. மெட்ராஸ் அரசாங்கம், 'கராங்கனோர் மற்றும் ஜெய்கோட்டா ஆகிய டச்சு இடஙகள் பலமானவை அல்ல' என்று நம்பியது. கார்ன்வாலிஸ் பிரபு, 'அந்தக் கோட்டைகள், பெயரளவிலானவை. பெரியவிளைவுகளை ஏற்படுத்தக்கூடியவையல்ல. அதுகுறித்தத் தகவலை என்னிடம் கேட்டிருந்தால், 'அதைவாங்கி என்னவாகிவிடப்போகிறது. வாங்கவேண்டாம் என்று ராஜாவுக்கு அறிவுரைகூறியிருப்பேன்' என்கிறான். பாவ்னி கூட, 'கராங்கனோரும் ஜெய்கோட்டாவும் ஆய்வுக்கு உட்படுத்தப்பட்டதில் முக்கியமில்லாத, கடுமையானப் போட்டிக்கான மதிப்பு கொண்டதாகவோ, கையகப்படுத்தக் கூடியதாகவோ அவையில்லை!' என்று கண்டறியப்பட்டது என்கிறான். 'ஜெய்கோட்டாவையும் கராங்கனோரையும் வாங்குவதால் எனக்கு எள்ளின் சிறு முனையளவுகூட லாபமோ, சாதகமோ எதுவுமில்லை' என்கிறான், அதை வாங்கியிருக்கும் ராஜாவேகூட! பிறகுஅதை, அவன் பெருவிருப்புடன் வாங்கியது, அவனது பொதுக்கொள்கையான, மலபார் விரிவாக்கத்திற்கு மட்டுமே பயன்தருவதாக இருக்கும். எல்லாவற்றுக்கும் மேலாக, டச்சு நிர்வாகத்தின் கோரிக்கையைப் புறக்கணித்தால், 'திப்பு கொஞ்சமும் தயங்காமல் அந்த இடங்களைத் தனதாக்கிக்கொள்வான்' என்று அச்சப்பட்டான். முக்கியமில்லாது இருந்தாலும், அரணுக்கு அருகிலிருக்கும் அந்தக்கோட்டை எதிரியின் கைகளுக்குப் போவதை அவனால் தாங்கிக்கொள்ளமுடியாது.

அவனது கடைசிவாதமான, டச்சு நிர்வாகம் எந்தவொரு தடங்கலுமின்றி, தான் விருப்பப்பட்ட நபருக்கு சுதந்திர சுவாதீனமாக அந்தக்கோட்டைகளை விற்றுவிட்டுப்போனது என்று உரக்கக் கூறினான். சந்தேகமேயில்லாமல் டச்சு நிர்வாகம், ஏற்றுமதி இறக்குமதி வரிவசூலில் பாதியைக் கொச்சி ராஜாவுக்கு, போர்த்துக்கீசியர்கள் வழங்கிவந்ததைப் போலவே, தருவதை வழக்கத்தில் வைத்திருந்தது. உடன்படிக்கையின்படி, மூத்தவர்களின் எச்சமாக கொச்சி ராஜா அதைப் பெற்றுவந்தான். கொச்சி ராஜா, மைசூருக்குத் திறைசெலுத்துபவனாக மாறியபின், அவன் அனுபவித்து வந்த அனைத்து உரிமைகளையும் திப்புவுக்கு

மாற்றித்தந்தான். ராஜா பெற்றுவந்த வரிப்பங்கை திப்பு பெற்றுவந்தார்.[125] அதுபோல, திப்புவுக்கு ஆண்டுக்கு பன்னிரண்டு பகோடாக்களை நிலக்குத்தகைத் தொகையாக, டச்சு நிர்வாகம் தந்துவந்தது. 'வாடகையோ அல்லது வரியோ திப்புவுக்கு அல்லது அவரது அதிகாரம் பெற்றவருக்குக் கொடுக்கப்படுவதால், அவர் திப்புவின் திறைசெலுத்தும் அடிமையாகிவிடமாட்டார். கோட்டைகளின்மீது இறையாண்மை யைச்செலுத்தும் உரிமையை வழங்கிவிடமுடியாது. அந்தக்கோட்டைகள் போர்த்துக்கீசியர்களைவென்று, டச்சுக்காரர்கள் கைப்பற்றியது' என்று ராஜா அடித்துப்பேசினான். டச்சு நிர்வாகம் திப்புவுக்குத் திறைசெலுத்தி வந்ததாக ஒத்துக்கொண்டாலும், 18 ஆம் நூற்றாண்டின் இந்தியாவின் அரசியல் வழக்காற்று மரபுப்படி, தங்கள் உடமைகளை விற்பனைசெய்யும் சுதந்திரத்திற்குத் தடையேதுமிருக்கவில்லை. உண்மையில், பிற்பாடு, திப்பு தனது உரிமைக்குறித்துப் பேசாத போதும், டச்சு நிர்வாகத்தின் இனிமையற்றச்செயலாக, கோட்டைகளைத் தொடர்புடையவர்களுக்கு விற்காமல், எதிரிகளுக்கு வலிந்து விற்றது குறிப்பிட்டுச்சொல்லவேண்டிய அவலமாகும்.

டச்சு நிர்வாகத்திடமிருந்து வாடகையையும் வரியையும் திப்பு பெற்றுவந்த போதிலும், அவர்களுக்குச் செய்யவேண்டியப் பண்டுவத்தை முன்னுரிமையாகச் செய்யவில்லை; மாறாக, அவர்களை நட்புடன் பேணாமல், முக்கியத்துவம் அற்றவர்களாய் நடத்தியது ஒரு பெருங்குறை ஆகும். ராஜா இந்தநடவடிக்கையில் ஈடுபடுவதற்கு முன்னமே, திப்பு அந்தக்கோட்டைகளை வாங்குவதற்கு விருப்பம் காட்டினார். அவர் அதற்கான முயற்சியில் இருக்கும்போது, ராஜா முந்திக்கொண்டு வாங்கிவிட்டான். இவையெல்லாமே திப்புவின் செருக்கைக் காயப்படுத்திவிட்டன. தான் வஞ்சிக்கப்பட்டதாகவும் அவமதிக்கப்பட்ட தாகவும் கருதினார். டச்சு நிர்வாகத்தின் இரட்டைநடத்தையை பணிக்கர் குற்றம்சாட்டுவதில் தவறில்லை. 'வான்லூஹிசன் தன் செய்கையை வெள்ளை யடித்து பூசமுயன்றது மனம் ஏற்கும்படியாகயில்லை' என்கிறான். ஆனால் திருவாங்கூர் ராஜா தான்செய்த குற்றங்களுக்கு டச்சு நிர்வாகத்துக்கும் பங்கிருப்பதாகக் கூறினான். தனது எல்லைப்பரப்பை விரிவாக்கிக்கொள்ள திப்புவுக்கும் ஆங்கிலேயர்களுக்கும் இடையிலுள்ளப் பகைமையை அனுகூலமாக எடுத்துக்கொண்டான். தனது சாம்ராஜ்ஜியத்தின் பாதுகாப்புக்கானப் போர்த்திற முக்கியத்துவத்தில் அந்தக்கோட்டைகளை ராஜா வாங்கவில்லை; மாறாக, தனது சுயசெல்வாக்கைப் பெருக்கிக்கொள்ளவும் டச்சு நிர்வாகத்தின் தீச்செயல்களுக்குத் துணைபோவதற்காகவுமே அவற்றை வாங்கினான்.

எனினும், ராம வர்மாவின் கைகளுக்கு அந்தக்கோட்டைகள் போனபின்பும், அவற்றைக் கைப்பற்றும் முயற்சிகளை திப்பு தொடர்ந்து மேற்கோண்டார். பிரச்சனைகளை எடுத்துச்சொல்லி, ராஜாவின் மனதைத் திசைதிருப்பி, அவற்றை டச்சு நிர்வாகத்திடம் ஒப்படைப்பு செய்துவிடுமாறு, அவனிடம் மெட்ராஸ் கவர்னர் ஹாலந்தையே, திப்பு பேசவைத்தார். கொச்சி ராஜாவைத் தூண்டிவிட்டு, தனது கோட்டைகளைத் திரும்பப் பெறுமாறு, பிரச்சனையைப் பெருவழக்காக்கி, டச்சு நிர்வாகத்தைத் திக்குமுக்காடச்செய்தார். அந்தக்கோட்டைகளுக்காக, தன்னிடமிருந்து பெறப்பட்டதுபோல இருமடங்குத் தொகையை ஆண்டுக்கு ஆறுலட்சரூபாய்

வழங்கவேண்டும் என்று வற்புறுத்தச் சொன்னார். நேரடியாகவே ராஜாவுக்கு, 'டச்சு நிர்வாகத்திடமிருந்து பெற்ற பரிவர்த்தனையை விலக்கிக்கொள்ளுமாறு' கடிதம் எழுதினார். ஆனால் இந்தமுயற்சிகள் யாவுமே பலன்தரவில்லை; கிராங்கனூர் மற்றும் ஆயிக்கோட்டைவைத் திரும்பப் பெற்றுக் கொள்ளும் நிதிவசதி அதனிடம் இல்லை. மேலும் டச்சு நிர்வாகத்தைக் கைதுறப்புசெய்து, தவிக்கவிட ராஜாவும் தயாராக இல்லை.

1789 ஆம் ஆண்டு, டிசம்பர் மாத இறுதியில் திப்பு பால்காட்டுக்கு அருகில் முகாம் அமைத் தார். அங்கிருந்துகொண்டு, தன்னைவந்துசந்திக்கும்படி கொச்சி ராஜாவுக்கு அழைப்புவிடுத்தார். ஆனால் கொச்சி ராஜா, திருவாங்கூர் ராஜாவின் ஆலோசனையைக்கேட்டு, தனக்கு உடல்நிலை சரியில்லை என்று பாசாங்கு புலவி, ஓர் அறைக்குள் அடைந்துகொண்டு, திப்புவின் பிரதிநிதி அப்துல் காதிரைச் சந்திக்க மறுத்துவிட்டான். டிசம்பர் மாதம் 14 ஆம் தேதியன்று, அரண்களிலிருந்து இருபத்தைந்து மைல்தொலைவில் ஓரிடத்தை, திப்பு வந்தடைந்தார். மறுநாள் தனது பிரதிநிதியை ராம வர்மாவிடம் அனுப்பிவைத்தார். பிரதிநிதி கொண்டுசென்ற கடிதத்தில் முதலாவதாக, மைசூர் அரசாங்கத்துக்கு எதிராக நடந்துகொள்வதை விட்டுவிடவேண்டும். கள்ளிக்கோட்டை, சித்ரக்கால், மற்றும் கடத்தநாட் ஆட்சியாளர்களுக்கு புகலிடம் தரக்கூடாது. அங்குபிடிபட்டக் கலகக்காரர்களை ஒப்படைக்க வேண்டும். கலகக்காரர்களுக்கு அடைக்கலம் தரும்வேலையை எதிர்காலத்தில் விட்டுவிடவேண்டும்; இரண்டாவதாக, கிராங்கனூர் மற்றும் ஆயிக்கோட்டாவை டச்சு நிர்வாகத்துக்கே ஒப்படைத்துவிடவேண்டும்; இறுதியாக, கொச்சி ராஜாவுக்கு சொந்தமானப் பரப்பில் குறுக்காகக் கட்டப்பட்ட அரணை இடித்துவிடவேண்டும் என்று எழுதப்பட்டிருந்தது.

இந்தக்கோரிக்கைகளுக்கு ராஜா அளித்திருந்த பதில், உச்சபட்சத் திருப்தியின்மையைக் கொண்டிருந்தது. அரணை இடிப்பது குறித்து, தட்டையாகவே அவன் மறுத்துவிட்டிருந்தான். கிராங்கனூர் மற்றும் ஆயிக்கோட்டாவைத் திரும்ப டச்சு நிர்வாகத்திடம் ஒப்படைக்கும் எண்ணம் அறவேயில்லை; மன்னிக்கவும் என்று பகர்ந்துவிட்டான். கலகக்காரர்களை ஒப்படைக்கும் விஷயத்தில், 'தான் யாருக்கும் அடைக்கலம் கொடுக்கவில்லையென்றும், அவர்கள் அவர்களாகவே எனது அறிவுக்கெட்டாதவகையில் உள்நுழைந்துவிட்டனர்' என்றும் சமாளித்தான். கள்ளிக்கோட்டை, சித்ரக்கால் மற்றும் கடத்தநாட் ராஜாக்கள் தனது உறவினர்கள் என்பதால் வந்துபோகின்றனர்; அது புகலிடம் இல்லை என்று விவரித்துவிட்டான். இதற்குமுன்பு திப்பு, அவர்களைத் தாயகத்துக்குத் திருப்புதல் கோரிக்கையை வைத்ததேயில்லை. ஆனால் இப்போது அவர்களை திருவாங்கூரிலிருந்து வெளியேற்றவேண்டுமென்று வலியுறுத்தினார். தனது சாம்ராஜ்ஜியத்தில் கலகக்காரர்களின் எண்ணிக்கை மிகவும் குறைவு என்று மெய்ப்பிப்பு செய்ய முயன்று நியாயப்படுத்தினான். சித்ரக்கால், கள்ளிக்கோட்டை, கடத்தநாட் ராஜாக்கள் தனது உறவினர்கள் என்பதற்காக அவர்களுக்கு ராம வர்மா புகலிடம் தரவில்லை. மலபார் அரசியல் விளையாட்டில் அவர்களைப் பகடையாக வைத்து, தாயம் விளையாடி வந்தான். தனது சாம்ராஜ்ஜியத்தில் 'எனது அறிவுக்கு எட்டாத வகையில் அவர்கள் உள்நுழைந்து விட்டார்கள்' என்று ராஜா, ராம வர்மா

சொன்னது வடிகட்டியப் பொய். ஹைதர் அலி அங்கு சென்றிருந்த சமயத்தில் கலகக்காரர்கள் அங்கே இருந்தார்கள் என்று புகார் செய்திருந்தார். ஹைதர் அலியின் மரணத்துக்குப் பின்பு, திப்புவும் இதேகுற்றச்சாட்டை ராஜாவிடம் மட்டுமல்ல மெட்ராஸ் அரசாங்கத்திடமும் கூறியிருக்கிறார். இதையடுத்து ஆங்கிலேய நிர்வாகம் ராஜாவிடம், 'மலபார் எல்லைப்பகுதியில் திப்புவுக்கு எதிரான கலகக்காரர்களுக்கோ அல்லது பாளையக்காரர்களுக்கோ உதவுவது அல்லது ஊக்குவிப்பது கூடாது' என்று காத்திரமாக எச்சரிக்கையும் செய்திருந்தது. ஆனால் இவையெல்லாம் ராம வர்மாவிடம் எந்தவொரு விளைவையும் ஏற்படுத்திவிடவில்லை. மலபார் பகுதியில் கலகக்காரர்களுக்கு வழக்கத்தைவிட அதிகமாகவே இடங்கொடுத்து பாதுகாப்பையும் அளித்தான்.

தனது கோரிக்கைகளுக்கு சாதகமான பதில் கிடைக்காமல் போனதும், திருவாங்கூர் எல்லைக்கருகே முகாமிட்டிருந்த திப்பு, தனது படைகளுடன் பொடி நடையாக அரண்களுக்கு அருகே நடைபோட்டார். அதன்மூலமாக ராம வர்மா தனது விரோதப்போக்கை மாற்றிக்கொள்ள வலியுறுத்தினார். டிசம்பர் மாதம் 24 ஆம் தேதியன்று, அரண்களுக்கு வெகு அருகாமையில் 4 மைல்தொலைவில் முகாமிட்டு, மீண்டும் தனது தூதுச் செய்தியாளனை கோரிக்கைகளுடன் அனுப்பிவைத்தார். ஆனால், முன்னைப்போலவே, ராஜாவின் பதில் திருப்திகரமாக இருக்கவில்லை.

இதனிடையே, திருவாங்கூர் மாநில எல்லையையொட்டியுள்ள மலைகளிலும் காடுகளிலும் தஞ்சம்புகுந்துள்ள கலகக்காரர்களைப் பிடித்துவர திப்பு ஒருபடையை அனுப்பிவைத்தார். கலகக்காரர்கள் சுற்றிவளைக்கப்பட்டு, திப்புவின் முகாமிற்கு அழைத்துவரப்பட்டனர். அப்போது மைசூர் படையினர் மீது திருவாங்கூர் படை எதிர்பாராதத் தாக்குதல் நடத்தியது. இதில் மைசூர் படை சினமடைந்து, திருப்பித்தாக்கியது. அரணின் பலவீனமாக கிழக்குப்பகுதி எல்லைவரை அடித்துநொறுக்கியது. 1789 ஆம் ஆண்டு, டிசம்பர் மாதம் 28 ஆம் தேதியிரவில் நடந்த இந்தத் தாக்குதலில் அந்நாட்டின் குடிவாசிகளும் சேர்ந்து ஈடுபட்டனர். இதனால் திருவாங்கூர் படை அதிர்ச்சியடைந்தது. விட்டால்போதுமென்று ஓட்டமெடுத்தது. அடுத்த பகல்முடிவில், மைசூர் படை காப்பரணின் வலிமைப்படுத்தப்பட்டப் பகுதியில் கணிசமான இடத்தைக் கைப்பற்றியிருந்தது. மேலும் அரண்மேல் மைசூர் படைவீரர்கள் குவிந்திருந்தனர். பின்னர் அவர்கள் அரணின் வாயிலைக் கைப்பற்ற வீறுகொண்டு நடைபோட்டனர். முதலில் நடந்த அற்பமானத் தாக்குதலிலேயே ஒருநிலையிலிருந்து மற்றொரு நிலைக்கு ஓடிவிட்ட திருவாங்கூர் படை, படைக்கலக் கொட்டிலையும் வீரர்கள் தங்கும் முகாமையும் மைசூர் படை தாண்டியதும், 800க்கும் அதிகமான நாயர்களின், புதியபடையைச் சேர்த்துக்கொண்டு மைசூர்படையினர் முன்னேறிச் செல்வதைத்தடுத்தது. ராஜாவின் படைகள் வலதும்இடதுமாக புற்றீசல்போல அங்குவந்து குவிய, மைசூர் படையின் வீறுநடை சீர்குலைந்தது. பீதியிலும் பேரச்சத்திலும் வெருண்டு ஓடியது.

இதைச்சாதகமாக எடுத்துக்கொண்டு சில வரலாற்றாளர்கள் தங்கள் போக்கின்படி எழுதித் தள்ளியுள்ளனர். இந்தப்போரின்போது, திப்பு அந்தப்படையை வழிநடத்திச்

சென்றதாகவும், ராஜாவின் காலாட்படை வீரனொருவனின் குண்டால் காயப்பட்டு, உயிர்த்தப்பியோடியதாகவும், அவரது சிவிகை, முத்திரைகள், வாள், கைத்துப்பாக்கி, வைரமோதிரங்களும், நகைகளும் அடங்கியப் பெட்டி ஆகியவை எதிரிகளின் கையில் பரிசுக்கோப்பைப்போல சிக்கிக்கொண்டது என்றும் குறிப்பிட்டுள்ளனர். உண்மையில், அரண்மீது தாக்குதல் நடத்தியபோது, திப்புவும் உடனிருந்தார் என்பது தொடர்பான ஆவணங்கள் எதுவுமில்லை. திப்புவும்கூட அதை மறுத்திருக்கிறார்; இந்தப் போர் நிகழ்வு, தனதுகேள்விக்கு வராமலேயே நடத்தப்பட்டது என்றும் அதைக்கேள்விப்பட்டதும், உடனடியாகப் படைகளை திரும்ப அழைத்துக்கொண்டதுடன், போரில் கைதுசெய்யப்பட்ட திருவாங்கூர் கைதிகள் ராஜாவிடம் உடனடியாக அனுப்பப்பட்டுவிட்டனர் என்றும் குறிப்பிடு கிறார். திப்பு மயிரிழையில் உயிர்த்தப்பியது; காயமடைந்தது எல்லாமே திப்புவின் முகாமிலிருந்துத் திரும்பியவர்கள் கிளப்பிவிட்டச் சமாச்சாரங்கள். ஆனால் அவர்களின் அறிக்கைகள் பெரியபாதிப்பை உண்டாக்கவில்லை. அத்துடன் நிற்காத அவர்கள் பாவ்னியும், கமர்—உத்—தீனும் தாக்குதலில் கொல்லப்பட்டுவிட்டார்கள் என்றும் அவர்களின் மறைவுக்கான வருத்தப் பொது நிகழ்ச்சி, திப்புவின் முகாமில் நடைபெற்றது என்றும் பகிர்ந்தார்கள். அது, வடிகட்டப்பட்டப் பொய் என்றும் கமர்—உத்—தீன் நான்காம் ஆங்கிலோ—மைசூர் போரின்போதும் இயங்கினான் என்பது கண்ணுக்குக் கிடைத்த சாட்சியம். அதேபோலானதொரு பொய்யை மைசூர் படையில் 10,000 வீரர்களைக்கொண்ட படைப்பிரிவொன்றுக்கு முத்தாசாடியாகயிருந்து கைதான ஒருவனும் பரப்பினான். அரணில் நடந்தப் போர்குறித்து, முத்தாசாடியின் தகவலின் அடிப்படையில் வில்க்ஸ் எழுதியிருப்பது குறித்து பாவ்னி, ‘அவன் சொல்லியிருக்கும் தகவல்கள் நம்பிக்கையளிப்பதாக இல்லை’ என்கிறான். அதுபோல, திருவாங்கூர் படை திப்புவின் சிவிகையைக் கண்டெடுத்தது; வாளைக்கைப்பற்றியது; மற்றும் பிறபொருட்களைப் பொறுக்கியெடுத்தது தொடர்பானச் செய்திகள் எல்லாமே போகிறபோக்கில் பரப்பப்பட்டவையே ஆகும். இதில் ஒரு விஷயம் கவனத்திற்குரியது. திப்பு, சிவிகையைப் பயன்படுத்துவது இல்லை. வில்க்ஸ், ‘திப்பு மிகப்பெரிய குதிரை வீரர். அதன்மீது ஆரோகணித்துச் செல்வதையே விரும்புவார். அதற்குத் தான் முக்கியத்துவம் கொடுப்பார். சிவிகையில் பயணம் செய்வதை அவர் தவிர்ப்பார்.’ எல்லாவற்றுக்கும்மேலாக, முதன்மை நபராகயிருந்த மெட்ராஸ் கவர்னரும் கவர்னர் ஜெனரலுமானவருக்கு, அனுப்புநர் முகவரியிட்டு வந்த ராஜாவின் எந்தவொரு கடிதத்திலும் அவனது படையால் திப்புவின் சிவிகை, வாள் உள்ளிட்டப் பொருட்கள் கைப்பற்றப்பட்டச் செய்தி இடம் பெற்றிருக்கவில்லை. நான்கு குதிரைகள், மற்ற சிலபொருட்களை மட்டுமே குறிப்பிட்டிருந்தான்.

திருவாங்கூர் அரண்மீது நடத்தப்பட்டத் தாக்குதலின்போது, தனது படைகளுடன் திப்பு அங்கிருந்தார் என்பதற்கான, மெய்ப்பித்து நம்பவைக்கின்ற சான்றுகள் இல்லை என்பதை இந்த ஆய்வுகள் வெட்டவெளிச்சமாக்குகின்றன. இதுகுறித்து திப்பு ஏற்கனவே, அந்த இடத்தில் தான் இல்லையென்பதைத் தாண்டி, அதுகுறித்து தான் அறிந்திருக்கவுமில்லை என்பதையும் சொல்லி விட்டார். அவரது வாசகத்துக்கு சான்றொப்பம் தருவதுபோல மெட்ராஸ் கவர்னர், கென்னவேக்கு எழுதியக்கடிதத்தில், ‘அந்தத்தாக்குதல் சம்பவம் விபத்துபோல,

திப்புவின் உத்தரவு இல்லாமலேயே நடந்தது' என்று எழுதுகிறான். வழக்கமாய், திப்புமீது விரோதம் பாராட்டும் ஜெனரல் மெடோஸ்கூட, 'இதுவொரு சாதாராண விவகாரம். வழக்கமான விரோதச்சண்டைகூட இல்லை' என்று இதுதொடர்பாக தன்கருத்தைப் பதிவுசெய்திருந்தான். உண்மையிலேயே, அரண்களின் மீது போர் என்ற சொல்லாடல்கூட பொருத்தமானது இல்லை; அது எல்லைப்புறத்தில் நடந்த ஒரு சிறுசம்பவம் மட்டுமே. ஆனால் ராம வர்மா, இல்லாத ஒருசம்பவத்தை முன்திட்டப்படி ஊதிப்பெருக்கி, திப்புவை வலிந்து சண்டைக்கு இழுத்து, ஆங்கிலேயப்படையை உள்ளிழுத்து விட்டு, சிக்கவைக்கவேண்டுமென்ற நோக்கத்தில் இதைச்செய்திருந்தான். அந்த நேரத்தில் திப்புவுக்கு திருவாங்கூர்மீது விரோதம் பாராட்டும் உள்நோக்கமெல்லாம் இருக்கவில்லை. அதற்கானத் தயாரிப்புகளிலும் அவர் இல்லை. அப்போது அவரிடம் துப்பாக்கிகளும் வெடிப்பொருட்களும் இருக்கவில்லை. அவருடன் இருந்த வீரர்கள் எண்ணிக்கையில் போதுமானவர்களாக இல்லை. அவர்களைக்கொண்டு பெரியசெயல்களில் ஈடுபடமுடியாத அளவிலேயே நிலை இருந்தது. அப்போது ஆங்கிலேயப் படையில் 1,00,000 வீரர்கள் இருந்தார்கள். அதில் 8,000 பேர் சீருடையில் இருந்தார்கள். மேலாக 1789 ஆம் ஆண்டு, டிசம்பர் மாதம் 29 தேதியன்று பேசப்பட்ட போர் நிறுத்தவிதிகள் பற்றித் தனக்குத் தெரியாது என்று சொன்ன திப்பு, இரண்டுமாத இடைவெளியில் அதை ஒப்புக்கொள்வதுபோல, கைதுசெய்யப்பட்ட ராஜாவின் ஆட்களை திருப்பியனுப்பியதுடன், மெட்ராஸ் கவர்னர் இந்த விஷயத்தில் மத்தியஸ்தம் செய்யவேண்டும் என்று விரும்பினார். பிப்ரவரி மாதம் 7 ஆம் தேதியன்று எழுதியக் கடிதத்தில், ஆணையாளர்களை வரவேற்கத் தயாராக இருப்பதாகவும் கூறியிருந்தார். 22 ஆம் தேதியன்று, மேலும் ஒரு வேண்டுகோளை வைத்தார். அன்று, கோட்டைகள் தொடர்பாகத் தனது நிலைப்பாட்டை நியாயப்படுத்தும்வகையில், அதுகுறித்தக் குறிப்புகளை அனுப்பிவைத்தார்.

மார்ச் மாதம் 1 ஆம் தேதியன்று, ஆயிரத்துக்கும் மேற்பட்ட திருவாங்கூர் படையினர், மைசூர் எல்லைப்பகுதிக்குள் தங்கள் பக்கத்தில் வளர்ந்திருக்கும் அடர்காட்டை சுத்தப்படுத்திக் கொள்ளும் முறையீட்டின்பேரில் அனுமதிக்கப்பட்டனர். ஆனால் அவர்கள் முன்னமே 400 கஜ தூரத்தை ஆக்கிரமித்ததுடன் வேவுபார்க்கும் வேலையையும் செய்தனர். அதனால் மைசூர் படை அவர்களைத் தாக்கியது. அவர்களுக்கு ஆதரவாக சிதிலமடைந்த அரண் சுவர்களிலிருந்து துப்பாக்கியால் சுட்டனர். ஆனாலும் கணிசமான இழப்புகளுடன் அவர்கள் திரும்பியோடினர். இதையடுத்து உடனே திப்பு, அரணின் வழிநெடுக துப்பாக்கி ஏந்தியப் படையைக் கொண்டுவந்து தயார்நிலையில் நிறுத்தினார். ஏப்ரல் மாதம் 9 ஆம் தேதியன்று, 1,500 வீரர்களைக் கொண்ட திருவாங்கூர் படை, அரணுக்குள் நின்றுகொண்டு மைசூர் படைமீது துப்பாக்கியால் சுட்டது. ஆனால் மார்ச் மாதம் 1 ஆம் தேதியச் சம்பவம்போலவே, இதுவும் படுதோல்வியில் முடிந்து, ராஜாவின் படை பெருத்த இழப்புடன் ஓடியது.

இதனிடையே திப்பு, பேச்சுவார்த்தையின் மூலமாக ராஜாவுடனானப் பிரச்சனைகளை முடிவுக்குக் கொண்டுவர விரும்பினார். இதுதொடர்பாக, மெட்ராஸ் கவர்னருக்கு ஒருகடிதம் எழுதி மத்தியஸ்தம் செய்யச் சொன்னார். மேலும்,

ராஜாவுடனானப் பிரச்சனைகளைத் தீர்ப்பதற்கு நம்பிக்கைக்குரிய நபர்களுடன் வந்து தனது முகாமைப் பார்வையிட பாவ்னியை அழைத்தார். ஆனால் இவையும் பயனற்றுப்போயின. ராஜாவிடமிருந்து வந்த பதில்கள் எரிச்சலூட்டுபவையாக இருந்தன. ஆங்கிலேய நிர்வாகத்துக்கும் அவனுக்காகப் போரிலிறங்கும் முடிவு உறுதியாகியிருந்தது. திப்பு திருவாங்கூரின் மீது படையெடுக்கத் தயாரானார்.

1790 ஆம் ஆண்டு, ஏப்ரல் மாதம் 12 ஆம் தேதியன்று காலை முதல் மைசூர் படை தனது வழக்கமான பீரங்கித்தாக்குதலைத் தொடங்கியது. சில நாட்களிலேயே, மிக இயல்பாக முக்கால் மைல் தூரத்துக்கு அரணை இடித்துத் தள்ளிவிட்டனர். 15 ஆம் தேதி அதிகாலையில், வெறுமனே 6,000 வீரர்களைக்கொண்ட படையுடன் அரண்மீது தாக்குதல் நடத்தினார். மேலும் 30,000 காலாட்படை வீரர்களும் 800 குதிரைப்படை வீரர்களும் தயார்நிலையில் இருந்தனர். தனது கொடியை அங்கே நாட்டியவர், மேலும் தாக்குதல்தொடுக்க முன்னேறினார். அங்கே எதிர்ப்பு பெருமளவில் இருக்கவில்லை. எதிர்பார்த்ததைவிட, அரண் எளிதாக வீழ்ந்தது. ராஜாவின் படை பீதிக்கும் பேரச்சத்துக்கும் உள்ளானது. தாக்குப்பிடிக்க இயலாமல் ஓடி ஒளிந்தது. இந்தத்தாக்குதல் திருவாங்கூர் படையைத் திடுக்கிடவைத்தது. பாவ்னி கூறுகிறான் 'இதுபோலானதொரு அவமானகரமான ஓட்டம் முன்னெப்போதும் நிகழ்ந்ததில்லை'. இரண்டு பட்டாலியன் ஆங்கிலேயப்படை, பாம்பேயிலிருந்து கலோனல் ஹார்ட்லி தலைமையின்கீழ் அனுப்பப்பட்ட மூன்று பட்டாலியன்கள் அத்தனையுமே ஆயிக்கோட்டாவில் தங்கியிருந்தது. அந்தப் படைவீரர்கள் எழுந்து நிற்கக்கூட முடியாத அளவில் பலவீனமாகயிருந்தனர். முடிவில், மலைகளிலிருந்து சிம்மமங்களம் ஆறுவரையிலான அரண்களைக் கைப்பற்றிய திப்பு, பெருமளவில் ஆங்கிலேயப்படைகளின் பீரங்கிகளையும் வெடிப்பொருட்களையும் அள்ளிச்சென்றார்.

இதன்பிறகு திப்புவின் பயணம், கிராங்கனூரை நோக்கியதாக இருந்தது. ஏப்ரல் மாதம் 18 ஆம் தேதியன்று, அதனருகே ஒரு மைல்தூரத்தில் முகாமிட்டார். 26 ஆம் தேதியன்று, படைக் களன்களைத் தயார் நிலையில் நிறுத்தினார். மே மாதம் 7 ஆம் தேதியன்று, கோட்டையை உடைத்துச் சிதிலமாக்கிய அவர், அனைத்து துப்பாக்கிகளையும் அமைதியடையச் செய்தார். கிராங்கனூர் நகரத்தை துவம்சம் செய்ய அவர் எண்ணியிருந்தபோது, கலோனல் ஹார்ட்லி தனது காவல்படையை அன்றிரவு கோட்டையிலிருந்து திரும்ப அழைத்துக்கொண்டு சென்று விட்டான். 'படை பலவீனமாக இருக்கிறது. திப்புவின் படைகளுக்குமுன்னால் தாக்குப்பிடிக்க முடியாது' என்பதை அவன் உணர்ந்திருந்தான். இதையடுத்து, மறுநாள் காலையில் கிராங்கனூரை மைசூர்படை கைப்பற்றியது. ஆயிக்கோட்டா, பாரூர் உள்ளிட்ட மற்ற கோட்டைகளும் எந்தவொரு எதிர்ப்புமில்லாமல் விரைவிலேயே தானாக முன்வந்து சரணடைந்தன. திப்பு அரண்களை அழித்தொழித்து, முழு திருவாங்கூரையும் திறந்துவிட்டார். அங்கிருந்து அவர், விரைவிலேயே வீராபோலியை வந்தடைந்தார். அங்கே அவருக்கு ஆங்கிலேயப்படை, மைசூர் சாம்ராஜ்ஜியத்துக்குள் நுழைவதற்கான ஏற்பாடுகளில் இருப்பதாகத் தகவல் கிடைத்தது. ஆகையால் மார்ச் மாதம் 24 ஆம் தேதியன்று, தனது படையைத் திருப்பினார். ஆங்கிலேயர்களின் இந்த மிரட்டலை அவர் பொருட்படுத்தவில்லை.

திப்பு மீது படையெடுத்து, அவரது பலத்தைக் குறைக்கத் திட்டமிட்டிருந்த கார்ன்வாலிஸ், அதற்கான சாக்குப்போக்கைத் தேடியலைந்தான். அதற்குத்தோதாக, டிசம்பர் மாதம் 29 ஆம் தேதியச் சம்பவம் அவனுக்குக் கைகொடுத்தது. அரண்களின் மீதானத் தாக்குதல்தொடர்பானத் தகவல் வந்துசேர்ந்தவுடனேயே, திப்புவின் மீது போர்த்தொடுப்பதற்கான உத்தரவைப் பிறப்பித்தான். அது உண்மையானப் போரா அல்லது எல்லையில் நடந்த சாதாரண சம்பவமா என்றெல்லாம் அவன் விசாரிக்கவில்லை. பாவ்னி சொன்னத்தகவல்களை அப்படியே நம்பிவிட்டான். ஆறுமாதங்களுக்கு முன்பு, 'இடங்கள் வாங்குவது தொடர்பான ராஜாவின் செயல்பாடுகளுக்கு உடந்தையாக இருந்து, உண்மையை மறைப்பதாகவும் நடத்தையில் சந்தேகம் இருப்பதாகவும்' எந்த பாவ்னியைக் கடிந்துகொண்டானோ, அந்த பாவ்னி இப்போது நம்பிக்கைக்கு உகந்தவனாக ஆகியிருந்தான். போரைத்தவிர்த்து, ராஜாவுக்கும் தனக்குமானப் பிரச்சனைகளை அமைதியான முறையில் சுபமாகத் தீர்க்கச்சொன்ன திப்புவின் கோரிக்கைகளை, கார்ன்வாலிஸ் நிராகரித்தான். அவனது நடவடிக்கைகள் இப்போது மாறியிருந்ததற்கானக் காரணமாக இருந்தது, அவன் இராணுவத்தைத் தயார்நிலையில் வைத்திருந்ததுதான்.

திப்புவுக்கும் ராஜாவுக்குமிடையிலானப் பிரச்சனைகள் நீண்டநெடுங்காலமாகத் தொங்கிக் கொண்டிருப்பவை. அவற்றில் சில ஹைதர் அலி காலத்தியவை. அதுகுறித்து திப்பு, பலதடவை மெட்ராஸ் கவர்னருக்கு எழுதிவிட்டார். ஆனால் துரும்பைக்கூடக் கிள்ளிப்போடாத ஆங்கிலேய நிர்வாகம், கடமையைப் பேணுகிற தர்மசீலனைப்போல நம்பிக்கையை அளிக்கும். போருக்கு பதிலாக, பேச்சுவார்த்தையின் மூலமாக சுலபமாக்கிவிடலாம் என்று ஆசிகள் வழங்கும். கட்டக் கடைசியாக, 1790 ஆம் ஆண்டு, ஜனவரி மாதம் 1 ஆம் தேதியன்று, கார்ன்வாலிஸின் வழி காட்டுதல்படி, ராஜாவுக்கும் திப்புவுக்கும் இடையிலானப் பிரச்சனைகளை ஆணையாளர்களை நியமித்துத் தீர்க்கலாம் என்று தகவல் அனுப்பியது. இந்தப்பரிந்துரையை திப்பு நிராகரிக்கவில்லை; ஆங்கிலேய நிர்வாகத்துக்கு, 'ஆணையாளர்களை அனுப்பிவைப்பது உத்தமம்' என்று ஒருகுறிப்பை மட்டும் அனுப்பினார். 1790 ஆம் ஆண்டு, பிப்ரவரி மாதம் 2 ஆம் தேதியன்று மெட்ராஸ் கவர்னர், 'திப்புவின் கோரிக்கை ஏற்கப்பட்டதாக' பதில்கடிதம் ஒன்றை அனுப்பினான். ஆனால் மெட்ராஸின் கவர்னராகப் பொறுப்புக்குவந்த மெடோஸ், 'திப்புவின் முகாமுக்கு ஆணையாளர்களை அனுப்புவது, முறையான நடவடிக்கையல்ல. மேலும் கம்பெனியின் நிர்வாகத்தை ஒருசார்புடையதாக ஆக்கிவிட்டதாக மற்றவர்கள் கருதுவார்கள்' என்று கருத்து கூறி மறுப்புதெரிவித்தான். அதைத்தொடர்ந்து கார்ன்வாலிஸுமே இப்போது, 'ஆணையாளர்களை திப்புவின் முகாமுக்கு அனுப்புவது மானமிழக்கும்படியானச் செயல்' என்று மாற்றிப் பேசினான். கம்பெனிக்கு இந்தச்செய்கையால் என்ன மாதிரியான அவமதிப்பு வந்துவிடப்போகிறது என்றொரு கேள்வியிருந்தது. உண்மையிலேயே, போரைத் தடுப்பதற்கான ஒரேவழி இதுவாகத்தான் இருக்க முடியும். பிரிட்டனின் பொதுமக்கள் சபையின் பிரதிநிதி ஹிப்பிஸ்லே, 'இந்தப் பிரச்சனையில் உண்மைகளை ஆய்வுசெய்வதற்கு அந்த இடத்தில் தகுதியான ஆளாக திப்பு இருக்கிறார்' என்று தனது அளவீட்டைச் சொல்லியிருந்தான். அதுவேறில்லாமல், பல்வேறு தருணங்களில் பிரச்சனைகளைத் தீர்ப்பதற்கும்

கூட்டணி மற்றும் உடன்படிக்கைத் தொடர்பானப் பேச்சுவார்த்தை நடத்துவதற்கு, இந்திய ஆட்சியாளர்களிடம் ஆங்கிலேய முகவர்களை அனுப்புவது வழக்கத்தில் இருக்கவே செய்தது.

ஆனால் கார்ன்வாலிஸ் போரை விரும்பினான். அவனுக்கு அமைதிபிடித்தமானதாக இருக்கவில்லை. இரகசியக்குழுவுக்கு அவன் சொன்ன தகவல்: 'இப்போது இருப்பதைவிட நமதுபடை வேறெப்போதும் இத்தனை ஒழுங்குக்கட்டுப்பாட்டுடன் இருந்ததில்லை.' அதுபோல, மெட்ராஸின் கவர்னர் மெடோஸ்க்கும் எழுதினான்: 'இப்போது நமக்கு தேசத்தின் அத்தனை அதிகாரங்களிடமிருந்தும் உதவி கிடைக்கும். ஆனால் திப்பு, பிரஞ்சு நிர்வாகத்திடமிருந்துகூட எதிர்பார்க்க முடியாது'. தான்பிறந்த மண்ணைக் கௌரவப்படுத்தவும் அந்த நாட்டின் விருப்பங்களை நிறைவேற்றவும் கவர்னர் ஜெனரலுக்கு மிகச்சிறந்த சந்தர்ப்பமாக இது அமைந்தது.

---

122. Dutch Records, No. 13, p. 107.

123. 1741, ஆகஸ்ட் 10 ஆம் தேதியன்று, குளச்சலில் திருவாங்கூர் படை டச்சுப்படையைத் தோற்கடித்தபோது கைதியாகப் பிடிபட்டவன், டி லான்னோ. மார்த்தாண்ட வர்மாவின் படைகளின் ஒழுங்கு மற்றும் பராமரிப்புக்கு பொறுப்பாக நியமிக்கப்பட்டான். மாநிலத்தில் பல கோட்டைகளைக் கட்டிய அவன், பழைய கோட்டைகளையும் சீரமைத்தான். ராஜாவின் பல திட்டங்கள் வெற்றிபெற உதவி, கலகக்காரர்களை ஒடுக்கவும் உதவினான். அவனது திறமை மற்றும் சேவைப் பணிக்காக ஜெனரல் பதவி வழங்கப்பட்டு திருவாங்கூர் இராணுவத்தின் கமாண்டர்இன்சீப்பாக உயர்த்தப்பட்டான். (Menon, History of Travancore, pp. 136-7, 164.)

124. I.O., Home Misc. Series, Bannerman to Campbell, May 16, 1788, Vol. 85, pp. 8-9.

125. See M.R.., Mly. Cons., Jan 5, 1790, tipu to Raja, undated, p. 47 (Tipu uses the word tribute); M.R., Mly. Count .Cor. Tipu to Hollond, Sept. 12, 1789, vol. 38, No. 92, pp. 169-71 (Here theword rent is used); Ibid, Feb 22, 1790, Vol. 39, No. 59, pp. 125-26. Tipu sent all the papers to Hollond about his dispute with Raja and Dutch.

12

திப்புவுக்கு எதிரான அணிதிரட்டல்

திப்புவை சினமூட்டிவிடக்கூடாதென்று, 1787 ஆம் ஆண்டு வரை மராத்தியர்களை தாக்குதல் மற்றும் பாதுகாப்புக் கூட்டணியில் சேர்த்துக்கொள்வதில், கார்ன்வாலிஸ் பிரபு ஈடுபாடு காட்டவில்லை. அது, 1784 ஆம் ஆண்டின் இந்தியச் சட்டத்தை மீறுவதாகும் என்று நயந்துகிடந்தான். ஆனால் திருவாங்கூர் அரண்களின்மீது நடத்தப்பட்டத் தாக்குதல் 'சம்பவம்', சட்டம்மூலம் சுமத்தியிருந்தத் தடைகளிலிருந்து தன்னுரிமை அளித்திருப்பதாகக் கருதிய கவர்னர் ஜெனரல், திப்புவுக்கு எதிரானக் கூட்டு அணியை ஒருங்கிணைக்கும் பணிகளில் உடனடியாகத் தன்னை ஈடுபடுத்திக்கொண்டான். அதற்காக, இந்திய இளவரசர்களின் ஆதரவைப் பெறுவதில் மிகுந்த ஆர்வமுடையவனாகயிருந்தான். குறிப்பாக, பேஷ்வாவிடமிருந்து. கம்பெனியின் நிதிநெருக்கடிக் கோணத்திலிருந்து அணுகாமல், பிரான்ஸிலிருந்து உதவிவருவதற்கு முன்பு, வெகுசீக்கிரத்தில் போரைத் தொடங்கி விடவேண்டும் என்பது அவனது எண்ணமாகயிருந்தது. பேச்சுவார்த்தையில் வெற்றிகாண்பதற்காகப் பசப்பு வார்த்தைகளை ஏய்த்துப்பேசி, கிளர்ச்சியாய்த் தூண்டிவிட்டான். பல இடங்களில் மிரட்டல்மூலமாக இணங்கவைத்தான். இந்து ஆட்சியாளர்களிடம் மதரீதியான உணர்வுகளைக் கிளறிவிட்டான்.

பூனாவில் கம்பெனி முகவராகயிருக்கும் மாலெட் அறிவுரைகளால் தீட்டப்பட்டான். 'கம்பெனியின் கூட்டணிக்கு எதிராகத் திப்பு, தீங்குசெய்ய வலியக்காத்திருக்கிறார்' என்று பேஷ்வாவிடம்சொல்லி, அவனை உசுப்பேற்ற உத்தரவாகியிருந்தது. அதன்படி, 'திப்புவாலும் அவனது தந்தை ஹைதர் அலியாலும் மனதாலும், உடம்பாலும் காயங்களைச் சுமந்துகொண்டிருக்கும் மராத்தியர்கள் பழைய பகையைத் தீர்த்துப் பழிவாங்க அருமையான சந்தர்ப்பம். அதனால் அவன்மீது போர்த்தொடுப்போம்' என்று உணர்ச்சியைத் தூண்டிவிட்டு, ஆவேசப்படுத்தியாகிவிட்டது. ஒருவேளை நானா பத்னவிஸ் இந்தக் கூட்டணிக்கு ஒப்புக்கொள்ள மறுத்தால், அவனை மிரட்டச்சொல்லி, கார்ன்வாலிஸ் மாலெட்டுக்கு உத்தரவிட்டான். அதன்படி, 'கௌரவ மானப் பிரச்சனையில் போரைத் தொடங்குகிறோம். போதுமானபலம் நம்மிடமிருக்கிறது. அதில் எந்தவொரு சந்தேகமுமில்லை. அதன்சுமை நம்மீது விதிக்கப்பட்டிருப்பதாகக் கருதக்கூடாது' என்று பசப்பிப்பேசி, அவனை வலைக்குள் விழவைக்க முயற்சித்தான். ரகுஜி போன்ஸ்லேக்கு கடிதமெழுதிய கார்ன்வாலிஸ் இப்படிக் கூறுகிறான்: 'கடவுள் அருளால் வஞ்சகமான மனிதன் திப்புவின் நடவடிக்கைகளை ஒடுக்க, எனக்கு வாய்ப்பு கிடைத்திருக்கிறது. நான் எனது கவனத்தை அதில் செலுத்தி, உடன்பாடுகளைக் காப்பேன். உலகறிந்தப் பேராசைக்கார எதிரியிடமிருந்து என் நண்பர்கள் துன்புறுவதைத் தடுப்பேன். மராத்திய மாநிலத்தவர்கள் பட்டக்காயங்கள் மிக அதிகம். நான் அறிவேன். மராத்தியத் தலைவர்கள் அதற்குக் கடமையாற்றுவார்கள். அவர்களின் விருப்பத்திற்கிணங்க, இந்தச்சந்தர்ப்பத்தைப் பயன்படுத்தி, இழப்பீடுகளை சரிசெய்யும் எதிரீட்டைப் பெறுவோம். மறைந்த ஹைதர் அலியால் அபகரிக்கப்பட்ட மராத்திய உடமைகளை மீட்போம். மன்பதையின் எதிரியான ஒருமனிதனை தண்டிப்பதில் நாம் அனைவரும் ஒருங்கிணைவோம். மனசாட்சியற்று அழிவுசெய்த அவனைத் தண்டிப்போம்.' இதேபோலானக் கடிதங்களை மஹத்ஜி சிந்தியாவுக்கும், துகோஜி ஹோல்கருக்கும் எழுதி, 'பூனாவில் தங்கள் செல்வாக்கைப் பயன்படுத்தி, பேஷ்வாவுக்கும் கம்பெனிக்குமிடையில் கூட்டணியமைய உதவுமாறு' வேண்டியிருந்தான்.

ஹோல்கரின் பதில் வாசகம், கார்ன்வாலிஸின் முன்னெடுப்பை அதிருப்திப் படுத்தியது. ஆங்கிலேயர்களுடன் இணைய அவன் மறுத்ததோடில்லாமல், நிஜாமையும் பேஷ்வாவையும் இணையவேண்டாம் என்று அறிவுறுத்தினான். அவன் திப்புவுடன் கூட்டணிவைக்க ஆர்வமாக இருந்தான். அவனது அறிவுரையை அவர்கள் ஏற்கமறுத்துவிட்டனர். ஆங்கிலேயர்களின் கூட்டணிக்குள் அவர்கள் போனதற்கு, மறுத்துப்பேசினான்.

மறுபக்கத்தில் சிந்தியா, திப்புவுக்கெதிரானப்போரில் தனது தனிப்பட்டப் பங்களிப்பைச் செய்யமுன்வந்து, பூனாவுக்குப்போகத் தயாராகிவிட்டான். பேஷ்வாவுக்கும் ஆங்கிலேயர்களுக்குமிடையிலானப் பேச்சுவார்த்தையில் ஏதாவது தடங்கல் ஏற்பட்டால் அதைக்களையும் ஆவல் பூண்டிருந்தான். ஆனால் அவன் அதற்கொரு கோரிக்கையை வைத்தான். தான் இல்லாதநேரத்தில், 'ஆங்கிலேயர்கள் அவனது ராஜ்ஜியத்தை இந்துஸ்தானில் பாதுகாக்க வேண்டும். மேலும், கார்ன்வாலிஸ் ஜெய்ப்பூர் மற்றும் ஜோத்பூர் ராஜாக்களிடம் பேசி, அங்கு மராத்திய

ஆதரவை எதிர்நோக்கியுள்ளவர்களை திருப்பியனுப்ப வைக்கவேண்டும்' என்று வலியுறுத்தினான். ஆனால் கார்ன்வாலிஸ் இந்தக் கோரிக்கையை நிராகரித்து விட்டான். அதற்குள் தலையிட்டால், கம்பெனி மீளமுடியாத சிக்கல்களில் மாட்டிக்கொள்ளும் என்று கருதினான்.

அதுமட்டுமன்றி, கார்ன்வாலிஸ் சிந்தியாவின் நடுவாண்மையை விரும்பவில்லை. 1790 ஆம் ஆண்டு இதேகோரிக்கையை பூனா அரசாங்கம் கொண்டுவந்தபோது, அதை அதிகாரப் பூர்வமாக அறிவிக்க, மாலெட்டு தயாரானதற்கு, திப்புவுக்கு எதிரானப் போர் நடவடிக்கையும் ஒரு காரணமாக இருந்தது. இருந்தபோதும் திப்புவுக்கு எதிரானக் கூட்டணியமைய விட்டுக் கொடுத்தல்கள் ஏற்புடையதாக இருந்தன.

மாலெட்டும் நானாவும் பலமுறை சந்தித்துப்பேசியபின் நானா, பெஹ்ரோ பாந்த் மூலமாக பேஷ்வா மற்றும் நிஜாமின் பெயர்களில் பத்து ஷரத்துகளைக்கொண்ட முதல்நிலை அறிக்கையை அனுப்பிவைத்தான். பேச்சுவார்த்தையின் அடிப்படையில் அந்தவிதிகள் வடிவமைக்கப்பட்டிருந்தன. பற்பலநேரங்களில் எல்லோரும் ஏற்றுக்கொள்ளும்படி சில மாற்றங்கள் மேற்கொள்ளப்பட்டன. அவர்களின் முற்காப்பு வாசகங்கள் இப்படியாகயிருந்தன: தற்போது திப்புவிடமிருக்கும் பேஷ்வாவின் மூதாதையர்கள் உடைமையைமீட்டு பேஷ்வாவுக்கு திருப்பித் தர வேண்டும்; கடப்பா இளவரசரின் ஆட்சிக்குரியப்பகுதியை மீட்டு, நிஜாமிடம் ஒப்படைக்க வேண்டும். பல்வேறு மாவட்டங்களில் ஜமீன்தார்களாகவும், பாளையக்காரர்களாகவும் இருந்தவர்கள் அவரவர் இடங்களில் மறுநியமனம் செய்யவேண்டும். மற்றபடி பார்வையில் கண்ட அத்தனை பொருட்களையும் ஒப்பந்தத்திலுள்ள மூன்றுபேருக்கும் — கம்பெனி, பேஷ்வா, நிஜாம் ஆகியோருக்கு — சமமாகப் பங்கிடவேண்டும். பேஷ்வாவின் பழமையான பேஷ்குஷ் அல்லது கப்பத்தை அவனுக்கே ஒப்புவிக்கவேண்டும். திப்புவின் தலையாய நிலங்கள் மூவருக்குமிடையில் சரியாகப் பங்கிட்டுக்கொள்ளவேண்டும். இதர ஒப்பந்தக்காரர்களுடன் பேஷ்வா சமாதானமாகப் போகவேண்டும். அமைதி உடன்படிக்கையின்படி, திப்பு ஏதாவது ஒருநபரைத் தாக்கினால், மற்ற அனைவரும் தாக்கப்பட்ட நபருக்கு ஆதரவாகக் களமிறங்கவேண்டும்.

இந்தவரைவு திருப்தியளிப்பதாக மாலெட் தனது எண்ணத்தை வெளிப்படுத்தியிருந்தாலும், அது முழுமைபெற்றதாக இல்லை என்று கருத்து சொன்னான். சில விதிகள் கம்பெனிக்கு அனுகூலமளிப்பதற்கு எதிர்ப்பாக இருப்பதாக விமரிசித்தான். திப்புவின் தலையாய நிலங்களை சமமாக, ஒப்பந்தத்திலுள்ள மூன்றுபேரும் பங்குபோட்டுக்கொள்ளும் விதிக்கும் அவன் எதிர்ப்பு காட்டினான். மேலும், ஒரே நேரத்தில் மூன்று ஒப்பந்தக்காரர்களும் போரில் ஈடுபட்டிருந்தால்தான் உடன்படிக்கையின்படி பகிரமுடியும் என்று மாற்றுக்கருத்தை முன்வைத்தான். ஆங்கிலேய நிர்வாகம் முதலில் போரைத்தொடங்கி, திப்புவின் சாம்ராஜ்ஜியத்தில் ஏதாவது ஒருபகுதியைக் கைப்பற்றியிருந்தால், அந்தப்பகுதி பிரிக்கப்படும் சொத்துகளுக்கு உட்படாது. அது முழுமுற்றிலும் ஆங்கிலேய நிர்வாகத்திடமே இருக்கும். அதுபோல, மூன்று ஒப்பந்தக்காரர்களும் அதாவது ஆங்கிலேயப்

படை, நிஜாமின் படை, பேஷ்வாவின் படை எதிரியின் நாட்டுக்குள் புகுந்து கைப்பற்றியதில் மூவருக்கும் சமமாகப் பங்கிடவேண்டும். அதில் பேஷ்வாவுக்கு மூதாதையரின் பங்கு என்று பிரத்தியேக ஒதுக்கீடு எதுவும் இல்லை என்றான்.

முதலில் இந்த உருவாக்கத்துக்கு எதிர்ப்புதெரிவித்த நானா, பின்னர் சட்டத்தில் விலக்கு கோரும் விதிகள் சேர்க்கப்பட்டதும் ஏற்றுக்கொண்டான். பகுதிகளைப் பொதுவாகப் பிரித்துக் கொள்ளும்முன், ஒப்பந்தக்காரர்களின் விருப்பம் மற்றும் வசதி கருத்தில் கொள்ளப்படும். அவரவருக்கான எல்லைப்பகுதியும் கவனத்தில் ஏற்கப்படும்.

பூர்வாங்கமான விஷயங்களில் மற்றுமொரு நிபந்தனைக் குறுக்கீட்டை மாலெட் முன் வைத்தான். 'ஒவ்வொரு தரப்பும் போர் தருணத்தில் கூடுதலானப்படைகளைக் களமிறக்க வேண்டும். தங்களது சக்தியை நல்லெண்ணத்தின் அடிப்படையில் காட்ட வேண்டும். அதுதான் போர் விதிமுறைக்கு அழகு' என்றான். இதனடிப்படையில் ஒரு சமாதானமான முடிவுஏற்பட்டது. கூட்டுப்படை ஒவ்வொன்றும் போரில் தங்கள் உச்சபட்ச சக்தியைக் காட்டுவதற்கு, 25000க்கும் குறைவில்லாத படைவீரர்களுடன் களமிறங்கவேண்டும்.

பிரச்சனைக்குரிய விவகாரங்களில் ஒருமுடிவு ஏற்பட்டதும், பூனா அரசாங்கத்துடனான முதல்கட்ட ஒப்பந்தத்தை மார்ச் மாதம், 29 ஆம் தேதியன்று மாலெட் உருவாக்கினான். அதன் இறுதிவடிவத்தை எட்டுவதுவரை, அது பலமுறைக்குறைக்கப்பட்டு, சேர்க்கப்பட்டு, செல்லத்தக்கதாக மாற்றப்பட்டது. ஆனாலும் அதில் பல கேள்விகள் தீர்வுபடுத்த வேண்டியனவாகவும் குறைகளைக் களையவேண்டியனவாகவும் இருந்தன. அவற்றில் உதாரணத்திற்கு சில: நிஜாமுக்காக, பேஷ்வா தனது அதிகாரத்தைச் செலுத்தமுடியுமா? தொன்மையானப் பாளையக்காரர்கள், ஜமீன்தார்கள் என்பதற்கான வரையறை என்ன? 'மாவட்டம்' என்ற சொல்லுக்கான, சரியானப் பொருள் விளக்கம் யாது? எல்லாவற்றையும்விட, பூனாவிலிருக்கும் திப்புவின் முகவர், கம்பெனிக்கும் பேஷ்வாவுக்கும் இடையிலானக் கூட்டணி உருவாகிவிடாமல் தடுக்க, எடுத்த முயற்சிகள் என்னென்ன? திப்புவின் மூதாதையச்சொத்தில் மூன்றில் ஒருபகுதியை பேஷ்வாவுக்கெனக் கேட்டதுமல்லாமல், மைசூர் அரசாங்கத்தைச் சேர்ந்த ஜமீன்தார்கள், பாளையக்காரர் களிடமிருந்து கூடுதலாகத் திறையும் வேண்டுமென்று நானா வலியுறுத்தினான். கார்ன்வாலிஸ், நானாவின் இந்தக்கோரிக்கையை முதலில் நிராகரித்து, வெற்றிபெற்ற பின்னர் பங்கிடப்படும் சொத்தில் கூடுதலாக, ஜமீன்தார்களிடமிருந்தும் பாளையக்காரர்களிடமிருந்தும் திறையைப் பெறமுடியாது என்று விளக்கமாகக் கூறிவிட்டான். ஆனால் இந்தப்பங்கீட்டில் ஜமீன்தார்களும், பாளையக்காரர்களும் அடங்குவார்கள் என்று இறுதிசெய்தான். அதற்கு உடன்பட நானா மறுத்ததும், கார்ன்வாலிஸ் சில விஷயங்களை விட்டுத்தர முன்வந்தான். அதற்குப்பின்னணியாக கென்னவேயிடமிருந்து கார்ன்வாலிஸுக்கு ஒரு கடிதம் வந்திருந்தது. அதில், 'மராத்தியர்களுடன் உடன்பாடு ஏற்படுவதற்கு சில விஷயங்களை விட்டுத்தருவதில் தயக்கமேதும் வேண்டாம். தற்போதையப் போரில் அவர்கள் மிக முக்கியமானவர்கள். விட்டுக்கொடுத்தலில் அவர்கள் மனமுவந்து

ஒத்துழைப்பு நல்குவார்கள். அனுகூலமாக நடந்துகொள்' என்று குறிப்பிட்டிருந்தது.

மார்ச் மாதம், 29 ஆம் தேதிய உடன்பாட்டின் ஒப்பந்தவரைவின்படி, போரின்போது கம்பெனியின் படையைப் பணியமர்த்திக்கொள்வதாக ஏற்றுக்கொண்ட நானா, இப்போது மராத்தியர்களிடம் பெரும்படை இருப்பதால், கம்பெனியின் துருப்புகள் தேவைப்படாது என்று மாற்றிப் பேசினான். அவனது நடவடிக்கைக்கும் பல்வேறு காரணங்கள் பின்னணியில் இருந்தன. அதில் முதலாவதாக, பேஷ்வாவின் படைகளும் கம்பெனியின் படைகளும் சமமாகப் போரிடும்போதும், கம்பெனிப் படைகளுக்காகும் செலவை பேஷ்வா செலுத்தவேண்டும். இரண்டாவதாக, மழைக்காலம் நெருங்கிவரவுள்ளது. அப்போது ஆங்கிலேயப் படைப்பிரிவின் செயல்பாடுகளும் முடக்கப்பட்டுவிடும். பூனா அரசாங்கம் மேற்கொள்ளும் அதற்கானச்செலவு விகிதம் சரிசமமுடையதாக இருக்கப்போவதில்லை. ஆனால் மாலெட், பணத்தை ஒருபொருட்டாகப் பாவிக்கவேண்டாம் என்று வாதிட்டான். கம்பெனிப் படைகளின் உதவியை மறுத்தால், இராணுவ நடவடிக்கைகள் மட்டும் பாதிப்படையப் போவதில்லை; பேஷ்வாவின் போர் பங்களிப்பு தோல்விக்குள்ளாகி, உடன்பாட்டின் ஆன்மாவே அபகீர்த்தியாக நேரிடும் என்று சமாதானப்படுத்தினான். தனது சாதுரியமானப் பேச்சுகளால் மாலெட், நானாவைப் படியவைத்ததுடன் உச்சமாக, உடன்பாட்டை ஒத்துக் கொள்ளவைத்து, படைகளைப் பெற்றுக்கொள்ளவும் ஆவன செய்தான்.

மே மாத மத்தியில் ஏறக்குறைய, பிரச்சனைக்குரிய அத்தனை விஷயங்களும் இறுதி செய்யப்பட்டு, திருப்தியுடன் இருதரப்பும் ஒத்துக்கொண்டது. எனினும் நானா உடன்படிக்கையைச் செயல்படுத்துவதில் தாமதம் செய்தான். திப்புவின் பிரதிநிதிகள் பூனாவில் முகாமிட்டு, பேஷ்வாவின் முடிவுகளைத் தடுப்பதற்காக அனைத்துவிதச் செயல்களிலும் ஈடுபட்டிருந்தனர்.[126] மே மாதம், 19 ஆம் தேதியன்று லட்சுமண ராவ் ராஸ்தேவுடன் வந்திருந்த அவர்கள், தங்களுடன் ஏராளமானப் பணத்தையும் எடுத்து வந்திருந்தனர். ஆங்கிலேயர்களுக்கெதிராக பேஷ்வாவின் உதவியைப் பெறுவதற்காக, தாராளமானச் சலுகைகளை வழங்கவும் தயாராக இருந்தனர். உதவி பெறமுடியாமல்போனால், அவன் நடுநிலை வகிக்கவேண்டுமென்று வலியுறுத்தினார்கள். திப்புவின் பிரதிநிதிகள் வெளிப்படையாகவே வரவேற்கப்பட்டார்கள். ஜூன் மாதம், 8 ஆம் தேதியன்று அவர்களை நானா சந்தித்துப்பேசினான். அவர்களிடம், தான் ஆங்கிலேயர்களுடன் சேரவிரும்புவதை உறுதிசெய்யாமல், அதேவேளையில் திப்புவிடமிருந்து பழைய பாக்கியை வசூல்செய்வதற்காக, பிரதிநிதிகளை பௌவ்யமாகவும் நடத்தினான். கடைசிவரை ஆங்கிலேயர்களுடனான அணிச்சேர்க்கையில் இடம்பெறும் தடயங்களை, அவர்களிடம் காட்டிக்கொள்ளவேயில்லை. மறுபக்கம், கார்ன்வாலிஸ் அதிர்ந்துபோனான். 'நிலவிக்கொண்டிருக்கும் சந்தேகத்திற்கிடமானத் தோற்றத்திலிருந்து வெளிப்பட்டு, மராத்தியர்கள் தங்கள் உடன்பாட்டு நிரலின் உச்சபட்சச் செய்கைகளில் ஈடுபடவேண்டும்' என, பூனாவில் திப்புவின் பிரதி—நிதிகளின் நடமாட்டத்தைக் கண்டதும், அபாயங்கள் தோன்றிவிடுமோ என்று அலறினான். மேலாக, உடனடியாகப் போரைக் கடுமைப்படுத்தவேண்டும் என்றும் இனியும் உடன்பாட்டை செயல்படுத்துவதில் தாமதம்கூடாது

என்றும் அவசரம் காட்டினான். மாலெட், தனக்கு மேலிடத்திலிருந்து வந்த வழி காட்டுதலின்படி, நானாவின் செயல்பாடுகளுக்கு எதிராகக் கண்டனம் தெரிவித்தான். பூனாவில் திப்புவின் பிரதிநிதிகளின் நடமாட்டத்தை அனுமதித்த நானாவைக் கடிந்துகொண்டான். அவர்களிடம் அவன் நட்புபாராட்டியதை விமரிசித்தான். அவர்களுடன் பேசுவதற்குத் தடைசொன்னவன், உடனடியாகக் கம்பெனியுடனான உடன்படிக்கையைச் செயல்படுத்தக் கட்டாயப்படுத்தினான். அதன் விளைவாக 1790ஆம் ஆண்டு, ஜுன் மாதம் 1 ஆம் தேதியன்று, ஆங்கிலேயக் கம்பெனியின் பிரதிநிதியான மாலெட், பேஷ்வாவின் பிரதிநிதியான நானா, மற்றும் நிஜாம் ஆகியோருக்கிடையிலானத் தாக்குதல் மற்றும் பாதுகாப்பு உடன்பாட்டுக் கூட்டணி இறுதிவடிவம் பெற்றது.

திப்புவின் பிரதிநிதிகளின் செயல்பாடுகளைச் சூழ்ச்சியினால் வீழ்த்தி வெற்றிபெற்ற மாலெட், பேஷ்வாவுடனான உடன்பாட்டுக்கு இறுதிவடிவம் தந்துவிட்டான். எனினும், ‘பிரதிநிதிகளின் தங்கல், கூட்டணிக்கு வேட்டுவைத்துவிடுமோ?’ என்று நம்பவேண்டியிருந்தது. ஸ்ரீரங்கப்பட்டிணத்திலிருந்து அவர்கள் கொண்டுவந்திருக்கும் பணத்தை மீட்டெடுக்க விரும்பியதால், அவர்களின் தங்கலை, நானா சகித்துக் கொண்டிருந்தான். அவர்களிடமிருந்து வலுக்கட்டாயமாக பதினைந்து லட்ச ரூபாயை வரவேற்புச் செலவு என்று பறித்துக்கொண்டு, ஆகஸ்ட் மாதம் 4 ஆம் தேதி யன்று வழியனுப்பி வைத்தான். அவர்கள் பூனாவிலிருந்து புறப்பட்டுச்சென்றார்கள்.

இந்த உடன்படிக்கையின்படி, மராத்தியர்களும் நிஜாமும் திப்புவின் ஆட்சிப்பரப்பின் வடக்கெல்லையில் உடனடியாகக் களமிறங்கவேண்டும். படையில் 25,000க்குக் குறைவில்லாமல் வீரர்கள் இடம்பெறவேண்டும். மழைக்காலங்களிலும் எல்லைப்பரப்புக்கேற்பவும் குறைத்துக்கொள்ளலாம். ஆனால் மழைக்குப்பின்பு அவர்கள் முன்னிலும் வேகமாக ஈடுபடவேண்டியிருந்தது. ஒருவேளை கவர்னர் ஜெனரல் கூடுதலாகக் குதிரைப்படையைக் கேட்டால், அவன் கேட்ட தேதியிலிருந்து ஒரு மாதத்துக்குள் 10,000 வீரர்களைத் தயார்படுத்தி அனுப்பவேண்டிய பொறுப்பும் அவர்களுக்கு இருந்தது. ஆங்கிலேயப் படைகளுடன் சேர்ந்து அவை இயங்கும். அதற்கானச் செலவை ஆங்கிலேயக் கம்பெனி வழங்கும். வென்ற நிலப்பகுதிகளைச் சமமாகப் பகிர்ந்துகொள்ள உடன்பாடு இருந்தபோதும் கூட்டுப்படை, எதிரியின் எல்லைக்குள்ளே நுழைவதற்கு முன்பு, ஆங்கிலேயப் படை நுழைந்து அங்கிருந்து எதையாவது கைப்பற்றினால், அதில் மற்ற ஒப்பந்தக்காரர்களுக்கு பங்கில்லை என்பதில் மற்றவர்களுக்குக் கிலேசம் இருந்தது. முன்பு நிஜாமிடமும் மராத்தியர்களிடமும் திறைசெலுத்துபவர்களாக இருந்து, ஹைதர் அலி யிடமும் திப்பு சுல்தானிடமும் நீதியற்றமுறையில் சிக்குண்டு நிலங்களை இழந்தவர்கள் மீண்டும் அவரவர் பொறுப்பில், மூன்று ஒப்பந்தக்காரர்களும் சமபங்கு போட்டுக்கொண்ட மீட்கப்பட்ட இடங்களில் அமர்த்தப்பட்டால், அவர்கள் பேஷ்வாவுக்கும் நிஜாமுக்கும் எடுபிடிகளாக மாறிவிடுவார்களே என்ற அச்சமும் ஆங்கிலேயர்களுக்கு இருந்தது. பாளையக்காரர்கள், ஜமீன்தார்கள் என்ற பெயர் மேல்மிச்சமாக இருக்கும். இதுவே பரஸ்பரம் ஒத்துக்கொண்ட வரையறையை முடிவுக்கு கொண்டு வந்துவிடும் என்ற அச்சமிருந்தது. ஒப்பந்தத்திலுள்ள மூன்று பேரில் யார்மீது திப்பு தாக்குதல்தொடுத்தாலும் மற்றவர்கள் ஒருங்கிணைந்து

அவர்களைப் பாதுகாக்க வேண்டும் என்று திரும்பத்திரும்ப வலியுறுத்தப்பட்டது.

ஹைதராபாத்திலிருந்தக் கம்பெனியின் முகவர் கென்னவே, நிஜாமுக்கு ஆதரவளிப்பவர்களைத் திரட்டினான். பூனா அரசாங்கம் உடன்படிக்கையை இறுதிசெய்யும்முன்பு, 'சால்பாய் உடன்படிக்கையின்போது பலத்தைக் காட்டுவதற்காக' தானே நிஜாமுக்காகப் பங்கெடுப்பதாக செயல்பட்டது. அதனடிப்படையில் மார்ச் மாதம், 29 ஆம் தேதியன்று மாலெட்டும் நானாவும் உருவாக்கிய வரைவு நிஜாமின் ஒப்புதலுக்காக அனுப்பிவைக்கப்பட்டது. ஆனால் நிஜாம், தனக்காக பூனா அரசாங்கம் செயல்படுவதை அங்கீகரிக்க மறுத்து கவலையுற்றான். மராத்திய அதிகாரத்திலிருந்து தன்னை தளையகற்றி விடவேண்டும் என்பதில் உறுதியாக இருந்தான். ஆங்கிலேயர்களுடன் தனக்கு தனியானதோர் உடன்படிக்கை வேண்டும் என்று விரும்பினான். உடன்பாட்டு வரைவு ஒப்பந்தத்தின் பொருளை அவன் ஏற்றுக்கொண்டாலும், அந்த வார்த்தைகளுக்கு ஆட்சேபம் தெரிவித்தான். வரைவின் பத்தாவது விதியில் படைகள் பங்கெடுக்கும் விதத்தை அவன் ஏற்கமறுத்தான். மூன்றில் ஒருபங்கைப் பெற்றபின்பும், பேஷ்வாவுக்கு ஜமீன்தார்கள் மற்றும் பாளையக்காரர்கள் மூலமாக, ஐம்பது அல்லது அறுபது லட்சரூபாய் கிடைக்க வழி செய்திருப்பதைச் சுட்டிக்காட்டினான். போரின்போதான செலவும் உழைப்பும் மூன்று தரப்பினருக்கும் ஒரேமாதிரியாகத்தான் இருக்கவேண்டும் என்று நியாயம் சொன்னான். உடன்பாட்டின் இந்தவிதி தனக்கும் ஆங்கிலேய அரசாங்கத்துக்கும் முற்றிலும் நியாயமற்றிருப்பதாக எடுத்துச் சொன்னான்.

திப்புவுக்கு எதிராக, பாதுகாப்பு உடன்படிக்கை பொதுவானதாக இருக்கவேண்டும் என்று நிஜாம் மேலும் வலியுறுத்தினான். ஏனென்றால், ஆங்கிலேய நிர்வாகமும் ஹைதராபாத் அரசாங்கமும் திப்பு தாக்குதல் நடத்தும்போது மட்டுமல்ல, வேறு எந்த அதிகாரம் தாக்குதல் நடத்தினாலும் பரஸ்பரம் உதவிக்கொள்கின்றன. இந்த விதியைச் சேர்க்கச்சொல்லி நிஜாம் வலியுறுத்தக் காரணம், மராத்தியர்கள் மீதான சந்தேகவுணர்வே ஆகும். அவனது படை, திப்புவுக்கு எதிரானப் போரில் ஈடுபட்டிருந்தபோது, மராத்தியப் படைகள் நிஜாமின் எல்லைப் பரப்பிலிருந்து ஓடி எதிர் தரப்புக்கு உதவியது. மூன்றாண்டுகளுக்குமுன், மராத்திய—மைசூர் போரின்போது, துகோஜி ஹோல்கர் நம்பிக்கைத் துரோகமாக, திப்புவுடன் சேர்ந்து சதிசெய்ததை நினைவுகூர்ந்தான். அப்போது ஹைதராபாத் இராணுவம் மைசூர் படைகளுக்கு எதிரானப் போரில் இருந்தது. அன்று ஹோல்கர் செய்ததை இன்று ஹரிபந்த் செய்வான் என்று நிஜாமுக்குள் பயமிருந்தது. அதனாலேயே, தனது ராஜ்ஜியத்தின் ஒருமைப்பாட்டுக்கு உத்தரவாதமான, தனித்த உடன்படிக்கையை அவன் விரும்பினான்.

நிஜாம் எழுப்பிய ஆட்சேபணைகளை கார்ன்வாலிஸ் ஏற்றுக்கொண்டான். மார்ச் மாதம், 29 ஆம் தேதி இறுதிசெய்யப்பட்டவற்றில், அதற்கேற்ப மாறுதல்கள் மேற்கொள்ளப்பட்டன. வெற்றி பெற்றதில் பங்கிடும் மூன்றாவது பங்குக்குமேலாக, ஒப்பந்தக்காரர்களால் நிஜாமுக்கும் பேஷ்வாவுக்கு அனுமதிக்கப்பட்டதுபோலவே வழங்க ஆவன செய்யப்பட்டது. ஆனாலும் நிஜாம் இன்னும் திருப்தியுறவில்லை.

மாவட்டங்களைத் திரும்ப ஒப்பளிப்பு செய்தவகையில் பேஷ்வாவுக்கு பொதுப்பங்கிலிருந்து பன்னிரண்டு லட்சரூபாய் வழங்குவதற்கு எதிர்ப்பு தெரிவித்தான். மறுபக்கத்தில் மாலெட், பேஷ்வாவின் கோரிக்கைத் தொகையை மெய்யுணர்வின் வரம்பு மீறியதென்று கருதவில்லை. குறிப்பாக, திப்புவின் அதிகாரம் தூக்கியெறியப்பட்ட பின்பு, மைசூர் சாம்ராஜ்ஜியத்தை பங்கிடும்போது, இழந்தத்தொகை அவனுக்கு வழங்கப்படும். மேலாக, பேஷ்வாவுக்குக் கொடுத்ததுபோக, பொதுப்பங்கில் நிஜாமுக்கு முடிவற்ற அனுகூலங்கள் நிறைய இருப்பதாகச் சொன்னான். அது புதுத்தொடக்கமாக இருக்கும் என்றும் சொன்னான். நிஜாம் இணங்கவில்லை யென்றால், அவன் கடப்பாவைத் தவிர, வேறு எதையும் பெற்றுக்கொள்ளமாட்டான் என்று மராத்தியர்கள் நேரடியாகவே மிரட்டினார்கள். தென்னிந்தியாவின் அனைத்துப் பகுதிகளையும் அவர்கள் ஒவ்வொன்றாகக் கேட்கத்தயாரானார்கள். பேஷ்வாவின் கோரிக்கைகள் நேர்மையற்றவையாயினும், கார்ன்வாலிஸ் அவற்றைச் சமாளிக்கத் தயாரானான். 'உச்சபட்ச தியாகங்களைச் செய்தாவது, தற்போதையப் போரில் பேஷ்வா அரசாங்கத்தை உடனடியாகவும் ஆக்ரோஷமாகவும் உள்ளே இழுத்துவிடவேண்டும்' என்று செயல்பட்டான். மாலெட் இதையடுத்து கென்னவேயைத் தொடர்புகொண்டு, நிலைமையை நிஜாமுக்கு விவரிக்கச் சொன்னான். ஒருவேளை அவன் பிடிவாதம் காட்டினால், 'மூன்றாவது பங்கிற்குப்பிறகு, சலுகையாக பேஷ்வா பெறுவது போல, நான்குலட்ச ரூபாயைக் கம்பெனி தனது பங்கிலிருந்து கொடுக்கும்' என்று சமாதானப்படுத்த வைத்தான்.

நிஜாமின் கோரிக்கைக்கு ஏற்ப, புதிய விதியை உடன்பாட்டில் செருகி, அவனது ராஜ்ஜியத்தின் ஒற்றுமைக்கு உத்தரவாதம் செய்யப்பட்டது. இந்த உத்தரவாதங்களால் நிஜாம் திருப்தியடைந்தவனாக இல்லை. ஒருபுறம் மராத்தியர்களின் பலம் பயமுறுத்திக் கொண்டிருக்க, ஷம்ஸ்—உல்—உமராவின் தலைமையில் இயங்கும் திப்புபயில் குழு ஆங்கிலேயர்களுடன் நிஜாம் கூட்டணி வைப்பதற்கு எதிர்ப்புத் தெரிவித்து பயமுறுத்திக் கொண்டிருந்தான். ஆனால் கென்னவே தனது இராஜாங்க தந்திரங்களாலும் திறமையாலும் நிஜாமின் பயத்தைப் போக்கினான். உடன்பாட்டில் ஒருவிதியைச் சேர்த்து அவனைச் சரிப்படுத்தினான். ஆனால் கார்ன்வாலிஸ், தனிவிதிகளைச் சேர்ப்பதனால், அமைதி உடன்படிக்கையின்போது சிக்கல்கள் வரும் என்று எதிர்ப்புகாட்டினான்.

ஆங்கிலேயர்கள், மராத்தியர்கள், நிஜாம் ஆகியோருடன் கூட்டணி அமைக்கப்படும் போது, அவரவர் பகுதியிலுள்ள ஆதரவாளர்களையும் திப்புவின் எதிர்ப்பாளர்களையும் திரட்டி, ஆதரவைப் பெறுவதற்கானப் பேச்சுவார்த்தையை கார்ன்வாலிஸ் நடத்தினான். பம்பாய் அரசாங்கத்துக்குக் கடிதமெழுதி, 'மலபார்ப் பகுதியிலுள்ளக் கலகக்காரர்களைத் திப்புவுக்கு எதிராகத் தூண்டிவிடச்சொல்லியும், அவர்களின் ஆதரவைப் பெறும்படியும் கேட்டுக்கொண்டான். கம்பெனியின் சார்பானவர்களாக அவர்கள் மாறும்பட்சத்தில் அவரவர்களின் பகுதிகள் மீட்டுத் தரப்படும் என்றும் உறுதிப்படுத்தினான். அதற்கு மிதமானக் கப்பம்கட்டினால் போதும் என்று சலுகை அறிவித்தான். மேலும் அவர்களுக்கு, தேசத்தின் மதிப்புமிகுந்தப் பொருட்களை விற்கும் அனுகூலமான வர்த்தக முன்னுரிமை

வழங்கப்படும் என்று ஆசை காட்டினான்.

1790 ஆம் ஆண்டு, ஆகஸ்ட் மாதம் 8 ஆம் தேதியன்று, தலைச்சேரியின் ஆங்கிலேயப் படைத் தலைவன் ராபர்ட் டெய்லர் கண்ணணூரின் பீபியிடம் ஆரம்பநிலை விதிகளைக்காட்டி, பிற்பாடு வலுவான ஒப்பந்தம் செய்துகொள்ளலாம் என்று கீழ்க்கண்டவற்றுக்கு கையெழுத்து வாங்கிவிட்டான்: முதலாவதாக, தற்போதைய போரின்போது, கண்ணணூர் கோட்டையின் பாதுகாப்புக்காக ஆங்கிலேயப் படையை அனுமதிக்க ஒப்புக்கொள்வது. அதற்கு தனது மகளின் கணவனையும், தனது அமைச்சர்களில் ஒருவனையும் பிணையாகத் தருவது. இரண்டாவதாக, கம்பெனியின் தடையில்லா வர்த்தகக் கொள்கையை ஏற்பது. அதன்படி அவளது நாட்டில் விளையும் மிளகையும் மற்றபொருட்களையும் ஏதுவான விலையில் ஆண்டுமுழுவதும் தருவதற்கு உடன்படுவது.

அதுபோலானதொரு உடன்பாட்டை ராபர்ட் டெய்லர் 1790 ஆம் ஆண்டு, அக்டோபர் மாதம் 26 ஆம் தேதியன்று கூர்க்கின் ராஜாவிடமும் செய்துகொண்டான். அவனிடம், 'திப்புவையும் அவனது கூட்டாளிகளையும் எதிரிகளாகப் பாவிப்பது; ஆங்கிலேயப் படைகளைப் பெற்றுக்கொள்வது; அவனது ராஜ்ஜியத்தின் வர்த்தக உரிமையை ஆங்கிலேய நிர்வாகத்திற்குத் தருவது; கூர்க் வழியாக ஆங்கிலேயப்படைகள் செல்ல அனுமதிப்பது; மற்ற ஐரோப்பிய நாடுகளின் தொடர்பைத் தவிர்ப்பது; அதேவேளையில் கம்பெனி கூர்க்கின் சுதந்திரத்துக்கு உத்தரவாதப்படுத்துவது என்று முடிவானது.

இதுபோலவே பாவ்னியும் கொச்சி ராஜாவுடன் ஒரு உடன்பாடு செய்திருந்தான். திப்புவால் கைப்பற்றப்பட்ட உடமைகளை மீட்க, ஆங்கிலேய நிர்வாகம் உதவும் என்று அவனுக்கு வாக்கு தரப்பட்டது. அவன் கம்பெனியின் அதிகாரத்துக் குட்பட்ட குறுநில மன்னனாக ஒப்புக் கொண்டால் அதற்கானக் கட்டண விகிதங்கள் விதிக்கப்பட்டன. முதலாண்டில் 70,000 ரூபாயும், இரண்டாம் ஆண்டில் 80,000 ரூபாயும், மூன்றாம் ஆண்டில் 90,000 ரூபாயும், நான்காம் ஆண்டு முதல் 1,00,000 ரூபாயும் என்று நிர்ணயம் செய்யப்பட்டது. சித்ரக்கால், கடத்தநாட், கோட்டயம் ராஜாக்களுடனும் மற்ற மலபார் தலைவர்களுடன் இதுபோலான ஒப்பந்தங்கள் செய்துகொள்ளப்பட்டன. 1790 ஆம் ஆண்டில், மைசூரின் ராணி லட்சுமி அம்மணியிடம் ஜெனரல் மெடோஸ், 'போரில் கூட்டணிப்படைகள் வெற்றிபெற்றால், மைசூரை அதன் உரிமையுடைய ஆட்சியாளரிடம் ஆங்கிலேய நிர்வாகம் மகிழ்ச்சியுடன் ஒப்படைக்கும்' என்று ஆசைமூட்டினான். ஆனால் எல்லையை எப்படிப்பிரிப்பது என்ற கேள்விக்கு பின்னர் முடிவெடுக்கலாம் என்று நழுவிவிட்டான்.

திப்புவும் நிஜாமும்

இதனிடையே திப்புவும் செயல்படாமல் இல்லை. தனக்கு எதிராக ஆங்கிலேயர்களுடன் மராத்தியர்கள் சேருவதைத் தடுக்க மாலெட்டின்

சதியாலோசனைகளையெல்லாம் தவிடுபொடியாக்கிக் கொண்டிருந்தார். ஆங்கிலேயர்களுடன் சேரவிடாமல் தன்னுடன் சேருவதற்கானக் கற்களை நிஜாமை நோக்கி வீசிக்கொண்டேயிருந்தார். பூனாவில் அவரது முயற்சிகள் தோல்வியைத் தழுவிவிட்டன. அதுபோலவே ஹைதராபாத் முயற்சிகளும் பழமாகவில்லை.

மராத்திய—மைசூர் போரின்போது ஆங்கிலேய நிர்வாகத்தின் செயல்பாடுகளால் அதிருப்தியுற்ற நிஜாம் 1787 ஆம் ஆண்டில், ஆகஸ்ட் மாதத்தில் முதல்முதலாகத் திப்புவுடன் நேசமா னான். இது, அவனது மச்சினன் இம்தியாஜ்—உத்—தௌலா, ஷம்ஸ்—உல்—உமாரா ஆகியோரால் சாத்தியமானது. நேசத்துக்கான திப்புவின் மறுமொழி, அவனை உத்வேகப்படுத்தியது. இதை யடுத்து நிஜாம், ஹபீஜ் பரீத்—உத்—தீன் மற்றும் பகதூர் கான் ஆகிய இருவரையும் அக்டோபர் மாதம் ஸ்ரீரங்கப்பட்டிணத்துக்கு அனுப்புகிறான். அந்தத்தூதுவர்கள் இம்தியாஜ்—உத்—தௌலாவால் தேர்வு செய்யப்பட்டவர்கள்.

தூதர்கள் இருவரும் நவம்பரில் ஸ்ரீரங்கப்பட்டிணம் வந்துசேர்ந்தனர். உடன்படிக்கைக்கான முன்முடிவுகளை திப்பு சாதகமாகவே ஆக்கினார். மேலும் நிஜாமுக்கு அவர் எழுதியக் கடிதத்தில், 'தவறுகளை மறந்துவிடத் தயாராக இருப்பதாகவும், இருவருமே முஸல்மான் எனும் வகையில் ஒருவரையொருவர் சார்ந்து வாழக் கடமைப்பட்டிருப்பதாகவும், கடைசி அறிவுரையை நவாப் தனக்களித்ததாகவும்' குறிப்பிட்டார். அத்துடன் உடன்பாடு குறித்துப்பேச, நேரத்தையும் இடத்தையும் முடிவெடுக்க அவனுக்கே முன்னுரிமைக் கொடுத்தார். மேலும், நிஜாம்—உல்—முக் தக்காணத்தில் ஆட்சிசெய்தபோது, நிலப்பரப்பு எப்படியிருந்ததோ அதுபோலவே அளித்துவிடத் தயாராக இருப்பதாகவும் உறுதிசொன்னார். இந்த நட்பு பாராட்டுதலில் இரண்டு குடும்பங்களின் உறவும் வலுப்படும். தனது மகனுக்கு நிஜாமின் பெண்ணை மணமுடிக்க முன்மொழிந்தார். இந்த முன்மொழிவுகளுடன் தூதர்கள் ஹைதராபாத்துக்கு 1788 ஆம் ஆண்டு, பிப்ரவரி மாதத்தில் திரும்பினார்கள். ஆனால், பேச்சுவார்த்தைக்கான முன்கையை நிஜாம் துவங்கியிருந்த போதிலும், திப்பு கொடுத்தனுப்பிய முன்மொழிவுகளுக்கு அவனது பதில் உருத்திட்பமற்று, தெளிவில்லாமல் இருந்தது. இதன்விளைவாக, தூதுவர்கள் மூலமாக நட்பு ரீதியாகப் பரிமாறப்பட்டக் கடிதங்கள் எந்தவொரு பலனையும் நோக்கிப் போகவில்லை.

1788 ஆம் ஆண்டு, செப்டம்பர் மாதத்தில் குண்டூர் சர்க்காரை ஆங்கிலேயர்களிடம் ஒப்படைத்தப்பிறகு, நிஜாம் மீண்டும் திப்புவை நோக்கி, தனது நேசத்தை விரித்து வைத்தான். 1788 ஆம் ஆண்டு, நவம்பர் மாதத்தில் கோயமுத்தூரில் தங்கியிருந்தத் திப்புவைச் சந்தித்து உறவைப் பேச, பரீத்—உத்—தீன் மற்றும் ராமச்சந்திரா ஆகியோரை அனுப்பினான். மேலும் அவருக்கு எழுதியக் கடிதத்தில், 'இருவரும் முஸ்லீமாக இருப்பதால், நமக்கிடையிலான பேதங்களை மறந்து, நண்பர்களாக ஆகிவிடுவோம்;' தனது நல்லெண்ணத்தையும் களங்கமற்ற மனமார்ந்த நிலையையும் வெளிப்படுத்த எண்ணற்ற குரான் பிரதிகளையும் அனுப்பியிருந்தான். திப்புவின் மதவுணர்வுகளைத் தொட்ட நிஜாம், 1768 ஆம் ஆண்டின் உடன் படிக்கையின்படி, தனது ராஜ்ஜியத்தின் பெரும்பகுதியைக் கைப்பற்ற ஆங்கிலேயர்கள்

திட்டமிட்டிருப்பதையும் பயவுணர்வுடன் சொல்லியிருந்தான்.

முன்னைப்போலவே திப்பு, நிஜாமின் முன்னெடுப்புகளுக்கு இப்போதும் சாதகமானப் பண்புகளையே வெளிப்படுத்தினார். நிஜாம்—உல்—முல்க் காலத்தியத் தக்காணத்தில் என்ன மாதிரியான நிலப்பரப்பு இருந்ததோ, அதுமாதிரி தந்துவிடுவதாக பரீத்—உத்—தீனிடம் மீண்டும் உத்தரவாதமளித்தார். பதிலாக குண்டூர் சர்க்காரை நிஜாம் தனக்களிக்க வேண்டும் என்று கேட்டுக்கொண்டார். அதற்கு ஆங்கிலேயர்கள் என்ன வாடகை தந்தார்களோ, அதையே தானும் தருவதாக ஒத்துக்கொண்டார். தனது மகனுக்கு நிஜாமின் பெண்ணை எடுத்துக்கொள்வதாக உறுதியளித்த திப்பு, ஆங்கிலேயர் மற்றும் மராத்தியர்களுக்கு எதிரானப் போரின்போது, தனக்கு நிஜாம் உதவவேண்டும் என்று வரையறை செய்தார். இந்த முன்மொழிவுகளுடன் திப்புவின் பிரதிநிதிகளான குதுப்—உத்—தீன் மற்றும் ரஜா அலி கான் ஆகியோர் விலைமதிப்பற்ற பரிசுப் பொருட்களுடன் 1789 ஆம் ஆண்டு பிப்ரவரி மாதம் 1 ஆம் தேதியன்று, பரீத்—உத்—தீனுடன் ஹைதராபாத்துக்குத் திரும்பினர்.

பரீத்—உத்—தீனை திப்புவிடம் அனுப்பிவைத்த நிஜாம், அதேநேரத்தில் மீர் ஆலத்தை கல்கத்தாவுக்கு அனுப்பியிருந்தான். 1788 ஆம் ஆண்டு, நவம்பர் மாதம் 10 ஆம் தேதியன்று ஆரவாரத்துடன் ஹைதராபாத்தை விட்டுப் புறப்பட்ட மீர் ஆலம், கார்ன்வாலிஸுக்குக் கொடுக்க எண்ணற்றப் பரிசுப்பொருட்களையும் கொண்டு சென்றான். 1768 ஆம் ஆண்டின் உடன்பாட்டின்படி வரையறுக்கப்பட்ட மற்ற விஷயங்களை நிறைவேற்றிக்கொண்டுவரக் கோரியிருந்த நிஜாம், குண்டூர் சர்க்கார் தொடர்பான விதிக்குத் தீர்வுகாணலாம் என்றும் சொல்லியனுப்பியிருந்தான். குண்டூர் சர்க்கார் இடத்துக்கான மரியாதையான வாடகைக் குறித்து கார்ன்வாலிஸிடமிருந்து சிலபல கஷ்டங்களுக்குப் பின்பே, மீர் ஆலமால் நல்ல பதிலைப் பெறமுடிந்தது. திப்புவுக்கு எதிராகப் பயன்படுத்த இரண்டு பட்டாலியன் சிப்பாய்களையும் ஐரோப்பியர்களால் இயக்கப்படும் ஆறு பீரங்கிகளையும் தேவைப்படும்போது நிஜாம் பணியமர்த்திக்கொள்ளும் உறுதியையும் வாங்கியிருந்தான். இந்த ஒப்பந்தவிதிகள் நிஜாமுக்குத் திருப்தியளிப்பதாக இருந்தன. இவை உடனடி வருமானத்தைத் தராதபோதும் எதிர்காலத்தில் எல்லையைப் பாதுகாத்துக்கொள்ளும் நம்பிக்கையைத் தருவதாக இருந்தது. மேலாக, இந்தச்சொல் வாசகங்கள் இதுவரை அவனுக்குள்ளிருந்த தெற்கு எல்லைக் குறித்த அனைத்துவகையான பயத்தையும் போக்கிவிட்டன. அதனாலேயே திப்புவின் முன்மொழிவுகளுக்கு அவனது பதிலைத் தெளிவற்றுச் சொல்லியனுப்பியிருந்தான். 1790 ஆம் ஆண்டு, ஜனவரி மாதம் 2 ஆம் தேதியன்று வந்த மைசூர் முகவர்களுக்கு மெத்தனமாக வரவேற்பு கொடுத்தான். திருமண முன்மொழிவை இருகுடும்பங்களின் பிறப்பு ஏற்றத்தாழ்வைக் காரணம்காட்டி, தட்டிக்கழித்துவிட்டான். குண்டூர் சர்க்காரை மீட்புக்கானத் திட்டத்தை மறுக்கக் காரணம், அதை ஆங்கிலேயர்களிடம் வலிந்து ஒப்படைக்கத் தயாராகியிருந்தான். கர்நாட்டிக்கைப் பொறுத்தவரை அதை அவனே வெற்றிகொள்ள ஆவலுடன் இருப்பதாகத் தெரிவித்தான். அந்த விஷயத்தில் திப்புவின் உதவி தனக்குத் தேவையில்லை என்று அறுதியிட்டுச் சொன்னான். கார்ன்வாலிஸிடம் உத்தரவாதத்தைப் பெற்றுக்கொண்டுவிட்டபோதிலும் நவாப்,

திப்புவுடனானப் பேச்சுவார்த்தையை உடனடியாக முறித்துக் கொள்ளவில்லை. 1790 ஆம் ஆண்டு, ஜனவரி மாதத்தில் துவங்கி, பேச்சுவார்த்தை ஒருமுடிவுக்கு வரும்வரையில் திப்புவை எதிரியாக்கிக் கொள்ளவும் நவாப் விரும்பவில்லை. அதனால், 'இனியும் பேச்சு வார்த்தையைத் தொடர விரும்பினால் 1766 ஆம் ஆண்டு ஹைதர் அலிக்கும் தனக்குமான உடன்பாட்டின்படி கொடுக்கவேண்டிய பழைய பாக்கியை ஆண்டுக்கு எட்டு லட்சரூபாய் வீதம் திருப்பியளித்தால், அதுகுறித்துப் பேசலாம்' என்று கூட்டணி குறித்த திப்புவின் கேள்விக்குப் பதிலாகச் சொன்னான். இதனிடையே திப்புவின் பிரதிநிதிகளை கடுமையானப் பாதுகாப்பின்கீழ் கண்காணித்தான். ஆனால் ஏப்ரல் மாதம், 14 ஆம் தேதியன்று பேச்சுவார்த்தையை முறித்து, அவர்களை வெளியேற்றினான். அப்போது அவன் ஆங்கிலேயர்களுடன் சேருவதற்குத் தயாராகியிருந்தான்.

இதுகுறித்து வில்க்ஸ் சூசகமாகச் சொல்கிறான். 'பேச்சுவார்த்தை முறிவுக்குக் காரணம், நிஜாம் தன்னை வழிமரபில் உயர்ந்தவன் எனக் கருதிக்கொண்டதுதான். அதனாலேயே தன் மகளை திப்புவின் மகனுக்குக் கைப்பிடித்துத் தர மறுத்தான்' என்று. ஆனால் இது சரியான விளக்கமாகத் தோன்றவில்லை. உண்மையில் இது நயமற்ற, நகைப்புக்கிடமான ஒன்றாக இருக்கிறது. சிக்கல் நிறைந்த நேரத்தில் உணர்வுகளின் அடிப்படையில் நிஜாம் நட்பை இழக்கமுன் வந்திருக்கலாம். இந்த ஒட்டுமொத்தச் சம்பவங்களும் அற்பப் பொழுதுபோக்குப்போல ஆகிவிட்டது. உண்மையிலேயே, இந்தப் பேச்சுவார்த்தை தோல்வியில் முடிந்ததற்கானக் காரணம், திப்புவால் ஹைதராபாத்துக்கு அனுப்பப்பட்ட முகவர்கள், கென்னவேயால் திசைதிருப்பப்பட்டார்கள். ஆங்கிலேயர்களுடன் உடன்பாடு செய்துகொள்ள ஆர்வமாகயிருந்த நிஜாமை, திப்புவின் பிரதிநிதிகளால் மனமாற்றம் செய்ய முடியவில்லை. மாறாக, கென்னவே நிஜாமின் மனதில் நிரந்தர, நிச்சயமான உடன்பாடு ஆங்கிலேயர்களுடன்தான் என்று வஞ்சகமாக, அவன் மனதைக் கவர்ந்திருந்தான். அவன் மனதில் கற்பனைகளை விதைத்து, இழந்த நிலங்களை மீட்பதில் இரையாக்கி விட்டிருந்தான். கென்னவேக்கு மிகவும் ஆதுரமாக, பிரதம அமைச்சரான முஷிர்—உல்—முல்கும் அமைச்சர் மீர் ஆலமும் நவாபின் மனதைக்கலைக்க உறுதுணையாக இருந்தனர். இவர்களுக்கு முன்னால் திப்புவின் முகவர்களால் சாமர்த்தியமாக நடந்துகொள்ள சாத்தியமாகவில்லை. 1790 ஆம் ஆண்டு, ஜனவரி 11 ஆம் தேதியன்று முகவர்களில் ஒருவரான ஷம்ஸ்—உல்—உமாரா மரணமடைந்ததும் திப்புவுக்கும் நிஜாமுக்கும் இடையிலான இணைப்புக்கு வலுவேற்றும் நம்பிக்கை நலியத்தொடங்கியது. பேச்சுவார்த்தை தோல்வியடைந்ததற்கு மற்றுமொரு காரணமும் இருந்தது. நிஜாமுக்கு திப்புவுடன் நட்பு பாராட்டவேண்டுமென்ற எண்ணமெல்லாம் இருக்கவில்லை. ஆங்கிலேயத்தரப்பை பொறாமை கொள்ளவைக்கவே, திப்புவிடம் அவன் நேசம் காட்டுவதுபோல நடந்துகொண்டான். அதன் மூலமாக ஆங்கிலேயர்களிடமிருந்து ஆதரவைக் கோரலாம் என்று நினைத்தான். அவன் ஒருமுறை தனது ஆதரவைத் தந்து மராத்தியர்கள், பிரஞ்சு நிர்வாகம், திப்பு மற்றும் தன்னையும் கொண்ட ஒரு கூட்டணிக்கு முற்பட்டான். அதற்காக, ஹைதராபாத்திலிருந்த பேஷ்வாவின் பிரதிநிதி சூர்யாஜி பண்டிட்டை பூனாவுக்கு அனுப்பி வைத்தான். ஆனால் போர் பற்றிய நடவடிக்கையைத் தூண்டுவதற்குரிய படைத்துறையின்

நடவடிக்கை உண்மையானப் போரைக்காட்டிலும், பாசாங்கு நிறைந்ததாக இருந்தது. அவன் ஆங்கிலேயர்களைப் பற்றி அறிந்தவனாக இல்லை. அவர்களைச் சந்தேகத்துடன் பார்த்தான். ஆனால் அவனைப் பொறுத்தவரை திப்பு பயங்கரமானவன் என்பதானச் சித்திரம் அவனிடமிருந்தது. உண்மையிலேயே நிஜாமுக்கும், மராத்தியர்களுக்கும் திப்பு பெரியதொரு அச்சுறுத்தலாகத்தான் தென்பட்டார். அதனால் கார்ன்வாலிஸால் நம்பிக்கையுடன் சொல்ல முடிந்தது; 'கற்பனை செய்துபார்க்க முடியவில்லை. மராத்தியர்களோ நிஜாமோ இசைந்து ஆரோக்கியமான நடவடிக்கையில் ஈடுபட்டு திப்புவுடன் சேர்ந்துவிட்டால்...' அதனாலேயே அவர்களின் ஆதரவைத் தக்கவைக்க, கொறித்துக்கொண்டுத் திரிவதற்கு எலும்புகளை வீசிக்கொண்டே இருந்தான்.

திப்புவும் பிரஞ்சும்

ஆங்கிலேயர்களுக்கு எதிராகவோ அல்லது இந்திய ஆதிக்க சக்திகளின் அதிகாரத்துக்கு எதிராகவோ போரில் ஈடுபட, பிரஞ்சு இராணுவத்தின் உதவியைப் பெறுவதற்கு திப்பு, 1787 ஆம் ஆண்டு பாரீஸுக்கு ஒரு தூதுக்குழுவை அனுப்பி வைத்தார். ஆனால், பதினாறாம் லூயியின் பதில் ஒத்துணர்வு காட்டக்கூடியப் பரிவுடன் இருந்தாலும், திப்புவுக்கு அது திருப்தியைத் தருவதாக இருக்கவில்லை. அப்போது பிரான்ஸ், தனது உள்நாட்டுப் பிரச்சனைகளில் அமிழ்ந்து கிடந்தது. புதிய ஒப்பந்தங்களில் ஈடுபாடுகாட்டக்கூடியக் கடப்பாட்டுநிலையை, அதனால் எடுக்க முடியாதிருந்தது.

இதனிடையே, திப்பு இந்தியாவிலிருந்த பிரஞ்சு நிர்வாகத்தையும் அணுகினார். அவர்களிடம் ஆங்கிலேய—மராத்திய—நிஜாமியக் கூட்டு, தனக்கு எதிரானது மட்டுமல்ல; உங்களை நோக்கியதுமாகும் என்று எடுத்துரைத்தார். போரில் ஈடுபடுவதன் மூலம், எல்லாவற்றையும் திசை திருப்ப அக்கூட்டு முயலுவதாகக் கூறினார். ஆனால் புதுச்சேரியின் கவர்னர் கான்வே, காஸிக்னியைப் போலல்லாமல் திப்புவிடம் விரோதம் பாராட்டினான். டி லா லுஜ்ரீனுக்குக் கடிதம் எழுதி, 'திப்புவுக்கு எந்தவொரு உதவியையும் செய்யவேண்டாம்' என்று வலியுறுத்தினான். 'இறுதியாக செய்துகொள்ளப்பட்ட உடன்படிக்கையின் விதிகளை கடுமையாகப் பின்பற்றுவதில்' மும்முரமாக இருந்தான். 'திப்புவுக்கு நான் கடிதம் எழுதுவேன். மேலிடத்து உத்தரவில்லாமல், ஒரு நபரைக்கூட அவனுக்கு அனுப்பமாட்டேன். அதுபோலானதொரு உத்தரவை நான் பெறவும் இல்லை' என்று கடிந்துரைத்தான்.

பாரீஸிலிருந்து திரும்பும்போது, திப்புவின் தூதுக்குழுவுடன் பதினாறாம் லூயியின் பிரதி நிதியாக மக்னமாராவும் உடன்வந்தது நினைவிருக்கும். புதுச்சேரியிலிருந்து மங்களூருக்கு அவனால் முன்னேற முடியவில்லை என்பதற்கு, ஒருகாரணம் மோசமான வானிலையென்றால் மற்றுமொரு காரணம், அவன் புதுச்சேரியிலிருந்து பிரஞ்சு நிர்வாகத்தின் மூட்டை முடிச்சுகளை காலிசெய்துகொண்டுவர மேலிடம் உத்தரவிட்டிருந்ததுதான். கடைசியாக, அவன் 1790 ஆம் ஆண்டு, பிப்ரவரி மாதத்தில் மங்களூர் வந்துசேர்ந்தான். அப்போது தரைவழியாகக் கொண்டுவர

இயலாத, பிரஞ்சு அரசரும், ராணியும் கொடுத்தனுப்பியப் பரிசுப்பொருட்களை திப்புவிடம் சேர்ப்பித்தான். அவனது சந்திப்பு கண்டு, ஆங்கிலேயரிடையே காணப்பட்ட புயலிடை ஏற்படும் அமைதி தரும் பயத்தில், அவர்களிடம் 'போரின்போது கைதுசெய்யப்பட்ட ஆங்கிலேயக் கைதிகளின் விடுதலை குறித்துப் பேசவந்துள்ளேன்' என்று தெரிவித்தான். திப்பு முகாமிட்டிருந்த இடத்திலிருந்து ஒன்பதுகாத தூரமுள்ள சேத்தோனாவில் தரையிறங்கினான். அவனை அழைத்துவர திப்பு பல்லக்கையும், யானைகளையும், குதிரைகளையும் அனுப்பி வைத்தார். அவனை கௌரவமாக வரவேற்றார். மக்னமாரா, திப்புவுடன் மனம்விட்டும் நட்புடனும் பேசினான். திப்புவின் படைகளைப் பார்வையிட்டு ஆய்வுசெய்தவன், அவற்றின் தராதரத்தாலும் தயார்நிலையாலும் வெகுவாக ஈர்க்கப்பட்டான். மக்னமாராவை மகிழ்விக்க, குரங்கோட் நாயர் பகுதியை பிரஞ்சிடம் ஒப்படைக்கச்சொல்லி, தனது அதிகாரிகளுக்கு திப்பு உத்தரவிட்டார். நறுமணப் பொருட்கள், சந்தன மரங்கள் மற்றும் அரிசி வாங்கிக்கொள்வதற்கு தடையேதும் சொல்லவேண்டாம் என்று அனுமதியும் தந்தார். பேச்சுக்கு இடையே ஆங்கிலேயர்களுக்கு எதிரானப்போரில், பிரஞ்சு இராணுவம் தன்னுடன் சேர்ந்து இருக்கவேண்டும் என்ற விருப்பத்தையும் சொல்லிவைத்தார். பிரஞ்சின் மீது திப்பு கொண்டிருக்கும் மரியாதை கண்டு, மக்னமாரா தனிப்பட்ட முறையில் மகிழ்ந்து போனான். பிரஞ்சு, திப்புவுடன் கூட்டுவைத்துக்கொள்ள வேண்டும் என்று மக்னமாராவும் விரும்பினான். ஆனால், 'ஆங்கிலேயர்களுடன் பிரான்ஸ் அமைதி உடன்பாட்டில் இருக்கும்போது, வெர்செய்ல்ஸ் உடன்படிக்கையை முறித்துக்கொள்வது போல பிரச்சனைகளில் ஈடுபடமுடியாது' என்று கைபிசைந்தான். மக்னமாரா திப்புவிடமிருந்து, அரசருக்கும், ராணிக்கும், டி லா லுஜரீனுக்குமே எண்ணற்றப் பரிசுப்பொருட்களுடன் ஒரு கடிதத்தையும் பெற்றுக்கொண்டு கிளம்பிப்போனான். அந்தக்கடிதத்தில், புதுச்சேரியிலிருந்து பிரஞ்சு இராணுவம் விலகிச்செல்வது குறித்து, தனது அதிருப்தியை திப்பு தெரிவித்திருந்தார். 'இதனால், நமது பொது எதிரி வலுப்பெற்று, ஆங்கிலேயர்களின் பலம்கூடிவிடும்' என்று குறிப்பிட்டிருந்தார். 'புதுச்சேரியிலிருந்து 2,000 பிரஞ்சுத் துருப்புகளை தாமதமின்றி அனுப்பிவைக்க உத்தரவிடுங்கள்' என்று பதினாறாம் லூயிக்கு வேண்டுகோள் விடுத்திருந்தார். அதற்காகும் அனைத்துச் செலவையும் மைசூர் அரசாங்கம் ஏற்றுக்கொள்ளும். போர்முடிவுக்குப் பின்னால் அவர்கள் கௌரவமாக அனுப்பி வைக்கப்படுவார்கள் என்றும் உத்தரவாதம் தந்திருந்தார். ஆனால், கடிதத்தைக் கொண்டு சென்ற மக்னமாரா, ஐலே ஆஃப் பிரான்ஸ் தீவில் கொல்லப்பட்டான். அவன் கொண்டுசென்ற கடிதங்கள் அடையவேண்டிய இடத்துக்குப்போய்ச் சேரவில்லை.

மைசூர் முகாமிலிருந்து மக்னமாரா புறப்பட்டதும், திப்பு மேலும் இரண்டு கடிதங்களை பதினாறாம் லூயியின் முகவரியிட்டு, புதுச்சேரி ஆளுநர் டி பிரஸ்னேக்கு அனுப்பி, அங்கிருந்து அவை பிரான்சுக்குச் சென்றன. திப்பு டி பிரஸ்னேயிடமும் இராணுவ உதவியைக் கோரினார். பதிலாக, ஆங்கிலேயர்கள் புதுச்சேரி மீது தாக்குதல் நடத்தினால், தான் பிரான்சுக்கு உதவுவதாக வாக்களித்தார். புதுச்சேரியிலிருந்து பிரஞ்சுப்படைகள் விலகிச்செல்வது வருத்தமளிப்பதாக இருக்கிறது என்று கவலைப்பட்டத் திப்பு, பணப்பற்றாக்குறையால் இந்தவிலகல்

நடக்குமாயின், நிதியுதவிசெய்ய தான் தயாராகயிருப்பதாகவும் தெரிவித்தார்.[127]

விரைவிலேயே திப்புவுக்கும் ஆங்கிலேயர்களுக்குமிடையில் போர்வெடித்தது. இந்தியாவிலுள்ள பிரஞ்சு நிறுவனங்களின் தலைவர்களுக்கு டி பிரஸ்னே ஒருசுற்றறிக்கை அனுப்பி, நடுநிலையாக இருந்துகொள்ளுங்கள் என்று உத்தரவிட்டான். இது உள்நிர்வாகத்தின் கொள்கை அடிப்படையில் மட்டுமல்ல, புதுச்சேரியின் நிலைமையையும் பொறுத்து எடுக்கப்பட்ட முடிவாகும். முதலாவதாக, புதுச்சேரியில் படைகள் ஏதுமில்லை, அனுப்பிவைப்பதற்கு. இரண்டாவதாக, பிரான்ஸிலிருந்து அனுப்பி வைக்கப்பட்ட பணம் போதுமானதாக இல்லாததாலும், நேரத்துக்கு வந்து சேராததாலும், சில ஆண்டுகளுக்கு முன்பு ஆங்கிலேயர்களிடம் பிரஞ்சு நிர்வாகம் பணவுதவி பெற்றிருந்தது. அதனால், மலபார் கடற்பகுதிக்கு ஆயுதங்களைச் சில வியாபாரிகளின் மூலம் கொடுத்தனுப்பச்சொல்லி திப்பு கேட்டுக்கொண்டபோது, டி பிரஸ்னே அதற்கு உடன்படவில்லை. பிரான்ஸின் நண்பனாகயிருக்கும் ஆங்கிலேயருக்கு எதிராகப் பயன்படுத்த ஆயுதங்களை அனுப்ப, அவன் விருப்பம்காட்டவில்லை. அதனால் அவன், ‘கடிதம் மிகத் தாமதமாக வந்ததாலும், தற்போது அவற்றை அனுப்பும் வகையில் படகுகள் ஏதும் இல்லாததாலும், மேற்குக்கடலில் பயணம் செய்வதற்கேற்ற பருவகாலம் இது இல்லையென்றும்’ தட்டிக்கழித்து விட்டான்.

1790 ஆம் ஆண்டு, நவம்பர் மாதத்தில் திப்பு கர்நாட்டிக்கிற்குள் ஊடுருவியபோது, பிரஞ்சுப்படையின் உதவியைப் பெறுவதற்கு மீண்டும் நாடினார். 1790 ஆம் ஆண்டு, டிசம்பர் மாதம் 20 ஆம் தேதியன்று தியாகர் படைத்தலைவன் ஜெயின்—உல்—ஆபீதீன் மற்றும் லாலியின்கீழ் முன்னர் அயல்படையாக இருந்த, விஜிஸ் பிரிவைச் சேர்ந்த அதிகாரி ஒருவனையும் டி பிரஸ்னேயைச் சந்திக்க அனுப்பி வைத்தார். அவர்கள் டிசம்பர் மாதம் 21 ஆம் தேதி வரவேற்கப்பட்டனர். அவர்கள் கவர்னரிடம், பதினாறாம் லூயி அனுப்பியிருந்த, ‘திப்புவை நண்பராகவும், கூட்டணியைச் சேர்ந்தவர் என்று எழுதியிருந்த’ கடிதத்தைக் கொடுத்தனர். கடிதத்தில் எழுதப்பட்டிருந்த வாசகத்துக்கு அவன் எதிர்ப்பு தெரிவித்தான். ஆங்கிலேயர்களின் எதிர்ப்பைத்தூண்டிவிட தான் விரும்பவில்லை என்று உறுதி சொன்னான். ஜெயின்—உல்—ஆபீதினிடம், ‘சுல்தானுக்கு உதவ, படைகள் ஏதும் கைவசமில்லை’ என்றும் மேலாக, ‘ஆங்கிலேயர் களுடன் உடன்பாட்டிலிருக்கும் எங்களுக்கு இது தர்மசங்கடமானக் கோரிக்கையாகும்’ என்று வருத்தம் தெரிவித்தான். விஜில் படைக்கு 100 நபர்களைக் கொடுப்பதற்கும் தயக்கம் காட்டினான்.

திரும்பும்போது, ஜெயின்—உல்—ஆபீதீன், பெர்ஷியன் மொழியில் உரையாடத் தெரிந்த பிரஞ்ச் இந்தியாவின் நிர்வாகி எம்.லெஜர் என்பவனை அழைத்து வந்திருந்தான். அவனைத் திப்புவின் தூதுவனாக பதினாறாம் லூயியிடம் அனுப்பி வைத்தார்கள். மைசூரிலிருந்து அவன் கொண்டு சென்றக் கடிதத்தில் திப்பு, ‘6,000 துருப்புகளைக் கொடுத்துதவுமாறும், அவர்களுக்கானப் போக்குவரத்து, உணவு, ஆடைகள் மற்ற செலவுகளை தான் வழங்கிவிடுவதாகவும்’ சொல்லியிருந்தார். ஆனால் அங்கே நிலவிய அமைதியின்மையால், பதினாறாம் லூயியால் திப்புவுக்கு உதவமுடியவில்லை. இவ்வாறாக, இரண்டாவது ஆங்கிலேய—மைசூர் போரின்போது, ஆங்கிலேய—மராத்திய —நிஜாமியக் கூட்டுப்படையை திப்பு தனியாளாக எதிர்கொண்டார்.

126. P.R.C., iii, No. 108. 1789, Sept. 17 தேதியிட்ட ஒரு குறிப்பு. திப்புவின் முகாமுக்கு வந்த மராத்தியப் பிரதிநிதியான சிவாஜி ராவ், ஆங்கிலேயர்களுக்கு எதிராக திப்புவுக்கு மராத்தியர்கள் உதவுவார்கள் என வாக்களித்திருக்கிறார்கள் என்று உறுதி சொன்னான். 1790, ஜனவரி 4ல் நவாப் தன் முகவரை பூனாவுக்கு அனுப்பி மைசூர் மீது படையெடுப்போம் என்று சொன்னதற்கு, 'திப்புவுடன் 3 ஆண்டுகள் 3 மாதங்களுக்கு உடன்பாடு செய்தாகிவிட்டது. அதனால் மைசூர் மீது படையெடுப்பது சாத்தியமில்லை என்று பதிலளித்தான். (mack. MSS.I.O., No. 46, p. 19.)

127. Ibid., i263, 5300. இந்தக் காலகட்டத்தில் திப்பு பதினாறாம் லூயிக்கு பல கடிதங்களை எழுதினார். மேரி ஆண்டோனெட்டுக்கும் ஒரு கடிதம் எழுதினார். அவற்றிலெல்லாம் 2,000 துருப்புகளை மட்டும் அனுப்பித் தருமாறு கேட்டிருக்கிறார். மற்றபடி குதிரைப்படையையோ, பீரங்கிப்படையையோ ஆயுதங்களையோ, வெடிப்பொருட்களையோ அவர் கேட்டிருக்கவில்லை. (See. A.N., C2 295, Tipu to Louis XVI, Safar 8; Rabi ii 2; Shawwal 13, 1206. Tipu to Marie Antoinette, Shawwal, 13 1206 A.H.).

13

போர்: முதல் கட்டம்

மெட்ராஸ் அரசாங்கத்தின் மீது அதிருப்தியிலிருந்த கார்ன்வாலிஸ், முதலில் மெட்ராஸுக்குச் செல்ல முடிவெடுத்தான். அங்கிருந்து திப்புவுக்கு எதிரானப்போரை, தானே பொறுப்பேற்று நடத்தவும் திட்டமிட்டான். பின்னர்தான் அவனுக்கு, பம்பாயின் கவர்னரான மெடோஸ் மெட்ராஸின் கவர்னராகவும் படைத்தலைவராகவும் நியமனம் செய்யப்பட்டிருப்பது தெரியவந்தது. உடனே, தனது எண்ணத்தை மாற்றிக்கொண்டான். மெடோஸ், திறமையும் நன்னடத்தையும் கொண்டவன் என்பது, கார்ன் வாலிஸின் கணிப்பாக இருந்தது. போரை நடத்துவதற்கு மிகவும் பொறுப்பான ஆள் அவன் என்று நம்பிக்கைக் கொண்டிருந்தான்.

ஆங்கிலேயர்களின் படைநடத்தும் திட்டப்படி, ஜெனரல் மெடோஸ் பிரதான இராணுவத்துடன் முதலில் கோயமுத்தூர் மாகாணத்துக்குச் சென்று, மலைப்பகுதி மாவட்டங்களைச் சுற்றி வளைப்பது; வளமான அந்தப்பகுதியிலிருந்து, தேவையானப் பொருட்களை சேகரிப்பது; பின்பு கஜல்ஹாட்டி கணவாய்வழியாக, மைசூருக்குள் புகுவது என்று எண்ணம் கொண்டிருந்தான். மறுபக்கத்தில் பம்பாயின் கவர்னர் அபெர்கிராம்பி, மலபார் கடற்கரைப்பகுதியிலுள்ள திப்புவின் உடமைகளை

மீட்பது. வாய்ப்பான சூழல் அமைந்தால், மெடோஸுடன் இணைந்து செயல்படுவது என்று முடிவு செய்திருந்தான். இவர்களுக்கிடையில் கலோனல் கெல்லி, கர்நாட்டிக்கில் திப்பு ஊடுருவி விடாமலிருக்க, மத்தியக் கோரமண்டலப் பகுதியிலுள்ள பாராமஹாலுக்குள்ளிருந்து பாதுகாப்பது என, தனது திட்டத்தை வடிவமைத்துக் கொண்டிருந்தான்.

1790 ஆம் ஆண்டு, மே மாதம் 24 ஆம் தேதியன்று, திருச்சிராப்பள்ளியருகே முதல் படையை நிலைநிறுத்த மெடோஸ் உத்தரவிட்டான். 26 ஆம் தேதியன்று, 15,000 வீரர்களுடன் நடையைத் தொடங்கினான். ஆனால் படைகளின் உணவுத்துறையின் ஏற்பாடுகளுக்கு அதிக நேரம் தேவைப்பட்டது. திருச்சிராப்பள்ளியிலிருந்து வெறுமனே ஐம்பதுமைல் தொலை விலுள்ள கரூர் எல்லைக்கு வந்துசேர ஜூன் மாதம் 15 ஆம் தேதியானது. கரூர், மைசூர் படையால் கைவிடப்பட்ட நிலையில் இழிந்துகிடந்தது. அதை அன்றே ஆங்கிலேயப்படை கைப்பற்றியது. அங்கிருந்து ஜூலை மாதம், 3 ஆம் தேதியன்று மெடோஸ் அரவாக்குறிச்சிக்குப் போனான். அது, பலவீனமானதோர் கோட்டைக்கொண்ட ஊராகும். எந்தவொரு எதிர்ப்புமில்லாமல் அதுவும் வீழ்ந்தது. கைப்பற்றிய அதை, அதன் பழைய ராஜாவிடம் ஒப்படைத்துவிட்டு, தாராபுரத்துக்குப் படைகளைத் தள்ளினான். அங்கிருந்தக் கோட்டையும் எந்தவொரு எதிர்ப்புமில்லாமல் கைக்கு வந்தது. அந்தக் கோட்டைக்கு ஒரு பெரும்படையைக் காவலுக்குப் போட்டுவிட்டு, கோயமுத்தூர் நகரத்தை நோக்கி நகர்ந்தான். ஜூலை மாதம், 21 ஆம் தேதியன்று அவன் அங்கே போனபோது, காலிசெய்யப்பட்டு வெறிச்சிட்டுக் கிடக்கும் நகரத்தையே கண்டான்.

வழிநெடுகிலான இந்தப் படையெடுப்பில், இதுவரையில் ஆங்கிலேயப் படை எந்தவொரு எதிர்ப்பையும் சந்திக்கவில்லை. ஆங்காங்கே ஓரிரு குதிரைப்படையினர், மிரட்டல்தொனியில் அவர்களுக்குப் பின்னால் வந்தார்கள். கால்நடைகளை அபகரித்துச் சென்றார்கள். படையின் பின்புறத்தில் வந்து கொண்டிருந்தவர்களைத் தாக்கிக் காயப்படுத்திவிட்டு ஓடினார்கள். ஆனால் கோயமுத்தூர் கைப்பற்றப்பட்ட நாளன்று, சயீத் சாகிப் கோயமுத்தூருக்கு நாற்பதுமைல் தொலைவிலுள்ள தனயக்கன்கோட்டைக்கு 4,000 குதிரைப்படை வீரர்களுடன் 'என்ன நடக்கிறது என்று பார்ப்பதற்காக' வந்திருப்பதாக, மெடோஸுக்குத் தகவல் வந்துசேர்ந்தது. திப்புவிடமிருந்து, 'ஆங்கிலேயப்படையினரைத் தவிக்கவிட்டு, அவர்களின் தொடர்புகளைச் சீர்குலை' என்று வந்திருந்த உத்தரவை, சயீத் சாகிப் மேற்கொண்டிருந்தான். அதைக்கேள்விப்பட்டதும் மெடோஸ், உடனடியாக ஒரு பெரும்படையை கலோனல் ஃபிளாய்ட் தலைமையில் அனுப்பி, மைசூர் படைக்கு அதிர்ச்சியளித்தான். புத்திசாலித்தனமானத் தொடர் நடவடிக்கைகளால், ஃபிளாய்ட் காவிரியின் கிளைநதியான பவானியின் குறுக்கே, சயீத் சாகிபை ஓடவிட்டதுமில்லாமல், அவனைத் தொடர்ந்து சென்று கஜல்ஹாட்டி கணவாய்க்கு அந்தப்புறமாக விரட்டிவிட்டு வந்தான். சயீத் சாகிப் பின்வாங்கியது, ஆராயாது துணியப்பட்டச் செயலாகும். அவனது இந்தச் செய்கையால், ஆங்கிலேயப் படைகள் தென்பகுதிக்குள் உள்நுழைய ஏதுவாகிவிட்டது. இதன் விளைவாக, திண்டுக்கல் மற்றும் பல பகுதிகளை ஆங்கிலேயர்கள் எளிதாகக் கைப்பற்றமுடிந்தது. அவன்செய்த தப்புக்காக, திப்பு பணிமுறைக் கண்டனத்தை வெளிப்படுத்தினார்.

ஆகஸ்ட் மாதம், 5 ஆம் தேதியன்று கலோனல் ஸ்டூவர்ட் தலைமையில் 112 மைல் தொலைவிலிருக்கும் திண்டுக்கல்லை துவம்சம் செய்ய பெரும்படையொன்று அனுப்பிவைக்கப்பட்டது. அவன் 16 ஆம் தேதி வந்தடைந்தான். திண்டுக்கல் கோட்டை மூன்றுபுறமும் செங்குத்தானக் கருங்கல்பாறையில் கிழக்குப்பக்கமாக மட்டுமே மேலேறுவதற்கான வகையில் படிகளுடன் கூடியதாகயிருந்தது. கடந்த ஆறு ஆண்டுகளாகவே கோட்டை பல்வேறு புத்துதாரண வேலைகளைக்கண்டு பொலிவுடன் இருந்தது. கோட்டையில் தேவையான அளவில் பீரங்கிகளும் வெடிப்பொருட்களும் உணவு வகைகளும் இருந்தன. 800 பேரைக்கொண்ட காவல்படை கோட்டையைப் பாதுகாத்து வந்தது. அவர்களுக்கு கலோனல் ஸ்டூவர்ட் ஒரு அறிவிப்பை ஒரு ஆள்மூலமாக அனுப்பிவைத்தான். ‘நீங்கள் சரணடைந்தால், உங்கள் பொருட்களை எடுத்துக் கொண்டு மைசூரின் எந்தப்பகுதிக்கும் போய்க் கொள்ளலாம். அதைவிட்டுவிட்டுத் தடுத்தீர்களானால், நீங்கள் அத்தனைபேரும் வாளுக்கு இரையாவீர்கள்’ என்று சொல்லச் சொல்லியிருந்தான். செய்தியைக் கொண்டுவந்த ஆளிடம், கோட்டையின் பாதுகாப்புப் பணியில் இருந்தத் தளபதி ஹைதர் அப்பாஸ், இவ்வாறாக பதிலளித்தான்: ‘போய் உனது தளபதியிடம் சொல். திண்டுக்கல் நகரத்தைப்போல இந்தக்கோட்டையையும் சரணடையவிட்டால், எங்கள் இளவரசருக்கு பதில்சொல்ல முடியாது. அதனால், இனி யாராவது ஒருவர், இதுபோன்றத் தூதுரையைக் கொண்டுவந்தால், பீரங்கியை இயக்கி அவனைத் தூள்தூளாக்கிவிடுவேன்.’ பதிலைப்பெற்ற ஸ்டூவர்ட், உடனடியாக பீரங்கிப்படையைக் களமிறக்கினான். இரண்டு நாட்களாக குண்டுகளை மழையாய்ப் பொழிந்து, முறையற்றவகையில் சுவற்றில் பிளவை உண்டாக்கினான். வெடிப் பொருட்கள் ஏறத்தாழ முடிவடையும் தருவாயில், இன்னும் ஒருவாரத்துக்கு எந்தவொரு புதிய விநியோகமும் வராது என்று தெரிந்தபின்னாலும், புதிதாய் ஒரு தாக்குதலுக்கு முடிவு செய்தான். மேஜர் ஸ்கெல்லி தலைமையில் ஒருபடையை அனுப்பினான். பிரிட்டிஷ் துருப்புகள் விசையூக்கத்துடனும் நெஞ்சுரத்துடனும் கோட்டையைத் தாக்கின. ஆகஸ்ட் மாதம் 21 ஆம் தேதியன்று மாலை, மீண்டும் மீண்டும் ஊடுருவ முயற்சிசெய்தனர். ஆனால் வலுவாக இருந்தக் கோட்டையில் புகமுடியவில்லை. அதனால், கோட்டைகளை உடைப்பதில் நுட்பம்வாய்ந்த வீரர்களைக்கொண்ட படைக்குழுவுடன் இணைவுச்சூழலை உருவாக்கி, கலோனல் ஸ்டூவர்ட் கோட்டையை உடைக்கமுற்பட்டான். அங்கே, அடுத்தநாள் காலையில் ஆங்கிலேயர்களுக்கு ஒருஆச்சரியம் காத்திருந்தது. உடைப்புகளுக்கிடையில் ஒரு வெள்ளைக்கொடி பறந்தபடியிருந்தது. எதிரிப்படையின் உண்மையான பலத்தை அறியாதிருந்த காவல்படையினர், மற்றொரு தாக்குதலை தாங்கமுடியாது என்று பயந்தனர். அன்றிரவு, தளபதியைச் சூழ்ந்துகொண்டு நிலைமையைவிளக்கி நெருக்கடி கொடுத்தனர். வேறுவழியில்லாமல் ஹைதர் அப்பாஸ், சரணடையும் முடிவுக்கு வந்தான். ஆகஸ்ட் மாதம், 22 ஆம் தேதியன்று கோட்டையை விட்டுக் கொடுத்தான். அடுத்து, பாலக்காட்டை நோக்கி நடைபோட்ட ஜெனரல் ஸ்டூவர்ட், செப்டம்பர் மாதம், 22 ஆம் தேதியன்று அதைக் கைப்பற்றினான்.

இதனிடையே, கலோனல் ஓதம் ஆகஸ்ட் மாதம், 7 ஆம் தேதியன்று ஈரோட்டைக் கைப்பற்றியிருந்தான். கலோனல் ஃபிளாய்ட், 26 ஆம் தேதி சத்தியமங்கலத்தைப் பிடித்தான். ஃபிளாய்ட், பவானி ஆற்றின் வடகரையில் முகாமிட்டிருந்தான். அந்த

இடம் மிகமுக்கியத்துவம் வாய்ந்ததாக இருந்தது. கஜல்ஹாட்டி கணவாய்க்கு அருகிலிருந்த அது, ஆங்கிலேயத் துருப்புகள் திப்பு சாம்ராஜ்ஜியத்தின் இதயப் பகுதியில் நுழைவதற்கான வழியாகவும் இருந்தது.

முதல்கட்ட செயல்முறை நடவடிக்கைகள் இவ்வாறாக, வெற்றியுடன் முடிந்தன. துருப்புகளின் உணவைப் பெறுவதற்காக, கோயமுத்தூர் மாகாணம் முழுவதையும் ஆக்கிரமித்தாகிவிட்டது. கரூரிலிருந்து நேராக கஜல்ஹாட்டிவரையிலும் காவல் அரண்கள் நிறுவப்பட்டுவிட்டன. மைசூருக்குள் ஊடுருவுவதற்கு எல்லாமே தயாரான நிலையில் இருக்கும்போது, திப்பு ஃபிளாய்ட் முகாமிட்டிருந்த பவானி ஆற்றின் தெற்குப்பகுதியில், சத்தியமங்கலத்து காவல் அரணுக்கு எதிரில் திடீரென்று பிரசன்னமானார்.

தனது சாம்ராஜ்ஜியத்துக்குள் ஆங்கிலேயப்படை ஊடுருவும் திட்டத்தில் இறங்கியிருக்கிறது என்று கேள்விப்பட்டதுமே, திருவாங்கூரிலிருந்து திப்பு கிளம்பிவிட்டார். மே மாதம், 24 ஆம் தேதியன்று கோயமுத்தூருக்கு வந்துவிட்ட அவர், ஜூன் மாதம் முழுவதும் அங்கேயே தங்கியிருந்தார். மெடோஸின் நடவடிக்கைகளை உன்னிப்பாகக் கவனித்து, அவனுக்கு எதிராகப் படைநடத்தும் நுட்பங்களைத் திட்டமிட்டபடியிருந்தார். ஆனால் ஆங்கிலேயப் படையின் நடவடிக்கைகள் சுறுசுறுப்பாக இல்லை. காத்துக்கொண்டிருந்து நேரம் விரயமாவதைத் திப்பு விரும்பவுமில்லை. அதனால், சயீத் சாகிபை முன்னேறிக் கொண்டிருக்கும் மெடோஸை சில குதிரைப் படைகளைக் கொண்டு மறிக்கச் செய்தார். அப்போதுதான் மெடோஸ், கரூர் காவல் அரண்களில் படையின் வலுவைக் குறைத்திருந்தான். திப்பு, ஸ்ரீரங்கப்பட்டிணத்துக்கு அந்த வழியாக ஜூலை மாதம், 1 ஆம் தேதியன்று கிளம்பிப்போனார். 12 ஆம் தேதி தலைநகர் வந்தடைந்த அவர், அடுத்த இரண்டு மாதங்கள் தயாரிப்புப் பணிகளில் மும்முரமாக இருந்தார். செப்டம்பர் மாதம், 2 ஆம் தேதி 40,000 காலாட்படை வீரர்களுடனும் பயிற்சிபெற்ற பீரங்கிப் படைத் தொகுதிகளுடனும் ஸ்ரீரங்கப்பட்டிணத்திலிருந்து புறப்பட்டார். கஜல்ஹாட்டி கணவாயை 9 ஆம் தேதி வந்தடைந்த அவர் உடனடியாக, உணவுப்பொருட்களையும் ஆயுதங்களையும் பூர்ணையாவின் பாதுகாப்பில் மலைத்தொகுதிகளுக்கிடையே வைத்துவிட்டு, கிழக்குமலைத் தொடர்ச்சியின் மிகவும் கடினமானக் கணவாயில் மேலிருந்துக் கீழாக இறங்கினார்.

வில்க்ஸின் கூற்றுப்படி, திப்புவின் நடமாட்டத்தை ஃபிளாய்ட் தனது நுண்ணறிவுத் துறையின் மூலமாகக் கண்டறிந்து, அந்தத்தகவலை தனது ஆலோசனையுடன் ஜெனரல் மெடோஸுக்கு உரித்தாக அனுப்பிவைத்தான். அதில், 'ஆங்கிலேயப் படைகள் சிதறியிருப்பதைக் கருத்தில்கொண்டு திப்பு, தலைமையகத்தை நோக்கிச்சென்றுவிட்டான்' என்றும் சொல்லியிருந்தான். நுண்ணறிவுத் துறையின் கருத்து, கருதுகோளாக எடுத்துக்கொள்ளாத மெடோஸ், படைகளை முன்னடத்திச்செல்ல ஃபிளாய்ட்டுக்கு உத்தரவிட்டான். எனினும் மெடோஸ், 'நமது நுண்ணறிவுத்துறையின் துணையை மட்டும் நம்பிக்கொண்டிருக்க வேண்டாம். நமது துறையின் வேகத்தைவிட, எதிரி மிகவேகமாக முன்னேறி வந்துவிடுவான்' என்று கருத்து கூறினான். மன்றோ மற்றும் மெக்கன்ஸியின்

கூற்றுப்படி, 'கஜல்ஹாட்டி கணவாய் வழியாக சுல்தான் கீழிறங்கி, கோயமுத்தூர் மாகாணத்துக்குள் பிரவேசித்தது, நிச்சயம் அதிரடியானதுதான். சத்தமில்லாமல், சாகசத்துடன் நடந்துவிட்ட அது, ஒவ்வொருவருக்கும் ஆச்சரியம் தரக்கூடியது' என்கின்றனர். வில்க்ஸின் கூற்று, இவ்வாறாகத் தவறானது. திப்புவின் அணுகுமுறை பற்றியத் தகவல் ஃபிளாய்டுக்குக் கிடைத்ததே தாமதமாகத்தான். அதை அவன், மெடோஸுக்கு அனுப்பி, அங்கிருந்து வழிகாட்டுதல் முறைவந்து, அதை அவன் பின்பற்றியது இன்னும் தாமதத்தை ஏற்படுத்தியது. ஃபிளாய்டின் சாலை பாதுகாப்புப் படை, திப்புவின் குதிரைப் படையைக் கண்டது செப்டம்பர் மாதம் 10 ஆம் தேதியன்று. அதைச் செய்தியாக்கி மெடோஸுக்கு அனுப்பியது 12 ஆம் தேதியன்று. அதற்குள் திப்பு, அவர்களின் முன்னே நேரடியாகவே பிரசன்னமாகிவிட்டார்.

12 ஆம் தேதியன்று திப்பு, பூங்கார் தரைப்பாலத்தின் வழியே பவானியைக் குறுக்காகக் கடந்துவிட்டார். கரையின் தெற்கே, பெரும்படையுடன் முகாம் அமைத்தார். மற்றுமொரு பெரும்படையை ஆற்றின் வடக்கே நகர்ந்து சத்தியமங்கலத்தைக் கைப்பற்றிவிட்டு, பிறகு ஆற்றைக் கடக்கச்சொன்னார்.

13 ஆம் தேதியன்று, பூங்கார் தரைப்பாலத்தினருகே வேவுபார்க்க வந்திருந்த மேஜர் டெர்ஃபி தலைமையிலான, சாதாரண ஆங்கிலேயக் குதிரைப்படை, பெரும் எண்ணிக்கையிலான மைசூர் படையைச் சுற்றிவளைத்தது. எல்லாத்திசைகளிலிருந்தும் கடும் நெருக்கடியைக் கொடுத்தது. கணிசமான எண்ணிக்கையில் அரண்களைக் கைப்பற்றியிருந்தாலும், மேஜர் டெர்ஃபியால் ஃபிளாய்டின் தலைமையிலானப் படை வந்துசேர்ந்தால்தான் போர் நடவடிக்கையில் ஈடுபட முடியும் என்ற நிலைமை இருந்தது. மைசூர் படை தீரமுடன் போராடியது. ஊடுருவ முடியாதபடியான அப்பகுதியின் இயற்கையமைப்பு, உயரமும் செங்குத்துமானப் பாறைகள், திப்புவின் குதிரைப் படையின் முன்னேற்றத்தைத் தடுப்பனவாக இருந்தன. அதேநேரத்தில் ஆங்கிலேயர்களுக்கு அந்தப்பகுதி பாதுகாப்பாகவும் பயனுள்ளதாகவும் அமைந்துபோனது.

இந்தச் சிறுசண்டையையடுத்து, திப்பு மேற்கிலிருந்து தெற்கு பவானியின் கரையில் முகா மிட்டிருக்கும் ஃபிளாய்டைத் தாக்க முன்னேறிவந்தார். ஆங்கிலேயர்களின் கவனத்தைச் சிதைக்க, தனது துப்பாக்கிப்படையில் மூவரை, வடக்குக்கரையிலிருந்து தெற்கிலிருக்கும் ஆங்கிலேயர்கள் மீது சுடச்சொன்னார். ஆனால் ஆங்கிலேயத் தளபதி அங்கு வலுவானதோர் நிலையை அமைத்திருந்ததால், திப்புவால் மேற்கொண்டு முன்னேற முடியவில்லை. தூரத்திலிருந்தே பீரங்கிகளால் தாக்குதலைத் தொடுத்தார். நாள்முழுவதும் நடத்தப்பட்டத் தாக்குதலில் ஆங்கிலேயப்படைக்கு பெரும்இழப்பு ஏற்பட்டது. மூன்று பீரங்கிகள் வீழ்ந்தன. இரவாகிப்போனதால் திப்பு முகாமுக்குத் திரும்பிவிட்டார்.

பீரங்கித்தாக்குதலில் பெரும் இழப்பு ஏற்பட்டதும், தங்கள்படை வலுவாக இல்லையென்பதை உணர்ந்த அன்றிரவு, ஆங்கிலேயப் படைத்தலைவர்களின் ஆலோசனைக் கூட்டம் கூடியது. அதில் சத்தியமங்கலத்தைக் கைவிட்டுவிட்டு கோயமுத்தூருக்குத் திரும்புவது என்று முடிவு செய்யப்பட்டது. அதன்படி,

ஆங்கிலேயத் துருப்புகள் மூன்று பீரங்கிகளையும் உணவுப்பொருட்களையும் சத்தியமங்கலம் கோட்டையிலேயே விட்டுவிட்டு, அதிகாலையில் புறப்பட்டன. இதைக்கேள்விப்பட்டதும் திப்பு உடனடியாக ஆங்கிலேயப்படைகளைப் பின்தொடரத் தயாரானார். ஆனால், முன்னிரவில் தொடங்கியப் பெருமழைக்கு, துருப்புகள் முழுவதும் ஆங்காங்கே சிதறியிருந்தன. 'ஒருங்கிணைந்து அணிவகுங்கள்; என்று உத்தரவு பிறப்பித்தபோது, முன்னிரவிலும் பகலும் பட்டினியாக இருந்த அவர்கள், உணவு தயாரிக்கும் பணியில் மும்முரமாக இருந்தனர். உடனடியாக அணி திரளவில்லை. அதனால் ஆங்கிலேயப் படையைப் பின்தொடரத் தேவையான அளவில் படையைத் திரட்ட திப்புவால் முடியவில்லை. ஒரு சிறுபடை மட்டும் அணி வகுத்து நின்றது. மற்றவர்களைப் பின்தொடரச் சொல்லிவிட்டு, அவர் புறப்பட்டுவிட்டார். பத்து மணிவாக்கில் அவரது குதிரைப்படையும் பீரங்கித்தொகுதியும் ஃபிளாய்டின் படையின் பின்பகுதியை நெருங்கி, படிப்படியாக அவனது முழுத்தொகுதியையும் கடந்துவிட்டது. இதனிடையே, திப்புவின் பிரதான இராணுவம் களம்புகுந்து வெளுத்து வாங்கியது. மதியம், 2 மணி வாக்கில் பின்புறத்திலிருந்தும் பக்கவாட்டிலிருந்தும் தொடுக்கப்பட்டத் தாக்குதலில் ஆங்கிலேயப் படை சிதிறியோடியது. 5 மணிவாக்கில் சத்தியமங்கலத்திலிருந்து பத்தொன்பது மைல் தொலைவிள்ள சேயூர் கிராமத்தில் ஆங்கிலேயப் படையை திப்பு மறித்து நின்றார். ஃபிளாய்ட், திப்புவை எதிர்த்து நின்றான். திப்பு தன்னைப் பணயம் வைத்து, வலுவானக் குத்துச்செடிகளுக்கிடையிலும் தடுக்கி விழவைக்கும் கரட்டுக்களங்களிலுமாகத் தாக்குதல் நடத்தினார். அதில் அவர், வெற்றியைக் கொய்தாலும் புர்கான்—உத்—தீனை இழந்துவிட்டார். ஆங்கிலேயப் படையால் அவன் கொல்லப்பட்டான். இது, மைசூர் படையின் மனதை சிதைத்துவிட்டது. அவர்கள் குலைந்துபோனார்கள். உச்சமாக, ஃபிளாய்டின் உதவிக்கு மெடோஸ் வந்துகொண்டிருப்பதாகத் தகவல் வந்து சேர்ந்தது. இதையடுத்து இரவானதும், திப்பு விலகிப்போனார். செப்டம்பர் 13, 14 ஆகிய நாட்களில் ஃபிளாய்டுக்கு இழப்பு அதிகளவில் இருந்தது. 556 பேர் கொல்லப்பட்டிருந்தனர். பெரும் எண்ணிக்கையில் காயம்பட்டிருந்தனர். பெருமளவில் உணவுப்பொருட்களையும் ஆயுதங்களையும் இழந்திருந்தான். பீரங்கிகள், வண்டியிழுக்கும் காளைகள் எல்லாமே அவனிடமிருந்து பறிபோயிருந்தன.

போர் நடந்துகொண்டிருக்கும்போது புதியாய்ப் படைப்பிரிவொன்று அனுப்பப்பட்டுள்ளதாகவும், அதை ஜெனரல் மெடோஸ் நடத்திக்கொண்டு வருவதாகவும் ஃபிளாய்டுக்கு தகவல் வந்தடைந்தது. மெடோஸ் வந்துசேர்ந்தால் மட்டுமே தனது படையைக் காப்பாற்றமுடியும் என்று ஃபிளாய்ட் உணர்ந்திருந்தான். அதனால் அதிகாலை 2 மணிக்குப் புறப்பட்டு, இரவு எட்டு மணி வாக்கில் வெள்ளாடிக்கு வந்துசேர்ந்தான். ஆனால் அங்கே, ஜெனரல் மெடோஸ் இல்லாது கண்டு அதிருப்தியுற்றான். ஃபிளாய்டுக்கு பதிலாக பொறுப்பேற்று படைநடத்த கோயமுத்தூரிலிருந்து புறப்பட்ட மெடோஸ், ஃபிளாய்ட் இன்னும் சத்தியமங்கலத்திலிருந்து புறப்படவில்லை என்று எண்ணிக்கொண்டு, வெள்ளாடியிலிருந்து பத்துமைல்தூரம் கடந்துவிட்டிருந்தான். மெடோஸின் வடக்குநோக்கிய நகர்வு, தனக்கும் ஸ்ரீரங்கப்பட்டிணத்துக்கும் இடையில் இருப்பதாக திப்புவுக்கு நம்பிக்கையேற்பட்டது. அதனால் திப்பு, வந்தவழியே திரும்பி பவானி

ஆற்றைக் குறுக்கே கடந்து, மெடோஸுக்காகக் காத்திருந்தார். திப்புவைப் பாதுகாத்தபடி முன்பகுதியில் ஆறு ஓடியது. அவரின் இரண்டுபக்கவாட்டிலும் தனயக்கன் கோட்டையும், சத்தியமங்கலம் கோட்டையும் இருந்தன. சத்தியமங்கலம் கோட்டையையும் பூங்கார் கோட்டையையும் காக்க, திப்பு கூடுதல் கவனத்தை எடுத்துக்கொண்டார். அந்த இடத்தில்தான் மெடோஸ் ஆற்றைக் கடக்க முயற்சிப்பான் என்று கருதினார். ஆனால் ஆங்கிலேய ஜெனரல் மெடோஸ், ஃபிளாய்ட் எங்கேயிருக்கிறான் என்பதைக் கேட்டுத் தெரிந்துகொண்டான். இப்போதைய நிலையில், மைசூர் மீது படையெடுப்பது சாத்தியமில்லையென்று உணர்ந்து, திப்புவுடன் போரிடுவதைத் தவிர்த்து விட்டு வெள்ளாடிக்குத் திரும்பி ஃபிளாய்டுடன் சேர்ந்துகொண்டான். வெள்ளாடியிலிருந்து இரண்டு படைகளுமே கோயமுத்தூருக்கு நடைபோட்டு செப்டம்பர் மாதம், 25 ஆம் தேதியன்று பாலக்காட்டிலிருந்து திரும்பியிருந்த கலோனல் ஸ்டூவர்ட்டின் படையுடன் சேர்ந்துகொண்டன.

ஃபிளாய்டின் இராணுவத்தைத் தூள்தூளாக்க நினைத்திருந்தத் திப்புவுக்கு, அது தோல்வியாகத்தான் முடிந்தது. அதற்கு, ஃபிளாய்டின் தைரியமும், விடாமுயற்சியும் காரணமாக இருந்தது. அதேவேளையில், அந்தப்பகுதியின் இயற்கை மைசூர் படையை முன்னேறவிடாமல் தடுத்தது. இருந்தபோதிலும், '15 ஆம் தேதிக்கு முன்பு இரண்டு நாட்கள் ஃபிளாய்டின் படையை உணவு, ஓய்வு இல்லாமல் துவம்சம்செய்து ஓடவிட்ட திப்பு, இன்னும்கொஞ்சம் முனைந்திருந்தால் அவனது படையை பூண்டோடு ஒழித்திருக்கலாம்.' ஆனாலும், ஃபிளாய்ட் படையை முழு முதலாகத் தோற்கடிக்காவிட்டாலும், அவர் தனது முக்கியப் பணியில் வெற்றிபெற்றிருந்தார்: கஜல்ஹாட்டிக் கணவாய் வழியாக மைசூருக்குள் வராதபடி, ஆங்கிலேயர்களின் படையெடுப்பைத் தடுத்திருந்தார். அதுபோல பாதுகாப்புப் போரை, தாக்குதல் போராக மாற்றியிருந்தார்.

திப்பு இப்போது, கோயமுத்தூர் மாகாணத்தில் ஆங்கிலேயர்கள் கைப்பற்றிய நிலைகளை மீளக்கைப்பற்றும் முடிவுக்கு வந்திருந்தார். முஹர்ரம் கொண்டாட்டத்துக்கு இடையில், பத்து நாட்களுக்குப்பின், அவர் ஈரோட்டை நோக்கிப் புறப்பட்டார். செப்டம்பர் மாதம், 25 ஆம் தேதி அவரால் அனுப்பப்பட்ட குதிரைப்படையிடம், 'வெட்கங்கெட்டத்தனமாக' ஆங்கிலேயப் படை சரணடைந்தது. சரணடைதல் முறைகள் பின்பற்றப்பட்டு, கம்பெனிப்படை கரூருக்குத் திரும்பும் அணிவகுப்புக்கு அனுமதிக்கப்பட்டது. ஈரோட்டில் மதிப்புமிகுந்தப் பொருட்கள் கைப்பற்றப்பட்டன. அங்கிருந்து தெற்கு நோக்கிக் கிளம்பி, பதினாறுமைல் தொலைவில் திப்பு கிடைபோட்டார். அந்த இடம் கரூரிலிருந்து முன்னேறிவரும் அணிவகுப்பையும் அல்லது தாராபுரம், கோயமுத்தூருக்குப் போகும் அணிவகுப்பையும் தாக்குவதற்குத் தோதான இடமாக இருந்தது. அந்த இடத்தில் எங்கிருந்து வருபவர்களையும் தாக்கும் நோக்கத்துடன் திப்பு இருந்தார். கரூரிலிருந்து திரும்பிக்கொண்டிருக்கும் ஆங்கிலேயப் படையைப் பாதுகாப்பதற்கு, 29 ஆம் தேதியன்று மெடோஸ் கோயமுத்தூரிலிருந்து முன்னேறி வந்தான். ஆங்கிலேய ஜெனரல், முன்னமே ஆக்கிரமித்திருந்த இடங்களைக் கைப்பற்றும் எண்ணத்துக்கு இப்போது மாறியத் திப்பு, தெற்கு நோக்கி நகர்ந்து, ஆங்கிலேயக்

கள மருத்துவமனை, உணவுக்கிடங்குகள், பீரங்கிகள் ஆகியவற்றைக் கொண்ட கோயமுத்தூரைக் கைப்பற்றும் நோக்கில் உடனடி நடவடிக்கையில் இறங்கினார். அவரது அணிவகுப்பு வெகுவேகமாக இருந்தது. முன்னிரவில் தொடங்கிய மழைவிடாமல் இரவு முழுவதும் கொட்டிக்கொண்டிருந்தது. ஆனால் திப்புவுக்கு, கோயமுத்தூரைப் பலப்படுத்த கலோனல் ஹாட்லியின் தலைமையிலானப் படை, மலபார் கரையிலிருந்து கிளம்பி பாலக்காட்டை வந்தடைந்துவிட்ட செய்தி கிடைத்தது. அதனால் திப்பு, தாராபுரத்துக்கு திரும்பிவிட்டார். அங்கே அக்டோபர் மாதம், 6 ஆம் தேதி முற்றுகையிட்டார். 8 ஆம் தேதி அது சரணடைந்தது. அங்கிருந்தக் காவல்படையினர், 'இனி போர் சமயங்களில் பணிசெய்யக்கூடாது' என்ற நிபந்தனையுடன், வெளியேற அனுமதிக்கப்பட்டனர். இந்த வெற்றிக்குப் பின்பு, கோயமுத்தூர் மாகாணத்தின் மீதான நடவடிக்கைகளை விட்டுவிட்டு, வடக்குநோக்கி நகர்ந்து, பாராமஹாலைப் பாதுகாக்க முற்பட்டார். ஆங்கிலேயப் படை அங்கே ஊடுருவியிருந்தது.

முன்னரிட்டவரைவில், கலோனல் கெல்லி வங்காளத்திலிருந்து வரும் படையுடன் இணைந்து, தன்னைப் புதுப்பித்துக்கொண்டு, பாராமஹாலைக் கைப்பற்றுவதாகத் திட்டமிடப்பட்டிருந்தது. கல்கத்தாவிலிருந்து அனுப்பப்பட்டத் துருப்புகள் 1790 ஆம் ஆண்டு, ஆகஸ்ட் மாதம் 1 ஆம் தேதியன்று, காஞ்சிவரம் வந்து சேர்ந்தன. அந்தப்படையுடன் இணைந்து கெல்லி செயல்படு முன்னமே செப்டம்பர் மாதம், 24 ஆம் தேதியன்று அவன் மரணமடைந்தான். அவனுக்குப் பதிலாகப் பொறுப்பேற்றுக்கொண்ட கலோனல் மாக்ஸ்வெல், ஜெனரல் மெடோஸின் வழிகாட்டுதல்படி, 9,500 பேரைக்கொண்ட பெரும்படையுடன் பாராமஹாலுக்குள் நுழைந்தான். அதைத் தவிர, மாவட்டத்திலிருந்தப் பாளையக்காரர்களின் துருப்புகளும் அவனுடன் இணைந்திருந்தன. வாணியம்பாடிக்கு அருகே முகாமிட்டிருந்த அவன், மைசூர் படையால் கைவிடப்பட்டிருந்தக் கோட்டையை மீட்டெடுத்தான். பின்னர் நவம்பர் மாதம், 1 ஆம் தேதியன்று கிருஷ்ணகிரியை நோக்கிப்போனான். தலைநகரமும் வலுவானக்கோட்டையும் அங்கிருந்தது. ஆனால், வழக்கமான முற்றுகையின் மூலமாக, அதைக் கைப்பற்றமுடியாது என்பதை அவன் உணர்ந்து கொண்டான். அருகிலுள்ள காவேரிப்பட்டிணத்தில் தனது தலைமையகத்தை நிறுவி, படைகளை நிறுத்தியிருந்தான். அப்படையை வரச்சொல்லி, அதிர்ச்சித் தாக்குதல் நடத்தினான். ஆனால் அவனது நடவடிக்கைகள், திடீரென்று அவனுக்கருகில் தோன்றிய திப்புவால் நடைபெறவிடாமல் முடக்கப்பட்டன. படையின் ஒருபகுதியை கமர்—உத்—தீன் கானின் தலைமையில் கோயமுத்தூருக்கு அனுப்பி, மெடோஸின் நடவடிக்கைகளைக் கவனிக்கச் சொல்லிவிட்டு, மறுபகுதிப் படையுடன் பாராமஹாலை நோக்கி காற்றிலும் கடுகியும், இரகசியமாகவும் வந்து சேர்ந்தார். நவம்பர் 1, 2 ஆகிய தேதிகளில் காவிரியைக் குறுக்காகக் கடந்த திப்பு, 9 அன்று மாக்ஸ்வெல்லின் அருகே வந்திருந்தார்.

11 ஆம் தேதியன்று, ஆங்கிலேயப் படையின குதிரைப்பிரிவு, ஒரு குறுகியக் கணவாயைக் கடக்கும்போது, அதனை நெருங்கி வந்த மைசூரின் 2,000 வீரர்களைக்கொண்ட குதிரைப் படை திடீர் தாக்குதல் நடத்தியது. ஆங்கிலேயப் படையை அது, ஓடஓட விரட்டியதில் 70 வீரர்கள் உயிரிழந்தனர். 50 குதிரைகள்

செத்து விழுந்தன. அடுத்தநாள், திப்பு தானே மாக்ஸ்வெல் மீது தாக்குதல் நடத்த, படை நடத்திவந்தார். ஆனால் மாக்ஸ்வெல், பென்னார் ஆற்றைக் கடந்து போயிருந்தான். இனி அவன்மீது தாக்குதல் நடத்துவது அத்தனை அனுகூலமானதல்ல என்று முடிவுசெய்தார். அதேவேளையில், அவனை நயமாக ஏமாற்றி படைநிலையை மாற்றிச் செயலாற்றும்விதமாக, என்னவெல்லாமோ செய்து பார்த்தார். ஆனால் மாக்ஸ்வெல், தன்னைப் பாதுகாப்பு நிலையிலேயே இருத்திக்கொண்டான். மேலும் மெடோஸின் வருகைக்காக அவன் காத்திருந்தான். அதனால் சூரிய அஸ்தமனத்துக்குப் பின்பு, திப்பு அலுப்புற்றார். மீண்டும் நவம்பர் 14 ஆம் தேதியன்று அவர் அங்கே வந்தபோதும் மாக்ஸ்வெல் நிலைமாறாமல் அங்கேயே இருந்தான். மெடோஸின் வருகைக் குறித்தத் தகவலைப்பெற்றத் திப்பு, அங்கிருந்து விலகிப்போனார்.

கரூரிலிருந்து வந்து சேர்ந்தப் படையுடன் இணைந்து கொண்ட ஜெனரல் மெடோஸ், கோயமுத்தூருக்குத் திரும்பினான். அங்கே தனது இடத்தைப் பலப்படுத்திக்கொண்டவன், திப்புவைப் பின்தொடரத் தயாரானான். ஆனால் திப்புவின் அணிவகுப்பு, படுவேகமாகவும் இரகசியமாகவும் ஆங்கிலேயர்களால் தொடரமுடியாதபடி இருந்தது. அப்படை காவிரியைக் கடந்து பலநாட்களுக்குப் பின்புதான், அந்தத் தகவலே மெடோஸுக்கு வந்து சேர்ந்தது. திப்புவின் குதிரைப்படையுடன் ஒப்பிடும்போது, மிகக்குறைந்த பலமும் எண்ணிக்கையும் கொண்ட படையைக் கொண்டிருக்கும் மாக்ஸ்வெல்லை பாதுகாக்கும் பெருத்த ஆர்வத்துடன் பாராமஹாலை நோக்கிப் படையை நகர்த்த மெடோஸ் முடிவு செய்தான். காவிரியைக் கடந்து தெற்கின் தொலைவிலிருந்தத் தொப்பூர் கணவாயை நவம்பர் மாதம், 14 ஆம் தேதியன்று கடந்தான். இரண்டு இராணுவங்களுக்கிடையில் சிக்கிக்கொள்ளத் திப்பு விரும்பவில்லை. மெடோஸின் வருகைக் குறித்தத்தகவல் கிடைக்கப்பெற்றதும் 14 ஆம் தேதியன்றே கைப்பற்றிய இடங்களிலிருந்து தன்னை விலக்கிக்கொண்டார். மறுநாள் மதியம், கலோனல் மாக்ஸ்வெல் நிலையிட்டிருந்தக் காவேரிப்பட்டிணத்திலிருந்து இருபத்தொன்பது மைல் தொலைவில், மெடோஸ் மீது எதிர்தாக்குதல் நடத்தினார். அதேவேளையில் போரைத் தவிர்ப்பதற்காக, மேற்குநோக்கி படைகளை நடத்தி பாலக்காட்டு கணவாயைக் கடந்து அங்கே முகாமிட்டார். இருபத்து நான்கு மணிநேரத்துக்குள் அவர் நாற்பத்தைந்து மைல்தூரம் கடந்திருந்தார். நம்பமுடியாத அளவில் அவருடன் உணவுப் பொருட்கள், பீரங்கிகள், மற்ற அத்தியாவசியப் பொருட்கள் இருந்தன. பாலக்காட்டுக்கு அருகே அவர் முகாமிட்டிருந்த இடம் திட்டமிட்டுக் களமமைக்கப்பட்டதாகும். பாதுகாப்பைத் தாண்டி தேவையேற்பட்டால், பாராமஹாலிலிருந்து பின்வாங்கி கணவாய் ஒன்றின் வழியாக எளிதில் மைசூருக்குள் சென்றுவிடலாம். மேலாக, அந்த இடம் ஆங்கிலேயப் படைகளின் நடமாட்டத்தைக் கண்காணிக்க ஏதுவாகவும் இருந்தது.

இதனிடையே ஜெனரல் மெடோஸ், மாக்ஸ்வெல்லுடன் காவேரிப்பட்டிணம் அருகே இணைந்துகொண்டான். இரண்டு படைகளும்சேர்ந்து பெரும்படையாக மாறி நின்றன. அதனால் 'ஒருங்கிணைந்தப் படையைத் தாக்குவது இயலாத காரியம். அது அனுகூலமாக இருக்காது' என்று உணர்ந்தத் திப்பு, தனது திட்டவகுப்பை மாற்றி, கர்நாட்டிக்கின் மீது தாக்குதல் நடத்த முடிவெடுத்தார். அப்போது

ஆங்கிலேயர்கள் மைசூர் மீதான கவனத்தைமீட்டு, தங்கள் சொந்த உடமைகளைப் பாதுகாக்க ஓடிவருவார்கள் என்று நம்பினார். அதற்கேற்ப நவம்பர் மாதம், 18 ஆம் தேதியன்று அவர் தொப்பூர் கணவாயை நோக்கிப் படைநடத்தினார். மறுபக்கத்தில் மெடோஸ், மைசூருக்குள் நுழைய முடிவெடுத்தான். இப்போது அவனிடம், 'எண்ணிக்கையிலும் ஆயுத வெடிப்பொருட்களின் இருப்பிலும் பல்கிப்பெருகியப் பெரும்படை பிரிட்டானிய சாம்ராஜ்ஜியத்திலேயே இல்லாத அளவில்' இந்தியாவில் இருந்தது. திப்பு தொப்பூரை நோக்கி நகர்ந்த அதேநாளில், மெடோஸ் தெற்கு நோக்கி நகர்ந்தான். இரண்டுபடைகளுமே கணவாயின் தலைப்பகுதிக்கு ஒரேநேரத்தில் வந்து சேர்ந்தன. திப்புமீது ஆங்கிலேயப்படை வெறித்தாக்குதல் நடத்தியது. ஆனால் எந்தவொரு அனுகூலத்தையும் அவர்களால் பெறமுடியவில்லை. அவர்களுக்கு முன்னே திப்புவின்படை கணவாயைக் கடந்துவிட்டது. எந்தவொரு இழப்பும் திப்புவின் படைகளுக்கு இருக்கவில்லை. அவரது குதிரைப்படை, காலாட்படைக்கு பெரும்பாதுகாப்பாக இருந்து நெஞ் சுறுதியுடனும் திறமையுடனும் வழிநடத்திச் சென்றது. திப்பு, குதிரைப்படையுடன் தனிப்பட்டமுறையில் பங்களிப்பு செய்தபடி இறுதிவரை இருந்தார். அவரதுபடை கணவாயைக் கடந்துசென்ற பின்பு, சிறுபடையுடன் அவர் திரும்பினார்.

கணவாயைக் கடந்ததும், திப்பு தெற்கே திருச்சிராப்பள்ளியை நோக்கிப் படைசெலுத்தி னார். ஸ்ரீரங்கத்துக்கு எதிரே கொள்ளிடம் ஆற்றைக் கடக்கும் வரையில் அவர், வழியில் எங்குமே ஓய்வெடுக்க, படையைக் கிடைபோடவில்லை. நவம்பர் மாதம், 28 ஆம் தேதியன்று கொள்ளிடம் கரைபுரண்டோடியது. அதனைக் கடப்பது கடினம் என்றுணர்ந்து, கர்நாட்டிக்கின் இதயத்துக்குள் புகுந்து துவம்சம் செய்ய நினைத்திருந்தத் திப்பு, ஸ்ரீரங்கத்தைக் கொள்ளையடிக்க முடிவு செய்தார். மெடோஸ் டிசம்பர் மாதம், 6 ஆம் தேதியன்று திருச்சிராப்பள்ளியிலிருந்து எண்பது மைல்தொலைவிலிருந்த தியாகரில் முகாமிட்டான். கிட்டத்தட்ட இருபது நாட்கள் அவன் அங்கிருந்தான். அந்த இடத்தை கேப்டன் ஃபிளிந்த் பாதுகாத்தான். இரண்டாவது ஆங்கிலேய—மைசூர் போரின்போது வந்தவாசியைப் பாதுகாத்து, தன்னை நிரூபித்திருந்தான். வந்தவாசிக் கோட்டையைக் கைப்பற்ற திப்பு இரண்டுமுறை முயற்சிசெய்தார். ஆனால் அது நடக்கவில்லை. பெரிய அளவில் பலனேதும் இருக்காத அந்தக் கோட்டையைக் கைப்பற்ற, நேரத்தைச் செலவிட்டு சோர்ந்துபோக வேண்டாமென்று முடிவெடுத்தத் திப்பு, 35 மைல் தொலைவிலிருந்த திருவண்ணாமலையை நோக்கிச்சென்று, அதை எந்தவொரு எதிர்ப்புமின்றிக் கைப்பற்றினார். அடுத்து, ஜனவரி மாதம் 23 ஆம் தேதியன்று பெருமுக்கலை இரண்டுநாள் முற்றுகையில் கைப்பற்றிவிட்டு, பிரஞ்சு நிர்வாகம் அளித்திருந்த உத்தரவாதத்தை நம்பி, புதுச்சேரியை நோக்கிக் கிளம்பிய அவர், எதிர்பார்ப்புடன் காத்திருந்தார். அங்கு அவர், தனது பொன்னான நேரத்தை வீணடித்தார். மெடோஸ் படைகளும், கார்ன்வாலிஸ் படைகளும் இணைவதற்கு முன்னமே அவர் மெட்ராஸ் மீது ஒருதாக்குதலைத் தொடுத்திருக்கலாம். அந்தளவுக்கு கார்ன்வாலிஸ் இராணுவத் தயாரிப்புகளில் குழப்பநிலையில் இருந்தான். அதுபோலவே, காஞ்சிவரத்தின் மீதும் தாக்குதல் தொடுத்து, இராணுவ நிலை நிறுத்தங்களை அழித்திருக்கலாம்.

திப்புவைப் போலவே, ஜெனரல் மெடோஸ் பாலக்காட்டு கணவாய் வழியாக தெற்கே படை நடத்தி வந்தான். நவம்பர் மாதம், 27 ஆம் தேதியன்று காவேரிக்கு எதிரே கரூரில் அவன் கரை தங்கினான். மைசூருக்குள் புகுவதற்கு அவன் முடிவெடுத்திருந்த நேரத்தில், திருச்சிராப்பள்ளியை மீட்கவருமாறு அழைப்பு வந்திருந்தது. திருச்சிராப்பள்ளிக்கு அவன் டிசம்பர் மாதம், 14 ஆம் தேதியன்று வந்துவிட்டான். தனக்கு முன்னால் படைநடத்திச் சென்று கொண்டிருக்கும் திப்புவை அவன் பின்தொடர்ந்தான். திருவண்ணாமலை வரை அவரைத் தொடர்ந்து பின் சென்றவன் கார்ன்வாலிஸிடமிருந்து ஓர் உத்தரவு வரப்பெற்றான். மெட்ராஸ் வந்திருந்த அவன் மெடோஸை தலைமையகத்துக்கு வரச்சொல்லி யிருந்தான். ஜனவரி மாதம், 27 ஆம் தேதியன்று கார்ன்வாலிஸ் படையோடு வெள்ளோட்டுக்கு வந்து சேர்ந்தான். இவ்வாறாக, திப்பு சுல்தானுக்கு எதிரான முதல்கட்டப்போர் முடிவுக்கு வந்தது.

ஆங்கிலேயர்களுக்கு எதிரானப் போரில் தெற்கே, கிழக்கே என்று போரிட்டு வெற்றிகளைக் குவித்த திப்புவின் படை, மேற்கே தொலைதூரம் செல்லவில்லை. 1790 ஆம் ஆண்டு, டிசம்பர் மாதம் 10 ஆம் தேதியன்று திப்புவின் தளபதிகளில் ஒருவனான ஹுஸைன் அலி கான் கள்ளிக்கோட்டைக்கு அருகில் திருங்காடி எனுமிடத்தில் மிகமோசமாகத் தோற்கடிக்கப்பட்டான். அப்போது, 1,000 பேர்வரை உயிரிழந்தனர். 900 பேர் வரை கைதிகளாக சிறைபிடிக்கப்பட்டனர். ஆங்கிலேயத் தரப்பில் 50 பேர்வரை உயிரிழந்திருந்தனர்.

இதனிடையே, பம்பாய் ஜெனரல் அபெர்கிராம்பியின் பெரும்படை இந்த நடவடிக்கை நடைபெறுவதற்கு இரண்டு நாட்களுக்கு முன்னரே தலைசேரி வந்தடைந்தது. அங்கிருந்து அபெர் கிராம்பி கண்ணனூருக்குச் சென்றான். கண்ணனூர் கோட்டையைப் பாதுகாக்க, பீபீயுடன் ஆங்கிலேயர்கள் ஏற்கனவே ஓர் உடன்பாடு செய்துகொண்டிருந்தனர். கட்டாயத்தின்பேரில் அதில் பீபீ கையெழுத்திட்டிருந்தாள். திப்புவின் படை கண்ணனூர் வந்தபோது, அப்படையை கோட்டைக்குள் அனுமதித்தாள். இதனை ஆங்கிலேயர்கள், பீபீ உடன்பாட்டை மீறிவிட்டதாகக் கருதினர். அதனால் கண்ணனூர் மீது படையெடுக்க அபெர்கிராம் முடிவெடுத்திருந்தான். டிசம்பர் மாதம், 14 ஆம் தேதியன்று அங்கு வந்தவன், அதை 17 ஆம் தேதியன்று சுற்றிவளைத்தான். உள்ளேயிருந்த 5,000 பேர் சரணடைந்தனர். மைசூர்படையின் இந்தத் தோல்வி மலபார் பகுதியில் பிரிட்டிஷ் ஆதிக்கத்தை நிலைநிறுத்த அச்சாரம் தந்தது.

மலபாரில் மைசூர்படை தோல்வி கண்டதும், முதல்கட்டப் போரை முடித்துக்கொள்ள திப்பு முடிவு செய்தார். அதற்குப் பல காரணங்கள் இருந்தன. அதில் முதலாவதாக, திப்புவின் குதிரைப் படை ஆங்கிலேயப் படையைவிட மிகச்சிறப்பாகச் செயல்பட்டிருந்தாலும், பீரங்கிப்படையின் செயல்பாடு, அத்தனை உரித்தாக இருக்கவில்லை. இத்தனைக்கும் ஆங்கிலேயப்படையின் பீரங்கிகளைக்காட்டிலும் எண்ணிக்கையில் திப்புவிடம் அதிக பீரங்கிகள் இருந்தன. இரண்டாவதாக, போக்குவரத்துச் சாதனங்களில் திப்புவிடம் 1,40,000 காளைகளும் 1,200 கோவேறுக் கழுதைகளும் இருந்தன. திப்புவின் காலாட்படை

ஆங்கிலேயர்களை எதிர்க்குமளவுக்கு அத்தனை பலமானதாக இருக்கவில்லை. அதனால் சிறுசிறு போர்களை அவர் தவிர்த்தார். அவரது துரிதப்பயணங்களாலும் எதிர் அணிவகுப்பாலும் ஆங்கிலேயப்படைத் தளபதிகளைத் திணறடித்தத் திப்பு, தன்னை தொடரமுடியாதபடிக்கு செயல்பட்டார். ஆங்கிலேய இராணுவத்திற்கு அதிகளவு உயிர்சேதமும் பொருட்சேதமும் ஏற்படுத்தியத் திப்பு, மைசூருக்குள் நுழைய விடாமல் மெடோஸை திசைதிருப்பியதுடன், கர்நாட்டிக்குக்குள் புகுந்து பாதுகாப்புப்போரை தாக்குதல் போராக மாற்றினார். தன்னை மிகச்சிறந்த படைத்தலைவனாகவும், நுட்பமான படை நடத்துநராகவும் வெளிப்படுத்திக் கொண்டார். போரில் தோல்வியை ஏற்கவிரும்பாத கார்ன் வாலிஸ் கூட திப்புவுடன் போரிட்ட காலத்தை இவ்வாறாக ஒத்துக்கொள்கிறான்: நாம் இந்தப் போரில் மதிப்புமிகுந்த இரண்டு பொருட்களை திப்புவிடம் இழந்துவிட்டோம். ஒன்று: பொன்னான நேரம். மற்றொன்று: எதிரிகளிடமும் பெற்றுவைத்திருந்த பொதுமதிப்பு.

14

போர்: இரண்டாம் கட்டம்

ஆங்கிலேயக் கம்பெனியின் படைத்திட்டங்கள் தோல்வியில் முடிந்தன. 'எண்ணிக்கையிலும் ஆயுத, வெடிப் பொருட்களின் இருப்பிலும் பல்கிப்பெருகியப் பெரும்படை பிரிட்டானிய சாம்ராஜ்ஜியத்திலேயே இல்லாத அளவில், இந்தியாவில் இருக்கிறது' என்று பெருமை கொள்ளப்பட்ட இராணுவம், பெருத்த சேதத்தைச் சந்தித்திருந்தது. இதையடுத்து கார்ன்வாலிஸ், மிகுந்த எச்சரிக்கையடைந்தான். ஜெனரல் மெடோஸ் தோற்கடிக்கப்பட்டான். திப்புவின் கருணையால் கர்நாட்டிக் தப்பியிருந்தது. அத்துடன், கம்பெனியின் இராணுவ நடவடிக்கைகள் அத்தனைத் துடிப்புடன் இல்லாததால், மராத்தியர்களையும் நிஜாமையும் அவை துரதிர்ஷ்டவசமாகக் கவர்ந்திருக்கவில்லை. அவை கூட்டணியிலிருந்து உடைத்துக்கொண்டு, மைசூர்படையுடன் தனியாக அமைதி உடன்படிக்கையை மேற்கொள்ள முற்பட்டன. கார்ன்வாலிஸ், 'திப்புவின் முயற்சிகள் தாமதமானவையென்றாலும் சீற்றம் நிறைந்ததாக இருக்கிறது. சில கோணங்களில், அது நமது இராணுவத்துக்கு எதிராகப் பெரும் வெற்றியை அவனுக்குத் தந்திருக்கின்றது. ...இப்போது நாம் நமது முழுபலத்தையும் பிரயோகிக்க வேண்டிய நிலையில் இருக்கிறோம். அப்போதுதான், அருகிலிருக்கும் பயங்கரத்தைக் குறைக்கமுடியும்' என்று

கருதினான். அதனால் அவன், தனது முந்தையத் திட்டமான, தானே முன்னின்று படைநடத்தும் எண்ணத்தைத் திரும்பப் பெற்றுக் கொண்டான். பிரிட்டிஷ் படையின் புதிய விசையூக்கம் மட்டும் போதுமானதாக இருக்காது. கூடவே, நிஜாம் மற்றும் மராத்தியர்களின் படைகளையும் நடவடிக்கைகளில் இறக்கவேண்டும் என்று முடிவுசெய்தான்.

மைசூருக்குள் ஊடுருவும் ஜெனரல் மெடோஸின் திட்டத்தை, கார்ன்வாலிஸ் ஆதரிக்க வில்லை. மெட்ராஸிலிருந்து செயல்படும் அடிப்படை நடவடிக்கைகளை அப்படியே நிறுத்தி வைத்தான். தெற்கிலிருந்து மேற்கொள்ள நினைத்த எண்ணத்தை மாற்றி, வடகிழக்கிலிருந்து நடத்த முடிவெடுத்தான். வெள்ளோட்டிலிருந்து பிப்ரவரி மாதம், 5 ஆம் தேதியன்று புறப்பட்டான். 11 ஆம் தேதி வேலூருக்கு வந்து சேர்ந்தான். அங்கிருந்து, திடீரென்று வலதுபக்கமாகப் படைநடத்தியவன், சித்தூரை அடைந்தான். பிறகு மேற்கு நோக்கித்திரும்பி, மைசூருக்குள் 19 ஆம் தேதியன்று புகுந்தான். ஒரு துப்பாக்கிச்சத்தமும் அவனிடமிருந்து எழவில்லை. அடுத்தநாள் பல்மனேரில் அவன் முகாம் அமைத்தான்.

இந்த முயற்சியின் வெற்றி, கார்ன்வாலிஸின் இரகசிய நடவடிக்கைக்குக் கிடைத்த பலனாகும். அத்தனை இரகசியமாக அதை அவன் வைத்திருந்தான். அத்துடன், 'புதுச்சேரிக்குப் புறப்படும்முன்பு, திப்பு நீண்டநாட்களாகச் செயல்படாதிருந்ததும், கர்நாட்டிக்கில் தான் இருப்பதால், மைசூருக்குள் ஆங்கிலேயர்கள் புகமாட்டார்கள் என்று நம்பியிருந்ததையும் கார்ன்வாலிஸ் தனக்கான சமயோசிதத்துடன் பயன்படுத்தி, திப்புவுக்கு எதிரான அணிவகுப்பைத் தொடங்கியிருந்தான். கார்ன்வாலிஸ் மைசூருக்குள் புகமுயலும்போது, பெரும்பாலும் ஆம்பூர் அல்லது பாராமஹால் வழியாகத்தான் செல்வான் என்று திப்பு எதிர்பார்த்திருந்தார். அதற்கேற்பவே கம்பெனியின் சில துருப்புகள் மட்டுமே அங்கிருந்த சில கணவாய்களின் வழியே அனுப்பப்பட்டன. அதைவைத்து திப்பு, அந்தமுடிவுக்கு வந்திருந்தார். ஆனால், கார்ன்வாலிஸ் தான் போகாமல் வேலூருக்கு வந்து தங்கிவிட்டான். அவன் ஆம்பூரைத்தாண்டி வேலூருக்கு வந்துவிட்டான் என்று தெரிந்ததும், 'இனி அவன் பின்னோக்கியோ அல்லது வேறுவழியாகவோ மைசூருக்குப் போகமாட்டான்' என்றெண்ணியத் திப்பு, புதுச்சேரிக்குச் சென்றுவிட்டார். கார்ன்வாலிஸ் திப்புவை திசைதிருப்பிவிட்டு, தொலைதூரமும் கடினமான முகாலி கணவாய் வழியாக மைசூருக்குள் புகுந்திருந்தான். அதைக்கேள்விப்பட்டதும் திப்பு காற்றிலும்க டுகி, சங்கமா மற்றும் பாலக்காட்டு கணவாய்கள் வழியாக, ஆங்கிலேயர்களை மறிப்பதற்காகப் பறந்தோடி வந்தார். திப்பு, தான் சூழ்ச்சியாக ஏமாற்றப்பட்டிருப்பதை உணர்ந்தார். அப்போது, மைசூர் மண்ணில் ஆங்கிலேயப்படை நன்றாகக் கால் ஊன்றியிருந்தது. கார்ன்வாலிஸ் அடுத்ததாக பெங்களூர் வருவான் என்ற எதிர்பார்ப்பு திப்புவிடம் இருந்தது. அதனால் கார்ன்வாலிஸ் வந்து சேருவதற்குள், அங்கு பாதுகாப்பைப் பலப்படுத்தித்தடுக்க திப்பு உடனடியாக விரைந்தார். மார்ச் மாதம், 3 ஆம் தேதியன்று வந்துசேர்ந்தத் திப்பு, அதன் தளபதி செய்யத் பீரையும் மற்றொரு அதிகாரி ராஜா ராமச்சந்திராவையும் எதிராளிகளுடன் சேர்ந்து சதித்திட்டம் செய்ததற்காகச் சிறையில் அடைத்தார். கிருஷ்ணகிரியின் பௌஜ்தாராக இருந்த பகதூர் கானை

கோட்டையின தளபதியாகவும் முஹம்மத் கான் பக் ஷி மற்றும் சயீத் ஹமீத் ஆகியோரை அவனுக்கு உதவியாக நியமனம் செய்து, கோட்டையின் பாதுகாப்பை பலப்படுத்தினார். இந்த அதிரடி நடவடிக்கைகளை மேற்கொண்டுவிட்டு, எதிரியின் முன்னேறத்தைத் தடுக்கும் பணிகளில் இறங்கினார்.[128]

இதனிடையே, கார்ன்வாலிஸ் பெங்களூரை நோக்கி முன்னேறுவதைத் தொடர்ந்தான். பிப்ரவரி மாதம், 28 ஆம் தேதியன்று கோலாருக்கு வந்தான். அடுத்து மார்ச், 2 அன்று ஹோஸ் பேட்டைத் தாண்டினான். இரண்டு கோட்டைகளிலுமே பாதுகாப்புக்கு காவல்படை இருக்கவில்லை. ஒருசிலர் மட்டுமே இருந்தனர். அவர்களும் முதல் கேட்பிலேயே கோட்டையை ஒப்படைத்துவிட்டனர்.

இதுவரையில் ஆங்கிலேயப்படை எந்தவொரு எதிர்ப்பையும் சந்திக்கவில்லை. முக்கிய மற்ற ஒருசில குதிரைப்படையினர் பக்கவாட்டில் வந்து மிரட்டுவதும், பின்புறத்திலிருந்து கால்நடைகளை அபகரித்துக்கொண்டுச் செல்வதுமாக இருந்தனர். உணவுப்பொருட்களை அடித்துப் பறித்துக்கொண்டு ஓடினர். சந்தேகத்திற்கிடமானவர்களை விரட்டியடித்துத் துரத்தினர். வயல் வெளியில் இறங்கி, அதற்குச் சேதாரத்தைத்தரும் எதிரிகளை விரட்டினர். இந்த வகையில் உணவுப்பொருட்களுக்கானப் பிரச்சனையை மட்டுமே ஆங்கிலேயப் படை சந்தித்தது. எனினும் கார்ன்வாலிஸ், பெங்களூருக்கு பத்துமைல் தொலைவில் வந்துசேர்ந்தபோது, திப்புவின் குதிரைப் படையில் சிறு எண்ணிக்கையிலானப் பிரிவு ஒன்று வழிமறித்தது. 5 ஆம் தேதி காலையில் ஆங்கிலேயப்படை மீது பீரங்கியால் சுட்டபடி, உள்நுழைவதை மற்றுமொரு படை தடுத்தது. ஆனால் இவையெல்லாம் ஆங்கிலேயப்படை உள்நுழைவதைத் தடுக்கப் போதுமானதாக இருக்கவில்லை. அன்று மதியம் பத்துபேரை இழந்து, ஆங்கிலேயப் படை பெங்களூருக்குள் கால் வைத்துவிட்டது. மார்ச், 6 ஆம் தேதியன்று மாலை, ஃபிளாய்ட் தனது குதிரைப்படையுடன் கோட்டையின் கிழக்குப்பக்கத்தைப் பார்வையிட்டபடி வந்தபோது,[129] அவனுக்கு எதிராகத் திப்புவால் பாலாஜி ராவ் தலைமையில் அனுப்பிவைக்கப்பட்ட மைசூர் படையின் 1,000 வீரர்கள டங்கியப் பிரிவொன்றைக்கண்டான். மைசூர் படை முதலாவதாக வந்து களத்தை நிர்ணயித்திருந்தது. ஆனால் எண்ணிக்கையில் படைபெரியதாக இருந்தபோதும், கடைசியில் வழிவிட்டு நின்றது. அவர்களைப் பின்தொடர்ந்த, ஃபிளாய்ட் உயரமான இடத்திலிருந்து பார்த்தபோது, அப்போதுதான் வந்துசேர்ந்திருந்தத் திப்புவின் புதியபடைகள், கோட்டையின் தெற்கிலும் மேற்கிலும் தங்களைத் தகவமைத்துக் கொண்டிருந்தன. எந்தவொரு நடவடிக்கையிலும் ஈடுபட வேண்டாம் என்று கார்ன்வாலிஸ் உத்தரவிட்டிருந்தபோதும், எதிரிப்படைகளைக் கண்டதும் அவன் மயங்கிப்போய்த் தாக்குதலைத் துவங்கினான். முதலில் அவனுக்கு வெற்றி கிடைத்தது. அப்போது மைசூர்படையினர் உணவுசமைத்துக்கொண்டும் ஓய்வெடுத்துக்கொண்டும் இருந்தனர். திடீர் தாக்குதலால் அவர்கள் குழப்பமாகிப் போனார்கள். ஆனால் வெகுவிரைவிலேயே அதிலிருந்து மீண்டு, ஆங்கிலேயப்படைமீது எதிர்தாக்குதல் தொடுத்தனர். ஃபிளாய்டின் முகத்தில் காயம் ஏற்பட்டு, அவன் குதிரையிலிருந்து கீழேவிழுந்துவிட்டான். அவனது ஆட்கள் உடனே மீட்டுக்கொண்டு போனார்கள். அவனது உணர்ச்சிவசப்பட்ட நிலையால்,

400 பேரை இழந்து பின் வாங்கவேண்டியதானது. 100க்கும் அதிகமானோர் கைது செய்யப்பட்டனர். அவர்களின் காயத்துக்கு மருந்துபோட்டு, ஆளுக்குக் கொஞ்சம் துணியும் ஒரு ரூபாயும் கொடுத்து திப்பு அனுப்பச் சொல்லிவிட்டார்.[130] ஆங்கிலேயப்படை பெருத்த இழப்புக்கு உள்ளாகியிருந்தபோதும் இருட்டைப் பயன்படுத்தி பலவீரர்கள் ஓடிவிட்டனர். ஃபிளாய்ட் காயம்பட்டுக் கீழேவிழுந்ததால், அடையாளம் தெரியாமல் போய்விட்டது அவனுக்கான ஆசிர்வாதம். மன்றோ சொல்கிறான்: 'அப்படியொன்று நிகழாதிருந்தால், அவனுக்கு நடக்கவிருந்தச் சிக்கலிலிருந்து மீளமுடியாதவனாகியிருப்பான். அங்கே எதிரிப்படை வலுவாக நிலைநிறுத்தப்பட்டிருந்தது. கொஞ்சதூரத்தில் பூ மழை தூவுவது போல குதிரைப் படையினர் புழுதியைத் தூத்திக்கொண்டுவந்தனர். அவர்களை திப்பு படை நடத்திவந்தான்.'

ஃபிளாய்டுக்கு எதிரான நிகழ்வில் வெற்றிபெற்றிருந்தாலும், திப்பு அதே களத்தில் இரவில் தங்கியிருக்கவேண்டாம் என்று கருதினார். ஒருவேளை இரவுத்தாக்குதல் ஆங்கிலேயப் படையால் தொடுக்கப்படலாம் என்றும் எண்ணினார். நகரத்தின் பாதுகாப்புக்காக 2,000 வீரர்களை விட்டுவிட்டு, பெங்களூரிலிருந்து தென்மேற்கே 9 மைல் தொலைவிலுள்ள கெங்கேரியை நோக்கி நடைபோட்டார். மறுபக்கத்தில் கார்ன்வாலிஸ், பெரியதொரு இழப்பைச் சந்தித்திருந்த போதிலும் வீரர்களுக்கு உணவும், கால்நடைகளுக்குத் தீவனமும் பற்றாக்குறையானதால், நேரத்தை வீணாக்காமல் பெங்களூர்மீது போர்தொடுக்க ஆயத்தமானான். அந்தப்போர் பற்றாக்குறையை நிவர்த்தி செய்வதுடன் அற்புதமான, மிகப்பெரியக் கோட்டையையும் ஈட்டித்தரும் என்று கருதினான்.

பெங்களூர் நகரம், கோட்டையின் வடக்கே அமைந்திருந்தது. வட்டவடிவத்திலிருந்த அந் நகரம் மூன்றுமைல் சுற்றளவில் இருந்தது. அதன்தெருக்கள் அகலமாகவும் திட்டமிட்டும் வடிவமைக்கப்பட்டிருந்தன. இந்திய நகரங்களில் சில, நல்ல வீடுகளையும் வசதியானக் குடிகளையும் கொண்டிருந்தன. கோட்டையைச்சுற்றி காய்ந்த அகழி, இருபத்தைந்து அடி ஆழம் கொண்டதாக இருந்தது. அகழிக்குள் அடர்ந்த, அகன்ற காட்டுமரங்கள், மூங்கில் மரங்கள், முள்ளாலானக் குத்துச்செடிகள் நிறைந்திருந்தன. அந்த நகரத்துக்கு நான்கு வாசல்கள். அத்தனையுமே கூடுதல் பாதுகாப்புடன் திகழ்ந்தன.

பெங்களூர் கோட்டை, பதினாறாம் நூற்றாண்டில் அதன் செந்தலைவன், கெம்பே கவுடாவால் மண்ணால் கட்டப்பட்டது. பின்னர் அது, ஹைதர் அலியாலும் திப்புவாலும் கற்களால் மறுகட்டுமானத்துக்கு உள்ளானது. நீள்வட்ட வடிவிலான அக்கோட்டை, ஒருமைல் நீளத்துக்கும் அதிகமாக இருந்தது. வலுவானக் கற்களால் ஆன நடைபாதையைக் கொண்டிருந்தது. கோட்டை அரணில் முனைப்பான முகப்புடைய இருபத்தாறு பகுதிகள், மூன்று பீரங்கிகள், ஐந்து குதிரை வீரர்கள் சிலையும் இருந்தன. கைப்பற்றப்பட்டபோது, அகழியில் கொஞ்சம் தண்ணீரும் கிடந்தது. கோட்டைக்கு இரண்டு வாசல்கள்: நகரத்திற்கு எதிரேயிருந்த அவற்றில் ஒன்றுக்கு மைசூர் என்றும், மற்றதற்கு தில்லி கேட் என்றும் பெயரிடப்பட்டிருந்தது.

கார்ன்வாலிஸ் பெங்களூரின் வடகிழக்கில் முகாமிட்டிருந்தான். மார்ச் மாதம்,

7 ஆம் தேதி யன்று விடிகாலையில், நகரத்தின் மீது தாக்குதல் நடத்தச்சொல்லி உத்தரவு பிறப்பித்தான். வடக்குப் பக்கத்திலிருந்த வாசல், தாக்குதலுக்கான முதல் இலக்காகக் குறிக்கப்பட்டது. தாக்குதலுக்கு எதிர்ப்பாக, பெரிதாக எதுவும் இருக்கவில்லை. ஆங்கிலேயப் படை மேலே முன்னேறியது. ஆனால் உள்வாசலில் பெரும் சிரமத்தை எதிர்கொள்ள வேண்டியிருந்தது. அங்கே கற்களால் ஆன தடுப்பரண் இருந்தது. அதனால் பீரங்கி கொண்டுவரப்பட்டு, பலம்பிரயோகித்து வாசலை உடைத்தனர். கற்களால் ஆன நடையையும் உடைத்தனர். காவல் படையினர் மூர்க்கத்தனமாக எதிர்ப்பு காட்டினர். ஆனால் இறுதியில், அவர்களைச் சிதறியோடவிட்டு, கோட்டையை ஆங்கிலேயப் படை கைப்பற்றியது.

கோட்டையிலிருந்து மைசூர் படை பின்வாங்கியதும், நகரத்தை ஆங்கிலேயர்கள் சூறையாடத் தொடங்கினர். பெண்களை வலிந்து கையாண்டனர். கணிசமான அளவில் பொருட்கள் கொள்ளையடிக்கப்பட்டன. மக்கள், தங்கள் பொருட்களை எடுத்துக்கொண்டு தப்பியோடினர். ஒரு காவலாளி தனது உடமையான, சில தங்க, வெள்ளி நகைகளையும் புதிய துணிகளையும் பாதுகாத்துக் கொள்வதே கடினமாக இருந்தது. ஆங்கிலேயர்களுக்கு, கொள்ளையடிப்பதற்கென்றே ஏராளமான உணவு தானியங்கள், இராணுவத் தளவாடங்கள், உடனடி பயன்பாட்டுக்கு தகுந்த அளவிலுள்ள 85 பீரங்கிகளுடன் மொத்தமாக 125 உருப்படிகள் மற்றும் பல பொருட்கள் அங்கேயிருந்தன. நகரத்தில் பெரிய அளவிலான வெடிமருந்துத் தொழிற்சாலை, பீரங்கி தொழிற்சாலை, ஆயுதங்களைச் செப்பனிடும் பட்டறை, பலவிதமானக் கைத்துப்பாக்கிகளைச் செய்வதற்கானப் பொருட்கள் எல்லாமே, ஆங்கிலேயர்களின் கைகளில் விழுந்தன. ஆனால், குறைந்த அளவிலானத் தீவனமே கிடைத்தது.

பெங்களூர் நகரத்தின் இழப்பு, திப்புவுக்கு ஆச்சரியத்தையும் அதிர்ச்சியையும் தந்திருந்தது. அதை மீட்பதற்கான முயற்சியில் இறங்க, கெங்கனேரியிலிருந்து புறப்பட்டார். மார்ச் மாதம், 7 ஆம் தேதியன்று முன்மதியத்தில், ஆங்கிலேயர்களின் கவனத்தைக் கவரும் வகையில் படையின் ஒருபிரிவை அணிவகுப்பு செய்ய வைத்தார். அதேவேளையில் கமர்—உத்—தீன் கானின் தலைமையில் 6,000 காலாட்படை வீரர்களை நகரத்துக்குள் இரகசியமாக நுழையவைத்தார். ஆனால் கார்ன்வாலிஸ், திப்புவின் இராஜதந்திரத்தை அறிந்தவனாக இருந்தான். நகரத்தில் ஆங்கிலேயப் படையை இறக்கினான். திப்புவின் படை மனோதைரியத்துடனும் எளிதில் வசப்படுத்த முடியாத ஆற்றலுடனும், நாட்டின் ஒவ்வொரு அங்குலத்தையும் மீட்க உயிரைப் பணயம் வைத்துப் போரிட்டது. ஆனாலும் இறுதியில், திப்புவின் படை பின்வாங்கியது. முந்நூறு முதல் நானூறு வரையில் வீரர்கள் உயிரிழந்தார்கள். ஆங்கிலேயர் தரப்பில் 131 பேர் உயிரிழந்ததாகக் கணக்கிடப்பட்டது.

நகரத்தைக் கைப்பற்றியதும், கோட்டையை முற்றுகையிடும் பணி துவங்கியது. கோட்டைச் சுவற்றை உடைக்கும் பணியில் பீரங்கிகள் ஈடுபடுத்தப்பட்டன. மார்ச் மாதம், 18 ஆம் தேதியன்று சுவற்றில் ஒரு பிளவு ஏற்படுத்தப்பட்டது. 20ஆம் தேதியன்று பீரங்கித் தாக்குதல் நடத்தி, பிளவு மேலும் அகலப்படுத்தப்பட்டது. இதனிடையே, ஆங்கிலேயப் படையின் நிலை மிகவும் மோசமடைந்தது. எங்கும்

உணவுப்பற்றாக்குறை. நகரத்தில் கைப்பற்றபட்டத் தீவனங்கள் யாவுமே, மாதத்தின் மத்தியிலேயே தின்று தீர்த்தாகிவிட்டது. நாள்தோறும் வண்டியிழுக்கும் மாடுகள் உணவின்றி செத்து விழுந்தன. மேலாக, மூன்று பீரங்கிகள் முற்றிலுமாகச் செயலிழந்து விட்டன. வெடிமருந்தும் பற்றாக்குறையாகிவிட்டது. இதையடுத்து, கார்ன்வாலிஸ் கோட்டையை அடித்து நொறுக்க முடிவுசெய்தான். தாமதித்தால், ஒருவேளை தவிர்க்கமுடியாத ஊழ்வினைக் கேடு வந்துவிடுமோ என அச்சப் பட்டான். அதற்கு, மற்றுமொரு காரணமும் அவனிடமிருந்தது. கோட்டையை ஆங்கிலேயப் படை முற்றுகையிட்டிருந்தாலும், உண்மையிலேயே அவர்கள்தான் முற்றுகையிடப்பட்டிருந்தனர். காவல்படையினரையும் திப்புவின் படையினரையும் தாக்குவதுபோல, அவர்கள் பாவனைசெய்து கொண்டிருந்தனர். ஒவ்வொரு நாளும் அவர்களுக்கான மிரட்டல் அதிகரித்துக் கொண்டிருந்தது. மார்ச் மாதம், 21 ஆம் தேதி அதிகாலை திப்பு தனது படையினரை அதிக அளவில் திரட்டினார். ஆங்கிலேயர்களின் இடிப்புப்பணியை மேற்கொண்டு செய்யவிடாமல் தடுப்பதற்காக, அவர்களைக் கோட்டையின் தெற்கேயும் மேற்கேயுமாக நிறுத்தினார். திப்பு படைமீது தாக்குதல் நடத்துவதற்கு, கார்ன்வாலிஸும் முன்னேறினான். ஆனால், திப்புவின் படை சுடுவதிலிருந்து விலகிக்கொண்டது. எனினும் மாலையில் அப்படை திரும்பவும் வந்தது. திப்பு படைகள் நிலைநிறுத்தப்பட்டிருந்தவிதம் கார்ன்வாலிஸை எச்சரிக்கைப்படுத்தியது. அத்துடன், கார்ன்வாலிஸ் திப்புவின் நம்பிக்கைக்குப் பாத்திரமான கிருஷ்ணா ராவிடமிருந்து, மைசூர் படை ஆங்கிலேயர்களின் மீது தாக்குதல் தொடுக்கப்போகும் தகவலைப் பெற்றிருந்தான். திப்பு, தனது திட்டத்தைச் செயல்படுத்துமுன்னமே மார்ச் மாதம், 21 ஆம் தேதி இரவில் கோட்டையைத் தாக்கும் முடிவுடன் கார்ன்வாலிஸ் இருந்தான். தாக்குதலுக்கானத் தயாரிப்பு பணிகள் இரகசியமாகச் செய்யப்பட்டன. ஆங்கிலேயப் படைகளுக்குக்கூடத் தெரியாது. தாக்குதலுக்கானத் துல்லிய நேரம் கிருஷ்ணா ராவின் ஆலோசனையின்படி நிர்ணயிக்கப்பட்டது. குறிப்பிட்ட அந்தநேரம் வந்ததும் கோட்டையின் காவல் படையினர் குறைக்கப்பட்டனர். இதன்விளைவாக, தாக்குதல் தொடுக்கப்பட்டபோது, மைசூர்படை ஆச்சரியத்தில் மூழ்கியது. இதனிடையே ஆங்கிலேயப் படையினர் வளைந்து வளைந்து மேலேசெல்லும் பாதையொன்றைக் கண்டுபிடித்தனர். அதன்வழியாக சிலபேர் மேலேறி முக்கியக்கொத்தளத்தைக் கைப்பற்றினர். அதுவரையில் அங்கே எதிர்ப்பு இருக்கவில்லை. அதன்பின்பு காவல்படையினர் கூடித்தாக்கத் தொடங்கினர். கோட்டையின் தளபதி வீரதீரத்துடன் ஆங்கிலேயர்களை எதிர்த்தான். ஆனால், அவன் கொல்லப்பட்டான். அதையடுத்து, காவல்படையினரின் எதிர்ப்பு அடங்கியது. காவல்படையைப் பலப்படுத்தத் திப்பு 2,000 வீரர்களை அனுப்பினார். ஆனால் அவர்கள் தாமதமாக வந்துசேர்ந்தனர். வந்தவர்களை ஆங்கிலேயப் படை விரட்டியடித்தது. ஆங்கிலேயப் படைத் தரப்பில் அதிகபட்சமாக 131 பேர் உயிரிழந்திருந்தனர். அதேவேளையில் மைசூர் படை 1,000 பேரை இழந்திருந்தது. ஷேக் அன்சர், சிவாஜி உள்ளிட்ட 300 பேர் காயங்களுடன் கைதிகளாகக் கொண்டு செல்லப்பட்டனர். மற்றவர்கள் தப்பியோடிவிட்டனர்.[131]

பெங்களூரின் வீழ்ச்சி, திப்புவை மிகவும் பாதித்துவிட்டது. அதை அவர், தனது இரண்டாவது தலைநகரமாக வைத்திருந்தார். வீழ்ச்சி, அவரை

வடுப்படத்தக்கதாக ஆக்கியிருந்தது. அதன் இழப்பும், அவரது நம்பிக்கைக்குரிய அதிகாரிகளில் ஒருவனான பகதூர் கானின் மரணமும் மிகவும் படுத்திவிட்டது. கதறி அழுதார். பகதூர்கான், உயரமாக, கட்டுறுதிகொண்ட எழுபது வயதான, வெண்ணிற தாடியுடன், நடுத்தர வயதுக்காரன்போலத் தோற்றமளிப்பான். கம்பீரமான உருவமுடைய அவன், ஒரு இறைத்தூதரோ என்று எண்ணும்படியாகக் காட்சியளிப்பான். பகதூர் கானின் நேர்மையில், தீரச்செயலில், பெண்களிடம் அவன் காட்டும் மரியாதையில் மனம் கனிந்திருந்தக் கார்ன்வாலிஸ், அவனது உடலை சடங்குகளுடன் புதைப்பதற்காகத் திப்புவுக்கு அனுப்ப முடிவெடுத்தான். கவர்னர் ஜெனரலின் கனிவை மதித்தத் திப்பு, பகதூர் கானின் உடலை பெங்களூர் முஸ்லீம்களிடம் ஒப்படைக்கச் சொன்னார். அவர்கள் அங்கே, முஸ்லிம்களின் மதச்சடங்குகளின்படி ஏதேனும் ஒரு ஞானியின் புனிதத்தலத்தில் அடக்கம் செய்துகொள்வார்கள் என்று பரிந்துரைத்தார்.

பெங்களூர் முற்றுகையின்போது, திப்புவின் வியூகம் பொதுவான நடவடிக்கையை தவிர்ப்பதாகவே இருந்தது. ஆங்கிலேயர்களின் எதிர்ப்பு குறைந்திருந்தபோது மட்டுமே, அவர்கள் மீது தாக்குதல் நடத்தினார். இது, அவர்களுக்கு கூட்டணிப் படைகளிடமிருந்துவரும் தொடர்பைத் துண்டிப்பதற்கு ஏதுவாகயிருந்தது. கர்நாட்டிக்கைப் பொறுத்தவரையில், அருகிலிருக்கும் கிராமங்களை அழித்ததிலும், அவர்களுக்கு வரும் புதிய விநியோகத்தை நிலையான பீரங்கித் தாக்குதல்களாலும் ஏவுகணைத் தாக்குதல்களாலும் சாத்தியப்படுத்த முடிந்தது. உணவுக்கிடங்குகளையும் ஆயுதக்கிடங்குகளையும் மிரட்டியே செயல்பட விடாமல் செய்தனர். இச்செய்கைகளால் ஆங்கிலேயப் படைகள் குழம்பிப்போயின. இந்த நுட்பம் திப்புவின் படைகளுக்குக் கிடைத்த வெற்றியாகும். இதனால் ஆங்கிலேயப் படை, தனது கூட்டணிப் படையிலிருந்து தனித்துவிடப்பட்டிருந்தது. அங்கே தீவன, தானிய, வெடிப்பொருட்களின் பற்றாக்குறை பல்கியிருந்தது. நாள்தோறும் மாடுகளும், மனிதர்களும் செத்துவிழும் நிலை தொடர்ந்தது. ஆங்கிலேயப் படையின் குதிரைப்பிரிவு, மந்தைமந்தையாய் அணிவகுத்துவரும் மைசூர் குதிரைப் படைக்கு அஞ்சி வெளியே வராமலேயே கிடந்தது. பெங்களூரின் வீழ்ச்சிக்குப்பிறகு கார்ன்வாலிஸ் எழுதுகிறான். 'திரும்பத்திரும்ப அடிக்கும் அடியினால் உலோகங்களில் ஏற்படும் மெலிவைப்போல களைப்பு, சோர்வு, அயர்ச்சி என்று படை கலகலத்துப்போனது. சக்திவாய்ந்த எதிரிப்படையின் முன்னே, முற்றுகையிடுவதற்குக் கடுமையாகப் பணியாற்ற வேண்டியிருந்தது. எங்களுக்கு உணவுப்பற்றாக்குறையே பெரும்பிரச்சனை. பெங்களூரைக் கைப்பற்றியதும் அதிலிருந்தும் மீண்டுவிட்டோம்'. இதிலிருந்து, ஆங்கிலேயப் படை மிகவும் எச்சரிக்கையாக நடந்து கொண்டிருக்கிறது என்பது தெளிவாகத் தெரிகிறது. கிருஷ்ணா ராவ் அவர்களுக்குத் தகவல் தந்து உதவியிருக்காவிட்டால், ஆங்கிலேயப் படையை விரைவிலோ அல்லது தாமதமாகவோ மைசூர் படை வெற்றிகண்டிருக்கும்.

சமகாலக் கணக்குகளின்படி, கிருஷ்ணா ராவ் நீண்டகாலமாகவே சுல்தானுக்கு எதிரான சதியில் ஈடுபட்டுவந்தது தெரிகிறது. திருமலா ராவ் குழுவினருடன் அவன் நெருக்கமானத் தொடர்பிலேயே இருந்து வந்துள்ளான். அவர்களின்

நோக்கமாக, மைசூர் அரியணையில் மராத்தியர்களின் சாம்ராஜ்ஜியத்தை மீண்டும் நிறுவவேண்டும் என்பதாகவே இருந்திருக்கிறது. பெங்களூரின் வீழ்ச்சிக்குப்பிறகு இடைமறித்துக் கைப்பற்றப்பட்ட கடிதமொன்று, திப்புவுக்கு எதிராக ஆங்கிலேயர் மற்றும் மராத்தியர்களுடன் கிருஷ்ணா ராவ் கொண்டிருந்தத் தொடர்பை உறுதிப்படுத்தியது. இதையடுத்து சயீத் சாகிப், சதியில் ஈடுபட்ட கிருஷ்ணா ராவைத் தண்டிக்க ஸ்ரீரங்கப்பட்டிணத்துக்கு அனுப்பிவைக்கப்பட்டான். தலைநகர் வந்தடைந்த சயீத் சாகிப், கிருஷ்ணா ராவுக்கும் அவனுடன் சேர்ந்து சதியில் ஈடுபட்டிருந்த அவனது மூன்று சகோதரர்களுக்கும் மரணத்தைப் பரிசளித்தான்.[132]

ஒருவேளை வாய்ப்பமைந்தால், தாக்குதலுக்கு ஏதுவாகக் கோட்டையின் உடைப்புகளை சீர்செய்து வைத்துவிட்டு, கார்ன்வாலிஸ் மார்ச் மாதம், 28 ஆம் தேதியன்று வடக்கு நோக்கிப் புறப்பட்டான். நிஜாமின் குதிரைப்படை, அவனிடம் ஒப்படைப்பதற்காகப் படைவீரர்கள், பணம், மற்றும் உணவுப்பொருட்களுடன் வந்துகொண்டிருந்தது. அதேநாளில் திப்பு, மேற்கு நோக்கி தோத்பல்லாபூருக்கு சென்றுகொண்டிருந்தார். பெங்களூரிலிருந்து எட்டுமைல் தொலைவில் இரண்டு இராணுவங்களும் சந்தித்துக்கொண்டன. திப்புப் படையின் இறுதிப்பகுதி, ஆங்கிலேயப் படையின் முன்பகுதியில் முடிந்தது. ஆனால் ஆங்கிலேயப் படை எந்தவொரு அனுகூலத்தையும் எடுத்துக்கொள்ளவில்லை. திப்புவின் படை வெற்றிகரமாகக் கடந்துவிட்டது. பயன்படுத்த முடியாத ஒரு பித்தளைக் கைத்துப்பாக்கியை திப்பு வேண்டுமென்றே கீழேபோட்டுவிட்டு வந்தார். தோத்பல்லாபூர் அருகே, தனது படைகளை ஒருங்கமைத்தார். பின்பு அங்கிருந்து, கார்ன்வாலிஸ் படையுடன் இணைய வந்துகொண்டிருக்கும் நிஜாமின் குதிரைப்படையை எதிர் கொள்ளும் முகமாக சிவகங்கையை நோக்கித் திரும்பினார்.

கார்ன்வாலிஸ், தனது படையைத் தொடர்ந்தான். மேலும், வழியிலிருந்தச் சிறுகோட்டைகளான தேவன்ஹள்ளி, சிக்பல்லாபூர் ஆகியவற்றை எதிர்ப்பேதுமின்றிக் கைப்பற்றினான். சிக்பல்லாப்பூரை அதன் முன்னாள் பாளையக்காரனிடம் ஒப்படைத்தான். ஆனால் அது, திப்புவால் அனுப்பப்பட்டிருந்த சிறுபடையால் மீண்டும் கைப்பற்றப்பட்டது. இராஜதுரோகத்தில் ஈடுபட்ட பல பாளையக்காரர்கள் வாளுக்கு இரையாக்கப்பட்டனர்.

பெங்களூரிலிருந்து எழுபதுமைல் தொலைவுக்கு வந்துவிட்ட பின்பும், நிஜாமின் படைகளைக் கார்ன்வாலிஸால் கண்டடைய முடியவில்லை. திப்புவின் திறமையான ஒற்றாடலால் தவறானச் செய்திகள் தூவப்பட்டு, கூட்டணிப் படைகளுக்கிடையிலானத் தகவல்களைத் தடை செய்திருந்தார். கார்ன்வாலிஸிடம் ஐந்து நாட்களுக்கு மட்டுமே வரக்கூடிய அளவில் உணவுப் பொருட்கள் இருந்தன. நிஜாமின் படைகளுடன் இணைவோம் என்ற நம்பிக்கையும் குறைந்து கொண்டே வந்ததால், காத்திருப்பைக் கைவிட்டுவிட்டு ஆம்பூர் வழியாகக் கலோனல் ஓதம் தலைமையில் கர்நாட்டிக்கிலிருந்து வரும் படையுடன் இணைந்துகொள்ள தெற்கு நோக்கித் திரும்பினான். ஒருநாள் முழுவதும் நடந்து முடிந்தபின்புதான், தவறான வழியில் போகின்றோமென்பதையே அவனால் கண்டறிய முடிந்தது. வந்தவழியே திரும்பி, மீண்டும் வடக்கு நோக்கிப்போனான். இரண்டு நாட்கள் நடைக்குப்

பின்னால் அவனதுபடை, பெங்களூருக்கு வடக்கே எண்பத்துநான்கு மைல் தொலைவில், கோட்டப்பள்ளியில் நிஜாம் படைகளுடன் சேர்ந்தது. நிஜாமின் படையில் 15,000 வீரர்கள் இருந்தனர். அவர்களில் 10,000 வீரர்கள் சிறந்த குதிரைப் படை வீரர்கள். ஒருங்கிணைந்தப் படைகள் ஆங்கிலேயப் படைகள் எனும்பெயரில் ஏப்ரல் மாதம், 14 ஆம் தேதியன்று கோட்டப்பள்ளியிலிருந்து புறப்பட்டு, வெங்கடகிரியை 19 அன்று அடைந்தது. அந்த அணிவகுப்பில் பெருமளவு உணவுப்பொருட்களும் 700 ஐரோப்பியர்களும் 4,500 இந்தியத் துருப்புகளும் 450 குதிரை வீரர்களும் அடங்கியிருந்தனர். திப்பு, அந்த அணி வகுப்பின் மீது தாக்குதல் தொடுக்க முனைந்தார். அது, தோல்வியில் முடிந்தது. ஒருங்கிணைந்த ஆங்கிலேயப் படை மீண்டும் பெங்களூருக்கே வந்துசேர்ந்தது. அங்கு தயாரிப்புப் பணிகளைச் செவ்வென செய்துகொண்டு, ஸ்ரீரங்கப்பட்டிணம் மீது படையெடுக்கத் திட்டமிடப்பட்டது.

நிஜாம் மற்றும் மராத்தியப் படைகளின் செயல்பாடுகள்

ஆங்கிலேயப் படைகள் கோயமுத்தூர், பாராமஹால், பெங்களூர் மாவட்டங்களைக் கைப்பற்றும் பணியில் ஈடுபட்டிருந்தபோது, நிஜாம் மற்றும் மராத்தியப்படைகள் மைசூர் சாம்ராஜ்ஜியத்தின் பலபகுதிகளில் நடவடிக்கைகளில் புகுந்திருந்தன. அவர்களின் செயல்பாடுகள் மெத்தனமாகவே இருந்தன. நிஜாம், போருக்கானத் தயாரிப்புப் பணிகளை முழுமைப்படுத்தியிருக்கவில்லை. மராத்தியர்கள், திப்புவின் பிரதிநிதிகளிடமிருந்து பணம் பறிப்பதிலேயே குறியாய் பூனாவில் அமர்ந்து கொண்டிருந்தனர். மேலாக, ஜெனரல் மெடோஸின் தலைமையிலான ஆங்கிலேயப்படை, நிஜாம் மற்றும் பேஷ்வாவின் மனதில் பதியும்படியானச் செயல்பாடுகளில் ஈடுபட்டிருக்கவில்லை. உண்மையிலேயே, ஆங்கிலேயர்களின் வேகத்துடனான இந்த மெத்தனம் அவர்களுக்குப் பெரும் எச்சரிக்கையாக இருந்தது. அவர்கள், ஒருவர் மாற்றியொருவர் தாமதப்படுத்துபவர்களாக இருந்தனர். இது குறித்து, லாங்கூல் கென்னவேக்கு எழுதுகிறான்: ‘நாம் வெற்றியைக் கொய்க்கும் அதேபொழுதில், திப்புவுடனானப் பகைமையையும் தவிர்த்து, இணக்கம் கொள்ளவேண்டும்’. கார்ன்வாலிஸின் பெங்களூருக்கு எதிரானப் போர்வரையில், நிஜாம் மற்றும் மராத்தியர்களின் மனதில், கடும்போரில் ஈடுபடவேண்டும் என்ற முழுமனதுடன்தான் இருந்தனர். மேலும், தங்களின் பலத்தை வெளிக்காட்ட வேண்டும் என்பதிலும் தீர்மானமாக இருந்தனர். ஆனால் கிரமத்தில் மெத்தனமாகிவிட்டனர். எனினும், கார்ன்வாலிஸ் திரும்பத்திரும்ப அழைப்பு விடுத்தும், தடுப்புரைவாதம் செய்தும், அவர்களைப் போரில் இறங்க வைத்தான். அவர்களின் செயல்பாடுகள் பயத்துடன் செய்வதானதாக இருந்தன. ஆங்கிலேயர்களுடனான உடன்பாட்டில், ‘கடும்முயற்சி மற்றும் பேராவலுடன் கூட்டணிப்படைகளுடன் சேர்ந்து இயங்கவேண்டும். பரஸ்பரம் மற்றவர்களுடன் கலந்துகொண்ட பின்பே, எதிரிகளுடன் புரிந்துணர்வு கொள்ளவேண்டும்’ எனக் கையொப்பமிட்டிருப்பது, அந்த பயத்தை அதிகப்படுத்தியது. இதுபோலான நெருக்கடி விளைவுகள், அவர்களுக்கு ஒருவித

அதிருப்தியையும் அச்சத்தையும் தந்தன. அது, அவர்களை திப்புவின் கருணையைக் கோரச்செய்துவிடுவதாகயிருந்தன. 'முழுமனதுடன் ஆங்கிலேயர்களின் கூட்டமைப்பு போரில் பங்கெடுக்கவில்லையென்றால்..' எனும் கேள்விக்கு எந்தவிதமான பதிலும் சமாதானமாக இருக்கவில்லை. நிஜாம், நானாவுக்கு எழுதியக் கடிதத்தில், 'காலச்சக்கரம் அதிர்ஷ்டவசமாக நம்பாதையின் முன்னே வீசப்பட்டு, அதைநாம் அறுவடை செய்யாமலேயே கிடக்கிறது. கூலிக்காகப் போராடுபவர்களே ஆவலுடன் போரிடுகின்றனர். கூட்டணிப்படையினருக்கு பெரும் ஒப்புணர்வு கொடுக்கின்றனர். ஆங்கிலேயர்கள் மீதான அச்சவுணர்வைக் கைவிட்டுவிட்டு, பேஷ்வாவுக்கு அறிவுரை சொல்லி, பூனாவிலிருந்து புறப்பட்டு, படைக்குப் பொறுப்பேற்கச் சொல்லுங்கள்' என்று கூறியிருந்தான். இந்த சங்கதிகளைப்பற்றி விவாதிக்க, பேஷ்வாவின் பிரதிநிதியாக ஹரிபந்த் 1791 ஆம் ஆண்டு, மார்ச் மாத மத்தியில் பங்காலுக்கு வந்து நிஜாமைச் சந்தித்தான். அப்போது, 'நிஜாம் மற்றும் பேஷ்வா இருவருமே ஆங்கிலேய உடன்படிக்கையின் விதிகளுக்குக் கட்டுப்பட்டு இயங்குவது. அதேவேளையில் திப்புவிடம் பணிவாக நடந்துகொண்டு, அவனது அதிகாரத்தை முற்றிலுமாக துடைத்தெறிவதில்லை' என்று முடிவுசெய்யப்பட்டது. நிஜாமும், மராத்தியர்களும் திப்புவின் அதிகாரத்தை ஆங்கிலேயர்களுக்கு எதிரான ஒரு கொத்தளம்போல வலுவானது என்றே கருதினார்கள். அதை பலவீனப்படுத்தவேண்டும் என்று மட்டுமே நினைத்தார்கள். அழித்தொழிக்க விரும்பவில்லை.

1790 ஆம் ஆண்டு, மே மாதம். நிஜாமின் இராணுவம் ஹைதராபாத்துக்கு அருகில் திரளத்துவங்கியது. ஜூன் மாதத்துவக்கத்தில், கூட்டணி விதிகளின்படி மேஜர் மான்ட்கோமாரி தலைமையின் கீழானப் படையுடன் இணைந்து கொண்டது. ஆனால் அந்தப்படை, கார்ன்வாலிஸ் ஒப்புக்கொண்டபடி, தங்கள் இராணுவத்தின் அத்தனைத் தவறுகளையும் கொண்டிருந்தது. மேலும் எண்ணிக்கையிலிருந்து, ஒழுக்கம், ஆயுதங்கள் என்று எல்லாவிதமானத் தகுதியற்ற சேவையையே நிஜாமுக்கு வழங்கியது. நிஜாம், கம்பெனியின் உடன்படிக்கையின்படி அத்தனை உரிமைகளையும் பெறத்தகுதியுடையவனாக இருந்தான். ஒருங்கிணைந்த இந்தப்படை தெற்கே அமைக்கப்பட்ட தலைமையகமான பங்காலை நோக்கி நடந்தது. அங்கே நிஜாம் படைகளை இயக்குவதற்காக முகாமிட்டிருந்தான். ராய்ச்சூருக்குப் போகவேண்டிய அவனது படைகள், காலதாமதமாக ஜூலை மாதம், 13 ஆம் தேதியன்று கிருஷ்ணாவைக் கடந்து, மஹாபத் ஜங்கின் தலைமையின் கீழ் வந்துகொண்டிருந்தது. இன்னும் ஆறுவாரங்கள் மிச்சமிருந்தன, திப்பு செப்டம்பர் மாதவாக்கில் கோயமுத்தூருக்கு வரப்போகும் செய்திகிடைத்தது. வேறுஇடையூறுகள் ஏதுமின்றி, பல்வேறு காவல்கோட்டைகளை எந்தவித எதிர்ப்புமின்றிக் கைப்பற்றியபடி, திப்புவின் சாம்ராஜ்ஜியத்துக்குள் நுழைந்தாகி விட்டது. பிரதானப்படை 1790 ஆம் ஆண்டு அக்டோபர் மாதம் 28 ஆம் தேதியன்று, கோப்பல் கோட்டை முற்றுகையில் அமர்ந்துகொண்டது. மீதிப்படை கான்ஜிகோட், சித்தோட், கம்பம் மற்றும் மற்ற பகுதிகளைப் பிடிக்கச்சென்றது.

ஹைதராபாத் இராணுவம், ஆங்கிலேயர்கள் மற்றும் மராத்தியர்களின் விருப்பத்திற் கேற்ப பின்தொடர்ந்து போரை நடத்த விரும்பவில்லை. அதுவிரைந்து,

கம்பம் மற்றும் கடப்பா நாடுகளைக் கைப்பற்றும் ஆர்வத்தில் இருந்தது. அதற்காக நிஜாம், கம்பம்—கடப்பா சாலையை தேர்வு செய்தான். மறுபக்கத்தில் அவனது கூட்டாளிகள், குறிப்பாக மராத்தியர்கள், மைசூரைக் கைப்பற்ற மையம் சார்ந்த வழியைப் பின்பற்றவேண்டும் என்று விரும்பின. நிஜாமின் படை மராத்தியர்களுக்கு ஒத்துழைத்து, அவர்களின் உதவியைப் பெறும்நிலையில் இருந்தது. திப்புவின் படைபலம் மற்றும் உத்தரவுகள், அதிவேகத் திருப்பம்நிறைந்த நடவடிக்கைகள் ஆகியவற்றைக் கருத்தில் கொண்டு மராத்தியர்களும் நிஜாமும் ஒன்றிணைந்து செயல்படும் அவசியம் அவர்களுக்கு உருவாகியிருந்தது. ஆனால் மையம்சார்ந்த வழியைப் பின்பற்ற நிஜாம் எதிர்ப்பு தெரிவித்தான். ஏனென்றால் மையம்சார்ந்த வழியில் பலமானக் கோட்டைகளான கூட்டி, பெல்லாரி மற்றும் சிரா ஆகியன இருந்தன. அங்கே பலம் குறைவாக இருந்தாலும் அவற்றைக் கடப்பது கடினம். மேலாக, ஹோல்கர் இறுதியாக நடந்த மராத்திய—மைசூர் போரில் முதுகில் குத்தியதுபோல, அவன் ஹரிபந்தை சந்தேகித்தான். ஆனால் வேறு ஒருகாரணமும் இருந்தது. அதாவது, அதானியிலிருந்து அவனது படைகள் நேரடியாகச் செல்வதை விரும்பவில்லை. அதுபோல மராத்தியப்படைகளுக்கு அடுத்ததாக, அவனதுபடை இயங்குவதையும் விரும்பவில்லை. அத்துடன் மராத்தியப்படைகள் தனது படைகளுடன் கலப்பதையும், பின்னால் வெற்றி பெற்றவற்றைப் பங்குபோடுவதில் மராத்தியப்படைகள் குழப்பம்செய்யும் என்பதாலும் தவிர்க்க நினைத்தான்.

நிஜாமின் இராணுவம், கோப்பல் கோட்டை முற்றுகையில் ஈடுபட்டிருந்தது. மேலும் அது, நகரத்தை மிகவிரைவிலேயே கைப்பற்றியுமிருந்தது. ஆனால் கோட்டையைக் கைப்பற்றும் முயற்சிக்கு, விவேகமான அதிகாரியான நானாஜி ராவ் சோலங்கி தலைமையேற்றிருந்தான். ஓங்கிய அந்தக்கோட்டை, செங்குத்தானப் பாறைகளில் வலுவானக் கட்டமைப்புடன் இருந்தது. கைப்பற்றுவது அத்தனை எளிதாக இருக்கவில்லை. பீரங்கிகளால் முதலில் நடத்தியத் தாக்குதல் பலனற்றுப் போனது. சுவற்றில் ஒருகீறலைக்கூட விழவைக்க முடியவில்லை. கூட்டணிப் படையிடம் பீரங்கிகள் நல்ல நிலையில் இல்லையென்பதும், வெடிப்பொருட்களின் பற்றாக்குறையும் அங்கிருந்தது. துப்பாக்கிகள் தரமற்றதாக இருந்ததுமில்லாமல் அவை தானாகவே ஒரு வாரத்தில் செயலற்றதாகிப்போயின. அவற்றைச் சீர்படுத்தி, மறுமுறை உபயோகிக்கத்தக்கதாகவும் இருக்கவில்லை. 1791 ஆம் ஆண்டு, ஜனவரி மாதவாக்கில் புதிய படைக்களன்கள் ராய்ச்சூரிலிருந்தும் பங்காலிலிருந்தும் வந்தபின்புதான் சுவற்றில் விரிசலைப் போடமுடிந்தது. அதுவும், முற்றுகையிட்டவர்களுக்கு பலனளிப்பதாக இருக்கவில்லை. செங்குத்தானப் பாறைகளும் அதிக உயரமும் கொண்ட அந்தக்கோட்டையின் சுவற்றை அடைவதே, பெரும்பாடாக இருந்தது. கோட்டைப் பாதுகாப்பிலிருந்தக் காவல்படையினரின் ஒழுங்குணர்வும் மிக உயர்ந்ததாக இருந்தது. அவர்கள் அடிக்கடி கற்களை உருட்டியும், தீப்பந்தங்களை எரிந்தும் எதிரிகளை மிரட்டிக்கொண்டிருந்தனர். கோட்டைக்குள்ளிருந்து எதிர்ப்பு வலுவாகக் கிளம்பியது. 1791 ஆம் ஆண்டு மார்ச் மாதம் 8 ஆம் தேதியன்று கென்னவெ, கார்ன்வாலிஸுக்குத் தகவலாக, ‘வலுக்கட்டாயமாக கோப்பல் கோட்டையைக் கைப்பற்றும் இந்த வாய்ப்பு, நமக்கு எதிர்ப்பாக மாறிவிடுமோ என்று அஞ்சுகிறேன்’ என்றான். பிரதம மந்திரியாகயிருந்த முஷிர்—உல்—முல்க் பலதடவை முற்றுகையிட முயன்றும், அப்படிச் செய்வதை

நிஜாம் தடுத்துக்கொண்டிருந்தான். எனினும் ஏப்ரல் மாதம் 18 ஆம் தேதியன்று அந்த இடம் ஐந்து மாதக் கடும்முயற்சிக்குப் பின், கட்டுப்பாட்டுச் சரணுக்கு உட்படுத்தப்பட்டது. காவல்படையினர் அவரவர் உடமைகளை எடுத்துக்கொண்டு செல்ல அனுமதிக்கப்பட்டனர். ஒருவாரம் கழித்து, அங்கிருந்து மூன்றுமைல் தொலைவிலிருந்த பகதூர்பெண்டா கோட்டை அடுத்ததாகக் கைப்பற்றப்பட்டது. இரண்டு கோட்டைகளுமே உயர்ந்தபட்சப் பாதுகாப்புடனும், தேவையான இராணுவத் தளவாடங்களுடனும் உணவுப்பொருட்களுடனும் இருந்ததால், நீண்டநாட்களுக்கு அங்கிருந்து எதிர்ப்பைக் காட்ட முடிந்தது. ஆனால் பெங்களூர் வீழ்ந்துவிட்டத் தகவல் வந்ததும், பாதுகாப்புப்படையினர் நிலைகுலைந்து போயினர். அதன்பின்பே, சரணடையத் தலைப்பட்டனர். கோட்டைகளுக்குள் ஐம்பதுக்கும் மேற்பட்ட பீரங்கிகளைப் பார்த்து நிஜாமின் படை அசந்துபோனது. கணிசமான அளவில் உணவுப்பொருட்களும் ஆயுதங்களும் அங்கிருந்தன.

இதனிடையே, நிஜாமின் படைப் பிரிவுகள் ஆங்காங்கே சின்னச்சின்ன இடங்களை ஆக்கிரமிப்பு செய்வதில் முனைந்திருந்தன. அவற்றில் பல, எந்தவொரு எதிர்ப்புமின்றி வீழ்ந்தன. 1790 ஆம் ஆண்டு நவம்பர் மாதம் 16 ஆம் தேதியன்று, கம்பம் அதிரடியாக ஹாபீஜ் பரீத்—உத்—தீனால் கைப்பற்றப்பட்டது. சித்தோட் கோட்டை, முஹம்மத் அமின் அராபிடம் 1791 ஆம் ஆண்டு பிப்ரவரி மாதம் 28 ஆம் தேதியன்று சரணடைந்தது. மே, 1 அன்று பிரதானப்படை கோப்பலிலிருந்து புறப்பட்டு, கடப்பாவை நோக்கி நகர்ந்தது. அது கர்னூலைச் சென்றடையும் போது, ஹாபிஜ் பரீத்—உத்—தீனிடம் கான்ஜிகோட்டா சரணடைந்தச் செய்தி வந்துசேர்ந்தது. இந்த ஹாபீஜ் பரீத்—உத்—தீன், முன்பு நிஜாமால் திப்புவிடம் தூதனாக ஸ்ரீரங்கப்பட்டிணத்துக்கு அனுப்பப்பட்டவன். கான்ஜிகோட்டாவின் காவல்படையினர் மனதைரியத்துடன் கடும் எதிர்ப்புத் தெரிவித்தனர். கோட்டைக்குள் ஒருகட்டத்தில் உணவுப்பற்றாக்குறை கடுமையானதால், வேறுவழியின்றி கட்டுப்பாடுகளுடன் கூடிய சரணுக்கு சம்மதித்தனர். இதையடுத்துப் பிரதானப்படை, தனது வழித்தடத்தை மாற்றிக்கொண்டு கான்ஜிகோட்டாவுக்கு வந்து, அங்கு ஹாபீஜ் பரீத்—உத்—தீனின் படைகளுடன் சேர்ந்துகொண்டது. அங்கே ஒருமாத காலம் கொண்டாட்டமாகக் கழித்துவிட்டு, குர்ரம்கொண்டாவை நோக்கிப்போனது. அதை செப்டம்பர் மாதம், 19 ஆம் தேதியன்று கைப்பற்றியதும் படைகள் பலபிரிவுகளாகப் பிரிக்கப்பட்டு கூட்டி, கடப்பா உள்ளிட்ட இடங்களைப் பிடிக்க அனுப்பப்பட்டன.

ஆங்கிலேயர்களுடன் பூனா உடன்பாட்டில் கையெழுத்திடுவதற்கு பலமாதங்கள் முன்னரே, மராத்தியர்கள் போருக்கானத் தயாரிப்புகளில் ஈடுபட்டுவிட்டனர். 1790 ஆம் ஆண்டு மார்ச் இறுதியில் பரசுராம் பாஹு, நானாவின் அழைப்பின்பேரில் பூனாவுக்கு வருகை தந்தான். அவன் மீது நம்பிக்கைக்கொண்ட நானா, அவனைப் படையின் தலைவனாக நியமித்து, படைவீரர்களைச் சேர்ப்பதற்கானச் செலவுப்பணத்தைத் தந்தனுப்பினான். தனது தலைநகரான டாஸ்காவோனுக்குத் திரும்பிய பாஹு, தயாரிப்பு வேலைகளைத் துவங்கினான். ஜூன் மாதம், 20 ஆம் தேதி வாக்கில் அவனது படை நான்காயிரம் முதல் ஐந்தாயிரம் வீரர்களைக் கொண்டதாக இருந்தது. அதை டாஸ்காவோனுக்கு மிக அருகில் கூம்டாவில்

முகாமிட்டிருந்த ஆங்கிலேயப் படைப் பிரிவின் கேப்டன் லிட்டில் படையுடன் இணைத்தான். ஒருங்கிணைந்த அந்தப்படை கூம்டா விலிருந்து ஆகஸ்ட் மாதம் 3 ஆம் தேதியன்று புறப்பட்டு, கிருஷ்ணா ஆற்றை 15 அன்று கடந் தது. பாஹுவின் படை இப்போது 12,000 குதிரைப்படை வீரர்களாலும், 5,000 காலாட்படை வீரர்களாலும் பெருகியிருந்தது. இவற்றைக்கொண்டு அவன் ஹுப்ளி, மிஸ்ரிகோட், தோத்வாட் உள்ளிட்ட இடங்களைக் கைப்பற்றிவிட்டு 1790 ஆம் ஆண்டு செப்டம்பர் மாதம் 18 ஆம் தேதியன்று, தார்வார் வந்து சேர்ந்தான். அதேவேளையில் அவன் 1790 அக்டோபருக்கும் 1791 பிப்ரவரி மாதத்துக்கும் இடைப்பட்டக் காலத்தில் பல்வேறு திசைகளுக்கு அனுப்பப்பட்டான். அப்போது அவன் கஜேந்திரகார்க், சாவானூர் மற்றும் லட்சுமேஸ்வர் ஆகிய இடங்களைக் கைப்பற்றினான்.

கிருஷ்ணாவுக்கும் துங்கபத்ராவுக்கும் இடையிலான மாகாணத்துக்கு தார்வார் தலைநகராக இருந்து வந்தது. அது, மராத்தியர்களிடமிருந்து ஹைதர் அலியால் கைப்பற்றப்பட்டது. பாஹு, தனது கைகளை அதன்மீது வைத்தான். தார்வாரின் தளபதியாக வீரமும் விவேகமும் கொண்ட பத்ர்—உஜ்—ஜமான் இருந்தான். கோட்டையின் காவல்பணியில் 10,000 வீரர்கள் இருந் தனர். 15 துப்பாக்கிகளையும் அவன் வைத்திருந்தான். மராத்தியர்களின் நடமாட்டத்தைக் கணித்தத் திப்பு, கூடுதலாக 4,000 பேரை ஷேர் கான் தலைமையில் அனுப்பி வலுப்படுத்தியிருந்தார். கோட்டை ஈர சேற்றுமண்ணால் கட்டப்பட்டதென்றாலும் வலுவானது. அதுபோல, நகரமும் உயரம் குறைந்த சுவர்களால் பாதுகாக்கப்பட்டது. சுற்றியிருந்த அகழியும் தாக்குதலுக்கு எதிர்ப்பு காட்டக்கூடிய அளவில் அத்தனை வலுவாக இல்லாமலிருந்தது.

மராத்தியப்படை தார்வாரின் வடமேற்கே, ஐந்துமைல் தொலைவில் நரேந்திரா எனும் கிராமத்தில் தனது களத்தை அமைத்திருந்தது. தினமும் சில துப்பாக்கிகளுடன் அருகிலிருக்கும் மலைக்குச் சென்று மாலைவரையில் சுட்டுக்கொண்டிருக்கும். பிறகு துப்பாக்கிகளுடன் முகாமுக்குத் திரும்பிவிடும். செப்டம்பர் மாதம் 25 ஆம் தேதியன்று காவல்படை திடீரென்று நகரத்திலிருந்து புறப்பட்டுவந்து மராத்தியப் படைப்பரிவின் மீது அதிரடித்தாக்குதல் நடத்தியது. நான்கு அல்லது ஐந்து பேரைக் கொன்று, இருபது பேர்வரைக் காயப்படுத்திவிட்டு பின்வாங்கிச் சென்றது.

அக்டோபர் மாதம் 30 ஆம் தேதியன்று இராணுவமும் ஆங்கிலேயப்படையின் ஒருபிரிவும் கோட்டைக்குத் தெற்கே இரண்டு மைல்தொலைவில் முகாமிட்டிருந்தது. மறுநாள், பத்ர்—உஜ்—ஜமான் 2,000 ஆட்களுடனும் 4 துப்பாக்கிகளுடனும் எதிரியைத் துரத்தியடிக்கப் புறப்பட்டான். ஆனால் அன்று அவன், ஆங்கிலேயப்படையால் துரத்தப்பட்டான். ஆங்கிலேயப் படைக்கு மராத்தியப் படையின் 300 காலாட்படை வீரர்கள் ஆதரவாக நின்றனர். ஜமான் மூன்று துப்பாக்கிகளை விட்டுவிட்டு ஓடினான். டிசம்பர் மாதம் 13 ஆம் தேதியன்று நகரத்தின்மீது ஏணிமூலம் ஏறி, கூட்டுப்படையால் தாக்குதல் தொடுக்கப்பட்டது. ஆங்கிலேயப்படையின் இந்தச்சேவைக்குத் துணையாக, மராத்தியக் காலாட்படை உதவியது. நகரத்தின் பாதுகாப்பிலிருந்தக் காவல்படை, வலுவான எதிர்த்தாக்குதலைத் தொடுத்தது. ஆனால் நகரத்திலிருந்து அவர்கள் துரத்தப்பட்டு கோட்டைக்குள் விரட்டப்பட்டனர்.

கேப்டன் லிட்டிலும், லியோடெனன்ட் ஃபோஸ்டரும் முதலில் சுவற்றில் ஏறினர். மேலேயிருந்து கீழேவிழுந்து முன்னவன் படுகாயமும் பின்னவன் மரணகாயமும் அடைந்தான். படைநடத்திய ஆங்கிலேயர்கள் அப்படியே கிடக்க, மராத்தியர்கள் நகரத்துக்குள் புகுந்தனர். கண்ணில்பட்டதையெல்லாம் கொள்ளையடித்தனர். தீ வைத்துக் கொளுத்தினர். இந்தக் குழப்பத்தைப் பயன்படுத்திக் கொண்டு பத்ர்—உஜ்—ஜமான், திடீரென்று கோட்டையிலிருந்து வெளிப்பட்டான். மராத்தியர்களை நகரத்துக்குள்ளிருந்து துரத்தியடித்தான். அப்போது, மராத்தியர்கள் 500 பேர் வரைக் கொல்லப்பட்டனர். மைசூர் படையின் உயிரிழப்பு வெகுசொற்பமாகயிருந்தது. ஆனால் இடைக்காலப் போர் நிறுத்த ஒப்பந்தம் நான்கு நாட்களுக்கு மேற்கொள்ளப்பட்டு இருதரப்பும் இறந்தவர்களை எரிப்பதும் புதைப்பதுமாக இருந்தன. பிறகு மராத்தியர்கள் தனியாகச் சென்று தாக்குதல் நடத்தி டிசம்பர் மாதம் 18 ஆம் தேதியன்று நகரத்தைக் கைப்பற்றிக் கொண்டனர். வெற்றிக்கனியை தூரயெறிந்த அனுபவத்தில் வெட்கப்பட்டுப்போன மராத்தியர்கள், ஆங்கிலேயப் படையின் உதவியைக் கேட்கவில்லை.

நகரத்தைக் கைப்பற்றிய பின்பு மராத்தியர்கள், அதன் சுற்றுச்சுவற்றைத் தரைமட்டத்துக்கு இடித்துத் தள்ளினர். பிறகு கோட்டையை முற்றுகையிட ஆவல் கொண்டனர். ஆனால் அதை, வலுத்த முயற்சியின்றியும் காலத்தைப் பின்னிருந்து நகர்த்துவதுபோல, மெத்தனப்போக்காகவும் செய்தனர். அந்தக் காட்சியைக் கண்ணுற்ற ஆங்கிலேயப் படையின் லியோடெனன்ட் மூர், 'தற்போது செயல்படுவதுபோல அவர்கள் இயங்கினால், இருபது பீரங்கிகளைக்கொண்டு, இருபது ஆண்டுகள் இடித்தாலும் தார்வார்க் கோட்டையில் நூலளவு பிளவைக்கூட உண்டாக்க முடியாது' என்று குறிப்பிட்டான். இது, மராத்தியர்கள் படைகளைக் கையாளும் செயல்பாட்டுக்கு உயிர்க்களை வாய்ந்த உதாரணமாகும்: பீரங்கிக்குள் மருந்தைத் திணித்துவிட்டு, ஒட்டுமொத்த பீரங்கிபடை வீரர்களும் அதன் மீது உட்கார்ந்து கொள்வார்கள். பேசிக்கொண்டே அரைமணி நேரத்துக்குப் புகைப்பிடிப்பார்கள். அதை வெடிக்கச் செய்வதற்கு தீ மூட்டியதும் பெரும் புழுதியையும் புகையையும் கிளப்பிவிடும். ஆனால் வெடிக்காமல் அப்படியே படுத்துக்கொள்ளும். மறுபடியும் வெடிமருந்தைத் திணித்து தீ மூட்டினால், விட்ட இடத்திலிருந்து நகரமறுக்கும். படைவீரர்கள் புகைத்துக்கொண்டும் பேசிக்கொண்டும் மறுபடியும் நேரத்தைப்போக்கத் துவங்கி விடுவார்கள். ஒவ்வொரு மதியத்திலும் இரண்டு மணிநேரம் ஒன்றுமுதல் மூன்று மணிவரை ஒரு பீரங்கி எல்லாத் திசைகளிலும் 'பாவமாக'ச்சுழலும். அவ்வளவுதான். மதிய உணவுக்குப் போய்விடுவார்கள். இரவில் பீரங்கிகளின் விசைப்பேற்றும் கருவிகளின் குண்டுமழையைப் 'பொத்தினாற்போல' பொழியும். ஆனால், துப்பாக்கித் தொகுதிகளின் சத்தம் இருதரப்பிலும் அதிகரித்தபடியிருக்கும். மேலும் கையெறி குண்டுகளை, பூப்பந்து வீசுவதுபோல கோட்டைக்குள் தூக்கியெறிந்து விளையாடினர். கோட்டைச்சுவர்களை உடைக்கும்போது ஒருகுறியுடன் செயல்படாமல் அங்கொன்றும் இங்கொன்றுமாகச்சுட்டு, சுவர் முழுவதும் குண்டுகளை விதைத்தனர். பொருத்தமில்லாதச் செயல்களாகப் பீரங்கிகளை மலைக்கு இழுத்துச் செல்வதும், இரவில் மீண்டும் முகாமுக்கு இழுத்துக்கொண்டு திரும்புவதும் வழக்கமாக வைத்திருந்தனர். மராத்தியப்படைகளில் இடம்பெற்றிருந்த

பீரங்கிகள் மிகப்பழமையானவாக இருந்ததால், தரம்குறைந்தும் தானாகவே வெடித்துக் கொள்ளும் இயல்பினதாகவும் இருந்தன. வெடிப்பொருட்களின் பற்றாக்குறை இருந்துகொண்டே இருந்தது. பூனாவிலிருந்து ஆயுதங்களையும், உணவுப்பொருட்களையும் விநியோகம் செய்வது படிப்படியாகக் குறைந்துவிட்டது. பீரங்கிகளும் துப்பாக்கிகளும் பலநாட்கள் வேலையில்லாமல் காற்றாடிக்கிடந்தன. ஆங்கிலேயப் படைப்பிரிவிலும் இதேநிலைதான். தகுதியான பீரங்கிகள் ஒன்றுகூட அப்படையிடம் இருக்கவில்லை. கேப்டன் லிட்டில், பம்பாய் அரசாங்கத்திடம் பலம் வாய்ந்த பீரங்கிகளையும், வெடிப்பொருட்களையும் கேட்டுக்கேட்டு எழுதி அலுத்துப்போனான். கடிதங்களைப் படித்துப்படித்து மனமிளகிய பம்பாய் அரசாங்கம், கடைசியாக ஐரோப்பியக் காலாட்படைப் பிரிவொன்றையும் ஒரு பட்டாலியன் சிப்பாய்களையும் ஐரோப்பிய பீரங்கிப் படையொன்றையும் கலோனல் பிரடெரிக் தலைமையில் அனுப்பி, அப்படை டிசம்பர் மாதம் 28 ஆம் தேதியன்று தார்வார் வந்தடைந்தது. ஆனால் அதில் பீரங்கிகளோ, உணவுப்பொருட்களோ இருக்கவில்லை.

இத்தனைக் குறைகளைக் கொண்டிருந்தாலும் ஆங்கிலேயப் படைப்பிரிவுக்குத் தலைமை யேற்றிருந்த கலோனல் பிரடெரிக், நீண்ட முற்றுகையில் சலிப்புக் கண்டு வெறுப்புற்றவன் அலுத்துக்கொண்டான். கோட்டையில் பிளவு ஏற்படாதிருந்த போதிலும், தாக்குதலுக்குத் தயாராகிவிட்டான். வெற்றி பெற்றுவிடலாமென்று அதீத நம்பிக்கைக் கொண்டிருந்தான். அதனால் மராத்தியப் படைகளின் உதவியைக்கூட அவன் எதிர்பார்த்திருக்கவில்லை. ஆனால் பாஹு, 'முடிவு முழு தோல்வியில் கொண்டுபோய் விட்டுவிடும்' என்று பிரடெரிக்கின் திட்டத்துக்கு எதிர்ப்பு தெரிவித்தான். மேலாக, கோட்டையைக் கைப்பற்றுவதில் தான் வெற்றிபெற்றால் ஆங்கிலேயர்களின் மதிப்பு உயரும் என்று பிரடெரிக் கருதினான். அதேவேளையில் மராத்தியரின் மதிப்பு பாதிப்புக்குள்ளாகும். பிரடெரிக்கின் ஆர்வத்தையும் வற்புறுத்தலையும் கண்டு பாஹு, அவனையே கோட்டையைக் கைப்பற்றிக்கொள்ள அனுமதித்தான். அதையடுத்து, பிரடெரிக் கோட்டையின் தளபதியான பத்ர்—உஜ்—ஜமானுக்கு, சரணடையச்சொல்லி ஒரு கடிதம் அனுப்பினான். அல்லது காவல்படை ஒட்டுமொத்தமாகக் கொல்லப்படுவதை காணவேண்டியிருக்கும் என்று மிரட்டலும் விடுத்திருந்தான். 'அமங்கலமான சூழ்நிலை நிலவுவதால் முதலிரண்டு நாட்களில் சரணடைய முடியாது' என்றும் 'மூன்றாவது நாள் பார்க்கலாம்' என்றும் கோட்டையின் தலைவன் கோபமின்றி பதிலிறுத்திருந்தான். பத்ர்—உத்—ஜமான், 'எதற்கோ காலந்தாழ்த்துகிறான்' என்று கருதிய பிரடெரிக் தாக்குதலைத் தொடுக்க முடிவெடுத்தான். 1791 ஆம் ஆண்டு பிப்ரவரி மாதம் 27 ஆம் தேதியன்று அவனது படை, போருக்கு முன்னெடுத்துச் சென்றது. ஆனால் அப்படை, காய்ந்து கிடந்த அகழியைக்கடக்க முயன்ற நேரத்தில், அலறிக்கொண்டு பின்வாங்கி ஓடியது. அதில் நிறைந்திருந்த முட்புதர்களில் மைசூர் படை தீ வைத்துக் கொளுத்தியிருந்தது. தீயை அணைத்து விட்டு மீண்டும் உட்புகுவதற்கான முயற்சியில் ஆங்கிலேயப்படை முயற்சித்தபோது, ஏற்கனவே அங்கே தீ வைக்கக் காவல்படை காத்துக்கொண்டிருந்தது. இறுதியில் வேறுவழியில்லாமல் ஆங்கிலேயப் படை தீக்குக்கட்டுப்பட்டு தங்கள் குழிகளுக்குத் திரும்பிவிட்டது. அதில் 40 பேர் வரையில் உயிரிழந்திருந்தனர். 100க்கும்

அதிகமானோர் காயமுற்றிருந்தனர். கோட்டையைக் கைப்பற்றும் போட்டியிலிருந்து மராத்தியப்படை முற்றிலும் தனியாக ஒதுங்கி நின்றது. ஆங்கிலேயப் படை பின்வாங்கிய பின்பு, மராத்தியப்படை கடும் ஆவேசத்துடன் காவல்படையுடன் மோதலைத் தொடங்கியது. காவல்படை நடத்தியத் திடீர் தாக்குதலில் பாஹுவின் படை 100 பேரை இழந்துவிட்டது. தோல்வி குறித்த அதிருப்தி பிரடெரிக்கைப் படுத்திவிட்டது. அது, அவனது உடல்நிலையை பலவீனப்படுத்தி மார்ச் மாதம் 13 ஆம் தேதியன்று மரணமடைந்தான். அவனது இடத்துக்கு மேஜர் சார்தியஸ் வந்து சேர்ந்தான். வந்தவேகத்தில் தார்வார் கோட்டையைக் கைப்பற்றிய பின்பு, அவன் பம்பாய்க்குத் திரும்பிவிட்டான். கேப்டன் லிட்டில் மீண்டும் படைக்குப் பொறுப்பேற்றுக் கொண்டான்.

கடைசியில் மார்ச் 1 அன்று பம்பாயிலிருந்து வெடிப்பொருட்கள் வந்துசேரும் என்று ஆங்கிலேயப் படை எதிர்பார்த்துக் காத்திருந்தப் பொருட்கள் வந்து சேர்ந்தன. அதேநேரத்தில் பாஹுவுக்கு சில கூடுதல் பீரங்கிகள் பூனாவிலிருந்தும் வந்து சேர்ந்தன. இருபத்தொன்பது வாரங்களாக நீடித்த முற்றுகையை, புதிய ஆயுதங்களின் உதவியுடன் பாஹு தொடர்ந்தான். எனினும், அந்தக்கோட்டை வீழ்வதற்கான அறிகுறிகள் அருகில் ஏதும் தெரியவில்லை. காவல் படையினர் தொடர்ந்து தங்கள் தீரத்தைக் காட்டிக்கொண்டிருந்தனர். அவர்களின் திடீர் தாக்குதல் மராத்தியப் படைக்கு பெரும் இழப்பைத் தந்திருந்தது.

இதனிடையே, கோட்டைக்குள் நிலைமை அத்தனை ஆரோக்கியமாக இருக்கவில்லை. அங்கே தண்ணீருக்கும் உணவுப்பொருட்களுக்கும் குண்டுகளுக்குமே பெரும்பற்றாக்குறை இருந்தது.[133] வெளியிலிருந்து உணவுப்பொருட்களைக் கொண்டு வருவதற்கு எடுத்த முயற்சிகள் எதுவும் பலனளிக்கவில்லை. அப்படி யாராவது, எதையாவது கோட்டைக்குள் கொண்டுசெல்ல முயன்றால், அவர்களின் கைகள், கால்கள், மூக்கைக்கூட மராத்தியர்கள் வெட்டியெறிந்தனர். இதையடுத்து காவல்படை நிலைகுலைந்து, தனிமையில் ஆழ்ந்துபோனது. கார்ன்வாலிஸால் பெங்களூர் கைப்பற்றப்பட்டுவிட்டச் செய்தி அவர்களின் மனநிலையையும் குலைத்து, ஆர்வத்தையும் தொலைக்கச் செய்துவிட்டது. மேலாக, 10,000 பேரைக்கொண்ட காவல்படை மரணம், தனிமை ஆகியக் காரணங்களால் தடாலடியாக 3,000 ஆகக் குறைந்துபோனது. இதையடுத்து, பத்ர்—உஜ்—ஜமான் மீட்சிக்கான நம்பிக்கை ஏதுமில்லாமல், கோட்டைக்குள் அடிக்கடி இதுபோன்ற தொடர்கதையாவதால், நீண்ட நாட்களுக்குத் தாக்குப்பிடிக்க முடியாது என்பதை உணர்ந்து, மார்ச் மாதம் 30 ஆம் தேதியன்று சரணடையச் சம்மதித்தான். காவல்படையின் கடைசி ஆள் ஏப்ரல் மாதம் 4 ஆம் தேதியன்று மாலை ஐந்து மணிக்கு வெளியேறினான். சரணடைதல் விதிகளின் படி கானுக்கு கௌரவம் செய்யப்பட்டது. அவரவர்களின் சொந்தப்பொருட்கள், காவல் படையினரின் சொத்துகள், ஆயுதங்கள் மற்றும் சுல்தானுக்குச் சொந்தமானப் பொதுப்பொக்கிஷங்கள் அத்தனையுமே ஷிமோகாவுக்கு எடுத்துச்செல்ல அனுமதியும் அளிக்கப்பட்டது. பொருட்களை அப்புறப்படுத்த மூன்று நாட்களும், அந்த மூன்றுநாட்களுமே கோட்டையின் உச்சியில் சுல்தான் கொடிபறக்க அனுமதியும் அளிக்கப்பட்டது. அதுவரையில் மராத்தியர்கள் கோட்டையை

ஆக்கிரமிக்கப் போவதில்லை என்று உறுதியும் தந்திருந்தனர்.

பத்ர்—உஜ்—ஜமான், மராத்திய—ஆங்கிலேயக் கூட்டுப்படையுடன் தொடர்ந்து இருபத்தொன்பது வாரங்கள் கம்பீரமாகவும் தைரியத்துடனும் பகட்டாகவும் கடும் எதிர்ப்பைக் காட்டி வந்திருக்கிறான். அவன் கௌரவமான கட்டுப்பாடுடன் கூடிய சரணாகதிக்குத்தான் ஒப்புக்கொண்டிருக்கிறான். தார்வாரில் நடந்த இந்த நீண்டகால முற்றுகையால், மராத்தியப் படையின் கவனமெல்லாம் இங்கேயே குவிக்கப்பட்டது. அதனால், மைசூர் சாம்ராஜ்ஜியத்துக்குள் வேறெந்த இடத்திலும் அழிப்போ, சூறையாடலோ நடைபெறாமல் செய்ததும், விநியோகம் வடக்கு ஸ்ரீரங்கப்பட்டிணத்துக்கு தடையில்லாமல் நடத்தவும், இது வாய்ப்பை உருவாக்கித் தந்தது.

கோட்டையை காலிசெய்துவிட்டுக் கிளம்பும்போது பத்ர்—உஜ்—ஜமான் கானை மராத்தியர்கள் கேலி செய்தனர். அவனது பல்லக்கின் மீது புழுதியை இறைத்தனர். அருகிலேயே முகாம் அமைத்துக்கொள்ளும்படி கானிடம், பாஹு அறிவுறுத்தினான். மராத்தியர்கள் துன்புறுத்த மாட்டார்கள் என்றும் உறுதி தந்தான். ஆனால் மராத்தியர்களின் திமிர்த்தனமானப் பேச்சும், எரிச்சலூட்டுகின்றத் தன்மையும் கானை எச்சரிக்கை செய்தது. ஷிமோகா சாலைக்கு இரண்டுமைல் தொலைவில் முகாம் அமைத்துக்கொண்டான். கானுக்கு 2,000 மராத்தியக் குதிரைகள் பாதுகாப்பு அளித்தன. எனினும் ஏப்ரல் மாதம் 8 ஆம் தேதியன்று கட்டுப்பாட்டு சரணடைதல் விதியைமீறி, கானின் முகாமில் மராத்தியர்கள் தாக்குதல் நடத்தினர். அங்கிருந்தப் பொருட்களைக் கொள்ளையடித்தனர். கானுக்கு உடம்பெல்லாம் காயங்கள். அவனது படையில் பலர் உயிரிழந்தனர். தார்வாரிலிருந்துக் கொண்டுவரப்பட்ட ஏழு துப்பாக்கிகள் உட்பட அத்தனைப் பொருட்களையும் மராத்தியர்கள் அள்ளிச்சென்றனர்.

பத்ர்—உஜ்—ஜமான் மீதானத் தாக்குதலின் மையநோக்கத்தின் பின்னணியே அவனது உடமைகளையும் அவன் கொண்டு செல்லும் திப்புவின் உடமைகளையும் அபகரிப்பதுதான். ஹைதர் அலி, திப்பு, பத்ர்—உஜ்—ஜமான் ஆகியோரின் தொடர்ச்சியானத் தாக்குதல் வன்முறையை மராத்தியர்கள் குற்றம்சாட்டி இந்தச் செயல்பாட்டில் இறங்கிவிட்டனர் என்று எழுதுகிறான், கிராண்ட் டஃப். தாக்குதலையடுத்துக் கோபித்துக்கொண்ட கான், தனது வாளை விட்டெறிந்து விட்டுப்போனான். அவனை அவனது துருப்புகள் தொடர்ந்தன. அது மராத்தியர்கள் காவல்படையினர் மீதானத் தாக்குதல் தொடுக்க மேலும் வழிவகுத்தது. மூர், இந்தக்கருணையற்ற நடைமுறைக் குறித்து, அதன் உண்மைக் காரணம் குறித்து, எதையும் குறிப்பிடவில்லை. போகின்ற போக்கில் அவன் எழுதும், 'இந்த வில்லங்கமான நடவடிக்கைக்கு மராத்தியர்கள்தான் காரணம்' என்று சொல்லிக்கொண்டு போகின்றான். மெக்கன்ஸி, 'அறிக்கைகளின் வழியாகப் பொதுவாக நம்பப்படுவது, சரணடைதல் விதிகளை பாஹுவின் படைகள் வெங்கங்கெட்டத்தனமாக மீறியிருக்கின்றன' என்று குறிப்பிடுகின்றான்.

இந்தச்சம்பவம் குறித்துத் தகவல் அறிந்ததும் பாஹு, மிகவும் மனம் வருந்தினான். கானை நேசமுடன் வரவழைத்து, ஆங்கிலேய மருத்துவரை

நியமித்து, காயங்களுக்கு மருந்திட்டு சிகிச்சையளிக்க ஏற்பாடு செய்தான். அந்தக்கலகத்தில் ஈடுபட்ட பலரையும் தண்டித்தான். கைப்பற்றப்பட்ட அத்தனைப் பொருட்களையும் மைசூர் படையிடம் ஒப்படைக்கச்சொல்லி உத்தரவிட்டான். எனினும் உடனடியாக, சாக்குப்போக்குச்சொல்லி, சரணடைதல் விதிமுறைகளை மீறியதாகக் குற்றம்சாட்டி, கானையும் மற்றவர்களையும் கைது செய்து, நார்குந்த் சிறையில் அடைத்தான். அதற்கு பாஹு சொன்னக் காரணம், 'கான் சரணடையும்போது, எந்த நிலையில் கோட்டையிருக்கிறதோ அதேநிலையிலும் உள்ளிருக்கும் வெடிப்பொருட்கள், ஆயுதங்கள், வெடிமருந்து, பீரங்கி அத்தனையையும் ஒப்படைப்பதாகச் சொன்னான். ஆனால் சொன்னதற்கு மாறாக, வெடிமருந்தை தண்ணீர் ஊற்றி அழித்துவிட்டான். மற்றபொருட்களும் ஆயுதக்கிடங்கு நீரால் பலனற்றுப்போய் விட்டன. கோட்டைக்குள்ளிருந்த 2,000 துப்பாக்கிகளை உடைத்துவிட்டான். அல்லது புதைகுழியில் போட்டுப் புதைத்துவிட்டான். பத்ர்—உஜ்—ஜமான் இவையெல்லாம் ஆதாரமற்றவை என்று மறுத்தான். மூரின் அறிக்கையில், 'சரணடையும்போது, சரணடையும் விதிகளை கான் மீறியதாகவெல்லாம் எழுதப்பட்டிருக்கவில்லை. மராத்தியர்கள் கோட்டைக்குள் புகுந்தபோது, வெடிமருந்து நல்லநிலையிலிருந்ததாக மட்டுமே குறிப்பிடுகிறான். எங்கும் தண்ணீரில் அழிக்கப்பட்டதாகக் குறிப்பிடவில்லை. அதுபோல, துப்பாக்கிகள் உடைக்கப்பட்ட விவகாரத்தில், சரணடைய ஒப்புக்கொள்ளுமுன்பே, துப்பாக்கிகள் உடைக்கப்பட்டுவிட்டன' என்றும் மூர் குறிப்பிடுகிறான். அநேகமாக, உடைக்கப்பட்டத் துப்பாக்கிகளைப் பார்த்ததும் கான் மீது பாஹு குற்றம் சாட்டியிருக்கலாம். என்றபோதும், கான் மீதானத் தாக்குதலின் போதும் அவனிடமிருந்து பொருட்களைக் கொள்ளையடித்தபோதும் பாஹுவின் பங்கு ஏதுமில்லை. டஃப், 'பத்ர்—உஜ்—ஜமான் மற்றும் பல கைதிகளின் சிறைவாழ்க்கை சரணடைதல் விதிகளை மீறிய பரேஸ்ராம் பாவ்வின் நடத்தைக்கு கரும்புள்ளியாகும்' என்று குறிப்பிடுகிறான்.

தார்வார் கோட்டையைக் கைப்பற்றியதும் அதுகொடுத்த உத்வேகம், துங்கபத்ராவுக்கு வடக்கேயிருந்தப் பகுதிகளைக் கைப்பற்றுவதற்கு உதவியாகயிருந்தது. அந்தப்பகுதியிலெல் லாம் மைசூர் படையின் சுவடு ஏதுமிருக்கவில்லை. பாஹு 1791 ஆம் ஆண்டு, ஏப்ரல் மாதத்தில் துங்கபத்ராவைக் கடந்து தெற்கே அணிவகுத்தான். ஸ்ரீரங்கப்பட்டிணத்தின்மீது கைவைக்க விரும்பியவன், வழியிலுள்ள நிலைகளைக் கைப்பற்றி, வடக்கிலிருந்து வரும் உணவுப்பொருட்கள் மற்ற விநியோகத்துக்கு ஏதுவாக்க நினைத்தான். அதனால் அவனே, ராமகிரிக்குச் சென்றான். தனது படையின் ஒருபிரிவை மற்ற திசைகளுக்கு அனுப்பிவைத்தான். ராமகிரியும் அதைத் தொடர்ந்து பலகோட்டைகள் எதிர்ப்பின்றி சரணடைந்தன. மேலும், சாந்தே—பெத்னூர், மாயா குண்டா மற்றும் செங்கேரிக் கோட்டைகளை ரகுநாத் ராவ் குருந்த்வார்கர் கைப்பற்றிக் கொண்டு வந்தான். ஆனால் பெத்னூரை நோக்கி அனுப்பப்பட்ட கண்பத் ராவ் மஹேந்தாலே, மைசூர் படையினரால் கடும் எதிர்ப்புக்கு உள்ளானான். இருந்தபோதும், அவன் முதலில் சில கோட்டைகளை வென்றெடுத்தான். ஷிமோகாவில் தங்கியிருந்தத் திப்புவின் படைகள் அவன் கைப்பற்றிய அத்தனையையும் மீட்டெடுத்தன. எனினும் பாஹுவிடமிருந்து புதிதாக வந்துசேர்ந்தப் படைகளின் உதவியுடன், மைசூர் படை மீட்டெடுத்த

அத்தனையையும் திரும்பக் கைப்பற்றிக் கொண்டு துரத்தியடித்தான். கார்வார் மாகாணத்தில் மராத்தியக் கடற்படை திப்புவுக்குச் சொந்தமான பல துறைமுகங் களைக் கைப்பற்றியது. ஆனால் பருவநிலை காரணமாக பாபுராவ் சோலங்கியையும் சில காலாட்படை வீரர்களையும் மட்டுமே கடற்படை, அங்கே விட்டுவிட்டுச் சென்றது. திப்புவின் படை, மராத்தியர்கள் கைப்பற்றியத் துறைமுகங்களை மீட்டெடுத்து, சோலங்கியை அப்பகுதியிலிருந்தே துரத்தியடித்தது.

தார்வாரைக் கைப்பற்றியப் பின்பு, பாஹுவின் வேகம் மிகவும் முனைப்பாக இருந்தது. அதன் பின்பு, அவன் ராமகிரியைக் கைப்பற்றியதும் தளர்ந்து போனான். ஆங்கிலேய நிர்வாகம் மலபாரிலிருந்து கூர்க் வழியாகத் திரும்பும் மேஜர் அபெர்கிராம்பியுடன் சேர்ந்து, ஸ்ரீரங்கப்பட்டிணத்துக்குப் போகலாம் என்று வலியுறுத்தியது. ஆனால் பாஹு, நிர்வாகம் சொல்லும் பாதை பாதுகாப்பானது அல்ல என்பதால் ஆலோசனையை, வழிகாட்டுதலைப் புறக்கணித்தான். ஹரிபந்திடமிருந்து ஸ்ரீரங்கப்பட்டிணத்துக்கு தன்னுடன் இணைந்து வருமாறு உத்தரவு வரும்வரையில், தான் கைப்பற்றிய பெத்னூர், சித்தல்துர்க் ஆகிய இடங்களின் வெற்றியை முழுமைப்படுத்துவதிலும் புதிதாகக் கைப்பற்றிய அங்கிருந்து, வருமானத்தைப் பெறுவதிலும் அவன் மும்முரமாகவும் இருந்தான்.

1790 ஜனவரி 1 புத்தாண்டு அன்று ஹரிபந்த், பூனாவிலிருந்து 10,000க்கும் சற்றே குறைவானக் குதிரைகளுடன் கிருஷ்ணா நதியின் தரைப்பாலமொன்றைக் கடந்து, காத்வெல் நோக்கிப் போனான். அங்கிருந்து தனது பிரதானப்படையை கர்நூலுக்கு அனுப்பிவிட்டு, போர் குறித்துக் கலந்துரையாட பங்காலிலிருக்கும் நிஜாமைச் சந்திக்கச் சென்றான். அங்கு இரண்டு வாரங்களைச் செலவிட்டவன், மீண்டும் கர்நூலில் தனது பிரதானப்படையுடன் சேர்ந்து கொண்டான். கர்நூலில் படைகளின் எண்ணிக்கை மிகவும் குறைவாக இருந்தது. கான்ஜிகோட்டாவை நோக்கிப் போகவேண்டிய அவன், அங்கேயே தங்கியிருந்து, ஆங்கிலேயப் படையை ஏற்பாடு செய்தான். அதற்குள் ஏப்ரல் மாதம் பாதிமுடிந்துவிட்டது. தனது மகன் லட்சுமண ராவ் தலைமையில் 10,000 குதிரைகளை கான்ஜிகோட்டா வழியாக அனுப்பி, கார்ன்வாலிஸுடன் இணைந்துகொள்ளச் சொன்னான். ஆனால் மராத்தியப் படைகளின் பொடிநடையால், அது கார்ன்வாலிஸுடன் இணைய முடியவில்லை. அவன் வேகவேகமாக ஸ்ரீரங்கப்பட்டிணத்தை நெருங்கிப் போய்விட்டிருந்தான். மராத்தியத் தலைவர்கள் அனுப்பி வைத்தப் புதிய படையால் பல்கியிருந்த ஹரிபந்த், கர்நூலிலிருந்து புறப்பட்டான். லட்சுண ராவை தன்னுடன் சேர்ந்து கொள்ள அழைத்தான். ஒருங்கிணைந்தப் பெரும்படை அப்படியே சிராவை நோக்கிப்போனது. வலுவானதும், ஏராளமான உணவுப்பொருட்களையும் ஆயுதக்கிடங்கையும் கொண்டிருந்த சிரா எதிர்ப்பின்றி வசமானது. இதையடுத்து, பல்வந்த் சுபா ராவ் தலைமையில் ஒருபடை பிரிக்கப்பட்டு, சிராவிலிருந்து இருபத்திரண்டுமைல் தொலைவிலிருந்த மத்தகிரியை முற்றுகையிட அனுப்பப்பட்டது. சிராவில் வலுவானப் பாதுகாப்பைப் போட்டுவிட்டு ஹரிபந்த், ஸ்ரீரங்கப்பட்டிணத்தில் முகாமிட்டிருக்கும் ஆங்கிலேயப் படைகளுடன் சேர்ந்துகொள்ள தென்மேற்கு திசையில் புறப்பட்டான். பாஹு தென்கிழக்கே போகப் பணிக்கப்பட்டான். அங்கே நாகமங்கலாவிலிருக்கும்

மராத்திய இராணுவத்துடன் மே மாதம் 24 ஆம் தேதியன்று அவன் சேர்ந்து கொண்டான். அடுத்தநாள் அந்தப்படை 1791 மே 28 அன்று, மேலுகோட்டிலிருந்த கார்ன்வாலிஸை சந்தித்தது.

ஸ்ரீரங்கப்பட்டிணம் நோக்கி கார்ன்வாலிஸ்

நிஜாமின் குதிரைப்படை மற்றும் கர்நாட்டிக்கின் படைகளை இணைத்துக் கொண்ட கார்ன்வாலிஸ் பெங்களூருக்குத் திரும்பினான். ஸ்ரீரங்கப்பட்டிணம் நோக்கியப் பயணத்துக்கு அங்கிருந்துதான் தயாரிப்புகளை அவன் மேற்கொண்டான். போரை வெகுசீக்கிரத்திலேயே முடித்து விட வேண்டுமென்று ஆவல்கொண்டிருந்தான். அதற்கு, பணம் மட்டுமே காரணமாக இருக்க வில்லை. மாறிவரும் ஐரோப்பிய இந்திய அரசியல் நிலைப்பாடுகளும் காரணமாக இருந்தன. இதுவரையில் பிரஞ்சு நிர்வாகம் திப்புவுக்கு உதவுவதைத் தவிர்த்து வந்திருக்கிறது. ஆங்கிலேயப் படைகளுக்கு நிஜாமும் மராத்தியர்களும் முழுமனதுடன் ஒத்துழைப்பு தந்துவருகிறார்கள். ஆனால் போர்முடியும்வரை இந்தநிலைத் தொடரும் என்பதற்கான உத்தரவாதம் ஏதும் அங்கிருக்கவில்லை.

1791 ஆம் ஆண்டு மே மாதம் 4 ஆம் தேதியன்று கார்ன்வாலிஸ் பெங்களூரை விட்டுப் புறப்பட்டான். ஸ்ரீரங்கப்பட்டிணத்துக்கு சென்னபட்டிணத்துப் பிரதான சாலையின் வழியாகப்போக முடிவு செய்திருந்தான். அந்தச்சாலையை, அதிலிருந்தத் தானியங்கள், தீவனங்கள் அத்தனையையும் திப்பு துடைத்தழித்திருந்தார். மேலும் பெங்களூருக்கு தென்மேற்கே, இருபத்துநான்கு மைல் தூரத்திலுள்ள ராமகிரி மற்றும் சிவன்கிரி ஆகியக்கோட்டைகளைக் கடுமையாகப் பலப்படுத்தியிருந்தார். அதனால் கார்ன்வாலிஸ், கடினமானதும் சுற்றுப்பாதையுமான கங்கன்ஹள்ளி மற்றும் சுல்தான்பேட்டாஹ் வழியை நாடவேண்டியிருந்தது. அந்த வழியில் வேகவேகமாக முன்னேறியும்கூட, சாலையையடுத்துள்ள கிராமங்கள் சாம்பலாகிக்கிடந்தன. தீவனங்களோ, தானியமோ விளைந்ததற்கானத் தடயங்கள்கூட இல்லாமலாக்கப் பட்டிருந்தன. எதிரியைப் பற்றியத் தகவல் சொல்ல ஒற்றைமனிதனைக் கூட அந்தப்பகுதியில் கண்டடைய முடியவில்லை. வழிசொல்வதற்குக் கூட அங்கே யாருமிருக்கவில்லை. மாடுகளுக்குத் தீவனம் எங்கே கிடைக்கும் என்று அறிவுறுத்தவும் ஆளில்லாமல் இருந்தது. தேர்வுசெய்துவந்த அந்தப்பாதை இடையிடையே குறுக்கிடும் ஓடைகளும், குறுகிய மலைஇடுக்குகளுமாக இருந்தது. மைசூர் படை உருவாக்கியிருந்தப் புதைமணல் குழிகளும், பொறிகளும் அந்தப் பாதையில் நிரவியிருந்தன. அதைத்தாண்டித்தாண்டி பயணம் செய்வதில் ஆங்கிலேயப்படை தன்னிலை இழந்துபோனது. போதும்போதாததற்கு மைசூர் குதிரைப்படை அவ்வப்போது வந்து மிரட்டிக் கொண்டிருந்தது. மேலாக, தீவனப் பற்றாக்குறையால் தினமும் நூற்றுக்கணக்கான மாடுகள் செத்துவிழத் துவங்கின. இதனால் பயணப்போக்கு சீர்குலைந்தது. பெருமளவுப் பொருட்கள் எடுத்துச்செல்ல இயலாமல் ஆங்காங்கே கிடந்து அழிந்தன. வழியிலிருந்த மால்வல்லிக் கோட்டை கைப்பற்றப்பட்டது. அங்கே ஏராளமான தானியங்கள் இருந்தன. என்றபோதும் ஆங்கிலேயப் படையின் துன்பத்தை அது போக்குவதாக

இருக்கவில்லை. அணிவகுப்பின்போது ஏற்பட்டபொருள் இழப்பால் வழக்கமாகத் துருப்புகளுக்கு வழங்கப்படும் உணவுப்பொருட்களில் பாதிக்கும் கீழான அளவாகக் குறைக்கப்பட்டது.

இத்தனைத் தொல்லைகளையும் தாண்டி கார்ன்வாலிஸ் 1791 ஆம் ஆண்டு மே மாதம் 13 ஆம் தேதியன்று அரிகேரியை வந்தடைந்துவிட்டான். அது, ஸ்ரீரங்கப்பட்டிணத்திலிருந்து பதிமூன்றுமைல் தொலைவிலிருந்தது. அங்கிருக்கும் காவிரியைக் கடந்து திப்புவின் தலை நகருக்குச் செல்ல ஆயத்தமானான். ஆனால் காவிரியில் வெள்ளம் கரைபுரண்டு கொண்டிருந்தது. அப்படியே மேற்கு நோக்கி நடந்து, கண்ணம்பாடி தரைப்பாலத்தின்வழியே காவிரியைக் கடந்து, ஸ்ரீரங்கப்பட்டிணத்திலிருந்து ஒன்பது மைல் தொலைவில் நின்றுகொண்டான்.

இதனிடையே, திப்புவும் செயல்படாமலில்லை. பெரியபெரிய நடவடிக்கைகளில் ஈடுபடாமல், ஆங்கிலேயப்படைக்குக் கணிசமானத் தொல்லைகளைத் தந்துகொண்டேயிருந்தார். ஆனால் அவையெல்லாம் கார்ன்வாலிஸின் பயணத்தைத் தடுத்து நிறுத்துவதாகயில்லை. மே மாதம் 9 ஆம் தேதியன்று தனது தலைநகருக்கு வந்து, அதன் பாதுகாப்பு ஏற்பாடுகளை திப்பு செய்துவைத்தார். 13 ஆம் தேதி, 3,000 குதிரைப்படை, கொஞ்சம் காலாட்படையுடன் புறப்பட்டு ஆங்கிலேயப் படை முகாமிட்டிருக்கும் இடத்துக்கு எதிரே நிலைநிறுத்தி, கார்ன்வாலிஸ் தாக்குதல் தொடுக்க முனைந்தால், துவம்சம் செய்துவிடும் எண்ணத்தில் இருந்தார். அவருக்கு வலதுபுறத்தில், சுழன்றோடும் ஆறு இருந்தது. இடதுபுறத்தில், செங்குத்தும் சொரசொரப்புமான எளிதில் ஏறமுடியாத மலை இருந்தது. இந்த நிலையை மேலும் வலுப்படுத்தி, பலமான பீரங்கித் தொகுதிகளைக் குவித்தார். கீழே, குறுகலான இடுங்கிய மலைச்சரிவும் இருந்தது. ஆங்கிலேயப் படைக்கு திப்புவை நேருக்குநேர் சந்திக்க வாய்ப்பில்லாததாக அந்தநிலை அமையப்பெற்றிருந்தது. அதனால் மே மாதம் 14 ஆம் தேதியன்று இரவில் சுற்றுப்பாதை வழியாக, இடுங்கிய மலையின் கீழ்புகுந்து, எதிரியின் வலதுபக்கம் வந்துநின்று செயல்பட கார்ன்வாலிஸ் திட்டமிட்டிருந்தான். அப்படி வந்துசேரும்போது திப்பு படையின் பின்பக்கமாக வந்துவிடமுடியும். அந்தப்படையை ஸ்ரீரங்கப்பட்டிணத்துக்கு ஓடஓட விரட்டியடிக்கவும் திட்டமிட்டிருந்தான். தனது திட்டங் களையெல்லாமே கார்ன்வாலிஸ் உச்சபட்ச இரகசியமாகப் பாதுகாப்பான். அதன்படி, இரவு பதினோரு மணியளவில் துருப்புகள் தட்டியெழுப்பப்பட்டு, அணிவகுக்கச்சொல்லி உத்தரவிடப்பட்டது. நான்குமைல் தூரம் படை அணிவகுத்துப் போயிருக்கும். அந்த இரவில் இடியும் மின்னலும் புயலுமாக, மழை அடித்து ஊற்றியது. இதையடுத்து, ஆங்கிலேயப்படையின் திட்டம் வெளிப்பட்டுவிட்டதால் இனி அந்தத் திட்டத்தைக் கையாளமுடியாத நிலைக்குத் தள்ளப்பட்ட கார்ன்வாலிஸ், கைப்பற்றிய இடங்களைக் காத்துக்கொள்ள வேண்டிய நிர்ப்பந்தத்துக்கு உள்ளாக்கப்பட்டான். அவனை எந்த நிலையிலும் சந்திப்பதை திப்பு கைவிடவில்லை. அதுகுறித்து மன்றோ, 'தனதுநிலைப்பாட்டைக் காப்பதிலும் முடிவு எடுப்பதிலும் திப்பு சரியாக நடந்துகொண்டதாக' எழுதுகிறான். நெருக்கடியான சமயத்திலும் திப்பு இயங்கியதைப் படம்பிடிக்கிறான். வில்க்ஸ், 'அவனைப் புகழ்வது தவறேயில்லை. அப்படிச் செய்யாவிட்டால்தான் தவறு. அவனது களத்தையும் அவனது

செயல்பாட்டையும் காலத்தின் கருதுடைமையாகக் கொள்ளவேண்டும். ஒவ்வொரு அதிகாரியும் அவனது நடைமுறையைப் பின்பற்றவேண்டும்' என்று புகழ்கிறான்.

திப்புவின் இடதுபுறத்தில், மூன்றுமைல் தொலைவிலிருந்த காரிகட்டாஹ் மலையின் தொடர்ச்சியான கடிய முகட்டைப்பிடிக்க, ஆங்கிலேயப் படை திட்டமிட்டிருந்தது. அங்கிருந்து திப்புவை எதிர்கொள்வதாகத் திட்டம். ஆனால் ஆங்கிலேயப் படையின் திட்டத்தை உணர்ந்து கொண்ட திப்பு, ஆங்கிலேயர்கள் அங்கே சென்றடைவதற்கு முன்பே கமர்—உத்—தீன் தலைமையின்கீழ் ஒரு படையையனுப்பி, அதைக்கைப்பற்றி, அங்கிருந்து தாக்குதலைத் தொடுக்கச் சொல்லி உத்தரவிட்டிருந்தார். அதன்படி ஆங்கிலேயப்படையை அந்த இடத்தை நெருங்கவிடாத படி செய்தத் திப்புவின் படை, கணிசமான உயிர்ப்பலியையும் வாங்கியது. எனினும் ஆங்கிலேயப் படை, மலையையும் உடைந்த களத்தையும் தனக்கானப் பாதுகாப்பாக உருவகித்துக் கொண்டது. மலைமுகட்டிலிருக்கும் திப்புவின் படையை அங்கிருந்து அப்புறப்படுத்தும் பணியை, கலோனல் மாக்ஸ்வெல் ஏற்றிருந்தான். மாக்ஸ்வெல் தன்னுடன் திறமையும் சுறுசுறுப்புமான சிலரை வைத்துக்கொண்டு அந்தமலை முகட்டில் ஏறி அதைக் கைப்பற்றியும் விட்டான். திப்புவின் காலாட்படை அதிர்ச்சியில், மூன்று துப்பாக்கிகளை விட்டுவிட்டு பின் வாங்கியது. இந்த முயற்சி வெற்றிபெற்றது, ஒட்டுமொத்தப்போரின் வெற்றியின் அறிகுறியாக ஆங்கிலேயப் படையால் பார்க்கப்பட்டது. அதனால் ஆங்கிலேயப் படையின் நடவடிக்கைகள் பொதுவானதாக அமைந்தன. மைசூர் படையின் காலாட்பிரிவு தீரத்துடன் போரிட்டது. ஒவ்வொரு நிலையையும் பாதுகாத்தது. ஆங்கிலேயப் படையை மிகவும் அருகில், சில அடி தூரத்தில் நின்று சந்தித்தது. ஆங்கிலேயப் படையும் திப்புவின் மைசூர் படையும் மூர்க்கமாகப் போரை நடத்திக்கொண்டிருக்கும்போது, வழக்கம்போல நிஜாமின் காலாட்படை ஆசாத் அலி கானின் தலைமையில் செயல்பாடின்றி அமைதி காத்தது. திடீரென்று தூக்கம் கலைந்ததுபோல கூட்டணிப்படைக்கு உதவ ஓடியது. இதனால் மைசூர் படை தங்கள் தலைநகரை நோக்கி, பின் வாங்க வேண்டியிருந்தது. ஆங்கிலேயப் படை விரும்பியதுபோல, காரிகட்டாஹ்வை எதிரிகள் பின்தொடர்ந்து வந்து கைப்பற்றினர். அதேவேளையில், சயீத் ஹமீத் தலைமையிலான பீரங்கித் தொகுதிகள் கடுமையாகத் தாக்குதல் நடத்தி, ஆங்கிலேயப் படையை களைத்துப் போகச் செய்தன. அந்தநாள் திப்புவின் வெற்றி நாளாக முடிந்தது. அவர், தன் தலைநகருக்குத் திரும்பினார். ஆங்கிலேயர்களின் மலைக்கச் செய்யும் திட்டங்களை திப்பு இப்படிக் கடினப்பட்டு முறியடித்ததில்லை. அதை மன்றோ, இவ்வாறாகக் குறிப்பிடுகிறான்: இதன்மூலம் அவன் எந்தவொரு லாபமும் எதிர்பார்க்க முடியாது. ஆனால், அவனது தீவின் சுதந்திரத்தை அவன் எதிர்நோக்கினான். அன்றைய தினம் ஆங்கிலேயத் தரப்புக்கு கடும் இழப்பு ஏற்பட்டது. 600 பேர்வரையில் கொல்லப்பட்டிருந்தனர். எண்ணிறந்தோர் காயம்பட்டிருந்தனர். மைசூர் படையின் தரப்பிலும் இதே அளவுக்கு இழப்பு ஏற்பட்டிருந்தது.

இந்த நடவடிக்கைக்குப் பிறகு, கார்ன்வாலிஸ் மே மாதம் 18 ஆம் தேதிவரை கிடப்பில் இருந்தான். பின்னர், ஸ்ரீரங்கப்பட்டிணத்துக்குள் புகமுடிவெடுத்து, கண்ணம்பாடி தரைப்பாலத்தை நோக்கி அணிவகுத்துச் சென்றான். இரண்டு

நாட்களில் அங்குவந்து சேர்ந்துவிட்டவன், தனது திட்டங்களைச் செயல்படுத்த முடியாத நிலையில் இருந்தான். அபெர்கிராம்பி அங்கே தன்னுடன் வந்து சேருவான் என்று எதிர்பார்த்திருந்தான். அதுபோல மராத்தியர்களின் உதவியில்லாமல் ஸ்ரீரங்கப்பட்டிணத்தை வெற்றிகொள்ள முடியாது என்பதையும் அவன் அறிந்திருந்தான். படைத்துறையில் எதிரிகளால் புலங்காண முனையும் திப்புவின் ஆட்கள் சூழ்ந்து கிடந்ததால், அபெர்கிராம்பியின் படையும் மராத்தியப் படையும் எங்கேயிருக்கின்றன என்ற தகவலும் தெரியாமல் குழம்பிக் கிடந்தான். மேலும் ஆங்கிலேயப்படையில் துயர் மிகுந்து, மகிழ்ச்சியற்றநிலை அரும்பியிருந்தது. அந்தப்படை அதிகமான வெப்பத்தால் கசிந்து வழிந்தது. காயங்களால் அலறியது. ஸ்ரீரங் கப்பட்டிணத்திலிருந்து கண்ணம்பாடி வரையில் பீரங்கிகளையும் மற்றபொருட்களையும் கைகளால் இழுத்துக்கொண்டு வந்ததில், களைத்து சோர்ந்து போயிருந்தது. அதுபோல கால்நடைகளின் பணி, போரின் போது மறக்கமுடியாதது. இந்த வருடத்தின் பருவகாலம் கால்நடைகளுக்கு உகந்ததாக இருக்கவில்லை. கொள்ளைநோயால் பெரும்பாலான எண்ணிக்கையில் அவை மடிந்து வீழ்ந்தன. உணவுதானியப் பற்றாக்குறையால், வீரர்களுக்கான உணவுதானிய அளவீட்டைக் குறைத்ததால், முகாமில் பட்டினியாக இருந்தவர்கள், செத்த உயிரினங்களின் அழுகிய தசையை உணவாக எடுத்து உண்டதில், கடுமையான உபாதைகளுக்கும், அம்மை நோய்க்கும் ஆளாகினர். ‘கொடுமையான இந்த நிலைமை முகாமில் நிலவியதால், அழிவிலிருந்து தனது படையைக்காக்க, பின் வாங்கிக் கொள்ளலாம்’ என்று கார்ன்வாலிஸ் முடிவெடுத்தான். பெருவாரியானக் குதிரைகள் கொல்லப்பட்டுவிட, பீரங்கித்தொகுதிகள் கைப்பற்றப்பட்டுவிட, ஆயுதங்கள் அழிக்கப்பட, பெருஞ் சோகமும் வருத்தமுமாக அவன் ஸ்ரீரங்கப்பட்டிணத்திலிருந்து மே மாதம், 20 ஆம் தேதியன்று புறப்பட்டான். மேஜர் திரோம், ‘கண்ணியம்பட்டி தளத்தில் ஆறுநாட்கள் இராணுவம் முகாமிட்டிருந்தது. பலமைல்கள் சுற்றுப்பாதையில் சென்ற சோர்வு, கால்நடைகளும் படைக்குதிரைகளும் உணவின்றி செத்து விழுந்த சோகம், துப்பாக்கிகள், வண்டிகள், பீரங்கித்தொகுதிகள், தீயிட்டுக் கொளுத்தப்பட்ட அவலம், மரணமுகாமிலிருந்து வெளியேறுவதுபோல துருப்புகள் வெளியேறுவதைக் காணமுடிந்தது’ என்கிறான். ஆங்கிலேயப் படையின் பரிதாபமான நிலைமையைக் கண்ணுற்ற திப்புவின் அதிகாரிகள், ‘எதிரியின்மீது தாக்குதல் நடத்துவோம்’ என்று அறிவுரை சொல்ல, திப்பு அவர்களின் பேச்சைக்கேட்க மறுத்துவிட்டார்.

பின்வாங்க முடிவெடுத்ததும், கார்ன்வாலிஸ் ஜெனரல் அபெர்கிராம்பியை மலபாருக்குத் திரும்பச்சொல்லி உத்தரவிட்டான். கார்ன்வாலிஸ் தலைமையில் ஸ்ரீரங்கப்பட்டிணத்தில் தனது சேவையை செய்ய அப்போதுதான் அபெர்கிராம்பி மைசூருக்குள் வந்திருந்தான். கவர்னர் ஜெனரலின் உத்தரவையடுத்து, முப்பத்துமூன்று மைல் தொலைவிலுள்ள பெரியபட்டிணத்துக்கு அவன் நடந்தான். திப்புவின் சிறிய படையொன்றால் அவனது நடமாட்டம் முற்றிலுமாக பின்தொடரப்பட்டது. அதுவே அவனை அங்கிருந்துக் கிளம்ப வைத்தது. அதனாலேயே அவனுக்கு அங்கிருந்து கிளம்ப உத்தரவும் பிறப்பிக்கப்பட்டது.

இதனிடையே, அபெர்கிராம்பி கமர்—உத்—தீனாலும், சயீத் சாகிப்பாலும் தாக்கப்பட்டான். அவன் கொண்டு சென்ற படைத்தளவாடங்கள், மூட்டை

முடிச்சுகள் எல்லாமே கைப்பற்றப்பட்டன. அதற்கு அவன், எந்தவொரு எதிர்ப்புமே காட்டவில்லை. ஆனால், இதுகுறித்து மன்றோ, 'தங்களை வெளிக்காட்டிக் கொள்ளாமல் திப்புவின்படை அவனைப் பின்தொடர்ந்து வந்ததை அவன் அறியவில்லை. பின்வாங்கச்சொல்லி கார்ன்வாலிஸின் உத்தரவு வந்தவுடன், தன்னிடமிருந்த அத்தனைப் பொருட்களையும் அழித்துவிட முடிவுசெய்தான். கவர்னர் ஜெனரல் போல அதைச் சுமந்து திரிய அவன் விரும்பவில்லை. அதற்குப் போக்குவரத்து வசதியும் கைக்கொடுக்கவில்லை. அதன்படி, பெரும்பாலானத் தீவனங்கள் தீ வைத்து அழிக்கப்பட்டன. படைவீரர்களில் பலர் காயம் தந்த வேதனையாலும் நோயாலும் அயர்ச்சி, களைப்பாலும் உயிரிழந்தனர். மேற்குக் கடலின் இடைவிடாத மழையும், பலரைக்காவு வாங்கியது' என்று கூறுகிறான். கார்ன்வாலிஸ் தலைமையிலானக் குதிரைப்படையின் ஒருபிரிவு தூரத்திலிருந்து பார்க்கும்போது, அடர்ந்த தேனடைப்போல ஆறுமைல் தூரத்துக்குப் படர்ந்திருந்தது. அந்தப்படையை, மைசூர்படை அபகரித்துக்கொண்டது. அத்துடன், தாக்குதல் நடத்தி அவற்றின் உடமைகளையும் கைப்பற்றியது. படையின் இறுதியில் வந்துகொண்டிருந்த கலோனல் ஸ்டூவர்ட், அவர்கள் முன்னேறுவதைத் தடுக்க உத்தரவிடப்பட்டான். அதைத் தெரிந்துகொண்ட மைசூர் படை, ஹரிபந்த் மற்றும் பரசுராம் பாஹு தலைமையில் கார்ன்வாலிஸுடன் இணைய ஸ்ரீரங்கப்பட்டிணம் போய்க்கொண்டிருக்கும் படையைத் தடுப்பதற்கு முனைந்தது. மராத்தியர்கள் திரும்பத்திரும்ப தங்களின் முன்னேற்றச் செய்திகளை, நடவடிக்கைச் செய்திகளை ஆங்கிலேயர்களுக்கு அனுப்பிக் கொண்டிருந்தனர். ஆனால் திறமைமிக்க திப்புவின் ஒற்றர்களால், அது தடுக்கப்பட்டு ஆங்கிலேயப் படையை வந்தடையவில்லை. கார்ன்வாலிஸ் அவற்றில் ஒன்றைக் கூடப் பெறமுடியவில்லை. பாஹுவின் மகன் ராமச்சந்திர பாஹு 5,000 ஆட்களுடன் ஆங்கிலேயர்களிடமிருந்து செய்தியைப் பெற்றுவர அனுப்பப்பட்டான். இந்தப்படையே ஆங்கிலேயப் படையைச் சந்தித்து. பிரதான மராத்தியப் படை மிக அருகில்தான் உள்ளது என்ற நற்செய்தியைத் தந்தது.

மராத்தியப் படையின் வருகை, ஆங்கிலேயப் படைக்கு மிகமுக்கிய நிகழ்வாக மாறியது. அவர்களைக் கொண்டாட்டத்துடன் வரவேற்றது. மராத்தியப் படை இன்னும் காலதாமதம் செய்திருந்தால், தாங்கமுடியாதக் கொலைப்பட்டினியால் ஆங்கிலேயப் படை மடிந்திருக்கும். மீதமுள்ளவர்களை திப்புவின் படை அழித்தொழித்திருக்கும். அதனால் இந்தச்சந்தர்ப்பத்தை தவறவிட ஆங்கிலேயப்படை விரும்பவில்லை. மராத்தியப் படை தங்களுடன் பெருமளவில் உணவு தானியங்களைக் கொண்டு வந்திருந்தது. ஒவ்வொரு வகையிலும் விதவிதமான தானியங்கள் இருந்தன. அவற்றை ஆங்கிலேயர்களுக்கு தொடர்ந்து விநியோகமும் செய்து வந்தது. அதனால் இப்போது மராத்திய முகாமில் உணவுப்பற்றாக்குறை ஏற்பட்டது.[134] ஆனாலும் பெருந்தன்மையுடன் தயக்கமில்லாமல், கூட்டணிப்படைக்கும் உணவுப்பொருட்களை வழங்கி வந்தது. அதேவேளையில் உணவுப்பொருளுக்கான விலையை முறையற்ற வகையில் நிர்ணயித்து, வசூல்செய்தது.

ஸ்ரீரங்கப்பட்டிணத்தை நோக்கிப் படைநடத்த மராத்தியத் தளபதிகள் பெருத்த

ஆவலுடன் இருந்தனர். பின்வாங்கிவிட வேண்டாமென்று கார்ன்வாலிஸிடம் அவர்கள் தொடர்ந்து வற்புறுத்திக் கொண்டேயிருந்தனர். படைவீரர்களுக்கான உணவு வகைகள், மாடுகளுக்கானத் தீவனங்கள் தேவைப்பட்டால் தாங்கள் வழங்குவதாக அவனிடம் உறுதியும் தந்திருந்தனர். ஆனால் கார்ன்வாலிஸ், அவர்களின் இந்த முன்மொழிவுத் திட்டத்தை நீண்டநாட்களுக்கு கடைப்பிடிக்க முடியாது என்பதை அறிந்திருந்தான். அதனால் அதை ஏற்க மறுத்தான். மராத்திய சந்தையைச் சார்ந்து இயங்கும் நிலையைத் தவிர்க்க விரும்பினான். மேலும், தரமற்றப்பொருட்களைத் தள்ளிவிட்டு, உடனடியாக அவர்கள் பணமாற்றச் சந்தை முறையைக் கையாளுகிறார்கள் என்றும் கருதினான். அது முழுவதுமானத் தோல்விக்கு வழிசெய்துவிடும் என்று அஞ்சினான். ஆங்கிலேயப் படை அடைந்திருக்கும் முழுச்சோர்வு, அவர்களுக்குள் நிலவும் மாற்றுக் கருத்துகள், பீரங்கித் தொகுதிகளின் அழிவு, ஆயுதப்பொருட்களை அழித்தது, அபெர்கிராம்பி திரும்பிவந்தது, முன் கூட்டியப் பருவநிலை ஆகியன சேர்ந்து, மராத்தியர்களின் பரிந்துரையை நல்லதொரு அறிவுரையாக ஏற்பதைத் தவிர்க்கச் செய்தன. அத்துடன், பெங்களூருக்குத் திரும்பும் முடிவை எடுக்கவும் தூண்டின. இந்தப்படையெடுப்பில் வெற்றியைக் கொய்யமுடியாமல் தோல்வியைத்தொட்டது, அவனை வெகுவாகப் பாதித்திருந்தது. லிச்ஃபீல்ட் மற்றும் கோவென்ட்ரி ஆலயத்தின் ஆயருக்கு அவன் எழுதுகிறான்: 'எனது உள ஆற்றல்கூறு முழுவதுமாக வடிந்துவிட்டது. இப்போது நான், திப்புவை வெல்லாவிட்டால், இந்தக்கடினமானப் போரின் கொள்ளை நோயாக, அவமான உணர்ச்சி என் மீது படிந்துவிடும்'.

அடுத்த பருவகாலம்வரை ஸ்ரீரங்கப்பட்டிணத்தின் மீதானத் தாக்குதலை கார்ன்வாலிஸ் ஒத்தி வைத்ததற்கு, மராத்தியத் தளபதிகள் குற்றம் சாட்டினர். கூட்டணிப் படைகள் 1791 ஆம் ஆண்டு, ஜூன் மாதம் 6 ஆம் தேதியன்று, அடுத்ததாகவுள்ள மேலுக்கோட்டில் முகாமிட்டன. அப்படியே பெங்களூரை நோக்கி மெதுவாக நகரத் துவங்கின. அவ்வப்போது படை, தனது திசையையும் தேவைக்கேற்ப மாற்றிக்கொண்டது. வடகிழக்காக நகர்ந்தபோது, ஆங்கிலேயப் படை ஜூலை 19 அன்று ஹூலியூர்துர்கா கோட்டையருகே இருந்தது. அந்தக்கோட்டை பலம் வாய்ந்தது. படையின் தளபதி முதலில் அதைக் கைப்பற்றினான். அதன்பிறகு, நகரத்தைக் கைப்பற்றினான். அங்கே, தனியாருக்கு உடமையானச் சொத்துகளை காவல்படையினர் பாதுகாத்து வந்தனர். அவர்களை சரணடைய வைத்த ஆங்கிலேயப் படை, காவல் படையினரை பாதுகாப்புடன் வெளியேற்றியது. முறையான விதிகள் பின்பற்றப்பட்டன. பாதுகாப்புக்கு வந்தப் படை விலகிக் கொண்டதும் காவல் படையைச் சேர்ந்தவர்கள் மத்தூரை நோக்கித் திரும்பினர். அங்கே அவர்கள், மராத்தியர்களால் மிகமோசமாகக் கொள்ளையடிக்கப்பட்டனர். அவர்கள் அணிந்திருந்த ஆடைகளையும் மராத்தியப்படை விட்டுவைக்கவில்லை. உருவியெடுத்துக் கொண்டது. ஹூலியூர்துர்கா கோட்டையில் செம்மறி ஆடுகள், மாடுகள், தானியங்கள் அளவற்றுக் கிடந்தன. ஆங்கிலேயப் படையின் தேவையை அது வெகுவாகப் பூர்த்தி செய்தது. மதிப்பு மிகுந்த அந்தக்கோட்டையை ஆங்கிலேயப் படையும் மராத்தியப் படையும் விட்டுவைக்காமல், மாறி மாறி அழித்துவிட்டுப்போனது.

ஆங்கிலேயப் படை வடக்கு நோக்கி தனது அணிவகுப்பைத் தொடர்ந்தது. ஹுத்ரிதுர்கா அருகே வந்தபோது, அதை சரணடையச் சொல்லித் தகவல் அனுப்பப்பட்டது. அங்கிருந்தத் தளபதி, 'திப்புவின் உப்பை இருபது வருடங்களாகத் தின்று வருகிறேன். ஒருவேளை ஸ்ரீரங்கப்பட்டிணமே வீழ்ந்துவிட்டாலும் கூட இதை நான் சரணடைய விடமாட்டேன்' என்று விட்டான். அடுத்ததாக, சவன்துர்கா கோட்டை. அங்கேயிருந்தும் முறையான பதிலில்லை. கார்ன்வாலிஸ், தற்போதைய மனநிலையில் எந்தக்கோட்டையையும் முற்றுகையிட விரும்பவில்லை. இரண்டு கோட்டைகளையுமே பார்த்தபடி கடந்து வந்தான். 1791 ஆம் ஆண்டு ஜுலை மாதம் 11 ஆம் தேதியன்று, கூட்டணிப் படைகள் பெங்களூருக்கு அருகே வந்து சேர்ந்தன.

மேலுக்கோட் அருகே மராத்திய மற்றும் ஆங்கிலேயப் படைகள் ஒன்றுகூடிய பிறகு, கூட்டணிப் படைகளின் தளபதிகளுக்கிடையில் பலமுறை சந்திப்புகள் நடத்தப்பட்டு, எதிர்காலத்தில் படையை எப்படி நடத்துவது என்று பேசப்பட்டு வந்தன. பரசுராம் பாஹுவும், ஹரிபந்தும் கூட்டணிப் படைகள் சிராவுக்குச் சென்று, அதற்கும் கிருஷ்ணா நதிக்குமிடையிலுள்ளப் பகுதிகளைக் கைப்பற்ற வேண்டும். அப்போதுதான் மராத்தியத்துடன் தொடர்புகொள்ளமுடியும் என்று வலியுறுத்தினர். நிஜாமின் தளபதியும் அதை ஆமோதித்தான். மறுபக்கத்தில் கார்ன்வாலிஸ் இதற்கு மறுப்பு தெரிவித்தான். கர்நாட்டிக்கில் தொடர்பு ஏற்படுத்திக்கொள்வது அதற்கிணையான முக்கியத்துவம் வாய்ந்தது என்று கருதினான். மேலாக, அவனது படை மராத்தியர்களுடன் இணைந்து பணியாற்றும் நிலையில் இருக்கவில்லை. ஆங்கிலேயப் படையினரின் ஆடைகள் எல்லாமே கிழிந்து, சிதைந்துவிட்டன. போர்த்தளவாடங்களின் பற்றாக்குறை மிகுந்திருந்தது. மராத்தியச் சந்தைகளிலும் அரிசிக்கும், கோதுமைக்கும் பஞ்சம் வந்திருந்தது. ராகி உணவு மட்டுமே போதுமானதாக இருக்கவில்லை. அதனாலும் வீரர்கள் நோய்க்கு ஆளானார்கள். அதனாலேயே, கார்ன்வாலிஸ் பெங்களூர் நோக்கித் திரும்பினான். அங்கே, தனது படையை சீராக்கிக்கொண்டு, வலுவான ஆயத்தத்திற்குத் திரும்பி, ஸ்ரீரங்கப்பட்டிணத்தின் மீது அடுத்த பருவகாலத்தில் போர்த்தொடுக்கலாம். அதுதான் சரியானது என்று முடிவு எடுத்திருந்தான். கூட்டணிப் படைகளின் தளபதிகளால் பலமுறை ஆலோசனைகள் நடத்தப்பட்டது. ஒரே இடத்தில், நீண்டகாலத்துக்கு தங்குவது முறையாக இருக்காது என்று அவரவர் முடிவின்படி, கர்நாட்டிக்கில் தொடர்பு ஏற்படுத்திக் கொள்வதுதான் நல்லது என்று ஆங்கிலேயப் படை கருதியது. மராத்தியப் படை, சிரா வழியாகத் தொடர்பை உண்டாக்கிக் கொள்ளவேண்டும் என்று முயற்சித்தது. பாஹு பம்பாய் பிரிவுடன் இருந்ததால், அவன் சிராவைத் தேர்வு செய்தான். ஹரிபந்த் பேஷ்வாவின் பிரதிநிதியாக இருந்ததால் கார்ன்வாலிஸ் பக்கம் இருந்தான். ஆசாத் அலி கான் எப்போதோ புறப்பட்டு, நிஜாமின் குதிரைப்படையுடன் வடகிழக்கு நோக்கி நகர்ந்து, ஹோசூர் அருகே ஆங்கிலேயப் படை அமைத்திருந்த முகாமுக்கு அருகில் ஆகஸ்ட் மாதம் 16 ஆம் தேதியன்று வந்துவிட்டான்.

128. Tarikh-i-Tipu, ff. 101b-102a; kirmani, P. 345; A Persian MS. History of Mysore, Journal of Mysore Univ., Sept. 1944, Chap. xx. Wilks, ii, p. 430 foot note, முற்றுகைக் குறித்து சரியான தகவல் சொல்லாததால் செய்யத் பீர் நீக்கப்பட்டான். ஆனால் இது உண்மையல்ல. திப்பு அவனது விசுவாசத்தின் மீது நம்பிக்கையிழந்திருந்தார். போக, அந்த நேரத்தில் பெங்களூர் கோட்டைக்குத் தகுதியான, தைரியமிக்கத் தளபதி தேவைப்பட்டதும் ஒரு காரணம். அந்த இடத்துக்கு பகதூர் கானை விட்டால் யார் பொறுத்தமாக இருக்க முடியும்? Wilks (p. 424) மேலும் ஒரு தவறானத் தகவலைச் சொல்கிறான். திப்பு பெங்களூருக்கு அதிரடியாக ஓடிவந்தது, 'தனது 'ஹாரத்தை'ப் பாதுகாக்கத்தான்' என்று. அங்கே போதுமான பாதுகாப்பு இல்லையென்பதால் அதை சீர் செய்யத்தான் அங்கே விரைந்தார். வீட்டைப் பாதுகாக்க என்றால் அவரது அதிகாரிகளில் ஒருவர் இருந்தால் போதும். பத்திரமாகக் கொண்டுபோய் சேர்ப்பித்துவிடுவார்கள். மேலும் பெங்களூர் கோட்டை மிகவும் வலுவானது. ஆங்கிலேயர்கள் அதைக் கைப்பற்றிவிடுவார்கள் என்று திப்பு நினைத்ததில்லை.

129. Ibid., ; Rennell, Marches of British Armies, p. 60 ; Wilks, ii p. 427, ஃபிளாய்ட், கோட்டையின் தெற்கு–மேற்குப் பகுதிகளைப் பார்வையிட அனுப்பப்பட்டான் என்று தவறாகக் கூறுகிறான்.

130. Gleig, Munro, p. 109. இந்த நடவடிக்கையில் 250 குதிரைகளும் 100 வீரர்களும் ஈடுபட்டனர்; அதில் 200 குதிரைகள் காயமுற்றதாகவும் 15 அல்லது 20 பேர் வரை கொல்லப்பட்டதாகவும் கூறப்பட்டுள்ளது. ஆனால் இது குறைந்த மதிப்பீடு.

131. Hamid Khan, f. 78a; Kirmani, p. 347; Rennell, Marches of British Armies, p. 65. ஹமீத் கான் கூற்றுப்படி, சிவாஜி 3,000 குதிரைப் படை மற்றும் காலாட் படையை வீரர்களை நிர்வகித்து வந்தான். ஆனால் அவனது அறிக்கையில், கிருஷ்ணா ராவும் சிவாஜியுடன் கைதியாகப் பிடித்துச் செல்லப்பட்டான் என்று கூறுவது தவறானதாகும்.

132. Tarikhi-i-Tipu, f. 102a; A Persian MS. History of Mysore, ch. xx; Kirmani, pp. 351-2; Wilks,ii, p. 450; Punganuri, p. 45. சதித்திட்டச் செயல்கள் குறித்து, பல்வேறு வகையிலானத் தகவல்கள் பதிவு செய்யப்படுகின்றன. அவையெல்லாமே திப்புவுக்கு எதிராக கிருஷ்ணா ராவ் ஆங்கிலேயர்களுடனும் மற்றவர்களுடனும் தொடர்பு கொண்டிருந்தான் என்பதை உறுதிசெய்கின்றன.

133. Khare, viii, Nos. 3291, 3294, Nilkanth Appaji to Bara Saheb, March 4 and 8 respectively. Moor, p. 42, காவல் படையினர் உணவுப் பொருட்களுக்கும் குண்டுகளுக்குமே அவதிப்பட்டனர். ஆனால் உள்ளே, நிறையத் தண்ணீரும் வெடிமருந்தும் இருந்தது. பாஹு தனது கடிதத்தில், (Khare, ix, No. 3330) தண்ணீருக்கோ உணவுப்பொருட்களுக்கோ பஞ்சமில்லை என்கிறான். தார்வார் கோட்டையை தான் கைப்பற்றியதை நியாயப்படுத்துதலுக்கு அவ்வாறு அவன் செய்திகளைப் பரப்பினான்.

134. Khare ix, No. 3346. மராத்திய முகாமில் பொருட்களின் விலை: அரிசி 11/4 சேர் ஒரு ரூபாய், பருப்பு 2 சேர் ஒரு ரூபாய், மாவு 2 சேர் ஒரு ரூபாய், நெய் 4 ரூபாய்க்கு ஒரு சேர். ஹமீத்கானின் கூற்றுபடி, ff. 86a-b, பொருட் களின் விலை விபரம்: அரிசி 2 சேர் ஒரு ரூபாய், கோதுமை மாவு 21/2 சேர் ஒரு ரூபாய், பருப்பு 4 சேர் ஒரு ரூபாய், ராகி 5 சேர் ஒரு ரூபாய், நெய் 11/2 சேர் ஒரு ரூபாயாக இருந்தது. பொதுவாக அப்போது, 3 சேர் அரிசி அல்லது 6 சேர் ராகி அல்லது கடலை ஒரு ரூபாயாக இருந்து வந்தது. அதுவே குறைந்த விலை. துருப்புகளின் தேவைக்கேற்ப அவ்வப்போது விலை நிலவரம் மாறியிருக்கிறது. நிலையான விலை இருக்கவில்லை.

15

போர்: கடைசி கட்டம்

பெங்களூர் வந்தடைந்த கார்ன்வாலிஸ், ஸ்ரீரங்கப் பட்டிணம் மீதானப் படையெடுப்புக்கானத் தயாரிப்புப் பணிகளில் உடனடியாக ஈடுபட்டான். சுல்தானின் தலைநகரில் வேரூன்றும்போது, கர்நாட்டிக் மற்றும் நிஜாமின் எல்லைகளிலிருந்து கிடைக்கவேண்டியத் தடையற்ற தொடர்புக்கானப் பணிகளில், மழையையும் பொருட்படுத்தாமல் ஒரு தீவிர பக்தனைப்போல, தன்னை ஈடுபடுத்திக் கொண்டிருந்தான்.

கர்நாட்டிக்கிலிருந்து மைசூருக்கு வரும் எல்லா கணவாய்களையும் செம்மைப்படுத்தினான். குறிப்பாக, எளிதாக வந்தடையக்கூடிய வழியாக, பாலக்காட் கணவாயைச் சீர்படுத்தினான். பெங்களூருக்கு மிக அருகில் அது இருந்தது. அந்த வழியாகத்தான் மைசூர் படை கர்நாட்டிக்கில் கால்பதித்தது. அந்த வழியில் ஏராளமானக் கோட்டைகள் இருந்தன. அவற்றில் மிக முக்கியமானக் கோட்டைகளாக, ஹோசூரும் ராயக்கோட்டையும் திகழ்ந்தன. அதனால் கார்ன்வாலிஸ், முதலில் அந்தக் கோட்டைகளைக் கைப்பற்ற, தனது கவனத்தை அவற்றின் மீது பதித்தான். காநாட்டிக்குடனானத் தடையற்றத் தொடர்புக்கு மட்டுமல்ல, திப்புவின் குதிரைப்படை உள்ளேறித் தாக்குதல் நடத்துவதைத் தடுக்கும் அரணாகவும்

அவையிருக்கும் எனக் கருதினான்.

ஜூலை மாதம் 15 ஆம் தேதியன்று கார்ன்வாலிஸ் ஹோசூரை நோக்கி தனது படையை நடத்தினான். அது பெங்களூரிலிருந்து 28 மைல்தொலைவில், தென்கிழக்காய் அமைந்திருந்தது. ஹோசூர் கோட்டையின் பாதுகாப்பை மேம்படுத்தும் முயற்சியை திப்பு மேற்கொண்டு, அது அரைகுறையாக விடப்பட்டிருந்தது. முன்னதாக அனுப்பி வைக்கப்பட்டிருந்த மேஜர் கௌடீயின் படைப்பிரிவு அங்கேபோனபோது, கோட்டை வெறிச்சிட்டுக் கிடந்தது. காவல்படை கோட்டையைச் சிதறடிக்க முயற்சித்தது. ஆனால் மேஜரின் திடீர் பிரவேசத்தால், அந்த முயற்சி தோல்வி கண்டது. அன்று அந்தக்கோட்டை மட்டும் கைப்பற்றப்பட்டது. சில நாட்களில் அட்செட்னிதுர்கா, நீல்கிரி மற்றும் ரட்லன்கிரி ஆகியக்கோட்டைகளும் வீழ்ந்தன.

அடுத்ததாக, மேஜர் கௌடீக்கு ராயக்கோட்டையைக் கைப்பற்றும் பணி தரப்பட்டது. அந்தக்கோட்டை 800 ஆட்களைக் கொண்ட காவல்படையால் பாதுகாக்கப்பட்டது. கோட்டை இரண்டு அமைப்புகளைக் கொண்டிருந்தது. ஒன்று பெரும்பாறையொன்றின் மீதும், மற்றது அப்பாறையின் கீழுமாகக் கட்டப்பட்டிருந்தது. 20 ஆம் தேதியன்று கௌடீ, பாறையின் கீழிருந்தக் கோட்டையை அதிரடித் தாக்குதல் மூலமாகக் கைப்பற்றிவிட்டான். பின்பு அவன் முக்கியக் கோட்டை மீது கண் பதித்தான். அங்கே, காவல் படையின் எதிர்ப்பு கடுமையாக இருந்தது. ஆனால் கார்ன்வாலிஸ் தலைமையிலானப் பிரதானப் படை வந்து சேர்ந்ததும் கோட்டையின் தளபதி மனமுடைந்துபோனான். ஆங்கிலேயரிடமிருந்து கையூட்டு வாங்கிக்கொண்டு சரணடையச் சம்மதித்தான். தனிச்சொத்துகளுடன் பாதுகாப்பாக, குடும்பத்துடன் கர்நாட்டிக்கில் வசிக்க உத்தரவாதம் பெற்றுக்கொண்ட பின்பு, 22 ஆம் தேதியன்று கோட்டையை விட்டுக்கொடுத்தான். அந்தக்கோட்டை கருங்கற்களால் விரிந்த வசதிகொண்ட வலுவானக் கோட்டை. அனைத்து வகையிலும் முழுமையடைந்த கோட்டையது. ஆனால் பஞ்சத்தாலும் தொடர் முற்றுகைகளாலும் கைவிடப்பட்டு, வெறுமனே காவல் மட்டும் போடப்பட்டிருந்தது. அதேநேரத்தில் கெஞ்சில்லிதுர்க், ஓடியாதுர்க் உள்ளிட்ட மற்ற கோட்டைகளும் கைப்பற்றப்பட்டன. ராயக்கோட்டை, அஞ் செட்னிதுர்கா, ஓடியாதுர்க் ஆகிய கோட்டைகளுக்கு பாதுகாப்பு போடப்பட்டன. மற்றவை இடித்துத் தரைமட்டமாக்கப்பட்டன. பாராமஹாலின் தலைநகரான கிருஷ்ணகிரிக் கோட்டையைத்தவிர, மற்ற எல்லா நிலைகளுக்கும் எளிதானத் தொடர்புக்கான வழிமுறைகள் நிறுவப்பட்டு, கர்நாட்டிக்குடனானப் பாதுகாப்பு மேம்படுத்தப்பட்டது.

சிலகாலம் கார்ன்வாலிஸ், ஹோசூருக்கு அருகிலேயே தங்கியிருந்து, கர்நாட்டிக்கிலிருந்து வரும் அணிவகுப்பு வரிசையை வரவேற்கக் காத்திருந்தான். ஆகஸ்ட் மாதம், 10 ஆம் தேதியன்று அவ்வரிசை பத்திரமாக வந்து சேர்ந்தது. அவ்வரிசையில் 100 யானைகள் பொக்கிஷங்களைச் சுமந்து வந்திருந்தன. 6,000 காளைகள், அரிசி வண்டிகளை இழுத்து வந்திருந்தன. 100 வண்டிகளில் சாராயம் வந்திருந்தது. மேலும் சிலநூறு கூலியாட்கள், பல்வேறு பொருட்களைச் சுமந்து

வந்திருந்தனர். அதுகுறித்து, மில் கூறுகிறான். 'இந்திய மண்ணில் இதற்குமுன்பு இப்படியொரு வரிசைப் பொருட்களைச் சுமந்து வந்து பிரிட்டிஷ் படையுடன் இணைந்ததில்லை'.

கார்ன்வாலிஸின் அடுத்த கவனம், பெங்களூருக்கு வடக்கிலும் கிழக்கிலுமாக இருந்தக் கோட்டைகளின் மீது பதிந்தது. அவை சுற்றுவட்ட நாடுகளிலிருந்து ஆங்கிலேயர்கள் தகவல் தொடர்புகளைப் பெறுவதற்குத் தடையாக மட்டுமல்லாமல், குர்ரம்கொண்டா அருகிலிருக்கும் நிஜாம் படைகளின் தொடர்புகளைப் பெறுவதற்கும் தடையாக இருந்தன. அதனால் மேஜர் கௌடீயை அனுப்பி அவற்றைக் கைப்பற்ற உத்தரவிட்டான். முக்கியத்துவமற்ற பலகோட்டைகளைக் கைப்பற்றிய கௌடீ, நந்திதுர்க்கைக் கைப்பற்றும்போது, சற்றே எதிர்ப்பை சந்தித்தான். பருத்த கற்பாறையின் மீது 1,700 அடி உயரத்தில் வலுவாக எழுப்பப்பட்டிருந்த அக்கோட்டையை எளிதில் அடைய முடியாதபடிக்கு மூன்று பக்கமும் இயற்கையாகவே பாதுகாப்பு அரணாக வழுக்குப்பாறைகள் இருந்தன. ஒரு பக்கத்திலிருந்து படிகள் செங்குத்தாக, குறுகலான நிலையில் அமைக்கப்பட்டிருந்தன. கோட்டையின் சுற்றுச்சுவர் இரண்டு அடுக்குகளைக் கொண்டதாகவும் இருந்தது. கோட்டைவாசல் வேலைப்பாடுகளுடன் கூடியதாகயிருந்தது. கூடுதல் பாதுகாப்புக்காக மூன்றாவது சுற்றுச்சுவர் கட்டவேண்டுமென்று திப்பு விரும்பினார். அதற்கான அஸ்திவாரமெல்லாம் தோண்டியாகிவிட்டது. அப்போது பார்த்து போர் வெடித்ததால், அது பாதியிலேயே நின்றுபோயிருந்தது. எனினும், திப்புவின் சாம்ராஜ்ஜியதிலுள்ள பலம்கொண்ட கோட்டைகள் வரிசையில் சவன்துர்கா, சித்தல்துர்க், கிருஷ்ணகிரியையடுத்து இரண்டாவது இடத்தில் அது இருந்தது.

செப்டம்பர் மாதம் 22 ஆம் தேதியன்று மேஜர் கௌடீ முதலில் பேட்டை மீது தாக்குதல் நடத்தினான். பின்னர் ஐந்து நாட்கள் கழித்து கோட்டையை முற்றுகையிட்டான். கோட்டைச் சுவற்றில் இரண்டு உடைப்புகளை ஏற்படுத்த அவனுக்கு இருபத்தியிரண்டு நாட்கள் தேவைப்ப

ட்டன. அக்டோபர் மாதம் 18 ஆம் தேதியன்று கார்ன்வாலிஸ் முழு இராணுவத்தையும் கோட்டையிலிருந்து சில மைல்தூரத்தில் கொண்டுவந்து நிறுத்தி, காவல் படையினருக்கு பீதி உண்டாகும் வகையில் முகாம் அமைத்தான். மீண்டும் பீரங்கிகளைத் தொடர்ந்து இயங்கவைத்து, சுவற்றில் பிளவை உண்டாக்கினான். பின்பு கோட்டைக்குள் அதிரடித் தாக்குதலை சந்திரோதயத்துக்கு முன்பு நடத்த வழிமுறைகளைச் சொன்னான். அதன்படி, ஜெனரல் மெடோஸ் தலைமையிலான அதிரடிப்படை கிளம்பியது. ஆனால் கோட்டையின் காவல் படையினர் தீரமாக எதிர்த்து நின்றனர். உள்ளிருந்து பீரங்கித் தாக்குதலை நடத்தியும், கையெறி குண்டுகளை வீசியும் ஆங்கிலேயப் படையினரை அதிரடித்தனர். மலையிலிருந்து பெரும் பாறாங்கற்களை உருட்டிவிட்டு, பிரமாண்டமான விளைவுகளை ஏற்படுத்தினர். ஆனாலும் ஆங்கிலேய அதிரடிப் படையினர் உடைப்புகளின் வழியே உட்புகுந்து, உள்சுற்றுச்சுவர் வாசலருகே தாக்குதல் நடத்தி, இறுதியாகக் கோட்டையைக் கைப்பற்றிவிட்டனர். பிறகு அந்த இடம் ஆங்கிலேயப் படையினரின் கொள்ளை பூமியாக மாறியது. பெண்கள்

பலவந்தப்படுத்தப்பட்டனர். புனிதத்தலங்களிலும் கொள்ளைகள் நடந்தேறின. கோட்டைக்குள்ளிருந்து கோவிலின் ஆபரணங்கள் ஆங்கிலேயப் படைவீரர்களால் அபகரிக்கப்பட்டன. கல்லினால் ஆன மூல விக்கிரகத்தை உடைத்தெறிந்தனர். அந்தக்கோவிலுக்கு இந்தியா முழுவதிலுமிருந்து பக்தர்களால் செலுத்தப்பட்ட காணிக்கையும் ஆபரணங்களும் அள்ளிச் செல்லப்பட்டன. கோட்டையின் காவல்படையில் தீரமாகச் செயல்பட்டவர்களைப் பிடித்து, சங்கிலியால் பிணைத்து, அவர்களின் குடும்பப் பெண்களுடன் இழுத்துவரப்பட்டு, கார்ன்வாலிஸ் முன்னால் நிறுத்தப்பட்டனர். கோட்டையின் பக்ஷியாக செயல்பட்ட லுப்த் அலி பெய்க், தளபதி சுல்தான் கான், படையினரில் சிலர் வேலூர் சிறைக்கு அனுப்பப்பட்டனர். பெண்கள், பிராமணர்கள், மற்றவர்களைக் கோட்டையிலிருந்து வெளியேற்றி, ஆறுமைல்களுக்கு அப்பால் விடுவிக்கப்பட்டனர்.

நந்திதுர்க்கைக் கைப்பற்றியதும் அடுத்திருந்தக் கோட்டையான குமுல்துர்க் உடனடியாக வீழ்ந்துவிட்டது. அடுத்தடுத்த வீழ்ச்சிகள், குர்ரம்கொண்டா கோட்டையின் காவல் படையினரை மனமொடியச் செய்து விட்டது. அதேவேளையில் முற்றுகையாளர்கள் பலம் பெற்றவர்களானார்கள். மேலாக, ஆங்கிலேயப் படை விரும்பியதுபோல, நிஜாமின் எல்லைக்குள் எளிதான தொடர்புகளை உருவாக்கிக் கொள்ளவும் முடிந்தது.

ஆங்கிலேயப் படையின் நடவடிக்கையின் போது திப்பு கல்லாகச் சமைந்து விடவில்லை. சாம்ராஜ்ஜியத்தின் பலபகுதிகளிலும் பரவிக்கிடந்த தனது கோட்டைகளின் பாதுகாப்பைப் பலப்படுத்தும் பணிகளில் அவரது தளபதிகளை மும்முரமாக முடுக்கிவிட்டார். கூட்டணிப் படையிடம் இழந்த பகுதிகளை மீட்கும் பெருமுயற்சிகளில் அவர் இருந்தார். பெத்னூரைத் தவிர்த்து, மற்ற எந்த இடத்தின் பாதுகாப்பையும் அவர் விட்டுவைக்கவில்லை. அத்தனை இடங்களிலும் போதுமான அளவில் படைகள், உணவுப்பொருட்கள், தளவாடங்கள் என்று விநியோகம் நடத்தப்பட்டிருந்தன. கோயமுத்தூரைக் கைப்பற்ற பத்ர்—உஜ்—ஜமான் கானின் மகன் பகௌர் சாகிப் தலைமையில் 2,000 காலாட்படைகளையும் 8 துப்பாக்கிகளையும் பெருமளவில் முறைசாரா படையையும் ஜூன் மாதத்தில் அனுப்பி வைத்தார். கோயமுத்தூர், லியோடெனன்ட் சால்மர் தலைமையில் மிகச்சிறிய படையைக் கொண்டிருந்தது. இந்தியக் கிறிஸ்தவர்களைக் கொண்ட ஒரு கம்பெனியும், திருவாங்கூர் ராஜாவிடம் பணிபுரிந்த பிரஞ்சு அதிகாரி மிகோட் டி லா கோம்பே தலைமையில் ஒரு அணியும் மட்டுமே பாதுகாப்பில் இருந்தன. அப்படையிடம் மிகக் குறைந்த அளவில் மட்டுமே துப்பாக்கிகளும் வெடிப்பொருட்களும் இருந்தன. மேஜர் கப்பாஹ் தலைமையில் அக்கோட்டையின் அத்தனை ஆயுதங்களும் பாலக்காட்டுக்கு இடம்பெயர்க்கப்பட்டிருந்தன. அதனால் அங்கே படைவீரர்கள் உள்ளிட்ட தளவாடங்கள் போதுமானதாக இருக்கவில்லை.

1791 ஆம் ஆண்டின் ஜூன் மாதம் 13 ஆம் தேதியன்று பகௌர் சாகிப் கோயமுத்தூரைச் சூழ்ந்து, 16 அன்று பேட்டையைப் பிடித்துவிட்டான். அடிபணிய மறுப்பவர்களை வாளுக்கு இரையாக்கி விடுவதாகச்சொல்லி சால்மரை மிரட்டினான். அவனது மிரட்டல் எடுபடவில்லை. சால்மர் சரணடைய

மறுத்துவிட்டான். கோட்டையின் முற்றுகைத் தொடர்ந்தது. 20 ஆம் தேதியன்று பீரங்கித்தொகுதிகள் தங்கள் முழக்கத்தைத் தொடங்கின. ஆனால் ஆகஸ்ட் 7 வரை உடைப்பு எதையும் ஏற்படுத்த முடியவில்லை. 11 அன்று காலையில் பொதுவானதொரு தாக்குதல் நடத்தப்பட்டது. இரண்டுமணி நேரம் வரை நடந்த அந்தத்தாக்குதலின் முடிவில், மைசூர் படை பின்வாங்க நேர்ந்தது. 200 பேர்வரை உயிரிழந்தனர். மைசூர் படையின் இந்தத் தோல்வி, மேஜர் கப்பாஹ்வின் வருகைக்குக் கிடைத்த முற்றிலுமான வாய்ப்பாகும். காவல் படையினரின் நிலைமையைக் கேள்விப்பட்டதும் அவன் விரைந்தோடி வந்து அவர்களை மீட்டிருந்தான். எதிரிகள் கைப்பற்றியிருந்த அத்தனை நிலைகளிலிருந்தும் அவர்களை விரட்டியடித்த மேஜர், பவானி ஆற்றைக் கடக்கவிட்டுத்தான் திரும்பினான். கோயமுத்தூர் கோட்டையின் பாதுகாப்பை உயர்த்தி, லியோ டெனன்ட் நாஷ் தலைமையில் 700 ஆட்களை நியமித்தவன், திருவாங்கூர் சிப்பாய்க் குழுவையும் பணியமர்த்தினான். பின்னர் அவன் பாலக்காட்டுக்குத் திரும்பினான்.

கோயமுத்தூர் மாகாணத்தை மீட்டெடுப்பதில் பலமானப் படையொன்றை ஈடுபடுத்தி யிருக்கும் வேளையில், திப்பு தனது பிரதானப் படையுடன் வடக்கு நோக்கிப் புறப்பட்டார். இதையடுத்து கார்ன்வாலிஸ் மிகவும் எச்சரிக்கை யடைந்தான். சித்திரதுர்க் மாகாணத்தில் பரசுராம் பாஹுவுக்கு எதிராகப் படைதிரட்டிக்கொண்டு திப்பு போவதாகக் கருதி, கிருஷ்ணகிரியை முற்றுகையிடும் திட்டத்தைக் கைவிட்டுவிட்டு, அதே திசையில் அவனும் புறப்பட்டான். ஆனால் திப்புவுக்கு தனது தலைநகரிலிருந்து வெகுதூரத்துக்குப் போகும் எண்ணமெல்லாம் இருக்கவில்லை. அவரது நடமாட்டத்தை பெத்னூரிலிருந்து வரும் படையைச் செம்மைப்படுத்துவதிலேயே குறியாக வைத்திருந்தார். அதைச் செழுமைப்படுத்திய பின்பு, கமர்—உத்—தீன் தலைமையின்கீழ் ஒருபிரிவை மத்தகிரிக்கு அனுப்பி, ஹரிபந்த், பல்வந்த் ராவ் தலைமையின் கீழ் விட்டுச்சென்றிருந்தப் படைகளைக் கொய்துவர உத்தரவிட்டார். அதுபோல மராத்தியப் படை பாதுகாத்த தோத்பல்லாப்பூரின் காவல் படையை துரத்தியடித்துவிட்டு வரச்செய்தார். திப்பு தலைநகருக்கு அருகிலேயே இருந்தார். அங்கிருந்து கமர்—உத்—தீனை மீண்டும் ஒருமுறை கோயமுத்தூரை முற்றுகையிட அனுப்பிவைத்தார்.

கமர்—உத்—தீன் அக்டோபர் மாதம் 5 ஆம் தேதியன்று கோயமுத்தூருக்கு வந்துவிட்டான். அதே நாளில் பேட்டையையும் கைப்பற்றிவிட்டான். மூன்று நாட்கள் கழித்து கோட்டைக்கு அருகில் நிலைகொண்டிருந்த சிறுபிரிவொன்றின் மீது தாக்குதல் நடத்தினான். உடனடியாக அப்பிரிவுக்கு உதவ லியோடெனன்ட் நாஷ் ஒருபடையை அனுப்பி வைத்தான். உடனே அது, கடும்போராக மாறியது. ஆங்கிலேயப் படை பின்வாங்கி, கோட்டைக்குள் அடைக்கலம் புகுந்தது. அதன்பிறகு, மைசூர் படை பீரங்கித் தொகுதிகளை வரவழைத்து, கோட்டைச் சுவற்றை தகர்க்கும் வேலையில் ஈடுபட்டது. அத்துடன் மிக நிதானமாகத் தங்கள் அணுகுமுறையைக் கையாண்டது.

லியோடெனன்ட் சால்மர் அங்கேயே இருந்தான். மேஜர் கப்பாஹ், தன்னை அப்பணியிலிருந்து விடுவிப்பான் என்று நம்பிக்கொண்டிருந்தான். கப்பாஹ்,

சிப்பாய்களின் மூலம் பல தடவை இரவுவேளைகளில் வெடிப்பொருட்களை அனுப்பி வைத்தானேயொழிய, தனது நிலையிலிருந்து உடனடியாகப் புறப்பட முடியாதபடிக்கு தன்னை மற்ற பணிகளில் ஈடுபடுத்திக் கொண்டிருந்தான். ஒருவழியாக, 22 ஆம் தேதியன்று பாலக்காட்டிலிருந்து வெளியேறினான். இதைக்கேள்விப்பட்டதும் கமர்—உத்—தீன் தனதுபடைகளில் ஒருபிரிவை கோட்டையில் விட்டு விட்டு மீதிப்படையுடன் மத்தகிரியை நோக்கிப்போனான். அவனுக்கு ஏழுமைல் தொலைவில் மேற்கே மேஜர் கப்பாஹ், கோயமுத்தூர் படைகளுக்கு உதவ வந்து கொண்டிருந்தான். கமர்—உத்—தீன் போரைத் தவிர்த்தான். கடுமையான நடவடிக்கைக்குப் பதிலாக, மாற்று நடவடிக்கையில் ஈடுபட்டு ஆங்கிலேயப் படையின் வலதுபுறத்தில் புகுந்து பாலக்காட்டிலிருந்து வரும் படையைத் தடுக்கும் முயற்சியில் இறங்கினான். இதையறிந்ததும், மேஜர் கப்பாஹ் மிகுந்த எச்சரிக்கைக்குள்ளானான். பாலக்காட்டு நிலையின் பாதுகாப்பு, அவனுக்கு முக்கியமானதாகப்பட்டது மட்டுமல்லாமல், அபெர்கிராம்பியின் படையுடன் இணைந்து கொள்வதற்கு திண்டுக்கல்லிலிருந்து ஒரு பெரும்படை வந்து கொண்டிருப்பதையும் எதிர்பார்த்தான். மைசூர் படைத்தளபதி கமர்—உத—தீனின் நகர்வு கப்பாஹ்வை கோயமுத்தூரிலிருந்து பின்வாங்க வைத்தது. ஆனால் அங்கிருந்து கிளம்பியவன் கானின் வெறித்தாக்குதலுக்கு உள்ளானான். கடும் இழப்பையும் சந்தித்தான். ஆனாலும் அவன் பின்வாங்குதலில் வெற்றிகொண்டு, தனது படையை பெரும் அழிவிலிருந்து காப்பாற்றிக்கொண்டான். கமர்—உத்—தீன் கோயமுத்தூருக்குத் திரும்பிவந்தபோது அது ஆளில்லாமல் தனித்துக் கிடந்தது.

கோயமுத்தூர் கோட்டை மீதான முற்றுகை, இப்போது புது பலத்துடனும் திறமையுடனும் கையாளப்பட்டது. கோட்டைச் சுவர்கள் உடைக்கப்பட்டன. காவல் படையினர் வைத்திருந்த வெடிப்பொருட்கள் கிட்டத்தட்ட காலியாகும் நிலையில் இருந்தது. தன்னை விடுவிப்பதற்கு யாரேனும் வருவார்கள் எனும் நம்பிக்கை, லியோடெனன்ட் சால்மரிடமிருந்து மறைந்துபோய் விட்டது. அதனால் நவம்பர் மாதம் 2 ஆம் தேதியன்று சரணடைந்தான். காவல் படையினர் பேட்டையில் அடைக்கப்பட்டனர். பின்பு திப்புவின் வழிகாட்டுதல்படி அவர்கள் ஸ்ரீரங்கப்பட்டிணத்துக்கு கைதிகளாக அனுப்பிவைக்கப்பட்டனர்.

கமர்—உத்—தீன் கான் கோயமுத்தூரை நோக்கி தனது பயணத்தைத் தொடர்ந்த பொழுது, அவனது படையின் ஒருபிரிவு பகெர் சாகிபின் தலைமையின்கீழ், கிருஷ்ணகிரிக் கோட்டையின் காவலைப் பலப்படுத்தவும், மைசூரிலிருக்கும் ஆங்கிலேயப் படைகளுக்கு கர்நாட்டிக்கிலிருந்து வரும் தொடர்புகளைத் தடுக்கவும் அனுப்பி வைக்கப்பட்டது. பகெர் சாகிப் தொப்பூர் கணவாய் வழியாக வெகுவேகமாகவும் இரகசியமாகவும் சென்று கிருஷ்ணகிரியைப் பலப்படுத்து வதில் வெற்றிகண்டான். அவனது படையில் ஒருபிரிவு அங்கு வசூலான வரித்தொகையுடன் திரும்பிவந்துவிட்டது. மீதிப்படை பாராமஹாலில் தங்கியிருந்து, ஆங்கிலேயப் படையின் அணி வகுப்பைத் தடுக்கும் பணியில் ஈடுபட்டது. மைசூர் படைப் பிரிவின் இந்த நடவடிக்கையால் கார்ன்வாலிஸ் எச்சரிக்கையடைந்தான். மாக்ஸ்வெல்லை பென்னாகரத்துக்கு அனுப்பி வைத்தான். அது ஒரு மண்கோட்டை. தொப்பூர் கணவாயின் துவக்கத்திலிருந்து வெகுஅருகிலேயே

இருந்தது. அக்கோட்டையின் ஒருபகுதியை பகெர் சாகிப் கைப்பற்றியிருந்தான். அந்த இடத்தில் தனது நிலையை அமைத்து, அங்கிருந்து செயல்பட்டுக் கொண்டிருந்தான். அக்டோபர் மாதம் 31 ஆம் தேதியன்று அங்கு வந்து சேர்ந்த மாக்ஸ்வெல், காவல் படையைச் சரணடையச் சொல்லி செய்தியனுப்பினான். ஆனால் ஆங்கிலேயப் படையின் கொடி எரித்து அனுப்பப்பட்டது. இதையடுத்து கோட்டைமீது தாக்குதல் தொடுக்கப்பட்டு, ஏணிகள் மூலம் ஆங்கிலேயப் படை மேலே ஏறியது. கோட்டையின பாதுகாப்பிலிருந்தவர்கள் அபயம் கேட்டனர். ஆனால் அதை ஆங்கிலேயப்படை மறுத்து, கோபத்தை வெளிப்படுத்தியது. அதில் வாளுக்கு, 200 பேர் பலியாகினர்.

பென்னாகரம் கோட்டை மற்றும் பாராமஹாலிலுள்ள முக்கியமான இடங்களை இழந்ததும், பகெர் சாகிப் இனி இந்த மாவட்டத்தில் எந்தவொரு நடவடிக் கையும் வெற்றிகரமாக இருக்காது என்று முடிவு செய்து, சங்கமா கணவாய் வழியாக, கர்நாட்டிக்கிற்குள் புகுந்தான். ஆனால் அங்கே ஃபிளாய்ட் தனது குதிரைப் படையுடன் தங்கியிருந்தான். பகெர் சாகிபின் வருகைக்கு அவன் எதிர்ப்பு தெரிவித்தான். அவனது எதிர்ப்பை மீறினால் ஆங்கிலேயர்களுக்கு எதிரான எந்தச்செயலும் பின்விளைவுகளை உருவாக்கும் என்பதால், தெற்கு நோக்கித் திரும்பினான். மீண்டும் மைசூருக்குள் சேலத்திலிருந்து முப்பதுமைல் தொலைவிலிருக்கும் ஆத்தூர் கணவாய் வழியாக, மறுபிரவேசம் செய்தான். 1791 ஆம் ஆண்டு, ஜனவரி மாதத்துவக்கத்தில் கர்நாட்டிக்கின் இதயப்பகுதிக்குள், தன்னிடமிருந்தக் குதிரைப் படையின் மூலம் புகுந்துவிட்டான். கிட்டத்தட்ட செயின்ட் ஜார்ஜ் கோட்டையின் வாசலையும் அடைந்து விட்டான். வழி யிலுள்ள கிராமங்களை கொள்ளையடித்திருந்தான். ஆனால் அவனது படை அங்கே நெடுநாட்களுக்கு இருக்கவில்லை. உள்ளே புகுந்தது போலவே வெளியேறியும் விட்டது.

கைப்பற்றிய பென்னாகரத்தை இடித்துத் தரைமட்டமாக்கிவிட்டு, மாக்ஸ்வெல் கிருஷ்ணகிரிக்கு எதிராகப் படை நடத்தினான். பாராமஹாலில், திப்புவின் முக்கிய மான இடங்களில் அது ஒன்றுமட்டுமே மீதமாக இருந்தது. நவம்பர் மாதம் 7 ஆம் தேதியன்று அந்தக்கோட்டைக்கு சிலமைல் தூரத்தில் மாக்ஸ்வெல் முகாமிட்டான். அன்றிரவே ஏணிகள் மூலம் மேலேறி, காவல் படை ஆச்சரியப்படத்தக்க வகையில், கீழ்க்கோட்டையை எந்தவொரு எதிர்ப்புமின்றிக் கைப்பற்றினான். இந்த முயற்சி வெற்றியடைந்ததும், அந்தவழியையே பின்பற்றி மேல் கோட்டையையும் கைப்பற்ற முயற்சித்தான். இரண்டுமணி நேரம் பெரும்போராட்டம் நீடித்தது. ஆனால் மைசூர் படையினர், மேலிருந்து பெரும்கற்களை உருட்டிவிட்டனர். அந்தக்கற்கள் கோட்டைச் சுவர்களின் மேலேறப் பயன்பட்ட ஏணிகளையும், அதன் வழியாக மேலேறியப் படை வீரர்களையும் ஒருசேர உருட்டித் தள்ளின. ஏராளமான உயிர்ப்பலிகள் ஆங்கிலேயத் தரப்புக்கு ஏற்பட்டதும் முற்றுகையைக் கைவிட மாக்ஸ்வெல் முன்வந்தான். அதனால், கீழ்க்கோட்டையை இடித்துத் தள்ளியவன் நகரத்துக்கு தீ வைத்தான். வழிநெடுக, மைசூர் படையின் கையிலிருந்தக் கோட்டைகளையெல்லாம் வீழ்த்தியவன், பிறகு பிரதானப் படையுடன் இணைந்து கொண்டான்.

கர்நாட்டிக்குடனும் நிஜாமின் எல்லைக்குள்ளும் தடையற்றத் தொடர்புகளை நிறுவிக் கொண்டதும் கார்ன்வாலிஸ், பெங்களூருக்கும் ஸ்ரீரங்கப்பட்டிணத்துக்கும் இடையில் தனக்குத் தடையாக இருப்பதாக நினைத்த மைசூர் படைகளின் பாதுகாப்பிலிருந்தக் கோட்டைகளின் பலத்தைக் குறைக்கத் திட்டமிட்டான். அதன் மூலம் பற்றாக்குறையாகவுள்ள உணவுப்பொருட்களையும் மற்ற விநியோகப் பொருட்களையும் பெற்றுவிட முடியும் என்று கருதினான். பெங்களூருக்கும் தனது தலைநகருக்குமிடையில் தொடர்பைத் துண்டிக்கச் செய்யும் திப்புவின் மிக முக்கியக் கோட்டைகளில் ஒன்றான சவன்துர்காவை உடனடியாகக் கைப்பற்ற உத்தரவிட்டான்.

சவன்துர்கா பெங்களூருக்கு மேற்கே இருபதுமைல் தொலைவில், கடினமானப் பாறையின்மேல் கடல்மட்டத்திலிருந்து 4,000 அடி உயரத்தில் இருந்தது. எட்டுமைல் சுற்றளவில் இருந்த மலை, அடர்த்தியான மூங்கில்காடாகவும் முட்கள் நிறைந்தக் குத்துச்செடிகளாகவும் பலமைல் தூரத்துக்கு பரந்திருந்தது. அந்தமலை இரண்டு கூரான அலகுகளைக் கொண்டப் பிரிவுகளாகவும் இருந்தது. ஒன்று, கருப்புமலையென்று அழைக்கப்பட்டது. மற்றது, வெள்ளைமலை. இரண்டிலும் சின்னதான அழகான கோட்டையிருந்தது. ஒருவேளை, இரண்டில் ஏதாவது ஒன்று எதிரியின் கைக்குப் போய்விட்டால், மற்றொன்றில் பாதுகாப்பாக பின்வாங்கிக் கொள்ளலாம் என்று கருதிக் கட்டியிருக்கலாம். அந்தக்கோட்டை தொடர்ந்த உயரமானச் சுற்றுச்சுவர்களைக் கொண்டது. மேலேற முடியாதபடிக்கு வடிவு செய்யப்பட்டிருந்தது. கோட்டையைச் சுற்றியிருக்கும் பகுதி அத்தனை ஆரோக்கியமாக இருக்கவில்லை. அந்தப்பகுதி சவன்துர்கா என்று மட்டுமல்ல மரணப்பாறை என்றும் அழைக்கப்பட்டு வந்தது. அந்தக்கோட்டையை 1,500 வீரர்கள் காவல் காத்து வந்தனர்.

சவன்துர்காவுக்கு எதிரான நடவடிக்கைகளில் லியோடெனன்ட் கலோனல் ஸ்டூவர்ட், மிகுந்த நம்பிக்கைக் கொண்டிருந்தான். கோட்டைக்கு வடக்கே மூன்று மைல் தொலைவில் டிசம்பர் மாதம் 10 ஆம் தேதியன்று முகாமிட்டான். அந்த ஒரு பக்கத்திலிருந்துதான் மேலே செல்வதற்கான சாதகங்களைக் கொண்ட வசதியிருந்தது. கார்ன்வாலிஸ் அவனுக்குப் பின்பக்கத்தில் அடுத்த ஐந்து மைல் தொலைவில் முகாமிட்டு, முன்னவனுக்கு உதவக் காத்துக்கொண்டிருந்தான். கோட்டைக் காவல்படை தனது தேவைகளைப் பெறுவதைத் தடுக்க அனைத்து நிலைகளிலும் வியூகம் அமைத்து படைப்பிரிவுகளை நிறுத்தியிருந்தான். டிசம்பர் மாதம் 17 ஆம் தேதியன்று பீரங்கிப் படை தனது பணியைத் தொடங்கியது. மூன்றாம் நாள் அது சுவற்றைப் பிளந்து போட்டது. அதையடுத்த நான்காம் நாள் தாக்குதலுக்கான உத்தரவு பிறப்பிக்கப்பட்டது. அந்த அடர்காடு ஆங்கிலேயர்கள் நடத்தியத் தாக்குதலுக்கு மிகவும் பயனுள்ளதாக இருந்தது. மரங்களும் முட்புதர்களும் பாறைகளின் வழியே அவர்கள் மேலேறுவதை காணவியலாமல் மறைத்துக்கொண்டது. தாக்குதல் 11 மணிக்குத் தொடங்கியது. மைசூர் படை சுவற்றில் பிளவு உண்டாவதைத் தடுக்க முயற்சித்தது. ஆனால் முடியவில்லை. கிழக்குப் பக்கமிருந்தக் கோட்டை கைப்பற்றப்பட்டுவிட்டது. அதைத் தொடர்ந்து மேற்குப்பக்கத்துக் கோட்டையைக் கைப்பற்ற ஆங்கிலேயப்படை வந்தது. அங்கும்

எந்தவொரு எதிர்ப்பும் இருக்கவில்லை. ஆங்கிலேயப் படைக்கு எந்தவொரு இழப்பும் இருக்கவில்லை. ஆனால் மைசூர் படை, கோட்டையின் தளபதி உள்பட 200 பேரை இழந்திருந்தது. தளபதி போரின்போது கொல்லப்பட்டான். மைசூர் படையின் தடுத்தாடும் பணி அத்தனை பலவீனமாக இருந்தது. தங்களது முயற்சியின் மீது கொண்ட நம்பிக்கையைவிட அவர்கள் கோட்டையின் இயற்கையான பலத்தைத்தான் அதிகமாக நம்பியிருந்தனர். எனினும் சவன்துர்காவின் வீழ்ச்சி ஆங்கிலேயக் கூட்டணிப் படைகளுக்கு மிகப் பெரிய ஆதுரமாக இருந்தது. குறிப்பாக, மராத்தியப் படை மூன்று ஆண்டுகளுக்கும் மேலாக முற்றுகையிட்டு எந்தவொரு முன்னேற்றமும் அடைந்திருக்கவில்லை.

டிசம்பர் மாதம் 23 ஆம் தேதியன்று கலோனல் ஸ்டூவர்ட் ஹூத்ரிதுர்காவைக் கைப்பற்ற அனுப்பப்பட்டான். அது சவன்துர்கா கோட்டையிலிருந்து இருபதுமைல் தொலைவில் அமைந்திருந்தது. அதன் தளபதி முன்பொரு சமயத்தில் ஸ்டூவர்ட் சரணடையச் சொல்லி அனுப்பியதற்கு மறுத்ததுடன் பின்வாங்கிச் செல்லாவிட்டால் கொடியை எரித்து அனுப்புவேன் என்று மிரட்டியிருந்தான். எனினும் மறுநாள் காலையில், தாக்குதலுக்கான அடிப்படை வேலைகள் நடத்தப்பட்டன. அவன் பேச்சுவார்த்தைக்கு அழைப்பு விடுத்தான். பேச்சுவார்த்தை நடந்துகொண்டிருந்தபோது, கோட்டையின் காவல் படையினர் தடுப்பு முயற்சிகளுக்கானத் தயாரிப்புகளில் இறங்கியிருக்கின்றனர் என்ற தகவல் கசிந்து வந்தது. உடனே ஆங்கிலேயப் படை தாக்குதலைத் தொடங்கிவிட்டது. கோட்டையின் சில வாசல்களை உடைத்துத் தகர்த்துப் புகுந்தது. மற்றவற்றை ஏணிகொண்டு ஏறியது. வெகுவிரைவிலேயே ஆங்கிலேயப் படை கோட்டையின் எஜமானனாகவும் ஆகியது. ஆங்கிலேயப் படையில் ஓர் உயிரிழப்பும் இருக்கவில்லை. காயங்கள் மட்டும்தான். ஆனால் மைசூர் படையில் 110 பேர் உயிரிழந்திருந்தனர். கோட்டையின் தளபதி உட்பட பலர் கைதிகளாக்கப்பட்டனர். ஆனால் பிரதானப் பகுதியிலிருந்தக் காவல் படையினர் தப்பியோடிவிட்டனர். கோட்டைக்குள் இருபது பீரங்கிகளும் பெருமளவு தானியமும் இருந்தது. அதை ஆங்கிலேயப் படை சுளுவாக எடுத்துக்கொண்டது.

டிசம்பர் மாதம் 22 ஆம் தேதியன்று ராம்கிரி மற்றும் சிவன்கிரிக் கோட்டைகள் கேப்டன் வெல்ஸிடம் சரணடைந்தன. ஸ்ரீரங்கப்பட்டிணத்திலிருந்து திரும்பும்போது கார்ன்வாலிஸால் கைப்பற்றப்பட்ட ஹூலியூர்துர்கா கோட்டை மீண்டும் திப்புவால் மீட்டெடுக்கப்பட்டு, அதை செப்பனிட்டு வைத்திருந்தார். அந்தக் கோட்டையை மீண்டும் கைப்பற்றி வரச்சொல்லி மாக்ஸ்வெல்லை கார்ன்வாலிஸ் அனுப்பி வைத்தான். அக்கோட்டையின் தளபதி எதிர்ப்பேதும் காட்டாமல் வாங்குவதை வாங்கிக்கொண்டு, கோட்டையை டிசம்பர் மாதம் 27 ஆம் தேதியன்று ஒப்படைத்துவிட்டான்.

இந்த வெற்றிகளின் முடிவால், ஸ்ரீரங்கப்பட்டிணத்தை முற்றுகையிடும்போது தங்கு தடையற்ற பாதுகாப்பானத் தொடர்புக்கு உத்தரவாதப்படுத்தப்பட்டுவிட்டது. 1792 ஆம் ஆண்டு ஜனவரி மாதம் 2 ஆம் தேதியன்று மெட்ராஸிலிருந்து கடைசி அணிவகுப்பாக 50,000 காளைகள் தானியங்களை பெங்களூருக்குச் சுமந்து வந்தன.

அதுபோல நிஜாமின் படை சிக்கந்தர் ஜாவின் தலைமையில் ஹுத்ரிதுர்காவுக்கு அருகில் வந்துசேர்ந்தது. எல்லாவகையிலும் திருப்தியடைந்தக் கார்ன்வாலிஸ் ஸ்ரீரங்கப்பட்டிணம் நோக்கி அணிவகுத்தான்.

நிஜாம் இராணுவத்தின் செயல்பாடுகள்

ஆங்கிலேயப் படைகளின் நடவடிக்கைகள் வலுவுடனும் தீரத்துடனும் இருந்தபோது, நிஜாமின் பிரதானப் படை குர்ரம்கொண்டா என்ற கோட்டையை முற்றுகையிட்டு, பலனற்ற வேலையைச் செய்து கொண்டிருந்தது. அந்த இடம் வலுவான ஒன்று. மலைக்கோட்டையானக் குர்ரம்கொண்டா எதிரிகளால் அத்தனை எளிதாக சென்றடைய முடியாதவாறு அமைந்திருந்தது. மலைக்கோட்டையின் அடிவாரத்தில் இரண்டடுக்குச் சுற்றுச்சுவர் இருந்தது. குர்ரம்கொண்டாவின் பாதுகாப்புப் பணியில், 700க்கும் குறைவானவர்களே ஈடுபடுத்தப்பட்டிருந்தனர். தளபதியாக, முஹம்மத் மெஹ்தி இருந்தான். அவனொரு தீரமிக்க அதிகாரி.

1791 ஆம்ஆண்டு செப்டம்பர் மாதம் 15 ஆம் தேதியன்று குர்ரம்கொண்டாவை ஹபீஜ் பரீத்—உத்—தீன் தலைமையில் முற்றுகையிடும் பணி தொடங்கியது. நிஜாமின் படை கோட்டைச் சுவற்றை உடைப்பதில் தோல்வியடைந்ததும் கார்ன்வாலிஸ், நவம்பர் துவக்கத்தில் வெடிப் பொருட்களை அனுப்பிவைத்தான். ஒரு பிரிவு சிப்பாய்களையும் தந்துதவினான். நந்திதுர்க்கில் பணியமர்த்தப்பட்டிருந்தவர்களையும் பீரங்கித் தொகுப்பையும் அப்படியே அங்கே திருப்பிவிட்டான். கோட்டையை இடிக்கும் பணிகளுக்கான ஆலோசனைகளை அருகிருந்து கேப்டன் ஆண்ட்ரு ரீட் வழங்கிக்கொண்டே இருந்தான். அதன்படி நவம்பர் மாதம் 6 ஆம் தேதியன்று கோட்டைச்சுவர் பிளக்கப்பட்டு உட்புகுந்து நடத்தியத் தாக்குதலில் கீழ்க்கோட்டை கைப்பற்றப்பட்டது. காவல் படையினரில் பலர் கைதிகளாகப் பிடிபட்டனர். கோட்டையின் தளபதி முஹம்மத் மெஹ்தி உள்பட பலர் கொல்லப்பட்டனர். மேல்கோட்டையின் பணியிலிருந்த பலர் தப்பியோடிவிட்டனர். மேல்கோட்டை மிகவும் வலுவானதாக இருந்ததால், அதை உடைத்தெரிய முடியவில்லை. வெற்றி தொடர்ந்துவிட்டதால், அவர்களால் வேறேதையும் சிந்திக்க முடியவில்லை. கீழ்க்கோட்டையை கேப்டன் ரீட் பரீத்—உத்—தீனிடம் ஒப்படைத்துவிட்டான்.

விரைவிலேயே, 25,000 பேரைக்கொண்ட பெரியதொரு படை நிஜாமின் இரண்டாவது மகன் சிக்கந்தர் ஜாவின் தலைமையில், பங்காலிலிருந்து வந்த கென்னவே மற்றும் முஷிர்—உல்—முல்க் படையுடன் இணைந்து மிகப்பெரும் படையாக மாறியது. இளவரசனும் அவனது அமைச்சரும் மேல்கோட்டை வலுவாக இருக்கின்றதென்றும் அதை இடித்துத்தள்ளுவது மிகவும் கடினம் என்று கருதினார்கள். ஆனால் அங்கே நானூறிலிருந்து ஐநூறு பேர் வரையிலான வீரர்களைக் கொண்ட பலவீனமானதொரு காவல்படை மட்டுமே பணியில் இருந்தது. அதைக் கைப்பற்ற பரீத்—உத்—தீன் தலைமையில் 5,000 வீரர்களையும் 900 குதிரைகளையும் விட்டு, அடக்கச்சொன்ன இளவரசன் சிக்கந்தர் ஜா, தனது பிரதானப் படையுடன் கோலார் வழியாகச் சென்று ஆங்கிலேயப் படையுடன்

இணைந்துகொள்ள எண்ணினான். அப்படை கார்ன்வாலிஸ் தலைமையில் கர்நாட்டிக்கிலிருந்து வந்து கொண்டிருந்தது. ஆனாலும் குர்ரம்கொண்டாவிலிருந்து முப்பதுமைல் தூரத்தைக் கடந்திருக்கும்போது, ஹபீஜ் பரீத்—உத்—தீன் தோல்வியடைந்துவிட்ட துயரச் செய்தியை இளவரசன் கேள்வியுற்றான். அதனால் வந்த வழியிலேயே திரும்ப வேண்டியக் கட்டாயம் அவனுக்கு ஏற்பட்டது.

திப்புவின் நுண்ணறிவுத் துறை நிஜாம் படையின் நடமாட்டம் குறித்தத் தகவல்களைத் துல்லியமாகத் திரட்டியனுப்பிக் கொண்டிருந்தது. திப்பு தனது மூத்தமகன் ஃபாத் ஹைதர் தலைமையில் 10,000 வீரர்களைக் கொண்ட, முக்கியமாகக் குதிரைப் படையினரைக் கொண்ட பிரிவை குர்ரம்கொண்டாவின் உதவிக்கு அனுப்பினார். இளவரசனுக்கு அப்போது வயது பதினெட்டுதான் ஆகியிருந்தது. திப்புவுக்கு இராணுவப் பயிற்சியளித்த மூத்தோர்களான அலி ரஜா கானும், காஜி கானுமே இப்போது அவனுக்கும் உதவியாக இருந்தனர். டிசம்பர் மாதம் 21 ஆம் தேதியன்று ஃபாத் ஹைதர் குர்ரம்கொண்டா வந்தடைந்தான். பரீத்—உத்—தீன் அவனை எதிர்கொள்ள முன்வந்தான். முன்னும் பின்னும் தாக்குதல் நடத்துவதைத் தவிர்ப்பதாக அவன் நோக்கம் இருந்தது. மைசூர் படைநெருங்கிவிட்டதை அனுமானித்து முஷர்—உல்—முல்க் எச்சரிக்கை செய்தான். ‘அதிக நம்பிக்கையும் பெருமையுமாக நடந்துகொண்டு எதிரியின் பெரும்படையை எதிர்நோக்கும் தவறை அவன் செய்கிறான்[135]’ என்று மீர் ஆலமும் கருத்து தெரிவித்தான். இறுதியில் பெரும் எண்ணிக்கையிலான வீரர்கள் இருந்தும், அவனது படையின் பெரும்பகுதியினர் துண்டுதுண்டுகளாக வெட்டிக் கொல்லப்பட்டனர். அவனுமே கூட கொல்லப்பட்டான். அவனுக்கு அந்த நேரத்தில் உதவிக்கு வந்திருந்த இளைய இளவரசன் ராஜா ஜோத் சிங், சரிக்கு சமமானப் போராட்டத்தைத் தொடர்ந்திருந்தான். ஆனாலும் அவன் படுகாயமடைந்தான். போராட்டத்திலிருந்து பின்வாங்கிக் கொண்டவன் சிக்கந்தர் ஜாவுடன் சேர்ந்து கொண்டான். இவ்வாறாக, ஃபாத் ஹைதர் கீழ்க்கோட்டையை வெற்றி நடைபோட்டுக் கைப்பற்றினான். அதே நேரத்தில் மேல்கோட்டையை மைசூர் படை சலித்துக்கொண்டிருந்தது. நிஜாம்படை பரிதவித்து உயிர்பிழைக்கத் தப்பியோடியது. அவர்களில் சிலரைப் பிடித்த எதிரிப்படை கொன்று குவித்தது. கீழ்க்கோட்டையைக் கைப்பற்றிய ஃபாத் ஹைதர் அங்கிருந்து கணிசமான அளவில் உணவுப் பொருட்களையும் ஆயுதங்களையும் கண்டெடுத்தான்.

இந்த வெற்றியையடுத்து, ஃபாத் ஹைதர் கர்நாட்டிக்கிலிருந்து புறப்பட்டு ஸ்ரீரங்கப்பட்டிணத்துக்கு முன்னேறிச் சென்று கொண்டிருக்கும் கூட்டுப்படையின் அணிவகுப்புக்குத் தொல்லை கொடுப்பான் என்று எதிர்பார்க்கப்பட்டது. நிஜாம்படை குர்ரம்கொண்டாவில் பட்ட அடியை எண்ணி உண்மையிலேயே அப்படித்தான் நினைக்க வேண்டியிருந்தது. அணிவகுப்பும் மலைத் தொடரின் மீது அதற்கு ஏதுவாகச் சென்று கொண்டிருந்தது. வெங்கடகிரியை நெருங்கும்போது தாக்குதலுக்கான அபாயமும் தெரிந்தது. ஆனால் ஃபாத் ஹைதர், அவ்வாறு செயல்படவில்லை. தன்னிடம் போதுமானப் படை இல்லையென்பதை அவன் உணர்ந்திருந்தான். குர்ரம்கொண்டாவைப் பலப்படுத்த வேண்டியிருந்தது. அதனால் கோட்டையிலிருந்த கமர்—உத்—தீனின் குடும்பத்தை அங்கிருந்து வெளியே

அனுப்பிவிட்டு ஸ்ரீரங்கப்பட்டிணத்துக்குத் திரும்பினான்.

டிசம்பர் மாதம் 25 ஆம் தேதியன்று கேப்டன் ரீட் தலைமையிலான ஆங்கிலேயப் படை சிக்கந்தர் ஜாவின் உதவியுடன் மீண்டும் குர்ரம்கொண்டாவின் மீது தாக்குதல் நடத்தியது. ஆனால் அப்படையால் கீழ்க்கோட்டையை மட்டுமே கைப்பற்ற முடிந்தது. சிக்கந்தர் ஜா, கார்ன்வாலிஸுக்கு உதவுவதையே விரும்பியதால் ஸ்ரீரங்கப்பட்டிணத்துக்குச் செல்ல ஆர்வமாக இருந்தான். அவன் விட்டுச்சென்ற ஆசாத் அலி கான் தலைமையிலானப் படை, மிக மெதுவாகக் கோட்டையை அழித்தது. பின்னர் 18,000 வீரர்களைக் கொண்ட படையுடன் மெட்ராஸ் பட்டாலியன்கள் இருபிரிவுடன் கேப்டன் ரீட் தலைமையில் ஹுத்ரிதுர்கா அருகில் மாகுடி கிராமத்தில் கார்ன்வாலிஸுடன் சிக்கந்தர் ஜா சேர்ந்துகொண்டான்.

மராத்தியப் படையின் நடவடிக்கைகள்

பெங்களூருக்கு அருகில் ஆங்கிலேயப் படையிடமிருந்து பிரிந்து சென்ற பரசுராம் பாஹு தலைமையிலானப் படை, மராத்திய மாநிலங்களுடன் தடையற்றத் தொடர்பை ஏற்படுத்திக் கொள்ள சிராவை நோக்கி நகர்ந்தது. தனது படைகளுக்கான உணவை திப்புவின் வளம் நிறைந்த விவசாயப் பகுதிகளிலிருந்து திரட்ட, அவன் மைசூர் சாம்ராஜ்ஜியத்துக்குள் நுழைந்தான். பணப் பற்றாக்குறையால் ஹரிபந்தும் அதே திசையில் பயணம்செய்ய விரும்பினான். ஆனால் கார்ன்வாலிஸ், ஹரிபந்திடம் பன்னிரண்டு லட்சரூபாயைக் கொடுத்ததும் அவனது உடனடித் தேவைகளைத் தீர்த்துக்கொண்டான். அப்படியே, ஆங்கிலேயப் படையுடனே பேஷ்வாவின் அரசியல் பிரதிநிதியாக இருந்துகொள்ள மனதை மாற்றிக்கொண்டான்.

சிராவுக்குப் போகும் வழியில் பாஹுவிடம் நிஜகல் பகுதி சரணடைந்தது. ஆனால் தேவராயதுர்கா மலைக்கோட்டைக்குப் போக அவன் முயற்சித்தபோது, ஏற்கனவே மைசூர் படையால் பேட்டா காலிசெய்யப்பட்டுக் கிடந்தது. கோட்டையின் பாதுகாவல் படை சரணடைய மறுத்து விட்டது. மராத்தியப் படையும் ஆங்கிலேயப் படையும் இணைந்து இரண்டுமுறை தாக்குதல் நடத்தியும் எதுவும் நடக்கவில்லை. அதனால் ஏற்பட்டக் கோபத்தில் தோல்விக்குப் பழிதீர்க்கும் வகையில் பாஹு பேட்டாவை தீ வைத்துக் கொளுத்திவிட்டு, சிராவைக் குறிவைத்து நடந்தான். சிராவை, ஹரிபந்த் ஸ்ரீரங்கப்பட்டிணம் செல்லும் வழியில் கைப்பற்றியிருந்தான். சிராவிலிருந்து ஈரோட்டுக்குப் போன பாஹுவுக்கு அக்கோட்டையிலிருந்தவர்கள் கணிசமான அளவில் பணம் தந்தனர். அதற்குப் பதிலாக அவனது சாதாரணக் குதிரைப் படை கோட்டைக்குப் பாதுகாப்பு தரவேண்டும் என்று உறுதி வாங்கிக்கொண்டனர். அவனும் உறுதி கூறியிருந்தான். ஆனால் அதற்கு மாறாக, மராத்தியர்கள் நகரத்தின் சுவர்களில் ஏறி அதை முற்றுகையிட்டனர். குடிமக்களின் அத்தனைப் பொருட்களையும் அபகரித்துக் கொண்டனர்.

ஆகஸ்ட் மாதம் 21 ஆம் தேதியன்று பாஹு சித்தல்துர்க் கோட்டையிலிருந்து இருபத்தைந்து மைல் தொலைவில் துல்க் என்ற இடத்தில் தங்கினான். துல்க் அத்தனை பலமுள்ளக் கோட்டையாகவும் இல்லை. பாதுகாப்பும் பலமாக இருக்கவில்லை. அதை மராத்தியக் காலாட் படை சூறையாடியது. ஊருக்குள் புகுந்து தீ வைத்துக் கொள்ளையடித்து துவம்சம் செய்தது. கோட்டைக்குள்ளிருந்து உணவுப்பொருட்களையும் கால்நடைகளையும் கொள்ளையடித்துக் கொண்டு ஓடியது. அந்த நேரத்தில் பாஹுவின் குதிரைப்படை ஓர் ஆச்சரியத்தை நிகழ்த்தியது. படையின் பின்னேவந்து குதிரைகளையும் ஒட்டகங்களையும் அபகரித்துக்கொண்டு, உணவுப் பொருட்களைக் கொண்டு செல்லும் மராத்தியப் படைவீரர்களை மிரட்டிக்கொண்டிருந்த மைசூர் படையின் குதிரையொன்றை இருகூறாகவெட்டி, கால்களைத் துண்டாக்கிச் சிதறடித்தது. ஆகஸ்ட் மாதம் 31 ஆம் தேதியன்று இராணுவம் கூங்கூபியை நெருங்கியது. அதன் காவல் படை பாஹுவின் சொல்லுக்குக் கட்டுப்பட மறுத்து அடம்பிடித்தது. ஆனால், அடுத்தநாள் ஆங்கிலேயப் படைப் பிரிவு ஒன்றிடம் சரணடைந்தது.

செப்டம்பர் மாதத்துவக்கத்தில் அந்த இராணுவம், இந்தியாவின் மிக முக்கிய மற்றும் பலம் வாய்ந்தக் கோட்டையான சித்தல்துர்க்கின் முன்னேபோய் நின்றது. அந்தக்கோட்டை வளமானது. தட்டுப்பாடில்லாமல் உணவுப்பொருட்களை எப்போதும் கொண்டிருப்பது. 10,000 காலாட்படை வீரர்களும் 1,000 குதிரைப்படை வீரர்களும் எப்போதும் பாதுகாப்பில் இருக்கும் கோட்டையது. பல்லடுக்குச் சுவர்களைக் கொண்ட அக்கோட்டையின் வடமேற்குப் பக்கத்தில் பயமுறுத்தும் பள்ளம் ஒன்றும் இருந்தது. மலையின் காலடியில், வடக்கே பெருநகரமொன்று கிடந்தது. அந்த நகரத்தைச் சுற்றிலும் சுவரும், உயர்ந்த கோபுரங்களும், ஆழமான அகழியும் இருந்தன. பாஹு கையூட்டுக் கொடுத்து அந்தக்கோட்டையை அமுக்கிவிட நினைத்தான். அதுகுறித்துப் பேரத்தைத் துவக்கினான். ஆனால் கோட்டையின் தளபதியாக இருந்த தவுலத் கான், திப்புவின் அதிவிசுவாசி. பாஹு வழங்குவதாகச் சொன்ன சலுகைகளைப் புறந்தள்ளினான். கோட்டையின் பலம் வழக்கமான முற்றுகைகளுக்கு பாடம் கற்றுக்கொடுப்பதாக இருந்தது. தன்னால் அதை எதுவும் செய்ய முடியாது என்றானதும், பாஹு நவம்பர் மாதம் 2 ஆம் தேதியன்று சந்த்கிரியை எட்டிப்பிடித்தான். அது, சித்தல்துர்க்கிலிருந்து வடமேற்கே முப்பதுமைல் தொலைவில் இருந்தது. அதைக்கடக்க அவனுக்கு இருபது நாட்கள் ஆகின. பெத்னூரை நோக்கிய அவனது பயணம் உடல் நோவால் டிசம்பர் மாதம் 15 ஆம் தேதிவரை தடைப்பட்டது. அங்கேயே கிடையாய்க் கிடந்தான்.

பாஹுவின் நடவடிக்கைகளில் வேகம் குறைந்துவிட்டது. முன்னைப்போல அதிவேகமாக இருக்கவில்லை. எனினும் அவன் சில படையெடுப்புகளை நடத்தவே செய்தான். கால்நடைகளுக்கான உணவு பெரும் பிரச்சனையாக இருந்து வந்தது. சித்தல்துர்க்கின் சுற்றுவட்டாரத்தில் அது கிடைப்பதாக இல்லை. அத்துடன் பருவநிலை, அவனது பயணத்தைத் தள்ளிப்போட்டுக் கொண்டே இருக்கச் செய்தது. செப்டம்பருக்குப் பின்பு அவனது உடல்நிலை பயணத்துக்கு உடன்படக் கூடியதாக இருக்கவில்லை. மேலாக, அவனே தனது படைகளுக்கு ஓய்வுகொடுக்க விரும்பினான். படையின் புறப்பாட்டுக்கு முன்பு வீரர்களுக்கு நல்ல உணவு

வழங்கிவிடவேண்டும் என்றும் ஆசை கொண்டிருந்தான்.

மேலுக்கோட்டில் முகாமிட்டிருந்த கார்ன்வாலிஸும் மராத்தியப் படைத் தளபதிகளும் போரைத் தொடர்வது குறித்தானத் திட்டங்களை முடிவு செய்தனர். கூட்டுப்படையினர் தங்கள் கவனத்தை ஒன்றிலிருந்து வேறொன்றுக்கு மாற்றிக்கொண்டே இருக்காமல், ஒற்றைக்குறியுடன் செயல்பட முடிவுசெய்யப் பட்டது. சிராவுக்கும் சிவகங்கைக்குமிடையில் இயங்கவேண்டுமென்று பாஹு கேட்டுக்கொள்ளப்பட்டான். ஆங்கிலேயப் படையின் பார்வையில் அவன் இருக்கவேண்டும் என்றும் வலியுறுத்தப்பட்டான். அப்போதுதான் சரியான தகவல் தொடர்பைப் பெறமுடியும் என்று தீர்மானிக்கப்பட்டது. ஆனால் அபெர்கிராம்பியுடன் இணைந்து ஸ்ரீரங்கப்பட்டிணத்துக்குச் செல்ல, அவன் மறுப்பு தெரிவித்தான். கொள்ளையடித்ததும், மாகாணங்களைக் கைப்பற்றியதும் போக, இன்னும் பெருமளவில் போரின் பாதிப்புக்கு உள்ளாகாதப் பகுதிகள் நிறைய இருக்கின்றன என்று முடிவுசெய்த பாஹு, ஆங்கிலேயப் படையுடன் இணை யாமல் மேற்கே பயணப்பட்டான். அவனது இந்தச் செய்கையால் கார்ன்வாலிஸ் மிகுந்த எச்சரிக்கைக்கு உள்ளானான். இதனால், ஆங்கிலேயப் படைகளுக்கான விநியோகத்துக்கு ஆபத்து நேரும் என்று கருதினான். கூட்டணிப் படைகளில் ஒன்றான மராத்தியப் படைப் பிரிவின் நிச்சயமற்றத் தன்மையால் அபெர்கிராம்பி படைநடத்திச் செல்லமுடியாத நிலை ஏற்பட்டது. அதையடுத்து, படை நடத்திச் செல்வது தோல்வியில் முடிந்தாலும் பரவாயில்லை என்று கருதிய கார்ன்வாலிஸ் ஸ்ரீரங்கப்பட்டிணத்தைக் கைப்பற்றுவதை விட்டுவிட்டு உணவுதேடும் வேலையில் தன்னை ஈடுபடுத்திக் கொண்டு மீண்டும் வந்தவழியே புறப்பட்டான்.

டிசம்பர் மாதம் 18 ஆம் தேதியன்று மராத்திய இராணுவம் ஷிமோகா மாவட்டத்திலுள்ள ஹோல்ஹொன்னூரை வந்தடைந்தது. அங்கே 250 பேர் மட்டுமே பாதுகாப்புப் பணியில் இருந்தனர். மறுநாள் அதிகாலை மூன்றுமணிக்கெல்லாம் கேப்டன் லிட்டில் முற்றுகையிடப்பட்டிருந்த அந்த சிறுநகரத்தை அடித்து துவம்சம் செய்தான். அந்த நகரம் இரக்கமற்ற முறையில் ஆங்கிலேயப் படைகளாலும் மராத்தியப் படைகளாலும் சூறையாடப்பட்டது. நகரத்தின் பல்வேறு பகுதிகளிலும் இருந்த வீடுகளில் புகுந்து இருபடையும் கொள்ளையடித்தது. பின்பு தீ வைத்தது. ஹோல்ஹொன்னூரிலிருந்து புறப்பட்ட அந்தப்படை பெங்கிபூருக்குப் போனது. ஹோல்ஹொன்னூரின் நிலைமையைக் கேள்விப்பட்டிருந்த பெங்கிபூர் காவல் படை கூட்டுப்படை வருவதற்கு முன்னமே சரணடையத் தயாராக இருந்தது. முதல்கேட்பிலேயே கோட்டையை விட்டுக்கொடுத்துவிட்டது. பின்னர் அங்கிருந்து அந்தக் கூட்டுப்படை துங்கா நதியின் இடதுபுறமாக அமைந்திருந்த ஷிமோகாவை அடைய எட்டி நடைபோட்டது.

பாஹுவால் 5,000 குதிரைப்படை வீரர்களுடன் அனுப்பப்பட்டிருந்த கணபத் ராவ் மஹந்தாலே ஆரம்பத்தில் சில வெற்றிகளைப் பெற்றிருந்தாலும் மைசூர் படையால் வலுவாகத் தோற்கடிக்கப்பட்டிருந்தான். ஆனாலும் மேலும் அவனுக்கு 4,000 குதிரைப்படை வீரர்களை பாஹு அனுப்பி வைத்தான். அதைக்கொண்டு மைசூர் படையிடம் இழந்த இடங்களை அவன் மீண்டும் மீட்டெடுத்தான்.

ஆனால் அவனது தொடர் நடவடிக்கைகளை மைசூர் படை வலுவாகத் தடுத்து நிறுத்தியது. இதையடுத்து பின்வாங்கிய அவன், பின்னர் பிரதானப் படையுடன் இணைந்து கொண்டான்.

ஷிமோகாவில் திப்பு தங்கியிருந்தார். 7,000 காலாட்படை வீரர்களும், 800 குதிரைப்படை வீரர்களும், 10 துப்பாக்கிகளும் அவரது உறவினன் முஹம்மத் ரஜாவின் தலைமையில் காவல் போடப்பட்டிருந்தது. மராத்தியப் படைகளின் வருகையைக் கேள்விப்பட்டதும், கோட்டைச் சுவற்றுக்கருகேயிருந்த முஹம்மத் ரஜா வெளியில் வந்து, சில மைல்கள் தூரத்தில் அடர்ந்தக் காட்டுக்குள் உருவாக்கியிருந்த நிலைக்குப் புறப்பட்டான். ஷிமோகாவை முற்றுகையிட பாஹு வந்ததும் அவனைத் தாக்க இந்த ஏற்பாட்டை செய்ய நினைத்திருந்தான். அதற்கு அவன் தேர்வு செய்திருந்த இடம் வலுவானதும் பாதுகாப்பானதுமாக இருந்தது. அவனுக்கு வலதுபுறத்தில் துங்கா நதி சுழன்றோடியது. இடதுபுறத்தில் எளிதில் புகமுடியாத மூங்கில்காடு படர்ந்திருந்தது. முன்புறத்தில் ஒருகாடும் ஆழமானக் குறுகிய ஓடையொன்றுமிருந்தது. எனினும் நேரமின்மையால் அவனால் பாதுகாப்பை முழுமைப்படுத்த முடியவில்லை. அதுவே அவன் மீதானத் தாக்குதலுக்கு வழிவகுத்தது.

டிசம்பர் மாதம் 29 ஆம் தேதியன்று காலையில் பாஹு கோட்டையை நெருங்கிவந்தான். ஆனால் முற்றுகையிடும் வேலையைத் துவங்கவில்லை. நீண்ட நாட்களாகவே முஹம்மத் ரஜா கோட்டைக்கு அருகிலேயே இருப்பதால் அவனை வெற்றிக்கொள்வது சற்று கடினமென்று எண்ணினான். அதனால் புத்திசாலித்தனமாக, தனது நிலையிலிருந்து பின்வாங்க முடிவெடுத்தான். அதேவேளையில் நீண்டதொரு சுற்றை மேற்கொண்டு, எதிரியின் பார்வையில் படும்படியே மீண்டும் முகாம் அமைத்தான். அங்கிருந்துகொண்டு தன் மகன் அப்பா சாகெப் மற்றும் ரகுநாத் ராவ் குருந்துவார்கர் தலைமையில் 10,000 குதிரைப்படை வீரர்களை அனுப்பி, மைசூர் படையை எதிர்கொள்ளச் செய்தான். ஆனால் மராத்தியப் படை அடர்ந்த காட்டுக்குள் ஊடுருவ முடியாததை நிரூபித்தது. உடனே கேப்டன் லிட்டில் தலைமையில் 1,000 பம்பாய் சிப்பாய்கள், 4 துப்பாக்கிகள், அப்பா சாகெப் தலைமையில் 500 மராத்தியச் சிப்பாய்கள், 3,000 குதிரைப் படையுடனும் முஹம்மத் ரஜாவை எதிர்க்க உத்தரவிடப்பட்டது. கேப்டன் லிட்டில், மறுநாள் காலை பத்து மணியளவில் அடர்ந்தக் காட்டுக்குள் நுழைந்தான். அவனது முன்னேற்றத்தை எதிரிகள் கடுமையாகத் தடுத்தாட்கொண்டனர். துப்பாக்கிகள் ரவையைத் துப்பின. கையெறி குண்டுகள் எதிர்பாராத நொடிகளில் வந்துவிழுந்து மத்தாப்புக் காட்டின. ஏவுகணைகள் தீபாவளியை நினைவுபடுத்தின. பலமுறை ஆங்கிலேயப் படைகள் பின்வாங்கிக் களைத்தன. இறுதியில் ஆங்கிலேயப் படையும் மராத்தியப் படையும் பெரும் இழப்பை அடைந்தன. படையின் பல பிரிவுகள் பின்வாங்கிய பின்னும் கேப்டன் லிட்டில் மனம் தளரவில்லை. தன்னிடமிருக்கும் படைகளைக்கொண்டு மீண்டும் ஒருதாக்குதலை நடத்த முடிவெடுத்தான். அதற்குத் தானே தலைமையேற்றான். எதிரியின் வலதுபுறத்தில் பாதுகாப்பு பலவீனமாகத் தென்பட்ட இடத்தை நோக்கி தாக்குதலைத் தொடுத்தான். மைசூர் படை தீரமாகப் போரிட்டது. ஆனால் நேரமாக ஆக, பலவீனத்தின் அடையாளங்கள்

தென்படத் துவங்கின. இதையடுத்து கேப்டன் லிட்டில், அப்பா சாகெப்பின் தலைமையிலானக் குதிரைப் படையை முன்னேறச் சொல்லி உத்தரவிட்டான். ரகுநாத் ராவ் குருந்துவார்கர் அவனுக்கு ஆதரவாகக் களமிறங்கினான். இது வெற்றியை நிரூபித்தது. ரஜா சாகிப் பின்வாங்கியதும் கேப்டன் லிட்டில் ரஜாவின் பத்து துப்பாக்கிகளையும் கைப்பற்றினான். அதேநேரத்தில் மராத்தியப் படையிலிருந்தவர்கள் தங்களைக் கொள்ளைக்காரர்களாக அடையாளப்படுத்திக் கொண்டனர். மைசூர் படையின் முகாமுக்குள் புகுந்து அங்கிருந்த அத்தனையையும் அடையாளமில்லாமல் அள்ளிக் கொண்டுபோயினர். தரமான ஆயுதங்கள், கையெறிகுண்டுகளை சந்தையில் கூவிக்கூவி விற்றுத் திரிந்தனர். ரஜா காவேலிதுர்கா மலைக்கோட்டைக்குத் தப்பியோடினான். அவனுடன் குதிரைப் படையினர் 400 பேரும் 1,500 காலாட்படை வீரர்களும் இருந்தனர். சுமையேற்றப்பட்ட பதிமூன்று யானைகளை நடவடிக்கையன்று காலையில் அங்கிருந்து வெளியேற்றியிருந்தான். அதில் அவனது உடமைகள் அத்தனையையும் காப்பாற்றிக் கொண்டிருந்தான். மராத்தியப் படையில் 500 பேர் உயிரிழந்திருந்தனர். ஆங்கிலேயப் படைக்கு இழப்பு இன்னும் அதிகமாக இருந்தது. மைசூர் படைக்கு இழப்பு, மூர் கூற்றுப்படி 200 க்கு அதிகமிருக்காது.

ரஜா சாகிப் ஆரம்பத்திலிருந்தே வலுவான நிலையில்தான் இருந்தான். அவனது படையினர் தீரமாகத்தான் போரில் ஈடுபட்டனர். இருந்தும் அவன் தோற்கடிக்கப்பட்டதற்குக் காரணம் அவன் செய்த ஒரு முட்டாள்த்தனமே ஆகும். போர் நடந்து கொண்டிருக்கும்போது படையின் நடுவிலிருந்தத் துப்பாக்கிகளை அங்கிருந்து கிளப்பி, யானைகளில் ஏற்றப்பட்ட பொக்கிஷங்களுக்குப் பாதுகாப்பாக அனுப்பியதுதான். இந்த நேர்மையற்ற நடவடிக்கை காலாட்படைக்கு நம்பிக்கையை இழக்க வைத்தது. எதற்காக அவர்கள் வெளியேறுகிறார்கள் எனும் சந்தேகத்திலேயே அவர்களின் மனம் சீர்குலைந்துபோனது. கேப்டன் லிட்டிலின் வீர தீரம் மைசூர் படையை வெல்வதற்குக் காரணமாக இருந்தது. மேலும், அவன் லாரன்ஸ் மற்றும் கிளைவின் இரகசியங்களை நினைத்துக்கொண்டே போரிட்டான். அவனது தலைமையும் வலுவான நம்பிக்கையும் இல்லாது போயிருந்தால், மராத்தியப் படை இந்த வெற்றியைப் பெற்றிருக்க முடியுமா என்பது சந்தேகம்தான்.

இந்த வெற்றியையடுத்து, ஷிமோகாவின் முற்றுகை கேப்டன் லிட்டிலின் வழிகாட்டுதல்படியே மேற்கொள்ளப்பட்டது. ஷிமோகா போதுமான அளவிலானப் பாதுகாப்பில் இருந்தது. பீரங்கிகளும் ஆயுதங்களும் வெடிப்பொருட்களும் நிறைந்திருந்தன. முஹம்மத் ரஜாவின் தோல்வி காவல் படையினரின் மனதைக் கீறியிருந்தது. அதன் தளபதி முயின்—உத்—தீன் கான், 'படைவீரர்களின் தீரமானச் செயல்பாடில்லாமல், இனி தாக்குப்பிடிக்க முடியாது' என்று உணர்ந்திருந்தான். 1792 ஆம் ஆண்டு ஜனவரி மாதம் 3 ஆம் தேதியன்று மதியம், கோட்டைச் சுவற்றில் பிளவு ஏற்படுத்தியாகிவிட்டது. தாக்குதலுக்கான ஏற்பாடுகள் தயாராகிக் கொண்டிருந்தன. கோட்டையை விட்டுக்கொடுக்க தளபதியும் தயாராகிவிட்டான். ஆனால் தார்வார்க் கோட்டையின் சரணாகதிக்கு அப்புறம் நடந்ததெல்லாம் அவன் நினைவுக்கு வந்தது. அதனால் கேப்டன் லிட்டிலிடம் உயிருக்கும் பொருட்களுக்கும் உத்தரவாதம் கேட்டுப்பெற்றான். அவனது

கோரிக்கைகள் ஏற்கப்பட்டதும் கோட்டையைக் காலிசெய்து கொடுத்தான். அவர்கள் அத்தனை பேரும் பிரிட்டிஷ் முகாமில் தங்கவைக்கப்பட்டனர். எனினும் பாஹு, தளபதி மற்றும் முக்கிய அதிகாரிகளை தனது வரம்புக்குள், சரணடையும் விதிகளுக்கு முரணாகக் கொண்டுவந்தான். அவர்களிடமிருந்த விலைமதிப்பற்றப் பொருட்களை பறித்துக்கொண்டு கைதும் செய்தான். டஃப் கூறுகிறான். 'முதன்மை அதிகாரிகளை தன்னிடம் ஒப்படைக்கும்படி கேப்டன் லிட்டில் கட்டாயப்படுத்தப்பட்டார். பரசுராம் பாஹு சரணடையும் விதிகளுக்கு முரணாகச் செயல்பட்டான். பத்ர்—உஜ்—ஜமான் விவகாரத்தில் என்ன நடந்ததோ அதையே இங்கேயும் செய்தான்' என்று கைது விவகாரத்தைக் குறிப்பிடுகிறான். கேப்டன் லிட்டில் அதற்கு ஒத்துக்கொண்டிருந்தால், அவனும் சரணடைதல் விதிகளுக்கு முரண்பட்டவனாக ஆகியிருப்பான். ஆனால் அவன் முக்கிய அதிகாரிகளை ஒப்படைக்க மறுத்துவிட்டான். என்றபோதும் பாஹு, தனது வழக்கமான வழியில் அவர்களைத் துன்புறுத்திக் கைது செய்தான். எனினும் படைக்குத் தலைமை எனும் வகையில் பாஹுவின் செயல்பாடுகளுக்கு கேப்டன் லிட்டிலும் பொறுப்பாகிறான். ஏனென்றால், திப்புவின் உடமையாயிருக்கும் ஒரு கோட்டைக்கு அவர்கள் போய்ச்சேரும் வரையில் பாதுகாப்பு அளிப்பதாக அவன் உத்தரவாதம் கொடுத்திருந்தான்.

ஷிமோகாவைக் கைப்பற்றிய பின்பு ஒருவாரத்துக்கும் மேலாக பாஹு அங்கேயே முகாமிட்டிருந்தான். அங்கிருந்தபடியே பல்வேறு திசைகளுக்கும் படைகளை அனுப்பி, அருகிருக்கும் சிறுகோட்டைகளையெல்லாம் கைப்பற்றினான். அதன் பின்பு, ஜனவரி மாத மத்தியில் முகாமைக் கலைத்தான். ஆனால் கூட்டணிப்படைகள் திட்டமிட்டப்படி அவன் பம்பாய் படையுடன் இணைந்து பணியாற்றாமல், தன்போக்காக பெத்னூர் நகரத்தைக் கைப்பற்றும் திட்டத்துடன் பயணித்தான். 1792 ஆம் ஆண்டு ஜனவரி மாதம் 28 ஆம் தேதியன்று பெத்னூருக்கு சில மைல் தூரத்துக்கு வந்துவிட்டான். முற்றுகையிடுவதற்கானத் தயாரிப்புகளையும் செய்துவிட்டான். என்ன நினைத்தானோ, திடீரென்று வந்த வழியே மீண்டும் பின்வாங்கிக் கிளம்பிவிட்டான். அவனது எதிர் அணிவகுப்பில், கும்ஸி, அனந்தபூர் மற்றும் சில சிறு கோட்டைகளைக் கைப்பற்றினான். ஹோல்ஹொன்னூர், ஷிமோகா ஆகிய இடங்களில் காவல் படையைப் பாதுகாப்புக்குப் போட்டுவிட்ட பின்னரும் அவனுக்கு அருகில் பெரும்படை இருந்தது. பிப்ரவரி 10 ஆம் தேதியன்று ஸ்ரீரங்கப்பட்டிணத்தை நோக்கியப் பயணத்தைத் துவங்கினான். மார்ச் 10 ஆம் தேதியன்று அங்கு வந்து சேர்ந்தான்.

பெத்னூரிலிருந்து அவன் திடீரென்று பின்வாங்கியதற்குப் பல காரணங்கள் இருக்கச்செய்தன. கூட்டணிப் படைகளுடனான படையெடுப்புக்கானத் திட்டத்தின்படி பாஹு, சிராவுக்கும் சிவகங்கைக்கும் இடையில் பணிபுரிய பணிக்கப்பட்டான். ஆனால் அவன் தீர்வு செய்யப்பட்ட விதிகளுக்கு மாறாக மேற்கே படையெடுத்துச் சென்றான். பெங்கிபூர் மற்றும் ஷிமோகா ஆகிய கோட்டைகளையும் மற்றும் சில சிறு கோட்டைகளை அவன் கைப்பற்றியிருந்தாலும் அந்த வெற்றிகள் அவன் தாகத்தைத் தீர்க்கவில்லை. அதனாலேயே மேற்குப் பக்கம் பெத்னூருக்குப் போனான். அதற்கானக் காரணமாக, அவன் அபெர்கிராம்பியுடன்

இணைந்து செயல்பட விரும்பவில்லை என்பதுடன், காலதாமதம் செய்து ஸ்ரீரங்கப்பட்டிணத்தை கார்ன்வாலிஸ் முற்றுகை யிடும்போது அந்த நேரத்தில் அவனுடன் இணைந்துகொள்ளும் திட்டமும் அவனிடமிருந்தது. பாஹுவின் தன்னிச்சையானச் செயல்பாட்டைக் கண்டித்து, பூனா அரசாங்கத்தை கடும் ஆட்சேபணைக்குள் கார்ன்வாலிஸ் உட்படுத்தினான். மாலெட் விதிகளை மீறி மைசூர் தலைநகருக்குள் முன்கூட்டியே பிரவேசிக்க முயலும் பாஹுவின் செயல்பாட்டை நிறுத்தச்சொல்லி பலமுறை நானாவிடம் வலியுறுத்திவிட்டான். நானாவும், ஹரிபந்தும் பாஹுவுக்குக் கடிதம் எழுதி, ‘முந்திரிக் கொட்டைத்தனத்தைக் கைவிடச் சொல்லியும், ஒருங்கிணைந்தப் படையாக ஸ்ரீரங்கப்பட்டிணம் செல்லவும்’ அறிவுரை கூறினர். அவனது ஆர்வத்தைத் தூண்டும் வகையில், மைசூர் தலைநகரத்தைக் கைப்பற்றும் முயற்சியில் அவன் பங்கேற்பது தாமதமானால், போரில் சமமானப் பங்கெடுப்பு இல்லாத காரணம்காட்டி, திப்புவின் கைப்பற்றப்பட்ட சாம்ராஜ்ஜியத்தைப் பங்குபோடும்போது, அவனுக்கானப் பங்கு குறைய வாய்ப்பாகிவிடும் என்று சொல்லிப்பார்த்தனர். அதனாலேயே, பெத்னூர் முற்றுகையைக் கைவிட்டுவிட்டுத் திரும்பினான். கூட்டணிப் படையுடன், ஆழமான ஈடுபாட்டுடன் போரில் செயல்பட்டால், தன்னை நீண்டகாலத்துக்குப் புறக்கணிக்க முடியாது என்பதையும் அவன் உணர்ந்திருந்தான்.

பெத்னூரிலிருந்து பாஹு பின்வாங்கித் திரும்பியதற்கு, மற்றொரு காரணமும் இருக்கவே செய்தது. அது கமர்—உத்—தீன் பெத்னூரரை நெருங்கி வந்துவிட்டான் என்ற செய்தி. பெத்னூரரை மராத்தியப் படை சூழ்ந்துவிட்டச் செய்தியைக் கேள்விப்பட்டதும், திப்பு மிகுந்த எச்சரிக்கையுணர்வுக்கு உள்ளானார். ஏனென்றால், பெத்னூர் ஒன்று மட்டுமே, அப்பகுதியில் அவருக்கான உடமையாக இருந்து வந்தது. மேலும், அவரது தேவைகளைப் பூர்த்திசெய்துவந்த வளமானப் பகுதியும் அதுமட்டும்தான். அதனால், கமர்—உத்—தீன் தலைமையில் வலுவானதொரு காலாட்படையை அனுப்பி, காட்டுக்குள்ளேயே பாஹுவை மடக்கிவிடத் திட்டமிட்டிருந்தார். இந்தச்செய்தி பாஹுவைக் கலவரப்படுத்திவிட்டது. அவனது படையின் தன்மையை அவன் அறிந்தவனாக இருந்தான். அது பெரும்பான்மை குதிரைப்படையைக் கொண்டதாக இருந்தது. திப்புவின் காலாட்படையின் திறமைக்கு முன்னே தனது குதிரைப் படையின் தீரம் அந்தக் காட்டுப் பகுதியில் எடுபடாது என்பதும், அவன் திரும்பிப் போக முக்கியக் காரணமாக அமைந்துவிட்டது.

பெத்னூர் மாகாணத்தை முழுமையாக பாஹுவின் படையால் கைப்பற்ற முடியாவிட்டாலும், அவன் படை போன இடமெல்லாம் அழிவைக் கொடுத்துவிட்டுத்தான் வந்திருந்தது. ஆனால் அவனுக்கு இழப்பு ஏதுமிருக்கவில்லை. காரேயின் கூற்றுப்படி, ‘பெத்னூர் வளமான மாவட்டங்களில் ஒன்று. ஆனால் மராத்தியப் பூச்சிகள் அதை அழித்தொழித்துவிட்டன. பாஹுவின் தலைமையிலான மராத்தியப் படை, அதை தீ வைத்தும் இரக்கமற்ற முறையில் களர் நிலமாகவும் ஆக்கிவிட்டது. இதையடுத்து அந்த மாவட்டம் வறுமைக்குத் தள்ளப்பட்டது. அந்த மாவட்டம் தனது முந்தைய நிலைக்குத் திரும்ப குறைந்தது ஐம்பது ஆண்டுகளுக்கும் மேலாகும்’ என்று கவலை கொள்கிறான்.

1792 ஆம் ஆண்டு பிப்ரவரி மாதம் 1 ஆம் தேதியன்று கூட்டணிப் படை, ஹூத்ரி துர்காவுக்கு அருகிலிருந்து ஸ்ரீரங்கப்பட்டிணம் நோக்கியப் பயணத்தைத் துவங்கியது. அது, மிக நீண்ட சுற்றுப்பாதை. ஆனால், அந்தப்பாதையில் பசுமை நிறைந்த வயல்கள் இருந்தன. குடிப்பதற்கு ஏற்ற தண்ணீர் கிடைத்தது. சென்னப்பட்டினா மற்றும் தெற்கேயிருக்கும் கங்கன்ஹள்ளி வழியைக்காட்டிலும் வசதிகள் நிறைந்த பாதையாக அது இருந்தது. 1791 ஆம் ஆண்டு மே மாதம் கார்ன்வாலிஸ் ஸ்ரீரங்கப்பட்டிணத்தை முதன்முறையாக முற்றுகையிட்டபோதும் இந்த வழியைத்தான் கடந்துபோனான். அதனாலேயே இப்போதும் அந்தவழியைத் தேர்ந்தெடுத்திருந்தான்.

வழியில் எந்த இடத்திலும் கூட்டணிப்படைக்கு எந்தவித எதிர்ப்பும் இருக்கவில்லை. அவ்வப்போது முறையற்றக் குதிரைப்படையினரின் மிரட்டல் மட்டுமே இருந்து வந்தது. அது, அணிவகுப்பு முன்னேறுவதற்கு எந்தவிதத்திலும் பாதிப்பைத் தரவில்லை. தனது கோட்டையை நோக்கி முன்னேறிவரும் எதிரிப்படைக்கு எதிராக, தான் களமிறங்குவதையோ அல்லது வலுவானதொரு படையை அனுப்புவதையோ தவறான வியூகமாகக் கருதினார். கோட்டைக்குள்ளும் அருகிலும் இருந்தக் கால்நடைகளுக்கானத் தீவனங்கள் அத்தனையையும் திப்பு அழிக்கச் செய்தார். ஆனாலும், தனது கோட்டையின் வலுத்தன்மை மீது அவர் ஆழமான நம்பிக்கைக் கொண்டிருந்தார். ஸ்ரீரங்கப்பட்டிணத்தை முற்றுகையிடும் எதிரிப்படை, தொடங்கவிருக்கும் மழைக்காலத்தாலும் உணவுப் பற்றாக்குறையாலும் மீண்டும் ஓடிவிடும் என்ற நம்பிக்கை அவருக்கு அதிகமாகவே இருந்தது. ஆங்கிலேயர்களுக்கு எதிரானக் கடந்த போரின்போது, இந்தப் பாதுகாப்புத் திட்டவியூகம் நல்லபலன் கொடுத்தது. மட்டுமல்லாமல், 1767 ஆம் ஆண்டு மராத்தியர்களுக்கு எதிரானப் போரின்போது, திப்புவின் தந்தை ஹைதர் அலியும் இதே வியூகத்தைக் கையிலெடுத்து வெற்றி கண்டிருந்தார். ஆனாலும் திப்பு எதிரிப்படைகளை வேறுவிதமாக எதிர்கொள்ள முடிவுசெய்து, காவிரிக்கரையின் வடக்குப்பக்கத்தில் தனது முகாமை அமைத்துக் கொண்டிருந்தார். தனது முழுநேரத்தையும் முகாமை செம்மைப்படுத்துவதிலும், கோட்டைகளின் பாதுகாப்பை அதிகப்படுத்துவதிலும், ஸ்ரீரங்கப்பட்டிணம் தீவை பலப்படுத்துவதிலும் மும்முரம் காட்டினார்.

திப்புவின் தவறான வியூகத்தால் கூட்டணிப் படை பிப்ரவரி மாதம் 5 ஆம் தேதி மேலுக்கோட்டையை வந்தடைந்துவிட்டது. வழியில் எந்தவொரு இடத்திலும் ஒரு தோட்டாவைக் கூட அந்தப்படை வீணடிக்கவில்லை. அடுத்த நாள், பிரஞ்சுப் பாறை[136]யின் அருகில் முகாமும் அமைத்துவிட்டது. ஆங்கிலேயப் படை அணி வகுப்பின் முன்னணியில் இருந்தது. மராத்தியப் படையும் நிஜாமின் படையும் அணிவகுப்பின் இறுதியில், கொஞ்ச தூரத்தில் இடம் பிடித்திருந்தன. ஆங்கிலேயப் படையின் முகாமுக்குள் கலந்துவிடாதிருக்க இந்த ஏற்பாடு செய்யப்பட்டிருந்தது. திரோம் எழுதுகிறான்: 'கூட்டுப்படையின் அணிவகுப்பு ஸ்ரீரங்கப்பட்டிணத்திலிருந்து கொஞ்ச தூரத்தில் களமிறக்கப்பட்டிருந்தது. அதன் வலதுபுறத்தில் பிரஞ்சுப் பாறை இருந்தது. எந்தத் திசையிலிருந்தும் வரும் எதிரியின் வருகையை உடனடியாக அறிந்துகொள்வது போலானதொரு அமைப்பு அங்கிருந்தது. ஆங்கிலேயப்

படையின் அணிவகுப்பில் 22,000 வீரர்களும், 44 துப்பாக்கிகளும், பயிற்சி பெற்ற இயக்குபவர்களைக் கொண்ட 42 பீரங்கிகளின் தொகுதிகளும் இடம்பெற்றிருந்தன. இளவரசன் சிக்கந்தர் ஜாவின் தலைமையில் நிஜாமின் படை 18,000 குதிரைப்படை வீரர்களையும், கேப்டன் ஆண்ட்ரூ ரீட் தலைமையின் கீழ் இரண்டு கம்பெனி பட்டாலியன் வீரர்களும் அடங்கியிருந்தனர். ஹரிபந்த் தலைமையிலான மராத்தியப் படை 12,000 குதிரை வீரர்களைக் கொண்டிருந்தது'.

ஸ்ரீரங்கப்பட்டிணம் தீவு, இரண்டாகப் பிரிந்த காவிரியின் கிளைகளுக்கிடைப்பட்டு, மீண்டும் காவிரி ஒன்றிணைந்துகொண்ட பகுதியில் அமைந்த நிலப்பரப்பாகும். கிழக்கிலிருந்து மேற்காக மூன்றரைமைல் நீளம் கொண்ட அது, ஒண்ணரை மைல் அகலத்தையும் கொண்டிருந்தது. தீவின் மேற்குக்கோணத்தில், வலுவான ஸ்ரீரங்கப்பட்டிணக் கோட்டை அமைந்திருந்தது. கோட்டையையடுத்து 500 கஜ தூரத்தில், தவுலத் பாஃஹ்க் அரண்மனை எழிலுடன் இருந்தது. தீவின் மையத்தில், கோட்டையிலிருந்து 1,000 கஜ தூரத்தில் பேட்டை அமைந்திருந்தது. அதை வலுவான மண்சுவர் பாதுகாத்தது. தீவின் கிழக்குப்பக்கத்தில் இயற்கையழகு சூழ்ந்த லால் பாஃஹ்க் தோட்டம். ஆற்றுக்கும் கோட்டைக்கும் மத்தியில் பாதுகாப்பு அரணாகவும் அது விளங்கியது. அதையொட்டி பீரங்கித் தொழிற்சாலையும், ஆழமான ஓடையும் இருந்தது. பீரங்கிகள் ஆற்றின் கரைநெடுக, பல்வேறு இடங்களில் நிறுத்தப்பட்டு தீவுக்குக் கூடுதல் பாதுகாப்பு செய்யப்பட்டிருந்தது. கோட்டையிலும் தீவின் பல்வேறு பகுதிகளிலும் 300 துப்பாக்கிகள் வரையில் பாதுகாப்பில் ஈடுபடுத்தப்பட்டிருந்தன. தீவைச்சுற்றிலும் அடர்ந்த மூங்கில் காடுகளும் முட்புதர்களும் எல்லைகளாக மண்டிக்கிடந்தன. இவையெல்லாமே தலைநகரின் எல்லைகளை வகுப்பதாக மட்டுமல்லாமல், வெளிப்பாதுகாப்பாகவும் இருந்து வந்தன. ஆற்றின் வடக்கேயிருந்த முட்புதர்களின் அகலம் அரைமைல் தூரத்துக்கு சற்று அதிகமாகவும், ஆனால் மிக நீளமாக மூன்று மைல் தூரத்துக்கு நீண்டும் படர்ந்திருந்தது. இத்தனை அமைப்புடனான அந்த இடத்தில் திப்பு, 40,000 காலாட்படை வீரர்கள், 100 துப்பாக்கிகள் என்று முன்புறத்தை அமர்க்களப்படுத்தியிருந்தார். 5,000 குதிரைப்படை வீரர்கள் அணிவகுப்பின் இறுதியில் ஆரோகணித்திருந்தனர். படைகளுக்குத் தலைமைப் பொறுப்பை திப்பு ஏற்றிருந்தார். அவருக்குப் பக்கவாட்டில் அடர்ந்த முட்புதர்கள். முன்புறத்தில் பெரிய ஓடையும் வயல்வெளிகளும் லோக பவானி ஆற்றின் கிளையும் ஓடி, பாதுகாப்பைத் தந்திருந்தது. எல்லாவற்றுக்கும் மேலாக, அவர் சமீபத்தில் பலப்படுத்திய காரிகட்டாஹ் மலையும் வலுவாக இருந்தது. அதனைத் திறமும், தீரமுமான அதிகாரி ஷேக் அன்சர் நிர்வகித்து வந்தான். திப்புவுக்கு வலது பக்கத்தில் படையின் மத்தியப் பிரிவு பாதுகாத்து நின்றது. அதன் வடமேற்குக் கோணத்தில், தளபதி சயீத் ஹமீத் நிர்வகிக்கும் ஈத்கா இருந்தது. நடுவிலிருந்த மத்தியப் படைகளுக்கும் முட்புதர்களுக்குமிடையில் 600 கஜதூரமே இருந்தது. இரண்டாவது வரிசையில் லாலியின் படைகள், முஹம்மதின் படைகள், சுல்தான் படைகள் என்று பெயரிடப்பட்டிருந்தன. அவை ஆற்றிலிருந்தும், முட்புதர்களிலிருந்தும் சமதூரத்தில் நிறுத்தப்பட்டிருந்தன. சுல்தான் படை, திப்புவின் உத்தரவுக்கு உடனடியாகச் செயல்படும் வகையில் தயார் நிலையிலிருந்தது. அதற்கான முகாமும் அருகிலேயே அமையப் பெற்றிருந்தது. அவரது முகாமும் மத்தியப்படைகளும் முதல்நிலைப்

பாதுகாப்பை வழங்கின. இரண்டாம் நிலையிலிருந்த மத்தியப்படைகள் தீவின் பாதுகாப்பையும் கோட்டையின் பாதுகாப்பையும் மேற்கொண்டன.

திப்பு வலுவான நிலையில் இருந்தார். அவரது தீரமிக்கப் படைவீரர்கள், தங்களது திறமையைக் கடந்த சந்தர்ப்பத்திலேயே, ஸ்ரீரங்கப்பட்டிணம் குறிப்பிடத்தக்கது என்று நிரூபித்திருந்தனர். அதனால் பகல் தாக்குதலைத் தவிர்த்துவிட, கார்ன்வாலிஸ் நினைத்திருந்தான். அப்படியொரு நிகழ்வின் முடிவு சந்தேகத்திற்குரியதாகவே இருக்கும் என்பதுடன் ஆங்கிலேயப் படைகளின் இழப்பு அதிகரித்துவிடும் என்பதாலும், வெற்றிபெற எண்ணிய அவன், மைசூர் படை மீது தாமதமற்ற இரவுநேரத் தாக்குதலுக்கு முடிவு செய்திருந்தான். பரசுராம் பாஹூவின் படையும், அபெர்கிராம்பியின் படையும் வந்து சேராமல், கார்ன்வாலிஸ் எந்தவொரு முக்கியத் தாக்குதல் நடவடிக்கையிலும் இறங்கமாட்டான் என்று திப்பு சந்தேகிக்கவில்லை. பிப்ரவரி மாதம், 6 ஆம் தேதிய முன்னிரவு எட்டரை மணிவாக்கில் அணிவகுப்புக்கு உத்தரவு ஒன்றை கார்ன்வாலிஸ் வெளியிட்டான். எதிரி மீது தாக்குதல் நடத்தும் முடிவை அவன் இரகசியமாக வைத்திருந்தான். தலைமை அதிகாரிகளைத் தவிர, மற்றெல்லாப் படைவீரர்களையும் ஊடுருவும் இருட்டுக்குள் வைத்திருந்தான். ஆங்கிலேயப் படைகள் அணிவகுத்துக் கிளம்பிய பின்பே, இரவு பன்னிரண்டு மணிவாக்கில் கூட்டணிப் படைகளுக்கு இப்படியானதொரு தகவலே தெரிவிக்கப்பட்டது. மேலும் இரவுத்தாக்குதலின் முடிவு, மறுநாள் காலையில் தெரியுமுன்பு கூட்டணிப் படையினர் தங்கள் முகாமிலிருந்து இயங்கவேண்டாம் என்றும் அறிவுரைத்திருந்தான். கார்ன்வாலிஸின் அணிவகுப்புக் குறித்துக் கேள்விப்பட்ட ஹரிபந்தும், சிக்கந்தர் ஜாவும் வியந்து போனார்கள். பீரங்கிகள், குதிரைப் படை, துப்பாக்கிகள் கூட இல்லாமல் போயிருக்கும் அவனது முடிவுக்கு அதிர்ச்சியையும் வெளிப்படுத்தினார்கள். இந்த நிகழ்வின் முடிவு எப்படியிருக்குமோ என்று அஞ்சினார்கள்.

கார்ன்வாலிஸ், தனது படையை மூன்று பிரிவுகளாகப் பிரித்திருந்தான். வலதுபுறப் படையில் ஜெனரல் மெடோஸின் தலைமையின் கீழ், 1400 ஐரோப்பிய வீரர்களையும் 2,300 இந்திய வீரர்களையும் இடம்பெறச் செய்தான். மத்தியில் தனது தலைமையில் 1,400 ஐரோப்பிய வீரர்களையும் 2,300 இந்திய வீரர்களையும் நிறுத்தி, ஸ்டூவர்டை இரண்டாம் தளபதியாக்கியிருந்தான். இடதுபுறப் படையில் 500 ஐரோப்பிய வீரர்களும், 1,200 இந்திய வீரர்களையும் மாக்ஸ்வெல்லின் தலைமையின் கீழ் அணிவகுக்கச் செய்திருந்தான். இரவுநேரத் தாக்குதலுக்கான அந்தப்படையில் மொத்தத்தில் 2,800 ஐரோப்பிய வீரர்களும், 5,900 இந்திய வீரர்களும் இடம் பெற்றிருந்தனர். குதிரைப்படையோ, துப்பாக்கிகளோ, பீரங்கிகளோ ஆங்கிலேயப் படையில் இடம்பெறவில்லை. இரவு நேரமானதாலும், நாட்டின் இயற்கையமைப்பாலும் அவை பயனுள்ள முறையில் பலன்தராது என்று தவிர்த்திருந்தான்.

தாக்குதல் திட்டத்தை இவ்வாறாக கார்ன்வாலிஸ் வகுத்திருந்தான்: வலது மற்றும் மத்தியப்படைப் பிரிவுகளின் அதிகாரிகளும் முன்னணி வீரர்களும், எதிரிகளை அவர்கள் முகாமிலிருந்து வெளியேற்றி ஓடஓடவிரட்டி ஆற்றைக் கடக்கச்

செய்யவேண்டும். பின்பு தீவில் தங்களை நிலைநிறுத்திக் கொள்ளவேண்டும். மாக்ஸ்வெல் தன்னை உயரமான இடத்தில் நிறுத்திக்கொண்டு, முகாம் மீது நாம் நடத்தியத் தாக்குதல் வெற்றிகரமாக முடிந்துவிட்டதா என்று பார்த்து உறுதி செய்யவேண்டும் என்று அறிவுறுத்தப்பட்டிருந்தது.

சரியாக மணி 8.30. நிலவு வெளிச்சத்தில் மூன்று பிரிவுகளும் நகர்ந்தன. மெடோஸின் தலைமையிலான வலதுபக்கப் பிரிவு 11.30 வாக்கில், முட்புதர்களுக்கிடையில் புகுந்தது. வலது பக்கமாகத் திரும்பி முன்னேறி, ஈத்காவை அடுத்திருந்த களக்காப்பரணுக்கு எதிரில் பதுங்கியது. அங்கிருக்கும் மத்தியப் படையின் மீது தாக்குதல் நடத்துவது கார்ன்வாலிஸின் நோக்கமாக இருக்கவில்லை. அந்தக்களக்காப்பரணின் படை மிகவும் வலுவானது என்பதால், திப்புவின் முன்னணியிலிருந்து கணிசமான தொலைவில் நிலைநிறுத்த மட்டுமே எண்ணியிருந்தான். எதிரி முகாமுக்குள் அதிரடியாக அழுத்தம் கொடுத்தால், ஒருவேளை திப்புவின் மத்தியப் படை ஆங்கிலேயப் படையின் கைகளில் வந்துவிழும் என்றும் கணித்திருந்தான். இரவுநேர விபத்துகளில் இதுபோன்ற சாத்தியங்கள் அதிகம் என்பதும் அவன் எதிர்பார்ப்பு. மெடோஸ், ஈத்காவை அடுத்திருந்தக் களக்காப்பரணின் மத்தியப் படையை நெருங்கி அதை முற்றுகையிட முடிவு செய்திருந்தான்.

ஈத்காவைச் சுற்றியிருந்தப் படைக்கு சயீத் ஹமீத் தளபதியாக இருந்தான். அந்த இடம் பதினோரு துப்பாக்கிகளுடன் வலுவானப் பாதுகாப்பில் இருந்தது. ஆனாலும், அங்கேயோர் இழுவைப் பாலத்தைக் கட்டமுடியவில்லை. அதனால் குறுகலானதோர் வழியைத் தொடர்புக்காக வைத்திருந்தனர். அந்தப் பகுதியைக் கைப்பற்றக் கடும்போராட்டம் நடந்தது. மைசூர் படை மனோவலிமையுடன் போரிட்டது. அதனால் ஆங்கிலேயப் படை பின்வாங்க வேண்டியிருந்தது. பாடுறுத்தப்பட்ட விதியை அவர்கள் சுமந்ததால், ஏராளமான இழப்பு ஏற்பட்டது. ஆனால் இரண்டாவது தாக்குதலின்போது காவல் படையினர் பாதுகாப்பு முறையில் கடுமையாகப் போராடியும் அந்த இடம் ஆங்கிலேயப் படையால் கைப்பற்றப்பட்டது. ஆனாலும் ஆங்கிலேயப் படைகளுக்கு ஆதரவாக, முட்புதர்களுக்கிடையிலிருந்து கொண்டு போரில் ஈடுபட்ட லாலி படையின் மான்ஸியர் விகியும் அவனுடனிருந்த 360 பேரும் தாக்குப்பிடிக்க முடியாமல் தப்பியோடி விட்டனர். ஆங்கிலேயப் படை 11 அதிகாரிகளையும் 80 வீரர்களையும் இழந்திருந்தது. ஆனாலும் வெற்றியை ஏறத்தாழ வாங்கியதுபோலத்தான் அந்த முடிவு இருந்தது.

திப்புவின் முகாமில் வலதுபுறமிருந்த மற்ற இடங்களையும் கைப்பற்றும் முயற்சி, ஆங்கிலேயப் படையிடம் தீவிரமாக இருந்தது. ஈத்காவை அடுத்திருந்தக் களக்காப்பரணைக் கைப்பற்றும் முயற்சியில் கடும் போராட்டத்தை சந்தித்த மெடோஸ், மற்ற இடங்களில் தாக்குதல் நடத்தும் முயற்சியிலிருந்து விலகினான். மேலும், மத்தியிலும் கிழக்கு நோக்கியும் துப்பாக்கிகளைப் பிரயோகித்தான். இந்த முக்கியமானத் தருணத்தை, அவன் முழுவெற்றி அல்லது முற்றிலும் தோல்வி என்றே நினைத்து நடந்துகொண்டான். அதேவேளையில் கார்ன்வாலிஸுக்கு உதவும் அவசியமும் ஏற்பட்டது. களக்காப்பரணுக்கு பலத்த பாதுகாப்பைப்

போட்டு விட்டு களத்தினிடையேயும், முட்புதர்களையும் குறுக்காகக் கடந்து முன்னேறினான். வயல்வெளிகளையும் பள்ளத்தாக்குகளையும் தவிர்ப்பதற்காகச் சுற்றிச் சென்றான். அதனால் வழி தவறிப் போனான். கடைசியில் கார்ன்வாலிஸின் தடத்தை காரிகட்டாஹ் மலைத்தொடரில் அவனால் கண்டடைய முடியவில்லை. மறுநாள் காலை விடிந்தபோது, அவனது தேடுதல் தேவையில்லாமல் போனது. அவன் அதே மலையடிவாரத்தில் கார்ன்வாலிஸைச் சந்தித்தான்.

மத்தியப் பிரிவின் செயல்பாடுகள்

ஆங்கிலேயப் படையின் மத்தியப் பிரிவு, மூன்றாக வகைமைப் படுத்தப்பட்டிருந்தது. முன்னாலிருந்தப் பிரிவுக்கு க்நாக்ஸ் பொறுப்பேற்றிருந்தான். மத்தியப் பிரிவு ஸ்டூவர்டின் தலைமையில் இயங்கியது. கார்ன்வாலிஸ் தலைமையிலான மூன்றாவது பிரிவு மற்ற பிரிவுகளுக்கு உதவுவதற்காகவும், மெடோஸ் மற்றும் மாக்ஸ்வெல்லின் ஒத்துழைப்புக்காகவும் இருப்பில் வைக்கப்பட்டிருந்தது. பத்து மணிக்கும் பதினோரு மணிக்கும் இடையிலான நேரத்தில், ஆங்கிலேயப் படையின் மத்தியப் பிரிவு புறப்படுவதற்குத் தயாராக இருந்த நேரத்தில், ஆங்கிலேய முகாமுக்குள் தொல்லைக் கொடுக்கச் சென்று கொண்டிருந்தத் திப்புவின் ஏவுகணைப் பிரிவுக்குப் பாதுகாப்பான குதிரை வீரர்களை, முன்னாலிருந்தப் பிரிவு சந்திக்க நேர்ந்துவிட்டது. குதிரைப் படையைச் சோந்தவர்கள், மைசூர் படையின் ஏவுகணைத் தாக்குதல் நடத்துபவர்களை ஆங்கிலேயப் படை மீது ஏவுகணைகளால் தாக்கச் சொல்லிவிட்டு உடனடியாகத் தங்கள் முகாமுக்கு விரைந்தோடி, ஆங்கிலேயப் படையின் அதிரடித் தாக்குதலுக்கானத் தயார் நிலையை விவரித்தனர். மைசூர் படையின் ஏவுகணைத் தாக்குதல் படையினர், எண்ணிறந்த ஏவுகணைகளை ஆங்கிலேயப் படைகளின் மீது ஏவினர். ஆனாலும் எதிரிப் படையினர் தொடர்ந்து முன்னேறிக் கொண்டிருந்தனர். அப்படையிடம் ஓர் ஒழுங்கும் கட்டுப்பாடும் இருந்தது. முன்னால் சென்ற பிரிவு ஆர்வத்துடனும் வேகத்துடனும் உந்தி முன்னேறியது. 11 மணிவாக்கில், அப்பிரிவு முட்புதருக்குள் புகுந்தது. அப்படையை பீரங்கிகளின் வெடிமருந்தும் கையெறி குண்டுகளும்தான் கடுமையுடன் வரவேற்றன. என்றபோதும், அவையெல்லாமே குறிதவறியவையாக இருந்தன. ஏதுவற்றப் போர்க்களத்தாலும், இரவின் கரிய இருட்டாலும் ஒவ்வொரு தளபதியும் கூடுதல் கவனத்தைச் செலுத்த வேண்டியிருந்தது. ஒருங்கிணைந்து முன்னேறுவதைக் காட்டிலும், வேகமாக முன்னேறுவது இப்போது அவசியமாக இருந்தது. அதனால் முன்னால் சென்ற பிரிவு, மேலும் இரண்டாகப் பிரிக்கப்பட்டது. அவற்றில் முதல் பிரிவு கேப்டன் மான்சன் தலைமையில் கோட்டைச் சுவற்றுக்குக் கீழே பதுங்கியபடி எந்தவொரு எதிர்ப்பையும் சந்திக்காமல் கடந்துவிட்டது. இரண்டாம் பிரிவின் கேப்டன் லிண்ட்ஸே, தப்பியோடியவர்களையெல்லாம் ஒன்றிணைத்து, கோட்டை வாசலுக்குள் நுழைய முயன்றபோது, அது அப்போதுதான் மூடப்பட்டிருந்தது. அதனால் அந்தப்பிரிவு சந்தையின் வழியாக தீவைக் குறுக்கே கடந்து, தெற்குப் பக்கத்தில் நிலையெடுக்க வேண்டியதானது.

இரண்டாவது பிரிவான க்நாக்ஸின் தலைமையிலானக் குழு ஆற்றைக்

கடந்திருந்தது. அப்போது அதற்கு எதிர்ப்பேதும் இருக்கவில்லை. க்நாக்ஸ் அங்கிருந்து திப்புவின் அரண்மனையான தவுலத் பாஃஹ்கிற்குப் போனான். பின்பு அங்கிருந்து பிடிபட்ட இரண்டு பிரஞ்சுக்காரர்களின் உதவியுடன் தீவின் கிழக்குப் பக்கத்திலிருக்கும் நகரமான சஹர் காஞ்சம் நோக்கி அணி வகுப்பை நடத்தினான். அங்கே அவன் சுல்தானின் குதிரைப் படையாலும், காலாட் படையாலும் பல்வேறு அனுபவங்களைப் பெற்றான். எதிராளிக்கு எதிராக அங்கே நீடித்திருக்க முடியாது என்பதை உணர்ந்தவனாக, நுழைவாயிலருகே தனது நிலையை நிறுத்திக் கொண்டான். அதே நேரத்தில் தீவின் கிழக்குப் பகுதியிலுள்ள ஆற்றையொட்டியப் பகுதியிலிருந்து பீரங்கிக் குண்டுகள் வெடிக்கும் சத்தத்தை அவன் கேட்டான். ஆங்கிலேயப் படை எதிரியின் வலதுபக்க முகாமுக்குள் ஊடுருவுவதையும் அநேகமாக அவர்கள் தீவுக்குள் நுழைந்துவிட்டதையும் அனுமானித்தான். உடனடியாக, தனது படையை பீரங்கிகளை இயக்க அனுமதித்தான். படையினர் அத்தனை பேருமே ஒன்றுபோல பின்பக்கத்திலிருந்து இயக்க, திப்புவின் படை அதிர்ச்சியில் கலைந்தோடியது. இதையடுத்து க்நாக்ஸ் அந்த நகரத்தைக் கைப்பற்றினான். எதிர்பாராதத் திசையிலிருந்து எதிர்பாராதக் கோணத்தில் திடீர்த்தாக்குதல் நடந்ததும் அதிர்ச்சியுற்று, நகரத்தை மீட்டெடுக்கும் முயற்சியில் கடைசிவரை மைசூர்படை ஈடுபடவேயில்லை.

தவுலத் பாஃஹ்கிற்குள் கேப்டன் ஹண்டர் தனது நிலையை அமைத்திருந்தான். ஆனால் மிக விரைவிலேயே தான் இக்கட்டுக்குள் மாட்டிக்கொண்டிருப்பதாக அவன் உணர்ந்தான். அவனைத் தொலைத்துக் கட்டும் தயாரிப்புகளில் ஈடுபட்டிருக்கும் எதிரிப்படைகளின் கண்களில் தான் பட்டுவிடும் அபாயம் இருப்பதையும், பகல் முடிந்த பின்பு அங்கு இருக்க முடியாது என்பதையும் கண்டு சற்றே பதறினான். அதை கார்ன்வாலிஸுக்கு தகவலாய்த் தெரிவிக்க முயன்றான். அவன் முயற்சி வீணாகிப்போனது. தீவுக்குள் நுழைந்திருக்கும் ஆங்கிலேயப் படைகளில் எந்தப்பிரிவு தனக்கு உதவ வரப்போகிறது என்பதையும் அறிய முடியாமல் தவித்தான். அதனால் தீவிலிருந்து வெளியேறிவிட முடிவு செய்தான். பீரங்கிகள் உமிழ்ந்த வெடிகளிலிருந்தும் கையெறி குண்டுகளிலிருந்தும் தப்பித்து, எந்தவொரு இழப்புமில்லாமல் ஆற்றைக் கடப்பதில் வெற்றி பெற்றுவிட்டான். அதன்பின் கார்ன்வாலிஸை ஓர் அசாதாரண சந்தர்ப்பத்தில் சந்தித்தான். அப்போதுதான் மைசூர் படையின் பெரும்பிரிவொன்றால் கார்ன்வாலிஸ் தாக்கப்பட்டிருந்தான்.

கலோனல் ஸ்டூவர்ட் தலைமையில் மத்தியப் பிரிவு செயல்பட்டுக் கொண்டிருந்தது. சுல்தானின் மத்தியப்படையை நோக்கி அவன் முன்னேறினான். ஆனால் அந்தக் களக்காப்பரண் கைவிடப்பட்டதுபோல காட்சியளித்தது. பெயருக்கு ஒரு சிலர் மட்டும் காவல் பணியில் இருந்தனர். அங்கிருந்து கிழக்காகயிருந்த முட்புதர்களை நோக்கிப்போனான். அங்கே அப்போதுதான் திப்புவின் வலதுபடையைத் தோற்கடித்துவிட்டுத் திரும்பிய மாக்ஸ்வெல்லின் படையைச் சந்தித்தான். அதன் பின்பு ஸ்டூவர்ட்டு, மாக்ஸ்வெல் இருவருமாகச் சேர்ந்து தீவைக் குறுக்காகக் கடந்தார்கள்.

மத்தியப் படையின் இறுதியில் கார்ன்வாலிஸ் தலைமையிலிருந்தப் பிரிவு

சுல்தானின் மத்தியப் படைக்குப் பின்புறத்தில், மெடோஸ் வந்து இணைந்து கொள்வதற்காகக் காத்திருந்தது. விடிய இரண்டு மணிநேரம் இருக்கும்போது மைசூர் படையின் பெரும்பிரிவொன்று, திப்புவின் வலது மற்றும் மத்தியப் படை, இரவின் துயரத்திலிருந்து மீண்டு முன்னேறி கார்ன்வாலிஸ் படையின் பின்புறத்தில் கடும்விசையுடன் தாக்குதலைத் தொடுத்தது. அது, கார்ன்வாலிஸின் அதிர்ஷ்டம். அந்த நொடியில்தான் தவுலத் பாஃஹ்கிலிருந்து திரும்பிய கேப்டன் ஹண்டர் அவனுடன் இணைந்திருந்தான். கடுமையானப் போராட்டம் நடந்தது. மைசூர் படை மிகத்தீரமாகவும் ஓர் ஒழுங்குடனும் போரிட்டது. ஆனாலும் முடிவில் பின்வாங்க வேண்டியிருந்தது. இதை யடுத்து, கார்ன்வாலிஸ் காரிகட்டாஹ் மலையை நோக்கித் துரத்தப்பட்டான். அதனால் அவனால் கோட்டைக்குத் தீ வைக்க முடியவில்லை. மலையின் அடிவாரத்தில் அவன் இருந்தபோது அவனுக்கு உதவ வந்த மெடோஸைச் சந்தித்தான்.

இடது பிரிவின் செயல்பாடுகள்

மாக்ஸ்வெல்லின் தலைமையிலான இடது அணி, திப்புவின் மிக முக்கிய நிலைகளில் ஒன்றான காரிகட்டாஹ் மலையை நோக்கிக் கிளம்பியது. ஒரு தரைப்பாலம், தீவின் கிழக்குப் பக்கத்தையும் சுல்தான் முகாமின் வலது பிரிவையும் பாதுகாத்தது. மாக்ஸ்வெல் 11 மணி வாக்கில் மலைமீது ஏறினான். மத்தியப் பிரிவிலிருந்து ஏவுகணைகள் சீறிப்பாயத் தொடங்கியிருந்தன. மணச்செறிவு மிகுந்தத் தாக்குலை நடத்திய அவன், பலனாக அங்கிருந்தக் களக்காப்பரணைக் கைப்பற்றினான். அவனது அதிரடித் தாக்குதலில் அதிர்ந்துபோன காவல் படையினர், வலுத்த எதிர்ப்பைக் காட்டவில்லை. ஆங்காங்கே மெதுமெதுவான எதிர்ப்பே இருந்தது. அங்கிருந்தக் காரிகட்டாஹ் கோவிலையும் கைப்பற்றினான். காரிகட்டாஹ் மலையின் பாதுகாப்பு மீது திப்பு அதிகக் கவனம் செலுத்தியதால் கண்டுகொள்ளப்படாத அதன் பாதுகாப்பு மிகவும் பலவீனமாக இருந்தது. எதிரிகளால் காரிகட்டாஹ் கோவில் ஒருவேளை தாக்கப்படுமானால் தீவின் பாதுகாப்பில் ஈடுபட்டிருக்கும் பீரங்கிப் படை அதையும் சேர்த்துப் பாதுகாக்கும் என்று திப்பு நம்பியிருந்தார்.

காரிகட்டாஹ் கோவிலிலிருந்து மான்ஸ்வெல் எதிரியின் முகாமை நோக்கிப் போனான். எதிரி முகாமின் வலது படைப் பிரிவையும் முட்புதர்களையும் பெருமளவில் பாதுகாக்கும் லோக பவானி ஆற்றைக் குறுக்காகக் கடந்தான். அப்படியே திப்பு முகாமிட்டிருக்கும் பகுதிக்குள் அவன் நுழைய முயன்றபோது அவனது படை பெரும் இழப்பைச் சந்தித்தது. திப்புவின் வலது பக்கத்திலிருந்தப் படை அவனது வருகையைக் கண்டு சரமாரியாகத் தாக்கியது. அதேவேளையில் மலையைச்சுற்றி அடிவாரம் முழுவதும் வட்டமாகப் பாதுகாப்பில் ஈடுபட்டிருந்த சுல்தான் படையில் சில துப்பாக்கிகள் தொடர்ந்து முழங்கின. எனினும் மாக்ஸ்வெல் திப்புவின் வலது பிரிவை உடைத்துக்கொண்டு அதன் வழியே புகுந்து காவிரியைக் கடந்து தீவுக்குள் புகுவதற்கு தயாராகிக் கொண்டிருந்த ஸ்டூவர்ட்டுடன் சேர்ந்து கொண்டான். ஆறு மிகவும் ஆழமாக இருந்தது. நீருக்குள் கற்பாறைகள்

கரடுமுரடாக இருந்தன. ஆற்றுக்குள் புகுந்து கரையேறும் ஆங்கிலேயப் படைகளின் மீது தீவிரமானத் தாக்குதலை திப்புவின் படை தொடுத்துக் கொண்டிருந்தது. கரையோரத்தில் நிறுவப்பட்டிருந்த பீரங்கிகளும் தங்கள் கடமையைச் செய்து ஆற்றைக் கடப்பதை பெரும் இடராக மாற்றின. ஆற்றின் ஆழமில்லாதப் பகுதியை அறியாது முதல்முறையாகக் கடக்கும் போதும் மைசூர் படை பின்னாலிருந்து தாக்கியதிலும் ஏகமாய் இழப்பு ஏற்பட்டது. ஆற்றின் ஆழமில்லாதப் பகுதியைக் கண்டறிய அடுத்தடுத்த முயற்சிகள் மேற்கொள்ளப்பட்டன. கடைசியில் கலோனல் பெயர்ட் ஒரு வழியைக் கண்டுபிடித்தான். அதையடுத்துப் படை தீவில் கரையேறத் தொடங்கியது. ஆனால் வெடிப்பொருட்களைச் சுமந்துவரும் ஆங்கிலேயப் படையின் ஆட்கள் ஆற்றைக் கடக்கும்போது அவற்றைச் சேதாரப்படுத்திவிடும் அபாயமும் இருந்தது. அவனுடைய அதிர்ஷ்டம், மிக முக்கியமான அந்த நேரத்தில் பீரங்கிகளை கலோனல் க்நாக்ஸால் அனுப்பப்பட்ட ஒரு குழு எடுத்துச் சென்றது. அதன் விளைவாக கலோனல் பெயர்ட் மட்டும் காப்பாற்றப்படவில்லை; ஸ்டூவர்ட் மற்றும் மாக்ஸ்வெல் ஆகிய இருவருமே தீவுக்குள் நுழைய முடிந்தது. ஆற்றுக்குள் படிந்திருந்தச் சேற்றைக் கடக்கும்போது ஆங்கிலேயப் படையைச் சேர்ந்த எண்ணிறந்தோர் மூழ்கிப் போனார்கள். பின்னர் ஸ்டூவர்ட் நகரத்தில் க்நாக்ஸுடன் சேர்ந்து கொண்டான். அவன் மூத்த அதிகாரி என்பதால் தீவிலிருந்த ஆங்கிலேயப் படை அத்தனைக்கும் அவன் தளபதியாகப் பொறுப்பேற்றுக் கொண்டான்.

ஆகமொத்தம் ஆங்கிலேயர்களின் இரவு நேரத் தாக்குதல் வெற்றிகரமாக முடிந்திருந்தது. தீவின் கிழக்குப் பக்கத்தில் அவர்கள் தங்களை நிலைநிறுத்திக் கொண்டனர். அதே வேளையில் ஆற்றின் வடக்குப் பக்கத்தில் ஈத்காவையும், சுல்தானின் களக் காப்பரணையும், காரிகட்டாஹ் மலையையும் கைப்பற்றியிருந்தனர். கார்ன்வாலிஸ் தலைமையிலான மத்தியப் பிரிவும் மாக்ஸ்வெல்லும் தங்களுக்கு வழங்கப்பட்ட பணியை செவ்வனே செய்து முடித்தனர். மெடோஸ், அவன் மீதான நம்பிக்கையைப் பொய்ப்பித்திருந்தாலும், மிக முக்கியமான நிலையான ஈத்காவை அவன் பிடித்திருந்தான் என்பது அவர்களுக்குள்ளேயே ஆறுதலாக இருந்தது.

ஆங்கிலேயர்களின் வெற்றிக்கு அவர்களின் கட்டுப்பாடான இயக்கம், விடாமுயற்சி, நடவடிக்கைகளில் அசுர வேகம் ஆகியவைக் காரணமாக இருந்தன. இவையெல்லாமே மைசூர் படையை முற்றிலும் ஆச்சரியத்தில் மூழ்க வைத்தன. பரசுராம் பாஹு மற்றும் அபெர்கிராம்பி ஆகிய இருவரும் வரும் வரையில் கார்ன்வாலிஸ் தாக்குதல் நடவடிக்கையில் ஈடுபடமாட்டான் என்றே திப்பு மெத்தன நினைப்பிலிருந்தார். அதேவேளையில் காரிகட்டாஹ் மலையிலும் ஈத்காவிலும் பாதுகாப்புப் பணிகளை முடித்துவிடலாம் என்றும் நம்பியிருந்தார். ஸ்ரீரங்கப்பட்டிணத்துக் கோட்டையை மேம்படுத்துவதும் அவரது பட்டியலில் இருந்தது. அவருக்கானக் கூடாரம் சுல்தான் படைக்கு அருகில் உத்தரவுகளுக்குத் தோதாக அமைக்கப்பட்டிருந்தது. அன்று அவரது மாலை உணவை முடித்துக்கொண்ட சில நிமிடங்களிலேயே தனது முகாமுக்குள் புகுந்து எதிரிப்படை தாக்குதல் நடத்துவதை அறிந்து கொண்டார். உடனடியாக ஏற்றச்சைகை செய்தார். தனது துருப்புகள், தடுப்பு நடவடிக்கைகளில் ஈடுபட உத்தரவும் கொடுத்தார். ஆனால் மைசூர் படையினர் தயாராவதற்கு முன்பு

நாடோடிக் கூட்டம் எதிரிப்படையினர் முகாமுக்குள் நுழைந்துவிட்ட செய்தியைத் தெரிவித்தது. காவிரியின் வடக்குப்பகுதியில் புகுந்து விட்ட அந்தப் படையைத் தடுத்து நிறுத்துவதற்கான ஏற்பாடுகளைச் செய்வதற்கு காலஅவகாசம் இருக்கவில்லை. மிரட்டல் வலுவாகி தான் அபாயத்திலிருப்பதை உணர்ந்ததும் திப்பு கோட்டைக்குப் போய்விட முடிவெடுத்தார். அவசர அவசரமாகக் குறுகியப் பாலத்தைக் கடந்த நொடிகளில் ஆங்கிலேயப் படைப் பிரிவின் தலைப்பகுதி பாலத்துக்குள் நுழைந்தது. கோட்டைக்குள் நுழைந்த திப்பு வடகிழக்குக் கோணத்தில் நிலையை ஏற்படுத்தி நடவடிக்கைகளைக் கண்காணித்தபடியும் தளபதிகளுக்கு உத்தரவுகளைப் பிறப்பித்தபடியும் இருந்தார்.

பகல் விடிந்தபோது தனது நிலை அத்தனை மோசமாகிவிடவில்லை என்றே திப்பு நினைத்தார். இழந்த எல்லாவற்றையும் மீட்டெடுத்துவிட முடியும் என்று நம்பினார். சுற்றிலும் எண்ணற்றக் களக்காப்பரண்களும் பல நிலைகளும் இன்னும் அவர் வசமே இருந்தன. மிக முக்கியமாக கோட்டை அவரிடம்தான் இருந்தது. ஆங்கிலேயப் படைகளின் அதிரடியில் திப்புவின் படைகள் மிரண்டு போனது உண்மைதான். அது அவர்களை பெரும் பாதிப்புக்கு உள்ளாக்கியிருந்தது. இருந்த போதிலும் அவர்கள் தீரத்துடன்தான் போரிட்டார்கள். பின்னர் அவர்கள் இரவின் பேரச்சத்திலிருந்து விடுபட்டு எதிரிப்படையை எதிர்கொள்ளத் தயாராகி விட்டிருந்தனர். இரவின் போது இருட்டும் குழப்பமும் சேர்ந்து தங்கள் படை மீதே தாக்குதல் நடத்திவிடக் கூடாதென்பதால், கோட்டையின் பீரங்கிகளையும் துப்பாக்கிகளையும் செயல்படாதிருக்கச் செய்திருந்தது. ஆனால் விடிந்த பின்பு தனது பணியைத் துவங்கிய மைசூர் படை ஆங்கிலேயப் படை கைப்பற்றியப் பகுதிகளிலிருந்து அவர்களை ஓடவிட்டுத் துரத்தியது.

லால் பாஃஹ்க்கிற்கு எதிரே இரண்டு பக்கத்திலும் ஆற்றின் கரைகளைத் தொட்டபடி யிருந்த சஹர் காஞ்சம் நகரத்தின் பேட்டையை நோக்கி தனதுநிலையை அமைத்திருந்த ஸ்டூவர்ட்டின் மீது முதல் தாக்குதல் தொடுக்கப்பட்டது. திப்புவின் காலாட்படை பழைய வீடுகளின் மீதும் குட்டிச்சுவர்களின் மீதும் ஏறி ஆங்கிலேயப் படையை நோக்கிச் சுடத்தொடங்கியது. இரவுத் தாக்குதலின்போது ஆங்கிலேயப் படை வைத்திருந்த வெடிப்பொருட்கள் ஏறத்தாழ தீர்ந்து போயிருந்தது. ஆற்றைக் கடக்கும்போது பெருமளவு வெடிப்பொருட்கள் சேதாரமாகியிருந்தது. அதனால் கையிருப்பைக் கொண்டு, வலுக்குறைந்த அளவிலேயே ஆங்கிலேயப் படையால் திரும்பத் தாக்க முடிந்தது. காரிகட்டாஹ் மலையில் நிலையமைத்திருந்த கார்ன் வாலிஸ் நடப்பதையெல்லாம் பார்த்துக்கொண்டிருந்தான். உடனே ஒரு படையை ஸ்டூவர்ட்டுக்கு ஆதரவாகச் செயல்பட அனுப்பி வைத்தான். ஆங்கிலேயப் படைகள் ஒன்று திரள ஆரம்பித்ததும் மைசூர் படை பின்வாங்கியது.

மைசூர் படையின் அடுத்த இலக்காக ஆங்கிலேயப் படை கைப்பற்றிய சுல்தானின் களக் காப்பரணை மீட்பதாக இருந்தது. எந்தவொரு சிணுங்கலுமின்றிக் கையை விட்டுப்போன அந்தக் காப்பரண், தீவுக்கும் காவிரியின் வடக்குப் பகுதிக்குமானத் தொடர்பு நிலையாக இருந்தது. முதலில் அந்தக் காப்பரணை மைசூர் படை சுற்றி வளைத்து நின்றது. பின்னர் இடைவிடாமல் சுட்டுத்

தள்ளியது. பள்ளத்தாக்கை நோக்கியோடும் மலையருவியைப்போல குண்டுகள் பாய்ந்தன. ஆங்கிலேயப் படை அவற்றைத் தடுத்தாட்கொள்ள முயன்றது. அந்தத் தடைகள் 10 மணிவாக்கில் அகற்றப்பட்டது. என்றபோதும் மைசூர் படை ஒரு தாக்குதலைத் தொடுத்தது. ஆனால் இழப்புடன் பின்வாங்கியது. மதியம் 1 மணிவாக்கில் இரண்டாவது முறையாக 300 குதிரைப் படைவீரர்கள் வாட்களைச் சுழற்றியபடி ஒரு தாக்குதலைத் தொடுத்தனர். ஆனால் களக் காப்பரணுக்குள் பற்றிக்கொண்ட தீயில் பலர் கொல்லப்பட்டனர். மற்றவர்கள் தப்பியோடினர். அதன் பின்பு அரைமணிநேர இடைவெளியில் தளபதி மான்ஸியர் விகி தலைமையில் ஆங்கிலேயப் படை மூன்றாவது தாக்குதலைத் தொடுத்தது. இந்தத் தாக்குதல் எதிர்பார்ப்புக்கு மாறாக கடுமிடர் வாய்ந்ததாக இருந்து மூன்றுபேரை மட்டுமே காவுவாங்க முடிந்தது. அதனால் ஐரோப்பியர்கள் அப்படியே பின்வாங்கி ஒழுங்கற்றுக் கலைந்து விட்டனர். திப்பு தனது களக் காப்பரண்களை மீட்கும் முயற்சியில் நடத்திய நான்காவது தாக்குதல் மாலை நான்கு மணிவாக்கில் தொடங்கியது. தங்களது நிலைகளிலிருந்து புறப்பட்ட படைகள் தீவுக்குள் நுழைந்தன. அரைமணி நேரத்துக்குப் பின் திப்பு, தீவிலிருந்து ஆங்கிலேயப் படைகளை விரட்டியடிக்கும் முயற்சியில் ஈடுபட்டார். படையின் நீளணிகளில் இரண்டு பிரிவு காலாட்படை வீரர்கள் பேட்டா வுக்குள் நுழைந்தனர். அங்கிருந்த நிலைகளில் தங்கியிருந்த ஆங்கிலேயப் படைகளை ஓட விட்டு, மிகுந்த நம்பிக்கையுடன் பிரதான நிலையில் முகாமிட்டிருந்த ஸ்டுவர்ட் மீது தாக்குதல் நடத்தினர். ஆனால் அவர்கள் ஆங்கிலேயப் படையால் திரும்பியடிக்கப்பட்டனர்.

இந்தப் போராட்டதில் மைசூர் படையின் தீரம் அளப்பரியதாக இருந்தது. ஆங்கிலேயப் படைகளை பலமுறை ஓடஓட விரட்டியடித்தது. ஆனால் ஆங்கிலேயப் படைகளை, சுல்தான் களக் காப்பரணிலிருந்தும் தீவிலிருந்தும் விரட்டியடிக்க முடியவில்லை. அதனால் களக் காப்பரணுக்கும் ஈத்காவுக்குமிடையிலுள்ள அரண்களை காலிசெய்ய திப்பு உத்தரவிட்டு விட்டார். அந்த உத்தரவிற்கிணங்க இரவு நேரத்தில் மைசூர் படையினர் காவிரியின் வடக்குப் பக்கத்திலிருந்த அத்தனை நிலைகளிலிருந்தும் வெளியேறிவிட்டனர்.

ஆங்கிலேயப் படையில் போரில் ஈடுபட்டு இறந்தவர்களின் எண்ணிக்கை 1,500 என்று கணக்கிடப்பட்டது. அதே வேளையில் மைசூர் படையில் 2,000க்கும் அதிகமானோர் இறந்து போயிருந்தனர். களக் காப்பரண்களிலும் தீவிலும் போர் நடந்து கொண்டிருந்தபோது, திப்புவின் படையில் பணிபுரிந்த 57 ஐரோப்பியர் தனது எஜமானரின் எதிர்காலம் அத்தனைப் பிரகாசமாகத் தெரியவில்லையென்று படைத்துறைச் சேவையிலிருந்து இசைவு பெறாமலேயே தப்பியோடி ஆங்கிலேயர் வசம் சேர்ந்து கொண்டனர். அவர்களில் மான்ஸியர் ப்லெவட்டி வயது முதிர்ந்தவன். திப்புவின் தலைமைப் பொறியாளன். மான்ஸியர் லேபோலு திப்புவின் பிரஞ்சு மொழி பெயர்ப்பாளன். இருவருமே திப்புவிடமும், அவர் தந்தை ஹைதர் அலியிடமும் மிக நீண்டகாலமாக சேவையில் இருந்தவர்கள். திப்புவிடம் கேப்டன் பணியிலிருந்த ஜோஸப் பேட்ரோ எனும் போர்த்துக்கீஸியன் தலைமையில் முப்பது ஐரோப்பியர்கள் உடனடியாக மராத்தியர்களிடம் பணியில் சேர்ந்துவிட்டனர். இப்படிக் கைவிட்டு ஓடுவது ஒருபுறம் நடக்க, கூர்க் பகுதியில் நடந்தக் கலவரத்தை

அடக்கி அங்கிருந்து அழைத்து வரப்பட்டு, படையில் சேர்க்கப்பட்டவர்களில் எண்ணற்ற கூர்க்குகள், சந்தடிசாக்கில் தப்பியோடிவிட்டனர்.

காவிரியின் வடக்குப்பகுதியிலுள்ள அத்தனை நிலைகளிலிருந்தும் மைசூர் படை பின் வாங்கிக்கொண்டதால், அங்கிருந்த தீவனங்கள் முழுவதும் ஆங்கிலேயர்களின் உடமையானது. பேட்டாஹ்விலும் துருப்புகளுக்கும், குதிரைகளுக்கும் ஏராளமான தானியங்கள் உணவாகக் கிடைத்தது. மேலாக, பேட்டாஹ்வில் வலுவானச் சுற்றுச்சுவர்களைக் கொண்ட நல்ல நிலையிலிருந்த வீடுகள் ஆங்கிலேயத் துருப்புகளுக்கு பாதுகாப்பாகக் கிடைத்தன. திப்புவின் அழகியத் தோட்டமான லால் பாஃஹ்க்கை முற்றுகையின்போது தளவாடச் சாமான்களைப் போட்டு ஆங்கிலேயப் படை அழித்தொழித்திருந்தது. அதையொட்டியிருந்தப் பகட்டான அரண்மனை மருத்துவமனையாக மாற்றப்பட்டது. இவ்வாறாக ஆங்கிலேயப் படை தீவிலும் காவிரியின் வடக்குப் பகுதியிலும் வலுவாகியிருந்தது. பிப்ரவரி மாதம் 9 ஆம் தேதியன்று கார்ன்வாலிஸ் களத்தை மாற்றினான். முற்றுகைக்கான இறுதி நிலையை எட்டினான்.

முற்றுகைக்கானத் தயாரிப்புப் பணிகளில் கார்ன்வாலிஸ் மும்முரமாக ஈடுபட்டுக் கொண்டிருந்தபோது 11 ஆம் தேதியன்று காலை விடியும் நேரத்தில் திப்புவின் குதிரைப்படையில் ஒரு பிரிவு படைக்கலன்களையும் படைத்தளவாடங்களையும் ஆங்கிலேயர்கள் பாதுகாத்து வைத்திருந்தப் படைக்கொட்டிலின் மீது தாக்குதல் நடத்தியது. அரிகேரியை அடுத்துள்ளப் பகுதி வழியாகக் காவிரியைக் கடந்த அவர்கள் ஆங்கிலேயப் படை முகாமை அடைய காரிகட்டாஹ் கோவிலைச் சுற்றி வளைத்தனர். வழியிலிருந்த ஆங்கிலேய சேனைக்காவல் கூடங்களைக் கடந்து சென்ற அவர்களை பாதுகாப்பிலிருந்த ஆங்கிலேயப் படை, கடந்து செல்பவர்கள் கூட்டுப் படையினர் என்று அனுமதித்தனர். விரைவிலேயே அவர்கள் மைசூர் படையினர் என்று கண்டறிந்ததும் அவர்களின் மீது ஆங்கிலேயப் படை பலத்த தாக்குதலைத் தொடுத்தது. வந்தவர்கள் மலைகளின் குறுக்கே விழுந்து ஓடினர். அவர்கள் கார்ன்வாலிஸைக் கொல்ல வந்தவர்கள் என்று சந்தேகிக்கப்பட்டது. அதனால் அவன் தங்கியிருந்த முகாமை ஐரோப்பியக் காவல் படை பாதுகாப்பதற்கு, விருப்பமில்லாதிருந்த அவனை இணங்க வைத்தனர்.

இதுவரையிலான எல்லா நடவடிக்கைகளுமே, காவிரியின் வடக்குப் பக்கத்திலும் தீவிலும் நடந்தவையாகும். ஸ்ரீரங்கப்பட்டிணத்தின் தெற்குப்பகுதியின் நடவடிக்கை களில் ஈடுபட அபெர் கிராம்பி மற்றும் பரசுராம் பாஹுவும் வரவேண்டியிருந்தது. டிசம்பர் மாதம், 5 ஆம் தேதியன்று அபெர்கிராம்பி கண்ணனூரிலிருந்து புறப் பட்டான். மலைத்தொடர்களின் வழியே, பலத்த பிரயத் தனத்தைக் கைக்கொண்டு கூர்க் பிரதேசத்துக்குள் ஊடுருவினான். 10 ஆம் தேதி பெரிய பட்டிணத்தையும், 11 ஆம் தேதி யேதத்தூர் அருகே காவிரியையும் குறுக்காகக் கடந்தான். அபெர் கிராம்பியின் நடமாட்டத்தை, ஒற்றர்கள் மூலம் தெரிந்துகொண்ட திப்பு, தனது மகன் ஃபாத் ஹைதர் தலைமையில் சிறுபடையொன்றை அனுப்பி, அவனைத் தடுக்க வைத்தார். அதன்படி, 13 ஆம் தேதியன்று அபெர்கிராம்பி, மைசூர் படையினரால் தாக்குதலுக்கு உள்ளானான். அவனிடமிருந்தப் பொருட்களில்

பெரும்பகுதியை மைசூர் படை கைப்பற்றிக் கொண்டது. மேலும் நாள்முழுவதும் அவனது படையை மிரட்டிக்கொண்டேயிருந்தது. மறுநாள் மைசூர் படை மீண்டும் ஆங்கிலேயப் படையின் ஒருபிரிவின் மீது தாக்குதல் நடத்தியது. அந்தப்படை, கலோனல் ஃபிளாய்டின் தலைமையில், பம்பாயிலிருந்து ஸ்ரீரங்கப்பட்டிணத்துக்கு வந்துகொண்டிருக்கும் படைக்குப் பாதுகாப்பாக அனுப்பப்பட்ட ஒன்றாகும். எதிர்பாராதவிதமாக, அங்கே வந்து விட்ட ஃபிளாய்ட், அபெர்கிராம்பியின் படைக்கு ஆதரவாகக் களமிறங்கினான். மைசூர் படையை விரட்டியடித்தான். பின்னர் எல்லாப் படைகளும் கண்ணம்பாடியருகிலிருந்து புறப்பட்டு 16 ஆம் தேதியன்று பிரதானப் படையுடன் ஒருங்கிணைந்தன. அபெர்கிராம்பியின் படையில் 2,000 ஐரோப்பியர்களும் 4,000 இந்தியர்களும் இருந்தனர். ஸ்ரீரங்கப்பட்டிணத்தின் தென்பகுதி முற்றுகை, மிகவும் ஆக்ரோஷமாக இருக்க வலியுறுத்தப்பட்டது தென்பகுதியிலும் தனது நிலையை கார்ன்வாலிஸ் பலப்படுத்தியிருந்தான்.

ஸ்ரீரங்கப்பட்டிணம் கோட்டை, தீவின் மேற்குமுடிவில் அமைந்திருந்தது. அது, முக்கோண வடிவிலானது. அதன் இரண்டுபக்கங்களை காவிரி ஆறு பாதுகாத்தது. மூன்றாவது பகுதி, தீவை நோக்கியிருந்தது. தாக்குதலைத் தடுக்கும் வண்ணம் இயற்கையானப் பாதுகாப்பு ஏதும் இருக்க வில்லை. அதனால், முதல்தாக்குதலை தீவின் வடகிழக்குப் பக்கத்திலிருந்துத் தொடுக்க முடிவு செய்யப்பட்டது. ஆனால் அந்தப்பகுதி வலுவானதாக இருந்தது. இதையடுத்து, திப்புவின் படை யிலிருந்து சொல்லிக்கொள்ளாமல் ஓடிவந்து, ஆங்கிலேயர்களிடம் சேர்ந்தப் பொறியாளன் மான்ஸியர் ப்லெவட்டி மற்றும் சில ஐரோப்பியர்களின் தகவலின்படி, ஆங்கிலேயப் படையின் தலைமைப் பொறியாளன் கலோனல் ராஸ், கோட்டையின் மற்ற இருபகுதிகளைவிட தீவை நோக்கியிருக்கும் பகுதியில் வலுகுறைந்தும், பாதுகாப்பும் குறைந்தும் இருக்கும் என்று சொன்ன அறிவுரையின்படி, திட்டம் மாற்றியமைக்கப்பட்டது. வடக்குப் பக்கத்திலிருந்த சுவர்கள் மற்றப் பக்கத்திலிருக்கும் சுவர்களைப்போல தடிமனாக இல்லை. அதில் வெளிவேலைப் பாடுகளும் இருக்கவில்லை அகழி, காய்ந்து ஆழத்தில் இருந்தது. மெக்கன்ஸி சொல்கிறான்: கோட்டையின் கட்டிடம் மட்டுமல்ல, சுவர்களும் வலுவானதாக இருந்தன. உண்மையிலேயே வடக்கிலிருந்து தாக்குதல் நடத்த முடியாத அளவுக்கு, ஆழமாகவும் கடக்க முடியாததாகவும், ஆறு பெருந்தடையாக இருந்தது. அதேவேளையில், உள்ளிருந்துத் தாக்குபவர்களுக்குத் தோதில்லாமல், முற்றுகையிடுபவர்களுக்கு பாதுகாப்பாகவும் இருந்தது.

பிப்ரவரி மாதம், 18 ஆம் தேதியன்று மாலை இருட்டியதும், மேஜர் டார்லிம்பில் தலைமையிலான படைப் பிரிவு காவிரியின் தெற்குக் கிளையைக் கடந்தது. மைசூர் படையின் முகாமுக்குள் நள்ளிரவில் அவர்கள் உணராத வண்ணம் பூனைப்பாதத்தில் புகுந்தது. படையின் பிரதானப் பிரிவு, முகாமுக்கு ஒருமைல்முன்னமே நின்றுகொண்டு, கேப்டன் ராபர்ட்சன் தலைமையிலானப் பிரிவைத் தாக்குதல் நடத்த அனுப்பிவைத்தது. முகாமுக்குள் புகுந்த அது, துருப்புகள் பலரைக் கொன்று குவித்தது. இரவுநேரத் தாக்குதல் நடத்தி, மைசூர் படையின் கவனத்தைக் கோட்டையின் வடக்குப் பக்கத்திலிருந்துத் திருப்பி, அந்தப்பகுதியில் ஆங்கிலேயப் படை இரவோடிரவாகக் கடந்து, கோட்டையிலிருந்து

800 கஜ தூரத்தில், அதற்கு இணையாக நிலையமைத்துத் தாக்குதல் நடத்தத் திட்டமிட்டிருந்தது. விடிந்தபோது திப்பு, இரவில் ஆங்கிலேயர்கள் முக்கியமானப் பணியில் ஈடுபட்டிருக்கிறார்கள் என்பதைக் கண்டுகொண்டார். கோட்டைக்கு இணையாக எதிர்ப்புறத்தில் அமைக்கப்பட்டுக் கொண்டிருக்கும் நிலையை அடித்துத் துவம்சம்செய்ய உத்தரவிட்டார். ஒருபிரிவை ஆற்றைக் கடக்கவைத்து, ஆங்கிலேயர்களை பணிசெய்ய விடாமல் தொல்லைக் கொடுக்கச் செய்தார். எதிரி முகாமிலுள்ளவர்களுக்கு தண்ணீர் வழங்கிவந்த ஓடையை மடைமாற்றி, காவிரியில் கலக்கச் செய்தார். அந்தவகையில் அவர்களுக்குத் தண்ணீர் விநியோகத்தைத் தடுத்ததுடன், காவிரி ஆற்றின் நீர்மட்டத்தை உயரச் செய்து, முற்றுகையிடுபவர்கள் கோட்டையை அணுகுவதற்கு சிரமமேற்படச் செய்தார். ஆனால், கரையை உயர்த்தச் செய்யவேண்டுமென்ற அவரது இலக்கை அடைவதில் தோல்வி கண்டார். திப்பு அனுப்பிவைத்தப் படை, விரைவில் ஓடைக்கரையிலிருந்து திரும்பியும்விட்டது.

பிப்ரவரி மாதம், 19 ஆம் தேதியன்று அபெர்கிராம்பி கோட்டையின் தெற்குப்புறத்தைக் கைப்பற்ற ஆற்றைக் கடந்துபோனான். கோட்டைக்கு இணையான உயரத்தில், நிலையையும் அமைத்தான். அந்தநிலையின் மீதும் திப்பு தாக்குதல் நடத்தினார். அதேநேரத்தில் ஆங்கிலேயப் படை கைப்பற்றியிருந்த ஒருகிராமத்தை மீட்டெடுக்கவும் முயற்சித்தார். ஆனால் மீட்க முடிய வில்லை. இரவானதும் கோட்டையிலிருந்துத் திரும்பிவிட்டார். கோட்டையிலிருந்து துப்பாக்கியால் சுடும் தூரத்திலிருந்தக் களக்காப்பரண்களிலிருந்தும் அவரது படைகள் காலிசெய்துவிட்டுத் திரும்பிவிட்டன. அதை ஆங்கிலேயர்கள் எளிதில் கைப்பற்றிக் கொண்டனர். எனினும், மறுநாள் காலையில் கோட்டையிலிருந்து முழங்கியத் துப்பாக்கிகள், அந்த இடத்திலிருந்து ஆங்கிலேயர்களை வெளியேற்றி, ஓடச்செய்தன. ஆனாலும் கோட்டைக்கு மிக அருகில் முகாம் அமைத்து, கோட்டையின் முகப்பை நோக்கித் தாக்குதல் நடத்த, ஆங்கிலேயர் தரப்பில் முடிவு செய்யப்பட் டிருந்தது. மைசூர் படையால் காலிசெய்யப்பட்டிருந்த, காவல் படை ஏதும்போடப்படாமலிருந்த, அந்தக் களக்காப்பரணை பெரிய அளவில் தடையீடுகள் எதுவுமில்லாமல், ஆங்கிலேயப் படை மீண்டும் கைப்பற்றிவிட்டது. அடுத்தநாள் காலையில் ஆங்கிலேயப் படை, களக்காப்பரணுக்கும் கோட்டைக்குமிடையிலிருந்தக் கூம்பு மாடத்தையும் சுருட்டியெடுத்துக் கொண்டது. எனினும் அந்தவெற்றி எளிதாகக் கிட்டிவிடவில்லை. பலத்தப் போராட்டத்துக்குப் பின்பே அது அகப்பட்டது. முதலில் மைசூர் படை, கூம்பு மாடத்திலிருந்து ஆங்கிலேயர்களை விரட்டியடித்தது. ஆனால் கொஞ்ச நேரத்தில், அவர்களை ஆங்கிலேயப் படை துரத்திவிட்டுக் கைப்பற்றிக் கொண்டது. மீண்டும் மைசூர் படை முன்னேறி, ஆங்கிலேயப் படையை ஓடஓட தீரத்துடன் விரட்டியது. பின்னர் ஆங்கிலேயப் படை, புதிதாக வந்துசேர்ந்த படையும் இணைந்து, பெரும் படையாக மாறி, எதிரிகளை விரட்டியடித்து, தங்களை கூம்பு மாடத்தில் நிலைநிறுத்திக் கொண்டது. இந்த நடவடிக்கை, காலையில் துவங்கி மாலைவரை நீடித்தது. ஆங்கிலேயப் படை கூம்பு மாடத்தைக் கைப்பற்ற, 104 வீரர்களைப் பலி கொடுத்திருந்தது. அதேவேளையில் மைசூர் படையில் இறந்துபோனவர்களின் கணக்குத் தெரியவில்லை.

கோட்டைக்கு இணையான உயரத்தில், எதிர்க்கரையில் ஆங்கிலேயர்களால் அமைக்கப்பட்ட இரண்டாவது நிலை, முழுமையடைந்திருந்தது. அனுகூலமான இடங்களில் பீரங்கிகளை அமைத்து, கோட்டைச் சுவற்றைத் தகர்ப்பது சாத்தியமாகவும் இருந்தது. பிப்ரவரி மாதம், 24 ஆம் தேதியன்று காலை, ஆரம்பநிலை அமைதிப் பேச்சுவார்த்தைத் துவங்கிவிட்டதாகவும், போர் நிறுத்தப்பட்டிருப்பதாகவும் அறிவிக்கப்பட்டது.

135. Hadiqat, pp. 383-4, மீர் ஆலம், 'பரீத்உத்தீன் சிறியதொரு படையை வைத்திருந்தான்' என்கிறான். வில்க்ஸ், ii.p 515ல், '20 குதிரைப்படை வீரர்களை வைத்துக்கொண்டு அவன் முன்னேறினான்' என்கிறான். திரோம், பக்கம் 84–ல் 'அவனிடம் 200 குதிரைகள் இருந்த'தாகக் குறிப்பிடுகிறான். மெக்கன்ஸியின் கூற்றுப்படி, ii, p. 65. பரீத்உத்தீன் 900 குதிரைகளுடன் முன்னேறினான் என்று குறிப்பிடுகிறான். ஒருவேளை இது சரியாக இருக்கலாம்.

136. பிரஞ்சுப்படை ஹைதர் அலி மற்றும் திப்புவின் சேவையில் இருந்தபோது, அந்தப் பாறையில் முகாமிட்டிருந்ததால் அதற்கு 'பிரஞ்சுப் பாறை' என்று பெயர் ஆகியிருந்தது.

16

ஸ்ரீரங்கப்பட்டிணம் உடன்படிக்கையும் அதன் விளைவுகளும்:
திப்புவின் தோல்விக்கானக் காரணங்கள்

ஆங்கிலேயர்களுடனானப் போரைத் தவிர்ப்பதற்காக, அனைத்து வகையான முயற்சிகளிலும் திப்பு ஈடுபட்டிருந்தார். ஆனாலும் அதில் அவரால் வெற்றிகாண முடியவில்லை. போர் வெடித்துவிட்டது. இதையடுத்து அமைதி ஏற்படுத்துவதற்கான முயற்சிகளில் இறங்கினார். கார்ன்வாலிஸுக்கு ஒரு கடிதம் எழுதி, 'உயரதிகாரி யொருவரை அனுப்பி வையுங்கள். அவருடன் பேசி தனக்கும் ஆங்கிலேயக் கம்பெனிக்கும் இடையிலுள்ள வேறுபாடுகளைக் களைந்து, பிணக்குகளைப் பேசித் தீர்த்துக் கொள்ளலாம்' என்று குறிப்பிட்டிருந்தார். 'ஒருவேளை கவர்னர் ஜெனரல் பிரதிநிதியை அனுப்பவில்லையென்றால், தனது பிரதிநிதியை அனுப்பி வைக்கத் தயாராக இருப்பதாகவும்' அதில் கோரியிருந்தார். அதற்கு கார்ன்வாலிஸ் திப்புவை தான் 'வம்புச் சண்டைக்காரன்' என்று கருதுவதாகவும், அதனால் திப்புவின் முகவரை வரவேற்பதற்கோ தனது பிரதிநிதியை அனுப்புவதற்கோ விரும்பவில்லை என்று பதிலிறுத்திருந்தான். எனினும் திப்பு திறந்த மனதுடன் அமைதிப் பேச்சுவார்த்தை நடத்தி புத்துருவாக்கம் செய்வதற்கு வாய்ப்புகளை உருவாக்கியதுடன், கூட்டணிக் கட்சியின் உறுப்பினர்கள் அத்தனை பேருக்கும் ஏற்பட்டிருக்கும் இழப்பை ஈடுசெய்து

தருவதாகத் திட்ட முன்வடிவுகளை எழுத்து மூலமாகவும் சமர்ப்பித்திருந்தார். தன்னை ‘வம்புச் சண்டைக்காரன்’ என்று கார்ன்வாலிஸ் கூறியதை மறுத்து வாதம் செய்தார். உண்மையிலேயே திருவாங்கூர் ராஜாதான் அமைதி நிலையை உடைத்துத் தவறு செய்தான் என்பதை வலுவாக நிரூபிக்க முனைந்தார். தனது நம்பிக்கைக்குரிய இருவரை அனுப்பி பிரச்சனைகளைத் தீர்த்துக்கொள்ள முயன்றதையும் ஆனால் அது தோல்வியில் முடிந்ததையும் கார்ன்வாலிஸுக்கு விலாவாரியாக விளக்கி எழுதினார். அத்துடன் அமைதியைப் பெரிதும் விரும்புவதால் தனது பிரதிநி—திகள் இரண்டு பேரை கார்ன்வாலிஸிடம் அனுப்பி வைக்க எண்ணி, அதையும் அக்கடிதத்தில் குறிப்பிட்டிருந்தார். அந்தக் கடிதத்துக்கு பதிலே இல்லை.

திப்புவின் அமைதி முயற்சிகளுக்கு கார்ன்வாலிஸ் பதிலளிக்க மறுத்ததற்குக் காரணம், அவன் அமைதியை விரும்பவில்லை; மாறாகப் போரைத்தான் விரும்பினான். அதே காரணத்துக்காகத்தான் கடுமையான வார்த்தைகளைத் திப்புவுக்கு எழுதிய கடிதத்தில் அவன் பயன்படுத்தியிருந்தான். திப்பு அதை ஏற்க மறுத்து எதிர்ப்பு தெரிவிப்பார் என்பதை அவன் அறியாதவனில்லை. அந்தப்போர், இந்தியாவிலிருந்த ஆங்கிலேயர்களிடையே வழமைக்கு மாறாக பெரும் புகழைக் கொண்டிருந்தது. ஏனென்றால் போர் என்பதை அவர்கள் லாபம் என்று கருதியிருந்தார்கள். கல்கத்தாவில் வசித்த ரிச்சர்ட் ஜான்சன் என்பவன் டூண்டாஸுக்கு எழுதுகிறான். ‘தற்போதையச் சூழ்நிலையில் இந்தப்போர், இந்தியாவில் பிரிட்டிஷின் விருப்பத்தை நிறைவேற்றிக் கொள்வதற்கு மிகவும் அனுகூலமான நிலையைக் கொண்டிருக்கிறது’.

பெங்களூரின் இழப்பையடுத்து மார்ச் மாதம் 25 ஆம் தேதி திப்பு மீண்டும் ஒரு கடிதத்தை கார்ன்வாலிஸுக்கு எழுதுகிறார். அதில், ‘முக்கியமான சில விஷயங்களை எழுத்தில் கொண்டுவர முடியாது. நம்பகமான ஆட்களின் மூலம் மட்டுமே அதை வெளிப்படுத்த முடியும்’ என்று குறிப்பிட்டிருந்தார். ஆனால் இதற்கு முன்பு கார்ன்வாலிஸ் என்ன செய்திருந்தானோ அதையே இந்தக் கடிதத்துக்கும் பதிலாகச் செய்தான்.

கார்ன்வாலிஸுக்கு நேரடியாகக் கடிதங்கள் எழுதிய அதேநேரத்தில் திப்பு, புதுச்சேரி கவர்னர் டி ஃபிரெஸ்னேவுக்கும் ஒரு கடிதம் எழுதினார். அதில் தனக்காக ஆங்கிலேய நிர்வாகத்திடம் பரிந்து பேசக் கோரியிருந்தார். இதையடுத்து டி ஃபிரெஸ்னே கார்ன்வாலிஸுக்கு ஒரு கடிதம் எழுதி, ‘உண்மையிலேயே திப்பு அமைதியை விரும்புகிறார். அதனால் அவர் என்னவிதமான ஒப்பந்தக் கூறு வரையறுகளைச் செய்யப்போகிறார் என்றுதான் பாருங்களேன்’ எனக் கூறியிருந்தான். கவர்னர் ஜெனரல் கார்ன்வாலிஸ், டி ஃபிரெஸ்னேவுக்கு ஒரு கடிதம் எழுதினான். அதேபோலானதொரு கடிதத்தைத் திப்புவுக்கும் கொடுத்தான்: கூட்டணிப் படைகளுக்கு ஏற்பட்ட இழப்பைக் கட்டாயமாக ஈடுசெய்ய வேண்டும். என்ன அடிப்படையிலானப் பேச்சு வார்த்தை நடத்தப்படவேண்டும் என்பதை எழுத்து மூலம் சமர்ப்பிக்க வேண்டும். அந்த முன் மொழிவுகள் பின்னர் நிஜாமுக்கும், மராத்தியர்களுக்கும் தெரிவிக்கப்படும். அவர்களுடன் கலந்து பேசிவிட்டு திப்புவுக்குத் தனது முடிவைச் சொல்லுவதாக அதில் கூறியிருந்தான்.

1791 ஆம் ஆண்டு மே மாதம் 15 ஆம் தேதிக்கு முன்பு போரில் காயம்பட்டு ஸ்ரீரங்கப் பட்டிணத்தில் அடைக்கப்பட்டிருக்கும் சிறைக்கைதிகளின் பரிமாற்றம் குறித்து ஒரு திட்ட முன்மொழிவை, மே மாதம் 17 ஆம் தேதியன்று கார்ன்வாலிஸ் திப்புவுக்கு அனுப்பியிருந்தான். அந்த முன்மொழிவைச் செயல்படுத்துவதாக ஏற்றுக்கொண்ட திப்பு, இந்தச் சந்தர்ப்பத்தைப் பயன்படுத்தி, நம்பகமான இரண்டுபேரை அனுப்பி வைக்கும் தனது எண்ணத்தையும் சேர்த்து வெளிப்படுத்தினார். ஆனால் சமாதான மனநிலைக்கு ஒவ்வாதிருந்தக் கார்ன்வாலிஸ், தனது நிபந்தனைகளை மேலும் கடுமையாக்கினான். இழப்புகளை ஈடுசெய்ய ஒப்புக்கொண்ட பின்பும், எதிர்காலத்தில் திப்பு அமைதி உடன்பாட்டை முறிக்கமாட்டார் என்பதற்கு, சில பிணைகளை ஈடாகத் தரச்சொல்லி கோரிக்கை விடுத்தான். பேச்சுவார்த்தை தோல்வியில் முடிந்தால் அந்தப் பிணைகளைத் திருப்பியனுப்பி விடுவதாகக் கூறியிருந்தான். மே மாதம் 21 ஆம் தேதி அதற்குப் பதில் அனுப்பியத் திப்பு தான் வீம்புச் சண்டைக்காரன் என்று குற்றம் சாட்டப்பட்டதற்கு கடும் மறுப்பைத் தெரிவித்தார். அத்துடன் ஒரு உடன்பாடு இறுதி செய்யப்பட்டால், அதைத் தான் மதித்து நடந்துகொள்ளும்போது பிணைகளைக் கொடுக்க முடியாது என்றும் மறுத்துவிட்டார். போரைத் தொடங்குவதற்கு எந்தக் காரணமும் இல்லாதபோது எதற்கு அமைதி உடன்பாட்டைக் கைவிடப் போகிறேன் என்று வாதிட்டிருந்தார்.

இதனிடையே ஸ்ரீரங்கப்பட்டிணத்திலிருந்து ஆங்கிலேயப் படை படுமோசமான நிலையில் திரும்பியிருந்தது. அதுகுறித்து அபெர்கிராம்பியிடமிருந்தோ அல்லது மராத்தியர்களிடமிருந்தோ அவனுக்கு எந்தத் தகவலும் வந்திருக்கவில்லை. அவனது படையினர் பசியாலும், நோயாலும் நலிந்து போயிருந்தனர். அதனாலேயே அவன் சூழலமைதியைக் காரணம்காட்டி ஒரு முடிவுக்கு வர ஆர்வம் காட்டினான். திப்புவின் திட்டமுன்மொழிவுகளை எழுத்தில் வடித்துத் தருமாறு தொடர்ந்த வற்புறுத்தலைக் கைவிட்டுவிட்டான். மே மாதம் 24 ஆம் தேதியன்று தனது பிரதிநிதிகளை பெங்களூருக்கு அனுப்புமாறு திப்புவுக்குத் தகவல் அனுப்பினான். அவர்களுடன் கூட்டணிக் கட்சியின் பிரதிநிதிகள் அமைதிப் பேச்சுவார்த்தைக் குறித்து ஆலோசனை நடத்துவார்கள் என்றும், அந்தத் தகவலில் கூடுதல் செய்தி சொல்லியிருந்தான். கார்ன்வாலிஸின் இந்த மாறுதலான நடவடிக்கை திப்புவுக்கு மகிழ்ச்சியைத் தந்திருந்தது. அவனது திட்ட முன்மொழிவை ஏற்றுக்கொண்டார். மே மாதம் 27 ஆம் தேதியன்று சமாதானக்கொடி முன்னகர பல பணியாளர்களை கூடைகளில் பழவரிசைகளுடன் அனுப்பி வைத்தார். இதனிடையே மராத்தியர்களின் வருகையையொட்டி ஏராளமான உணவுப்பொருட்கள் ஆங்கிலேயப் படைகளுக்குக் கிடைத்திருந்தது. அதனால் ஆங்கிலேயப் படை நலிவிலிருந்து கொஞ்சமே கொஞ்சம் முழுமையடைந்திருந்தது. அதனால் மறுநாள் மே மாதம் 28 ஆம் தேதியன்று கார்ன்வாலிஸ் கொடியையும் பழங்களையும் ஏற்க மறுத்து, திருப்பிவிட்டான். கூடவே ஒரு பதிலையும் சொல்லியனுப்பினான். தனது நேச அணிகளுடன் கலந்து பேசாமல் தற்காலிகப் போர் நிறுத்தம் குறித்து எந்தவொரு முடிவையும் தான் எடுக்கப்போவதில்லை என்றும் சிறையிலுள்ளப் போர்க்கைதிகள் அத்தனை பேரையும் முதலில் திப்பு விடுவிக்க வேண்டும் என்றும், அப்போதுதான் திப்புவின் கோரிக்கையானப் போர் நிறுத்த முன்மொழிவு ஏற்கப்படும் என்றும், உடன்பாட்டு விதிகளை அனுசரிக்க

முடியும் என்றும் ஏராளமாகப் புதிய விஷயங்களைப் பட்டியலிட்டிருந்தான். மராத்தியர்களின் வருகை அவனது நடவடிக்கைகளையும் மனதையும் மாற்றி தான் முன்னர் பேசியதை மாற்றிப் பேசினான். புதிய விதிகளை உண்டாக்கினான்.

ஆங்கிலேயர்களுடன் அமைதி உடன்படிக்கையை இறுதி செய்யும் முயற்சியில், நிஜாமுக்கும் பேஷ்வாவுக்கும் இழப்பை ஈடுசெய்ய முன்தொகையை திப்பு அளித்திருந்தார். இத்தனைக்கும் அந்த இருவரின் படையும் திப்புவின் சாம்ராஜ்ஜியத்திற்குள் ஊடுருவியிருந்தன. அத்துடன் திப்புவின் பிரதிநிதிகளை அவர்களின் அரசவையிலிருந்து வெளியேற்றியிருந்தனர்.

1791 ஆம் ஆண்டு ஏப்ரல் 15 ஆம் தேதியன்று திப்பு முஹம்மத் அமின் அராபிற்கு ஒரு கடிதம் எழுதி, நிஜாமுக்கும் தனக்குமிடையிலானப் பிணக்கைக் களைந்து கொள்ளவும், நட்டைப் பேணிக்கொள்ளவும் தனக்கு நம்பகமான ஒரு நபரை அனுப்புவதாகக் கூறியிருந்தார். 'போரை முடிவுக்குக் கொண்டு வர தான் விரும்பவதாகவும், போரினால் யாருக்கும் பயனற்று, பெரும் அழிவும் எண்ணற்ற மனித உயிர்களும் பலியாகின்றன. மேலாக முஸ்லீம்களான தானும், நிஜாம் ஆகிய இருவரும் ஒருவருடன் ஒருவர் சண்டையிட்டுக் கொள்ளக்கூடாது என்று விரும்புவதாகவும் அதில் குறிப்பிட்டிருந்தார். முஹம்மத் அமின் அராபிடமிருந்து அந்தக் கடிதத்துக்கான பதில் திக்காரமானத் துடுக்குத்தனத்துடன் வந்திருந்தது. திப்பு அதைத் தூக்கிக் கடாசிவிட்டு நிஜாமுக்கு நேரடியாகக் கடிதம் எழுதிவிட்டார். மேலும் நிஜாமின் முதன்மை மனைவியான பக்ஷி பேகத்துக்கும் ஒரு கடிதம் எழுதினார். அந்தக் கடிதத்தில் பேகத்திடம் அவர், 'தங்கள் நட்பானத் தலையீட்டை பயன்படுத்தி உயர்வான அரசரின் கருணையைச் சாதகமாக்கித் தந்து அவரது பண்பை என் மீது உருப்படுத்திக் காட்ட அனுகூலமாகயிருக்கும்படியும், உண்மையான மதத்தின் எதிரிகளை தூக்கியெறிய வைக்கும்படியும்' உதவக் கேட்டுக் கொண்ட திப்பு, 'ஒருவேளை அவர்களுக்கு உதவ துருப்புகள் அனுப்பப்பட்டிருந்தால், அவற்றைக் கருணை கூர்ந்து திருப்பி அழைக்க வைக்க வேண்டும்' என்றும் கோரியிருந்தார். நிஜாமுக்கு எழுதியக் கடிதத்தில், 'இஸ்லாமைப் பின்பற்றுபவர்களிடையே நன்மையும் பலனும் ஒற்றுமையின் மூலமும் நல்லிணக்கத்தின் மூலமும் தான் கிடைக்குமென்பதைத் தங்களின் பரந்த எண்ணம் நிச்சயமாக வெளிக்காட்டும். இஸ்லாத்தின் அதிகாரத்தை மேம்படுத்துவதற்கான அத்தனை அளவீடுகளிலும் தங்களின் பங்களிப்பு இருப்பதை நான் அறிவேன். முஹம்மதின் நம்பிக்கை, உலகத் தலைமையின் மீதான தேசோமயஜோதி, மெய்யான ஏற்புடையதாக இருக்கும். அதில் உங்கள் பெயர் பிரகாசிக்கும். கடவுளின் பெயரால் முஹம்மதின் தலைமையை ஏற்றவர்களைச் சார்ந்திருக்கும் மக்களின் கௌரவம், வாழ்க்கை, சொத்துகளைக் காக்கும் அளவீடுகளையும் வழிமுறைகளையும் தாங்கள் பரிந்துரைக்க வேண்டும். அப்படிச் செய்பவரே தேர்ச்சி பெற்ற உண்மையான எஜமான்' என்று எழுதியிருந்தார். திப்புவின் மனிதாபிமான மற்றும் மதப்பற்றுடைய இந்த முறையீடுகள் நிஜாமின் செவிட்டுக் காதுகளில் விழவேயில்லை. நிஜாமும், அவன் மனைவியும் திப்புவைக் குறைகண்டு பேசினர். மேலும் அவரை கார்ன்வாலிஸ் சொன்னது போலவே வீம்புச்சண்டைக்காரன் என்றும் பழித்தனர். இந்துக்களுக்கும் முஸ்லீம்களுக்கும்

ஒருங்கே துன்பத்தைக் கொடுத்து, அவர்களின் மகிழ்ச்சியைக் குலைத்தவன் என்று வார்த்தைகளால் வாட்டியெடுத்தனர். அமைதியை விரும்புபவனாக இருந்தால், முதலில் நேச அணியின் இழப்புக்கு ஈடுசெய்வதாக அவர்களுக்கு எழுத அறிவுரை சொல்லி வைத்தனர். நிஜாம், திப்பு அனுப்பி வைத்த நம்பிக்கைக்குரிய நபரையோ அல்லது தனியானதோர் ஒப்பந்தமோ செய்துகொள்ளவில்லை. ஏனெனில் அது, ஆங்கிலேயர்களுடன் நிஜாம் செய்து கொண்டிருக்கும் ஒப்பந்தத்துக்கு எதிரான மீறலாகும்.

பேஷ்வா அரசாங்கத்துடனான தனது பேச்சுவார்த்தையைத் திப்பு, ராஸ்தே குடும்பத்தின் மூலமாக நடத்தினார். தனது முகவர்களில் ஒருவரை பேஷ்வாவுடன் இருந்துகொள்ள அனுமதி பெறுவதில் மிகுந்த ஆர்வம் கொண்டிருந்தார். அதற்குத் தேவையானவற்றையெல்லாம் செய்து தரவும் தயாராக இருந்தார். அதுபோல பூனா சிரமின்றி வல்லமைபெற, ரஜா அலி கானை அனுப்புவதாகச் சொல்லியிருந்தார். இதற்காக, ரஜா அலி கானையும் தனது முகவரான ஸ்ரீனிவாஸ ராவையும் அனுப்பியிருந்தார். அவர்கள் சித்தல்துர்க்குக்கு வந்து பூனாவுக்குள் நுழைய கடவுக்காகக் காத்திருந்தனர். ஆனால் அப்படியொன்று அவர்களுக்கு அனுப்பப்படவில்லை. சுல்தானைத் தனியான பாவிப்புடன் நடத்துவதை நானா விரும்பவில்லை. திப்பு முதலில் இழப்புகளுக்கான ஈட்டுத் தொகையைச் செலுத்த வேண்டும். ஹைதர் அலியால் கைப்பற்றப்பட்ட மராத்தியப் பகுதிகளை திரும்ப ஒப்படைக்க வேண்டும். அதைத் திப்பு எழுத்து மூலமாக எழுதித் தரவேண்டும். அதன்பின்பு நேச அணிகளுடன் கலந்துபேசி, ஒரு முடிவு சொல்லப்படும் என்று ரஜா அலி கானிடம் சொல்லப்பட்டது. அதேநேரத்தில், ஆங்கிலேயப் படைகளுக்கு கார்ன்வாலிஸ் பொறுப்பேற்றுக் கொண்டதும் மராத்தியர்கள் மிகுந்த எச்சரிக்கைக்கு உள்ளாகி திப்புவை பலவீனப்படுத்த மட்டுமே விரும்பினார்கள். அவரை அழிப்பதில் ஆர்வம் கொள்ளவில்லை. இதன் விளைவாக திப்பு மீண்டும் தனது பிரதிநிதியை அமைதிப் பேச்சுவார்த்தைக்காக அனுப்பி வைத்தபோது, ஹரிபந்த் அதை ஏற்றுக்கொண்டான். உண்மையிலேயே நிஜாமும் மராத்தியர்களும் கார்ன்வாலிஸ் போரை இறுதிசெய்ய மறுக்கும்போது, திப்புவுடன் தனியானதோர் அமைதி உடன்படிக்கைக்குத் தயாராகவே இருந்தனர். முன்னர் கவர்னர் ஜெனரல் கார்ன்வாலிஸ் தனது படைகளின் நிலை பரிதாபகரமாக ஆகியிருந்தபோது, திப்புவை பிரதிநிதிகளை அனுப்பிவைக்கச் சொல்லியும் பின்னர் தன்நிலை மராத்தியப் படைகளால் உயர்ந்ததும், மனதை மாற்றிக் கொண்டு திருப்பியனுப்பியதையும், திப்புவுடனான உடன் பாட்டுக்குக் கடுமையான நிபந்தனைகளை உருவாக்கியதையும் யாரும் மறந்துவிடவில்லை. 1791 ஆம் ஆண்டு ஆகஸ்ட் மாதத்துவக்கத்தில் ஹரிபந்த் திப்புவின் பிரதிநிதியை பேச்சு வார்த்தைக்கு அனுமதிக்க இசைந்ததையடுத்து, கார்ன்வாலிஸூம் திப்புவின் பிரதிநிதிகளைச் சந்திக்க ஒப்புக்கொண்டு அழைப்பு விடுத்தான். அதனடிப்படையில் திப்பு அப்பாஜி ராமை பெங்களூருக்கு அனுப்பி வைத்தார். அவன் ஆங்கிலேய முகாமை அடுத்து ஏழுமைல் தொலைவில் அமைந்துள்ள ஹோசூருக்கு ஆகஸ்ட் மாதம் 6 ஆம் தேதி வந்து சேர்ந்து, கார்ன்வாலிஸையும், ஹரிபந்தையும் உடன்படிக்கை விஷயமாக நேரில் சந்திக்க விரும்புவதை சொல்லியனுப்பினான். அவனது கோரிக்கையை ஹரிபந்த் ஏற்றுக்கொண்டான். ஆனால் படைகளின் முதன்மை தான்தான்

என்பதைக் கருத்தில் கொண்டிருந்த கார்ன்வாலிஸ், திப்புவின் சாதாரண முகவர் அப்பாஜி ராமை தான் சந்திப்பது பொறுத்தமற்றது என்று சொல்லி சந்திப்புக்கு அழைக்க மறுத்துவிட்டான். எனினும் அப்பாஜி ராமுவுடன் பேசுவதற்கு தன் உதவியாளர்களை நியமித்து, அவர்களும் நேசப்படைகளின் பிரதிநிதிகளும் சந்தித்துப் பேசுவார்கள் என்றும் அந்தப் பேச்சு வார்த்தைக்கு ஹோசூருக்குப் போகச்சொல்லி அப்பாஜி ராமுக்கு செய்தியனுப்பப்பட்டது. ஆனால் அப்பாஜி ராமுக்குக் கொடுக்கப்பட்டிருந்த அறிவுரை கார்ன்வாலிஸையும் ஹரிபந்தையும் சந்தித்துப் பேசவேண்டும் என்பதுதான். அதனால் கார்ன்வாலிஸின் சம்மதம் தெரிவிக்கும் அழைப்பை நிராகரித்த அப்பாஜி ராம் ஆகஸ்ட் மாதம் 23 ஆம்தேதியன்று ஊர் திரும்பிவிட்டான். அமைதி உடன்பாட்டுக்கு ஆர்வமாக இருந்த ஹரிபந்தும், மீர் ஆலமும் கார்ன்வாலிஸின் நழுவவிடும் செயல்பாடுகளை உணர்ந்து கொண்டனர். திப்புவும் மிகப்பெரிய தவறாக சின்னச் சின்ன நடைமுறைகளையும், மதிப்பீடுகளையும் மனதில் கொண்டு நடந்து கொண்டிருக்கிறார். அதைக் காரணமாகக் கையில் எடுத்துக்கொண்ட கார்ன்வாலிஸ், பேச்சுவார்த்தையின் அழிப்புக்கான வேலைகளைச் சாக்குப்போக்குகளைச் சொல்லித் தட்டிக்கழிக்க ஆரம்பித்தான். ஸ்ரீரங்கப்பட்டிணத்திலிருந்து திரும்பிய ஆங்கிலேயப் படையின் அவலமான நிலையும் அவனுக்கு ஒரு காரணமாக ஆகிவிட்டிருந்தது. திப்புவும் தான் ஆபத்திலிருந்து தூர இருப்பதாகவும், வலுவான நிலை தனக்கு அமைந்து விட்டதென்றும் கருதிக்கொண்டதால் தன்னை அவர்களிடம் விட்டுக் கொடுக்கத் தயாராகவும் இல்லை. ஸ்ரீரங்கப்பட்டிணத்தில் நடந்த பேச்சுவார்த்தை முடிவின் கடுமையை நிராகரித்துவிட்டு, ஹோசூரில் தற்போது கிடைத்திருக்கும் வாய்ப்பில், தனது வல்லமையை நிருபிக்கக் கடுமையை பயன்படுத்தியிருக்கலாம். அந்த சந்தர்ப்பத்தையும் திப்பு தவற விட்டுவிட்டார்.

ஸ்ரீரங்கப்பட்டிணத்தைநோக்கி படையெடுக்கக் கார்ன்வாலிஸ் மீண்டும் ஒருமுறை தயாரானபோது, அமைதி உடன்பாடு செய்துகொள்ள ஜனவரி மாதம் 7 ஆம் தேதியன்று திப்பு மறுபடியும் தனது பிரதிநிதியை அனுப்ப விரும்புவதாகச் சொல்லியிருந்தார். அதுபோலான முயற்சிகளை நிஜாமிடமும், பேஷ்வாவிடமும் செய்தார். அதையடுத்து, கார்ன்வாலிஸ் ஹரிபந்திடமும் மீர் ஆலம் அராபிடமும் கலந்துபேசிவிட்டு, 16 ஆம் தேதியன்று ஒரு பதில் கொடுத்திருந்தான். அதில், பேச்சுவார்த்தையைத் துவக்குவதற்கு முன்பு இழப்புகளுக்கான ஈட்டுத்தொகை முழுவதையும் செலுத்த வேண்டும் என்றும் கோயமுத்தூரின் காவல் படையை விடுவிக்க வேண்டும் என்றும் வலியுறுத்தியிருந்தான். அதற்கு 19 ஆம் தேதியன்று பதிலளித்தத் திப்பு, தான் கொடுத்த வாக்குறுதியை உடைக்கும் வழக்கம் தனக்கில்லையென்றும் கோயமுத்தூர் கோட்டை சரணடைந்த ஒன்று இல்லை என்றும், அது கமர்—உத்—தீனால் கைப்பற்றப்பட்ட ஒன்று. அங்குள்ளக் கைதிகளை விடுவிக்க வேண்டுமென்றால், அதற்கு அவனது ஒப்புதலைப் பெற்ற பின்புதான் அதைச்செய்ய முடியும் என்றும் கூறியிருந்தார். ஆனால் கார்ன்வாலிஸ், கோயமுத்தூர் கோட்டை சரணடைந்த ஒன்றுதான். அது தொடர்பான ஆவணத்தில் கமர்—உத்—தீன் மற்றும் சால்மர் கையெழுத்திட்டிருக்கிறார்கள். அதில் கமர்—உத்—தீன் விதிமீறலாக நடந்து கொண்டிருக்கிறான் என்று குற்றம் சாட்டினான். திப்பு அதைப் பொய் என்று நிரூபிக்க விரும்பினார். அதனால்

அதில் தொடர்புடைய சால்மர் மற்றும் நாஷ் அல்லது முழுவிஷயமும் தெரிந்த அவர்கள் இருவரில் ஒருவரை அனுப்பி வைக்குமாறு கோரிக்கை வைத்தார். அதன் பின்பு கார்ன்வாலிஸ் கோயமுத்தூர் கைதிகளில் அத்தனை பேரையும் விடுவிக்கச் சொல்லி தொடர்ந்து வலியுறுத்தவில்லை. ஒருபுறம் அமைதி உடன்பாட்டுக்கு மராத்தியர்களின் வற்புறுத்தல் அதிகரித்தபடியிருந்தது. மறுபுறம் அதிகரித்து வரும் ஆங்கிலேயப் படையின் இழப்புகள் என்று ஆவலாதிப்பட்டுக் கொண்டிருந்தக் கார்ன்வாலிஸ் பிப்ரவரி மாதம் 6 ஆம் தேதியன்று போரை முடிவுக்கு கொண்டுவர முடிவு செய்தான்.

போர் நிறுத்த உடன்பாடு குறித்து கார்ன்வாலிஸ் முன்னர் விதித்திருந்தக் கோரிக்கைகளைத் திப்பு நிராகரித்து விட்டார். அவை நியாயத்திற்குப் புறம்பானவை என்று கருதினார். இதைக் காட்டிலும் பலனுள்ளக் கோரிக்கைகளை அவனது பேச்சுவார்த்தையை முறிப்பதன் மூலமோ அல்லது இராணுவ முடிவுகளின் படியோ பெறலாம் என்றும் கருதினார். ஒருவேளை அது வெற்றியடையாமல் போய்விட்டால், ஆங்கிலேயப் படையின் கூட்டணியிலுள்ள உறுப்பினர்களுடன் தனித்தனியாக உடன்படிக்கை செய்து, கூட்டணிக்குள் தொல்லையை உருவாக்கலாம் என்றும் கருதினார். ஆனால் அது தொடர்பான அவரது முயற்சிகள் எல்லாமே வீணாகிப் போயின. போர்க்களத்தில் வெற்றி கிட்டாதிருப்பது ஒருபுறம் அவரது சாம்ராஜ்ஜியத்திலிருந்து மனிதர்களும் பொருட்களும் கரைவது நாளுக்கு நாள் அதிகரித்துக் கொண்டே போனது. இன்னும் அவர் எதிரிகளுக்குத் தீர்க்க வேண்டியிருப்பவை ஏராளமாக இருந்தன. அவர் கார்ன்வாலிஸுடன் தனியாகவோ அல்லது தேசத்தின் மற்ற சக்திகளுடனோ தனித்துக் களம் கண்டால் அவர்களை எளிதில் வென்றுவிடும் சாத்தியங்கள் நிறைய இருந்தன. அதேவேளையில் ஆங்கிலேய—மராத்திய—நிஜாமின் கூட்டணிப் படையுடன் மோதும் போது, அத்தனை வலுவானப் படையை அவர் வைத்திருக்கவில்லை. ஸ்ரீரங்கப்பட்டிணம் தீவில் நடந்தப் போரில் அவர் பாதுகாப்பை முழுமைப்படுத்தாமலிருந்ததால் மட்டுமே அவரைத் தோற்கடிக்க முடிந்தது. அது அவரது தன்னம்பிக்கையை லேசாக உலுக்கியிருந்தது. உண்மையில் அந்தக்கோட்டை இன்னும் அவரது ஆளுகைக்குள்தான் இருக்கிறது. ஆனால் அது அத்தனைப் பகுதிகளிலும் முற்றுகையிடப்பட்டிருக்கிறது. பரசுராம் பாஹுவின் வருகைக்குப்பின் அது இன்னும் தனிமைப்படுத்தப்பட்டுவிட்டது. அவர் எடுக்கும் முயற்சிகளில் நம்பிக்கைக் கீற்று சாத்தியமில்லாமலும் போரின் முடிவுகள் அவருக்குச் சாதகமில்லாமலும் இருந்ததால், கூட்டணிப் படைகள் அறிவித்த போர் நிறுத்த ஒப்பந்தத்துக்கான விதிகளை அவர் ஏற்க ஒப்புக்கொண்டார். இதைத் தொடர்ந்து பிப்ரவரி மாதம் 8 ஆம் தேதி கோயமுத்தூர் காவல் படையைச் சேர்ந்த ஐந்து பேருடன் சால்மரையும் நாஷையும் விடுவித்தார். அவர்களுடன் திப்புவின் நம்பிக்கைக்குப் பாத்திரமான முஹம்மத் அலி, சில முக்கியமானத் தகவல்கள் குறித்துத் தேவையான விஷயங்களை கார்ன்வாலிஸிடம் விவரித்துச் சொல்லப் போனான். சால்மரையும் நாஷையும் விடுவித்ததில் திருப்தியடைந்துபோன கவர்னர் ஜெனரல், பிரதி—நிதிகளை கூட்டணியிலுள்ள அணிகளின் முகாமுக்கு அனுப்பி அமைதிகுறித்தப் பேச்சைத் தொடங்குமாறு 11 ஆம் தேதியன்று திப்புவுக்குத் தகவல் அனுப்பினான்.

பிப்ரவரி மாதம் 13 ஆம் தேதி குலாம் அலி கானும், அலி ரஜா கானும் கோட்டையிலிருந்து புறப்பட்டு, ஈத்கா அருகில் பேச்சுவார்த்தைக்காக அமைக்கப்பட்டிருந்தக் கூடத்துக்குப் போனார்கள். அங்கே ஆங்கிலேயப் பிரதிநிதியாக கென்னவே, நிஜாமின் பிரதிநிதியாக மீர் ஆலம், பேஷ்வாவின் பிரதிநிதியாக கோவிந்த ராவ் காலே மற்றும் பட்ஷாஜி மஹந்த்லேயும் இருந்தார்கள். அவர்களை இருவரும் சந்தித்தார்கள். வழக்கமான சில சடங்குகள் நடந்தேறின. பின்னர் எதிர்காலச் சந்திப்பு முறைகளை முறைமைப்படுத்திக் கொண்டனர். அதையடுத்த, அவர்களின் மாநாடு ஒத்தி வைக்கப்பட்டது. மறுநாள் நேச அணியின் பிரதிநிதிகள் திப்புவின் பிரதிநிதிகளிடம், 'அமைதியை எட்டுமுகமாக தங்களின் எஜமானர் என்னென்ன சலுகைகள் மற்றும் நஷ்டஈடுகளைத் தர தயாராகியிருக்கிறார்' என்று வினவினர். அதற்குப் பிரதிநிதிகள், 'சுல்தான் அமைதியை மட்டும்தான் விரும்புகிறார். நேச அணிகள் ஏதாவது அவரிடமிருந்து பெற விரும்பினால் அதை அவரிடம் தெரிவிக்கிறோம்' என்று சொன்னார்கள். அதையடுத்து நிஜாமும் பேஷ்வாவும் அதிகாரம் வழங்கியிருந்த பிரதிநிதிகள், ஆண்டுக்கு மூன்று கோடி ரூபாய் வருமானம் வரும் வளமான நிலங்களை முதலில் விட்டுத்தர வேண்டும். இரண்டாவதாக போர்ச் செலவீனங்களுக்காக எட்டு கோடி ரூபாயை திப்பு வழங்க வேண்டும். மூன்றாவதாக முதலிரண்டு கோரிக்கைகளையும் நிறைவேற்றும்வரை, திப்பு தனது இரண்டு மகன்களையும் பிணையாகக் கொடுக்க வேண்டும். இதற்கு ஒத்துக்கொண்டால் பேச்சு வார்த்தையைத் துவங்கலாம் என்று பட்டியலிட்டார்கள். அவர்களின் இந்தக் கோரிக்கைகள் மிக அதிகமானது என்று திப்புவின் பிரதிநிதிகள் கருதினார்கள். இத்தனைப் பெரியத் தொகையை எதிர்பார்ப்பது, போரில் பெரும் இழப்பைச் சந்தித்திருக்கும் திப்புவின் சக்திக்கு அதிகப்படியானது என்று குறிப்பிட்டார்கள். இதையடுத்து பிப்ரவரி மாதம் 17 ஆம் தேதியன்று பழைய கோரிக்கைகளில் நேச அணி சில மாற்றங்களை மேற்கொண்டது. திப்புவிடமிருந்து அவர்கள் மைசூர் சாம்ராஜ்ஜியத்தில் பாதியைக் கேட்டிருந்தார்கள். அதிலும், தங்களின் ராஜ்ஜியத்தையொட்டி தாங்கள் விரும்பும் வகையில் கொடுக்க வேண்டும் என்று வரையறை செய்திருந்தார்கள். அத்துடன், போரில் தோற்றவர் மீது கோரப்படும் இழப்பீட்டுத் தண்டத்தொகையாக ஆறுகோடி ரூபாயையும், ஹைதர் அலி காலம் துவங்கி இன்று வரையிலுள்ள போர் சிறைக்கைதிகள் அத்தனை பேரையும் விடுவித்துவிட வேண்டும் என்று மாறுதல்களைச் செய்தவர்கள் மறக்காமல் மூன்றாம் கோரிக்கையாக திப்புவின் இரண்டு மகன்களை கோரிக்கைகள் நிறைவேறும்வரை பணயமாகவும் கேட்டிருந்தார்கள். திப்புவின் பிரதிநிதிகளிடம் இதுகுறித்தத் தகவல்களைத் தெரிவித்த கென்னவே, 'இவைதான் இறுதியான விதிகள். இதுதொடர்பான விவாதங்கள் ஏதும் தேவையில்லை' என்று இறுதி செய்திருந்தான். திப்புவிடம் சமர்பிப்பதற்காக கோரிக்கைகளைச் சுமந்து கொண்டு கோட்டைக்குத் திரும்பியப் பிரதிநிதிகள், அவரது கருத்தை எதிர்பார்த்துக் காத்திருந்தனர். மறுநாள் மாலை 5 மணிக்கு மாநாடு கூடியது. திப்புவின் பிரதி—நிதிகள் நேச அணிகளின் அதிகாரம் பெற்ற பிரதிநிதிகளிடம் 'கோரிக்கைகள் மிகவும் கடுமையாக இருப்பதாகத் திப்பு கருதுவதாகவும், அதற்கு மாறாக அவரது சாம்ராஜ்ஜியத்தில் நான்கில் ஒரு பகுதியைத் தரத் தயாராக இருப்பதாகவும், உடனடியாக இரண்டு கோடி ரூபாயை வழங்கிவிடுவதாகவும் தெரிவித்ததாகச்

சொன்னார்கள். திப்புவின் புதிய அறிவிக்கையை மறுத்த கென்னவே, வந்திருந்தப் பிரதிநிதிகளிடம் தாங்கள் கேட்ட கோரிக்கையை நிறைவேற்றாவிட்டால் போரைப் புதுப்பித்து விடுவதாக மிரட்டியவன், பிரதிநிதிகளை உடனடியாக அந்த இடத்திலிருந்து வெளியேறச் சொல்லி உத்தரவிட்டுவிட்டான். கென்னவேயின் இந்த ஆங்கிலேய அணுகுமுறை குலாம் அலி கானையும், ரஜா அலி கானையும் அதிர்ச்சிக்கு உள்ளாக்கியது. அவர்களிருவரும் தங்களுக்குள் கலந்துபேசி, திப்பு தனது சாம்ராஜ்ஜியத்தில் மூன்றில் ஒரு பகுதியையும் இரண்டரைக் கோடி ரூபாயையும் வழங்குவார் என்று பரிந்துரைத்தனர். அதையும் கென்னவே ஏற்க மறுத்து இறுதியாக, மைசூர் சாம்ராஜ்ஜியத்தில் ஒன்றில் பாதியையும் மூன்று கோடி ரூபாயையும் வழங்க வேண்டும் என்று இறுதி செய்தான். திப்புவின் பிரதிநி— திகள், 'திப்பு விட்டுக்கொடுத்துப் போவதற்கும் ஒரு எல்லை இருக்கிறது' என்று குறிப்பிட்டார்கள். ஆனாலும் கென்னவே அதை புறந்தள்ளினான். பின்னர் பிரதி— நிதிகள் கார்ன்வாலிஸிடம், திப்புவின் சக்திக்கு அதிகமானது இது. என்றபோதும், அதற்கு தனது திருப்தியைத் தெரிவித்துவிட்டதாகச் சொன்னார்கள். போரில் பணியாற்றிய உயரதிகாரிகளுக்கு கொடைத் தொகையாக வழங்க, 'தர்பார் சார்ஜ்' என்ற பெயரில் அறுபது லட்ச ரூபாயை அறுவடை செய்ய நினைத்த ஹரிபந்த் கார்ன்வாலிஸுடன் ஒத்துப் போனான். ஆனால் பிரதிநிதிகள், 'இது ரொம்பப் பெரியத் தொகை' என்று மறுத்ததும், மாட்டுக்குப் பேரம்பேசுவது போல, பலமுறை மாற்றிமாற்றிப் பேசி, இறுதியாக முப்பது லட்ச ரூபாயில் வந்து நின்றான் அவன். இந்தப் பேச்சுவார்த்தை இழுபறியில் கிடந்தபோது, முழுதும் உருவும் ஆசையில் முஷிர்—உல்—முல்க் தனது கருத்தாக, 'திப்புவுக்கு ஒரு கோடி ரூபாய் வருமானம் வரத்தக்க அளவிலுள்ள இடத்தை மட்டும் வழங்கிவிட்டு, மீதமுள்ளதை நேச அணிகள் சமமாகப் பிரித்துக் கொள்ளலாம்' என்று நாட்டாமைப் பேசினான். போதாததற்கு, பதினைந்துகோடி ரூபாயை இழப்பீட்டுத் தொகையாக திப்புவிடம் கேட்கவேண்டும் என்று அவன் பங்குக்குப் போட்டுப்பார்த்தான். ஆனால் கார்ன்வாலிஸும் ஹரிபந்தும் இந்தக் கோரிக்கைகள் அதீத ஆசையின் வெளிப்பாடாக இருக்கிறது. அத்தனைக் கடுமை கூடாது என்று அக்கோரிக்கையை தள்ளுபடி செய்துவிட்டனர்.

இரண்டு விஷயங்கள் ஒப்பந்தத்துக்கு முடிவாகியிருந்தாலும், மீதமுள்ள விஷயங்கள் பூர்வாங்க வேலைகள் தொடங்குமுன்னே தீர்க்கப்பட்டுவிட வேண்டும் என்று கூட்டுப்படை அணி கருதியது. ஆனால் திப்பு அதில் இடம்பெற்றிருந்த, 'தாங்கள் விரும்பும் வகையில்' என்ற வாசகத்தின் பொருந்தாமையை எண்ணிக் குமுறினார். அவ்வாசகத்தின்படி, நேச அணி என்று சொல்லிக்கொள்ளும் எதிர்க் கூட்டணி, தனது சாம்ராஜ்ஜியத்தின் எந்தப் பகுதியையும் எடுத்துக் கொள்ளும் என்பது எவ்வாறு பொருந்தும் என்று ஆட்சேபித்தார். அப்படியானால் தனது மூதாதையர்களின் இடத்தையும் அவர்கள் எடுத்துக் கொள்வார்களா என்று கோபம் கொண்டார். அதன்பிறகு கென்னவே திப்புவின் பிரதிநிதிகளிடம், 'அவரது மூதாதையரின் இடங்கள் நேச அணிகளுக்குத் தேவையில்லை' என்று அறிவித்து, 'தாங்கள் விரும்பும் வகையில்' என்று குறிப்பிடப்பட்ட வார்த்தையை திரும்பப் பெற்றுக்கொள்ளச் சம்மதித்தான்.

பணம் பட்டுவாடா செய்வது தொடர்பாகப் பிரதிநிதிகள், 'திப்பு, மூன்று கோடி ரூபாயில் ஒண்ணரைக் கோடி ரூபாயை உடனடியாகப் பணமாகக் கொடுத்து விடுவார் என்றும் மீதமுள்ளத் தொகைக்கு நகைகளும், குதிரைகளும், யானைகளும் வழங்கப்படும்' என்று தெரிவித்தனர். பணம் வழங்கப்படும் இந்த முறைக்கு நேச அணியின் அதிகாரம் பெற்ற பிரதிநிதிகள் எதிர்ப்பு தெரிவித்தனர். அப்பொருட்களை விற்றுப் பணமாக்குவது கடினம் என்றும், அவற்றிற்கு விலை நிர்ணயிப்பதும் தங்களுக்குள் பிரித்துக்கொள்வதும் சிரமம் என்றும் மறுப்பு தெரிவித்தனர். முடிவாக திப்பு, உடனடியாக ஒரு கோடியே அறுபத்தைந்து லட்சரூபாயை பணமும் நகையுமாக வழங்கி விடுவதென்றும் மீதமுள்ளத் தொகையை பன்னிரண்டு மாதத் தவணைகளில் செலுத்தி விட வேண்டும் என்றும் உடன்பாடானது.

பிணைகொடுப்பது தொடர்பான விஷயங்கள், பேச்சு வார்த்தையை பெருமளவு திகைக்கச் செய்திருந்தது. திப்பு யாரையும் பணயமாகக் கொடுக்க முதலில் விரும்பவேயில்லை. அந்தப் பொருள் குறித்து எதிரிகள் எந்தவொரு சமாதானத்துக்கும் வரமறுத்து விடாப்பிடியாக இருந்தனர். வேறுவழியில்லாமல் தனது ஒரு மகனையும் மற்றொரு மகனுக்கு பதிலாக இரண்டு அல்லது மூன்று அதிகாரிகளையும் அனுப்புவதாக ஒத்துக்கொண்டார். அதையும் மறுத்த அதிகாரம் பெற்ற பிரதிநிதிகள், திப்பு சொல்வதைக் காதுகொடுத்துக் கேட்கவே மறுத்தனர். சிறுவர்கள் இருவரும் வயது குறைந்தவர்கள் என்பதுடன், அவர்கள் மீது தான் மிகவும் பிரியம் வைத்திருப்பதாகவும் எடுத்துச் சொன்னார். அவர்கள் முறையானப் பராமரிப்பையும் கல்வியையும் இழந்து விடுவார்கள் என்று மன்றாடினார். போர் வெகுஅருகில் நிற்பதை உணர்ந்தத் திப்பு வேறுவழியில்லாமல், அதற்கு உடன்பட வேண்டியிருந்தது. திப்புவின் மூத்த மகன் ஃபாத் ஹைதர் அலிக்கு பதினெட்டு வயது ஆகியிருந்தது. சிம்மாசனத்தின் அடுத்த வாரிசு என்று கருதப்பட்ட அவன் படைகளுடன் போயிருந்தான். அப்துல் காலிக் எட்டு வயது சிறுவன். மற்றொருவன் முயிஜ்—உத்—தீன். அவனுக்கு ஐந்து வயது. அவர்களைப் பணயமாக அனுப்பினார். மற்றவர்கள் மிகவும் சிறியவர்கள்.

அனைத்து விஷயங்களும் முடிவானதும் பிப்ரவரி மாதம் 23 ஆம் தேதியன்று பூர்வாங்க ஒப்பந்தத்தில் திப்பு கையெழுத்திட்டார். 24 அன்று காலை, போர் கைவிடப்பட்டது. பூர்வாங்க ஒப்பந்தம் கீழ்க்கண்ட விதிகளைக் கொண்டிருந்தது:

1. போருக்கு முன்பிருந்தத் திப்புவின் உடமையான சாம்ராஜ்ஜியத்தில் ஒரு பாதியை கூட்டணிப் படைகளுக்கு, அவர்களின் எல்லைக்கு அருகில் அவர்களின் விருப்பத்திற்கு ஏற்ப கொடுக்கப்பட வேண்டும்.

2. திப்பு செலுத்துவதாக ஒப்புக்கொண்ட மூன்று கோடியே முப்பது லட்ச ரூபாயை தங்கமாகவோ, மொஹராகவோ அல்லது பகோடாவாகவோ வழங்க வேண்டும். அதில் ஒரு கோடியே அறுபத்தைந்து லட்ச ரூபாயை உடனே வழங்கும் திப்பு, மீதமுள்ளத் தொகையை மூன்று தவணைகளில் ஒரு தவணை நான்கு மாதங்களுக்கு மிகுந்து விடாமல் வழங்கிவிட வேண்டும்.

3. ஹைதர் அலி காலத்திலிருந்து நான்கு அதிகார சக்திகளையும் சேர்ந்த சிறைக் கைதிகளை விடுவிக்க வேண்டும்.

4. திப்புவின் மூத்த மகன்கள் மூவரில் இருவரை உடன்படிக்கையை செயல்படுத்துவதற்குப் பிணையாகக் கொடுக்க வேண்டும்.

பிப்ரவரி 26 ஆம் தேதி மதியம் இளவரசர்கள் இருவரும் கோட்டையை விட்டுக் கிளம்பினார்கள். அவர்களை வழியனுப்பி துப்பாக்கிகள் வீரமுழக்கம் செய்தன. அவர்கள் புறப்படுவதைப் பார்க்க திப்பு கொத்தளத்தின் வாசலருகே நின்றிருந்தார். இருவருக்கும் தனித்தனியே யான வெள்ளி சிம்மாசனங்கள். வெகுவாக அலங்கரிக்கப்பட்ட யானையில் திப்புவின் பிரதிநிதிகளும் இடம் பெற்றிருந்தனர். எண்ணற்ற ஒட்டகங்கள்; பச்சைக்கொடியேந்திய ஏழு கொடி தாங்கிகள்; வெள்ளிக்கூர் வேலேந்திய வேல்காரர்கள்; இருநூறு சிப்பாய்கள்; குதிரைப்படையொன்றும் ஊர்வலத்தின் பின்னால் வந்தது. ஆங்கிலேயர்களின முகாமை அந்த ஊர்வலம் அடைந்தபோது அவர்கள் இருபத்தோரு துப்பாக்கிகளின் வணக்கத்துடன் வரவேற்கப்பட்டனர். மசூதிக்கு அருகிலிருந்தக் களக் காப்பரணில் அவர்களுக்கானக் கூடாரம் அமைக்கப்பட்டிருந்தது. அங்கே அவர்களை நேச அணியின் பிரதிநிதிகள் சந்தித்தனர். பின்னர் அவர்கள் பாதுகாப்புடன் கார்ன்வாலிஸின் முகாமுக்கு அழைத்துச் செல்லப்பட்டனர். அங்கே அவர் களிருவரும் கார்ன்வாலிஸால் அவரது பணியாளர்கள், இராணுவத்தின் முதன்மை அதிகாரிகள் புடைசூழ, கூடாரத்தின் வாசலருகேயே வரவேற்கப்பட்டனர். இளவரசர்களை சுமந்து வந்த யானை கூடாரம் வரை வர அனுமதிக்கப்பட்டது. அவர்கள் இருவரும் யானையிலிருந்து கீழிறங்க உதவிய கார்ன்வாலிஸ், அவர்களைக் கட்டித்தழுவி உள்ளே அழைத்துப் போனான். அவர்களுக்கு இருக்கைகள் கொடுத்து தன்னருகே பக்கத்துக்கு ஒருவராக அமர்த்திக் கொண்டான். குலாம் அலிகான் அவர்கள் குறித்து கார்ன்வாலிஸிடம் இந்த வார்த்தைகளால் சொன்னான்: ‘இன்று காலையில் இந்தச் சிறுவர்கள் இருவரும் எனது எஜமானர் சுல்தான் அவர்களின் குழந்தைகளாக இருந்தனர். இப்போது அவர்களின் சூழ்நிலை மாறிவிட்டது. மகாபிரபுவான தங்களை அவர்கள் தந்தையாகப் பார்க்கின்றனர்.’ தந்தையின் கவனிப்பை அவர்கள் இழந்துவிட்டதை உணராதவண்ணம் தான் பார்த்துக் கொள் வதாகத் திப்புவின் பிரதிநிதிகளிடம் வாக்களித்தான் கார்ன்வாலிஸ். ஒவ்வொரு விஷயத்திலும் அவர்கள் மீது தனது பிரத்யேகக் கவனம் இருக்கும் என்றும் உறுதி கூறினான். அவர்களிருவருக்கும் ஆளுக்கொரு தங்கக் கடிகாரம் பரிசளித்தான். அதைப் பெற்றுக்கொண்ட அவர்கள், மகிழ்ந்து போனார்கள். இளவரசர்கள் இருவரும் தங்கள் சுறுசுறுப்பாலும், பணிவாலும், கண்ணியத்தாலும் அங்கிருந்த ஒவ்வொருவரையும் வசீகரித்தார்கள்.

மறுநாள் இளவரசர்கள் இருவரும் தங்கள் கூடாரத்துக்குத் திரும்பச் செல்லும்போது, கென்னவே, மீர் ஆலம் மற்றும் மராத்தியப் பிரதிநிதிகளுடன் வந்து கௌரவப்படுத்தினான். இரண்டு இளவரசர்களும் தனித்தனியாக கார்ன்வாலிஸுக்கு அழகிய பெர்ஷியன் வாளைப் பரிசளித்தனர். அவனும் பதிலுக்கு அவர்களுக்கு சில பகட்டானப் பொருட்களைப் பரிசளித்தான்.

சந்திப்புகளும் பரிசு, பரிவர்த்தனைகளும் ஹரிபந்துடனும், சிக்கந்தர் ஜாவுடனும் நடைபெற்றன. மேஜர் திரோம் எழுதுகிறான். 'அங்கே, கூட்டணிப் படைகளிடம் அதுவரைக் காணமுடியாத அளவிலான கௌரவம், ஒழுங்கு, கம்பீரம் எல்லாமே ஒவ்வொரு வகையிலும் உச்சமாக இருந்தது. காவல் படை சிப்பாய்கள் சீருடையில் இருந்தனர். சாதாரணமாக இல்லாமல் முழு ஆயுதங்களுடன் இருந்தனர். உள்நாட்டு அதிகாரச் சக்திகளைப் போலில்லாமலும் கீழானக் குடிமக்களைப்போல நடந்து கொள்ளாமலும், ஒழுங்குடனும் நேர்த்தியுடனும் நடந்து கொண்டனர்.' பிப்ரவரி 28 ஆம் தேதியன்று காலையில் கோட்டையிலிருந்து, 'தன் மகன்களுக்கு நல்ல வரவேற்புக் கொடுத்ததில் திருப்தியடைந்ததன் அடையாளமாகத் துப்பாக்கியால் சுட்டு திப்பு மகிழ்ச்சியை வெளிப்படுத்தினார். 29 ஆம் தேதி இரவிலும் அதற்கடுத்த நாள் காலையிலும் ஒருகோடியே ஒன்பது லட்ச ரூபாயையும் அத்துடன் அரை ரூபாயையும் கூட்டணிப் படைகளின் முகாமுக்கு அனுப்பி வைத்தார்.

தெளிவான, உறுதிசெய்யப்பட்ட உடன்பாட்டை உருவாக்குவதில் அதிலுள்ளப் பொருட்களை சீரமைவு செய்வதற்குக் கணிசமானப் பெருமுயற்சிகள் தேவையாக யிருந்தன. கென்னவே திப்புவின் பிரதிநிதிகளிடம் மைசூர் சாம்ராஜ்ஜியத்தின் வருவாய் முத்திரைத்தாள்களை கொண்டு வரச்சொல்லி வற்புறுத்தினான். பிரதிநி—திகளுடன் திப்புவின் மூத்த பேஷ்காரரான சுபா ராவும் மார்ச் மாதம் 3 ஆம் தேதி கோட்டையிலிருந்து வெளியே வந்து அவற்றைத் தேடியலைந்தார். அவர்களுக்கு போருக்கு முந்தைய முத்திரைத் தாள்களும், கூர்க் போன்ற வேறு மாவட்டங்களைச் சேர்ந்த ஏழு ஆண்டுகளுக்கு முந்தைய வேறு சில முத்திரைத் தாள்களும்தான் கிடைத்தன. அவையும் முழுமையானவையாக இருக்கவில்லை. நேச அணிகள் அவற்றை சரியில்லாதவை என்று ஒதுக்கின. முத்திரைத் தாள்கள் சிலவற்றில் முத்திரை இருக்கவில்லை. இன்னும் சிலவற்றில் முத்திரை அதிகாரிகளின் கையெழுத்து இருக்கவில்லை. தவிர, திப்பு அளித்திருக்கும் தகவல்களில் தன்னிடமிருந்து பெறமுடியாத அவரது மூதாதையரின் உடமைகளுக்கான மதிப்பீட்டைக் குறைத்துத் தந்திருப்பதாகவும், நேச அணிகள் தங்கள் எல்லையுடன் சேர்த்துக் கொள்ளவிரும்பும் அவர்களின் எல்லைக்கு அருகிலுள்ள உடமைகளுக்குக் கூடுதல் மதிப்பீடு செய்திருப்பதாகவும் கென்னவே கருதினான். மறுபக்கத்தில் முஷிர்—உல்—முல்க், தன் பங்குக்கு திப்பு ஒப்படைக்க நினைக்கும் மாவட்டங்களின் மதிப்பு தாங்கள் எதிர்பார்த்ததற்குக் குறைவாக இருப்பதாகவும் அதனால் திப்புவின் மூதாதையரின் உடமைகளில் சிலவற்றையும் அவற்றுடன் சேர்த்துக்கொள்ள வேண்டும் என்றும் வற்புறுத்தினான். திப்பு ஒப்புக் கொண்ட பாதிக்கு மேலான சாம்ராஜ்ஜியம் மதிப்பீட்டுக்குள் வரவில்லையென்றால், மதிப்பீட்டை பெறும் வகையில் மற்ற நிலங்களையும் பெறவேண்டும் என்பது அவனது எண்ணமாக இருந்து வந்தது. இதையடுத்து மார்ச் மாதம் 4 ஆம் தேதி கென்னவே திப்புவின் பிரதிநிதிகளிடம் இன்னும் இரண்டு நாட்களுக்குள் முழுமையானத் தகவல்களுடன் சரியான வகையில் மதிப்பீட்டுக் காகிதங்கள் வந்து சேரவேண்டும். இல்லாது போனால் உடமைகளை நேச அணியின் மதிப்பீட்டின்படி பிரித்துக் கொள்ள நேரிடும் என்று எச்சரித்தான். எச்சரித்தவனிடம் திப்புவின் பிரதிநிதிகள் பெத்னூர், கோயமுத்தூர், கள்ளிக்கோட்டை, தார்வார், பெங்களூர் உள்ளிட்ட பல பகுதியில் கூட்டுப்படை அணிகளின் படையெடுப்பில் அதிகாரப் பூர்வமான பதிவேடுகள்

எல்லாம் அழிக்கப் பட்டுவிட்டன. மீதமிருந்தக் காகிதங்களை திப்புவின் முகாமுக்குள் படையெடுத்து வந்த ஆங்கிலேயப் படை 1792 ஆம் ஆண்டு பிப்ரவரி 6 ஆம் தேதியன்று இரவு காணாமல் போக்கிவிட்டது என்று பதில் சொன்னார்கள். எனினும் அவர்களிடமிருந்த அதிகாரப்பூர்வமானக் காகிதங்களை ஒப்படைக்கச் சற்று தாமதம் ஆனது. இந்த பதிலில் திருப்தியுறாதக் கூட்டுப்படை அணி, தாங்கள் சேகரித்திருக்கும் கணக்குகளின்படி பங்கு போட்டுக்கொள்ள முடிவு செய்தார்கள். அதையடுத்து கென்னவே உறுதி செய்யப்பட்ட உடன்பாட்டை, பூர்வாங்க உடன்பாட்டின் அடிப்படையில் குறிப்பாக நிலங்களை ஒப்படைக்கும் விஷயத்தை முன்னிறுத்தி எழுதி மார்ச் மாதம் 9 ஆம் தேதியன்று மாலை திப்புவின் பிரதி—நிதிகளுக்கு அனுப்பி வைத்தான்.

மறுநாள் காலையில் நடந்த மாநாட்டில் திப்புவின் பிரதிநிதிகள் மற்றும் திப்புவின் மூத்த பேஷ்கார் சுபா ராவ் உடன்பாட்டின் வரைவை விமர்சித்தனர். சுபா ராவ் கையுடன் கொண்டு வந்திருக்கும் அதிகாரப்பூர்வமான ஆதாரங்களுடன் ஒப்பிட்டு, சொத்துப்பிரிப்பை கூட்டுப்படை அணிகள் பரிசீலிக்க வேண்டும் என்று வாதிட்டனர். ஆனால் புதிய முத்திரைத் தாள்களைப் பரிசீலிக்க காலஅவகாசம் இல்லையென்று கென்னவே மறுத்து விட்டான். புதிய விஷயங்களைப் பரிசீலிக்கத் தொடங்கினால், உறுதி செய்யப்பட்ட உடன்பாட்டில் குறிப்பிடப்பட்டுள்ள பல விஷயங்களைத் தொங்கலாக்கி உள்ளதை நலிவுறச் செய்துவிடும் என்றும் கருதினான். நம்பிக்கையை இழக்கும்படியாகச் செய்த கென்னவேயின் பதிலால் சுபா ராவ் கோபமாகி உடன்பாட்டில் குறிப்பிடப்பட்டுள்ள வரைவுகளை மூர்க்கமாக விமரிசிக்கத் தொடங்கினான். ஸ்ரீரங்கப்பட்டிணத்தின் கதவுகளில் ஒன்றான கூர்க்கை வரைவுப் பட்டியலில் இணைக்கப்பட்டதைக் கடுமையாக ஆட்சேபித்தான். அதுபோல கூட்டுப்படை அணியின் எந்தவொரு உறுப்பினரின் எல்லைக்கும் அருகாமையில்லாத பெங்களூருக்கு நெருக்கமாகயிருக்கும் தனயக்கன் கோட்டையை ஆங்கிலேயர்கள் தங்கள் விருப்பப்பட்டியலில் சேர்த்திருப்பதை பேராசை என்று குறிப்பிட்டுப் பேசினான். அதுபோல பெல்லாரி, கூட்டி மற்றும் சேலம் ஆகிய இடங்கள் கூட்டுப்படை அணியினரின் எல்லைகளிலிருந்து அப்பாலிருந்தன. அவையும் பட்டியலில் இடம்பெற்றிருந்தன. ஆனால் இந்தக் குற்றச்சாட்டுக்களையெல்லாம் கென்னவே எளிதாகப் புறந்தள்ளினான். இதை யடுத்து மாநாடு ஒத்திவைக்கப்பட்டு, திப்புவின் பிரதிநிதிகள் வரைவு உடன்படிக்கையோடு கோட்டைக்குத் திரும்பினர். வரைவு உடன்படிக்கையைப் பார்த்தத் திப்பு கோபமாகிப் போனார். அதிர்ச்சியும் ஆச்சரியமுமாகிப் போனார்: ஆங்கிலேயர்களின் எந்த உடமைகளுக்கு கூர்க் அருகில் இருக்கிறது? ஏன் அவர்கள் ஸ்ரீரங்கப்பட்டிணத்தையே கேட்கவில்லை? இதைவிட்டுக் கொடுப்பதற்கு பதிலாக நான் உயிர் துறந்துவிடுவேன் என்பது அவர்களுக்குத் தெரியும். நம்பிக்கைத் துரோகமாய் என் குழந்தைகளையும் உடமைகளையும் அபகரிக்கப் பார்க்கிறார்கள் என்று ஆதங்கப்பட்டார்.

மார்ச் மாதம் 12 ஆம் தேதியன்று, கென்னவேயைச் சந்தித்தத் திப்புவின் பிரதி—நிதிகள் கூட்டுப்படை அணிகளால் வழங்கப்பட்ட வரைவு உடன்படிக்கையின் குறிப்பீடுகளில் சிலவற்றைத் தளர்த்தினால், தங்களின் எஜமானர் அதை

ஏற்றுக்கொள்ளத் தயாராக இருப்பதாகக் கூறினர். தன்னிடமிருக்கும் முத்திரைத் தாள்களின் மதிப்பீட்டின்படி கொடுக்க ஒப்புக் கொண்டுள்ள உடமைகளில் பாதியைக் கொடுத்து விடுவதாகவும், மீதி உடமைகளுக்கு கூட்டுப் படை அணியினரால் மதிப்பிடப்படும் தொகைக்கான உடமைகளை வழங்குவதாகவும் குறிப்பிட்டார்கள். வரைவு உடன்படிக்கையில் 9 ஆம் தேதி குறிப்பிடப்பட்ட சில குறிப்பீடுகள் மீண்டும் குறிப்பிடப்பட்டிருப்பதாகச் சுட்டிக்காட்டிய பிரதிநிதிகள், கம்பெனிக்கானப் பங்குப் பட்டியலில் கூர்க்கைச் சேர்த்திருப்பதற்கு ஆட்சேபனை தெரிவித்தார்கள். கூர்க்கை ஆங்கிலேயக் கம்பெனி கடலிலிருந்து நேராக ஸ்ரீரங்கப்பட்டிணத்துக்குள் நுழைவதற்கான வழியாகக் கொள்ளப் பார்க்கிறார்கள் என்றும் பூர்வாங்க உடன்படிக்கையின்படி ஆங்கிலேயர்களுக்கு அதைக் கேட்பதற்கான உரிமையில்லையென்றும், அது எந்தவொரு இடத்திலும் ஆங்கிலேயர்களின் உடமை எல்லைக்கருகில் வரவில்லையென்றும் சுட்டிக்காட்டினர். இதையடுத்து, கென்னவே திப்புவின் மூதாதையர் உடமைகளைக் கோரப்போவதில்லை என்று பிரதிநிதிகளிடம் உத்தரவாதம் கொடுத்தான். ஆங்கிலேயர்களுக்கு அதைக்கோரும் உரிமையில்லையென்பதை ஏற்றுக் கொண்டவன், கூட்டுப்படைகள் அணி பட்டியலிட்டிருந்தக் குறிப்புகளிலிருந்து கூர்க்கை விடுவித்து அதைத் திப்புவின் மூதாதையர் உடமைகளின் ஒரு பகுதியாகச் சேர்க்க ஒத்துக்கொண்டான். கள்ளிக்கோட்டையை திப்பு அந்தப்பட்டியலில் சேர்த்திருந்ததால் கென்னவே அதைக் கேட்டிருந்தான். அது சரியானது என்று ஒத்துக்கொண்ட பிரதிநி—திகள், பட்டியலில் சேர்க்கப்படாத கூர்க்கைக் கேட்பதில் நியாமில்லை என்றும், அதுபோலானச் சுட்டுக்குறிப்பு பூர்வாங்க உடன் படிக்கையில் கையெழுத்தாகும் முன்னர் செய்துகொள்ளப்படவில்லை என்றும் விலாவரியாகப் பேசிவிட்டனர்.

கூர்க்கை ஆங்கிலேயக் கம்பெனி தனக்கானப் பங்காய்க் கேட்பதையடுத்து, பூர்வாங்க உடன்படிக்கை எல்லை மீறுதலில் சிக்கிக்கொண்டது. எனினும் கென்னவே, அதில் எந்தவொரு மாறுதலையும் செய்ய மறுத்துவிட்டான். அதுபோலவே எல்லைக்கு 'அருகில்' என்ற சொல் குறித்து, சிக்கலான விசாரணைகளுக்குள் இறங்கவும் அவன் தயாராக இருக்கவில்லை. அதே வேளையில், திப்புவின் பிரதிநிதிகள் கொடுத்த வலுவான விளக்கங்களுக்குப் பிறகும் அதை 'விலக்கப்பட முடியாது' என்று இறுக்கத்துடன் குறிப்பிட்டான். கூர்க்கை ஆங்கிலேயர்களின் பங்குப்பட்டியலில் சேர்த்ததற்கான நியாய விளக்கமாக அது கூர்க் ராஜாவுடன் ஆங்கிலேயர்கள் செய்துகொண்ட ஒப்பந்தத்தின் அடிப்படையில் கோரப்பட்டதாக விளக்கமளித்தான். அப்படி அவன் சொன்னதும் திப்புவின் பிரதிநிதிகள், 'இந்த உடன்படிக்கை திப்புவைக் கட்டுப்படுத்தாது' என்று பதிலிறுத்துவிட்டனர். மேலும், மாநாட்டுக் கூட்டம் எந்தவொரு பலனையும் தராது போனதால் திப்புவின் பிரநிதிகள், 'தங்களை இதிலிருந்து விடுவிக்கக்' கேட்டுக் கொண்டனர். ஆனால் கென்னவே, 'கோட்டைக்குத் திரும்பிப்போய் நாளை மாலை சூரிய அஸ்தமனத்துக்குள் சுல்தானின் பதிலுடன் வாருங்கள்' என்று பரிந்துரைத்தான். அதைக் கேட்டுக் கொண்ட பிரதிநிதிகள், 'சுல்தானிடம் இந்தச் செய்தியைக் கொண்டு செல்வதில் எந்தவொரு பிரயோசனமும் இல்லை. அவர் கூர்க் விஷயத்தில் பிடிவாதமாக இருக்கிறார்' என்று சொல்லிவிட்டனர். புறப்படுவதற்கு முன்பு திப்புவின் பிரதிநிதிகள் வலியுறுத்திச் சொன்னதை வைத்து கூட்டுப்படை

அணியின் அதிகாரம்பெற்ற பிரதிநிதிகளுக்கும் திப்புவின் பிரதிநிதிகளுக்குமிடையில் நடந்த பேச்சுவார்த்தையின் முடிவு என்னவாகயிருக்கும் என்பது அனைவருக்கும் வெட்டவெளிச்சமாகத் தெரிந்துபோனது.

இந்த விஷயத்தில் கார்ன்வாலிஸ் சில அனுகூலமான முடிவுகளைத் தெரிவிப்பான் என்ற எதிர்பார்ப்பு இருந்தது. மறுநாள் மாலை திப்புவின் பிரதிநிதிகளுக்கும் கூட்டுப்படை அணியின் அதிகாரம் பெற்ற பிரதிநிதிகளுக்குமிடையிலானப் பேச்சுவார்த்தை நடந்தபோது, சில விஷயங்களில் சமாதானமாகிப் போவதற்கு சாத்தியங்கள் தெரிந்தன. ‘உடன்பாட்டை முடிவுக்குக் கொண்டு வரும் நோக்கத்தில் அதிலிருக்கும் குறைகளைக் களைய கார்ன்வார்லிஸின் ஒப்புதலின்படி கூட்டுப்படை அணிகளுக்கு திப்பு வழங்குவதாகவுள்ள உடமைகளைக் கணக்கிட்டிருக்கும் கூட்டுப்படை அணிகளின் வருவாய் மதிப்பீட்டுத் தொகையான 43,19,694 பகோடாக்களில் 4,50,000 பகோடாக்களை கழித்துக் கொள்ளலாம்’ என்று திப்புவின் பிரதிநிதிகளிடம் கென்னவே தெரிவித்தான். அதேவேளையில், உடமைப்பட்டியலில் சேர்க்கப்பட்டிருக்கும் நாடுகள் குறித்து திப்புவின் பிரதிநிதிகள் காட்டும் எதிர்ப்புக்கு பதில் பேச அவன் தயாராக இருக்கவில்லை. அதிலும் கூர்க் குறித்து அவன் எதுவும் பேச மறுத்துவிட்டான். ஆனால் இந்தத் ‘தள்ளுபடி’ திப்புவின் பிரதிநிதிகளைத் திருப்திப்படுத்தவில்லை. அவர்கள் வரைவு உடன்பாட்டின் முந்தையக் குறைகளைத் திரும்பத் திரும்ப சுட்டிக்காட்டி எதிர்ப்புகளைப் பதிவு செய்தனர். அவர்களின் விவாதங்களை கென்னவே காது கொடுத்துக் கேட்க மறுத்துவிட்டான். அத்துடன் மாநாடு முடிந்து போனது.

பேச்சுவார்த்தை முறிந்து போனதும் வரைவு உடன்படிக்கையை பலவந்தமாகத் திப்புவை ஒத்துக்கொள்ளச் செய்யும் வகையில், கோட்டையை முற்றுகையிடுவதற்கான உத்தரவை கார்ன்வாலிஸ் பிறப்பித்தான். அதன்படி பீரங்கிகளும், துப்பாக்கிகளும், தீவுக்கும், களக்காப்பரண்களுக்கும் மீண்டும் அனுப்பப்பட்டன. அவரவர், அவரவர் பணியை ஏற்றுக் கொண்டனர். பிப்ரவரி மாதம் 24 ஆம் தேதியன்று திரும்பி வந்த பரசுராம் பாஹூவுக்கு, ஆற்றைக் கடந்து சென்று கோட்டையின் தெற்குப் பகுதியைக் கைப்பற்றத் தயாராக இருக்கும்படி உத்தரவிடப்பட்டது. பாஹூ அவிழ்த்து விடப்பட்டவன் போல வழக்கமாய்ச் செய்யும் உத்தரவாகியிருக்கும் அதிகாரத்துக்கும் மேலான நடவடிக்கைகளில் தன்னார்வமாய் ஈடுபட்டு ஆற்றைக் கடந்தான். சுல்தானின் படைகளுக்குச் சொந்தமானக் கால்நடைகளையும், ஒட்டகங்களையும் திருடிக் கொண்டான். இளவரசர்கள் இருவரிடமும் கர்நாட்டிக்கிற்குச் செல்வதற்குத் தயாராக இருக்கும்படி சொல்லப்பட்டது. அவர்களுக்கு அளிக்கப்பட்டிருந்த மைசூர் பாதுகாப்புப் படையினரின் ஆயுதங்கள் பறிக்கப்பட்டு அவர்கள் போர்க் கைதிகளாக நடத்தப்பட்டனர். மார்ச் மாதம் 14 ஆம் தேதியன்று காலை இளவரசர்களின் பயணத்திட்டம் பெங்களூருக்கு கேப்டன் வெல்ஸின் படைப் பாதுகாப்புடன் அழைத்துச் செல்லப்படுவதாக இருந்தது. எனினும் திப்புவின் பிரதிநிதிகளின் வேண்டுகோளின் படி அவர்களின் புறப்பாட்டுப் பயணத்தை ஒருநாள் கார்ன்வாலிஸ் தாமதப்படுத்தினான். பெங்களூர் செல்லும் ஆங்கிலேயப் படையின் பின்னால் அவர்கள் முகாமிட்டுக்கொள்ள அனுமதிக்கப்பட்டனர்.

அரசியலிலும், படைத்துறையிலும் குற்றவாளிகளுக்குத் தரப்படும் தன்னுரிமைக் கட்டுக் காவல்முறையில் இளவரசர்களையும் அவர்களின் பாதுகாவலர்களையும் வைத்துக் கொண்டது, கார்ன்வாலிஸ் அவன் பங்குக்குச் செய்த நம்பிக்கை மீறலாகும். 1791 ஆம் ஆண்டு மே மாதம் 19 ஆம் தேதி திப்புவுக்கு அவன் தெரிவித்திருந்தச் செய்தியில், 'பேச்சுவார்த்தை முறிந்து போனால் பிணையத்திலிருப்பவர்களைத் திரும்பியனுப்பிவிடுவோம்' என்று குறிப்பிட்டிருந்தான்; பேச்சுவார்த்தை முறிந்ததிலிருந்து அவன் இளவரசர்களையும் அவர்களின் பாதுகாவலர்களையும் வைத்துக் கொண்டது மட்டுமல்லாமல், திப்புவிடமிருந்துப் பெற்ற பணத்தையும் அப்படியே வைத்துக் கொள்ளும் திட்டத்திலிருந்தான். அதற்கு அவன் பூர்வாங்க உடன்பாட்டில் கூட்டுப்படைகளின் அணிக்குத் தருவதாக ஒத்துக்கொண்டு கையெழுத்திட்ட பின்பு இப்போது அதைத்தர மறுத்து, ஒப்பந்தத்தைத் திப்பு மீறுகிறார் என்றும், அதற்கு சமர்ப்பித்தக் கணக்கு வழக்குகளில் தவறானத் தகவல்களைக்கொடுத்து மோசடி செய்தார் என்றும் குற்றம் சாட்டினான்.

உண்மையிலேயே அமைதிப் பேச்சு வார்த்தையின் பூர்வாங்க உடன்பாட்டை கூட்டுப் படைகளின் அணிதான் உடைத்தது. அதை மில் இவ்வாறு குறிப்பிடுகிறான்: திப்புவின் குற்றச் சாட்டில் காரணம் இல்லாமலில்லை. திப்புவிடமிருந்து அவர்கள் எதிர்பார்க்கும் ஒரு பகுதி, அவரது தலைநகரைச் சென்றடையும் ஒரு இடமாகும். எந்தவொருக் கூட்டுப்படை அணி நாடுகளின் எல்லைக்கு அருகிலும் அது இல்லை. அதுதான் பூர்வாங்க ஒப்பந்த மீறலுக்கு காரணமான ஒன்றாகும். மேலாக கூர்க் குறித்து பூர்வாங்க உடன்படிக்கையில் எதுவும் குறிப்பிடப்படவில்லை. உண்மையில் போர் இடைநிறுத்த ஒப்பந்தம் கையெழுத்தாகும் நிலையில், கார்ன் வாலிஸுக்கு ஆங்கிலேயருக்கு வரப்போகும் பங்கு பாகத்தில் கூர்க்கைச் சேர்க்கும் எண்ணமெல்லாம் இருக்கவில்லை. அந்தக் கருத்துப்போக்கை அவனுக்குள் பின்னர்தான் திணித்தார்கள். கூட்டுப்படை அணிகளுக்கு ஒப்படைக்கப்படும் பட்டியலில் கூர்க் இடம்பெறாதிருப்பதைக் கண்டு அது திப்புவிடமே இருந்துவிடும் என்றான நிலையில், அபெர்கிராம்பி கார்ன்வாலிஸைச் சந்தித்து கூர்க் ராஜாவின் சார்பில் பேசி, அதை ஆங்கிலேயர்களின் பட்டியலில் சேர்க்க வைத்தான். கூர்க் ராஜாவுடன் ஆங்கிலேயக் கம்பெனி ஓர் ஒப்பந்தம் செய்து கொண்டிருப்பதாக நினைவூட்டி, அதை அவனுடைய சொத்துகளுடன் சேர்ப்பதாக ஒப்புதல் தந்திருக்கிறோம் என்று வலியுறுத்தினான். கார்ன்வாலிஸுடனான அபெர்கிராம்பியின் சந்திப்புக்குப் பின்புதான், ஆங்கிலேயர்களுக்கானப் பட்டியலில் அந்த மாவட்டமும் சேர்க்கப்பட்டது. என்றாலும், அது புதியதொரு கோரிக்கையாக இருந்தபோதும் ஏற்கனவே முடிந்துபோன ஒன்றை சுல்தானுக்கு விட்டுத்தர முடியாது என்று அறிவுறுத்தப்பட்டான். இரண்டு பிள்ளைகளைப் பணயமாகக் கொடுத்துவிட்டு, நமது கணக்குக்கே பதினோரு நூறாயிரம் பவுண்டுகளையும் கொடுத்துவிட்டு திப்பு மறுபடியும் பகைமையை புதுப்பித்துக் கொள்ளமாட்டார் என்றே கார்ன்வாலிஸ் நம்பினான். பெங்கால் அரசாங்கம் கூர்க் தனக்கானது என்று திப்பு கோரும் நியாயத்தை ஒத்துக் கொண்டிருந்தது. இதுதொடர்பாக ராஜாவுடனோ அல்லது வேறு எந்த ஆட்சியாளரிடமோ கம்பெனி செய்து கொண்டிருக்கும் எந்தவொரு ஒப்பந்தமும் திப்புவைக் கட்டுப்படுத்தாது. திப்பு எந்தவொரு ஒப்பந்தத்தையும் கம்பெனியுடன் செய்து கொண்டிருக்கவுமில்லை.

கூர்க் தொடர்பானக் கோரிக்கை இதையடுத்து அப்படியே கிடந்தது.

திப்பு மீது சுமத்தப்பட்ட இரண்டாவது குற்றச்சாட்டில் அவர் சமர்ப்பித்தக் கணக்குகளில் நிறைய சூழ்ச்சி இருப்பதாகவும், கொடுப்பதாக ஒத்துக்கொண்ட பணப் பரிமாற்றத்தில் பாதிக்கு மேலாகப் பொய்யானது என்றும் கூறப்பட்டிருந்தது. போரினால் ஏற்பட்டிருந்த அழிவுகளுக்கிடையிலும் திப்பு உண்மையானக் கணக்கு வழக்குகளைத் தேடித்தேடிச் சேர்த்ததில் மிகவும் சிரமப்பட்டிருந்தார். ஆனாலும் அவர் கூட்டுப்படை அணிகளின் முன்னே சமர்பித்திருந்தக் கணக்குகள் யாவுமே கலப்படமில்லாதத் தூயதானவை. வில்க்ஸின் கூற்றுப்படி, கார்ன்வாலிஸிடம் சமர்ப்பிக்கப்பட்டக் கணக்கு வழக்குகளில் என் அறிவுக்கு எட்டிய வரையில் (1792 ஆம் ஆண்டும் தொடர்ந்து 1799 ஆம் ஆண்டும் அவை கணக்கிட்டபட்டன) வருவாய்ப் பதிவேடுகளிலிருந்து எடுக்கப்பட்ட தரவுகள்தான் அவை. 'தனது நாட்டின் மொத்த வருவாயை அவர் மிக நேர்மையாகப் பதிவு செய்திருந்தார்' என்கிறான் வில்க்ஸ். மறுபக்கத்தில் கூட்டுப்படை அணிகள் தன்னிச்சையானப் போக்கில் வார்த்தைகளைக் கொண்டு திப்புவைக் குற்றம்சாட்டிக் கொண்டிருந்தனர். மட்டுமல்லாமல் அவர்கள் உருவாக்கியக் கணக்கு வழக்குகள் அத்தனை நேர்மையானவையும் அல்ல. திப்புவிடமிருந்து முடிந்த அளவில் அதிகப்படியான இடங்களும், அதிக அளவிலானப் பணத்தையும் எப்படியாவது கறந்துவிட வேண்டுமென்பதாகவே அவர்களின் நோக்கம் இருந்தது. அதற்கேற்றபடி கொள்கைத் துறந்த ஆட்களை கணக்கு வழக்குகளை உருவாக்கும் பணியில் அமர்த்தியிருந்தனர். பல இடங்களில் தங்கள் செல்வாக்கைப் பயன்படுத்தியும் அதைச் செய்ய வைத்தனர்.

திப்பு மீது சுமத்தப்பட்டக் கடைசி குற்றச்சாட்டு அவர் போர் நிறுத்த உடன்படிக்கையை மீறி கோட்டை சீரமைப்பு மற்றும் பராமரிப்புப் பணிகளைத் தொடர்ந்தார் என்பதாக இருந்தது. அதைத் திப்பு கடுமையாக மறுத்தார். 'மரியாதைக்குரிய பிரபு அவர்களுக்குத் தவறானத் தகவல் கொடுக்கப்பட்டுள்ளது. தங்களின் திருப்திக்காக, தாங்கள் விரும்பினால் கோட்டையைச் சுற்றிப் பார்த்து அங்கு ஏதாவது புதிய கோட்டை பராமரிப்பு தென்பட்டால் அவற்றை உடைத்தெறிந்து விடலாம்' என்று கார்ன்வாலிஸுக்கு எழுதியக் கடிதத்திலும் கூறியிருந்தார். உண்மையிலேயே போர் நிறுத்தத்துக்குப் பின்பு இதுபோன்றக் குற்றச்செயல்களில் ஈடுபட்டது கூட்டுப்படை அணியினர்தான். பூர்வாங்க உடன்படிக்கைக் கையெழுத்தான பின்பு ஸ்டூவர்ட்டின் தலைமையிலான ஆங்கிலேயத் துருப்புகள் லால் பாஃஹ்க் பகுதியிலும், கான்ஜம் நகர் மற்றும் அதன் புறப்பகுதியிலும் மானாவாரியாகத் தொடர்ந்து சூறையாடினர். கொள்ளையடித்தனர். அபெர்கிராம்பியோ காவிரியின் தென்பகுதியிலுள்ளக் கிராமங்களை அழித்தொழிப்பதில் ஈடுபட்டான். அசாத் அலி கான் குர்ரம்கொண்டாவின் சுற்றுப்பகுதியில் தொடர்ந்து போர் நடத்தியபடியேதான் இருந்தான். திப்புவின் பிரதிநிதிகளும் தொடர்ந்து கார்ன்வாலிஸிடம் இதுகுறித்துப் புகார் வாசித்தப்பின்பு தான் அவன் அபெர்கிராம்பிக்கு உத்தரவிட்டு கண்ணம்பாடியில் களம் அமைத்துக் கொள்ளச் சொன்னான். லால் பாஃஹ்கின் மரங்களை வெட்டக்கூடாது மற்றும் கான்ஜம் நகரத்தின் வீடுகளில் கொள்ளையடிக்கக் கூடாது என்று ஸ்டூவர்ட்டுக்கு உத்தரவிட்டான். என்ன சொல்லியும் பாஹு தனது வழக்கமானக் கொள்ளைத்

தொழிலில் தொடர்ந்து ஈடுபட்டுக் கொண்டே இருந்தான். திப்புவின் விநியோகப் பொருட்களுக்கு தடை விதித்தான். திப்புவின் துருப்புகளைக் கொத்துக் கொத்தாய்க் கொலை செய்தான். பாஹுவின் தொடர் நடவடிக்கைகளால் அதிருப்தியடைந்திருந்தத் திப்பு, கார்ன்வாலிஸிடம் பாஹுவை ஆற்றைக் கடந்துப்போகச் சொல்லுங்கள். அவனது அழிச்சாட்டியங்களை ஒரு கட்டுக்குள் கொண்டுவர உத்தரவிடுங்கள். அல்லது மகாபிரபு அவனை அங்கிருந்து வெளியேற்றித் தண்டனை வழங்க அனுமதிக்க வேண்டும் என்று கேட்டுக் கொண்டிருந்தார். ஆனால் திப்புவின் குறைமுறையீடுகள் எதுவும் பாஹுவின் நடவடிக்கைகளில் மாற்றங்களை உருவாக்கிவிடவில்லை. உடன்படிக்கைக் கையெழுத்தான பின்பும், அவன் தன்னிச்சையானக் கொள்ளையடிக்கும் தொழிலை விட்டு விலகவேயில்லை. உடன்படிக்கையை செல்லத்தக்கதாக்கும் வகையில் பாஹுவை ஸ்ரீரங்கப்பட்டிணத்திலிருந்து கட்டாயப்படுத்தி வெளியேற்றிய கார்ன்வாலிஸ் கூறுகிறான்: பாஹு தனது அணிவகுப்பின்போது பல முறைகேடுகளைச் செய்வான் என்று அஞ்சுகிறேன். அவனது அணியினரும் இதுவரையில் உடன்பாட்டுக்கு கொஞ்சமும் மதிப்பளிக்கவில்லை.

போர் சிறைக்கைதிகளை விடுவிக்கும் விஷயத்தில் கூட்டுப்படை அணியினர் தங்கள் பங்கை நிறைவேற்றவேயில்லை. கோயமுத்தூர் கோட்டை சரணடைந்த விவகாரத்தில் திப்பு விதிமீறல் செய்ததாகக் கார்ன்வாலிஸ் குற்றம் சாட்டிக்கொண்டே இருந்தான். அங்கிருந்து காவல்படையினர் விடுவிக்கப்படும் வரையில் அவன் பேச்சுவார்த்தைக் குறித்து எந்த விதத்திலும் வாயைத் திறக்கவேயில்லை. அதே வேளையில் பரசுராம் பாஹு ஷிமோகாவிலும் தார்வாரிலும் செய்த விதிமீறல்கள் குறித்து எந்தவொரு கருத்தையும் சொல்லவுமில்லை. ஒப்பந்தத்தில் கையெழுத்தாகி ஐந்து மாதங்களுக்குப் பின்பு, திப்பு பலமுறை வற்புறுத்தியப் பின்னால் பாஹு பத்ர்—உஜ்—ஜமானை விடுதலை செய்தான் என்பதை நோக்க வேண்டும். அதே வேளையில் தார்வார் கோட்டையின் திவான் ஹரிதாஸ் பந்த் கொள்கைத் துறந்த ஆளாகவும், மைசூருக்குச் செல்ல விருப்பப்படாததாலும் கடைசி வரையில் விடுவிக்கப்படவில்லை. உண்மையிலேயே ஹரிதாஸ் கொள்கை துறந்த ஆளெல்லாம் இல்லை. தார்வார்க் கோட்டை வீழ்ந்த போது பத்ர்—உஜ்—ஜமானுடன் சேர்ந்து கைதானவன். ஹரிதாஸ் திப்புவிடம் செல்வதற்கு விரும்பினால் ஹரிபந்த் தடையேதும் சொல்லப் போதில்லை என்று மராத்தியப் பிரதிநிதி கோவிந்த ராவ் காலே, தகவலாக கார்ன்வாலிஸிடம் பரிந்துரைத்தான். ஆனால் அந்தப் பரிந்துரையை கார்ன்வாலிஸ் புறந்தள்ளிவிட்டான். ஹரிதாஸைத் தவிர போரின்போது கைது செய்யப்பட்டக் கைதிகள், மைசூர் சம்பந்தமான விஷயங்களில் கூட்டுப்படை அணியினரால் கட்டாயமாகக் கொண்டு வரப்பட்ட மற்ற கைதிகள் கடைசி வரையில் விடுவிக்கப்படவேயில்லை. அதே வேளையில் ஆங்கிலேயர்கள் அவன் கொள்கைத் துறந்தவனாக இருந்தாலும் போர்க் கைதியாக இருந்தாலும் அல்லது திப்புவிடம் பணிசெய்பவனாக இருந்தாலும் அவனை மீட்டெடுப்பதில் மிகவும் குறியாக இருந்தனர்.

கோட்டையை முற்றுகையிடும் பணியை மீண்டும் தொடர கார்ன்வாலிஸ் உத்தரவிட்டதும் திப்பு அதைப் பாதுகாக்கும் பணிகளில் மும்முரமானார்.

அவரது செயல்பாடுகளும் தோற்றமும் போர் நிறுத்தக் காலத்தில் இருந்ததைக் காட்டிலும் பிரகாசமாகவும் பொலிவாகவும் இருந்தது. இதனிடையில் கமர்—உத்—தீன் கான் அவனது படைப்பிரிவுடன் கோட்டைக்குள் தன்னை நுழைத்துக் கொண்டான். அப்படைக்கான விநியோகப் பொருட்கள் பெத்னூரிலிருந்து வரவழைக்கப்பட்டன. மறுபக்கத்தில் ஆங்கிலேயப் படைகளின் நிலை பலவகைகளில் மோசமாகச் சிதைந்து போயிருந்தது. முற்றுகையிடுவதற்குத் தயாராக வைத்திருந்தப் பொருட்களெல்லாம் லால் பாஃஹ்கில் வெட்டப்பட்ட சைப்பிரஸ் மரக்கட்டைகளால் செய்யப்பட்டிருந்தன. அவையெல்லாமே காய்ந்து, எளிதில் உடையக் கூடியதாக, எளிதில் தீப்பற்றக் கூடியதாக, மொத்தத்தில் எதற்குமே பயனற்றதாக ஆகியிருந்தன. அந்தத் தோட்டம் முற்றிலுமாக அழிக்கப்பட்டுவிட்டதால், புதிய பொருட்களைச் செய்ய தொலை தூரத்திலிருந்துப் பொருட்கள் கொண்டுவர வேண்டியதாக இருந்தது. மேலாக ஆறுவாரங்களாக ஆங்கிலேயப் படைகளின் முகாம் ஓரிடத்திலேயே முடங்கிக் கிடந்ததில் அசுத்தமாகியிருந்தது. எண்ணிறந்தப் படைவீரர்கள் ஏற்கனவே நோயால் அவதிப்பட்டுக் கொண்டிருந்தனர். அது ஒருபுறம் துயரமான பயத்தைக் கொடுத்திருந்தது. நோயுற்றவர்களின் எண்ணிக்கை அதிகரித்துக் கொண்டே போனால், வலுவான முற்றுகைக்குத் தேவைப்படும் வலிமையானவர்களின் எண்ணிக்கை குறைந்து கொண்டே போகும் நிலையிருந்தது. அதை மெக்கன்ஸி இவ்வாறு குறிப்பிடுகிறான். ‘திப்பு இன்னும் சில மாதங்கள் நீடிக்க விட்டிருந்தால் அவனது எதிரிப்படையினர் மழைக்காலத்தில் எழுந்து நிற்கக் கூடத் திராணியற்றவர்களாக ஆகியிருப்பார்கள்.’ அதுபோல நிஜாம் படையில் ஐரோப்பியப் படைகளுக்கானத் தளபதியாகயிருந்த ரேமண்ட் எழுதுகிறான்: ‘எதிரிப் படையின் நிலைமையை அறிந்தவனாக திப்பு சுல்தான் இருந்திருந்தால் அவன் தனது பணத்தையும் அவனது அழகான மாகாணத்தையும் சேமித்திருக்க முடியும்.’ அது, நிதர்சனமான உண்மைதான். திப்புவின் நுண்ணறிவுப் பிரிவினர் எதிரிப்படையின் நிலையை விவரித்திருந்தனர். அவராலும் மேலும் சில மாதங்களுக்கு இதே நிலைமையை நீட்டித்திருக்க முடியும். அதனால் போரைக் கைவிட்டுவிடும் எண்ணமும் அவருக்கிருந்தது. ஆனால் ஆங்கிலேயக் கவர்னர் ஜெனரல் கார்ன்வாலிஸிடம் பிணையாகயிருக்கும் தன் இரண்டு மகன்களின் பாதுகாப்பும், அவர்களிருவரையும் கோட்டைக்குத் திருப்பியனுப்ப கார்ன்வாலிஸ் மறுத்து விட்டதும் அவருக்குள் எச்சரிக்கை செய்து கொண்டேயிருந்தது. மார்ச் 18 ஆம் தேதியன்று முறையாகக் கையெழுத்திட்ட உடன்படிக்கையை பிரதிநிதிகள் மூலம் திப்பு கொடுத்தனுப்பினார். மறுநாள் காலையில் அதை கார்ன்வாலிஸிடம் இளவரசர்கள் மூலம் கொடுக்கும்படி செய்தார். ஆனால் அந்த நிகழ்ச்சியில் ஹரிபந்தும் சிக்கந்தர் ஜாவும் கலந்து கொள்ளவில்லை. 22 ஆம் தேதியன்று காலை கார்ன்வாலிஸ் கென்னவேயுடனும் நிஜாம் மற்றும் மராத்தியர்களின் அதிகாரம் பெற்றப் பிரதிநிதிகளுடனும் இளவரசர்களின் கூடாரத்துக்குப் போனான். அங்கே அவன் இளவரசர்களிடம் உறுதி செய்யப்பட்ட எதிரிணை உடன்பாட்டு ஒப்பந்தத்தை வழங்கினான். மார்ச் மாத இறுதியில் கூட்டுப்படை அணியினரின் தளபதிகள் தங்கள் படைகளை தங்களின் எல்லைகளை நோக்கி நடக்கவிட்டனர். அவர்களின் குறிப்பறிந்து பெருந்தன்மையுடனும் மனிதாபிமானத்துடனும் நோயினால் பாதிக்கப்பட்டவர்களை எடுத்துச் செல்வதற்குப் போதுமான

அளவில் தூளிகளும், அவர்களைச் சுமந்து செல்லச் சுமை தூக்குபவர்களையும் திப்பு அனுப்பி வைத்தார். நோயினால் பாதிப்புக்கு உள்ளானவர்கள் எல்லாமே ஸ்ரீரங்கப்பட்டிணத்தைக் கைப்பற்ற வந்து அங்கேயே பல மாதங்களாகத் தங்கியிருந்து நோய்க்கு உள்ளானவர்கள். ஹரிபந்த் புறப்படுவதற்கு முன்பு திப்பு அவனைச் சந்தித்தார். அப்போது அவனை தீர்க்கதரிசித்தனமான வார்த்தைகளால் எச்சரித்தார்: 'நான் உனது எதிரியில்லையென்பதை நீ உணர்வாய். உனது உண்மையான எதிரி ஆங்கிலேயன் தான். அவனிடம் எச்சரிக்கையாக இரு.'

இந்தப் போரே திருவாங்கூர் ராஜாவுக்காக நடத்தப்பட்டதோ என்று எண்ண வேண்டியிருந்தது. இன்னும் அமைதி உடன்படிக்கையில் அவனது விருப்பம் முற்றிலுமாகப் புறக்கணிப்பட்டிருந்தது. திப்புவின் படையெடுப்புக்கு ஆளான முதல் ஆள் அவன்தான். அதனால் பலத்த இழப்புக்கு உள்ளானான். இருபத்தைந்து லட்சரூபாயை போர்ச் செலவுக்கென ஆங்கிலேயக் கம்பெனிக்கு ஆண்டுக்கு பத்து லட்சரூபாய் வீதம் கொடுத்தான். அவனது ஆண்டு வருமானத்தில் அது பாதிக்கும் மேலானத் தொகையாகும். அத்துடன் ஆங்கிலேயப் படைக்குத் துருப்புகளையும் அவர்களுக்கான உணவுப்பொருட்களின் விநியோகத்தையும் செய்து தந்தான். இவ்வளவு செய்திருந்தும் அவனுக்கு முன்காப்பீடோ, பணமோ அல்லது ஏதாவது பகுதியோ கிடைக்கவில்லை. உண்மையில் அவன் முற்றிலுமாகக் கூட்டுப்படை அணிகளால் புறக்கணிக்கப்பட்டான். அவனது பெயர்கூட உடன்படிக்கையின் எந்தவொரு இடத்திலும் குறிப்பிடப்படவில்லை என்பது அதன் உச்சக்கட்டம். அதனால் ராஜா பெருத்த மன உலைச்சலுக்கு உள்ளாகி வெறுத்துப் போனான். அவன் சொல்கிறான்: கம்பெனிக்கு நண்பர்களைக் காட்டிலும் பணத்தின் மீதுதான் அதிக கவனம் இருந்தது. திப்புவுக்கும் ஆங்கிலேயர்களுக்குமிடையில் ஒரு பிரச்சனையை உண்டு பண்ணி அதன்மூலம் திப்புவை கழித்துக்கட்டிவிட்டு, மலபார் கடற்கரைப் பிரதேசத்தில் தனது மேலாதிக்கத்தை நிலை நிறுத்த எண்ணியிருந்தவன் அவன். ஆனால் அவனது எண்ணத்தில் மண் விழுந்து, ஆங்கிலேயர்கள் மலபார் பகுதியில் அசுரமாக வளர்ந்து அவனுக்கான மூல வருமானமாகயிருந்த மிளகுச் சந்தையின் பிரத்யேக உரிமையைக் கைக்கொண்டு விட்டனர். அவனது பகுதியான கிராங்கனூரரைக் கூட அவனால் மீட்டுக்கொள்ள முடிய வில்லை. அதனை கொச்சின் ராஜாவுக்கு ஒப்படைக்க வேண்டியதாயிற்று.

கூட்டுப்படை அணிகள் தயாரித்த அட்டவணைப்படி திப்பு சாம்ராஜ்ஜியத்தின் வருமானம் இரண்டு கோடியே முப்பத்தேழு லட்ச ரூபாயாக இருந்தது. இவ்வாறாக தரவேண்டியத் தொகை 1,18,50,294 ரூபாய் என நிர்ணயிக்கப்பட்டது. ஒவ்வொரு பங்கும் முப்பத்தொன்பதரை லட்ச ரூபாயாக வந்தது. மராத்திய அரசின் எல்லை மீண்டும் கிருஷ்ணாவுக்கு விரிவுபடுத்தப்பட்டது. நிஜாம் கையகப்படுத்திக் கொண்டது கீழ்துங்கபத்ராவுக்கும் கிருஷ்ணாவுக்கும் இடையிலானப் பகுதிகளும் கம்பம், கடப்பா, கான்ஜிகோட்டா ஆகிய மாவட்டங்களுமாகும். நிஜாம் கூட்டியையும் தனக்கானதாக்கிக் கையகப்படுத்திக் கொண்டிருந்தான். திப்புவின் வலியுறுத்தலையடுத்து அது திப்புவால் தக்கவைத்துக் கொள்ள முடிந்தது. கார்ன்வாலிஸின் பரிந்துரையின் பேரில் அதை மீர் ஆலம்கான் விட்டுக் கொடுக்க வேண்டியதாயிற்று. ஆங்கிலேயக் கம்பெனிக்கு பாராமஹால், திண்டுக்கல்

மாவட்டங்களும், கள்ளிக்கோட்டை, கண்ணனூர் உள்ளிட்டத் துறைமுகங்களைக் கொண்டுள்ள மிக நீண்ட விரிவான மலபார் கடற்கரைப் பிரதேசமும் கூர்க் ராஜாவின் எல்லைப் பரப்பு முழுவதும் கிடைத்திருந்தது. கூட்டுப்படை அணியின் செயல்பாடுகளால் ஆங்கிலேயக் கம்பெனிக்கு மிக விரிவான எல்லைப்பரப்புக் கிடைத்திருந்தது. அதே வேளையில் நிஜாமுக்கும் மராத்தியர்களுக்கும் அவர்கள் முன்னர் என்ன வைத்திருந்தார்களோ அதுமட்டுமே கிடைத்திருந்தது. ஆங்கிலேயர்களுக்கு புதியன மட்டுமல்லாமல் மதிப்பு மிகுந்தனவாகவும் பல பகுதிகள் கிடைத்திருந்தன. கள்ளிக்கோட்டை, கண்ணனூர் துறைமுகங்களைக் கொண்டதும், நறுமணப் பொருட்களின் உற்பத்தித் தளமுமான மலபார் மாகாணம் கிடைத்திருப்பது ஆங்கிலேயக் கம்பெனியின் வியூகத்துக்கு மிக முக்கியமான லாபமாகும். அந்தப் பகுதியை வேட்டையாடுவதற்கு நீண்ட காலத் திட்டமொன்றை வைத்திருந்து நேரம் வந்தபோது அதை ஆங்கிலேயக் கம்பெனிக் கைக்கொண்டும் விட்டது.

மறுபக்கத்தில் ஸ்ரீரங்கப்பட்டிணம் உடன்படிக்கை திப்புவின் பொருளாதார, நிதி மற்றும் இராணுவ வளங்களை உறிஞ்சியெடுத்து விட்டிருந்தது. அவரது சாம்ராஜ்ஜியத்துக்கு இயற்கை தன் கொடையாகப் பாதுகாப்பளித்து வந்த பாரா மஹால், பாலக்காட் மற்றும் கூர்க் பிரதேசங்கள் கைவிட்டுப்போனதும் மைசூருக்குள் கிழக்கிலிருந்தும் மேற்கிலிருந்தும் நுழைவது எளிதாகிப் போனது. நேர் எதிராக பாராமஹால், திண்டுக்கல், சேலம் ஆகிய மாவட்டங்களின் இழப்பால் கர்நாட்டிக்கிற்குள் திப்புவால் படையெடுப்பது மிகச்சிரமமான ஒன்றாகிவிட்டது. திண்டுக்கல்லுடன் மற்ற வளமான தோவாப் மாவட்டங்களையும் விட்டுக் கொடுத்தது திப்புவின் சாம்ராஜ்ஜியக் களஞ்சியத்துக்கு மிகப்பெரிய இழப்பாகும். எல்லைப்பரப்பு பாதியாகக் குறைந்ததும், பெரும் காப்பீட்டைச் செலுத்த வேண்டியதும், திப்புவின் நிதி நிலைமையைச் சீர்குலைத்து விட்டது. சுருங்கிப்போனக் குறிப்பிட்ட வருவாய்க்குள் ஐரோப்பியத் தரத்திலான பெரிய இராணுவத்தைக் கட்டிமேய்ப்பது இயலாததாக ஆனது. உண்மையில் ஸ்ரீரங்கப்பட்டிணம் உடன்படிக்கை திப்புவை இறுதிப்பாதை மீது வீசியெறிந்திருந்தது.

எனினும் கட்டுப்பாட்டுக் குழுத்தலைவனாக இருந்த டூண்டாஸுக்கும், இந்தியாவில் கம்பெனி சேவையிலிருந்த இராணுவ அதிகாரிகள் பலருக்கும் அமைதியின் மீது விருப்பம் இருக்கவில்லை. 1791 ஆம் ஆண்டு செப்டம்பர் மாத இறுதிவாக்கில் கம்பெனிப் படை மைசூர் படையினரால் பின்னடைவுக்கு உள்ளாவதைக் கேள்விப்பட்டதும், திப்பு சுல்தானுடன் கௌரவமான அமைதி உடன்படிக்கையைச் செய்துகொள்ளச் சொல்லி உத்தரவு பிறப்பித்தவன் இந்த டூண்டாஸ். தேவைப்பட்டால் ஆங்கிலேயப் படையினரின் அத்தனை லாபத்தையும் தியாகம் செய்துவிடலாம் என்றும் கூறியிருந்தான். ஆனால் அவனே இப்போது அமைதியில் திருப்தியற்றவனாக ஆகியிருந்தான். திப்புவை நசுக்கி ஒடுக்கிவிட வேண்டும் என்று ஆர்வப்பட்டான். மெடோஸும் திப்புவைத் தூக்கியெறிந்துவிட்டு பழைய ராஜாவின் ஆட்சியை ஏற்படுத்த வேண்டும் என்று ஆசைப்பட்டான்.[137] அமைதி உடன்பாட்டில் திருப்தியுறாத மன்றோ திப்புவை வேரோடு அழிக்க வேண்டும் என்று விரும்பினான். திப்புவின் அதிகாரம்

அழிக்கப்பெறாமல் இருந்தால் நமது எல்லைகளை விரிவுபடுத்துவதென்பது நமக்குத் தூரமான ஒன்று. நம்மிடம் இருக்கும் உடமைகளையும் இழந்துவிடும் ஆபத்து எப்போதுமே இருந்துகொண்டேயிருக்கும். வல்லமை மிக்கவனாக ஆகிவிடக் கூடியவனை நம்மால் முடியும்போது ஏன் நாம் அவனை ஒழிக்கக் கூடாது? அவனது அமைப்பு முறையை இப்போது நாம் அழித்தொழிக்காவிட்டால் இனி வரும்காலங்களில் தக்காணத்தில் நிஜாம் வெற்றி பெற்றான் என்றோ, மூரிஷ் இளவரசர்கள் வெற்றிக்கொடி நாட்டினார்கள் என்றோ தகவல்கள் நம்மை வந்துசேரும். நாம் கேட்டுக் கொண்டிருக்க வேண்டியதுதான். இப்போதே பூண்டோடு அழித்துவிட்டால் மீண்டும் நிறுவுவதற்கான வாய்ப்பு மிகவும் குறைவுதான். அமைதி உடன்படிக்கையால் மன்றோ மிகவும் அதிருப்திக்கு ஆளாகியிருந்தான். அவன் எழுதுகிறான்: ஒவ்வொரு விஷயமும் நிதானமாகவும் சமாதான நிலையிலும் இப்போது நாம் செய்யத் தொடங்கியிருக்கிறோம்; இதேவிகிதத்தில் நாம் செயல்பட்டோமேயானால் அடுத்த இருபதாண்டுகளில் நாம் அனைவருக்கும் நண்பர்களாக இருப்போம்.

உண்மையில் கார்ன்வாலிஸ் இந்த உடன்படிக்கையின் மூலம் நல்லதொரு வரையறைகளைப் பெற்றிருக்கவில்லை. திப்புவின் அதிகாரத்தை அழித்தால் போதுமானது என்றே நினைத்திருந்தான். ஆனாலும், அது முடியாத ஒன்று என்றும் அவன் அறிந்திருந்தான். நீடித்துக்கிடந்தப் போர் சுல்தானுக்கு அனுகூலமாகவே இருந்தது. திப்பு பலவகைகளில் கடும் பின்னடைவைச் சந்தித்திருந்தாலும் ஸ்ரீரங்கப்பட்டிணம் கோட்டை எதிரிகளின் கைகளில் விழவேயில்லை. ஆனால் கார்ன்வாலிஸ் கோட்டையைத் தாக்குவதற்கு நடத்திய ஏவுதலில் கடும் எதிர்ப்பைச் சந்தித்தான். அரண்களைத் தக்கவைப்பதிலும் காவிரி ஆற்றைக் கடப்பதிலும் அவன் கடுமையாகப் போராடியதுடன் ஏராளமானவற்றையும் இழந்து விட்டிருந்தான். எல்லாவற்றுக்கும் மேலாக கூட்டுப்படை அணிகளை நீண்ட காலத்துக்கு கட்டி இழுத்துக்கொண்டு செல்வது நிச்சயமற்றதாக இருந்தது. கூட்டுப்படை அணிகளின் உறுப்பினர்களுக்கிடையே பொறாமையும் பகையும் நீரோடிக் கொண்டேயிருந்தது. அவர்களில் சிலருக்கு திப்புவுடன் உண்மையிலேயே ரகசியத் தொடர்பு இருக்கிறது என்று கார்ன்வாலிஸ் சந்தேகப்பட்டுக் கொண்டே இருந்தான். ஹோல்கருக்கு எப்போதுமே திப்புவிடம் பரிவு இருந்து வந்தது வெளிப்படையாகவே தெரிந்தது. ஆரம்பத்தில் பூனாவுக்கு சிந்தியாவின் வருகையின் போது கூட்டுப்படை அணிகளின் வெற்றியை அவன், தென்னிந்திய அரசியலைச் சீர்குலைக்கும் ஒரு மூலப்பொருள் போலவே ஒவ்வாமையுடன் பார்த்தான். திப்புவுக்கு எதிராக இராணுவ நடவடிக்கைகளில் மட்டும் கம்பெனி தனது மேலாண்மையைக் காட்டிக் கொண்டிருக்கவில்லை; பேச்சுவார்த்தையின் அத்தனை மட்டங்களிலும் அதன் கையே ஆதிக்கம் செலுத்திக் கொண்டிருந்தது. இந்த நடவடிக்கைகள் நிஜாம், நானா, சிந்தியாவின் எண்ணங்களில் பொறாமையுணர்வையும் பயத்தையும் பதியம் போட்டிருந்தன; அதனாலேயே அவர்கள் திப்புவுக்கு ஒரு சார்புடையவர்களாக ஆகி, அமைதிப் பேச்சுவார்த்தையை விரைவில் முடிவுக்குக் கொண்டுவர ஆங்கிலேயக் கம்பெனிக்கு அழுத்தம் கொடுக்கத் தொடங்கினர். நானாவும், பரசுராம் பாஹுவும் திப்புவை முழுமுதல் எதிரியாகப் பாவித்தாலும் ஆங்கிலேயர்கள் அவரை வேரடி மண்ணோடு அழிக்க நினைப்பதற்கு உடன்பட்டுப்போக

விரும்பவில்லை. அத்துடன் பிரிட்டனுக்கும் பிரான்ஸுக்குமிடையிலானப் போர் தவிர்க்க முடியாததாகிப் போய்விட்ட நிலையில், எந்நேரத்திலும் அரசர் கம்பெனியின் படைகளை மற்ற களங்களில் ஈடுபடுத்தக் கடன் கேட்பார் என்று எதிர்பார்க்கப்பட்டது. மேலாக, கம்பெனியின் இயக்குநர்கள் கார்ன்வாலிஸுக்கு எழுதும் ஒவ்வொரு கடிதத்திலும் செலவுகள் கூடிக்கொண்டே போகின்றன; போரினால் கம்பெனியின் வர்த்தகம் பெரிதும் பாதிக்கப்பட்டிருக்கிறது என்று வலியுறுத்திக் கொண்டே இருந்தனர். உண்மையிலேயே இன்னும் ஓர் ஆண்டு காலத்துக்கு இந்தப்போர் நீடித்திருக்குமானால் கம்பெனி உயிர் பிழைக்கவே வாய்பில்லாமல் போயிருக்கும். பெங்கால் அரசாங்கத்தின் கீழ் நடந்த கம்பெனியின் அத்தனை வர்த்தகமும் திவாலாகிப் போயிருந்தது. ஏறகனவே கடந்த ஆறு மாதங்களாக பேங்க் ஆஃப் கல்கத்தா பண வழங்கீட்டை நிறுத்தி வைத்திருந்தது. கம்பெனியின் முதலீட்டு மதிப்பும் 40 சதவீதமாக மட்டமாகியிருந்தது. அதையெல்லாம் தாண்டி கார்ன்வாலிஸ் கொண்டிருந்த ஸ்ரீரங்கப்பட்டிணத்தைக் கையகப்படுத்தும் முயற்சி, நிர்வாகத்துக்கு புதிய பிரச்சனைகளைக் கொண்டுவந்து சேர்க்கும் என்று கம்பெனியே நினைத்தது. இந்திய அதிகார மையங்களுக்கிடையில் உருவாகியிருந்தப் பொறாமை அவனைக் கணக்கீட்டுக்குள் தள்ளியது. அது அவனை அடிக்கடி ஆச்சரியப்படுத்திக்கொண்டது; 'நல்லது கடவுளே! இந்த அமைதியை வைத்துக்கொண்டு நான் என்ன செய்வது?'

இத்தகையச் சூழலில் அமைதி உடன்பாட்டுக்கு வருவதைத் தவிர கார்ன்வாலிஸுக்கு வேறுவழியில்லாமல் இருந்தது. அதே வேளையில் அவனைப் பொறுத்தவரையில் அவன் பெற்றிருந்தது சிறந்தவையாகத்தான் இருந்தன. அதனாலேயே அவன் டூண்டாஸுக்கு எழுதியக் கடிதத்தில் இப்படிக் குறிப்பிடு கிறான்: கணிசமான அளவில் நீண்டு கொண்டேயிருந்த இந்தியப் போரை நிறுத்திவிட்டோம். நியாயமான ஒரு மனிதனின் எதிர்பார்ப்பை விட கூடுதலாகவே நாம் பெற்றிருக்கிறோம். வல்லமைமிக்க எதிரியை நமது நண்பராக மாற்றிக் கொள்ளாமலேயே அவனை ஊனப்படுத்திவிட்டோம்.

திப்புவின் தோல்விக்கானக் காரணங்கள்

அதிகாரமும் ஆதிக்க பலமும் மிகுந்தக் கூட்டுப்படை அணிகளுக்கெதிராகக் கிட்டத்தட்ட இரண்டாண்டு காலம் கம்பீரமாகப் போராட்டத்தைத் திப்பு நடத்திக் கொண்டிருந்தார். ஃபிளாய்டை எடுத்த எடுப்பிலேயே தோற்கடித்தார். மெடோஸ், மாக்ஸ்வெல் ஆகிய இருவரையும் எதைச் செய்வதென்று முடிவெடுக்க விடாமல் குழப்பியடித்தார். மைசூருக்குள் ஊடுருவும் அவர்களின் திட்டத்தை செயல்படவிடாமல் வெறுப்படையச் செய்தார்.

எனினும் கார்ன்வாலிஸ் தென்பகுதிக்கு வருகைதந்த பின்பு திப்புவுக்கு எதிரானப் போர் அலை பேரலையாக வீறுகொண்டது. கார்ன்வாலிஸ் தன்னுடன் மதிப்பு மிகுந்த கவர்னர் ஜெனரல் பதவியையும் மேம்படுத்தப்பட்ட இராணுவத்தையும் கொண்டு வந்திருந்தான். பயமற்ற மனோதைரியம்

கொண்டவனாகவும், செறிவார்ந்த அறிவையும், 'சட்'டென்று முடிவெடுக்கும் திறனையும் கொண்டிருந்தான். இவையெல்லாமே மெடோஸைக் காட்டிலும் அவனை சற்றே முன்னகர்த்தியிருந்தன. மராத்தியர்களின் திறமையான நடவடிக்கைகளைத் தூண்டுபவனாகவும் அதே நேரத்தில் கட்டுப்படுத்துபவனாகவும் இருந்தான். எனினும் திப்பு அவனுக்கெதிரானப் போரை பெரும் மனவலிமையுடன் தொடர்ந்தார். கடுமையாகப் போரிட்டார். சிலநேரங்களில் மிகக் கடுமையானதாக அவரது போர்முறை இருந்தது. 1791 ஆம் ஆண்டு மே மாதம் கார்ன்வாலிஸ் ஸ்ரீரங்கப்பட்டிணத்தை முற்றுகையிட்டபோது திப்புவின் வியூகம் அபாரமானதாக இருந்தது. ஆங்கிலேயப் படைகளுக்கு மேலே ஆகாயத்தில் தொங்கியபடி அவர்களின் உடமைகளை அழித்தொழித்து, அவர்கள் படைநடத்தவிருந்த வழியில் நடக்கக் கூட முடியாத அளவுக்கு நிலத்தில் இடர்களை விதைத்திருந்தார். திப்புவின் குதிரைப்படை தீரத்துடன் ஆங்கிலேயப் படையை விரட்டியடித்தது. பின்பு ஸ்ரீரங்கப்பட்டிணம் முன்பு கடும் எதிர்ப்பு காட்டி கார்ன்வாலிஸை கட்டாயமாகத் திருப்பியடித்து விரட்டியிருந்தார். ஸ்ரீரங்கப்பட்டிணம் கோட்டை முன்பு இரண்டாவது முறையாக கான்வாலிஸுடன் நடந்தப்போரில் மிகத் தீரமாகப் போரிட்ட அவர் தனது தலைநகரத்தை பாதுகாத்து, தந்தையிடம் கற்றுக்கொண்ட உண்மையான மன திடத்துடன் தந்தையின் பெயரை, தன்னை, தனது மக்களைக் காத்தது அவருக்கு மட்டுமே உரித்தான மேன்மையாகும். அவரது தளபதிகளும் சளைத்தவர்கள் இல்லை. தீரமும் வீரமும் மிக்கவர்களாக தங்களின் அத்தனை பலத்தையும் பிரயோகித்தனர். திப்புவின் மகன் ஃபாத் ஹைதர் நிஜாமின் தளபதி பரீத்—உத்—தீன் படைகளைச் சிதறடித்தான். குர்ரம்கொண்டாவை மீட்டெடுத்தான். கமர்—உத்—தீன் மத்தகிரியிலிருந்த மராத்தியப் படைப் பிரிவை தோற்கடித் தான். அப்படியே கோயமுத்தூரையும் மீட்டெடுத்தான். 1792 ஆம் ஆண்டு பிப்ரவரி மாதத்தில் பலம் வாய்ந்தக் கூட்டுப்படை அணிகள் அத்தனைத் திசைகளிலும் சுல்தானைச் சூழ்ந்து நின்ற போது, திப்புவின் மிகச்சிறியக் குதிரைப்படை வீரர்கள் அபெர்கிராம்பியின் பலம் வாய்ந்தப் பெரும்படை முகாமுக்குள் நுழைந்து கலகலக்க வைத்தது. அதைக் கைப்பற்றி சரணடையச் செய்தது. பெரும்படையுடன் புறப்பட்டுவந்த கலோனல் ஃபிளாய்டால் அவர்களை விடுவிக்கவே முடியவில்லை.

இத்தனை சாகசங்களையும், சாதனைகளையும் செய்திருந்தபோதும் திப்பு தோற்கடிக்கப்பட்டதற்கு பல்வேறு காரணங்கள் இருக்கவே செய்கின்றன. கார்ன்வாலிஸ் படையெடுத்து வந்தபோது, தனது சாம்ராஜ்ஜியத்தின் பாதுகாப்புத் தொடர்பாக திப்பு எந்தவொரு முன்னேற்பாட்டையும் செய்து கொண்டிருக்கவில்லை. அதே வேளையில் பிரஞ்சின் ஆதரவைக்கோரி புதுச்சேரி அருகே முகாமிட்டு தனது பொன்னான நேரத்தை வீணடித்துக் கொண்டிருந்தார். அதுபோல தான் கர்நாட்டிக்கில் இருக்கும்போது கார்ன்வாலிஸ் மைசூர் சாம்ராஜ்ஜியத்தின் மீது படையெடுக்க மாட்டான் என்று அவராகவே தப்பானக் கற்பிதத்தை ஏற்படுத்திக்கொண்டார். பெங்களூர் கோட்டையை அவர் பலப்படுத்தாததே அதன் வீழ்ச்சிக்குக் காரணமாக அமைந்து, அதை அனுமதித்து விட்டார். மேலாக, ஸ்ரீரங்கப்பட்டிணத்தின் பாதுகாப்பையும் அவர் முறையாகப் பலப்படுத்தவேயில்லை. கோட்டைகளின் சீரமைப்பையும் அவர்

கைக்கொள்ளவில்லை. 1791 ஆம் ஆண்டு மே மாதம் 15 ஆம் தேதி அரிகேரி போர்க்களத்தில் கார்ன்வாலிஸை வெற்றி கொண்ட திப்பு, அந்த வெற்றியைப் பின்தொடர்ந்து செல்லாமல் மாபெரும் தவறை செய்துவிட்டார். அப்போது ஆங்கிலேயப் படை பலவீனமாகவும், நசிந்துபோயும், சீர்குலைந்தும் கிடந்தது. அவர் செய்த மற்றொரு மாபெரும் தவறாகயிருப்பது, இரண்டாவது முறையாக ஸ்ரீரங்கப்பட்டிணத்தின் மீது கார்ன்வாலிஸ் போர்த்தொடுத்தபோது அவர் போதுமான அளவில் எதிர்ப்பு காட்டவில்லை. திப்புவின் தவறான வியூகத்தால் ஆங்கிலேயப் படை அவரது தலை நகரிலிருந்து சில மைல் தூரத்திலேயே ஒற்றைத் துப்பாக்கிக் குண்டையும் வீணடிக்காமல் முகாமிட்டு அமர்ந்து கொண்டது. உண்மையிலேயே திப்பு தகுதிவாய்ந்த ஒரு தளபதியின் கீழ் கோட்டையின் காவலை விட்டுவிட்டு மற்ற படைகளுடன் அவர் எதிரிப்படையை நோக்கித் திரும்பியிருந்தால் முடிவு வேறுவிதமாக அமைந்திருக்கும். மாறாக, பாதுகாப்பு விஷயத்தில் தனது தலைநகர் நிலைகளின் மீதும், ஸ்ரீரங்கப்பட்டிணம் கோட்டையின் மீதும், அவர் அபாரமான நம்பிக்கையை மட்டும் வைத்திருந்தார்.

ஐரோப்பியப் படையின் விஞ்ஞானத்துக்கும் நிர்வாக மேலாண்மைக்கும் திப்புவின் தோல்வி ஓர் உதாரணமாகிவிட்டது. திப்பு தனது படையை நவீனப்படுத்தியிருந்தபோதிலும் அப்படை, ஆங்கிலேயர்களின் காலாட்படைக்கும் பீரங்கிப்படைக்கும் சற்றே தாழ்நிலையில்தான் இருந்தது. அதை அவர் மேம்படுத்தவே செய்தார். மேலும் சில விஷயங்களில் அவர் தனது கோட்டைகளை பிரஞ்சு பொறியாளர்களின் உதவியுடன் பெரும் செலவில் மீளுருவாக்கம் செய்தார். அந்தக் கோட்டைகள் மைசூர் சாம்ராஜ்ஜியத்தின் பாதுகாப்பில் பெரும்பங்கு வகிப்பவையாக இருந்தாலும் ஆங்கிலேய பீரங்கிகளின் முற்றுகையைத் தாங்கக் கூடிய அளவிலானதாக இருக்கவில்லை. சுவர்கள் கனத்திருந்த போதிலும் குண்டுகள் புகுந்தோடின.

திப்புவின் தோல்விக்கு மிக முக்கியக் காரணமாக அமைந்துபோனது அவரது இலக்காகும். அவர் பெரும்பாலும் உதிரிகளுடன் போரிட்டுக் கொண்டே இருந்தார். ஒருவேளை அவர் ஆங்கிலேயர்களுடன் மட்டுமே தனது பிணக்கைக் கொண்டிருந்தாரென்றால் அவரால் நிகரற்ற வெற்றிகளைக் குவித்திருக்க முடியும். சந்தேகமேயில்லாமல் அவர் மிகச்சிறந்த காலாட் படைகளையும், பீரங்கிப் படையையும் வைத்திருந்தார். ஆனால் இவற்றைக் காட்டிலும் ஆங்கிலேயப் படை எண்ணிக்கையில் அதிகமானப் பலத்தைக் கொண்டிருந்தது. அவர் தனது காலாட் படைகளையும் பீரங்கிப் படைகளையும் மேம்படுத்திக்கொண்டே இருந்தார். மேலாக அவரது குதிரைப் படை மிகச்சிறந்த ஒன்றாக இருந்தது. திப்புவின் செயல்பாட்டு முறையை கார்ன்வாலிஸ் ஒப்புக்கொண்டு எழுதுகிறான். ‘உலகத்தின் மிகச்சிறந்த துருப்புகள் அவை. எப்போதுமே ஏதாவது ஓரிடத்தில் அவை எதிரிப்படைகளை மிரட்டிக்கொண்டே இருக்கின்றன’. 1785—87 ஆம் ஆண்டுகளில் அவர், மராத்திய—நிஜாம் கூட்டுப்படையைத் தோற்கடித்தார். இரண்டாவது ஆங்கிலேய—மைசூர் போரின் போது பெருமளவு இழப்பைச் சந்தித்திருந்த போதிலும், ஆங்கிலேயர்களைக் கட்டாயப்படுத்தி தன்னுடன் அமைதி ஒப்பந்தம் செய்து கொள்ள வைத்தார். மூன்றாவது ஆங்கிலேய—மைசூர் போரின்போது முதல் கட்டத்தில் தனது

மேலாண்மையை நிலைநிறுத்தியத் திப்பு, இந்தியப் போர்க்களங்களில் சிறந்த மற்றும் நேர்த்தியானதுமான நிர்வாகத் திறமையைப் பறைசாற்றியிருந்தார். மராத்தியர்களும் நிஜாமும் களத்தில் மிகச் சிறந்த செயல்பாடுடன் இயங்கிய ஒருபொழுதில் திப்பு தன்னை இழக்கத் தொடங்கினார். அதை கார்ன்வாலிஸ் மிக முக்கியக் காரணமாக ஒத்துக்கொள்கிறான். ஃபிளாய்டின் பின்வாங்குதலுக்கும், மைசூருக்குள் ஊடுருவ முடியாமல் மெடோஸ் தோல்வியடைந்ததற்கும் முக்கியக் காரணமே மராத்தியர்களும், நிஜாம்படையினரும் திப்புவின் எல்லைக்குள் நுழைய மெத்தனம் காட்டியதுதான் என்று குறிப்பிடுகிறான். அதே வேளையில் மன்றோ தனது கருத்தாக மராத்தியப் படையின் உதவியைப் பெற்றிருக்காவிட்டால் கார்ன்வாலிஸால் திப்புவை அடக்கியிருக்க முடியாது என்று பதிவு செய்கிறான்.

நிஜாமின் படைகளும், மராத்தியப் படைகளும் மிக மோசமான நிலையிலிருந்தன. அவற்றின் ஆயுத பலம் மேம்பட்டதாக இருக்கவில்லை. முறையாகப் பராமரிக்கப்படவுமில்லை. ஒழுக்கக்கேடாகவும் நடந்து கொண்டன. எனினும், ஆங்கிலேயப் படைகளுக்கு அவை மிகவும் பயன்பட்டன. ஆங்கிலேயப் படையின் குதிரைப்படை சொல்லிக்கொள்ளுமளவுக்கு பலம் வாய்ந்ததில்லை. ஆனால் அந்தக் குறைபாட்டைக் கூட்டுப்படை அணிகளின் குதிரைப்படை நேர் செய்துகொண்டது. எல்லாவற்றுக்கும் மேலாக நிஜாம் படையும், மராத்தியப் படையும் பல வேளைகளில், பல எல்லைகளில் தன்னிச்சையாகத் தங்கள் போக்கை மாற்றிக் கொண்டேயிருந்தன. அதனால் திப்புவின் பெரும்படை அவற்றின் மீது முழுக்கவனம் செலுத்த வேண்டியிருந்தது. இல்லாவிட்டால் திப்பு ஆங்கிலேயப் படைகளின் மீது தனது கவனத்தையும் பதித்திருப்பார். தொடர்ந்து மைசூர் சாம்ராஜ்ஜியத்தின் பெரும் பகுதி திப்புவிடமிருந்துக் கைப்பற்றப்பட்டதால், திப்புவிற்கு அவரின் படைக்குத் தேவையான வீரர்களைத் தேர்வு செய்வதும் பணமும் உணவுப் பொருட்களும் வந்தடைவதும் தடைசெய்யப்பட்டது. மற்றொரு முக்கியமான விஷயம் போரின் பாதிப்பால் மைசூர் எந்த விதத்திலும் பாதிப்புக்கு உள்ளாகவில்லை. ஆங்கிலேயப் படைக்குத் தேவையான ஆட்கள், பணம் மற்றும் தளவாடங்கள் அத்தனையும் இங்கிலாந்திலிருந்து வந்து சேர்ந்தன. அத்துடனில்லாமல் பெருமளவிலான உணவுப்பொருட்கள் மராத்திய மற்றும் நிஜாமின் எல்லைகளிலிருந்து கொண்டுவந்துக் குவிக்கப்பட்டன. இந்ததொரு ஒருங்கிணைப்பால் அபரிமிதமான ஆட்களும் பணமும் உணவுப்பொருட்களும் ஆங்கிலேயர்களுக்குக் கிடைத்தபடியிருந்தது. இது திப்புவுக்கு மோசமானதொரு பின்னடைவாக மாறியது. சந்தேகமேயில்லாமல், 1791 ஆம் ஆண்டு மே மாதம் ஸ்ரீரங்கப்பட்டிணத்திலிருந்து பின்வாங்கிய ஆங்கிலேயப் படைக்குக் கிடைத்த அளவிறந்த எண்ணிக்கையிலான பலமாக, சரியான நேரத்தில் மேலுக்கோட்டிலிருந்து வந்து சேர்ந்த மராத்தியப் படைகளின் ஆதரவு பெரும் உதவியாக இருந்து விட்டது. இல்லாதுபோனால், கார்ன்வாலிஸும் பெய்லியைப் போலவோ அல்லது பிரெத்வெய்ட்டைப் போலவோ விதியின் முடிவைச் சந்தித்திருப்பான். அல்லது அவர்களின் உதவியில்லாமல் எந்தக்காலத்திலும் பெங்களூரைத் தாண்டி அவன் முன்னேறியிருக்க முடியாது. மே மாதத்திலேயே ஸ்ரீரங்கப்பட்டிணத்துடன் அவன் பணி முடிந்திருக்கும்.

137. P.R.O., 30/11/125, Medows to Cornwallis, Jan.17, 1791, f. 35b. மெடோஸ் தன்னைத் தானே துப்பாக்கியால் சுட்டுக் கொண்டு தற்கொலைக்கு முயற்சித்தான். திப்புவுக்குக் கடுமையில்லாத விதிகளை, சலுகை காட்டுகிற விதிகளை கம்பெனி வழங்கியிருந்தது அவனை பாதித்திருந்தது.

17

போருக்குப் பின்பு

ஸ்ரீரங்கப்பட்டிணத்திலிருந்து கூட்டுப்படை அணிகளின் இராணுவம் புறப்பட்டுப் போனதும் திப்பு போரின் அழிபாடுகளைச் சீர்படுத்தும் பணியில் தன்னை இருத்திக் கொண்டார். தனது ஆளுகைக்கு உட்படாமலும், வளைந்து கொடுக்காமலும், அடங்க மறுத்தப் பாளையக் காரர்களை தன் வழிபடுத்தவும் செய்தார். கூட்டுப்படை அணிகளுக்கு இன்னும் கொடுக்க வேண்டியத் தொகையை ஏற்பாடு செய்யும் பணி பெரும்பணியாக இருந்தது. தனது கஜானாவிலிருந்து ஒரு கோடியே பத்து லட்சரூபாயை எடுத்துச் செலுத்திவிட்டார். மீதிப் பணத்திற்கு அவரது ஆலோசகர்கள் சொன்ன வழிகாட்டுதலின்படி படை வீரர்கள் கொடுத்தத் தன்னார்வ பங்களிப்பு அறுபது லட்சரூபாயுடன் உள்ளாட்சி அதிகாரிகளின் மூலம் மக்களிட மிருந்து ஒரு கோடியே அறுபது லட்சரூபாய் திரட்ட முடிவு செய்யப்பட்டது. இந்த முறையில் வசூல் செய்யப்பட்டத் தொகையைக் கொண்டு கூட்டுப்படை அணிகளுக்கு குறிக்கப்பட்ட நாளில் பணத்தைச் செலுத்துவதில் வெற்றி கண்டார். இதையடுத்து 1794 ஆம் ஆண்டு மார்ச் மாதத்தில் பிணையமாகக் கொடுக்கப்பட்ட இரண்டு இளவரசர்களை, அப்போது மெட்ராஸில் பணியிலிருந்த கேப்டன் டவ்டன் திரும்ப அழைத்து வந்தான். திப்பு அவர்களை வரவேற்க

ஸ்ரீரங்கப்பட்டிணத்திலிருந்து தேவனஹள்ளிக்குச் சென்றார். அங்கே அவர்களை கேப்டன் டவ்டன் சம்பிரதாயமாக ஒப்படைத்தான். இளவரசர்களை அழைத்து வந்தவனுக்கும் கவனமாகப் பார்த்துக் கொண்டவர்களுக்கும் திப்பு விலையுயர்ந்தப் பரிசுகளை வழங்கினார். பின்னர் அவர்களை வழியனுப்பி வைத்தார். ஒருவாரம் கழித்து இளவரசர்களின் திரும்புதலைக் கொண்டாடும் வகையில் விழா எடுக்கப்பட்டது. திப்பு தனது அதிகாரிகளுக்குப் பட்டங்கள், பதவி உயர்வு, பரிசுகளை அவர்களின் சேவைக்குத் தக்கவாறு வழங்கிக் கௌரவித்தார்.

கலகக்காரர்களை ஒடுக்குதல்

மூன்றாவது ஆங்கிலேய—மைசூர் போரின் போது சில பாளையக்காரர்கள் தங்களைச் சுதந்திரமாக அறிவித்துக் கொண்டனர். சிலர் திப்பு பறிமுதல் செய்திருந்த உடமைகளை கூட்டுப் படை அணிகளின் ஆதரவுடன் மீட்டெடுத்துக் கொண்டனர். தனக்குக் கீழ்பட்டிருந்து, சந்தர்ப்பம் பார்த்து மீறியக் கலகக்காரர்களை போர் முடிந்தபிறகு ஒடுக்கத் திப்பு முடிவு செய்திருந்தார். 1793 ஆம் ஆண்டின் துவக்கத்தில் ஹர்பனஹள்ளி பாளையக்காரனின் உறவினன் என்று சொல்லிக் கொண்டு பசவப்ப நாயக் என்பவன் உச்சங்கிதுர்கா கோட்டையைக் கைப்பற்றிக் கொண்டான். அவனை ஒடுக்குவதற்குத் திப்பு சயீத் கபார் தலைமையில் ஒரு படையை அனுப்பினார். ஆனால் கபார் அவனை எதுவும் செய்ய முடியாமல் களைத்துப்போனான். அதையடுத்து, கமர்—உத்—தீன் தலைமையில் பெரும்படையொன்று போனது. அவனது அறிக்கையின் படி, கான் ஜகான் கான் தலைமையில் மேலும் ஒருபடை போய் அங்கே பல்கிப்பெருகி நின்றது. இவ்வளவு இருந்தபோதும் கோட்டையை பிடித்திருந்தக் காவல் படை பிடிவாதமாக எதிர்ப்புக் காட்டிக் கொண்டிருந்தது. மூன்று மாதங்கள் வரை நீடித்த முற்றுகைக்குப் பின்பு ஒரே சமயத்தில் இருவேறு நிலைகளிலிருந்து தாக்குதல் தொடுக்கப்பட்டது. கோட்டையின் சுவர்கள் தரைமட்டமாக்கப்பட்டன. சுல்தானின் உத்தரவுப்படி கமர்—உத்—தீன் மூலம் கைதிகளில் சிலரின் கை, கால்கள் வெட்டியெறிப்பட்டன. சிலரின் பாலுறுப்பு துண்டிக்கப்பட்டது.

உச்சங்கிதுர்கா கைப்பற்றப்பட்டதும் சித்தல்துர்கில் அடைக்கலம் புகுந்திருந்த ஹர்பன ஹள்ளியின் சுபேதாரான பாபர் ஜங் திரும்பி வந்து, திப்புவுக்கு விசுவாசமாக இருப்பேன் என்று உறுதி கூறியதையடுத்து அவனிடம் அனகோண்டி, கனககிரி ஆகிய நகரங்கள் ஒப்படைக்கப்பட்டன. விசுவாசத்தின் அடையாளமாகக் கிலாத் எனும் ஆடையையும் யானையையும் அவன் கொடுத்தான். இதனிடையே சயீத் சாகிப் மத்தகிரி, ரட்லன்கிரி மற்றுமுள்ள பகுதிகளில் இருந்தக் கலகக்காரர்களை ஒடுக்கினான். அடக்கியொடுக்கும் ஒரே நோக்கத்தோடு மூன்று மாதங்களுக்கும் மேலாக நீடித்த இந்த நடவடிக்கையில் கலகம் செய்தவர்களின் தலைவனைத் தேடிப்பிடித்து அவன் மூக்கையும், காதையும் துண்டித்தனர்.

தூந்தியா வாஃக்

தூந்தியா வாஃக் மராத்தியப் பரம்பரையைச் சேர்ந்தவன். மைசூரிலுள்ள சென்னகிரியில் பிறந்தவன். ஹைதர் அலியிடமும், திப்புவிடமும் குதிரைவீரனாக இருந்தான். மூன்றாவது ஆங்கிலேய—மைசூர் போரின் போது அவனும் அவனுடன் சேர்ந்த சிலரும் திப்புவின் சேவையிலிருந்து சொல்லிக் கொள்ளாமல் ஓடிவிட்டனர். அப்படியே போகும்போது கணிசமான அளவில் கொள்ளையடித்துக்கொண்டும் போனார்கள். வடக்கு நோக்கி ஓடியவர்கள் அங்கே லட்சுமனேஸ்வரின் தேசாயிடம் அடைக்கலம் புகுந்துகொண்டனர். போர் முடிவுக்கு வந்து மராத்தியப் படைகள் திரும்பியதும், அவன் அருகிலுள்ள தார்வார் மற்றும் அதன் சுற்றுப்புறங்களில் லெவி பங்கை தன்னிச்சையாக வசூலிக்க ஆரம்பித்தான். 1793 ஆம் ஆண்டு ஜனவரி மாதத் துவக்கத்தில் ஹாவேரியை முற்றுகையிட்டுக் கைப்பற்றினான். பின்னர் சாவனூர் உள்ளிட்டப் பகுதிகளையும் கைப்பற்றிக் கொண்டான். ஸ்ரீரங்கப் பட்டிணம் உடன்படிக்கையில் மராத்தியர்களின் பங்காகிப்போன இடங்களில் நாசவேலைகளில் ஈடுபட்டான். இந்த வெற்றிகளில் மகிழ்ந்து திளைத்தவன் ஆப்கானிஸ்தானைச் சேர்ந்த ஒருவனை தனது முகவராக திப்புவிடம் அனுப்பி, தனக்கு இரகசிய உதவி செய்யுமாறு வேண்டிக் கேட்டுக்கொண்டான். அவ்வாறு செய்தால் சாவனூர் மாகாணத்தைக் கைப்பற்ற அத்தனை உதவிகளையும் செய்வதாகச் சொன்னான். ஆனால் திப்பு எந்தத் தொடர்பையும் அவனுடன் வைத்துக்கொள்ள மறுத்துவிட்டார்.

இதனிடையே தூந்தியாவின் கொள்ளைச் சம்பவங்களால் பூனா அரசாங்கம் எச்சரிக்கை யடைந்தது. தோந்து பந்த் கோகலேவை அனுப்பி அவனை நசுக்க முடிவு செய்யப்பட்டது. வந்த வேகத்திலேயே தோந்து பந்த் கோகலே, தூந்தியாவை தோற்கடித்து விட்டான். எல்லை வரை அவனை ஓடஓட விரட்டியடித்தான். 200 குதிரைப்படை வீரர்களுடன் திப்புவின் எல்லைக்குள் நுழைந்த அவன் 1794 ஆம் ஆண்டு ஸ்ரீரங்கப்பட்டிணம் வந்து சேர்ந்து, திப்புவுக்கு மரியாதை செலுத்தினான். அவனை வரவேற்ற திப்பு ஏற்றுக்கொண்டு படையில் சேர்த்துக் கொண்டார். அவன் இஸ்லாமைத் தழுவிக் கொண்டான். பெயரும் ஷேக் அஹமத் என்று சூட்டப்பட்டது. ஆனால், அவன் தன்னை *மாலிக் ஜஹான் கான்* என்று அழைக்கும்படி விருப்பம் தெரிவித்தான். எனினும் மிக விரைவிலேயே அவன் திப்புவின் அதிருப்தியைச் சம்பாதித்துக் கொண்டான். அதனால் சிறையில் அடைக்கப்பட்டான். ஆனாலும் அவன் நன்றாகவே நடத்தப்பட்டான். உண்மையில் திப்பு அவனை விடுதலை செய்து தனது படையில் ஓர் அதிகாரியாக நியமிக்கவே எண்ணினார். ஆனால் மீர் சாதிக், 'தூந்தியா ஆபத்தானவன். கடைசி வரையில் சிறையில் இருக்க வேண்டியவன். அதுதான் நல்லது' என்று திப்புவின் மனதைத் திருப்பிவிட்டான். 1799 ஆம் ஆண்டு ஸ்ரீரங்கப்பட்டிணம் வீழும்வரை சிறையிலிருந்த தூந்தியா, அதன்பின்பு தப்பியோடிவிட்டான். தலையில் கச்சு ஒன்றை அணிந்து கொண்ட அவன் ஆங்கிலேயர்களுக்கு பல மாதங்களாக தொல்லைக் கொடுத்துக் கொண்டிருந்தான். 1800 ஆம் ஆண்டு, செப்டம்பர் மாதம் 11 ஆம் தேதியன்று கலோனல் வெல்லெஸ்லியின் நிகழ்ச்சியொன்றில் அவன் கொல்லப்பட்டான்.

மராத்தியர்களுடன் உறவு

ஸ்ரீரங்கப்பட்டிணம் உடன்பாட்டுக்குப் பின்பு இரண்டாண்டுகளாக கண்டு கொள்ள முடியாமல் விடப்பட்டிருந்தத் தனது சாம்ராஜ்ஜியத்தின் விவகாரங்களில் தன்னை முழுமையாக ஈடுபடுத்திக் கொள்ளவே திப்பு விரும்பினார். அதனால் அவர் தனது அக்கம்பக்கத்து நாடுகளிடம் நட்பு பாராட்ட எண்ணினார். அவர்களிடையே பிணக்கிருந்தால் அவற்றை சுமுகமாகத் தீர்த்துக் கொள்ள ஆசைப்பட்டார். நிஜாமுக்கும் மராத்தியர்களுக்குமிடையிலானப் பிணக்குகளில் தான் நடுநிலையாக இருந்து கொள்வதை தனது கொள்கையாகக் கொண்டிருந்தார். அவர்களின் உள்விவகாரங்களில் எதுவும் செய்யாமல் அந்நியப்பட்டிருக்க வேண்டும் என்பதில் கூடுதல் கவனம் கொண்டார்.

மூன்றாவது ஆங்கிலேய—மைசூர் போரின் போது பரசுராம் பாஹூவின் படை மைசூருக்குள் பேரழிவைச் செய்துவிட்டுச் சென்றிருந்தது. அதே வேலையை ஒப்பந்தம் கையெழுத்தான பின்பும் செய்து கொண்டிருந்தது. எல்லைக்குள் அதிரடியாகப் புகுந்து அழிவு வேலைகளைச் செய்வதுடன் விவசாயிகளையும் அவர்களின் குடிப்பொருட்களையும் அள்ளிக்கொண்டு சென்றது. ஸ்ரீரங்கப்பட்டிணம் உடன்படிக்கையில் அவர்களுக்கு ஒதுக்கப்படாத சுந்தாக்கோட்டையிலிருந்து கொண்டு காலிசெய்ய மறுத்தது. அதுபோல மைசூருக்குச் சொந்தமான பல கிராமங்களை ஆக்கிரமிப்பு செய்திருந்தது. எல்லாவற்றுக்கும் மேலாக மராத்தியர்கள் பத்ர்—உஜ்—ஜமான் கானின் விடுதலையை வேண்டுமென்றே தள்ளிப்போட்டுக் கொண்டே போனார்கள். சரணடைந்த தார்வார் கோட்டையிலிருந்த அவனை நீதிக்குப் புறம்பாக கைது செய்திருந்தார்கள். கார்ன்வாலிஸிடம் பலமுறை சொல்லி அவனும் பலமுறை வற்புறுத்தியப் பின்னரே விடுவிக்கப்பட்டான். திப்புவுக்கும் பேஷ்வாவுக்குமிடையிலான வேறுசில விஷயங்களின் முகமாக அந்தத் தாமதத்தை அவர்கள் வேண்டுமென்றே செய்தார்கள்.

1792 ஆம் ஆண்டு ஜூன் மாதம் பூனா வந்தடைந்த மஹத்ஜி சிந்தியா, தன்னை அரசியல் ரீதியாக நிலைநிறுத்திக்கொள்ள விரும்பினான். நானாவைக் காட்டிலும் கொஞ்சம் குறைந்த பகையைத் திப்புவிடம் கொண்டிருந்தான். 1794 ஆம் ஆண்டு பிப்ரவரி 12 ஆம் தேதி அவன் இறப்பதற்கு சிலகாலம் முன்பு திப்புவுடன் நட்பு பாராட்டித் தொடர்புகளை வைத்திருந்தான். திப்புவிடமிருந்து விரிவான பரப்பைக் கைப்பற்றிக்கொண்ட பின்பு, அவர்கள் நேரடியாக நிஜாம் மீது கவனம்செலுத்த விரும்பினார்கள்.

மராத்தியக் கொள்கையின்படி திப்புவுடனான பூனா அரசாங்கத்தின் உறவு மேம்பட்டிருந்தது. மஹத்ஜி சிந்தியா மற்றும் ஹரிபந்தின் மரணத்தின் போது திப்பு பேஷ்வாவுக்கு கவலை தெரிவித்து கடிதம் எழுதினார். அதுபோல திப்புவின் மகன் திருமணத்துக்கு அவனும் வாழ்த்துக் கடிதம் அனுப்பியிருந்தான். திப்புவுக்கும் பேஷ்வாவுக்குமிடையில் மனமொப்பிய உறவு உருவாகியிருந்தத் தருணத்தில் நிஜாமுக்கு எதிராக திப்பு மராத்தியர்களுடன் அணி சேர்கிறார் என்ற புரளி கிளப்பப்பட்டது. என்றபோதும், அவையாவுமே அடிப்படையற்றத் தகவல்கள். 1795 ஆம் ஆண்டு மராத்தியர்களுக்கும் நிஜாமுக்குமிடையிலானப்

பிரச்சனையின் போது, பேஷ்வா திப்புவுக்குக் கடிதம் எழுதி படையை அனுப்பி கூட்டி பகுதியில் அழிவை ஏற்படுத்தக் கேட்டுக் கொண்டிருக்கிறான் என்று சொல்லப்பட்டது. ஆனால் நிஜாமின் அரசவை யிலிருந்த ஆங்கிலேய முகவர் கிர்க்பாட்ரிக் அந்தத் தகவல்கள் உண்மை என்று நம்ப மறுத்தான். அதுபோலவே திப்புவும், மராத்தியர்களும் ஆங்கிலேயர்களுக்கு எதிராக அணி திரளுகிறார்கள் என்றும் புரளிகள் கிளப்பப்பட்டன. அதை கவர்னர் ஜெனரல் சர் ஜான் ஷோர், அடிப்படையற்றவை என்றான். பூனாவிலிருந்தக் கம்பெனியின் உதவி அதிகாரியான ஜோஷ்வா உத்தோபுக்கு, அம்ரித் ராவ் தெரிவித்திருந்தத் தகவலில் நானாவுக்குத் திப்புவிடமிருந்து ஒரு கடிதம் வந்திருக்கிறது. அதில் ஆங்கிலேயர்களுக்கு எதிராக ஒன்று திரள வேண்டும் என்று குறிப்பிடப்பட்டுள்ளது எனச் சொல்லியிருந்தான். ஷோர் சொல்கிறான்: அந்தத் தகவலில் தெரிவித்துள்ளபடி அப்படியெதுவும் நேர்ந்துள்ளதாக உறுதிப்படுத்தப்படவில்லை. அநேகமாக, அது அம்ரித் ராவால் விதைக்கப்பட்டதாக இருக்கும். திப்புவின் பிரதிநிதிகளும் பேஷ்வாவின் பிரதிநி— திகளும் நட்பு அடிப்படையில் சந்தித்துப் பேசிக்கொண்டார்களே தவிர எங்கும் அணி திரளுவது குறித்துப் பேசவில்லை. வெல்லெஸ்லி கவர்னர் ஜெனரலாகி மைசூர் மீது படையெடுக்க ஆயத்தமாகிக் கொண்டிருந்தபோது, மராத்தியப் படையின் ஆதரவைத் திரட்ட திப்பு முயற்சித்தார்.

நிஜாமுடனான உறவு

நிஜாமுடனானத் திப்புவின் உறவு மேம்படவில்லை. மராத்தியப் படையைப் போலவே ஹைதராபாத் படையும் ஸ்ரீரங்கப்பட்டிணத்திலிருந்து வெளியேறும்போது, மைசூர் எல்லைக்குள் சூறையாடல் விளையாட்டை நடத்திவிட்டுத்தான் போனது. அது குறைந்த அளவாக இருந்தபோதும் ஸ்ரீரங்கப்பட்டிணம் உடன்படிக்கையில் நிஜாம் பங்குக்கு உட்படாத மைசூர் பகுதிகளிலிருந்து வெளியேறாமல் ஆக்கிரமிப் பிலேயே இருந்தது. எல்லாவற்றுக்கும் மேலாக, திப்புவின் மகன்களை ஒப்படைக்க விடாமல் நிஜாம் தாமதம் செய்ய வைத்தான். கர்நூல் விவகாரத்தில் அகங்காரமாக நடந்துகொண்டு திப்புவுடனான உறவைக் கசப்பாக்கினான்.

கர்நூல் ஆதியிலேயே விஜயநகரத்தின் ஒருபகுதியாக இருந்து வந்தது. பின்னர் அது பிஜப்பூர் மாகாணத்துக்கு உட்பட்டதாக ஆனது. அதன் பின்னர் அதை, ஔரங்கசீப் ஒரு பதான் குடும்பத்தின் இராணுவ சேவையை மெச்சி, அந்தக் குடும்பத்துக்குத் தானமாகக் கொடுத்தார். முகலாய சாம்ராஜ்ஜியத்தின் வீழ்ச்சிக்குப் பின், கர்நூல் நிஜாமுக்கு கப்பம் கட்டும் பகுதியாக மாறிப்போனது. அந்தப் பகுதி 1765 ஆம் ஆண்டு ஹைதர் அலி படையெடுத்து வரும்வரை அவர்களிடமே இருந்தது. அதன் ஆட்சியாளனான ரன்மஸ்த் கானை கப்பம் கட்டச்சொல்லியும், தனது மேலாண்மையை ஏற்கச்சொல்லியும் ஹைதர் அலி கட்டாயப்படுத்தியிருக்கிறார். ஸ்ரீரங்கப்பட்டிணம் உடன்பாட்டுக்குப்பின், கர்நூல் தங்கள் சாம்ராஜ்ஜியத்தின் கீழ் ஒரு காலத்தில் இருந்தது என்று அதன் பாத்தியதையைக் குறிப்பிட்டு நிஜாம் புதுப்பித்துக்கொள்ள விரும்பினான். திப்புவோ ரன்மஸ்த் கான் செலுத்த வேண்டியக் கப்பத்தொகையை செலுத்த வலியுறுத்தி தலையீடு செய்தார்.

ஸ்ரீரங்கப்பட்டிணம் உடன்படிக்கை கையெழுத்தான உடனேயே நிஜாம் இரண்டு பேரை செயின்ட் ஜார்ஜ் கோட்டைக்கு அனுப்பி, திப்புவின் பிரதி—நிதிகளிடம் கர்நூல் குறித்துப் பேச வைத்தான். விவாதத்தின்போது ராஜாங்க உதவியையோ, தேவைப்பட்டால் ஆங்கிலேய இராணுவத்தின் உதவியையோ நாடச் சொல்லியிருந்தான். ஆனால் கார்ன்வாலிஸ் மெட்ராஸ் அரசாங்கத்திடம் நிஜாமின் அதிகாரம் பெற்ற பிரதிகளுக்கும், திப்புவின் பிரதிநிதிகளுக்குமிடையில் நடக்கும் பேச்சுவார்த்தையின் போது நடுநிலை வகித்தால்போதும். எந்தவொரு விசாரத்தையோ, அக்கறையையோ காட்டவேண்டாம் என்று அறிவுறுத்தியிருந்தான். அதே நேரத்தில் அவன் நிஜாமிடம் கர்நூல் விவகாரத்தில் அதிக அக்கறைக் கொள்ள வேண்டாம் என்றும் அறிவுறுத்தினான். ரன்மஸ்த் கான் எந்தவொரு பரிவுக்கும் உட்பட்டவன் இல்லை. அவன் மூன்றாவது ஆங்கிலேய—மைசூர் போரின்போது கூட்டுப்படை அணிக்கு துரும்பைக்கூடக் கிள்ளிப்போடாதவன். கூட்டுப்படை அணி போரில் வெற்றிபெற்று தனது அங்கீகாரத்தை நிலைநிறுத்திக் கொண்ட பின்பும் கூட, ரன்மஸ்த் கான் தனது நடவடிக்கைகளிலிருந்து கொஞ்சமும் மாறவில்லை என்று குறிப்பிட்டான். ஒப்புக்கொண்டபடி போரின்போது அவன் தானியங்களையும் குதிரைகளையும் கொடுக்கவில்லை என்று காட்டமாகச் சொன்னான். நிஜாமின் தொடர் வலியுறுத்தலைத் தொடர்ந்து கான்வாலிஸ் திப்புவின் செய்தியாளனை கர்நூலில் வசிக்க அனுமதித்தான்.

கர்நூலை நிஜாம் கோருவதற்கு உரிமையில்லை என்பதை நிரூபிக்க பல்வேறு காரணங்கள் இருக்கவே செய்கின்றன. 1792 ஆம் ஆண்டு பிப்ரவரி — மார்ச்சில், ஸ்ரீரங்கப்பட்டிணம் அமைதி மாநாட்டின் போது கென்னவே மீர் ஆலம் கானிடம், கர்நூல் உடமைக் குறித்து உத்தரவாதமளிக்கும் உறுதிச்சீட்டு சமர்ப்பிக்கப்பட்டால், நிஜாமின் கர்நூல் கோரிக்கைக் குறித்து பரிசீலிக்கப்படும் என்று தெரிவித்திருந்தான். மேலாக, ஸ்ரீரஙகப்பட்டிணம் உடன்படிக்கையின்படி திப்பு விட்டுக் கொடுத்த இரண்டு இடங்கள் கர்நூல் மாவட்டத்தைச் சேர்ந்தவை. அப்போது நிஜாம் எந்தவொரு ஆட்சேபனையையும் எழுப்பவில்லை. ஏனென்றால் அது ஹைதராபாத் அரசாங்கத்துக்குச் சொந்தமானது. மேலும் திப்பு தனது பட்டியலில் கர்நூலின் பேஷ்குஷ்ஷையும் இணைத்திருந்தார். மீர் ஆலம் கான் அதற்கு எதிர்ப்பு தெரிவித்திருந்தாலும் தொடர்ந்து அதை அவன் வலியுறுத்தவில்லை. அதனால் திப்புவின் கோரிக்கையான கர்நூலின் பேஷ்குஷ்ஷை இணைத்துக் கொள்வதற்கு கூட்டுப்படை அணியின் உறுப்பினர்கள் யாரும் எதிர்ப்பு தெரிவிக்கவில்லை. நிஜாமுக்கு எழுதிய திப்புவின் கடிதத்திலிருந்து திப்புவின் பிரதிநிதிகள் கர்நூலின் பேஷ்குஷ்ஷை நிஜாமின் பட்டியலில் இணைத்துக்கொள்ள அட்டவணையிட்ட போது, முஷிர்—உல்—முல்க் அதை வேண்டாம் என்று நிராகரித்துவிட்டான். அதையடுத்தே அது திப்புவின் உடமைப் பட்டியலுக்குப் போனது. அதனால் நிஜாமுக்கு வேறு இடமும் வழங்கப்பட்டது. இந்தக் காரணங்களைக் குறிப்பிட்ட கார்ன்வாலிஸ், ‘நடத்தைப்போக்கில் பலத்த சந்தேகத்தை உருவாக்கினாலும் நிஜாமின் நியாயமான தலையீடு, ரன்மஸ்த் கானுக்கு சாதகமாகிப் போய் விட்டது’ என்று மகிழ்ந்து போய்ச் சொல்லுகிறான்.

கார்ன்வாலிஸின் நடவடிக்கைகள் அதைரியப்படுத்துவதாக இருந்தாலும்

மாவட்டம் குறித்து, நிஜாம் தனது நாடகமாடும் உரிமையை விட்டுக்கொடுக்கவில்லை. அதனால் ஹைதராபாத்திலிருக்கும் கம்பெனியின் முகவர் மூலம் கென்னவேயிடம் முன்மொழிய வைத்தான். கர்நூலை தனது எல்லைப்பரப்புடன் இணைத்துக் கொள்ள அனுமதித்தால், அதற்கு இணையான வேறொரு இடத்தை ஜாகிராக தரத் தயாராக இருப்பதாகச் சொல்ல வைத்தான். ஆனால் கென்னவே இந்த முன்மொழிவை முறையானது இல்லையென்று கருதினான். அதனை அப்படியே கார்ன்வாலிஸுக்கு எழுதி விட்டான். அதில், 'ரன்மஸ்த் கான் அதற்கு ஒத்துக்கொண்டாலும் இதுவரை அந்த உடமை மாறாமலேயே இருக்கிறது. அதை ரன்மஸ்த் கானிடமிருந்து நிஜாமுக்கு மாற்றிக் கொடுக்க திப்புவின் ஒப்புதல் வேண்டும்' என்று குறிப்பிட்டிருந்தான். இதையடுத்து நிஜாம் கர்நூல் தனக்கு வழங்கப்பட்டால் சுல்தானுக்கு ஆண்டு தோறும் செலுத்தப்படும் கப்பத்தை மட்டுமல்ல, ரன்மஸ்த் கான் செலுத்த வேண்டிய அத்தனை நிலுவைத் தொகையையும் தானே செலுத்திவிடுவதாக முன்மொழிந்தான். உண்மையிலேயே அவன் திப்புவுக்குக் கப்பம் கட்டுபவனாக மாற விரும்பினான். அந்த நிலையிலிருந்து அவன் பின் வாங்கியதற்கு கார்ன்வாலிஸின் எச்சரிக்கையும் ஒரு காரணமாக இருந்தது. 'இதுபோன்ற தரக் குறைவானச் செயல்களில் ஈடுபட்டால் திப்புவுடன் தனியாக ஒப்பந்தம் செய்து கொண்டதாகக் கருதப்பட்டு, கர்நூல் உனது ராஜ்ஜியத்தின் ஒரு பகுதியாக கூட்டுப்படை அணிகளாலேயே கருத முடியாது. திப்புவுக்கு எதிராக நடத்தப்படும் தாக்குதலில், உத்தரவாதம் ஏதும் கொடுக்கவும் முடியாது' என்று மிரட்டியிருந்தான்.

1792 ஆம் ஆண்டின் இறுதியில் ரன்மஸ்த் கான் இறந்து போனான். அடுத்து யார் அரியணை ஏறுவது என்பதில் அவனது மூத்த மகன் அஜீம் கானுக்கும், இளைய மகன் அலீப் கானுக்குமிடையில் கலகம் மூண்டு விட்டது. மரணப்படுக்கையில் ரன்மஸ்த் கான் கிடந்தபோது தனது இளைய மகன் அலீப் கானை தனக்குப்பின் அரியணை ஏற நியமனம் செய்திருந்தான். அப்படியே திப்புவுக்கு கப்பம் கட்டிவிடச் சொல்லியும் அறிவுறுத்தியிருந்தான். அதனால் அலீப் கானுக்கு சுல்தானின் ஆதரவு இருந்தது. அதனாலேயே நிஜாம் மூத்தவன் அஜீம் கானை தன் கையில் எடுத்துக் கொண்டான். அலீப் கான் கர்நூலை ஆக்கிரமிக்கும்போது கம்பெனி துருப்புகளை அஜீம் கானுக்கு சாதகமாக களமிறக்க நினைத்திருந்தான். ஆனால் மிக விரைவிலேயே கென்னவேயின் காதுகளில் இந்த தகவல் விழுந்துவிட்டது. அவன் நிஜாமிடம் ஆங்கிலேயப் படையை இதுபோன்ற காரியங்களுக்குப் பயன்படுத்தக்கூடாது என்று எச்சரித்துவிட்டான். கார்ன்வாலிஸ், கென்னவேக்கு இந்தத் தகவலைக் கடத்தி, 'எனது அபிப்ராயத்துக்குக் காத்திராமல், நிஜாம் மறைந்த ரன்மஸ்த் கானைப் பின்தொடர்ந்து அரியணை ஏறும் விவகாரத்தில் தலையிட்டால் அவனுக்கு ஆதரவாக இருப்பேன் என்று எண்ணிக்கொண்டிருக்க வேண்டாம்' என்று சொல்லிவிட்டான்.

ஆங்கிலேயர்களின் இந்த இரக்கமற்ற செயல்பாடுகளால் அஜீம் கானுக்காக நிஜாம் காட்டிவந்தத் தீவிரம் மட்டுப்பட்டுப் போனது. அதேவேளையில் திப்புவுக்குக் கப்பம் கட்டச் சொல்லி அழுத்தம் கொடுக்கப்பட்ட அலீம் கானுடன், அவனுக்கு தான் உதவுவதாகப் பேச்சு வார்த்தையைத் தொடங்கினான். அதற்கு கார்ன்வாலிஸ்

எதிர்ப்பு தெரிவித்தான். இருந்தபோதும் அலீப் கானுடன் நிஜாம் ஒப்பந்தம் செய்துகொண்டு விட்டான். அலீப் கான் நிஜாமுக்கு உடனடியாக பதினைந்து லட்சரூபாயைக் கப்பமாகச் செலுத்துவதாகவும், பிரதியாய் ஆண்டுக்கு 60,000 ரூபாய் பெறுமானமுள்ள ஜாகிரைப் பெற்றுக் கொள்வதாகவும் உறுதியளித்திருந்தான். ஆனால் கென்னவே இந்த ஒப்பந்தத்துக்கு கண்டனம் தெரிவித்தான். இதன் விளைவாக அலீப் கானின் முகவர் ஹைதராபாத்திலிருந்து கர்நூலை ஆள்வதற்கான சனத்தைப் பெற்றுக் கொள்ளாமலேயே வெளியேறிவிட்டான். அதுபோல நிஜாமுக்கு பணத்தையும் கொடுக்கவில்லை. இதனிடையே அலீப் கான் திப்புவுடன் சமரசம் செய்துகொள்ள முடிவெடுத்தான். திப்புவின் இறையாண்மையை ஏற்றுக் கொண்டான். நிஜாமைப் புறந்தள்ளினான். இதையடுத்து நிஜாம் கம்பெனிப் படையை கர்நூலைக் கைப்பற்ற அனுப்பி வைத்தான். கார்ன்வாலிஸும் கென்னவேயுமே அது திப்புவுக்கு எதிராகப் பிரச்சனையில் கொண்டுபோய் விட்டுவிடும் என்று இந்த அளவீட்டில் தலையிடத் தயங்கினார்கள். அதே வேளையில் கார்ன்வாலிஸ், கர்நூலை திப்பு தனது ராஜ்ஜியத்துடன் இணைத்துக் கொள்ளவிருப்பதையும் எதிர்த்தான். அது நிஜாமின் தெற்கு எல்லைக்கருகில் இருப்பதால் அவனுக்கு உடன்பாட்டு வியூகமும் முக்கியமானதாக இருந்தது. இதன் விளைவாக, நிஜாமால் தனது மேலாண்மையை கர்நூலின் மீது நிலைநாட்டிக்கொள்ள முடியவில்லை. அதுபோலவே திப்புவால் அதை தனது ராஜ்ஜியத்துடன் இணைத்துக்கொள்ள முடியவில்லை. அது திப்புவுக்குக் கப்பம் செலுத்தும் பகுதியாக மட்டுமே இருந்து வந்தது.

கர்நூல் குறித்தக் கருத்து வேறுபாடு நிலவிக் கொண்டிருந்தத் தருணத்தில் மராத்தியப் படை, சாவ்த் எனும் பெயரில் நிலவரியாக செலுத்த வேண்டிய 25 சதவீத வருமானத்தையும் *சர்தேஷ்முகி* எனும் பெயரில் தரவேண்டியக் கூடுதல் வரியான 10 சதவீதத்தையும் கேட்டு ஹைதராபாத் சாம்ராஜ்ஜியத்தின் மீது படையெடுத்துவிட்டது. நிஜாம் எதிரிப்படையை எதிர் கொள்ள முன்வந்து தடுப்பு நடிவடிக்கையில் ஈடுபட்டான். ஆனால், 1795 ஆம் ஆண்டு கார்தாவில் தோற்கடிக்கப்பட்டான். இதையடுத்து அவமானம் உண்டாகின்ற வகையிலானதொரு அமைதி உடன்பாட்டை மராத்தியர்களுடன் செய்து கொண்டான். இந்தச் சம்பவங்கள் நிஜாம் மனதில் திப்பு மீதான விரோதத்தைப் போக்கிகொள்ள ஏதுவான வகையில் மாற்றத்தை ஏற்படுத்தின. அவருடன் நட்புறவை உண்டாக்கிக்கொள்ள விரும்பினான். மராத்தியர்களால் பிணையாக முஷிர்—உல்—முல் எடுத்துச் செல்லப்பட்ட பின்பு பிரதம அமைச்சராக ஆகியிருந்த மீர் ஆலம்கான், ஹைதராபாத்திலிருந்தக் கம்பெனியின் பிரதிநிதியான கிர்க்பாட்ரிக்கிடம் இதனை முன்மொழிந்தான். ஒருவேளை கம்பெனிக்கு திப்பு—நிஜாம்—கம்பெனி என்ற இந்த முக்கூட்டணியினை உருவாக்க விருப்பமில்லாவிட்டால் மராத்தியர்களின் அத்துமீறலுக்கு எதிராக, திப்புவுடன் பாதுகாப்பு உடன்பாட்டை நிஜாம் செய்துகொள்வதில் ஆங்கிலேயக் கம்பெனிக்கு ஏதாவது ஆட்சேபணை உண்டா என்று விசாரித்தான்.

முன்மொழிவைக் கேள்விப்பட்ட ஷோர் முக்கூட்டணிக்கு எதிர்ப்பு தெரிவித்து கிர்க் பாட்ரிக்குக்கு பதில் எழுதுகிறான். அதில் அப்படியானதொரு

உறவை உருவாக்கிகொள்ள சட்டத் தடையிருக்கிறது. அவ்வாறு செய்தால் மராத்திய—நிஜாம்—கம்பெனிக்கு இடையிலான உடன்பாடு முறிந்துவிடும் என்று எச்சரித்திருந்தான். திப்புவுக்கும், நிஜாமுக்குமிடையில் அப்படியொரு உறவு உருவானால், 1792 ஆம் ஆண்டு இழந்த பகுதிகளை மட்டுமே நிஜாமால் மீட்டுக் கொள்ள முடியும். ஒருவேளை இதற்கு உடன்பட்டு நிஜாம் போனால் மூன்று அதிகார மையங்களுக்கிடையிலான அரசியல் நட்புறவில் முற்றிலும் மாற்றங்கள் உருவாகி கூட்டணியை அது நிர்மூலமாக்கிவிடும் என்று கடுமை காட்டியிருந்தான். இதையடுத்து நிஜாமுக்கும் திப்புவுக்குமிடையிலானக் கூட்டணி அமைந்து விடாமல் காத்துக்கொள்ளச் சொல்லி கிர்க்பாட்ரிக் மூலம் மீர் ஆலம்கானை சமாதானப்படுத்தி நம்பவைத்த கார்ன்வாலிஸ், 'அது, உனது எஜமானுக்கு பெருந்துன்பத்தைக் கொடுத்துவிடும்' என்று அறிவுறுத்தினான். மேலாக, அப்படியொரு கூட்டணிக்குத் தேவையில்லாமலும் செய்துவிட்டது மராத்தியர் களுக்கு இடையில் உருவாகியிருந்த உள்குழப்பம். அதனால் மராத்தியப் படை ஹைதராபாத் சாம்ராஜ்ஜியத்தில் நீண்ட கவனத்தைச் செலுத்த முடியவில்லை.

ஆங்கிலேயக் கம்பெனியின் அறிவுரையை அப்படியே ஒருபுறம் ஓரமாக ஒதுக்கி வைத்து விட்டு, சுல்தானுடன் நிஜாம் தனது பிரஸ்தாபத்தைத் தொடங்கியிருந்தான். அதற்கு திப்புவிடமிருந்தும் சாதகமான அம்சமே தெரிந்தது. 1795 ஆம் ஆண்டு திப்பு தனது பிரதிநிதியாக சுக்ராம் பண்டிட்டை ஹைதராபாத்துக்கு அனுப்பி கர்நூல் குறித்துப் பேசச் சொன்னார். அப்படியே கூட்டணி குறித்தும் அச்சாரமிடப்பட்டது. அதன் பின்பு திப்பு தனது தூதர்கள் காதிர் ஹுசைன் கானையும், மதினா சாகிப்பையும் அதே வேலைக்காக அனுப்பி வைத்தார். நிஜாமின் மருமகன் இம்தியாஜ்—உத்—தீன் திப்புவுடன் கூட்டணியமைத்து அவர் உதவியுடன் தக்காணத்திலிருந்து ஆங்கிலேயர்களை விரட்டிவிடலாம் எனறு ஆலோசனை சொல்லி முன்முயற்சிகள் எடுத்த போதிலும், இந்தப் பேச்சுவார்த்தை கலைந்து போனது. வில்க்ஸ் குறிப்பிடுகிறான். 'நிஜாம் உடன்பாட்டு ஏற்பாடுகளின்படி திப்புவுடன் கூட்டணி அமைத்துக்கொள்ள பெரும் ஆர்வம் காட்டினான். ஆனால் அது தோல்வியில் முடிந்துவிட்டது. திப்புவிடம் நிஜாம் குரான் மீது சத்தியம் செய்து தரச்சொல்லி வற்புறுத்தினான். நிஜாமின் எண்ணங்கள் கேலிக்குரியதாக இருப்பதாக எண்ணி திப்பு மறுத்து விட்டார். இதுவே அந்தக் கூட்டணியை முறித்துவிட்டது' என்கிறான். ஆனால் கிர்க்பாட்ரிக் மற்றும் ஆங்கிலேய மோகம் கொண்ட மீர் ஆலம் கான் ஆகியோரின் கபடத்தனமான சதியாலோசனைகள் தான் வெற்றிகரமாகக் கூட்டணியை முறித்துப் போட்டன. அதற்காகச் செலவழித்த முன்பணத்தைப் பற்றியெல்லாம் நிஜாம் கவலைப்படவேயில்லை. இந்த நடவடிக்கைகளையெல்லாம் அவன் ஒரு தந்திரமாகப் பயன்படுத்திக்கொண்டான். அப்போதுதான் ஆங்கிலேயக் கம்பெனி தன்னுடன் பாதுகாப்பு உடன்படிக்கைக்கு வரும் என்று அவன் கருதியிருந்தான். உண்மையில் திப்புவுடன் அவனது பிரதிநிதிகள் பேச்சு வார்த்தையில் ஈடுபட்டிருந்தபோது, அவனது அவையில் ஆங்கிலேயர்கள் திப்பு மீது படையெடுக்கப் போகிறார்கள் என்ற புரளி தினமும் கிளம்பிக் கொண்டேயிருந்தது.

ஆங்கிலேயர்களுடனான உறவு

திப்புவை தந்திரமாகப் பணிய வைத்து அவரது அதிகாரத்தைச் சேதப்படுத்திய கார்ன் வாலிஸ் இவற்றாலெல்லாம் திருப்தியடைந்தவனாக இல்லை. திப்புவை நிரந்தரமாக தனித்திருக்கச் செய்து ஒடுக்கிவிட எண்ணியிருந்தான். அவரது கடைசி நிலப்பகுதிவரை கைப்பற்றி விடவேண்டும் என்ற கருத்து அவனிடம் இருந்துகொண்டே இருந்தது. ஸ்ரீரங்கப்பட்டிணம் உடன்பாட்டுக்குப் பின்பு கூட்டணி உடன்பாட்டின் விதிமுறைகளை விளக்கவும், திப்புவின் மீது எதிர்காலத்தில் தாக்குதல் நடத்தும்போது கூட்டுப்படை அணிகள் ஒருவருக்கொருவர் உதவிக் கொள்ளும் முறையை உத்தரவாதப்படுத்தவும், அதன் மூலம் திப்புவின் கடைசி நிலத்தைக் கைப்பற்றவும் திட்டமிட்டிருந்தான். அதனடிப்படையில் ஒரு வரைவு ஒப்பந்தத்தை உருவாக்கி அதனை பூனாவுக்கும் ஹைதராபாத்துக்கும் அனுப்பி வைத்தான். நிஜாம் அத்திட்டத்தினை சில பல தயக்கங்களுக்குப் பிறகு வரவேற்றான். அவனது எண்ணம் திப்புவுக்கும், மராத்தியர்களுக்கும் எதிரான பாதுகாப்பைப் பெறவேண்டும் என்பதாகவே இருந்தது. ஆனால் நானா ஆங்கிலேயக் கம்பெனியின் திட்டவிரிவாக்கத்தை ஏற்கத் தயாராக இல்லை. பல விஷயங்கள் அவனுக்கு உடன்பாடாக இருக்கவில்லை. அதனால் அவனும் ஒரு மாற்றுத் திட்டத்தை முன்மொழிந்தான். அதில் திப்புவிடமிருந்து வரவேண்டிய சாவ்த் எனும் 25 சதவீத நிலவரியை பெறுவதற்கான உரிமை பேஷ்வாவுக்கு இருக்கிறது என்று குறிப்பிட்டான். ஆனால் அதற்கு நிஜாம் மற்றும் கார்ன்வாலிஸ் இருவருமே எதிர்ப்பு தெரிவித்தனர். அத்துடன் அவன் கம்பெனி அரசாங்கம் உடன்பாட்டுக்குக் கட்டுப்பட்டு நடந்து கொண்டிருக்கிறது. அது திப்புவிடமிருந்து பேஷ்வாவுக்கு வரவேண்டிய பண விஷயங்களைத் தற்போது ஆராய்ந்து கொண்டிருக்கவில்லை. அதுகுறித்து ஸ்ரீரங்கப்பட்டிணம் உடன்பாட்டில் தெளிவாகக் குறிப்பிடப்பட்டுள்ளது என்று நானாவுக்கு தெரிவித்து விட்டான். கார்ன்வாலிஸின் இந்த பதிலால் உத்தரவாத உடன்பாட்டுப் பேச்சுவார்த்தை முறிந்து போனது. மராத்தியர்கள் இல்லாத ஒரு கூட்டணிக்கு நிஜாம் எப்போதுமே தயாராக இருந்தான். ஆனால் கார்ன்வாலிஸும் அவனுக்குப் பின்வந்த சர் ஜான் ஷோரும் அது பூனா அரசாங்கத்தைக் கோபப்படுத்திவிடும் என்று கருதி அதனை மறுத்து வந்தார்கள்.

தென்னிந்தியாவில் மீதமிருக்கும் கம்பெனியின் அதிகாரத்தைப் பாதுகாத்துக் கொள்ளும் எண்ணத்தில் கார்ன்வாலிஸ் இருந்தான். திப்புவின் ஆளுமை மீண்டும் மறுமலர்ச்சியடைவதை அவன் எதிர்த்தாலும் அதை மேலும் குறைக்க விரும்பவில்லை. அது நிஜாம் மற்றும் மராத்தியர்களின் பேராவலுக்கு ஆதரவானப் போர் போல ஆகிவிடும் என்று கருதினான். அதனாலேயே ஸ்ரீரங்கப்பட்டிணம் உடன்பாட்டில் இடம்பெறாத நிலைகளிலிருந்து உடனடியாக வெளியேறுங்கள் என்று நிஜாமையும், மராத்தியர்களையும் கேட்டுக்கொண்டே இருந்தான். மேலும், நிஜாமின் கர்நூல் கோரிக்கையை ஆதரிக்க மறுப்பு காட்டினான். நிஜாம் தன்னிச்சையாக கர்நூல் விஷயத்தைக் கையிலெடுத்துச் சென்றால் மராத்தியர்களும் ஊக்கம்பெற்று புதிய புதியக் கோரிக்கைகளுடன் திப்புவுக்கு நெருக்கடிக் கொடுப்பார்கள். அது கம்பெனியை இராஜாங்கச் சிக்கல்களுக்கு

உள்ளாக்குவதுடன், இந்தியாவில் கம்பெனியின் மேலாதிக்கத்தை சீரழித்துவிடும் என்று கருதினான்.

அதேவேளையில், திப்புவிடம் கோரப்படும் மராத்தியர்கள் மற்றும் நிஜாமின் கோரிக்கைகளை நியாயமற்றவை என்று கண்டித்தக் கார்ன்வாலிஸ் கம்பெனியின் கோரிக்கைகளை திப்புவிடம் தயக்கமில்லாமல் முன்வைத்தான். ஆங்கிலேயர்கள் இவ்வாறாக வயநாட்டையும் மற்ற பகுதிகளையும் ஆக்கிரமிப்பு செய்தனர். அமரா மற்றும் சுல்யா பகுதிகளை கூர்க் ராஜா மீட்டெடுத்தபோது அதைக் கம்பெனி கண்களை மூடிக்கொண்டு வேடிக்கைப் பார்த்தது. அந்த இடங்களையெல்லாம் மீட்டுக்கொள்ள திப்பு வைத்தக் கோரிக்கைகளும் செய்த முயற்சிகளும் வீணாகிப் போயின. திப்பு விட்டுத்தராத வயநாட்டையும் கொரும்பாலாவையும் கம்பெனி வைத்துக் கொண்டிருப்பது முறையல்ல என பம்பாய் அரசாங்கம் ஒத்துக்கொண்டிருந்தது. உடனே அதன் மீது முறையான உரிமை கோர மத்தியஸ்தர்களை நியமிக்கும் ஆணையாளர்களின் விருப்பத்துக்கு கம்பெனி அனுமதி வழங்கவில்லை. ஆனால் அதன் மீது தொடர்ந்து விவாதம் நடத்தப்படுவதைக் கண்டுகொள்ளவுமில்லை. கண்டிக்கவுமில்லை. அதிகாரம் பெற்ற பிரதிநிதிகளால் எடுத்துவைக்கப்படும் ஆதாரங்கள் போதுமானவையாக இல்லை என்று கருதியது. கடைசியில் 1798 ஆம் ஆண்டு வெல்லெஸ்லி அதைத் திப்புவுக்குத் திருப்பித் தந்தான். ஆனால் அது கம்பெனியின் நரித்தந்திரம் என்று திப்புவுக்குத் தெரியவில்லை. ஒருபக்கம் கொடுத்துவிட்டு மறுபக்கம் திப்புவின் மீது போர்த்தொடுக்க தீவிரத் தயாரிப்புகள் நடந்து கொண்டிருந்தன.

இவ்வாறாக அமரா மற்றும் சுல்யா ஆகிய மாவட்டங்கள் திரும்ப ஒப்படைக்கப்படவில்லை. மாவட்டங்களை ஒப்படைக்கக் கோரிய கூர்க் ராஜாவிடம் அதற்கான ஆதாரங்களை கம்பெனி நிர்வாகிகள் கேட்டபோது அவன் முரண்பாடான அறிக்கைகளை மாற்றிமாற்றிக் கொடுத்தான். சில நேரம் அமராவும், சுல்யாவும் தனது குடும்பச் சொத்தாக ஐநூறு ஆண்டுகளுக்கும் மேலாக இருந்து வருகிறது என்றான். வேறு சில தருணங்களில், அந்த இடங்களை பெத்னூர் ஆட்சியாளர்கள் இருநூறு ஆண்டுகளுக்கு முன்னரே தனது மூதாதையர்களுக்கு பரிசாகக் கொடுத்தனர் என்று சொன்னான். ஒருதடவை சுல்யாவை பெத்னூர் ராஜாவிடமிருந்து தனது மூதாதையர் விலைகொடுத்து வாங்கியதாகவும் சொல்லியிருந்தான். கார்ன்வாலிஸுக்கு அவன் எழுதிய பல கடிதங்களில் சுல்யாவை அவன் கைவிட்டுவிட்டதாகக் குறிப்பிட்டுள்ளான். ஆனால் 1793 ஆம் ஆண்டு ஜுன் மாதத்துக்குப் பிறகு அதை மீண்டும் கையில் எடுத்துக் கொண்டிருந்தான். மறுபக்கத்தில் திப்பு அமராவும் சுல்யாவும் பெங்களூர் மாகாணத்தின் ஒரு பகுதி என்றும், அது மைசூர் சாம்ராஜ்ஜியத்தில் ஒரு அங்கமாக பல நூற்றாண்டுகளாக இருந்து வருகிறது என்றும் வாதிட்டார்.

திப்பு தன் பங்காக பலமுறை வற்புறுத்தியப் பின்பு கம்பெனி அரசாங்கம் ஒருவழியாக மகோனியையும், உதோப்பையும் திப்புவின் பிரதிநிதிகளுடன் பேசுவதற்கு தனது பிரதிநிதிகளாக அனுப்பி வைத்தது. திப்புவின் பிரதிநிதிகளான ஷாகிப்—உத்—தீன் மற்றும் மீர் முஹம்மத் அலி ஆகிய இருவரும் அமரா மற்றும்

சுல்யா குறித்து கேள்விகள் எழுப்பினர். இருதரப்பு பிரதிநிதிகளின் கூட்டம் சுல்யா மாவட்டத்தின் எல்லையில் நடந்தது. கூர்க் ராஜா அந்தக் கூட்டத்தில் தனது கோரிக்கைத் தொடர்பான எந்தவொரு ஆவணத்தையும் சமர்ப்பிக்கவில்லை. அவனது நடவடிக்கைகள் பித்தலாட்டமாக இருந்தன. இதன் விளைவாக ஆங்கிலேயப் பிரதிநிதிகள் ராஜாவின் கோரிக்கை ஆதாரமில்லாதது என்று முடிவுக்கு வந்தனர். அதேவேளையில் திப்புவின் பிரதிநிதிகள் அது தொடர்பான ஆவணங்களைச் சமர்ப்பித்தனர்.

கண்ணாடிச் சுத்தமாகத் தெரிந்ததும் மேற்சொன்ன மாவட்டங்களை திப்புவிடம் முறை யாக ஒப்படைத்திருக்க வேண்டும். ஆனால் அப்படியெதுவும் நடக்கவில்லை. திப்புவோ அல்லது ராஜாவோ தங்களது உரிமைக்காக ஆவணங்களையோ அல்லது வாய்ஜாலத்தையோ காட்டி நிரூபித்திருக்கும்போது அமராவை ராஜாவின் உரிமையென்றும், சுல்யா திப்புவுக்கானது என்றும் கம்பெனியின் பிரதிநிதிகள் விசித்திரமான முடிவுக்கு வந்து பிரித்துத் தந்தனர். எனினும் அந்த இரண்டு இடங்களும் ராஜாவின் வசமே இருந்து வந்தன. கடைசியாக நடந்தப் போரில் அவன் கம்பெனிக்கு 'மிகச் சிறந்த சேவை' செய்திருந்ததால் அடுத்தும் சேவை செய்வான் என்று அவனுக்கு தாரை வார்த்திருந்தனர்.

வயநாட் மற்றும் அமரா—சுல்யா சர்ச்சைகளுக்கு அப்பால் கம்பெனியுடனான திப்புவின் உறவு மேம்போக்காக இருந்தது. அப்போது, சர் ஜான் ஷோர் கவர்னர் ஜெனரலாக இருந்தான். மராத்தியர்கள் நிஜாம் மீது தாக்குதல் தொடுத்தபோது அவர்கள் திப்புவுடன் சேர்ந்துவிட்டனர் என்று புரளி கிளப்பப்பட்டது. ஷோர் அதை நம்பவில்லை. அத்துடன் கம்பெனியை நடுநிலை வகிக்கச் சொல்லி, 'மராத்திய, நிஜாம் பிரச்சனைகளால் திப்பு மிகவும் பாதிப்புக்குள்ளாகியிருக்கிறான்' என்றும் குறிப்பிட்டான். நிஜாமுக்கு ஆதரவாக ஆங்கிலேயக் கம்பெனி களமிறங்காத வரை திப்புவுக்கும் மராத்தியர்களுக்குமிடையில் எந்தவொரு கூட்டணி உறவும் இருக்க முடியாது என்றும் நம்பினான். பூனாவில் கம்பெனியின் உதவிப் பிரதிநிதியாக இருக்கும் உதோப், 'திப்புவின் தற்போதைய திட்டநிலை, நிஜாம் அலி கானுக்கோ அல்லது மராத்தியர்களுக்கோ சாதகமாக இருப்பதைக் காட்டிலும் எங்களுக்கு மிகவும் அனுகூலமாக இருக்கிறது' என்று தனது கருத்தைப் பதிவு செய்தான்.

ஆனால் ஹைதராபாத் அவையிலுள்ள ஆங்கில மோகிகளும், கம்பெனி சேவையிலுள்ள போர் விரும்பிகளும், ஷோர் மற்றும் உதோப்பின் அனுமானங்களை ஏற்கவில்லை. அவர்கள் கம்பெனிக்கு எதிராக திப்பு செய்யவிருக்கும் அடாவடிகள் என்று பல்வேறு கதைகளைப் பரப்பினார்கள். ஐரோப்பாவில் இங்கிலாந்துக்கும் பிரான்ஸுக்கும் போர் நடக்கப்போகிறது; திப்பு அவர்களுக்கு நண்பராக இருக்கிறார்; அதனால் அவர்களுடன் போர்க் கூட்டணி அமைத்துக் கொண்டிருக்கிறார்; அவருக்கானப் படைகள் பிரான்ஸிலிருந்து வந்துகொண்டிருக்கின்றன; திப்பு ஆங்கிலேயர்கள் மீது கடுமையானத் தாக்குதலைத் தொடுப்பார் என்பதாக அந்தக் கதைகள் உலவின. பின்னாளில் வெலிங்டனின் டியூக் ஆன ஆர்தர் வெல்லெஸ்லி, 1796 ஆம் ஆண்டு இந்தியாவுக்கு வந்தான். இங்கு நிரவிக்கிடந்தப் புரளிகளை நம்பாத அவன் அவற்றுக்கு முற்றுப்புள்ளி வைத்தான். அவன்

சொல்கிறான்: 'மக்கள் சொல்கிறார்கள் திப்பு சாகிப் எப்போதுமே கால்களில் இராணுவத்தைக் கட்டிக்கொண்டிருக்கிறார் என்று. அப்படியாக நான் நம்பவில்லை. நான் இங்கு வந்து சேர்ந்ததிலிருந்து கவனித்து அனுமானித்ததில், ஆங்கிலேயர்கள் மீது அவருக்கு நிலையான பயம் இருக்கிறது. மக்கள் அவர் மீது பயம் குறித்த விதவிதமான வண்ணங்களைப் பூச விரும்புகின்றனர். ஆபத்தான அவரது இராணுவம் இயங்கிக்கொண்டே இருப்பதாக அவர்கள் புதிது புதிதாய்க் கண்டுபிடிக்கின்றனர்.' ஷோரும் இதுபோன்ற தரவுகளை அடிப்படையற்றவை என்று வலியுறுத்தி வந்தான். மங்களூருக்கு பிரஞ்சுக் கப்பல் வந்திருப்பதாகக் கூறப்படுவது உண்மையில்லை. அதுபோல பிரான்ஸிலிருந்து தூதுவர்கள் யாரும் வரவில்லை என்று கிர்க் பாட்ரிக்குக்குத் தகவல் அனுப்பினான். இதுபோன்ற புரளிகளை அவன், 'திட்டமிட்டு ஏமாற்றுவதற்குப் பின்னப்படுகின்றன என்றோ அல்லது தாங்கள் முக்கியத்துவம் பெறுவதற்காகச் சொல்லப்படுகிறது என்றோ அல்லது வெகுமதி பெறுவதற்குப் பேசப்படுகிறது என்றோ கருதினான்'. அதுபோல 1797 ஆம் ஆண்டு தலைச்சேரியிலிருந்து ஜேம்ஸ் ஸ்டூவர்ட்டும், ஜோனாதன் டங்கனும் எழுதுகிறார்கள்: 'தற்போது ஸ்ரீரங்கப்பட்டிணத்தில் பிரஞ்சு அரசாங்கத்தின் அங்கீகரிக்கப்பட்ட முகவர் யாரும் இல்லை. ஒருவேளை பின்னால் அனுப்பப்படலாம்' என்று. திப்புவுக்கும் பிரான்ஸுக்கும் இடையில் கூட்டணி அமைந்துவிட்டது என்று கூறப்பட்டதிலும் அது உண்மையில்லை. கேப்டன் கிர்க் பாட்ரிக்கின் செயலாளர் ஜான்மோரிஸ், 'மங்களூருக்கு பிரான்ஸ் நாட்டிலிருந்து போர்த்தளவாடங்கள் வந்துசேர்ந்து விட்டதாகக் கூறப்படுவதும் அடிப் படையற்றத் தகவலாகும்' என்று கூறுகிறான். அதுபோலவே மற்ற அறிக்கைகள் கூறிவந்த, 'திப்பு போருக்குத் தயாராகிவிட்டார்' என்பவையும் தவறானத் தகவல்களாகும். திப்பு குறித்து ஆங்கிலேய நுண்ணறிவுத் துறை மூலம் கிடைத்த தகவல்கள் பற்றி, மீண்டும் 1797 ஆம் ஆண்டு ஜுலை மாதம் 5 ஆம் தேதி ஷோர் எழுதுகிறான். 'இந்தத் தகவல்கள் அத்தனையிலுமே ஆதாரத்தின் அடிப்படை எதுவுமே இல்லை. முழு நம்பிக்கையை உண்டாக்குவதற்கான தரவுகளாகவும் இவையில்லை. இதுபோலவே, உதோப் ஷோருக்கு ஒரு கடிதம் 1797 ஆம் ஆண்டு செப்டம்பர் மாதம் 2 ஆம் தேதியன்று எழுதுகிறான். அதில், 'கம்பெனிக்கு எதிராகப் போர் தொடுக்க திப்பு தயாராகவில்லை. ஆனால் மக்கள் இதுபோன்ற அச்சந்தருகின்ற தகவல்களைப் பரப்பிக் கொண்டிருக்கிறார்கள்'. கிர்க் பாட்ரிக்குக்கு எழுதும் உதோப், 'அடிக்கடி இதுபோன்ற பொய்யான அல்லது தவறாக வழி நடத்தக் கூடியது, சுயநல விருப்புக் கொண்டது, அல்லது உள்நோக்கம் கொண்டதானத் தகவல்கள் உலா வருகின்றன' என்கிறான். உதாரணத்துக்கு, கர்நூல் குறித்து ஆலோசனை செய்வதற்கு திப்பு தனது முகவர்களை ஹைதராபாத்துக்கு அனுப்பி வைத்தார். ஆனால் அது, 'இரண்டாந்தரமான விவகாரம் ஆக்கப்பட்டு திப்புவின் முகவர்கள் ஹைதராபாத்துக்கு வந்தது ஆங்கிலேயர்களுக்கு எதிராக சதியாலோசனை செய்யத்தான் என்று காட்டப்படுகிறது' என்கிறான் உதோப். 1798 ஆம் ஆண்டின் துவக்கத்தில் கிர்க் பாட்ரிக்குக்கு எழுதும் உதோப், 'கடந்த பதினெட்டு மாதங்களாக திப்புவைப் பற்றி உலாவந்த அனைத்து வகையான புரளிகளும் ஹைதராபாத் அவையிலிருந்து கிளப்பப்பட்டவை' என்கிறான். மேலும் திப்பு, மதினா ஷா, பிரான்ஸ் ஆகிய மூன்றும் பயனுள்ள ஆயுதங்களாக

இருந்து அவனை ஆங்கிலேயர் பக்கம் தள்ளியிருக்கிறது. அதனாலேயே அவன் ஆங்கிலேயர்களுடன் பாதுகாப்பு மற்றும் தாக்குதல் கூட்டணிக்கு இயைந்தான் என்கிறான். அது உண்மை தான். கூட்டியில் திப்புவின் படை அப்போதிருந்தது. கர்நூல் மீது தனது பலத்தைப் பிரயோகித்திருந்தால், கம்பெனியோ அல்லது மராத்தியப் படையோ திப்புவுக்கு எதிராகத் திரும்பியிருக்கும். அதனாலேயே திப்பு தனது படையை பின்வாங்கினார். அதில் ஒரு பகுதி கூட்டுப்படை அணிகளின் பெயரில் நிஜாம் கண்டனம் தெரிவித்தது. மறுபாதியாக, கூட்டியில் துருப்புகள் முகாமிட்டிருப்பது பெரும் செலவாக ஆகிக்கொண்டிருந்தது. அதேவேளையில் பிரிட்டிஷ் அதிகாரத்துக்கு எதிரான அபாயம் தனியாகவோ அல்லது கூட்டாகவோ, பிரஞ்சு மற்றும் திப்புவால்தான் என்பதை, 'இதுபோன்ற தகவல்கள் சில உள்ளூர் தரவுகளின் வழியாகப் பரப்பப்படுகின்றன. அவை சுயவிருப்பம் கொண்டவையாக இருக்கின்றன; அல்லது உள்நோக்கம் கொண்டவையாக இருக்கின்றன' என்று உதோப் தொடர்ந்து கூறிவந்தான்.

இந்தப் புரளிகள் மிகைப்படுத்தப்பட்டவையாக, அடிப்படையற்றவையாக இருந்தாலும், தனது தோல்வியை அவரால் சமாதானப்படுத்திக் கொள்ள முடியவில்லை. ஸ்ரீரங்கப்பட்டிணம் உடன்பாட்டுக்குப் பின்னால் பிரஞ்சு அரசாங்கத்துடன் முன்னெடுக்கும் பணியைத் தொடங்கி விட்டார். 1792 ஆம் ஆண்டு ஜுன் மாதம் இரண்டு தகவலாளர்களை ஒரு கடிதத்துடன் அனுப்பி டி ஃபிரெஸ்னேவைச் சந்திக்கச் செய்தார். கடிதத்தில் பதினாறாம் லூயியிடம் தெரியப்படுத்தச் சொல்லி சில தகவல்களைச் சொல்லியிருந்தார். 'பிரஞ்சின் நட்புக்காக ஏங்கித் துன்புறுவதாகவும், இப்போது போல எப்போதும் சேர்ந்திருக்க விரும்புவதாகவும் குறிப்பிட்டிருந்தார். பிரஞ்சின் நல்லெண்ணத்தைப் பெறுவதற்காக அரிசி, ஏலக்காய் மற்றும் சந்தனக் கட்டைகளை சந்தை விலையில் வாங்கிக் கொள்ள அனுமதியளித்தார். 150 ரூபாய்க்கு வெளிச்சந்தையில் விற்ற மிளகு ஒரு எடை 140 ரூபாய்க்கு அவர்களுக்குக் கொடுக்கப்பட்டது.

பின்னர், அதே ஆண்டு ஜுலை மாதம் மிளகு, சந்தன மரக்கட்டைகள் மற்றும் ஏலக்காய்க்குப் பதிலாக 20,000 கைத்துப்பாக்கிகள் மற்றும் 500 புதுச் சிப்பாய்கள் கேட்டு டி ஃபிரெஸ்னேவிடம் திப்பு கோரிக்கை வைத்தார். டி ஃபிரெஸ்னேவின் நிலை தர்மசங்கடமாகிப் போனது. ஏனென்றால் அவனுக்குத் தெளிவான அறிவுரைகள் எதுவும் பாரீஸிலிருந்து வந்திருக்கவில்லை. அதனால் திப்புவின் கோரிக்கையை எந்தக் கொள்கையின் அடிப்படையில் கையாளுவது என்று தெரியாமல் தடுமாறினான். வேறு வழியில்லாமல் தெளிவற்ற, ஏமாற்றக் கூடிய வகையில் பதில்களைச் சொல்லி வைத்தான். அதே வேளையில் திப்புவின் சாம்ராஜ்ஜியத்தில் பிரஞ்சின் வர்த்தகத்தை நிலைப்படுத்தும் பொருட்டு திப்புவுடனான உணர்வை மதித்து அவரது கோரிக்கைகளை மறுக்க விரும்பவும் இல்லை. ஆட்களோ அவர்களை ஏற்றிச்செல்ல படகுகளோ இல்லாத நிலையிலும் சுல்தானின் அந்தக் கடிதத்தை, இந்தக் கோரிக்கைகளையெல்லாம் நிறைவேற்றித் தரும் நிலையிலிருந்த ஐலே பிரான்ஸ் தீவின் கவர்னருக்கு அனுப்பி வைத்தான். பிரான்ஸுக்கு ஒரு தூதுக்குழுவை அனுப்பி வைக்கும் நோக்கத்துக்கு வந்திருந்தத் திப்பு, ராமா ராவை டி ஃபிரெஸ்னேவிடம் அனுப்பி அது குறித்து ஆலோசனை

செய்து வரச் செய்தார். ஆனால் டி ஃபிரெஸ்னே 1787 ஆம் ஆண்டில் அப்படியொருக் குழு பாரீஸ் சென்று வந்ததையும், அது தோல்வியில் முடிந்ததை எண்ணிப் பார்த்தும், ஆங்கிலேயர்களை சினமூட்டி விடாமலுமிருக்க விருப்பம் கொண்டு ஊக்கம் கெடுத்தான்.

1791 ஆம் ஆண்டில் திப்பு லெகரை பிரான்ஸுக்கு அனுப்பி கூட்டணிக்கானப் பணிகளைத் தொடங்கினார். பதினாறாம் லூயியும், அவரது கப்பற்படை அமைச்சர் பெர்ட்ராண்ட் டி மோலிவில்லி ஆகிய இருவருமே திப்புவுக்கு உதவத் தயாராக இருந்தனர். திப்புவைப் புறக்கணித்தால் இந்தியாவில் பிரஞ்சின் பாத்தியதைக்குக் கேடு வந்துவிடும் என்று கருதினர். ஆனால் பிரான்ஸில் ஏற்பட்டிருந்த சமூகப் பொருளாதார நிலை மாற்றங்கள் அவர்களைக் கையாலாகாத நிலைக்குத் தள்ளியிருந்தது. இதனிடையே, ஏகாதிபத்தியம் முடிவுற்று குடியரசு பிரகடனப்படுத்தப்பட்டுவிட்டது. திப்புவின் முகவரியிடப்பட்டக் கடிதத்துடன் லெகர் செயற் குழுவால் இந்தியாவுக்குத் திருப்பியனுப்பப்பட்டான். அந்தக் கடிதத்தில், ‘பிரான்ஸில் மாறிவரும் நடவடிக்கைகளால், பிரஞ்சு அரசாங்கத்தால் கூட்டணி அமைத்துக்கொள்ள முடியவில்லை’ என்று குறிப்பிடப்பட்டிருந்தது.

1793 ஆம் ஆண்டு பிரான்ஸுக்கும் இங்கிலாந்துக்கும் இடையில் போர் மூண்டது. இந்த அரிய சந்தர்ப்பத்தைப் பயன்படுத்தி ஆங்கிலேயர்கள் மீது தாக்குதல் நடத்தி, ஸ்ரீரங்கப்பட்டிணம் உடன்பாட்டால் இழந்த பகுதிகளையெல்லாம் மீட்டுக்கொள்ளச் சொல்லிக் குறிப்பிட்டு பிரான்ஸ் திப்புவைத் தூண்டிவிட்டது. ஆனால் திப்பு சார்பற்ற நிலையில் இருந்து கொள்ள முடிவு செய்தார். தனக்கு நேர்ந்த அத்தனைத் துரதிர்ஷ்டமும் பிரான்ஸுடன் கூட்டுச் சேர்ந்ததால்தான் என்று பதில் அனுப்பினார். 1783 ஆம் ஆண்டு ஆங்கிலேயர்களுடன் உடன்பாடு செய்து கொண்ட பிரஞ்சுப் படை திப்புவைக் காட்டிக்கொடுத்து நிர்கதியாக நிறுத்திவிட்டது. பின்னர் அவர்களுடன் திப்பு தனியே போர் நடத்த வேண்டியிருந்தது. அதன்பின்பு அவர் பாரீஸுக்கு அனுப்பியத் தூதுக் குழுவுக்கு பலனளிக்கும் முடிவு கிட்டவில்லை. அதனால் திப்பு ஆங்கிலேயர்களுக்கு எதிரான எந்தவொரு நடவடிக்கையிலும் இறங்கத் தயாராக இருக்கவில்லை. பாரிஸிலுள்ள தேசியக் குழு இந்தியாவில் பிரஞ்சுடனான ஒப்பந்தத்தை உறுதி செய்யாத வரையில் சார்பற்று இருந்து விடுவதென முடிவு செய்தார். கடந்த முறை ஆங்கிலேயர்களுடன் பேச்சு வார்த்தை ஏற்பட்டால் அதுகுறித்து தெரிவிக்கப்படுமென்றும், அந்த உடன்படிக்கையில் பெயர் குறிப்பிடப்படும் என்றும் திப்புவுக்குச் சொல்லப்பட்டிருந்தது. இந்த விஷயங்களில் பிரான்ஸின் நடவடிக்கைகள் அத்தனை திருப்தியாக இல்லாததாலும், 1793 ஆம் ஆண்டில் புதுச்சேரியைக் கைப்பற்றியப் பின்பு அவர்கள் காட்டிய அலட்சியமும் திப்புவின் மனதில் அப்படியே இருந்தது. உண்மையில் பிரஞ்சுத் தளபதி உதவிகேட்டு எழுதியக் கடிதத்துக்கு திப்பு பதிலளிக்கவே இல்லை.

1794 ஆம் ஆண்டின் இறுதியில் புதுச்சேரியின் பொறுப்பாண்மைக் குழு உறுப்பினராக லெஸ்காலியர் நியமிக்கப்பட்டான். அவன் திப்புவிடம் நட்பான முறையில் அணுகினான். இரண்டு முகவர்களை அனுப்பி பிரான்ஸில்

ஏற்பட்டிருக்கும் அடிப்படை மாறுதல்களையும் விளக்க வைத்தான். அதனால் ஏற்படவுள்ள பெரும்பலன்களை அவர்கள் திப்புவிடம் குறிப்பிட்டு, 'பிரான்ஸின் புதிய அரசின் நட்பால் நாட்டில் இயற்கையான வளர்ச்சி உண்டாகும்' என்று தொகுத்தார்கள். அவர்களிடம் திப்பு தனது முன்னனுபவங்களையும் அதனால் ஏற்பட்ட அதிருப்தியையும், இழப்பையும் குறிப்பிட்டார். கூட்டணி அமைப்பதென்றால் புதிதாக சில நிபந்தனைகளை விதித்து, அவை செயல்படுத்தப்பட்டால் தனது விருப்பத்தை தெரிவிப்பதாகக் கூறினார்.

1. ஆங்கிலேயர்களுக்கு எதிரானப் போர் ஒரே நேரத்தில் தன்னாலும் பிரஞ்சுப் படையாலும் துவக்கப்பட வேண்டும். அமைதி நடவடிக்கை மேற்கொள்ளப்படும்போது தனக்கு அறிவிக்கப்பட வேண்டும். உடன்பாட்டில் தன்னை ஒரு அங்கமாகக் கொள்ள வேண்டும்.

2. 10,000 பேர் களமிறக்கப்படுவார்கள். (பின்னர் அது 6000 ஆகக் குறைக்கப்பட்டது) ஆயுதங்களும் வெடிமருந்தும் சரி பாக விகிதத்தில் வழங்கப்படும்.

3. இந்தியக் கடலோரப் பகுதிகளில் வெல்லப்படும் இடங்கள் யாவும் பிரான்ஸ் எடுத்துக் கொள்ளலாம். உள்நாட்டில் வெல்லப்படும் பகுதிகள் மைசூர் சாம்ராஜ்ஜியத்துடன் இணைக்கப்படவேண்டும்.

லெஸ்காலியர் திப்புவின் முன்மொழிவுகளையும் தனது அவதானிப்புகளையும் பாரிஸுக்கு அனுப்பி வைத்தான். மைசூருடனான நட்பு நல்ல சாகுபடியைத் தரும் என்று குறிப்பிட்டிருந்த அவன், பிரஞ்சுப் படை இந்திய மண்ணில் காலடியை வைத்ததும் அனைத்து இந்திய அதிகாரங்களும் அவை சிறியது, பெரியது என்ற பேதமில்லாமல், ஆங்கிலேயர்களுக்கு எதிராக ஒன்றுதிரண்டு விடும் என்று நம்பிக்கைத் தெரிவித்திருந்தான். இதனிடையே, இந்தியாவிலுள்ள பிரஞ்சு நிறுவனத்தின் தனிச்சிறப்பு அதிகாரியான மொன்னீரன் மூலமாக திப்புவின் முன்மொழிவுகளுக்கு அனுகூலமான மறுமொழியைக் கூறியிருந்தான். மொன்னீரன், திப்புவுடன் சேர்ந்து வரைவை உருவாக்கும் பணிக்கு உயர்த்தப்பட்டான். அவர்கள் பாதுகாப்பு மற்றும் தாக்குதல் உடன்பாடு தொடர்பான வரைவைத் தயாரித்தார்கள். அதன் விதிமுறைகள்: ஐரோப்பாவில் அமைதி உடன்பாடு மேற்கொள்ளப்படுமானால், அதில் திப்புவையும் பிரான்ஸ் மற்றும் ஹாலந்தின் கூட்டாளி என்று குறிப்பிட வேண்டும். திப்பு 5000 வீரர்களைக் களமிறக்குவார். அத்துடன் அவர்களுக்கான அத்தனையையும் விநியோகம் செய்வார். அதன் பிறகு ஆங்கிலேயர்களை இந்தியாவிலிருந்து விரட்டியடிக்கும் திட்டத்தை அளிப்பார். பிரஞ்சு இராணுவம் தன்னால் கைப்பற்றப்பட்ட தலைச்சேரிக்கு வந்துசேர வேண்டும். பின்னர் அங்கிருந்து புதுச்சேரியையும் மெட்ராஸையும் கைப்பற்றப் படை நடத்தலாம். திருச்சிராப்பள்ளி, தஞ்சாவூர், எத்தூர் ஆகியக் கோட்டைகளையும், பாதி கர்நாட்டிக்கையும் திப்பு வைத்துக் கொள்வார். மீதமுள்ள அனைத்தும் பிரஞ்சு நிர்வாகத்துக்கு உட்படுத்தப்படும். பம்பாயை, பிரஞ்சு கைப்பற்ற வேண்டும். பெங்கால் இருவருக்கும் சமமாகப் பங்கிடப்பட வேண்டும். 1796 ஆம் ஆண்டு ஏப்ரல் மாதம் 17 ஆம் தேதியன்று மொன்னீரன் இந்த உடன்பாட்டில் கையெழுத்திட்டான்.

1793 ஆம் ஆண்டில் திப்பு பாரீஸிலுள்ள பிரான்ஸ் அரசாங்கம் உத்தரவாதம் கொடுத்ணஒதாலொழிய கூட்டணியில்லை என்று பதிலிறுத்திருந்தார். ஆனால் இப்போது, லெஸ்காலியர் மற்றும் மொன்னீரனின் வீணான உத்திரவாதங்களை நம்பி உடன்பாட்டுக்கு இணங்கியிருந்தார். இந்த முடிவுகளுக்குப் பின்னணியில் கோஸிக்னி சகோதரர்களின் செல்வாக்கு திப்பு மீது தன் பங்கை நாடகமாக அரங்கேற்றியிருந்தது. தங்கள் நாட்டில் கூட்டுப்படைக்கு எதிராக நடந்த போர் குறித்து மிகையானத் தகவல்களை திப்புவுக்கு அனுப்பி வைத்து, அவரைத் திக்குமுக் காட்டியது மிக முக்கியமானக் காய் நகர்த்தலாகும். மேலும், ஆங்கிலேயர்களுக்கு எதிரான உதவியை பிரான்ஸ் செய்யும் என்ற உத்தரவாத்தில் அவர் அகப்பட்டுக் கொண்டிருந்தார்.

லெஸ்காலியரின் திட்டப் பணிகள் அபாரமானவை. அவை எதிர்காலத் திட்டத்துக்குப் பயனுள்ளவையாக இருக்கும். ஆனால் ஆங்கிலேயர்களுடன் பேச்சு வார்த்தை 1796 ஆம் ஆண்டு டிசம்பரிலும், 1797 ஆம் ஆண்டு ஜுலையிலும் நடந்தபோது தோல்வியில் முடிந்து போனது. பிரஞ்சுக் கடற்படையின் நடமாட்டம் முடக்கப்பட்டது. இதன் விளைவாக, இந்தியாவில் புதிய பொறுப்புகள் எதையும் மேற்கொள்ள முடியாமல் போய்விட்டது.

18
திப்புவும் வெல்லெஸ்லியும்

மூன்றாவது ஆங்கிலேய—மைசூர் போரின்போது ஆங்கிலேயர்களுக்குப் பெருத்த இழப்பு ஏற்பட்டது. எனினும் அம்முடிவுக்குப்பின் செல்வாக்கைப் பெருக்கிக் கொள்ளும் புதிய திட்டங்களில் இறங்குமுன் தங்களை மேம்படுத்திக் கொள்வதற்கும், பெற்ற லாபங்களை ஒழுங்குபடுத்திக் கொள்வதற்கும் அவர்களுக்கு அமைதி அவசியமாக இருந்தது. அதனாலேயே கார்ன்வாலிஸ் தான் பதவியிலிருந்த மீதிக் காலத்தையும் அவனுக்குப்பின் பொறுப்பேற்ற ஷோர் ஆகிய இருவருமே, இந்திய அதிகார மையங்களுடன் பிணக்கை ஏற்படுத்திவிடும் என்று கருதிய எந்தவொரு சிக்கலையுமே அழகாகத் தவிர்த்து வந்தனர். அதிலும் ஷோர் அமைதிக் கொள்கையைக் கடைப்பிடிப்பதில் மிகத் தீவிரமாக இருந்தான். 1784 ஆம் ஆண்டு வகுக்கப்பட்ட பிட்ஸ் இந்தியச் சட்டத்தின் படியும், நீதித்துறை இயக்குநர்களின் வழிகாட்டுதல் படியும் மட்டுமே நடந்து கொண்டான். அதனாலேயே அவனால் ஆங்கிலேயக் கூட்டணியிலிருந்து நிஜாமை வெளியேற்றவும், இந்தியாவில் பிரான்ஸ் தன் செல்வாக்கைக் கொஞ்சம் மேம்படுத்திக் கொள்ளவும் முடிந்தது. பிரிட்டிஷ் அரசாங்கமும் முதலில் இந்திய அதிகார மையங்களுக்கிடையில் உருவாகும் சிக்கல்களை வேடிக்கை மட்டுமே பார்க்கும் நடுநிலைக்

கொள்கையை விரும்பி ஏற்றுக் கொண்டது. ஆனால், 'ஐரோப்பாவில் அதிகரித்துக் கொண்டே போன சிக்கல்களைத் தொடர்ந்து, இந்தியாவில் செல்வாக்கைப் பெருக்கிக் கொள்வதற்கு டூண்டாஸ் கையாண்ட ஆக்கிரமிப்பு கொள்கையின் மீதானப் பரிவு, எல்லாவற்றையுமே புரட்டிப் போட்டுவிட்டது.' 1797 ஆம் ஆண்டு ஷோரின் பதவிக்காலம் முடிந்ததும் அவனது இடத்தில் புதிய கொள்கைகளில் செய்வினை ஆர்வம் கொண்ட ஒருவனை நியமிக்க முடிவானது. அந்த முடிவின்படி ஏகாதிபத்தியத்தை உள்ளாகக் கொண்டவனும், ஜகோபின் எதிரியும், டூண்டாஸ் மற்றும் பிட்ஸ் ஆகியோருக்கு நண்பனும், மார்னிங்டனின் இளவரசனுமான ரிச்சர்ட் வெல்லெஸ்லி அந்த இடத்துக்குப் பொருத்தமானவன் என்று தகவமைக்கப்பட்டான்.

இவ்வாறாகவே ஆக்கிரமிப்புக் கொள்கையை அரங்கேற்றவும், ஆங்கிலேயர்களின் செல்வாக்கைப் பெருக்கிக் கொள்வதற்காகவே உறுதியேற்றுக் கொண்ட வெல்லெஸ்லி இந்தியா வந்து சேர்ந்தான். பிலிப்ஸ் கூறுகிறான்: 'இந்தியாவில் வெல்லெஸ்லியின் ஆக்கிரமிப்புக் கொள்கைக்கு டூண்டாஸ் துணிவுடன் செயல்படச் சொல்லி பெரிதும் உற்சாகப்படுத்தினான். டூண்டாஸின் வழிகாட்டுதலும், அதற்கு வெல்லெஸ்லியின் நடவடிக்கைகளும், அது தொடர்பான பதில்களும், அநேகமாக வெல்லெஸ்லி இங்கிலாந்தை விட்டுக் கிளம்புவதற்கு முன்பே ஒருவருக்கொருவர் பேசி ஏற்றுக்கொண்டது போலவே தோன்றுகிறது. அதனாலேயே பிரிட்டிஷ் இந்தியாவின் விரிவாக்கத்திற்கு அது அறுவடைக் காலமாக இருந்தது.'

முகலாயச் சக்ரவர்த்தி இரண்டாம் ஷா ஆலம், ஆப்கானியத் தளபதி குலாம் காதிரால் கண்கள் குருடாக்கப்பட்டு தெளலத் ராவ் சிந்தியாவின் கைகளில் சிறைக் கைதியாக இருந்தான். டெல்லிக்கு மேற்கிலும், தெற்கிலும் ஆட்சிப்பரப்பைக் கொண்டிருந்த இரஜபுத்திரர்கள் ஒற்றுமையில்லாமல் அவர்களுக்குள்ளேயே அடித்துக் கொண்டு சிதறிக் கிடந்தனர். மராத்தியர்களின் ஆக்கிரமிப்பை அவர்களால் ஒன்று திரண்டு எதிர்க்க முடியவில்லை. அவுத் என்ற கோசலை சுதந்திரமானப் பகுதியாக இருந்தாலும் அதற்கு ஆங்கிலேயன் ஒருவன் காப்பாளனாக இருந்து வந்தான். திருவாங்கூர் ராஜா ஆங்கிலேயர்களுக்குத் திறை செலுத்துபவனாக ஆகியிருந்தான். ஆற்காடு நவாபோ திறமையாக ஆள்பவனாக இருக்கவில்லை. நிழலுலகிலும், கனவுலகிலும் அலைந்து திரிந்த அவன், படுக்கையோடு அழுத்திக் கிலியூட்டும் ஆவியுடன் தூங்கிக் கொண்டிருந்தான். அதனாலேயே அவனது அரசாங்கம் ஆங்கிலேயர்களின் கைகளில் விழுந்து கிடந்தது. இந்தியாவின் முதல் மூன்று அதிகார மையங்களான பூனா, ஹைதராபாத் மற்றும் மைசூரில் முதலிரண்டு அதிகார மையங்களும் அழுகி, புளுத்துப் புண்ணாகி முடிவுறும் நிலையில் இருந்தன. மராத்தியக் கும்பல் சிதைவை நோக்கிப் போய்க்கொண்டிருந்தது. இரண்டாம் பாஜி ராவ் யோக்கியமற்ற துரோகியாகி விட்டிருந்தான். நானாவோ, முந்தையச் செல்வாக்கு அவனாலேயே சரித்துக் கொள்ளப்பட்டு பூனா அரசாங்கத்தின் வெற்றுக் காசாக ஆகியிருந்தான். நிஜாமின் சாம்ராஜ்ஜியத்தைச் சொல்ல வேண்டியதில்லை. அது ஊழலின் பிறப்பிடமாக ஆகியிருந்தது. அவனது படை தளர்ந்துபோய் மராத்தியர்களிடம் கார்தாவில் அடிவாங்கி ஓடியிருந்தது.

திறமையின்மை, அரசியல் குழப்பங்கள், நிர்வாகச் சீர்கேட்டின் சித்திரங்களைக் காட்டும் வேறுபாடுகளுக்கிடையே மைசூர் சாம்ராஜ்ஜியம் திறமை மற்றும் நன்னிர்வாகத்தின் எடுத்துக்காட்டாகத் திகழ்ந்து வந்தது. கார்ன்வாலிஸ் திப்புவின் அளப்பற்றச் செல்வத்தையும் அவரது சாம்ராஜ்ஜியத்தில் பாதியையும் பிடுங்கி யிருந்தான். இருந்தபோதும், திப்புவின் நடத்தைக் குறித்து மால்கம் எழுதுகிறான்: ‘முதல்தர கௌரவமான மனிதர் அவர். நேரத்தைக் கடைப் பிடிப்பதில் முதன்மையானவராகவும் இருந்தார். அதனாலேயே அமைதி ஒப்பந்தத்தின்படி கூட்டுப் படை அணிகளுக்குச் சேரவேண்டிய மிகப்பெரியத் தொகையை அத்தனை இடர்பாடுகளுக்குமிடையில் சொன்னது போல கொண்டு போய்ச் சேர்த்தார். துரதிர்ஷ்டம் அவரைச் சூழ்ந்து மூழ்கடித்த போதும், அதிலிருந்து மீண்டு போரின் சீரழிவுகளைச் சீர்படுத்தும் செயல்பாடுகளில் முனைப்புக் காட்டிக் கொண்டிருந்தார். தனது தலைநகரை பலப்படுத்தும் வேலைகளில் ஈடுபாடு காட்டினார். குதிரைப்படையை வலுப்படுத்தினார். காலாட்படைக்கு ஆட்களைத் தேர்வு செய்தார். அவர்களுக்கு ஒழுக்கத்தைப் போதித்தார். திறை செலுத்த மறுத்தும் அடங்காமலும் திரிந்த பாளையக் காரர்களைத் தண்டித்தார். தேசத்தின் முக்கியத் தொழிலான விவசாயத்தின் மீது அக்கறைக் கொண்டு வளப்படுத்தினார். அதனாலேயே மிக விரைவில் அவரது சாம்ராஜ்ஜியம் முன்னைப் போல வளமைக்கு வந்து சேர்ந்தது. இவையெல்லாமே ஆங்கிலேயர்களுக்குள் பொறாமையை விதைத்தது. அவர்கள் பழைய பகைமையைத் தூசி தட்டினார்கள். கம்பெனிக்கு எதிராகத் தனது வாளைச் சுழற்றத் தேவையான அளவில் திப்புவுக்கு பலம் உருவாகியிருக்கவில்லை. ஆயினும், ஒருங்கிணைந்த நிஜாம் மற்றும் மராத்தியப் படைகளைத் துவம்சம் செய்யுமளவுக்குப் போதுமான பலத்துடன் இன்னும் இருந்தார். அவரை வளரவிட்டால் அவரது சக்தி, வலிமை, திறன், முன்னேறும் உயர்வான நோக்கத்துக்கு மீண்டும் வல்லமைமிக்க ஆளுமையாக, வலுக்கொண்ட ஆங்கிலேயப் படையை எதிர்கொள்ளத் தயாராகி விடுவார் என்று வெல்லெஸ்லி அவரது ஆற்றலை அடக்கியழிக்க முடிவு செய்தான். அவனது எண்ணம் இந்தியாவில் அதிகாரத்தின் சிகரமாக கம்பெனி மட்டுமே இருக்க வேண்டும் என்பதாக இருந்தது. திப்பு, அவனுக்கு ஒரே ஒரு அபாயகரமானத் தடையாக இருந்தார்.’

1797 ஆம் ஆண்டின் துவக்கத்தில், *‘வாலோவ்’* என்று பெயரிடப்பட்ட தனியார் கப்ப லொன்று மங்களூருக்கு இழுத்து வரப்பட்டது. அக்கப்பலின் தளபதியாக ரிபாவ்த் என்பவன் இருந்தான். அவனை ஸ்ரீரங்கப்பட்டிணத்துக்குக் கொண்டு வந்தார்கள். அவன் திப்புவிடம் தன்னை ஒரு அதிகாரியாக, பிரஞ்சுக் கடற்படையில் பணிபுரிபவனாக அறிமுகப்படுத்திக் கொண்டான். தன்னை ஐலே பிரான்ஸ் மற்றும் போர்பான் தீவுகளின் அரசாங்கம் அனுப்பி வைத்திருப்பதாகவும், ஐரோப்பாவிலிருந்து இளநிலை கடற்படை அதிகாரி செர்சி மற்றும் ஜெனரல் மெகலோன் தலைமையின் கீழ் வந்து கொண்டிருக்கும் *10,000* பிரஞ்சுத் துருப்புகளுக்கு உதவச்சொல்லி தனக்கு உத்தரவாகியிருப்பதாகவும் கூறினான். ஆங்கிலேயர்களுக்கு எதிர்ப்பான உணர்வில் உரமேறியிருந்தத் திப்பு அவனது பேச்சில் மகிழ்ந்து போனார். அவனது வார்த்தைகளில் எத்தனை உண்மையானது என்பது பற்றியெல்லாம் அவர் கவலைப்படவில்லை. அவரது அதிகாரிகள்,

'ரிபாவ்த் ஒரு பொய்யன்' என்று சொன்னவற்றையும் மற்ற சில அறிவுரைகளையும் புறந்தள்ளினார். முஹம்மத் இப்ராஹீம் மற்றும் ஹுசைன் அலி கான் ஆகிய இருவரையும் தூதர்களாக நியமித்து அவனுடன் ஐலே பிரான்ஸ் தீவுக்கு அனுப்பி வைத்தார். அந்தக் குழு மங்களூரிலிருந்து 1797 ஆம் ஆண்டு அக்டோபர் மாதத்தில் கிளம்பி 1798 ஆம் ஆண்டு ஜனவரி மாதத்தில் போர்ட் லூயிஸ் போய்ச் சேருகிறது.

தூதர்களிடம் தங்களின் பயண நோக்கத்தை மறைத்துக் கொண்டு வியாபாரிகள் போல நடமாட வேண்டும் என்று அறிவுறுத்தப்பட்டிருந்தது. தீவுக்குச் சென்றடைந்த வர்களை யாரும் சந்திக்கவுமில்லை. வந்து வரவேற்கவுமில்லை. வெட்டவெளியில் அலைந்து திரிந்த அவர்களின் நோக்கம் யாருக்கும் தெரியவுமில்லை. அங்கிருந்த ஒரு சில அதிகாரிகளுடன் இரகசிய சந்திப்புகள் மட்டும் நடந்தது. இந்த நிலையில் ஐலே பிரான்ஸ் மற்றும் போர்பான் தீவின் கவர்னர் ஜெனரல் மலார்டிக்குக்கு இப்படியொரு குழு வந்திருக்கும் தகவல் தரப்படுகிறது. அவன் சிலரை அனுப்பி அவர்களை அழைத்து வரச் செய்து, பின்னர் அவன் வெளியே வந்து அவர்களை வரவேற்கிறான். வழக்கமானச் சம்பிரதாயங்களையடுத்து, தூதர்கள் இராணுவ உதவியையும் பாதுகாப்பு மற்றும் தாக்குதல் கூட்டணியையும் கோரினர். அதன் விவரங்கள் இப்படியாக இருந்தன.

1. ஆங்கிலேயர்களுக்கு எதிராக திப்பு போர் தொடுப்பார். கடைசி ஆங்கிலேய வீரன் இந்த மண்ணிலிருந்து வெளியேறும்வரை அவர் களத்தில் இருப்பார்.
2. பிரஞ்சுத் துருப்புகளுக்கு அவர் அனைத்து விதமானப் பொருட்களையும் விநியோகம் செய்வார். ஒயினைத் தவிர. அவர்கள் இந்திய மண்ணில் காலடி வைத்த நிமிடத்திலிருந்து அது அவரது பொறுப்பு.
3. பிரஞ்சுத் துருப்புகளுக்கு அவர் குதிரைகளையும் காளைகளையும் வழங்கிவிடுவார். காயம்பட்டவர்களைச் சுமந்து செல்ல சிவிகைகளும் வழங்கப்படும்.
4. பிரஞ்சு நிர்வாகம் 3,000 குதிரைப் படைகளையும், 3000 காலாட்படையையும், 200 பீரங்கிகளையும் வழங்க வேண்டும்.
5. அந்த பிரஞ்சுப்படை திப்புவின் தலைமையின் கீழ் இயங்கும்.
6. திப்பு துருப்புகளை அமைத்துக் கொள்வார்.
7. கடைசிப் போரில் ஆங்கிலேயர்கள் திப்புவிடமிருந்து கைப்பற்றிய இடங்களைத் தவிர, போரில் வென்ற அத்தனையும் திப்புவுக்கும் பிரஞ்சுக் குடியரசுக்கும் சரி சமமாகப் பிரிக்கப்படும்.
8. ஒருவேளை பிரஞ்சுக் குடியரசு அமைதி ஒப்பந்தம் செய்து கொள்ள விரும்பினால், திப்புவுடன் கலந்து ஆலோசிக்கப்பட வேண்டும். உடன் பாட்டில் திப்புவின் பெயரும் இடம் பெற வேண்டும்.

விவரங்களை அறிந்ததும் மலார்டிக் தடுமாறிப் போனான். அவனுக்கு வெட்கமாக இருந் தது. அவனிடம் அந்த அளவுக்குப் படைபலம் இருக்கவில்லை. வெறும் 700 வீரர்கள் மட்டுமே அங்கே இருந்தனர். தீவின் பாதுகாப்புக்கே அவர்கள் போதுமானவர்களாக இருக்கவில்லை. இதையடுத்து அவன் உடனே கடற்படை அமைச்சருக்கு கடிதம் எழுதி, அதில் திப்புவின் தூதுவர்கள் வருகையைக் குறிப்பிட்டு அவர்களின் முன்மொழிவுகளையும் பதிவிட்டு, சுல்தானுக்கு நேரடியாக இராணுவத்தை அனுப்பி உதவும்படி வேண்டிக் கொண்டான். அதேநேரத்தில் பழைய கூட்டு உறுப்பினருக்கு ஏதாவது செய்யவேண்டும் என்று ஆர்வமாகச் செயல்பட்டு 1798 ஆம் ஆண்டு ஜனவரி மாதம் 30 ஆம் தேதியன்று அதிகாரப்பூர்வத் தகவலை வெளியிட்டான். அதில் இரண்டு தூதுவர்களின் வருகையையும், அவர்களின் வரைவுகளையும் வெளியிட்டிருந்தான். குறிப்பாக போர் முடிவுறும் காலம் வரையிலும் பிரஞ்சுத் துருப்புகளுக்கு திப்பு அனைத்தையும் வழங்கிவிடுவார், ஒயினைத் தவிர என்பதையும் தெளிவுபடுத்தியிருந்தான். அந்த அதிகாரப்பூர்வத் தெரிவிக்கை அங்கே பெருத்த விளைவுகளை உண்டாக்கவில்லை. வெறும் 80 பேர் மட்டுமே ஆர்வம் காட்டி பட்டியலில் இடம் பெற்றார்கள். அவர்களுடன் 15 அதிகாரிகள் பிரிகேடியர் சாப்பியூஸ் தலைமையில் ஒருங்கிணைக்கப்பட்டனர். கேப்டன் டியூபெக் தலைமையில் கடற்படை அதிகாரிகள் 5 பேருடன் சிறுபடையொன்றும் சேர்க்கப்பட்டது. இவர்களுடன் *பிரினியூஸ்* கப்பல் மங்களூருக்குப் புறப்பட்டது. திப்புவின் தூதர்களிடம் மலார்டிக் இன்னும் பல தன்னார்வலர்கள் ரீயூனியன் தீவில் இருக்கிறார்கள். அவர்களையெல்லாம் திரட்டி காலம் அனுமதித்தால் பெரிய படையாக அனுப்பி வைக்கிறேன் என்று உத்தரவாதம் தந்தனுப்பினான்.

பிரீனியூஸ் மார்ச் மாதம் 7 ஆம் தேதி ஐலே பிரான்ஸ் தீவிலிருந்து புறப்பட்டு யூனியன் தீவுக்கு, அடுத்த மூன்று நாட்களிலேயே போய்ச்சேர்ந்து விட்டது. அங்கு வீசியக் கடுங் காற்றாலும், நங்கூரம் தொலைந்து போனதாலும் அந்தக் கப்பல் மிகவும் சிரமப்பட்டுவிட்டது. குறிப்பிட்ட சிறிது நேரத்துக்குள் யாரையும் திரட்ட முடியாததால் அடுத்த நாள் புதிய தன்னார்வலர்கள் யாருமின்றிப் புறப்பட்டுவிட்டது. ஏப்ரல் மாதம் 25 ஆம் தேதியன்று மங்களூர் கரைக்கு வந்து சேர்ந்துவிட்ட அந்தச் சிறிய படை, ஜூன் மாதம் 30 ஆம் தேதியன்றுதான் ஸ்ரீரங்கப்பட்டிணத்தைப் பார்த்தது. அதிலிருந்த அதிகாரிகளுக்கு மிகுந்த கௌரவத்துடன் வரவேற்பளித்தத் திப்பு அவர்களிடம் மலைப்பை வெளிப்படுத்தினார். பிரஞ்சுக் குடியரசின் சார்பாக வந்துபேசிய ரிபாவ்த் சொன்னதற்கு மாறாக, மிகச்சிறிய படை வந்திருக்கிறதே என்று அந்த உறுதிமொழியைச் சுட்டிக்காட்டினார். ரிபாவ்த் மீது நம்பிக்கை வைத்த தன் தவறை உணர்ந்தத் திப்பு அதை பின்னெடுத்துக்கொள்ள தாமதமாகி விட்டதையும் உணர்ந்தார். இந்த முட்டுக்கட்டைகளிலிருந்து வெளியேற ஒரே வழி தூதுக்குழு ஒன்றை நேரடியாக பிரான்ஸுக்கு அனுப்புவதுதான் என்று முடிவு செய்தார். இந்த விஷயத்தில் அவரை மிகவும் ஊக்கப்படுத்தியது ஸ்ரீரங்கப்பட்டிணத்தில் புதிதாக உருவாகியிருந்த ஜகோபியன் சங்கத்தினர்.

ஜகோபியன் சங்கம் முதலில் 59 உறுப்பினர்களைக் கொண்டிருந்தது. டோம்பார்ட் கட்டளையின் கீழ் இயங்கிய அந்த அமைப்புக்குத் தலைவனாக

ரிபாவ்த் இருந்தான். சி. வீனி யர்ஸ் அதன் செயலாளர். சங்கத்தின் முதல்கூட்டம் 1797 ஆம் ஆண்டு மே மாதம் 5 ஆம் தேதியன்று நடைபெற்றது. அந்தக் கூட்டத்தில் ரிபாவ்த் உரையாற்றினான். கூட்டத்தில் உறுப்பினர்களின் உரிமைகளும், கடமைகளும் விவாதிக்கப்பட்டன. பின்னர் அக்கூட்டத்தில் ஒரு தலைவரும், இரண்டு செயலாளர்களும், இரண்டு ஆய்வாளர்களும், இரண்டு நிகழ்ச்சி அமைப்பாளர்களும் தேர்வு செய்யப்பட்டனர். மீண்டும் 7 ஆம் தேதியன்று ஒரு கூட்டம் நடத்தப்பட்டு, அக்கூட்டத்தில் நடத்தை மற்றும் ஒழுக்கம் குறித்த 22 விதிகள் உருவாக்கப்பட்டன. அத்துடன் பிரஞ்சுப் புரட்சியின் லட்சியம் குறித்தும் பேசப்பட்டது. அந்தக் கூட்டம் ஒரு பாடலுடன் முடிவுற்றது. அந்தப் பாடல்: la hime a la patrie, en signe de joie. (இனி, நாட்டின் மகிழ்ச்சிக்கு இது ஒரு அறிகுறியாகும்).

மே மாதம் 14 ஆம் தேதியன்று காலை டோம்பார்ட் தலைமையிலான பிரஞ்சுக் கட்சியின் பிரதிநிதியாக ரிபாவ்த் பிரஞ்சு தேசியக் கொடியை ஏற்றினான். பின்னர் அந்தக் குழு திப்புவின் இராணுவ முகாம் நோக்கிப் புறப்பட்டது. அங்கே திப்பு அவர்களை வரவேற்றார். 2,300 பீரங்கி குண்டுகள் முழங்க வைத்து கௌரவமளித்தார். பிரஞ்சுக் குடியரசுக்கு வாழ்த்து சொன்னார். பதிலுக்கு பிரஞ்சும் திப்புவுக்கு ஆதரவு தருவதாக உறுதியளித்தது. திப்புவை குடிமக்களின் இளவரசர் என்று குறிப்பிட்டது. சுதந்திர மரமொன்று நடப்பட்டது. எல்லோரும் சமத்துவ தொப்பி அணிந்தனர். பிரஞ்சுக்காரர்கள் அத்தனை பேரும் சுதந்திரம் அல்லது வீர மரணம் என்று முழங்கினர். மேலும் பிரஞ்சுக் குடியரசின் கூட்டாளியானத் திப்புவைத் தவிர அத்தனை அரசர்களையும் வெறுப்பதாக அறிவித்தனர்.

மலார்டிக் அதிகாரப்பூர்வத் தகவலை வெளிப்படையாக வெளியிட்டதற்கும், பேச்சு வார்த்தையைப் பொது வெளியில் நடத்தியதற்கும் பல்வேறு விளக்கங்கள் சொல்லப்பட்டன. மில்ஸ் தனது குறிப்பில், 'இந்தச் செய்கை திப்புவின் மனமறிந்து செய்யப்பட்டதாகும். அதே வேளையில் மலார்டிக்கின் செருக்கானச் செய்கை திருப்திகரமாக இல்லை' என்று எழுதுகிறான். வெளிப்படையானப் பேச்சுவார்த்தை ஆபத்தானது என்பதாலேயே திப்பு தனது தூதர்களை வியாபாரிகள் போல நடமாட விட்டிருந்தார் என்பதும், இரகசியம் காக்கவேண்டும் என்றும் உபதேசித்து அனுப்பியிருந்தார். பிரஞ்சும் கூட பேச்சுவார்த்தையை இரகசியமாக மேற்கொள்ளவே விரும்பியது. உண்மையிலேயே வெளிப்படையாகப் பேச்சுவார்த்தைத் தொடர்வதில் எந்தவொரு அனுகூலமுமில்லை. கிழக்கிந்தியக் கம்பெனியின் தலைவன் போஸாங்க்வெட் அதிகாரப் பூர்வமான இந்த வெளியீடு பிரஞ்சின் சூது என்று சந்தேகித்தான். திப்புவைப் புகழ்ந்து ஆங்கிலேயர்களுக்கு எதிரானப் போரில் ஈடுபடச் செய்யும் தந்திரம் என்று கருதினான். 1792 ஆம் ஆண்டிலிருந்து ஐலே பிரான்ஸ் தீவுக்கும், போர்பானுக்கும் கவர்னர் ஜெனரலாக இருக்கும் மலார்டிக் அனுபவம், தகுதி, தேசிய உணர்வும் கொண்டவன். எல்லா வகையிலும் பிரஞ்சு தேசத்துக்கு உதவியாக இருக்க வேண்டுமென்று கருதுவானேயன்றி, திப்புவை அழிக்கும் எண்ணம் அவனுக்கு இருக்க வாய்ப்பில்லை.

மலார்டிக்கின் இந்த வெளிப்படையான அறிவிப்பு வேறு ஒரு காரணத்தையும் கொண்டிருக்கிறது. இந்த அறிவிப்பின் மூலமாக அடிமைகளை சுதந்திரத்துக்கு

உசுப்பிவிட்டுக் கொண்டு, அமைதியின்றி அலைந்து கொண்டிருக்கும் சிலரை அங்கிருந்து வெளியேற்றி விட லாம் என்றும் எண்ணியிருந்தான். அதில் ஓரளவு உண்மையும் இருக்கிறது. ஆனால் மலார்டிக்கின் நடத்தைக்கு முக்கியக் காரணம் திப்புவுக்கு உதவுவதை பெருவிருப்பமாகக் கொண்டிருந்தான். அவனது தீவை பாதுகாக்கும் அளவுக்கு அவனிடம் வீரர்களில்லாத போதும், திப்புவுக்கு உதவுவதற்கு பொதுமக்களுக்கு விடுத்த அழைப்பு என்று கருத இடமுண்டு. அவர்கள், இதன் விளைவுகளை அறியாத வண்ணம் இருக்க அப்படியொரு அழைப்பை வெளியிட்டிருக்கலாம்.

அந்த அதிகாரப்பூர்வமான அறிவிப்பு 1798 ஆம் ஆண்டு ஜுன் மாதம் 8 ஆம் தேதியன்று கல்கத்தா நாளிதழ் ஒன்றில் வெளியானது. வெல்லெஸ்லி அதன் நம்பகத் தன்மையில் பலத்த சந்தேகம் கொண்டான். அதைக் கண்டதும் இதுவரை இல்லாத அளவுக்கு உக்கிரமாக உணர்ச்சி வசப்பட்டான். அதன் ஒரு பிரதியை கோரமண்டலக் கடற்கரையின் படைத்தலைவன் ஜெனரல் ஹாரிஸுக்கு அனுப்பி வைத்தான். அத்துடன், ‘இதைக் கருத்தில் கொண்டு எந்தவொரு தாமதமுமின்றி தேவையான அளவுக்குப் படைகளை தயார் செய்து வை. துரதிர்ஷ்டவசமாக இன்னும் தேவைப்பட்டால் உடனடியாகத் தருவித்துக்கொள்’ என்று உத்தரவுமிட்டிருந்தான். நன்னம்பிக்கை முனையின் கவர்னர் மெக்கார்ட்டனியிடமிருந்து வந்தக் கடிதம் வெளிப்படையான அந்த அறிவிப்பை உறுதி செய்தது. அவன் ஜுன் மாதம் 26 ஆம் தேதி வெளியிட்ட உத்தரவில், கோரமண்டலம் மற்றும் மலபார் கடற்பகுதிகளில் தாமதமின்றி இராணுவத்தைத் திரட்டி ஸ்ரீரங்கப்பட்டிணம் நோக்கிப் போகத் தயாராக இருக்கும்படி சொல்லியிருந்தான். இதுபோலானதொரு கடிதம் பம்பாய் கவர்னருக்கும் போனது. அதில் மலபார் கடற்கரைப் பகுதியில் ஹாரிஸுடன் இணைந்து பணியாற்ற ஒரு படையைத் தயார் நிலையில் இருத்தவும் என்று குறிப்பிடப்பட்டிருந்தது. ஆனால் ஆர்தர் வெல்லெஸ்லி, போரை நியாயப்படுத்தும் (Casua belli) அந்த வெளிப்படையான அறிவிப்புக்கு எதிராக, அதையே திப்புவுக்கு அனுப்பி, அதற்கும் துருப்புகளைக் களமிறக்கியிருப்பதற்கும் விளக்கம் கேட்கப் பரிந்துரை செய்தான். போர்ரி க்ளோஸ் மற்றும் ஹாரிஸ் ஆகிய இருவருமே திப்பு அவ்வாறு செய்திருந்தால் அவனைப் பொது மன்னிப்பு கேட்க வைக்க வேண்டும் என்று எண்ணினார்கள்.[138] ஆனால் அவர்களின் பரிந்துரையை வெல்லெஸ்லி புறந்தள்ளினான். திப்புவை விசாரணைக்கு அழைக்க மறுத்தான். அவனது உள்நோக்கமெல்லாம் திப்புவின் பலவீனம், அதிருப்தி, சாத்தியமான மனச் சோர்வு அத்தனையும் கூடிய ஒருபொழுதில் அதிரடித் தாக்குதலை நடத்த வேண்டும் என்று அதற்கானத் தருணத்துக்காகக் காத்திருந்தான். அத்துடன் திப்புவை பிரஞ்சின் நட்பிலிருந்து எப்படியாவது துண்டிக்க வைக்க வேண்டுமென்ற நோக்கமும் கொண்டிருந்தான். திப்புவின் அவையில் கம்பெனியின் ராஜாங்க அதிகாரி ஒருவனை உட்புகுத்தி பிரஞ்சுத் துருப்புகளை பதவி நீக்கி முற்றிலுமாக மைசூர் இராணுவத்திலிருந்து வெளியேற்றிவிட வேண்டுமென்ற எண்ணமும் அவனிடமிருந்தது. என்றபோதும் அவனது திட்டம் அங்கே செயல்படவில்லை. அதனால் மெட்ராஸ் அரசாங்கத்துக்குத் தகவல் தந்து தாக்குதல் நடவடிக்கைக்கேற்ப படை யொன்றை அனுப்பச் சொன்னான். ஆனால் அங்கே கால்நடைகளுக்கு தீவனமே இல்லாமல் அல்லாடிக் கிடந்தது. போர்த் தளவாடங்கள் பழுதுபட்டும்

பற்றாக்குறையாகவும் இருந்தன. இருந்த இடத்திலிருந்து நகரும் நிலையில் அப்படைகள் இல்லை. எல்லாவற்றுக்கும் பெங்கால் அரசாங்கத்திடமிருந்து ஏதாவது வந்தால்தான் ஆயிற்று எனும் நிலை. இவ்வாறு கம்பெனிப் படை தயார் நிலையில் இல்லாததால் மைசூர் படையெடுப்பை வெல்லெஸ்லி தள்ளிப்போட்டான். ஆனால் அதை, 'வலியையும் வருத்தத்தையும் எப்படி விவரிப்பதென்றே தெரியவில்லை. இந்த முடிவு என்னை வேதனைப்படுத்துகிறது' என்று அறிவித்தான்.

அடுத்த சில மாதங்கள் வெல்லெஸ்லி தன்னை போர் தயாரிப்புகளில் ஒருமுரட்டு பக்தனைப்போல ஈடுபடுத்திக் கொண்டான். இதனிடையே அவன் தன் கவனத்தை ஹைதராபாத்திலிருந்த பிரஞ்சுத் துருப்புகள் 14,000 பேரின் மீது வைத்தான். அத்துருப்புகளுக்கு பிரான்ஸிஸ் ரேமாண்ட் பயிற்சியளித்து வந்தான். திப்புவுக்கு எதிரான தனது படையெடுப்பின் போது இந்தப் படை தர்மசங்கடமான நிலையை உருவாக்கிவிடும் என்று நம்பினான். அப்படை பிரஞ்சு அதிகாரிகளின் ஜகோபியன் கொள்கைகளை உக்கிரமாகக் கொண்டது. அதனால் தனது படையை வலுப்படுத்தும் எண்ணத்தில் நிஜாமின் கோரிக்கையான தன் படையைக் கலைத்து விட்டு அங்கே நிஜாமின் படையாக ஆங்கிலேயப் படையை நிலைநிறுத்தும் எண்ணத்துக்கு உயிர் கொடுத்தான். நிஜாமும் அதை உடனடியாக ஒத்துக்கொண்டு 1798 ஆம் ஆண்டு அக்டோபர் மாதம் 22 ஆம் தேதியன்று ஒரு துணை உடன்படிக்கையில் கையெழுத்திட்டான். அதன்படி ஐரோப்பியப் படைகளுக்கு இணையான எண்ணிக்கையில் 6,000 ஆங்கிலேயப் பீரங்கிப் படைச் சிப்பாய்களை அவன் பராமரிக்க வேண்டும். அதற்காக ஆண்டுதோறும் 14,17,100 ரூபாயை மானியமாகச் செலுத்த வேண்டும். இந்த உடன்பாடு நிஜாமை ஆங்கிலேயர்களுக்கு திறை செலுத்தும் நிலையிலிருந்து விடுவித்தது. இந்தப்படைக் கலைப்பை கலோனல் ராபர்ட் அத்தனை சிரமம் ஏதுமின்றி நடத்தி முடித்து விட்டான். அதில் 124 பிரஞ்சு அதிகாரிகள் போர்க் கைதிகளாகச் சிறைபிடிக்கப்பட்டு கல்கத்தாவுக்கு அழைத்துச் செல்லப்பட்டனர். பின்னர் அங்கிருந்து ஐரோப்பிய நாடுகளுக்கு அனுப்பி வைக்கப்பட்டனர். அதேவேளையில் அதிக எண்ணிக்கையிலானச் சிப்பாய்கள் ஆங்கிலேயக் கம்பெனியில் தங்கள் முகவரியை மாற்றிக் கொண்டனர். இந்த உடன்படிக்கை மிக முக்கியமான ஒன்றாகியிருந்தது. ஏனென்றால், திப்புவுடனான எதிர்வரும்போரில் நிஜாமின் ஆதரவை உறுதி செய்திருந்தது.

இதேபோலானதொரு உடன்படிக்கையை ஆங்கிலேயக் கம்பெனியுடன் செய்து கொள்ளச் சொல்லி மராத்தியர்களிடம் தூண்டில் போட்டுப் பார்த்தான் வெல்லெஸ்லி. ஆனால் அந்தப் புழுவில் வாய் வைக்க பேஷ்வா மறுத்துத் தட்டிக் கழித்து விட்டான். அதேவேளையில் தற்போது செயல்பாட்டிலிருக்கும் நிபந்தனைகளை உண்மையுடன் செயல்படுத்துவதாக உறுதி சொன்ன அவன், திப்புவுக்கு எதிராகப் போர் வெடித்தால் அப்போது ஆங்கிலேயப் படைகளுக்கு ஆதரவாக உதவக் களமிறங்குவதாகவும் உறுதியளித்தான். இதனடிப்படையில் வெல்லெஸ்லி திப்பு மீது போர் அறிவித்த போது, 1790 ஆம் ஆண்டின் முக்கூட்டு உடன்படிக்கையின்படி மராத்தியர்களிடமிருந்து உதவியைக் கோரினான். பூனா அரசாங்கம் பேஷ்வாவிடம் கம்பெனியின் முகவராக இருந்த பால்மரிடம் 25,000

படைவீரர்களை அனுப்பி உதவுவதாக உறுதி கூறியது. அவ்வீரர்களை வழி நடத்த மாதவ ராவ் ராமச்சந்திரா நியமிக்கப்பட்டான். ஆனால் அதில் எந்தவொரு முன்னேற்றமும் செய்யப்படவில்லை. அதனால் நானா, பரசுராம் பாஹுவை பூனாவுக்கு வரவழைத்து இராணுவத்துக்குப் பொறுப்பேற்கச் சொன்னான். அத்துடன் பாஹு அரசாங்கத்துக்குச் செலுத்த வேண்டியிருந்த பதினான்கு லட்சரூபாய் அபராதத்தை போரில் திப்புவுக்கு எதிராகக் களமிறங்கும் போது செலவழித்தால் அது அவன் கணக்கில் வரவு வைக்கப்பட்டு விடும் என்றும் தெரிவித்திருந்தான். பாஹுவும் திப்புவின் மீதானப் போருக்கு படைநடத்திச் செல்ல விருப்பமற்றவனாக இருந்தான். தனது எல்லையைப் பாதுகாத்துக் கொள்வதற்கு கோலாப்பூர் ராஜாவுடன் அவன் மல்லுக்கட்டிக் கொண்டிருந்தான். அதனால் நானா பாஹுவின் மகன் அப்பா சாகிப் தலையில் அந்தச் சுமையை ஏற்றினான். குருவித்தலையில் பனங்காய் என்பதுபோய், குண்டாச்சட்டியாக நினைத்த அப்பா சாகிபும் பின்வாங்கிக் கொண்டான். மகனும் மறுத்ததால் பாஹு வேறுவழியில்லாமல் அல்லது மற்றவர்களை நியமித்துவிடக் கூடாதெனும் ஆவலாதியில் ஆங்கிலேயருக்கு உதவ முன்வந்தான். அதற்குப் பிரதியாக அவனுக்கு வெல்லெஸ்லி பணமும் திப்புவிடமிருந்து ஜாகிர் பெற்றுக் கொள்வதற்கு ஓர் உத்தரவாதத்தை தந்தான். முன்னர் கேப்டன் லிட்டில் தலைமையில் ஒருபடை தயாரானதுபோல, இப்போது கவர்னர் ஜெனரல் தலைமையில் தயாராக இருக்கும் ஒருபடை பாஹுவுடன் இணைந்து செயல்படத் தயாரானது. ஆங்கிலேயர்களுக்கு உதவ நானா எடுத்துக் கொண்டிருக்கும் முயற்சிகளைக் கண்டு தௌலத் ராவ் சிந்தியாவின் செல்வாக்கில் இயங்கும் பாஜி ராவ் வெறுப்படைந்து போனான். அதனால் திப்புவுடன் கூட்டுசேர அவன் விரும்பினான். திப்புவுடன் இரகசியத் தொடர்பேதும் வைத்திருப்பானோ என்று சந்தேகித்த வெல்லெஸ்லி அவனை மிரட்டியதுடன் பம்பாயிலிருந்து வரும் ஆங்கிலேயப் படைகளின் அணிவகுப்பு கடந்து செல்ல ஏதேனும் தடங்கல் செய்தாலோ அல்லது திப்புவுடன் சேர்ந்தாலோ ராஜ்ஜியத்தின் வடக்குப்பகுதியின் மீது கடும் தாக்குதல் நடத்துவேன் என்று எச்சரித்திருந்தான்.

வெல்லெஸ்லி தனது கவனத்தை அடுத்ததாக தரங்கம்பாடியின் மீதும் வைத்திருந்தான். கோரமண்டலக் கடற்கரையில் டானிஷுக்குச் சொந்தமாக இருந்த அந்தக்கோட்டை பிரிட்டிஷுக்கு எதிரானப் பிரச்சார மையமாக ஆகியிருந்தது. 1793 ஆம் ஆண்டு புதுச்சேரியின் வீழ்ச்சிக்குப் பின் எண்ணற்ற பிரஞ்சுக்காரர்களின் புகலிடமாகவும் அது ஆகியிருந்தது. அவர்களை டானிஷ் ஆலோசனைக் குழுவின் இரண்டாம் நிலையிலிருக்கும் விட்செட்டென்ஸ்டைன் மற்றும் தலைமை நீதிபதி ப்ராஹ்ல் ஆகியோர் ஆதரித்தனர். ஆனால் நகரத்தின் அரசாங்கத் தலைவனாக இருந்த ஆங்கிலேயக் கம்பெனியின் ஆதரவாளன் ஜெனரல் ஆங்கர், ‘பிரஞ்சுக்காரர்களிடம் கனிவானப் போக்காகவும் பொறுமையாகவும் நடந்து கொள்ளுங்கள். அதேவேளையில், பிரிட்டிஷார் புண்படும்படி நடந்து கொள்ள வேண்டாம்’ என்று டானிஷ் அரசாங்கத்துக்கு அறிவுரை செய்தான்.

பிக்னோலெட் தரங்கம்பாடியிலிருந்த ஒரு பிரஞ்சுக்காரன். 1798 ஆம் ஆண்டு ஜுலை மாதம் 22 ஆம் தேதியன்று திப்புவுக்கு ஒரு கடிதம் எழுதுகிறான்.

அதில் கர்நாட்டிக்கில் தயார் நிலையிலிருக்கும் ஆங்கிலேயப் படைகளின் விவரங்களைக் குறிப்பிடுகிறான். மேலும் திப்பு விடம் ஒரு சிறுபடையை உருவாக்கப் பணம் கேட்கிறான். அப்படி உருவாக்கும் படைகொண்டு, திப்புவுக்கும் ஆங்கிலேயருக்குமிடையில் போர் மூளும் போது திசைதிருப்பல் செய்ய ஏதுவாக இருக்கும் என்று நம்பிக்கையூட்டுகிறான். மேலும் அவன் 'உண்மையிலேயே பெரும்படையொன்று திரண்டு ஜெனரல் நெப்போலியன் தலைமையில் பெர்ஷியா வந்தடைந்துவிட்டது. ஜெனரல் நெப்போலியன் அயர்லாந்தை ஆக்கிரமித்து விட்டான். அடுத்ததாக, அவன் இங்கிலாந்துக்குள் புக முடிவு செய்திருக்கிறான்' என்ற தகவல் சொல்கிறான். மற்றொரு பிரஞ்சு செயல்பாட்டாளனான, பிரான்ஸுக்குத் தூதுக்குழு உறுப்பினராக திப்பு அனுப்ப விரும்பிய ட்யூபெக், '20,000 வீரர்களைக் கொண்ட படையுடன் பிரான்ஸ் எகிப்துக்குள் புகுந்துவிட்டது. அடுத்ததாக அப்படை இந்தியாவுக்குள் வரவிருக்கிறது. அது தரைவழியாகத் தன் பயணத்தைத் தொடருகிறது. பிரஞ்சுக் குடியரசு நிச்சயமாகத் தங்களைக் கைவிடாது' என்று திப்புவிடம் அவன் சத்தியம் செய்தான். அதேவேளையில் 'ஆங்கிலேயர்களை ஓடஓட விரட்டும் தங்களின் பெயர் இந்தியச் சரித்திரத்தின் அத்தனைப் புத்தகங்களிலும் தங்க எழுத்துகளால் எழுதப்படும்' என்று உறுதி கூறுகிறான். ட்யூபெக் தரங்கம்பாடியில் திப்புவின் பிரதிநிதிகளுக்கு வழிகாட்டிய ஒருவன் மட்டுமல்லாமல், அங்கிருக்கும் ஆலோசனைக் குழுவின் உறுப்பினரும்கூட. இதையடுத்து புதுச்சேரியிலுள்ள திப்புவின் வங்கியாளனான ஓயிட் அண்ட் மெர்சியரிடமிருந்து அவன் பணம் பெற்றுக்கொண்டான். அந்த ஆலோசனைக் குழுவிலிருந்த மற்றவர்கள் லிட்செட் டென்ஸ்டைன் மற்றும் பொயில்லிவர்ட் ஆகிய இருவரும் ஆவர்.

ஆங்கிலேயர்களுக்கு எதிரான பிரஞ்சின் சதியாலோசனை வெல்லெஸ்லிக்கு அவனது ஒற்றர்கள் மூலமாகக் கவனத்துக்கு வந்துவிட்டது. ஆங்கிலேயர்களால் இடைமறிக்கப்பட்ட பிரஞ்சுக்காரர்கள் சிலரின் கடிதங்களும் அதை உறுதிப்படுத்தின. உடனே வெல்லெஸ்லி தரங்கம்பாடியின் ஜெனரலுக்கு கண்டனம் தெரிவித்தான். பிரிட்டிஷுக்கு எதிராகச் செயல்படு பவர்களை அங்கிருந்து வெளியேற்றப் பரிந்துரைத்தான். அவனது எச்சரிக்கைத் தொடர்பாக ஒரு இராணுவ விசாரணை நடந்தது. பிக்னோலெட் மற்றும் அவனது நெருங்கிய சகாக்கள் கைது செய்யப்பட்டனர். நகரத்திலிருந்து ட்யூபெக், பொயில்லிவர்ட் மற்றும் மூன்று பிரஞ்சுக்காரர்களுடன் வெளியேறக் கேட்டுக் கொள்ளப்பட்டான். லிட்செட்டென்ஸ்டைன் ஐரோப்பாவுக்கு அனுப்பப்பட்டான். திப்புவின் பிரதிநிதி ஒருவன் மட்டும் டானிஷ் அரசாங்கத்தின் வழிகாட்டுதலின்படி அங்கே இருக்க அனுமதிக்கப்பட்டான். ஆனால், பிரிட்டிஷுக்கு எதிரான நடவடிக்கைகளில் இறங்க அவனுக்கு அனுமதியில்லை என்று வெல்லெஸ்லிக்கு டானிஷ் அரசாங்கத்தால் உத்தரவாதம் தரப்பட்டது.

ராணுவ, ராஜாங்கத் தயாரிப்புகளில் வெல்லெஸ்லி தன்னை ஈடுபடுத்திக் கொண்டே திப்புவை நோக்கி பாதுகாப்புக் குறித்தத் தவறானத் தகவல்களை அனுப்பி, அந்த உணர்வுகளில் திப்புவை மூழ்கிக் கிடக்க வைக்க முயற்சித்தான். அதிகாரப்பூர்வமான அறிக்கையை அவன் ஜுலை மாதத்துவக்கத்திலேயே

கிடைக்கப் பெற்றவனாக இருந்தாலும் கிட்டத்தட்ட ஏழுமாதங்கள் வரையிலும் அதுகுறித்து அவன் திப்புவிடம் எந்தவொரு விசாரணையையும் செய்து கொள்ளவில்லை. ஏனென்றால், அவன் தன்னை முழுவதுமாகத் தயார்படுத்திக் கொள்ளாமலிருந்தான். திப்புவிடமிருந்து வேறுபடும் ஒவ்வொரு பிரச்சனையையும் தெளிவான விஷயமாகக் கொண்டிருக்க வேண்டும் என்று அந்தத் தரவுகளை உருவாக்குவதற்காகக் காத்திருந்தான். அதிகாரப்பூர்வமான அறிக்கைக் குறித்தத் தகவல் கிடைத்து ஒருவாரத்துக்குப் பிறகு வயநாடு குறித்தத் தனது கோரிக்கைக்காக, ஜூன் மாதம் 14 ஆம் தேதியன்று திப்புவுக்கு ஒரு கடிதம் எழுதினான். இதற்கிடையில் அந்தப் பிரச்சனைக்கானத் தீர்வை ஒரு பருவ கால மற்றும் ஒரு மிதமானக் கலந்துரையாடலின் மூலம் முடித்துக் கொள்ள எண்ணினான். அதையும்கூட மிக நெருங்கிய நட்பு முறையிலும், ஜாக்கிரதையானக் கவனத்துடனும், தனது கோணங்களின்படி எதிராளியின் விருப்பங்களையும், திட்டங்களையும் சேர்த்துத் தோற்கடிக்கும் யத்தனத்துடனும், அதேவேளையில் அமைதியின் ஆசியைக் குலைக்கும்படியும் நடந்து கொண்டான். வெல்லெஸ்லி மீண்டும் ஒரு கடிதம் ஆகஸ்ட் மாதம் 7 ஆம் தேதியன்று திப்புவுக்கு எழுது கிறான். அதில் 1792 ஆம் ஆண்டின் ஸ்ரீரங்கப்பட்டிணம் உடன்படிக்கையின்படி வயநாடு ஆங்கிலேயர்களுக்கானப் பங்குப் பட்டியலில் இல்லை என்பதை தகவலாகச் சொல்கிறான். ஆனால் இந்தக் கடிதங்கள் யாவற்றிலுமே எந்த இடத்திலும் அதிகாரப்பூர்வ அறிக்கைக் குறித்து எந்தக் குறிப்பையும் காட்டிக்கொள்ளவில்லை. நவம்பர் மாதம் 4 ஆம் தேதியன்று திப்புவுக்கு ஒரு கடிதம் எழுதுகிறான். அந்தக் கடிதத்தில் எகிப்தின் மீது நெப்போலியன் நடத்தியத் தாக்குதல் குறித்தும், நைலில் நடந்தப் போர்க்களத்தில் ஆங்கிலேயர்கள் பிரஞ்சுப் படையை வென்றதையும் குறிப்பிட்டுத் தகவல் சொல்கிறான். ஆனால் அதிகாரப்பூர்வ அறிக்கைக் குறித்து விசாரிப்பவனாகத் தன்னை வெளிப்படுத்திக் கொள்ளவேயில்லை.

ஆங்கிலேய இராணுவம் களமிறங்கத் தயாராகிவிட்டது என்பதை முழுமுற்றாக உணர்ந்த பின் நவம்பர் மாதம் 8 ஆம் தேதியன்று, வெல்லெஸ்லி திப்புவுக்கு ஒருகடிதம் எழுதுகிறான்: 'என்னைப் புறக்கணித்துவிட்டு வர்த்தக ரீதியாக நீயும் கம்பெனியின் நிரந்தர எதிரியுமான பிரான்ஸும் செயல்படுவது என்பது முடியாதக் காரியமாகும். அதனால் பிரிட்டிஷ் தேசத்துடன் தேவையில்லாதப் போரில் நீ ஈடுபட்டிருக்கிறாய். உனக்கும் எனது தேசத்தின் எதிரி நாட்டுக்குமிடையில் நடந்திருக்கும் அலட்சியப் பரிவர்த்தனையை என்னால் கற்பனை செய்து பார்க்க முடியவில்லை' என்று கருவுகிறான். அதேவேளையில் ஐயத்தைப் போக்கவும், சந்தேகங்களை நிவர்த்தித்துக் கொள்ளவும், அமைதியை நிலைநிறுத்திக் கொள்ளவும் அத்துடன் புரிந்துணர்வைத் திப்புவுடன் உருவாக்கிக் கொள்ள, 1794 ஆம் ஆண்டு பணயக் கைதிகளின் மறுசீராய்வை நடத்திய மேஜர் டவ்டனை நியமித்து ஸ்ரீரங்கப்பட்டிணம் நோக்கி அனுப்பி வைத்தான். மேலும் நவம்பர் 8 ஆம் தேதியக் கடிதத்தில், 'எனது நிலையிலிருந்து பார்க்கும்போது அவை எனக்கு அறிவுறுத்துவதன்படி அவர்கள் உன்னைச் சந்தித்திருக்கிறார்கள். உனது குழுவினரை அறவழியிலிருந்துப் பிறழச் செய்து தப்பான வழிக்கு இட்டுச் சென்றிருக்கிறார்கள்' என்று வஞ்சமாகக் குறிப்பிடுகிறான்.

இந்தக் கடிதத்தில் வெல்லெஸ்லி முதல் முறையாக திப்புவுடனான மனவேற்றுமையைக் களையும் விளைவுகளைக் காட்சிப்படுத்துகிறான். ஆனாலும் குறிப்பாய் எந்தவொரு குற்றச்சாட்டையும் திப்புவுக்கு எதிராக அவன் வைக்கவில்லை. திப்புவின் தூதர்களிடம் மலார்டிக் செய்து கொண்ட ஒத்துழைப்புத் தொடர்பாக அதிகாரப்பூர்வமாக அறிவிக்கப்பட்ட அறிக்கையைப் பற்றிக் குறிப்பிடவுமில்லை. தங்களின் எஜமானருக்காக அவர்கள் பிரஞ்சுவுடன் செய்துகொண்ட பாதுகாப்பு மற்றும் தாக்குதல் உடன்படிக்கைக் குறித்து அவனது எண்ணத்தையும் வெளிப்படுத்தவில்லை. ஆனால் திப்புவுக்கும் பிரஞ்சுக்குமிடையில் நடந்தப் பரிவர்த்தனைகள் தொடர்பாக திப்பு மீது குற்றம்சாட்டினான். அதிலும் குறிப்பாக எந்தவிதத் தன்மையிலானப் பரிவர்த்தனைகள் ஆங்கிலேயர்களுக்கு எதிராக நடத்தப்பட்டன என்பதைத் திட்டமிட்டுக் குறிப்பிடவேயில்லை. வெல்லெஸ்லி சாட்டும் குற்றமெல்லாமே பிரஞ்சுக்காரர்கள் திப்புவுடன் சதியாலோசனை செய்கிறார்கள். ஆங்கிலேயர்கள் மீது போர் தொடுக்கச் சொல்லி தூண்டி விடுகிறார்கள். அவர்கள் இதே வேலையை மற்ற இளவரசர்களின் அரசவைகளிலும் செய்து வருகிறார்கள் என்பதாக மட்டுமே இருந்து வந்தது.

திப்பு தனக்கனுப்பிய பதில் கடிதத்தை வைத்து ஸ்ரீரங்கப்பட்டிணத்தின் மீது தாக்குதல் நடத்துவதற்கானக் காலம் வரும்வரை ஆங்கிலேய இராணுவ நடவடிக்கையை தாமதப்படுத்த வெல்லெஸ்லி எண்ணினான். பிரஞ்சுக்காரர்கள் வஞ்சக மனநிலையை உடையவர்கள்; விசுவாசமற்றவர்கள்; மனிதகுல விரோதிகள் என்று அவன் சாட்டியக் குற்றச்சாட்டுகளுடன் திப்பு உடன்பட்டுப் போனார். தனது முடியரசுக்கு வந்திருக்கும் பிரஞ்சுக்காரர்களைப் பற்றி திப்பு எழுதுகிறார்: ‘கடலிலும் நிலத்திலும் வணிகம் செய்துகொண்டுவரும் வணிகப் பழங்குடிகள் இந்த சர்க்காரை நாடி வந்தார்கள். அவர்களின் முகவர் இரண்டு பாய்மரப் படகுகளை விலை கொடுத்து வாங்கி அப்படகுகளில் அரிசியை ஏற்றியிருந்தான். பின்பு அது புறப்பட்டு மொரிசியஸ் சென்றடைந்தது. அப்படகுகளில் நாற்பது பேர் கறுப்பு நிறமுடைய பத்து அல்லது பனிரெண்டு கைவினைக் கலைஞர்கள், மற்றவர்கள் எல்லாம் வேலைக்காரர்கள் என இருந்தார்கள். படகுக்கான வாடகையைச் செலுத்தினார்கள். இங்கே வந்து சேர்ந்த அவர்களில் சிலர் தங்களுக்குத் தெரிந்த வேலைகளைச் செய்தார்கள்; மீதமுள்ளவர்கள் இந்த சர்க்காரின் எல்லைகளுக்கு அப்பால் போய்விட்டார்கள்.’ அமைதி ஒப்பந்தத்தின் விதிமுறைகளைக் கடைப்பிடிப்பதிலும், நட்பின் அடிப்படையில் கம்பெனி, பேஷ்வா, நிஜாம் ஆகியோரின் கூட்டணியை வலுப்படுத்தி என்றும் நிலைத் திருக்கச் செய்வதிலும் ஆர்வம் கொண்டவராகத்தான் திப்பு இருந்தார். ஆனால் வெல்லெஸ்லியின் முன்மொழிவுகளுடன் வந்திருந்த டவ்டன், தற்போது இருக்கும் உடன்பாடும் அதன் செயல்பாடுகளுமே அமைதியை நிலைப்படுத்தப் போதுமானவை; உறுப்பினர்களுக்கிடையிலான நட்பை, உறவை பலப்படுத்திவிடும்; இதைத் தாண்டிய எந்தவொரு அளவீடும் பலனுள்ளதாக இருந்துவிட முடியாது என்று கருதினான். டவ்டன் பரிந்துரைக்கும் திட்டங்கள் கூடுதலாகவோ அல்லது குறைதலாகவோ கம்பெனி சமீபத்தில் நிஜாமுடன் செய்து கொண்ட உடன்படிக்கையின் பிரதியையொட்டியதானது என்று திப்பு நினைத்தார். அதனாலேயே அவர், நிஜாமைப்போலவோ அல்லது ஆற்காடு மற்றும் அவுத்தின்

நவாப்புகளைப் போலவோ ஆங்கிலேயர்களின் பண்ணையாளாக மாறத் தயாராக இருக்கவில்லை.

திப்புவின் கடிதம் வெல்லெஸ்லியின் கைக்குக் கிடைக்குமுன்பு அவன் மைசூர் மீது படையெடுப்பது தொடர்பான வழிகாட்டுதல் உத்தரவைப் பெற மெட்ராஸுக்குக் கிளம்பி விட்டான். அந்தக் கடிதம் மெட்ராஸில் டிசம்பர் மாதம் 18 ஆம் தேதியன்று அவன் பார்வைக்கு வருகிறது. அதற்கான பதிலை வெல்லெஸ்லி 1799 ஆம் ஆண்டு ஜனவரி மாதம் 9 ஆம் தேதி யன்று அனுப்புகிறான். அதில் முதல் முறையாக அதிகாரப்பூர்வ அறிவிப்பு பற்றிக் குறிப்பிடுகிறான். மேலும் அந்தக் கடிதத்தில் திப்பு ஐலே பிரான்ஸ் தீவுக்கு தூதர்களை அனுப்பியது பற்றிக் குற்றம் சாட்டுகிறான். பிரஞ்சுடன் பாதுகாப்பு மற்றும் தாக்குதல் கூட்டணி உருவாக்கிக் கொண்டதை வன்மையாகக் கண்டிக்கிறான். பிரஞ்சுத் துருப்புகளை தனது சாம்ராஜ்ஜியத்துக்குள் காலடி வைக்க அனுமதித்ததற்கு எச்சரிக்கை செய்யும் அவன், திப்புவின் இராணுவத்தில் அவர்களைப் பணியமர்த்திக் கொண்டதற்கு எரிச்சலைக் கொட்டியிருந்தான். இந்தக் கடிதத்துடன் வெல்லெஸ்லி அதிகாரப்பூர்வ அறிக்கையின் பெர்ஷியன் மொழிபெயர்ப்பையும் இணைத்து அனுப்பினான். மேலும் கடிதம் கிடைத்த இருபத்து நான்கு மணிநேரத்துக்குள் முறையான பதில் வந்துசேர வேண்டுமென்று உத்தரவு போலானதொரு கோரிக்கையையும் விடுத்திருந்தான். இல்லாது போனால் அதற்கான விளைவுகள் 'முடிவாக' இருக்கும் என்றும் குறிப்பிட்டிருந்தான். ஒருவாரம் கழித்து வெல்லெஸ்லி, காலிப் மூன்றாம் சலீமிடமிருந்து வந்திருந்தக் கடிதத்தை திப்புவின் முகவரியிட்டு முன்னோக்கி அனுப்பினான். அந்தக் கடிதத்தில் காலிப் எகிப்து மீது பிரஞ்சு படையெடுத்து வந்ததையும், அரேபியாவைக் கைப்பற்றத் திட்டமிட்டிருந்ததையும், அதனால் குடியரசுகளுக்குள் பிளவை ஏற்படுத்தி இஸ்லாத்தை அழிக்க முயற்சித்ததையும் விலாவாரியாக எழுதியிருந்தான். மேலும் அவன் அந்தக் கடிதத்தில் பிரஞ்சுப் படை இந்தியாவைக் கைப்பற்ற விரும்புவதாகவும், இந்திய மக்களின் மதத்தை, வாழ்க்கையை, அவர்களின் உடமைகளை அபகரித்துக் கொள்ள இருப்பதாகவும் குறிப்பிட்டிருந்தான். மட்டுமின்றி ஆங்கிலேயர்களுக்கு எதிரானப் பகைமை நடவடிக்கைகளிலிருந்து விலகியிருக்க வேண்டும் என்றும், தானாகவே முன்வந்து ஆங்கிலேயருக்கு எதிரான எந்தவொருக் குற்றச்சாட்டையும் திருப்திகரமாகச் சரி செய்து கொள்ளவேண்டும் என்று அறிவுரையும் சொல்லியிருந்தான். மேலும் அக்கடிதத்துடன் வெல்லெஸ்லி ஒரு குறிப்பையும் இணைத்திருந்தான். அதில் 'பிரஞ்சு நாடு உலகத்திலுள்ள அத்தனை அரியணைகளையும், அங்குள்ள ஒவ்வொரு குடிமுறைகளையும், மத நம்பிக்கையையும், கலைகளையும் எல்லையற்றப் பேராசையால் அழிக்கத் துடிக்கிறது. தீராத ஆவலாதியுடன் எல்லாவற்றையும் கொள்ளையடித்து தேசத்தின் புனிதத்தை மதியாது நடத்தும் அவச்செயலுக்கு உட்படுத்த இருக்கிறது' என்று குறித்திருந்தான்.

இதையடுத்து திப்பு டவ்டனை வரவேற்க இசைவு தெரிவித்தார். வெல்லெஸ்லிக்கும் அதைத் தெரிவித்தார். மேஜர் டவ்டனை வரவேற்க பதினைந்து குதிரை வீரர்களைத் தயாராக்கியிருந்தார். எந்தவொரு நிபந்தனையையும் ஏற்று சுதந்திர இளவரசாக அமர்த்திக் கொள்ளும் முயற்சிகளில் தன்னை ஈடுபடுத்திக் கொள்ள

அவர் மனநிலை தகவமைந்திருந்தது. அத்துடன் காலிப்புக்கும் அவர் பயபக்தியுடன் பதிலளித்தார். அந்த பதிலில் நம்பிக்கையின் தலைமையிடத்தில் பகைமையைக் கொண்டிருக்கும் பிரஞ்சுக்காரர்களின் நட்பை அனைத்து முஸ்லீம்களும் துறக்க வேண்டும் என்பதை உணர்வதாகக் குறிப்பிட்டிருந்தார்.

ஆனால், இந்தக் கடிதம் தன்னை வந்துசேருமுன்பே வெல்லெஸ்லி பிப்ரவரி மாதம் 3 ஆம் தேதியன்று திப்புவுடனானப் பேச்சு வார்த்தையை நிறுத்தச் சொல்லி ஜெனரல் ஹாரிஸுக்கு உத்தரவிட்டான். அதேவேளையில் மைசூர் மீது படையெடுக்க ஸ்ரீரங்கப்பட்டிணம் நோக்கிச் செல்ல ஒரு சிறிய தாமதத்துடன் உத்தரவிட்டான். அதேநாளில் ஜெனரல் ஸ்டூவர்ட்டுக்கும் மலபாரிலிருந்து ஒத்துழைக்கத் தயாராக இருக்கும்படி உத்தரவுகள் பறந்தன. திப்பு வரவேற்கத் தயாராகயிருந்த ஜெனரல் டவ்டனின் நிகழ்ச்சி வெல்லெஸ்லியால் ரத்து செய்யப்பட்டது. இனிமேல், இந்தப் பேச்சுவார்த்தையை ஹாரிஸுடன் மட்டுமே தொடரவேண்டும் என்று திப்புவுக்கு தகவலும் பரிமாறப்பட்டது. அதேவேளையில் ஹாரிஸுக்கும் திப்பு தனது தலைநகர் ஆபத்திலிருப்பதை உணரும் வரையில் பேச்சு வார்த்தைக்கு சைகை ஏதும் செய்துவிட வேண்டாமென்று அறிவுறுத்தப்பட்டிருந்தது.

வெல்லெஸ்லியின் மைசூர் படையெடுப்பு வெளிப்படையானதொரு அத்துமீறல். ஏனென்றால் திப்பு பிரஞ்சு தேசத்துடன் பாதுகாப்பு மற்றும் தாக்குதல் உடன்படிக்கை எதையும் செய்து கொண்டிருக்கவில்லை. அதேவேளையில் அப்படியொரு உடன்பாட்டை அவர் செய்து கொண்டிருந்தாலும் ஒரு சுதந்திர ஆட்சியாளர் எனும் வகையில் அது அவரது உரிமை. அதேவேளையில் வெல்லெஸ்லி தார்மீக ரீதியிலும் சட்ட ரீதியிலும் தவறான நடவடிக்கையில் ஈடுபட்டு இல்லாத காரணத்தை உருவாக்கிக் கொண்டிருந்தான்.

அதிகாரப்பூர்வ அறிவிப்பு வெல்லெஸ்லியின் பார்வைக்கு ஜுலை மாதத் துவக்கத்திலேயே வந்துவிட்டது. ஆனால் ஏழு மாதங்களாக அதைத் தெரிந்திருந்தும் கண்டும் காணாதவனாக உள்நோக்கத்துடன் இருந்து கொண்டான். மாறாக அந்த நேரத்தில் அவன் தனது இராணுவத் தயாரிப்புகளைச் செய்து கொண்டும், அதை மறைக்க வயநாடு தொடர்பாக திப்புவுக்கு நட்புக் கடிதங்கள் எழுதிக் கொண்டும் பூச்சுவேலை செய்தான். தனது படைகள் தயார் நிலைக்கு வந்துவிட்டன என்பதை முடிவுசெய்து கொண்டுதான் திப்பு மீது பிரஞ்சு தேசத்தின் கூட்டுடன் இந்தியாவிலுள்ள ஆங்கிலேய ஆட்சியை அழிக்க சதி செய்ததாகக் குற்றம் சாட்டினான். ஆனால் அந்தக் குற்றச்சாட்டுகளுக்கு பதிலளிக்க அவன் வெறுமனே இருபத்து நான்கு மணிநேர அவகாசமே அளித்திருந்தான். இருந்தும், அதற்கான பதில் வந்து சேருமுன்பே கொஞ்சமும் காத்திருக்காமல் போர் அறிவிப்பை வெளியிட்டுவிட்டான். காலிபின் கடிதத்துக்கு திப்புவின் பதில் என்னவென்பதைக் கூட அவன் அறிய முற்படவில்லை. அதுபோல, அவனே கொடுத்த சந்தர்ப்பமான ஆங்கிலேயர்களுக்கும் திப்புவுக்குமிடையிலான வேறுபாடுகளைக் களைந்து கொள்வதாக எழுதியக் கடிதத்துக்கும் பதிலை எதிர்நோக்கியிருக்கவில்லை. உண்மையிலேயே வெல்லெஸ்லி திப்புவுடன் நடத்தியக் கடிதப் பரிவர்த்தனைகள் முற்றிலும் பாசாங்குத்தனமானவை. வெல்லெஸ்லியின் வாழ்க்கையை எழுதிய

வரலாற்றாசிரியர் ராபர்ட்ஸ் கூட, 'அந்தப் பேச்சுகளிலும் பரிவர்த்தனைகளிலும் ஒரு துளியும் நல்லெண்ணம் இருப்பதாகக் கண்டறிய முடியவில்லை' என்று ஒத்துக் கொள்கிறான். 'முன்பு கூறியவற்றைத் திரும்பப் பெற்றுக் கொள்ளவோ அல்லது திருத்தம் செய்து கொள்ளவோ திப்புவுக்கு வாய்ப்பு வழங்கப்பட வில்லை. கவர்னர் ஜெனரல் இரக்கமின்றியும் இறுமாப்புடனும் நடந்து கொண்டு கபடமாக, அவமதிப்புகளில் மூழ்க வைத்து தர்ம சங்கடமான நிலைக்கு உள்ளாக்கி பாதிக்கப்பட்டவர்களை மண்டியிட வைப்பது போலான சூழ்நிலையை உருவாக்கிவிட்டான்' என்றும் ஆயாசத்துடன் குறிப்பிடுகிறான்.

திப்பு மீது தாக்குதல் தொடுத்தால் பிரஞ்சுப் படை இந்தியா மீது பாயும். பிரஞ்சுப் படைகளும் திப்புவின் படைகளும் இணைந்து கொள்ளும் என்று வெல்லெஸ்லியின் நடவடிக்கைகளுக்கு ஆதரவாகவும் ஒரு கருத்து உலவவிடப்பட்டது. இந்த விளக்கம் ஒருவேளை சரியாக இருந்தால் அவன் மராத்தியர்கள் மீதும், நிஜாம் மீதும் தாக்குதல் தொடுக்க வேண்டியிருக்கும். ஏனென்றால் அவர்களிடம் எந்தவொரு நம்பிக்கையும், நட்புறவும் நிலவவில்லை. அவர்கள் ஒருவேளை பிரஞ்சுவுடன் சேரும் வாய்ப்பும் இருந்தது. ஆனால் பிரஞ்சுப் படையெடுப்பு இந்தியாவின் மீது பெரிய தாக்கத்தை உருவாக்கவில்லை. 1797 ஆம் ஆண்டு ஜூன் மாதத்தை முன்னோக்கினால் சர் ஜான் கூட், மெட்ராஸ் அரசாங்கத்துக்கு எழுதியக் கடிதத்தில் 'இந்தியாவிலுள்ள பிரிட்டிஷ் உடமைகளின் மீது உடனடித் தாக்குதல் நடத்தும் முகாந்திரம் எந்த வடிவிலும் பிரான்ஸிலிருந்தோ அல்லது தீவுகளிலிருந்தோ இல்லை' என்று குறிப்பிடுகிறான். வெல்லெஸ்லியும் கூட, 'பிரஞ்சுப் படையிடமிருந்து பயனுள்ள ஒத்தாசைக் கிடைக்காத பட்சத்தில் ஆபத்தான முடிவுகளில் திப்பு இறங்க மாட்டார் என்றே நம்புகிறேன். அந்த ஒத்தாசையை பிரஞ்சு இன்னும் வழங்கவில்லை; நமது தாய் அரசாங்கமும், கப்பற்படையும் போதுமானக் கண்காணிப்பில் இருக்கின்றன. அவற்றால் உலகத்தின் எந்த மூலையில் பிரஞ்சு தாக்குதல் தொடுத்தாலும் அந்த நடவடிக்கையைத் தடுத்தாட்கொள்ள முடியுமென்று எனக்கு நம்பிக்கையிருக்கிறது' என்று எழுதுகிறான். அதை அப்படியே ஏற்றுக்கொண்டுவிட்டாலும் இந்தியாவுக்கு வெல்லெஸ்லியின் வருகையின் போது அப்படியொரு அபாயமும் இருக்கவே செய்தது. ஆனால் அது இப்போது இல்லாது போய்விட்டது. 1798 ஆம் ஆண்டு அக்டோபர் மாத இறுதியில், எகிப்தின் நைல் போர்க்களத்தில் நெல்சன் தலைமையிலான பிரஞ்சுக் கடற்படை வீழ்ச்சியை சந்தித்துக் கொண்டிருப்பதை வெல்லெஸ்லி கேள்விப்பட்டான். அது அவனுக்கு மகிழ்ச்சியான செய்தியாக இருந்தது. அக்களத்திலிருந்த ஆங்கிலேயக் கடற்படைத் தளபதி சர் ஹியூஜ் கிறிஸ்டியனுக்கு வெல்லெஸ்லி ஒரு கடிதம் எழுதினான். அக்கடிதத்தில், 'மத்தியத் தரைக் கடலில் பிரஞ்சுக் கடற்படையின் தோல்வியால் செங்கடல் பகுதிக்குள் பிரான்ஸ் நுழைவது தடுக்கப்பட்டுள்ளது. அதனால் இந்தியாவின் எந்தப் பகுதிக்கும் பிரஞ்சுப் படையை அவர்கள் அனுப்புவது அவ்வளவு எளிதானக் காரியமல்ல' என்று ஆர்ப்பரித்திருந்தான். உண்மைதான் அது. நெப்போலியன் அப்போது எகிப்தில் தான் இருந்தான். அவனிடம் கடற்படையிருக்கவில்லை. அதனால் இந்தியா மீது படையெடுப்பதற்கானச் சாத்தியங்கள் குறைவாக இருந்தன. இந்தியாவுக்கு தரைவழியாக அவன் உட்புகும் சாத்தியங்கள் தொலைதூரத்திலிருந்தன. பிரஞ்சுப் படையெடுப்பால்

இந்தியாவுக்கான ஆபத்து பெரிதாக ஒன்றும் காணப்படவுமில்லை. ஆனால் வெல்லெஸ்லியால் உருவாக்கப்பட்ட பிரஞ்சு குறித்த பயப்பிரம்மம் இந்தியாவில் எல்லைகளை விரித்து, செல்வாக்கைப் பெருக்கிக் கொள்ளும் சூழ்ச்சியன்றி வேறெதுவுமாக இருக்கவில்லை.

அதனால் பிரஞ்சுப் படை இந்தியா மீது போர் தொடுக்கும் நிகழ்வுக்கான சாத்தியம் எதுவும் காணப்படவில்லை. அதுபோலவே, திப்புவுக்கான பிரஞ்சு இராணுவத்தின் உதவியும் கிடைப்பதற்கான வாய்ப்பு அருகிப்போய் இருந்தது. முதல் விஷயமாக திப்புவின் படையை வலுப்படுத்தும் அளவில் பெரும் படையை அனுப்பி வைக்க பிரான்ஸால் முடியவில்லை. அதற்கானக் காரணம் இந்திய நீர் வழிகள் அத்தனையும் ஆங்கிலேயர்கள் வசம் இருந்தன. இரண்டாம் விஷயமாக திப்புவுக்குப் படை அனுப்பி உதவக்கூடிய நிலையில் பிரான்ஸும் இல்லை. இதுகுறித்து ஜோசியஸ் வெப் 1798 ஆம் ஆண்டு ஜூலை மாதம் 6 ஆம் தேதியன்று தனது குறிப்பில் எழுதுகிறான்: 'தீவுகளிலிருந்து எங்களுக்குக் கிடைத்த நுண்ணறிவுத் தகவலின் படி சந்தேகத்திற்கிடமின்றி அங்கிருந்த இராணுவம் பிரான்ஸுக்கு அனுப்பப்பட்டுவிட்டது. பிரஞ்சுக் கடற்படையும் கலைக்கப்பட்டுவிட்டது. இதையடுத்து அங்கே உடனடி நடவடிக்கைகள் ஏதுவும் நடைபெற முடியாது என்பது எனக்குத் திருப்தியளிப்பதாக இருந்தது. படைகள் வெளியேறியதால், அங்கே பெரும் தகர்வுகள், முறிவுகள் எதுவும் நடைபெறவில்லை. ஆனால், ஆத்திரமூட்டும்படியான செய்கைகள் இருந்தன' என்று குறிப்பிடுகிறான். வெல்லெஸ்லி கூட 1798 ஆம் ஆண்டு ஆகஸ்ட் 12 ஆம் தேதியக் குறிப்பில், 'ஐலே பிரான்ஸ் தீவில் குழப்பமேதும் நடந்தால் அதைத் தடுக்கப் படை அனுப்பப்படும் போது அதுதொடர்பாக ஏதாவது படையைத் திப்பு பெறக்கூடுமென்று எதிர்பார்ப்பதாக' எழுதுகிறான். இந்தச் சூழலில், திப்புவின் படையில் பணியாற்றி வந்த சிறு எண்ணிக்கையிலான ஐலே பிரான்ஸ் தீவைச் சேர்ந்த பிரஞ்சுப் படை வீரர்களால் இந்தியாவில் ஆங்கிலேயர்களின் உடமைகளுக்கு எந்தவொரு ஆபத்தும் நேரவில்லை. உண்மையில் வெல்லெஸ்லி ஐலே பிரான்ஸ் தீவிலிருந்து திப்புவின் பணிக்காக வந்திருந்த பிரஞ்சு வீரர்களை எந்த அளவுகோளில் எடுத்துக் கொள்வதென்று முடிவு செய்ய முடியாமலிருந்தான். அந்தளவுக்கு அது சிறிய எண்ணிக்கையிலிருந்தது. பலமும் திறமையும் கொண்ட படை வரக்கூடும் என்றும் கருதினான்.

திப்பு தான் மட்டும் தனியே தனது படைகளை மட்டுமே கொண்ட சொந்த பலத்தில் வெளி உதவிகள் ஏதுமின்றி ஆங்கிலேயப் படையை எதிர்கொள்வாரா என்பது இப்போதையக் கேள்வியாக இருந்தது. இதற்கான பதிலாக வெல்லெஸ்லி முதலில் சொன்னது: 'திப்புவின் போர்த் தயாரிப்புகள் முன்னோக்கிய நிலையில் இருக்கின்றன' என்பது. ஆனால் அவனே தொடர்ந்து, 'மூன்றாவது ஆங்கிலேய—மைசூர் போருக்குப் பின் அவரது படை எண்ணிக்கையிலும் ஒழுங்குக் கட்டுப்பாட்டிலும் பாதிப்புக்குள்ளாகியிருக்கிறது' என்றான். ஹாரிஸ், 'எல்லைப்புறக் காவல் பணிப்பொறுப்பிலிருக்கும் அதிகாரிகள் கடந்து செல்லும்போது மரியாதை செய்கின்றனர். சேலத்திலிருந்து வந்துள்ள நுண்ணறிவுத் துறைத் தகவலின்படி எந்தப் பகுதியிலும் எந்தப் பிரச்சனையும் இல்லை' என்று குறிப்பிடுகிறான்.

அதேவேளையில், 'திப்பு பகைமையைத் தியானம் செய்து கொண்டிருப்பாரா என்பதுதான் எனக்கு ஆச்சரியமாக இருக்கிறது' என்கிறான். ஜோசியஸ் வெப் கூட, 'அவரது உண்மையான பலத்தை திப்பு இன்னும் அடையவில்லை' என்றே வியக்கிறான். திப்புவை அழித்தொழித்துவிட நினைக்குமளவுக்குக் கடும் பகைமையாகக் கருதும் மன்றோ, 'போருக்காக திப்பு தனிச்சிறப்புடைய எதையும் இன்னும் செய்து கொள்ளவில்லை என்று எண்ணும்போது இது புதுமையாக இருக்கிறது' என்கிறான். மேலும், 'திப்புவின் படை உண்மையிலேயே ஒழுங்கு முறையுடன் கூடியது. பல வகைகளில் அது மதிப்புக்குரியது. அது வலிமையானது. ஆனால் அது பல மாதங்களுக்கு முன்பு நியமிக்கப்பட்டது' என்கிறான்.

ஜமான் ஷா கொடுத்து வரும் தொடர்ந்த அபாய எச்சரிக்கையைச் சகிப்பது மிகவும் கடினமான ஒன்றாக இருந்து வந்தது. சர் ஜான் ஷோர் அதை ஒரு பொருளாகக் கூடக் கருதவில்லை. இருபது ஆண்டுகளாக, அடுத்தடுத்து படை நடத்திக்கொண்டுவரும் அவனால் அதிகபட்சமாக லாகூரை மட்டுமே கைப்பற்ற முடிந்தது. எந்தவொரு லாபமோ அல்லது அனுகூலமோ இல்லாமல் வந்த வழியே திரும்பப் போய்விடுவது அவனுக்கு வாடிக்கையாகியிருந்தது. ஜமான் ஷா இந்தியா மீது படையெடுக்க மாட்டான் என்று ஷோர் நம்பிக்கைக் கொண்டிருந்தான்; ஒருவேளை அவன் படையெடுத்து வந்தானென்றால் வெற்றியடைய முடியாது என்ற கருத்தும் அவனிடம் இருந்தது. சீக்கியர்களும், மராத்தியர்களும் அவனை உள்ளே வரவிடாமல் தடுத்து விடுவார்கள் என்ற அதீத எதிர்பார்ப்பும் கொண்டிருந்தான். ஏனென்றால், அங்கே விரிவுபடுத்தப் பட்ட தொடர்பு வசதி இருந்து வந்தது. வடமேற்குத் திசை வழியானப் படையெடுப்பு தூரத்தில் இருக்கிறது என்று ஷோரைப் போல எண்ணுபவனாக வெல்லெஸ்லி இல்லை. திப்புவும், ஜமான் ஷாவும் இணையக் கூடிய சாத்தியங்கள் அத்தனை வகைகளிலும் இருக்கிறது என்று திடமாக நம்பினான். உண்மையிலேயே மைசூர் மீதானப் படையெடுப்பை நியாயப்படுத்துவதற்காக வெல்லெஸ்லி மற்ற எல்லாவற்றையும் சற்றே மிகைப்படுத்திக் கூறி வந்தான். அது ஒருவகையில் உண்மையாகியும் போனது. 1798 ஆம் ஆண்டின் இறுதியில் ஜமான் ஷா லாகூர் மீது படையெடுத்து வந்து விட்டான். ஆனால் 1799 ஆம் ஆண்டின் துவக்கத்தில் அவன் லாகூரிலிருந்து வெளியேறி மீண்டும் ஆப்கானிஸ்தான் சென்று விட்டான். இந்த நேரம் பார்த்து வெல்லெஸ்லி திப்பு மீது போர் அறிவித்தான். வடமேற்கிலிருந்து வந்த மிரட்டல், மீண்டுமொரு முறை வந்த வழியே இல்லாது போய்விட்டது. திப்புவுக்கு பிரஞ்சுப் படையால் எந்த வகையிலும் உதவமுடியாதென்று அவனுக்கு மிக நன்றாகத் தெரிந்திருந்தது. பிரஞ்சுக் கடற்படை அலெக்சாண்டிரியாவில் தோற்கடிக்கப்பட்டது. படைப்பிரிவுகள் துருக்கியர்களிடமும், அராபியர்களிடமும் சிக்கிக் கொண்டன. திப்புவுக்கு உதவுவதற்காக கடல் வழியாக ஏதேனும் அனுப்பி வைக்க முயற்சித்தாலும், கடலின் பருவ நிலை அவர்களின் முயற்சிகளுக்கு அனுமதியளிக்காது. அவர்கள் இந்தியாவின் தடயத்தைப் பார்க்க பல மாதங்கள் ஆகும். இருந்த போதிலும், நடைமுறையில் ஒரு ராஜதந்திரியாக வெல்லெஸ்லி, போர் நடவடிக்கையைத் தொடங்கி விட்டான். ஏனென்றால், தனிமைப்படுத்தப்பட்டிருக்கும் திப்புவை ஆட்சிக் கட்டிலிலிருந்துத் தூக்கியெறிய இதைப் போலானதொரு அரிய சந்தர்ப்பம் இன்னொரு முறை அனுகூலமாக

வாய்த்துவிடப் போவதில்லை என்று அவன் உணர்ந்திருந்தான்.

மறுபக்கத்தில் திப்பு தீர்க்க தரிசனத்திலும் ராஜதந்திர நடவடிக்கைகளிலும் பெரும் பின்னடைவைக் கொண்டிருந்தார். பிரஞ்சு தேசத்துடன் கூட்டணிக்கானப் பேச்சு வார்த்தையை நடத்த அவருக்குப் பூரண உரிமையிருந்தது. ஆனால் அவருக்குக் கிட்டியிருந்த முன்னனுபவங்களைக் கொண்டு புதிய நம்பிக்கையை விதைக்குமளவுக்கு அறிக்கைகளில் எதுவும் கேட்டுப் பெறவில்லை. அதுபோல பிரஞ்சுப் படையின் சாகச உதவிகளும் உறுதியளிக்கப்படவில்லை. அவர்களை இன்னும் நம்பிக் கொண்டு உதவி கேட்டு தூதுக்குழுவை அனுப்பிக் கொண்டிருந்தார். பிரஞ்சு தேசமோ அல்லது அதன் காலனி நாடுகளோ உதவி செய்யக்கூடிய நிலையில் இருக்கின்றனவா என்பதை அவர் எந்த வகையிலும் உறுதிப்படுத்திக் கொள்ளவேயில்லை. அவரேற்றுக் கொண்ட இந்த உறுதியற்றக் கொள்கைகளினால் கிட்டத்தட்ட அவராகவே வெல்லெஸ்லியின் கைகளில் வாய்ப்பை தூக்கிக் கொடுத்திருந்தார். அவன் நீண்டகாலமாக எதிர்பார்த்துக் கொண்டிருந்த சந்தர்ப்பத்துகானக் காரணம் தானாகவே அமைந்துவிட்டது.

வெல்லெஸ்லி தன்னை இராணுவ, இராஜதந்திர நடவடிக்கைகளில் ஈடுபடுத்திக் கொண்டிருந்தபோது திப்பு செயல்பாடற்று அமைதியாக இருக்கவில்லை. வெல்லெஸ்லியின் படை ஸ்ரீரங்கப்பட்டிணம் வந்து சேர்ந்ததும், திப்புவிடம் பணியிலிருந்த பிரஞ்சு இராணுவக் குழு பிரான்ஸுக்கு ஒரு தூதுக்குழுவை உதவி கேட்டு அனுப்பக்கோரி தொடர்ந்து வலியுறுத்தியது. அதன்படி அப்துல் ரஹீம், முஹம்மத் பிஸ்மில்லாஹ்வையும் அவர்களின் செயலாளர்களாக முஹம்மத் முத்தார் மற்றும் ஷேக் இமாம் ஆகியோரை நியமித்து பாரீஸுக்கு அனுப்பினார். அவர்களுடன் ட்யூபெக், அவனது முகாம் உதவியாளன் மேஜர் பிலெடெய் ஆகியோரும் பயணப்பட்டனர். ட்யூபெக்கிடம் 20,000 பகோடாக்களும் அதற்கிணையானக் கடன் கடிதமும் பயண வழிச் செலவுக்காக திப்பு வழங்கியிருந்தார். தரங்கம்பாடியில் ஒரு படகை வாங்கி அதில் பிரான்ஸுக்குத் தூதுக்குழுவை அழைத்துச் செல்ல ட்யூபெக் கேட்டுக்கொள்ளப்பட்டான். பிரான்ஸிடமிருந்து பாதுகாப்பு மற்றும் தாக்குதல் கூட்டணிக்கான உடன்பாடும் 12,000 கப்பற்படை வீரர்களையும் உதவியாகக் கேட்டு திப்பு அவர்களை அனுப்பியிருந்தார். வந்துசேரும் அந்தப்படை திப்புவின் தலைமையின் கீழ் இயங்குமென்றும், அதற்கானத் தேவைகள், ஆயுதங்கள் அத்தனையும் திப்பு பார்த்துக் கொள்வார் என்றும் உறுதி தரப்பட்டிருந்தது.

போரில் ஈடுபடுத்த ஆங்கிலேயப் படை வீரர்களை வெல்லெஸ்லி மங்களூரில் குவித்து வைத்திருந்ததால், ட்யூபெக் பகதூர்கார்க் வழியாக அரேபியக் கடலின் மூக்கைச்சுற்றிக் காது வழியாக, 1798 ஆம் ஆண்டு மார்ச் மாத இறுதியில் தனது பயணத்தைத் துவங்கினான். தரங்கம்பாடிக்கு வந்து சேர்ந்தவன்வசதியான படகு எதுவும் அங்கே இல்லையென்றும், பணப்பற்றாக் குறையால் நல்ல படகு வாங்க முடியவில்லையென்றும் திப்புவுக்கு புகார் தட்டினான். புதுச்சேரியிலிருக்கும் திப்புவின் வங்கியாளர்களான ஒயிட் மற்றும் மெர்சியருக்கு 40,000 ரூபாய் தரச் சொல்லி உத்தரவிடக்கோரி கோரிக்கைகள் விடுத்தான். விட்டுவிட்டு வந்திருக்கும்

தனது மனைவிக்கும், குழந்தைகளுக்கும் தேவையான உணவுப்பொருட்கள் வாங்க வேண்டியிருக்கிறது என்றும் அதில் ஒருபாடு அழுதிருந்தான். ஆனால் திப்பு தான் ஏற்கனவே போதுமான அளவில் பணம் கொடுத்திருப்பதாக பதிலளித்துவிட்டார். மேலும், 'மேற்கொண்டிருக்கும் பயணம் எத்தனை அவசரமானது என்பதை அறியாமல் நீங்கள் நடந்துகொள்ளும் முறையை எப்படி விளக்குவதென்று எனக்குத் தெரியவில்லை' என்று கடிந்திருந்தார். திப்புவிடமிருந்து அடுத்தடுத்து இதுபோலானக் கடிதங்கள் வந்து சேர ஆரம்பித்ததும், 1799 ஆம் ஆண்டு பிப்ரவரி 7 ஆம் தேதியன்று ஒருவழியாக ஐலே பிரான்ஸ் தீவுக்கு ஓடமொன்றில் டானிஷ் கொடி கட்டிக் கொண்டு புறப்பட்டான். ஐலே பிரான்ஸ் தீவுக்கு வந்தவன் திப்பு கொடுத்தனுப்பியப் பணத்தில் படகொன்றை வாங்காமல் பிரஞ்சு நிர்வாகத்திடம் படகொன்று கேட்டு வற்புறுத்தினான். அவர்கள் அவன் கேட்டதைக் கொடுக்க மறுத்து விட்டார்கள். அவர்களுக்கு திப்பு கொடுக்கச் சொல்லி கடிதம் எதுவும் எழுதாதது ஒருபக்கமென்றால் மறுபக்கத்தில் திப்பு நிச்சயமாக படகு வாங்கப் பணம் கொடுத்தனுப்பியிருப்பார். டியூபெக்கிடம் போதுமான அளவில் பணம் இருக்கும் என்றும் நம்பினார்கள். இருந்தபோதும் டியூபெக் அவர்களிடமிருந்து 18,000 இத்தாலியப் பணத்தை வசூலித்துவிட்டான். அதைக்கொண்டு *சர்ப்பிரைஸ்* எனும் படகை வாங்கி மே மாதத் துவக்கத்தில் பயணத்தைத் தொடர்ந்தான். பல துறைமுகங்களில் அவன் வீணாக நேரத்தைக் கழித்துவிட்டான். சிசிலித் தீவில் மேலும் ஆறு வாரங்கள் தேவையில்லாமல் கழிக்க வேண்டியதானது. தூதர்களிடம் அவன் படகு சேதமடைந்துவிட்டதால் அதைச் சீர்செய்து கொண்டு புறப்பட இன்னும் தாமதமாகும். அதனால் வேறொரு படகில் சூயஸ் சென்று, அங்கிருந்து ஏதேனும் ஏற்பாட்டில் தரைவழியாகப் பாரீஸ் போகலாம் என்றான். தூதர்கள் டியூபெக் மீது ஏகமாக ஆத்திரமாகிப் போனார்கள். தண்டிக்கும் முடிவுக்கு வந்தவர்கள் அவனைக் கட்டி வைத்து உதைக்கத் தலைப்பட்டார்கள்.

இதனிடையே வழிமறிக்கும் படையொன்றை அனுப்பி *சர்ப்ரைஸைக்* கைப்பற்ற வெல் லெஸ்லி முயற்சி செய்தான். கேப்டன் பயர்ஸி ஐலே பிரான்ஸ் தீவிலிருந்துப் புறப்பட்ட அதைக் கைப்பற்ற முனைந்தான். ஆனால் அதில் தோல்வியடைந்தான். எனினும் கேப்டன் அலெக்ஸாண்டர் சிசிலி தீவில் அதைக் கைப்பற்றிவிட்டான். வந்தவர்களைத் தவிக்கவிட்டு விட்டு டியூபெக் தப்பித்து ஓடிவிட்டான். தூதுக்குழு கைதானது. இதனிடையே ஸ்ரீரங்கப் பட்டிணம் வீழ்ந்தது. திப்பு கொல்லப்பட்டார். அதைத் தூதுக்குழுவிடம் சொன்னபோது அவர்கள் நம்ப மறுத்துவிட்டார்கள். பின்னர் அவர்கள் அந்தச் செய்தியைக் கொஞ்சங்கொஞ்சமாய் ஏற்றுக் கொண்டார்கள். டியூபெக்கால் அவர்களின் ஓராண்டுகால சம்பளப் பணம் கொள்ளையடிக்கப்பட்டிருந்தது. அதனால் பிரஞ்சுக் குழு உறுப்பினர்களுக்குப் பரிசளிக்கக் கொண்டு வந்திருந்த நகைகளையும் இரண்டு கோடி ரூபாயையும் அவர்களின் பாதுகாப்பு கருதி பிடித்தவர்களிடமே ஒப்படைத்துவிட்டனர்.

வெல்லெஸ்லியின் போர் தயாரிப்புகளைக் கண்டு எச்சரிக்கையடைந்தத் திப்பு ஒரு தூதுக் குழுவை சயீத் அலி முஹம்மத் காதிரி தலைமையில் துருக்கிக்கு அனுப்பி வைத்தார். அதில் மற்றொரு உறுப்பினராக மதார்—உத்—தீனையும், செயலாளராக ஹுசைன் அலி கானையும் நியமித்திருந்தார். பஸ்ரா வந்தடைந்த

அவர்கள் ஆங்கிலேயர்களின் கபடச்செயல்களால், மேற்கொண்டு பயணம் செய்ய முடியாதவர்களானார்கள். அப்போது அவர்களை ஸ்ரீரங்கப்பட்டிணம் வீழ்ச்சியடைந்துவிட்டத் தகவலும் வந்துசேர்ந்துவிட்டது. இதையடுத்து பஸ்ராவிலிருந்த ஆங்கிலேயக் கம்பெனியின் முகவர் மானெஸ்டி, நகரத்தின் முத்தவல்லியான அப்துல்லா ஆஹாவிடம் தூதுக்குழுவை, ஒட்டமான் சுல்தானுக்குக் கொடுப்பதற்காக அவர்கள் கொண்டு செல்லும் கடிதம், நகை, பணம் உள்ளிட்டப் பொருட்களைத் தன்னிடம் கொடுத்துவிட்டு, பம்பாய்க்குத் திரும்பிச் செல்லுமாறு கட்டாயப்படுத்தக் கேட்டுக்கொண்டான். ஆனால் முத்தவல்லி அவற்றை ஒப்படைக்க மறுத்து விட்டான். அது சுல்தானுக்கானது என்று திட்டவட்டமாகச் சொல்லிவிட்டான். ஆனால் தூதுக்குழு விருப்பப்பட்டு பம்பாய் போவது குறித்து தனக்கு ஆட்சேபணை ஏதுமில்லை என்றுவிட்டான். அதேவேளையில் தூதுக்குழு ஸ்ரீரங்கப்பட்டிணத்தின் வீழ்ச்சியையும் திப்புவின் மரணத்தையும் நம்ப மறுத்தது. மேலும் கான்ஸ்டாண்டிநோபிள் செல்வதற்கான உத்தரவைப் பெறுவதற்கு பாஷாவின் அனுமதிக்காகக் காத்திருந்தது. திப்புவின் மரணம் உண்மையாக இருந்தாலும் கூட தங்கள் பயணத்தில் எந்தவொரு மாற்றமும் நேரப் போவதில்லை. திப்புவின் பிள்ளைகள் உயிருடன்தான் இருக்கிறார்கள். அவர்கள் இதையெல்லாம் தாண்டி வெற்றி கொள்வார்கள் என்று வாதிட்டார்கள். அப்துல்லா ஆஹாவுக்கு தர்மசங்கடமான சூழ்நிலை. ஒரு பக்கம் முஹம்மத் காதிரியின் விவாதம் அவனை அறிவுப்பூர்வமாகக் கவர்ந்திருந்தது. அதேவேளையில் ஆங்கிலேயர்களுக்கு அதிருப்தியூட்டும் வகையில் நடந்து கொள்வதற்கு அவனுக்கு விருப்பமுமில்லை. அதனால் இப்போது அவன் பாக்தாதிலிருந்து வழி காட்டுதலுக்காகக் காத்திருந்தான். அதனிடையே ஆங்கிலேய முகவர் மானெஸ்டி, தூதுக் குழுவினரிடம் பேசிப்பேசி அவர்களின் மனதைக் கரைத்து விட்டிருந்தான். கம்பெனி நிர்வாகம் அவர்களைத் தாராளமாக நடத்தும் என்று உத்தரவாதம் கொடுத்திருந்தான். முத்தவல்லியின் அதிகாரிகள் தூதுக்குழு பாக்தாதுக்குச் செல்லட்டும் என்று அனுமதியளித்திருந்தும் அக்குழுவை பம்பாய்க்குத் திருப்புவதில், அப்துல்லா ஆஹாவை மானெஸ்டி வென்றிருந்தான். 1799 ஆம் ஆண்டு நவம்பர் 28 ஆம் தேதியன்று கம்பெனியின் ஆன்டிலோப் என்ற படகு தூதுக் குழுவை ஏற்றிக்கொண்டு பம்பாய் நோக்கிப் புறப்பட்டது.

இதேபோலானதொரு குழுவை திப்பு பெர்ஷியாவுக்கும் அனுப்பியிருந்தார். அக்குழுவுக்கு மீர் அப்துர் ரஹ்மான் மற்றும் மீர் அயினுல்லா அலி தலைமையேற்றி ருந்தனர். பெர்ஷிய மன்னர் பாத் அலி கானின் திருமண வழியில், மாமன் ராபியா கானின் தூதராக ஸ்ரீரங்கப் பட்டிணத்திலிருந்த மிர்ஜா கரீம் பெய்க்கும் அவர்களுடன் பயணப்பட்டான். அவர்கள் முதலில் தப்ரிஜிலிருந்த ராபியா கானைச் சந்தித்துவிட்டு பின்பு தெஹ்ரான் போவதாகத் திட்டம். அவர்கள் தங்களுடன் நான்கு யானைகள், விதவிதமானப் பறவைகள், நகைகள், ஆடைகள் தந்தங்கள், சந்தன மரக்கட்டைகள், பலவித நறுமணப் பொருட்களை மன்னருக்கு பரிசளிக்கக் கொண்டு சென்றனர்.

அவர்கள் மஸ்கட்டைச் சென்றடைய நாற்பது நாட்கள் தேவைப்பட்டன. அங்கிருந்து பஸ்ரி செல்வதற்கு படகுக்காக மேலும் ஒரு மாதம் காத்துக் கிடந்தனர்.

1798 ஆம் ஆண்டு ஜுலை மாதம் 31 ஆம் தேதியன்று பஸ்ரி வந்தடைந்த அவர்கள், சிராஜுக்கு செப்டம்பர் மாதம் 12 ஆம் தேதியன்றுதான் நகர முடிந்தது. சிராஜில் மூன்று மாதங்கள் தங்க நேரிட்டது. அதன் பின்பே அவர்கள் தெஹ்ரான் மண்ணில் காலடி பதித்தனர். அங்கே அவர்களை உரிய மரியாதையுடன் மன்னன் வரவேற்றான். அவரிடம் தூதுக்குழு முகலாய சாம்ராஜ்ஜியத்தின் வீழ்ச்சியையும் சமயப் பற்றற்ற ஆங்கிலேயர்களின் வருகையும், திப்புவுடனான அவர்களின் போர்களையும், இந்திய மக்களைக் கொள்ளையடித்தும், ஆட்சியைப் பறித்துக் கொண்டதையும் விலாவாரியாக விளக்கினர். அதன் பின்பு அவர்கள் மன்னரிடம் இராணுவ உதவியையும், வர்த்தக ரீதியில் துறைமுகப் பரிமாற்றங்களையும் வேண்டி நின்றனர். தங்கள் எஜமானருக்கு எதிராக ஆக்கிரமிப்புக் கொள்கையை ஆங்கிலேயர்கள் ஈடுபட அனுமதிக்கக் கூடாது; அதற்கான உதவிகளைச் செய்யுமாறு கேட்டுக் கொண்டனர். அதை கவனமாகப் பரிவுடன் கேட்டுக் கொண்ட மன்னன் விலையுயர்ந்தப் பரிசுப் பொருட்களை அவர்களுக்கு வழங்கினான். பாபா கான் மற்றும் ஃபாத் அலி பேக் ஆகியோரை தனது தூதர்களாக நியமித்து அவர்களுடன் ஸ்ரீரங்கப்பட்டிணம் சென்று, துல்லியமான நிலையை அறிந்துவர உத்தரவிட்டான். 1799 ஆம் ஆண்டு ஏப்ரல் மாதம் 12 ஆம் தேதியன்று தெஹ்ரானிலிருந்து புறப்பட்டத் தூதுக்குழு, சிராஜில் நான்கு மாத காலம் தங்கியது. அங்கிருந்து பந்தர் அப்பாஸுக்குப் போனது. அங்கே மஸ்கட்டுக்கு மாற்றுக் கப்பல் பிடித்துப்போய் பிறகு மங்களூர் பயணத்தைத் தொடர்ந்து, ஸ்ரீரங்கப்பட்டிணத்தை ஆங்கிலேயர்கள் கைப்பற்றியப் பின்பு வந்தடைந்தது. திப்பு கொல்லப்பட்டச் செய்தி, தெஹ்ரான் வந்தடைந்த நிமிடத்திலேயே பாபா கானின் நியமனம் ரத்தாகிவிட்டது.

திப்பு பெர்ஷியாவுக்கு தூதுக் குழுவொன்றை அனுப்பியத் தகவலை அறிந்த ஆங்கிலேயக் கம்பெனி உடனடியாக மிர்ஜா மஹதி அலி கானை நியமித்து, மன்னன் பாத் அலி கானிடம் மைசூர் தூதுவர்களின் நடவடிக்கைக்கு எதிராகச் செயல்பட்டு, ஜமான் ஷாவின் படையை ஆங்கிலேயர்கள் தடுத்து நிறுத்தியிருக்கும் செய்தியையும் சொல்லி மன்னனின் மனதைக் கலைக்கும்படி ஆளனுப்பியது. திப்புவின் தூதுக்குழு வந்து சேர்ந்த அதேநாளில் மஹதி அலி கானும் வந்து சேர்ந்தான். அவனை இதமாக வரவேற்ற மன்னன் திப்புவின் மரணச் செய்தி வந்தடைந்ததும் அவனது கோரிக்கைகளைத் தள்ளுபடி செய்து விட்டான்.

1792 ஆம் ஆண்டின் மத்தியில் திப்பு மீதான மராத்தியர்களின் விரோதம் அப்படியே மாறி நட்புறவுக்கு வழிசெய்தது. உண்மையிலேயே அப்போது தொடர் புரளிகள் கிளம்பி திப்புவுடன் மராத்தியர்கள் ஆங்கிலேயர்களுக்கும் நிஜாமுக்கும் எதிரானக் கூட்டணியை அமைக்கிறார்கள் என்ற பேச்சு வலுவாக இருந்தது. ஆனால் இவையாவுமே அடிப்படையற்றப் பேச்சுகள். ஆகஸ்ட் மாத இறுதியிலும் செப்டம்பர் மாதத் துவக்கத்திலும் பால்மர் வெல்லெஸ்லி யிடம், ‘கோவிந்த கிஷன் திப்புவுக்கும் மராத்தியர்களுக்குமிடையிலானக் கூட்டணியை உருவாக்கி கொண்டிருக்கிறான்’ என்று அறிக்கை கொடுத்தான். எனினும் கோவிந்த கிஷனின் அந்த முயற்சி வெற்றி பெறவில்லை. ஏனென்றால் பூனாவில் திப்புவுக்கு ஆதரவானதொரு குழு இயங்கி வந்தது. பாஜி ராவ் தன்னை திப்புவின் நெருங்கிய வட்டமாகக் காட்டிக் கொண்டிருந்தான். கோவிந்த கிஷனின் செல்வாக்கு

தன்னைத்தாண்டி வளருவதை அவன் விரும்புவானா என்ன? அப்போது திப்புவும் நட்புக் கடிதங்கள் பலவற்றை மராத்தியர்களுடன் பரிமாறிக் கொண்டிருந்தார். அவையும் கூட நெருக்கமான நட்புக்குக் கொண்டு செல்லவில்லை. அதுவும் வெல்லெஸ்லி தன்னை படைபல ரீதியாக வலுப்படுத்திக் கொண்ட பின்புதான் நடந்தது. குவாலியருக்கு அனுப்பப்பட்ட திப்புவின் பிரதிநிதி சிந்தியாவால் மனமுவந்து வரவேற்கப்பட்டாலும் கம்பெனியின் முகவர் கலோனல் காலின்ஸின் முட்டுக்கட்டையால் அவனால் திப்புவுக்கு உதவியேதும் செய்ய முடியவில்லை. ஆனால் அஹமத்கானும் பக்ர்—உத்—தீனும் 1798 ஆம் ஆண்டின் இறுதியில் பூனா அரசாங்கத்தால் வரவேற்கப்பட்டனர். பால்மரின் எதிர்ப்புக்கு இடையிலும் அவர்கள் தங்க வைக்கப்பட்டனர். பூனா அரசாங்கத்தின் இந்தச் செயல்பாடுகளில் ஆத்திரமாகிப்போன வெல்லெஸ்லி திப்புவின் பிரதிநிதிகள் வரவேற் கப்பட்டதும், பால்மருக்கு எதிராக அவர்கள் தங்க வைக்கப்பட்டதும் ஆங்கிலேய அரசாங் கத்தை அவமானப்படுத்தும் செயல் என்று கடிந்துரைத்தான். அத்துடன் ‘இதுதான் சரியான நேரமென்று கருதுகிறேன். பூனா அரசாங்கம் இழிவான நொண்டிச் சாக்குகளை களைந்துவிட்டு பிரிட்டிஷ் அரசாங்கத்துடன் இறுதியாகச் செய்து கொண்ட ஒப்பந்தத்தின்படி செயல்படவேண்டும்’ என்று எச்சரித்தான்.

பூனா அரசாங்கத்திடமிருந்து இராணுவ உதவியை திப்புவின் பிரதிநிதியால் பெற முடியாது போயிருந்தாலும் அந்தத் தூதுப் பயணம் தனது எஜமானருக்கும் ஆங்கிலேயருக்குமான மத்தியஸ்தத்தை ஏற்படுத்தித் தந்திருந்தது. உண்மையிலேயே மத்தியஸ்தத்தை பாஜி ராவ் முன்வைத்தான். அதைப் புறந்தள்ளிய வெல்லெஸ்லி கூறுகிறான்: ‘பேஷ்வாவால் எப்படி அப்பட்டமாக மாறுபட்ட நிலையில் மத்தியஸ்த வேலையை செய்ய முடிகிறது? முக்கூட்டணியின்படி ஏற்கனவே உறுப்பினராக இருக்கும் ஒருவர் இந்தச் செய்கையின் மூலம் கூட்டணிக்குத் தீங்கிழைத்தவர் ஆகிறார்’ என்று கடுமையாகச் சாடினான்.

பேஷ்வாவோ அல்லது சிந்தியாவோ கம்பெனியின் பகைவரானத் திப்புவுடன் ஏதேனும் தொடர்பு கொண்டிருப்பார்கள் என்று பால்மர் எண்ணவில்லை. 1790 களில் திப்புவின் பிரதிநிதிகளிடமிருந்து பணத்தைக் கைப்பற்றுவதற்காக நட்புடன் உறவாடிக் கெடுத்ததைப்போல இப்போதும் நடந்து கொள்கிறார்கள் என்றே நம்பினான். பின்னர்தான் அவனுக்கு பேஷ்வாவை திப்பு பதிமூன்று லட்ச ரூபாய்க்கு வாங்கி விட்டார் என்பதே தெரியவந்தது. இந்தப் பரிமாற்றத்தில் தௌலத் ராவ் சிந்தியாவும் அங்கம் வகித்திருந்தான். உண்மையிலேயே இந்த மராத்தியத் தலைவர்கள் இருவரும் திப்புவை ஆதரிக்கும் நோக்கத்துடன் தயாராகத்தான் இருந்தனர். திப்புவுக்கு ஆதரவாக நடந்து நிஜாம் மீது தாக்குதல் நடத்தி, திசைதிருப்பும் முயற்சியைக்கூட திட்டமிட்டிருந்தனர். அது ஆங்கிலேயர்களுடனானப் போருக்கு வித்திட்டு விடும் என்று பால்மர் எச்சரித்ததையடுத்து அவர்கள் அத்திட்டத்தைக் கிடப்பில் போட்டனர். இந்தச் சூழ்நிலையிலும் திப்புவின் பிரதிநிதிகள் பூனா அரசாங்கத்தின் விருந்தினர்களாகத் தொடர்ந்து தங்க வைக்கப்பட்டிருந்தது பால்மருக்கு ஆச்சரியமாகவும் ஆத்திரமாகவும் இருந்தது. அவர்களை வெளியேற்றாவிட்டால், பின்விளைவுகளைச் சந்திக்க நேரும் என்று எச்சரித்தான். அதன் பிறகே திப்புவின் பிரதிநிதிகள் பூனா

அரசாங்கத்திலிருந்து வெளியேறக் கேட்டுக் கொள்ளப்பட்டார்கள். அதன்படி மார்ச் மாதம் 19 ஆம் தேதியன்று புறப்பட்ட அவர்கள் மெல்லமெல்ல நகர்ந்து ஏப்ரல் இறுதியில் பூனாவிலிருந்து பதினைந்து மைல் தொலைவுக்கு வந்திருந்தனர். மே மாதம் 4 ஆம் தேதியன்று அவர்கள் மைசூர் எல்லைக்குப் போய்ச் சேர்ந்தபோது ஸ்ரீரங்கப்பட்டிணம் வீழ்ச்சியடைந்திருந்தது.

மராத்தியர்களிடமிருந்து திப்புவின் பிரதிநிதிகளால் உதவியேதும் பெறமுடியாது போனதற்குக் காரணமாக நானாவின் எதிர்ப்பு முக்கியத்துவம் வகித்தது. நானா ஆங்கிலேயர்களுடன் சேர விருப்பம் கொண்டிருந்தான். அத்துடன் பேஷ்வாவின் கோழைத்தனமானக் கொள்கைகளும், முடிவெடுக்கும் திறனின்மையும் அதற்குக் காரணமாக இருந்தது. அதே சபையில் சிந்தியாவின் செல்வாக்கும் பாஜி ராவ் உள்ளிட்ட மற்றவர்களின் ஆதரவு இருந்தும் திடமான முடிவைச் செயல்படுத்துவதற்கு அவனுக்கு தைரியம் இருக்கவில்லை. ஆங்கிலேயர்களின் எல்லையைப் பெருக்கும் பேராசைத் திட்டத்துக்கு திப்புவால் மட்டுமே ஈடுகொடுத்து போரிட முடியும் என்று பேஷ்வா திடமாக நம்பவில்லை. திப்புவின் ராஜாங்கம் வீழ்ச்சியடைந்தால், அடுத்த பலி அவன்தான் என்பதையும் அவன் உணரவில்லை.

---

138. Martin, Wellesley's Despatches, i, p. 65. திப்புவின் ஆக்கிரமிப்பை ஹாரிஸ் ஒத்துக்கொண்டிருந்தான். ஆனால் திப்பு பணப் பற்றாக்குறையால் அல்லாடுவதையும், போரினால் ஏகப்பட்ட கடனில் மூழ்கியிருப்பதையும் குறிப்பிட்டான். மேலாக, இந்தப்போர் ஐரோப்பாவில் எதிரொலிக்கும் என்றும் கருதினான். அதனால் திப்புவை செயல்பட அனுமதிக்க வேண்டும் என்று கேட்டுக்கொண்டான். (WP, B.M. 13729, Harris to Wellesley, June 23 1798, ff.26a seqq)

19
ஆங்கிலேயருடன் கடைசிப் போர்: ஸ்ரீரங்கப்பட்டிணத்தின் வீழ்ச்சி

ஜெனரல் ஹாரிஸ் தலைமையில் 21,000 வீரர்களைக் கொண்ட பெரும் படையொன்று வேலூரில் அணிவகுத்திருந்தது. அங்கிருந்து அது 1799 ஆம் ஆண்டு பிப்ரவரி 14 ஆம் தேதி யன்று மைசூர் எல்லையை நோக்கிப் புறப்பட்டது. படைத்தேர்வு குறித்து வெல்லெஸ்லி ஹாரிஸுக்கு எழுதுகிறான். 'கர்நாட்டிக் படை உடனடியாக உனது தலைமையில் திரளட்டும். கேள்விக்கு இடமின்றி அது அத்தனைச் சிறப்பாக இருக்க வேண்டும். மிகச்சிறந்த ஆயுதங்களைத் தரித்திருக்க வேண்டும். போதுமான அளவுக்குத் தாராளமாக அவர்களுக்கு எல்லாமே அளிக்கப்பட வேண்டும். அப்படை ஒழுக்கத்தில் மிக நேர்த்தியாக இருக்க வேண்டும். அனுபவங்களை ஏற்று அங்கீகரிக்கக் கூடியவர்களாகவும், ஒவ்வொரு துறை அதிகாரியும் தனித்திறமைக் கொண்டவர்களாக, இந்தியப் போர்க்களங்களில் எப்போதுமில்லாத அளவுக்கு சிறப்பாக இருக்க வேண்டும்' என்று பல 'வேண்டும்'களைக் குறிப்பிடுகிறான். ஹாரிஸின் அந்தப்படை 20 ஆம் தேதியன்று ஆம்பூர் அருகே கலோனல் வெல்லெஸ்லி தலைமையின் கீழ் 16,000 வீரர்களுடன் ஹைதராபாத்திலிருந்து வந்த படையுடன் இணைந்து கொண்டது. தகுதியும் திறமையும் நிறைந்த 6,420 வீரர்களைக் கொண்ட பம்பாய் இராணுவம்

ஜெனரல் ஸ்டூவர்ட் தலைமையில் கண்ணனூர் அருகே அணிவகுத்திருந்தது. கலோனல் ரீட் மற்றும் பிரௌன் தலைமையில் திருச்சிராப்பள்ளியில் அணிவகுத்தப் படை ஸ்ரீரங்கப்பட்டிணத்துக்கு தெற்கிலிருந்துப் புறப்பட ஆயத்தமாகியிருந்தது. 'எல்லாமே, ஒரே திசையை நோக்கியிருந்தது' என்று தனது கணிப்பைச் சொல்லும் மில்ஸ் மேலும், 'ஆறு ஆண்டுகளுக்கு முன்பு யாரிடமிருந்து பாதிக்கும் மேலான ராஜ்ஜியத்தைப் பறித்தார்களோ, ஒரு கோடி ரூபாய்க்கும் சற்றே அதிகமான வருவாயை மட்டும் தரக்கூடிய இடத்தை யாரிடம் விட்டுவிட்டுப் போனார்களோ, ஆங்கிலோ இந்திய அரசாங்கத்திடம் மட்டும் பேச வேண்டும் என்று யாரை வலியுறுத்தினார்களோ, ஒன்பது மில்லியன் மக்களை ஆளும் அதே மைசூர் தலைவன் மீது அந்தக்குறி இருந்தது. அற்பமான தேசமொன்றின் அற்பமான இளவரசனுக்கு எத்தனையெத்தனைப் பெரும் செயல் திறம்!' என்று குறிப்பிடுகிறான்.

மார்ச் மாதம் 5 ஆம் தேதியன்று மைசூர் எல்லைக்குள் ஜெனரல் ஹாரிஸ் புகுந்தான். வழியிலிருந்த எல்லை அரண்களில் பெரும்பாலானவற்றை தன் வசப்படுத்தினான். எந்தவொரு இடத்திலுமே அவனுக்கு எதிர்ப்பு இருக்கவில்லை. தடையின்றி தாராளமாகப் புகுந்து வந்தவன் அப்படியே புயல்போல வடகிழக்காக நகர்ந்து கெலமங்கலம் சென்றடைந்தான். பின்னர் அங்கிருந்து பெங்களூருக்கு அருகில் முகாமிட்டான். அதற்குக் கிட்டத்தட்ட ஒன்பது நாட்கள் ஆகியிருந்தன. கண்ணனூரிலிருந்து பிப்ரவரி மாதம் 21 ஆம் தேதியன்று கிளம்பிய பம்பாய் படை கூர்க் எல்லையான சித்தேஸ்வராவிலும் சித்தாப்பூரிலும் மார்ச் மாதம் 2 ஆம் தேதியன்று நிலை போட்டது.

வெல்லெஸ்லியுடனானப் புரிந்துணர்வுக்கு திப்பு பலவகைகளில் முயற்சித்தும் அவை யெல்லாமே வெயிலில் உருகியப் பனியாகிவிட்டது. அத்தனைத் திசைகளிலும் தன்னைச் சுற்றி ஆங்கிலேயப் படை வந்துவிட்டதை அவர் உணர்ந்து கொண்டார். தனது தேசத்தைப் பாதுகாக்க தன்னைத் தயார்படுத்திக் கொண்டார். சிறிய படையொன்றை பூரணையா மற்றும் சயீத் சாகிப் தலைமையில் விட்டு ஹாரிஸின் நடமாட்டத்தைக் கண்காணித்து, அவனை முன்னேற விடாமல் தொல்லை கொடுக்கச் சொல்லிவிட்டு அருகிலிருக்கும் மத்தூருக்குப் போனார். அங்கே அவர் 11,800 வீரர்களுடன் முகாமிட்டிருந்தார். பிப்ரவரி மாதம் 28 ஆம் தேதியன்று மிக விரைவாக படை நடத்திக் கொண்டு கிழக்கே போனவர் ஸ்டூவர்ட் மீது அதிரடித் தாக்குதல் நடத்தினார்.

நாட்டின் பருவ நிலைக்கு ஒவ்வி ஸ்டூவர்ட் தனது படையை பல பிரிவுகளாகப் பிரித்து ஆங்காங்கே தங்க வைத்திருந்தான். ஒரு சிறுபடையை கலோனல் மான்ட் ரேசர் தலைமையில் கூர்க் எல்லையிலுள்ள சித்தேஸ்வரில் தங்க வைத்திருந்தான். பிரதானப் படையை எட்டு மைல் தொலைவில் பின்னுக்குத் தங்க வைத்திருந்தான். மார்ச் மாதம் 5 ஆம் தேதியன்று காலை எதிரியின் நிலையை வேவுபார்த்துக் கண்டறியும் குழுவொன்று சித்தேஸ்வரா மலையிலிருந்து பார்த்தபோது, பெரியபட்டிணத்துக்கு சற்று அருகில் பெரும் படையொன்று முகாமிட்டிருப்பதைக் கண்டது. பச்சை நிறக் கூடாரங்கள் திப்புவுக்குச் சொந்தமானவை என்று

ஊகம் செய்தன. திப்பு அங்கேயிருக்கிறார் என்பதை ஊர்ஜிதப்படுத்தும் குறிப்பு அந்த நிறம். ஸ்ரீரங்கப்பட்டிணத்திலிருந்த நுண்ணறிவுத் துறையிடமிருந்து ஹாரிஸின் படையை எதிர்கொள்ள திப்பு கிளம்பிச் சென்று மத்தூர் அருகே முகாமிட்டிருப்பதாக ஸ்டூவர்ட்டுக்கு தகவல் வந்திருந்தது. அதனால் பெரியபட்டிணத்தில் அவர் இருப்பார் என்பதை சந்தேகமாக எண்ணினான். ஆயினும் முன்னெச்சரிக்கை நடவடிக்கையாக மான்ட்ரேசர் தலைமையில் படைகளை தூசிதட்டிப் பலப்படுத்தினான். ஜெனரல் ஹார்ட்லியை மைசூர் படையின் நடமாட்டத்தைக் கண்காணிக்க வைத்தான். காலை ஒன்பது மணிக்கும் பத்து மணிக்கும் இடையிலான நேரத்தில் காட்டு வழியாக வந்து மான்ட்ரேசரின் பலப்படுத்தப்பட்டப் படையின் முன்னும்பின்னுமாக ஒரே நேரத்தில் அதிரடித் தாக்குதல் நடத்தியது மைசூர் படை. ஆங்கிலேயப் படை அதிர்ந்து போனது. அவர்களைச் சுற்றி வளைத்துக் கொண்டது மைசூர் படை. ஆங்கிலேயப் படை அடிவாங்கி ஓடும் தகவலை ஸ்டூவர்ட்டுக்கு ஹார்ட்லி சொல்லியிருக்காவிட்டால் உண்மையிலேயே அப்படை மிக அதிகமாக நசுக்கப்பட் டிருக்கும். மான்ட்ரேசரின் உதவிக்கு ஆங்கிலேயப் படைகள் ஆங்காங்கிருந்து திருப்பி விடப்பட்டன. மான்ட்ரேசரின் படை புதிதாக பலம் பெறுவதை உணர்ந்தும் மைசூர் படை தொடர்ந்து சிறிது நேரம் தாக்குதலை நடத்திவிட்டுப் பின்வாங்கியது. அந்தச் சிறுபோரில் திப்புவின் உறவினன் முஹம்மத் ரஜா உயிரிழந்தான். திப்பு தனது நுட்பமான வியூகத்தால் ஸ்டூவர்ட்டை நசுக்கும் திட்டத்தையும் தாக்குதலில் தனது இயற்கைப் பண்பையும் ஒரே நேரத்தில் காட்டினார்.

மார்ச் மாதம் 11 ஆம் தேதிவரை பெரியபட்டிணத்திலேயே முகாமிட்டிருந்தத் திப்பு பிறகு தன்னை ஸ்ரீரங்கப்பட்டிணத்தில் பொருத்திக் கொண்டார். தலைநகரை நோக்கி முன்னேறி வரும் ஹாரிஸை எதிர்கொள்ளத் தன்னைத் தயார் படுத்தினார். பெங்களூருக்கு அருகிலிருந்து 16 ஆம் தேதி புறப்பட்ட ஹாரிஸ் கங்கன்ஹள்ளிக்கு 21 ஆம் தேதி வந்து சேர்ந்தான். அங்கிருந்து மத்தூர் ஆற்றங்கரைக்கு நடைபோட்டவன் 24 ஆம் தேதியன்று வந்து சேர்ந்து அதன் கிழக்குக் கரையில் தங்கினான்.

இதுவரைக்கும் ஹாரிஸ் நடைமுறையில் எந்தவொரு எதிர்ப்பையும் சந்திக்கவில்லை. ஹாரிஸ் முன்னேறி வருவதைத் தடுக்க திப்புவால் விட்டுச்சென்ற பூரணையாவும், சயீத் சாகிப்பும் ஆங்கிலேயர்களுடன் புரிந்துணர்வை ஏற்படுத்திக் கொண்டு செயலற்று இருந்தார்கள். எதிரியை எந்தவொரு தடையுமின்றி தங்களின் தாய் மண்ணில் நடைபோட அனுமதித்தார்கள். ஆங்கிலேயப் படை மிதமிஞ்சிய சுமைகளாக உபகரணங்களை, ஆயுதங்களைக் கொண்டு வந்திருந்தது. பயிற்சியெடுத்துக் கொண்டு இயக்குபவர்களுடன் எண்ணற்ற பீரங்கிகளும் படையில் இருந்தன. தொடர்புகள் ஏதுமற்றுப் போனாலும் சமாளித்துக் கொள்ள உணவுப் பொருட்களையும் சேகரித்து வந்திருந்தனர். ஹாரிஸின் படையில் 60,000 எருதுகள் இருந்தன. நிஜாமின் படையில் 36,000 எருதுகள். இதைத் தவிர தனியாருக்குச் சொந்தமான எருதுகள், ஒட்டகங்கள், யானைகளும் படையில் இடம் பெற்றிருந்தன. போர் புரியும் ஐந்து வீரர்களுக்கு ஒரு விலங்கு எனும் எண்ணிக்கையை மீறிய விகிதத்திலிருந்த மிகப்பெரிய வடிவம் கொண்ட அத்தனையையும் அடைத்துப் பாதுகாப்பதும், அவற்றுக்கானத் தீனியைப் பகிர்வதிலும் மைசூருக்கு

வந்தடைந்த நாட்களின் பயணத்தில் பெரும் பொழுதைத் தின்று தீர்த்துவிட்டது. ஆரம்பத்திலிருந்தே எருதுகள் பெரும் எண்ணிக்கையில் உயிரை விட்டுக் கொண்டிருந்தன. இதன் விளைவாக பெரிய அளவிலான இராணுவப் பொருட்கள் எச்சரிக்கையுணர்வில் அழிக்கப்பட்டன. ஆனால் அகன்று பரந்த இயந்திரமாக நகர்ந்து கொண்டிருக்கும் படைகளுக்கும் மற்ற விலங்குகளுக்கும் தேவையான அளவீடுகள் இன்னும் முறைப்படுத்தப்படாமலேயே இருந்தது. படையின் சராசரி முன்னேற்றம் மிகக் குறைவாக இருந்தது. நாளொன்றுக்கு ஐந்து மைல் தூரத்தையே அது கடந்தது. பல நேரங்களில் அது நாள் முழுக்க ஓரிடத்திலேயே நிழல் காய்ந்தது. கெலமங்கலத்திலிருந்து கிளம்பிய ஹாரிஸ் இதுகுறித்து எழுதுகிறான். ‘எனது படையில் எருதுகளின் எண்ணிக்கை மிகவும் குறைந்து போனது. இந்தக் குறைபாடு அணி வகுப்பின் முன்னோக்கிய நடையை ஊனமாக்கி முடக்கிப் போட்டது. எங்கள் பயணம் மனச் சோர்வூட்டுவதாக இருந்தது. கொஞ்ச தூரமே நடந்தோம். முன்னேற்றம் மட்டுப்பட்டு அடிக்கடி நிறுத்தங்கள் கண்டோம்’ என்கிறான். இதேபோன்ற சூழலில் 1791 ஆம் ஆண்டு கார்ன்வாலிஸ் ஸ்ரீரங்கப்பட்டிணத்துக்குள் நுழைந்த போது மைசூர் படை தங்களின் திறமையான நடவடிக்கையை அவனுக்கு எதிராகக் காட்டியிருந்தால் ஆங்கிலேயப் படையின் அத்தனைப் பொருட்களையும் கைப்பற்றியிருக்கலாம். ஆனால் தொடர்ச்சியாகப் பெய்யத் துவங்கிய மழை முன்னேற்றத்தைக் குன்றச் செய்தது. இப்போது மைசூர் படையின் தளபதிகள் ஆங்கிலேயர்களுடன் கள்ளத் தொடர்பில் இருந்ததால் அவர்களின் முன்னேற்றத்தைத் தடுக்கவில்லை. ஸ்ரீரங்கப்பட்டிணத்தின் மீது கார்ன்வாலிஸ் முதல் முறையாகப் படையெடுத்து வந்தபோது மைசூர் குதிரைப் படை அவனது படைகளின் பின்புறத்திலும், பக்கவாட்டிலும் தீவைத்து அலற விட்டது. அவர்கள் கொண்டு வந்தத் தீவனத்தை அழித்தொழித்தது. அதனாலேயே அவனது செயல்பாடுகள் தோல்வியைக் கண்டன. ஆனால் தற்போதையப் படையெடுப்பில் எதிரிப்படையின் ஒழுங்குபடுத்தப்படாத நிலையும் வடிவுக்கு உட்படாத அதன் அகன்று பரந்த நிலையும் மைசூருக்கு அனுகூலமான சூழ்நிலையைத் தொட்டுக் காட்டியிருந்த போதிலும், ஆங்கிலேயர்களின் முன்னேற்றத்தைத் தடுக்கும் வகையில் அவர்களுக்கு எதிராக எந்தத் தடையும் உருவாக்கப்படவில்லை.

ஸ்டூவர்ட் மீது தாக்குதல் நடத்தி விட்டுத் திரும்பியத் திப்பு ஸ்ரீரங்கப்பட்டிணத்தில் ஹாரிஸை எதிர்கொள்ள முடிவு செய்தார். முதலில் நடுச்சாலையில் அவனைச் சந்திக்கலாம் என்று திட்டமிட்டார். ஆனால் ஆங்கிலேயப் படை கங்கன்ஹள்ளி வழியாகப் பின்தொடருகிறது என்பதைக் கேள்விப்பட்டதும் தனது வழியை மால்வல்லிக்கு மாற்றினார். மார்ச் மாதம் 18 ஆம் தேதியன்று மத்தூர் ஆற்றில் முகாமிட்டார். அங்கே பூரணையாவும், சயீத் சாகிப்பும் அவருடன் சேர்ந்துகொண்டனர். படை நடத்தும் பொறுப்பை திப்பு ஏற்றுக் கொண்டார். ஆற்றைக் கடக்கும் போது ஹாரிஸை தடுத்து நிறுத்திவிட முடிவு செய்திருந்தார். மரங்கள் நிரம்பியப் பகுதிக்குள் போரிடுவதற்கு மாற்றாக அவனை வெட்டவெளியில் சந்திக்கவே விரும்பினார். அதனால் அவர் மீண்டும் மால்வல்லிக்குப் போனார். அதன் பயனாக ஆங்கிலேயப் படை எந்தவொரு இடர்பாடுமின்றி ஆற்றை எளிதாகக் கடந்து விட்டது. ஹாரிஸின் வாழ்க்கை வரலாற்றை எழுதிய லுஷிங்டன் சிலாகிக்கின்றான்: ‘தகுதியும் திறமையும் வாய்ந்த

மைசூர் படையின் துப்பாக்கிகள் பரிதாபகரமான துயர் மிகுந்த நிலையிலான கர்நாட்டிக்கின் எருதுகள் திப்புவின் இராணுவத்தைப் பின்தொடரும் வெற்றியாக ஆகியிருந்தது. அது திப்புவுக்கு மால்வல்லியின் உயர்நிலத்தில் தனது களத்தை அமைத்துக் கொள்வதற்கு உந்துசக்தியாக இருந்தது. அப்படியொரு அற்புதமானக் களத்தைக் காண்பது அரிதான ஒன்று' என்று.

ஆற்றைக் கடந்துவிட்ட ஆங்கிலேயப் படை மால்வல்லியிலிருந்து ஐந்து மைல் தொலைவில் கிழக்கே முகாமிட்டது. அதன் மறுநாள் அதிகாலையில் மால்வல்லி நோக்கி நகருவதாக அதன் திட்டம் இருந்தது. உத்தேசித்த இடத்தை நோக்கி முகாமிட நகர்ந்து கொண்டிருந்தபோது ஆங்கிலேயப் படை திப்புவின் படை மிக உயரத்தில் அணிவகுத்திருப்பதைக் கண்டது. ஹாரிஸ் தன் நோக்கத்தில் உறுதியாக இருந்தான். அந்த நிமிடத்துப் போரைத் தவிர்த்துவிட்டு எவ்வளவு விரைவாக ஸ்ரீரங்கப்பட்டிணம் போக முடியுமோ அத்தனை விரைவாகப் போய்விட வேண்டும் என்ற ஆவலாதி அவனுக்கிருந்தது. ஆனால் முன்னால் சென்று கொண்டிருந்த ஆங்கிலேயக் காவல் படையை மைசூர் படை தாக்குதல் நடத்தி துவம்சம் செய்து கொண்டிருந்தது. அடிவாங்கிக் கொண்டிருக்கும் ஆங்கிலேயப் படையை காப்பாற்றுவதற்காக அதிக அளவிலானப் படைகள் துரிதமாக அனுப்பப்பட்டன. ஆனாலும் பொதுவான நடவடிக்கையே தொடர்ந்தது. திப்பு நேரடியாகக் களத்தில் இருந்து ஆங்கிலேயப் படையின் வலது பக்கத்தில் தாக்குதலைத் தொடர தனது குதிரைப் படைக்கு உத்தரவிட்டார். அவருக்கு காலாட்படை பெரிதும் பக்கபலமாக இருந்தது. இந்தத் தாக்குதல் நடவடிக்கை அமைதியான மனநிலையில் ஆனால் உத்வேகத்துடன் திப்புவின் படையால் நடத்தப்பட்டது. துப்பாக்கி முனையில் எண்ணற்ற குதிரை வீரர்கள் வீழ்ந்தனர். அதேநேரத்தில் திப்புவின் குதிரைப் படை ஆங்கிலேயப் படையின் வலதுபுறத்தில் பெரும் தாக்குதலை நடத்தியது. மறுபுறத்தில் திப்புவின் காலாட்படை கலோனல் வெல்லெஸ்லி தலைமையில் முன்னேறி வந்து கொண்டிருந்த படையின் இடதுபுறம் புகுந்து அசத்தலாக வேட்டையாடியது. ஆனால் இந்தத் தாக்குதலை ஆங்கிலேயப் படை சமாளித்து முறியடித்தது. பின்வாங்கி ஓடிய திப்புவின் படையை பின்தொடர்ந்த ஃபிளாய்டின் குதிரைப் படை துரத்தித் தாக்கிப் பலரைக் கொன்றது. திப்பு உடனே தனது வியூகத்தை மாற்றினார். இரண்டாவது வரிசையிலிருந்தப் படையை மற்றொரு உயரத்துக்கு அனுப்பினார். ஆனால் அவரது அந்த முயற்சி திரும்பி ஓடுவதற்கே வசதியாக இருந்தது. இதுகுறித்து ஆர்தர் வெல்லெஸ்லி அழகாகக் குறிப்பிடுகிறான்: 'முன்னெப்போதும் இல்லாத அளவில் திப்புவின் படை மிக அற்புதமாக நடந்து கொண்டது. அவரது காலாட்படை மிக முன்னேறியிருந்தது. 33 ஆவது படையை அது துவம்சம் செய்தது. திப்புவின் குதிரைப்படை ஜெனரல் பெயர்ட்டின் ஐரோப்பியப் படையை ஓடஓட விரட்டியடித்தது. நாங்கள் தாக்குதல் நடத்தியதும் அவர் உடனே அவர்களுக்கு ஆதரவாக இறங்கியிருக்க வேண்டும். நாங்கள் பின் வாங்கியிருப்போம். அப்படியேதும் நடக்காததால் நாங்கள் முன்னேறினோம். அதுவே மொத்த அழிவுக்கும் முழுக்காரணமாக ஆகியிருந்தது.' ஆர்தர் வெல்லெஸ்லியின் விமர்சனம் சந்தேகமின்றி முற்றிலும் சரியானது. ஒன்றை மட்டும் நன்றாக நினைவில் கொள்ள வேண்டும். போரில் திப்புவின் தோல்வியென்பது அவர் நம்பி களமிறக்கிய அதிகாரிகள் செய்த

துரோகத்தால் விளைந்தது ஆகும். பூரணையாவும், சயீத் சாகிபும் நடந்து கொண்ட விதம் அருவருக்கத்தக்கது. அவர்கள் அந்தத் தருணத்தில் தங்கள் சக்தியைக் காட்டியிருக்க வேண்டும். ஆங்கிலேயர்களை எதிர்த்து நின்றிருக்க வேண்டும். கிர்மானியின் கூற்றுப்படி 'சுல்தானின் வழிகாட்டுதல்படி கமர்—உத்—தீன் கான் தனது குதிரைப் படையுடன் ஆங்கிலேயர் மீது தாக்குதல் தொடுக்கும் போது தவறி மைசூர் வீரர்கள் மீது விழுந்தது, அத்தனையையும் சீர்குலைத்துவிட்டது. இப்படியானச் சூழ்நிலையில் திப்புவின் தோல்வி தவிர்க்க முடியாததாகி விட்டது.'

இந்த வினைகளுக்குப் பின்பு உடனடியாக திப்பு ஹாரிஸின் படைக்குப் பின்புற மாகவே தொடர்ந்து சென்றார். 1791 ஆம் ஆண்டில் கார்ன்வாலிஸ் அணிவகுத்த அதே பாதையில் அவனும் படை நடத்துவான் என்று எதிர்பார்த்திருந்தார். ஆனால் அவன் அந்தப் பாதை பயனற்றது என்பது மட்டுமன்றி வழியில் எங்கும் ஒரு புல்கூட இல்லாத அளவில் தீவனங்கள் அழிக்கப்பட்டுவிட்டன என்பதை முன்கூட்டியே அறிந்திருந்தான். அத்துடன் காவிரியின் வடக்குக் கரை முழுவதுமே திப்புவின் இராணுவத்துக்காக தனி பாதுகாப்பு செய்யப்பட்டிருப்பதையும் அவன் அறிந்திருந்தான். அதனால் எதிர்ப்பு என்பது அறவேயில்லாத சொசில் தரைப் பாலத்தின் வழியே ஆற்றைக் கடக்க முடிவு செய்திருந்தான். இந்த நடவடிக்கையால் அவனுக்கு கால்நடைகள், தீவனங்கள், உணவு தானியங்கள் அதிர்ஷ்ட வசமாகப் பெருமளவில் கிடைத்தன. இது அவனது வழி மாற்றத்துக்கான மற்றொரு அனுகூலமாகும். பம்பாயிலிருந்து வந்த இராணுவத்தின் சந்திப்பையும் அந்த வழி எளிதாக்கியிருந்தது. கூர்க்கிலிருந்தும் பாரா மஹாலிலிருந்தும் உணவுப் பொருட்கள், மற்ற விநியோகங்களுக்கு இந்த நடவடிக்கை மேலும் வழி வகுத்திருந்தது. எல்லாவற்றுக்கும் மேலாக ஸ்ரீரங்கப்பட்டிணத்தின் மீது மேற்கிலிருந்து தாக்குதல் நடத்தி வெற்றிக்குப் பெரும் உதவியாக இருந்து வந்தது. மார்ச் மாதம் 30 ஆம் தேதி வாக்கில் ஒட்டு மொத்த இராணுவமும் முழு ஆயுதங்களுடன் அந்தத் தரைப் பாலத்தைக் கடந்தது. அப்போது குறைந்தபட்ச எதிர்ப்பு கூட அங்கேயிருக்கவில்லை. எதிர்பார்த்தது போலவே ஹாரிஸுக்கு அங்கே ஏராளமாகத் தீவனம் கிடைத்தது. வண்டிகள், அவற்றை இழுத்துச் செல்லும் காளைகள் என்று வளைத்துக் கொண்டான். இறைச்சிக்கான கால்நடைகளும், அரிய வகை ஆடுகளும் ஏராளமாகக் கிட்டின. அவற்றையெல்லாம் ஐரோப்பியப் படைக்காக ஒதுக்கித் தந்தான். அப்படியே அவர்களைத் தொடர்ந்து வருபவர்களுக்கு தானியங்களையும் வழங்கினான்.

ஏப்ரல் மாதம் 1 ஆம் தேதியன்று ஹாரிஸ் சொசிலிலிருந்து புறப்பட்டான். 2 ஆம் தேதி தாக்குதல் நடத்துவதற்கு ஏதுவாக ஆங்கிலேயப் படை அற்புதமானதொரு வாய்ப்பை தானே திப்பு படைகளின் கைகளில் அள்ளிக் கொடுத்தது. ஆங்கிலேயப் படையின் பீரங்கிப் படை மோசமான சாலைகளின் வழியே பயணித்து வந்ததால் இன்னும் வந்து சேர்ந்திருக்கவில்லை. உண்மையில் திப்பு வழிமறித்து நிற்கும் முடிவுக்கு வந்துவிட்டார். ஆனால் இன்றைய தினம் அமங்கல தினம் என்று அவருக்குச் சொல்லப்பட்டது. தாக்குதல் ஏதும் நடத்தப்படாததால் ஹாரிஸ் அந்த இடத்தைக் காற்றுபோல கடந்து போனான். ஏப்ரல் மாதம் 7 ஆம் தேதியன்று ஸ்ரீரங்கப்பட்டிணத்திலிருந்து இரண்டுமைல் தொலைவில் அவன் தன்

முகாமை முழு அளவிலானப் பாதுகாப்பு ஏற்பாடுகளுடன் அழகாக அமைத்துக் கொண்டிருந்தான்.

ஹாரிஸ் தீவை நோக்கி தனது பயணத்தை அமைத்துக் கொள்வான் என்று திப்பு எண்ணினார். அவனது முன்னேற்றத்தைத் தடுக்கும் வகையில் தன்னை அதற்கேற்றவாறு தயார் படுத்திக் கொண்டார். செந்துகால் கிராமத்தின் அருகே தனது நிலையை வலுவாக அமைத்துக் கொண்டார். ஆனால் ஹாரிஸ் தீவை நோக்கிப் போக முயற்சிக்காமல், இடதுபுறமாய் ஒரு சுற்று சுற்றி 1792 ஆம் ஆண்டில் அபெர்கிராம்பி கைப்பற்றியிருந்தக் களத்தை வந்தடைந்தான். கோட்டையின் மேற்கு முகத்திலிருந்து இரண்டுமைல் தொலைவில் அவனது படை நிலை போட்டிருந்தது. காவிரியைக் கடந்ததிலிருந்து ஐந்து நாட்களில் அவன் இருபத்தெட்டு மைல்களைக் கடந்து வந்திருந்தான். அவனது அணிவகுப்பு மோசமானப் பயணத்தை மேற்கொண்டிருந்தாலும் அத்தனை தூரத்திலும் அவன் எந்தவொரு இடத்திலும் எதிரிகளின் துன்புறுத்தலையோ, எதிர்ப்பையோ சந்திக்கவேயில்லை. ஒரே ஒருமுறை மைசூர் குதிரைப் படை அவன் படைகளுக்கு முன்புறத்தில் தென்பட்டது. ஆனால் வழக்கம்போல பேரழிவைக் கொடுக்காமல் லேசான செயலில் ஈடுபட்டுவிட்டு வந்த வழியே போய்விட்டது.

ஆங்கிலேயப் படை வலுவான இடங்களில் நிலைகளை அமைத்துக் கொண்டது. ஆனாலும் அதற்குப் பின்னிருந்த பல்வேறு நிலைகள் மைசூர் படையின் வசமிருந்தன. அவற்றில் ராக்கெட் ஏவும் ஆட்கள் தயார் நிலையில் இருத்தப்பட்டிருந்தனர். அது ஆங்கிலேயப் படைக்கு பயத்தையும் சினத்தையும் கொடுத்திருந்தது. மே மாதம் 5 ஆம் தேதி மாலைப் பொழுதில் ஹாரிஸ் இரண்டு படைகளை அனுப்பி அவற்றை முற்றுகையிட வைத்தான். கலோனல் ஷா தலைமையில் சென்ற படை வாய்க்கால் ஒன்றின்மேல் அமைக்கப்பட்டிருந்த நிலையை எட்டிப் பிடித்தது. ஆனால் வாய்க்காலில் சுழன்றோடிய தண்ணீர் ஆங்கிலேயப் படைக்கு முன்பக்கத்தில் பெரும் பாதுகாப்பாக மட்டுமே இருந்தது. நிலையை எட்ட முடியவில்லை. கலோனல் வெல்லெஸ்லி தலைமையில் அனுப்பப்பட்ட மற்றொரு படை சுல்தான் பேட் தோப்பை ஆக்கிரமிக்கப் புறப்பட்டது. இரண்டுமே சூரிய அஸ்தமன நேரத்தில் அணிவகுத்துப் போயின. ஆனால் மைசூர் படை வலுவான எதிர்ப்பைக் காட்டியது. கோட்டைக்குள்ளிருந்து துப்பாக்கிகள் அடர் குண்டு மழையைப் பொழிந்தன. அதனால் ஆங்கிலேயப் படையின் முன்னேற்றம் மட்டுப்பட்டது. கணிசமான அளவில் உயிரிழப்புகளோடு ஆங்கிலேயப் படை திரும்பிவிட்டது. ஆனால் அடுத்தநாள் காலையில் புறப்பட்ட ஆங்கிலேய பெரும்படையொன்று அந்த நிலைகளைக் கைப்பற்றியது. அத்துடன் கோட்டையிலிருந்து 1,800 கஜதூரத்தில் தங்கள் நிலைகளை வலுவாக நிறுவியிருந்தது.

மேற்கிலிருந்துப் புறப்பட்டுவரும் ஸ்டூவர்டை முன்கூட்டியே அழைத்துவர ஃப்ளாய்ட் 6 ஆம் தேதியன்று புறப்பட்டான். இது தொடர்பானத் தகவல் கிடைத்ததும் திப்பு கமர்—உத்—தீன் கானை அனுப்பி அவனது அணிவகுப்பைத் தடுத்து இரண்டு இராணுவங்களும் சந்தித்துக் கொள்வதை முறியடிக்க உத்தரவிட்டார். ஆனால் கான் திப்புவின் உத்தரவைப் புறந்தள்ளிவிட்டு

செயல்படாமல் அமைதி காத்தான். அதனால் ஃப்ளாய்ட் பம்பாயிலிருந்து வந்த இராணுவத்துடன் வெற்றிகரமாக சேர்ந்து கொண்டான். அப்படை காவிரியைக் கடந்து ஸ்ரீரங்கப்பட்டிணத்தை எளிதில் வந்தடைந்தது. எனினும் ஸ்டூவர்ட் தனது படைகளுக்கே வழக்கமான விநியோகம் செய்யப் போதுமான அளவில் பொருட்கள் இல்லாததால் பொதுவில் கொடுப்பதற்கு எதையும் அவன் கொண்டு வந்திருக்கவில்லை. 15 ஆம் தேதிவாக்கில் ஹாரிஸ் முகாமில் உணவுப் பொருட்களுக்கானப் பற்றாக்குறை உருவாகியிருப்பது கண்டறியப்பட்டது. 18 ஆம் தேதி ஹாரிஸ் ஒரு கடிதத்தை வெல்லெஸ்லிக்கு எழுதுகிறான். அதில், 'இன்றுகாலை முகாமிலிருக்கும் அரிசி எவ்வளவு இருக்கிறது என்பதைத் தெரிந்து கொள்வதற்காக அளந்து பார்த்த போது அதில் பெருமளவு குறைந்திருப்பதைக் கண்டோம். அது இழப்பா அல்லது மோசடியா என்று தெரியவில்லை. போராடும் வீரர்களின் சலுகைப் பொருட்களின் இருப்பு அவர்களின் அரைவயிற்றுக்கு வெறுமனே பதினெட்டு நாட்களுக்கு மட்டும்தான் வரும். எதிர்வரும் 6 ஆம் தேதிக்கு முன்பு கலோனல் ரீட் தனது தானியக் களஞ்சியத்துடன் வரவில்லையென்றால், ஒட்டு மொத்த இராணுவமும் உணவுப் பொருட்களில்லாமல் அல்லாடிக் கிடக்கும்.' மேலும் அவன் எழுதுகிறான், 'கூர்க் தேசத்தில் தேவைக்கும் அதிகமான அளவில் ஏராளமான உணவு தானியம் இருக்கின்றது. ஆனால் அதனை இங்கே அனுப்பி வைப்பதற்கோ அல்லது கொண்டு வருதற்கோ வழியில்லை' என்றும் பதறுகிறான். தனது சொந்தக் குறிப்பேட்டில் உணவுப் பற்றாக்குறையைப் பற்றிப் பேசும் ஹாரிஸ் 6 ஆம் தேதி கலோனல் ரீட் வந்து சேரவில்லையென்றால் இராணுவம் பட்டினிக் கிடக்க வேண்டும் என்று பதிந்து வைக்கிறான்.

உணவுப் பற்றாக்குறை ஹாரிஸை உள்ளுக்குள் துரத்தியது. இருக்கும் கொஞ் சநஞ்ச இருப்பு தீர்ந்து போவதற்குள்ளேயே காரியத்தை முடித்துக்கொள்ள வேண்டும் என்று ஆவலாதி கொண்டிருந்தான். அதனாலேயே அவன் கோட்டை மீது தாக்குதல் நடத்தும் நடவடிக்கையைத் துரிதப்படுத்தினான். பொறியாளர்களின் அறிவுரைக்கேற்ப கோட்டையின் வடமேற்குக் கோணத்தில் பலவீனமாக இருப்பது கண்டறியப்பட்டு அந்த இடத்தைத் தாக்குவது என்று முடிவானது. கோட்டையின் வெளிப்புறத்தைக் கைவசம் கொண்டிருக்கும் மைசூர் படையினரை அவர்களின் நிலைகளிலிருந்து அகன்று செல்லும் வகையிலான முயற்சிகள் முதலில் எடுக்கப்பட்டன. மைசூர் படையினரின் உறுதியான எதிர்ப்பையும் தாண்டி ஆங்கிலேயப் படை நிலையான முன்னேற்றத்தைத் தொடர்ந்தது. மே மாதம் 26 ஆம் தேதியன்று இரவு மைசூர் நிலைகளின் மீது கடும் தாக்குதலை ஆங்கிலேயப் படை தொடுத்தது. மைசூர் படையின் எதிர்ப்பால் இரு தரப்பிலும் பிடிவாதமாகப் போட்டிபோட்டு இழுத்துக் கொண்டிருந்ததால் அன்றைய முழுஇரவும் விடிந்துவிட்டது. ஆங்கிலேயப் படை கைப்பற்றிய அந்த நிலை ஹாரிஸின் மிக முக்கியமான கையகப்படுத்தலாகும். கைப்பற்றப்பட்ட அந்த இடம் சேதமுறும் பீரங்கிகளை செம்மைப்படுத்தும் தொழிலிடமாக இருந்தது.

இதனிடையே, தனது தலைநகருக்கு ஆபத்து வந்துவிட்டதை உணர்ந்தத் திப்பு ஆங்கிலேயர்களுடன் சமாதானம் செய்து கொள்ளும் தீர்மானத்துக்கு மீண்டும் ஒருமுறை முயற்சியெடுத்தார். ஏப்ரல் 9 ஆம் தேதியன்று அவர் ஹாரிஸுக்கு ஒரு

கடிதம் எழுதினார். அதில் மைசூர் படையெடுப்புக்குக் கண்டனம் தெரிவித்திருந்த அவர் வெல்லெஸ்லி தனக்கு கடைசியாக எழுதியிருந்தக் கடிதத்தையும் இணைத்திருந்தார். ஆனால் ஹாரிஸ் திருப்திகரமான பதிலைத் தெரிவிக்கவில்லை; மாறாக வெல்லெஸ்லி எழுதியக் கடிதங்களைப் பார்க்கவும் என்று குறிப்பை மட்டும் அனுப்பியிருந்தான். 20 ஆம் தேதியன்று மாலை மீண்டும் ஒரு கடிதத்தை திப்பு அவனுக்கு எழுதுகிறார். ஆங்கிலேயர்களுடன் இணக்கமாகப் போவதாக மீண்டும் அதில் வலியுறுத்தியிருந்தார். தீர்மானங்களை முடிவு செய்ய பிரதிநிதியை அனுப்புவதாகக் குறிப்பிட்டிருந்தார். 22 ஆம் தேதியன்று ஹாரிஸ் பூர்வாங்க உடன்பாட்டின் வரைவைக் கொடுத்தனுப்பி அமைதியை விரும்பினால் வரைவை ஒப்புக்கொள்ள வேண்டும் என்று வற்புறுத்தியிருந்தான்.

பிப்ரவரி 22 அன்று ஹாரிஸுக்கு வெல்லெஸ்லி ஏராளமான ஆலோசனைகளை அள்ளி வழங்கியிருந்தான். அதன்படி ஸ்ரீரங்கப்பட்டிணம் கோட்டையை நோக்கி பீரங்கிகள் குண்டு களைத் வீசத்துவங்குமுன் சுல்தானுக்கு வரைவை (A) அனுப்பச் சொல்லியிருந்தான். குண்டு மழை பொழியத் துவங்கியபின் முன்வரைவிலிருந்து முற்றிலும் வேறுபட்டக் கடினமான வாசகங்களைக் கொண்ட மற்றொரு வரைவை (B) அனுப்பச் சொல்லியிருந்தான். எனினும் பூர்வாங்க உடன்பாட்டு வரைவின் அடிப்படையில் ஹாரிஸ் திப்புவுக்கு 22 ஆம் தேதி அனுப்பியிருந்தது, கடினமான வாசகங்களைக் கொண்ட இரண்டாவது வரைவு மட்டுமே ஆகும். அப்போது ஆங்கிலேயப் படையின் பீரங்கிகள் நிலைநிறுத்தப்பட்டிருக்கவில்லை. இரண்டாவது வரைவில் திப்பு தனது ராஜ்ஜியத்தில் பாதியை வழங்க வேண்டும் என்றும் இரண்டு கோடி ரூபாயை இழப்பெதிர் முன்காப்பீடாகக் கொடுக்க வேண்டும் என்றும் வற்புறுத்தப்பட்டிருந்தது. அதிலும் ஒருகோடி ரூபாயை உடனடியாகவும் மீதியை அடுத்த ஆறுமாதங்களில் கொடுத்து விடவேண்டும் என்று கெடு விதிக்கப்பட்டிருந்தது. அதுவரையில் திப்பு தனது நான்கு மகன்களையும், அவரது நான்கு தளபதிகளையும் ஹாரிஸின் பெயரில் பிணையாக ஒப்படைக்க வேண்டும் என்று வலியுறுத்தப்பட்டிருந்தது. இந்த நிபந்தனைகளை இருபத்து நான்கு மணிநேரத்தில் ஒத்துக்கொண்டு பிணையாக எட்டு பேரையும், பணத்தையும் நாற்பத்தெட்டு மணிநேரத்தில் ஒப்படைக்க வேண்டும் என்று கெடு வைக்கப்பட்டிருந்தது. ஒருவேளை திப்பு இதனை ஒப்புக்கொள்ள மறுத்தால் கோரிக்கைகளை விரிவாக்கிக் கொள்ளும் சுதந்திரம் ஹாரிஸுக்கு வழங்கப்பட்டிருப்பதாகவும், அமைதி உடன்பாடு ஒரு முடிவுக்கு வரும்வரை அவனுக்கு அளிக்கப்பட்டிருக்கும் சுதந்திரத்தின்படி ஸ்ரீரங்கப்பட்டிணம் கோட்டையையே அவன் உடமையாகக் கேட்கலாம் என்றும் அறிவிக்கப்பட்டிருந்தது.

இந்த ஒப்பந்த விதிமுறைகள் மிகவும் உறுத்தலானவையாய், உவர்ப்பூட்டு கின்றவையாய் திப்பு கருதினார். அதனால் அவற்றைப் புறந்தள்ளினார். 1792 ஆம் ஆண்டில் நேர்ந்த அமைதி உடன்பாட்டின்படி தனது மகன்களையும் பணத்தையும் பெற்றுக் கொண்டு அவர்கள் சுமத்திய கஷ்டங்களை எண்ணிப்பார்த்தார். இப்போது ஆங்கிலேயர்களின் நியாயமற்ற இந்த நிபந்தனைகளை ஏற்றுக் கொண்டால் அமைதியே மானமிழக்கும்படி தாழ்வுறுவது நிச்சயம் என்று எண்ணினார்.

ஆனாலும் திப்பு இதை ஒப்புக்கொள்ளும்பட்சத்தில் ஹாரிஸ் சாக்குப்போக்குச் சொல்லி அல்லது மற்ற விஷயங்களைச் சொல்லி மீற மாட்டான் என்பதற்கு உத்தரவாதம் எதுவுமிருக்க வில்லை. வெல்லெஸ்லி ஹாரிஸிடம் திப்புவின் சக்தியை விவரித்து, 'வாய்ப்பு அமையும் போது முற்றிலுமாக அழித்துவிடு' என்று போதனை செய்திருந்தான். இவ்வாறு ஹாரிஸ் திப்புவுக்கு வழங்கியிருந்த நிபந்தனைகள் எல்லாமே கோட்டை மீது தாக்குதல் தொடுக்கும் பணியை முழுமைப்படுத்திக் கொள்ளும் உள்நோக்கத்துடன்தான் இருந்தன.

ஏப்ரல் 28 ஆம் தேதியன்று காலை திப்பு மற்றொரு கடிதத்தை ஹாரிஸுக்கு அனுப்பினார். அதில் ஆங்கிலேயப் பிரதிநிதிகளுடன் பேச்சு வார்த்தை நடத்துவதற்கு இரண்டு தூதர்களை அனுப்புவதாக தனது நோக்கத்தைக் குறிப்பிட்டிருந்தார். அதற்கு ஹாரிஸ், 'ஏற்கனவே அனுப்பப்பட்டிருக்கும் வரைவில் எந்தவொரு சிறு மாறுதலும் செய்யும் எண்ணமில்லை; அதனால் தூதர்கள் என்பது தேவையில்லாதது; அவர்கள் பிணைகளுடன் வராதபட்சத்தில் வரவேற்கப்பட மாட்டார்கள்; மேலும் நாளை மதியம் மூன்றுமணி வரையில்தான் பதில் சொல்வதற்கான நேரம் அனுமதிக்கப்பட்டிருக்கிறது' என்று பதிலிறுத்திருந்தான்.

இதனிடையே இராணுவ நடவடிக்கைகள் நிறுத்தப்படவில்லை. ஏப்ரல் 28 ஆம் தேதி யிலிருந்தே பீரங்கிகள் நிமிர்த்தப்பட்டன. அந்த பீரங்கிகளிலிருந்து கோட்டைச் சுவற்றைத் தகர்க்க குண்டுகள் வெடிக்கப்பட்டன. மே 3 ஆம் தேதியன்று சுவற்றில் முதல் உடைப்பு ஏற்படுத்தப்பட்டது. ஆனால் அது முழுமையாக சுவற்றைப் பெயர்த்தெடுக்கவில்லை. அதனால் ஹாரிஸ் மீண்டும் ஒரு தாக்குதலைத் தொடுக்க முடிவெடுத்தான். உண்மையிலேயே அவனுக்கு வேறு மாற்று இருக்கவில்லை. அவனிடமிருந்த உணவுக் கையிருப்பு முற்றிலும் தீர்ந்து விட்டிருந்தது. அவனது வீரர்கள் பெரும் பட்டினியில் இருந்தனர். கேப்டன் மால்கமிடம் ஹாரிஸ் தனது பலவீனத்தை ஒத்துக் கொண்டான். 'எனது கூடாரத்தின் மேல் காவலுக்கிருக்கும் ஐரோப்பியக் காவல்காரன் உணவில்லாமல் மிகவும் பலவீனனாக இருக்கிறான். முழுச்சோர்வினால் அவன் கீழே விழுந்து விடுவானோ என்று அச்சமாக இருக்கிறது.' ஆங்கிலேய இராணுவத்தின் உயிர் வாழ்தலுக்கு மிகவும் அவசியமாகிப் போயிருந்தது ஸ்ரீரங்கப்பட்டிணத்தின் உடமைகள். ஆனால் பட்டினியால் அவதிப்பட்டுக்கிடக்கும் இந்த வீரர்களால் கோட்டையைக் கைப்பற்றுவது அத்தனை எளிதானச் செயலல்ல என்பதையும் அவன் உணர்ந்திருந்தான். ஹாரிஸ் மீர் சாதிக்கின் உதவியை எதிர்பார்த்தான். அவன் பூரணையா, கமர்—உத்—தீன் கானைப் போலவே சில காலத்துக்குமுன் தனது எஜமானருக்கு துரோகம் செய்து, எதிர் விசுவாசமாக ஆங்கிலேயர்களுடன் கள்ளத் தொடர்பு கொண்டிருந்தான்.

மே 3 ஆம் தேதியன்று இரவு ஆங்கிலேய அதிகாரிகள் சிலர் அரண்மென் சரிவுகளில் கடந்து சென்று சுவற்றில் ஏற்பட்டிருந்தப் பிளவையும், கோட்டைத் தாக்குதல் முறையையும் ஆய்வு செய்தனர். அநேகமாக அந்த நேரத்தில்தான் ஆங்கிலேய அதிகாரிகளுக்கும் மீர் சாதிக்குக்குமிடையில் நண்பகலில் தாக்குதல் நடத்தலாம் என்று, ஏற்பாட்டுக்கான வழிமுறைகள் சொல்லப்பட்டிருக்கலாம். அதற்கான ஏற்பாடுகள் மறுநாள் காலையில் செய்யப்பட்டன. 5,000க்கும் அதிகமானத்

துருப்புகளில், ஐந்தில் மூன்று பங்கு பேர் ஐரோப்பியர்கள். தாக்குதல் வேட்டைக்குத் தயாராக இருந்தனர். குறிப்பிட்ட நேரம் வந்ததும் மீர் சாதிக் பிளவுப் பகுதியில் காவலுக்கிருந்த தனது படைகளை சம்பளம் போடப்படுவதாக சாக்குச்சொல்லி அங்கிருந்து கிளப்பினான்.[139] அங்கே எதிர்ப்புக் காட்ட யாரும் இருக்கவில்லை. சுல்தானின் விசுவாசியான சயீத் கபார் எதிர்பாராத விதமாக அப்போது பீரங்கிக் குண்டால் கொல்லப்பட்டான். சயீத் கபார் கொல்லப்பட்டதும் சதியாளர்கள் கோட்டையிலிருந்து வெள்ளை நிறக் கைக்குட்டையை ஆட்டி அகழிக்குள் காத்துக் கொண்டிருந்த ஆங்கிலேயத் துருப்புகளுக்கு சமிக்கை செய்தனர்.[140] ஒரே நேரத்தில் ஆங்கிலேயப் படை முன்னோக்கி நகர்ந்தது. அகழியிலிருந்து ஆற்றங்கரை 100 கஜ தூரத்தில் இருந்தது. ஆறு பாறைகளாகவும், பல இடங்களில் பல மட்டத்திலான ஆழத்துடன் கெண்டைக் காலளவிலிருந்து நெஞ்சளவுக்குமாய் இருந்தது. 280 கஜ தூரத்துக்கு அகலமாகவும் இருந்தது. அதன் பின்பு கற்சுவர். அதற்குப் பிறகு 60 கஜ தூரத்துக்குப் பள்ளம். இவையெல்லாம் தாண்டினால்தான் அந்த உடைப்பு. அகழியிலிருந்து புறப்பட்ட ஏழு நிமிடங்களில் சிறிதளவு எண்ணிக்கைக் கொண்ட ஆட்களால் அக்கோட்டை கைப்பற்றப்பட்டு அதன் உச்சியில் பிரிட்டிஷ் கொடி நாட்டப்பட்டது.

உடைப்பைக் கைப்பற்றியதும் ஆங்கிலேயப் படை இரண்டு பகுதிகளாகப் பிரிக்கப்பட்டது. வலது பகுதிக்கு கலோனல் ஷெர்புரூக் பொறுப்பேற்றான். அவனுக்கு தென்புறத்து பாதுகாப்பு அரணைத் தாக்கச் சொல்லி கட்டளையிடப் பட்டது. அதேபோல இடதுபகுதிக்கு கலோனல் டன்லப் பொறுப்பேற்றுக் கொண்டான் அவனுக்கு வலப்புறத்து பாதுகாப்பு அரணைத் தாக்கச் சொல்லிக் கட்டளையிடப்பட்டது. அதிகாரத்திலிருந்த மற்ற அதிகாரிகள் எல்லோருமாக கிழக்குப் புறத்து அரணை சந்தித்துக் கொள்வதாக ஏற்பாடானது. வலதுபகுதியில் புறப்பட்டு முன்னேறிச் சென்ற அணிக்கு எந்தவொரு தடையும் இருக்கவில்லை. பீட்சன் கண்காணிப்பின் படி, தெற்கு அரணில் மூன்று குதிரை வீரர்கள் இருந்தனர். அவர்களை எதிர்கொள்ள வேண்டியிருந்தது. வலது பகுதியின் தாக்குதலில் தோற்றுப்போவோம் என்று தெரிந்தும் அவர்கள் சினமடைந்தனர். அதிர்ஷ்ட வசமாக, அவர்கள் தடுப்பு நடவடிக்கைகளில் ஈடுபடவில்லை. பிரமாண்டமாக நடந்திருக்க வேண்டியத் தாக்குதல் கைவிடப்பட்டது. வலது பகுதிக்கு தாக்குதல் ஏதுமின்றி உடமைகள் கைக்கு வந்துவிட்டன. வலதுபக்கப் பாதுகாப்பு அரண் ஒருமணி நேரத்துக்குள்ளாகவே கைக்கு வந்ததும் வெற்றிக்களிப்புடன் அப்பகுதி, கோட்டையின் கிழக்கு முகம் நோக்கிப்போனது.

மறுபக்கத்தில் வலது பகுதி கடுமையான எதிர்ப்பை சந்திக்க நேர்ந்தது. உடைப்பின் அருகே தாக்குதலில் ஈடுபட்டிருந்தபோது கலோனல் டன்லப்பின் மணிக்கட்டில் திப்புவின் அதிகாரியொருவன் வாளால் வெட்டினான். தனது கையிலிருந்து இரத்தம் கொட்ட ஆரம்பித்ததும் அவன் முடங்கிப் போனான். ஆனாலும் அவனது படை வடமேற்குக் கோட்டையின் தள்ளிக் கொண்டிருக்கும் முகப்புப் பகுதியைக் கைப்பற்றிவிட்டது. எனினும் அதன்பின்பு வலது பகுதி யின் முன்னேற்றத்துக்கு எதிர்ப்பு பெரும்தடையாக இருந்தது. அதனால் மேற்கொண்டு முன்னேற முடியாமல் அப்பகுதி தவித்தது. தாக்குதல் குறித்தத்

தகவல் கிடைத்ததும் திப்பு நேரடியாக தனது படைகளுடன் களத்துக்கு வந்துவிட்டார். ஆங்கிலேயப் படையின் அத்தனை முன்னணி அதிகாரிகளும் கொல்லப்பட்டனர். அல்லது ஊனமாக்கப்பட்டனர். லெப்டினன்ட் பர்குஹர் அப்பகுதிக்குத் தலைவனாகப் போடப்பட்டான். ஆனால் அவனும் உடனடியாகக் கொல்லப்பட்டான். ஆங்கிலேயப் படைக்கு பெரும் இழப்பு ஏற்பட்டுக் கொண்டே இருந்தது. ஒருவேளை புதிய படைகள் அதன் உதவிக்கு தக்க நேரத்தில் வந்து சேர்ந்திராவிட்டால், அவர்கள் விட்டுக்கொடுக்க வேண்டி வந்திருக்கும்.

அங்கே என்ன நடந்ததென்றால், முதல் உடைப்பில் பெயர்ட் வெற்றி கொண்டதும் அதையடுத்து அவன் இரண்டாவது பெரும்பள்ளம் ஒன்றைக் கண்டான். அது தண்ணீர் நிறைந்து மிகுதியான ஆழம் கொண்டதாக இருந்தது. தண்ணீருடனான அந்தப் பள்ளம் உள்பாதுகாப்பு அரணுக்கு வெளிப்பாதுகாப்பாக இருந்து வந்தது. அதைக் கண்டதும், 'நல்லது கடவுளே!' ஜெனரல் பெயர்ட் கதறி 'இறைந்து' அழுதான். 'இதை நாங்கள் எப்படிக் கடந்து போவது?.' அதிர்ஷ்ட வசமாக ஜெனரல் கூடால் தனது படையுடன் உள்வட்டத்திலிருந்தப் பள்ளத்தைப் பலகைகள் வைத்து சாகசம் செய்து, கடந்து போய்விட்டான். அதையடுத்து அத்தனை படையும் உள்ளே போய்விட்டது. இந்தச் சந்தர்ப்பத்திலும்கூட அங்கே தடையேதும் இருக்கவில்லை. பீட்சன் மீண்டும் கூறுகிறான். 'உள் அல்லது இரண்டாவது பாதுகாப்பு அரணும் கைவிடப்பட்டதாக இருந்தது. மாட்சிமை தங்கிய அரசரின் படையில் குதிரை வீரர்கள் அங்கே எட்டு அல்லது பத்து பேர் மட்டுமே இருந்தனர். உட்பக்கத்தில் காப்பரணைபோல இருந்த பள்ளத்தை எளிதில் கடந்து மேற்குப் பக்கத்துக்குப் போயாகிவிட்டது' என்கிறான். முன்னேறிக் கொண்டிருந்த பிரதானப் படை யின் ஒருபகுதி இடதுபகுதியின் உதவிக்கு ஓடியது. மைசூர் படையினர் உள்வட்ட மற்றும் வெளிப்புறப் பாதுகாப்பு அரண்களிலிருந்து கசிந்து வந்தப் பெரும் தீக்கு பாதுகாப்பற்றவர்களாக அங்குமிங்கும் பீதியுடனும் பெரும் அச்சத்துடனும் ஓடினர். வலதுபகுதிக்குப் புதிதாகப் பொறுப்பேற்றிருந்த மேஜர் லாம்ப்டன் அவர்களை வடகிழக்குப் பக்கத்துக்குத் தள்ளிக் கொண்டு போனான். சிலர் தப்பியோடி விட்டனர். பல ஆயிரக்கணக்கானோர் வாளுக்கு இரையாகிப் போயினர். வடக்குப் பாதுகாப்பரணைக் கைப்பற்றியதும் லாம்ப்டன் கிழக்கு வாசலருகே பெயர்டுடன் சேர்ந்து கொண்டான். ஒருமணி நேரத்துக்குள் அரண்மனையைத் தவிர பாதுகாப்பரண்கள் அத்தனையும் கோட்டையின் ஒவ்வொரு பகுதியும் ஆங்கிலேயப் படையால் ஆக்கிரமிக்கப்பட்டன.

ஆங்கிலேயப் படை ஸ்ரீரங்கப்பட்டிணத்துக்கு வந்ததிலிருந்து திப்பு எதிரிகளின் நடமாட்டத்துக்கு ஏற்ப, தனது முகாமை பல கோணங்களில் பாதுகாப்பரண்களில் அமைத்து வந்தார். ஆரம்பத்தில் அவர் தெற்கு முகம்நோக்கி தனது கூடாரத்தை அமைத்திருந்தார். பின்னர் அது மேற்கு முகமாக மாறியது. இறுதியாக ஆங்கிலேயர்கள் முதல் பீரங்கித் தாக்குதலைத நடத்தியதும் தனது தலைமையகத்தை வடக்கு முகம் நோக்கியுள்ள சத்திரத்தில் நிலையாக வைத்துக் கொண்டிருந்தார். அந்த இடத்திலேயே அவர் தூங்கியும், சாப்பிட்டும் வந்தார். கோட்டை பாதுகாப்பு குறித்து தனது அதிகாரிகளுக்கு உத்தரவுகள் பிறப்பிப்பதும் அந்த இடத்திலிருந்துதான். மே 4 ஆம் தேதியன்று காலை திப்பு தனது குதிரையிலேறி

ஆரோகணித்துச்சென்று சுவற்றில் ஏற்பட்டிருந்த உடைப்பை ஆய்வு செய்தார். அதை படைத்துறையில் படைகட்கு முன்சென்று வழி செப்பனிடுபவர்களிடம் காட்டி, சில ஆலோசனைகள் சொல்லி, சீரமைக்கச் சொன்னார். பின்னர் அவர் அரண்மனைக்குக் குளிக்கச் சென்று விட்டார். அன்று அதிகாலையில் இந்து மற்றும் முஸ்லீம் சமய சோதிடர்கள், 'இந்த நாள், நல்ல நாள் இல்லை' என்று எச்சரித்திருந்தார்கள். மாலை வரையில் படைகளுடன் தங்கியிருக்கச் சொன்னார்கள். வரவிருக்கும் பேரிடரைத் தவிர்க்க தர்மம் செய்யவேண்டும் என்று ஆலோசனையும் சொல்லியிருந்தார்கள். குளியலுக்குப் பின்பு திப்பு அங்கே குழுமியிருந்த ஏழைகளுக்கு பணமும் ஆடைகளும் கொடுத்தார். சென்னபட்டிணத்தின் தலைமைக் குருவுக்கு ஒரு யானையும், ஒரு பை நிறைய எண்ணெய் வித்துகளும், இருநூறு ரூபாயும் பரிசளித்தார். மற்ற பிராமணர்களுக்கு கருப்பு நிற எருது, கறவை எருமை, ஒரு ஆண் எருமை, கருநிறப்பெட்டை ஆடு, கரடுமுரடான கருப்புநிற மேலாடைத் துணி, அதே துணிவகையிலானத் தொப்பி, தொண்ணூறு ரூபாய், ஒரு இரும்புக்குடம் நிறைய எண்ணெய் ஆகியவற்றைக் கொடுத்தார். இதில் கடைசிப் பொருளைக் கொடுப்பதற்கு முன்பு எண்ணெய் நிரம்பியக் குடத்தில் தனது முகம் பிரதிபலிப்பதைப் பார்ப்பார். இவ்வாறாக, துரதிர்ஷடத்தைத் தவிர்க்க முடியும் என்று அவரிடம் அந்த சோதிடர்கள் சொல்லியிருந்தார்கள். பின்னர் அவர் சத்திரத்துக்குத் திரும்பினார். தனக்கு உணவுகேட்டு உத்தரவிட்டார். தயாராகி வந்த உணவை அவர் சாப்பிடத் தொடங்கும் போது சயீத் கபாரின் மரணச் செய்தி அவரை வந்தடைந்தது. சயீத் கபார் கோட்டையின் மேற்குப் பகுதிக்குப் பொறுப்பாக இருந்து வந்தவன். தெற்குக் காப்பரணுக்குள் புகமுயலும் ஆங்கிலேயப் படையைத் தடுக்க உடைப்பைச் செப்பனிடுபவர்களிடம் வழிகாட்டுதல்களைச் சொல்லிக் கொண்டிருந்தபோது அவனை பீரங்கிக் குண்டொன்று தாக்கியது. வல்லமை மிகுந்த விசுவாசமான அதிகாரி அவன். அவனது மரணச் செய்தி திப்புவை வெகுவாகப் பாதித்துவிட்டது. உடனே, சாப்பிடுவதை நிறுத்திக் கைகழுவி விட்டு குதிரை மீதேறி உடைப்பை நோக்கி காற்றிலும் கடுகி விரைந்தோடினார். அவர் அங்கு வந்து சேருமுன்னமே ஆங்கிலேயர்கள் தங்கள் கொடியை ஏற்றியிருந்தனர். பாதுகாப்பு அரண்களைக் கைப்பற்றுவதற்கும் முன்னேறியிருந்தனர். திப்புவின் வருகையையொட்டி அவரது படை வீரர்கள் உயிர் உணர்ச்சியூக்கம் பெற்றார்கள். கடும் எதிர்ப்பைக் காட்டினார்கள். இதனால் வலது பகுதி பெரும் பின்னடைவுக்கு உள்ளானது. ஆனால், உள்வட்ட மற்றும் வெளிப்புறப் பாதுகாப்பு அரண்களிலிருந்து கசிந்து வந்தப் பெரும் தீக்கு, பாதுகாப்பற்றவர்களாக அங்குமிங்கும் பீதியுடனும் பெரும் அச்சத்துடனும் ஓடினார்கள். அவர்களை ஒருங்கிணைக்க திப்பு எடுத்த முயற்சி வெற்றி பெறாது போய்விட்டது.

இந்தப் போரின் பெரும்பகுதி முழுவதுமே திப்பு தரையிறங்கி சாதாரணப் போர் வீரனைப் போல களத்தில் நின்று வாள் சுழற்றினார். ஆனால் அவரது துருப்புகள் முற்றிலும் சீர்குலைந்து சிதறத் துவங்கின. அதையடுத்து தனது குதிரையிலேறி தண்ணீர் வழிந்தோடிய மதகு அருகிலிருக்கும் சிறுவழியை நோக்கிப் பாய்ந்தோடிப் போனார். வில்க்ஸ் கூறுகிறான். 'திப்பு தப்பித்து ஓட நினைத்திருந்தால் அது அவருக்கு எளிதான ஒன்றாக இருந்திருக்கும். அவருக்கு அத்தனை அருகில் மதகு

இருந்தது.' பீட்சன், மறுபக்கத்தில் வேறொன்றைச் சொல்கிறான். 'மதகு அருகில் பெருங்கூட்டம் இருந்தது. திப்புவால் தப்பியோடி நகரத்தை நோக்கிப் போயிருக்க முடியாது.' உண்மையில், அந்தப் பாதை மூடப்பட்டிருந்தது. அதனால் சுல்தானால் அந்த வழியாகத் தப்பிப்போக முடியவில்லை. அங்கிருந்தக் காவலாளிகளிடம் அதைத் திறக்கச் சொல்லி உத்தரவிட்டார். ஆனால் அவரது உத்தரவுக்கு அவர்கள் கீழ்படியவில்லை. படைத் தலைவனாகயிருந்த மீர் நதிம் கதவின் கூரைப்பகுதியில் நின்றிருந்தான். அவனும் தனது எஜமானரின் உத்தரவைச் செயல்படுத்த மறுத்து அசையாது நின்றிருந்தான். பின்னர் திப்பு கோட்டையின் உட்புறம் செல்லும் பாதையை நோக்கிப் போனார். அவர் ஏற்கனவே உடலில் காயம்பட்டிருந்தார். வாசலை அடையும் முன்பு அவருக்கு இரண்டாவது காயம் உண்டானது. அதை அவர் அழுத்தமாகத் தாங்கிக் கொண்டார். தப்பியோட முயன்று கொண்டிருந்த மைசூர் படையினர் மீது உள்வட்டப் பாதுகாப்பரண்களிலிருந்து தாக்குதலை நடத்திக் கொண்டே வாசலை நோக்கி ஆங்கிலேயப் படை முன்னேறியபடி வந்தது. வழியெங்கும் தீ வைத்து அழித்துக் கொண்டும் துப்பாக்கியால் சுட்டுக்கொண்டும் வந்த அந்தப்படை, இடர்பாடுகளுக்கிடையிலிருந்து தப்பி வாசலை நோக்கி முன்னேறிய திப்பு மீது மூன்றாவது காயத்தை உண்டாக்கியது; அவரது நெஞ்சின் இடதுபுறம் துப்பாக்கிக்குண்டு துளைத்தது. குதிரையும் கொல்லப்பட்டது. அவரது உதவியாளர்கள் ஓடோடி வந்து அவரை பல்லக்கில் தூக்கி வைக்க முயன்றார்கள். ஆனால் அவர்களால் அப்படியெதுவும் செய்ய முடியவில்லை. அரண்மனை முழுவதும் எங்கு பார்த்தாலும் மரணமடைந்தவர்களும் மரணமடைந்து கொண்டிருப்பவர்களுமாகக் கிடந்தனர். மரண ஓலம் கேட்டுக் கொண்டேயிருந்தது. அந்த நேரத்தில் திப்புவின் தனி உதவியாளன் ரஜா கான், 'எதிரிக்கு தான் யார் என்பதைச் சொல்லி விடலாமே' என்று திப்புவுக்கு அறிவுறுத்தினான். ஆனால் அந்த அறிவுரையை திப்பு ஏற்க மறுத்து விட்டார். ஆங்கிலேயர்களின் கைகளில் அவர் தான் ஒரு கைதியாக விழுந்து சாவதைத்தான் விரும்பினார். வாசல் வழியே மடைதிறந்த வெள்ளமாக உட்புகுந்த ஆங்கிலேயப் படைகளில் ஒரு போர் வீரன் திப்புவின் வளமையான வேலைப்பாடு நிறைந்த வாள் செருகும் இடைக்கச்சுவைப் பறித்தான். இரத்தம் வெளியேறி அரை உணர்விலிருந்தத் திப்பு இடைக்கச்சு பறிக்கப்பட்ட அவமானத்தைத் தாங்கிக் கொள்ள முடியாமல் வீறுகொண்டு அதைப் பறித்தார். அவரது கையருகில் வந்து விழுந்த அதனை எடுத்து அந்தப் படைவீரனை வெட்டினார். அக்காலாட் படைவீரனின் துப்பாக்கி திப்பு மீது குண்டுகளைச் செலுத்தியது. ஆயினும் அவர் மற்றொரு வீரனை பலங் கொண்டு தாக்கினார். ஆனால், அவரது உச்சந்தலையிலும் நெற்றிப்பொட்டிலும் குண்டுகள் இறங்கின. அவர் கீழே விழுந்தார். உயிர் பிரிந்திருந்தது.

இதனிடையே, வெற்றி எக்காளக் கூச்சல் எங்கும் கிளம்பியது. பிரிந்து போயிருந்த இரண்டு பகுதிகளும் ஒருவரையொருவர் சந்தித்துக் கொண்ட எக்காளமது. அந்த நேரத்தில் மைசூர் படை அச்சத்திலும் பெரும் பீதியிலும் தப்பியோட அங்குமிங்கும் என எல்லாப் பக்கங்களிலும் அலை பாய்ந்து கொண்டிருந்தது. சிலர் கிழக்கு வாசல் அல்லது பெங்களூர் கேட் வழியாகத் தப்பியோட முயற்சித்துக் கொண்டி ருந்தார்கள். அவர்களை ஆங்கிலேயப் படை கொன்று குவிக்கத் தொடங்கியது. அந்த வாசலைத் தீவைத்துக் கொளுத்தியது. பெரும் எண்ணிக்கையிலான மைசூர்

படையினர் அதில் கருகி, கரிக்கட்டை ஆனார்கள். அதிலிருந்து உயிர்பிழைத்துத் தப்பியோடியவர்களை எதிரி ஆங்கிலேயப் படையின் துப்பாக்கி முனைக் கத்திகள் வெட்டி வீழ்த்தின.[41]

பாதுகாப்பரண்கள் அத்தனையையும் கைப்பற்றியாகிவிட்டது. அதையடுத்து அரண்மனையை ஆக்கிரமிக்க முடிவெடுக்கப்பட்டது. அதற்காக மேஜர் ஆலன் அமைதிக் கொடியுடன் சென்றான். அப்போது ஒரு அறிவிப்பு வெளியிடப்பட்டது. அரண்மனைக்குள் இருப்பவர்கள் உடனடியாகக் கீழ்படிந்து வந்து விட்டால் அவர்களின் உயிருக்கு உத்தரவாதம் அளிக்கப்படும். அல்லாது அவர்கள் எதிர்ப்பு காட்டினால் அவர்களுக்கு எந்தவொரு உத்தரவாமும் தரப்படமாட்டாது. இந்த அறிவிப்பை மேல் கட்டிடத்தின் முகப்பில் நின்று கொண்டிருந்தவர்களிடம் அவன் தெரிவித்தான். இதையடுத்து, படைத்தலைவனொருவன் மற்ற இரண்டு பேருடன் முடிவடையாத சுவர் பக்கத்திற்குள்ளிருந்து வெளியே வந்தான். கேள்விகள் ஏதுமின்றி அவர்கள் சரணடைய முன்வந்திருந்தார்கள். அவர்களிடம் தான் அரண்மனைக்குள் சென்று திப்புவைச் சந்தித்துப் பேசவேண்டும் என்று வலியுறுத்தினான். அரண்மனைக்குள் சுல்தான் இல்லையென்று அவர்கள் சொன்னதை மேஜர் ஆலன் நம்ப மறுத்துவிட்டான். சுவற்றை இடிக்கும் பணியில் இறங்கினான். அங்கிருந்த இளவரசர்களைச் சந்தித்த அவன் கதவுகளைத் திறக்கச்சொல்லி கேட்டுக் கொண்டான். முதலில் அவர்கள் கதவைத் திறக்க மறுத்தார்கள். தந்தையின் அனுமதியில்லாமல் தங்களால் திறக்க முடியாது என்றும், அவர் உள்ளே இல்லையென்றும் தெரிவித்தார்கள். அவர்களின் இயலாமையை உணர்ந்த ஆலன், தனது முன்மொழிவுத் திட்டங்களை அவர்கள் ஏற்றுக் கொண்டால் அவர்களின் உயிருக்கு உத்தரவாதம் தருவதாகவும், அவர்களை கௌரவமாக நடத்துவதாகவும் உறுதி சொன்னான். கதவுகள் திறக்கப்பட்டபோது அங்கே பெரும் படையுடன் வெளியில் பெயர்ட் காத்திருந்தான். ஆனால் பெயர்ட் உள்ளே புகவில்லை. அதேவேளையில், இளவரசர்களைத் தன்னிடம் கொண்டுவரும்படி உத்தரவிட்டான். இளவரசர்கள் அங்கிருந்து நகர விருப்பமற்றவர்களாக இருந்தார்கள். ஆனாலும் அவர்களின் எதிர்ப்பு பலன் தரவில்லை. இறங்கி வந்தார்கள். அவர்களை நல்லபடியாக வரவேற்ற பெயர்ட் ஹாரிஸிடம் அனுப்பி வைத்தான்.

இளவரசர்களைக் கைதிகளாக்கியப் பின்பு அரண்மனைக்குள் திப்பு எங்கேனும் ஒளிந்திருக்கிறாரா என்று தேட முடிவு செய்யப்பட்டது. சில ஆங்கிலேயத் துருப்புகள் அரண்மனைக்குள் புகுந்தன. அரண்மனை முழுவதும் சல்லடை போட்டுத் தேடின. ஆனால் சுல்தானின் தடயத்தை அவர்களால் கண்டறிய முடியவில்லை. அங்கு வந்த படைத்தலைவனொருவன் மீண்டும் ஆங்கிலேயர்களுக்கு அங்கே திப்பு இல்லையென்பதை உறுதிப்படுத்தினான். அத்துடன் போரின்போது காயம்பட்ட திப்பு கோட்டையின் வடக்கு வாசலருகே வீழ்ந்து கிடப்பதையும் சொன்னான். வேண்டுமானால் அங்கே வந்து பாருங்கள் என்று அழைப்பு விடுத்தான். மேஜர் பெயர்டும் மற்றும் சில அதிகாரிகளும் அவனுடன் சென்றார்கள். அவன் காட்டிய இடத்தில் இறந்த காயம்பட்ட உடல்கள் மலைபோலக் குவிந்து கிடந்தன. வெளிச்சத்தின் உதவியுடன் திப்புவின் பல்லக்கு கண்டு பிடிக்கப்பட்டது. அதன்

கீழே திப்புவின் உதவியாளன் ரஜா கான் மரண காயங்களுடன் போராடிக் கிடந்தான். அவன்தான் திப்பு வீழ்ந்துகிடந்த இடத்தை அடையாளம் காட்டினான். அந்த இடத்தைக் கண்ணால் கண்ட சாட்சியான மேஜர் ஆலம் இவ்வாறு எழுதுகிறான். 'வாசல் கதவின் வழியாக திப்பு கொண்டு வரப்பட்டபோது அவரது கண்கள் திறந்திருந்தன. அவரது உடல் இளஞ்சூடாக இருந்தது. அந்த நிமிடங்களில் கலோனல் வெல்லெஸ்லியும் நானும் அவர் உயிருடன் இல்லையென்பதை நம்ப முடியாமலிருந்தோம். அவரது நாடித்துடிப்பையும் இதயத் துடிப்பையும் பரிசோதித்த பின்புதான் அந்த சந்தேகம் எங்களை விட்டுப் போனது. அவருக்கு உடம்பில் மூன்று காயங்களும், நெற்றிப்பொட்டில் ஒன்றுமாக நான்கு காயங்கள் விழுந்திருந்தன. இடது காதுக்கு சற்றுமேலே உட்புகுந்திருந்த குண்டு ஒன்று கன்னத்தில் தங்கியிருந்தது. தரமான வெந்நிற லினன் மேலாடை அணிந்திருந்தார். அதில் பூக்கள்போட்ட சிற்றாடை இணைந்திருந்தது. இளஞ்சிவப்புநிற அவ்வாடைகள் பட்டினாலானவை. மணிக்கட்டில் பருத்தித் துணியொன்றைச் சுற்றியிருந்தார். பட்டு வாரினாலான அழகிய அடைப்பப் பையை தோளின் குறுக்காக மாட்டியிருந்தார். அவர் தலையில் வழக்கமாக அணிந்திருக்கும் தலைப் பாகை குழப்பத்தில் கீழே விழுந்திருந்தது. அவர் புஜத்தில் தாயத்து ஒன்று இருந்தது. வேறு எந்த ஆபரணங்களும் இல்லை. அவரது தோற்றம் கண்ணியமாகக் காணப்பட்டது. அல்லது அநேகமாக, எதிர்ப்பைக் கடுமையாக் காட்டுவதுபோல இருந்தது, மற்றொரு கருத்துக் கணிப்பாளரின் கருத்துப்படி, 'அவரது தோற்றம் உளக்குழப்பதுடன் அடங்காக் கோபத்துடனெல்லாம் காணப்படவில்லை. உயிர்ப்படக்கம் போலவும் தோற்றமளிக்கவில்லை. அசாதாரணமான மன அமைதி அவர் முகத்தில் பரவியிருந்தது. இந்த உணர்வு வெளிப்பாடு கனிவான மரியாதையைக் காட்டும் நற்குணத்தை உள்ளடக்கமாகக் காட்டியது. சுல்தானின் முகத்தோற்றத்திலிருந்து எந்தவொரு சீற்றத்தையோ, பேரார்வத்தையோ கண்டறிய முடியவில்லை. சாந்தமாய் உபசரிக்கின்ற தென்றல் அவர் உயிருடன் இருப்பது போலவே கௌரவித்துக் காட்டியது' என்கிறான்.

மறுநாள் மாலை இறுதிச்சடங்கு ஊர்வலம் அரண்மனையிலிருந்து புறப்பட்டது. திப்புவின் உடல் கிடத்தப்பட்ட சவப்பெட்டியை அவரது தனி உதவியாளர்கள் சுமந்து வந்தனர். நான்கு கம்பெனி ஐரோப்பியப் படை உடன் சென்றது. இளவரசர் அப்துல் காலிக் சவப்பெட்டியையடுத்துச் சென்றான். அவனை முதன்மை அதிகாரிகள் அத்தனை பேரும் பின்தொடர்ந்தனர். ஊர்வலம் சென்ற தெருக்களெங்கும் மக்கள் வெள்ளம்; அவர்களில் பலர் தலைகுனிந்தும், தரையில் விழுந்தும் வணங்கினர். தங்கள் கவலையை, விசனத்தை, துக்கத்தை புலம்பலாய் வெளிப்படுத்தினர். லால் பாஃஹ்க் கல்லறை மாடத்தில் இறக்கி வைக்கப்பட்ட திப்புவின் உடலுக்கு இராணுவ மரியாதை செய்யப்பட்டது. பின்னர், ஹைதர் அலியின் சமாதிக்கு அருகில் அது புதைக்கப்பட்டது. இறுதி ஊர்வலத்தைப் பின்தொடர்ந்து வந்த ஏழைகளுக்கு 5,000 ரூபாய் பகிர்ந் தளிக்கப்பட்டது. அந்தக் காட்சியின் பவித்திர நிலையாக அந்த மாலைப்பொழுதில் எப்போதுமில்லாத பயங்கர சூறாவளி வீசியது. இடியும் மின்னலுமாக மழை, வான்பிளந்து கொட்டியது. அம்மழைக்கு பம்பாய் முகாமில் இரண்டு அதிகாரிகள் பலியாகினர். பலர் படுகாயமடைந்தனர்.

மே 4 ஆம் தேதியன்று இரவு நகரிலுள்ள அத்தனை வீடுகளும் ஆங்கிலேயத் துருப்புகளால் கொள்ளையிடப்பட்டன. பெரும்பாலானக் கட்டிடங்கள் தீயிட்டுக் கொளுத்தப்பட்டன. இன்னவகையென்றில்லாமல் அனைத்துவகையானக் கொடுமைகளுக்கும் அங்கிருந்த மக்கள் ஆளாகினர். ஆர்தர் வெல்லெஸ்லி, 'உண்மையிலேயே அந்த இரவில் எல்லாமே நடந்தது' என்று பகர்கிறான்.[142] படை வீரர்கள் பெரும் கொள்ளைச் செல்வத்தை வைத்திருந்தனர். வைத்திருக்கும் செல்வத்தில் ஒருபகுதியை தங்கள் தோழனை நோக்கி விட்டெறிந்தால் போதும். அதில் அவன் தனது சுமைகளையெல்லாம் சீர்படுத்திக்கொள்ளும் அளவில் ஒவ்வொருவரிடமும் அளவுக்கதிகமானக் கொள்ளைப் பொருட்கள் இருந்தன. விலைமதிக்க முடியாத அளவி லான நகைகள், தங்க, வெள்ளிக் கட்டிகள் எல்லாம் முகாமில் படைவீரர்கள் கூவிக்கூவி விற்றுத் திரிந்தனர்.

சிற்றெறும்புகளாய் அரண்மனையின் பொக்கிஷ வளாகத்துக்குள் நுழைந்த ஆங்கிலேயச் சிப்பாய்கள் அங்கிருந்தப் பெரும் அளவிலான நாணயங்கள், நகைகள் என்று கையில் அகப்பட்டதையெல்லாம் அள்ளிக்கொண்டு வந்தனர். அவர்கள் தடுத்து நிறுத்தப்படும் வரையில் இந்த கொள்ளைத் தொடர்ந்தது. மதிப்பிட முடியாத அளவுக்கான செல்வம் கொள்ளைப் போனதில் ஒரு நகைச்சிமிழ் மட்டும் ரூபாய் 45,00,000 மதிப்புள்ளது. ஒரு சிப்பாய், திப்பு புஜத்தில் சுற்றியணியும் வைரங்கள் பூட்டப்பட்டக் காப்பை எடுத்து வந்தான். அதை கம்பெனியின் மருத்துவன் ஒருவனிடம் 1,500 ரூபாய்க்கு விற்றுவிட்டுப் போனான். ஆனால் அதை அந்த மருத்துவன் ஓராண்டு கழித்து, 2,000 பவுண்ட்டுகளுக்கு விற்றான். அந்தக் கொள்ளைத் தொழில் மே 6 ஆம் தேதி ஸ்ரீரங்கப்பட்டிணத்தின் அதிகாரப் பொறுப்பை கலோனல் வெல்லெஸ்லி கையிலெடுத்து உத்தரவிடும் வரையில் தொடர்ந்து கொண்டிருந்தது. ஆனால் இத்தனைப் பெரிய சூறையாடல்களுக்குப் பின்னும் அரண்மனையில் விலையிட முடியாத அளவில் செல்வம் குவிந்து கிடந்தது. அங்கே வீரார்ந்த ஒப்பனையுடன், வளமையாக, சிறப்புடன் செய்யப்பட்ட நேர்த்தியான அரியாசனம் ஒன்று இருந்தது. வெள்ளியிலான அழகிய ஹுதா ஒன்றும் இருந்தது. சொக்கத் தங்கத்திலும் வெள்ளியிலும் செய்யப்பட்ட தட்டுகள், செருக்கான நகைகள் பூட்டப்பட்ட தீக்குச்சியால் வெடிக்கச் செய்யும் பழங்காலத் துப்பாக்கி, வாட்கள், விலையுயர்ந்தத் தரைவிரிப்புக்கள், மஸ்லின் மற்றும் பட்டுத் துணிவகைகள் தவிர, பெருமளவிலான நகைகள் கண்டெடுக்கப்பட்டன. இதைத் தவிர, மதிப்பிட முடியாதச் செல்வமாக, 2,000 தொகுதிகளுக்கும் அதிகமான எண்ணிக்கையில் அராபிக், பெர்ஷிய, உருது மற்றும் ஹிந்தி கையெழுத்துப் பிரதிகளும் இருந்தன. அவை சரித்திரம், இஸ்லாமியத் தத்துவம், சூபியிஸம், மருத்துவம், ஹதீஸ் மற்றும் பல துறைகளைச் சேர்ந்தவையாக இருந்தன. ஒரு வைர நட்சத்திரம், கொஞ்சம் நகைகள், திப்புவின் வாட்களில் ஒன்று ஆகியவை ஆங்கிலேய இராணுவத்தின் சார்பில் வெல்லெஸ்லிக்கு பரிசாக வழங்கப்பட்டன. திப்புவின் மற்றொரு வாளை வெளிப்படையாகவே ஹாரிஸ் பெயர்ட்டுக்கு வழங்கினான். அதேவேளையில் சுல்தானின் சிம்மாசனத்திலிருந்த தங்க மெருகிட்ட புலித் தலை, வின்ஸ்டன் கேஸ்டில் பொருட்காட்சிக்கு அழகுப் பொருளாக அனுப்பப்பட்டது. திப்புவின் தலைப்பாகை, அவரது வாட்களில் ஒன்று, மொராரி ராவின் வாள் ஆகியவை கார்ன்வாலிஸுக்கு அனுப்பி

வைக்கப்பட்டது. கணக்கிடப்பட்ட 2,000,000 பவுண்டுகளில் ஹாரிஸ் 1,42,902 பவுண்ட்டுகளைப் பரிசுப் பணமாகப் பெற்றுக் கொண்டான். மீர் ஆலத்திடம் ஒரு லட்சம் பகோடாக்கள் கொடுக்கப்பட்டு ஹைதராபாத் குதிரைப் படையிலிருந்த 6,000 பேருக்கு பகிர்ந்தளிக்கச் சொல்லப்பட்டது. ஆனால் ஆங்கிலேயர்கள் பெற்ற தொகையுடன் ஒப்பிடும்போது, அவனும் நிஜாமும் இந்தத்தொகை மிகவும் குறைவு என்று மனவேறுபாடு கொண்டார்கள்.

ஸ்ரீரங்கப்பட்டிணத்தின் வீழ்ச்சியையடுத்து மைசூர் சாம்ராஜ்ஜியத்தின் நிலை தலைகீழாகியிருந்தது. ஆங்கிலேயர்களின் கை ஓங்கி விட்டது. இத்தனைக்கும் ஆங்கிலேயர்கள் தலைநகரையும், சில சிறிய கோட்டைகளையும் மட்டுமே கைப்பற்றியிருந்தனர். சித்தல்துர்க், சிரா ஆகிய முக்கியமானக் கோட்டைகள் உள்ளிட்ட சாம்ராஜ்ஜியத்தின் பெரும்பகுதி இன்னும் மைசூரின் உடமையாகவே இருந்தது. அதுதான் உண்மை. ஆனால், சுல்தானின் மரணத்தைத் தொடர்ந்து எதிர்ப்பைத் தடுத்தாட்கொள்ளும் மனோதிடம் கைவிட்டுப் போயிருந்தது. குலாம் அலி கானிடம் ஹாரிஸ் மைசூர் கோட்டைகளை கைப்பற்றுவதற்கு ஆங்கிலேயர்களுக்கு உதவினால் கவர்னர் ஜெனரல் அவனை ஜாகிராக உயர்த்துவதாகவும், திப்புவிடம் பணிபுரிந்ததைப் போலவே தொடர்ந்து இருந்து கொள்ளலாம் என்று தெரிவித்தான். மேலும், போதுமான அளவில் நஷ்ட ஈட்டுத்தொகையைத் தருவதாகவும் உறுதி கூறினான். இதையடுத்து குலாம் அலி கான் கோட்டைகளின் படைத்தலைவர்களுக்கு ஆங்கிலேயர்களிடம் சரணடைய உத்தரவிட்டான். கூட்டி மற்றும் ஹுலால் ஆகிய கோட்டைகள் மட்டும் சரணடைய எதிர்ப்பு காட்டின. பின்னர் அவையும் கைப்பற்றப்பட்டன. திப்புவின் இரண்டாவது மகன் அப்துல் காலிக் ஸ்ரீரங்கப்பட்டிணத்தின் வீழ்ச்சிக்கு மறுநாள் சரணடைந்துவிட்டான். திப்புவின் விசுவாச அதிகாரியான தூந்தியாவின் ஆலோசனையின்படி திப்புவின் மூத்தமகன் ஃபாத் ஹைதர் போராட்டத்தைத் தொடர்ந்தான். ஆனால் ஹாரிஸின் ஏமாற்று நிறைந்த சமாதான மொழிகளிலும், அவனது சொந்த அதிகாரிகள் ‘வெற்றி பெற்றவர்கள் தங்களை அப்பாவின் அரியாசனத்தில் அமர்த்துவார்கள்’ என்று ஊட்டிய நம்பிக்கையிலும், தன்னை ஆங்கிலேயர்களின் கருணைக்குள் தூக்கியெறிந்து கொண்டான். பூரணையாவின் கருத்தாக, ‘தேசத்தின் அத்தனைத் துறைகளிலும் முஸ்லிம்களின் மிகைவிகிதப் பொறுப்புரிமை சார்புநிலை அதிகமாகயிருக்கிறது. வேறு எந்தவிதமான மாற்றமும் துருப்புகளையும் மக்களையும் பெரிய அளவில் சமாதானப்படுத்தாது’ என்று சொன்னான். ‘அதனால் ஃபாத் ஹைதர் மைசூர் அரியணையில் இருந்து கொள்ளட்டும். ஆனால் அவன் ஆங்கிலேயர்களுக்கு முக்கியமானக் கோட்டைக் காவல் படைகளுக்கானச் செலவுக்குத் திறை செலுத்தி வரவேண்டும்’ என்று பரிந்துரை செய்தான். ஆனால் அதை வெல்லெஸ்லி கடுமையாக ஆட்சேபித்துவிட்டான். அதிகாரம் நிறைந்த நமது கொள்கையை அது சீரழித்துவிடும் என்று ஆத்திரப்பட்டான். வெல்லெஸ்லி உண்மையிலேயே மைசூருக்குள் படையெடுத்து வருவதற்கு முன்னமே தனது எண்ணத்தில் திப்புவையும் அவனது அதிகாரத்தையும் பரிபூரணமாக அழித்துவிட வேண்டுமென்றே நினைத்து வந்திருந்தான். அதனாலேயே தற்போது மைசூர் அரியணையை ஃபாத் ஹைதருக்கு விட்டுத்தரும் அப்படியொரு கேள்விக்கு

இடமளிக்கவே அவன் மறுத்து விட்டான். இதையடுத்து இளவரசர்களுக்கு ஆண்டுக்கு 2,24,000 பகோடாக்கள் உதவித் தொகையாக வழங்கிவிடுவது. அவர்கள் இங்கிருந்து இடம்பெயர்ந்து வேலூர் கோட்டைக்குள் வசிக்கவேண்டும் என்று முடிவு செய்யப்பட்டது. பின்னர் 1807 ஆம் ஆண்டு ஆங்கிலேயர்களுக்கு கீழ்படிய மறுத்த சிப்பாய்க் கலகத்தில் இளவரசர்களின் பங்களிப்பும் இருந்தது என்ற சந்தேகத்தில் அவர்கள், அங்கிருந்து கல்கத்தாவுக்கு நாடு கடத்தப்பட்டார்கள். அங்கே இன்னமும் வசித்து வரும் திப்புவின் சந்ததிகள் அற்பமான சம்பாத்தியத்தில், பரிதாபகரமான நிலையில் இருக்கின்றனர்.

திப்புவின் மகன்கள் மற்றும் அதிகாரிகள் சரணடைந்ததும் ஒட்டுமொத்த மைசூர் சாம்ராஜ்ஜியத்தையும் இணைத்துக் கொள்ள வெல்லெஸ்லிக்கு எந்தத் தடையும் இருக்கவில்லை. ஆனால், அது எதுவுமே அவனுக்குத் திருப்தித் தருவதாகவும் இருக்கவில்லை. மேலாக அவன் டூண்டாஸின் விருப்பப்படி நடந்து வந்தான். அவனது விருப்பத்தில் ஒன்றாகத்தான் மைசூர் சாம்ராஜ்ஜியத்தைக் கைப்பற்றுதல் நடவடிக்கை இருந்தது. இரட்டை அரசாங்கம் நடத்தும் தீமைகள் போதுமான அளவுக்கு ஆங்கிலேயர்களுக்கு அனுபவங்களைக் கொடுத்திருந்தது. அதனால் இன்மையைக் குறிக்கும் சுழியாக இருக்கும் பழைய ராஜாக்களை மீண்டும் பதவியில் அமர்த்துவதற்கு அவன் எதிர்ப்பு காட்டினான். மராத்தியர்களுக்கும் நிஜாமுக்கும் ஏதாவது ஒரு பகுதியைக் கொடுக்கலாம் என்றும் எண்ணியிருந்தான். ஆனால் நிஜாம் தனக்கு பணம் அல்லது வடக்குப் பகுதியில் நல்ல இடங்களைக் கொடுக்கச் சொல்லி வற்புறுத்தியிருந்தான். எனினும் இதுபோன்ற நடவடிக்கைகளில் வெல்லெஸ்லி இறங்கவில்லை. அப்படிக் கொடுத்தால் ஹைதராபாத்துக்கும் பூனாவுக்கும் இடையில் பற்றிக் கொள்ளும் தீயை அணைக்க மற்றொரு போருக்குப் போக வேண்டும் என்று தவிர்த்து விட்டான். அவன் அனைத்தையும் கம்பெனிக்கும் நிஜாமுக்கும் இடையில் பிரித்துக் கொள்வதையும் விரும்பவில்லை. அதனால் நிஜாம் பலம் பெற்றுவிடும் சாத்தியங்கள் அதிகரித்துவிடும். அது மராத்தியர்களுக்குள் பொறாமையைத் தூண்டிவிட்டு விடும். அதனால் அவன் மைசூர் சாம்ராஜ்ஜியத்தின் மத்தியப் பகுதியில் கை வைக்காமல் அப்படியே மைசூரை ஆண்ட பரம்பரையைச் சேர்ந்த ஒருவனிடம் ஒப்படைக்கலாம் என்று முடிவு செய்தான். அதன் முடிவு சமூகப் பாதுகாப்பு எனும் பெயரில் இந்த நிமிடத்திலோ அல்லது பிறகோ, மைசூர் மக்களை இந்து, முஹம்மதியன் என்று பிரித்துவிட வாய்ப்புக் கொண்டிருந்தது. இந்நிலையில் பெரிய அளவில் கைப்பற்றப்பட்டிருந்தப் பகுதி கம்பெனிக்கும் நிஜாமுக்குமிடையில் பாகம் பிரிக்கப்பட்டது. மிகச்சிறிய பகுதியே மராத்தியர்களுக்கு வழங்கப்பட்டது.

அடக்கியாளும் ஆங்கிலேயர்கள் மிகத் தந்திரமான இந்தத் தீர்மானத்தை மைசூர் சாம்ராஜ்ஜியம் முழுமைக்கும் செய்திருந்தார்கள். ஆங்கிலேயர்கள் கனரா மாவட்டம் முழுமை யையும் வைத்துக் கொண்டார்கள். வயநாடு, கோயமுத்தூர், தாராபுரம், ஸ்ரீரங்கப்பட்டிணம் நகரம் மற்றும் தீவு ஆகியவை அவர்களின் பங்காகிப் போனது. நிஜாமுக்கு கூட்டி, குர்ரம்கொண்டா மற்றும் சித்தல்துர்க் மாவட்டத்தில் ஒரு பகுதி ஆகியவை கிடைத்தன. பேஷ்வா, இந்த ஒப்பந்த விதிமுறையின் சொற்பாங்கில் விழ மறுத்துவிட்டான். ஏற்க இயலாது என்றும்

தெரிவித்து விட்டான். தனக்கு சுந்தா மற்றும் ஹர்பனஹள்ளி மாவட்டங்கள் கொடுத்தாக வேண்டும் என்று வற்புறுத்தினான். அவை ஏற்கனவே, நிஜாமுக்கும் கம்பெனிக்குமே பங்காகியிருந்தன. எனினும் நிஜாம் புதிதாகக் கையகப்படுத்திய இடத்தை நீண்ட நாட்கள் அனுபவிக்க விதிக்கப்பட்டிருக்கவில்லை. 1800 ஆம் ஆண்டு அவை அத்தனையையும் அவன் கம்பெனிக்கே கொடுத்து விட்டான். ராஜாவுக்கு ஆங்கிலேயர்களால் வழங்கப்பட்டிருந்த சாம்ராஜ்ஜியமும் பிரிட்டிஷ் உடைமையாக ஆகிப்போனது. வெல்லெஸ்லி கொடுத்த நெருக்கடியால் உருவான ஒப்பந்தத்தில் கையெழுத்திட்ட ராஜா ஒன்றுமில்லாமல் ஆகிப்போனான். அவனது தேசத்தின் இறையாண்மை முற்றிலுமாக சிதைந்து போனது. ஆங்கிலேய அரசாங்கம் அதையும் தனதாக்கிக் கொண்டது. மில் இது குறித்து எழுதுகிறான்: 'திரையில் தெரியும் பூச்சிபோல ராஜா ஆகிவிட்டான். பின்னர் ஒருநாள் இந்திய மற்றும் ஐரோப்பியக் கண்களிலிருந்து மறைந்தும் விட்டான். உண்மையில் செல்வாக்கைப் பெருக்கிக் கொள்ளுதல் எனும் பிரிட்டிஷின் கொள்கைக்கு ஏதுவாக எல்லை பரந்து விரிந்திருந்தது.'

திப்புவின் வீழ்ச்சி ஆங்கிலேயர்களுக்கு எல்லைப்பரப்பு லாபத்தை மட்டும் கொடுத்திருக்கவில்லை. உண்மையில் அவர்களை இந்தியாவின் உச்ச அதிகாரமாக ஆக்கியிருந்தது. திப்பு அவர்களுக்கு எதிரான வல்லமை மிக்க எதிரியாக இருந்து வந்தார். தற்போது அவர்களின் மேலாதிக்கத்திற்கு யாரும் சவால் விடுபவர்களாக இருக்கவில்லை. பிளாஸி, கம்பெனியை தேசத்தின் சக்திவாய்ந்த அதிகாரங்களில் ஒன்று என்று ஆக்கியிருந்தது. ஸ்ரீரங்கப்பட்டிணத்தின் வீழ்ச்சியோ உண்மையில் ஆங்கிலேயர்களுக்குப் பலமடங்கு அதிகாரத்தைப் பெற்றுத் தந்திருந்தது. இந்நிகழ்வின் பலனாக ஆங்கிலச் செய்தியாளனொருவன் உச்சத்தின் எல்லையில் நின்று கொண்டு எழுதுகிறான்: 'கிழக்குப் பேரரசு இப்போது எங்கள் காலடியில்!.' ஸ்ரீரங்கப்பட்டிணத்தின் வீழ்ச்சி, மிகவும் பலன் கொடுத்த திப்புவின் வீழ்ச்சி இரண்டும் இந்தியாவில் ஐரோப்பியர்கள் காலடி வைத்த நாளிலிருந்து நடக்காத மிகப்பெரிய நிகழ்வாகியிருக்கிறது' என்கிறான் ஸ்காட்.

மூன்றாவது ஆங்கிலேய—மைசூர் போரின்போது ஆங்கிலேயர்களுடன் சேர்ந்து திப்புவுக்கு எதிராகக் களம் கண்ட மராத்தியர்கள் கடைசிப் போரில் நடுநிலை வகித்தார்கள். ஆங்கிலேயர்களின் எல்லை விரிவாக்கத் திட்டத்திற்கு எதிராக திப்புவின் இருத்தல் தான் பாதுகாப்பானது என்பதை மராத்தியர்கள் தீவிரமாக கடைசிவரை உணரவேயில்லை. திப்புவின் வீழ்ச்சிக்குப் பின்பே நிலைமையின் தீவிரத்தை உணர்ந்து விழித்தெழுந்தார்கள். செய்தியைக் கேள்விப்பட்டதும் பாஜி ராவ், 'எனது வலதுகரத்தை இழந்து விட்டேன்' என்று சொன்னதாக, தகவல்கள் வெளியாகின. அந்தச் செய்தி கேட்டு அதிர்ச்சியாகி நானா தவித்துப்போய் பின்பு குறிப்பிட்டான், 'திப்புவை அழித்து விட்டார்கள்; பிரிட்டிஷ் அதிகாரம் உயர்ந்துவிட்டது; ஏற்கனவே கிழக்கிந்தியா முழுவதும் அவர்களுடையது; பூனா அடுத்த இலக்காக இருக்கும்; தீய நாட்கள் முன்னால் தெரிகின்றன; விதியிலிருந்து தப்ப வழியில்லை.'

ஆனால் இவையாவது நானாவின் சொந்தக் கொள்கையின் கனிகளாக

இருந்தன.

ஸ்ரீரங்கப்பட்டிண வீழ்ச்சிக்குக் காரணங்கள்

ஸ்ரீரங்கப்பட்டிணக் கோட்டை வலுவாகக் கட்டப்பட்டது. அதன் கோட்டைகள் வல்லமை மிக்கவை. 21,839 பேர் காவல் பணியில் இருந்தனர். அவர்களில் 13,739 பேர் காலாட் படையினர். அவர்கள் உள்வட்டத்திலும் 8100 பேர் சுற்றிலும் காவல் காத்து வந்தனர். நீண்டகால முற்றுகைக்குத் தாக்குப் பிடிக்கும் வண்ணம் வெடிப்பொருட்கள், உணவுப்பொருட்கள் போதுமான அளவு இருப்பைக் கொண்டிருந்தன. 1792 ஆம் ஆண்டிலிருந்தே திப்பு கோட்டையின் தென் பகுதியை, கிழக்கு மற்றும் வடக்குப் பகுதியை வலுப்படுத்திக் கொண்டே வந்தார். வடமேற்குக் கோணத்தில் ஐரோப்பிய பாணியில் கோட்டையின் முன்தள்ளிக் கொண்டிருக்கும் முகப்பு போன்ற அமைப்பைப் புதிதாகக் கட்டினார். புதிய உள்வட்ட அல்லது இரண்டாவது பாதுகாப்பரணை ஆழமான பள்ளத்துடன் வடக்குப் பக்கத்தின் முழுநீளத்துக்கும் உருவாக்கி அது கிட்டத்தட்ட முழுமையடைந்திருந்தது. அதிக எண்ணிக்கையிலான காவல் படை, கட்டமைப்புக் கொண்ட பாதுகாப்பரண்கள், நீண்ட முற்றுகைக்குத் தகுதியானவையாக ஆக்கியிருந்தார். இருந்தபோதும் பட்டினியிலிருந்த துருப்புகள் அதனை இரண்டு மணி நேரத்தில் கைப்பற்றி விட்டன. ஷெர்புருக்கின் படை எதிர்தாக்குதலை மேற்கொள்ள எவருமே இல்லாமல் கடைசி வரை அலைந்தது. போர்ட்டெஸ்க்யூ, 'ஒரு சில இடங்களில் திடமான ஆட்களிடம் முழுப்பிடிப்பு இருந்தது. அவர்களை அழித்து முழுநாசம் செய்யவேண்டி வந்தது' என்கிறான். அதுபோலவே, ஆங்கிலேயப் படை உள்வட்டத்தில் முன்னேறிச் சென்றபோது அவர்களை யாரும் தடுக்கவேயில்லை. அதனாலேயே ஆங்கிலேயர்களுக்கு இழப்பு மிக சொற்பமாக அமைந்துவிட்டது. உண்மையில் ஒருநாள் நடவடிக்கையில் இறப்பவர்களின் எண்ணிக்கையைக் காட்டிலும், இந்த ஒட்டுமொத்தப் போரிலும் இறந்த ஆங்கிலேயர்களின் எண்ணிக்கை மிகவும் குறைவு. துருப்புகளில் ஒருபிரிவு மட்டும் கடுமையானப் போரில் ஈடுபட்டது. அதை திப்பு உடனிருந்து நடத்தி வந்தார். ஆனால் அவர்கள் அந்த அலையை தங்களுக்குச் சாதகமானதாக ஆக்கிக் கொள்ளவில்லை. சுல்தான் உடைப்பு இருக்கும் இடத்திற்கு வருவதற்கு முன்னால் ஆங்கிலேயர்கள் ஏற்கனவே அங்கே கணிசமான அளவில் தங்கள் நிலையை வலுப்படுத்தியிருந்தனர். ஆங்கிலேயர்களுக்கு அங்கே எதிர்ப்பு எதுவும் காட்டப்படாததற்குக் காரணம் ஏற்கனவே குறிப்பிட்டது போல, சில மைசூர் அதிகாரிகள் ஆங்கிலேயர்களுடன் திப்புவுக்கு எதிராகக் கூட்டு வைத்திருந்தார்கள்.

மால்வல்லியில் தந்திரம் செய்வதாக எண்ணி ஏற்கனவே செய்தது போலானதொரு தவறை திப்பு மீண்டும் செய்தார். ஹாரிஸின் படையை அவர் எதிர்கொண்டு தனது பலத்தை நிரூபித்திருக்கத் தவறிவிட்டார். அதுபோலவே ஸ்ரீரங்கப்பட்டிணம் முற்றுகையிடப்பட்ட பின்பும் கூட அவர் குறிப்பிடத் தகுந்தச் செயல்களில் இறங்கவேயில்லை. போதுமான கால அவகாசம் இருந்தது. ஆனாலும் நீண்ட முற்றுகைக்கு உகந்தத் தடைகளை அவர் செய்திருக்க வேண்டும். மாறாக,

கோட்டைக்குள் சோம்பேறித்தனமும், மல்லாந்து படுத்துக்கொண்ட நிலையும்தான் இருந்தது. உடைபட்டப் பிளவை சரிசெய்ய அற்பமான மரத்துண்டுகள் பயன்படுத்தப்பட்டன. இவையெல்லாம் கடுமையானத் தவறுகள். வீழ்ச்சிக்கு இன்னுமொரு மிக முக்கியமானக் காரணம் மைசூர் அதிகாரிகளின் துரோகம்.

ஹாரிஸை மைசூருக்கு எதிரானப் படையெடுப்புக்கு முன்பே வெல்லெஸ்லி உருவேற்றியிருந்தான். அதாவது, கலோனல் வெல்லெஸ்லி, கிளோஸ், கேப்டன் மால்கம் ஆகியோருடன் கேப்டன் மெகாலேயை செயலாளராகக் கொண்ட ஒருகுழுவை அமைத்து திப்பு மீது அதிருப்தியைப் பரவச் செய்ய வேண்டும் என்று கருத்தை வெளியிட்டான். அதை ஈடேற்றி பிரபலங்களை ஆங்கிலேயர் பக்கம் சாய்ப்பதற்கு பிரச்சாரம், பணம், தேவையிருப்பின் இடங்களை வழங்கியும் அதைச் செய்யலாம் என்று கூறியிருந்தான். மாஹ்தவி இனத்தைச் சேர்ந்தவர்களை திப்பு நாடு கடத்தியிருந்தார். அவர்களைத் தேடிப்பிடித்து வெல்லெஸ்லி தனது குதிரைப் படையில் சேர்த்துக் கொண்டான். மைசூர் மக்களுடன் நேரடித் தொடர்பு உண்டாக்கிக் கொள்ள குழுவுக்கு அவர்கள் உதவுவார்கள் என்று எதிர்பார்க்கப்பட்டது.[143] புதிய அரசாங்கம் அமைவதற்குப் பயனுள்ளவர்களாக இருப்பார்கள் என்று மீர் சாதிக்கையும் பூரணையாவையும் ஆங்கிலேயக் கம்பெனி வளைத்து வைத்துக் கொண்டது. கமர்—உத்—தீன் கானுக்கு கடப்பாவின் நவாப் ஆக்குவதாக உறுதிகொடுத்து குழு அவனை இழுத்ததும் உள்ளே விழுந்து கொண்டான். மைசூரை ஆண்ட பழைய குடும்பத்தின் ஆதரவாளர்கள் தொடர்பை வைத்துக் கொள்ள வேண்டு மென்றும் குழு விருப்பம் கொண்டிருந்தது. அதற்காக மைசூரில் வசித்த முஸ்லிம் மக்களிடையே கிளர்ச்சி ஏற்படுத்த வேண்டியிருந்தது. காலிப் அனுப்பியிருந்த வெளிப்படையான அறிக்கையையும், திப்புவின் கடிதத்தையும் தந்திரமாகப் பயன்படுத்திக் கொண்டது ஆங்கிலேயக் குழு. கடிதங்களிலிருந்த பிரஞ்சுக் குடியரசின் குணாதிசியங்களை அம்பலப்படுத்தியது. மேலும் முஹம்மதிய மத குருமார்களுக்கு எதிராக பிரஞ்சு நடத்திய வன்முறைகளையும் படம்பிடித்துக் காட்டி வழிக்குக் கொண்டுவந்தது.

மிக நீண்ட காலமாகவே திப்புவின் முதன்மை அதிகாரிகளில் சிலருக்கும், கூட்டுப்படை அணிகளுக்குமிடையில் ரகசியப் பேச்சுவார்த்தை இருந்து கொண்டே இருந்தது. ஆங்கிலேயர்களின் நட்சத்திரக் கோடு உயர்ந்து கொண்டேயிருப்பதை உணர்ந்த அவர்கள் விரைவிலேயோ அல்லது சற்று காலதாமதமாகவோ திப்புவின் அதிகாரம் தூக்கியெறியப்பட்டுவிடும். அதனால் தாமதமேதும் இல்லாமல் எதிர்கால எஜமானர்களிடம் தங்களை இப்போதே விலைபேசிக் கொள்ளலாம் என்ற எண்ணத்துக்கு ஆளாகிப் போயிருந்தார்கள். மைசூரிலிருந்த கம்பெனியின் இரகசிய முகவரின் குறிப்பொன்று இப்படிச் சொல்கிறது. '1797 ஆம் ஆண்டிலிருந்தே மீர் சாதிக், பூரணையா, கமர்—உத்—தீன் கான், ஆங்கிலேய அதிகாரிகளில் சிலர், நிஜாம் மற்றும் மராத்தியர்களின் கடிதப் போக்குவரத்து இடைமறித்துப் பிரித்துப் படிக்கப்பட்டு வந்தது. சதித்திட்டங்களில் பங்கெடுத்துக் கொண்ட பிராமணர்கள் மரண தண்டனைக்கு உள்ளானார்கள். மீர் சாதிக் கும், பூரணையாவும் சிறைக்கு அனுப்பப்பட்டார்கள்.[144] எனினும் அவர்களிருவரும் தங்கள் செயலுக்கு வருத்தம் தெரிவித்து சுல்தானுக்கு விசுவாசமாக இருப்பதாக உறுதியளித்ததையடுத்து,

விடுவிக்கப்பட்ட அவர்கள் மீண்டும் அவரவர் பொறுப்புக்கு வந்தார்கள். ஆயினும் அவர்கள் தங்கள் துரோக நடவடிக்கைகளிலிருந்து தங்களை விடுவித்துக் கொள்ளவில்லை.' 1798 ஆம் ஆண்டின் மத்தியில் கமர்—உத்—தீன் கான் நிஜாமின் பிரதம அமைச்சர் முஷிர்—உல்—முல்க் கானுக்கு ஒரு கடிதம் எழுதுகிறான். 'திப்புவை தங்களிடம் ஒப்படைத்து விடுகிறேன். அதற்கு மாறாக கடப்பா மாகாணத்தை எனக்கு வழிவழிபாத்தியதையுடன் நிலைத்திருக்கும் தன்மையுடன் பரிசாக வழங்கவேண்டும்' என்று திப்புவை விற்பதற்கு முடிவு செய்திருந்தான். ஆனால் முஷிர்—உல்—முல்க்கான் அவனுக்கு ஆண்டுக்கு பத்து லட்ச ரூபாய் உதவிப் பணமாகத் தருவதற்கு மட்டுமே தயாராக இருந்தான். இந்தத் தொடர் கடிதப் பரிவர்த்தனைக்குப் பின்பு முடிவில் ஆங்கிலேய—மைசூர் போரின்போது ஒத்துழைக்க வேண்டும் என்ற நிபந்தனையின் அடிப்படையில் குர்ரம்கொண்டாவை ஜாகிராகக் கொடுக்க நிஜாமின் பிரதம அமைச்சர் ஒப்புக் கொண்டான். அதனாலேயே அவன் ஆங்கிலேயப் படை புகுந்து வந்தபோது தடையேதும் சொல்லவில்லை. நிஜாம் அவனுக்கு குறைந்தபட்சத் தயக்கம் கூட இல்லாமல் குர்ரம்கொண்டாவை ஜாகிராகக் கொடுத்து விட்டான்.

ஆங்கிலேயர்களுடன் தொடர்பு கொண்டிருந்தவர்களில் மற்றொரு முக்கியமான நபர் ஷேக் ஷகாப்—உத்—தீன். 'சடி பிகாரி' என்று பொதுவாக அழைக்கப்பட்ட அவன் மாப்ளா பகுதியில் செல்வாக்கோடு திகழ்ந்தான். மேற்குக்கரையில் மைசூர் சாம்ராஜ்ஜியத்துக்கும் ஆங்கிலேயக் கம்பெனிக்குமிடையிலான எல்லைப் பிரிப்பின் போது திப்புவின் பிரதிநிதியாகச் செயல்பட்டவன். சாம்ராஜ்ஜியத்திலுள்ள திப்புவின் மிக முக்கிய அதிகாரிகளின் தொடர்பையும் மலபார்ப் பகுதியில் பெற்றுத் தருவதாக உத்தரவாதமளித்தவன். எதிர்காலத்தில் தலைச்சேரியிலிருந்த மாப்ளா இன வியாபாரி சோக்ரா மூஸா என்பவன் வழியாக தகவல் பரிமாற்றங்களை ஆங்கிலேயர்களுடன் செய்து வந்தான்.

மைசூர் சாம்ராஜ்ஜியத்தில் சதியாளர்கள் இருந்ததை வெல்லெஸ்லியே கூட ஒப்புக் கொள்கிறான். 1799 ஆம் ஆண்டு பிப்ரவரி 13 ஆம் தேதி அவன் எழுதியக் கடிதமொன்றில், இவ்வாறு கூறுகிறான்: 'திப்புவின் ராஜ்ஜியத்திலுள்ள பல பகுதிகளிலிருந்து தொடர்ந்து தகவல்களைப் பெற்று வந்துள்ளேன். திப்புவின் முதன்மை அமைச்சர்கள், அதிகாரிகள் திப்புவுக்கு எதிரானப் போரின் போது கணிசமான ஆதரவு தருவதாக வாக்களித்திருந்தார்கள்.' மேலும் அவன் 22 ஆம் தேதியிட்டக் கடிதத்தில், 'திப்புவுக்குத் திறை செலுத்துபவர்கள், முதன்மை அதிகாரிகள் திப்புவுடன் தொடர்புடைய பலர், ஏறுமுகத்திலிருக்கும் இளவரசரின் ஆட்சியைத் தூக்கியெறிந்துவிட்டு கம்பெனி மற்றும் அதன் கூட்டுப்படை அணிகளின் பாதுகாப்பில் தங்களை பதவியில் அமர்த்திக் கொள்ளும் ஆவலில் இருந்ததால் அவர்களை நான் காரணத்துடன் நம்பினேன்' என்று எழுதி, அதே கடிதத்தில் அவன் 'சில இரகசியப் பேச்சு வார்த்தைகள் மீர் ஆலத்துடன் துவங்கியுள்ளன. அவற்றை கேப்டன் மால்கம் குழுவிடம் தெரிவிப்பார்' என்றும் குறிப்பிடுகிறான்.

கோட்டைக்குள் நடந்த ஐந்தாம்படை நடவடிக்கைகளுக்கான ஆதாரங்களும்

அங்கே காணக்கிடைக்கின்றன. மன்றோவின் கூற்றுப்படி, திப்புவின் முதன்மை அதிகாரிகள் உடைப்பு ஏற்படுத்தப்பட்ட செய்தியை அவரிடம் சொல்லாமல் மறைத்து விட்டனர். ஆனால் திப்புவின் விசுவாச அதிகாரிகளில் ஒருவன் (அநேகமாக அது சயீத் கபார் ஆக இருக்கலாம்) சுல்தானிடம் தவறானத் தகவல்கள் மட்டுமே சென்று சேருகின்றன என்பதையறிந்து பதறிப்போய் உண்மை நிலவரத்தைத் திப்புவிடம் சொல்லி அது சீர்படுத்தி விடக்கூடிய அளவிலான உடைப்புதான் என்பதையும் சொல்கிறான். கோட்டை வீழ்ந்த நாளன்று காலையில் திப்பு உடைப்பை பார்வையிட்டார். அப்போது கூட அவர் இரண்டு மூன்று நாட்களுக்கு தாக்குதல் நடக்காது என்றே கருதினார். ஶ்ரீரங்கப்பட்டிணம் கோட்டை வலுவாக இருப்பதாக அதிகாரிகளும் அவரது நம்பிக்கையை வலுப்படுத்தினார்கள்.

பதவி, பொருள், ஆசையில் தங்கள் எஜமானருக்கு எதிராக ஒன்று சேர்ந்த திப்புவின் அதிகாரிகள் செய்த லாவணிக் கூட்டுச் சதிதான் அவரை வீழ்த்தியது. மெட்ராஸ் கௌன்சிலின் செய்தித் தொடர்பாளர் வில்லியம் பெட்ரீ, 'ஶ்ரீரங்கப்பட்டிணம் வீழ்ச்சிக்கு ஐந்தாம் படைகளின் ஆட்டமே காரணம்' என்று எழுதுகிறான். இங்கிலாந்திலுள்ள அவனது நண்பனுக்கு எழுதியக் கடிதத்தில் பெட்ரீ கூறுகிறான். 'இணையற்ற இந்தப் போரின் ஒவ்வொரு நிகழ்வையும் அதன் சூழலையும், நமது படைகளின் வெல்ல முடியாத வீரத்தாலும், திறமை மற்றும் தீரத்தாலும் நாம் வெற்றியடைந்தோம் என்று கேள்விப்பட்டிருப்பாய். இராணுவ வீரனுக்கு அதுதான் இயற்கைக் காரணமாக இருக்கும். உண்மையிலேயே நான் இங்கே, இந்த விஷயத்தில் அமைதி காக்கின்றேன். நான் பேசுவதையும் எழுதுவதையும் மிகுந்த கவனத்துடனும் அக்கம்பக்கம் பார்த்து எச்சரிக்கையுடனும் செய்ய வேண்டியிருக்கிறது. இந்தப் புதுமையான சம்பவத்தில் என்னிடம் நிறையவே தகவல்கள் இருக்கின்றன. அவையெல்லாமே என் எண்ணங்களில் பொதிந்து கிடக்கின்றன. அதை அங்கிருந்து பிடுங்கியெறிவது இயலாததாகியிருக்கிறது. ஆனாலும் எனது நினைவுகளிலிருந்து முக்கியமான சில தடயங்கள் அழிந்து கொண்டிருக்கின்றன. ஆயினும் மிக மெல்லிய மயிர்களும், நூல்களுமான இந்த நிகழ்வுகளை எதிர்காலம் பெரும்பாலும் அழித்து விடும். அதிலிருந்து எதைப் பறித்தாலும் அபாயகரமானதாகிவிடும். அவை முற்றிலும் விரக்தியடையச் செய்துவிடும்'. பெட்ரீ வெளிப்படையாக மைசூர் அதிகாரிகளின் துரோகத்தைப் பற்றிப் பேசவில்லை. ஆயினும், அவனது மௌனத்திலிருந்து வரும் விளக்கம் இராணுவத்தைத் தாண்டி கோட்டைக் கைப்பற்றப்பட்டது மைசூர் அதிகாரிகளின் ஆதரவில்தான் என்பதை வெளிச்சமாகப் பேசுகிறது. பெட்ரீ இந்த விஷயத்தில் மௌனம் சாதிப்பதற்கு ஆங்கிலேயச் சாதனைகளின் புகழில் குறையேற்பட்டுவிடுமோ என்ற அச்சம்தான் காரணம்.

உண்மையிலேயே ஹைதர் அலி காலத்திலிருந்து தொடர்ந்து நடத்தப்பட்டுவந்த தொடர் சதிகளின் உச்சக்கட்டம்தான் ஶ்ரீரங்கப்பட்டிணத்தின் வீழ்ச்சி. அவற்றுள் கிருஷ்ண ராஜ உடையாரின் விதவை மனைவி ராணி லட்சுமி அம்மான்னி நடத்திய நாடகங்கள் கவனத்தை ஈர்க்கின்றவையாகும். ஹைதர் அலி மைசூர் அரியணையின் அதிகாரத்தைப் பறித்ததிலிருந்து அவள் அதிகாரத்தைத் திரும்ப நிலைநிறுத்திக் கொள்ளும் முயற்சியிலிருந்து விலகவேயில்லை. ஹைதர் அலிக்கு எதிரான நடவடிக்கையில் காந்தா ராவ் தோல்வி கண்டதும் அவள் ஆங்கிலேயர்களின்

பக்கம் தன் கவனத்தைத் திருப்பினாள். தனது தூதுச் செய்தியாளனாக ஸ்ரீனிவாஸ் ராவை மெட்ராஸ் கவர்னர் பிகோட் பிரபுவை சந்திக்க அனுப்பி வைத்தாள். பிகோட் உதவி செய்வதாக உறுதியளித்தான். ஆனால் உருப்படியாக அவளுக்கு அவன் உதவி எதையும் செய்யவில்லை. ஆனால் அவனே மீண்டும் மெட்ராஸ் கவர்னராக மறு உத்தியோகத்துக்கு வந்தபோது அவளது கோரிக்கைப் புதுப்பிக்கப்பட்டது. ராணி தனது தூதன் திருமலா ராவ் மூலம் ஆங்கிலேயப் படைகளுக்கு தனது ஆதரவைத் தருவதுடன், படை நிர்வகிக்கும் செலவுக்காக ஒருகோடி ரூபாய் தருவதாகவும் செல்வாக்குள்ள நபருக்கு முப்பது லட்ச ரூபாய் கொடுப்பதாகவும் உறுதியளித்தாள். பிகோட் மீண்டும் கைது செய்யப்பட்டு பதவியிலிருந்து அப்புறப்படுத்தப்பட்டதால் அப்பேச்சுவார்த்தை அப்படியே நின்று போய்விட்டது. ஆனாலும் ராணி ஆங்கிலேயர்களின் தொடர்பிலேயே இருந்து வந்தாள். இரண்டாவது ஆங்கிலேய—மைசூர் போர் தொடங்கிய போது அவள் சார்பாக திருமலா ராவ் ஒப்பந்தத்தில் கையெழுத்திட்டான். அவளது கோரிக்கையாக மைசூர் அரியணையில் அவளது குடும்பம் உட்கார வேண்டும் என்பது மட்டுமே இருந்தது. திருமலா ராவுடன் பல மைசூர் அதிகாரிகள் நல்ல தொடர்பிலும் இருந்தனர். அவர்கள் அத்தனை பேருமே ஹைதர் அலியை பதவியிலிருந்துத் தூக்கியெறிவதற்கு ஆங்கிலேயர்களுக்கு உதவுவதாக உறுதியளித்தனர். ஆனால் கம்பெனிப் படை ஹைதர் அலியையோ, திப்புவையோ வெற்றி காண்பதில் தவறி விட்டது. தலைநகரைக் கைப்பற்றும் அவர்களின் சதித்திட்டம் திப்புவின் அதிகாரிகளின் நுண்ணறிவால் வெளிச்சத்திற்குக் கொண்டு வரப்பட்டது. சதியாளர்கள் தூக்கிலிடப்பட்டனர். மூன்றாவது ஆங்கிலேய—மைசூர் போரின் போது ராணி தனது நடவடிக்கையான அரியணைக் கோரிக்கையை மீண்டும் தூசிதட்டியெடுத்தாள். ஜெனரல் மெடோஸுடன் ஒப்பந்தம் செய்து கொண்டாள். ஆனால் அவளது அரியணைக் கனவு ஸ்ரீரங்கப்பட்டிணம் உடன்பாட்டில் காலாவதியாகிப் போனது. 1796 ஆம் ஆண்டு சர் ஜான் ஷோரை திப்புவுக்கு எதிரானப் போரை அறிவிக்கச் சொல்லித் தூண்டி விட்டாள். திப்பு பிரஞ்சுக்காரர்களுடன் கூட்டணி வைத்திருக்கிறார் என்று வாதிட்டாள். ஆங்கிலேயர்களின் வெற்றிக்கு தான் உத்தரவாதம் அளிப்பதாக உறுதி சொன்னாள். ஆனால் ஷோர் அமைதியை விரும்புபவனாக இருந்தான். அதனால் அதையெல்லாம் கேட்டுக் கொண்டான். வெல்லெஸ்லி கவர்னர் ஜெனரலாக பதவியேற்றதும் முதல் ஆளாக மகாராணி தனது தூதனும், திப்புவின் அதிகாரிகளுடன் நல்ல தொடர்பைக் கொண்டிருப்பவனுமான திருமலா ராவை ஓடிப்போய் அவன் முன்பு நிற்கச் சொன்னாள். அவனும் கடிதங்களை தூக்கித்தூக்கி அலுத்துப் போனான். ஒருவழியாக வெல்லெஸ்லி அவளது பிரஸ்தாபங்களுக்குச் செவி சாய்த்தான். மைசூர் சாம்ராஜ்ஜியத்தின் முதன்மை அதிகாரிகளின் உதவியுடன் திப்புவின் அதிகாரத்தை அழிப்பதற்காக அவளுடன் ஓர் ஒப்பந்தம் செய்துகொண்டான்.

தன்னைச் சுற்றிநடக்கும் சதிகளை திப்பு முற்றிலுமாக அறியாதவராக இருந்தார். ஸ்ரீரங்கப்பட்டிணம் வீழ்வதற்கு சில நாட்களுக்கு முன்பு தனது தலைநகரம் அனைத்துத் திசைகளிலும் சூழப்பட்டிருப்பதையும் கோட்டைச் சுவர்கள் அடித்து நொறுக்கப்பட்டிருப்பதையும் கண்டு மான்ஸியர் சாப்பியஸை அனுப்பி, ‘என்ன

செய்யலாம்?' என்று கேட்டார். சாப்பியஸ் அழகானதொரு அறிவுரையைச் சொன்னான். சிராவுக்கோ அல்லது சித்தல்துர்க்குக்கோ சென்று அங்கிருந்து எதிரிக்கு எதிராகப் போராட்டத்தைத் தொடர்வது என்பது அவனது ஆலோசனை. மறுபக்கத்தில் தன்னிடம் சேவையிலிருக்கும் பிரஞ்சுக்காரர்களை— திப்பு அமைதி உடன்பாட்டை விரும்பியதால்— ஆங்கிலேயர்களிடம் கொடுத்துவிட்டு, மைசூர் அதிகாரிகளின் தலையீடு இல்லாமல் தானே கோட்டையைப் பாதுகாத்துக் கொள்ள சாப்பியஸ் தயாராகியிருந்தான்.

ஆங்கிலேயர்களிடம் பிரஞ்சுக்காரர்களை ஒப்படைப்பது குறித்து திப்புவின் மனம் பதறியது. தனது சாம்ராஜ்ஜியமே பேரழிவுக்கு உள்ளானாலும் வேறு மண்ணிலிருந்து வந்து, தனக்கு உதவிய அந்நிய நண்பர்களைக் காட்டிக்கொடுக்க முடியாது என்று திட்டவட்டமாக இருந்து விட்டார். மேலும் இரண்டு விஷயங்களுக்கு அவர் தன் ஆலோசகர்களிடம் கருத்து கேட்டார். மீர் சாதிக், 'பிரஞ்சுக்காரர்கள் துரோகிகள். நமது கோட்டைகள் அவர்களின் பொறுப்பிலிருந்தால் அவர்கள் அதை ஆங்கிலேயர்களிடம் உடனடியாகத் தன்னொப்படைப்பு செய்து விடுவார்கள்' என்று சொன்னான். ஸ்ரீரங்கப்பட்டிணம் கோட்டையை காலிசெய்வது குறித்தக் கேள்விக்கு பத்ர்—உஜ்—ஜமான் கான், 'அப்படி சுல்தான் கோட்டையிலிருந்து கிளம்பிப் போய்விட்டால் காவல் படையினர் மனமுடைந்து போய்விடுவார்கள். கோட்டை மிக எளிதில் வீழ்ந்துவிடும்' என்றான். எனினும் திப்பு கோட்டையைக் காலிசெய்யும் முடிவுக்கு வந்துவிட்டார். அவர் தனது குடும்பத்தையும் பொக்கிஷத்தையும் மிகக் குறுகியக் காலத்துக்குள் அங்கிருந்து கிளப்பிவிடத் தயாரானார். இளவரசன் ஃபாத் ஹைதரை காரிகட்டாஹ் மலைத்தொடருக்கு நியமனம் செய்து, சஹர் கஞ்சத்தை இரவில் கடந்து சென்று சித்தல்துர்க்கில் குடும்பத்தையும், பொக்கிஷத்தையும் பாதுகாக்கும்படி உத்தரவிட்டார். அந்த நேரத்தில் திப்பு தனது அதிகாரிகள் தனக்கு எதிராகத் துரோகச் செயல்களில் ஈடுபட்டிருக்கிறார்கள் எனும் தகவலை அறிந்து கொண்டுவிட்டார் என்று கிர்மானி கருத்து தெரிவிக்கிறான். சதியாளர்களின் பட்டியலை அவர் தயாரித்தார். அதில் மீர் சாதிக்கின் பெயர் முதலில் வந்தது. சதியில் ஈடுபட்ட அத்தனை பேரையும் மறுநாள் மாலை தூக்கிலிட முடிவு செய்யப்பட்டது. ஆனால் மீர் சாதிக்கிற்கு அந்தத் தகவல் தெரியவந்து விட்டது. திப்பு தனது முடிவைச் செயல்படுத்துவதற்கு முன்பு கோட்டையை ஆங்கிலேயர்களிடம் ஒப்படைக்க மீர் சாதிக் முடிவு செய்து, அதற்கானக் காரியங்களில் இறங்கினான். தொடர்ந்து திப்பு தப்பி விடாமல் தடுப்பதற்காக தனது சீடனான கோட்டைப் படைத்தலைவன் மீர் நதிமிடம் மதகு அருகிலிருக்கும் சிறு வழியின் கதவை பூட்டுப்போட்டு மூடச் சொன்னான்.

நம்பிக்கைக் கேடுக்கான விலையாக மைசூர் அதிகாரிகளுக்கு ஆங்கிலேயர்கள் தாராள மாக வெகுமதிகளைத் தந்தார்கள். 'நல்ல குடும்பத்தில் பிறந்து, நல்ல குணாதிசயங்களையும், நடத்தையையும் கொண்டிருந்த தகுதிப்பாடு நிறைந்த' கமர்—உத்—தீன் கான், தான் செய்த காட்டிக் கொடுத்த வேலைக்காக குர்ரம்கொண்டாவை ஜாகிராகப் பெற்றுக் கொண்டான். 'எதையும் செய்து முடிக்கும் மனிதனாகக் கருதப்பட்ட' பூரணையா, 'இதுவரையில் பயன்பட்டதற்காக' புதிய ராஜாவின் முதல் அமைச்சராக ஆகிப்போனான். எனினும் மீர் சாதிக்

தனது துரோகச் செயலின் பலனை அனுபவிக்கவில்லை. முறைதவறிய துணிவுச் செய்கையாக திப்புவின் நம்பிக்கைக்கு எதிராக அவரைக் காட்டிக் கொடுத்து, பின்பு தப்பியோடி ஆங்கிலேயர்களுடன் சேரமுயற்சித்த அவனை மைசூர் படையினர் கொன்று விட்டனர். அவனது சடலத்தை அதிர்ச்சியூட்டும் வகையில் சிதைத்து விட்டனர். அவனது சடலம் புதைக்கப்பட்ட பின்பும், அதைத் தோண்டியெடுத்து இரண்டு வாரங்களுக்கும் மேலாக அதை அவமரியாதை செய்தனர். அதன் மீது ஆண்களும், பெண்களும், குழந்தைகளுமே கழிவுகளைத் தூக்கியெறிந்தனர். அதைத் தடுத்து நிறுத்த பலமான நடவடிக்கைகள் ஆங்கிலேய அரசாங்கத்தால் மேற்கொள்ளப்பட்டன. இப்போது கூட, திப்புவின் நினைவைப் போற்ற ஸ்ரீரங்கப்பட்டிணம் வருபவர்கள் சில கற்களை மீர் சாதிக் கொல்லப்பட்ட இடம் நோக்கி வீசிவிட்டுத்தான் போகிறார்கள்.

---

139. Kirmani, p. 390; Wilks, ii, p.739, இவர்களின் கூற்றுப்படி படைத்தலைவனாக இருந்த நதீம் துருப்புகள் சிலருக்கு சம்பளம் வழங்கினான். அதைக் காரணமாகக்கொண்டு தாக்குதலின்போது துருப்புகள் அவ்விடத்தில் இருக்கவில்லை. சாப்பியஸ் பல்வேறு சாக்குப்போக்குகளைச் சொல்லி அங்கிருந்து துருப்புகள் அகற்றப்பட்டன என்கிறான். (C2305 Official Report of Chappius).

140.1 Kirmani, p. 391. மாக்நாக் திப்புவிடம் பணிபுரிந்த பிரஞ்சு தேசத்தவன் டியூபெக்கிடம், மதியம் ஒரு மணியளவில் மீர் சாதிக் சமிக்சை செய்தான். அதன்பின்பு தாக்குதல் நடத்தப்பட்டது என்று தகவல் சொன்னான். (B.N., Nouvelle Acquisition MSS. 9368,undated, ff. 484b-85a). சாப்பியஸ் தனது அதிகாரப்பூர்வ அறிக்கையில் மீர் சாதிக் ஆங்கிலேயத் துருப்புகளுக்கு சமிக்சை செய்தான் என்று குறிப்பிடுகிறான். ஆனால் அவன் குறிப்பிடும் நேரம் மதியம் மணி 1.30.

141. Fortescue,iv, part ii,p.74. இக்குறிப்பு, வாசல் வேறு சில அறியாதக் காரணங்களால் தீ பிடித்துக்கொள்ள வாய்ப்புகள் இருந்தன என்கிறது. ஆனால் உண்மையில் அக்காரியம் ஆங்கிலேயப் படையால்தான் செய்யப்பட்டது. ஆங்கிலேயர்களின் கணக்குப்படி 10,000 பேர் மாண்டனர் என்று கருதப்படுகிறது. ஆனால் அது குறைத்த மதிப்பிடு.

142. Owen, Wellesley's Despatches, p.771; see also Kirmani,p. 392. முஸ்லீம்கள் வெட்டிக் கொல்லப்பட்டனர். அவர்களின் உடமைகள் கொள்ளையடிக்கப்பட்டன. பெண்கள் வன்செயலுக்கு உட்படுத்தப்பட்டனர் என்று கிர்மானி கூறுவது முற்றிலும் உண்மை. ஆனால் அதே அளவுக்கு இந்துக்களும் பாதிப்புக்கு உள்ளாகினர். வெற்றி பெற்ற மமதையிலும் அதை வெளிக்காட்டும் உணர்ச்சி வேகத்திலும் ஆங்கிலேயப் படைகளால், இந்து முஸ்லீம்கள் என்று வேறுபடுத்திப் பார்க்க முடியவில்லை. சயீத் சாகிப் மற்றும் கமர்உத்தீன் கானின் குடும்பப் பெண்கள் மிகவும் அவலத்திற்கு உள்ளாகினர் என்கிறான் ஆலன். pp .83-4.

143. திப்புவால் நாடு கடத்தப்பட்ட மாஹ்தவிகள் ஹைதராபாத்துக்கு அடுத்துள்ள இடங்களில் வசித்து வந்தார்கள்.

144. N.A., Pol. Pro, July 10, 1797, Cons. No. 2. மீர் சாதிக்கும் பூரணையாவும் ஆங்கிலேயர்களிடமிருந்து கணிசமான சொத்துகளை வாங்கியதிலிருந்து திப்புவின் எதிர்காலம் நிலையற்றதாக ஆகிவிட்டிருந்தது. அவர்கள் ஆங்கியேலர்களுடன் சேர்ந்து சதியாலோசனையில் தொடர்ந்து ஈடுபட்டு வந்தார்கள். மைசூருக்குள் கார்ன் வாலிஸ் படையெடுத்து வந்தபோது அங்கிருந்த ராஜாவை ஆங்கிலேயர்களிடமிருந்து காசை வாங்கியிருந்த மீர் சாதிக் தந்திரமாகக் கழன்று ஓட வைத்தான். அப்போதிலிருந்தே மீர் சாதிக்குக்கும் ஆங்கிலேயர்களுக்கும் தொடர்பு இருந்து கொண்டே இருந்தது. (see W.P., M.B. 13665, Webbe to Wellesley by, f. 43a).

20
திப்புவின் நிர்வாகமும் பொருளாதாரமும்

அரசாங்கத்தின் தன்மை

திப்பு மற்ற இந்திய ஆட்சியாளர்களைப் போலவே தன் விருப்பம்போல் ஆள்கின்ற ஒரு தன் முனைப்பாட்சியர்தான். முக்கியமான விஷயங்களில் அவர் குடிமை மற்றும் இராணுவ தலைமை அதிகாரிகளுடன் கலந்து பேசிக் கொள்வதுண்டு. ஆனால் அவர்களின் ஆலோசனைகள் தன்னைக் கட்டுப்படுத்தி விடாதவாறு பார்த்துக் கொள்வார். தன்னுடைய முடிவை இறுதியானதாக வைத்துக் கொள்வார். அவரிடம் வெளியுறவை கவனித்துக் கொள்வதற்கென்றே ஒரு அமைச்சரும் இருந்தார். முக்கியக் கடிதங்களை தானே ஒப்ப, எழுத வைப்பார். தனது இராணுவத்துக்குத் தலைமைத் தளபதியொருவரையும் வைத்திருந்தார். போர்க்காலங்களின் போது முதன்மைப் படையை தானே பொறுப்பேற்று நடத்துவார். பல்வேறு முனைகளுக்குச் சென்றிருக்கும் தளபதிகள் அவரது வழிகாட்டுதலின்படி நடந்து கொள்வார்கள். வழக்குகளின் மேல்முறையீட்டுக்காக உச்சநீதிமன்றமொன்றும் இருந்தது. அவரது நீதி பரிபாலனத்தில் பணக்காரன், ஏழை பேதமிருந்ததில்லை. எல்லோரையும் சமமாகவே நடத்தினார்.

திப்புவின் அதிகாரத்தை அணைபோட்டுத் தடுக்கும்

வகையில் அரசியலமைப்புத் தடைகள் ஏதும் இருக்கவில்லை. அதனாலேயே அவர் மனம்போன போக்கில் நடந்து கொள்ளும் ஆட்சியாளர் என்ற பொருளில்லை. முனைப்பாக நேர்மறையான உயர் ஞானத்துடன் தனது கடமைகளை செய்பவராக இருந்தார். தனது குடிகளை கடவுள் மீதான ஒன்றுபட்ட நம்பிக்கையில் நடத்தினார். அந்த நம்பிக்கை அவரை மக்கள் நலத்தில் அக்கறைக் கொள்ள வைத்தது. அப்படிச் செய்வதை ஒரு வலி என்று எப்போதும் அவர் கருதவேயில்லை. தேசத்தின் நலனுக்காகக் காலையில் துவங்கி மாலை வரையில் ஓய்வில்லாது வேலைகளில் ஈடுபட்டார். அரசின் ஒவ்வொரு துறையையும் அவரே தனது நேரடிக் கண்காணிப்பில் செயல்பட வைத்தார். தளர்வு, நெகிழ்ச்சி, அத்தனையையும் தூக்கியெறிந்துவிட்டு எப்போதுமே ஏதாவது ஒரு முயற்சியில் ஈடுபட்டுக் கொண்டேயிருந்தார். ஒடுக்குமுறை மற்றும் குருட்டுத்தனமான ஆதாயத்தில் ஈடுபட்ட தனது அதிகாரிகளுக்கு உயர்ந்தபட்ச கடுமையான தண்டனைகளை வழங்கினார். மெக்கன்ஸியின் வார்த்தைகளில், 'நல்ல கொள்கைகளின் அடிப்படையில் அரசு பலப்பட்டிருந்தது. பொருளாதார மேலாண்மையையும், அதற்கான வளங்களை உருவாக்குதலிலும் அவர் காட்டிய முனைப்பை வேறு எந்த அதிகாரத்துடனும் ஒப்பீடு செய்ய முடியாது. மோசடியில் ஈடுபடுபவர்களை உடனடியாகக் கண்டுபிடித்து கடுமையான தண்டனைகள் வழங்கினார். அதே வேளையில் தண்டலர்களின் பெருங்கொடுமையிலிருந்தும் விவசாயிகளைப் பாதுகாத்தார்' என்கிறான்.

ஆனால் திப்பு தனது அதிகாரிகள் உத்தியோகப்பூர்வத் தொடர்புகளிலும், செயல்பாடுகளிலும் நேர்மையானவர்களாக மட்டும் இருந்தால் போதாது என்று கருதினார். அவர்களிடம் உயர்ந்த அறநெறியையும், தனிப்பட்ட வாழ்வில் சுத்தத்தையும் எதிர்பார்த்தார். மலபாரின் *பௌஜ்தாராக* இருந்த அர்ஷாத் பேக் விலைமகள் ஒருத்தியுடன் கொண்டிருந்தத் தொடர்பு கேள்விப்பட்டு அவனைக் கண்டித்தார். தொடர்பைக் கைவிடச் சொல்லி நல்வழிப்படுத்த முனைந்தார். அதனால் சீற்றமடைந்த அர்ஷாத் பேக் மெக்காவுக்கு 'புனிதப்பயணம்' மேற்கொள்ள முடிவெடுத்தான். எனினும் திப்புவின் முறையான ஆலோசனையின் பேரில் அவன் அத்திட்டத்தைக் கைவிட்டான். அந்த விலைமகள் தண்டனைக்குள்ளாக்கப்பட்டு பின்னர் நாடு கடத்தப்பட்டாள்.

மைசூர் அரசாங்கத்தின் செயலெல்லை திப்புவின் நடவடிக்கைகளின் கீழ் இயங்கியது. மற்றெந்த இந்திய அதிகாரங்களும் அத்தனைக் கட்டுக் கோப்பாக இருந்ததில்லை. மற்ற ஆட்சியாளர்கள் வெறுமனே சட்டம் ஒழுங்கைக் காப்பதிலும், மற்ற நாடுகள் படையெடுத்து விடாமல் தடுத்துக் கொள்வதிலும் மட்டுமே தங்களை நிரூபணம் செய்து கொண்டிருப்பார்கள். ஆனால் திப்பு இவற்றுடன் கூடுதல் கவனமாக தனது பொறுப்பையும் அதன்மேல் கொண்டிருந்தார். ஐரோப்பிய நாடுகள் தங்கள் மேலாண்மையைக் குறிப்பாக வர்த்தகத்திலும் தொழிற்துறையிலும் செலுத்தியிருப்பதை உணர்ந்திருந்த அவர் ஒரு வர்த்தகராக, உற்பத்தியாளராக, வங்கியாளராக, பணம் மாற்றும் தொழில் செய்பவராக பன்முகத் தன்மையுடன் தன்னை ஈடுபடுத்திக் கொண்டார். இந்தச் செயல்பாடுகளால் அவர் நவீன எகிப்தின் நிறுவனர் முஹம்மத் அலியுடன் ஒத்துப் போகிறார்.

இந்தப் பற்றார்வக் கிளர்ச்சியினால் மக்களுக்கான சமூக நலத்தை மேம்படுத்தி அவர் தன்னை ஒரு சமூக சீர்திருத்தவாதி பாத்திரத்திலும் பொருத்திக் கொண்டார். தனது சாம்ராஜ்ஜியத்தில் மது மற்றும் போதைப் பொருட்கள் பயன்படுத்துவதற்கு தடை விதித்தார். மைசூர் இராணுவத்திலுள்ள பிரஞ்சுப் படைவீரர்களுக்கென முகாமில் அந்நிய படைகளுக்கானக் கடையொன்றை திறந்து கொள்ள மட்டும் அனுமதியளித்திருந்தார். முறைதவறிப் பிறந்தவர்கள் மற்றும் அடிமைகளின் குழந்தைகள் நல்ல குடும்பங்களிலிருந்து திருமணம் செய்து கொள்வதற்குத் தடை விதித்தார். விபசாரத்தைத் தடை செய்ததுடன் அடிமைப் பெண்களை வீட்டு வேலைகளில் ஈடுபடுத்துவதற்கும் தடை போட்டார். மலபார் மற்றும் கூர்க் பகுதிகளில் பல கணவர்களை மணக்கும் நடைமுறையைத் தடுக்க முயன்றார். மலபாரின் பல பகுதிகளில் பெண்கள் மேலாடை அணியாமல் இருக்கும் முறையிருந்தது. பெண்கள் ஆடையணியாமல் நிர்வாணமாக வீட்டிலிருந்து வெளியே வருவதைத் தடுக்கச் சட்டம் போட்டார். மைசூர் நகரத்துக்கு அருகிலுள்ள காளிதேவி கோவிலில் மனித உயிர் தியாகம் செய்யும் வழக்கத்தை முற்றிலுமாக ஒழித்தார். விவசாயிகளின் வளத்தை மேம்படுத்தும் முகமாக வருமானத்தை திருமணங்களிலும் விழாக்களிலும் விரயமாக்கும் கிராமத்தினர் மீது, பொருளாதாரக் கண்காணிப்பை மேற்கொள்ளுமாறு தனது மாவட்ட அதிகாரிகளுக்கு ஆலோசனை சொல்லியிருந்தார். விழாக்களிலும் தொண்டுகளிலும் ஒரு கிராமம் தனது வளத்திலிருந்து ஒரு சதவீதத்துக்குமேல் செலவிடக் கூடாது என்று கட்டுப்பாடு விதித்திருந்தார்.

திப்புவின் அரசாங்கம் உச்சபட்சமாக மையப்படுத்தப்பட்டிருந்தது. அவர் தனது மாகாண மற்றும் மாவட்ட அதிகாரிகளுக்கு அவர்கள் கடைப்பிடிக்க வேண்டிய வழிமுறைகளை விரிவாக அனுப்பி வைப்பார். 'உனக்கு வழங்கப்பட்டிருக்கும் வழிகாட்டுதல்களின்படி நடந்துகொள்ள வேண்டும். தரப்பட்டிருக்கும் பரிந்துரைகளை உனது மனம்போனபடி கட்டற்ற விருப்பத்துடன் செயல் படுத்தக்கூடாது' என்பது அவரது உத்தரவு. அதே வேளையில் தனது அதிகாரிகளுக்கு போதுமான அளவில் அதிகாரங்களைக் கொடுத்தும் வைத்திருந்தார். அவரது வழிகாட்டுதல்களை அவர்கள் மிகவும் தாராளமாகவோ அல்லது அதற்குப் பொறுப்பில்லாமலோ நடந்து கொண்டால், அவர்களைக் கண்டித்தார். பொதுவில் சொன்னால் திப்புவின் வழிகாட்டுதல்கள் ஒரு வழிமுறை மட்டும்தான். அவர்கள் தக்க விவேகத்துடன் நடந்துகொள்ள வேண்டுமென்று எதிர்பார்த்தார்.

திப்பு தனது அரசாங்கத்தைக் கடவுளால் வழங்கப்பட்டது *(சர்கார்—இ—குதாதத்)* என்று அழைத்தார்.[145] ஆனால் இதற்கானப் பொருள் முஸ்லீம்களுக்கு மட்டுமானது என்பதல்ல. முஸ்லீம்கள் *ஷரியா* சட்டத்தின் கீழ் கொண்டு வரப்பட்டாலும் இந்துக்கள் அவர்களின் சொந்த சட்டங்களின் மூலமே ஆட்சி செய்யப்பட்டனர். திப்பு இந்துச் சட்டங்களில் தலையீடு செய்யவில்லை. அவர்களின் வணங்குமுறைக்கு முற்றிலும் சுதந்திரம் வழங்கினார். மைசூரின் பாரம்பரிய முறைகளை மிகவும் மதித்தார். வழக்கத்திலிருந்த கிராமப் பஞ் சாயத்துகளின் நீண்டகால செயல்முறைகளுக்கு தடையேதுமின்றி அனுமதி வழங்கினார். 1790 ஆம் ஆண்டு ஜனவரி மாதம் 17 ஆம் தேதியன்று மன்றோ

தனது தந்தைக்கு எழுதியக் கடிதத்தில், 'மைசூர் அரசாங்கம் உலகத்தின் மிக எளிமையான அரசாங்கம். குடிமுறை, இராணுவம் உள்ளிட்ட ஒவ்வொரு துறையும் ஓர் ஒழுங்கு முறையைக் கொண்டிருந்தது. அதன் செயல்பாடுகள் ஹைதர் அலியின் மேதமைக்குச் சான்றாகும். அவர் அத்தனை தகுதிகளையும் பெற்றிருந்தார். அத்தனை சுதந்திரமானத் தளபதிகளும் அவருக்குக் கட்டுப்பட்டிருந்தனர். நீதி பாகுபாடில்லாமல் நிர்வகிக்கப்பட்டது. எண்ணிலடங்காத வீரர்களைக் கொண்ட கட்டுப்பாடு நிறைந்த படை அவரிடமிருந்தது. எல்லாத் துறைகளும் நம்பகத் தன்மையோடு இயங்கின' என்று குறிப்பிடுகிறான். அதுபோலவே மூர் தனது சொந்த அனுபவங்களின் வாயிலாகக் கண்டறிந்ததை, 'அந்நிய தேசத்துக்குள் பயணிக்கும் ஒருவன் செழித்துக் கொழிக்கும் வளமான நிலங்களை, குடிவளமுள்ள மக்கள் தொகையை, தொழில்செய்யும் மக்களை, புதிய புதிய நகரங்களை, வர்த்தக விரிவு, இன்னும் பல அம்சங்களைக் காணும்போது ஏற்படும் மகிழ்ச்சியைக் கொண்டு நல்லதொரு அரசாங்கத்தின் கீழ் மக்கள் இன்பகரமாக வாழ்கிறார்கள் என்று எண்ணுவது இயற்கையானது. இதுவே திப்புவின் தேசம் நமக்குள் வரையும் சித்திரம். அந்த முடிவு அந்த அரசாங்கத்தை மதிக்கச் செய்கிறது' என்கிறான்.

மத்திய அரசாங்கம்

திப்பு தனது தந்தையிடமிருந்து மரபுரிமையாக, மிகவும் நேர்மையான அரசாங்க முறையைக் கற்றிருந்தார். புதுமையான விஷயங்கள் மற்றும் மேம்படுத்துதலில் பெருத்த ஆர்வம் கொண்டிருந்ததால் அவரும் கணிசமான மாற்றங்களைக் கைக்கொண்டார். அந்த மாற்றங்களை அவர் மொகலாயர்களிடமிருந்து கடன் வாங்கியிருந்தார். மேற்கத்திய அரசியல் அமைப்புகளின் தாக்கம் அவருக்குள்ளிருந்தது. ஐரோப்பிய நிறுவனங்களை இந்தியாவில் நிறுவச் செய்தார். 'தனது நிர்வாகத்தில் மேற்கத்திய முறைமைகளைப் பொருத்திப் பார்த்த ஒரே இந்திய இறையாண்மை திப்புவினுடையது' என்கிறான் தோத்வெல்.

திப்புவின் மத்திய அரசாங்கத்தில் ஏழு துறைகள் கச்சேரி என்ற பெயரில் இயங்கி வந்தன. ஒவ்வொரு துறைக்கும் ஒரு தலைவன் இருந்தான். அவனது தலைமையில் துணை அதிகாரிகள் இருந்தனர். அவர்களைக் கொண்ட ஒரு குழுவும் இயங்கியது. அவ்வாறாக அந்த ஏழு குழுக்களும் தனித்தனியாக அவ்வப்போது தங்கள் துறை குறித்த ஆலோசனைகளில் ஈடுபடுவது வழக்கத்திலிருந்தது. ஒவ்வொரு உறுப்பினரும் தங்கள் கருத்தை பதிவேட்டில் பதிவிட்டுக் கையெழுத்திடுவதும் மரபாகியிருந்தது. கையெழுத்திட்ட அந்தச் செயல் குறிப்புப் புத்தகம் துறையின் முத்திரையுடன் ஒரு பெட்டியில் வைக்கப்பட்டிருந்தது. தீர்மானங்கள் பெருவாரியான வாக்குகளால் முடிவு செய்யப்பட்டு, திட்ட நடவடிக்கைகள் முறையாகத் திப்புவிடம் தெரிவிக்கப்பட்டன. எனினும் இரகசியம் காக்கப்பட வேண்டி வந்தால் குழுவின் உறுப்பினர் ஒருவர் அதை எழுதி திப்புவிடம் கொடுத்து அவரது கருத்தையும் ஒப்புதலையும் வாங்குவது முறையாகியிருந்தது. ஒரு முடிவை எடுக்க விரும்பினால் முடிவுக்கு வருமுன் ஆழ்ந்து ஆராயும் வழக்கம் திப்புவிடம் இருந்தது. அதற்காக அவர் நாட்களை செலவிடுவார். அதன்பின்பு தனது தலைமை அதிகாரிகளிடம்

கலந்து ஆலோசனை கேட்பார். அவர்கள் எழுதிக் கொடுக்கும் கருத்துகளை மற்றவற்றுடன் ஒப்பிட்டு பின்னர் அவர் இறுதி முடிவு எடுப்பார்.

மீர் அசாப் கச்சேரி (வருவாய் மற்றும் நிதித்துறை)

இத்துறையின் தலைவர் *திவான், சாகிப் திவான், ஹுஸுர் திவான்* அல்லது *மீர் அசாப்* என்று பலவாறு அழைக்கப்பட்டான். திப்புவின் அரசாங்கத்தின் மிக முக்கியமான அதிகாரி அவன். அவனுடன் ஐந்து அதிகாரிகள் இருந்தனர். அவர்கள் *மீர் அசாப்கள்* என்றழைக்கப்பட்டனர். அவர்களின் கீழ் மத்திய வருவாய் மற்றும் நிதித்துறை அமைக்கப்பட்டிருந்தது. ஒவ்வொரு அதிகாரியும் துறையின் ஓரிரண்டு பிரிவுகளை நிர்வகித்து வந்தனர். அந்த அதிகாரியின் கீழ் தலைமைக் கணக்காளர்களாக *சரிஸ்த்ததார்கள்*, கணக்காளர் மற்றும் எழுத்தர்களாக *முத்தாசதிஸ்கள்* இருந்தனர். கணக்கு வழக்குகள் பெர்ஷியன், கனாரீஸ் மற்றும் மராத்தி ஆகிய மூன்று மொழிகளில் எழுதப்பட்டன. மீர் சாதிக் வருவாய் மற்றும் நிதித்துறையின் தலைவனாகவும் திப்புவின் தலைமை திவானாகவும் இருந்தான். அவன் *வஜீர்* அல்லது பிரதம அமைச்சராக இருக்கவில்லை. திப்புவின் அரசாங்கத்தில் அப்படியொரு பதவி இருக்கவில்லை. மீர் சாதிக்கின் ஆண்டுச் சம்பளம் 2,100 பகோடாக்கள். இதுதவிர அவனுக்கு சின்ன அளவில் ஜாகிரும் இருந்தது. உதவித்தொகை எனும் வகையில் 100 பகோடாக்களும் பெற்று வந்தான். அவனுக்குக் கீழ் பணிபுரிந்த ஐந்து அதிகாரிகளும் ஆண்டு வருவாயாக மொத்தம் 5,460 பகோடாக்கள் பெற்று வந்தனர்.

மீர் மிரான் கச்சேரி (இராணுவத் துறை)

இந்தத் துறையும் மற்ற துறைகளைப் போலவே ஒரு குழுவின் கீழ் இயங்கி வந்தது. பூரணையா குழுவின் தலைவராகவும், துறையின் தலைவராகவும் இருந்து வந்தான். அவனே *மீர் மிரானின்* தலைவன். அவனது சம்பளமும் ஜாகிரும் மீர் சாதிக்குக்கு இணையாக இருந்தது. அவனுக்குக் கீழிருந்த பதினைந்து அதிகாரிகளும் 12,880 பகோடாக்களை ஆண்டு வருமானமாக பெற்று வந்தனர். அவர்கள் *மீர் மிரான்கள்* என்று அழைக்கப்பட்டனர்.[146]

மீர் மிரான் கச்சேரி (ஜும்ரா)

1793 ஆம் ஆண்டு திப்புவால் உருவாக்கப்பட்ட ஒரு புதிய துறை இது. இராணுவத்தினரின் அத்தியாவசியங்களை பார்த்துக் கொண்டது. குறிப்பாக மைசூரில் பிறந்த இராணுவ வீரர்களைக் கொண்டதாக இருந்தது. முஹம்மத் ரஜா துறையின் தலைவனாக இருந்து வந்தான். அவனுக்கு ஆண்டுச் சம்பளம் 1,050 பகோடாக்கள். இதுதவிர ஜாகிரும் வழங்கப்பட்டிருந்தது. அவனுக்குக்

கீழிருந்த பத்துபேரில் எட்டுபேர் 700 பகோடாக்களும், மீதி இரண்டுபேர் 500 பகோடாக்களும் சம்பளமாகப் பெற்றுக் கொண்டனர். ஒவ்வொருவருக்கும் ஜாகிர் இருந்தது.

மீர் சுதுர் கச்சேரி (அவசரச் சட்டம் மற்றும் காவல் படைத்துறை)

தலைமை அதிகாரிகளைக் குழுவாகக் கொண்ட இதில் அவர்களில் ஒருவனே தலைவனாகவும் இருந்தான். இந்தத் துறை விநியோகப் பொருள் சேகரத்தையும், ஆயுதங்கள் மற்றும் வெடிப்பொருட்கள் உற்பத்தியைப் பார்வையிடுவதைப் பணியாகச் செய்து வந்தது. இந்தத்துறை மேலும் சாம்ராஜ்ஜியத்திலுள்ளக் கோட்டைகளின் பாதுகாப்பு, துருப்புகள் விநியோகம், உணவுப் பொருள் மற்றும் ஆயுதங்கள் ஆகியவற்றையும் பார்வையிட்டு வந்தது. அத்துடன் காவல் படைக்கும் இந்தத்துறையே பொறுப்பேற்றிருந்தது. இராணுவத்தின் கணக்கு வழக்கும் இத்துறையின் கீழ் வந்தது. குலாம் அலி கான் இத்துறையின் தலைவனாக இருந்து வந்தான். அவனுக்கு *மீர் சுதுர்* என்ற பட்டப்பெயர் இருந்தது. ஆண்டுக்கு 840 பகோடாக்களை சம்பளமாகப் பெற்று வந்தான். அவனுக்குக் கீழிருந்த எட்டு அதிகாரிகளும் பக் ஷிஸ் என்று அழைக்கப்பட்டனர். அவர்களின் சம்பளம் ஆண்டுக்கு மொத்தமாக 5,250 பகோடாக்கள் ஆகும்.

மாலிக்-உத்து-ஜ்ஜார் கச்சேரி (வணிகத்துறை)

இந்தத்துறை வர்த்தகத்தையும் தொழிலையும் கண்காணித்து வந்தது. 1796 ஆம் ஆண்டு வரையில் இத்துறை, கப்பல் நிறுவுதலையும் கண்காணித்தது. எட்டு உறுப்பினர்களுடன் தலைவர் ஒருவரும் வர்த்தகக் குழுவாக இருந்தனர். அஹமத் கான் அதன் தலைவனாக இருந்து வந்தான். அவனது ஆண்டுச் சம்பளம் 840 பகோடாக்கள். அவனுக்குக் கீழிருந்த மற்றவர்கள் 3,920 பகோடாக்களைப் பெற்று வந்தனர்.

மீர் யாம் கச்சேரி (கடல் சார் துறை)

கடல்சார் துறை முதலில் வணிகத்துறையுடன் இணைந்திருந்தது. கடல்சார் வர்த்தகத்தை அது செய்து வந்தது. 1796 ஆம் ஆண்டில் இதற்கென தனியாக ஒரு துறை உருவாக்கப்பட்டு கடற்படை நிர்வாகக்குழு அதை நிர்வகித்து வந்தது. குழுவில் ஒருவன் தலைவனாக இருந்தான். ஹபீஸ் முஹம்மத் *மீர் யாம்* ஆக இருந்து வந்தான். 630 பக்கோடாக்களை சம்பளமாகப் பெற்று வந்தான். மற்ற நிர்வாகக் குழுவினர் 3,570 பகோடாக்களை ஆண்டுச் சம்பளமாகப் பெற்றனர்.

மீர் கஜாய்ன் கச்சேரி (கருவூலம் மற்றும் நாணயத் துறை)

இத்துறையின் அதிகாரிகளில் ஒருவனையே தலைவனாகக் கொண்ட குழு இதை நிர்வகித்தது. சயீத் அமீன் இத்துறையின் தலைவனாக இருந்து 595 பகோடாக்களை சம்பளமாகப் பெற்று வந்தான். கூடுதலாக அவனுக்கு ஜாகிரும் வழங்கப்பட்டிருந்தது. அவனுக்குக் கீழிருந்த ஏழு அதிகாரிகளின் ஆண்டு மொத்தச் சம்பளம் 2,730 பகோடாக்கள். ஒவ்வொரு அதிகாரியும் *தரோகா* என்றழைக்கப் பட்டனர். அவர்கள் தனித்தனித் துறைகளுக்கும் பொறுப்பாகவும் இருந்தனர். அவர்களுக்கு உதவ பணியாளர்கள் இருந்தனர்.

தோஸா—கானா அல்லது கருவூலத்தில் சாம்ராஜ்ஜியத்தின் மதிப்பு மிகுந்த ஆவணங்கள் பாதுகாக்கப்பட்டு வந்தன. அரசாங்கத்தின் உத்தரவுகளான *ஹுக்கும் நாமா* மற்ற ஆவணங்கள் சுல்தானின் கையெழுத்தும் முத்திரையையும் கொண்டு, ஒருபெட்டியில் பத்திரப்படுத்தப்பட்டிருக்கும். பெட்டியில் துறையின் முத்திரையும் பதிக்கப்பட்டிருக்கும். ஆவணங்களின் பிரதிகள் தேவைப்பட்டால் அதிகாரமளிக்கப்பட்டவர்களால் மட்டுமே அதனைப் பெறமுடியும்.

திப்புவால் நிறுவப்பட்டிருந்த *தோஸா—கானா* இரண்டு அம்சங்களாக *நக்தி* மற்றும் *ஜின்ஸி* எனப்பெயர் கொண்டிருந்தது. முதலாவதில் தங்கமும் பணமும் பாதுகாக்கப்பட்டது. சால்வைகள், கம்பளி மற்றும் பட்டுத்துணிகள் அடுக்கும் அலமாரியாக இரண்டாவது அம்சம் இருந்து வந்தது. இந்தத் துறையில் துப்பாக்கிகள் பாதுகாக்கப்பட்டனவா என்பது தெளிவாகத் தெரியவில்லை.

ஸ்ரீரங்கப்பட்டிணத்தில் ஐந்து இடங்களில் நாணயத் தொழிற்சாலைகள் இருந்தன. தங்கம் மற்றும் வெள்ளி நாணயங்கள் செய்யும் தொழிற்சாலை அரண்மனைச் சுவர்களுக்குள்ளேயே இருந்தது. செம்பு நாணயங்களைச் செய்யும் மற்ற நான்கு தொழிற்சாலைகளும் அரண்மனைக்கு வெளியே இருந்தன. கருவூலத்தின் தலைமை *தரோகா* நாணயத் தொழிற்சாலைகளுக்கு தங்கம், வெள்ளி மற்றும் செம்பு கொடுத்து அவை நாணயங்களாக செய்யப்பட்டதும் அவற்றைப் பெற்று, கருவூலத்தில் சேர்ப்பது அவன் பணியாக இருந்தது. பல்வேறு துறைகளின் பணத்தையும் அவன் பாதுகாத்தான்.

அங்கே ஏழு முக்கியத் துறைகள் இருந்து வந்தன. ஆனால் அவையெல்லாவற்றுக்குமே சமமான அளவில் முக்கியத்துவம் இருந்தது. தபால் மற்றும் நுண்ணறிவுத் துறை *தரோகா*வின் கீழ் ஸ்ரீரங்கப்பட்டிணத்தில் ஒரு நிலையம் அமைத்திருந்தது. அவனுக்குக் கீழே சாம்ராஜ்ஜியத்தின் மற்ற நகரங்களில் அதன் கிளைகள் அமைக்கப்பட்டிருந்தன. இவை மிக முக்கியத் துறைகளாக செயல்பட்டன. இத்துறைகளின் மூலமாகவே மத்திய மற்றும் மாகாண அதிகாரிகளுடன் திப்பு தொடர்பு கொண்டு வந்தார். இந்தத் துறை பெரும் எண்ணிக்கையில் ஒற்றர்களை நியமித்து அவர்களின் மூலமாகத் தகவல்களைத் திரட்டி *தரோகா*க்களுக்கு அனுப் பியது. *தரோகா*க்கள் இந்தத் தகவல்களை *ஹர்கராஸ்* மூலமாகத் தலைநகரத்துக்கு அனுப்பி வைப்பார்கள். *ஹர்கராஸ்* மணிக்கு ஐந்துமைல் தூரம் பயணிப்பவனாக இருந்தான்.

இந்த எட்டுத் துறைகளைத் தாண்டி வேறு பல துறைகளும் இருந்தன. *தரோகாவின்* கீழ் பொதுக் கட்டிடத் துறை இயங்கி வந்தது. அதன் பிறகு அடிமைகளைக் கண்காணிக்கும் துறையொன்றும் இருந்தது. ஒரு மேலாளரின் கண்காணிப்பில் கோவில் துறையொன்றும் இருந்தது. கால்நடைத் துறை கேரன்பெரக் எனும் பெயரில் இயங்கி வந்தது. சிக்க தேவராஜ உடையார் (1673— 1704) நிறுவிய இத்துறை பொலி குதிரைகளை உற்பத்தி செய்வதற்கும், அரண்மனைக்கு நெய்யும் பாலும் கொடுத்து வந்தது. அது *பென்னியா சௌரி* அல்லது வெண்ணெய்த் துறை என்றழைக்கப்பட்டது. திப்பு அதன் பெயரை *அம்ரித் மஹால்* என்று மாற்றினார். பின்னர் அது *கேரன் பெரக்* என்றானது. அதன்பின் அது அரசு நிறுவனமாகி ஆடு, மாடு, எருமைகளைப் பராமரித்தது. மைசூர் மாவட்டதிலேயே சிறந்த மாடுகள், உண்மையிலேயே தென் இந்தியாவில் *அம்ரித் மஹாலில்* அல்லது சுல்தானிடமிருந்த இன பசுக்கள்தான். அதனை ஹைதர் அலி அடங்க மறுத்துத் திரிந்த பாளையக்காரன் ஒருவனிடமிருந்து கைப்பற்றிக் கொண்டு வந்தார். இந்த இனத்தை திப்பு மிகுந்த கவனத்துடன் பராமரித்து வந்தார். தனது தந்தையைப் போலவே அவரும் குதிரை இனத்தை மேம்படுத்த முயற்சித்தார். குதிரைகளை பெரும்பாலும் அராபிய மூதாதையர்களிடமிருந்தும் மராத்தியர்களிடமிருந்தும் பெற்று வந்தார்.

சாம்ராஜ்ஜியத்தின் மிக முக்கிய அதிகாரியாக *ஹுஜுர்* திவான் மீர் சாதிக் இருந்தான். அவனுக்கு அடுத்ததாக பூரணையா *மீர் மிரான்* துறையின் தலைவனாக மட்டுமல்லாமல், *மீர் அசாப்* குழுவின் உறுப்பினராகவும் இருந்து வந்தான். அடுத்ததாக, மற்ற துறைகளின் தலைவர்களும் அவர்களின் துணைகளும் இருந்தனர். இவர்களையும் தவிர மத்தியில் பல அதிகாரிகள் பொறுப்புமிக்கப் பதவிகளில் இருந்து வந்தனர். திப்புவின் தலைமை *பேஷ்காராக* ஒருவன் இருந்தான். சுல்தானிடம் கோரிக்கை மனுக்களை பெற்றுத்தரும் *அர்ஜ்பெகி*, அரண்மனைப் பொருட்களைப் பராமரிக்கும் *மீர் சமானி*, ஸ்ரீரங்கப்பட்டிணம் கோட்டை நிர்வாகத்தைக் கவனிக்கவும் சிறைக்கைதிகளின் நலன் காக்கவும் *கிலாதார்*, தலைநகரின் சட்டம் ஒழுங்கைப் பாதுகாக்க கொத்தவால் ஆகியோரும் இருந்தனர். ஸ்ரீரங்கப்பட்டிணம் *காஜி* சாம்ராஜ்ஜியத்தின் தலைமைக் *காஜியாக* இருந்தார். அவருக்குக் கீழே சாம்ராஜ்ஜியத்தின் முக்கிய நகரங்களில் *காஜிக்கள்* நியமிக்கப்பட்டிருந்தனர்.

மாகாண மற்றும் உள்ளாட்சி நிர்வாகம்

மங்களூர் உடன்படிக்கை முடிவானதும் திப்பு தனது சாம்ராஜ்ஜியத்தை ஏழு அஸாபி களாக அல்லது மாகாணங்களாகப் பிரித்தார். ஆனால் அவை விரிவான அதிகார வரம்பைக் கொண்டிருந்தன. அதனால் நல்ல நிர்வாகத்துக்கு உகந்ததாக அவை இருக்கவில்லை. உடனே ஏழு அஸாபிகளை ஒன்பதாக உயர்த்தினார். ஆங்கிலேயர்களுடனான போர் முடிவடைந்ததும் அவர் மீண்டும் தனது சாம்ராஜ்ஜியத்தின் எல்லைகளை மாற்றியமைத்தார். 1794 ஆம் ஆண்டில் அவை 37 *அஸாபி துக்ரிஸ்* ஆகவும் 1024 *அமில்தாரி துக்ரிஸாகவும்* உயர்ந்தன.

இந்த நிலையான மாற்றங்கள் அரசாங்கத்தின் இயல்பான நடவடிக்கைகளுக்கு பலத்த அடி கொடுத்தன.

ஒவ்வொரு மாகாணமும் *அஸாப்* அல்லது குடியுரிமை கவர்னராலும், *பவுஜ்தார்* அல்லது இராணுவ கவர்னராலும் பொறுப்பு வகிக்கப்பட்டது. *அஸாப்* மாகாணத்தின் வருவாய்க்குப் பொறுப்பாளராவான். *பவுஜ்தார்* சட்ட ஒழுங்கு, உள்விவகாரங்களில் மற்றவர்களின் தலையீடின்மை ஆகியவற்றைக் கவனித்துக் கொண்டான். அதிக அதிகாரம் ஓரிடத்திலேயே குவிந்து கிடக்காமலிருக்க இந்த முறை பின்பற்றப்பட்டு வந்தது. சில மாகாணங்களில் இரண்டு அஸாப்கள் இருந்தனர். அவர்களில் ஒருவர் மூத்தப் பொறுப்பாளராகவும் மற்றவர் அவரது துணையாகவும் செயல்பட்டு வந்தனர். மாகாணத்தின் நிர்வாகத்துக்கு உதவுவதற்காக அஸாபின் கீழ் *முத்தாஸதிஸ்கள், சரிஸ்ததார்கள்*, எழுத்தர்கள், அலுவலக உதவியாளர்கள், பிரதியெடுப்பவர்கள் என்று பலர் பணிபுரிந்தனர். ஆண்டுக்கு ஒரு முறை *ஈத்—உல்—பித்ர்* நாளன்று அஸாப்கள் தங்கள் உதவியாளர்களான *நயீப்ஸ்*களுடன் ஸ்ரீரங்கப்பட்டிணத்துக்கு வந்து செல்வது வழக்கத்திலிருந்தது. அந்த வருகையின்போது கணக்கு வழக்குகள் சரி பார்க்கப்பட்டு சுல்தானிடம் ஒப்படைக்கப்படும். *1799* ஆம் ஆண்டு *அஸாப்* பதவிகள் காலி செய்யப்பட்டு *பவுஜ்தார்* பதவிகள் மட்டும் நீடித்திருந்தன.

துக்ரிஸ் மேலும் பிரிக்கப்பட்டு *அமில்தாரி* அல்லது மாவட்டங்கள் ஆக்கப்பட்டன. பொதுவாக ஒரு *அஸாபி துக்ரி*யில் இருபது முதல் முப்பது *அமில்தாரி துக்ரிஸ்* இருந்து வந்தன. ஒவ்வொரு *அமில்தாரி துக்ரிஸி*லும் முப்பது முதல் நாற்பது கிராமங்கள் இருந்தன. அவை அமில் அல்லது *அமில்தாரி*யின் கீழ் *தரப்தார்ஸ், சரிஸ்ததார்ஸ்*, எழுத்தர்கள் மற்றும் அலுவலக உதவியாளர்களால் நிர்வகிக்கப்பட்டு வந்தது. மாவட்டத் தலைவனாக ஒரு *அமில்தார்* விவசாயிகளின் நலன், விவசாய மேம்பாடு, குடிமைப் பொருட்களையும் விநியோகப் பொருட்களையும் படைத் தளபதிகளுக்கு அனுப்பி வைத்தல் உள்ளிட்டப் பணிகளைச் செய்து வந்தான். தங்கள் சம்பந்தப்பட்ட துறைக்கு அவர்களே பொறுப்பாவர். அவர்களின் கணக்கு வழக்குகள், வசூல் ஆகியவற்றை சம்பந்தப்பட்ட துறை ஆய்வு செய்யும்.

கிராமங்கள் *படேல்* மற்றும் *சம்போக்ஸ்* என்ற கணக்காளர்களால் ராஜாவின் கீழ் இயங்கி வந்தது. சாலைகள், சாலையின் இருபுறமும் நிழல் தரும் மரங்கள் நடுவது, கிராமங்களைப் பாதுகாப்பது, கிராமத்தினரிடையே எழும் சச்சரவுகளை பஞ்சாயத்தாரின் உதவியுடன் தீர்த்து வைப்பது *படேலின்* பணியாக இருந்தது.

ஸ்ரீரங்கப்பட்டிணத்திலிருந்து அனுப்பப்படும் உத்தரவுகள் பெர்ஷியன், கனாரிஸ் மற்றும் மராத்தி ஆகிய மூன்று மொழிகளில் இருந்தன. *அஸாபு*க்கு அனுப்பப்படும் ஒவ்வொரு உத்தரவையும் அவன் பிரதியெடுத்து அமில்தாருக்கு அனுப்புவான். அவன் அதை தராப்தாருக்கு அனுப்புவான். இவ்வாறாக அந்த உத்தரவு மாவட்டம் முழுவதும் சென்றடையும். வருவாய்க் கணக்குகள் எல்லாமே *தராப்தார்*களால் கனாரிஸ் மொழியில் எழுதப்பட்டு அவை அமில்தாரைச் சென்றடையும். அமில்தாரின் அலுவலகத்தில் அவை மராத்திக்கும், பெர்ஷியனுக்கும் மொழி பெயர்க்கப்படும். அதன் ஒரு பிரதியை சரிஸ்ததார் தான் வைத்துக் கொண்டு

பெர்ஷியனில் எழுதப்பட்டக் கணக்கை அஸாபுக்கு அனுப்பி வைப்பான்.

திப்பு தனது அதிகாரிகளிடம் உச்சபட்ச நேர்மையைக் கோரினார். அமில்களிடம் அவர் உரையாற்றிய போது இவ்வாறு கூறினார்: 'வாழ்க்கைச் செலவுக்கானப் பேணுதல் பராமரிப்புத் தொகை உங்களுக்கு, உங்கள் அதிகாரிகளுக்கு போதுமான அளவில் வழங்கப்படுகிறது. எந்த வகையிலும் சிறியதோ அல்லது பெரிய அளவிலோ, எந்தச் செயலிலும் தவறு செய்துவிடக் கூடாதென்ற நோக்கத்தில் இது செய்யப்படுகிறது. பொய்த்தன்மை நெறிமுறைக்கும் மதத்துக்கும் எதிரான உயர்ந்தபட்சத் தவறாகும்.' 1794 ஆம் ஆண்டு ஜுன் 5 ஆம் தேதியன்று அனைத்து *அஸாப்*களையும் அவர்களின் பணியாளர்களையும் ஸ்ரீரங்கப்பட்டிணத்துக்கு அழைத்த திப்பு, 'கையூட்டு வாங்குவதில்லையென்றும் அதேவேளையில் தங்கள் பணியை நேர்மையுடனும் ஒருமைப்பாட்டுடனும் செய்வதாக உறுதிமொழி யொன்றை அவரவர் மதத்தின் பெயரில் ஏற்கச் சொன்னார்'.

நீதி பரிபாலனம் கிராமங்களில் பஞ்சாயத்துக்காரர்களின் உதவியுடன் *படேல்*களால் நிர்வகிக்கப்பட்டு வந்தது. நகரத்தில் *அஸாப்*கள், *அமில்*கள் மற்றும் *பவுஜ்தார்*களால் அது பரிபாலிக்கப்பட்டது. மேலும் எல்லா நகரங்களிலும் ஒரு *காஜி*யும் ஒரு பண்டிட்டும் முஸ்லிம் மற்றும் இந்துக்களின் வழக்குகளைப் பார்த்துக் கொண்டனர். இந்த மன்றங்களில் வழங்கப்படும் தீர்ப்புகளில் அதிருப்தியிருந்தால் ஸ்ரீரங்கப்பட்டிணத்திலுள்ள உயர் வழக்காடு மன்றத்தில் முறையிடும் வசதியும் இருந்தது. அங்கே ஒரு முஸ்லீம் நீதிபதியும் ஒரு இந்து நீதிபதியும் இருந்தார்கள். மேல்முறையீட்டின் உச்சபட்ச மன்றமாக சுல்தான் இருந்து வந்தார்.

குற்றவாளிகளுக்குத் தண்டனை முற்றிலும் கடுமையாக வழங்கப்பட்டது. துரோகமிழைத்தவர்களையும், கொலைகாரர்களையும் தூக்கிலிட்டனர். தண்டனைக்குள்ளானவனின் கை, கால்களைக் கட்டி இழுத்து வரப்பட்டு யானையின் கால்களிலிட்டு சிதைப்பது வழக்கத்திலிருந்தது. சில வேளைகளில் திருடர்கள், குற்றமிழைத்தவர்கள், துரோகிகளுக்கானத் தண்டனை விசித்திரமாக, அவர்களின் காதுகளையும், மூக்குகளையும் அறுத்துச் சிதைத்தனர். சிலரின் கைகால்கள் வெட்டப்பட்டன. இன்னும் சில வேளைகளில் அவர்களின் பாலுறுப்பு வெட்டியெறியப்பட்டது. கீழ்படியாத, சோம்பேறியான பணியாளர்களுக்கு சவுக்கடி விழுவதும் வழக்கத்தில் இருந்தது.

வருவாய் முறை

வருவாய் விவகாரங்களில் திப்புவுக்கு பலத்த ஞானம் இருந்தது. 1760 ஆம் ஆண்டுகளிலேயே அவரது தந்தை ஹைதர் அலி திப்புவுக்கு ஜாகிராக மால்வல்லி, கோனாணூர், தர்மபுரி, பென்னாகரம் மற்றும் தேன்கரைக் கோட்டையைத் தந்திருந்தார். அவற்றையெல்லாம் நிர்வகித்தத் திப்பு அதிக வருவாயை ஈட்டியிருந் தார். அந்த அனுபவம் அவரே மைசூர் ஆட்சியாளராக மாறியதும் பெருமளவில் கை கொடுத்தது.

வருவாய் முறையை தனது தந்தையின் காலத்திலிருந்ததைப் போலவே பின்பற்றி னாலும், தனது பங்காக அதிகத் திறனையும் அறிமுகப்படுத்தினார். நிலத்தின் மீதான சுவாதீன உடன்படிக்கை செய்து கொண்ட குத்தகைதாரர் அல்லது வாரிசுகள் நீண்ட காலமாக விளைவித்து, அதற்கானத் தொகையை வாடகையாகச் செலுத்தி வந்தனர். அவர்கள் ஒருவேளை நிபந்தனைகளை முறையாகக் கடைப்பிடிக்கவில்லையென்றால் அவர்களின் உரிமை மற்றொரு குத்தகைதாரருக்கு மாற்றப்பட்டது. மானாவாரி நிலங்களுக்கு விளைச்சலில் மூன்றில் ஒரு பங்கு பணம் வாடகையாக நிர்ணயிக்கப்பட்டது. ஈர நிலங்கள் விளைச்சலில் பாதியை வாடகையாகக் கொடுத்து வந்தன. பெரும்பாலும் மாவட்டத்தில் நிர்ணயிக்கப்படும் பொருட்களுக்கான சராசரி விலையின் அடிப்படையில் வாடகை பணமாகவே பெறப்பட்டது. ஒரு துண்டு ஈர நிலத்துக்கு இரண்டு முதல் பன்னிரண்டு பகோடாக்கள் வரை நிர்ணயம் செய்யப்பட்டிருந்தது. மானாவாரி நிலம் ஒரு துண்டு இரண்டரை முதல் முப்பது பகோடாக்களாக நிர்ணயிக்கப்பட்டிருந்தது. கரும்புக்கு பதினாறு முதல் எழுபத்திரண்டு பகோடாக்கள் வரை வசூலிக்கப்பட்டது. இந்த முறையை ஹைதர் அலியும், திப்புவும் பெங்களூர் மற்றும் மத்தகிரி ஆகிய மாவட்டங்களில் பின்பற்றி வந்தனர். ஆனால் சித்தல்துர்க் மாவட்டத்தில் இதுபோன்ற நிலங்களில் கிணற்றுப் பாசனத்தில் செய்யப்படும் விவசாயத்துக்கு பத்து முதல் முப்பது பகோடாக்கள் வரை நிர்ணயம் செய்யப்பட்டிருந்தது. எனினும் விவசாயிகளின் உதவிக்காக மானாவாரி நிலங்களில் சொந்தமாக ஏரோட்டிக் கொள்ள திப்பு அனுமதித்திருந்தார். மைசூர் மற்றும் ஸ்ரீரங்கப்பட்டிணத்தில் விளைந்த தானியங்கள் தலைநகரில் சேமிக்கப்பட்டன. பாராமஹாலில் ஒரு ஏக்கர் நிலத்தின் வாடகை அரை ரூபாய்க்குக் கீழாக இல்லாமலும் மூன்று ரூபாய்க்கு மேலாக இல்லாமலும் பார்த்துக் கொள்ளப்பட்டது. மன்றோ ஓரிடத்தில் குறிப்பிடுகிறான். 'உதாரணத்துக்கு அரசாங்கத்தின் பங்காக மூன்றில் ஒரு பங்குக்கு மேல் வசூலிக்கப்படவில்லை. சில இடங்களில் மொத்த உற்பத்தியில் ஐந்தில் ஒரு பங்காகவும், ஆறில் ஒரு பங்காகவும் சில இடங்களில் பத்தில் ஒரு பங்காகவும் அரசாங்கம் பெற்றுக் கொண்டது.'

திப்புவின் ஆட்சியின்போது விளைநிலங்களின் பரப்பு கணிசமான அளவில் பெருக்கப்பட்டன. விவசாயிகளுக்கு விவசாய நிலங்கள் அனுகூலமான விதிகளின் கீழ் வழங்கப்பட்டன. மானாவாரி நிலங்கள் முதலாண்டுக்கு வரியில்லாமல் விலக்களிக்கப்பட்டன. இரண்டாவது ஆண்டில் விளைச்சலில் நான்கில் ஒரு பங்கு வழங்க வழி செய்யப்பட்டிருந்தது. அதன் பின்பு வழக்கமான முறையில் வசூலிக்கப்பட்டது. பத்தாண்டுகளுக்கு மேலாக தரிசாகிக் கிடக்கும் நிலங்கள் முதலாண்டு வரிச்சலுகையில் வழங்கப்பட்டன. தொடரும் ஆண்டுகளில் வழக்கம் போல வசூல் செய்யப்பட்டது. தரிசு நிலங்கள், மலைப்பகுதிகள், குன்றுகள் ஆகியவற்றிக்கு முதலாண்டு வரிவிலக்கு அளிக்கப்பட்டு இரண்டாம் ஆண்டுக்கு நான்கில் ஒரு பங்கு மட்டுமே வசூலிக்கப்பட்டது. மூன்றாம் ஆண்டில் பாதி என்றும் நான்காம் ஆண்டிலிருந்து வழக்கம்போல வசூல் செய்யப்பட்டது. ஆங்கிலேய அரசாங்கமும் திப்புவின் வழிமுறையை வசூலில் பின்பற்றியது சுவாரசியமான ஒன்றாகும்.

கரும்பு, கோதுமை, பார்லி ஆகியவற்றைப் பயிரிடுவதை திப்பு மிகவும்

ஊக்குவித்தார். அதுபோல வெற்றிலை, பைன், சால், வேலமரம், தேக்கு மற்றும் மா பயிரிடுவதில் அதிக அக்கறை காட்டினார். சாம்ராஜ்ஜியம் முழுமைக்கும் கஞ்சா பயிரிடத் தடையிருந்தது. பாக்கு மரங்களை பயிரிட்ட விவசாயிகளுக்கு முதல் ஐந்தாண்டுகளுக்கு வரிவிலக்கு அனுமதிக்கப்பட்டது. ஆறாம் ஆண்டிலிருந்து காய்ப்பு வரும்வரை அரைப்பங்கு வரியே வசூலிக்கப்பட்டது. அதன் பின்னரே முழு அளவிலான வரிவசூல் செய்யப்பட்டது. வெற்றிலை விவசாயிகளுக்கு முதல் மூன்று ஆண்டுகளுக்கு வழக்கமான வரியிலிருந்து அரைப் பங்கு தந்தால் போதுமென்று விலக்களிக்கப்பட்டிருந்தது. நான்காம் ஆண்டிலிருந்து அவர்கள் முழு அளவிலான வரியைச் செலுத்த இடமளிக்கப்பட்டிருந்தனர். தென்னை பயிரிட்ட விவசாயிகளுக்கும் இதே போலான விலக்கு அளிக்கப்பட்டிருந்தது. மைசூரில் பட்டுத் தொழிற்சாலையை உருவாக்குவதில் திப்பு பெரு விருப்பம் கொண்டிருந்தார். அதற்காக, பாராமஹால் மாவட்ட விவசாயிகளை மல்பெரி பயிரிட்டு வளர்க்க பெரிதும் உற்சாகப்படுத்தினார். எதிர்பாராதவிதமாக போர் மூண்டதும், அதையொட்டி பாராமஹால் ஆங்கிலேயர்களின் உடமையாகிப் போனதும், குடியிருப்புவாசிகளின் பயிர்த்தொழில் கைவிடப்பட்டது. திப்பு 'லால் பாஃஹ்க்' எனும் பெயரில் இரண்டு தோட்டங்களை வைத்திருந்தார். ஒன்று பெங்களூரிலும் மற்றொன்று அதேபெயரில் ஸ்ரீரங்கப்பட்டிணத்திலும் இருந்தது. உலகத்திலுள்ள அத்தனை நாடுகளின் செடிகளும், விதைகளும் அங்கிருந்தன. சதுரமானப் பாத்திகளில் நான்கு புறமும் நடையால் சூழப்பட்ட அவற்றின் நெடுகிலும் உயர்ந்த சைப்ரஸ் மரங்கள் வரிசையாக நடப்பட்டிருந்தன. அந்தப் பாத்திகளில் பழவகை மரங்களும், மூலிகைச் செடிகளும் நிறைந்திருந்தன. ஒவ்வொரு பாத்தியும் தனித்தனி வகை மரங்களுக்கென ஒதுக்கப்பட்டிருந்தது. அந்தத் தோட்டம் மல்பெரி, பருத்தி, வேம்பு, மா, ஆப்பிள், ஆரஞ்சு மற்றும் கொய்யா மரங்களால் நிறைந்திருந்தது. நன்னம்பிக்கை முனையிலிருந்து கொண்டு வந்து நடப்பட்ட பைன் மற்றும் ஓக் மரங்களும் செழித்து வளர்ந்து நின்றிருந்தன.

மாவட்டத் தலைவன் எனும் வகையில் ஒவ்வொரு *அமிலும்* விவசாயத்தை மேம் படுத்தவும், விவசாயிகளை அழிவிலிருந்துக் காப்பாற்றவும் கேட்டுக் கொள்ளப்பட்டிருந்தார்கள். ஆண்டு இறுதியில் தனது பொறுப்பிலுள்ள மாவட்டத்தில் சுற்றுப்பயணம் மேற்கொண்டு விவசாயத்தைப் பரிசீலிக்க வேண்டும். தனது மாவட்டத்தின் விவசாயம் குறித்து பொதுவான ஓர் அறிக்கையைத் தாக்கல் செய்ய வேண்டும். அதில் கிராமங்களின் எண்ணிக்கை, பயிரிடப்பட்ட பரப்பளவு, விவசாயத்தில் ஈடுபட்ட விவசாயிகள் மற்றும் அவர்களின் குடும்ப உறுப்பினர்களின் எண்ணிக்கை, அவர்களின் சாதி, அவர்களின் பணிமுறை ஆகியவை இடம் பெற்றிருக்க வேண்டும். ஏழை விவசாயி ஏர் வாங்குவதற்கு *தகாவி* என்ற முன்பணம் வழங்கப்பட்டது. உள்ளூர் அதிகாரிகளால் அவர்கள் சுரண்டப்படாமலிருக்க பாதுகாப்பு நடவடிக்கைகள் மேற்கொள்ளப்பட்டன. தங்கள் நிலத்தில் வேலை வாங்கிக்கொண்டு பாடுபட்டவர்களுக்குக் கூலி தர மறுத்த *படேல்கள்* தடுக்கப்பட்டனர். அப்படி யாரேனும் செய்தது தெரிய வந்தால் அவர்களின் ஒட்டுமொத்த உற்பத்திப் பொருளும் பறிமுதல் செய்யப்பட்டது. நிலவாடகை கனிவான முறையில் ஆண்டுக்கு மூன்று தவணைகளில் வசூலிக்கப்பட்டது. *அமில்களின்* ஒடுக்கு முறையால் ஏதாவதொரு விவசாயி

ஓடிப்போய்விட்டால், அப்பகுதியின் பொறுப்பிலிருக்கும் *அமில்* பெரிய விவசாயிக்கு 20 பகோடாக்களும், சிறிய விவசாயிக்கு 10 பகோடாக்களும் வழங்க வேண்டும். வெளியேறிய விவசாயிகளைத் திரும்ப அழைத்து வந்து பயிர்த் தொழிலில் ஈடுபட வைத்தனர். *அமில்ஸ், சரிஸ்ததார், தராப்தார்* ஆகியோர் விவசாயியிடமிருந்து உணவுக்கானத் தொகை கேட்பது தடுக்கப்பட்டிருந்தது. உண்மையிலேயே அரசுக்குச் செலுத்த வேண்டியத் தொகையைத் தவிர வேறு எதையும் அவர்கள் பெற தடை விதிக்கப்பட்டிருந்தது. விவசாயிகளுக்கு அதிகாரிகள் மீது ஏதேனும் அசௌகரியமான நிலை தென்பட்டால் அதுகுறித்தப் புகார்கள் உடனடியாக விசாரணைக்கு ஏற்கப்பட்டன. பயிர் விளைச்சலின்றிப் போய்விட்டாலோ அல்லது வேறு காரணங்களால் விவசாயியால் நிலத்துக்கான வாடகையைச் செலுத்த முடியாவிட்டால், அமில்கள் அதுகுறித்தத் தகவலை உடனடியாக சுல்தானுக்குத் தெரியப்படுத்த வேண்டும். இதுபோன்ற சூழல்களில் விவசாயிகளுக்கு விலக்கும், மன்னிப்பும் வழங்கப்பட்டது. 1786 ஆம் ஆண்டு திப்பு அதோனி மாவட்டத்துக்குச் சென்றிருக்கையில் அதன் *அமில்* தனது கிராமம் மிகச் சிறியதென்றும், மக்களுக்கு நிலவரியில் விலக்கு தர வேண்டும் என்றும் கோரிக்கை விடுத்தான். அவனது கோரிக்கை ஏற்கப்பட்டதுடன் புறநகரில் சுல்தான் பேட்டை என்ற புதுநகரமும் உருவானது.

திப்பு ஆட்சிக்கு வருவதற்கு முன்னர் வசூலிக்கப்பட்ட வருவாய் பெரும்பாலும் *சஹுகர்கள்* என்றழைக்கப்பட்ட லேவா தேவிக்காரர்கள் இடைத் தரகர்களாக இருந்து வசூலித்து, அதைத் தலைநகரத்துக்கு அனுப்பி வந்தனர். அதற்கு அவர்கள் செயல்பாட்டுத் தொகையைக் கழித்துக் கொண்டனர். இது குறைபாடுள்ளத் திட்டமும், அதேவேளையில் விவசாயிகளின் மீது லேவா தேவிக்காரர்கள் ஆதிக்கம் செலுத்துவற்கும் வகை செய்வதாக இருந்தது. அதனால் திப்பு அந்த முறையை ஒழித்துவிட்டு வருவாய்த்துறை மூலமாக அதிகாரிகளை நியமித்து, அவர்கள் மூலமாக வரிவசூல் செய்து தலைநகருக்கு அனுப்ப வைத்தார்.

1788 ஆம் ஆண்டு திப்பு சாம்ராஜ்ஜியம் முழுவதும் வருவாய் குறித்து புதிய விசாரணையை மேற்கொள்ள மாகாண வாரியாகத் துறைகளுக்கு உத்தரவிட்டார். அந்த ஆய்வு கிராமம் கிராமமாக நடத்தப்பட்டு அங்கீகாரமற்ற இனாம் நிலங்களைக் கைப்பற்றினார். அங்கீகாரமுள்ள மானியங்கள் முறையானவர்களுக்கு விடப்பட்டு மேலும் பல புதிய மானியங்கள் கோவில்களுக்கும், மசூதிகளுக்கும், பிராமணர்களுக்கும் வழங்கப்பட்டன. 'இனாம்களை வழங்கியதில் திப்புவைக் காட்டிலும் இந்து இளவரசர்கள் யாரும் முன்னணியில் இல்லை' என்கிறான் மன்றோ.

தனது அதிகாரிகளுக்கு வழங்கப்பட்ட ஜாகிர் முறையை ஒழித்துவிட்டு, அதற்குப் பதிலாக இனிமேல் சம்பளத்துடன் சேர்த்து ஜாகிருக்கானப் பணத்தையும் கொடுக்க உத்தரவிட்டார். எனினும் ஒரு சில அதிகாரிகளுக்கும், அவரது நான்கு மகன்களுக்கும் தொடர்ந்து ஜாகிர் பெற்றுக் கொள்ள அனுமதிக்கப்பட்டது. ஃபாத் ஹைதர் மற்றும் அப்துல் காலிக் ஆளுக்கு 12,000 பகோடாக்களும், முயிஜ்—உத்—தீன் மற்றும் முயின்—உத்—தீன் ஆகிய இருவரும் ஆளுக்கு 4,300 பகோடாக்களும்

பெற்று வந்தனர். சயீத் சாகிப் 12,000 பகோடாக்களும் கமர்—உத்—தீன் கான் 4,000 பகோடாக்களும் பெற்றுக் கொண்டனர். ஹைதர் அலியின் கல்லறைக்கு 4,000 பகோடாக்கள் வழங்கப்பட்டன. ஹைதர் அலியின் குடும்பத்துக்கு 24,680 பகோடாக்களும், திப்புவின் குடும்பத்திற்கு 46,008 பகோடாக்களும் வழங்கப்பட்டன. மசூதிகளுக்கும் கோவில்களுக்குமான இனாம் 2,50,000 பகோடாக்கள் ஆகும்.

தனது அதிகாரத்துக்கு மிரட்டலாக இருந்த பாளையக்காரர்களை ஒடுக்குவதில் திப்பு தீவிரமாக இருந்து வந்தார். ஒருவருக்கொருவர் சண்டையிட்டுக் கொண்டு அடுத்தவர் எல்லைக்குள் புகுந்து சூறையாடியவர்களையும், நாட்டின் அமைதிக்கு பாதகம் விளைவிப்பவர்களையும் தண்டித்தார். தனக்கு அடிபணியாமலும், துரோகமிழைத்துக் கொண்டுமிருந்தப் பாளையக்காரர்களின் உடமைகளை சாம்ராஜ்ஜியத்துடன் இணைத்துக் கொண்டார். அதேவேளையில் திறையை முறையாகச் செலுத்தி வந்தவர்களையும், தனது துருப்புகளுக்கானப் பங்கை அனுப்பி வைப்பவர்களையும் அவர் விட்டுவிட்டார். தனது ஆட்சியின் இறுதிக்கட்டத்தில் ஏதாவது ஒருசாக்கு சொல்லி ஏறத்தாழ அத்தனை நிலச்சுவான்தார்களிடமிருந்தும் அவரவர் குடும்ப வழி உரிமைச் சொத்துகளைப் பறித்துவிட்டார். பாளையக்காரர்கள் *அமில்களுடன்* சேர்ந்து மோசடி செய்வது தெரிய வந்ததால் திப்பு அவர்களைப் பதவியிலிருந்து நீக்கிவிட்டார்.

மலபார் பகுதியின் அசாதாரண நில அமைப்பின் விளைவாக அங்கே திப்புவின் வருவாய்க் கொள்கை சாம்ராஜ்ஜியத்தின் மற்ற பகுதிகளில் இருந்ததைக் காட்டிலும் வேறு மாதிரியாக இருந்தது. ஹைதர் அலி படையெடுத்து வந்த கால கட்டத்திலிருந்தே அங்கே நிலத்துக்கு வரி விதிக்கப்படவில்லை. என்றாலும் விளைச்சலில் ஐந்தில் ஒரு பகுதி மட்டும் பொதுவானப் பங்களிப்பாகப் பெற்றுக் கொள்ளப்பட்டது. அதனால் ராஜாக்கள் தங்களுக்குச் சொந்தமாகக் கணிசமான அளவில் நிலம் வைத்திருந்தனர். வர்த்தகம், நாணயம், தண்டல், தங்கத் தாது விற்பனையில் பங்கு, யானைகள், யானைத் தந்தம், தேக்கு மரம், ஏலக்காய் ஆகியவற்றின் மூலம் வருமானம் பெற்று வந்தனர். மற்றொரு முக்கியமான விஷயம், மலபார் பகுதியில் நில மதிப்பாய்வு அதுவரை செய்யப்பட்டிருக்கவில்லை. பயிரிடும் நெல்லை வைத்து பரப்பளவு கணக்கிடப்பட்டு வந்தது.

1773 ஆம் ஆண்டு ஹைதர் அலி மலபாரின் கவர்னராக ஸ்ரீனிவாச ராவை நியமித்து வருவாய் நிர்வாகத்தையும் அமைத்து, முறையாக ஒழுங்குபடுத்தும் திட்டத்தை அறிமுகப்படுத்தினார். ஆனால் அதை பெருமளவில் நடைமுறைப்படுத்த முடியவில்லை. ஹைதர் அலியின் மறைவுக்குப்பின் திப்பு அர்ஷாத் பேக் கானை மலபாரின் கவர்னராக நியமித்து, 1784 ஆம் ஆண்டு ஆங்கிலேயர்களால் இணைக்கப்பட்ட மலபார் மாகாணத்தில் விதிக்கப்பட்ட முந்தைய மதிப்பீடுகளின் குறைகளை நிவர்த்திக்க உத்தரவிட்டார். இருந்த போதிலும் அர்ஷாத் பேக் கான் மற்றும் திப்புவின் கண்காணிப்பை வெற்றி பெறவிடாமல் *ஜென்ம்தார்* என்ற நிலச்சுவான்தார்கள் பார்த்துக் கொண்டார்கள். அவர்கள் தங்கள் நிலத்தைப் பார்வையிட வந்த அதிகாரிகளுக்கு கையூட்டுக் கொடுத்து நிலத்தின் மதிப்பை குறைக்கச் செய்துவிட்டனர். அதேவேளையில் பணம் தரமுடியாத ஏழைகளின்

நிலத்தின் மதிப்பை அதிகாரிகள் தாங்களாகவே அதிகமாக மதிப்பிட்டுக் கொண்டனர். இதைக் கேள்வியுற்றதும் திப்பு பழைய நில அளவை முறைகளைத் தூக்கிவிட்டு, ராம் லிங்கம் பிள்ளை தலைமையில் புதிய நிலஅளவை முறையை அமல்படுத்தச் செய்து ஏற்றத் தாழ்வுகளைக் களைந்தார். மலபார் பகுதியிலுள்ள ஈர நிலத்துக்கும் தோட்டங்களுக்கும் பொதுவில் 20 சதவீத வரிக்குறைப்புக்கு அர்ஷாத் பேக் கான் உத்தரவிட்டான். ஆனால் அது எந்த அளவுக்கு சாத்தியப்படுத்தப்பட்டது என்பது தெளிவாக இல்லை. ஆனால் அந்தத் தீர்மானம் கடந்த நூற்றாண்டின் இறுதி வரையில் தொடர்ந்தது.

திப்புவின் வரிவிதிப்புக் கொள்கையில் பழ மரங்கள், நறுமணப் பொருட்கள், காய்கறி களுக்கு தாராளமானச் சலுகைகள் வழங்கப்பட்டிருந்தன. பணப்பயிர்களான முந்திரி, இலவங்கப் பட்டை, ஏலக்காய் மற்றும் காய்கறிகளுக்கு வரியிலிருந்து விலக்கு அளிக்கப்பட்டிருந்தது. அதுபோல தென்னை மரம் பத்து காய்களுக்குமேல் காய்க்காவிட்டால் அதற்கும் வரி விதிக்கப்படுவதில்லை.

மலபார் மீது ஹைதர் அலி படையெடுத்து வந்தபோது ராஜாக்கள் தங்களைப் பணிந்து சமர்ப்பித்து திறை செலுத்துவதாக உறுதியளித்து, தங்கள் உடமைகளைத் தக்க வைத்துக் கொண்டனர். திப்புவும் அதே வழக்கத்தைத் தொடர அனுமதித்தார். உண்மையில் திப்புவும் அவரது தந்தையும் உள்ளூர் பயன்பாட்டில் இருக்கும் நிலங்களில் தலையீடு செய்ய விரும்பவில்லை. வார்டன் இதுகுறித்துச் சொல்கிறான்: ‘அவர்கள் தன்னிச்சையாக ஒருவருடைய நிலத்தை மற்றவர்களுக்கு மாற்றிக் கொடுத்தோ அல்லது நிலத்திலிருந்து வெளியேற்றியோ அங்கே தங்களின் விருப்பத்திற்குரியவர்களுக்கு அல்லது சார்பானவர்களுக்கு வழங்குவதை விரும்பவில்லை’. இருந்தபோதும் சில ராஜாக்கள் அதற்கு எதிர்ப்பு தெரிவித்தனர். சிலர் நாட்டை விட்டு ஓடிவிட்டனர். அவ்வாறான இடங்களில் மைசூர் அரசாங்கம் தலையீடு செய்து அந்த நிலங்களைக் கைப்பற்றி நேரடியாகவே விவசாயிகளுடன் ஏற்பாடு செய்து கொண்டது. ஆனால் இந்த முறை நீண்ட நாட்களுக்குக் கை கொடுக்கவில்லை.’ வார்டன் மீண்டும் கூறுகிறான்: ‘முஹம்மதின் அரசாங்கத்தின் குழு அமைந்த போது மலபார் நில உடமையாளர்கள் பெரும் கொந்தளிப்புக்கு ஆளானார்கள்.’

ஸ்ரீரங்கப்பட்டிணம் உடன்படிக்கை ஏற்படும் வரை திப்புவின் வருமானம் கர்நூலிலிருந்து செலுத்தப்பட்ட திறையான 66,666 பகோடாக்கள் உள்ளிட்டு 68,89,893 பகோடாக்களாக இருந்தது. ஏறத்தாழ இது இரண்டு கோடி ரூபாய்க்கும் அதிகம் (1792). உடன்பாட்டுக்குப் பிறகு அவரது சாம்ராஜ்ஜியத்திலிருந்து பாதிக்கும் மேலே ஆங்கிலேயர்கள் கைப்பற்றிக் கொண்ட பின்பு அவரது வருவாய் முப்பத்தைந்து முதல் நாற்பது லட்சம் பகோடாவாக குறைந்தது. இழப்புகளைச் சரிசெய்யும் நோக்கில் அவர் 1795 ஆம் ஆண்டில் உற்பத்தி மீது 30 சதவீதமும், தீர்வையாக 71/2 சதவீத மதிப்பீட்டு வரியையும் உயர்த்தினார். என்றபோதும் இந்த உயர்த்துதலால் அவரது பழைய எண்களை எட்ட முடியவில்லை. ஆனாலும் அவர் அனைத்து விவகாரங்களையுமே வெற்றிகரமாக எதிர்கொண்டு வந்தார். ஸ்ரீரங்கப்பட்டிணம் வீழ்ச்சியின்போது அவரது கருவூலம் நிரம்பி வழிந்தது.

வர்த்தகம் மற்றும் தொழில்

இந்திய ஆட்சியாளர்களில் ஒரு சிலரே திப்புவைப் போல வர்த்தகம் மற்றும் தொழில் துறையில் ஆர்வம் காட்டியவர்கள். ஆனாலும் திப்பு மட்டுமே ஐரோப்பிய அதிகாரங்களின் தாக்கத்தால் தொழில் மற்றும் வர்த்தகத் துறையின் முன்னேற்றம்தான் நாட்டின் பொருளாதாரத்தையும் அதிகாரத்தையும் மேம்படுத்த முடியும் என்று உணர்ந்திருந்தார். தனது சாம்ராஜ்ஜியத்தில் வர்த்தகத்தை மேம்படுத்தும் முகமாக 1789 ஆம் ஆண்டு இரண்டு தொழிற்சாலைகளை நிறுவினார். கட்ச் பகுதியில் முந்தி மற்றும் முந்திரா என்ற இடத்தில் அவை அமைக்கப்பட்டன. அவையிரண்டிலும் ஏழு தரோகாக்கள் மற்றும் நூற்று ஐம்பது சிப்பாய்கள் பணியில் இருந்தனர். கட்சுக்கும் மைசூருக்குமிடையில் சுறுசுறுப்பான வர்த்தகம் நடந்தது.

திப்பு ஒரு தொழிற்சாலையை குறிப்பாக முத்துக்கள் வாங்குவதற்காக ஓர்முஜ்ஜில் நிறுவினார். பிறிதொன்று ஜெட்டாவில். ஏடன், பஸ்ரி மற்றும் பஸ்ராவில் தொழிற்சாலைகள் நிறுவ முயற்சித்து அவை முடியாமல் போயின. எனினும் 1785 ஆம் ஆண்டில் மஸ்கட்டில் ஒரு தொழிற்சாலையை நிறுவி விட்டார். மிக முக்கியமான அந்தத் தொழிற்சாலையின் மூலமாகத்தான் மைசூர் சாம்ராஜ்ஜியத்திலிருந்து ஏற்றுமதி செய்யப்பட்டப் பொருட்கள் பெர்ஷியன் குடாவில் விற்பனைக்கு அனுப்பப்பட்டன. பெர்ஷியன் குடாவிலிருந்து பெறப்பட்டப் பொருட்கள் அதே தொழிற்சாலையின் வழியாகத்தான் இறக்குமதி செய்யப்பட்டன. மரங்கள், சந்தன மரக்கட்டை, பட்டு, ஏலக்காய், மிளகு, அரிசி, தந்தங்கள் மற்றும் துணிவகைகள் ஏற்றுமதி செய்யப்பட்டன. குங்கும விதைகள், பட்டுப்புழுக்கள், குதிரைகள், பிஸ்தா, திராட்சை, பாறை உப்பு, முத்துக்கள், கந்தகம், செம்பு, பேரீச்சை, சீனப் பாத்திர வகைகள் இறக்குமதி செய்யப்பட்டன. பட்டுத் தொழிற்சாலையை மேம்படுத்த பட்டுப்புழுக்கள் தேவைப்பட்டன. குதிரைகள் இராணுவத்துக்காக, கந்தகம் துப்பாக்கித் தொழிற்சாலைக்காகப் பெறப்பட்டன. ஏற்றுமதிப் பொருட்களில் அரிசி முக்கிய இடத்தைப் பிடித்திருந்தது. மங்களூரில் அரிசி ஏற்றிச் செல்வது நிறுத்தப்படும் போதெல்லாம் ஓமன் மக்கள் மிகுந்த துன்பத்துக்கு உள்ளானார்கள். மலபார் தேக்கு மரங்கள் பெர்ஷியன் குடாவில் பெரும்பாலும் படகுகள் செய்வதற்கு பயன்படுத்தப்பட்டன. அவை கள்ளிக்கோட்டையிலிருந்து ஏற்றுமதியாயின. மைசூரில் தயாரான பல்வேறு வகையானத் துணிகளும் இந்தியாவின் பல்வேறு இடங்களில் உற்பத்தியானத் துணி வகைகளும் ஏற்றுமதி செய்யப்பட்டன.

வர்த்தகத்தின் முக்கியக் கேந்திரமாக மஸ்கட் இருந்து வந்தது. அங்கிருந்துதான் செங் கடல், பெர்ஷியன் குடா ஆகிய இடங்களுக்கு திப்பு வர்த்தகம் மேற்கொண்டார். தன் தந்தையைப் போலவே தனது பிரதிநிதியை அங்கே இருத்தி இமாமுடன் நட்பையும் பேணிக்கொண்டார். உணர்வுகளைப் பரிமாறிக் கொண்ட இமாம் அரிசிக்கு மங்களூரையும் பிற பொருட்களுக்கு மலபாரையும் சார்ந்திருந்ததால், திப்புவுக்கு அதிக மரியாதை கொடுத்தார். ஐரோப்பியர்களுக்கு 5 சதவீத வரியும், பிற இந்தியர்களுக்கு 8 சதவீத வரியும், அரேபியர்களுக்கும், பெர்ஷியர்களுக்கும்

61/2 சதவீத வரிவிதித்த அவர் மைசூர் சாம்ராஜ்ஜியத்தின் பொருட்களுக்கு 4 சதவீத வரி மட்டுமே விதித்தார். அதேபோலான முன்னுரிமைகள் மைசூர் துறைமுகங்களில் இமாமுக்கும் வழங்கப்பட்டன.

மைசூர் தொழிற்சாலையின் அமைப்பு முறை இந்தியாவிலுள்ள ஆங்கிலேய மற்றும் பிரஞ்சுத் தொழிற்சாலைகளை அடியொட்டி உருவாக்கப்பட்டிருந்தது. தொழிற்சாலையின் தலைமைப் பொறுப்பில் *தரோகாவும்* அவனுக்கு கீழே *முத்தாசதிஸ்களும், குமாஷத்ஸ்* என்ற முகவர்களும் ஒரு படைக்குழுவும் இருந்தது. வாங்குவதும் விற்பதும் *தரோகா* நேரடியாகவோ அல்லது இடைத்தரகர் மூலமாகவோ செய்து கொண்டான். திப்புவின் தலைமை இடைத்தரகராக மஸ்கட்டிலும் பஸ்ரியிலும் செயல்பட்டவன் சேத்மாவோ என்பவனாவான். பஸ்ராவில் திப்புவின் தலைமை இடைத்தரகராக அப்துல்லா இருந்து வந்தான். யூதனான அவன் *முத்தேசலிமின்* நம்பிக்கைக்குப் பாத்திரமானவன். திப்பு மஸ்கட்டிலுள்ள *தரோகாவுடன்* சுறுசுறுப்பான கடிதப் போக்குவரத்து நடத்திக் கொண்டிருந்தார். வாங்குவது மற்றும் விற்பது தொடர்பானப் பரிவர்த்தனைகள் உள்ளிட்ட வர்த்தகம் மற்றும் தொழிற்சாலை தொடர்புடைய விஷயங்களுக்கு திப்பு இங்கிருந்தே வழிகாட்டி வந்தார். உதாரணத்துக்கு ஒரு கடிதத்தில் மஸ்கட்டிலிருந்த *தரோகா* மீர் காசிமுக்கு, 'முத்துக்கள் அதிக விலை கொடுத்து வாங்கப்பட்டுள்ளன. பஹ்ரைனில் இதே முத்துக்களை குறைந்த விலைக்கு வாங்கியிருக்கலாம்' என்கிறார். மேலும் மஸ்கட்டில், சந்தனக் கட்டைகளின் விலையும், மிளகு விலையும் மிகக்குறைவாக இருப்பதால் நல்ல விலை வரும் வரை வைத்திருக்க ஆலோசனையும் சொல்லியிருக்கிறார். பாய்மரக் கப்பல்களைக் கட்டுவதற்கு கப்பல் வேலை தெரிந்த பத்து பணியாளர்களை அனுப்பி வைக்கச் சொல்லியும் *தரோகாவிடம்* கேட்டுக் கொள்கிறார். கடிதத்தின் தொடர்ச்சியாக, சந்தன மரக்கட்டைகள் என்ன விலைக்கு விற்க வேண்டும் என்று நிர்ணயமும் செய்து தருகிறார். முதல் தரமான சந்தனக் கட்டைகளுக்கு 120 பகோடாக்களும், இரண்டாம் தரமான சந்தனக் கட்டைகளுக்கு 100 பகோடாக்களும், மூன்றாம் தரத்துக்கு 90 பகோடாக்களும், நான்காம் தரத்துக்கு 80 பகோடாக்களும் என்று குறிப்பிட்டிருக்கிறார். மற்றொரு கடிதத்தில், *தாரோகாவிடம்* பட்டுப்புழுக்களையும் அதன் முட்டைகளையும் வாங்கி, அதனுடன் பட்டுப்புழு வளர்ப்பு குறித்து அறிமுகமுள்ள சிலரையும் ஸ்ரீரங்கப்பட்டிணத்துக்கு அனுப்பி வைக்கச் சொல்கிறார். இதே போன்றக் கடிதங்களில் குங்கும விதைகளையும், கந்தகத்தையும் பெர்ஷியாவில் வாங்கச் சொல்லும் திப்பு, பேரீச்சைகளை மஸ்கட்டில் வாங்கச் சொல்லி உத்தரவிடுகிறார். மேலும் அவர், பஹ்ரைனிலிருந்து முத்துக் குளிப்பவர்களை மலபார் கடற்கரைக்கு அனுப்பக் கோருகிறார். அவர்களின் உதவியுடன் அங்கே அவர் முத்துக் குளிப்புத் தொழிலை நிறுவ எண்ணியிருந்தார்.

மைசூரிலிருந்து ஏற்றுமதி செய்யப்பட்டப் பொருட்களுக்கும் பெர்ஷியன் குடாவிலிருந்து இறக்குமதி செய்யப்பட்டப் பொருட்களுக்கும் மதிப்புக் கணக்கு தெளிவாகக் கிடைக்கவில்லை. மஸ்கட்டிலுள்ள ஒரு இடைத்தரகர் பம்பாய் கவர்னருக்கு முகவரியிட்டு எழுதியக் கடிதமொன்றில், 'நிறைய நிறையப் பொருட்களை ஏற்றிய, ஆண்டுக்கு ஐந்து அல்லது ஆறு கப்பல்கள் மஸ்கட்

துறைமுகத்துக்கு திப்புவின் கொடியுடன் வந்துசேரும். மேலும் இந்தியாவைச் சேர்ந்த பெரும் எண்ணிக்கையிலானச் சிறு கப்பல்களும், பாய்மரக் கப்பல்களும், ஊதிப் பெரிதாக்கவல்ல இரப்பர் படகுகளும் வந்துசேரும். அரேபிய வணிகர்களும் மலபார் கரைக்கும் பெர்ஷியன் குடா வுக்குமிடையில் போக்குவரத்தை நடத்தி வந்தார்கள்' என்று குறிப்பிடுகிறான். இந்த வர்த்தகத்தின் மூலம் திப்பு கணிசமான அளவில் ஏலக்காயை அரேபியக் கரையில் விற்றிருப்பதற்கு பெரும் சான்றாக அந்தக் கடிதம் இருக்கிறது.

வர்த்தகத்தின் பரப்பெல்லையை விரிக்க எண்ணியத் திப்பு, பெகு நாட்டுடன் திறந்த வர்த்தக ஒப்பந்தத்துக்கு முயற்சி செய்தார். முஹம்மத் காஸிமையும், முஹம்மத் இப்ராஹிமையும் தனது தூதர்களாக ராஜாவிடம் அனுப்பி வைத்தார். தேசத்தின் வர்த்தகத்தை மேம்படுத்த பிரான்ஸிற்கும், துருக்கிக்கும், ஈரானுக்கும் தூதர்க் குழுவை அனுப்பி வைத்தார். வர்த்தக உறவு சீனாவுடன் இருந்து வந்தது. கடல் கொள்ளையர்களின் அபாயமிருந்ததால் சீன வியாபாரிகள் மலபார் கடற்கரைக்கு வருவதற்குத் தயங்கினார்கள். திப்பு தனது அதிகாரிகளுக்கு உத்தரவிட்டு, சீனக் கப்பல்களை பாதுகாப்புடன் அழைத்துக் கொண்டு வர ஏற்பாடுகளைச் செய்தார். ஆர்மேனிய வர்த்தகர்கள் தொழிலில் சிறந்தவர்களாக இருந்ததால் அவர்கள் மைசூரில் குடியேற ஊக்குவிக்கப்பட்டு, பொருத்தமான இடங்களில் வீடுகள் கட்டிக்கொள்ள இடமளிக்கப்பட்டனர். அவர்கள் சுதந்திரமாகப் பொருட்களை வாங்கி விற்கவும், இறக்குமதி செய்யப்பட்டப் பொருட்கள் அவர்களுக்கு வரியில்லாமலும் கொடுக்கப்பட்டது. எனினும் திப்பு, ஐரோப்பியக் கம்பெனிகளுக்கு மலபாரில் வர்த்தகம் செய்யத் தடையாக இருந்தார். இதன் விளைவாக தலைச்சேரியில் ஆங்கிலேயர்களுக்கும், மாஹேயில் பிரஞ்சுக் குடிகளுக்கும் வியாபாரம் இல்லாமல் போனது.

தனியார் நிறுவனங்களுக்கு அனுமதியளித்திருந்தாலும், நாட்டின் முதன்மை வர்த்தக நிறுவனமாக அரசாங்கமே இருந்தது. தங்கத் தாது, புகையிலை, சந்தன மரம், மதிப்புமிக்க உலோகங்கள், யானைகள், தேங்காய் மற்றும் கறுப்பு மிளகு ஆகியப் பொருட்களுக்கு அரசாங்கமே ஏகபோக உரிமையை வைத்திருந்தது. மர வர்த்தகமும் அரசாங்கத்திடமே இருந்தது. மலபார் காடுகளிலிருந்து மட்டும் 30,000 பகோடாக்கள் வருமானம் கிடைத்து வந்தது. ஆனால் இந்த ஏகபோகக் கட்டுப்பாடு தேக்கு மரங்களுக்கு மட்டும்தான். வியாபாரிகள், கருங்காலி உள்ளிட்ட மற்ற மரங்களை விற்றுக் கொள்வதற்கு சுதந்திரமாக அனுமதிக்கப்பட்டனர். கள்ளிக்கோட்டை மர வர்த்தகத்தின் மையமாகத் திகழ்ந்தது. அங்கிருந்து தேக்கு மரங்கள் மங்களூருக்கு அனுப்பப்பட்டு அவை திப்புவுக்கு கலங்கள் செய்ய பயன்படுத்தப்பட்டன. அதுபோக, மற்ற மரங்கள் இந்தியர்களுக்கும், அரேபிய, ஐரோப்பிய வர்த்தகர்களுக்கும் விற்கப்பட்டன. ஆரம்பத்தில் தேக்கு மரங்களை வெட்டுவதற்கு மாப்ளா ஒருவன்தான் பொறுப்பாக இருந்தான். பின்னர் அவனிடத்துக்கு ஒரு பிராமணன் நியமிக்கப்பட்டான். திப்புவின் உத்தரவின் படி, ராஜா ராமச்சந்திரா மாநிலத்தின் தாலுகாக்கள் முழுவதும் அரசாங்கக் கடைகளைத் திறந்தான். தங்கம், வெள்ளி, துணிகள் உள்ளிட்டப் பொருட்கள் விற்பனை செய்யப்பட்டன. மேலும், உள்ளூர் வங்கியாளர்களைக் கட்டுப்படுத்த

முயற்சித்து, பணம் அனுப்புதல் மற்றும் பணமாற்றுதல் நடவடிக்கைகளை திப்பு அரசாங்கம் மூலம் செய்ய முன்வந்தார்.

சாம்ராஜ்ஜியத்தில் தொழில் வர்த்தகம் பெருக, திப்பு பெரிதும் முனைப்பு காட்டியதற்கு அவர் அறிவித்த ஒழுங்குமுறை உத்தரவுகள் பெரும் சான்றாக இருக்கின்றன. 1793 ஆம் ஆண்டு மார்ச் 25 ஆம் தேதி வெளியிட்ட ஓர் ஆவணமும், 1794 ஆம் ஆண்டு ஏப்ரல் 2 ஆம் தேதி வெளியிட்ட மற்றொரு ஆவணமும் மிக முக்கியமானவை ஆகும். அதை, அவரது ஒன்பது அதிகாரிகளான வர்த்தகத் துறையின் *மாலிக்—உத்—துஜ்ஜார்கள்* மிக நேர்த்தியாகப் பின்பற்றி வந்தனர். கடல் வாணிபம் மற்றும் தொழிற்சாலைகளைக் கண்காணித்தவர்கள் யானைகள், பட்டு, பருத்தித் துணிகள், சந்தன மரம், மிளகு, ஏலக்காய், அரிசி, தங்கம், வெள்ளி, மற்றும் கந்தகம் உள்ளிட்டப் பொருட்களை ஏற்றுமதி செய்து வந்தனர். *அஸாப்களின்* மூலம் அவற்றை வாங்கிய அவர்கள், மற்ற வியாபாரிகளைப் போலவே அதற்கு ஏற்றுமதி வரியை முறையாகச் செலுத்தினர். அந்நிய ஏற்றுமதியாளர்கள் மைசூரில் குடியேற ஊக்குவிக்கப்பட்டனர். தகுதியும் நம்பிக்கையும் வாய்ந்த *குமாஸ்தாக்கள், முத்தாசதிஸ்* ஆகியோர் உள்நாட்டிலும், வெளிநாட்டிலும் நியமிக்கப்பட்டனர். குமாஸ்தாக்கள் கணக்கு வழக்குகளை முறையாகப் பராமரித்து, கையாடல் போன்ற தவறான நடவடிக்கைகளைத் தடுத்தனர். வர்த்தகத் துறையின் தலைமைப் பொறுப்பாளர்களும் அவர்களின் கீழ் இயங்கியவர்களும் அவரவர் மதத்தைப் பின்பற்றவும், தங்கள் பணியை நேர்மையாகச் செய்யவும் உறுதியெடுத்துக் கொண்டனர். ஒருவேளை யாரேனும் தவறான நடவடிக்கையில் ஈடுபட்டால் அவர்கள் மற்ற அதிகாரிகளால் அவமானப்படுத்தப்பட்டு, சுல்தானிடம் தகவலைச் சொல்லி சம்பந்தப்பட்ட நபருக்கு தண்டனை பெற்றுத் தந்தனர். வர்த்தகத் துறை, வெளிநாடுகளில் துவக்கும் தொழிற்சாலைகளுக்கு அந்தந்த நாடுகளின் விதிமுறைகளுக்கு இணங்கிச் செயல்பட உத்தரவிடப்பட்டன. அந்த நாடுகளின் அரிய பொருட்களை வாங்கி மைசூருக்கு அனுப்புவதில் தொழிற்சாலைகள் ஈடுபட்டிருந்தன. இங்கிருந்து தருவிக்கப்பட்டப் பொருட்களை அங்கு விற்பனை செய்தன. அந்த வகையில் மைசூரில் முப்பது தொழிற்சாலைகள் இயங்கின. பதினேழு தொழிற்சாலைகள் இந்தியாவின் மற்ற பகுதிகளிலும், வெளிநாடுகளிலும் இயங்கி வந்தன. ஆனால் திப்பு, தனது எண்ணத்தில் நினைத்ததுபோல வெற்றியைக் காண முடியவில்லை. அவரால் சில தொழிற்சாலைகள் மட்டுமே நிறுவ முடிந்திருந்தது. ஸ்ரீரங்கப்பட்டிணத்தின் வீழ்ச்சிக்குப் பிறகு கட்ச் மற்றும் மஸ்கட்டிலிருந்தத் தொழிற்சாலைகள் மைசூர் அரசாங்கத்தின் கீழ் இருந்தாலும், லோவெட் புரிதலின்மையால் அவற்றின் தரத்தை மலிந்து போகச் செய்தான். பின்னர், 1800 ஆம் ஆண்டு அவையெல்லாமே செயலிழந்து போயின. அதையடுத்து அவை மூடப்பட்டு, அங்கிருந்தப் பணியாளர்கள திரும்ப அழைத்துக் கொள்ளப்பட்டனர்.

தொழில் வர்த்தகத்தை மேம்படுத்த, திப்பு எடுத்த பல்வேறு முயற்சிகளில் வர்த்தக நிறுவனமும் ஒன்று. அதில் முதலீடு செய்ய பொதுமக்களும் வரவேற்கப்பட்டனர். ஐந்து முதல் ஐநூறு ரூபாய் வரை முதலீடு செய்தவர்களுக்கு, ஆண்டு இறுதியில் ஐம்பது சதவீத லாபம் கொடுக்கப்பட்டது. ஐநூறிலிருந்து ஐயாயிரம் வரை முதலீடு செய்தவர்களுக்கு இருபத்தைந்து சதவீத லாபம் பகிரப்பட்டது. ஐயாயிரத்துக்கு

மேலான முதலீடுகளுக்கு பன்னிரண்டரை சதவீத லாபம் வழங்கப்பட்டது. ஒருவேளை முதலீட்டாளர், தன் பங்கை இடையில் விற்க விரும்பினால் அவரது முதலீடு லாபத்துடன் திருப்பியளிக்கப்பட்டது. குறைந்தத் தொகையை முதலீடு செய்தவர்களுக்கு அதிகப்பங்கை வழங்கி சிறு முதலீட்டாளர்களை ஊக்குவிப்பதில் திப்பு முன் நின்றார்.

மைசூரில் தொழிற்சாலைகளை மேம்படுத்துவதற்கு பதினாறாம் லூயி அனுப்பியிருந்த பிரஞ்சுக் கலைஞர்களையும், பணியாளர்களையும் திப்பு பயன்படுத்திக் கொண்டார். மேலும் பிரஞ்சு சாகசக்காரர்களையும், ஆங்கிலேயப் படைகளிலிருந்து தப்பியோடி வந்தவர்களையும், சிறைக் கைதிகளையும் அப்பணியில் அமர்த்திக் கொண்டார். ஒட்டமான் சுல்தானிடமிருந்து தருவிக்கப்பட்ட கலைஞர்களும் அப்பணியில் ஈடுபடுத்தப்பட்டிருந்தனர்.

பல்வேறு விதமானப் பொருட்களை உற்பத்தி செய்யும் வகையிலானத் தொழிற்சாலைகளை திப்பு, ஸ்ரீரங்கப்பட்டிணத்தில், சித்தல்துர்க்கில், பெங்களூரில், பெத்னூரில் நிறுவியிருந்தார். பிரஞ்சுக் கலைஞர் ஒருவர் தண்ணீரால் இயங்கும் இயந்திரத்தின் மூலம் பீரங்கியைச் செயல்படுத்தும் சூத்திரத்தைக் கண்டு பிடித்தார். பெத்னூர் வெடிமருந்துத் தொழிற்சாலை ஒவ்வொரு ஆண்டும் 20,000க்கும் அதிகமானக் கையெறி குண்டுகளையும், துப்பாக்கிகளையும் உற்பத்தி செய்து, சுல்தானின் எண்ணத்தை ஈடேற்றி, தன்னிறைவு பெறச் செய்தது. ஸ்ரீரங்கப் பட்டிணம் கோட்டையில் மிகப்பெரிய அளவிலானக் காகிதத் தொழிற்சாலை அமைக்கப்பட்டிருந்தது. தலைநகர் அருகே அமைந்திருந்த கல்குவாரியில் பல வடிவங்களில் கற்கள் வெட்டியெடுக்கப்பட்டன. மைசூர் தொழிற்சாலையில் தயாரான கருமருந்து, ஆங்கிலேய நிறுவனத் தயாரிப்புகளின் தரத்தைவிட சிறந்ததாக இருந்தது. சென்னப்பட்டிணாவில் கண்ணாடித் தொழிற்சாலை அமையப் பெற்றிருந்தது. அதே இடத்தில் தயாரிக்கப்பட்ட, இசைக்கருவிகளில் பொருத்தப்படுவதற்கான எஃகு இசை நாண்கள் இந்தியாவின் பல பாகங்களுக்கும் அனுப்பி வைக்கப்பட்டன. எல்லாவற்றுக்கும் மேலாக, சுவை மிகுந்த சர்க்கரை சென்னப்பட்டிணாவில்தான் உற்பத்தியானது. சிக்கப்பல்லாபூரில் தயாரிக்கப்பட்ட வெல்லம் மிக உயர்ந்த தரத்திலும், தூள் சர்க்கரை வெண்மையாகவும் சுவையாகவும் இருந்தது. திப்புவால் அறிமுகப்படுத்தப்பட்ட தயாரிப்பு முறை, பதப்படுத்தும் முறைகள் இரகசியமாக வைக்கப்பட்டிருந்தன. தேவனஹள்ளி தாலுகாவில் மிக உயர்ந்த தரத்திலான சாக்கரை தயாரிக்க, திப்புவின் உத்தரவின் பேரில் சீனர்கள் வரவழைக்கப்பட்டனர். பெங்களூர் நெசவாளர்கள் மிக நேர்த்தியான உயர்தர ரக ஆடைகளை நெய்தனர். 1799 ஆம் ஆண்டில் ஸ்ரீரங்கப்பட்டிண வீழ்ச்சிக்குப் பிறகு அது, தொழில் காப்பாளர் ஆதரவில்லாமல் நசிந்துபோனது.

போர்ப் படை

சிறப்பான முறையில் பயிற்சி பெற்று, ஒழுங்குபடுத்தப்பட்ட நிலையானதொரு படை திப்புவிடமிருந்தது. கட்டுப்பாடு நிறைந்த அந்த இராணுவம், நிஜாம்

மற்றும் மராத்தியர்களைப் போலில்லாமல் திப்புவால் அதிகமானப் போர்களில் ஈடுபடுத்தப்பட்டிருந்தது. கேம்பெல், 'திப்பு துணிவும் பேராவலுமுடைய, செயல்பாடுமிக்க இளவரசன். ஆசியக் கண்டத்திலேயே அவரது படைதான் கம்பெனியைப் பொறுத்தவரை சிறந்ததாக இருந்தது' என்கிறான். அதுபோலவே வில்லியம் மெக்லாய்ட், 'திப்பு ஒருவர் மட்டுமே ஒழுக்கமும், கட்டுப்பாடும் நிறைந்ததொரு படையைத் திட்டமிட்டு நடத்தி வந்தார். அந்த வகையில் அவர் பாரபட்சமற்று, எந்த மாற்றத்தையும் ஏற்றுக்கொள்ளும் வகையில் தனது துருப்புகளை மேம்படுத்திக் கொண்டேயிருந்தார்' என்கிறான். பிரஞ்சு அதிகாரியொருவன், 'திப்புவின் பீரங்கிப்படை மிக நேர்த்தியான ஒன்று. மிகச் சிறப்பான சேவைகளைக் கொண்டது. அவரது துருப்புகள் போர்களில் அனுபவம் பெற்றிருந்தனர். அவர்களுக்கு சிறந்த அளவிலான சம்பளம் வழங்கப்பட்டது. இந்திய இளவரசர்களின் படைகளில் அதுமட்டுமே கூடுதல் சிறப்பு வாய்ந்தது. திப்பு ஆங்கிலேயர்களுக்கு எதிராகப் பெரும் பலங்கொண்டவராக இருந்தார். அவர் படையுடன் போரிடுவதற்கான தரத்தில் நிஜாமின் படைகளோ அல்லது மராத்தியப் படைகளோ இல்லை' என்று புகழ்கிறான்.

திப்புவின் குதிரைப்படை சிறிய கைத் துப்பாக்கியையும் வாளையும் ஆயுதமாகக் கொண்டிருந்தது. ஆனால் அதற்கென குறிப்பிட்ட சீருடை ஏதுமில்லை. திப்புவின் குதிரைப்படைகளுக்கு சீருடைகள் இல்லாதது, ஆங்கிலேயர்களால் அதை நிஜாம் அல்லது மராத்தியப் படைகளிலிருந்து வித்தியாசம் காண்பதற்கு எளிதாக இருந்தது. திப்புவின் மட்டற்றக் குதிரைப்படை மிகவும் பயனுள்ளத் துருப்புகளாக இருந்து வந்தன. எல்லா விதமான இடர்பாடுகளையும் அவை எதிர் கொள்பவையாக இருந்தன. வழக்கமானக் குதிரைப் படைகளைக் காட்டிலும் அதிக அனுபவம் கொண்டவை அந்தப் படைகள். கொஞ்சமும் அச்சங்கொள்ளாத அவை, எதிரிப் படைகளைச் சமாளித்து நிறைய அனுகூலங்களை மைசூர் படைக்குப் பெற்றுத் தந்துள்ளன. திப்புவின் காலாட்படை ஐரோப்பியத் துருப்புகளைப் போல கையெறி குண்டுகள், துப்பாக்கிக் கத்திகள், ஆகியவற்றை ஆயுதங்களாகக் கொண்டிருந்தன. அந்த ஆயுதங்கள் திப்புவின் உத்தரவின்பேரில் பிரஞ்சுக் கைவினைக் கலைஞர்களின் வழிகாட்டுதலின்படி, மைசூர் தொழிற்சாலைகளில் தயாரிக்கப்பட்டவை. திப்புவிடம் ஆங்கிலேய மற்றும் பிரஞ்சுத் தயாரிப்புகளான ஆயுதங்கள் பெருமளவில் இருந்தன. என்றபோதும், அவர் மைசூரில் தயாரிக்கப்பட்டப் பொருட்களுக்கே முக்கியத்துவம் கொடுத்தார். களத்தில் இறக்கப்படும் துப்பாக்கிகள் பெரும்பாலும் மைசூரில் பிரஞ்சுத் தொழில்நுட்பக் கலைஞர்களால் தயாரிக்கப்பட்டவை. ஆங்கிலேயத் துப்பாக்கிகளைக் காட்டிலும் சற்றே பெரிதான அவை, நீண்டதூரம் சுடக்கூடியவை. பயன்பாட்டுக்கு உகந்ததாகவும் இருந்தன. இது கணிசமான அளவில் ஹைதர் அலிக்கும், திப்புவுக்கும் தொடர் பீரங்கித் தாக்குதலின்போது அனுகூலங்களைத் தந்தது. காலாட்படை ஐரோப்பியச் செயல்பாட்டு முறையும், பெர்ஷிய வகைமையான வார்த்தை உத்தரவுகளின்படி நடந்து கொண்டது. காலாட்படையின் சீருடையாக பருத்தியிலான மேலாடை இருந்தது. அதில் புலியை உருவகப்படுத்தும் வகையிலானப் புள்ளிகள், சிகப்பு அல்லது மஞ்சள் வண்ணத் தலைப்பாகை, தொளதொளப்பான கீழாடையுடன் இருந்தது. அமைதி நேரத்தின்போது, காலாட்படை ஸ்ரீரங்கப்பட்டிணம் தீவுக்கருகில் படைமுகாமில்

இருக்கும். குதிரைப் படை தலைநகருக்கருகே தங்கள் விருப்பம்போல தீவனத்துக்கு வழிசெய்து கொண்டிருக்கும். இராணுவக் கட்டுப்பாட்டை திப்பு மிகவும் கடைப்பிடித்தார். போர் உள்ளிட்ட முக்கியப் பணிகளின் போது, படையிலிருந்து தப்பிச் செல்ல முயல்பவர்களையும், ஓடிப்போகின்றவர்களையும் சுட்டுத்தள்ளும் உத்தரவு நிலுவையில் இருந்து கொண்டே இருந்தது. சம்பளம் கொடுக்கும்முறை திப்புவைப் பொறுத்தவரை 36 நாட்களாகவும், சில வேளைகளில் 45, 50 நாட்கள் என்றும் ஆகிப்போனது. இன்னும் சில வேளைகளில் அறுபது நாட்களும் ஆகியிருந்தன.

இராணுவத்துக்கான முழுப்பாதுகாப்பையும் திப்பு தனது கைகளில் எடுத்துக் கொண்டார். அமைதி மற்றும் போர் நடவடிக்கைகளின் போது, அவரே முன்னின்று படை நடத்திச் செல்வது மற்றெந்த இந்திய இளவரசர்களிடமும் இல்லாத ஒன்று. அவரது இராணுவம் பிரபுத்துவத்தனத்தில் இயங்காததால் அது தன்னிகரற்ற வலிமையுடன் இருந்தது. அவர் தனது படைகளுக்கான வீரர்களை மைசூரில் மட்டுமிருந்து தேர்வு செய்வதில்லை. சுற்றிலுமுள்ள சாம்ராஜ்ஜியங்களிலிருந்தும் தேர்வு செய்து வந்தார். இராணுவ வீரர்களின் குடும்பங்கள் பெரும்பாலும் ஸ்ரீரங்கப்பட்டிணத்திலோ அல்லது பெங்களூர், பெத்னூர் ஆகிய இடங்களிலேயோ குடியிருந்தன. மைசூரிலிருந்து தேர்வாகும் வீரர்கள் *ஜுஂம்ரா* என்றழைக்கப்பட்டனர். அவர்களுக்கு சிகப்பு ஓரம் வைத்தப் பச்சை வண்ணத் தலைப்பாகை தரப்பட்டிருந்தது. மைசூர் அல்லாத வெளியிடங்களிலிருந்து தேர்வான வீரர்கள் *கயர் ஜுஂம்ரா* என்றழைக்கப்பட்டு, முற்றிலும் பச்சை வண்ணத் தலைப்பாகை அவர்களுக்குத் தரப்பட்டிருந்தது. பிராமணர்கள், வீடுவீடாகச் சென்று யாசிக்கும் *தர்வேஸ்கள்*, வியாபாரிகள் ஆகியோருக்கு மைசூர் இராணுவத்திலிருந்து விலக்கு அளிக்கப்பட்டிருந்தது. இந்துக்களில் இரஜபுத்திரர்கள் மற்றும் மராத்தியர்கள் மட்டுமே சேர்த்துக் கொள்ளப்பட்டனர். முஸ்லீம்களில் ஷேக், சயீத், மொகல்ஸ் மற்றும் பதான்கள் ஊக்குவிக்கப்பட்டனர்.

இராணுவத்தின் பொது நிர்வாகத்தை மீர் மிரான் துறை செய்து வந்தது. 1792 ஆம் ஆண்டின் ஸ்ரீரங்கப்பட்டிணம் உடன்பாட்டுக்குப் பின்பு, மைசூர் சாம்ராஜ்ஜியத்திலிருந்து தேர்வான வீரர்களைக் கவனித்துக் கொள்ள தனியானதோர் துறை உருவாக்கபட்டது. *மீர் சுதுர் துறை* கோட்டைப் பாதுகாப்பு மற்றும் உணவுப்பொருட்கள், ஆயுத விநியோகத்துக்கு பொறுப்பு வகித்து வந்தது. கொள்கை முடிவுகளை படைகளின் தளபதியான சுல்தானே முடிவு செய்தார்.

திப்புவின் இராணுவ பலம் நிர்ணயம் செய்ய இயலாததாக இருந்தது. தேவைகளையும் அதன் இருப்பையும் பொறுத்து பலம் மாறுபட்டது. அலெக்ஸாண்டர் ரீட், 'மூன்றாவது ஆங்கிலேய—மைசூர் போர் ஒத்திகையின் போது 3,000 குதிரைப் படையினரும், 5,000 நிலையற்ற குதிரைப் படையினரும், 3,000 லூத்திகளும், 48,000 முறையானக் காலாட்படையும், 10,000 அஸாத் இலாஹிகளும், தீக்குச்சியால் வெடிக்கச் செய்யும் துப்பாக்கிகளைக் கொண்டவர்களும் வாட்படை வீரர்களுமாக 60,000 உதவியாளர்களும், குத்தீட்டிக்காரர்கள் 3,000 பேரும் திப்புவின் படையில் இருந்தனர்' என்று குறிப்பிடுகிறான். ஆனால், போரின்போது, '18,000

குதிரைப்படைகள், 50,000 காலாட்படைகள் இருந்ததாக'க் குறிப்பிடுகிறான். 1,00,000க்கும் அதிகமானக் காலாட்படை வீரர்கள் கோட்டைகளின் பாதுகாப்புக்கும், வரி வசூலுக்கு உதவவும் நியமிக்கப்பட்டனர் என்பது அவனது கூடுதல் குறிப்பாக இருக்கிறது. ஆனால் 1792 ஆம் ஆண்டு நடந்த ஸ்ரீரங்கப்பட்டிணம் உடன்படிக்கையின்படி, அவரது சாம்ராஜ்ஜியத்தில் பாதிக்கும் மேலே ஆங்கிலேயர்கள் அபகரித்துக்கொண்ட பின்பு, திப்பு தனது படைபலத்தைக் குறைக்க வேண்டியக் கட்டாயத்துக்கு உள்ளாகிப் போனார். அதன்படி 1793 ஆம் ஆண்டு, 7,000 நிலையான குதிரை வீரர்களும், 6,000 நிலையில்லாதக் குதிரை வீரர்களும், 30,000 நிலையானக் காலாட்படை வீரர்களும், 5,300 வரி வசூல் உதவியாளர்களும், குண்டாச்சார்கள் எனும் பெயரில் 36,000 பேர்களும் 2,000 பீரங்கி இயக்கும் வீரர்களும் இருந்தனர். அடுத்த ஆண்டு அது மேலும் குறைக்கப்பட்டது. படைகளை நிர்வகிக்கும் செலவு 1794 ஆம் ஆண்டில் 24,30,186 பகோடாக்களாக இருந்தது. கோட்டைகளின் பாதுகாப்புக்கு 5,70,331 பகோடாக்கள் செலவானது. படிப்படியாகக் குறைக்கப்பட்ட திப்புவின் படைகளின் எண்ணிக்கை வெல்லெஸ்லி தனது படைபலத்தை அதிகரித்ததையடுத்து, திப்புவும் அதிகரிக்க வேண்டியக் கட்டாயத்துக்கு உள்ளானார். நான்காம் ஆங்கிலேய—மைசூர் போர் ஒத்திகையின்போது திப்புவிடம் 3,502 குதிரைப்படை வீரர்களும், 9,392 நிலையற்றக் குதிரைப்படை வீரர்களும், 23,483 காலாட்படை வீரர்களும், 6,209 வழக்கமானப் படைவீரர்களும், 4,747 தீக்குச்சியால் வெடிக்கச் செய்யும் துப்பாக்கிகளைக் கொண்ட வீரர்களும், உதவியாளர்களும் இருந்தனர்.

மைசூர் இராணுவத்திலிருந்த பிரஞ்சுப் படையினருக்கு நிஜாமிடமோ அல்லது சிந்தியாவிடமோ இருந்த அளவுக்கான முக்கியத்துவம் திப்புவிடம் கிடைக்கவில்லை. பேரான் 8,000 குதிரைப்படை வீரர்களுடனும் 2,000 காலாட்படை வீரர்களுடனும் படையமைத்து சிந்தியாவின் கவனத்தைப் பெற்றிருந்தான். உண்மையில் சிந்தியா, அவன் மீதோ அவனது படை மீதோ ஆதிக்கம் செலுத்த முடியாமலிருந்தான். பேரான் சுதந்திரமாகச் செயல்பட்டான். அதுபோலவே ரேமான் 14,000 வீரர்களைக் கொண்ட பெரும்படையுடன் நிஜாமிடம் செல்வாக்குடன் இருந்து வந்தான். ஆனால் திப்புவிடம் பணியிலிருந்த பிரஞ்சு அதிகாரிகள் அவரது பணியாளர்களாக மட்டுமே இருக்க முடிந்தது. திப்புவுக்கு ஒரு காலத்திலும் அதிகாரிகளாக அவர்களால் ஆக முடியவில்லை. மூன்றாவது ஆங்கிலேய—மைசூர் போரின்போது 350 பேரைக் கொண்ட படை லாலியின் தலைமையில் இயங்கியது. 1791 ஆம் ஆண்டு லாலியின் மரணத்தைத் தொடர்ந்து, விஜி அந்தப் பொறுப்பை ஏற்றுக்கொண்டான். 1794 ஆம் ஆண்டின் போரின் போது 200 இந்திய கிறிஸ்தவர்களைக் கொண்ட படையில் 20 ஐரோப்பியர்கள் இருந்தனர். அவர்களில் சிலர், ஸ்விஸ்ஸைச் சேர்ந்தவர்கள். 1794 ஆம் ஆண்டில் விஜி இறந்ததும், அதற்கு எம். கொஸ்டின் தலைமை ஏற்றான். ஸ்ரீரங்கப்பட்டிணம் வீழ்ச்சியின் போது, 4 அதிகாரிகளும் 45 அதிகாரமற்ற பணியாளர்களுமாக பிரஞ்சுப் படையினர் இருந்தனர். கூடுதல் தகவலாக ஆங்கிலேயப் படைகளிலிருந்து ஓடிவந்து, பிரஞ்சுப் படையில் சேர்ந்தவர்களின் எண்ணிக்கை சரிவரத் தெரியவில்லை.

கப்பற்படை

கப்பற்படையைக் கட்டமைக்க ஹைதர் அலி இரண்டு முறை முயற்சித்தார். அவரது முதல் முயற்சி கடற்படைத் தலைவன் ஸ்டான்னட் 1768 ஆம் ஆண்டு ஓடிப்போய் ஆங்கிலேயர்களுடன் சேர்ந்து கொண்டதால், அப்போது அது கைவிடப்பட்டது. போகும்போது ஸ்டான்னட் கைவசமிருந்தக் கப்பல்களையும் கொண்டு போய்விட்டான். அந்த இழப்பினூடே ஹைதர் அலி இரண்டாம் முறையாக, ஐரோப்பியத் தொழில்நுட்பக் கலைஞர்களின் உதவியுடன் மீண்டும் படையைக் கட்டமைக்க முயன்றார். அதற்கான ஏற்பாடுகள் நடந்து கொண்டிருந்த தருவாயில், சர் எட்வர்ட் ஹியூக்ஸ் 1780 ஆம் ஆண்டு மங்களூருக்கு படையுடன் வந்து விட்டான். எனவே அந்த முயற்சியும் சிதைந்து போனதுடன், நங்கூரமிட்டிருந்தக் கப்பல்களையும் அவன் அழித்துவிட்டுப் போனான்.

தந்தையின் அரியணையில் அமர்ந்துவிட்ட திப்பு ஆங்கிலேயர்கள் அழித்துவிட்டுப் போன கப்பற்படையை மீண்டும் அமைக்கும் முயற்சியை மெருகுபடுத்தவில்லை. அவருக்கு நிலப் படையை மேம்படுத்தும் ஆர்வமே அதிகமிருந்தது. சந்தேகமேயில்லாமல், அவரிடம் சிறிதும் பெரிதுமானக் கப்பல்கள் இருக்கவே செய்தன. ஆனால் அவை கடல் வணிகர்களின் பாதுகாப்புக்கு மட்டுமே உகந்தவை. ஆங்கிலேயக் கப்பற்படையைத் தாக்குப் பிடிக்கும் அளவில் வலுவான வையல்ல. அதனாலேயே மூன்றாவது ஆங்கிலேய—மைசூர் போரின்போது, மைசூர் படையால் தீவிரமாக மலபார் பகுதியில் ஆங்கிலேயர்கள் போல போரிட முடியவில்லை. அந்தக் காரணத்தினாலேயே ஆங்கிலேயர்களால் மலபார் பகுதியை எளிதில் கைப்பற்ற முடிந்தது. கன்வார் மாவட்டத்தில் மைசூர் துறைமுகங்களை மராத்தியக் கப்பற்படை கைப்பற்றி சாதனை படைத்ததும் அதனாலேயேதான்.

தனது அரசாங்கத்தின் கடைசி சில ஆண்டுகளில்தான் திப்புவின் கவனம் கப்பற்படை கட்டமைப்பில் நிலைத்தது. 1796 ஆம் ஆண்டு அதற்கென ஒரு குழுவை மீர் யாம்மின் கீழ் அமைத்தார். அவரது கப்பல்கள் முதல் மற்றும் இரண்டாம் தரம் என்று 72 மற்றும் 62 பீரங்கிகளைக் கொண்டிருந்தது. கப்பல் கட்டுவதற்கு மங்களூரிலும், வஜிதாபாத் அருகே மெர்ஜானிலும் துறைகள் அமைத்தார். மூன்றாவதாக மொலிதாபாத்திலும் ஒரு கப்பல் கட்டும் தளம் உருவாக்கினார். மலபார் காடுகளில் வெட்டப்பட்ட தேக்கு மரங்கள் கள்ளிக்கோட்டை வழியாக கப்பல் கட்டுவதற்கென்றே வரவழைக்கப்பட்டன. கப்பல்களின் மாதிரியை திப்புவே வடிவமைத்திருந்தார். பெரும் ஆர்வத்துடன் துவங்கப்பட்ட கப்பல் கட்டும் பணிகள், ஸ்ரீரங்கப்பட்டிணம் வீழ்ச்சியையடுத்து அப்படியே முடங்கிப் போய்விட்டது.

திப்புவின் வீழ்ச்சியையடுத்து கீழ்க்கண்ட எண்ணிக்கையிலான கடற்சார் கலங்கள் மங்களூர், குந்தாபூர் மற்றும் தாத்ரி ஆகிய மைசூர் துறைமுகங்களில் கண்டெடுக்கப்பட்டன.

மங்களூர்

மிதக்கும் நிலையில்

கப்பல் ஒன்று	*104 அடி நீளம் 27 அடி அகலம்*
பாதுகாப்புக் கப்பல் ஒன்று	*112 அடி நீளம் 24 அடி அகலம்*
சுற்றிவரும் படகு ஒன்று	*70 அடி நீளம் 16 அடி அகலம்*
புதுக்கப்பல் ஒன்று	*112 அடி நீளம் 32 அடி அகலம்*

கடலுக்கு வெளியே

கப்பல் ஒன்று	*120 அடி நீளம் 40 அடி அகலம்*
பாதுகாப்புக் கப்பல் ஒன்று	*65 அடி நீளம்*
சுற்றிவரும் படகு ஒன்று	*78 அடிநீளம் 18 அடி அகலம்*
சரக்குப் படகு ஒன்று	

இதைத்தவிர, எண்ணற்ற சிறிதும் பெரிதுமான படகுகள் இருந்தன.

குந்தாபூர்

பெரிய பாய் மரக்கப்பல் ஒன்று	
பாதுகாப்புக் கப்பல் ஒன்று	*60 அடி நீளம் 20 அடி அகலம்*
சிறிய படகுகள் மூன்று	

தாத்ரி

கப்பல்கள் மூன்று	*110 அடி நீளமுள்ளவை*
இரண்டாவது கப்பல்	*105 அடி நீளமுள்ளது*
மூன்றாவது கப்பல்	*95 அடி நீளமுள்ளது*
சுற்றிவரும் படகுகள் ஐந்து	

செலுத்தத் தயார் நிலையில் இரண்டு பெரிய படகுகள்.

அனைத்து கடற்சார் கலங்களும் செயப்பாட்டு முறையிலும் தரத்திலும் நல்ல நிலையில் இருந்தன.

---

145. See Kirkpatrick, Kirmani, Beatson. ஆனால் சுல்தானின் நூலகத்திலுள்ள புத்தகங்களின் அட்டைகளில் பதிக்கப்பட்டிருப்பதைத் தவிர, வேறு எந்த இடத்திலும் இந்தப் பட்டம் காணப்படவில்லை. தாரிக்இ குதாத்தி திப்புவின் அரசாங்கத்தை அஹமதி சர்க்கார் என்றே விளிக்கின்றது. சுல்தான்உல்தவாரிக் அதை சர்க்கார்இஆசாத் இலாஹி என்று கூறுகிறது.

146. Kirmani,p. 375. 1793 ஆம் ஆண்டு திப்பு மீர் மிரான் என்ற பட்டத்தை உருவாக்கினார். அந்த பட்டம் முதன் முதலாக சயீத் கபாருக்குப் போனது. பின்னரே அதை முஹம்மத் ரஜா, கான் ஜஹான் கான், பூரணையா உள்ளிட்ட பலர் பெற்றனர்.

21

அரசு மற்றும் மதம்

முஸ்லீமல்லாத குடிமக்கள் தொடர்பானத் திப்புவின் கொள்கைகள் குறித்து பல்வேறு மதிப்பீடுகள் உலவுகின்றன. கிர்க்பாட்ரிக் திப்புவை, 'சகிப்புத் தன்மையற்ற மத வெறியன் அல்லது மத வெறியை உயிராய் மதிக்கிறவன்' என்று அழைக்கின்றான். வில்க்ஸ் தனது, *'ஹிஸ்டரி ஆஃப் மைசூர்'* நூலில் கட்டாய மதமாற்றம், பேரளவு எண்ணிக்கையினருக்கு விருத்த சேதனம், கோயில்கள் இடிப்பு, மற்றும் கோயில் நிலங்கள் பறிமுதல் என்று பல கதைகள் பேசி திப்பு ஒரு சகிப்புத் தன்மையற்ற மத வெறியன் என்ற முடிவுக்குக் கொண்டு வந்து சேர்க்கிறான். அது வரலாற்றில் மிக மோசமாகப் புதுப்பிக்கப்பட்டு, இன்றும் அந்த வழக்கு உயிருடன் அலைந்து திரிகிறது. புது நாகரீகப் பண்பாட்டுக்குப் பிறகும், அண்மைக் கால வரலாற்றாசிரியர்களான ராபர்ட்ஸ், சர்தேஸி போன்றவர்களும் இதே பார்வையுடன்தான் இருக்கிறார்கள். மறுபக்கத்தில் சுரேந்திரநாத் சென், திப்பு மத வெறியன் அல்ல என்றும் இஸ்லாத்தில் சேர்த்தக் கட்டாய மத மாற்றம் திப்புவின் அரசியல் பார்வையிலானது. அது, மத ரீதியிலானது அல்ல என்ற கருத்தை முன் வைக்கின்றான். தோத்வெல் இந்தக் கருத்துடன் ஒத்துப் போகின்றான். 'பகுத்தறிவுக் கண்ணோட்டத்தில் திப்புவின் வாழ்க்கை

அவரை மதவெறியனாகவோ, கொடுங்கோலனாகவோ காட்சிப் படுத்தவில்லை. ஆனால் அவரொரு செயல்பாடு மிக்க, துணிவு நிறைந்த, உலகின் புதிய மாற்றங்களுடன் ஒத்துப் போகின்ற, பழையவற்றைக் கழித்துக் கட்டுகின்ற, கட்டுப்பாடுகள் நிறைந்த, தன் முடிவுகளுக்கு அப்பாற்பட்டும் சிந்திக்கின்ற ஒரு பன்முகத்தன்மை கொண்ட மனிதனாகவே காண முடிகிறது' என்கிறான்.

திப்பு ஒரு மதவெறியன் அல்லன். அறிவொளி மிகுந்த ஆட்சியாளர் என்பதற்கு பல்வேறு சாட்சியங்கள் வரலாறு நெடுகக் காணக்கிடக்கின்றன. தனது அரசாங்கத்தில் இந்துக்களை உயர் பதவிகளில் அமர்த்தி அழகு பார்த்திருக்கிறார். அவர்களின் வழிபாட்டு முறையைப் பின்பற்றிக் கொள்ள முழுச்சுதந்திரம் அளித்து வந்திருக்கிறார். கோவில்களுக்கும் பிராமணர்களுக்கும் மானியங்களை அள்ளிக் கொடுத்திருக்கிறார். சிலை வணக்கம் கொண்ட கும்பாபி ஷேகங்களுக்கு பணம் இறைத்திருக்கிறார். ஒரு கட்டத்தில் கோவில் கட்டவும் உத்தரவிட் டிருக்கிறார். சந்தேகமில்லை; அவர் சில தருணங்களில் முஸ்லீமல்லாத தமது குடிகளை தவறாகவும் நடத்தியிருக்கிறார். ஆனால் அது அவர் சார்ந்திருந்த மத அடிப்படையில் அல்ல; அவர்கள் விசுவாசமற்று செய்தத் தவறுகளின் அடிப்படையிலானத் தண்டனையாகத்தான் இருந்தது. அவர் தனது தந்தையைப் போலவே, மதத்திலிருந்து அரசியலை விலக்கியே வைத்திருந்தார். அவசியமான நேரங்களில் மட்டுமே தனது சொந்த நம்பிக்கைகளை அரசாங்க நிர்வாகத்தின் மீது பிரதிபலிப்பார். அவர், முஸ்லீம் குடிகள் தவறு செய்த போதோ அல்லது சதி, துரோகமிழைத்த போதோ இந்துக்களிடம் காட்டிய அதே கடுமையைத்தான் இங்கும் காட்டினார்.

நாட்டின் பொறுப்புமிக்க உயர்ந்த பதவிகளில் ஹைதர் அலி இந்துக்களை நியமனம் செய்திருந்தார். திப்புவும் தனது தந்தையின் கொள்கையை அப்படியே அடியொற்றினார். பூரணையா மிக முக்கியமானப் பதவியான *மீர் அஸாபாக* இருந்து வந்தான். கிருஷ்ணா ராவுக்கு கருவூல அதிகாரி பதவி கொடுக்கப்பட்டிருந்தது. சாமையா அய்யங்காருக்கு தபால் மற்றும் காவல் துறை அமைச்சர் பதவி வழங்கப்பட்டிருந்தது. அவனது சகோதரன் ரங்கா அய்யங்கார் மற்றும் நரசிங்க ராவ் ஆகியோர் தலைநகர் ஸ்ரீரங்கப்பட்டிணத்தில் மிக உயர்ந்தப் பதவிகளில் அமர்த்தப்பட்டிருந்தனர். ஸ்ரீனிவாஸ ராவும் அப்பாஜி ராமும் திப்புவின் நம்பிக்கைக்குரியவர்களாக இருந்து, முக்கியமானத் தூதுக் குழுக்களில் இடம் பெற்றிருந்தனர். மொகலாயர்களின் அரசவையில் மூல்சந்த் மற்றும் சுஜன் ராய் ஆகியோர் திப்புவின் தலைமைப் பிரதிநிதிகளாக இயங்கி வந்தனர். நாயக் ராவ் மற்றும் நாயக் சங்கானா மீது திப்பு பெரும் நம்பிக்கை கொண்டிருந்தார். அவரது தலைமை *பேஷ்கார்* சுபா ராவ் ஒரு இந்துதான். கூர்க்கின் *பவுஜ்தாராக* நியமிக்கப்பட்ட நாகப்பையா ஒரு பிராமணன். மலபார் காடுகளில் லாபமீட்டித் தந்த மரங்களை வெட்ட தனிப்பட்ட உரிமை வழங்கப்பட்டது ஒரு பிராமணனுக்குத்தான். மற்றொரு பிராமணன் கோயமுத்தூரின் *அஸாபாகவும்*, பின்னர் பாலக்காட்டும் நியமிக்கப்பட்டான். மேலும் பல *அமில்கள்* மற்றும் வருவாய் அதிகாரிகள் இந்துக்களாகவே இருந்தனர். மைசூர் படைகளில் இந்துக்களின் பிரதிநிதித்துவம் மிக முக்கியமானது. மட்டற்றக் குதிரைப்படையின் *ரிசாதாராக* ஹரிசிங் இருந்து

வந்தான். நாயர்களின் கொட்டத்தை அடக்க நியமிக்கப்பட்ட ரோஷன் கானுடன் முழு அதிகாரத்துடன் அனுப்பப்பட்டிருந்தது ஸ்ரீபத் ராவ்தான். 1791 ஆம் ஆண்டு கார்ன்வாலிஸ் பெங்களூரை முற்றுகையிட்டபோது அவனை எதிர்த்து தீரச்செயல்களில் ஈடுபட்ட சிவாஜி, ஒரு மராத்தியன். அவன் தலைமையில் 3,000 குதிரைப் படை வீரர்கள் இயங்கினர். குதிரைப் படையின் ஒரு பிரிவுக்கு ராமா ராவ் என்ற பிராமணன்தான் தளபதியாக இருந்து வந்தான்.

1916 ஆம் ஆண்டு மைசூரில் தொல்லியல் துறையின் அப்போதைய இயக்குநராகப் பணிபுரிந்த ராவ் பகதூர் கே. நரசிமாச்சார், கடிதங்களடங்கியக் கட்டு[147] ஒன்றை சிரிங்கேரி[148] கோவிலில் கண்டெடுத்தார். அவை கோவில் மடாதிபதியின் முகவரிக்கு திப்புவால் எழுதப்பட்டிருந்தவையாகும். அந்தக் கடிதங்கள் திப்புவின் மதச்சார்பற்றக் கொள்கைகள் மீது வெளிச்சத்தைப் பாய்ச்சுவதாக இருக்கின்றன. அந்தக் கடிதங்களிலிருந்து 1791 ஆம் ஆண்டு மராத்தியப் படைத் தளபதிகளில் ஒருவனான ரகுநாத் ராவ் பட்வர்த்தன் தலைமையிலான குதிரைப் படையொன்று சிரிங்கேரிக்குள் புகுந்து சூறையாடியிருக்கிறது. அப்போது பலர் கொல்லப்பட்டிருக்கின்றனர். எண்ணற்றோர் படுகாயமடைந்திருக்கின்றனர். அவர்களில் பிராமணர்களும் அடக்கம். மடாலயத்தின் சொத்துகள் அபகரிக்கப்பட்டன. மடத்திலிருந்த புனிதப் பொருட்களை மதியாது, அவமரியாதையாக நடந்து கொண்டிருக்கின்றனர். அங்கிருந்தப் பெண் கடவுள் சாரதாவின் சிலையைத் தூக்கியெறிந்துவிட்டனர். இதையடுத்து, அங்கேயிருக்க இடமில்லாமல் மடாதிபதி இடம் பெயர்ந்து கரக்காலாவுக்கு வந்துவிட்டார். அவர் திப்புவுக்கு மராத்தியக் குதிரைப் படையின் அட்டகாசத்தை விளக்கி ஒரு கடிதம் எழுதி, சிலையைப் புத்துதாரணம் செய்ய உதவி கேட்டிருந்தார். அதைக் கேட்டு கோபமும், துக்கமுமாகிப் போன திப்பு அக்கடிதத்துக்குப் பதிலளித்தார். அதில், ‘புனிதமான அந்த இடத்தில் இதுபோன்ற கேவலமானப் பாவச்செயல்களில் ஈடுபட்டவர்கள், தங்களின் குற்றச்செயல்களுக்கான விளைவுகளை நிச்சயம் அனுபவிப்பார்கள்’. கலியுகத்தின் செய்யுளான ‘தவறுகள் செய்யும்போது சிரித்தவர்கள் அதற்கானத் தண்டனையை பெறும்போது அழுவார்கள்’ (Hasadhbih kriyate karma rudadbhir anubhuyate)— அதற்கான நாள் வெகுதூரத்தில் இல்லை. குருவுக்குத் துரோகமிழைத்தவர்களின் பரம்பரை அழிவுக்குள்ளாகும் என்று எழுதியவர், உடனடியாக பெத்னூர் அஸாபுக்கு உத்தரவிட்டு 200 ரஹாதிஸ் பணம் ரொக்கமாகவும், 200 பணமதிப்புக்கு அரிசியும் மற்ற பொருட்களும், சாரதா சிலையை புத்துதாரணம் செய்ய உதவியும் செய்தார். புத்துதாரணம் நடந்த தினத்தன்று பிராமணர்களுக்கு உணவளித்தவர், ‘தனது வளமைக்கும் எதிரிகளின் அழிவுக்கும் பிரார்த்திக்கும்படி’ கேட்டுக் கொண்டார். சிலை பிரதிஷ்டை செய்யப்பட்டதும் திப்பு பிரசாதமும் பரிவட்டத்துண்டும் பெற்றுக் கொண்டார். பதிலுக்கு சாமி சிலைக்கு ரவிக்கைத் துணி உள்ளிட்ட ஆடைகளும், சுவாமிக்கு ஒரு ஜோடி சால்வையும் அனுப்பி வைத்தார்.

மற்றொரு கடிதத்தில், சதா—சண்டி—ஜெபம் மற்றும் சஹஸ்ர—சண்டி—ஜெபம் ஆகியவற்றுக்கானச் செலவுகளுக்கு ஒப்புதல் அளித்தத் திப்பு, நாட்டின் நலனுக்காகவும், எதிரிகளின் அழிவுக்குமாக நடத்தப்படும் இந்த நிகழ்ச்சிகள்

தனக்கு மகிழ்ச்சியளிப்பதாகச் சொல்லி, தனது அதிகாரிகளுக்கு 'உடனடியாக சிரிங்கேரிக்குச் சென்று, நிகழ்ச்சிகளுக்கான அத்தியாவசியங்களை செய்து தருமாறும், பங்கேற்கும் பிராமணர்களுக்கு பணத்தை வெகுமதியாகக் கொடுக்கும்படியும், அத்தனை நாட்களுக்கும் ஆயிரம் பிராமணர்களுக்கு உணவளிக்கும்படியும் உத்தரவிட்டிருந்தார்.' அதே ஆண்டின் மற்றொரு கடிதத்தில், *சஹஸ்ர—சண்டி—ஜெபம்* தொடங்கியதைக் கேட்டு தான் மனம் குளிர்ந்ததாகவும் எழுதியிருக்கிறார். அதே காலகட்டத்தைச் சேர்ந்த இரண்டு ஆவணங்கள்: அதிலொன்று பெத்னூர் *அஸாபு*க்கு உத்தரவிட்ட திப்பு, சாமி சிலை ஊர்வலம் செல்ல ஒரு பல்லக்கு அனுப்புமாறு கூறியிருக்கிறார். மற்றொன்றில், சுவாமியின் பயன்பாட்டுக்கு ஒரு பல்லக்கு வழங்குமாறு உத்தரவிட்டிருக்கிறார்.

அனைத்துக் கடிதங்களும் கண்ணியம் நிறைந்த வார்த்தைகளால் எழுதப்பட்டு, புனிதர்களின் பெயருக்கு மரியாதை சேர்ப்பவையாக இருக்கின்றன. அறிவின்பால் ஒத்துப்போகாத அபத்தமானப் பார்வையால் திப்பு ஒரு மதவெறியன் என்று கட்டமைக்கப்பட்டத் தவறான நிலைப்பாட்டை உடைத்து, அவர் இந்து மக்கள் மீது கொண்டிருந்த மரியாதையையும் பரிவையும் வெளிச்சம் போட்டுக் காட்டுபவையாக அத்தனைக் கடிதங்களுமே இருக்கின்றன. அப்படி திப்பு ஒரு மதவெறியனாக இருந்திருந்தால், தனக்கு ஒவ்வாத ஒரு சமயத்தின் இந்து குருவை ஜகத்குரு என்று அழைத்திருக்க மாட்டார்; மட்டுமல்லாமல், சிலையைப் புத்துதாரணம் செய்வதற்கும் இந்துமதச் சடங்குகளைச் செய்வதற்கும் பணமும், பொருளும் அனுப்பியிருக்க மாட்டார்.

சுவாமி மீது அக்கறையும், சிலையைப் புத்துதாரணம் செய்வதற்கு ஆர்வமும் திப்பு பெருந்தன்மையுடன் காட்டியது, இந்துக்குடிகளின் ஆதரவை போர்களின் போது பெறுவதற்கும் தன்னை அத்தனை திசைகளிலும் எதிரிகள் சூழ்ந்து நின்றபோது, இந்துக்கள் உதவியதற்குமான கைம்மாறு என்று வாதம் செய்பவர்களும் இருக்கிறார்கள். கோவில் மீது அக்கறையும், சுவாமியுடனான நட்பும் போர்க்காலத்துக்கான ஆதரவை எதிர்பார்த்து மட்டுமல்ல என்பது ஸ்ரீரங்கப்பட்டிணம் வீழ்ந்த பின்பும் தொடர்ந்தது. திப்பு தொடர்ந்து சுவாமியின் உடல் நலம் குறித்து அடிக்கடி விசாரித்துக் கொண்டார். அத்துடன் அடிக்கடி விலையுயர்ந்த சால்வைகளும் சாமி சிலைகளுக்கு விலைமதிப்பற்ற ஆடைகளும் அனுப்பிக் கொண்டேயிருந்தார். 1793 ஆம் ஆண்டு திப்பு தனது எதிரிகளுடன் சமாதானம் செய்து கொண்டதும், யாத்திரையிலிருந்த சுவாமி எழுதியக் கடிதத்துக்கு எழுதிய பதிலில் 'நீங்கள் ஜகத்குரு. உலகம் வளம்பெற வேண்டுமென்றும் மக்கள் மகிழ்ச்சியில் திளைக்கும் நோக்கில் தவம் செய்கிறீர்கள். நமது நாடு வளம் பெறுவதற்கு கடவுளிடம் இறைஞ்சுங்கள். நீங்கள் எந்த தேசத்திலிருக்கிறீர்களோ அந்த தேசம் செழிப்பாக மாறும். மழை பொழியும். பயிர்கள் செழிக்கும்' என்று குறிப்பிட்டிருக்கிறார். ஒருவேளை திப்பு முஸ்லீம் மத வெறியராக இருந்திருந்தால் இந்து குருவை இதுபோன்ற மொழியில் பேசியிருக்கமாட்டார். அதில் நம்பிக்கைக் கொண்டிருக்காவிட்டால் தனது பிராந்தியத்தில் வெறுக்கத்தக்க வணக்க முறையை ஒதுக்கியிருப்பார்.

எல்லாவற்றுக்கும் மேலாக திப்பு தனது ஆதரவை சிரிங்கேரி கோவிலுக்கு மட்டுமன்றி, தனது சாம்ராஜ்ஜியத்திலுள்ள மற்ற கோவில்களுக்கும் விரிவுபடுத்தி யிருந்தார். நஞ்சன்கூட் தாலுகாவிலுள்ள கலாலே கிராமத்தின் லட்சுமிகாந்தா கோவிலில் நான்கு வெள்ளிக் கிண்ணங்கள், வெள்ளித் தட்டு மற்றும் வெள்ளி எச்சில் படிக்கத்தில் பொறிக்கப்பட்டுள்ள எழுத்துகளின் வழியே திப்பு அவற்றை அக்கோவிலுக்குப் பரிசாக அளித்திருக்கிறார் என்பது தெளிவாகிறது. அதுபோலவே, மேலுக்கோட்டிலுள்ள நாராயணசாமி கோவிலிலுள்ள சில நகைகளும், தங்க மற்றும் வெள்ளிப் பாத்திரங்களிலுள்ள எழுத்துகள், அவை திப்பு பரிசளித்ததாக நமக்குக் கூறுகின்றன. இதே கோவிலுக்குத் திப்பு 1785 ஆம் ஆண்டில் பன்னிரண்டு யானைகளும், 1786 ஆம் ஆண்டில் *கெட்டில்டிரம்* என்ற பெரியதொரு இசைக்கருவியையும் வழங்கியிருக்கிறார். நஞ்சன் கூட்டிலுள்ள ஸ்ரீகந்தேஸ்வரா ஆலயத்திலுள்ள விலைமதிப்பற்ற ஐந்து கற்களை அடியில் கொண்ட நகைக் கிண்ணம், *திப்பு சுல்தானா பாதுஷா*வால் வழங்கப்பட்டது. ஸ்ரீரங்கப்பட்டிணத்திலுள்ள ரங்கநாதர் கோவிலின் ஏழு வெள்ளிக் கிண்ணங்களும், சூடம் எரிய வைக்கும் கரண்டியும் திப்புவால் வழங்கப்பட்டவை என்று அவற்றில் பதிவிடப்பட்டுள்ளது. நஞ்சன்கூட் நஞ்சன்டேஸ்வரா ஆலயத்தின் பச்சை மரகதலிங்கம் *பச்சா* அல்லது *பாதுஷா லிங்கா* என்று அழைக்கப்படுவதிலிருந்து, திப்புவின் உத்தரவில் அது நிறுவப்பட்டது என்று அறிய முடிகிறது.

தனது சமஸ்தானத்திலுள்ள கோவில்கள் மற்றும் பிராமணர்களின் நிலங்களை ஒட்டு மொத்தமாகப் பறித்துக் கொண்டார் என்று திப்பு மீது ஒரு குற்றச்சாட்டும் சுமத்தப்படுகின்றது. உண்மையிலேயே திப்பு, அதிகாரப் பூர்வமற்ற மானியங்களை மட்டுமே முறையாக அரசாங்கத்திற்கு எடுத்துக் கொண்டார். முந்தைய ஆட்சியாளர்களால் வழங்கப்பட்ட பட்டயங்களை வைத்திருந்தவர்களின் நிலங்களை சம்பந்தப்பட்டவர்கள் அனுபவிக்க அனுமதித்தார். இந்த ஒழுங்கு நடவடிக்கை நிகழ்வையொட்டி, திப்பு புதிய பட்டயங்களை நிலங்களாகவும் பணமாகவும் பிராமணர்களுக்கும் கோவில்களுக்கும் வழங்கினார். இந்த ஏற்பாட்டின்படி, திப்பு வழங்கிய மராத்திய மொழி பட்டயம் *அமில்தார்* கோனப்பாவிடம் கொடுக்கப்பட்டது. அதன்படி, தொங்கபள்ளி மற்றும் கோலாபள்ளி கிராமங்களின் வருவாயை சுவாமி புஷ்பகிரி மடம் அனுபவித்துக் கொள்ள அனுமதி வழங்கியிருந்தார். கான்ஜிகோட்டாவிலுள்ள ஆஞ்சநேய சாமி கோவிலில் பூஜை செய்வதற்கு ராமச்சார் என்பவனுக்கு கடப்பா மாவட்டத்திலுள்ளக் கொத்தனுதலா கிராமத்தை மானியமாகக் கொடுத்திருந்தார். இதுபோல பல பிராமணர்களுக்கு காமலாபுரா தாலுகாவில் நிலங்களை வழங்கியிருந்தார். 1794 ஆம் ஆண்டில் மஹராஜ் ஹரிபா என்ற பிராமணனுக்கு, மஞ்சராபாத் தாலுகாவில் *இனாம்* நிலங்களை வழங்கினார். கனாரீஸ் கையெழுத்துப் பிரதியொன்றில் சமஸ்கிருத மொழியில் எழுதப்பட்ட கவிதையொன்றில், துங்க பத்ரா நதிக்கரை நிலங்களை கோவில்களுக்கும் பிராமணர்களுக்கும் வழங்கியுள்ளார் என வருகிறது. பிராமணியப் பயணிகளுக்கு உணவளிப்பதற்கென்றே திப்பு பெரும் பரப்பளவுள்ள இடங்களை தன்னகத்தே வைத்திருந்தார். பாராமஹாலின் *அமில்தாரான* ஹரதேசையாவுக்கு ஓர் உத்தரவு பிறப்பித்து, *தேவதாயம்* மற்றும் *பிரம்மதேயம்* ஆகிய நிலங்களைத் தவிர்த்து மற்றவற்றை திரும்பப்பெற வைத்தார். 1794 ஆம் ஆண்டில் தர்மபுரியைச்

சேர்ந்த பிராமணன் ஒருவனுக்கு ஆண்டுக்குப் பத்து பகோடா வம்சவழியாகப் பெற உத்தரவிட்டார்.

இந்து வணக்க முறை சுதந்திரத்தை திப்பு முழுவதுமாக வழங்கியிருந்தார். ஸ்ரீரங்கப்பட் டிணம் கோட்டைக்குள்ளேயே சிறப்பு வாய்ந்த ஸ்ரீ ரங்கநாதா ஆலயம் இருந்தது. அரண்மனை யிலிருந்து நூறு கஜ தூரத்திலிருந்த கோவிலிலிருந்து வரும் கோவில் மணியோசையையும், பிராமணக் குருக்களின் கீர்த்தனைகளையும் கேட்பதை திப்பு வழக்கமாக வைத்திருந்தார். ஒருநாளும் இதிலெல்லாம் அவர் குறுக்கிடவேயில்லை. நரசிம்மா மற்றும் கங்காதேஸ்வரா ஆகிய இரு கோவில்களும் கோட்டைக்குள் அரண்மனைக்கருகிலேயே இருந்தன. இந்தக் கோவில்கள் மட்டுமல்ல, அவரது சாம்ராஜ்ஜியத்தில் சிதறியிருந்த ஆயிரக்கணக்கானக் கோவில்களிலும் இந்துக்கள் தங்கள் வழிபாட்டு முறையை செய்து கொள்ள தடை விதித்ததேயில்லை. மாறாக, பல வகைகளில் தங்களது மதச்சடங்குகளைச் செய்வதற்கு பிராமணர்களுக்கு பணம் வழங்கி வந்தார். ஒரு உதாரணத்துக்கு அவர் கோவில் கட்டவும் உத்தரவிட்டிருந்தார். 1780 ஆம் ஆண்டில் கர்நாட்டிக்கின் மீது படையெடுத்த ஹைதர் அலி, காஞ்சிவரத்தில் கோபூர் கோவில் கட்ட அடிக்கல் நாட்டினார். எனினும் அவரால் அதனை முழுமைப்படுத்த முடியவில்லை. ஆனால் திப்பு, அந்த நகரத்துக்கு மூன்றாம் ஆங்கிலேய—மைசூர் போரின் போது அந்தக் கோவில் கட்டுமானப் பணிக்கு 10,000 ஹூன்களை வழங்கினார். அங்கே அவர் தங்கியிருந்தபோது நடந்த தேர்த்திருவிழாவில் பங்கெடுத்துக் கொண்டதுடன் வாண வேடிக்கை நிகழ்ச்சியிலும் கலந்து கொண்டார்.

இப்போது திப்பு மதவெறியன் அல்லன். அவர் அறிவொளி மிக்கவர். சகிப்புத்தன்மை மிக்கவர். பின்பு எப்படி அவர் கூர்க் மற்றும் மலபார் பகுதிகளில் இந்துக்களைக் கட்டாயமாக மதம் மாற்றி முஸ்லீம்களாக்க உத்தரவிட்டார்? உண்மையான விளக்கமாக இருப்பது, இவர் மதமாற்றத்தை அரசியல் நோக்கத்துடன் மட்டுமே செய்தார். தனது சாம்ராஜ்ஜியத்தில் திரும்பத் திரும்ப கலகங்கள் செய்து கொண்டிருந்த முஸ்லீம் அல்லாத குடிகளை ஒடுக்குவதற்கு தண்டனையாகப் பாடுறுத்தப்பட்டு, இந்த மதமாற்றத்துக்கு உத்தரவிட்டார். அதற்காக தனது அதிகாரிகளுக்கு அவர் இட்ட உத்தரவில், கூர்க் மற்றும் மலபார் பகுதிகளில் தொடர்ந்து கலகம் செய்து வரும் முஸ்லீம் அல்லாதவர்கள், தங்கள் போக்கைக் கைவிடாதபட்சத்தில் அவர்களை மதம் மாற்றி விடுங்கள் என்று கடிந்திருக்கிறார். கோஸிக்னிக்கு அவர் எழுதியக் கடிதமொன்றில், ‘நாயர்களை இஸ்லாத்துக்கு மதம் மாற்றியதற்காக, அது கலகக்காரர்களுக்குக் கொடுக்கப்பட்ட தண்டனை மட்டும்தான். அவர்கள் அந்த தண்டனைக்குரியவர்கள். அவர்கள் ஆறு தடவை கலகம் செய்திருக்கிறார்கள். அவர்களை ஆறு முறையும் மன்னித்திருக்கிறேன்’ என்று அவர் மனம் வருந்துகிறார். இந்த வகையானத் தண்டனைகளால் கூர்க்குகளின் கலகத்தை அடக்க முடியுமென்றும், நாயர்களை கீழ்படிய வைக்க முடியுமென்றும் அவர் எண்ணியிருந்தார்.

கூர்க் மற்றும் மலபார் பகுதிகளில் வசித்த எத்தனை பேர் கட்டாயப்படுத்தப்பட்டு முஸ்லீமாக மதம் மாற்றப்பட்டார்கள் என்பதற்கானத் துல்லிய ஆதாரங்கள்

எதுவுமில்லை. ஆங்கிலேயர் தரப்பிலிருந்து வெளியிடப்பட்ட ஆவணங்கள் எதுவும் ஆதாரமாக எடுத்துக் கொள்ள முடியாத அளவில் உள்ளன. அவற்றில் பெரும்பாலானத் தரவுகள் திப்புவின் புகழைத் திட்டமிட்டுக் குலைப்பதற்காக உருவாக்கப்பட்டவையாக இருந்தன. அதை அவர்கள் பிரச்சாரமாகவே செய்து வந்தனர். முஸ்லீம்கள் தரப்பிலும் தெளிவானதோர் கணக்கு இருக்கவில்லை. அத்தரப்பு, திப்புவை இஸ்லாத்தின் வெற்றித் திருமகன் என்று கட்டமைப்பதற்கான சூத்திரத்தில் சற்றே மிகைப்படுத்தியே வந்தது. பொய்யானத் தகவல்களையும் உலவ விட்டது. அத்தரப்பு, திப்புவின் தலைக்குப் பின்னால் மத ஒளிவட்டம் விழ வைப்பதற்கான முயற்சிகளிலும் ஈடுபட்டது. அவரை மத ரீதியிலானத் தலைவனாக மாற்ற என்று புகழ்ந்து தள்ளியது. உதாரணத்துக்கு, சுல்தான்—உத்—தவாரிக்கில் கூர்க் பகுதியில் மட்டும் திப்பு 70,000 இந்துக்களை முஸ்லீமாக மாற்றினார் என்று வகைதொகையாக வரைந்து தள்ளியிருந்தது. ஆனால் இந்த அறிக்கை முற்றிலும் அசட்டுத்தனமானது. ஏனென்றால், அந்த காலகட்டத்தில் கூர்க்கின் மக்கள் தொகை மேலே குறிப்பிட்ட எண்ணிக்கையிலிருந்து மிகக் குறைவாக இருந்து வந்தது என்பதுதான் உண்மை. அதேவேளையில் ராமச்சந்திரா புங்கனேரி, 'வெறுமனே 500 ஆண்கள், பெண்கள், குழந்தைகள் மட்டுமே மதமாற்றம் செய்யப்பட்டனர். அவர்கள் ஸ்ரீரங்கப்பட்டிணத்துக்கும், பெங்களூர் மற்றும் பல கோட்டைகளுக்கு குழுக்களாகப் பிரித்து அனுப்பப்பட்டனர்' என்கிறான். திப்புவின் கொள்கைகளை பல்வேறு வகைகளில் ஆய்வு செய்து பேசும் மூர் மறுபக்கத்தில், 'கூர்க்கில் மதமாற்றம் எதுவும் நடைபெறவில்லை' என்று திட்டவட்டமாய்ச் சொல்கிறான்.

திப்புவின் கட்டாய மதக்கொள்கைகள் குறித்துப் பேசும் மதிப்பீட்டாளர்கள், வழக்கம்போல தாங்களே முன்வந்து மதம் மாறும் கணக்குகளை விட்டுவிட்டார்கள். உதாரணத்திற்கு, கூர்க் தலைவர்களில் ஒருவனான ரங்கா நாயர் தப்பியோடி பின்னர் திப்புவின் அழைப்பின் பேரில் ஊர்வந்து சேர்ந்தவன், இஸ்லாத்தைத் தழுவினான். அதுபோலவே, திப்புவின் மனதில் இடம் பிடிப்பதற்காக வேறுபல கலகக்காரத் தலைவர்களும் தங்கள் நடவடிக்கையை மாற்றிக் கொண்டு இஸ்லாத்துக்குள் வந்தனர். திப்பு அவர்களின் மாற்றத்தை வரவேற்றார். அப்படி மாறுவதால் அவர்கள் செல்வாக்கு அவர்களைப் பின்தொடர்பவர்களிடம் குறைந்துவிடும் என்று கருதினார். அதேவேளையில் அவர்கள் மதம் மாறி வருவதை திப்பு விரும்பவில்லை என்று கருத இடமில்லை. ஆனால் ஒரு சில வரலாற்றாசிரியர்கள், திப்புவின் சித்திரத்தை வளமையாக வேறு வர்ணம் பூசி, இந்துக்களை ஒட்டுமொத்த மதமாற்றத்துக்கு அடையாளப்படுத்துவதுடன், இஸ்லாத்தை ஏற்க மறுத்தவர்களை வன்கொலை செய்தார் என்று வகைமைப்படுத்துகின்றனர்.

கூர்க் மற்றும் மலபார் பகுதிகளைத் தவிர்த்து திப்பு தனது சமஸ்தானத்தின் வேறு எந்தப் பகுதியிலும் மதமாற்றக் கொள்கையை செயல்படுத்தவில்லை. மற்ற இடங்களில் கலகக்காரர்கள் மிகக் கொஞ்சமாக இருந்தனர். அந்த நிலையிலும் மிக முக்கியமாக திப்பு பிராமணர்களுக்கும் கோவில்களுக்கும் வழங்கி வந்த கொடைகளில் எந்தவொரு மாற்றத்தையோ, தடையையோ விதிக்கவில்லை என்பது குறிப்பிடத்தக்கது. 1789 ஆம் ஆண்டில் அவர் திருவாங்கூர் அரண்களை நோக்கி, படை நடத்திக்கொண்டு சென்றபோது, திருச்சூரில் டிசம்பர் 14 முதல் 29

வரை தங்கியிருந்தார். அப்போது, தனது படைகளுக்கு சமையல் பாத்திரங்களை வடக்குந்நாதன் கோவிலிலிருந்துதான் பெற்றுக் கொண்டார். திருச்சூரிலிருந்து கிளம்பும் போது கோவிலுக்குத் திருப்பித் தரவேண்டிய பாத்திரங்களுடன், மிகப்பெரிய வெங்கலக் குத்து விளக்கு ஒன்றையும் பரிசாக அளித்தார். மலபாரின் மற்ற பகுதிகளிலுள்ளக் கோவில்களுக்கும், பிராமணர்களுக்கும் மானிய நிலங்களை வழங்கியிருந்தார். அந்த வகையிலுள்ள ஒரு பட்டியல்:

1. எரநாடு தாலுகாவின் செலம்பரா அம்சத்திலுள்ள மன்னூர் கோவிலுக்கு 70.42 ஏக்கர் ஈரநிலமும் 3.29 ஏக்கர் தோட்ட நிலமும்.

2. பொன்னானி தாலுகாவின் வைலத்தூர் அம்சம் திருவாஞ்சிக்கும் சிவா ஆலயத்துக்கு 46.02 ஏக்கர் ஈரநிலமும் 3.29 ஏக்கர் தோட்ட நிலமும்.

3. பொன்னானி தாலுகாவின் குருவாயூர் அம்சம் குருவாயூர் கோவிலுக்கு 46.02 ஏக்கர் ஈரநிலமும் 458.32 ஏக்கர் தோட்ட நிலமும்.

4. கள்ளிக்கோட்டை தாலுகாவின் கஸ்பா அம்சம் திருக்கண்டியூர் வெட்டக் கொரும்மக்கன்காவு கோவிலுக்கு 122.70 ஏக்கர் ஈரநிலமும் 73.36 ஏக்கர் தோட்ட நிலமும்.

5. பொன்னானி தாலுகாவின் கடிகாடு அம்சம் கட்டுமாடத்தில் ஸ்ரீகுமரன் (நம்பூதிரிபாட்) கோவிலுக்கு 27.97 ஏக்கர் ஈரநிலமும் 6.91 ஏக்கர் தோட்ட நிலமும்.

6. பொன்னானி தாலுகாவின் திருக்கண்டியூர் அம்சம் திருக்கண்டியூர் சமூகக்கோவிலுக்கு 20.63 ஏக்கர் ஈரநிலமும் .41 ஏக்கர் தோட்ட நிலமும்.

7. திருச்சூர் நடுவில்மாடத்தில் திரும்ம்முவுக்கு 40.26 ஏக்கர் ஈரநிலமும் 22.13 ஏக்கர் தோட்ட நிலமும் 4.17 ஏக்கர் மானாவாரி நிலமும்.

சகலவழிகளிலும் இந்துக்களுக்கும் இந்துக் கோவில்களுக்கும் பிராமணர்களுக்கும் ஆதரவாகச் செயல்பட்ட திப்பு, அவர்களின் பாதுகாப்புக்கும் வளமைக்கும் உறுதுணையாக இருந்த ஆட்சியாளர் திப்பு, அவர்களிடம் சகிப்புத்தன்மையையும், பெருந்தன்மையையும் காட்டிய திப்பு, அவர்களின் நம்பிக்கையைப் பாதுகாத்துவிட்டு, இந்துக்களின் மதச்செயல்பாடுகளுக்குக் குந்தகம் விளைவிக்கும் காரியங்களில் எப்படி தன்னை ஈடுபடுத்திக் கொண்டிருக்க முடியும்?

கிறிஸ்தவக் குடிகளின் மீதும் திப்பு இதுபோன்ற சம்பவங்களில் ஈடுபட்டார் என்ற குற்றச்சாட்டு இருந்து கொண்டேயிருந்தது. ஆனால் அது தொடர்பான ஆவணங்கள் எதுவும் இதுவரையில் பார்வைக்குக் கிடைக்கவில்லை. கிறிஸ்தவர்கள் மீதான திப்புவின் நடவடிக்கைகள் யாவுமே மதரீதியானவை அல்ல. அவை முற்றிலும் அரசியல் தொடர்பானவை. திப்பு கிறிஸ்தவர்களை பெருந்தன்மையுடன் நடத்தினார். அவர்கள் துரோகமிழைத்த போது மட்டுமே தண்டித்தார்.

இரண்டாவது ஆங்கிலேய—மைசூர் போரின் போது, மைசூர் சாம்ராஜ்ஜியத்துக்கு

உட்பட்ட கனரா கிறிஸ்தவர்கள் ஆங்கிலேயர்களுக்கு பலமான உதவிகளை செய்து வந்தனர். மேற்குக் கரையில் மாத்யூ படையெடுத்து வந்தபோது கிறிஸ்தவர்கள் ஒற்றர்களாகவும், வழிகாட்டிகளாகவும் செயல்பட்டனர். மங்களூரையும், பெத்னூர் மாகாணத்தையும் வெற்றி கொள்ள மாத்யூவுக்கு உதவினர். மைசூர் படையில் சேவையாற்றி வந்த முப்பத்தைந்து கிறிஸ்தவர்கள் விலகி, மாத்யூ படையில் சேர்ந்து கொண்டனர். மேலாக, கனரா கிறிஸ்தவர்கள் ஆங்கிலேயர்களுக்கு பணஉதவியையும் செய்து வந்துள்ளனர். பெத்னூர் வீழ்வதற்கு முன்னர் அவன் எழுதியக் கடிதம் ஒன்று, 'கனரா கிறிஸ்தவர்களிடமிருந்து 33,000 ரூபாய் தான் வாங்கியிருப்பதாகவும், இந்தக் கடிதத்தை வாசிக்க நேரும் யாரும் இந்த உண்மையை எந்தப் பிரதேசத் தலைவரிடமோ அல்லது ஆட்சிக் குழுவிடமோ தெரிவிக்க வேண்டி' வேண்டுகோளுடன் முடிந்திருந்தது.

மைசூர் படைகள் மங்களூரை முற்றுகையிட்டிருந்தபோது கனரா கிறிஸ்தவர்கள் இரகசியமாக கேம்பெல்லுக்கு உதவி வந்தனர். மேலும் காசிம் அலி மற்றும் முஹம்மத் அலி ஆகியோர் ஆங்கிலேயருடன் சேர்ந்து சதித்திட்டம் தீட்டி, திப்புவை ஒழித்துக்கட்ட முயற்சித்து வந்தனர். மௌண்ட் மரியான் திருச்சபையின் அருட்தந்தை டான் ஜோவாக்யூம் டி மிராண்டா ஆங்கிலேயக் காவல் படைக்கு 1,000 மூட்டை அரிசி கொடுத்து, திப்புவுக்கு எதிராக நடந்து கொண்டார். இத்தனைக்குப் பின்பும் திப்பு அவர்களை மன்னித்தார். ஜோவாக்யூமை வரவேற்றதுடன் அவரை யாரும் தொந்தரவு செய்யக் கூடாதென்று உத்தரவிட்டார். மட்டுமல்லாமல், அவர் மத்தியஸ்தம் செய்து கேட்டுக்கொண்டதற்கிணங்க 150 கிறிஸ்தவர்களை விடுவித்தார். இருந்தபோதும், ஆங்கிலேயர் பிரஞ்சுக்காரர்களுக்கிடையே ஏற்பட்ட ஒப்பந்தத்தையடுத்து, கோஸிக்னி மைசூர் படையிலிருந்து விலகியதும் அருட்தந்தை அவனுக்கு அடைக்கலம் கொடுத்ததுடனில்லாமல், கடற்கரைக்குப் போகும் வழியையும் காட்டி, அருட்தந்தை திப்புவுக்கு துரோகமிழைத்தது வரலாற்றுச் சம்பவம்.

இதையடுத்து அருட்தந்தை ஜோக்யூம் கோட்டையில் காவல் வைக்கப்பட்டு, நீதிமன்றத் தீர்ப்பின்படி மௌண்ட் மரியான் திருச்சபைக் குடியிருப்பின் வாசிகளான கிறிஸ்தவர்கள் அத்தனை பேரும் கொச்சிக்கு நாடு கடத்தப்பட்டனர். கனரா கிறிஸ்தவர்களில் சிலர் கோவாவுக்கு விரட்டியடிக்கப்பட்டனர். மேலும் சிலர், ஸ்ரீரங்கப்பட்டிணத்துக்குக் கைதிகளாக அனுப்பப்பட்டனர். முஹம்மத் அலி மற்றும் காசிம் அலியுடன் இணைந்து செயல்பட்ட ஒரு கிறிஸ்தவன் மட்டும் தூக்கிலிடப் பட்டான். திப்புவின் இந்தக் கட்டளையையடுத்து, பாதிப்புக்குள்ளானவர்களின் எண்ணிக்கையைக் கண்டறிவது சிரமமானதாக உள்ளது. கோவாவின் வைஸ்ராய் அரசின் செயலாளருக்கு எழுதியக் கடிதமொன்றில் 20,000 பேர் பாதிப்புக்குள்ளானதாகத் தெரிய வருகிறது. அதைத்தொடர்ந்த மற்றொரு கடிதத்தில் 40,000 கிறிஸ்தவர்கள் திப்புவால் வெளியேற்றப்பட்டதாகக் கூறப்பட்டுள்ளது. மற்றொரு கூற்றில் 30,000க்கு அதிகமானோர் என்று அறியப்படுகிறது. வில்க்ஸ் தனது அறிக்கையில், சற்றே மிகையாக 60,000 கிறிஸ்தவர்கள் வெளியேற்றப்பட்டனர் என்று கூறியிருக்கிறான். பின்னர் ஸ்ரீரங்கப்பட்டிணத்திலிருந்த பிரஞ்சுத் தூதுக்குழுவின் மொன்னீரன் முயற்சியால் மங்களூரிலுள்ள திருச்சபைக்குத் திரும்பிவர, திப்புவால்

அருட்தந்தை அனுமதிக்கப்பட்ட கதையும் நடந்தது. அந்த சமாஜத்தைச் சேர்ந்த அத்தனை பேரும் திரும்புதலுக்கு அனுமதிக்கப்பட்டனர்.

கிறிஸ்தவர்களை இஸ்லாத்துக்கு கட்டாயமாக மதம் மாற்றியதாக திப்புவின் மீது மற்றொரு குற்றச்சாட்டும் உள்ளது. ஆனால் இந்தக் கோணத்துக்கும் தகுந்த ஆதாரங்கள் ஏதும் கிடைக்கப் பெறவில்லை. சிலர் சந்தேகமேயில்லாமல் அவர்களாகவே இஸ்லாத்துக்கு மாறிய கதையும் நடந்திருக்கிறது. ஆனால் அவர்கள், சிறையின் கொடும் வாழ்க்கையிலிருந்து தப்பிக்க இதுபோன்ற காரியங்களைத் தன்னிச்சையாகச் செய்தவர்கள். அதேவேளையில் சிறையிலிருந்து விடுதலையான அவர்களுக்கு அரண்மனையிலும் இராணுவத்திலும் பணியிடம் வழங்கப்பட்டது. எனினும் ஸ்ரீரங்கப்பட்டிணத்திலும் சித்தல்துர்க் கோட்டைச் சிறையிலும் கைதிகளாக இருந்த பலர், அவரவர் மதத்திலேயே நீடிக்க அனுமதிக்கப்பட்டனர். அது, 1789 ஆம் ஆண்டு திப்பு கோவாவின் வைஸ்ராய்க்கும், ஆர்ச் பிஷப்புக்கும் அனுப்பிய வேண்டுகோள் கடிதத்திலிருந்து தெளிவாகிறது. அக்கடிதத்தில் அவர், 'சிறைப்படுத்தப்பட்ட பின்பு தங்களது மதக்கடமைகளை சரிவரச் செய்யாமல் புறக்கணித்தவர்களை, நேர்வழிப்படுத்தக் கிறிஸ்தவ மதகுருமார்களை அனுப்பி வையுங்கள்' என்று கேட்டுக் கொண்டிருக்கிறார். அழிக்கப்பட்ட தேவாலயங்களை திரும்பக் கட்டியெழுப்ப அவர் உத்தரவாதமும் அளித்திருக்கிறார். ஏராளமான மத குருமார்கள் விடுவிக்கப்பட்டனர். தொல்லைகள் எதையும் அனுபவிக்காமல் அவர்கள் கோவா செல்ல அனுமதிக்கப்பட்டனர். அவர்களில் பலர் மன்னிப்புக் கேட்டனர். அவர்களின் சார்பாக கோவாவின் வைஸ்ராயும் பரிந்துரைகளைச் செய்திருந்தார்.

அத்தனைக் கிறிஸ்தவர்களும் திப்புவின் கையால் பாதிப்புக்கு உள்ளானவர்கள் என்று சொல்லிவிட முடியாது. அப்படித் திப்புவால் பாதிப்புக்கு உள்ளானவர்கள் கனரா கிறிஸ்தவர்கள் மட்டுமே. அவர்கள் பெரும்பாலும் கோவாவிலிருந்து இடம்பெயர்ந்து வந்தவர்கள். கோவா ஆர்ச் பிஷப் திருச்சபையின் கீழ் இயங்கிய அவர்கள் மீது, திப்புவுக்கு பெரும் நம்பிக்கை ஏதும் இருக்கவில்லை. போர்த்துக்கீசியர் மீது திப்பு நல்லுறவில் இருக்கவில்லை. எல்லாவற்றுக்கும் மேலாக, அவர்கள் திரும்பத் திரும்ப மைசூர் அரசாங்கத்துக்கு எதிரான நடவடிக்கைகளிலேயே ஈடுபட்டு வந்தனர். ஹைதர் அலி அவர்களை பெருந்தன்மையுடன் நடத்தினார். இத்தனைக்கும் அவர்கள் 1768 ஆம் ஆண்டின் போரின் போது ஆங்கிலேயர்கள் மங்களூரைக் கைப்பற்ற பெரிதும் உதவி செய்திருந்தனர். திப்புவின் ஆட்சிக்காலத்தில் அவர்கள் தாங்கொணா வகையில் குட்டிக் கலகங்களைச் செய்த வண்ணமிருந்தனர். அவர்களின் செயல்பாடுகள் அரசாங்கத்துக்கு மிகுந்தத் துன்பத்தையும், மாநிலத்தின் பாதுகாப்புக்குச் சவாலாகவும் இருந்ததால் திப்பு அவர்களை வெளியேற்றினார். அதேவேளையில் சிரியன் கிறிஸ்தவர்கள் திப்புவால் அன்புடனும் பாசத்துடனும் நடத்தப்பட்டனர். அதுபோலவே, அமெரிக்க வர்த்தகர்களை அவர் ஆதரவாக நடத்தியதுடன், மைசூரில் குடியேறவும் கேட்டுக்கொண்டார். அவர்களுக்கு அத்தனை வசதிகளையும் செய்து கொடுத்தார். மேலாக, அவரது இராணுவத்தில் கணிசமான எண்ணிக்கையில் கிறிஸ்தவர்கள் பணியாற்றி வந்தனர். அவர்களுக்கு அவரவர் மதத்தின் வளமைகளுடன் இறைவணக்கம் செய்துகொள்ள சுதந்திரம்

அளிக்கப்பட்டிருந்தது. ஆங்கிலேயர்களுக்கு ஆதரவாகச் செயல்பட்ட கனரா கிறிஸ்தவர்கள் கூட, மங்களூர் வெற்றிக்குக் காரணமாகயிருந்து ஆங்கிலேயர்களுக்கு உதவியதால் ஏற்பட்ட சேதத்துக்கு ஈட்டுத்தொகையாக மூன்றுகோடி ரூபாயை அபராதமாகச் செலுத்திவிட்டு, மைசூர் சாம்ராஜ்ஜியத்திலேயே இருந்து கொள்ள அனுமதிக்கப்பட்டனர். கோவாவிலிருந்து வந்த புனிதப்பயணிகள் மைசூர் அரசாங்கத்தின் சட்டதிட்டங்களுக்குக் கட்டுப்பட்டு நடந்து கொள்ளும் செயலுக்கு அனுமதி வழங்கப்பட்டது. இந்த உண்மைகள் காட்டும் தெளிவுகளின்படி திப்பு கிறிஸ்தவர்களின் மீது கடுமையாக நடந்துகொண்டது, அரசியல் தன்மையினாலேயன்றி, அவரது சொந்த மதத்தின் மீதான அபிமானத்தால் அல்ல என்பது தெளிவாகிறது. கனரா கிறிஸ்தவர்கள் தண்டிக்கப்பட்டது அவர்கள் கிறிஸ்தவர்கள் என்பதால் அல்ல. அவர்கள் அரசாங்கத்துக்கு தீங்கிழைத்தவர்கள் என்பதால் மட்டுமே. சுல்தானின் குடிகளாக மட்டுமே இருந்திருக்கும் பட்சத்தில் அவர்கள் தண்டிக்கப்படுவதற்கானக் காரணமேயில்லை.

மாஹ்தவிகளின் மீது திப்பு நடவடிக்கையெடுத்ததும் உறுதியான அரசியல் நிலைப்பாட்டினால்தான். இதிலும் மதப்பின்னணி ஏதுமில்லை. மெட்ராஸிலிருந்து பிணையம் விடுவிடுக்கப்பட்டு திரும்பிக் கொண்டிருக்கும் மகன்களை— இளவரசர்களை— வரவேற்க திப்பு தேவனஹள்ளியில் தயாராகியிருந்தார். அது, ரம்ஜான் மாதத்தின் 27 ஆம் நாள் இரவு. (27, 1208 இஸ்லாமிய வருடம் / ஏப்ரல் 28, 1794). அப்போது மாஹ்தவிகள் தங்களது வழக்கப்படி வேறு ஒரு கொண்டாட்டத்துக்கு ஆயத்தமாகிக் கொண்டிருந்தனர். திப்பு அதற்கு எதிர்ப்பு தெரிவிக்கவில்லை. அவர்களின் வணக்க முறைக்கு முழு ஆதரவும், மத நம்பிக்கைக்கு மதிப்பும் கொடுத்திருந்தார். ஆனால் அவர்கள் வணக்க முறையின்பேரில் ஆர்ப்பரித்து எழுப்பியச் சத்தம் முகாமில் தொழுகையில் ஈடுபட்டிருந்த முஸ்லீம் வீரர்களுக்கு இடையூறாக இருந்தது. அது, மேலும் மேலும் அதிகரிக்க திப்பு தனது திவான் மீர் சாதிக்கை அனுப்பி, மாஹ்தவி தலைவர்களிடம் தங்களது ஆதரவாளர்களை முகாமிலிருந்து சற்றுத்தள்ளி அனைத்து வசதிகளும், ஏற்பாடுகளும் செய்து வைக்கப்பட்டிருக்கும் இடத்தில் கொண்டாடச் சொல்லுங்கள் என்று கேட்க வைத்தார். அதற்கு அப்படை பிரிவுகளின் தளபதிகள் ஒத்துக்கொண்டனர். ஆனால் நள்ளிரவில் 3,000 மாஹ்தவிகள் ஒன்றுகூடி, தங்கள் வழக்கப்படி கொண்டாட்டத்தை நடத்தி இரவின் அமைதியைக் கெடுத்திருக்கின்றனர். திப்பு தூக்கத்திலிருந்து எழுந்துவிட்டார். அமைதி கெட்டுப்போனதில் எரிச்சலாகிப் போனார். மறுநாள் காலையில் தளபதிகளான மாதப் கான் மற்றும் ஆலம் கான் ஆகிய இருவரையும் கைதுசெய்து, சிறையிலடைக்கச் சொல்லி உத்தரவிட்டுவிட்டார். அத்துடன் மாஹ்தவிகளை இராணுவத்திலிருந்து வெளியேற்றியதுடன் அவர்கள் அத்தனை பேரையும் தனது சாம்ராஜ்ஜியத்திலிருந்து நாடு கடத்திவிட்டார். அதிலிருந்து தப்பியது திப்புவால் மிகவும் மதிக்கப்பட்ட சயீத் முஹம்மத் கான் ஒருவர் மட்டும்தான். எனினும் சயீத் முஹம்மத் கான், மைசூரிலிருந்து தப்பிச்செல்லும் எண்ணத்துடன் அங்கிருந்து குடும்பத்துடன் கிளம்பிவிட்டார். ஆனால் அதைக் கேள்விப்பட்ட திப்பு ஸ்ரீரங்கப்பட்டிணம் திரும்பி, அவரைக் கைது செய்யச் சொல்லி உத்தரவிட்டு சிறையிலடைத்துவிட்டார். 1799 ஆம் ஆண்டு ஸ்ரீரங்கப்பட்டிணத்தின் வீழ்ச்சிக்குப் பிறகே சயீத் முஹம்மத் கான் விடுதலையானார். ஆனால் மற்ற இரு

தளபதிகளான மாதப் கானும், ஆலம் கானும் 1795 ஆம் ஆண்டே திப்புவால் விடுவிக்கப்பட்டு விட்டனர்.

ஒழுக்கம் குறைவானதோர் செயலுக்கு திப்பு எதற்காக இத்தனைப் பெரிய தண்டனையைக் கொடுக்க வேண்டும் என்றொரு கேள்வி எழாமல் இல்லை. அஃதில்லாமல், ஒருசிலர் செய்த தவறுக்கு ஒட்டுமொத்த மாஹ்தவிகளை, எதற்காக வெளியேற்ற வேண்டும்? திப்புவுக்கு மாஹ்தவிகளின் மீது கொஞ்ச காலமாகவே, அவர்கள் தனக்கெதிரான நடவடிக்கைகளில் ஈடுபட்டு வருகின்றனர் என்ற சந்தேகம் இருந்துகொண்டேயிருந்தது. ரம்ஜான் 27 ஆம் நாள் இரவின் போது, அவருக்கு அந்த சந்தேகம் உறுதிப்பட்டுப் போனது. அவர்கள் அந்த இரவில் ஒன்றிணைந்ததும், நம்பிக்கையற்ற அவர்களை தனது சாம்ராஜ்ஜியத்திலிருந்து வெளியேற்ற உத்தரவிட்டுவிட்டார். ஆனால் அவரது சந்தேகம் சரியானதுதானா என்று அறுதியிட்டுச் சொல்வது அத்தனை எளிதானதாக இல்லை. ஆங்கிலேயர்கள் மாஹ்தவிகளை எளிதில் வெற்றி கொள்ள முடிந்த போதிலும் திப்புவின் சந்தேகம் அடிப்படையற்றதாக இல்லை. கிர்மானி எண்ணுவதுபோல அது மீர் சாதிக்கின் திசைதிருப்பும் சாகசமாகத் தெரிகிறது. வெளியேற்றப்பட்ட மாஹ்தவிகள் அத்தனை பேரும் ஆங்கிலேயப் படையுடன் சேர்ந்து, நான்காம் ஆங்கிலேய—மைசூர் போரின்போது, திப்புவின் அதிகாரத்தைத் தூக்கியெறிவதில் முக்கியப் பங்கு வகித்தது மிக முக்கியமான ஒன்றாகும். அதில் மீர் சாதிக்கின் கைவண்ணம் இல்லாமல் இல்லை.

---

147. M.A.R., 1916, pp. 10-11 73-76; See also Sen, Studies in Indian History, pp. 155-69. அங்கே திப்பு ஆட்சிகாலத்தில் எழுதப்பட்ட முப்பது ஆவணங்கள் இருந்தன. அதில் ஒன்றே ஒன்றைத் தவிர, அனைத்தும் சிரிங்கேரி மடத்தின் பொறுப்பிலிருந்தவை. 1791 ஆம் ஆண்டிலிருந்து 1798 ஆம் ஆண்டு வரையிலான அக்கடிதங்களில் மொகம்மதியன் வருடமான மௌலூதி சகாப்த தேதிகளிலிடப்பட்டிருந்தன. அதற்கிணையாக, பெருவாரியானக் கடிதங்களில் இந்து அட்டவணைப்படியான தேதிகளும் இடம் பெற்றிருந்தன.

148. துங்கபத்ராவின் இடக்கரையிலுள்ள மலைகளின் கீழ் அமையப் பெற்ற ஒரு கிராமம். பதினெட்டாம் நூற்றாண்டில் சங்கராச்சாரியர் நிறுவிய நான்கு மடங்களில் தலைமை மடம் இதுவாகும். மடாதிபதி இந்தியா முழுவதிலுள்ள இந்துக்களால் பெரிதும் மதிக்கப்பட்டார்.

22

மீள் நோக்கு மற்றும் இறுதிச் சுருக்கம்

இந்திய ஆட்சியாளர்களில் சிலர் மலிந்த அவதூறுகளுக்கும், திரித்தப் பிறழ்க் கூற்றுகளுக்கும் திப்பு சுல்தானைப் போலவே ஆளாகியுள்ளனர். தாம்ஸன் மற்றும் காரேட் ஆகியோர் உற்று நோக்கியதில், 'திப்புவின் சித்திரம் மிக எளிமையாகவும், தூயதாகவும் அலுப்பு தட்டுகின்ற அளவில் திரும்பத் திரும்ப ஒரு அரக்கனைப்போலத் தீட்டப்படுகின்றது' என்கின்றனர். 1794 ஆம் ஆண்டின் துவக்கத்தில் மூர் எழுதுகிறான்: 'முற்றிலும் வெறுத்தொதுக்கிய, தீர்க்கமாக அழிக்கப்பட்டுவிட்ட அவனது பெயரையும், குணாதிசயத்தையும் ஆவலாதியுடன் வெளிப்படுத்த முடியாதபடிக்கு உண்மையிலேயே, பிற்காலத்தில் எங்கள் மொழி வார்த்தைகள் இல்லாமல் சூறையாடப்பட்டிருக்கும். இழிவான சிறப்புப் பெயர்களைக் கொண்டு எழுதுவதால் மொழி ஞானம் தீர்ந்து போயிருக்கும். அவனது குணாதிசயத்தைப் போற்றிப் புகழும் அளவுக்கு ஆங்கில மொழியில் போதுமான வார்த்தைகள் இல்லை. இதுபோன்ற புகழின் நிலையான முத்திரைகளுக்கு, அவனது நினைவுகள் தகுதியானவைதான்' என்று வஞ்சம் தீர்க்கிறான். திப்புவின் மரணத்துக்குப் பின் பீட்சன், கிர்க்பாட் ரிக், வில்க்ஸ் ஆகியோர் சுல்தான் மீது பழி சுமத்துவதற்குப் போட்டிபோட்டு, ஒருவருக்கொருவர் போராட்டம் நடத்தினர். அவர்களின் வாக்குமூல

அறிக்கைகளை பின்னர் வந்த ஆங்கிலேய மற்றும் இந்திய வரலாற்றாசிரியர்கள் கண்களை மூடிக்கொண்டு ஆராயாது ஏற்றுக் கொண்டனர்.

திரும்பத் திரும்ப ஏன் திப்பு தவறாகப் பேசப்பட்டு வருகிறார்? ஆங்கிலேயர் ஆரம்பத்திலிருந்தே திப்புவின் மீது பாரபட்சமான எண்ணங்களைக் கொண்டிருந்தனர். அவரை வெல்ல முடியாத போட்டியாளர் என்று பொறாமை கொண்டனர். தங்களின் நிலையான, ஒரே எதிரி என்று அவரை உருவகப்படுத்திக் கொண்டிருந்தனர். ஏனென்றால், அவர் மற்ற இந்திய ஆட்சியாளர்களைப் போலல்லாமல், ஆங்கிலேயக் கம்பெனிக்கு திறை செலுத்தும் அடிமையாக இருக்க மறுத்துவிட்டார். அதனால், ஏராளமான அட்டூழியங்கள் அவர் செய்ததாக கசப்பான அனுபவங்களுடன் ஜோடிக்கப்பட்டன. அத்தனைப் போர்களுக்குப் பின்பும், விழாமல் தாங்கி நிற்கும் கோபத்திலும்கூட புணரப்பட்டன. அவரது சிறைகளை நிரப்பிய கைதிகள் பெற்ற தண்டனைகள் தங்களுக்கானது அல்ல என்று கருதியவர்களும், ஆங்கிலேயர்களுடன் இணைந்து கூட்டுப் பாட்டு பாடினர். திப்புவுக்கு எதிராக ஆங்கிலேயர்களுடன் சேர்ந்து கொண்டு கூலிச்சண்டைக்கு வலியப் போனவர்களும் கூட, தாங்கள் நடத்தியப் போரை நியாயப்படுத்தினர். எல்லாவற்றுக்கும் மேலாக, திப்புவின் சாதனைகள் சிறுமைப்படுத்தப்பட்டன. அவரது நற்குணங்கள் மறைக்கப்பட்டன. அந்த வகையில் மைசூர் மக்களையுமே மறக்கடிக்கச் செய்தனர். மட்டுமல்லாமல், ராஜாவைச் சுற்றி அனைத்தையும் இணைத்து புதிய ஆட்சிக்கு உதவினர்.

எனினும் திப்பு, அவரது சமகாலத்திய அத்தனை எழுத்தாளர்களாலுமோ அல்லது அவரது காலத்துக்குப் பிந்தைய அத்தனை எழுத்தாளர்களாலுமோ கெட்ட, துர்நடவடிக்கையுள்ள, மோசமான, கொடுங்கோன்மையான, நேர்மையற்ற, ஒன்றுக்கும் உதவாத ஆட்சியாளர் என்று கருதப்படவில்லை. பிரஞ்சு அதிகாரியொருவன், 'திப்பு, விவசாயிகளை மகிழ்ச்சியில் ஆழ்த்தினார். இந்திய வியாபாரிகளைப் பாதுகாத்தார்' என்று வர்ணிக்கிறான். ஆங்கிலேயர்களில் அரசியல் உள் நோக்கம் அல்லாதவர்களும், பேராவல் இல்லாதவர்களும், திப்புவின் குணாதிசயத்திலும் நிர்வாகத்திலும் அவருக்கு அனுகூலமான பார்வையைத்தான் கொண்டிருந்தார்கள். ஹைதர் அலியின் மரணச் செய்தியைக் கேட்டவுடன் மெட்ராஸ் கவர்னராக இருந்த மெக்கார்ட்னி எழுதுகிறான்:. 'உற்சாகமும், சுறுசுறுப்பும், தைரியமுமுள்ள இளமைத் ததும்பும், ஹைதர் அலியின் வாரிசு, எந்தவொரு தீதுமில்லாமல், கொடுங்கோன்மையில்லாமல் ஆட்சிக்கு வந்திருக் கிறான். அவனது பேராவல், கம்பெனியின் அமைதிக்கும் நலத்திற்கும் நியாயமற்றதாக மாற வாய்ப்புகள் அதிகமாக இருக்கின்றன.' இரண்டு மாதங்கள் கழித்து அவன் மீண்டும் எழுதுகிறான்: 'திப்பு சாகிபின் குணநலன்களையும், அவரது உணர்வுப்பூர்வமான எண்ணங்களையும் அவரிடமிருந்து நான் பெறவேண்டும். மனிதாபிமானத்திலும், மேம்பட்டக் குணத்திலும் அவர் தனது தந்தையைக் காட்டிலும் உயர்ந்து இருக்கிறார், காரணங்களைப் புரிந்துகொண்டு சம்மதிக்கிறார்'. திப்புவாலேயே மசியச் செய்ய முடியாத எதிரியான டூண்டாஸ், 'ஹைதர் அலியின் மரணத்துக்குப்பின் மைசூர் அதிகாரம் தூக்கியெறிப்பட்டிருக்கும், ஒருவேளை திப்பு தனது தந்தையின் வழியில் மரபுரிமையாக அவரது திறமைகளையும்,

சுறுசுறுப்பையும் பெற்றிருக்காவிட்டால்' என்று கணிக்கின்றான். 1790 ஆம் ஆண்டு பிப்ரவரி மாதத்தில் இந்தியாவிலுள்ள ஆங்கிலேயன் ஒருவன் பிரிட்டிஷ் நாடாளுமன்ற உறுப்பினர் ஒருவருக்கு எழுதியக் கடிதத்தில், 'கிழக்கையாளும் முடியரசர்களின் நிறுவன சாகசங்களில் மிக உயர்ந்தவனாக மட்டுமல்லாமல், திப்பு செயல்பாடுகளிலும், குணாதிசியத்திலும் கிரேக்கப் பெருங்காப்பிய வீரன் அச்சிலீஸின் சித்திரத்தைக் கொண்டவனாகவும் இருக்கிறான்' என்று எழுதியிருக்கிறான். மூர், திரோம், மெக்கன்ஸி மற்றும் சர் ஜான் ஷோர் ஆகியோர் திப்பு கடுமை காட்டாத, தயை குணமுள்ள ஆளுமையாளர் என்றும், மக்கள் நலனில் அக்கறையும் அவர்களின் வாழ்வை மேம்படுத்தும் நோக்கம் கொண்ட, செயலாற்றும் வல்லமையுள்ள, மக்களால் விரும்பப்பட்ட ஆட்சியாளர் என்பதையும் ஒத்துக் கொண்டுள்ளனர். திப்பு மீது கடுமையாகப் பகைமை பாராட்டுகின்ற ரென்னல் கூட, 'போரின் போது கடைப்பிடிக்க வேண்டிய மிக உயரிய பண்பானக் குணநலன்களையும், நிதி நிர்வாகத் திறனும் கொண்டவர் திப்பு' என்று வாயாரப் புகழ்கின்றான். தனது ஆங்கிலேயச் சார்பை அசைக்கும் வண்ணம் மில்ஸ், 'கிழக்கை ஆண்ட ஆட்சியாளர்களுடன் ஒப்பிடுகையில் மிக அனுகூலமான ஒப்பீடுகளில் திப்பு சிறந்து விளங்குகின்றார்' என்கிறான். அத்துடன் நின்று விடாத அவன், 'திப்புவின் தேசம் விவசாயத்தில் சிறந்தும், மக்கள் வளமையில் கொழித்தும், இந்தியாவை மலர்ச்சியடையச் செய்கின்றன' என்கிறான். சமீபகாலமாக, திப்பு குறித்தப் புறநிலை ஆய்வுகள் நடந்து, புதிய புதியக் கருத்துகள் வெளிப்பட ஆரம்பித்திருக்கும் நிலையில், இன்னும் சில எழுத்தாளர்கள் வில்க்ஸ் மற்றும் கிர்க்பாட்ரிக் ஆகியோர் தெரிவித்தத் தவறானக் கண்ணோட்டத்தின் கீழ், வெறுப்பூட்டும் விளம்பரக் குமட்டல்களை செய்துகொண்டிருக்கின்றனர்.

திப்பு பழுப்பு நிறமாக இருந்தார். சிறிய நேர்த்தியான கை கால்களைக் கொண்டிருந்தார். கழுகு போன்ற கூரிய மூக்கு, பளபளக்கும் ஒளி பொருந்தியக் கண்கள், குட்டையான அடர்ந்த கழுத்து அவரது கண்ணியமானத் தோற்றத்துக்கு அழகு செய்தது. அற்புதமும், பிரகாசமுமான உடல் பலத்தைப் பெற்றிருந்தார். அரச குடும்பத்தின் வளமை, அவர் தேகத்தில் பிரதிபலித்தது. அவர் தாடி வைத்துக்கொள்ளவில்லை. ஆனால் அவர் தந்தையைப் போலில்லாமல் கண் புருவங்களையும், கண்ணிமை முடியையும், மீசையும் வைத்திருந்தார்.

எளிமையான ஆடைகளை அணியும் திப்பு அவற்றை நேர்த்தியாக உடுத்தியிருப்பார். தனது பணியாளர்களிடம் நெருங்கிப் பழகுவார். ஆடம்பரமான, படாடோபமான விஷயங்களை தனது அரசவையிலிருந்து வெளியேற்றி தூர வைத்திருந்தார். ஆனால், தனது பயணங்களின் போது தங்கம் இழைக்கப்பட்ட மேலாடையை அணியும் வழக்கத்தைக் கொண்டிருந்தார். அதில் சிகப்பு நிறத்தில் நூல் வேலைப்பாட்டினாலான புலி உருவம் இருக்கும். பேரவைக் கூடும் நாட்களில் அவர் வளமையான ஆடைகளை அணிந்திருப்பார். எப்போதும், எளிமையான உணவு வகைகளையே உட்கொள்வார். ஒரு நாளைக்கு இரண்டு வேளைகள்தான். அப்போது தனது மூத்த அதிகாரிகளையும், பணியாளர்களையும், தனது பிள்ளைகளில் இரண்டு அல்லது மூன்று பேரையும் தன்னுடன் அமர்ந்து சாப்பிட வைப்பார். உணவுக்குப் பின்பான நேரத்தில் அவர் புத்தகங்களை விரும்பி

வாசிப்பார். குறிப்பாக சரித்திரம், பாரம்பரியம், மதம் மற்றும் சுயசரிதைகள் அவரது விருப்பமான நூல்களாக இருந்தன. அவர் தனது பணியாளர்களிடமிருந்து கதைகளையும் சுவாரசியமான நிகழ்வுகளையும் கேட்டுத் தெரிந்து கொள்வார். அதேவேளையில், கரடு முரடானப் பேச்சுகளையும் வேடிக்கைப் பேச்சுகளையும் விரும்புவதில்லை. அவரது வலிமை, சக்தி மற்றும் செயல்திறனும், நடவடிக்கைகளும் மலைப்பூட்டுவதாக இருக்கும். அவர் நாளொன்றுக்கு பதினாறு மணிநேரம் அயராது உழைப்பார். ஒவ்வொரு நிமிடமும் அவர் தன்னை ஏதாவது ஒரு பணியில் ஈடுபடுத்திக் கொண்டேயிருப்பார். பொழுதுபோக்குக்கு மிகச் சிறிய நேரமே ஒதுக்குவார். எனினும் த்ன்னை வேறுவழியில் ஈடுபடுத்திக்கொள்ள, அவர் எப்போதாவது நடனம் பார்த்து ரசிப்பதுமுண்டு.

விடிவதற்கு சில மணிநேரத்துக்கு முன்பே திப்பு எழுந்து விடுவார். குளியலுக்குப் பின்பு தனது காலைத் தொழுகையை மேற்கொள்வார். பின்னர் குரான் வாசிப்பார். பிறகு சில உடற்பயிற்சிகளை செய்துவிட்டு ஆடைகளை அணிந்து கொள்வார். கையில் ஒரு ஜெபமாலை காட்சி தரும். சிறிய புர்ஹான்பூர் தலைப்பாகை தலையை அலங்கரித்திருக்கும். தங்கம் மற்றும் செம்பால் துணையிடப்பட்டு நெய்யப்பட்டத் துளைகளில், வைரப்பொத்தான்கள் பொதித்த வெள்ளை நிறத்திலான அழகிய மேலாடை உடம்புக்கு அழகூட்டும். அவரது கீழாடையில் ஐரோப்பியக் கடிகாரம் ஒன்று மாட்டப்பட்டிருக்கும். இரும்பு முடுக்கிகளைக் கொண்ட தோல் பூட்சுகள் கால்களுக்கு அணிசேர்க்கும். அரசவைக்கு வரும்போது தனது குடிமைத் தலைமை அதிகாரிகளுடனும், இராணுவத் தளபதிகளுடனும் சேர்ந்தே வருவார். வரும்போது வழியிலுள்ள *ஜமேதார்—கானா*வில், நகைகள், தட்டுகள், பழங்கள் ஆகியவற்றைப் பார்வையிடுவார். விசாரணைகளை மேற்கொண்டுவிட்டு, அவர்களுக்கு ஆலோசனைகளைச் சொல்லிய பின்பு, மற்ற துறைகளின் தரோக்காக்களைச் சந்திப்பார். பின்னர், தனது பிரத்தியேக அறைக்கு வருவார். அங்கே அவருக்காகக் காத்திருக்கும் சோதிடர்களிடம் தனது நட்சத்திரத்துக்கான பலனைக் கேட்டுத் தெரிந்துகொள்வார். அப்படியே முகம் மழித்துக் கொள்வார். ஒன்பது மணிவாக்கில், அவர் தனது இரண்டு அல்லது மூன்று மகன்களுடனும் சில அதிகாரிகள், பணியாளர்களுடனும் சேர்ந்து காலை உணவு அருந்துவார். அந்த உணவில் கொட்டைகள், பாதாம், பழங்கள், சர்க்கரைக் கொண்டு செய்யப்பட்ட பாகு உணவுவகைகள், பால் ஆகியன இடம் பெற்றிருக்கும். சாப்பிடும்போது அவர் பழைய போர்கள் பற்றியும், எதிர்காலத் திட்டங்கள் பற்றியும் பேசுவார். அந்த நேரத்தை மிக முக்கியமானக் கடிதங்களை எழுதுவதற்காகவும் எடுத்துக் கொள்வார். அவர் சொல்லச் சொல்ல அவரது செயலாளர்கள் எழுதிக் கொள்வார்கள்.

காலை உணவுக்குப் பிறகு அவர் வளமையான ஆடைகளுக்கு மாறுவார். தங்க இழைகளைச் சுற்றிலும் கொண்ட சிகப்பு அல்லது ஊதாவண்ண அல்லது வெளிர் சிகப்பு வண்ணம் இழையோடிய பச்சைநிறத் தலைப்பாகையை, தலையில் நேர்த்தியாக வைத்துக்கொள்வார். வட்டவடிவில் சுற்றப்பட்ட அந்தத் தலைப் பாகை, வைர இறகுகளைக் கற்றையாக எதிரெதிர் புறங்களில் கொண்டிருக்கும். வெண்மையான ஆடையாக, இறுக்கமான அழகிய கவுன் அணிந்து கொள்வார்.

சட்டையின் கைகளில் சின்னச்சின்ன ஆபரணங்களைப் பூட்டிக்கொள்வார். இடுப்பில் கீழ்ச் சட்டை நீளமானதாக இருக்கும். நெஞ்சுப் பகுதியில் வைரப் பொத்தான்களை இறுக்கமாக மாட்டியிருப்பார். அவரது அரையில் தங்க வேலைப்பாடமைந்த தலைக்குட்டை இருக்கும். வலது கை விரலில் வைரத்திலான மோதிரம் அல்லது கெம்பு அல்லது மரகதக் கல் கொண்ட மோதிரத்தை அவரது ஏழு நட்சத்திரங்களுக்கேற்ற நிறத்தில் ஒவ்வொரு நாளும் அணிந்து கொள்வார்.

பொதுமக்கள் சந்திப்புக் கூடத்துக்கு திப்பு வருகை தரும்போது இரண்டு *அர்ஜ்பெகிஸ்*, நிகழ்ச்சிகளை நடத்துபவர்கள், குடிமைத் தலைமை அதிகாரி மற்றும் இராணுவ அதிகாரிகள் தங்கள் வணக்கத்தைச் செலுத்துவார்கள். பிறகு தபால் அதிகாரி ஒரு பெரிய பை நிறையக் கோரிக்கை மனுக்களையும், கடிதங்களையும் சபை முன்பு வெளியிடுவார். அதன் பின்னர், துறைத்தலைவர்கள் தங்களிடமிருக்கும் செய்திகளைத் திப்புவுக்குத் தெரிவிப்பார்கள். சிம்மாசனத்துக்கு எதிராக துறைத் தலைமைத் தலைவர்கள், பெர்ஷியன், கனாரிஸ், தெலுங்கு மற்றும் மராத்திய மொழிச் செயலாளர்களுக்கு இடமளிக்கப்பட்டிருக்கும். அவர்களிடம் கடிதங்களுக்கானத் தகவல்களை ஒப்புவார். ஒவ்வொரு மாதமும் அவர் அத்தனைத் துறைகளின் கணக்கு வழக்குகளையும் பார்வையிடுவார். மற்ற விவகாரங்களும் அப்போது பரிசீலனைக்கு வரும்.

மூன்று மணி வாக்கில் மக்கள் சபையிலிருந்து விடைபெற்று, தனது ஓய்வறைக்கு வருவார். அங்கே அவர் தனது பிரார்த்தனைகளைத் தொடர்வார். அதன் பின்பு, தொழிற்சாலைகளையும், அங்கே உற்பத்தி செய்யப்பட்டப் பொருட்களையும் பார்வையிடுவார். துருப்புகளை ஆய்வு செய்து அவர்களுடன் கலந்துரையாடுவார். ஸ்ரீரங்கப்பட்டிணம் கோட்டையில் ஏதாவது பழுது வேலைகள் நடந்தால், அவசியம் அதைப் போய்ப் பார்ப்பார். பணிகளின் மேம்பாடு குறித்து கருத்துகள் சொல்வார். சூரிய அஸ்தமனத்துக்கு ஒரு மணிநேரம் கழித்து கடைத்தெரு வழியாக அரண்மனைக்கு வருவார்.

அரண்மனைக்கு வந்ததும் பல துறைகளிலிருந்தும் வந்திருக்கும் அறிக்கைகளைப் பெற்று, அவற்றை ஒவ்வொன்றாகப் பரிசீலிப்பார். அன்றையச் செய்திகளை அலசுவார். அதேநேரத்தில் வழிகாட்டுதல்களையும், கடிதங்களுக்கும் கோரிக்கை களுக்கும் பதிலளிக்க செயலாளர்களுக்கு ஒப்புவார். பொதுவாக மாலை நேரங்களை திப்பு, தனது மூத்த மூன்று மகன்களுடனும், சில முதன்மை அதிகாரிகளுடனும், *காஜி* மற்றும் முதன்மை *முன்ஷி* ஹபிபுல்லா ஆகியோருடன் செலவிடுவார். திப்புவின் உரையாடல் மிக இயல்பாகவும், செயல்பாட்டம்சத்துடனும் வழிகாட்டு தல்களாகவும் இருக்கும். உணவுவேளையின் போது, தான் கற்றுக் கொண்டவற்றை அங்கிருப்பவர்களுடன் பகிர்ந்துக் கலந்துரையாடுவார். சில சமயங்களில் அவர் புகழ்பெற்ற வரலாற்றாசிரியர்கள், கவிஞர்களின் பத்திகளையும், கவிதைகளையும் பிறழாமல் ஒப்பிப்பார். உணவுக்குப் பின் அவரது நட்பு சபை கலைக்கப்பட்டு, அவர் மட்டுமே தனியாக உலாவுவார். பிறகு படுக்கைக்கு வரும் அவர் தூக்கம் வரும்வரை மதம் மற்றும் வரலாறு குறித்த நூல்களைப் படிப்பார்.

ஹைதர் அலி, தன் மகன் திப்புவுக்கு மறைந்த இமாம் சாகிப் பக் ஷியின்

மகளை மணமுடித்து வைக்க விரும்பினார். ஆனால், திப்புவின் தாயாரும் அரண்மனையிலிருந்த மற்ற பெண்களும் அதற்கு எதிர்ப்பு தெரிவித்தனர். அவருக்கு, லாலா மியானின் மகளும் புர்கான்—உத்—தீனின் தங்கையுமான ருகையா பானுவை மணமுடிக்க அவர்கள் எண்ணினர். முடிவில் திப்பு 1774 ஆம் ஆண்டின் ஓரிரவில், இரண்டு பெண்களையும் ஒருசேர மணமுடித்துக் கொண்டார். ருகையா பானு 1792 ஆம் ஆண்டு பிப்ரவரியில், ஸ்ரீரங்கப்பட்டிணம் கோட்டையை ஆங்கிலேயர்கள் துவம்சம் செய்த மறுநாள், மரணமடைந்தாள். அடுத்த மூன்றாண்டுகளில், 1795 ஆம் ஆண்டு சயீத் சாகிபின் மகள் கதீஜா ஜமான் பேகத்தைத் திப்பு திருமணம் செய்து கொண்டார். 1797 ஆம் ஆண்டு கதீஜாவுக்கு ஒரு ஆண் குழந்தை பிறந்தது. ஆனால் பிரசவம் முடிந்த சில நாட்களிலேயே தாயும் சேயும் இறப்பெய்தினார்கள்.

கிர்மானி வேறு எந்தத் திருமணத்தையும் குறிப்பிடவில்லை. ஆர்தர் வெல்லெஸ்லி சொல்கிறான். ‘ஸ்ரீரங்கப்பட்டிணம் வீழ்ச்சியின் போது, திப்புவுக்கு ஒரே ஒரு மனைவிதான் இருந்தார். சுல்தான் பேகம் அல்லது பாதுஷா பேகம் என்றழைக்கப்பட்டார். இமாம் சாகிப் பக் ஷியின் மகளும் குலாம் ஹுசைன் கானின் தங்கையும் அவர்தான். சந்தா சாகிபின் வழித் தோன்றலும், புதுச்சேரி நவாபின் மகளும் அவர்தான்’ என்கிறான். ஆனால் 1800களில் ஸ்ரீரங்கப்பட்டிணம் கோட்டையின் பொறுப்பாளனாக இருந்த மோரியட், ‘திப்புவுக்கு இன்னொரு மனைவியிருந்தார். அவர் பெயர் புரந்தி பேகம்’ என்கிறான். அந்தப் பெண், ‘தில்லியின் உயர் குலத்தைச் சேர்ந்த மீர் முஹம்மத் பஸந்த் பேக் மற்றும் காஷ்மீர் சுபேதாராக இருந்த சயீத் முஹம்மத் கானின் பேத்தி’ என்கிறான். வெல்லெஸ்லி இன்னொரு பக்கத்தில், ‘திப்புவின் மூத்தமகன் ஃபாத் ஹைதர், திப்பு திருமணமின்றிக் கூடிவாழ்ந்த ரோஷனி பேகம் பெற்றெடுத்தவன்’’ என்கிறான். ஆனால் ஃபாத் ஹைதர், தனது தாய் தன் தந்தையின் முதன்மை மனைவி (காஹ்ஸ் மஹால்) என்கிறான்.

திருமணமின்றி எத்தனைப் பெண்களுடன் திப்பு கூடிவாழ்ந்தார் என்பதைக் கணக்கிடுவது சொல்வதற்கில்லை. திப்புவைப் பிளந்து கூறுபோட்ட கிர்மானி, மெக்கன்ஸி, திரோம், பீட்சன் உள்ளிட்ட மற்ற சமகால ஆய்வாளர்கள், அவரின் துணைமை நிலையான மனைவிகளைப் பற்றி எங்கும் குறிப்பிடவில்லை. உண்மையிலேயே அவர்களின் கணக்குப்படி, திப்பு திட்டமிட்ட தார்மீக ரீதியான ஒழுக்க வாழ்க்கை வாழ்ந்தார். ஆனால் ஆர்தர் வெல்லெஸ்லியும் மோரியட்டும் ‘திப்புவுக்கு முதல் தரத்தில் 193 துணைமை நிலையான மனைவிகளும், ஒரு நூறு அடிமைப் பெண்களும் அவரது மஹாலில் இருந்தனர்’ என்கிறார்கள். ஆனால் மற்ற எந்த இடத்திலும் மோரியட் துணைமை நிலையான மனைவிகளைப் பற்றிக் குறிப்பிடவில்லை. ஐரோப்பியர்களைப் பொறுத்தவரை அரண்மனையிலிருக்கும் அத்தனைப் பெண்களுமே துணைமை நிலையான மனைவிகளாக கருதிக் கொள்வது வாடிக்கையாகியிருந்தது. அங்கிருக்கும் பெண்களில் பலர் செவிலியர்களாகவும், சமையற்காரர்களாகவும், தையற் கலைஞர்களாகவும், ஆசிரியர்களாகவும், பணிப்பெண்களாகவும், வீடு சுத்தப்படுத்துபவர்களாகவும் பணியாற்ற வாய்ப்பிருப்பதை அந்த ஆய்வாளர்கள் கருத்தில் கொள்ளவேயில்லை.

திப்புவுக்கு பன்னிரண்டு மகன்கள் இருந்தார்கள். ஃபாத் ஹைதர், முயின்—உத்—தீன் சுல்தான், அப்துல் காலிக் சுல்தான், முயிஜ்—உத்—தீன் சுல்தான், முஹம்மத் சுபஹான் சுல்தான், சுக்ருல்லாஹ் சுல்தான், குலாம் அஹமத் சுல்தான், குலாம் முஹம்மத் சுல்தான், சுர்வார்—உத்—தீன் சுல்தான், முஹம்மத் யாஸின் சுல்தான், ஜமால்—உத்—தீன் சுல்தான் மற்றும் முனீர்—உத்—தீன் சுல்தான் ஆகியோர். கிர்மானியின் கூற்றுப்படி, திப்புவுக்கு ஒரு மகள் இருந்ததாகவும் அவளை ஹுசைன் அலி கானுக்குத் திருமணம் செய்து தந்ததாகவும் தெரிய வருகிறது. அதே வேளையில் ஆர்தர் வெல்லெஸ்லி, திப்புவுக்கு நான்கு மகள்கள் இருந்தார்கள் என்று பெயர் தருகிறான். மோரியட், மேலே ஒரு படி போய் எட்டு மகள்கள் திப்புவுக்கு இருந்தார்கள் என்கிறான்.

திப்பு இயற்கையிலேயே பாசமானவராக இருந்தார். தனது மகன்களுக்கு முறையானக் கல்வியும் பயிற்சியும் அளித்திருந்தார். அவர், தனது இரண்டு அல்லது மூன்று மகன்களுடன் சேர்ந்துதான் உணவு அருந்தும் வழக்கத்தை வைத்திருந்தார். அந்த வேளைகளில் அவர் பிள்ளைகளுடன் ஆரோக்கியமானக் கலந்துரையாடலை நடத்துவார். தனது குழந்தைகள்மேல் கொண்டிருந்த பாசத்துக்கு அளவீடாக எதையும் கொள்ள முடியாது. 1792 ஆம் ஆண்டு இரண்டு இளவரசர்களைப் பிணையாகப் பெற்றிருந்த ஆங்கிலேயர்கள், நுட்பமாக அவர்களை தங்களுடன் வைத்துக்கொண்டு, கூர்க்கைக் கேட்டதும் திப்பு கொடுக்க ஒத்துக்கொண்டது அவர்கள் மீதிருந்தப் பாசத்தால்தான். ஆங்கிலேயர்களுடனான விரோதத்தை கைவிட்டதும் குழந்தைகள்மேல் அவர் கொண்டிருந்த அளப்பரிய அன்பினால்தான். குழந்தைகளுக்காக, அவர் எதையும் விட்டுக் கொடுக்கத் தயாராக இருந்தார். அறிவு வளர்ச்சி அத்தனைப் பெறாத நிலையிலிருந்த தனது சகோதரர் அப்துல் கரீம் மீது தனிப்பாசம் கொண்டிருந்தார். இத்தனைக்கும் அவன் தன்னை சூழ்ச்சிக்காரர்களின் கையில் ஒப்படைத்து, திப்புவுக்கு எதிராக நடந்துகொண்டு, அதிகாரத்தைக் கைப்பற்ற முட்டுக்கட்டையாகயிருந்து சதி செய்திருந்த போதும், சகோதரப் பாசத்தில் திப்பு குறையேதும் வைக்கவில்லை. தனது தாயாரிடம் மிக உயர்ந்த மதிப்பு கொண்டிருந்தார். எப்போதும் அவரிடம் தணிவாகப் பேசும் வழக்கத்தையும் கொண்டிருந்தார். தந்தையை மிகவும் உயரிய நிலையில் வைத்து மதித்தத் திப்பு அவரது அரசாங்கக் கொள்கைகளையே பின்பற்றினார்.

அவரிடமிருந்த மற்றுமொரு வியக்கத்தக்க குணவியல்பு, எந்நிலையிலும் தன் நட்பை விட்டுக்கொடுக்காததுதான். 1783 ஆம் ஆண்டு ஆங்கிலேயர்களுடன் அமைதி உடன்படிக்கையின் போது, ஆங்கிலேயர்கள் விதித்த நிபந்தனைகளில் திப்புவுடன் இணைந்து ஆங்கிலேயர்களுக்கு எதிராகப் போர் புரிந்த பிரஞ்சுக்காரர்களை, தங்களிடம் ஒப்படைத்துவிட வேண்டும் என்பதும் ஒன்று. அந்த முன்மொழிவை திப்பு நிராகரித்துவிட்டார். அவர்களைப் பாதுகாப்பேன் என்று உறுதி கொடுத்துள்ளேன். அவர்களை இறுதி வரைக் காப்பது என் கடமை என்று மறுத்து விட்டார். 1799 ஆம் ஆண்டு ஸ்ரீரங்கப்பட்டிணம் வீழ்ச்சியைத் தவிர்க்க முடியாத நிலையில், சாப்பியஸ் திப்புவிடம் ஆங்கிலேயர்களுடன் அமைதி ஒப்பந்தம் செய்துகொள்ள விரும்பினால், பிரஞ்சு வீரர்களை அவர்களிடம் ஒப்படைப்பதென்றால் ஒப்படைத்துக் கொள்ளுங்கள். அதற்குத் தடையேதுமில்லை

என்று பரிந்துரைத்தபோது, திப்பு அந்த ஆலோசனையை நிராகரித்து விட்டார். எந்த சூழ்நிலையிலும் அவர் தனது நண்பர்களை, நம்பி வந்தவர்களை விட்டுக்கொடுத்தவராக இருக்கவில்லை.

திப்பு தனது அதிகாரிகளிடம் மரியாதை, அன்பு, யோசனைமிக்க வார்த்தைகளையே பயன்படுத்துவார். அவர்களுக்கு எழுதும் கடிதங்களில் நேசம் பதுங்கியிருக்கும். அவர்களின் நலத்தில் அக்கறை பேணுபவராக இருந்தார். அவர்களில் யாருக்கேனும் உடல்நலக் குறைவு என்று கேள்விப்பட்டால் மருந்துகளைப் பரிந்துரைப்பார். அவரின் நம்பிக்கைக்குரியவர்களில் மிக முக்கியமாக இருந்தவன் புர்கான்—உத்—தீன். மனைவியின் சகோதரனும்கூட. 1790 ஆம் ஆண்டு சத்தியமங்கலத்தில் கொல்லப்பட்டான். அவர் சயீத் கபார், சயீத் ஹமீத் மற்றும் முஹம்மத் ரஜா ஆகியோர் மீது அளப்பரிய நம்பிக்கை வைத்திருந்தார். அவர்களும் அவரது இறுதிக்காலம் வரை விசுவாசமாக இருந்தனர். அவர் ஆலோசனை கேட்கும் முக்கியமான இடத்தில் இருந்தவர்கள் பூரணையா, பத்ர்—உஜ்—ஜமான் கான் மற்றும் மீர் சாதிக் ஆகியோர். ஸ்ரீரங்கப்பட்டிணம் அமைதி உடன்பாடுவரை திப்புவுக்கு விசுவாசமாக இருந்த அவர்கள், அதன் பின் ஆங்கிலேயர்களிடம் விலைபோய்விட்டனர். எனினும், ஒரு சில உயர் அதிகாரிகளைத் தவிர மற்றெல்லா அதிகாரிகள், பணியாளர்களில் பெரும்பகுதியினர், அவருக்கு விசுவாசமாகவே இருந்து வந்தனர்.

திப்பு மிக அழகாக குதிரை சவாரி மேற்கொள்வார். பல்லக்கு பயன்படுத்துவதை அவர் இழிவாகக் கருதினார். அது பெண்களும் உடல் நலிந்தோர்களும் பயன்படுத்த வேண்டியது என்ற கருத்து அவரிடம் இருந்தது. மிக நேர்த்தியாக குறி தவறாமல் சுடும் கலையை அறிந்தவர் திப்பு. வேட்டையாடுவதில் பிரியம் கொண்டவர். குறிப்பாக, மரிமான்களை வேட்டையாடும் சிறுத்தைகளை வேட்டையாடி வீழ்த்துவதில், திறன்மிகு பயிற்சி அவருக்கிருந்தது. ஸ்ரீரங்கப்பட்டிணத்தின் தென்மேற்காக பெரும் நிலம் ரும்னா என்ற பெயரில் வேட்டைக்காகப் பாதுகாக்கப்பட்டது. திப்பு துணிச்சல்காரராக இருந்தார். படை நடத்திச் செல்லும் தலைவராகவும் திறன்மிகு படை வீரராகவும் ஆங்கிலேயர், மராத்தியர், நிஜாமுக்கு எதிரானப் பல போர்களில் நிரூபணம் செய்திருக்கிறார். அவரது துணிவு, ஆபத்தான நேரத்தில் அவர் காட்டும் தெளிவு, விடா முயற்சி அவரது துருப்புகளுக்கு பெரும் ஊக்கமாகவும், நம்பிக்கையாகவும், ஆர்வத்தைத் தருவதாகவும் இருந்திருக்கிறது. அவர் தனது படைகளிடம் மிகவும் பரிவாக இருப்பார். தனது இராணுவ அதிகாரிகளுக்கு அவர் எழுதும் கடிதங்களிலெல்லாம், காயம்பட்டவர்களை அனுசரணையாகக் கையாளுங்கள். நீண்ட அணிவகுப்பின் போது, படைவீரர்களுக்குப் போதுமான நேரத்தை ஓய்வெடுக்க அனுமதியுங்கள் என்று எழுதுவார். போரில் இறந்தவர்களின் உறவினர்களுக்கு இனாம் வழங்கப்பட்டது. உறவினர்கள் அல்லது வம்சாவழியினர் போதுமான வளத்துடன் இருந்தால், ஒரு கட்டத்தில் அது வழங்கப்படுவது நிறுத்தப்பட்டது. எனினும், உபகாரச் சம்பளம் சந்ததிகளுக்குத் தொடர்ந்தது. உபகாரச் சம்பளத்தால் திப்புவின் புகழ் இராணுவ வீரர்களிடையே உச்சமடைந்திருந்தது. மைசூர் படைகள், திப்பு மீது கொண்டிருக்கும் நம்பிக்கைக்கு சான்றளிக்கின்றான் திரோம். வில்க்ஸ்ஸு¬ம்கூட, இறுதிவரை திப்புவிடம் அவரது இராணுவம்

விசுவாசமாக இருந்தது என்பதை ஒப்புக் கொள்கிறான். திப்புவின் படைகள் அவர் மீது கொண்டிருந்தப் பிணைப்பு, அவரிடம் பெற்ற நம்பகத் தன்மை எல்லாமே வியப்பைத் தருவதாக இருக்கிறது. அநேகமாக, அது சமன்பாடற்ற அபூர்வத் தன்மையிலானது என்று மூர் வியப்பு காட்டுகிறான். இங்கே ஒரு கேள்வி எழுகிறது. சாதகமற்ற சூழ்நிலையிலும் படைகள் என்ன பெரிதாக அவர் மீது நம்பிக்கைக் கொண்டிருக்கப் போகிறது?. மூரின் பதிவு அதற்கும் பதிலளிக்கிறது. திப்புவின் படைகளைப் பார்க்கும் போது, தொடர்ந்து இரண்டு ஆண்டுகளாக அடிவாங்கிய அப்படை, போரின் இறுதிக் கட்டத்திலும் கூட, போரின் துவக்கத்திலிருக்கும் வேகத்துடனேயே சண்டையிடுவார்கள். படை நடத்துபவர்கள், கண்மூடித்தனமான ஏதோவொன்றால் இயக்கப்படுகின்றனர். விசுவாசமல்லாமல் தளபதிகளின் கட்டளைக்கு இப்படியெல்லாம் கீழ்படிய முடியாது. தங்கள் பணியைச் செய்ய அவர்களை ஏதோவொன்று தூண்டி விடுகின்றது.

திப்புவை அவரது இராணுவத்தினரும் அதிகாரிகளும் மட்டுமே போற்றிப் புகழவில்லை. அவரது குடிமக்களும் வாழ்த்தினார்கள். மூன்றாம் ஆங்கிலேய—மைசூர் போரின்போது, ஆங்கிலேயத் துருப்புகளுடன் இருந்த மெக்கன்ஸி எழுதுகிறான். கிறிஸ்தவ அதிகாரத்தின் கீழ் கிருபையுள்ள செல்வாக்கை பலமுறைக் காட்டியும்கூட, அவனது மக்கள் தங்கள் வசிப்பை அவனுக்குக் கீழே வாழவே விரும்பினார்கள். அதுபோலவே மூர் அளிக்கும் சான்று வியந்தோதுவதாக உள்ளது. வேறு எந்த இறையாண்மையின் கீழும் இத்தனை மகிழ்ச்சியாக மக்கள் வாழவில்லை என்பதற்கு பல சான்றுகள் அங்கே கொட்டிக்கிடக்கின்றன. அம்மக்களிடமிருந்து எந்தவொரு குற்றச்சாட்டையும் கேட்க முடியவில்லை. பலர் வெளியேற்றப்பட்ட நிலையிலும் கூட, ஒரு முணுமுணுப்புகூட அங்கே எழவில்லை. திப்புவின் எதிரிகள் அதிகாரத்துக்கு வந்துவிடுவார்கள் என்ற அச்சத்தில் எந்தவொரு பேச்சும் எழ வாய்ப்பில்லாமல் இருந்தது. திப்புவின் எதிரிகள் அதிகாரத்திலிருந்த இடங்களில் கூட, அவரது குணாதிசயம் அவதூறற்று காக்கப்பட்டது. வெற்றிபெற்ற தேசங்களிலும்கூட அவர் மீது விசுவாசம் தொடர்ந்தது. ஏறத்தாழ, இருநூறு ஆண்டு காலமாக திப்புவின் நினைவுகள் குறித்து அவதூறுகள் திட்டமிட்டுப் பரப்பப்பட்ட போதும், இப்போதும்கூட திப்புவின் மென்மை பற்றி மைசூர் மக்களிடம் பேச்சு இருக்கவே செய்கிறது.

திப்புவின் சமகாலத்து நண்பர்களும், எதிரிகளும்கூட பெருமைக் குணம் கொண்ட திப்பு, அதிகார மனப்பான்மையுடன் நேரத்தையும் பொருளையும் வீணடித்தார் என்று பெரும்பாலும் ஒத்தக்கருத்துடைய முடிவையே அவர் மீது கொண்டிருந்தார்கள். ஆனால் ஆள்வதற்காகவே பிறந்த, தனது திறமைகளின் மீது நம்பிக்கைக் கொண்ட, பெரியதொரு வளர்ச்சியும் சாம்ராஜ்ஜியமும் கண்ட, இந்தியாவின் மிகப்பெரிய இராணுவத்தைக் கைக்கொண்டிருக்கும் ஒருவனுக்கு இதுபோன்ற குறைகள், நிறையாக இருந்து விடுவதையும் நாம் நினைவில் கொள்ள வேண்டும். பெருமையும் அதிகார மனப்பான்மையைக் கொண்ட ஓர் ஆட்சியாளராக இருந்தாலும் மென்மை யானவராகவும் மனத்திற்கினியவராகவுமே அவர் இருந்து வந்தார். போதுமான காரணங்கள் இருந்தால் மட்டுமே ஒருவர் மீது அவர் கோபப்பட்டார். இனிமையான வெளிப்புறத் தோற்றம்

கொண்டிருந்தாலும் கடுமையான மனவுறுதி, குறிக்கோளில் தீர்க்கம், தோல்விகளால் பாதிக்கப்படாத பெருத்தத் தன்னம்பிக்கை, அவமானங்களைச் செமித்துவிடும் கடின உழைப்பு அவருக்குள் பொதிந்து இருந்தது. இத்தனையும் இருந்ததால் அவர் இரக்கமற்றவராகவோ, கொடூரமான ஆட்சியாளராகவோ இயங்கவில்லை. உயிரைக் கொல்வதில் அவர் ஆர்வம் காட்டவில்லை. சித்ரவதையைக் கண்டித்தார். பிறரின் மரண வேதனையைக் கண்டு ரசிக்கும் கொடூரனாகவும் இருந்ததில்லை. தனக்கோ அல்லது தேசத்துக்கோ ஆபத்தை விளைவிக்கக் கூடியவர்களையே அவர் தண்டித்தார். அதேவேளையில் தங்கள் தவறை உணர்ந்து, அவருக்கு விசுவாசமாக இருப்பதாக உறுதியளித்த தனது எதிரிகளிடம் பலமுறை அவர் கருணை காட்டியிருக்கிறார். அவரது கருணை சிலவேளைகளில் தவறான இடத்திலும் காட்டப்பட்டுவிட்டது என்பதற்கு உதாரணங்களும் அவரிடையே உண்டு. பூரணையா, மீர் சாதிக், கமர்—உத்—தீன் கானிடம் அவர்கள் இழைத்தத் துரோகத்துக்குப் பின்பும் கருணைகாட்டி, மீண்டும் பணியில் அமர்த்திக் கொண்டிருக்கிறார். எனினும், நீண்ட காலமாகத் தனக்கும், தனது தேசத்துக்கும் துரோகமிழைத்தவர்களிடமும் திரும்பத் திரும்பத் துன்பம் தந்தவர்களிடமும் அவர் கருணை கொள்ளவில்லை. இந்த வகையிலான உத்திகள் கொண்ட தண்டனைகள், அந்தக்காலத்தில் மிகவும் திகைக்க வைக்கும் சம்பவங்களாக இருந்தன.

அவரிடமிருந்த மற்றொரு விசேஷமான குணம் உயர்ந்த நோக்கமாகும். அதனாலேயே அவர் அடுத்த தேசங்களை வெற்றி கொள்ளவில்லை. தனது தந்தை வழியாகக் கிடைத்தப் பரப்பெல்லையையே பிரதானமாகக் கொண்டிருந்தார். அதை அதிகாரமிக்கதாகவும், வளமையாகவும், வைத்துக் கொண்டால் போதும் என்று விரும்பினார். தந்தைக்கு நல்ல பெயர் வாங்கிக் கொடுத்தால் போதும் என்று நினைத்தார். அதுவே, சந்ததியாக அவருக்குச் செய்யும் உபகாரம் என்றும் கருதினார். அதற்காக அவர் சமாதானத்தை மட்டுமே விரும்பினார் என்ற பொருள் இல்லை. அதேவேளையில் தனது பரப்பெல்லையை விரித்துக் கொள்வதற்கானச் சந்தர்ப்பம் வாய்க்கும்போது, அதைப் பயன்படுத்திக்கொள்ள அவர் தயங்கியதே இல்லை. ஆனால் அவர் கூலிகொடுத்து நடத்தியப் போர்களெல்லாம் அவருக்கு எதையும் பிரதியாக ஈட்டித் தந்துவிடவில்லை. அவையெல்லாமே, அவரது பரப்பெல்லையின் பாதுகாப்புக்காக நடத்தப்பட்டதாக ஆகி விட்டது. போர்க்கலையை விரும்புவதைக் காட்டிலும் அமைதிக்கலை அவருக்கு ஆத்மார்த்தமாக இருந்தது. அவர் மிகச்சிறந்த போர் வீரர்; ஆனால் மிக மிகச் சிறந்த நிர்வாகி; அதனாலேயே அவர் தனது தகுதியை எல்லா வகையிலும் பிரதிநிதித்துவப்படுத்தினார். அது, அவரது தலைமைப் பட்டம் புகழப்படுவதுடன், பெயரைத் தக்கவைத்துக் கொள்ள வகைமையாகி விட்டது.

குடிமை மற்றும் இராணுவ நிர்வாகத்தின் ஒவ்வொரு நிலையிலும் தரம் என்பது மிக முக்கியமானது. கலைப்புனைவுத் திறம், பூர்வாங்க முயற்சி, கடின உழைப்புக்கானத் தகுதி, நொடியில் முடிவெடுக்கும் ஆற்றல் ஆகியவற்றுடன் இந்தியா உருவாக்கிய ஒரு சில ஆட்சியாளர்களில் திப்பு மிக உயரத்தில் இருந்தார். சந்தேகமேயில்லை, அவர் நிறையவே தவறுகளையும் செய்திருக்கிறார். உதாரணத்துக்கு, அவர் தனது மாகாணங்களின் எல்லைகளை அடிக்கடி மாற்றியமைத்துக் கொண்டே இருந்தார்.

அதுபோல, தனது குதிரைப்படையின் எண்ணிக்கையையும் குறைத்தபடியிருந்தார். சிலவேளைகளில் திப்புவின் அதிகாரிகள் அவரது உத்தரவுகளைப் பின்பற்றவில்லை. அவரது திட்டங்கள் குறித்து சிலாகித்துப் பேசவும் அவற்றை முறையாகச் செயல்படுத்துவதற்கும் ஆளில்லாமல் போய்விட்டது. என்றபோதும், அவர் வலுவான அரசாங்கத்தை அமைப்பதிலும், மக்கள் நலனை மேம்படுத்துவதிலும் வெற்றி பெற்றவராகவே இருக்கிறார். தனது நிர்வாகத்தில் ஊடாடிக்கிடந்த குருட்டு ஆதாயத் தேடலையும், மோசடி, துஷ்பிரயோகம், மனித உரிமை மீறல் ஆகியவற்றை அறிவுறுத்துதலின் மூலமும், தண்டனைகள் மற்றும் தானே களஆய்வுகளை மேற்கொண்டு சரிப்படுத்தினார். விவசாயத்தை வளர்த்தெடுப்பதில் அக்கறை கொண்டிருந்தார்; தொழில் வர்த்தகத்தை ஊக்குவித்தார்; சாலைகள் அமைத்தார்; அதிகாரப்பூர்வமற்ற மானியங்களைப் பறிமுதல் செய்தார்; பொதுவாகவே இடைத்தரகர்களை அகற்றி ஒதுக்கியிருந்தார். முன்னர் மைசூரைச் சேர்ந்திருந்த மாவட்டங்களை நிர்வகித்த மன்றோவும், ரீடுமே கூட திப்புவின் நிர்வாகம் இடரார்ந்த நிலையிலிருந்தாலும் அடிக்கடி அவரைப் புகழ்ந்து பேசியே வந்தனர். *1790—92* ஆகிய ஆண்டுகளின் திப்புவின் நிர்வாகத்தைப் பற்றிக் குறிப்பிடும் திரோம், ‘திப்புவின் சாம்ராஜ்ஜியத்தில் வசித்த குடிகள் அத்தனை பேருமே, தகுதியான மண் முழுவதிலுமே எவ்வளவு முடியுமோ அவ்வளவுக்கு விவசாயம் செய்து வந்தனர்; களத்தில் நின்ற திப்புவின் படைகள், ஒழுக்கத்திலும் அவர் மீதான நம்பிக்கையிலும், திப்பு தூக்கியெறியப்படும் வரையிலும் சமபலம் கொண்டு, இறுதி வரை நின்ற சாட்சியங்கள். அவரது படையில் அற்புதமான ஒழுங்கும் கட்டுப்பாடும் இருந்தது. அவரது அரசாங்கம், கண்டிப்புடனும் இடுகுறி நேர்த்தியுடனும் இருந்ததாலேயே அத்தனைப் பெரிய சாம்ராஜ்ஜியத்தை தன்னிச்சையாய் அவரால் ஆள முடிந்தது’ திரோம் மீண்டும் திப்பு மீதான நம்பிக்கைக் கணக்கை இவ்வாறாகத் துவக்குகிறான். ‘பாண்டித்தியமிக்கத் தீர்மானங்களால் திப்புவின் ராஜ்ஜியம் நிறைய முன்னேறியிருந்தது. விளைச்சல் கண்டிருந்தது. நிஜாமைக் காட்டிலும் பல மடங்கு அவர் தேசத்தை முன்னேற்றியிருந்தார். இத்தனைக்கும் திப்புவை மற்ற அதிகார அமைப்புகள் தங்கள் கைகளால் இறுக்கிக் கொண்டிருந்த நிலையிலும், திப்புவின் தேசத்தில் மற்றவர்களுக்கு எடுத்துக் காட்டாக மக்கள் மகிழ்ச்சியுடன் இருந்தார்கள்.’

மூன்றாவது ஆங்கிலேய—மைசூர் போரின் முடிவில், திப்பு பெற்றிருந்த அடி அவரது அரசாங்கத்தையும் பலவீனப்படுத்தியும், தேசத்தை அழித்தும் விட்டிருந்தது. மற்றெவராலும் மீள முடியாது போயிருக்கும் நிலையில் போரின் அழிவுகளையும், நிலைகுலைந்து போயிருந்த நிர்வாகத்தையும் அசாதாரண வேகத்தில் திப்பு மீட்டெடுத்தார். மளமளவென்று அத்தனையையும் சீரமைத்தார். அதனாலேயே, அவரது அரசாங்கம் மீண்டும் வலுப்பெற்றது. தகுதியும் வளமையும் அடைந்தது. சர் ஜான் ஷோர், ‘அவரது தகுதிகளையும் திறமைகளையும் அனுபவப் பூர்வமாக உணர்ந்ததால் சொல்கிறேன்... அவர் ஆப்த நண்பர்களையும், ஆலோசகர்களையும் தான் தன்னருகில் வைத்திருந்தார். அவரிடம் அமைச்சர்கள் இருக்கவில்லை. ஆய்வாளர்கள், மேற்பார்வையாளர்கள், கண்காணிப்பாளர்கள் என்று அத்தனையும் தாமாகவேயிருந்து, அனைத்து விவரங்களையும் கையில் வைத்திருந்தார். அவரது தேசத்தின் விவசாயிகள், பாதுகாக்கப்பட்டனர். அவரது தொழிலாளர்கள்

ஊக்குவிக்கப்பட்டனர். வெகுமதி பெற்றனர்' என்று ஒத்துக்கொள்கிறான். 1799 ஆம் ஆண்டு மைசூரை ஆங்கிலேயர்கள் கைப்பற்றியபோது, மலர்ந்திருக்கும் தேசத்தின் நிலைகண்டு ஆச்சரியப்பட்டுப் போனார்கள். ஆவணப்படுத்தப்பட்டிருக்கும் இந்த மொழிவுகள் யாவுமே, சாதாரணமாக ஆங்கிலேயச் சார்பு உடையவர்கள் எழுதியது தான். திப்பு அசாதாரணமான உள்பலத்தைக் கொண்டிருந்ததால் மட்டுமே, மூன்று போர்களைத் தாண்டியும் ஐரோப்பிய அதிகாரத்தை சிதைவின்றி எதிர்கொள்ள முடிந்தது.

புதிய புதியக் கண்டுபிடிப்புகள் மீது திப்புவுக்கு எப்போதுமே ஆர்வமிருந்தது. எல்லாவற்றையும் தெரிந்து கொள்ள வேண்டும் என்று ஆவலுமிருந்தது. அந்த விஷயத்தில் குறிப்பாக அக்பரை அவர் நினைவுபடுத்துவார். புதிய நாட்காட்டி, எடைக்கற்கள் மற்றும் அளவீட்டு முறையில் நவீனம், புதிய காசு வகைகள் ஆகியவை அவரது ஆற்றலைப் பறைசாற்றுவதாக அமைந்துள்ளன. அதேவேளையில் அவர் அறிமுகம் செய்திருந்த பல விஷயங்கள் அப்போதைக்குத் தேவையற்றவையாக இருந்தன. அவரது பெரும்பாலான கண்டுபிடிப்புகள் நிர்வாகத்தை மேம்படுத்து வதற்கும் மக்களின் வாழ்வுத் தரத்தை உயர்த்துவதற்குமானதாகவும் இருந்தது. சந்திர வருடத்தைக் கணக்கிட்டு அமைக்கப்பட்டு, புழக்கத்திலிருந்த முஸ்லீம் நாட்காட்டியை அன்றாட நிர்வாகத்துக்குத் தடையாக இருப்பதாக எண்ணி, அதை ஒழித்துவிட்டு மாற்றாக சந்திர—சூரிய வருடத்தின் அடிப்படையிலான புதிய நாட்காட்டியை அறிமுகப்படுத்தினார். அதுபோல அவர் வெளியிட்ட நாணயங்கள் ஒய்யாரமும், பகட்டுமாய் நய நுணுக்கத்துடன் நேர்த்தியான அழகில் இருந்தன. விபச்சாரத்தை ஒழித்திருந்தார். போதைப் பொருள் பயன்பாட்டுக்குத் தடையும் இருந்தது. இவையிரண்டும் மக்களை சீர்கேடடையச் செய்து விடும் என்று கருதினார். நிர்வாகத்தில் மேற்கத்திய முறையைப் புகுத்திய முதல் கிழக்கத்திய ஆட்சியாளர் திப்புதான். மேற்கத்திய விஞ்ஞானத்தில் அவருக்கு ஐயப்பாடு ஏதும் இருக்கவில்லை. அதனாலேயே அவர், தனது இராணுவத்திலும் பொருளாதார மேம்பாடுகளிலும் அதைப் பொருத்தினார். தனது இராணுவத்துக்குப் பயிற்சியளிக்கவும், படைக்கலன்களை நிர்வகிக்கவும், பிரஞ்சுக்காரர் களையும், ஆங்கிலேயப் போர்க்கைதிகளையும், இராணுவத்திலிருந்துத் தப்பியோடிய ஐரோப்பிய வீரர்களையும் பயன்படுத்திக் கொண்டார். ஐரோப்பியக் கலைத் தொழில் நுட்பங்களையும், அவற்றை உற்பத்தி செய்யும் முறைகளையும், அந்தக் கலைஞர்களைக் கொண்டே அறிமுகப்படுத்தினார். மைசூரில் உற்பத்தி செய்யப் பட்டப் பொருட்களை மட்டுமே அவர் பயன்படுத்தினார். தனது அதிகாரிகளையும் பயன்படுத்த வைத்து, உள்நாட்டுத் தொழில்களை ஊக்குவிக்கச் செய்தார். இவையெல்லாவற்றிலுமே, நவீன மேலைத்துவத் தன்னிறைவுக் கொள்கையை அறிமுகப்படுத்தினார். தொழில் வர்த்தகத்தின் முக்கியத்துவத்தை உணர்த்த அவர், தானே அரசாங்கத்தின் முதன்மை வணிகராகப் பாத்திரம் வகித்தார். உள்நாட்டிலும், அயல்நாடுகளிலும் தொழிற்சாலைகள் துவங்கினார். தூரதேச நாடுகள் பலவற்றுடன் வர்த்தகத் தொடர்பு வைத்திருந்தார்.

மகன்களில் ஒருவரை ஐரோப்பாவுக்கு அனுப்பி படிக்க வைக்க வேண்டுமென்று விரும்பிய முதல் இந்தியர் திப்பு சுல்தான்தான். 1788 ஆம் ஆண்டு பதினாறாம்

லூயியைச் சந்திக்கச் சென்ற திப்புவின் தூதர்கள், பிரஞ்சு அரசாங்கத்திடம் தங்கள் எஜமானரின் மகன்களில் ஒருவருக்கு பாரிஸில் கல்விபெற வைக்க வேண்டுமென்ற எண்ணமிருக்கிறது என்று தெரிவித்தனர். அதற்கு உடனடியாக ஒப்புதலளித்த பிரஞ்சு நிர்வாகம், இளவரசர் படிப்புக்காக பயணத்தைத் தொடங்கு முன்னமே பிரஞ்சு மொழியை எழுதவும், படிக்கவும், சின்னச்சின்னக் கணக்குகள் ஆகியவற்றைத் தெரிந்து கொள்வது நல்லது. இந்தியாவில் இப்போது அது சுலபமாகக் கிடைக்கிறது. அங்கு ஓர் ஆசிரியர் மூலம் தெரிந்து கொண்டுவிட்ட பின்பு இங்கு வரட்டும் என்று பரிந்துரைத்தது. பாரிஸில் இளவரசரின் கல்விக்கு ஆண்டுக்கு *40,000* முதல் *50,000* ரூபாய் வரை ஆகுமென்றும், அதை சுல்தான் செலுத்தி விடுவாரென்றும் முடிவு செய்யப்பட்டது. இளவரசர் பாரிஸில் ஆடம்பரமற்ற வாழ்க்கை வாழ்ந்தாரென்றால் அந்தத் தொகை பாதியாகி விடும் என்றும் சொல்லப்பட்டது. ஆனால் திப்புவின் திட்டம் பலிக்கவில்லை. மூன்றாவது ஆங்கிலேய—மைசூர் போர் வெடித்து, ஸ்ரீரங்கப்பட்டிணம் உடன்படிக்கை உருவாகி அவர் தனது இரண்டு மகன்களை பிணையாகக் கொடுக்க வேண்டிய துர்நிலை அவதரித்துவிட்டது.

திப்பு சன்னி முஸ்லிம் பிரிவைச் சேர்ந்தவர். அதேவேளையில் ஷியா வழிமுறையைப் பின்பற்றினார். மத ஆச்சாரங்களை உள்ளார்ந்து விசுவாசமான நிலையாய்க் கைக்கொண்டார். தனது சாம்ராஜ்ஜியத்துக்கு கடவுளால் அளிக்கப்பட்ட தேசம் என்று பொருள்பட *சல்தானேட்—இ— குதாதத்* என்று பெயரிட்டிருந்தார். ஐந்துவேளைத் தொழுகையைக் கடைப்பிடித்தார். ரம்ஜான் மாதத்தில் நோன்பு நோற்றார். பகல் முழுவதும் தஸ்பி மணியை கையில் வைத்திருந்தார். காலிப் அலியை மிகவும் நேசித்தார். தனது ஆயுதங்களில் அலியின் பட்டங்களில் ஒன்றான *அஸதுல்லாஹ்—உல்—காலிப்* என்று பெயர் பொறித்திருந்தார். மற்ற ஷியா இமாம்களையும் மதிப்பார்வத்துடன் போற்றினார். தான் வெளியிட்ட நாணயங்களில் பலவற்றுக்கு அவர்களின் பெயரை வைத்தார். அவரது நூலகத்தில் இருந்த பல லிகிதங்கள், அதாவது எழுதியப் புத்தகங்கள் பாத்திமா, ஹஸன், ஹுசைன் ஆகியோரது பெயரில் முத்திரையிடப்பட்டிருந்தன. கான்ஸ்டாண்டிநோபிளுக்கு அவர் அனுப்பி வைத்த தூதர்க்குழுவிடம், தன் சார்பாக அலி மற்றும் ஹுசைனின் நஸப், கர்பலாவிலுள்ளக் கல்லறைகளில் நேர்த்திக்கடன் செலுத்தச் சொல்லி உத்தரவிட்டிருந்தார். நஸப்பில் இருந்தத் தண்ணீர் பற்றாக்குறையை நிவர்த்திக்க யூப்ரடீஸ் நதியிலிருந்து கால்வாய் வெட்ட காலிப்பிடம் அனுமதி கேட்கச் சொல்லியிருந்தார்.

சூபியிசத்தில் திப்புவுக்கு ஆழ்ந்த அபிமானம் இருந்தது. அவரது ஆதரவுடன் பலநூறு சூபியிசப் புத்தகங்கள் எழுதப்பட்டன. தனது தந்தையைப் போலவே அவரும் ஞானிகளையும் அடியார்களையும் போற்றினார். அவர்களின் கல்லறைகளுக்கு மானியங்கள் வழங்கினார். அவர் இந்து சமய சாதுக்களிடமும், புனிதர்களிடமும், கடவுளர்களிடமும் மிகுந்த மதிப்பு கொண்டிருந்தார். ஆனாலும் தனது தந்தையின் வழியையொட்டி, தெய்வீக அருநிகழ்வு நம்பிக்கையுடையவராக இருந்தார். இடர்பாடு, அவப்பேறு வரும் என்று நம்பும்போது சில சடங்குகளை நடத்துவது வழக்கத்தில் இருந்தது. ஒவ்வொருநாளும், அவர் தனது அறையை

ஒட்டியுள்ள இடத்தில் தங்க வைக்கப்பட்டிருக்கும் சமய சோதிடர்களிடம் தனது நட்சத்திரத்துக்கானப் பலனைக் கேட்டுத் தெரிந்து கொள்வார். பிராமணர்களுக்கு உணவளிப்பதன் மூலமும், இந்துக்களின் மத நிகழ்ச்சிகளுக்கு செலவழிப்பதன் மூலமும் தனது கரத்தைப் பலப்படுத்த முடியும் என்று நம்பினார். ஒவ்வொரு சனிக்கிழமையும், தவறாமல் சோதிடர்களின் ஆலோசனையின் பேரில் ஏழு நட்சத்திரங்களுக்குரிய ஏழுவிதமானத் தானியங்களையும், இரும்புச்சட்டி நிறைய நல்லெண்ணையையும், நீலநிற தொப்பி மற்றும் மேலாடையொன்றையும், கறுப்பு நிற ஆடொன்றையும், கொஞ்சம் பணத்தையும் தருவது வழக்கத்தில் வைத்திருந்தார். இந்தப் பொருட்களெல்லாம் பிராமணர்களுக்கும், ஏழைகளுக்கும் வழங்கப்படும்.

பல்திறப்பட்ட மூலங்களிலிருந்தும் குறுகிய கட்டுப்பாடின்றி, தாராளக் கருத்தை வரவேற்பவராக இருக்கும் ஒருவர், எல்லாவற்றையும் அகப்படுத்திய முழுநிறைவானவராகத் தோற்றம் தரும் ஒருவர், இதுபோன்ற சமய வெறிகொண்ட அல்லது மத நடவடிக்கைகளைக் கொள்ளும் பண்பு உவப்பானதாகாது. இந்து கூர்க்குகளையும், நாயர்களையும் கடுமையாக ஒடுக்கிய திப்பு முஸ்லிம்களான மாப்ளாக்ளையும் விட்டுவைக்கவில்லை. கூர்க்குகளையும் நாயர்களையும் அவர் கட்டாயமாக மதம் மாற்றியது மத ரீதியாலானது அல்ல. அரசியல் உள்நோக்கம் கொண்டது. அவர்களைக் கலகத்தைக் கைவிட்டு அமைதியை மேற்கொள்ளும்படி பல தடவை எச்சரிக்கை விடுத்தார். ஆனால் அவர்கள் அவரது எச்சரிக்கைகளை புறந்தள்ளினர். அதனாலேயே, மற்றவர்களுக்கும் எச்சரிக்கை விடுக்கும் வகையில் அவர் இந்தச் செயலில் இறங்கினார்.

இந்திய மற்றும் வெளிநாட்டு அதிகாரங்களுடன் திப்பு கொண்டிருந்த உறவு, தனது தந்தையைப் போலவே மத ரீதியான எண்ணத்தில் அல்ல என்பதை நினைவில் கொள்ளவேண்டும். பெர்ஷியாவுக்கும், ஆப்கானிஸ்தானுக்கும், ஓமனுக்கும் திப்பு அனுப்பியத் தூதுக்குழு, இராணுவ உதவியைப் பெறுவதற்காகவும் அல்லது வர்த்தகத் தொடர்புக்குத்தானேயொழிய வேறெதுவும் இல்லை. கான்ஸ்டாண்டிநோபிளுக்கு அனுப்பியத் தூதுக்குழு இராணுவ, வர்த்தக உதவிகளைப் பெறுவதுடன், தான் மொகலாயச் சக்கரவர்த்தியிடமிருந்து பெறத்தவறிய அங்கீகாரத்தைப் பெறுவதற்காகவும் அனுப்பி வைக்கப்பட்டது. மராத்தியர்கள் மற்றும் திருவாங்கூர் ராஜாவுக்கு எதிராகப் போர் நடத்தியது போலத்தான் சாவனூர், கர்நூல், அதோனி, ஹைதராபாத், மற்றும் கர்நாட்டிக் முஸ்லீம் ஆட்சியாளர்களுடனும் திப்பு போர் செய்தார்.

என்றபோதும், அரசாங்கக் கொள்கையில் மத ரீதியான எண்ணங்களை செல்வாக்கு செலுத்தவிடாமல் பார்த்துக் கொண்ட திப்பு, பலன்தரும்பட்சத்தில் மதத்தைப் பயன்படுத்திக் கொள்வதையும் அனுமதித்தார். ஆங்கிலேயர்களுக்கு எதிராகக் கூட்டணியமைக்க முயன்ற நேரத்தில் திப்பு நிஜாமிடம், முஸ்லீம்களின் நலனுக்காக பழைய பகைமையை, வேறுபாடுகளை மறந்துவிட்டு பொது எதிரிக்கு எதிராக ஒன்றிணைய வேண்டும் என்று குறிப்பிட்டார். அதுபோலவே, ஒட்டமான் சுல்தானிடம் ஆதரவைப் பெறுவதற்காக இந்தியாவில் முஸ்லீம்கள் மீது ஆங்கிலேயர்கள் நடத்தும் மத ரீதியானத் தாக்குதல்களை உணர்வுப்பூர்வமாக

எடுத்து வைத்தார். ஆனால் அவையாவுமே பலனற்றுத்தான் போயின. அதே வேளையில் ஆங்கிலேயர்கள் தங்களின் செல்வாக்கால், பரப்பெல்லையை விரிவாக்கும் முயற்சியைத் தடுக்க, பிரஞ்சிடம் அவர்களின் சுய விருப்பத்தின் பேரில் திப்பு கோரிக்கை விடுத்தார். அதுபோலத்தான் மராத்தியர்களிடமும் அவர் தேச உணர்வில் கோரிக்கை விடுத்தார்.

கொடுங்கோலர்களைப் போலவே திப்புவும் புகழ்ச்சிக்கும் அவரது அரசவைக் கவிஞர்களால் எழுதப்படும் கவிதைகளுக்கு மயங்குபவராக இருந்தார். அவரது வெற்றிகளைக் கொண்டாடும் வகையில் புகழ் மாலைகள் பல இயற்றப்பட்டன. ஆனாலும் திப்பு, மேம்பட்ட எண்ணத்துடன் இருந்தார். அவர் பல்துறைகளிலும் திறமைமிக்கவராக இருந்ததால் எந்தப் பொருளிலும் பேசக்கூடிய ஞானம் அவருக்கிருந்தது. அவர் கனாரிஸ் மற்றும் இந்துஸ்தானி மொழிகளில் பேசினார். பெரும்பாலும் பெர்ஷியன் மொழியையே பேசிவந்தார். அந்த மொழியில் எளிதாக எழுதவும் செய்தார். அவருக்கு அறிவியல், மருத்துவம், இசை, சோதிடம் மற்றும் பொறியியல் துறைகளில் பெருத்த ஆர்வமிருந்தது. என்றாலும் தத்துவம், சூபியிசம் அவரது விருப்பத் தேர்வாக இருந்து வந்தது. கவிஞர்களும், கல்வியாளர்களும் அவரது சபையை அலங்கரித்தனர். அவர்களுடன் பல்வேறு தலைப்புகளில் ஆர்வமாக விவாதித்தார். கையெழுத்துக் கலையை அவர் பெரிதும் விரும்பி ரசித்தார். அவரால் கண்டறியப்பட்டக் கையெழுத்துக்கான விதிகள் குறித்த புத்தகம் *ரிசாலா தர் காஹ்ட்—இ—தர்ஜ்—இ—முஹம்மதி* பெர்ஷியன் மொழியில் உள்ளது. அவர் சோதிடம் குறித்தப் புத்தகமொன்றையும் *ஜபர்ஜாத்* என்ற பெயரில் எழுதியுள்ளார். நாற்பத்தைந்து புத்தகங்களுக்கும் குறையாமல் சூபியிஸம், இசை, சரித்திரம், மருத்துவம், இராணுவம், அறிவியல், சட்டம் மற்றும் ஹதீஸ் ஆகியவை நேரடியாகவோ அல்லது மற்ற மொழிகளிலிருந்தோ அவரது வழிகாட்டுதலின்படி அல்லது புரவலத் தன்மையுடன் வெளியாகியுள்ளன. 2,000 தொகுதிகளடங்கிய அற்புதமான நூலகம் ஒன்றைத் திப்பு வைத்திருந்தார். அதில் அரேபிய, பெர்ஷிய, துருக்கிய, உருது, இந்தி மொழிப் புத்தகங்கள், கையெழுத்துப் பிரதிகள் இருந்தன. இசை, ஹதீஸ், சட்டம், சூபியிஸம், இந்துயிஸம், சரித்திரம், தத்துவம், மருத்துவம், சோதிடம், இராணுவ அறிவியல், கவிதை மற்றும் கணிதம் தொடர்புடையவனாக இருந்தன. தொகுதிகளெல்லாம் ஸ்ரீரங்கப்பட்டிணத்தில் கெட்டி அட்டையில் பகுக்கப்பட்டிருந்தன. அட்டைகளின்மேல் அல்லாஹ், முஹம்மத், அவரது மகள் பாத்திமா, அவளது மகன்கள் ஹசன், ஹுசைன் பெயர்கள் அட்டையின் நடுவில் பொறிக்கப்பட்டிருந்தன. முதல் நான்கு கலிபாக்களின் பெயர்கள் அட்டையின் நான்கு மூலைகளிலும் இடம் பெற்றிருந்தன. அட்டையின் தலைப்பகுதியில் *சர்க்கார்—இ—குதாதத்* என்று முத்திரையிடப்பட்டிருந்தது. அட்டையின் கீழ்புறத்தில்—*அல்லாஹ் கஃபி* — இறைவன் போதுமானவன் என்று பொறிக்கப்பட்டிருந்தது. சில புத்தகங்களில் திப்புவின் தனி முத்திரையும் இருந்தது.

ஸ்ரீரங்கப்பட்டிணத்தின் வீழ்ச்சிக்குப் பிறகு நூலகத்திலிருந்த சில கையெழுத்துப் பிரதிகள் ஆசியாடிக் சொசைட்டி ஆப் பெங்கால் (தற்போது ஆசியாடிக் சொசைட்டி ஆப் கல்கத்தா) வுக்கும், ஆக்ஸ்போர்ட் மற்றும் கேம்பிரிட்ச் பல்கலைக் கழகங்களுக்கும், கிழக்கிந்தியக் கம்பெனிக்கும் பரிசாகத் தரப்பட்டன. கையெழுத்துப்

பிரதிகள் அத்தனையையும் வெல்லெஸ்லி 1800 ஆம் ஆண்டு நிறுவப்பட்ட போர்ட் வில்லியம் கல்லூரிக்கு அனுப்பி வைத்தான். 1830 ஆம் ஆண்டில் அக்கல்லூரி மூடப்பட்டதும், அவை இந்தியாவிலும் இங்கிலாந்திலுமுள்ளக் கல்லூரிகளுக்குப் பரிசளிக்கப்பட்டன.

திப்பு மிகச்சிறந்த கலாரசிகர். அவர் வெளியிட்ட நாணயங்களை கையெழுத்துச் சித்திரங்களால் அழகுபடுத்தியிருந்தார். இதற்கு முன்பு வெளியிடப்பட்ட மற்றெந்த இந்திய நாணயங்களைக் காட்டிலும் நேர்த்தியானதாக அவையிருந்தன. இசையை ஆதரிக்கும் மனதுடன் இயங்கியத் திப்பு அவ்வப்போது, ஆடல்காட்சிகளைக் கண்டு ரசிப்பதுண்டு. திப்புவின் வழிகாட்டுதலின் படி மைசூர் இசைக்குறித்த நூலொன்றை 1785 ஆம் ஆண்டில் ஹசன் அலி *இஜ்ஜாத், முபாரேஹ்—உல்—குலூப்* எனும் பெயரில் இயற்றியுள்ளார். திப்புவின் நூலகத்திலிருந்த அந்தப் புத்தகம் அழகுற வடிவமைக்கப்பட்டு, மேலட்டை போர்த்தப்பட்டிருந்தது. அவரது சிம்மாசனம் அழகுக்கும் கம்பீரத்துக்கும் அடையாளமாக இருந்தது. அதன் மீது நிற்கும் நிலையில் தங்கத்தில் தகடு வேயப்பட்ட ஒரு மரப்புலி இருந்தது. எண்கோணத்திலானச் சட்டகத்தினுள் எட்டடி நீளமும் ஐந்தடி அகலமும் கொண்ட அந்தப் புலியைச் சுற்றி, விலையுயர்ந்தக் கற்கள் பதிக்கப்பட்ட பத்து புலித்தலைகள் அழகுற அமைக்கப்பட்டிருந்தன. அந்த அரியாசனத்தில் ஏறுவதற்கு இருபுறமும் வெள்ளியிலான சிறிய படிக்கட்டுகள் இருந்தன. சிம்மாசனத்தின் விதானம் மரத்தால் செய்யப்பட்டு சுத்தமான, மெல்லியத் தங்கத்தகடால் இழைக்கப்பட்டிருந்தது. அதன் விளிம்புகள் முத்துக்கள் பதிக்கப்பட்டு தங்க இழைகளால் பின்னப்பட்டிருந்தன. சிம்மாசன விதானத்தில் இரானியப் புராணங்களில் இடம்பெறும் *ஹுமா* பறவையொன்று, சிறிய புறா அளவில் படபடத்தபடி அமர்ந்திருந்தது. தங்கத்தால் செய்யப்பட்ட அந்த பறவையின் இறகுகளில் விலைமதிப்பற்றக் கற்கள் பதிக்கப்பட்டிருந்தன. அதன்மதிப்பு இந்தியாவில் 1,600 கினியாக்கள் ஆகும்.

கட்டிடக் கலையின் மீது தீராத தாகம் கொண்டவராகவும் திப்பு இருந்தார். ஹைதர் அலி கோடைக்கால உல்லாசப் போக்கிடமொன்றை *தர்யா தௌலத்* எனும் பெயரில், காவிரியின் தெற்குக்கரையில் லால் பாஃஹ்க்குக்கும் ஸ்ரீரங்கப் பட்டிணம் கோட்டைக்குமிடையில் கட்டியிருந்தார். திப்புவுக்கு மிகவும் பிடித்தமாக ஆகியிருந்த அந்த உல்லாசப் போக்கிடத்தை திப்பு மேலும் செழுமைப்படுத்தினார். படங்களில் காணப்படுவது போலான அழகிய அக்கட்டிடம் அற்புதமான சுவர் வண்ணங்களால் காண்போரைக் கவர்ந்திழுத்தது. அதன் அழகிய வேலைப்பாடுகளும் சுவற்றின் துவக்கத்திலிருந்து இறுதிவரை மேலிருந்து கீழாக, இஸ்பஹான் அரண்மனையைப் பிரதிபலித்தது. உள்சுவர்கள் பூப்பின்னல் வேலைப்பாட்டினால் ஒப்பனை செய்யப்பட்ட சித்திரவேலைகளால் உச்சபட்சமாக அழகமைக்கப்பட்டிருந்தன. அதேவேளையில் வெளிச்சுவர்கள் ஆங்கிலேயர்களை திப்பு வென்ற காட்சிகள் சுவரோவியங்களாகக் காட்சிப்படுத்தப்பட்டிருந்தன. கோட்டையின் உட்புறம் திப்பு ஓர் அரண்மனையை ஆசை ஆசையாகக் கட்டினார். ஆனால் அது நீண்ட நாட்களுக்கு இருக்கவில்லை. சிறிய அளவிலான அது வெளியிலிருந்து பார்க்கும்போது, பெருமளவில் கவர்வதாக இருக்கவில்லை.

அதேவேளையில் உள்ளிருந்து மிகப்பிரமாண்டமாகத் தெரிந்தது. கிழக்கு அல்லது பெங்களூர் வாசலுக்கு அருகே 1787 ஆம் ஆண்டு திப்பு கட்டிய மசூதி அதன் அழகுக்கும், இரட்டைக் கோபுரம் கம்பீரத்துக்கும் கருணைக்குமே பெயர் பெற்றது. தீவின் இறுதியெல்லையில் தந்தை ஹைதர் அலியை புதைத்த இடத்தில் அவரின் நினைவாக, திப்பு கட்டிய அழகிய மண்டபம், அவரது கட்டிடக் கலை மீதான ஆர்வத்துக்கு மிகப்பெரிய எடுத்துக்காட்டாகும். சதுரமாக எழுப்பப்பட்ட அந்த நினைவிடம் அழகிய மேற்கூரையை கிரீடமாகக் கொண்டது. பளபளப்பூட்டப்பட்டக் கறுப்புநிற சலவைக் கற்களிலான தூண்கள் அதைத் தாங்கியிருந்தன. பெங்களூர் கோட்டையிலுள்ள அரண்மனை 1781 ஆம் ஆண்டு ஹைதர் அலியால் கட்டத் துவங்கப்பட்டு, 1791 ஆம் ஆண்டு திப்புவால் முடிக்கப்பட்டது. தரியா தௌலத்தின் வகைமையிலேயே கட்டப்பட்ட அது மிகவும் பிரமாண்டமானது. மெக்கன்ஸி அதனை, 'ஆக்ரா மற்றும் டில்லியிலுள்ளக் கோட்டைகளைத் தவிர்த்துவிட்டுப் பார்த்தால், கிழக்கு நாடுகளில் காற்றோட்டமும் கம்பீரமுமானது' என்கிறான். சிராவில், மொகலாய கவர்னர் திலாவர் கான் கட்டிய மொகலாயர் கலைக்கட்டிடங்கள் ஹைதர் அலியிடமும் திப்புவிடமும் பலத்த செல்வாக்கைப் பெற்றிருந்தன.

மலபார் பகுதியின் சாலையமைப்புக்கு முன்னோடியாக திப்பு திகழ்ந்தார். அவருக்கு முன்பான காலகட்டத்தில் பயணத்திற்கு படகுப் போக்குவரத்தே மலபார் பகுதியில் கைகொடுத்து வந்தது. ஓரிடத்திலிருந்து மற்றொரு இடத்துக்குப் பொருட்களைக் கொண்டு செல்வதற்கு நீர்வழிகளே பிரதான இடம் பிடித்திருந்தன. பொருட்களைக் கொண்டு செல்வதற்கு சுமைதூக்குவோர் பணி நியமனம் செய்யப்பட்டிருந்தனர். என்றபோதும் திப்புதான் முதன்முதலில் சக்கரங்களால் நகரும் போக்குவரத்தை அங்கே தொடங்கி வைத்தார். திப்புவின் திட்டம் மிகமுக்கியமானப் பணியைச் செய்தது. மலபாரின் பிரதான இடங்களையெல்லாம் சாலைகள் இணைத்தன. அப்படியே தேசத்தின் எல்லாப் பகுதிகளுடனும் இணைப்பைக் கொண்டிருந்தது. தனது சாம்ராஜ்ஜியத்தின் பல பகுதிகளிலும் திப்பு நல்ல சாலைகள் அமைத்தார். அவர் பெயர் சொல்லும்படியாக அமைந்தது காவிரியின் இடதுகரையில் காடுகளுக்கிடையிலும் ஓடி, தேசத்தின் எல்லைகளை உடைத்த ஹோசூர், தர்மபுரி சாலைகளைச் சொல்லலாம். தர்மபுரி தாலுகாவின் பல பகுதிகளையும் இணைக்கும் வகையில் திப்பு அமைத்த சாலைகள் இருந்தன என்கிறான், மலபாரின் இணை ஆணையாளராக இருந்த மேஜர் டோவ். திப்பு அமைத்த சாலைகளில் முக்கியமான மற்றொன்று கிருஷ்ணகிரியையும் பூதிக்கோட்டையையும் இணைக்கும் சாலையாகும். இதனால், மலபாருக்குள் முன்னர் போக முடியாதிருந்த மைசூர் இந்துக்கள் எளிதாகப் போய் வந்தனர்.

திப்புவின் பொது நிர்வாகத்தில் மற்றொரு சிறப்பாக இருந்தது அவர் சிறப்பு கவனம் செலுத்திய நீர் மேலாண்மையாகும். 1797 ஆம் ஆண்டில் ஸ்ரீரங்கப்பட்டிணத்திலிருந்து சில மைல்கள் மேற்கே, காவிரியின் குறுக்கே ஓர் அணையை எழுபதடி உயரத்தில் கட்டினார். தரோஜியில் மிகப்பெரிய நீர்த்தேக்கத்தை உருவாக்கினார். அந்த நீர்த்தேக்கம் இரண்டரை மைல் நீளமும் நாற்பதடி ஆழத்தையும் கொண்டிருந்தது. மற்றொரு மிகப்பெரிய நீர்த்தேக்கமான மோதி தலாப் ஹோய்சாலர்களால்

கட்டப்பட்டது. அதனை திப்பு, மாற்றியமைத்து சீர்படுத்தினார். தனது குடிமக்களை நீர்நிலைகள் அமைக்கச்சொல்லி உற்சாகப்படுத்தினார். அதற்காக நிலங்களை வழங்கினார். நீர்நிலையை அமைத்து முடித்தவர்களுக்கு ஜாகிர் மானியமும் கிடைக்கச் செய்தார். நீர்நிலைகளை நல்லமுறையில் பராமரிக்க வேண்டும் என்று திப்புவின் அரசாங்கம் குடிமக்களைக் கேட்டுக்கொண்டது. நிதிப் பற்றாக்குறையால் நீர்நிலைகளைப் பராமரிப்பதில் சுணக்கம் தெரிந்தால், அவர்களுக்கு அரசாங்கமே நிதி உதவி செய்தது. குளங்களையும் கால்வாய்களையும் நல்லமுறையில் பராமரிக்க, எண்ணற்றப் பணியாளர்களை திப்புவின் அரசாங்கம் நியமித்திருந்தது. அவர்களை அமில்கள் மேற்பார்வை செய்தனர்.

ஆங்கிலேயர்களுக்கு எதிரான திப்புவின் கொள்கைகள் விமரிசனத்துக்கு உள்ளாகின. அவர் மராத்தியர்களையும் நிஜாமையும் தன் பக்கத்தில் வைத்துக் கொள்ளத் தவறிவிட்டார். பிரஞ்சுக்காரர்களின் நட்புக்காக அவர் பெரும்பாலானவற்றைத் தவிர்த்தார் என்று கூறப்படுவதுண்டு. ஆனால் இந்தக் குற்றச்சாட்டைக் கூர்ந்து ஆய்ந்தால் அது தவறானது என்பதைக் கண்டறியலாம். திப்பு ஆங்கிலேயர்களுக்கு எதிராக இருந்தார் என்பது உண்மைதான். ஆனால் திப்புவின் எண்ணமெல்லாம் அமைதியான வாழ்க்கையை நடத்த வேண்டும் என்பதாகவே இருந்தது. ஆனால் உண்மையில் திப்பு மீது ஆங்கிலேயர்கள்தான் விரோதம் பாராட்டிக் கொண்டேயிருந்தனர். மங்களூர் உடன்படிக்கை முடிவானதுமே திப்புவுக்கு எதிராக ஆங்கிலேயர்கள் நிஜாமுடனும் பேஷ்வாவுடனும் சதியாலோசனையில் ஈடுபட்டனர். 1786 ஆம் ஆண்டு உடன்பாட்டு விதிகளை மீறி மைசூர் மீது படையெடுப்பதற்கு மராத்தியர்களுக்கும், நிஜாமுக்கும் படைகளை அனுப்பி உதவியது மெக்பர்ஸன்தான். அதன்பிறகு, கார்ன்வாலிஸ் திப்புவுக்கு எதிராக உதவினால் பிரஞ்சுப்படைகள் களமிறங்கும் என்ற அச்சத்தில் அந்த உதவியைத் திரும்பப் பெற்றுக்கொண்டது ஆங்கிலேயப் படை. அந்தப் பின்வாங்கல், திப்பு மற்றும் பிரஞ்சுப் படைகளை எதிர்கொள்ளத் தயாராகயில்லையென்பதால் மட்டுமேயாகும். கார்ன்வாலிஸின் நடவடிக்கைகள் திப்புவிடம் நட்பு பாராட்டும் வகையில் அமையவில்லை. மேலும் நிஜாமையும் மராத்தியர்களையும் ஹைதர் அலி மற்றும் திப்பு அவர்களுடன் செய்துகொண்ட பழைய ஒப்பந்தங்களைக் காரணம் காட்டி, அவருக்கு எதிராகத் தூண்டிவிட்டுக் கொண்டேயிருந்தான். மேலாக, நிஜாமுக்கு அவன் எழுதியக் கடிதத்தில் மைசூரை வெல்வதற்கு படையெடுத்தால் தான் ஆதரவு தருவதாக வலிந்து எழுதியிருந்தான். திப்பு மீது ஆங்கிலேயர்கள் இத்தனை வெறுப்பும் விரோதமும் கொள்ள அவர் மற்றவர்களைப் போல அடிமையாக இருக்க விரும்பாதது மட்டுமே காரணமாக இருக்கவில்லை. அத்துடன், தங்களின் அதிகாரம் மற்றும் செல்வாக்கைப் பெருக்குவதற்கு அவர் தடையாக இருக்கிறார் என்று கருதியதும் ஒரு காரணம். அதையும் தாண்டி, இந்துஸ்தானத்தில் கேள்விக் கேட்பாரற்று தன்னிகரில்லாத அதிகாரம் படைத்தவராக இருந்தது, அவர்களின் கண்ணை உறுத்திக் கொண்டேயிருந்தது. அரசாங்கத்தை நடத்துவதிலிருக்கும் திறமை அதைக் கொண்டு செல்லும் பாங்கு, இராணுவத்தின் கட்டுப் பாடு, ஒழுங்கு, மற்ற அதிகார அமைப்புகளிலிருந்து அவரை வேறுபடுத்திக் காட்டிக் கொண்டேயிருந்தது. அதனால், அவர்கள் ஒவ்வொரு நாளும் திப்புவின் புகழ் உயருவதைக் கண்டு பொறாமை கொண்டதும் முக்கியக்

காரணமாகும். அதனாலேயே, கார்ன்வாலிஸ் திப்புவின் மீது தாக்குதல் தொடுத்து அவரிடமிருந்து பாதிக்கும் மேலான ராஜ்ஜியத்தை நூதனமானக் கோரிக்கைகளை வைத்துப் பறித்துக் கொண்டான். ஆனாலும் ஆங்கிலேயர்கள் அதில் திருப்தி கொள்ளவில்லை. திப்புவிடமிருந்து முழுவதையும் பறித்து அவரை ஒன்றுமில்லாமல் ஆக்கி விடவே விரும்பினார்கள். அதற்கானத் திட்டங்களை தொடர்ந்து போட்டுக் கொண்டேயிருந்தனர். 1798 ஆம் ஆண்டு செப்டம்பர் மாதம் 21 ஆம் தேதி மன்றோ எழுதியக் கடிதமொன்று, அதை வெட்ட வெளிச்சமாக்குகின்றது. 'திப்புவை முற்றிலும் ஒன்றுமில்லாமல் ஆக்குவதற்கான நடவடிக்கைகளை மேற்கொள்ளும்படி எங்களுக்கு வழிகாட்டப்பட்டது. அதில் கவனம் செலுத்தி செய்து முடித்தோம். ஸ்ரீரங்கப்பட்டிணத்துக்கும் பெங்களூருவுக்கும் நாங்கள் எஜமானர்கள் ஆகி விட்ட பின்பு, கிருஷ்ணாவை நோக்கிச் செல்வது எங்களுக்குக் கடினமாக இருக்கவில்லை. அக்கம்பக்கத்து மாநிலங்களில் நடந்த போர்களையும், புரட்சிகளையும் நாங்கள் எளிதில் அடக்கி விட்டோம். அவர்கள் தங்களுக்குள் அடித்துக் கொண்டதால் எங்களின் வேலை மிகச் சுலபமாக இருந்தது.'

நிஜாமும் மராத்தியர்களும்கூட, திப்புவுக்கு எதிராக விரோதம் கொண்டிருந்தனர். அவர்களுக்கு திப்புவின் திறமை பொறாமை கொள்ளச் செய்திருந்தது. திப்புவைக் கண்டு பயந்தார்கள். தங்களிடமிருந்து, ஹைதர் அலி வென்ற இடங்களைத் திரும்பக் கைப்பற்றிவிட வேண்டுமென்ற ஆவலாதி அவர்களிடமிருந்தது. 1780 ஆம் ஆண்டு ஹைதர் அலி மராத்தியர்களை வென்று கிருஷ்ணாவைக் கைப்பற்றியதும், அவர்கள் ஹைதர் அலியின் இறையாண்மையை ஏற்றுக்கொண்டு திறை செலுத்தி வந்தனர். பின்னர் அவர்கள் தங்களின் உடமைகளைத் திரும்பத் தருமாறு வலியுறுத்திக் கொண்டேயிருந்தனர். 1782 ஆம் ஆண்டில் ஹைதர் அலி மரணமடையாதிருந்தால், மராத்தியர்கள் உடனேயோ அல்லது தாமதமாகவோ மைசூர் மீது படையெடுக்க, ஆங்கிலேயர்களுடன் உடன்பாடு செய்து கொண்டிருப்பார்கள். ஆனால் அவர்களுக்குள் புகைந்து கிடந்த உள்ளூர்க் குழப்பங்களால் செயல்படத் திராணியில்லாமல் கிடந்தார்கள். திப்பு ஆட்சியாளர் ஆனபொழுதிலிருந்தே அவர்கள், 'அதைத் திருப்பிக்கொடு' என்று வற்புறுத்தத் தொடங்கி விட்டார்கள். தனது தந்தை வழிமரபுப்படி விட்டுச்சென்ற உடமைகளுடன் திப்பு அமைதியான வாழ்க்கை வாழவே ஆவல் கொண்டிருந்தார். தனது சாம்ராஜ்ஜியத்தின் விவகாரங்களில் மற்றவர்கள் தலையிடுவதை விரும்பவில்லை. ஆனால் மராத்தியர்கள் பழைய உடன்பாடுகளைப் புறந்தள்ளினார்கள். தங்களுக்குத் திறை செலுத்திவரும் நார்குந்த் தலைவனின் ஆதரவுடன் மராத்தியர்கள் மைசூர் மீது படையெடுத்து விட்டார்கள். ஆனாலும் திப்பு நார்குந்த் தலைவன் மற்றும் மராத்தியர்களின் நட்பை வலுப்படுத்திக்கொள்ள அவர்களுக்கு நார்குந்த், கிட்டூர் மற்றும் பதாமியை விட்டுக் கொடுக்கத் தயாரானார். ஆனாலும் 1790 ஆம் ஆண்டில், அதற்கு முன்பு 1787 ஆம் ஆண்டு செய்து கொண்ட ஒப்பந்தத்தை மீறி அவர்கள் ஆங்கிலேயர்களுடன் சேர்ந்து, திப்புவுக்கு எதிரானக் காரியங்களில் ஈடுபட்டனர். ஆனாலும் திப்பு மீண்டும் மீண்டும் அவர்களிடம் நட்பை நிறுவிக் கொள்வதற்காக எச்சரிக்கை மட்டுமே விடுத்தார். 'நான் உங்களுக்கு எதிரியில்லை. ஆங்கிலேயர்கள்தான் நமக்கு பொது எதிரி' என்று சொல்லிவந்தார். 'ஆங்கிலேயர்கள் இந்தியாவுக்கு வியாபாரிகளாக வந்தார்கள். ஆனால் மொகலாய

சாம்ராஜ்ஜியத்தையே துண்டுதுண்டாக அழித்து, அதனைத் தங்களுக்கு சாதகமாக ஆக்கிக் கொண்டார்கள். இந்திய அரசுகளிடையே பிரிவினையைத் தூண்டிவிட்டு, தங்களுக்கான சாம்ராஜ்ஜியத்தை மிக நுட்பமாக அமைத்துக் கொண்டார்கள். இப்போது அவர்களின் நோக்கம் ஒட்டுமொத்த தேசத்தையும் அபகரிப்பதுதான்' என்றெல்லாம் சொல்லிப் பார்த்தார். ஆனால் அவரது எச்சரிக்கைகள், செவிட்டுக் காதுகளில் விழவேயில்லை. இந்திய ஆட்சியாளர்கள் சூழ்நிலையைப் புரிந்துகொள்ள முடியாத அளவில் மூடர்களாக இருந்தார்கள். உடனடியாக ஏதேனும் லாபம் கிடைக்குமா என்பதாகவே அவர்களின் நோக்கம் இருந்தது. திப்புவுக்கு எதிராக ஆங்கிலேயர்களுடன் கூட்டு வைத்தால், தங்களுக்குக் கணிசமாக அளவில் பங்கு கிடைக்கும் என்று கனவில் திளைத்துக் கிடந்தார்கள். ஆனால் உண்மையிலேயே, அவர்கள் தங்கள் சொந்த வீழ்ச்சிக்கு ராஜபாட்டையைத்தான் அமைத்து சூனியம் வைத்துக் கொண்டிருந்தார்கள்.

இந்தப் பின்னணியைத் திப்பு மிக நுட்பமாகத் தெரிந்து கொண்டிருந்ததால்தான், அவர் பிரஞ்சுப் படையுடன் கூட்டணி ஏற்படுத்திக்கொள்ள விரும்பினார். பிரான்ஸுக்கும், துருக்கிக்கும் தனது தூதுக்குழுவை அனுப்பினார். அதுவும் தான் தனிமைப்படுத்தப்பட்டு விட்டதையும், தன்னை எல்லாத் திசைகளிலும் எதிரிகள் சூழந்துவிட்ட பின்பு, தனது தந்தை காலத்திலிருந்து தொடங்கிய நட்பு என்பதாலும்தான் அந்தச் செயலிலும் இறங்கினார். சமூக, அரசியல், பொருளாதார மாற்றங்கள் நிலவிவந்த போதிலும் அதையெல்லாம் புறந்தள்ளிவிட்டு, தனது எதிரிப் படைகளுடன் மோதும் தனக்கு பிரான்ஸ் உதவி செய்யும் என்று தீர்மானமாக நினைத்திருந்தார். ஆனால் நம்பிக்கையை வழங்கிய அவர்கள், தேவையின்போது தங்களின் உதவி வழங்கப்படாமல் தனித்து விடப்பட்டார். உள்நாட்டுக் குழப்பம் ஒரு பக்கமும், இந்தியாவில் அவர்களின் செயல்பாட்டு முடக்கம் மறுபக்கமும் அவர்களை எதிர்காலத்துக்கான வலுவானதொரு முடிவை எடுக்கவிடவில்லை. காலிபிடம் தூதுக்குழுவை அனுப்பி கூட்டணியையும் ஆங்கிலேயர்களிடம் மத்தியஸ்தம் பேசி வேறுபாடுகள், பிரச்சனைகளுக்கு முற்றுப்புள்ளி வைக்கவுமே அவர் விரும்பினார். ஆனால் ஒட்டமான் சுல்தானும், பிரஞ்சுக்காரர்களைப் போலவே, ஐரோப்பாவில் முன்னமே ஈடுபட்டிருந்த செயல்களிலிருந்து விடுவித்துக் கொள்ள முடியாமல், எந்த உதவியையும் செய்யமுடியாமல் போனது. தனக்கு எதிரான எதிரிகளின் வளையத்தை உடைக்க வேறுவழியில்லாமல் ஒரு தூதுக்குழுவை இங்கிலாந்துக்கு அனுப்பி வைக்கும் முடிவுக்கும் வந்தார். அதில், இந்தியாவிலுள்ள கம்பெனி அதிகாரிகள் தனக்கு எதிராக சதித் திட்டம் தீட்டுகிறார்கள் என்று இங்கிலாந்து மன்னரிடமே சொல்லிவிட முடிவெடுத்தார்.

வெளிநாட்டிலிருந்து உதவிகளைப் பெறுவது திப்புவுக்கு முன்பும் நடந்திருக்கிறது. ஹைதர் அலி இரண்டுமுறை தனது தூதுக்குழுவை பெர்ஷியாவுக்கு அனுப்பி, அதில் ஒரு முறை ஆயிரம் வீரர்களை அங்கிருந்துப் பெற்றிருக்கிறார். பேஷ்வா ரகுநாத் ராவ் தனது முகவரை இங்கிலாந்து அனுப்பி இங்கிலாந்து அரசாங்கத்திட மிருந்து தனது எதிரிகளுக்கு எதிராக நட்பைப் பேணியிருக்கிறான். 1786 ஆம் ஆண்டு பூனா அரசாங்கம் ஐலே பிரான்ஸ் தீவுக்கு தூதுக்குழுவை அனுப்பியது. அதேவேளையில் திப்பு, வெளிநாடுகளுக்கு அனுப்பியத் தூதுக்குழு முற்றிலும்

அரசியல் ரீதியிலானது அல்ல. பெர்ஷியா, மஸ்கட் மற்றும் பெரு ஆகிய நாடுகளுக்கு அனுப்பியது தனது சாம்ராஜ்ஜியத்தின் வர்த்தகத்தைப் பெருக்கிக் கொள்ளும் அடிப்படையில்தான். பிரான்ஸ் மற்றும் துருக்கிக்கு அனுப்பட்ட தூதுக்குழுவும் திப்புவின் சாம்ராஜ்ஜியத்தில் தொழில்துறையில் முன்னேற்றத்தை ஏற்படுத்திக் கொள்ளத்தான். துருக்கிக்கு அனுப்பப்பட்ட தூதுக்குழு கூடுதலாக, திப்புவின் மைசூர் சாம்ராஜ்ஜியத்துக்கான ஓட்டமான் சுல்தானின் அங்கீகாரம் பெறும் முயற்சியில் ஈடுபட்டிருந்தது.

திப்புவால் வெளிநாடுகளுக்கு அனுப்பப்பட்ட தூதுக்குழு தங்கள் நோக்கத்தில் சிலவற்றை சாதித்துவிட்டுத் திரும்பியிருக்கிறது. பெர்ஷியன் குடா பகுதியில் தங்கள் வர்த்தகத்தை மேம்படுத்துவதில் அது வெற்றிகண்டது. அதிகாரப்பூர்வமான முதலீடுகள் அங்கு செய்யப்பட்டன. அங்கிருந்து அழைத்து வரப்பட்ட தொழில்நுட்பக் கலைஞர்கள் மைசூர் தொழிற்சாலைகளில் நுணுக்கங்களைப் புகுத்தினர். இந்தத் தூதுக்குழு ஈட்டிவந்தப் பெருமைகள், அதன்மூலம் பெற்ற அனுகூலங்கள், திப்பு மீது மற்றவர்களுக்கு மேலும்மேலும் விரோதத்தை வளர்க்கவே பயன்பட்டது. அதுவே அவரது ஆட்சியைத் தூக்கியெறியும் ஆயுதமாகவும் ஆனது. அவர் ஒருவேளை தூதுக்குழுவை ஐலே பிரான்ஸ் தீவுக்கு அனுப்பியிராவிட்டாலும் ஆங்கிலேயர்கள் சுயேட்சையான, அதிகாரம் மிக்கத் திப்புவின் ஆட்சிக்கெதிராக ஏதாவது சாக்குப்போக்கைத் தேடிச்சொல்லி, இதே வேலையைத்தான் செய்திருப்பார்கள். என்ன... திப்புவுக்கு மூச்சுவிடக் கொஞ்சம் நேரம் கிடைத்திருக்கலாம். அவ்வளவுதான்.

'மெட்ராஸ் படைகளுக்கு சிம்ம சொப்பனமாக விளங்கிய' தனது குதிரைப்படைக்கு திப்பு பெருமளவு சுதந்திரம் கொடுத்திருந்தார் என்பது, அவர் மீது சுமத்தப்படும் பெரும் குற்றச்சாட்டு. அதனாலேயே அவர் பலவீனப்படுத்தப்பட்டார் என்பதும், தனது தந்தையின் போர்முறைகளை கைவிட்டுவிட்டார் என்பதும் மற்றொரு குற்றச்சாட்டு. தந்தையின் வழிமுறையைக் கைவிட்டார் என்பதை ஏற்றுக் கொண்டாலும், அவரது வீழ்ச்சிக்கு இதுவே அடிப்படைக் காரணமாக எடுத்துக் கொள்ள முடியாது.

1780 ஆம் ஆண்டுகளில் ஹைதர் அலியின் படையில் 34,000 குதிரை வீரர்களும் 15,000 காலாட் படை வீரர்களும் இருந்தனர். ஆனால் திப்பு 1790 ஆம் ஆண்டு காலாட்படையை 50,000 ஆக உயர்த்தினார். அதேவேளையில் குதிரைப்படையை 20,000 ஆகக் குறைத்தார். இது தவறானக் கொள்கை. காலாட்படையை மேம்படுத்தியிருக்க வேண்டும்தான். ஆனால் அதற்காக, குதிரைப் படையைக் குறைத்து அதிலிருந்து மீட்ட செலவில் காலாட்படையை வலுப்படுத்தியிருக்க வேண்டியதில்லை. ஆங்கிலேயப் படையின் காலாட்படை வீரர்களுக்கு இணையான எண்ணிக்கையில் தனது படையும் இருக்கவேண்டும் என்ற நினைப்பு திப்புவுக்குள் இருந்து கொண்டேயிருந்தது. அதனாலேயே இதைச் செய்தார். என்றபோதும் அவர் செய்த அந்த மாற்றம் அவரது படையின் வலிமையை அதிகரிக்கவில்லை. மாறாக அவருக்கான அபாயமாக மாறி விட்டது. காலாட்படையையும் பீரங்கிப்படையும் மேம்படுத்திய அவர், குதிரைப்படையை குறைத்திருக்கக் கூடாது. அதேவேளையில்

காலாட்படையின் எண்ணிக்கையை மட்டும் அதிகரித்து, குதிரைப்படையைக் குறைத்திருந்த போதிலும் அவர் தனது தந்தையின் போர்த் தந்திர முறைகளை கைவிட்டு விடவில்லை. ஏனென்றால் மராத்திய—நிஜாம் கூட்டுப்படைகளுக்கு எதிராக, காலாட்படையும் குதிரைப்படையும் நேர்த்தியானப் போரை நடத்தி வெற்றியைப் பெற்றுத் தந்துள்ளன. மேலும் ஆங்கிலேய—மராத்திய—நிஜாம் கூட்டணிப் படைகளின் சதித் திட்டத்தை இரண்டரை ஆண்டுகள் சமாளித்து, புத்துணர்வோடு களத்தில் நின்றிருக்கின்றன. மராத்தியர்களுடனாகப் போரின்போது, திப்புவின் பெரும்படையானக் காலாட்படையும் பீரங்கிப் படையும் களத்தில் நின்று களமாடியிருந்தாலும், எதிரிகளுக்கு வந்துசேரவேண்டிய விநியோகப் பொருட்களை வழிமறித்துத் தடுத்து, எதிரிகளை மிரட்டி விரட்டியடித்தது குதிரைப்படைதான். மெடோஸை திப்பு வென்றதன் பின்னணியில் அவரது குதிரைப்படைகளின் சாகசம்தான் முன்னணியில் இருந்தது. அதுபோல 1791 ஆம் ஆண்டு ஸ்ரீரங்கப்பட்டிணம் நோக்கி படை நடத்திவந்த கார்ன்வாலிஸை திப்புவின் காலாட்படையும் குதிரைப்படையும் கூட்டணி யமைத்து தடுத்ததால், அவன் பின்வாங்க நேரிட்டதையும் குறிப்பிட்டாக வேண்டும். ஆனால் மீண்டும் கார்ன்வாலிஸ் ஸ்ரீரங்கப்பட்டிணம் மீது படையெடுத்து வந்தபோது, திப்பு தனது குதிரைப் படையை முறையாகப் பயன்படுத்தத் தவறிவிட்டார். அதேவேளையில் அவரது குதிரைப் படையின் பணி போலவே, எண்ணற்றவர்களைக் கொண்ட அவரது காலாட்படை வலுவான எதிர்ப்பைக் காட்டி கவர்னர் ஜெனரலின் படையைத் திரும்பிப்போக வைத்ததையும் குறிப்பிட்டாக வேண்டும். நான்காம் ஆங்கிலேய—மைசூர் போரில் திப்புவின் தோல்விக்கு மிக முக்கியக் காரணமாக அமைந்தது, ஆங்கிலேயர்களுக்கு நிஜாமும், மராத்தியர்களும் அளித்த உதவி என்பதை தவிர்த்துவிட்டுப் பார்க்க முடியாது.

ஸ்ரீரங்கப்பட்டிணம் உடன்பாட்டையடுத்து திப்பு தனது சாம்ராஜ்ஜியத்தில் பாதிக்கும் மேலாகப் பறிகொடுத்த பின்பு, அவர் தனது இராணுவத்தைக் குறைக்க வேண்டியக் கட்டாயத்துக்கு உள்ளானார். ஆனால் அவர் செய்த தவறு காலாட்படையின் எண்ணிக்கையைக் குறைத்தது மட்டுமல்லாது, குதிரைப்படையின் எண்ணிக்கையையும் குறைத்துவிட்டார். அதன் முடிவாக நிஜாமையும் மராத்தியர்களையும் எதிர்க்க வலுவிருந்த போதிலும், ஆங்கிலேயக் கூட்டணிக்கு எதிரான வலுவானப் படையாக அவர் இராணுவம் இருக்கவில்லை. எண்ணிக்கையைக் குறைத்ததால் இப்போது ஆங்கிலேயப் படையைக் காட்டிலும் குறைந்த அளவிலும் தற்காப்பிலும் அவரது படை இருந்தது. ஆர்தர் வெல்லெஸ்லி குறிப்பிடுவதுபோல, ‘உலகின் மிகச் சிறந்த படையாக மாற அவர் குதிரைப் படையை மேம்படுத்த வேண்டும்’ என்று சொன்னதில் தவறேதுமில்லை.

திப்பு செய்த மற்றொரு தவறு அவர் தான் வைத்திருந்தக் குதிரைப் படையை முறையாகப் பயன்படுத்திக் கொள்ளாததும் ஒன்று. பிரிட்டிஷ் படையின் முன்னேற்றத்தின் போது அதிலிருக்கும் சாதகமான அம்சங்களை திப்பு கவனிக்கத் தவறிவிட்டார். ஆங்கிலேயப் படைகளுக்கு உணவு விநியோகம் வருவதற்கு ஏதுவாக இருந்த பாராமஹாலை குதிரைப் படைக் கொண்டு தடுக்க திப்பு முயற்சிக்கவில்லை. அவ்வாறு செய்திருந்தால் ஆங்கிலேயப் படைகளுக்கு உணவுத்

தட்டுப்பாடு ஏற்பட்டு, பிரச்சனை திசை திரும்பியிருக்கும். அதுபோல, முன்னேறி வந்த ஹாரிஸ் படைகளின் கால்நடைகளுக்கு தீவனம் கிடைக்காதபடி செய்வதற்கு சாத்தியங்கள் இருந்தும் திப்பு அதைச் செய்யத் தவறிவிட்டார். ஆங்கிலேயப் படையின் முன்னேற்றத்தைத் தடுத்திருக்க முடியும். அவர் தனது சிறுகோட்டையின் சுவர் பிளவுபடுத்தப்பட்டதைச் சீரமைப்பதில் கவனமாக இருந்து விட்டார். அதுமட்டுமன்றி ஸ்ரீரங்கப்பட்டிணம் கோட்டையின் மீது அவர் அளவற்ற நம்பிக்கையை வைத்துவிட்டார். ஆங்கிலேயர்களுக்கு உணவுப்பொருட்கள் வரும் வரையோ அல்லது பருவமழை துவங்கும் வரையோ ஆங்கிலேயர்களின் முற்றுகையைத் தள்ளிப் போட்டுக்கொண்டே போனால் போதும். காவிரி ஆறு கரை புரண்டுவிடும். ஆங்கிலேயப் படை சமாளிக்க முடியாமல் பின்வாங்கிவிடும். சமாளித்து விடலாம் என்ற அவரது கணக்கு தப்பாகிவிட்டது.

திப்பு இத்தனைத் தவறுகளைச் செய்திருந்த போதிலும், ஸ்ரீரங்கப்பட்டிணத்தின் வீழ்ச்சி யென்பது அவரது அதிகாரிகள் செய்த துரோகத்தால்தான் என்பதையும் மறந்து விடக்கூடாது. ஆங்கிலேயப் படையுடன் கள்ள ஒப்பந்தம் போட்டுக் கொண்ட அவர்கள், அப்படைகள் முன்னேறி வந்தபோது அவற்றைத் தடுத்துநிறுத்தாமல் உள்ளே அனுமதித்தது, இறுதியில் ஸ்ரீரங்கப்பட்டிணத்தின் வீழ்ச்சிக்கு வழிவகுத்துவிட்டது. ஆனாலும் மைசூர் படை தீரமாகத்தான் போரிட்டது. இங்கே குறிப்பிடவேண்டிய மற்றொன்று: திப்பு தன் தந்தையின் வழியிலானப் போர் முறையைக் கைவிட்டுவிட்டார் என்பது. அந்த முறையில் போரிட்டிருந்தால், தோல்வியடைந்திருக்க மாட்டார் என்பது ஒரு சிலரின் வாதமாக இருக்கிறது. 1790 மற்றும் 1799 ஆகிய ஆண்டுகளின் நிலை, 1767 மற்றும் 1780 ஆகிய ஆண்டுகளின் நிலையிலிருந்து முற்றிலும் மாறுபட்டது. ஹைதர் அலி இதுபோலானச் சாதகமற்றச் சூழ்நிலையில் திப்புவைப்போல் போரிடவில்லை. அதில் முதலிடம் பெறுவது ஆங்கிலேயர்களுக்கு எதிரானப் போரில் ஹைதர் அலியுடன் ஏதாவது ஒருபடை கூட்டணியில் இருந்து வந்தது. முதலாம் ஆங்கிலேய—மைசூர் போரில் நிஜாமின் ஆதரவு ஹைதர் அலிக்கு இருந்தது. இரண்டாம் ஆங்கிலேய—மைசூர் போரின்போது, அவருடன் பிரஞ்சுப் படை கைகோர்த்திருந்தது. மேலாக அப்போது நிஜாம் நடுநிலை வகித்தான். மராத்தியர்கள் ஆங்கிலேயர்களுடன் விரோதம் பாராட்டிக் கொண்டிருந்தனர். திப்புவைப் பொறுத்தவரை இது நேர்மாறானதாக இருந்தது. அவர் தனியாவர்த்தனம் செய்ய வேண்டியிருந்தது. முதலில் ஆங்கிலேய—மராத்திய—நிஜாம் படைகளுடன் பொருத வேண்டியிருந்தது. பின்னர் ஆங்கிலேய—நிஜாம் படையுடன். இரண்டாவதாக, ஹைதர் அலி ஆங்கிலேயர்களுடன் போரிட்டபோது அவர்களிடம் குதிரைப் படை என்பது இல்லை. ஆனால் மூன்றாம் ஆங்கிலேய—மைசூர் போரின்போது, ஆங்கிலேயப் படையில் நிஜாமின் குதிரைப் படையும், மராத்தியர்களின் குதிரைப் படையும் இடம் பெற்றன. கடைசி கட்ட ஆங்கிலேய—மைசூர் போரின் போது, ஆங்கிலேயர்கள் குதிரைப்படையை தாங்களே கைவசம் வைத்திருந்தனர். ஆனால் திப்பு தனது இராணுவ பலத்தைக் குறைக்க வேண்டிய நிர்ப்பந்தம் உருவாகியிருந்தது. கார்ன்வாலிஸ் திப்புவின் குதிரைப் படையின் திறமைகளை அறிந்தவனாக இருந்தான். அவற்றின் செயல்பாடுகளாக எதிரிப்படையை மிரட்டுவதும், எதிரிக்கு வரும் விநியோகத்தையும், தொடர்புகளையும் தடுப்பது

என்பதையும் தெரிந்துகொண்டு விட்டதால், ஆங்கிலேயப் படையின் குதிரைப் பிரிவைத் தயார்ப்படுத்தியதுடன், அதைத் தனது முக்கிய நோக்கமாக கவனத்தில் வைத்துக்கொண்டு போரில் இறங்கினான். இந்த நுட்பங்களை ஹாரிஸும் பின்பற்றினான். அதனாலேயே திப்புவின் குதிரைப்படை ஹைதர் அலியின் குதிரைப்படைகளைப் போல செயல்பட முடியவில்லை. எல்லாவற்றுக்கும் மேலாக, ஹைதர் அலி கொண்டிருந்தப் படையில் நான்கில் ஒரு பங்குப் படைதான் ஆங்கிலேயர்களிடம் அப்போது இருந்தது. ஆனால் மூன்றாவது ஆங்கிலேய—மைசூர் போரின்போது திப்புவின் படையைப்போல, இரண்டில் ஒரு பங்கு என்ற விகிதாச்சாரத்தில் ஆங்கிலேயர்களிடம் படை எண்ணிக்கை உயர்ந்திருந்தது. ஸ்ரீரங்கப்பட்டிணம் உடன்படிக்கையையடுத்து திப்புவின் படைபலம் குறைந்தபொழுது, ஆங்கிலேயர்களின் படைபலம் தானாகவே உயர்ந்ததையும் கணக்கில் கொள்ள வேண்டும். இதன் விளைவாக நான்காம் ஆங்கிலேய—மைசூர் போரின்போது, திப்புவின் படை எண்ணிக்கையில் பலம் குறைந்ததாக ஆகியிருந்ததும் கவனிக்கப்பட வேண்டியதாகும். அப்போது ஆங்கிலேயப் படை தன்னை வலுவாக நிரப்பியிருந்தது. அதிகப்படியான எண்ணிக்கையே ஆங்கிலேயப் படைகளுக்கு தைரியத்தைக் கொடுத்திருந்தது. திப்புவின் கடைசிப் போர்முறை எந்தவொரு முக்கியத்துவத்தையும் கொண்டதாக இருக்கவில்லை. ஸ்டூவர்டுக்கு எதிராகப் படையை நிறுத்தி, முந்தையப் போர்களில் காட்டிய முனைப்பும் தந்திரமும் இங்கும் காட்டப்பட்டது.

கூடுதலாக, இங்கு வேறொரு முக்கியக் காரணியையும் கணக்கில் கொள்ள வேண்டியதுள்ளது. மூன்றாம் மற்றும் நான்காம் ஆங்கிலேயப் போர்களின் போது திட்டமிட்ட, வலுவான, செல்வாக்கு கம்பெனியின் அதிகாரத்தில் புகுந்திருந்தது. 1784 ஆம் ஆண்டு வரையில் ஆங்கிலேயர்களிடம் பலவீனமானக் கொள்கைகளே இருந்து வந்தன. ஆனால் பிட்ஸ் இந்தியா சட்டம் மற்றும் துணை விதிகள் கணிசமான அளவில் மாற்றுச் செல்வாக்கை ஆங்கிலேயர்களுக்குத் தந்திருந்தது. துவக்கத்தில், கவர்னர் ஜெனரல் என்பவர் அவரது குழுவின் கருணையில் இயங்க வேண்டியவராக இருந்தார். பின்னர் அவருக்கு எல்லையில்லா அதிகாரம் வழங்கப்பட்டது. குடிமை அதிகாரிகளுக்கும், இராணுவ அதிகாரிகளுக்குமான முரண்கள் போரின்போது வெடித்துச்சிதறும். அதற்கும் முற்றுப்புள்ளி வைக்கப்பட்டு, கவர்னர் ஜெனரலும் கமாண்டர்—இன்—சீப்பும் கலந்துபேசி கைக்குலுக்கிக் கொண்டு போர் நடவடிக்கையில் ஈடுபட்டனர். முன்னர் பம்பாய் அரசாங்கமும் மெட்ராஸ் அரசாங்கமும் தனித்தனியே இயங்கி, ஒன்றுக்கொன்று விலகியிருந்தன. இப்போது கூடுதலான அதிகாரங்கள் கிடைத்ததும் கார்ன்வாலிஸும் வெல்லெஸ்லியும் கைகோர்த்துக் கொண்டு, திப்புவுக்கு எதிராக, வாரன்ஹேஸ்டிங் ஹைதர் அலிக்கு எதிராகக் காட்டியத் தீவிரத்தைவிட அதிகத் தீவிரத்துடன் செயல்பட முடிவு செய்ததும் திப்புவின் தோல்விக்கு ஒரு காரணமாகும்.

பிட்ஸ் இந்தியா சட்டம் மற்றுமொரு மாற்றத்தை அறிமுகம் செய்தது. 1784 ஆம் ஆண்டு வரை தாய் அரசாங்கம் எப்போதாவது கம்பெனி விவகாரங்களில் தலையிடும். ஆனால் இச்சட்டத்திற்குப் பின் கம்பெனி முழுவதுமாக அதனுடையக் கட்டுப்பாட்டுக்குள் போய்விட்டது. அதனாலேயே கம்பெனி தேசத்தின்

கொள்கைக்காக செயல்பட வேண்டியதாகிப் போனது. அந்த வகையில் அமெரிக்கக் காலனிகளில் இழந்ததை இங்கே மீட்டெடுக்க வேண்டியக் கட்டாயம் உருவாகியிருந்தது. அந்த வகையில் ஹைதர் அலி போரிட்டது ஆங்கிலேயக் கம்பெனியுடன் மட்டும்தான். ஆனால் திப்பு, ஆங்கிலேய அரசாங்கம் மற்றும் கிழக்கிந்தியக் கம்பெனி இரண்டுடனும் சேர்த்த வலிமைக்கு எதிராக, தனது பலத்தை போரில் காட்ட வேண்டியிருந்தது. மேலாக, திப்பு ஒழுக்கமுள்ள, ஒன்றுபட்ட, தன்னம்பிக்கை மிக்க, நடுத்தர வர்க்க மக்களுக்காகப் போரிட்டார் என்பதை யாராலும் மறக்கவும், மறுக்கவும் முடியாது. ஆங்கிலேயர்கள் தொழில் நுட்பத்தில் முன்னேறி வளமான செல்வத்துடன் களமிறங்கினார்கள். மறுபக்கத்தில் திப்பு நிலப்பிரபுத்துவம், சாதி அடுக்குகள், ஒழுக்கச் சிதைவு, ஒற்றுமையின்மை, தேசிய உணர்வின்மை எனும் நிலையில் களம்கண்டார்.

இத்தனைக் குறைபாடுகள் இருந்த போதும் திப்புவுடன் நிஜாமும் மராத்தியர்களும் சேர்ந்திருந்தால், அவர் நிச்சயம் ஆங்கிலேயர்களை வென்றிருப்பார். ஆனால் அவர்கள், திப்புவுடன் சேர மறுத்துவிட்டனர்; மாறாக, திப்புவின் எதிரியுடன் அவர்கள் கைகோர்த்துக் கொண்டனர். கார்ன்வாலிஸால் உருவாக்கப்பட்ட இந்தக் கூட்டணியால்தான் வெல்லெஸ்லியால் திப்புவை வெல்ல முடிந்தது. கார்ன்வாலிஸின் செயல்பாடு திப்புவை ஊனமாக்கி, அவரது ஆளுமை தூக்கியெறிப்படக் காரணமாக அமைந்துவிட்டது. 1799 ஆம் ஆண்டு மராத்தியர்கள் ஆங்கிலேயர்களுக்கு உதவியிராவிடில் அவர்கள் திப்புவுடன் சேர்ந்திருப்பார்கள். 1790 ஆம் ஆண்டில் மராத்தியர்களின் நடுநிலை சுல்தானுக்கு ஏதுவாக இருந்தது. ஆனால் இப்போது, திப்பு அவர்களின் உதவியை மிகவும் வேண்டிக்கேட்டார். 1790 ஆம் ஆண்டு பிரஞ்சுப் படையும் தனது உதவியைத் தரத் தவறிவிட்டது. மறுபக்கத்தில் ஆங்கிலேயர்கள் மீண்டும் நிஜாமின் உதவியைப் பெற்றுக் கொண்டார்கள். மீண்டும் ஒருமுறை திப்பு தனியாளாக களம்காண நேர்ந்து விட்டது. அவரது இராணுவ பலம் குறைக்கப்பட்ட வேளையில் ஆங்கிலேயர்களின் இராணுவ பலம் முன்னெப்போதும் இல்லாத அளவில் அதிகரிக்கப்பட்டது. இந்தச் சூழ்நிலையில் திப்புவின் தோல்வி தவிர்க்க முடியாததாகிவிட்டது. ஒருவேளை இந்த இடத்தில் ஹைதர் அலி இருந்திருந்தால்கூட அவரும் தூக்கியெறிப்பட்டிருப்பார். ஆங்கிலேயக் கம்பெனிக்கு அடிமைப் பத்திரம் எழுதித் தராமல் தன்னைக் காத்துக் கொண்டதில் திப்பு சிறந்து விளங்குகின்றார். அதனாலேயே அவர் மிகச் சுதந்திரமாகவும், மிகப் பெருமைக்குரியவராகவும், திறமையான, சக்தி கொண்ட ஆட்சியாளராகவும் அங்கீகரிக்கப்படுகிறார். அவரது தோல்வியுடன் அவரது உயிர் சிம்மாசனம், அவரது ஆட்சி முடிவு பெற்றுவிட்டது.

பின்னிணைப்பு

இணைப்பு அ

திப்புவும் போர்த்துக்கீசியர்களும்

ஹைஹதர் அலி இந்தியாவிலுள்ளப் போர்த்துக்கீசியர்களுடன் நல்லுறவைப்பேணி, ஆங்கிலேயர்களுக்கும் மராத்தியர் களுக்கும் எதிராக அவர்களிடமிருந்து இராணுவ உதவி பெறவேண்டுமென்று நினைத்திருந்தார். ஆனால் அவர்கள், ஹைதர் அலியின் அபிலாஷைகளைப் புறக்கணித்ததுடன், ஆங்கிலேயர்களுக்கு ஆதரவுக்கரம் கொடுத்து 1768 ஆம் ஆண்டு மங்களூரை வெற்றிகொள்ள உதவி செய்தனர். பின்னர், ஹைதர் அலியின் உடமையாக இருந்த சதாசிவ் கார்க் கோட்டையை முற்றுகையிட்டு கைப்பற்ற முயற்சி செய்தனர். இருந்த போதிலும், மங்களூரில் அவர்கள் செய்து கொண்டிருந்த வர்த்தகத்தில் ஹைதர் அலி தலையீடு ஏதும் செய்யவில்லை. 1776 ஆம் ஆண்டில் ஹைதர் அலி விடுத்தத் தாக்குதல் கூட்டணிக்கான அழைப்பை மறுத்ததும், தனது சாம்ராஜ்ஜியத்தில் அவர்கள் அனுபவித்து வந்த அத்தனை வர்த்தக முன்னுரிமைகளையும் ரத்து செய்து விட்டார். அப்போது ஐரோப்பாவில் ஆங்கிலேயர்களுக்கும் போர்த்துக்கீசியர்களுக்குமிடையில் மனம்பிசையும் அளவில் உறவு உருவாகியிருந்தது. அதனடிப்படையில் ஆங்கிலேயர் களின் விரோதத்தை சம்பாதித்துக் கொள்ளக்கூடாதே யென்ற அச்சம் அவர்களுக்கிருந்தது.

ஹைதர் அலியின் மரணத்தையடுத்து போர்த்துக்கீசிய

வைஸ்ராய் திப்புவுக்கு ஓர் இரங்கல் கடிதம் எழுதி, அத்துடன் பதவியேற்றிருக்கும் அவருக்கு ஒரு வாழ்த்துரையை இணைத்தும், கூடவே ஹைதர் அலியால் ரத்து செய்யப்பட்டிருந்த வர்த்தக உரிமைகளைத் திரும்பத் தருமாறு வேண்டுகோளையும் சேர்த்து, மூன்று மாங்காய்க்கு ஒற்றைக் கல் விடுத்திருந்தான். அதேவேளையில் மாத்யூ மேற்குக்கரையில் தனது படையுடன் புகுந்திருந்தான். திப்புவின் ஆட்சியிலிருந்த ரோமன் கத்தோலிக்கக் குடிகள் அவனுக்கு நிதியுதவி செய்ததுடன், மங்களூரையும் மற்ற இடங்களையும் வெற்றிகொள்வதற்கு இராணுவ உதவியையும் செய்தனர். மங்களூரைத் திப்பு முற்றுகையிட்டிருந்தபோது மீண்டும் ஆங்கிலேயர்களுக்கு அவர்கள் உதவி செய்தனர். அந்த ரோமன் கத்தோலிக்கக் குடிகள், கோவாவின் பேராயர் அருள் எல்லைக்குள் இருப்பவர்கள். அதனால் போர்த்துக்கீசிய அரசாங்கத்தின் உத்தரவுக்கேற்ப அவர்கள் செயல்படுகிறார்கள் என்று நினைத்தத் திப்பு, அவர்களை தண்டித்ததுடன் ஏற்கனவே தனது சாம்ராஜ்ஜியத்தில் போர்த்துக்கீசியர்களுக்கு வர்த்தகம் செய்ய விதிக்கப்பட்டிருந்தத் தடையை நீக்க மறுத்துவிட்டார்.

இது ஒருபுறமிருந்தபோதிலும் கோவாவின் வைஸ்ராயுடனான திப்புவின் உறவு இணக்கமாகவே இருந்தது. வைஸ்ராயின் வேண்டுகோளுக்கு இணங்கிய சுல்தான், அரசாங்கத்துக்கு எதிராகத் துரோகமிழைத்த பாதிரியார்களையும், மற்ற கிறிஸ்தவர்களையும் விடுவித்ததுடன் மங்களூரில் தனது இராணுவத்தினரின் தேவைக்கான அரிசியைத் தவிர்த்து, மற்ற அனைத்துப் பொருட்களுக்கான வர்த்தகத்திலும் அவர்கள் ஈடுபட அனுமதியளித்தார். தனது தந்தையைப் போலவே திப்புவும் ஆங்கிலேயர்களுக்கு எதிரான உதவிக்கு, போர்த்துக்கீசியர்களின் நட்புக்கு ஆர்வம் காட்டினார். அதனாலேயே அவர்களுக்கு தனது சாம்ராஜ்ஜியத்தில் அனைத்து விதமான சலுகைகளையும் கொடுத்தார். ஆனால் போர்த்துக்கீசியர்கள் திப்புவுடன் கூட்டணி வைப்பதை விரும்பவில்லை. அவர்களின் நட்பு ஆங்கிலேயர்களுடன் நீடித்து வந்தது. இதனிடையே அவர்கள் சதாசிவ் கார்க்கைக் கைப்பற்றுவதில் ஆர்வமாகவும் இருந்தனர். பெரியதொரு அதிகாரத்துக்கு உதவி, அது கோவாவின் பாதுகாப்புக்கு ஆபத்தாக முடிந்துவிடுமோ என்ற தயக்கமும் அவர்களுக்கிருந்தது. அதனால் திப்புவுக்கு எதிராக மராத்தியர்கள் தாக்குதல் மற்றும் பாதுகாப்பு உடன்படிக்கைக்குக் கோரிக்கை விடுத்தவுடன், அவர்கள் உடனடியாக ஒரு சில மாற்றங்களுடன் ஒப்புக்கொண்டுவிட்டனர். கீழ்க்கண்டவை, மராத்தியர்கள் கொடுத்த முன்மொழிவு உடன்படிக்கை விவரங்களும் அதற்குப் போர்த்துக்கீசியர்களின் பதில்களும்:

பேஷ்வா திப்புவை ஒழிக்க விரும்புகிறார். இந்த விஷயத்துக்கு போர்த்துக்கீசியர்கள் உதவ வேண்டும். திப்புவுடன் எந்த வகையிலும் அமைதி ஏற்படுத்திக் கொள்ளப் போவதில்லை. ஒருவேளை மாற்று இல்லாமல் போனால், போர்நிறுத்தம் ஏற்பட்டால், மராத்தியர்கள் உடன்பாட்டை உடைத்து விட்டார்கள் என்று போர்த்துக்கீசியர்கள் எண்ணக்கூடாது.

போர்த்துக்கீசியர்கள் தங்களை பேஷ்வாவின் கூட்டணியில் இணைத்துக்கொள்ளத் தயாராக இருந்தனர்.

திப்புவின் பரப்பெல்லையில் மராத்தியர்கள் தெற்கு நோக்கிப் புகும்போது, போர்த்துக்கீசியர்கள் கடற்கரைப் பகுதியில் திப்புவுக்கு எதிராக இயங்க வேண்டும்.

போர்த்துக்கீசியர்கள் இதற்கு ஒத்துக்கொண்டனர்.

போர்முடிவுக்கு வந்தபின்பு பேஷ்வா போர்த்துக்கீசியர்கள் செலவழித்த அத்தனை தொகையையும் திருப்பிக் கொடுத்துவிடுவது; பதிலுக்கு போர்த்துக்கீசியர்கள் போரில் வென்ற அனைத்தையும் திருப்பிக் கொடுத்து விடவேண்டும்.

போர்த்துக்கீசியர்கள் பணத்தில் நாட்டம் செலுத்தவில்லை. மாறாக, அவர்கள் சுந்தாவை வைத்துக் கொள்வார்கள். பிறகு, பேஷ்வாவாகப் பார்த்துக் கொடுக்கும் எந்தப் பகுதியாக இருந்தாலும் பெற்றுக்கொள்ள விருப்பம் தெரிவித்தார்கள்.

ஒருவேளை அமைதி உடன்பாடு ஏற்பாட்டு திப்புவிடமிருந்து இழப்புக்கான காப்பீடு பேஷ்வா பெற்றால், போரில் அவர்கள் செலவழித்த அத்தனைத் தொகையையும் போர்த்துக்கீசியர்களுக்குத் திருப்பிச் செலுத்தி விடுவது. திப்புவிடமிருந்து கைப்பற்றப்படும் உடமைகளில் ஒருபகுதியும் வழங்குவது.

பேஷ்வா திப்புவிடமிருந்து இழப்புக்கானக் காப்பீட்டுத்தொகை வாங்கினால், திப்புவிடமிருந்து கைப்பற்றப்படும் உடமைகளை வைத்துக்கொண்டால், போர்த்துக்கீசியர்களும் அதைப்போலவே செய்யவே விரும்புகின்றனர். அத்துடன், பேஷ்வா பெறும் பணத்திலிருந்து ஒருபகுதியை மட்டும் பெற்றுக் கொள்வார்கள்.

ஒருவேளை பேஷ்வா திப்புவிடமிருந்து பணமேதும் வாங்கவில்லையென்றால், போர்த்துக்கீசியர்கள் போர்ச் செலவுகளைக் கோரக்கூடாது.

அதனை ஏற்றுக்கொண்ட போர்த்துக்கீசியர்கள் போரில் அவர்கள் வென்ற பகுதிகளை ஒப்படைக்க மாட்டார்கள், அதுபோலானதொரு தியாகத்தை பேஷ்வா செய்யாதவரையில்.

அமைதி உடன்பாட்டுக்குப் பின்பு, ஒருவேளை அதை உடைத்து திப்பு போர்த்துக்கீசியர்கள் மேல் தாக்குதல் தொடுத்தால் பேஷ்வா உடனே உதவிக்கு வருவார்.

போர்த்துக்கீசியர்கள் இதை ஏற்றுக்கொண்டனர்.

மராத்தியர்களால் இணைத்துக் கொள்ளப்படும் பகுதிகளில் போர்த்துக்கீசியர்கள் அனுபவித்து வந்த முன்னுரிமைகளை பேஷ்வா நிர்ணயம் செய்வார்.

இதற்கு பதிலில்லை.

போர்த்துக்கீசிய எல்லைக்குள் இந்துக்களை கிறிஸ்தவத்துக்கு மதம்மாற்றக் கூடாது; பசுவதைக் கூடாது; கோவில்களை இடிக்க அனுமதிக்கக் கூடாது.

பிராமணர்களையும் முஸ்லீம்களையும் கிறிஸ்தவர்களாக மாற்ற போர்த்துக்கீசியர்கள் கட்டாயப்படுத்த மாட்டார்கள்.

மைசூர் படைக்கும் மராத்தியக் கப்பற்படைக்குமிடையில் மோதல் உருவாகும் போது, பின்னவருக்குப் போர்த்துக்கீசியர்கள் உடனடியாக உதவ வரவேண்டும்.

போர்த்துக்கீசியர்கள் இதை ஏற்றுக்கொண்டனர்.

திப்புவின் உடமைகளைக் கைப்பற்றி அவரைத் தண்டித்த பின், சதாசிவ் கார்க் கோட்டை மற்றும் ஜிம்பிம் அதையொட்டியுள்ள பகுதிகள் போர்த்துக்கீசியர்களின் பாதுகாப்பில் விடப்படும்.

போர்த்துக்கீசியர்கள் இதற்கு ஒப்புதல் தந்தனர்.

இந்த உடன்படிக்கை செயல்பாட்டுக்கு வராததால் போர்த்துக்கீசியர்கள் பேஷ்வாவுக்கு எந்தவொரு இராணுவ உதவியையும் செய்யவில்லை. அதே வேளையில் திப்புவுடனான அவர்களின் உறவும் தூரவேயிருந்தது. மூன்றாவது ஆங்கிலேய—மைசூர் போர் வெடித்தபோது போர்த்துக்கீசியர்கள், இந்தப்போரில் திப்புவின் கதை அவ்வளவுதான்; தூக்கியெறிப்பட்டு விடுவார் என்றே கருதினர். அதனால் 1791 ஆம் ஆண்டு ஜூன் மாதம் 30 ஆம் தேதி சதாசிவ் கார்க்கைக் கைப்பற்றிக் கொண்டனர். எனினும், போர்த்துக்கீசியர்களின் துரதிர்ஷ்டம் திப்புவின் அதிகாரம் சிதைக்கப்படவில்லை. ஆங்கிலேயர்களுடனான அமைதி உடன்படிக்கையில் அவர் சதாசிவ் கார்க் தனக்கு வேண்டுமென்று கோரியிருந்தார். போர்த்துக்கீசிய நிர்வாகம் திப்புவின் கோரிக்கைக்கு செவிசாய்க்க மறுத்தால் அது போருக்கு இட்டுச்செல்லலாம். அது செலவீனம் மட்டுமல்ல; பேரழிவைக் கொண்டுவந்துவிடும். மங்களூரிலிருந்து ஏற்றுமதி செய்து கொண்டிருக்கும் அரிசியை திப்பு தர மறுத்துவிட்டால், ஒட்டுமொத்த கோவாவும் பட்டினி கிடக்க வேண்டிவரும் என்று உணர்ந்து கொண்டது. அதையடுத்து, சதாசிவ் கார்க்கை திப்புவிடம் ஒப்படைத்த போர்த்துக்கீசிய நிர்வாகம், திப்புவின் சாம்ராஜ்ஜியத்தில் அனைத்து விதமானப் பொருட்களின் வர்த்தகத்துக்கு அனுமதி தரவேண்டும் என்று நிபந்தனை விதித்தது. அந்த இடம் மைசூர் வசம் ஒப்படைக்கப்பட்டதும், மைசூரின் அத்தனைத் துறைமுகங்களும் போர்த்துக்கீசிய வணிகர்களுக்குத் திறந்துவிட தனது அதிகாரிகளுக்கு திப்பு உத்தரவிட்டார். மங்களூரிலிருந்து போர்த்துக்கீசியர்கள் குறைக்கப்பட்ட விலையில் அரிசியை ஏற்றுமதி செய்து கொள்ளலாம் என்றும் அறிவித்தார். பதிலாக அவர் கோவாவில் வர்த்தக இல்லம் அமைக்க விரும்பினார். ஆனால் போர்த்துக்கீசியர்கள், ஆங்கிலேயர்களின் கோபத்துக்கு ஆளாக நேருமென்று திப்புவின் எண்ணத்துக்கு சம்மதம் தரவில்லை. இருந்தபோதும், போர்த்துக்கீசியர்களுடன் திப்பு இணக்கமாகவே இருந்து வந்தார்.

இணைப்பு ஆ

திப்புவும் ஆங்கிலேயச் சிறைக்கைதிகளும்

பொதுவாகவே இப்படித்தான் நடக்கும். அதிலும் ஆங்கிலேயச் சிறைக் கைதிகளுக்கு திப்பு வழங்கும் தண்டனைமுறை கடுமையானது மட்டுமல்ல; கொடூரமானதாகவும், காட்டுமிராண்டித்தனமாகவும் இருந்தது. தாம்ஸனும் காரேட்டும்தான் இவ்வாறு குறிப்பிடுகின்றனர். 'கோட்டையை முற்றுகையிட்டிருக்கும் அவரது படைத்தளபதிகளுக்கு, இடம் கேட்கச் சொல்லி அவரிடமிருந்து உத்தரவு வரும். கோரிக்கை ஏற்கப்பட்டதும் வயது, பாலினம் பற்றிப் பொருட்படுத்தாமல் ஒவ்வொருவரையும் வெட்டிக் கூறுபோடுவார்கள். உள்ளே என்ன நடக்கிறது என்று கண்டுபிடிப்பது அரிதான ஒன்றாக இருக்கும்; முன்னோட்டமாக, போர் வெடித்தவுடன் உள்ளே இன்னும் உயிருடனிருக்கும் அத்தனை பேரையும் கொன்று விடுவார்கள்.' மங்களூர் உடன்படிக்கைக்குப் பின்பு நடந்ததாக பௌரிங்க் இப்படிக் கூறுகிறான். 'சிறைக்குள் அடைபட்டிருந்த பெரும் எண்ணிக்கையிலானவர்கள், மிகக் கடினமான உழைப்பின் வழியே சாகடிக்கப்பட்டனர். அல்லது திப்புவின் உத்தரவைச் செயல்படுத்துபவர்களால் கொடூரச் சாவைச் சந்தித்தனர்.'

இதுபோன்ற சொல்லாடல்கள் முற்றிலும் நேர்மையற்றவை; ஒருசார்புடையவை. திப்பு இளவரசனாக

இருந்தபோதும், ஆட்சியாளராக இருந்தபோதும், அரசாங்கத்துக்கு எதிராக துரோகமிழைத்தவர்களைக் கடுமையான தண்டனைக்கு உள்ளாக்கியதைத் தவிர, மற்றெப்போதும் அவர் போர்க்கைதிகளிடம் மிகக் கருணையோடுதான் நடந்து வந்திருக்கிறார். 1780 ஆம் ஆண்டில் ஹைதர் அலி ஆங்கிலேயப் படையை பெய்லியில் வேரடி மண்ணோடு சாய்த்து விட்டிருந்தார். அப்போது பிடிபட்ட பல அதிகாரிகளை திப்புவிடம் அழைத்து வந்தனர். திப்பு அவர்களை மிகுந்த மனிதாபிமானத்தோடு அணுகினார். தனது கூடாரத்துக்குள் அழைத்த அவர்களை அமரவைத்து, பிஸ்கட்டுகளை உண்ணவைத்து, ஆளுக்கு ஐந்து பகோடாக்களைக் கொடுத்தனுப்பினார். அவர்களில் கேப்டன் மாண்டியத், அப்போதுதான் திருமணமாகியிருந்தவன். மெட்ராஸிலிருக்கும் தன் மனைவிக்குக் கடிதம் ஒன்றை அனுப்ப வேண்டுமென்று, தன் ஆழ்மன ஆசையை திப்புவிடம் தெரிவித்தான். திப்பு உடனடியாக அதற்கு இசைவு கொடுத்தார். அதேபோல 1782 ஆம் ஆண்டு பிப்ரவரி 18 ஆம் தேதி, பிரெய்த்வெய்ட் படைப்பரிவின் அதிகாரிகளில் சிலர் திப்புவிடம் பிடிபட்டனர். அவர்கள் ஒவ்வொருவர் மீதும் திப்பு, தனித்தனியாகக் கவனம் செலுத்தினார். ஆடையும் பணமும் கொடுத்ததுடன் மட்டும் அவர் நின்று விடவில்லை. தனது கட்டளையைச் செயல்படுத்துபவர்களிடம், காஞ்சிவரத்தில் பிரதானப் படையுடன் முகாமிட்டிருக்கும் ஹைதர் அலியை அவர்கள் காணும்வரை மிகக் கவனமாகவும் அவர்களுக்கு வேண்டிய அனைத்தையும் செய்து கொடுக்க வேண்டும் என்று கண்டிப்பான உத்தரவைக் கொடுத்தார்.

மைசூரின் ஆட்சியாளராக திப்பு உயர்ந்த பின்பும் சிறைக்கைதிகளின் மீதானப் பரிவு நடவடிக்கை அவரிடமிருந்து மாறிவிடவில்லை. பெங்களூரில் தண்டனைக் காலத்திலிருந்த ஒரு சிறைக்கைதி திப்புவுக்கு சான்றளிக்கின்றான்; 'கனவான் திப்பு, தண்டனை அடைந்திருந்த அத்தனை பேரையும் தாங்கள் விரும்பும் பொருட்களை வாங்கிக்கொள்ள அனுமதித்திருந்தார். அதுபோல, தண்டனைக் காலத்தின் பிற்பகுதியில் பல்வேறு சிறைகளில் அடைபட்டிருந்தவர்கள் தங்களுக்குள் சந்தித்துக்கொள்ள அவர்களுக்கு அனுமதி வழங்கியிருந்தார்.' சிறைக்கைதிகளுக்குப் பொறுப்பாக இருந்த பெங்களூர் கோட்டையின் படைத்தளபதி சயீத் இப்ராஹிம் கைதிகளை மிகவும் அணுக்கத்துடன் நடத்தினான். அவன் மரணமடைந்தபோது மிகவும் துயருற்ற மெட்ராஸ் கவர்னர் லார்ட் கிளைவ், சயீத் இப்ராஹிமின் நினைவைப் போற்றும் வகையில், அவனது சமாதியின் மீது ஒரு நினைவிடத்தை அமைக்கச் சொல்லி உத்தரவிட்டான். கமர்—உத்—தீனும் தன் பொறுப்பிலிருந்த சிறைக்கைதிகளிடம் மிகவும் பரிவுடன் நடந்து கொண்டான். 1791 ஆம் ஆண்டு பிடிபட்ட கேப்டன் நாஷ் மற்றும் லியோடெனன்ட் சால்மர் இருவரும் கோயமுத்தூர் சிறையில் கைதிகளாக அடைபட்டிருந்தனர். அவர்கள் கடைசிவரை எந்தவொரு புகாரையும் கூறவில்லை. மனிதாபிமானத்தோடு அணுகப்பட்டதாகக் கூறியிருந்தனர். அவர்கள் விடுதலையாகும் போது ஆரோக்கியமாகவும் மகிழ்ச்சியாகவும் காணப்பட்டனர்.

இருந்தபோதிலும் இந்தச் சம்பவங்களால் மட்டுமே போர்க்கைதிகள் நன்றாக நடத்தப்பட்டார்கள் என்றும், அவர்கள் மகிழ்ச்சியாக இருந்தார்கள் என்றும் எடுத்துக்கொண்டு விட முடியாது. உண்மையில், அவர்கள் அடைபட்டிருந்த

சிறையின் பொறுப்பாளர்களைப் பொறுத்துதான் எதுவும் நடந்திருக்கும். அதிர்ஷ்டவசமாக சில இடங்கள் மற்ற இடங்களைக் காட்டிலும் நல்லவையாகவே அமைந்து விடுவதுண்டு. பெத்னூரில் விடப்பட்டுச்சென்ற காயமடைந்த அதிகாரிகள் மற்ற இடங்களைக் காட்டிலும் நன்றாக நடத்தப்பட்டார்கள். தங்களின் ஆடைகள், தூளிகள், படுக்கைகள், நாற்காலிகள், மேஜைகள், கத்திகள், உணவு உண்ணும் கரண்டிகள் உள்ளிட்ட மற்ற பொருட்களை உபயோகித்துக் கொள்ள அனுமதிக்கப்பட்டனர். பேனா, மை, காகிதங்கள் ஆகியவற்றை அவர்கள் சுலபமாகப் புழங்கிக் கொண்டனர். மற்ற ஒரு சில இடங்களில் ஊழல் அதிகாரியோ அல்லது கடினப் போக்குடையவனோ பொறுப்பிலிருந்தால், அங்கே சுகானுபவங்கள் கிட்டியதில்லை. ஆனால் இதுகுறித்தத் தகவல்கள் ஒற்றர்கள் மூலமோ அல்லது கம்பெனி நிர்வாகத்திடமிருந்தோ திப்புவை வந்தடையும்போது, அவர் சம்பந்தப்பட்ட அதிகாரியை தண்டனைக்கு உள்ளாக்கி சிறைக்கைதிகளை மனிதாபிமானத்துடன் நடத்தவும் அவர்களின் நலனில் அக்கறைக் கொள்ளவும், அந்த அதிகாரிக்கு கடுமையாக உத்தரவிடுவார்.

திப்புவின் உத்தரவின் பேரில் மாத்யூ, பெய்லி மற்றும் சில ஆங்கிலேய அதிகாரிகள் கருணையற்றுக் கொல்லப்பட்டார்கள் என்று பொதுவானக் கருத்தொன்று உலவவிடப்பட்டது. இந்த நம்பிக்கைக்கும் எந்தவொரு அடிப்படை ஆதாரமும் இல்லை. ஸ்ரீரங்கப்பட்டிணம் சிறையில் அடைபட்டிருந்த பிரெய்த்வெய்ட், மெட்ராஸ் கவர்னர் மெக்கார்ட்னிக்கு ஒரு கடிதம் எழுதுகிறான். அதில், ஆங்கிலேய அதிகாரிகள் கொல்லப்படுகிறார்கள் என்று புரளி கிளப்பி விடப்படுகிறது. துளியளவும் உண்மையில்லை. அந்த விஷயத்தில் முழுவதுமாக புலனாய்ந்து விட்டேன். பெய்லியைப் பொறுத்தவரை, சாதாரணமாக நோய்வாய்பட்டுத்தான் இறந்தான். கடந்த சில மாதங்களாகவே அவனுக்கு நோய் இருந்தது. சரியான மருத்துவ உதவி செய்யப்பட்டிருந்தால் அநேகமாக அவன் உயிர் பிழைத்திருக்கக்கூடும் என்று கூறியிருக்கிறான். பிரெய்த்வெய்ட் ஜெனரல் மாத்யூவுக்கு எழுதியக் கடிதமொன்றில் தான் சிறையிலடைக்கப்பட்டிருந்த இடம் மனதுக்கு இனிமையாகவும் நல்ல காற்றோட்ட வசதியும் கொண்டிருந்தது. இரண்டு ஐரோப்பியப் பணியாளர்கள் அனுமதிக்கப்பட்டிருந்தனர். தாழ்ந்த சாதியைச் சேர்ந்த சமையல்காரனும் உடனிருந்தான் என்று குறிப்பிட்டு, தனக்கு மேஜை, கட்டில், படுக்கை, நாற்காலிகள், கத்திகள், உணவருந்தும் கரண்டிகள் வழங்கப்பட்டதாகவும் கூறுகிறான். மேலும் தனக்கு மதுவும், சர்க்கரையும் கொடுக்கப்பட்டதுடன், செலவுக்குப் பணமும் அளிக்கப்பட்டதாக சிலாகிக்கிறான். ஒரே வரியில் அவன் அங்கே சுகவாசியாக இருந்தான். ஆனால் அதை அனுபவித்துக் கொண்டிருப்பவனாக இராமல், தனக்குத்தானே சூனியம் வைத்துக் கொண்டவனாக ஆகிப்போனான். ஒருநாள் ஏதோ ஒரு வெக்கையில் அவன் ஜமேதார் முன்னிலையில் தனது காவலாளிக்கு ஒரு பகோடாவை எடுத்துக் கொடுத்தான். அது படைத்தலைவனின் காதுக்குப் போனது. அதையறிந்து வந்த திப்புவின் அதிகாரிகள், அவனிடமிருந்த ஆயிரத்துக்கும் அதிகமான பகோடாக்களை எடுத்துச் சென்றுவிட்டார்கள். அந்தப் பணம் பெத்னூர் கோட்டையிலிருந்து உடன்பாட்டு விதிகளை மீறி மாத்யூ அள்ளிச் சென்றிருந்த கருவூலப் பணத்தில் ஒரு பகுதியாகும். பணம் குறித்தத் தகவலை வெளியிட்டு

விட்டானென்று மாத்யூ, தனது பாதுகாவலனை அடித்து உதைத்தான். அதையடுத்து, பாதுகாவலன் அவனிடமிருந்து விலக்கிக் கொள்ளப்பட்டான். இந்நிலையில் மாத்யூ ஆங்கிலேயப் பணியாளர்களுடன் சேர்ந்து ஏதோ சதித்திட்டம் தீட்டுகிறான் என்று சந்தேகப்பட்டு, அவனுக்கு அளிக்கப்பட்டிருந்த மற்ற பாதுகாவலர்களும் விலக்கிக் கொள்ளப்பட்டனர். வழங்கப்பட்ட சலுகைகளும் திரும்பப் பெறப்பட்டன. தனது பாதுகாவலனை அடித்த குற்றத்துக்காக மாத்யூ சிறையிலடைக்கப்பட்டான். இதைத்தொடர்ந்து அவன் படுத்த படுக்கையானான். யாரிடமும் அவன் எதையும் பேசுவதில்லை. ஈரமற்ற அரிசியைத் தவிர, வேறு எதையும் உண்பதுமில்லை. சிறையிலடைக்கப்பட்ட ஏழாவது நாளில் செப்டம்பர் 6 ஆம் தேதியன்று, அவன் மரணமடைந்தான்.

எனினும், இதுபோன்ற தருணங்களில் ஆங்கிலேயச் சிறைக் கைதிகளிடம் திப்பு தனது வழக்கமான உயர்கருணையைக் காட்டமுடிவதில்லை. கடுமையான தண்டனைக்கு உள்ளாக்கப்பட்டனர். உதாரணத்துக்கு அவர்கள் தப்பியோட முயற்சிக்கும்போது அல்லது கலகம் செய்யும்போது, திப்புவுக்கு எதிராகச் சதித்திட்டத்தில் ஈடுபடும்போது அல்லது வேறுவழிகளில் தவறான நடவடிக்கைகளில் ஈடுபடும்போது அவர்கள் கடுமையாகத் தண்டிக்கப்பட்டனர். சில வேளைகளில் சிறைக்கைதிகள் நாய்களை விரட்ட ஸ்ரீரங்கப்பட்டிணம் தெருக்களில் துரத்திவிடப்பட்டனர். மத ரீதியில் தவறிழைத்தவர்கள் என்று சந்தேகிக்கப்பட்டவர்களில் சிலருக்கு இது போன்ற தண்டனைகள் வழங்கப்பட்டன. ஒரு சமயத்தில், மொஹ்ரம் இரவொன்றில் சிறைக் கைதிகளில் ஒருவன் தப்பியோடி விநியோகிப்பதற்காக வைக்கப்பட்டிருந்த *தஜியாக்*களைத் திருடிவிட்டான்; மற்றொரு சமயத்தில் அவர்கள் சாமையா, ரங்கா அய்யங்கார் மற்றும் மைசூரின் முக்கியமான அதிகாரிகள் தலைமையில் ஒன்றுகூடி, மைசூர் அரியாசனத்தில் இந்துக் குடும்பத்தை அமர்த்த சதித்திட்டம் தீட்டினார்கள்; சிறைக்கைதிகள் தங்களுக்குள் ரகசியமானத் தகவல்களைப் பரிமாறிக் கொள்ளும்போது அல்லது தங்கள் அரசாங்கத்துக்குக் கொண்டு செல்லும்போது—பலமுறை தப்பியோட கைதிகள் முயற்சித்ததில், ஒருசில தடவை அவர்கள் வெற்றி பெற்றுள்ளனர்— இதுபோன்றக் காரணங்களுக்காக கைதிகள் கடுமையான தண்டனைக்கு உள்ளாக்கப்படுவது கட்டாயமாகிவிடுகிறது. அதிகாரத்தைப் பயன்படுத்த வேண்டியதாகவும் ஆகிவிடுகிறது. தண்டனைகள் கடுமையாக இருந்த போதிலும், அவை காட்டுமிராண்டித்தனமாக இருந்ததில்லை. கைதிகளைக் கொத்துக்கொத்தாய்க் கொல்வதிலிருந்து முற்றிலும் வேறுபட்டதான, சமகாலத்துக் கொலைகள் என்ற ஆங்கிலேயர்களின் கருத்து திப்பு மீது குற்றமாகச் சுமத்தப்படுகிறது. இந்தக்கருத்தை உறுதிப்படுத்த ஆதாரம் இல்லையென்பதுதான் உண்மை.

மங்களூர் மற்றும் ஸ்ரீரங்கப்பட்டிணம் உடன்படிக்கையின்படி ஆங்கிலேயப் போர்க்கைதிகள் அத்தனை பேரையும் திப்பு விடுவிக்கவில்லை என்றொரு குற்றச்சாட்டில் எத்தனை உண்மையிருக்கிறது? 1783 ஆம் ஆண்டு ஆகஸ்ட் மாதம் 2 ஆம் தேதி போர் நிறுத்தம் செய்யப்பட்ட போது 4,261 கைதிகள் மைசூர் சிறைகளில் இருந்தனர். மங்களூர் உடன்படிக்கை ஏற்கப்பட்டவுடன் அத்தனை பேரும் வேலூருக்கு அனுப்பி வைக்கப்பட்டனர். அதுபோலவே, மூன்றாவது

ஆங்கிலேய—மைசூர் போரின்போது பிடிபட்ட அத்தனைக் கைதிகளையும் திப்பு விடுதலை செய்தார். அப்போது திப்புவின் இரண்டு மகன்கள் ஆங்கிலேயர்களிடம் பிணையாக இருந்தனர். திப்பு ஆங்கிலேயச் சிறைக்கைதிகளை விடுவிக்காதிருந்தால், ஆங்கிலேயர்களும் அச்சிறுவர்களை விடுவிக்க மாட்டார்கள் என்பது திப்புவுக்குத் தெரியும். ஆனால் ஆங்கிலேயர்கள் உடன்படிக்கையின்படி சிறைக்கைதிகள் விடுதலையாகியும் திருப்தியடையவில்லை. உடன்படிக்கையிலில்லாத, மைசூர் சிறைகளில் அடைபட்டிருக்கும் மற்ற ஆங்கிலேயக் கைதிகளையும் விடுவிக்க வேண்டும் என்று வற்புறுத்தினர். ஆனால் சில சிறைக்கைதிகள் மெட்ராஸுக்குச் செல்ல விருப்பமில்லாதவர்களாக அங்கேயேயிருந்தனர். அவர்கள் திப்புவின் அரசாங்கத்தில் பணியில் சேர ஆர்வம் காட்டினர். ஆங்கிலேய இராணுவத்திலிருந்துத் தப்பியோடியவர்களில் சிலர் மைசூரில் இருந்தனர். அவர்களை, சிறைக்கைதிகள் என்ற கணக்கில் பட்டியலிட முடியாது. ஆங்கிலேயப் படையிலிருந்தும் பிரஞ்சுப் படையிலிருந்தும் தப்பியோடுவது சாதாரணமாக ஆகியிருந்தது. உண்மையிலேயே, பொதுவானக் குற்றமாக ஆகியிருந்தது குடித்து விட்டு பின்னர் தப்பியோடுவது. அப்படித் தப்பியோடியவர்கள், திப்புவிடம் பணியில் சேர்ந்து கொண்டு திரும்பப்போக விரும்புவதில்லை. திப்புவும் அவர்களைத் திரும்பப் போகச்சொல்லி வலியுறுத்துவதில்லை. தந்திரம் போன்ற காரியங்களுக்கு அவர்கள் பயன்படுபவர்களாக இருந்தார்கள்.

திப்பு மீது தீட்டப்படும் மற்றொரு குற்றச்சாட்டு, சிறைக்கைதிகளைக் கட்டாயப்படுத்தி இஸ்லாமுக்கு மதம் மாற்றினார் என்பது. இது மீண்டுமொரு தவறானக் குற்றச்சாட்டு. முஸ்லீமாக மதம் மாறியவர்கள் அதை விரும்பியே ஏற்றுக் கொண்டிருந்தார்கள். அவர்கள் வெகுமதி பெறுவதற்காக மதம் மாறியவர்களாக இருந்தார்கள். சிறை வாழ்க்கையிலிருந்து தப்பிக்க சிலர் மதம் மாறினார்கள். ஆங்கிலேயப் படைகளிடமிருந்து தப்பியோடியவர்களைத் தேர்வு செய்து பணியமர்த்திக்கொண்ட திப்பு, அவர்களை வைத்து ஆங்கிலேயப் போர் நுட்பங்களை தனது படைக்கு பயிற்சியளித்தார். அவர்களைத் தனது இராணுவத்தில் பயிற்சியாளர்களாக ஆக்கிக் கொண்டார். இஸ்லாமைத் தழுவியவர்களுக்கு திப்புவின் அதிகாரிகள் பணிவாய்ப்பை வழங்கினார்கள். இந்த அடிப்படையில்தான் தப்பியோடிவந்த ஆங்கிலேயப் படைவீரர்கள் மைசூரிலிருந்து திரும்பிப்போக விரும்பவில்லை. தோத்வெல், 'தங்களது சுதந்திரத்தை வாங்குவதற்காக அவர்கள் மதம் மாறினார்கள் என்பதை நம்புவதைத் தவிர வேறு எந்தவொரு காரணமு மில்லை' என்று கணிக்கின்றான்.

இணைப்பு இ

நாணயங்கள்

திப்பு வெளியிட்ட நாணயங்கள் மிகச்சிறந்த வகைமையிலும், எண்ணிக்கையிலும் அவரது புகழை ஓங்கச் செய்கின்றன. ஹெண்டர்ஸன், 'தங்கம் மற்றும் வெள்ளியினால் செய்யப்பட்ட நாணயங்கள், சந்தேகமேயில்லாமல் பெருமதிப்புடன் அழகிய அரேபிய எழுத்துக்களுடன் ஆதாரங்களாக இருக்கின்றன. இதற்கு முன்பு, திப்புவின் நாணயங்களைப் போல இத்தனை அற்புதமாக, கவரும்படி வெளிடப்பட்டுள்ளதா என்றொரு சந்தேகம் இருக்கிறது' என்று புகழ்கிறான். திப்பு தங்கம், வெள்ளி மற்றும் செம்பு நாணயங்களை வெளியிட்டார். அவை ஸ்ரீரங்கப்பட்டிணம், பெத்னூர், கூட்டி, பெங்களூர், சித்தல்துர்க், கள்ளிக்கோட்டை, சத்தியமங்கலம், திண்டுக்கல், குர்ரம்கொண்டா, தார்வார், மைசூர் மற்றும் பெரோக் அல்லது பெரோக்காபாத்திலுள்ள பன்னிரண்டு நாணயத் தொழிற்சாலைகளில் தயாரிக்கப்பட்டன.

ஆங்கிலேயர்களுடன் போரில் ஈடுபட்டிருந்ததால் தனது ஆட்சியின் முதல் ஆண்டில் சில நாணயங்களை மட்டும் திப்பு வெளியிட்டார். அவை ஸ்ரீரங்கப்பட்டிணத்திலிருந்தும் பெத்னூரி லிருந்தும் வெளியாகின. ஐந்தாம் ஆண்டில் அத்தனை நாணயத் தொழிற்சாலைகளும் செயல்பாட்டில் இருந்தன. அவர் ஆட்சியின் பத்தாவது ஆண்டில்

ஸ்ரீரங்கப்பட்டிணம், பெத்னூர் மற்றும் கூட்டி நாணயத் தொழிற்சாலைகளில் மட்டுமே நாணயங்கள் தயாரிக்கப்பட்டு வெளியாயின.

திப்பு வெளியிட்ட அத்தனை நாணயங்களிலும் அவரது பெயர் இடம் பெறவில்லையென் பது, சுவாரசியமான ஒன்று. திப்பு தனது இறையாண்மையாகக் கருத எண்ணாத மொகலாயச் சக்கரவர்த்தி இரண்டாம் ஷா ஆலத்தின் பெயரிலும் நாணயம் வெளியாகவில்லை. ஆனால் அவரது தந்தை பெயரின் ஆங்கில முதல் எழுத்தான பி பெரும்பாலான தங்கம், வெள்ளி நாணயங்களில் பொறிக்கப்பட்டிருந்தது. சில நாணயங்களில், 'ஹைதரின் வெற்றியால், உலகம் அஹமதின் மதமாகப் பிரகாசிக்கிறது. அவரே சுல்தான். அவரே ஒற்றுமை. அவரே எல்லாம்' என்று பொறிக்கப்பட்டிருந்தது.

திப்புவின் ஆட்சியில் முதல் நான்காண்டுகள் வெளியிடப்பட்ட நாணயங்களில், *ஹிஜ்ரா* தேதி குறிப்பிடப்பட்டிருந்தது; அதிலிருந்த எண்கள் வழக்கம்போல இடமிருந்து வலமாக வாசிக்கும் வகையில் பொறிக்கப்பட்டிருந்தன. ஐந்தாம் ஆண்டிலிருந்து அவரது ஆட்சியின் இறுதி வரை திப்புவின் *மௌலூதி* சகாப்த தேதிகள் குறிப்பிடப்பட்டன. அதில் இடம்பெற்ற எண்கள், எழுத்துகள் வலமிருந்து இடமாக வாசிக்கும் வகையில் பொறிக்கப்பட்டன. நான்காம் ஆண்டில் வெளியிடப்பட்ட நாணயங்களில் 1200 கி.பி என்று பொறிக்கப்பட்டிருந்தது. திப்புவின் நாணயங்களிலிருந்து அவர் அரியணையேறிய நாள் 1783 ஆம் ஆண்டு மே மாதம் 4 ஆம் தேதி என்று தெரிய வருகிறது.

மௌலூதி சகாப்தம் அறிமுகப்படுத்தப்பட்ட பின்பு தனது நாணயங்களுக்கானப் பெயர்களை திப்பு கண்டுபிடித்துவிட்டார். அவை நாணயத்தின பின்பகுதியில் வழக்கம்போல பொறிக்கப்பட்டன. தங்கம் மற்றும் வெள்ளி நாணயங்கள் இறைத்தூதர், முதலிரண்டு காலிப்கள் மற்றும் பன்னிரண்டு ஷியா இமாம்களின் பெயர்களைத் தாங்கி வந்தன. செம்பு நாணயங்களில் சிலவற்றைத் தவிர மற்றெல்லாவற்றிலும் மூன்றாவது காலிப், அரேபிய அல்லது பெர்ஷிய மொழியில் நட்சத்திரங்களின் பெயரைத் தாங்கி வந்தது. நாணயங்களில் பெயர் பொறிக்கப்பட்டது 1216 க்குப் பின்புதான் என்பதை கவனிக்க வேண்டும்.

தங்க நாணயங்கள்

மொஹர் அல்லது *அஹமதி* என்று இறைத்தூதர் முஹம்மதின் பெயரில் அழைக்கப்பட்டது. *அஹமதியின்* சராசரி எடை 211 தானியங்கள். நான்கு பகோடாக்களுக்கு சமமானது.

அரை *மொஹர்* அல்லது *சாதிகி* முதல் காலிப் அபுபக்கர் சித்திக்கின் பெயரிலும், பின்னர் ஆறாம் ஷியா இமாம் ஜாபர்—இ—சாதிக்கின் பெயரிலும் வெளியானது. நாணயத்தின் சராசரி எடை 106 தானியங்கள். இரண்டு பகோடாக்களுக்கு நிகரானது.

கால் மொஹர் அல்லது *பாருகி* இரண்டாவது காலிப் ஓமரின் பெயரால் அழைக்கப்பட்டது. அதன் சராசரி எடை 521/2 தானியங்கள். 31/2 ரூபாய்க்கு சமமானது.

திப்புவின் தங்க நாணயங்களில் மிகக் குறைந்த மதிப்புடையது *பணாம்*. அதற்கு திப்பு ரஹாதி என்று பெயரிட்டிருந்தார். அதன் சராசரி எடை 5 முதல் 6 தானியங்கள் ஆகும். பகோடாவில் பத்தில் ஒருபங்கு மதிப்புடையது. அதன் சிறிய வடிவத்துக்காக, தென்னிந்தியா முழுவதும் அந்தப்பணம் கணிசமான அளவில் புழங்கியது.

அஹமதி ஸ்ரீரங்கப்பட்டிணம் மற்றும் பெத்னூர் நாணயத் தொழிற்சாலைகளில் அச்சிடப் பட்டபோதும், *சாதிகி* ஸ்ரீரங்கப்பட்டிணத்தில் மட்டுமே தயாரிக்கப்பட்டது. ஆனால் இவையிரண்டும் பெருமளவு புழக்கத்தில் விடப்படவில்லை. பகோடாவும் பணாமும் பெருமளவு புழக்கத்தில் இருந்தன. பகோடா ஸ்ரீரங்கப்பட்டிணம், பெத்னூர் மற்றும் தார்வாரில் தயாரிக்கப்பட்டன. பணாம் கள்ளிக்கோட்டை, பெரோக், திண்டுக்கல், பெத்னூர், தார்வார் மற்றும் ஸ்ரீரங்கப்பட்டிணத்தில் உற்பத்தி செய்யப்பட்டன.

வெள்ளி நாணயங்கள்

இரட்டை ரூபாய் அல்லது *ஹைதரி* அலியின் பெயரால் அழைக்கப்பட்டது. அதன் சராசரி எடை 352 முதல் 355 தானியங்களாக இருந்தது.

ரூபாய் அல்லது *இமாமி* பன்னிரண்டு ஷியா இமாம்களின் பெயரில் அழைக்கப்பட்டது. அதன் சராசரி எடை 175 முதல் 178 தானியங்கள்.

அரை ரூபாய் அல்லது *அபிதி* நான்காவது இமாம் பெயரில் அழைக்கப்பட்டது. அதன் சராசரி எடை 87 தானியங்கள்.

கால் ரூபாய் அல்லது *பக்ரி* ஐந்தாவது இமாம் பெயரில் அழைக்கப்பட்டது. அதன் சராசரி எடை 43 தானியங்கள்.

அரைக்கால் ரூபாய் அல்லது *ஜாபரி* ஆறாவது இமாம் பெயரில் அழைக்கப்பட்டது. அதன் சராசரி எடை 20 தானியங்கள்

வீசம் ரூபாய் அல்லது *காஜிமி* ஏழாம் இமாம் பெயரில் அழைக்கப்பட்டது. அதன் சராசரி எடை 10 தானியங்கள்

அரைவீசம் ரூபாய் அல்லது *கிஜர்* இறைத்தூதர் கிஜர் பெயரில் அழைக்கப்பட்டது. அதன் சராசரி எடை 5 தானியங்கள். திப்பு வெளியிட்ட நாணயங்களில் மிகவும் சிறியது இதுதான்.

ஏழுவகையிலான வெள்ளி நாணயங்களை திப்பு வெளியிட்டார். இரட்டை ரூபாய்

ஸ்ரீரங்கப்பட்டிணம், பெத்னூர் மற்றும் கள்ளிக்கோட்டையில் அச்சிடப்பட்டன. ஒரு ரூபாய் ஸ்ரீரங்கப்பட்டிணம், பெத்னூர் மற்றும் தார்வாரில் அச்சிடப்பட்டன. அரை ரூபாய் ஸ்ரீரங்கப்பட்டிணத்திலும் பெத்னூரிலும் அச்சிடப்பட்டபோது, கால் ரூபாய் ஸ்ரீரங்கப்பட்டிணத்தில் மட்டும் அச்சிடப்பட்டது.

செம்பு நாணயங்கள்

இரட்டை பைசா *அல்லது ஓஸ்மானி* மூன்றாம் காலிப் ஓஸ்மான் பெயரில் அழைக்கப்பட்டது. 1218 முதல் 1221 ஆம் ஆண்டு வரை பயன்படுத்தப்பட்ட இந்தப் பெயர் பின்னர் *முஸ்தரி* என்று மாற்றப்பட்டது. அதன் எடை 331 முதல் 351 தானியமாக இருந்தது. பைசா *ஜொஹ்ரா* என்ற பெயரில் அழைக்கப்பட்டு அதன் எடை 174 தானியமாக இருந்தது. அரைப்பைசா *பஹ்ரம்* என்ற பெயரில் அழைக்கப்பட்டு 87 தானியங்களின் எடையுடன் இருந்தது.

கால் பைசா *அக்தர்* என்ற பெயரில் அழைக்கப்பட்டது. அதன் எடை 42 தானியங்களாக இருந்தது. அரைக்கால் பைசா *குதுப்* என்ற பெயரில் 18 தானியங்களின் எடையில் இருந்தது.

செம்பு நாணயங்கள் திப்புவின் பன்னிரண்டு நாணயத் தொழிற்சாலைகளிலும் அச்சிடப்பட்டன. செம்பு நாணயங்கள் தங்கம் மற்றும் வெள்ளி நாணயங்களைப் போலல்லாமல், யானையின் உருவத்தை பல்வேறு நிலைகளைக் கொண்டிருந்தன. பொதுவாக, இந்தியாவில் யானை கம்பீரத்தின் அடையாளமாகப் பார்க்கப் படுவதுண்டு. அதனால் ஹைதர் அலி தனது நாணயங்களில் யானையின் உருவத்தைப் பயன்படுத்தினார். திப்பு தனது தந்தையைப் போலவே அதை செம்பு நாணயங்களில் பயன்படுத்திக் கொண்டார்.

இணைப்பு ஈ

நாட்காட்டி

1784 ஆம் ஆண்டின் ஜனவரிக்கும் ஜூனுக்குமிடையில் திப்பு புதிய நாட்காட்டியொன்றை அறிமுகப்படுத்தினார். பன்னிரண்டு சந்திர மாதங்களைக் கொண்ட ஹிஜ்ரா வருடம், நிர்வாகத்துக்கு வசதியற்றதாக அவர் கருதினார். அவரது புதிய சகாப்தம் பன்னிரண்டு சந்திர மாதங்களையடக்கி, சந்திர—சூரிய மாதங்களைக் கொண்டிருந்தது. இரண்டிலுமே ஆண்டுக்கு *354 நாட்கள்* இருந்தன. முஸ்லீம் வருடத்தில் குறையும் 11 நாட்கள், சூரிய வருடத்தைப் போல முறைப்படுத்தப்பட்டிருக்கவில்லை. அதனால் சூரிய வருடத்துடன் பொருந்திப் போகுமளவில் திப்பு தனது நாட்காட்டியினை உருவாக்கியிருந்தார். அந்த முறையை அவர் இந்து நாட்காட்டியிலிருந்து இரவல் வாங்கியிருந்தார். திப்புவின் நாட்காட்டியில் அஹமதி, பஹாரி, ஜாபரி, தராய், ஹாஸிமி, வாஸி, ஜபர்ஜாதி, ஹைதரி, துலூய், யூஸபி, அய்ஜ்தி, பயாஜி ஆகியவை மாதங்களாக இருந்தன. முதல், நான்கு, ஐந்து, எட்டு, ஒன்பது மற்றும் பதினோராவது மாதங்கள் 29 நாட்களைக் கொண்டிருந்தன. மற்ற மாதங்களுக்கு 30 நாட்கள் இருந்தன. முதல் மாதத்துக்கு இறைத்தூதரின் பெயர்களில் ஒன்று சூட்டப்பட்டிருந்தது. ஹைதரி அலியின் பெயரால் அல்லது திப்புவின் தந்தை ஹைதர் அலியின் பெயரால்

விளிக்கப்பட்டது. பஹாரி வசந்தத்தைக் குறித்தது; இறைத்தூதர் முஹம்மதின் மூத்தோர் பெயரில் ஹாஸிமி பொறிக்கப்பட்டது; மற்ற பெயர்களுக்கு சிறப்பு ஏதும் குறிக்கப்படவில்லை. மாதத்தின் துவக்க எழுத்துக்களுக்கு, எண்களுக்கான சக்தி வரும் வகையில் அப்ஜாத் முறையில் வடிவமைக்கப்பட்டிருந்தது. 11 மற்றும் 12 ஆவது மாதங்களுக்கு பிரத்தியேக எண்கள் ஏதுமில்லை. முதலிரண்டு மாதங்களின் எண்களின் முதல் எண்களை இணைத்து, அவற்றுக்குக் குறிக்கப்பட்டிருந்தன.

அப்ஜாத் முறைப்படியே ஆண்டுகளுக்கானப் பெயர்கள் இடப்பட்டிருந்தன. முதல் இரண்டு ஆண்டுகளுக்கு அஹாத் மற்றும் அஹமத் என்று கடவுள் மற்றும் இறைத்தூதரின் பெயர்கள் சூட்டப்பட்டிருந்தன. திப்புவின் நாட்காட்டியும் இந்து சகாப்தத்தைப் போல, அறுபது ஆண்டு களைக் கொண்டிருந்தது.

1787 ஆம் ஆண்டில் திப்பு நாட்காட்டியில் இரண்டாவது சீர்திருத்தத்தை அறிமுகப்படுத்தினார். ஆனால் இந்த மாற்றம் அப்ஜாத் முறையிலிருந்து மாறி அப்தாத் அடிப்படையிலிருந்தது. முந்தைய நாட்காட்டியைப் போலவே அதில், எண்களின் சக்தி ஆண்டுகளுக்கும் மாதத்துக்கும் பொருத்தப்பட்டிருந்தது. திப்புவின் புதிய மாதங்களின் பெயர்கள் அஹமதி, பஹாரி, தாஹி, சமாரி, ஜாபரி, ஹைதரி, குஷ்ராவி, தினி, ஜாக்ரி, ரஹ்மானி, ராஜி மற்றும் ரப்பானி என்று சூட்டப் பட்டிருந்தது. மாத நாட்களின் எண்ணிக்கை முந்தையதைப் போலவே இருந்தன. 11 மற்றும் 12 வது மாதங்களைக் குறிக்கும் எண்களும் முன்னதைப் போலவே இதிலும் இல்லை.

திப்பு புதிய சகாப்தத்தை மௌலூதி என்று அழைத்தார். ஹிஜ்ரா ஆண்டிலிருந்து வேறுபட்டு, இறைத்தூதர் ஆன்ம ஞானம் பெற்ற நாளிலிருந்து நாட்காட்டி துவங்கியது. ஹிஜ்ரா ஆண்டு கிறிஸ்துப் பிறப்புக்கு பின் 622லிருந்து துவங்கும். திப்புவின் மௌலூதி சகாப்தம் அவர் தன்னைக் கடவுளின் தூதராக அறிவித்த கி.பி. 609லிருந்து ஹிஜ்ராவுக்கு பதிமூன்று ஆண்டுகள் முன்னதாகத் துவங்கியது.

திப்புவின் அரசு ஆவணங்கள், நாணயங்கள் அவரது அரசவையினரால் எழுதப்பட்ட சமகால எழுத்தாக்கங்கள் எல்லாமே, திப்புவால் அறிமுகப்படுத்தப்பட்ட புதிய நாட்காட்டியின் படியான தேதியைக் குறிப்பிட்டே எழுதப்பட்டன.